KABBALAH
para sa
ESTUDYANTE

LAITMAN
KABBALAH PUBLISHERS

KABBALAH PARA SA ESTUDYANTE

Karapatang Magpalathala @ 2025 ni MICHAEL LAITMAN
Lahat ng Karapatan Ay Nakalaan
Inilathala ng Laitman Kabbalah Publishers
www.kabbalah.info info@kabbalah.info
1057 Steeles Avenue West Suite 532, Toronto, ON, M2R 3XI Canada

Walang bahagi ng aklat na ito ang gagamitin o kokopyahin sa anumang paraan nang walang nakasulat na permiso sa Tagapaglathala, maliban sa mga maigsing sipi na nakapaloob sa mga mapanuring artikulo o pagsusuri.

Datos ng Aklatan ng Kongreso Katalogo-sa-Publikasyon
Kabbalah para sa Estudyante-- Tagalog ed.
p. cm.
ISBN 978-1-77228-199-6
1. Cabala. I. Ashlag, Yehuda II. Ashlag, Baruch Shalom, ha-Levi, 1907-1991. III. Laitman, Michael
BM525.K27 2009
296.1'6 — dc22
                    2008040178

Editor sa Kopya: Claire Gerus
Associate na Editor: Michael R. Kellog
Pagwawasto: Natasha Sigmund
Kaayusan: Luba Visotski
Mga Diagram: Alex Rain
Disenyo ng Pabalat: Rami Yaniv
Paglilimbag at Produksiyon: Uri Laitman
Tagasaling Wika at Punong Editor: Chaim Ratz
Tagasaling Wika sa Wikang Tagalog: Ariel Macasaet

EDISYONG TAGALOG: Septyembre 2025
Unang paglilimbag

Mga Nilalaman

Paunang salita (Bnei Baruch)	5
Ang Puno ng Buhay - isang Tula (Rav Isaac Luria)	7
Panahon na para sa Pagtatamong Espirituwal	**11**
Oras na upang Kumilos (Rav Yehuda Ashlag)	13
Paghahayag ng Isang Bahagi, Pagkukubli sa Dalawa (Rav Yehuda Ashlag)	15
Ang Esensya ngKarunungan Kabbalah (Rav Yehuda Ashlag)	21
Ang Aral ng Kabbalah at ang Esensya Nito (Rav Yehuda Ashlag)	31
Ang Esensya ng Relihiyon at ang Layunin nito (Rav Yehuda Ashlag)	50
Katawan at Kaluluwa (Rav Yehuda Ashlag)	58
Pagkatapon at Katubusan (Rav Yehuda Ashlag)	64
Isang Talumpati para sa Pagkumpleto ng Ang Zohar (Rav Yehuda Ashlag)	68
Kapayapaan sa Mundo (Rav Yehuda Ashlag)	81
Ang Karunungan ng Kabbalah at Pilosopiya (Rav Yehuda Ashlag)	96
Pambungad sa The Book of Zohar(Ang Aklat ng Zohar) (Rav Yehuda Ashlag)	106
Kasambahay na Tagapagmana ng Kanyang Maybahay (Rav Yehuda Ashlag)	143
Shofar Mesiyas (Rav Yehuda Ashlag)	149
Ang mga Kabalista ay Nagsusulat tungkol sa Karunungan ng Kabbalah (Iba't ibang May-akda)	153
Isang Dalangin bago ang isang Panalangin (sipi mula kay Noam Elimelech)	179
Pagtatamong Espirituwal	**183**
Kabanalan sa Pagkakatapon (Rav Yehuda Ashlag)	185
Ang Dahilan para sa Kabigatan sa Gawain (Rav Yehuda Ashlag)	189
Ang Lishma Ay Isang Pagpukaw Mula Sa Itaas (Rav Yehuda Ashlag)	191
Suporta sa Torah (Rav Yehuda Ashlag)	196
Ang Nakagawian ay Nagiging Pangalawang Kalikasan (Rav Yehuda Ashlag)	200
Ang Pagkakaiba sa pagitan ng Lilim ng Kedusha at Lilim ng Sitra Achra (Rav Yehuda Ashlag)	202
Ang Esensya ng Gawa ng Isang Tao (Rav Yehuda Ashlag)	204
Lishma (Rav Yehuda Ashlag)	205
Ang Oras ng Pag-akyat (Rav Yehuda Ashlag)	208
Ikaw Na Mahal ang Panginoon ay Namumuhi sa Kasamaan (Rav Yehuda Ashlag)	210
Pagpapalaki sa Alipin sa pamamagitan ng mga Ministro (Rav Yehuda Ashlag)	212
PARDESS (Rav Yehuda Ashlag)	215
Maupo at Walang gawin — Mas mainam (Rav Yehuda Ashlag)	221
Kung Ako'y Hindi Para sa Akin, Sino ang Para sa Akin? (Rav Yehuda Ashlag)	222
Lumalakad sa Landas ng Katotohanan	225
Ang Isa ay Naroon Kung Nasaan Ang isip (Rav Yehuda Ashlag)	229
Isang Allegorya tungkol sa Anak na Lalaki ng ng Mayaman na nasa Bodega (Rav Yehuda Ashlag)	230
Ang Panginoon Ay Iyong Lilim (Rav Yehuda Ashlag)	233
Ang Pagpupunyagi Ay ang Pinakamahalaga (Rav Yehuda Ashlag)	234
Paglalakip ng Awa sa Paghuhukom (Rav Yehuda Ashlag)	235
Ang Lipunan bilang isang Kundisyon para sa Pagtatamong Espirituwal	**237**
Matan Torah (Ang Pagbibigay ng Torah) (Rav Yehuda Ashlag)	239
Ang Arvut (Garantiya sa Isat-isa) (Rav Yehuda Ashlag)	249
Ang Kapayapaan (Rav Yehuda Ashlag)	259
Ang Mensahe sa Matan Torah (Bnei Baruch)	275
Pagkakaisa ng Mga Kaibigan (Rav Yehuda Ashlag)	279

Pagmamahal ng Kaibigan (Rav Yehuda Ashlag)	280
Ang Impluwensya ng Kaibigan sa Tao (Rav Baruch Ashlag)	281
Layunin ng Lipunan (Rav Baruch Ashlag)	285
Patungkol sa Pagmamahal sa Kaibigan (Rav Baruch Ashlag)	287
Kanilang Tinulungan Bawat Isa niyang Kaibigan (Rav Baruch Ashlag)	289
Layunin ng Lipunan (Rav Baruch Ashlag)	290
Ano ang Nagagawang Ibigay ng "Mahalin Mo ang Iyong Kaibigan tulad ng Iyong Sarili"? (Rav Baruch Ashlag)	292
Pagmamahal Sa Kaibigan (Rav Baruch Ashlag)	293
Ayon sa Ipinaliwanag Tungkol sa "Mahalin ang iyong Kaibigan" (Rav Baruch Ashlag)	294
Aling Pagsunod sa Torah at Mitzvot ang Nagpapadalisay ng Puso (Rav Baruch Ashlag)	298
Aling Antas ang Dapat na Matamo ng Isang Tao? (Rav Baruch Ashlag)	300
Unang Antas sa sandali ng Pagsilang (Rav Baruch Ashlag)	302
Patungkol sa Kahalagahan ng Lipunan (Rav Baruch Ashlag)	304
Tungkol sa Kahalagahan ng mga Kaibigan (Rav Baruch Ashlag)	307
Agenda ng Asembliya (Rav Baruch Ashlag)	310
Mga Antas ng Pagtatamo	**312**
Pambungad sa Pag-aaral ng Sampung Sefirot (Rav Yehuda Ashlag)	314
Ang Kalayaan (Rav Yehuda Ashlag)	372
Pagkukubli at Paghahayag ng Mukha ng Maylikha (Rav Yehuda Ashlag)	397
Pambungad sa Ang Aklat ng Zohar(The Book of Zohar) (Rav Yehuda Ashlag)	401
Pambungad sa Ang Aklat ng, Panim Meirot uMasbirot (Rav Yehuda Ashlag)	422
Materya at Anyo sa Karunungan ng Kabbalah (Rav Yehuda Ashlag)	460
Ito ay para sa Judah (Rav Yehuda Ashlag)	462
Ang Kumikilos na Isip (Rav Yehuda Ashlag)	466
Panimula sa Aklat, Mula sa Bibig ng Isang Pantas (Rav Yehuda Ashlag)	468
Panimula sa Pambungad sa Karunungan ng Kabbalah (Rav Yehuda Ashlag)	478
Ang Ebolusyon ng mga Mundo	**486**
Panimulang Salita sa Pambungad sa Karunungan ng Kabbalah (Rav Michael Laitman)	488
Pambungad sa Karunungan ng Kabbalah (Rav Yehuda Ashlag)	552
Hallan (Ang Puno) (Rav Yehuda Ashlag)	625
Paliwanag ng Artikulo, Paunang Salita sa Karunungan ng Kabbalah (Rav Baruch Ashlag)	641
Paunang Salita sa Komentaryo ng Sulam (Rav Yehuda Ashlag)	658
Talmud Eser Sefirot, Unang Bahagi, Histaklut Pnimit (Rav Yehuda Ashlag)	694
Pangkalahatang Paunang Salita (Rav Yehuda Ashlag)	718
Apendise A:Talasalitaan ng Kabbalah (Bnei Baruch)	745
Apendise B: Mga Acronym at Daglat (Bnei Baruch)	781
Apendiks C: Mga Diagram ng mga Espirituwal na Mundo (Bnei Baruch)	783
Tungkol sa Bnei Baruch	826

Paunang Salita

Bakit tayo naririto? Ano ang nasa ating hinaharap? Paano natin maiiwasan ang pagdurusa at mararamdaman ang katahimikan at kaligtasan? Ito ay mga katanungang nais nating magkaroon ng kasagutan. Ang karunungan ng Kabbalah ay nagbibigay ng mga sagot sa mga tanong na ito at marami pang iba. Hinahayaan tayo nitong magtanong ng anumang katanungan at maranasan ang matapat, malalim, at lubos na katuparan na kaakibat ng mga kasagutan sa mga pinaka-malalalim na tanong. Sa ganitong dahilan, ito ay tinawag na "ang nakatagong karunungan."

Ipinapaunawa ng Kabbalah na tayong lahat ay nagnanais na magtamasa ng kaligayahan. Tinawag ng mga Kabalista ang pagnanais na ito na "likas na kagustuhang tumanggap ng kagalakan at kasiyahan," o simpleng, "ang kalikasang tumanggap." Ang kalikasan nating ito, ang nagtutulak sa lahat ng ating mga pagkilos, kaisipan, at damdamin, at ang Kabbalah ay naglalarawan kung paano natin mauunawaan ang ating mga saloobin at tutuparin ang ating mga pangarap.

Bagamat ang nilalaman ng Kabbalah ay kadalasang may tunog na teknikal o kahulugang nakakubli, mahalagang tandaan na ito ay isang praktikal na agham. Ang mga taong nagpakadalubhasa at nagsulat tungkol dito ay hindi naiiba sa atin. Naghanap sila ng mga kasagutan sa mga katulad na katanungang nais din nating masagot: "Bakit tayo isinilang?" "Ano ang mangyayari pagkatapos nating pumanaw?" "Bakit mayroong pagdurusa?" at "Maaari ba akong makaranas ng pangmatagalang kasiyahan, at kung gayon, paano ito makakamtan?" Nang natagpuan nila ang mga kasagutan sa mga katanungang ito, at isinakatuparan ang mga ito sa kanilang buhay, isinulat nila ang mga salitang nakapaloob sa mga akdang pinagsama-sama dito at inilimbag upang maging kaalaman natin.

Sa kompilasyon na ito, inyong matatagpuan ang mga tiyak na paliwanag kung paano ninyo makakamit ang maluwalhating pakiramdam ng walang hanggang kaligayahan at kumpletong pagkontrol sa inyong buhay.

Itinuturo ng Kabbalah kung paano matatamasa ang magandang buhay sa mundong ito at sa kasalukuyan. Ipinapaliwanag nito ang mga konsepto tulad ng "kasunod na mundo," "mga kaluluwa," "muling pagkakatawang-tao," at "buhay at kamatayan." Paano nga ba tayo, bilang mga baguhan sa Kabbalah, makakaranas ng ganitong pananaw? Paano natin masisilayan ang tunay na larawan ng katotohanan?

Ang bawat isa sa atin ay nagtatayo sa kanya-kanyang sarili kung ano ang magiging pangunahin sa kanyang buhay. May mga bagay na mas mahalaga para sa atin, ang ilan ay hindi, at ang ilan ay pinili nating ipagpaliban. Ngunit anuman ang timbang ng kahalagahan, itinatalaga natin ang pangunahin ayon sa isang pagsukat: ang ating layunin sa buhay.

May mga taong nagsusumikap nang walang kapaguran para sa pag-ibig, mayroong nag-aasam ng salapi, at ang iba naman ay nagnanais magtamo ng karangalan o karunungan. Subalit, mas marami ang pinipiling huwag ilagay ang lahat ng kanilang mga inaasam sa iisang daluyan (vessel) at magtuon sa isang mithiin. Bagkus, sila ay nagkakasya sa mga maliliit na bagay at sinusupil ang anumang malakas na hangaring sumusulpot sa kanila na mangangailangan ng malaking bahagi ng kanilang pansin at panahon.

Ang mga Kabalistang nagsulat ng mga akdang mababasa dito ay katulad ng mga taong unang nabanggit, na matigas sa kanilang kagustuhan. Nagtakda sila ng malinaw na layunin para sa kanilang mga sarili: ang patunayan sa buong sangkatauhan kung paano makakamtan ang buhay na walang hanggan — isang buhay na tigib ng galak at walang katapusang kasiyahan ng kalooban. Upang matamo ito, kanilang pinag-aralan ang kalikasang tumanggap ng kagalakan at kasiyahan na umiiral sa bawat isa sa atin.
Ang mga pinakadakilang Kabalista na namuhay sa ating panahon ay siya ring nagpaliwanag ng mga panuntunan sa pagtuklas ng kaalaman sa Kabbalah sa pinaka-malinaw at pinaka-simpleng pamamaraan. Ang dalawang pangunahing Kabalista na ang mga panulat ay lumitaw sa aklat na ito ay si Rav Yehuda Ashlag, na kilala bilang Baal HaSulam (May-ari ng Bahagdan) sa kanyang komentaryo na *Sulam* (Bahagdan) sa *The Book of Zohar* (Ang Aklat ng Zohar), at ang kanyang anak na si Rav Baruch Ashlag, na pinalawak at pinalinaw ang mga paliwanag ng kanyang ama. Si Rav Michael Laitman ay pangunahing estudyante at personal na kabalikat ni Rav Baruch Ashlag, na hanggang sa kasalukuyan ay patuloy na nagtuturo sa atin kung paano ang tamang pag-unawa sa mga nasusulat at kung paano gagamitin ang mga ito upang makamit natin ang layunin ng ating pagkakalikha.

Kami, sa Bnei Baruch, ay hangad namin ang inyong kagalakan at katuparan sa inyong pag-aaral, at ang mabilis na paglago sa buhay espirituwal.

Ang Puno ng Buhay – Isang Tula

Masdan na bago pa man ang mga nilikha ay nalikha at ang mga nilalang ay nalalang,

Ang Mataas Payak na Liwanag ay tinigib ang buong sansinukob.

At walang puwang, tulad ng hanging walang buhay, hungkag,

Datapwat ang lahat ay tigib ng yaong Payak, at walang Katapusang Liwanag.

At doo'y walang yugtong tulad ng simula o katapusan,

Subalit ang lahat ay Isa, Payak na Liwanag, patag at pantay,

At ito'y tinawag na "ang Liwanag ng Ein Sof" (Walang Hanggan)

At sa Kanyang simpleng kalooban, dumating ang pagnanais na likhain ang mga daigdig at lluwal ang mga nilalang,

Upang ihatid ang liwanag ng kahusayan ng Kanyang gawa, ang Kanyang mga pangalan, ang Kanyang pagkakakilanlan,

Na naging sanhi ng pagkakalikha ng mga daigdig,

At ang Ein Sof ay pinigil ang Kanyang Sarili, sa Kanyang gitna,

At Kanyang pinigilan yaong Liwanag, at lumayo patungo sa gilid sa paligid nang gitna nito.

At doon, may nanatiling isang lugar na walang laman, hangin na walang buhay, isang hungkag,

Hustong-wasto, mula sa gitna nito.

At yaong pagpigil ay pantay na nakapalibot sa hungkag na kaibuturan,

Kaya't yaong puwang ay pantay na nakapalibot sa paligid nito.

At makalipas ang pagpipigil, ng ang bakanteng espasyo ay nanatiling hungkag,

Hustong sa gitna ng Liwanag ng Ein Sof,

Isang lugar ang nabuo, kung saan ang Paglalang, mga Nilikha, Pagbubuo, at Aksyon ay maaaring taglayin.

At mula sa Liwanag ng Ein Sof, isang hibla ng liwanag ay sumilay mula sa Itaas, ibinaba sa espasyong yaon.

At sa hiblang yaon, Kanyang nalalang, nalikha, nabuo, at nagawa ang lahat ng mga daigdig.

Bago pa man sa apat na daigdig na ito, may isang Liwanag ng Ein Sof, na ang Pangalan ay Iisa, sa kamangha-manghang, natatagong pagkakaisa,

At maging sa mga anghel na pinakamalapit sa Kanya,

Walang lakas at walang pagtatamo sa Ein Sof,

Sapagkat walang karunungan ng isang nalikha ang makakaarok sa Kanya,

Sapagkat wala Siyang lugar, walang hangganan, walang pangalan.

-Ang Ari, Ang Puno ng Buhay, Unang Bahagi, Unang Lagusan

Ang Mesiyas ay nakaabang sa lagusan patungo sa Jerusalem at naghihintay sa mga taong karapat-dapat sa katubusan. Siya ay nakatanikala, at kailangan niya ng mga totoong taong magkakalas sa kanyang mga tanikala. Nagkaroon na siya ng maraming madasaling tagasunod; subalit sa ngayon siya ay naghahanap ng mga tao ng katotohanan.

-Mula sa mga pananalita ng Ang Rabbi ng Kotzk,
Walang Pusong Buo na Tulad ng Isang Pusong Sawi, p. 115

PANAHON NA *para sa* PAGTATAMONG ESPIRITUWAL

Oras na upang Kumilos

Sa loob ng mahabang panahon, binagabag ako ng aking budhi sa isang pangangailangan na maglabas at lumikha ng isang pangunahing sanaysay tungkol sa esensya ng Judaismo, relihiyon, at karunungan ng Kabbalah, at ipakalat ito sa mga bansa, upang ang mga tao ay makakilala at maayos na maunawaan ang mga dakilang bagay na ito at ang totoong kahulugan ng mga ito.

Noon sa Israel, bago pa ang pag-unlad ng industriya ng imprenta, walang anumang mapanlinlang na aklat mula sa atin patungkol sa esensya ng Judaismo, dahil halos walang manunulat noon na kayang manindigan sa kanilang mga salita, sa simpleng kadahilanan na ang isang irresponsableng tao ay hindi mapagkakatiwalaan.

Samakatuwid, kung mayroon mang pagkakataon na may isang may lakas ng loob na magsulat ng ganitong sanaysay, wala namang tagasalin na magsasalin nito, dahil siya ay hindi mababayaran sa kanyang pagpapagod, na sa malaking bahagi, ay may kabigatan din naman. Kaya't ang ganitong uri ng sulatin mula pa lamang sa simula ay tiyak na patungo sa kawalan.

Sa mga panahong iyon, ang mga taong may sapat na kaalaman ay walang pagnanais na sumulat ng mga naturang aklat, yamang walang pangangailangan ang mga tao para sa ganitong kaalaman. Sa kabaligtaran, minarapat nilang itago ito sa mga lihim na silid, sa kadahilanang "Kaluwalhatian ng Diyos na itago ito." Kami ay inatasang itago ang esensya ng Torah at ang gawain mula sa mga walang pangangailangan dito, o hindi karapat-dapat dito, upang hindi ito maging aba sa pagkakalantad nito sa mga eskaparate para sa malalaswang mata ng mga taong mapanghamak at palalo, dahil ang kaluwalhatian ng Diyos ang humihingi nito.

Ngunit mula nang umunlad ang pag-iimprenta ng mga aklat at hindi na kailangan ng mga manunulat ng mga eskriba, nabawasan ang presyo ng mga aklat. Ito ang nagbigay-daan para sa mga iresponsableng manunulat upang maglathala ng anumang babasahing nais nila, para sa salapi o katanyagan. Ngunit wala silang pagsasaalang-alang sa kanilang mga aksyon at hindi sinusuri ang mga ibinubunga ng kanilang gawain.

Simula nang panahong iyon, ang mga paglalathala ng mga nabanggit na uri ay dumami sa napakabilis na paraan, nang walang pag-aaral o tuwirang pagtanggap ng mga turo mula sa bibig ng isang karapat-dapat na Rav, na walang kaalam-alam sa mga naunang aklat na tumatalakay ng paksang ito. Ang ganitong mga manunulat ay nag imbento ng mga teorya ng kanilang sariling basyo na walang laman, at pilit iniuugnay ang kanilang mga salita sa mga pinaka-matatayog at kapuri-puring mga bagay upang maisalarawan ang esensya nang katangian ng bansa at nakakamanghang kayamanan nito. Parang mga hangal, hindi nila alam kung paano maging matuwid, ni magkaroon ng paraan upang matutunan ito. Nagtatanim sila ng mga maling pananaw sa mga henerasyon, at kapalit ng kanilang maliliit na pita sila'y nagkakasala at nagagawang magkasala ang mga bansa para sa mga darating pang henerasyon.

Kamakailan, ang kanilang mabahong amoy ay umalingasaw at pumailanlang dahil sa naitimo nila ang kanilang mga kuko sa karunungan ng Kabbalah, hindi na inisip na ang kaalamang ito ay ikinandado at ikinadena sa likod ng sanlibong pinto hanggang sa araw na ito, na walang sinumang makakaunawa ng tunay na kahulugan ng kahit na isang salita nito, kahit man lang ang ugnayan sa pagitan ng isang salita at nang kasunod nito.

Yaon ay dahil sa lahat ng tunay na mga aklat na nasulat hanggang sa mga panahong ito, mayroon subalit ang mga ito ay pawang pahiwatig lamang, na hindi man sapat para sa isang maalam na disipulong maunawaan ang kanilang tunay na kahulugan, mula sa bibig ng isang matalino at kwalipikadong pantas ng Kabbalah. At doon din, "ang mga ulupong ay namumugad, at humihimlay, at naglilimlim, nag-aanak at nagpapalaki sa ilalim ng kanyang anino." Sa mga panahong ito, ang mga nagpapakana ng ganito ay patuloy sa pagdami, lumilikha ng mga ganitong aliwan na nagdudulot naman ng sulasok sa mga nakakasaksi sa kanila.

Ang ilan sa kanila ay lumampas na sa sukdulan ng palagay sa sarili at tuluyan ng inangkin ang katayuan bilang mga lider ng henerasyon, at nagpanggap na may kakayahang kilatisin ang pagkakaiba-iba sa pagitan ng mga sinaunang aklat, at sabihin kung alin dito ang karapat-dapat aralin at hindi, at yamang ito ay puno ng mga maling akala, sila'y umani ng galit at pagkasuklam. Hanggang ngayon ang gawain ng pagkilatis ay limitado lamang sa isa sa bawat sampung lider ng isang henerasyon; at ngayo'y inaabuso ng mga walang muwang.

Kung kaya't, ang pagtingin ng publiko sa mga bagay na ito ay lubhang nasalaula. At dahil dito, nabalot ito ng kahunghangan, at pagtingin na ang isang sulyap ay sapat na para sa pag-aaral ng mga mabubunying bagay. Kaya sa isang sulyap, paimbabaw silang nagtampisaw sa karagatan ng karunungan at esensya ng Judaismo, tulad ng anghel na yaon, at humango ng mga konklusyon batay sa kanilang sumpong o pakiramdam.

Ito ang mga dahilan na nag-udyok sa akin na baguhin ang aking pamamaraan at magpasiya na panahon na "upang gawin para sa Panginoon" at sagipin ang maaari pang masagip. Kaya, minabuti ko sa aking sarili na ihayag ang ilan sa mga tunay na nilalaman na may kaugnayan sa mga bagay na ito, at ipakalat ito sa bansa.

Paghahayag Ng Isang Bahagi, Pagkukubli Sa Dalawa

Mayroong kawikaan ang mga dakilang pantas na sa sandaling dumating na marapat nilang ihayag ang isang malalim na bagay: kanilang sinisimulan ang kanilang mga salita ng, "Ako ay naghahayag ng isang bahagi at nagkukubli ng dalawang bahagi." Ang ating mga pantas ay nagsagawa ng matinding pag-iingat na huwag magsambit ng mga salitang di kinakailangan, tulad ng itinuro ng ating mga pantas, "Ang salita ay isang bato; "Ang pananahimik ay dalawa."

Nangangahulugang kung mayroon kang isang mahalagang salita na kasing-halaga ng isang bato, pakatandaan na ang hindi pagbigkas nito ay katumbas ng dalawang bato. Ito ay tumutukoy sa pagbigkas ng mga di-kailangang salita na walang kaukulang nilalaman o gamit maliban sa pagsisilbing palamuti ng dila sa mga mata ng mga nakakamasid.

TATLONG URI NG PAGKAKUBLI NG KARUNUNGAN

May tatlong bahagi sa mga lihim ng Torah. Ang bawat bahagi ay may sariling dahilan para itago. Ang mga ito ay tinukoy sa pamamagitan ng mga sumusunod na pangalan:

1. Di-kailangan

2. Imposible

3. Ang payo ng Panginoon ay nasa kanila na may takot sa Kanya

Walang isang bahagi ng karunungan na ito kung saan ang mga pagsisiyasat ng tatlong bahagi na ito ay hindi nararapat, at ito ay gagawan ko ng paglilinaw bawat isa.

1. DI-KINAKAILANGAN

Nangangahulugang walang pakinabang ang pagsisiwalat nito. Karaniwang, hindi ito malaking kawalan dahil kalinisan lamang ng pag-iisip ang may kinalaman dito, upang bantayan ang mga gawi at asal na "walang pakialam," na nagsasabing eh ano kung ginawa ko ito, wala namang masama dito.

Ngunit dapat ninyong malaman na, sa paningin ng mga pantas, ang "ugaling walang paki-alam" ay itinuturing na pinaka-matinding mapanira. Ito ay sa kadahilanang lahat ng mapanira sa mundo, yaong mga nagdaan at yaong mga darating pa ay mga uri ng taong walang paki-alam. Ibig sabihin inaabala nila ang kanilang sarili at iba pang tao sa mga bagay na walang katuturan. Kaya nga't, ang mga pantas ay maingat sa pagtanggap ng mga mag-aaral ng Kabbalah upang matiyak na ito ay mag-iingat sa kanyang mga gawi upang hindi nito ibunyag ang hindi nararapat ihayag.

2. IMPOSIBLE

Ito'y nangangahulugan na ang lengguwahe ay walang kakayahan na maglarawan sa dakila at espirituwal na katangian nito. Kaya't anumang pagtatangka na bihisan ito ng mga salita ay maaari lamang magligaw sa mga tagasuri at mapagawi sila sa maling tahakin, na maituturing na mas malaking pagkakamali sa lahat. Samakatuwid, upang ibunyag ang anumang bagay na may kinalaman dito, ang pahintulot mula sa Itaas ay kinakailangan. Ito ang ikalawang bahagi ng pagkukubli ng karunungan ng Kabbalah. Gayunpaman, ang pahintulot na ito, ay nangangailangan din ng paliwanag.

PAHINTULOT MULA SA ITAAS

Ito ay ipinaliwanag sa aklat na, Ang Pintuan sa Mga Salita ni Rashbi, sa panulat ni Ari, sa Ang Zohar, Parashat Mishpatim, p 100. Ito ay binabasa gaya ng, "Pinahihiwatig na ang ilan sa mga kaluluwang matuwid ay nasa uri ng Nakapalibot na Liwanag (Ohr Makif), at ang ilan ay nasa uri ng Panloob na Liwanag (Ohr Pnimi). Yaong mga Nakapalibot na Liwanag na uri ay may kapangyarihang magsalita ng mga lihim ng Torah sa pamamagitan ng pagkukubli at pagpapahiwatig, ang kanilang mga salita ay maunawaan lamang ng mga karapat-dapat maka-unawa.

"Ang kaluluwa ni Rabbi Shimon Bar-Yochai ay nasa uri ng Nakapalibot na Liwanag. Dahil dito, may kapangyarihan siyang magbihis ng mga salita at magturo sa isang paraan na kahit na itinuro niya ito sa marami, tanging ang karapat-dapat lamang na makaunawa ang makakaunawa. Ito ang dahilan kung bakit siya ay binigyan ng 'pahintulot' na isulat ang Aklat ng Zohar.

"Ang pahintulot upang magsulat ng isang aklat sa karunungang ito ay hindi 'ipinagkaloob' sa kanyang mga guro o sa mga nauna pa sa kanila, kahit na sila ay tiyak na mas mahusay sa karunungang ito kaysa sa kanya. Ngunit sa dahilang wala silang kapangyarihang bihisan ang mga bagay tulad niya. Ito ang kahulugan ng nakasulat, 'Alam ng anak ni Yochai kung paano bantayan ang kanyang mga paraan.' Ngayon ay maaari mo nang maunawaan ang husay ng pagkukubli sa The Book of Zohar (Ang Aklat ng Zohar), na isinulat ni Rashbi, na hindi lahat ng pag-iisip ay kayang maunawaan ang kanyang salita."

Ang esensya ng kanyang salita: Ang pagpapaliwanag ng mga bagay sa karunungan ng katotohanan ay hindi nakasalalay sa kadakilaan o kababaan ng Kabalistang pantas. Sahalip, ito ay tungkol sa kaliwanagan ng isang kaluluwa na nagpapahalaga dito: ang kaliwanagan ng kaluluwang ito ay itinuturing na "nagbibigay pahintulot" mula sa Itaas upang ibunyag ang Itaas na Karunungan. Aming napag-alaman na ang isang taong hindi ginagantimpalaan ng pahintulot ay di dapat gumawa ng mga paglilinaw sa karunungang ito, dahil hindi niya mabibihisan ang mga manipis na bagay na angkop sa kanyang mga salita at sa paraang hindi mabibigo ang mga mag-aaral.

Dahil dito wala kaming alam na aklat sa karunungan ng katotohanan na naunang lumabas sa aklat ni Rashbi na The Book of Zohar(Ang Aklat ng Zohar), dahil ang lahat ng mga aklat sa karunungan bago pa ang sa kanya ay hindi isinaayos bilang interpretasyon ng karunungan. Sa halip, sila ay mga pahiwatig lamang, na walang anumang pagkakasunud-sunod ng dahilan at bunga, na napag-alaman ng mga nakatagpo ng kaalaman, na sa kalaunan ay naka-unawa sa kanyang mga salita.

Marapat kong idagdag, na sa aking natanggap mula sa mga aklat at mga may-akda, na simula sa panahon ni Rashbi at kanyang mga estudyante, na mga may-akda ng *Ang Zohar*, hanggang sa panahon ni Ari, walang kahit isang manunulat ang naka-unawa sa mga salita ng *Ang Zohar* at *Tikkunim* (pagtutuwid) tulad ni Ari. Lahat ng nasulat bago dumating ang kanyang panahon ay pawang hinuha sa karununganng ito, pati na ang mga aklat ng pantas, na si Ramak.

At katulad ng mga salitang tumukoy tungkol kay Rashbi ay gayun din ang masasabi tungkol kay Ari - na ang mga nauna sa kanya ay hindi binigyan ng pahintulot mula sa Itaas na ibukas ang mga interpretasyon ukol sa karunungan ng Kabbalah, subalit si Ari ay pinahintulutan. Subalit ito rin ay hindi paglalarawan ng kataasan o kababaan ng sinuman, sa kadahilanang maaring ang katangian ng mga nauna ay mas katangi-tangi kaysa kay Ari, lamang sila'y hindi pinagkalooban ng pahintulot. Kung kaya't sila'y nagpigil sumulat ng mga komentaryo tungkol sa mismong karunungan, at nagkasya na lamang sa maiiksing pahiwatig na hindi nakakawing sa isat-isa.

Sa ganitong kadahilanan, simula nang lumabas sa mundo ang mga aklat na sinulat ni Ari, lahat ng mag-aaral sa karunungan ng Kabbalah, ay binitiwan ang mga aklat ni Ramak at mga sinauna at iba pang mga dakila bago kay Ari, at ito ay batid sa hanay ng mga nag-aaral ng karunungan ng Kabbalah. Inilapat nila ang kanilang buhay-espirituwal tangi sa mga sulatin ni Ari sa pamamagitan ng pagtingin, na ang mga mahahalagang aklat na marapat itangi bilang tumpak na interpretasyon ng karunungan ng Kabbalah ay *The Book of Zohar(Ang Aklat ng Zohar),* ang *Tikkunin* at kasunod dito ay ang mga aklat ni Ari.

3. ANG PAYO NG PANGINOON AY NASA KANILA NA MAY TAKOT SA KANYA.

Ito ay nagsasabi na ang mga lihim ng Torah ay ipinapaalam lamang doon sa mga may takot sa kanyang Pangalan, itinatangi ang Kanyang Kaluwalhatian sa kanilangpuso at kaluluwa, at yaong di gumagawa ng kalapastanganan. Ito ang pangatlong bahagi ng pagkukubli ng diwa.

Ang bahaging ito ng pagkukubli ang pinaka-mahigpit, sa dahilang ang uring ito ng pagsisiwalat ay sanhi ng kabiguan ng marami. Sa gitna ng mga ito, sumulpot ang mga nanghihikayat (nag-uudyok), nagbubulong at mga "praktikal" na Kabalista, na nangsisilo ng mga kaluluwa sa pamamagitan ng katusuhan, at ang mga espiritista na gamit ay mga tuyot na kaalaman galing sa mga walang pakundangang mag-aaral na tanging hangad ay pansariling pakinabang ng kanyang katawan at yaong iba pa. Ang mundo ay nagdanas ng napakalaking paghihirap sanhi nito at patuloy na dumaranas.

Dapat mong malaman na ang ugat ng pagkukubli ay hanggang sa bahaging ito lamang. Mula dito, ang mga pantas ay nagsagawa ng pinakamahigpit na mga pagsubok sa mga mag-aaral, sa kanilang pagsasabi sa (*Hagiga 13*), "ang mga ulo ng mga sangay ay ipinagkakatiwala lamang sa punong hukom na ang puso ay may pag aalala" at ang "*Maase Beresheet* ay hindi dapat saliksikin ngtambalan, gayundin ang *Merkava* ay hindi dapat saliksikin ng nag-iisa." Marami pang iba na tulad nito at ang lahat ng pangamba ay sanhi ng mga kadahilanang nabanggit.

Sa ganitong kadahilanan, ilan lamang yaong pinagkalooban ng karununganng ito, at maging yaong mga nakapasa sa mga pagsubok at mga pagsusulit ay pinapa-sumpa ng mabigat na panunumpang huwag magsiwalat ng anupaman sa tatlong bahagi.

Huwag magkamali ng pag-unawa sa aking mga salita, na aking hinati-hati ang pagkukubli ng karunungan ng Kabbalah sa tatlong bahagi. Hindi ko ibig sabihin na ang karunungan ng katotohanan mismo ay nahahati sa tatlong bahagi nito.

Sa halip, ang ibig kong sabihin na ang tatlong bahaging ito ay nagmula din sa bawat nag-iisang detalye ng karunungang ito, yamang ang mga ito ay ang tanging tatlong paraan ng pagsusuri na laging ginagamit sa karunungang ito.

Gayunpaman, dapat nating tanungin, "Kung totoo na ang katatagan ng pagkakatago ng karunungan ay napakahigpit, saan nagmula ang lahat ng libu-libong sulatin sa karunungang ito kinuha?" Ang sagot ay may pagkakaiba sa pagitan ng unang dalawang bahagi at ang huling bahagi. Ang pangunahing pasanin ay nakasalalay lamang sa nabanggit na ikatlong bahagi, sa kadahilanang ipinaliwanag sa una.

Ngunit ang unang dalawang bahagi ay hindi nakapailalim sa tuloy-tuloy na pagbabawal. Ito ay dahil minsan ang isang isyu sa "di-kailangan" ay nababaligtad, tumitigil sa pagiging di- kailangan sa ilang kadahilanan, at nagiging kinakailangan. Gayundin, ang bahaging, "imposible," kung minsan ay nagiging posible. Ito ay para sa dalawang kadahilanan: alinman dahil sa pag-inog ng henerasyon o sa pamamagitan ng pagbibigay ng pahintulot mula sa Itaas, tulad ng nangyari kay Rashbi at sa Ari, at sa maliit na banda yaong mga nauna sa kanila. Lahat ng mga tunay na aklat na naisulat sa karunungang ito, ay lumabas mula sa mga pag-unawang ito.

Ito ang ibig sabihin ng kanilang kasabihan, "Ako ay nagsiwalat ng isang bahagi at nagkubli ng dalawa." Ang ibig nilang sabihin na nangyaring naghayag sila ng isang bagong bagay na hindi natuklasan ng kanilang mga sina-una. At ito ang dahilan kungbakit nila sinasabing naghahayag lamang sila ng isang bahagi, na siya ay naghahayag ng unang bahagi ng tatlong pagkukubli at nag-iiwan ng dalawang bahagi na nakakubli.

Ito ay nagpapahiwatig na mayroong naganap, na naging dahilan sa naturang pagsisiwalat: maaaring ang "di-kailangan" ay nakatanggap ng anyong "kailangan," o "pahintulot mula sa Itaas" ay ipinagkaloob na aking ipinaliwanag sa una. Ito ang ibig sabihin ng kasabihang, " Ako ay nagsisiwalat ng isang bahagi."

Ang mga mambabasa ng mga babasahing ito, ay dapat malamang ang lahat ng ito ay may kabaguhan sa kanilang eksaktong nilalaman dahil ang mga ito'y hindi pa lumabas sa kahit alinmang aklat na nauna sa akin. Ang mga ito ay tinanggap ko nang bibig sa bibig mula sa aking Guro na may pahintulot para dito, na nangangahulugan tinanggap niya rin ito, nang bibig sa bibig mula sa kanyang Guro.

Gayunpaman, kahit tinanggap ang mga ito sa ilalim ng lahat ng pasubali at pag-iingat, sa pangangailangang aking binanggit sa aking sulatin, "Time to Act"(Oras na Upang Kumilios), ang "Di-kailangan" ay binaligtad para sa akin ay naging "Kailangan." Kaya, aking inihayag ang bahaging ito nang may buong pahintulot, tulad ng aking ipinahayag sa una. Subalit aking ikukubli ang dalawang bahagi ayon sa kautusan sa akin.

Ang Esensya ng Karunungan ng Kabbalah

Bago ako magtungo tungkol sa paglilinaw ng kasaysayan ng karunungan ng Kabbalah, na napag-uusapan ng marami, na nakita ko na kinakailangang masimulan ang isang masinsinang paglilinaw ng kakanyahan ng karunungang ito, na sa aking paniwala ay iilan lang ang may alam. At natural lamang, na imposibleng magsalita tungkol sa kasaysayan ng isang bagay bago natin malaman ang mismong bagay.

Bagaman ang kaalamang ito ay mas malawak at mas malalim kaysa sa karagatan, gagawin ko ang isang lubos na pagsisikap, ang lahat ng lakas at kaalaman na aking nakuha sa larangang ito, upang linawin at maipaliwanag ito mula sa lahat ng mga anggulo, sapat para sa sinumang kaluluwa upang gumuhit nang tamang konklusyon, at sila na tunay, at hindi nag-iiwan ng puwang para sa pagkakamali, na kadalasang nangyayari sa ganitong mga bagay.

ANO ANG NAKAPALIBOT SA KARUNUNGAN?

Ang katanungang ito ay dumarating sa bawat taong may tamang pag-iisip. Upang maayos na matugunan ito, magbibigay ako ng isang maaasahan at pangmatagalang kahulugan: ang karunungang ito humigit-kumulang ay ang pagkakasunud-sunod ng mga ugat, na lumundo pababa bilang sanhi at bunga, sa isang maayos at tukoy na mga panuntunang, magkakaugnay tungo sa isang, mabunying layunin na "naglalarawan ng Kanyang Pagka Diyos sa Kanyang mga nilalang sa mundong ito."

At narito ang isang kalakarang partikular at pangkalahatan:

Pangkalahatan - ang buong sangkatauhan sa dakong huli, ay may pananagutang uminog sa napakalawak na pag-unlad na ito, gaya ng nasusulat, "Sapagka't ang lupa ay matitigib ng kaalaman ng Panginoon, tulad ng tubig na sumaklaw sa dagat" (Isaias 11, 9). "At hindi na tuturuan ng bawa't tao ang kaniyang kapuwa, at ang bawa't isa sa kaniyang kapatid, na magsasabing, kilalanin ninyo ang Panginoon: Sapagka't sila'y makakakilala sa akin, mula sa pinakamaliit hanggang sa pinakadakila sa kanila" (Jeremias 31, 33). "Ngunit ang inyong Guro ay hindi na magkukubli pa, ngunit makikita ng iyong mga mata ang iyong Guro" (Isaias 30, 20).

Partikular--bago pa man ang buong sangkatauhan ay maging perpekto, ang panuntunang ito ay ipinatupad sa ilang piniling mga tao ng bawat henerasyon. Ang mga ito ang pinagkalooban, sa bawat henerasyon ng ilang antas ng paghahayag ng Kanyang Kabanalan. At ito ang mga propeta at mga lingkod ng Diyos.

At tulad ng sinabi ng ating mga pantas, "Walang henerasyon na walang tulad nina Abraham at Jacob." Sa gayo'y nakita mo na ang paghahayag ng Kanyang Kabanalan ay ipinatutupad sa bawat henerasyon, dahil ang ating mga pantas, na ating pinagkatiwalaan, ay nagpahayag.

ANG KARAMIHAN NG PARTZUFIM, SEFIROT, AT MGA DAIGDIG

Gayunpaman, ayon sa unang nabanggit, isang katanungan ang lumilitaw - ang karunungang ito ay may isa lamang, natatangi, at malinaw na tungkulin, bakit may usapin ng pagkakarami ng mga *Partzufim*, *Sefirot*, at mga nakakapag-palitang ugnayang lubhang napakarami sa mga aklat ng Kabbalah?

Sa katunayan, kung kukuha ka ng katawan ng isang maliit na hayop, na ang tanging gawain ay pagyamanin ang sarili nito at mamalagi sa mundong ito ng may sapat na panahon at magsupling ng kanyang uri, makikita mo rito ang isang komplikadong istruktura ng milyun-milyong hibla at kasu-kasuan, na natuklasan ng mga pisyolohista at anatomista. At marami pa roon na di pa natutuklasan ng tao. Mula sa nabanggit, maaari mong ipasiya ang malawak at iba't ibang uri ng mga isyu at mga daluyan (vessel) na kailangang i-ugnay upang makamit at ihayag ang dakilang layunin.

DALAWANG PAG-AARAL - MULA SA ITAAS PABABA AT MULA SA IBABA PATAAS

Ang karunungang ito ay karaniwang nahahati sa dalawang pantay at magkatulad na pagkakaayos, gaya ng dalawang patak ng tubig sa lawa. Ang tanging pagkakaiba sa pagitan ng mga ito ay ang unang pagkakaayos ay umaabot mula sa Itaas pababa, sa mundong ito, at ang ikalawang pagkakaayos ay bumabagtas mula sa ibaba paitaas, eksakto sa parehong daan at mga hugis na nailimbag sa ugat kung kailan ang mga ito'y lumitaw mula sa Itaas pababa. Ang una ay tinatawag na "ang pagkakaayos ng pinagmulan ng mga mundo, *Partzufim*, at *Sefirot*," sa lahat ng kanilang mga kaganapan, kung pangmatagalan o panandalian. Ang pangalawang pagkaayos ay tinatawag na "antas o sidhi ng mga pagkatamo ng pangitain at Banal na Espiritu." Ang isang taong biniyayaan nito ay dapat na sundin ang parehong mga landas at mga sanga nito, at unti-unting kamtin ang bawat detalye at bawat antas, sa tumpak at parehong mga patakaran na itinatak hangang sa kanilang pagkakalikha mula sa Itaas pababa.

Ang paghahayag ng Kabanalan ay hindi kagyat na namamalas, subalit paunti-unti, sa takdang panahon, nakasalalay sa pagpapadalisay ng nagsusumikap, hanggang kanyang masumpungan ang lahat ng antas mula sa Itaas pababa. At dahil ito'y dumarating ayon sa pagkakaayos ng kinakamtan, matapos na ang isa at isa sa ibabaw ng isa pa, tulad ng baytang ng isang bahagdan, ang mga ito ay tinatawag na "hakbang."

MGA ABSTRAKTONG (HALAW) PANGALAN

Maraming naniniwala na ang lahat ng mga salita at mga pangalan sa karunungan ng Kabbalah ay isang uri ng mga abstrakto o hinalaw na mga pangalan. Ito ay sa kadahilanang tumutukoy ito sa Kabanalan at espirituwalidad na labas sa usaping lugar at panahon na kung saan maging ang ating mga imahinasyon ay walang maga-gagap. Dahil dito kanilang ipinasya na ang mga ito ay tumutukoy lamang ng mga abstraktong pangalan, o Itaas at mabunyi pa sa mga abstraktong pangalan dahil mulat-sapul ang mga ito'y salat sa mga bagay o elementong kayang gagapin.

Subalit hindi ito ang usapin. Sa kabaligtaran, ang Kabbalah ay gumagamit lamang ng mga pangalan at katawagan na konkreto at makatotohanan. Isang di-mababaling panuntunan sa lahat ng mga Kabalista na, "Anumang hindi kayang makamtan, hindi natin maaring tukuyin sa pangalan o salita man."

Dito dapat mong malaman na ang salitang "pagkakamit" (Hebreo: *Hasaga*) ay nagpapahiwatig ng sukdulang antas ng pagkaunawa. Ito ay hinawi sa mga salitang, "na ang iyong kamay ay makakaabot"(Hebreo: *Ki Tasig Yadcha*). Na nangangahulugang bago luminaw ang isang bagay, na mistulang mahigpit na hawak sa isang kamay, hindi ito itinuturing ng Kabalista na nakamit na at sa halip ito ay naunawaan, o naintindihan lamang at iba pa.

ANG AKTWALIDAD NG KARUNUNGAN NG KABBALAH

May mga bagay na matatagpuan sa ating pisikal na kapaligirang nasa harap ng ating mga mata, na wala tayong pandama o hugis ng kanyang esensya. Tulad ng elektrisidad at bato-balani na kung tawagin ay "fluidum."

Gayunpaman, sino ang magsasabing ang mga pangalang ito ay hindi totoo kung buong linaw at kasiya-siya nating nakikita ang kanilang mga paggalaw? Hindi natin maaaring ipagwalang-bahala ang katotohanang wala tayong pandama sa esensya ng bagay na ito na kung tawagin ay elektrisidad.

Ang pangalang ito ay kasing totoo at kasing lapit sa atin na parang ganap na naga-gagap ng ating mga pandama. Kahit mga paslit ay pamilyar sa salitang "elektrisidad," katulad ng kanilang pagkakaintindi ng mga salitang tinapay, asukal at iba pa.

Mas mainam pa, kung nais mong gamitin ng kaunti ang iyong mga kagamitan sa pagsusuri, sasabihin ko sa iyo na sa pangkalahatan, dahil wala tayong anumang pandama sa ating Lumikha, kaya imposible din na makamit natin ang esensya ng alinman saKanyang nilikha, maging ang mga konkretong bagay na nahahawakan ng ating mga kamay.

Kaya't lahat ng ating pagkakilala sa ating mga kaibigan at kamag-anak na nasa ating harapan sa mundong ating ginagalawan ay tanging "mga kakilala at ang kanilang mga paggalaw." Ang mga ito ay ibinunsod at iniluwal lamang sa atin dahil sa pagsama ng mga ito sa harap ng ating mga organo ng pakiramdam na nagbibigay sa atin ng kumpletong kasiyahan kahit wala tayong anupamang pag-gagap sa esensya ng isang bagay.

Dagdag pa rito, wala ka ring pag-gagap o kaya'y pagkakamit na anupaman sa iyong sariling esensya. Lahat ng iyong nalalaman tungkol sa iyong sariling esensya ay tanging mga serye lamang ng iyong mga paggalaw na nanggagaling mula sa iyong esensya.

Ngayon madali mo nang masasabi na lahat ng mga pangalan at mga katawagan na lumalabas sa mga aklat ng Kabbalah ay tunay na tunay kahit pa tayo ay walang pagkakamit sa anupamang nabanggit na bagay. Ito'y sapagkat yaong mga lumalahok dito ay nagtatamo ng kumpletong kasiyahan dahil sa kanilang panlahatang pagtingin sa kabuuan nito, ibig sabihin isang maliit na pagka-unawa ng paggalaw na pinahiwatig at iniluwal dahil sa pagsasama ng Mataas na Liwanag at mga nakakaunawa nito.

Gayunpaman, sapat na ito, dahil sa alituntunin na: "Lahat nang maysukat at hinango galing sa Kanyang Kalinga upang maging bahagi ng katangian ng Paglikha ay ganap na kasiya-siya." At katulad ito nang - hindi na marapat magnais pa ng ika-anim na daliri sa isang kamay, sapagkat ang limang daliri ay sapat na.

MGA USAPING KORPORYAL AT MGA PISIKAL NA PANGALAN SA MGA AKLAT NG KABBALAH

Sinumang taong may katinuan ay maiintindihan na kapag nasa usaping espirituwal, lalo na't ukol sa Kabanalan, wala tayong mga salita o kaya'y mga titik na maaring pagnilayan. Ito ay sa kadahilanang ang ating buong bokabularyo ay mga kumbinasyon lamang ng mga letra ng ating mga organong pandama at ating hinagap. Ngayon, paano makakatulong ang mga ito kung saan walang hinagap o kaya'y mga organong pandama?

Kahit gumamit tayo ng pinaka-banayad na salita na magagamit sa naturang mga bagay tulad ng salitang "Mataas Na Liwanag," o kahit "Payak Na Liwanag," ito'y haka-haka pa rin at hiram lamang mula sa liwanag ng araw, o kandila o liwanag ng kasiyahan o tuwa na karaniwang nadarama kapag naliwanagan ang isipan sa isang katanungan. Nguni't paano natin ito magagamit sa mga espirituwal na bagay at mga gawi ng Maylikha? Wala itong maidudulot sa nagsusuri kundi kabulaanan at pag-aalinlangan.

Lalo na't sa pangangailangang makahanap ng mga kapaliwanagan kaugnay sa mga salitang ito na karaniwang kailangan ng isang taong nagsasaliksik sa diwa ng karunungang ito.

At kung ang pantas ay mabigo sa kahit isang di-tumpak na salita, tiyak na malilito at maliligaw ang mga magbabasa. Hindi maiintindihan ng mga magbabasa ang kanyang sinasabi doon, bago doon at pagkatapos doon at lahat ng naka-ugnay sa salitang yaon at ito ay batid ng sinumang nagsusuri ng anumang aklat ng diwa ng karunungan.

Kaya't dapat magtaka kung posible para sa mga Kabalista na gumamit ng mga di-tamang mga salita upang ipaliwanag ang pagkakakawing-kawing sa karunungang ito. Ganun din, nalalaman na walang katiyakan sa huwad na pangalan, pagkat ang kasinungalingan ay walang paa at walang paninindigan.

Kaya nga, dito kailangan mo nang paunang kaalaman ng Batas ng Ugat at Sanga kung saan ang mga mundo naka-ugnay sa isa't-isa.

ANG BATAS NG UGAT AT SANGA KUNG SAAN ANG MGA MUNDO AY MAGKAKAUGNAY

Natuklasan ng mga Kabalista na ang anyo ng apat na mundo, at tinawag na *Atzilut, Beria, Yetzira,* at *Assiya,* mula sa unang pinakamataas na mundo, na tinawag na *Atzilut,* hanggang sa dulong pisikal na mundong tinawag na *Assiya,* ay parehong-pareho sa lahat ng sistema at kaganapan. Ang ibig sabihin anumang nagaganap at nangyayari sa unang mundo ay matatagpuang walang ipinagkaiba sa kasunod na mundo, sa ibaba nito. Gayundin sa lahat ng mundong sumusunod dito, pababa sa mundong ito.

Walang pagkakaiba sa pagitan nila, maliban sa antas, na matatagpuan sa sangkap ng mga elemento ng katotohanan ng bawat mundo. Ang sangkap ng elemento ng katotohanan sa unang Pinakamataas na mundo ay mas dalisay kaysa sa lahat ng nasa ibaba nito. At ang sangkap ng elemento ng katotohanan sa sumunod na pangalawang mundo ay mas magaspang kaysa doon sa unang mundo, subalit mas dalisay kaysa sa lahat ng mundong kasunod na isang mas mababa dito.

Ito ay tuloy-tuloy na nangyayari pababa sa mundong ito na nasa ating harapan na ang sangkap ng elemento ng katotohanan ay pinaka-magaspang at mas madilim kumpara sa lahat ng mundong nauna rito. Subalit ang mga anyo at elemento ng katotohanan at lahat ng kaganapan ay kapantay at walang ipinagkaiba sa bawat mundo, sa bilang at sa katangian.

Inihalintulad nila ito sa isang selyong pantatak at sa iniiwang marka nito: lahat ng hugis ay buong linaw na naita-tatak ang bawat detalye at gusot sa bagay na tinatatakan. Ganito din sa mga mundo, kung saan ang bawat isang mas mababang mundo ay eksaktong kopya ng mundong nasa ibabaw nito. Kaya, ang lahat ng anyo at hugis sa Itaas na Mundo ay buong linaw na nakamarka sa isang mas mababang mundo, pati na ang bilang at katangian nito.

Kung gayon, walang elemento ng katotohanan, o isang pangyayari sa katotohanan sa isang isang mas mababang mundo, na hindi mo makikita ang pagkakahawig nito sa mundo Sa itaas nito, magka-mukha na parang dalawang patak ng tubig sa isang lawa. At ang mga ito ay tinatawag na "Ugat at Sanga." Nangangahulugan ito na ang isang bagay sa isang mas mababang mundo ay itinuturing na sanga ng hulma nito, na matatagpuan sa Itaas na Mundo, bilang ugat ng isang mas mababang elemento, kung saan ang bagay na ito sa mababang mundo ay na-imprenta at sadyang ginawa.Iyon ang layunin ng ating mga pantas nuong sinabi nila, "Wala kang isang talim ng damo sa ibaba na walang kapalaran at isang bantay sa itaas na humampas dito at nag-utos dito na, 'Lumago ka'! "(*Pagtanggal ng Zohar, p 251a, Beresheet Rabba, Kabanata 10*). Karugtong nito, ang ugat, na tinatawag na "kapalaran," ay itinulak itong tumubo at akuin ang katangian nito sa pagdami at kalidad, tulad ng halimbawa sa selyong pantatak at marka. Ito ang batas ng Ugat at Sanga, na umaangkop sa bawat detalye at paglitaw ng katotohanan, sa bawat mundo, na may kaugnayan sa mundo na nasa itaas nito.

ANG LENGGUWAHE NG MGA KABALISTA AY LENGGUWAHE NG MGA SANGA

Ang ibig sabihin nito ay tinutukoy ng mga sanga ang kanilang mga ugat bilang kanilang mga hulmahan na kinailangang umiral sa Itaas na Mundo. Ito ay sa kadahilanang walang katotohanan ang isang mas mababang mundo na hindi umuusbong mula sa Itaas na Mundo nito. Tulad sa halimbawa ng selyong pantatak at marka, ang ugat sa Itaas na Mundo ay nagtutulak sa kanyang sanga sa mababang mundo na ihayag ang kanyang kabuuang anyo at katangian, tulad ng sinabi ng ating mga pantas, na ang kapalaran sa Ibabaw ay umugnay sa damo sa mundo sa ilalim nito, hinampas ito, na nagtulak dito upang ituloy ang kanyang paglago. Dahil dito, ang bawat isang sanga sa mundong ito ay buong linaw na nagtuturo sa hulmahan nito na matatagpuan sa Itaas na Mundo.

Kaya't ang mga Kabalista ay nakahanap ng isang takda at mahusay na lengguwahe, sapat upang makalikha ng napaka-ayos na lengguwahe na maaring bigkasin. Nagkaroon sila ng kakayahang makipag usap sa bawat isa sa pakikitungo sa Espirituwal na Ugat sa Itaas na Mundo sa pamamagitan lamang ng pagbanggit ng mga nahahawakang sanga sa mundong ito na buong husay na tinukoy sa ating mga pisikal na pandama.

Nauunawaan ng mga nakikinig ang Itaas na Ugat kung saan tumutukoy ang mga ito sa pisikal na sanga dahil ito ay may kaugnayan dito, bilang imprenta nito. Kaya't, ang lahat ng mga nilalang sa mundong ating ginagalawan at lahat ng mga pangyayari rito para sa kanila ay naging mahusay na mga salita at mga pangalan, na nagpapahiwatig ng Mataas na Espirituwal na Ugat. Kahit na hindi maaaring mabigkas ang kanilang espirituwal na pinagmulan, dahil itoy labas sa kahit anong imahinasyon, sila'y naging katanggap-tanggap banggitin at bigkasin bilang mga sanga, naka-angkop sa ating mga pandama dito sa mundong ating ginagalawan.

Yaon ang likas na katangian ng lengguwaheng sinasambit ng mga Kabalista, kung saan ipinapaabot nila ang kanilang espirituwal na mga kakayahan sa bawat tao, mula sa isang henerasyon hanggang sa kasunod na henerasyon, kapwa sa pananalita at sa panulat. Ang mga Kabalista ay ganap na nauunawaan ang isa pang Kabalista, taglay ang lahat ng hinihingi ng katumpakan na kinakailangan sa pakikipag-ayos sa pagsasaliksik ng karunungan, na may mga eksaktong pakahulugan na hindi maaaring magkamali. Ito ay dahil ang bawat sanga ay may sariling natural, natatanging kahulugan, at ang ganap na kahulugang ito ay tumutukoy sa ugat nito sa Itaas na DaigdigItanim sa isip na ang Wika ng Mga Sanga ng Karunungan ng Kabbalah ay mas angkop para sa maayos na pagpapaliwanag ng mga tuntunin nito kaysa sa ating karaniwang wika. Ito ay batid sa teyorya ng Nominalismo, sinasabi na sa katagalan, ang mga wika ay lumalabnaw dahilan sa paggamit ng madla. Sa madaling salita, dahil sa labis na paggamit, ang kanilang mga tumpak na pakahulugan ay wala ngnilalaman, na siyang nagpapahirap upang ipaabot ang tumpak na pag-unawa sa pagitan ng isang salita sa iba pang salita, binigkas man ng bibig o nakasulat.

Hindi ito nangyayari sa Wika ng mga Sanga ng Kabbalah: ito ay nagmula sa mga pangalan ng mga nilikha at sa kanilang mga kaganapan, inilatag sa harap ng ating mga mata upang ating wagas na masilayan, at tinukoy sa di-nababagong batas ng kalikasan. Ang mga mambabasa at ang mga nakikinig ay hindi kailanman maliligaw sa pag-unawa ng mga salitang inilaan para sa kanila, sapagka't ang buod na kahulugan ng mga ito ay lubos ang katatagan at hindi malalabag kailanman.

PAGSASALIN MULA SA ISANG MARUNONG NA KABALISTA PATUNGO SA NAKAKAUNAWANG TAGATANGGAP

Ganito ang isinulat ni RAMBAM sa kanyang Panimula ng kanyang Sanaysay sa Torah: "Hangad ko ang tunay na pakikiisa sa lahat na sumusuri sa aklat na ito, na sa lahat ng mga isinulat kong pagpapahiwatig ukol sa mga lihim ng Torah, matapat kong iginigiit na ang aking mga isinulat ay di mauunawaan ng pag-iisip o katalinuhan ninuman, kung hindi magmumula sa pananalita ng isang maalam na Kabalista tungo sa pandinig ng isang nakakaunawang tagatanggap o mag-aaral." Gayun nga ang isinulat ni Rav Chaim Vital sa kanyang Panimula sa *"The Tree of Life"* (Ang Puno ng Buhay), gayundin, sa mga pananalita ng ating mga pantas (*Hagiga, 11*): "Hindi nag-aaral ng Kabbalah ng nag-iisa, maliban kung siya ay marunong at may pang-unawa."

Ang kanilang mga salita ay lubos na mauunawaan ng kanilang sinasabi na ang isang mag-aaral ay dapat tumanggap mula sa isang maalam na Kabalista. Ngunit bakit kailangang maging maalam at nakakaunawa ang isang disipulo sa kanyang sariling pag-iisip? At kung hindi siya ganito, hindi siya dapat turuan, maging siya man ang pinakamatuwid na tao sa mundo. At idagdag pa dito, kung ang isa ay maalam at nakakaunawa mula sa kanyang sariling pag-iisip, ano pa ang pangangailangan niyang matuto mula sa iba?

Mula sa nabanggit, ang kanilang mga salita ay lubos na mauunawaan: nakita natin na ang lahat ng mga salita at pananalita na ating binibigkas ay hindi nakakatulong sa paghatid sa atin ng kahit na isang salita mula sa espirituwal, makadiyos na mga bagay, sa ibabaw ng ating haka-haka tungkol sa panahon at kalawakan. Sa halip, mayroong isang kakaibang wika para sa mga bagay na ito, ang Wika ng Mga Sanga, na tumutukoy sa kanilang kaugnayan sa kanilang Mataas na Pinag-ugatan.

Gayunpaman, ang wikang ito, bagaman lubos na angkop para sa pag-aaral ng karunungang ito higit sa iba pang mga wika, ay akma lamang kung ang tagapakinig ay marunong sa kanyang sariling kakayahan, na ibig sabihin ay alam niya at naiintindihan niya ang kaugnayan ng mga sanga sa kanilang mga pinag ugatan. Ito ay dahil ang mga kaugnayang ito ay hindi malinaw kapag inuunawa mula sa isang mas mababang antas papataas. Sa ibang salita , imposibleng makahanap ng anumang pag-intindi o pag-unawa sa Mataas na Pinag Ugatan sa pamamagitan ng pagmamasid sa mababang mga sanga.

Sa kabaligtaran, ang nasa Mababang antas aypinag-aaralan mula sa Mataas na antas. Dahil dito, kailangan munang matamo ang Mataas na Pinag-ugatan, kung paano nakalatag ang espirituwalidad, higit pa sa anumang kaisipan, at may dalisay na pagtatamo. At sa sandaling lubos niyang natamo ang Mataas na Pinag-ugatan sa kanyang sariling pag-iisip, maaari niyang suriin ang mga tuwirang sanga sa mundong ito at alamin kung paano nauugnay ang bawat sanga sa ugat nito sa Mataas na Mundo, sa lahat ng mga kaayusan nito, sa dami at kalidad.

Kapag alam na ng isang tao at lubusang nauunawaan ang lahat, may isang wika na namamagitan sa kanya at ng kanyang guro, katulad ng Wika ng Mga Sanga. Gamit ang mga ito, ang Kabalistang pantas ay maaaring dalhin ang mga aralin sa karunungan, na isinasagawa sa Mataas, Mundong Espiritual, yaong parehong natanggap niya mula sa kanyang guro, pati na rin ang kanyang paglawak sa karunungan, na natuklasan niya sa pamamagitan ng kanyang sarili. Sapagkat ngayo'y mayroon na silang isang wika at nauunawaan nila ang isa't isa.

Datapwat, kapag ang isang tagasunod ay hindi marunong at may sariling pag-intindi sa wika sa kanyang sarili, ibig sabihin kung paano tumutukoy ang mga sanga sa kanilang mga ugat, natural, ang guro ay hindi makapaghahatid ng kahit isang salita ng karunungang espirituwal, lalo pa sa papakipag-ayos sa kanya sa pagsasaliksik ng karunungan. Ito ay dahil wala silang isang wikang kanilang magagamit, at sila ay parang bingi. Kaya, kinakailangan na ang karunungan ng Kabbalah ay hindi itinuturo maliban kung siya ay marunong at may pang-unawa sa kanyang pag-iisip.

Dapat tayong magtanong pa: Kung gayon, paanong ang tagasunod ay lalagong maalam sa ugnayan ng sanga at ugat sa pamamagitan ng pagsubaybay sa Kataas-tasang Ugat? Ang sagot ay dito, ang mga pagsisikap ng sinuman ay walang kabuluhan; tulong ng Maylikha ang kailangan natin! Pinupunan niya yaong mga nakakuha ng Kanyang pagmamahal ng dunong, pag-unawa, at kaalaman upang magkaroon ng mabunying pagtatamo. Dito'y imposible na matulungan ng sinumang laman at dugo!

Sa katunayan, sa sandaling Siya ay nalugod sa isang tao at kinasihan niya ng dakilang kakayahan, ang taong ito ay handa nang lumapit at tumanggap ng malawak na karunungan ng Kabbalah mula sa isang maalam na Kabalista, sapagkat ngayon nagkaroon na sila ng iisang wika.

MGA KATAWAGAN NA SALUNGAT SA ESPIRITU-NG-TAO

At kasama ng lahat ng nabanggit sa una, inyong mauunawaan kung bakit minsa'y makakatagpo tayo ng mga katawagan at mga tuntunin na may pagka-salungat sa espiritung-tao sa mga aklat ng Kabbalah. Ang mga ito ay kadalasang matatagpuan sa mga pangunahing aklat ng Kabbalah tulad ng *Ang Zohar*, ang *Tikkunim*, at sa mga aklatni *Ari*. Tunay na nakakamangha kung bakit ang mga pantas na ito ay gumamit ng mga abang katawagan upang ipahayag ang pinakamatayog at banal na karunungan.

Subalit, inyong lubos na mauunawaan ito sa sandaling mapasa-inyo ang mga nabanggit na konsepto. Ito ay sa kadahilanang walang wika sa buong mundo na maaring gamitin upang ipaliwanag ang diwa ng karunungang ito, liban sa wika na itinalaga para dito na tinaguriang ang Wika ng mga Sanga, na iniuugnay sa Mataas na Ugat nito.

Kaya maliwanag, walang sanga o kaganapan ng isang sanga ang marapat kaligtaan dahil sa abang antas nito, o kaya'y di-dapat gamitin para ipahayag ang nais na konsepto sa pagkakaugnay-ugnay sa karunungan ng karunungang ito, sa kadahilanang walang ibang sanga sa ating mundo ang maaring ipalit dito.

Dahil walang dalawang hibla ng buhok na nakasuksok sa iisang *foramen*, wala tayong dalawang sanga na umu-ugnay sa iisang ugat. Samakatwid, kapag kinaligtaan ang isang di-nagamit na pangyayari, tayo'y mawawalan ng konseptong espirituwal na katugma nito sa

Nakakataas na Mundo dahil wala tayong ibang salitang mabibigkas kapalit nito na tutukoy sa ugat na iyon. At karagdagan dito, ang ganitong pangyayari ay makakasira sa kabuuang karunungan at kalakhan nito, dahil may nawalang kawing sa kadenang nag-uugnay sa konsepto sa karunungang ito.

Ito ay pumipilas sa kabuuang karunungan ng karunungang ito, sapagkat walang ibang karunungan sa mundo na ang mga bagay-bagay ay magkakadikit at kawing-kawing sa sistema ng sanhi at bunga, panimula at kahihinatnan, tulad sa karunungan ng Kabbalah, kunektado mula ulo hanggang daliri ng paa katulad ng isang mahabang kadena. Samakatwid, sa pansamantalang pagkawala ng kahit isang maliit na kabatiran, ang buong diwa ng karunungan ay nagpapalabo sa ating mga mata, sapagkat lahat ng mga usapin sa karunungang ito ay nakatali sa isa't-isa nang buong higpit at nagsanib na mistulang iisa lamang.

Ngayon hindi na ninyo ipagtataka ang manaka-nakang pag-gamit ng mga salungat na katawagan. Wala silang kalayaan pumili ng mga katawagan, palitan ang mga di mainam ng mabuti o ang mga mabuti ng di mainam. Kanilang dapat gamitin ang sanga o ang pangyayari na eksaktong nagtuturo sa Mataas na Ugat at ang lahat ng kailangang saklaw nito. At dagdag pa, ang mga usapin ay kailangang palawakin pa upang makapagbigay ng mas malinaw at tumpak na larawan sa mata ng mga kapwa nilang nagmamasid.

Ang Aral ng Kabbalah at Esensya Nito

Ano ang karunungan ng Kabbalah? Sa kabuuan, ang karunungan ng Kabbalah ay may kinalaman sa paghahayag ng Kabanalan, isinaayos sa isang landas kasama ang lahat ng bahagi nito - yaong mga lumitaw sa mga mundo at yaong mga nakatakdang ihayag pa, atsa lahat ng kaparaanan na maaaring lumabas pa sa mga mundo hanggang sa dulo ng panahon.

ANG LAYUNIN NG PAGLIKHA

Dahil walang pagkilos na walang layunin, makatitiyak na ang Maylikha ay mayroon layunin sa Paglikhang nakatambad sa ating harapan. At ang pinakamahalagang bagay sa kabuuan nitong iba't-ibang katotohanan na narito, ay ang pakiramdam na ipinagkaloob sa mga hayup - na ang bawat isa sa kanila ay nadarama ang kanyang sariling pag-iral. At ang pinakamahalagang kamalayan na sa tao lamang ipinagkaloob ay ang kakayahang maramdaman ang pagdurusa at kaginhawan ng kanyang kapwa. Kaya't makakatiyak na kung ang Maylikha ay may layunin sa Paglikha, ang tinutkoy dito ay ang tao. Sinasabi tungkol sa Kanya, "Lahat ng ginawa ng Panginoon, ay para sa tao."

Subalit kailangan pa rin nating maintindihan ano ang layunin para gawin ng Maylikha ang lahat ng ito? Sa katotohanan, ito ay upang mai-angat siya sa isang Itaas at mas mahalagang antas, upang mAdana niya ang kanyang Diyos gamit ang pandamang tao, na pinagkaloob na sa kanya. At tulad ng paano niya nalalaman at nararamdaman ang mga kagustuhan ng isang kaibigan, gayon din niya matututunan ang mga salita ng Maylikha, gaya ng nasusulat tungkol kay Moses, "At ang Panginoon ay nagsalita kay Moses nang harapan, gaya ng isang tao na nakipag-usap sa kanyang kaibigan."

Sinumang tao ay maaring maging tulad ni Moses. Buong katiyakan, kahit sinuman na magsusuri sa pag-inog ng Paglikha sa ating harap ay makikita at mauunawaan ang malaking kasiyahan ng Nagpapakilos, na ang paggalaw ay umiinog hanggang makamtan nito yaong kamangha-manghang pakiramdam na nagbibigay sa kanya nang kakayahang makipag-usap at makitungo sa kanyang Diyos tulad nang pakikipag-usap ng isang tao sa isang kaibigan.

MULA SA ITAAS TUNGO SA IBABA

Batid na ang kahihinatnan ng isang pagkilos ay nakapaloob sa panimulang pag-iisip. Bago magtayo ng bahay, pinag-isipan muna ng isang tao ang mga kwarto sa loob nito, na siyang layunin. Kasunod, pinag-aralan niya ang planong iginuhit upang matiyak kung ito'y angkop sa pangangailangan.

Gayundin sa ating usapin. Sa sandaling malaman natin ang layunin, malinaw din sa atin na ang lahat ng pamamahala ng Paglikha, sa bawat sulok nito, pasukan, at lagusan, ay lubos na isinaayos bago pa man, upang magampanan ang layuning alagaan ang lahi ng tao sa gitna nito at paunlarin ang kanyang mga katangian hanggang sa madama niya ang Diyos tulad ng pagdama niya sa isang kaibigan.

Ang pag-angat na ito ay parang baytang ng bahagdan, naka-ayos ng antas-bawat-antas hanggang matapos at makamit ang layunin. At dapat ninyong malaman na ang kilatis at dami ng mga baytang ay nakahatag sa dalawang panuntunan: 1) ang pag-iral ng materyal na sangkap, at 2) ang pag-iral ng mga konseptong espirituwal.

Sa lengguwahe ng Kabbalah, ang mga ito ay tinawag na **"mula Itaas, Pababa"** at **"mula Ibaba, Pataas."** Ito ay nangangahulugan na ang mga korporyal o pisikal na sangkap ay isang pagkakasunod-sunod na paghahayag ng Kanyang Liwanag **mula Itaas, Pababa** galing sa unang pinagmulan, nang ang isang hibla ng Liwanag ay inihiwalay sa Kanyang Kakanyahan, at pinigilan *Tzimtzum* bawat *Tzimtzum* (pagpigil bawat pagpigil) hanggang ang korporyal o pisikal na mundo ay mabuo dahil dito, kasama ang mga pisikal na nilikha sa pinaka-ilalim nito.

MULA SA IBABA, PATAAS

Pagkatapos ay nagsisimula ang isang panuntunan ng **mula sa ibaba, Pataas**. Ang mga ito ay ang lahat ng mga baytang ng bahagdan kung saan ang lahi ng tao ay umuunlad at umaangat sa layunin ng paglikha. Ang dalawang katotohanan ay ipinapaliwanag sa kanilang bawat detalye sa karunungan ng Kabbalah.

PANGANGAILANGAN NA MAG-ARAL NG KABBALAH

Ang isang tagabatikos ay maaring magsabi, "Samakatuwid, ang karunungang ito ay para doon sa mga nagantimpalaan na ng isang hangganan ng maka-Diyos na paghahayag, subalit anong pangangailangan mayroon ang karamihan sa mga tao para alamin ang dakilang karunungan na ito?"

Sa katotohanan, may karaniwang pananaw na ang pangunahing layunin ng relihiyon at ng Torah ay ang paglilinis lamang ng mga gawa, na ang dapat lamang na hangarin ay ang makasunod sa mga pisikal na *Mitzvot* (kautusan), na walang karagdagan o anumang bagay na maaring maging bunga nito. Kung gayon nga, yaong mga nagsasabi na ang pag-aaral ng nakahayag at praktikal na pagkilos lamang ay sapat na, ay lilitaw na tama. Subalit, hindi nga ganito ang kaso. Ang ating mga pantas ay nagsabi, "Bakit isasaisip ng Maylikha kung ang isang magkakatay, ay sa lalamunan o sa likod ng leeg? Pagkatapos ng lahat, ang *Mitzvot* ay ibinigay lamang para sa paglilinis ng tao." Kaya, mayroong isang layunin na higit sa likod ng pagtalima sa mga pagkilos, at ang mga pagkilos ay mga paghahanda para lamang sa layuning ito. Kaya, maliwanag na, kung ang mga pagkilos ay hindi naaayon para sa ninanais na layunin, ito ay parang walang umiiral. At nasusulat din ito sa *Ang Zohar*: "Ang isang *Mitzva* (kautusan) na walang layon ay parang isang katawan na walang kaluluwa." Samakatuwid, ang layunin ay dapat ding kaakibat nang paggawa."

Gayundin, malinaw na ang layunin ay dapat na isang tunay na layunin na karapat-dapat sa paggawa, ayon sa sinabi ng ating mga pantas tungkol sa taludtod, "At iwawalay kita mula sa mga tao, upang kayo ay maging Akin,' kaya ang inyong pagkawalay ay magiging para sa Aking Pangalan. Huwag sabihin nang isa na, 'Ang baboy ay hindi maaari.' Sa halip, sabihin ng isang tao na 'ito ay maaari, subalit ano ang magagawa ko, pinatawanan ako ng aking Ama sa Langit.' "

Kaya, kung ang isang tao ay umiiwas sa karne ng baboy dahil ito'y karumal-dumal o dahil sa ilang pinsala sa katawan, ang layuning ito ay hindi makatutulong upang ito ay ituring na isang*Mitzva*, maliban kung ang isa ay may natatangi at tamang intensyon na ipinagbabawal ito nang Torah. Kaya ito ay sa bawat *Mitzva*, at saka pa lamang ang katawan ng isang tao ay unti-unting malilinis sa pamamagitan ng pagtalima sa *Mitzvot*, na siya mismong hangad na layunin.

Kaya't ang pag-aaral ng **pisikalna pamamaraan** ay hindi sapat; kailangan nating pag-aralan yaong mga bagay na magbubunsod ng **kanais-nais na intensyon**, na sa lahat nang pagtalima nang may pananampalataya sa Torah at sa **Nagbigay ng Torah**, na mayroon Paghuhukom at mayroon isang Hukom.

Sino ang hangal na hindi makakaintindi na ang pananampalataya sa Torah at sa pagpapala at kaparusahan, na may kapangyarihan na magbunga ng ganitong kadakilang bagay, ay nangangailangan ng maraming pag-aaral sa mga tamang aklat? Kaya, bago pa man kumilos, ang pag-aaral na nagpapadalisay sa katawan ay kailangan upang masanay sa pagtitiwala sa Maylikha, sa Kanyang Batas at sa Kanyang Pagkalinga. Ang ating mga pantas ay nagsabi tungkol doon, "Nilalang ko ang masamang-hilig; Ginawa ko para dito ang Torah bilang isang panglunas. "Hindi nila sinabi na, "Nilikha ko ang *Mitzvot* bilang panglunas," dahil "ang iyong taga-garantiya ay kailangan din ng mananagot para sa kanyang sarili," dahil ang masamang-hilig ay walang pagpipigil at hindi siya hahayaan na matupad niya ang *Mitzvot*.

ANG TORAH BILANG PANGLUNAS

Ang Torah ang tanging panglunas para mapawalang bisa at magupo ang pagkiling sa kasamaan, sapagkat tulad ng sabi ng ating mga pantas, "Ang Liwanag nito ay nagtutuwid sa kanila."

ANG MARAMI SA MGA SALITA NG TORAH AY PARA SA PAG-AARAL Ito'y tumutugma kung bakit ang Torah ay maraming sinasabing mga bahagi na walang kinalaman sa mga praktikal na bagay kung hindi pag-aaral lamang ng pagpapakilala sa ginawang Paglikha. Ito ang buong aklat ng *Beresheet* (*Genesis*), *Shemot* (*Exodus*), karamihan sa *Devarim* (*Deuteronomio*), at, hindi na kailangang banggitin, mga alamat at komentaryo. Gayunpaman, dahil ang mga ito ay kung saan nakapaloob ang Liwanag, ang kanyang katawan ay mapapadalisay, ang masamang-hilig ay masusupil, at siya ay makakarating sa pananampalataya sa Torah at sa gantimpala at kaparusahan. Ito ang unang antas ng pagtalima sa gawa.

ANG KAUTUSAN AY ISANG KANDILA, AT ANG KATURUAN AY LIWANAG

Nasusulat, "Sapagkat ang kautusan ay isang kandila, at ang Katuruan ay Liwanag." Tulad ng taong may mga kandila ngunit walang pangsindi upang umilaw ito, ang taong ito ay nakaupo sa kadiliman, ang isang may *Mitzvot* ngunit walang Torah ay nakaupo sa kadiliman. Ito ay dahil ang Torah ay Liwanag, kung saan ang kadiliman sa katawan ay nagliliwanag at naiilawan.

HINDI LAHAT NANG BAHAGI NG TORAH AY MAY PANTAY NA LIWANAG

Ayon sa nabanggit na kapangyarihan sa Torah, na kung, isasaalang-alang ang tingkad ng Liwanag sa loob nito, makakatiyak na ang Torah ay marapat na nahahati sa mga antas, ayon sa tingkad ng **Liwanag na matatanggap ng isang tao** mula sa pag-aaral nito. Malinaw, kapag ang isang tao ay pag-iisipan at magninilay sa mga salita ng Torah na tumutukoy sa paghahayag ng Maylikha sa ating mga ninuno, dinudulutan ang nagsusuri ng higit na Liwanag kaysa kapag nag-uusisa ng mga praktikal na bagay.

Ang mga ito ay mas mahalaga patungkol sa mga pagkilos, bagamat patungkol sa Liwanag, ang paghahayag ng Maylikha sa ating mga ninuno ay tiyak na mas mahalaga. Sinuman na may matapat na puso na sumubok humiling na matanggap ang Liwanag ng Torah ay aaminin ito.

PANGANGAILANGAN AT PAGLALAHAD NG PAGLAWAK NG KARUNUNGAN

Dahil ang buong karunungan ng Kabbalah ay bumibigkas ng paghahayag ng Maylikha, natural lamang na wala nang mas matagumpay na pagtuturo ukol sa gawaing ito. Ito ang naging pakay ng mga Kabalista na maisaayos ito upang maging angkop sa pag-aaral.

Kung kaya't nag-aral sila nito hanggang sa panahon ng pagkukubli (pinag-sangayunan ito na itago para sa isang tiyak na kadahilanan). Gayunpaman, ito ay para lamang sa isang takdang panahon, at hindi magpakailan man, tulad ng nasusulat sa *Ang Zohar*, "Ang karunungang ito ay nakalaang mahayag sa pagtatapos ng mga araw, at maging sa mga bata."

Sumusunod dito na ang karunungan na binabanggit sa una ay hindi limitado sa wika ng Kabbalah, sapagkat ang kakanyahan nito ay isang espirituwal na Liwanag na lumilitaw mula sa Kanyang Kakanyahan, gaya ng nasusulat, "Maaari ka bang magpatawag ng mga kidlat, na hahayo ang mga ito, at magsasabi sa iyo: 'Naririto kami,'" ay tumutukoy sa dalawang paraan sa unahan: **mula sa Itaas, pababa at mula sa ibaba, Pataas.**

Ang mga bagay na ito at mga antas ay lumawak batay sa wika na angkop sa kanila, at sila ang mga tunay na nilikha sa mundong ito at ang kanilang pag-iral sa mundong ito bilang kanilang mga sanga. Ito ay sapagkat "Walang hibla ng damo sa ibaba na walang anghel sa itaas na hahambalos dito at magsasabi ditong "Lumago." Kaya't, ang mga mundo ay lumitaw mula sa bawat isa at nakahulma sa bawat isa tulad ng selyong pangtatak at marka.

Kung gayon, mainam na malaman natin na maaari tayong magsalita lamang ukol sa Mataas na Daigdig sa kanilang makalupa at isang mas mababang mga sanga, na nagmula sa kanila, o kaya'y sa kanilang paraan na wika ng Bibliya, o sa mga karaniwang katuruan o kaya'y sa pamamagitan ng mga tao na siyang wika ng Kabalista, o ayon sa mga napagkasunduang mga pangalan. Ito ang pag-pamamaran sa Kabbalah ng *Geonim* simula noong pagkakakubli ng *Ang Zohar*.

Kaya, ginawang malinaw na ang pahayag ng Tagapaglikha ay hindi isang beses na pagsisiwalat, kundi isang patuloy na bagay na inihayag sa loob ng isang panahon, sapat para sa pagsisiwalat ng lahat ng magagandang bahagdan na lumilitaw mula sa Itaas pababa at mula sa ibaba Pataas. At sa tuktok ng mga ito, at sa dulo ng mga ito, lumitaw ang Maylikha.

Ito ay tulad ng isang taong maalam sa lahat ng mga bansa at mga tao sa mundo, ngunit hindi maaaring magsabi na ang buong mundo ay nahayag na sa kanya bago niya nakumpleto ang kanyang pagsusuri sa pinakahuling tao sa pinakahuling bansa. Hanggang sa nakamit ito, ang isa ay hindi pa nakakamit ang buong mundo.

Katulad din, ang pagkakamit sa Maylikha ay naibubukas sa mga naitakdang kaparaanan. Ang naghahanap ay dapat makamit yaong mga kaparaanan sa Itaas at sa Isang mas mababa. Malinaw, ang Mataas Na Mundo ang mas mahalaga dito, ngunit sila ay natatamo nang magkasama dahil walang pagkakaiba sa kanilang mga hugis, tanging sa kanilang sangkap. Ang sustansiya ngIsang Nakatataas Na Mundo ay mas dalisay, subalit ang mga hugis ay naka imprenta mula sa isa't isa, at kung ano ang umiiral sa Mataas Na Mundo ay marapat na umiiral sa lahat ng mga mundo sa ibaba nito, dahil ang isang mas mababa ay na-imprenta sa pamamagitan nito. Dapat malaman na ang mga katotohanang ito at ang kanilang mga paraan, na nakakamtan ng naghahanap sa Maylikha ay tinatawag na "baytang," dahil ang kanilang mga kakayahan ay nakaayos sa ibabaw ng bawat isa, tulad ng baytang ng isang bahagdan.

MGA ESPIRITUWAL NA PAGPAPAHAYAG

Ang espirituwal ay walang imahe, kaya wala itong mga titik na maaaring pag-nilayan. Kahit na ating ipinapahayag ng pangkalahatan na ito ay Simpleng Liwanag, na bumababa at nakakaabot sa isang naghahanap hanggang sa ito'y kanyang mAdanitan at makamtan sa isang sapat na paraan para sa Kanyang Kahayagan, subalit ito pa rin ay isang hiram na kataga. Ito ay dahil ang lahat ng tinatawag na "Liwanag" sa espirituwal na mundo ay hindi tulad ng liwanag ng araw o liwanag ng kandila.

Ang tinutukoy natin bilang Liwanag sa espirituwal na mundo ay hiniram mula sa pag-iisip ng taong nakasumpong ng kalutasan sa isang katanungan, ay nakakAdana at natitigib ng isang uri ng liwanag at kasiyahan ang buong katawan. Ito ang dahilan kung bakit minsan ay sinasabi natin "ang liwanag ng pag-iisip," bagaman iyon ay hindi ganoon. Ang liwanag na sumisilay sa mga bahagi ng sangkap ng katawan na hindi angkop tumanggap ng mga nalutas na pagsisiyasat ay tiyak na mga bagay na isang mas mababa sa pag-iisip. Samakatuwid, ang mga isang mas mababa at mahinang bahagi ay maaaring makatanggap nito at makamit din ito.

Gayunpaman, upang mapangalanan ang pag-iisip sa pamamagitan ng ilang pangalan, tinawag natin itong "liwanag ng pag-iisip." Katulad nito, tinatawag natin ang elemento ng katotohanan ng Mataas na Daigdig na "Liwanag," dahil dinudulutan nila yaong mga nakakatamo ng "Liwanag" ng kasaganaan ng liwanag at kasiyahan sa buong katawan, mula sa ulo hanggang sa daliri ng paa. Sa kadahilanang ito, maaari nating tawagin ang isang taong nagkamit nang "pananamit," sapagkat naidamit niya ang Liwanag na iyon.

Maaari nating tanungin, "Hindi ba mas tama na tawagin ang mga ito sa pamamagitan ng mga pangalan na ginamit sa pagsusuri, tulad ng pagmamasid at pagtatamo, o kaya'y ipahayag ang sarili gamit ang mga katagang nagbibigay-diin sa kaganapan nang kamangha-manghang pag-iisip?" Subalit ang bagay na ito ay hindi tulad na pamamaraan ng kamangha-manghang kaganapan, dahil ang pag-iisip ay isang natatanging sanga sa gitna ng lahat ng mga elemento ng katotohanan. Kaya't, ito'y mayroon sariling paraan ng pagpapamalas.

Ito ay kaiba sa mga antas, na isang kumpletong kabuuan, na naglalaman ng lahat ng mga elemento na umiiral sa isang mundo. Ang bawat elemento ay may sariling partikular na paraan. Sa nakararaming bahagi, ang pananaw ng mga bagay kada antas ay katulad ng pang-unawa ng katawang lupa: kapag ang isang tao ay nakamit ang ilang mga esensya, ang isang tao ay madarama ang kabuuan nito, mula sa ulo hanggang paa.

Kung huhusgahan natin ang mga batas ng kamangha-manghang pag-iisip, maaari nating sabihin na natamo niya ang lahat ng kayang makamtan sa gayong esensya, at kahit na pinag-isipan pa nya ito sa loob ng isang libong taon, hindi na siya makapag-daragdag pa dito kahit kaunti. Gayon pa man, sa pasimula ito ay halos kapareho sa ... ibig sabihin ay nakikita niya ang lahat, ngunit walang siyang nauunawaan sa kanyang nakikita.

Gayunpaman, sa paglipas ng panahon ay magkakaroon siya ng karagdagang mga bagay, na katulad ng *Ibur* (Paglilihi), *Yenika* (Pagaaruga), *Mochin* (Pagkatanda), at pangalawang *Ibur*. Sa panahong iyon, magsisimula siyang makaramdam at gamitin ang kanyang mga nakamtan sa lahat ng kaparaanang gusto niya.

Gayunpaman, sa katotohanan, hindi siya nakapag dagdag ng isang bagay sa mga natamo niya na nakamit niya sa simula. Ito ay tulad ng paghihinog: dati ito ay wala pa sa tamang gulang, kaya hindi niya maintindihan ito, ngunit sa paghinog ay nakumpleto.

Kaya, nakikita mo ang malaking kaibhan mula sa pamamaraan ng mapag-usisang pag-iisip.. Sa kadahilanang ito, ang mga pagbibigay-kahulugan na karaniwan nating ginagamit ay hindi sapat para sa atin na may hindi pangkaraniwang kamalayan. Napipilitan tayong gumamit ng mga paraan na nararapat sa mga pisikal na bagay, dahil ang kanilang mga hugis ay ganap na katulad, bagaman ang kanilang mga nilalaman ay lubos na malayo.

APAT NA LENGGUWAHE ANG GINAGAMIT SA KARUNUNGAN NG KATOTOHANAN

Apat na lengguwahe ang ginamit sa karunungan ng katotohanan:

    1. Ang lengguwahe ng Bibliya, mga pangalan nito, at mga Katawagan;

2. Ang lengguwahe ng mga batas. Ang lengguwaheng ito ay malapit sa Lengguwahe ng Bibliya.

3. Ang lengguwahe ng mga alamat, na napakalayo mula sa Bibliya, dahil wala itong pagsasaalang-alang sa katotohanan. Ang mga kakaibang pangalan at katawagan ay iniuugnay sa wikang ito, at gayun din,hindi ito nauugnay sa mga konsepto sa pamamagitan ng ugat at sanga nito.

4 Ang Lengguwahe ng *Sefirot* at *Partzufim*. Sa pangkalahatan, ang mga pantas ay may isang malakas na pagkiling na itago ito mula sa mga walang pag-aaral, dahil naniniwala sila na ang karunungan at wastong pag-uugali ay magkasama. Kaya itinago ng mga unang pantas ang karunungan sa pamamagitan ng pagsusulat, gamit ang mga linya, mga punto, mga tuktok, at mga ilalim. Ganito nabuo ang alpabeto na may dalawampu't dalawang titik sa kasalukuyan.

ANG LENGGUWAHE NG BIBLIYA

Ang Lengguwahe ng Biblia ay ang pangunahin, panimulang wika, na ganap na angkop sa gawain nito, at sa pinaka-malaking bahagi, naglalaman ito ng ugnayan ng ugat at sanga. Ito ang pinaka madaling wika na mauunawaan. Ang wikang ito ay ang pinaka luma; ito ang Banal na Dila, iniuugnay kay *Adan ha Rishon*.

Ang wikang ito ay may dalawang kapakinabangan at isang kakulangan. Ang unang kalamangan nito ay madaling maunawaan, at kahit na ang mga nagsisimula na makatamo ay agad na nauunawaan ang lahat ng kanilang pangangailangan. Ang ikalawang kalamangan ay nililinaw nito ang mga bagay ng malawakan at malaliman, nang higit sa lahat ng iba pang mga wika.

Ang kakulangan nito ay hindi ito magagamit upang pag-usapan ang mga partikular na usapin o ugnayan ng sanhi at bunga. Ito ay dahil lahat ng bagay ay kailangang linawin sa pinakalubos na hangganan nito, dahil hindi ito kusang kakikitaan ng maliwanag na pagpapakita kung aling elemento ang tinutukoy nito, maliban kung ito'y mamamalas sa pangkabuuan. Samakatuwid, upang mabigyang-diin ang pinaka maliit na detalye, ang isang kumpletong salaysay ay dapat mailahad. Ito ang dahilan kung bakit ito ay hindi angkop para sa maliliit na detalye o para sa mga ugnayan ng sanhi at kahihinatnan.

Gayundin, ang wika ng mga panalangin at mga pagpapala ay hinalaw mula sa wika ng Bibliya.

ANG LENGGUWAHE NG BATAS

Ang lengguwahe ng mga batas ay hindi pangkatotohanan, kundi ang pag-iral ng katotohanan. Ang lengguwaheng ito ay kinuhang lahat mula sa lengguwahe ng Bibliya ayon sa pinag-ugatan ng mga batas na inilahad doon. Mayroon itong isang kalamangan sa Bibliya: ito ay mahusay na nagpapaliwanag sa bawat bagay kaya't naituturo ng mas wasto ang mga Mataas na Pinag-ugatan.

Gayunpaman, ang malaking kahinaan nito kumpara sa lengguwahe ng Bibliya, ito ay napakahirap maintindihan. Ito ang pinaka mahirap sa lahat ng mga wika, at tanging ganap na pantas lamang, na tinatawag na "pumapasok at lumalabas nang walang pinsala," ang matatamo ito. Mangyari pa, naglalaman din ito nang unang nabanggit na kahinaan dahil kinuha ito mula sa Bibliya.

ANG LENGGUWAHE NG MGA ALAMAT

Ang lengguwahe ng mga alamat ay madaling maunawaan sa pamamagitan ng mga alegorya na ganap na naka-akma sa ninanais na kahulugan. Sa mababaw na pag-aaral, tila mas madaling maunawaan kaysa sa wika ng Bibliya. Gayunpaman, para sa kumpletong pag-unawa, ito ay isang napakahirap na wika, dahil hindi ito tuwirang nagsasalita tungkol sa pagkakasunod-sunod ng ugat at sanga ngunit ayon lamang sa mga alegorya at kahanga-hangang katalinuhan. Gayunpaman, ito ay lubos na mayaman sa paglutas ng hindi malinaw at kakatwang konsepto na tumutukoy sa esensya ng antas sa katayuan nito, para sa sarili nito, na hindi maipaliwanag sa mga lengguwahe ng Bibliya at Batas.

ANG LENGGUWAHE NG KABALISTA

Ang lengguwahe ng Kabalista ay isang wika sa buong kahulugan ng salita: napaka-tumpak, ukol sa ugat at sanga at ukol sa sanhi at kahihinatnan. Ito ay may natatanging katangian na kayang magpahayag ng mga pinong detalye sa wikang ito nang walang anumang mga limitasyon. Gayundin, sa pamamagitan nito, maaaring lapitan nang diretso ang ninanais na bagay, nang hindi na kinakailangang ikabit ito sa mga bagay na nauna o sumunod dito. Gayunpaman, sa kabila ng lahat ng magagandang katangian na nakita ninyo dito, may malaking kapintasan ito: napakahirap makamit, halos imposible, maliban sa isang Kabalistang pantas at sa isang matalinong nakakaunawa sa kanyang sariling pag-iisip. Nangangahulugan ito na kahit na ang isa na nauunawaan ang lahat ng mga antas mula sa Ibaba, Pataas at mula sa Itaas, Pababa gamit ang kanyang sariling pag-iisip, hindi pa rin maiintindihan ang isang bagay sa wikang ito hanggang hindi niya ito natanggap mula sa isang pantas na nakatanggap na ng wika mula sa kanyang guro ng harap-harapan.

ANG LENGGUWAHE NG KABBALAH AY NAKAPALOOB SA LAHAT

Ang mga pangalan, apelasyon, at *Gematrias* ay nabibilang sa karunungan ng Kabbalah. Ang dahilan kung bakit sila ay matatagpuan din sa ibang mga wika, ay sapagkat ang lahat ng mga wika ay nakalangkap sa karunungan ng Kabbalah. Ito ay dahil ang mga ito ay mga natatanging bagay ng ibang mga wika na marapat tulungan.

Subalit ang isa'y hindi dapat isipin na ang apat na wika na ito, na nagsisilbi upang ipaliwanag ang karunungan ng maka Diyos na kapahayagan, ay umunlad nang paisa-isa, sa paglipas ng panahon. Ang katotohanan ay ang lahat ng apat ay lumitaw nang sabay-sabay sa harap ng mga pantas.

Sa katunayan, ang bawat isa ay binubuo ng lahat ng iba pa. Ang wika ng Kabbalah ay umiiral sa Bibliya, tulad ng nakatayo sa *Tzur* (bato), ang labintatlong mga katangian ng habag sa Torah at sa *Micah*, at sa hangganang ito ay nAdana sa bawat talata. Naroon din ang mga karwahe sa *Isaias* at *Ezekiel*, at nasa ibabaw ng lahat ng ito Ang Awit ng mga Awit, na ang lahat ay halos wika ng Kabbalah. Ito ay sintulad sa mga batas at sa mga alamat, at higit pa sa bagay ng hindi mabuburang banal na mga pangalan, na may parehong kahulugan sa lahat ng mga wika.

KAAYUSAN NG PAG-UNLAD NG MGA LENGGUWAHE

Ang loob ng lahat ng mga bagay ay unti-unti ang pag-unlad, at ang pinakamadaling wika na gamitin ay yaong ang pag-unlad ay nakumpleto bago ang iba. Samakatuwid, ang mga unang nagawa ay nasa wika ng Bibliya, sapagkat ito ang pinakamadaling wika at laganap sa panahong yaon.

Kasunod nito ay ang wika ng mga batas, dahil ito ay ganap na nakapaloob sa wika ng Bibliya, pati na rin dahil kailangan ito upang ipakita sa mga tao kung paano ipatupad ang mga batas.

Ang ikatlo ay ang wika ng mga alamat. Kahit na ito ay matatagpuan sa maraming mga lugar sa Bibliya, gayun din, ito lamang ay bilang isang pantulong na wika dahil ang talas ng isip ng wikang ito ay pinapadali ang pang-unawa ng mga bagay. Gayunpaman, hindi ito maaaring gamitin bilang isang pangunahing wika, dahil ito ay walang katumpakan ng ugat at sanga. Kaya, ito ay bihirang ginagamit at samakatuwid ay hindi na umunlad.

At kahit na ang mga alamat ay ginamit nang malawakan sa panahon ng *Tanaim* at ng *Amoraim*, ito ay kaantabay lamang ng wika ng Bibliya, upang buksan ang mga salitang ating mga pantas-Rabbi ... mga nagsimula, atbp., (At iba pang mga hulapi). Sa katunayan, ang malawakang paggamit ng wikang ito sa pamamagitan ng ating mga pantas ay nagsimula pagkatapos ng pagkakubli ng wika ng Kabbalah, sa mga panahon ni Yohanan Ben Zakai at agad, ibig sabihin ay pitumpung taon bago ang pagkaguho ng Templo.

Ang huling umunlad ay ang lengguwahe ng Kabbalah. Ito ay dahil sa kahirapan sa pag-unawa dito: idagdag pa ang pagtatamo, kailangang maunawaan din ng isa ang kahulugan ng bawat salita. Kaya't kahit yaong mga nakaintindi nito ay hindi magamit ito, dahil, sa malaking bahagi, sila'y nag-iisa sa kanilang panahon at walang makasama sa kanilang pag-aaral. Ang ating mga pantas ay tinawag ang lengguwaheng ito na Maase Merkavah, dahil ito'y espesyal na lengguwahe kung saan ang isa'y kayang maipaliwanag nang mabuti ang mga detalye ng Herkev (komposisyon) ng mga antas sa isa't isa at hindi sa lahat ng iba pa.

ANG WIKA NG KABBALAH AY TULAD NG ANUMANG WIKANG BINIBIGKAS, AT ANG KATANGI-TANGI RITO AY NASA KAHULUGAN NA NAKAPALOOB SA ISANG SALITA

Sa unang pagtingin, ang wika ng Kabbalah ay parang tatlong pinaghalong nabanggit na mga wika. Gayunpaman, ang isa na nakakaintindi kung paano ito gamitin ay makikita na ito ay isang natatanging wika sa kanyang sarili mula umpisa hanggang sa huli. Ito'y hindi tumutukoy sa mga salita, bagkus sa kanilang kahulugan. Ito ang malaking pagkakaiba sa pagitan nila.

Sa unang tatlong wika, ang mga ito'y halos walang pakahulugan sa isang salita, na nagpapahintulot sa tagasuri na maunawaan kung ano ang ipinahihiwatig ng salita. Sa pamamagitan lamang ng pagsasama-sama ng ilang salita, at kung minsan ay mga usapin, mauunawaan ang kanilang nilalaman at kahulugan. Ang kalamangan sa wikang Kabbalah ay ang bawat isa at bawat salita nito ay nagsisiwalat ng nilalaman at kahulugan nito sa tagasuri sa lubos na katumpakan, nang hindi kukulangin kaysa sa iba pang wika ng tao: ang bawat salita ay naglalaman ng sarili nitong tiyak na kahulugan at hindi maaaring mapalitan ng iba pa.

PAGKAKA-WAGLIT SA KAALAMAN

Mula sa pagkakubli ng *Ang Zohar*, ang mahalagang wika na ito ay paunti-unting nalimutan, sapagkat ito ay ginagamit na lamang nang pakaunti nang pakaunting mga tao. Gayundin, nagkaroon ng paghinto sa isang henerasyon, kung saan ang tumatanggap na pantas ay hindi ito ipinarating sa isang nakakaunawang tatanggap. Mula noon, nagkaroon ng di-masukat na kakulangan.

Malinaw ninyong makikita na ang Kabalistang si Rabbi Moshe de Leon, na huling nagtaglay nito at kung kanino ito ay lumitaw sa mundo, ay hindi naunawaan ang salita dito. Ito ay dahil sa mga aklat na kung saan nagpakilala siya ng mga bahagi ng *The Book of Zohar(Ang Aklat ng Zohar)*, malinaw na hindi niya naunawaan ang mga salita dito, sa kadahilanang ipinakahulugan niya ang mga salita ayon sa lengguwahe ng Bibliya. Siya ay naguluhan nang lubos sa pag-unawa, bagaman siya mismo ay may kahanga-hangang kakayahan, tulad ng ipinakita ng kanyang mga komposisyon.

Kaya't ganito sa pagdaan ng mga henerasyon: ang lahat ng mga Kabalista ay inilaan ang kanilang buong buhay upang maunawaan ang wika ng *Zohar*, ngunit hindi nila natagpuan ang kanilang mga kamay at mga binti, dahil ipinilit nila ang wika ng Bibliya dito. Sa kadahilanang ito, ang aklat na ito ay tinakpan sa kanilang harapan, katulad ng kay Rabbi Moshe de Leon mismo.

KABBALAH NI ARI

Ito ay hanggang sa pagdating ng natatanging Kabalistang si Ari. Ang kanyang natamo ay nasa mataas at lampas sa anumang hangganan, at binuksan niya ang lengguwahe ng *Zohar* para sa atin at pinatag ang ating daan dito. Kung hindi siya pumanaw ng napakabata, mahirap isipin ang tingkad ng Liwanag na nailabas mula sa *Zohar*. Ang kakaunting pagpapalang ipinagkaloob sa atin ay nagbigay na daan at daluyan(vessel), tunay na pag-asa na sa paglipas ng mga salinlahi, ang ating pag-unawa ay lalago upang lubos na maunawaan ito.

Gayunpaman, dapat ninyong maunawaan ang dahilan kung bakit ang lahat ng mga dakilang pantas na sumunod sa Ari ay iwinaksi ang lahat ng mga aklat na kanilang tinipon sa karunungang ito at sa mga komentaryo sa Zohar, at halos ipinagkait sa kanilang sarili kahit na tingnan ang mga ito, at itinalaga ang kanilang buhay sa mga salita ng Ari. Ito'y dahil hindi sila naniniwala sa kabanalan ng mga pantas bago ang Ari; huwag naman sana nating isipin ito. Sinuman na may mga mata sa karunungan ay maaaring makakita na ang natamo ng mga dakilang pantas sa karunungan ng katotohanan ay hindi masusukat. Tanging isang ignoranteng hangal ang maaaring magduda sa kanila. Gayunpaman, ang kanilang pag-unawa sa karunungan ay nakaayon sa unang tatlong wika.

Kahit na ang bawat wika ay totoo at angkop sa lugar nito, ang mga ito ay hindi ganap na angkop, at maaaring maglayo sa pag-unawa ng karunungan ng Kabbalah na nakapaloob sa Ang Zohar gamit ang mga pagkakasunod-sunod ng mga ito. Ito ay dahil ito ay isang ganap na kakaibang wika, simula nang ito ay makalimutan. At sa kadahilanang ito, hindi natin ginagamit ang kanilang mga paliwanag, alinman sa mga paliwanag ni Rabbi Moshe de Leon mismo, o ng kanyang mga 'tagasunod,' dahil ang kanilang mga salitang nagbibigay-kahulugan sa Ang Zohar ay hindi totoo, at hanggang sa araw na ito, ay mayroon lamang tayong isang tagakomento — ang Ari.

Sa paglilinaw sa nabanggit sa una, kasunod dito na ang pinakabuod ng karunungan ng Kabbalah ay walang iba kundi ang pinakabuod ng Bibliya, ang Talmud, at ang mga alamat. Ang pagkakaiba lamang sa pagitan nila ay nasa kanilang mga paliwanag.

Ito ay katulad ng isang karunungan na isinalin sa apat na wika. Natural lamang, ang esensya ng karunungan ay hindi nagbago sa pamamagitan ng pagbabago ng wika. Ang kailangan nating pag-isipan kung anong pagsasalin ang pinakamadaling maghatid ng karunungan sa mag-aaral. Kaya ito ang nasa ating harapan: ang karunungan ng katotohanan, ibig sabihin ang karunungan na naghahayag ng Kanyang Kabanalan sa Kanyang mga kaparaanan sa mga nilalang, katulad ng mga pangkaraniwang mga katuruan, ay marapat na isalin mula sa isang henerasyon patungo sa kasunod na henerasyon. Ang bawat henerasyon ay nagdudugtong ng isang kawing sa dati nito, at sa gayon ang karunungan ay umuunlad. Dagdag pa rito, nagiging mas angkop ito sa pagpapalawak sa publiko.

Samakatuwid, ang bawat pantas ay marapat na ibahagi sa kanyang mga mag-aaral at sa mga sumusunod na salinlahi ang lahat ng kanyang minana sa karunungan mula sa naunang mga henerasyon, gayundin ang mga karagdagang siya mismo ay nagantimpalaan. Malinaw na ang espirituwal na kakayahan — tulad ng natamo ng isang nakatamo — ay hindi maaaring ipasa sa iba, at lalong higit na maisulat sa isang aklat. Ito ay dahil ang espirituwal na mga bagay ay hindi maaaring dumating bilang mga titik ng imahinasyon at anupaman (at kahit ito'y nasusulat na, "...at sa pamamagitan ng ministeryo ng mga propeta ay ginamit ko ang mga katulad nito," ito ay hindi sinasabi na ganoon).

KAAYUSAN SA PAG-BAHAGI NG KARUNUNGAN

Kung gayon, paano na ang isang nakatamo ay maipapasa ang natamo sa mga henerasyon at sa mga mag-aaral? Alamin na mayroon lamang isang paraan para dito: ang paraan ng ugat at sanga. Ang lahat ng mga mundo at lahat ng bagay na pumupuno sa mga ito, sa kanilang bawat detalye, ay lumitaw mula sa Lumikha bilang Isa, Natatangi, at Pinag-isang Kaisipan. At ang Pinag-isang Kaisipang ito ang dumaloy at lumikha sa lahat ng maraming mundo, mga nilikha, at kanilang mga galaw, tulad ng ipinaliwanag sa Ang Puno ng Buhay (The Tree of Life) at sa Tikkuney Zohar.

Kaya't silang lahat ay magkakapantay sa bawat isa, tulad ng pantatak at marka, kung saan ang unang tatak ay nakabakat sa lahat. Ang kinalabasan, ating tinatawag ang mas malapit na mundo sa layunin ng Pinag-isang Kaisipan na "ugat," at ang mas malalayong mundo sa layunin ay tinatawag nating "sanga." Ito ay sapagkat ang wakas ng pagkilos ay nasa panimulang-isip.

Ngayon ay ating mauunawaan ang pangkaraniwang kasabihan sa alamat ng ating mga pantas: "At namatyagan ito mula sa kawakasan ng mundo hanggang sa kawakasan nito." Hindi kaya mas dapat nilang sinabi, "mula sa umpisa ng mundo hanggang sa katapusan nito"? Subalit may dalawang pagwawakas: ang pawawakas ayon sa distansya mula sa layunin—ibig sabihin, ang huling sanga sa mundong ito—at pangalawa, ang pagwawakas na tinawag na "ang huling layunin," sa kadahilanang ang layunin ay nahahayag sa pagwawakas ng mga bagay.

Subalit tulad ng ating paliwanag, "Ang wakas ng kilos ay nasa panimulang-isip." Ito ang tinutukoy natin na "ang unang mundo," o "ang unang tatak." Lahat ng ibang mga mundo ay umusbong mula rito, at ito ang dahilan kung bakit lahat ng nalikha—ang mga bagay na di-gumagalaw, ang lumalago, ang nakakakilos, at ang nagsasalita—sa lahat ng kanilang mga pangyayari ay umiral sa kanilang lubos na kaanyuan tuwiran mula sa unang mundo. At anumang hindi umiiral doon ay hindi maaaring lumitaw sa mundo, sa dahilang ang isa'y hindi makakapagbigay nang wala sa kanya.

UGAT AT SANGA SA MGA DAIGDIG

Ngayon ay madaling maunawaan ang bagay ng mga ugat at sanga sa mundo. Ang bawat isa sa karamihan ng di-gumagalaw, ang lumalago, ang nakakakilos, at ang nagsasalita sa mundong ito ay may kani-kaniyang mga kaukulang bahagi sa mundo sa ibabaw nito, na walang anumang pagkakaiba sa kanilang anyo, kundi sa kanilang sangkap lamang. Kaya, ang isang hayop o isang bato sa mundong ito ay isang bagay na panlupa, at ang katumbas na hayop o bato sa Itaas na Daigdig ay isang espirituwal na bagay, na walang kinalalagyang lugar o oras. Gayunpaman, ang kanilang kalidad ay pareho.

At dito, dapat nating idagdag ang usapin tungkol sa ugnayan sa pagitan ng isang bagay at anyo, na likas na nakabatay sa kalidad rin ng anyo. At katulad ng karamihan ng mga walang-hininga, halamanan, hayupan, at nagsasalita sa Itaas na Mundo, matatagpuan ninyo ang pagkakahalintulad at pagkakawangis sa mundo sa ibabaw ng Itaas na Mundo. Ito ay nagpapatuloy tungo sa unang mundo, kung saan ang lahat ng elemento ay nalubos, tulad ng nasusulat, "At ang Maylikha ay namalas ang lahat ng Kanyang nilikha at, masdan, ito'y napakabuti."

Ito ang dahilan kung bakit ang mga Kabalista ay nagsulat na ang mundo ay nasa gitna ng lahat upang ipahiwatig ang nabanggit sa una—na ang wakas ng pagkilos ay ang unang mundo, ibig sabihin, ang layunin. Ang kalayuan sa layunin ay tinawag na "ang pagdausdos ng mga mundo mula sa Nagpanimula" pababa tungo dito sa mundong-lupa, na pinakamalayo sa layunin.

Gayunpaman, ang katapusan ng lahat ng panlupa, ay upang unti-unting umunlad at makamtan ang layuning inihanda ng Maylikha para sa kanila, ibig sabihin, ang unang mundo. Kung ikukumpara sa mundong ito, kung saan tayo ay nananatili, ito ang huling mundo, ibig sabihin ang katapusan ng mga bagay. Ito ang dahilan kung bakit may pag-aakalang ang mundo ng layunin ay ang huling mundo at tayong mga tao ng mundong ito, ay nasa pagitan ng mga ito.

ESENSYA NG KARUNUNGAN NG KATOTOHANAN

Ngayon ay malinaw na ang paglitaw ng mga uring may buhay sa mundong ito at ang pagtakbo ng kanilang buhay ay isang kamangha-manghang karunungan—ang pagpapakita ng Banal na Kasaganaan sa mundo. Ang mga antas at ang paraan ng kanilang mga pagkilos ay nagsama-sama upang lumikha ng isang kamangha-manghang karunungan, higit pa sa agham ng pisika. Ito ay dahil ang siyensiya ng pisika ay kaalaman lamang sa mga kaayusan ng isang partikular na uri na umiiral sa isang partikular na mundo. Ito ay natatangi sa paksa nito, at walang iba pang karunungan ang kasama rito.

Hindi ito tulad ng karunungan ng katotohanan, dahil ito ay kaalaman sa kabuuan ng mga uring di-gumagalaw, mga lumalago, mga may pagkilos, at nagsasalita sa lahat ng mga mundo sa lahat ng kanilang mga pagkakataon at pag-iral, dahil kasama sila sa Pag-iisip ng Lumikha—ibig sabihin, sa layunin. Sa dahilang ito, ang lahat ng mga aral sa mundo, mula sa pinakamaliit sa kanila hanggang sa pinakadakila sa kanila, ay kamangha-manghang kasama rito, dahil pinapantay nito ang lahat ng iba't ibang mga aral—ang pinakanais naiiba at ang pinakamalayo sa isa't isa, tulad ng layo ng silangan sa kanluran. Ginagawa nitong pantay ang lahat, ibig sabihin, ang pagkakasaayos ng bawat katuruan ay naparaan upang umayon sa pamamaraan nito.

Halimbawa, ang agham ng pisika ay inayos nang wasto sa pamamagitan ng pagkakasunud-sunod ng mga daigdig at ng Sefirot. Tulad nito, ang agham ng astronomiya ay inayos ayon sa parehong pagkakasunud-sunod, at ganoon din ang agham ng musika, atbp. Kaya, natagpuan natin dito na ang lahat ng mga katuruan ay nakaayos at sumusunod sa isang koneksyon at isang ugnayan, at lahat sila ay katulad ng ugnayan ng bata sa ninuno nito. Samakatuwid, inihanda nila ang isa't isa—ibig sabihin, ang karunungan ng katotohanan ay inihanda ang lahat ng mga katuruan, at ang lahat ng mga katuruan ay inihanda sa pamamagitan nito. Ito ang dahilan kung bakit hindi tayo nakakatagpo ng isang tunay na Kabalista na walang komprehensibong kaalaman sa lahat ng mga turo ng mundo, dahil nakamit nila ang mga ito mula sa karunungan ng katotohanan mismo, dahil kasama sila dito.

PAGKAKAISA

Ang pinaka-kamangha sa karunungang ito ay ang pagkakasama-sama nito: ang lahat ng mga elemento ng malawak na katotohanan ay pinag-isa dito, hanggang sa dumating sila at nagsama-sama sa nag-iisang Pinaka-Makapangyarihan. At ang lahat ay magkakasama.

Sa simula, nalaman mo na ang lahat ng mga katuruan sa mundo ay nasasalamin dito. Ang mga ito ay inayos ayon sa sarili nitong mga kaayusan. At kasunod nito, nakita natin na ang lahat ng mga mundo at ang mga kaayusan sa karunungan ng katotohanan mismo, na hindi masusukat, ay nagkaisa lamang sa ilalim ng sampung katotohanan, na tinatawag na "Sampung Sefirot."

Pagkatapos, ang sampung Sefirot ay nakaayos sa apat na kaayusan ng apat na titik na Pangalan. Matapos iyon, ang apat na kaayusan ay kasama sa tungki o pinaka-dulo ng Yod, na nagpapahiwatig ng Ein Sof (Walang Hanggan).

Sa ganitong paraan, ang nagsisimula sa karunungan ay dapat magsimula sa tungki o pinaka-dulo ng Yod, at mula roon tungo sa sampung Sefirot sa unang daigdig, na tinatawag na "ang mundo ng Adan Kadmon." Mula doon, makikita ng isang tao kung paanong ang maraming mga detalye sa mundo ng Adan Kadmon ay walang pasubaling nagaganap sa pamamagitan ng dahilan at bunga, sa pamamagitan ng parehong mga batas na nakikita natin sa astronomiya at pisika, ibig sabihin ay walang pagbabago, hindi mababaling mga batas na buong katiyakang lumitaw mula sa isa't isa, puma-ibaba mula sa isa't isa, mula sa tungki ng Yod hanggang sa lahat ng mga elemento sa mundo ng Adan Kadmon. Mula roon, sila ay naimprenta sa isa't isa mula sa apat na mundo sa paraan ng selyo at imprenta, hanggang sa dumating tayo sa lahat ng mga elemento sa mundong ito. Pagkatapos, sila ay muling pinagsama sa isa't isa hanggang sa sila ay dumating sa mundo ng Adan Kadmon, pagkatapos sa sampung Sefirot, pagkatapos ay sa may apat na titik na Pangalan, hanggang sa tungki ng Yod.

Maaari tayong magtanong, "Kung ang nilalaman ay hindi alam, paano natin pag-aaralan at sasaliksikin ito?" Sa katunayan, tulad nito ang makikita ninyo sa lahat ng mga katuruan. Halimbawa, kapag nag-aaral ng anatomya—ang iba't ibang bahagi ng katawan at kung paano ito nakakaapekto sa isa't isa—ang mga organo na ito ay walang pagkakatulad sa pangkalahatang paksa, at ito ay ang buo, buhay na nilalang na tao. Gayunpaman, sa paglipas ng panahon, kapag lubusan mong nalaman ang karunungan, maaari mong itatag ang isang pangkabuuang ugnayan ng lahat ng mga detalye kung saan ang katawan ay naka-kondisyon.

Kaya't dito: ang pangkalahatang paksa ay ang paghahayag ng Pagkadiyos sa Kanyang mga nilikha, sa pamamagitan ng layunin, gaya ng nasusulat, "... sapagkat ang lupa ay mapupuno ng kaalaman sa Panginoon." Gayunman, ang isang baguhan ay tiyak na walang kaalaman sa pangkalahatang paksa, na kung saan ito ay nakondisyon ng lahat. Sa ganitong kadahilanan, kailangang makamit ng isang tao ang lahat ng mga detalye at kung paano ito nakakaapekto sa bawat isa, pati na rin ang kanilang mga sanhi sa sistema ng sanhi at bunga, hanggang sa makumpleto ang buong karunungan. At kapag alam na ng isang tao ang lahat ng bagay, kung mayroon siyang dalisay na kaluluwa, tiyak na siya ay gagantimpalaan ng pangkalahatang paksa.

At kahit na hindi siya gantimpalaan, isang napakalaking gantimpala pa rin ang magkaroon ng anumang pang-unawa sa dakilang karunungang ito, na ang kalamangan sa lahat ng iba pang mga katuruan ay ang halaga ng kanilang mga paksa, at paano ang kapakinabangan ng Tagapaglikha sa Kanyang nilikha ay pinahahalagahan. Sa katulad na paraan, ang karunungang ito, na ang paksa ay Siya, ay higit na mahalaga kaysa sa karunungang ang paksa ay ang Kanyang mga nilalang.

Ito ay hindi dahil sa ito'y hindi halos maunawaan, kaya't ang mundo ay umiiwas mag-isip ng malalim tungkol dito. Kahit na, ang isang astronomo ay walang pang-unawa sa mga bituin at mga planeta, tanging sa kanilang mga paggalaw, na ginagawa nila sa kagila-gilalas na karunungan na itinalaga ng kahanga-hangang Kalooban ng Diyos. Katulad nito, ang kaalaman sa karunungan ng katotohanan ay hindi mas nakatago kaysa dito, kaya't kahit ang mga baguhan ay lubusang nauunawaan ang mga paggalaw. Sa halip, ang buong pag-iwas ay dahil ang mga Kabalista ay buong talinong itinago ito sa mundo.

PAGBIBIGAY PAHINTULOT

Aking ikinagagalak na ako ay ipinanganak sa isang henerasyon kung kailan pinahintulutan ang pagbubunyag ng karunungan ng katotohanan. At dapat ninyong tanungin, "Paano ko malalaman na ito ay pinahintulutan?" Ako ay sasagot na binigyan ako ng pahintulot na magbunyag. Hanggang ngayon, ang mga paraan kung saan maaaring lumahok ang publiko at lubusang maipaliwanag ang bawat salita ay hindi pa naipahayag sa sinumang pantas. At ako, din, ay sumumpa sa pamamagitan ng aking guro na huwag magbunyag, tulad ng ginawa ng lahat ng mga estudyanteng nauna sa akin. Gayunpaman, ang panunumpa at ang pagbabawal na ito ay tumutukoy lamang sa mga gawain na binanggit sa salita at ibinigay mula sa unang henerasyon hanggang sa kasunod na henerasyon, mula sa mga propeta at bago pa man dito. Kung ang mga gawaing ito ay inihayag sa publiko, ang mga ito ay magiging sanhi ng malaking pinsala, sa mga kadahilanang kami lamang ang nakakaalam.

Gayunpaman, ang paraan ng aking pakikilahok sa aking mga aklat ay ayon sa pinahintulutang paraan. Higit pa rito, ako ay inatasan ng aking guro na palawakin pa ito hangga't makakaya ko. Tinatawag namin itong "paraan ng pananamit sa mga bagay." Makikita mo sa mga sinulat ni Rashbi na tinatawag niya ang ganitong paraan na "pagbibigay pahintulot," at ito ang ibinigay sa akin ng Maylalang sa sukdulang lawak. Itinuturing natin ito hindi batay sa kadakilaan ng pantas, kundi sa katayuan ng henerasyon, gaya ng sinabi ng ating mga pantas, "Ang maliit na si Samuel ay karapat-dapat, atbp, ngunit ang kanyang henerasyon ay hindi karapat-dapat." Ito ang dahilan kung bakit sinabi ko na ako'y nagantimpalaan ng paraan ng pagsisiwalat ng karunungan: ito ay dahil sa aking henerasyon.

MGA PANGALANG BASAL

Isang mabigat na pagkakamali na isipin na ang wika ng Kabbalah ay gumagamit ng mga abstrakto o mahirap unawaing mga pangalan. Sa kabaligtaran, ito ay tumutukoy lamang sa konkretong bagay at mga katotohanan. Sa katunayan, may mga bagay sa mundo na totoo kahit na wala tayong pang-unawa sa mga ito, tulad ng bato-balani at kuryente. Gayunpaman, sino kaya ang mangmang na magsasabi na ang mga ito ay mga abstraktong pangalan? Pagkatapos ng lahat, lubusan nating nalalaman ang kanilang mga pagkilos, at hindi natin binibigyang-halaga na hindi natin alam ang kanilang buod o esensya. Sa huli, tinutukoy natin ang mga ito bilang tiyak na paksa sa mga pagkilos na nauugnay sa kanila. At ito ay isang tunay na pangalan. Kahit na isang musmos na natututo pa lamang na magsalita ay maaaring pangalanan ang mga ito, kapag nagsimula siyang maramdaman ang pagkilos ng mga ito. Ito ang ating batas: **Ang lahat ng hindi natin nakamit, hindi natin papangalanan.**

ANG ESENSYA AY HINDI NADARAMA SA PISIKAL

Bukod pa rito, kahit na ang mga bagay na iniisip nating natamo natin sa pamamagitan ng kanilang esensya o buod, tulad ng mga bato at mga puno, matapos ang tapat na pagsusuri, wala tayong natamo mula sa esensya o buod nito, maliban sa kanilang mga pagkilos, na naganap kasabay ng pagkatagpo ng ating mga pandama sa mga ito.

KALULUWA

Halimbawa, nang sinabi ng Kabbalah na mayroon tatlong puwersa, 1) Katawan, 2) kaluluwa ng hayop, 3) banal na kaluluwa, ito'y hindi tumutukoy sa esensya o buod ng kaluluwa. Ang esensya o buod ng kaluluwa ay "fluid" o lusaw; ito ay ang tinatawag ng mga psychologists na "pagkatao" at ng mga materyalista na "elektrika."[1] Pag-aaksaya ng oras ang pag-usapan ang esensya o buod nito, dahil hindi ito nilayon upang maipaliwanag gamit ang ating mga pandama tulad ng sa mga panlupang bagay. Gayunpaman, sa pagmamatyag sa tatlong uri ng pagkilos ng esensya o buod ng lusaw na ito sa espirituwal na mundo, lubusan nating makikita ang pagkakaiba sa pangalan ng mga ito, batay sa kanilang tunay na paggalaw sa Mataas na Mundo. Kaya't walang abstrakto o mahirap unawaing mga pangalan dito, sa halip mga malinaw na pangalan sa buong kahulugan ng salita.

KALAMANGAN NG AKING KOMENTARYO SA IBABAW NG MGA NAUNANG KOMENTARYO

Tayo ay matutulungan ng mga pangkaraniwang katuruan sa paglilinaw ng mga bagay sa karunungan ng Kabbalah, sapagkat ang Kabbalah ay ang ugat ng lahat ng karunungan at ang lahat ay nakapaloob dito. May mga natulungan ng anatomya, gaya ng "kung wala ang aking laman, ay makikita ko ang Diyos," at may mga natulungan ng pilosopiya. Nitong huli, may malaganap na paggamit ng kaalaman sa sikolohiya. Subalit, ang lahat ng mga ito ay hindi maituturing na komentaryo sa Kabbalah, dahil hindi sila tumatalakay sa karunungan mismo, kundi ipinapakita lamang kung paano ang lahat ng katuruan ay nakapaloob dito. Ito ang dahilan kung bakit ang mga nagmamatyag ay hindi matutulungan ng isang lugar, sa ibang lugar... kahit na ang wastong pag-iisip at paglilingkod sa Diyos ay pinakamalapit na karunungan sa Kabbalah sa lahat ng mga labas na katuruan.

At kalabisan nang sabihin na imposibleng matulungan ng mga paglilinaw gamit ang siyensya ng anatomya o sikolohiya. Sa ganitong kadahilanan, aking sinabi na ako ang unang nagpaliwanag ng ugat at sanga, at sanhi at kinahinatnan. Kaya, kung ang isa ay makakaunawa ng mga bagay sa pamamagitan ng aking komentaryo, makakatiyak siyang sa lahat ng aspeto na lumitaw ang mga ito sa Ang Zohar at Tikkunim, siya'y matutulungan nito, tulad ng mga komentaryo sa literal, kung saan ang isa ay matutulungan sa isang lugar, para sa lahat ng ibang lugar.

ESTILO NG PAGBIBIGAY KAHULUGAN AYON SA LABAS NA KATURUAN

Ang estilo ng pagpapakahulugan ayon sa mga labas na katuruan ay isang aksaya ng panahon, sapagkat wala itong silbi kundi ang magpatunay sa pagiging tunay nito kumpara sa iba. Ang mga labas na katuruan ay hindi nangangailangan ng pagpapatunay, dahil ang Nagkaloob ay naghanda ng limang pandama upang magpatunay sa mga ito. Ngunit sa Kabbalah, ang isa ay nararapat munang maunawaan ang pinagtatalunan bago magbigay ng patunay ukol dito.

---

[1] Ipinaliwanag ni Rav Laitman na yaong tinukoy na "electric" ibig sabihin ni Baal HaSulam ay batay sa atoms.

hindi alam, na ang karunungan ng medisina, o anumang iba pang karunungan, ay maaaring ipakahulugan ayon sa karunungan ng Kabbalah nang higit pa kaysa sa karunungan ng pilosopiya. Ito ay dahil ang lahat ng mga katuruan ay nakapaloob dito at may tatak ng selyo nito.

Mangyari pa, ang Gabay sa Nalilito ay hindi tumukoy sa lahat ng ipinakahulugan ni Rav Shem Tov, at hindi niya nakita kung paanong sa *The Book of Creation*, ipinakahulugan niya ang Kabbalah ayon sa pilosopiya. Napatunayan ko na ang ganitong estilo ng mga komentaryo ay isang pag-aaksaya ng panahon, dahil ang mga panlabas na katuruan ay hindi nangangailangan ng patotoo, at walang kabuluhan na magdala ng patotoo sa katotohanan ng karunungan ng Kabbalah bago pa man mabigyang kahulugan ang mga salita nito.

Ito ay tulad ng isang taga-usig na nagdala ng mga testigo bago pa man niya naipaliwanag ang kanyang mga argumento (maliban sa mga aklat na tumatalakay sa gawa ng Diyos, dahil ang katinuan ng paglilingkod sa Diyos ay tunay na nangangailangan ng mga testigo sa pagiging totoo at tagumpay nito, at tayo ay marapat na matulungan ng karunungan ng katotohanan).

Gayunpaman, hindi lahat ng mga naisulat sa ganitong estilo ay isang pag-aaksaya. Kapag lubos nating naunawaan ang karunungan ng Kabbalah, makakatanggap tayo ng malaking tulong mula sa mga halimbawa, kung paanong lahat ng katuruan ay nakapaloob dito, pati na rin ang mga pamamaraan sa pagsasaliksik ng mga ito.

PAGKAKAMIT NG KARUNUNGAN

May tatlong kaayusan sa karunungan ng katotohanan:

1. Ang pagka-orihinal sa karunungan. Hindi ito nangangailangan ng tulong ng tao, sapagkat sa kabuuan, ito ay biyaya ng Diyos, at walang sinuman ang maaaring makialam dito.
2. Ang pang-unawa sa mga pinagmulan na nakamit ng isa mula sa Itaas. Ito ay tulad sa isang tao na nakikita ang buong mundo ng kanyang mga mata, subalit kailangan niyang magsumikap at mag-aral upang maintindihan itong mundo. Bagamat nakikita ng kanyang mga mata ang lahat, may mga hangal at may mga matalino. Ang pang-unawang ito ay tinawag na "karunungan ng katotohanan," at si Adan ha Rishon ang unang nakatanggap ng isang pagkakasunod-sunod ng sapat na kaalaman upang maunawaan at matagumpay na pinalawak ang lahat ng kanyang nakita at natamo ng kanyang mata.

    Ang pagkakasunod-sunod nitong kaalaman ay binibigay lamang ng mula sa bibig tungo sa bibig. At meron ding kaayusan sa pag-unlad dito, kung saan ang isa ay makakadagdag sa kanyang kaibigan, o makakabawas (samantalang, sa unang pagkawari, bawat isa'y tumanggap ng pantay, na walang pagdadagdag o pagbabawas, tulad ni Adan, sa pag-unawa sa katotohanan ng mundong ito. Sa pagtanaw dito, ang lahat ay pantay, subalit hindi ganito sa pag-unawa nito - meron umuunlad mula sa isang heneresyon at sa kasunod nitong heneresyon, at meron umuurong ang pag-unawa.) At ang ayos ng paghahatid nito ay minsan tinatawag na "paghahatid ng Malinaw na Pangalan," at ito ay ibinibigay sa ilalim ng maraming kundisyon, subalit sa salita lamang, hindi sa panulat.

3. Ito ay kaayusan na nakasulat. Ito ay isang kumpletong bagong bagay, dahil bukod sa nagtataglay ng labis na lugar para sa pag-unlad ng karunungan, kung saan ang isa'y minamana ang lahat ng paglawak ng kanyang natamo patungo sa kasunod na heneresyon, meron itong ibang kahanga-hangang puwersa. Lahat ng lumalahok dito, bagamat hindi nila naiintindihan ang nakasulat dito, ay pinapadalisay nito, at ang Mataas na Liwanag ay lumalapit sa kanila. At ang kaayusang ito ay nagtataglay ng apat na lengguwahe, tulad ng aming ipinaliwanag sa itaas, at ang lengguwahe ng Kabbalah ay higit sa lahat nila.

ANG PAGKAKASUNOD-SUNOD NANG PAGHAHATID NG KARUNUNGAN

Ang pinaka-matagumpay na daan para sa isang nagnanais na matutunan ang karunungan ng Kabbalah ay ang paghahanap sa isang tunay na Kabalista at pagsunod sa lahat ng kanyang mga tagubilin, hanggang ang isa'y magantimpalaan ng pang-unawa ng karunungan sa kanyang sariling pag-iisip, ibig sabihin ang unang pagka-unawa. Pagkatapos, ang isa'y magagantimpalaan ng paghahatid nito nang bibig sa bibig, na siyang pangalawang pagka-unawa, at matapos iyon, maiiintidihan sa nakasulat, na siyang pangatlong pagka-unawa. Tapos, ang isa'y matatanggap ang lahat ng karunungan mula sa kanyang guro nang buong kaginhawahan, at maiiwanan ng lahat ng oras upang umunlad at magpalawak.

Gayunpaman, sa katotohanan, meron pangalawang paraan: sa pamamagitan ng kanyang masidhing hangarin, ang mga tanawin sa Langit ay bubukas para sa kanya, at matatamo niya ang pinagmulan ng lahat sa kanyang sarili mismo. Ito ang unang pagka-unawa. Subalit, pagkatapos, ang isa'y dapat pa ring gumawa at magsumikap nang mabuti, hanggang siya'y makahanap ng isang Kabalistang pantas na kanyang igagalang at susundin, at mula rito'y tatanggapin niya ang karunungan na ipapaabot ng harap-harapan, na siyang pangalawang pagka-unawa, at matapos ito, ang pangatlong pagka-unawa.

At dahil ang isa'y hindi nakakakabit sa isang Kabalistang pantas sa umpisa, ang pagtatamo ay makakamit sa matinding pagsusumikap at gugugol ng maraming oras, na mag-iiwan ng kaunting oras para sa kanya upang umunlad dito. Gayundin, kung minsan ang kaalaman ay dumarating pagkatapos ng katotohanan, gaya ng nasusulat, "at sila ay mamamatay nang walang karunungan." Ito ay siyamnapu't siyam na porsyento, at ang tinatawag nating "pumasok ngunit hindi lalabas." Sila ay tulad ng mga hangal at mangmang sa mundong ito, na nakikita ang mundo na inilagay sa harap nila ngunit hindi nauunawaan ang alinman sa mga ito, maliban sa tinapay sa kanilang mga bibig.

Sa katunayan, kahit sa unang paraan, hindi lahat ay nagtatagumpay. Ito ay dahil sa ang karamihan, makatapos makamtan ang karunungan, ay nananahimik at tumitigil sa pagpapakumbaba sa kanilang guro, dahil nga hindi sila karapatdapat na tagahatid ng karunungan. Sa kasong ito, dapat lamang na itago ng mga may alam ang karunungang ito sa mga nanahimik, at "mamamatay silang walang saysay," "pumasok ngunit hindi lumabas". Ito ay dahil may mga mabagsik at mahigpit na patakaran sa paghahatid ng karunungan, na nagmula sa mga kinakailangang kadahilanan. Kaya't, iilan lamang sa mga mag-aaral ang itinuring na nararapat sa pagpupuri ng kanilang mga guro at makita silang karapat-dapat sa bagay na ito, at mapalad ang mga magagantimpalaan.

Ang Esensya ng Relihiyon at Layunin Nito

Sa artikulong ito nais kong lutasin ang tatlong isyu:

A. Ano ang kakanyahan ng relihiyon?

B. Natamo ba ang kakanyahan nito sa mundong ito o sa susunod na mundo?

C. Ang layunin ba nito ay makinabang ang Lumikha o ang nilalang?

Sa unang sulyap, ang mambabasa ay maaaring mabigla sa pamamagitan ng aking mga salita, at hindi maintindihan ang tatlong tanong na aking itinakda sa akin bilang paksa ng sanaysay na ito. Sapagkat sino ang hindi nakakaalam kung ano ang relihiyon, at lalo na ang mga gantimpala at kaparusahan nito, na kung saan ay tiyak na darating, lalo na sa kabilang buhay? At hindi na natin kailangang banggitin ang ikatlong isyu, sapagkat alam ng lahat na ito ay upang makinabang ang mga nilalang at upang gabayan sila sa kaluguran at kaligayahan—at ano pa ang kailangan nating idagdag dito?

Sa katunayan, wala na akong dapat idagdag pa. Subalit, dahil pamilyar sila sa tatlong konsepto mula sa pagkabata, hindi nila itinuloy o mas sinuri ang mga ito para sa natitirang bahagi ng kanilang buhay. At ito ay nagpapakita ng kanilang kakulangan ng kaalaman sa mga dakilang bagay na ito, na kinakailangang maging pundasyon kung saan nakabatay ang buong balangkas ng relihiyon.

Samakatuwid, sabihin nga sa akin kung paano maari na ang isang bata na labindalawa o labin-tatlong taong gulang, ay maaaring nang lubos na maunawaan nang sapat at lubusan ang mga pinong karunungan, na hindi na niya kailangan na magdagdag ng anupamang karagdagang mga konsepto o kaalaman sa mga bagay na ito para sa natitirangbahaging kanyang buhay?

Sa katunayan, dito nakalatag ang problema. Dahil ang walang pakundangang haka-hakang ito ang may dala ng lahat ng walang pasintabi at padalos-dalos na konklusyon na lumukob sa ating mundo sa ating henerasyon. At ito ang nagdala sa atin sa kalagayan na ang kasunod na henerasyon ay halos lubusang nalaglag sa ating mga kamay.

ANG GANAP NA MABUTI

Upang maiwasan na mapagod ang mga mambabasa sa matagal na mga talakayan, umaasa ako sa lahat ng aking isinulat sa nakaraang mga sanaysay, lalo na sa sanaysay na "Matan Torah" (Ang Pagbibigay ng Torah), na lahat ay tulad ng isang paunang salita sa mataas na paksa sa hinaharap. Dito, ako'y magsasalita nang maikli at simple, upang maunawaan ng lahat.

Una, dapat nating maunawaan ang Lumikha—Siya ang Ganap na Kabutihan. Ito'y nangangahulugan na lubos na imposibleng maging sanhi Siya ng pighati ng sinumang tao. At ito ay inaako natin na unang konsepto, dahil ang ating sentido-komun ay malinaw na ipinapakita na ang batayan ng anumang buktot-na-gawa sa mundo ay nagmumula lamang mula sa loobin na tumanggap.

Nangangahulugan ito na ang kasabikan na makinabang para sa ating sarili ay nagagawang magpahirap tayo sa ating kapwa, dahil sa ating kalikasan na tumanggap ng kasiyahan para sa sarili. Kaya't, kung walang nilalang na maghahanap ng kasiyahan sa pabuya para sa sarili, walang nilalang na magpapasakit sa iba. At kung minsan ay nakikita natin ang ilan na nakakasakit sa iba, nang wala namang anumang loobin na tumanggap ng kasiyahan para sa sarili, nagagawa lamang iyan dahil sa dating pag-uugali na nanggaling sa loobin na tumanggap, na ngayon ay nagwaksi ng pangangailangan na magkaroon ng bagong dahilan.

At dahil napagtanto natin na ang Tagapaglikha ay, sa Kanya at ang Kanyang Sarili mismo, buo at hindi nangangailangan ng sinuman upang tulungan Siya na mabuo, dahil nauna Siya sa lahat, maliwanag na wala Siyang anumang loobin na tumanggap. At dahil wala Siyang loobin na tumanggap, pangunahin na wala Siyang pagnanais na manakit ng sinuman; ito ay ganito ka-simple.

Dagdag pa rito, ito ay lubos na katanggap-tanggap sa ating isipan bilang pang-unang konsepto, na may pagnanais Siyang magkaloob ng kabutihan sa iba, ibig sabihin sa Kanyang mga nilalang. At maliwanag na ipinakita ito ng dakilang Paglikha na nilikha Niya at itinakda sa harapan ng ating mga mata. At sa mundong ito ay may mga nilalang na karaniwang makakaranas ng mabuting pakiramdam o ng masama, at ang pakiramdam na iyon ay karaniwang dumarating sa kanila mula sa Lumikha. At sa sandaling ganap na malinaw na walang layunin na makapinsala ang katangian ng Lumikha, ito'y pagpapatunay na ang mga nilalang ay tumatanggap lamang ng kabutihan mula sa Kanya, sapagkat sila'y nilikha lamang Niya upang pagkalooban.

Kaya't ating natutunan na mayroon lamang Siyang naisin na magkaloob ng kabutihan at ganap na imposibleng anumang kapinsalaan ay nasa Kanyang pamahalaan, na maaaring magmula sa Kanya. Kaya't tinukoy natin Siya bilang "Ang Ganap na Kabutihan." At pagkatapos nating matutunan iyon, tingnan natin ang aktwal na katotohanan na ginagabayan Niya, at kung paano Niya ipinagkakaloob lamang ang kabutihan sa kanila.

ANG KANYANG PAG-GABAY AY MAY LAYUNING PATNUBAY

Sa pagmamasid sa sistema ng kalikasan, ating mauunawaan na kahit ano sa apat na urin nilalang—walang paggalaw, mga halaman, mga hayop, mga nagsasalita—sa kabuuan at sa partikular, ay makikitang nasa ilalim ng may layuning paggabay, ibig sabihin, isang mabagal at unti-unting pag-unlad sa paraan ng sanhi at kahihinatnan, parang isang prutas sa puno, nang mainam na paggabay at sa huli'y naging isang matamis at kaaya-ayang tingnan na prutas.

Humayo at tanungin ang isang botanista gaano karaming yugto ang pinagdadaanan ng prutas mula sa sandaling ito'y umusbong hanggang ito'y lubusang mahinog. Hindi lamang na ang mga unang yugto ay walang ipinakikitang katunayan ng katamisan at kaaya-ayang hitsura ng dulo nito, at parang nanunuyang ang ipinapakita ay ang kabaligtaran ng pinal na resulta nito.

Mas matamis ang prutas sa dulo nito, mas mapakla at mas pangit ang hitsura nito sa mga unang yugto ng pag-unlad nito. At gayundin sa mga hayop at nagsasalitang uri: para sa hayop, na ang utak ay maliit sa dulo nito, ay hindi masyadong nangangailangan habang lumalaki ito. Samantalang ang tao, na ang utak ay malaki sa kanyang dulo, ay masyadong malaki ang pangangailangan habang lumalaki. "Ang bagong silang na guya ay tinatawag na baka"; iyan ay, ito'y mayroong lakas na tumindig sa sarili nitong mga paa at lumakad, at may sapat na talino upang umiwas sa mga panganib sa daan nito.

Subalit ang isang-araw na kasisilang na sanggol ay nakahimlay na mistulang walang muwang. At kung meron isang walang kasanayan sa gawi ng mundong ito ay susuriin ang dalawang bagong silang na ito, ay tiyak na magsasabi na ang batang sanggol ay walang mararating at ang guya ay lalabas na magiging bayani kung siya ay magbabatay sa kakayahan at talino ng guya kung ihahambing sa walang muwang at walang isip na sanggol.

Kaya't ito ay maliwanag na ang Kanyang paggabay sa reyalidad na Kanyang nilikha ay nasa porma ng may layuning pag-patnubay, na walang pagsasaalang-alang sa ayos ng mga yugto ng pag-unlad, dahil tayo'y nalilinlang ng mga ito at pumipigil sa atin upang maunawaan ang kanilang silbi, dahil sa pagiging palaging kabaligtaran nito sa kanilang huli at tunay na anyo.

Ito ay tungkol sa mga ganitong bagay kaya ating sinasabi, "Walang mas matalino sa may karanasan." Ang isang may karanasan lamang ang may pagkakataon na magsuri sa Paglikha sa lahat ng mga yugto ng pag-unlad, hanggang sa dulo, at may kakayahang magpahupa upang hindi katakutan ang mga sirang larawan na ang Paglikha ay pinagdaraanan sa mga yugto ng kanyang pag-unlad, ngunit naniniwala sa kanyang mainam at dalisay na wakas.

Sa gayon, lubusan nating ipinakita ang pamamahala ng Kanyang Kadakilaan sa ating mundo, na tanging pag-patnubay lamang na may kaakibat na layunin. Ang katangian ng kabutihan ay karaniwang hindi maliwanag sa Paglikha bago dumating sa pangwakas na pagkahinog nito. Sa kabaligtaran, kadalasang ito ay parang nag-aanyo ng isang uri ng katiwalian sa paningin ng mga tumitingin. Kaya makikita ninyo na ang Tagapaglikha ay nagkakaloob sa Kanyang mga nilalang ng kabutihan lamang, ngunit ang kabutihan ay dumarating sa pamamagitan ng layunin na kaakibat ng Kanyang pag-patnubay.

DALAWANG LANDAS: LANDAS NG PAGDURUSA AT LANDAS NG TORAH

Ating ipinakita na ang Diyos ay ang Kabutihang-Ganap at tayo ay Kanyang minamatyagan nang buong kabaitan na walang anumang hiwatig ng kasamaan at sa pag-patnubay na may layunin. Ang ibig sabihin, na ang Kanyang pamamatnubay ay nagtutulak sa atin na sumailalim sa isang sunod-sunod na yugto, sa pamamagitan ng sanhi at kahihinatnan, nauna at nagreresulta, hanggang tayo ay maging karapat-dapat tumanggap ng ninanais na kabutihan. At sa panahong iyon, tayo ay makararating sa ating layunin tulad ng isang hinog at mainam na tignang prutas. At ito'y ating nauunawaan na ang layuning ito ay tinitiyak para sa ating lahat, at kung hindi, pinupulaan natin ang Kanyang Pagpapala, sa pagsasabing ang Kanyang Pagpapala ay hindi sapat para sa ganitong layunin.

Ang ating mga pantas ay nagsabi, "Kabanalan sa mga isang mas mababa-Kataasan na pangangailangan." Ang ibig niyon na dahil ang Kanyang pag-patnubay ay may layunin at naglalayon na sa huli ay magdala sa atin sa pagdikit sa Kanya upang Siya ay manahanan sa loob natin, ito ay maituturing na mataas na pangangailangan. Ibig sabihin, kung hindi tayo dumating doon, matatagpuan natin ang ating mga sarili, kaugnay ng Kanyang Pagpapala, na may depekto.

Ito ay maihahalintulad sa isang dakilang hari na nagkaroon ng isang anak na lalaki sa kanyang katandaan, at siya ay giliw na giliw dito. Kaya't mula sa araw ng kanyang pagsilang, ang kanyang naiisip ay pulos magagandang bagay para dito. Tinipon ng hari ang pinakamainam, pinakamatalino, at mamahaling mga aklat sa kaharian at nagtayo siya ng paaralan para dito. Nagpasundo siya ng mga pinakamahusay na taga-gawa at nagpagawa siya ng mga palasyo ng mga kasiyahan. Tinipon niya ang lahat ng mga manunugtog at mga manganganta at nagpagawa siya ng mga bulwagang pangkonsyerto at tinawag niya ang mga pinakamagaling na panadero at tagapagluto upang ipaghanda ang kanyang anak ng mga piling pagkain sa mundo.

Ngunit sayang, ang anak na lalaki ay lumaking isang hangal, na walang hilig sa pag-aaral. At ito ay bulag at hindi nito nakikita at nararamdaman ang kagandahan ng mga gusali. At ito ay bingi, walang kakayahan mapakinggan ang mga tula at musika. At ito ay maysakit, nakakakain lamang ng magaspang na harinang tinapay, na nagbunsod ng pagkasuklam at pagkamuhi.

Gayunpaman, ang ganito ay maaaring mangyari sa isang haring may laman at dugo, subalit ito'y imposibleng masabi tungkol sa Maylikha, kung saan walang anumang panlilinlang. Kung kaya't naghanda Siya para sa atin ng dalawang landas ng pag-unlad.

Ang una ay ang landas ng pagdurusa, na paraan ng pag-unlad ng Paglikha sa loob ng sarili nito mismo. Sa kanyang likas na katangian, ito ay itinakdang tumunton sa paraan ng sanhi at kahinatnan, sa iba-ibang magkakasunod na kalagayan, na unti-unting nagpapabago sa atin, hanggang tayo ay dumating sa isang kapasyahan na piliin ang mabuti at iwaksi ang masama, at maging karapat-dapat sa layunin na Kanyang hinahangad.

At ang landas na iyon ay tunay na isang mahaba at masakit na landas. Samakatuwid, inihanda Niya para sa atin ang isang kaaya-aya at banayad na paraan, na siyang landas ng Torah at Mitzvot, na maghahanda sa atin para sa ating layunin ng walang hapdi at mabilis.

Dito'y lumalabas na ang ating huling layunin ay maging karapat-dapat para mapadikit sa Kanya, na Siya ay manahanan sa ating kalooban. Ang layuning ito ay isang katiyakan at walang dahilan na lumihis dito, dahil ang Kanyang patnubay ay nangangasiwa sa atin sa dalawang landas na landas ng pagdurusa at landas ng Torah. Subalit kung titingnan sa tunay na buhay, ating makikita na ang Kanyang patnubay ay sabay na nagaganap sa dalawang landas na tinutukoy ng ating mga pantas na "ang landas ng lupa" at "ang landas ng Torah."

ANG ESENSYA NG RELIHIYON AY UPANG UMUNLAD ANG ATING PANDAMA NG PAGKILALA SA KASAMAAN

Ang ating mga pantas ay nagsasabi, "Bakit pinapansin ng Tagapaglikha kung ang isa'y nakatay sa lalamunan o sa batok? Pagkatapos ng lahat, ang *Mitzvot* ay ipinagkaloob lamang upang linisin ang tao." Yaong paglilinis ay lubusang nilinaw sa "Matan Torah" (Aytem 2), subalit dito ay nais kong liwanagin ang esensya nitong pag-unlad na natatamo sa pamamagitan ng *Torah* at *Mitzvot*.

Dapat isaisip na ito ay ang pagkilala ng kasamaan sa ating sariling kalooban. Na ang pakikilahok sa Mitzvot ay dahan-dahan at unti-unting naglilinis doon sa mga nagsasaliksik nito. At ang timbangan kung saan natin sinusukat ang mga antas ng paglilinis ay ang sukatan ng pagkilala ng kasamaan sa ating sariling kalooban.

Ang tao ay may likas na kahandaang iwaksi at bunutin sa ugat ang anumang kasamaan sa kanyang sariling kalooban. Sa ganitong bagay, ang lahat ng tao ay magkakatulad. Ngunit ang pagkakaiba ng isang tao at ng isa pa, ay nasa pagkilala lamang ng kasamaan. Ang isang taong mas maunlad ay nakikita sa kanyang sarili ang mas malaking kasamaan, kung kaya't iwinawaksi at tinitiwalag ang kasamaan sa kanyang kalooban sa mas malawak na hangganan. Ang hindi maunlad ay nakakadama lamang ng kaunting kasamaan sa kanyang sarili, kung kaya't nagwawaksi lamang ng kaunting kasamaan. Ang resulta, iniiwan niya ang lahat ng kanyang dumi sa kanyang loob sapagkat hindi niya nakikilala ito bilang karumihan.

Upang iwasang mapagod pa ang mga mambabasa, ating liliwanagin ang pangkalahatang kahulugan ng mabuti at masama, na ipinaliwanag na sa *"Matan Torah"* (Aytem 12). Ang kasamaan, sa pangkalahatan, ay walang iba kung hindi pagmamahal sa sarili, tinatawag na "egoismo," dahil ito ay kabaligtaran ng anyo ng Tagapaglikha, na walang anumang loobin na tumanggap para sa Kanyang Sarili, bagkus tanging magkaloob lamang.

Tulad ng ating ipinaliwanag sa "Matan Torah" (Mga Item 9, 11), ang kasiyahan at kadakilaan ay nasusukat sa hangganan ng pagkakahalintulad ng anyo sa Maylikha. At ang kirot at kawalan ng pang-unawa ay nasusukat sa lawak ng pagkakataliwas ng anyo mula sa

Maylikha. Kaya't ang egoismo o pagmamahal sa sarili ay nakakasuklam at nagpapasakit sa atin dahil ang anyo nito ay taliwas sa Maylikha.

Subalit ang pagiging kasuklam-suklam nito ay hindi naibahagi ng pantay sa lahat ng mga kaluluwa at naibigay sa iba't-ibang sukatan. Ang magaspang, di-maunlad na tao ay hindi nakikita ang egoismo na masamang katangian at ginagamit ito ng hayagan, ng walang pagkahiya o pagpipigil. Siya ay nagnanakaw at pumapatay sa singkad ng liwanag ng araw kailanman makita nito na maaari. Ang medyo maunlad, nakakaramdam ng kaunti na ang kanilang egoismo ay masama at kahit paano ay nahihiyang gamitin ito sa publiko, ang magnakaw at pumatay ng harapan. Subalit sa palihim, ginagawa rin nila ang kanilang krimen.

At yaon din ay umiinog unti-unti. Sa una, uusbong ang pagmamahal at pagnanais na magkaloob sa sariling pamilya at kamag-anak, tulad ng sinabi sa talatang, "huwag ipagkait ang sarili sa sariling laman." At habang umuunlad, ang kanyang katangian ng pagkakaloob ay sasaklaw sa lahat ng tao sa kanyang paligid, tulad ng kanyang mga kababayan at kalahi. At siya'y magpapatuloy sa pagdaragdag, hanggang sa huli'y uunlad ang kanyang pagmamahal tungo sa buong sangkatauhan.

MAY KAMALAYANG PAG-UNLAD AT WALANG KAMALAYANG PAG-UNLAD

Alalahanin na dalawang lakas ang nagsisilbi upang itulak tayo pataas sa mga baytang ng nabanggit na bahagdan, hanggang sa maabot natin ang ulo o tuktok nito sa kalangitan, na ang pinakapuntong layunin ay ang pagkahalintulad ng anyo sa ating Lumikha. At ang kaibahan sa pagitan ng dalawang lakas na ito ay ang una'y nagtutulak sa atin mula sa likuran, na tinukoy natin bilang "landas ng pasakit" o "daan ng daigdig."

Mula sa landas na iyon, ang pilosopiya ng moralidad na tinatawag na "etika," na nakabatay sa karaniwang kaalaman, sa pamamagitan ng pagsusuri sa praktikal na dahilan, na ang esensya ay kabuuan ng mga nakitang pinsala na nagresulta mula sa mga nukleon ng "egoismo" (pagiging makasarili).

Ang mga eksperimentong ito ay dinadala sa atin ng pagkakataon, at hindi bilang isang resulta ng ating may kamalayang pagpili, ngunit tiyak na sila ay dadalhin tayo sa kanilang layunin, dahil ang hugis ng kasamaan ay lumalaki na nang mas malinaw sa ating mga pandama. At sa lawak na nakikilala natin ang mga pinsala nito, inaalis natin ang ating sarili mula rito, at pagkatapos ay umaakyat sa Itaas na baytang ng bahagdan.

Ang ikalawang puwersa ay tinutulak tayo ng may kamalayan, yaon ay, sa ating sariling pagpili. Ang puwersang ito ay humahatak sa atin noon pa man, at yaon ang tinukoy natin bilang "landas ng Torah at Mitzvot." Dahil sa pagsunod upang magdala ng kasiyahan sa ating Lumikha, sa Mitzvot, ito'y mabilis na magpapaunlad sa pandama ng pagkilala ng kasamaan, tulad ng ipinakita natin sa "Matan Torah" (Aytem 13).

At dito'y makikinabang tayo nang dalawang beses:

A. Hindi natin kailangang maghintay para sa mga pagsubok sa buhay upang itulak tayo mula sa likuran, na ang sukatan ng pagbunsod ay sinukat lamang sa pamamagitan ng sukatan ng matinding paghihirap at pagkawasak. Sa kabaligtaran, sa pamamagitan ng banayad na kahinahunan na nadarama natin kapag taimtim na nagtatrabaho sa Kanya, para sa Kanyang kaluguran, nariyan at lumalago sa loob natin ang isang ugmang pagkilala ng mga kababaan ng maliit na tilamsik ng pagmamahal sa sarili — na ang mga ito ay mga hadlang sa ating daan upang matanggap ang banayad na panlasa ng pagkakaloob sa Tagapaglikha. Sa gayon, ang unti-unting pagkilala ng kasamaan ay nagpapabago sa atin mula sa mga panahon ng kasiyahan at mahusay na katahimikan, sa pamamagitan ng pagtanggap ng mabuti habang naglilingkod sa Maylikha, mula sa ating pakiramdam ng kaligayahan at kahinahunan na umaabot sa atin dahil sa pagkakahalintulad ng anyo sa ating Lumikha.

B. Nakakatipid tayo sa panahon, sapagkat Siya ay gumagawa upang "maliwanagan" tayo, nang sa gayon ay makaya natin na dagdagan ang ating gawain at pabilisin ang panahon ayon sa ikaliligaya natin.

ANG RELIHIYON AY HINDI PARA SA KABUTIHAN NG MGA TAO, NGUNIT PARA SA KABUTIHAN NG MGA MANGGAGAWA

Maraming nagkakamali at inihahambing ang ating Banal na Torah sa etika. Ngunit yaon ay dumating sa kanila dahil hindi nila nalasap ang relihiyon sa kanilang buhay. Ako ay nananawagan sa kanila: **"Lasapin at makikita na ang Panginoon ay mabuti."** Totoo na ang etika at relihiyon ay parehong naglalayon sa isang bagay — upang itaas ang tao sa ibabaw ng dumi ng makitid na pagmamahal-ng-sarili at dalhin siya sa kaitaasan ng pagmamahal-ng-iba.

Subalit gayunpaman, ang mga ito ay napakalayo sa isa't isa, tulad ng distansya sa pagitan ng Pag-iisip ng Maylikha at isip ng mga tao. Dahil ang relihiyon ay nanggagaling mula sa Isipin ng Lumikha, at ang etika ay dumadating mula sa mga isipin ng laman at dugo at mula sa mga karanasan ng kanilang buhay. Samakatuwid, mayroong isang malinaw na pagkakaiba sa pagitan ng mga ito, kapwa sa mga praktikal na aspeto at sa huling layunin. Dahil sa pagkilala sa mabuti at masama na nabubuo sa atin sa pamamagitan ng etika, sa paggamit natin nito ay nakasalalay sa tagumpay ng lipunan.

Sa relihiyon, gayunpaman, ang pagkilala sa mabuti at masama na lumitaw sa atin, sa paggamit natin nito, ay nakaugnay sa Lumikha lamang—ibig sabihin, mula sa pagkataliwas ng anyo mula sa Lumikha, sa pagkakahalintulad ng anyo sa Kanya, na tinatawag na *Dvekut* (pagdikit), na tinukoy sa "Matan Torah" (Aytem 9–11).

At ang mga ito ay ganap na winalay mula sa isa't isa patungkol sa layunin, dahil ang layunin ng etika ay ang kagalingan ng lipunan mula sa pananaw ng mga praktikal na dahilan, na hinango sa mga karanasan sa buhay. Subalit sa huli, ang layuning iyan ay hindi nagpapa-asa sa mga tagasunod nito ng anumang pangingibabaw ng mga hangganan ng kalikasan. Kaya't, ang layuning ito ay sumasa-ilalim pa rin sa kritisismo, sapagkat sino ang maaaring magpatunay sa isang indibidwal ang lawak ng kanyang pakinabang sa isang tiyak na paraan na siya ay mapipilit na kahit bahagya'y magbawas ng kanyang sarili bilang pabor sa kapakanan ng lipunan?

Datapwat ang layunin ng relihiyon ay nangangako ng kagalingan ng isang indibidwal na sumusunod dito, tulad ng ating ipinakita na sa sandaling ang isa'y magmahal sa iba, siya ay tuwirang Nakadikit (Dvekut), kung saan ito'y kahalintulad ng anyo ng Lumikha. Kasama dito, ang isang tao ay lumalampas sa kanyang masikip na mundong tigib ng pait at mga balakid, tungo sa isang walang katapusang daigdig ng pagpapala sa Panginoon at sa sangkatauhan.

Matatagpuan rin ninyo ang kapansin-pansing pagkakaiba tungkol sa suporta, sapagkat ang pagsunod sa etika ay may suporta ng pagsang-ayon ng mga tao, na tulad ng isang nagpapa-upa na sa huli'y nababayaran sa renta. At kapag ang isang tao'y nahirati sa ganitong gawain, hindi siya makakaangat sa antas ng etika sapagkat masasanay siya sa gayong gawain na ginagantimpalaang mabuti ng lipunan na nagbabayad sa kanyang mabubuting gawa.

Subalit sa pagsunod sa Torah at Mitzvot upang mabigyang kasiyahan ang Maylikha ng walang kapalit na gantimpala, siya ay umaakyat sa baytang ng etika na may katiyakan hanggat tinutunton niya ito, yayamang wala siyang kabayaran sa landas niyang ito. At bawat sentimo ay nadadagdag sa isang account. At sa huli, mapapasa-kanya ang isang pangalawang pag-uugali, na mapagbigay sa iba ng walang anumang pansariling kasiyahan, liban sa pangunahing pangangailangan sa kanyang buhay.

Ngayon, siya ay nakalaya mula sa pagkaka-piit ng Paglikha. Dahil kapag ang isa'y namuhi sa anumang pagka-makasarili at ang kanyang kaluluwa'y nasuklam sa maliliit na ligayang pisikal at paggalang, matatagpuan niya ang kanyang sarili na malayang lumibot sa daigdig ng Maylikha. At siya ay makakatiyak na walang pinsala o kamalasan ang darating sa kanya, dahil lahat ng mga pinsala ay dumarating lamang sa isang tao sa pamamagitan ng maka-sariling pagtanggap na nakatatak sa kanya.

Kaya, ating lubusang naipakita na ang layunin ng relihiyon ay para lamang sa indibidwal na lumalahok dito, at hindi kailanman para sa paggamit o kapakinabangan ng mga pangkaraniwang tao, bagamat lahat ng kanyang pagkilos ay umiikot sa kapakinabangan ng mga tao na nasusukat sa mga pagkilos na ito. Subalit ito ay isa lamang daanan tungo sa mabunging layunin, na pagka-halintulad ng anyo sa Lumikha. At ngayon ating naunawaan na ang layunin ng relihiyon ay tinipon habang nabubuhay sa mundong ito, at suriing mabuti sa "Matan Torah" patungkol sa layunin ng pangkalahatan at ng indibidwal.

Katawan at Kaluluwa

Bago ko linawin ang dakilang bagay na ito, mahalaga para sa akin na tandaan na kahit na ang lahat ng mga mambabasa ay tila nag-iisip na imposibleng linawin, dalhin, at mailapit ang gayong bagay sa isip ng tao, maliban kung aasa sa mahirap unawaing pilosopiya ng mga konsepto, gaya ng karaniwang kaso sa mga pagsisiyasat, dahil sa araw na natuklasan ko ang karunungan ng Kabbalah at natuon ang aking sarili dito, inilayo ko ang aking sarili mula sa mahirap unawaing pilosopiya at lahat ng mga sanga nito na tulad ng layo ng silangan sa kanluran. Ang lahat na isusulat ko mula ngayon ay magmumula sa isang purong pang-agham na pananaw, sa lubos na katumpakan, at sa pamamagitan ng simpleng pagkilala ng mga praktikal at kapaki-pakinabang na mga bagay.

Kahit na babanggitin ko ang kanilang mga salita sa ibaba, ito ay para lamang ipahiwatig ang kaibahan sa pagitan ng kung ano ang kayang maimbento ng isip ng tao at kung ano ang maaaring maunawaan gamit ang mga konsepto ng Torah at ang pangitain (prophecy), na batay sa mga praktikal na pundasyon (tulad ng ipinakita ko sa "Ang Buod ng Karunungan ng Kabbalah").

Gusto ko rin lubusang linawin ang mga salitang "katawan" at "kaluluwa" na tunay na totoo, dahil ang katotohanan at matinong pag-iisip ay iisa at pareho. Ito ay dahil ang katotohanan ay naririyan at magagamit ninuman, ngunit sa pamamagitan lamang ng espiritu ng Banal na Torah at sa pamamagitan ng pag-aalis ng lahat ng mga baluktot na konsepto na nag-ugat sa mga tao. Ang mga ito ay pangunahing kinuha mula sa abstraktong pamamaraan kung saan ang espiritu ng ating Banal na Torah ay lubusang iwinaksi.

TATLONG PAMAMARAAN SA MGA KONSEPTO NG KATAWAN AT KALULUWA

Sa pangkalahatan, ating matatagpuan na ang paraan na laganap sa mundo tungkol sa konsepto ng katawan at kaluluwa ay nalilikom sa tatlong kaparaanan:

1) *Ang Paraan ng Pananampalataya*

Ang paraan ng pananampalataya ay nagsasabi na ang lahat ng umiiral ay ang espiritu o kaluluwa. Ito ay naniniwala na may mga espirituwal na bagay na hiwalay sa isa't isa dala ng uri o katangian. Ang tawag sa mga ito ay "mga kaluluwa ng tao," at ang mga ito ay umiiral ng malaya bago madamitan ng katawan ng tao. Pagkatapos, sa sandaling ang katawan ay mamatay, ang kamatayan ay hindi nararapat dito, dahil ang espirituwal na bagay ay isang payak na bagay. Sa kanilang pananaw, ang kamatayan ay tanging paghihiwalay lamang ng mga elementong bumubuo ng bagay na ito.

Ito ay maaaring mangyari sa mga pisikal na bagay na binubuo ng ilang elemento na nilulusaw ng kamatayan. Subalit ang kaluluwa, na isang lubos na payak na bagay, na walang kumplikasyon, ay hindi maaaring paghiwalayin sa anumang paraan, dahil ang paghihiwalay ay magwawakas ng kanyang pag-iral. Kaya ang kaluluwa ay walang katapusan at umiiral magpakailanman.

Ang katawan, ayon sa kanilang pag-unawa, ay parang damit ng espirituwal na bagay. Ang espirituwal na kaluluwa ay nagbibihis dito at ginagamit ito upang ipamalas ang puwersa nito: ang magagandang katangian at lahat ng uri ng konsepto. Gayundin, ito ay nagbibigay sa katawan ng buhay at galaw at iniingatan ito mula sa kapahamakan. Kaya ang katawan, sa sarili nito, ay walang buhay, walang paggalaw, at walang laman kundi patay na bagay, na ating nasasaksihan sa paglisan ng kaluluwa dito — sa sandaling mamatay ito — at lahat ng palatandaan ng buhay na ating nakikita sa katawan ng tao ay tanging pagpapamalas ng puwersa ng kaluluwa.

2) *Ang Paraan ng mga Mananampalataya sa Dalawahang Pananaw*

Ang mga naniniwala sa dalawahang pananaw ay iniisip ang katawan bilang isang kumpletong paglikha, nakatindig, namumuhay, lumulusog, at pinangangalagaan ang kaniyang pag-iral sa lahat ng pangangailangan nito. Hindi ito nangangailangan ng anumang tulong mula sa anumang espirituwal na bagay.

Gayunpaman, ang katawan ay hindi itinuturing na pinakabuod ng tao. Na ang pangunahing buod ng tao ay ang nakadadamang kaluluwa, na isang espirituwal na bagay, tulad nang pagtingin ng mga tagasuporta ng unang paraan.

Ang pagkakaiba sa pagitan ng dalawang pamamaraan ay nasa pagtingin lamang sa katawan. Kasunod ng malawak na pag-unlad sa pisyolohiya at sikolohiya, natuklasan nila na ang Maylikha ay naglaan para sa lahat ng mga pangangailangan ng buhay sa loob ng makina ng katawan mismo. Ito, sa kanilang pananaw, ay nagtatakda sa trabaho na ginagampanan ng kaluluwa sa loob ng katawan, ngunit nauugnay lamang ito sa mga konsepto at mga katangian ng may uring espirituwal. Kaya, habang naniniwala sila sa dalawahang pananaw, sabay nilang sinasabi na ang kaluluwa ang sanhi ng katawan, ibig sabihin, ang katawan ay isang resulta na nagmula sa kaluluwa.

3) Ang Paraan ng mga Tumatanggi

Ang paraan ng mga tumatanggi nang espirituwalidad, na ang kinikilala lamang ay ang pisikal. Ang mga tagasunod nang ganitong paraan ay lubusang itinatanggi ang pag-iral ng lahat ng uri ng abstraktong espirituwal na bagay sa loob ng katawan. Kanilangpinapangatawanan na ang isip ng tao ay produkto lamang ng katawan, at inilalarawan nila ang katawan na parang elektronikong makina na mayroong mga kawad na nakaunat mula sa katawan tungo sa utak, at gumana sa pamamagitan ng pakikipagtagpo sa mga panlabas na bagay.

At saka, ipinapadala nito ang mga nadaramang hapdi o kasiyahan sa utak, at ang utak ay naguutos sa organo ano ang dapat gawin. Ang lahat ay pinapatakbo ng mga kawad at kurdon na sinadya para sa ganitong gawain. Inilayo ng mga ito ang organo mula sa pinagmumulan ng sakit patungo sa pinanggagalingan ng kasiyahan. Kaya, nilinaw ng mga ito ang lahat ng konklusyon ng tao, mula sa mga pangyayari sa buhay.

Gayundin, ang ating nararamdaman bilang mga konsepto at mga katwiran sa loob ng ating mga isip ay tanging mga larawan lamang ng pisikal na kaganapan sa loob ng katawan. At ang pangingibabaw ng tao sa lahat ng mga hayup, ay sapagkat ang ating isip ay mas maunlad sa gayung lawak na ang lahat ng pangyayari sa ating katawan ay nakikita sa ating mga utak bilang mga larawan na ating nararanasan bilang mga konsepto at mga katwiran.

Kaya, ang pag-iisip at lahat ng pangangatwiran nito ay produkto lamang na nanggagaling sa mga nagaganap sa katawan. Sa karagdagan, mayroong mga tagapagtaguyod ng pangalawang paraan na lubusang sumasangayon sa ganitong paraan, ngunit isama ang espirituwal, walang hanggang bagay dito, na tinawag na "ang kaluluwa na nadadamitan sa loob ng makina ng katawan." Ang kaluluwa ay ang **buod ng tao**, at ang makina ng katawan ay pananamit lamang nito. Kaya, aking inilatag sa pangkalahatang paraan ang lahat ng siyensya na naisip ng tao sa konsepto ng "katawan" at "kaluluwa."

ANG SIYENTIPIKONG KAHULUGAN NG KATAWAN AT KALULUWA AYON SA ATING BANAL NA TORAH

Ngayon aking ipapaliwanag itong mabunying bagay ayon sa ating Banal na Torah, tulad ng paliwanag ng ating mga pantas sa atin. Akin nang naisulat sa maraming mga lugar na walang isang salita ng ating mga pantas, kahit sa mga maka-propetang karunungan ng Kabbalah na sumandal batay sa teorya. Ito ay dahil sa karaniwang kalagayan na ang tao ay natural na mapagduda, at bawat konklusyon na inaakala ng isip ng tao na tiyak, ay hindi na rin inaakalang tiyak makalipas ang ilang panahon. Sa ganoon, dodoblehin ng isang tao ang pag-aaral at makaka-iisip na naman ng ibang akala at sasabihin na ito ay tiyak.

Subalit kung ang isa ay tunay na mag-aaral, siya ay iikot sa puntong ito sa kanyang buong buhay, yayamang ang tiyak na kahapon ay hindi na tiyak ngayon, at anumang tiyak ngayon ay magiging hindi tiyak kinabukasan. Kaya'y imposibleng magsabi ng anumang tiyak na konklusyon ng higit sa isang araw.

NAKAHAYAG AT NAKAKUBLI

Ang siyensya ngayon ay may sapat nang pag-unawa na walang ganap na katiyakan sa reyalidad. Subalit ang ating mga pantas ay umabot sa ganitong konklusyon ilang libong taon na ang nakakaraan. Kaya, tungkol sa mga pangrelihiyong bagay, sila ay hindi lamang nagpayo at pinigilan tayo na humango ng anumang konklusyon batay sa teorya, bagkus ipinagbawal na gamitin ang mga gayong teorya, kahit sa paraan ng negosasyon.

Ang ating mga pantas ay hinati ang karunungan sa dalawang bagay: nakahayag at nakatago. Ang nakahayag na bahagi ay naglalaman ng lahat ng alam natin mula sa ating direktang kamalayan, pati na rin ang mga konsepto na itinayo sa praktikal na karanasan, nang walang anumang tulong mula sa pagsusuri, ayon sa sinabi ng ating mga pantas, 'Ang hukom ay mayroon lamang kung ano ang nakikita ng kanyang mga mata.'

Ang lingid na bahagi ay naglalaman ng lahat ng mga konsepto na ating narinig mula sa mga pinagkakatiwalaang tao o nakuha sa pamamagitan ng ating sarili sa pamamagitan ng pangkalahatang pag-unawa at pagtingin sa mga ito. Gayunpaman, hindi sapat ito upang ating malapitan at punahin ng isang malinis na pag-iisip, nang walang pangingimi at matapat na pagkilala. At ito ay itinuturing na "nakatago," kung saan pinayuhan tayo na tanggapin ang mga bagay sa "simpleng pananampalataya." At sa lahat ng bagay na may kinalaman sa relihiyon, mahigpit na ipinagbawal na ating **titigan** ang mga bagay na maaaring mag-udyok sa atin na suriin at **pag-aralan** ang mga ito.

Gayunpaman, ang mga pangalang ito, "nakahayag" at "nakatago," ay hindi mga permanenteng pangalan na inilalapat sa isang tiyak na uri ng kaalaman, tulad ng iniisip ng mga walang alam. Sa halip, inilalapat nila ito sa kamalayan ng tao. Kaya, ang isa ay tumutukoy sa lahat ng mga konsepto na natuklasan na ng isang tao at natuklasan sa pamamagitan ng aktwal na karanasan bilang "nakahayag," at itinuturing ang lahat ng mga konsepto na kikilalanin pa lamang sa paraang ito bilang "nakatago."

Kaya, sa buong henerasyon, lahat ng tao ay may dalawang pagkakahati. Ang nakahayag na bahagi ay pinahihintulutan para pag-aralan at saliksikin, dahil ito ay umaasa sa isang tunay na batayan, at ang nakatagong bahagi ay ipinagbabawal para sa kahit na isang maliit na pilas ng pagsusuri, dahil ang isa ay walang tunay na batayan doon.

PINAHINTULUTAN AT PINAGBAWALAN SA PAG-GAMIT NG AGHAM NG TAO

Kaya, tayo na sumusunod sa mga yapak ng ating mga pantas ay hindi pinapahintulutan na gamitin ang siyensya ng tao, maliban sa kaalamang napatunayan ng mga aktwal na karanasan at yaong ang mga katibayan ay wala tayong pag-aalinlangan. Samakatwid, tayo ay hindi maaaring tumanggap ng anumang pang-relihiyong prinsipyo mula sa nabanggit na tatlong paraan, lalo na't higit tungkol sa konsepto ng katawan at kaluluwa, na mga pangunahing konsepto at paksa ng relihiyon sa pangkalahatan. Maaari lamang tayong tumanggap ng konsepto ng siyensya ng buhay na kinuha mula sa mga eksperimento na hindi maaaring pag-alinlanganan ng isang tao.

Maliwanag na ang ganoong patunay ay hindi matatagpuan sa anumang bagay na espirituwal, at tanging sa mga pisikal na bagay lamang, na inihanda upang masagap ng ating mga pandama. Kaya, ipinahintulot sa ating gamitin ang ikatlong paraan, nang may hangganan—na ito'y ginagamit lamang sa mga bagay ng katawan, yaong lahat ng mga palagay na napatunayan na ng mga eksperimento, at kung walang pag-aalinlangan ang sinuman. Ang lahat ng mga konseptong pinaghalo ang kapalinawan ng kanilang paraan at ibang mga paraan ay ipinagbabawal sa atin. Ang isang taong gumagamit ng mga ito ay lumalabag: 'Huwag kayong sumandig sa mga diyos-diyosan.'

Gayunpaman, itong ikatlong paraan ay banyaga at kasuklam-suklam sa espiritu ng tao. Wala halos ni sinuman na may pinag-aralang tao ang kayang tanggapin ito. Ito'y dahil sa, ayon sa kanila, ang makataong anyo ng tao ay nabura na at naglaho. Ang tao ay itinuring na isang makina na lumalakad at pinapakilos ng ibang mga kapangyarihan. Ayon sa kanila, ang tao ay walang kalayaan na pumili ng kahit anupaman, bagkus ay parang itinutulak lamang ng puwersa ng kalikasan, at lahat ng kanyang galaw ay sapilitan. Kaya't ang tao ay walang gantimpala o kaparusahan dahil walang paghuhusga, kaparusahan, o gantimpala ang mailalapat sa isang tao na walang kalayaan ng loob.

Ang ganitong bagay ay lubhang mahirap isipin, at hindi lamang para sa mga relihiyoso, na naniniwala sa gantimpala at kaparusahan, yamang sa pagtitiwala sa Kanyang Pagpapala, na ang lahat ng puwersa ng kalikasan ay nasa Kanyang pamamatnubay, ay nagbibigay sa kanila ng katiyakan na ang lahat ng bagay ay mayroong mabuti at kanais-nais na sanhi. Gayunpaman, ang ganitong paraan ay mas higit na kakatwa sa mata ng mga hindi relihiyoso, na naniniwalang ang bawat isa ay nasa kamay ng isang bulag, walang isip, at walang pinatutunguhang kalikasan. Ang mga matatalinong ito ay parang laruan sa mga kamay nito, inililigaw, at walang nakakaalam kung saan. Samakatuwid, ang pamamaraang ito ay hinamak at hindi tinatanggap sa mundo.

Subalit, dapat ninyong malaman na ang paraan noong mga nakaisip ng dalawang pananaw ay nangyari lamang upang ituwid ang nabanggit na pagkakamali. Sa ganitong kadahilanan, kanilang napagpasyahan na ang katawan, na isang makina lamang ayon sa ikatlong paraan, ay hindi ang tunay na tao. Ang tunay na kaibuturan ng tao ay isang bagay na sa kabuuan ay kakaiba—hindi nakikita at hindi nararamdaman ng mga pandama. Ito ang 'sarili' ng tao, ang 'Ako.' Ang katawan at lahat ng nasa loob nito ay itinuturing na mga pag-aari ng walang hanggang espirituwal na 'Ako,' tulad ng kanilang sinulat.

Datapwat, sa kanilang sariling pag-amin, ang paraang ito ay malamya, dahil hindi nila maipaliwanag kung paano ang isang espirituwal na bagay, bilang kaluluwa o ang Ako, ay kayang pakilusin ang katawan o magpasya ng anuman para dito. Ito ay sa dahilang alinsunod sa pilosopikang katumpakan nito, ang espirituwal ay walang anupamang kaugnayan sa pisikal. Ito ay ganap na walang epekto dito, tulad ng sinulat nila mismo.

ANG PARATANG LABAN KAY RAMBAM (MAIMONIDES)

Gayunman, kahit wala itong ganitong katanungan, ang kanilang paraan ay marapat lamang ipagbawal sa mga Israel, tulad ng ating ipinaliwanag sa itaas. Ito'y mahalagang malaman na ang buong paratang kay Rambam ng mga pantas ng Israel at ang marahas na kapasyahan na sunugin ang kanyang mga aklat ay hindi dahil mayroon silang pagdududa sa pagiging matuwid at pagiging maka-Diyos ni Rambam mismo. Sa halip, ito'y dahil lamang sa paggamit niya ng pilosopiya at metapisika, na nasa kanilang rurok sa panahong iyon, bilang tulong sa kanyang mga aklat. Si Rambam ay ninais na hanguin sila mula dito, ngunit ang mga pantas ay hindi sumang-ayon sa kanya.

Kalabisan nang sabihin na ngayon, ang ating henerasyon ay nakita na ang metapisikang pilosopiya ay walang tunay na nilalaman na mahalagang pag-aksayahan ng isang tao ng kanyang panahon. Kaya't ito'y tiyakang ipinagbawal sa sinuman na humango ng kasiglahan mula sa mga salita nito.

Pagkakatapon at Katubusan

Pagkakatugma sa pagitan ng relihiyon at ang batas ng pag-unlad o bulag na pananampalataya.

> *""At sa mga bansang ito ay hindi magkakaroon ng pagpapahingalay."*
>
> -*Deuteronomio* 28:85

> *"At yaong dumarating sa iyong pag-iisip ay hindi magaganap, na inyong sinasabing kayo ay tutulad sa mga bansa, tutulad sa mga pamilya ng mga bansa."*
>
> -*Ezekiel* 20:32

Ang Maylikha ay malinaw na ipapakita sa atin na ang Israel ay hindi maaaring umiral sa pagkakatapon, at hindi makakatagpo ng kapahingahan na tulad ng mga bansang nakisalamuha sa ibang mga bansa, at nakatagpo ng kapahingahan, pumaloob at humalo, hanggang sa wala nang bakas na naiwan sa kanila. Hindi ang tahanan ng Israel. Ang bansang ito ay hindi makakatagpo ng kapahingahan sa gitna ng ibang mga bansa hangga't hindi nito natutupad ang talatang, 'At mula doon, hahanapin ninyo ang Panginoon na inyong Diyos, at matatagpuan ninyo Siya upang inyong angkinin nang buong puso at buong kaluluwa' (Deuteronomio 4:29).

Ito ay maaaring suriin sa pamamagitan ng pag-aaral ng Maykapal at ang talatang nagsabi tungkol sa atin, 'Ang Torah ay totoo at lahat ng salita dito ay totoo, at pighati sa atin habang nag-aalinlangan tayo sa katotohanan nito.' At sinasabi natin tungkol sa lahat ng pagsaway na nangyayari sa atin na ang mga yaon ay nagkataon lamang at bulag na pananampalataya. Ito ay mayroong tanging lunas—dalhin ang mga problema pabalik sa atin hanggang sa lawak na ating masaksihan na ang mga ito ay hindi nagkataon lamang, at sa halip ay hindi nagbabagong Pagpapala, na itinakda para sa atin ng Banal na Torah.

At kailangang linawin natin ang bagay na ito sa batas ng pag-unlad mismo: ang kalikasan ng matapat na Patnubay na ating natamo mula sa Banal na Torah, tulad ng salandas ng Torah sa Pagpapala (tingnan sa 'Dalawang Landas'), ang mas mabilis na pag-unlad na dumating sa atin kaysa sa ibang mga bayan. At dahil ang mga bumubuo ng bayan ay umunlad na ganito, naroon ang pangangailangan na sumulong at maging masinop sa lahat ng Mitzvot ng Torah. At sa kadahilanang tumanggi sila na gawin ito, at hinangad nilang isama ang kanilang makitid na pagkamakasarili—ibig sabihin, ang Lo Lishma (hindi sa Kanyang Pangalan)—ito ang nagtulak sa pagkawasak ng Unang Templo, dahil mas ninasa nila na itanyag ang kayamanan at kapangyarihan sa ibabaw ng katarungan tulad ng ibang mga bayan.

At dahil ipinagbawal ito ng Torah, itinakwil nila ang Torah at ang propesiya, at inampon ang gawi ng mga ibang bayan upang matamasa ang buhay na ang kahingian sa kanila ay maging sukdulan sa pagiging makasarili. At dahil ginawa nila ito, ang lakas ng Israel ay nadurog: ang ilan ay sumunod sa hari at mga sakim na opisyal, ang iba ay sumunod sa mga propeta. At ang pagkakahating iyon ay nagpatuloy hanggang sa pagguho ng Unang Templo.

Sa Ikalawang Templo, ito ay higit na kapansin-pansin, dahil sa ang simula ng paghihiwalay ay hayagang ipinakita ng mga walang-asal na alagad, sa pangunguna nina Tzadok at Bytos. Ang kanilang pag-aalsa laban sa ating mga pantas ay umiikot pangunahin sa usapin ng obligasyon ng Lishma, ayon sa sinabi ng ating mga pantas, 'Mga taong matalino, mag-ingat sa iyong mga salita.' Dahil hindi nila nais na huminto mula sa pagka-makasarili, lumikha sila ng mga komunidad ng ganitong bulok na uri, na naging isang malaking pangkat na tinawag na 'Tzdokim,' mga mayayaman at mga opisyal na tumugis sa mga makasariling hangarin na hindi katulad ng landas ng Torah. At nilabanan nila ang mga Prushim, na naging sanhi ng paghahari ng Romanong kaharian sa Israel. Sila ang mga yaong hindi pumayag na makipagkasundo sa mga palalo, tulad ng ating mga pantas ayon sa payo ng Torah, hanggang sa ang Templo ay nawasak at ang kaluwalhatian ng Israel ay lumisan.

ANG PAGKAKAIBA SA PAGITAN NG SEKULAR NA IDEYA AT RELIHIYOSONG IDEYA

Ang sekular na pananaw ay nagmumula sa pagiging tao kaya hindi maiaangat ang sarili ng higit sa pagiging tao. Samantalang ang kaisipan na nagmumula sa Tagapaglikha ay maaaring mag-angat sa sarili sa ibabaw ng sangkatauhan. Ito ay dahil ang batayan para sa isang sekular na huwaran ay sa pagkakapantay at ang kabayaran sa pagluluwalhati ng tao, at siya ay kumikilos upang itanyag sa mga mata ng mga tao. At bagaman ang isa'y minsang napapahiya sa mata ng mga kapwang kapanahon, ang isa ay umaasa sa kasunod pang mga henerasyon, at ito ay isang mahalagang bagay para sa kanya, katulad ng isang hiyas na nagpapasigla sa may-ari nito bagaman walang nakakaalam o pinahahalagahan ito.

Gayunman, ang isang relihiyosong ideya ay batay sa kaluwalhatian sa paningin ng Diyos. Samakatuwid, siya na sumusunod sa isang relihiyosong ideya ay maaaring maiangat ang kanyang sarili sa ibabaw nang pagiging-tao.

At ganoon ito sa gitna ng mga bansa kung saan tayo natapon. Hangga't sinusunod natin ang landas ng Torah, nanatili tayong ligtas, sapagkat batid ito ng lahat ng mga bansa na tayo ay isang maunlad na bansa at nais nila ang ating pakikipagtulungan. Pinagsasamantalahan nila tayo, bawat isa ayon sa kanilang sariling makasariling hangarin. Gayon pa man, tayo ay mayroon pa ring dakilang kapangyarihan sa mga bansa, sapagkat pagkatapos ng lahat ng pagsasamantala, nanatili pa rin ang isang magandang bahagi na naiwan para sa atin, na mas higit kaysa sa mga mamamayan ng lupain. Subalit dahil sa pagtalikod ng mga tao sa Torah sa kanilang pagnanais na maisagawa ang kanilang makasariling mga pakana, nalimot nila ang layunin ng buhay, ibig sabihin, ang gawain ng Diyos. At dahil ang mabunying layunin ay ipinagpalit sa makasariling layunin na magpasarap sa buhay, sinumang makatamo ng kapalaran ay nag-angat ng kanyang pansariling layunin, kakabit ang kabantugan at kariktan. Samantalang kung saan ang banal na tao ay isinaboy ang kanyang sobrang kayamanan sa kawanggawa, mabubuting gawa, pagtatayo ng mga gusali ng seminaryo, at iba pang pangangailangan ng nakararami, ang mga makasariling tao ay ginugol ang kanilang sobrang mga yaman sa kasiyahan ng buhay: pagkain at inumin, damit at mga alahas, at nakisabay sa mga prominente ng bawat bansa.

Sa pamamagitan ng mga salitang ito, ibig ko lang ipakita na ang Torah at ang likas na batas ng pag-unlad ay magka-agapay na kumikilos sa isang kamangha-manghang pagkakaisa kahit na sa bulag na pananampalataya. Kaya't ang mga masasamang pangyayari sa panahon ng ating pagkakatapon ay dulot ng pagwawaldas natin sa Torah. Na kung pinanghawakan natin ang mga kautusan ng Torah, walang kapahamakan na darating sa atin.

PAGKAKATUGMA AT PAGKAKAISA SA PAGITAN NG TORAH AT BULAG NA PANANAMPALATAYA AT ANG PAG-UNLAD NG PAGKALKULA NG TAO.

Kaya aking iminumungkahi sa Bayan ng Israel na sabihin sa ating mga problema, 'Tama Na!' at sa pinakamaliit, gumawa ang tao ng pagkalkula tungkol sa mga pakikipagsapalaran na kanilang hinahaplit sa atin sa oras-oras, muli't-muli, at maging dito rin sa ating bansa. Gusto nating mag-umpisa ng ating sariling patakaran sapagkat wala tayong pag-asang hawakan ng mahigpit ang lupaing ito hanggang hindi natin tinatanggap ang Torah ng walang pasubali, hanggang sa huling kundisyon ng gawaing Lishma (sa kanyang Pangalan) at hindi para sa sarili na may bahid ng pagiging makasarili, tulad ng aking pinatunayan sa artikulong 'Matan Torah.

Kung hindi natin itatatag ang ating mga sarili ayon dito, mayroong mga uri ng tao sa ating hanay na walang dudang matutulak sa kaliwa at sa kanan, tulad ng sa ibang bansa at higit pa. Ito ay dahil ang kalikasan ng isang maunlad ay sila'y hindi mapipigilan, dahil anumang mahalagang paniwala na nagmula sa isang taong may matigas na paniniwala ay hindi magyuyuko ng ulo nito sa harap ng anumang bagay at di kumikilala ng pagbibigayan. Ito ang dahilan kung bakit sinabi ng ating mga pantas na, 'Ang Israel ang pinaka-mabalasik sa mga bansa,' dahil ang isa na ang pag-iisip ay mas malawak ay pinaka-matigas ang ulo.

Ito ay isang batas sa sikolohiya. At kung hindi mo ako nauunawaan, humayo at pag-aralan ang araling ito sa mga kontemporaryong miyembro ng bansa: Habang nagsisimula pa lamang tayong magtayo, ang nagdaang panahon ay isiniwalat na ang ating kabangisan at mapag-giit na isipan, at kung saan ang isa ay nagtatayo, ang iba naman ay nagwawasak.

Ito ay batid ng lahat, ngunit mayroon lamang isang pagbabago sa aking mga salita: Naniniwala sila na sa katapusan, ang kabilang panig ay mauunawaan ang panganib at iyuyuko ang kanyang ulo at tatanggapin ang kanilang opinyon. Subalit alam ko na kahit na italing magkakasama sila sa isang daluyan (vessel), ang isa ay hindi papasailalim sa isa kahit kaunti, at walang panganib na makakapigil sa sinuman sa pagsasakatuparan ng kanyang ambisyon.

Sa isang salita: Hangga't hindi natin naiaangat ang ating layunin sa ibabaw ng buhay-pisikal, walang pagbuting magaganap sa ating pisikal na buhay dahil ang espirituwal at ang pisikal sa atin ay hindi maaaring magsama sa isang daluyan (vessel), sapagkat tayo ang mga anak ng ideya. At kahit na tayo ay nakatubog sa loob ng apatnapu't siyam na lagusang-daan ng materyalismo, hindi pa rin natin isusuko ang ideya. Kaya, ito ang banal na layunin para sa Kanyang pangalan na kailangan natin.

Isang Talumpati para sa Pagkumpleto ng Ang Zohar

Ito ay nalalaman na ang ninanais na layunin ng gawain sa Torah at Mitzvot ay mapalapit sa Lumikha, tulad ng nasusulat, 'at upang makapangunyapit sa Kanya.' Ating dapat maunawaan ano ang kahulugan ng Dvekut (Pagdikit) sa Maylikha. Pagkatapos ng lahat, ang pag-iisip ay walang pang-unawa sa Kanya kahit anupaman. Sa katunayan, tinalakay ng ating mga pantas ang tanong na ito sa harap ko, nagtanong tungkol sa taludtod, 'at upang kumapit ng mahigpit sa Kanya': 'Paano ang isa'y kakapit ng mahigpit sa Kanya? Pagkatapos ng lahat, Siya ay tumutupok na apoy.'

At sila'y sumagot, 'Kumapit ka sa Kanyang mga katangian: kung Siya ay maawain, ikaw ay maawain; sapagkat Siya ay mahabagin, ikaw ay mahabagin.' Ito ay nakakalito; paano ang ating mga pantas ay napalayo mula sa literal na teksto? Matapos ang lahat, ito ay tahasang nakasulat, 'at kumapit sa Kanya.' Kung ang ibig sabihin ay upang kumapit sa Kanyang mga katangian, dapat itong isulat, 'kumapit sa Kanyang mga kaparaanan.' Kaya bakit nito sinabi, 'at upang kumapit sa Kanya'?

Ang pangyayari na ito sa pisikal, na kumukuha ng espasyo, ay ating naiintindihan ang Dvekut (Pagdikit) bilang kalapitan ng lugar, at ating nalalaman ang hiwalay bilang kalayuan ng lugar. Datapwat, sa espiritualidad, na walang kinukuhang espasyo, ay hindi nangangahulugang kalapitan at kalayuan ng lugar. Ito'y dahil wala ang mga itong kinukuhang anupamang lugar. Sa halip, ating nauunawaan ang Dvekut (Pagdikit) bilang pagkakahalintulad ng anyo sa pagitan ng dalawang espirituwal, at ating nauunawaan ang hiwalay bilang pagkaka-taliwas sa anyo ng dalawang espirituwal.

Kung paanong ang palakol ay pumuputol at naghihiwalay ng isang materyal na bagay sa dalawa, na nagtatanggal ng mga bahagi mula sa isa't isa, ang pagkakataliwas ng anyo ay nakikilala ang espirituwal at hinati ito sa dalawa. Kung ang pagkakataliwas ng anyo sa pagitan ng mga ito ay maliit, sinasabi natin na sila ay hindi kalayuan sa isa't isa. At kung ang pagkakaiba ng anyo ay malaki, sinasabi natin na sila ay malayo sa isa't isa. At kung ang mga ito ay tunay na magkataliwas sa anyo, sinasabi natin na ang mga ito ay sukdulan ang layo sa isa't-isa bilang dalawang sukdulan ang pagkakaiba.

Bilang halimbawa, kapag ang dalawang tao ay napopoot sa isa't isa, ito ay sinasabi tungkol sa kanila na sila ay magkahiwalay mula sa isa't isa na parang Silangan sa Kanluran. At kung mahal nila ang isa't isa, sinasabi na sila ay magkadikit sa isa't isa na parang iisang katawan.

At wala itong kinalaman sa lapit o kalayuan ng kinalalagyan. Sa halip, ito ay tungkol sa pagkakahalintulad ng anyo o pagkakataliwas ng anyo. Ito ay dahil kapag nagmamahalan ang mga tao sa isa't isa, ito ay dahil may pagkakahalintulad ng anyo sa kanila. Dahil ang isang tao ay nagmamahal sa lahat ng bagay na minamahal ng isang kaibigan, at napopoot sa lahat ng kinamumuhian ng kaibigan, nakaugnay sila sa isa't isa at nagmamahal sa isa't isa.

Datapwat, kung may pagkakataliwas ng anyo sa kanila, at ang isa ay nagmamahal ng isang bagay kahit na ang kaibigan ay napopoot sa bagay na yaon, sila ay napopoot sa isa't isa at malayo sa isa't isa hanggang sa lawak ng kanilang pagkakataliwas ng anyo. At kung sila ay magkasalungat na ang lahat na minamahal ng isa ay kinapopootan ng kaibigan, sinasabi tungkol sa kanila na sila ay magkalayo at magkahiwalay na parang Silangan at Kanluran.

At nakita ninyo na ang pagkakataliwas ng anyo sa espirituwalidad ay nagsisilbing parang palakol na naghihiwalay sa pisikal. Katulad nito, ang agwat ng kalayuan ng lokasyon at ang sukatan ng pagkakahiwalay ng mga ito ay nakasalalay sa laki ng pagkakataliwas ng anyo sa pagitan nila. Gayundin, ang sukatan ng *Dvekut* (Pagdikit) sa pagitan ng mga ito ay mababatay sa lapit ng pagkakahalintulad ng anyo sa pagitan nila.

Ngayon ay naiintindihan natin kung gaano katumpak ang ating mga pantas nang binigyang-kahulugan nila ang talata, "at upang makakapit ng mahigpit sa Kanya," ay upang maangkin ang Kanyang mga katangian-kung Siya ay maawain, ikaw ay maawain; samantalang Siya ay mahabagin, ikaw ay mahabagin. Hindi nila pinalayo ang teksto mula sa literal na kahulugan. Sa kabaligtaran, binigyang-kahulugan nila ang teksto nang tumpak ayon sa literal na kahulugan nito, dahil ang espirituwal na *Dvekut* (Pagdikit) ay maaari lamang mailarawan bilang pagkahalintulad ng anyo. Samakatuwid, sa pamamagitan ng pagkahalintulad ng ating anyo sa anyo ng Kanyang mga katangian, tayo ay napapalapit sa Kanya.

Ito ang dahilan kung bakit nila sinabi, "kung Siya ay maawain." Sa ibang salita, ang lahat ng Kanyang mga aksyon ay upang magkaloob at makinabang ang iba, at hindi para sa Kanyang sariling kapakinabangan, dahil wala Siyang kakulangan na nangangailangan ng kahustuhan. At gayundin, wala Siyang kahit sinuman na pagtatanggapan. Katulad nito, ang lahat ng inyong mga aksyon ay upang magkaloob at makinabang ang iba. Kaya, ipapantay ninyo ang inyong anyo sa anyo ng mga katangian ng Lumikha, at ito ang espirituwal na *Dvekut* (Pagdikit).

May pag-aninaw sa "pag-iisip" at pag-aninaw ng "puso" sa nabanggit na pagkakahalintulad ng anyo. Ang pakikipag-ugnayan sa Torah at *Mitzvot* upang magkaloob ang kasiyahan sa isang Lumikha ay paghahalintulad ng anyo sa pag-iisip. Ito ay dahil hindi iniisip ng Tagapaglikha ang Kanyang sarili-kung Siya ay umiiral o kaya'y pinapatnubayan

Niya ang Kanyang mga nilikha, at iba pang mga katanungan. Katulad dito, ang isang nagnanais na makamtan ang pagkahalintulad ng anyo ay hindi dapat isipinang mga bagay na ito rin, dahil maliwanag na hindi iniisip ng Lumikha ang mga ito, dahil walang higit na malaking pagkakataliwas ng anyo maliban riyan. Kaya, ang sinumang nag-iisip ng mga bagay na iyan ay tiyak na nakawalay sa Kanya, at hindi makakamtan ang kahalintulad na anyo.

Ito ang sinabi ng ating mga pantas, 'Hayaang lahat ng inyong pagkilos ay para sa Lumikha,' yaong Dvekut (Pagdikit) sa Lumikha. Huwag gumawa ng anupaman na hindi nagtataguyod ng layunin ng Dvekut (Pagdikit). Ang ibig sabihin nito, ang lahat ng inyong kilos ay magkaloob at makinabang ang inyong kapwa. Ito ang buong Dvekut (Pagdikit).

At tayo ay maaring magtanong ukol dito, 'Paanong ang lahat ng pagkilos ng isa'y para sa kapakinabangan ng iba? Kung ang isa'y kailangan maghanap-buhay upang itawid ang sarili at kanyang pamilya.' Ang kasagutan ay, na yaong mga gawa na para sa mga pangangailangan na kinakailangan upang mabuhay, ang ganitong pangangailangan ay hindi pinupuri o kaya'y hinuhusgahan. Ito ay hindi itinuturing na gumagawa para sa isang sarili, kahit ano pa man.

Ang sinumang mag-usisa sa puso ng mga bagay-bagay ay tiyak na mamamangha kung paano makakamit ng isa ang ganap na pagkahalintulad ng anyo, na ang lahat ng mga pagkilos ay pagbibigay sa iba, samantalang ang pinaka-buod ng tao ay tumanggap lamang para sa sarili. Sa likas na katangian, hindi natin magagawa kahit ang pinakamaliit na bagay upang makinabang ang iba. Sa halip, kapag nagbigay tayo sa iba, di-mapipigilan tayo'y umaasa na sa huli, makakatanggap tayo ng isang kapaki-pakinabang na gantimpala. Kung ang isa ay may pagdududa sa gantimpala, ang isang tao ay hindi kikilos. Kung gayon, paanong ang bawat pagkilos ng isa ay tanging pagkakaloob lamang sa iba at hindi para sa sarili?

Sa katunayan, inaamin ko na ito ay isang napakahirap na bagay. Ang isa'y hindi mababago ang likas na katangian ng sariling pagkakalikha, na tanging pagtanggap lamang para sa sarili, lalo't higit, na baliktarin ang kalikasan ng isang tao mula sa magkabilang dulo ng katangian, ibig sabihin, na hindi tumanggap ng anuman para sa sarili, kundi kumilos lamang upang magkaloob.

Kaya, ito ang dahilan kung bakit binigyan tayo ng Tagapaglikha ng Torah at *Mitzvot*, na iniutos sa atin na gawin lamang upang makapagbigay ng kasiyahan sa Lumikha. Kung hindi lamang sa pakikipag-ugnayan sa Torah at *Mitzvot Lishma* (para sa Kanyang Pangalan), upang maghatid ng kasiyahan sa Maylalang sa kanila, at hindi upang makinabang ang ating sarili, walang anomang taktika sa mundo na makatutulong sa atin na salungatin ang ating kalikasan.

Ngayon ay maaari mong maunawaan ang kahigpitan ng pagtuon sa Torah at *Mitzvot Lishma*. Kung ang intensyon ng isang tao sa Torah at *Mitzvot* ay hindi makinabang ang Lumikha, kundi ang sarili, hindi lamang ang panloob na kalikasan na tumanggap ay hindi mababaligtad, sa halip ang kanyang pangloob na katangiang tumanggap ay mas hihigit pa sa kung ano ang ibinigay na likas na katangian ng kanyang pagkakalikha.

Ngunit ano ang mga katangian ng isang ginantimpalaan ng *Dvekut* (Pagdikit) sa Lumikha? Ang mga ito ay hindi tinukoy kahit saan, maliban sa banayad na pagpapahiwatig. Gayunpaman, upang linawin ang mga bagay sa aking sanaysay, kailangan kong ibunyag nang kaunti, hangga't kinakailangan.

Ipaliliwanag ko ang mga bagay na ito sa isang alegorya. Ang katawan at iba't-ibang bahagi nito ay isa. Ang buong katawan ay nagpapalitan ng mga kaisipan at pakiramdam tungkol sa bawat isa nitong bahagi. Halimbawa, kung ang buong katawan ay nag-isip na ang isang bahagi ng katawan ay dapat magsilbi at magbigay ng ginhawa dito, agad na malalaman ng bahaging iyon ang pag-iisip na iyon at ibibigay ang inaasahang kasiyahan. Gayundin, kung ang isang bahagi ay nag-iisip at nararamdaman na ang lugar na kinalalagyan ay makitid, kaagad ay malalaman ng katawan ang pag-iisip at pakiramdam na ito at ililipat ito sa isang maginhawang lugar.

Gayunpaman, kung ang isang bahagi ay ihihiwalay mula sa katawan, magiging dalawang magkahiwalay na bagay sila; ang nalalabing bahagi ng katawan ay hindi na makikilala ang mga pangangailangan ng pinaghiwalay na bahagi, at hindi rin malalaman ng bahaging iyon ang mga kaisipan ng katawan upang makinabang at paglingkuran ito. Ngunit kung dumating ang isang manggagamot at ikabit muli ang bahagi ng katawan, ang bahaging iyon ay muling malalaman ang mga kaisipan at pangangailangan ng iba pang bahagi ng katawan, at ang nalalabing bahagi ng katawan ay muling makikilala ang mga pangangailangan ng naturang bahagi.

Ayon sa alegoryang ito, mauunawaan natin ang gantimpala ng *Dvekut* (Pagdikit) sa Maylikha. Ipinahayag ko na ito sa aking 'Pagpapakilala sa The Book of Zohar' (*Introduction to The Book of Zohar*), Item 9, na ang kaluluwa ay isang ilaw o liwanag na lumilitaw mula sa Kaibuturan ng Maylikha. Ang ilaw o liwanag na ito ay inihiwalay mula sa Maylikha at binigyan ng kalooban na tumanggap. Ito ay dahil ang Kaisipan ng Paglikha ay magdudulot ng kabutihan sa Kanyang mga nilikha, kaya ipinagkaloob sa bawat kaluluwa ang likas na pagnanais na tumanggap ng kasiyahan. Sa gayon, ang anyong kalooban na tumanggap ay naghiwalay mula sa ilaw na ito, at naging hiwalay na bahagi sa Kanyang Kaibuturan.

Sumusunod dito na ang bawat kaluluwa ay nakapaloob sa Kanyang Esensya bago ito nalikha. Ngunit sa paglikha, ibig sabihin, kasabay ng kaloobang tumanggap ng kasiyahan na ikinintal dito, ito ay umangkin ng pagkakaiba ng anyo at nahiwalay mula sa Lumikha, na ang tanging nais ay magkaloob. Ito ay dahil, gaya ng ipinaliwanag natin sa itaas, ang pagkakaiba ng anyo ay naghihiwalay sa kabanalan, tulad ng gawa ng palakol sa pisikal na mundo.

Kaya, ngayon ang kaluluwa ay ganap na katulad ng alegorya ng isang bahagi na pinutol at nahiwalay mula sa katawan. Bago ang paghihiwalay, sila — ang bahagi at ang buong katawan — ay iisa, at nagpapalitan ng mga kaisipan at sensasyon sa isa't isa. Ngunit pagkatapos maputol ang bahagi mula sa katawan, sila ay naging dalawang hiwalay na nilalang. Ngayon, ang isa ay hindi na nakakaalam ng mga saloobin at pangangailangan ng isa pa. Mas lalo pa, pagkatapos na ang kaluluwa ay mabihisan ng katawan sa mundong ito, ang lahat ng mga koneksyon na mayroon sila bago ang paghihiwalay mula sa Kanyang Esensya ay tumigil. Kaya't sila ay naging dalawang ganap na hiwalay na nilalang.

Ngayon ating madaling mauunawaan ang katangian ng isang nagantimpalaan ng pagdikit sa Kanya. Ito'y ibig sabihin na siya ay nagantimpalaan ng pagkakahalintulad ng kaanyuan ng Maylikha nang baligtarin ang loobin na tumanggap na nakatatak sa kanya sa pamamagitan ng Torah at *Mitzvot*. Ito ang mismong bagay na naghiwalay sa kanya mula sa Kanyang Esensya, at ginawa itong maging loobin na magkaloob. At ang lahat ng pagkilos ng isa ay tanging loobin na magkaloob at para sa kapakinabangan ng iba, dahil sa pagkakatulad ng kanyang anyo sa Maylikha. Kasunod dito, ang isa ay tulad ng bahagi ng katawan na pinutol at muling ikinabit sa katawan: alam ang mga kaisipan ng lahat ng bahagi ng katawan muli, tulad ng pagkakaalam nito bago ito inihiwalay sa katawan.

Ang kaluluwa ay tulad din niyon: pagkatapos nitong mag-angkin ng pagkakatulad sa Kanya, alam muli nito ang Kanyang Kaisipan tulad ng pagkaalam nito bago ito nahiwalay sa Kanya dahil sa pagkataliwas ng anyo ng loobing tumanggap. Kung gayon, ang talatang, "kilalanin mo ang Diyos ng iyong ama," ay namumuhay sa kanya, tulad ng isang nagantimpalaan ng ganap na kaalaman, na Makadiyos na kaalaman. At, ang isa ay nagantimpalaan din ng lahat ng lihim ng Torah, dahil ang Kanyang Kaisipan ay ang mga lihim ng *Torah*.

Ito ang sinabi ni Rabbi Meir: "Ang lahat ng nag-aaral ng Torah Lishma (Sa Kanyang Pangalan) ay pinagkakalooban ng maraming bagay. Ang lihim ng Torah ay inihahayag sa kanila, at sila ay nagiging tulad ng laging dumadaloy na sibol." Tulad ng ating nabanggit, sa pamamagitan ng paglahok sa Torah *Lishma*, ibig sabihin sa pag-lalayon na maghatid ng kasiyahan sa kanyang Maylikha, sa pamamagitan ng paglahok sa Torah at hindi para sa sariling pakinabang, ang isa ay makakatiyak ng pagdikit sa Maylikha. Ito'y nangangahulugan na ang isa ay makakamit ang pagkatulad ng anyo at lahat ng magiging pagkilos ay upang magbigay ng kapakinabangan sa iba at hindi sa sarili lamang. Ito'y tulad sa Maylikha na ang lahat ng pagkilos ay magkaloob at biyayaan ang iba.

Sa ganito, ang isa ay bumabalik sa Pagdikit sa Lumikha, tulad ng kaluluwa bago ito nalikha. Kaya, ang isa'y binibiyayaan ng maraming mga bagay, at ginagantimpalaan ng mga lihim at lasa ng Torah, at nagiging katulad ng laging dumadaloy na sibol. Ito ay dahil sa pag-aalis ng mga partisyon na nagwawalay sa isa mula sa Lumikha, kaya siya ay napasa-Kanyang muli, tulad ng bago pa man ang isa ay nalikha.

Katunayan, ang buong Torah, nakahayag at nakalihim, ay ang Kaisipan ng Lumikha, at walang pinagkaiba. Subalit, ito ay tulad ng isang taong nalulunod, na ang kaibigan ay naghagis ng lubid sa kanya upang iligtas siya. Kung ang nalulunod ay maabot ang lubid sa malapit, ang kanyang kaibigan ay masasagip siya at mahahatak siya mula sa tubig.

Ang Torah ay tulad din nito. Bilang kabuuan ng Kaisipan ng Lumikha, ito ay parang lubid na inihahagis ng Lumikha sa mga tao upang masagip sila at mahila sila papalabas ng Klipot (shells). Ang dulo ng lubid na malapit sa lahat ng tao ay ang nakahayag na Torah, na hindi nangangailangan ng intensyon o pag-iisip. Higit pa rito, kahit na mayroon maling pag-iisip sa *Mitzvot* (good deeds), ito ay tinatanggap pa rin ng Lumikha tulad ng nasusulat, "Ang isa ay dapat palaging lumalahok sa Torah Mitzvot *Lo Lishma* (hindi para sa Kanyang Ngalan) dahil mula sa *Lo Lishma*, siya ay hahantong sa Lishma (sa Kanyang Ngalan)."

Kaya, ang Torah at *Mitzvot* ay ang dulo ng lubid at walang tao sa mundo na hindi mahahawakan ito. Kung ang isa ay mahigpit na hahawakan ito, ibig sabihin magantimpalaan ng paglahok sa Torah at *Mitzvot Lo Lishma*, na maghatid ng kasiyahan sa Lumikha at hindi sa sarili, ang Torah at *Mitzvot* ay mag-aakay sa isa tungo sa pagkatulad ng anyo sa Lumikha. Ito ang kahulugan ng "at upang mangunyapit sa Kanya."

Sa panahong yaon, ang isa ay mabibiyayaan ng pagkakamit ng lahat ng Kaisipan ng Lumikha, tinawag na "lihim ng Torah" at "lasa ng Torah" na pinaka-dulo ng lubid. Datapwat, ang isa ay binibiyaan lamang nito matapos ang isa ay makamit ang ganap na *Dvekut* (pagdikit).

Ang dahilan ng paghahambing natin ng Kaisipan ng Lumikha, ibig sabihin ang lihim ng Torah at mga lasa ng Torah, sa isang lubid ay maraming mga antas sa pagkakatulad ng anyo sa Lumikha. Kaya, maraming antas sa lubid, sa pagkakamit ng mga lihim ng Torah. Ang isang sukatan sa pagkakamit ng mga lihim ng Torah, sa pag-alam ng Kaniyang mga Saloobin, ay tulad ng pagsukat ng pagkakatulad ng anyo sa may Lumikha.

Sa pangkalahatan, ay may limang antas: *Nefesh, Ruach, Neshama, Haya, Yechida*, at bawat isa ay binubuo ng lahat ng mga ito. Gayundin, ang bawat isa ay naglalaman din ng limang antas, at bawat isa ay naglalaman ng hindi bababa sa dalawampu't limang antas.

Ang mga ito ay tinatawag ding "mga mundo," gaya ng sinabi ng ating mga pantas, "Ang Lumikha ay nakalaan na bigyan ang bawat mabubuti ng 310 mundo." At ang dahilan kung bakit ang mga antas ng pagkakamit sa Kanya ay tinatawag na "mundo" ay may dalawang kahulugan sa pangalang Olam (Mundo):

1. **Ang lahat na pumasok sa mundong yaon ay mayroong parehong pakiramdam; kung ano ang makikita, maririnig at mararamdaman, lahat ng naroroon sa mundong yaon ay makikita, maririnig at mararamdaman, din.**
2. **Lahat ng naroroon doon sa "nakatagong" mundo ay hindi malalaman o makakamit ang anumang bagay sa ibang mundo. At gayundin, ang dalawang antas na ito ay nasa pagkakamit.**
   1. Sinuman na pinagkalooban ng isang natukoy na antas ay malalaman at makakamit niyon ang lahat ng bagay ng isang nakarating sa ganoong antas, sa lahat ng generasyon na nagdaan at yaong mga darating pa. At siya ay mayroong kaparehong pagkakamit tulad nila na parang silang nasa parehong mundo.
   2. Lahat ng nakarating sa ganoong antas ay hindi makakayang malaman o makamit ang umiiral sa ibang antas. Ito ay katulad dito sa mundo: sila'y hindi malalaman ang anumang umiiral sa mundo ng katotohanan. Ito ang kung bakit ang mga antas ay tinawag na "mundo."

Kaya, yaong may mga nakamit ay kayang sumulat ng mga aklat at ilagay ang kanilang nakamit sa panulat sa mga pahiwatig at mga alegorya. Sila'y mauunawaan ng lahat ng mga napagkalooban ng mga antas na inilalarawan ng mga aklat, at sila'y magkakaroon ng kaparehong pagkakamit sa kanila. Ngunit yaong mga hindi napagkalooban ng ganap na sukat ng mga antas na katulad ng mga may-akda sila'y hindi maiintidihan ang mga pahiwatig. Lalu't-higit yaong mga hindi nabiyayaan ng kahit anumang pagkakamit; sila'y hindi makakaunawa ng kahit isang bagay sa mga ito, sapagkat sila'y walang kaparehong pagkakamit.

Atin nang nabanggit na ang ganap na *Dvekut* at ganap na pagkakamit ay nahahati sa 125 antas. Kung gayon, bago sa mga araw ng Mesiyas, imposible na mabiyayaan ng lahat ng 125 antas. At mayroon dalawang pagkakaiba sa pagitan ng heneryson ng Mesiyas at iba pang mga heneresyon:

1. Tanging sa heneryson ng Mesiyas na maaaring matamo ang 125 antas, at hindi sa iba pang heneryson.
2. Sa buong mga heneryson, yaong mga naka-akyat at nagantimpalaan ng Dvekut ay kakaunti, tulad ng sinulat ng ating mga pantas sa talata, "Ako'y nakatagpo ng isang tao mula sa isang libo; isang libo ang pumasok sa silid, at isa ang lumabas upang magturo." Ibig sabihin sa Dvekut at pagkakamit. Ito'y tulad ng kanilang sinabi, "at ang lupa ay matitigib nang kaalaman sa Panginoon." At sila'y hindi na magtuturo ang isang bawat tao sa kanyang kapitbahay, at bawat isang tao sa kanyang kapatid, sinabing; "Kilalanin ang Panginoon; at sila'y makakakilala lahat sa Akin, mula sa pinaka-aba sa kanila hanggang sa pinakadakila sa kanila."

Ang nabubukod ay si Rashbi at kanyang heneryson, ang mga may-akda ng *Ang Zohar*, mga pinagkalooban ng lahat ng 125 antas sa kaganapan, kahit ito'y bago sa panahon ng Mesiyas. Ito'y nabanggit sa kanya at sa kanyang mga taga-sunod: "Ang isang pantas ay mas kanais-nais kaysa isang propeta." Kaya't ating madalas makikita sa *Ang Zohar* na walang katulad na heneryson ang kay Rashbi hanggang sa heneryson ng Haring Mesiyas. Ito'y kaya kung bakit ang kanyang sinulat ay lumikha ng napakalaking pagyanig sa mundo, dahil ang mga lihim ng Torah sa loob nito ay sumaklaw sa lahat ng baitang ng lahat ng 125 na antas.

Kaya, ito'y binanggit sa *Ang Zohar* na *The Book of Zohar* (Ang Aklat ng Zohar) ay ihahayag lamang sa Katapusan ng mga Araw, ang mga araw ng Mesiyas. Ito ay dahil atin nang sinabi na kung ang mga antas ng mga estudyante ay wala sa ganap na suka*tan* ng antas ng mga may-akda, hindi nila mauunawaan ang mga pahiwatig, dahil sila'y walang kaparehong pagkakamit.

At sa kadahilanan na ang antas ng mga may-akda ng *Ang Zohar* ay nasa lahat na baitang ng 125 antas, sila'y hindi makakapag-kamit nang bago sa panahon ng Mesiyas. At kasunod dito, walang kaparehong pagkakamit sa mga may-akda ng *Ang Zohar* ang heneryson bago sa panahon ng Mesiyas. Kaya *Ang Zohar* ay hindi maihahayag sa heneryson bago sa heneryson ng Mesiyas.

At ito ay isang malinaw na patunay na ang ating heneryson ay dumating sa mga araw ng Mesiyas. Nakita natin na ang lahat ng mga interpretasyon ng The Book of Zohar(Ang Aklat ng Zohar) bago pa man tayo ay hindi nilinaw ng mga sampung porsiyento ng mga mahirap na lugar sa Ang Zohar. At sa kaunting paglilinaw, Aang kanilang mga salita ay halos kasiraan bilang mga salita ng Ang Zohar mismo.

Subalit sa ating henerasyon tayo'y biniyayaan ng komentaryo ng Sulam (Bahagdan), isang kumpletong interpretasyon ng lahat na salita ng Zohar. Dagdag pa rito, hindi lamang ito nag-iwan ng di-malinaw na bagay sa kabuuan ng Ang Zohar nang walang interpretasyon nito, ang paglilinaw ay ginawa sa isang tuwirang pagsusuri na sinumang intermedyanteng estudyante ay mauunawaan ito. At dahil ang Zohar ay lumitaw sa ating henerasyon, ito ay malinaw na katunayan na tayo ay nasa panahon na ng Mesiyas, sa pasimula ng henerasyon na kung saan ay sinabing, "at ang lupa ay matitigib ng kaalaman sa Panginoon."

Dapat nating malaman na ang mga espirituwal na bagay ay hindi katulad ng mga pisikal na bagay, kung saan ang pagbibigay at pagtanggap ay dumarating na bilang isa. Sa espirituwal, ang sandali ng pagbibigay at sandali ng pagtanggap ay magkahiwalay. Ito ay dahil una, ito ay binigay mula sa Lumikha patungo sa tumatanggap, at sa pagtanggap na ito, Kanya lamang binibigyan siya ng pagkakataon na tumanggap. Gayunpaman, wala pa siyang matatanggap muna habang hindi pa siya sa tamang paraan, pinabanal at pinadalisay. At doon, ang isa ay gagantimpalaan ng pagtanggap nito. Kaya, dito'y maaaring mangailangan ng mahabang panahon sa pagitan ng sandali ng pagbibigay at sandali ng pagtanggap.

Kaya ayon dito, ang sinasabi na ang henerasyong ito ay dumating na sa talatang "at ang lupa ay matitigib ng kaalaman sa Panginoon," ay tumutukoy lamang sa pagbibigay. Kaya tayo'y hindi pa dumarating sa katayuan ng pagtanggap. Kapag tayo ay pinabanal, pinadalisay, at nakapag-aral at nagbuhos ng sapat na panahon, ang sandali ng pagtanggap ay darating, at ang talatang, "at ang lupa ay matitigib ng kaalaman sa Panginoon," ay magiging totoo sa atin.

Gayundin, ito ay batid na ang katubusan at ang kumpletong pagkakamit ay magkakaugnay. Ang katibayan ay ang sinumang naaakit sa mga lihim ng Torah ay naaakit din sa bayan ng Israel. Ito ang dahilan kung bakit tayo pinangakuan, "sapagkat ang lupa ay mapupuno ng kaalaman sa Panginoon," lamang sa Pagtatapos ng mga Araw, sa panahon ng pagtutubos.

Samakatuwid, dahil sa hindi pa tayo nagagantimpalaan ng panahon ng pagtanggap sa kumpletong pagkakamit, at tanging panahon lamang ng pagbibigay, kung saan tayo ay binigyan ng isang pagkakataon upang makuha ang kumpletong pagkakamit, at gayundin, ng katubusan. Tayo ay nagantimpalaan lamang nito sa anyo ng pagbibigay. Ang katotohanan ng mga bagay na ang Lumikha ay pinalaya ang ating banal na lupain mula sa mga dayuhan at ibinalik ito sa atin, ngunit hindi natin natanggap ang lupain sa sarili nating pamamahala, dahil ang panahon ng pagtanggap ay hindi pa dumating, tulad ng ipinaliwanag natin tungkol sa ganap na pagkakamit.

Kaya, Siya ay nagkaloob subalit tayo ay hindi pa nakatanggap. Pagkatapos ng lahat, wala tayong kalayaan sa ekonomiya, at walang kalayaan sa pulitika kung walang kalayaan sa kabuhayan. Dagdag pa rito, walang katubusan ng katawan kung walang katubusan ng kaluluwa. At habang ang karamihan ng mamamayan ay bihag ng banyagang kaisipan at kultura ng ibang bansa at walang kakayahan sa relihiyon at kultura ng Israel, ang katawan din ay bihag din ng mga dayuhang puwersa. Sa ganitong banda, ang lupa ay nasa kamay pa rin ng mga dayuhan.

Ang katunayan ay walang isa man na natutuwa tungkol sa katubusan, na marapat naman sa katubusan pagkaraan ng dalawang libong taon. Hindi lamang na yaong mga nasa Diyaspora (nasa labas ng Israel) ay hindi interesado na bumalik sa atin at magsaya sa katubusan, pati ang malaking bilang ng mga natubos at namumuhay na sa ating kalagitnaan ay balisa sa paghihintay na mawala na ang katubusang ito upang sila ay makabalik na sa Diyaspora, kung saan sila nanggaling.

Kaya, kahit na ang Lumikha ay itinawid na ang lupa mula sa kamay ng mga dayuhan at ipinagkaloob na sa atin, hindi pa rin natin ito natatanggap. Hindi natin tinatamasa ito. Subalit sa pagbibigay Niyang ito, ang Lumikha ay binigyan tayo ng pagkakataon para sa katubusan, upang mapadalisay at maging banal at akuin ang gawain ng Diyos sa Torah at Mitzvot Lishma. At sa oras na iyon, ang Templo ay itatayo at tatanggapin natin ang lupa sa ating pamamahala. At doon, ating mararanasan at mararamdaman ang galak ng katubusan.

Subalit hangga't hindi natin nararating yaon, walang magiging pagbabago. Walang pagkakaiba sa pagitan ng kasalukuyang pamamalakad sa bayan at sa nakagawian na, nang ito ay nasa kamay pa ng mga dayuhan—sa batas, sa kabuhayan, at sa gawain para sa Diyos. Kaya ang tanging nasa atin ay isang pagkakataon sa katubusan.

Kasunod nito, ang ating heneransyon ay ang heneransyon ng mga araw ng Mesiyas. Ito ang dahilan kung bakit tayo nabigyan ng pagtubos ng ating banal na lupain mula sa mga kamay ng mga dayuhan. Tayo rin ay ginantimpalaan ng paghahayag ng Aklat ng Zohar, na siyang simula ng pagsasakatuparan ng taludtod: 'Sapagkat ang lupa ay mapupuno ng kaalaman sa Panginoon.' 'At hindi na sila magtuturo... sapagkat silang lahat ay makikilala Ako, mula sa pinakamaliit sa kanila hanggang sa pinakadakila sa kanila.'

Gayunpaman, sa dalawang yaon, tayo ay nagantimpalaan lamang ng pagbibigay mula sa Maylalang, ngunit wala tayong natanggap na anuman sa ating sariling mga kamay. Sa halip, binigyan tayo ng pagkakataong magsimula sa gawain ng Diyos, upang makibahagi sa Torah at Mitzvot Lishma. Pagkatapos ay mabibigyan tayo ng malaking tagumpay na ipinangako sa heneransyon ng Mesiyas, na hindi nalaman ng lahat ng heneransyong nauna sa atin. At pagkatapos ay gagantimpalaan tayo ng oras ng pagtanggap ng parehong kumpletong pagkakamit at ang kumpletong katubusan.

Sa gayon, lubusan nating ipinaliwanag ang tugon ng ating mga pantas sa tanong: 'Paano posibleng kumapit nang mahigpit sa Kanya?' — na sinabi nila na ang kahulugan ay 'dumikit sa Kanyang mga katangian.' Ito ay totoo sa dalawang kadahilanan:

1. **Ang Espirituwal na *Dvekut* ay hindi lapit ng lugar, ngunit sa pagkakatulad ng anyo.**
2. **Dahil ang kaluluwa ay nahiwalay mula sa Kanyang Esensya dahil lamang sa kaloobang tumanggap, na ikinintal ng Maykapal dito, sa sandaling paghiwalayin Niya ang kaloobang tumanggap mula rito, ito ay natural lamang na bumalik sa dating Dvekut na kasama sa Kanyang Esensya.**

Gayunpaman, ang lahat ng ito ay nasa teorya. Sa katunayan, hindi nila sinagot ang anumang bagay na may paliwanag sa pagkapit sa Kanyang mga katangian, na ibig sabihin ay upang mahiwalay ang kaloobang tumanggap, na nakakintal sa kalikasan ng Paglikha, at patungo sa kaloobang magkaloob—ang kabaligtaran ng kalikasan nito.

At kung ano ang ating ipinaliwanag—na ang isang taong nalulunod sa ilog ay dapat na mahigpit na kumapit sa lubid—at bago ang isa ay makilahok sa Torah at Mitzvot Lishma sa isang paraan na hindi siya babalik sa kahangalan, hindi ito maituturing na mahigpit na pagkapit sa lubid, ang katanungan ay bumabalik: Saan makakahanap ang isang tao ng kaganyakang buong-pusong magsikap lamang upang makapaghatid ng kasiyahan sa kanyang Lumikha?

Pagkatapos ng lahat, ang isang tao ay hindi maaaring gumawa ng isang pagkilos nang walang anumang pakinabang para sa sarili, tulad ng isang makina na hindi maaaring gumana nang walang gasolina. At kung walang pagbibigay-kasiyahan sa sarili, at tanging kasiyahan lamang para sa kanyang Lumikha, ang isa ay walang gatong upang gumana.

Ang kasagutan ay: ang sinumang makatamo ng sapat ng Kanyang kadakilaan, ang pagka-kaloob na iginagawad ng isa sa Kanya ay nagiging pagtanggap. Tulad ng nasusulat sa *Masechet Kidushin* (p. 7): Sa isang Nakatataas na tao, kapag ang babae ang nagbigay sa kanya ng pera, ito ay maituturing na pagtatanggap para sa kanya, at ang babae ay naging banal.

At ito'y gayundin sa Maylikha: kung ang isa'y matamo ang Kanyang kadakilaan, wala nang hihigit pa na pagtanggap tulad ng pagbibigay ng kasiyahan sa Kanyang Lumikha. Ito ay sapat na dahilan upang ang isa ay magsikap at buong pusong pag-ibayuhin ang pagbibigay ng kasiyahan sa Kanya. Subali't malinaw na habang hindi pa natatamo nang husto ng isa ang Kanyang kadakilaan, ang isa'y hindi ituturing ang pagbibigay ng kasiyahan sa Maylikha na sapat na pagtanggap upang kaniyang ihandog ang kanyang puso at kaluluwa sa Tagapaglikha.

Kaya, sa bawat sandali, ang isa'y tunay na naisin lamang na maghatid ng kasiyahan sa kanyang Lumikha at hindi sa sarili. Ang isa'y kagyat na mawawalan ng lakas sa gawain, tulad ng isang makina na walang gasolina, dahil ang isang tao ay hindi mapapagalaw ang isang bahagi ng katawan nang walang pakinabang para dito. Lalo't higit kung malaking gawain na pagbibigay ng isa ng puso't kaluluwa, na kahilingan ng Torah. Walang alinlangan, ang isa'y hindi magagawa ito nang walang matatanggap na kasiyahan para sa kanyang sarili.

Katunayan, sa pagkakamit ng Kanyang kadakilaan sa isang paraan na ang pagkakaloob ay nagiging pagtanggap, tulad ng nabanggit tungkol sa Kataasan na tao, sa kabuuan ay hindi naman mahirap. Ang bawat isa ay nakakaalam sa kadakilaan ng Maylikha, na lumikha ng lahat ng bagay at tumutupok sa lahat ng bagay, walang pinagmulan at wala ding katapusan at yaong kanyang kadakilaan ay walang hangganan.

Gayunpaman, ang kahirapan diyan ay ang sukatan ng kadakilaan ay hindi nakasalalay sa indibidwal, kundi sa kapaligiran. Halimbawa, kahit na ang isa ay puno ng mga katangian, ngunit ang kapaligiran ay hindi siya pinahahalagahan bilang ganito, siya ay palaging malulumbay at hindi maipagmamalaki ang kanyang mga katangian, bagaman wala siyang pag-aalinlangan sa katotohanan ng mga ito. At sa kabaligtaran, ang isang tao na walang mabuting katangian, subalit kinikilala ng kapaligiran na parang may magandang katangian, ang taong iyon ay mapupuspos ng pagmamalaki, dahil ang sukatan ng kahalagahan at kadakilaan ay ganap na ibinibigay ng kapaligiran.

At habang ang isa ay nakikita kung paanong ang isang kapaligiran ay minamaliit ang Kanyang gawa at hindi pinahahalagahan ng tama ang Kanyang kadakilaan, ang isa'y hindi mapapangibabawan ang kapaligiran. Kaya ang isa'y hindi magagawang matamo ang Kanyang kadakilaan, at mga pagmamaliit sa paggawa ng isa, tulad sa kanila.

At dahil ang isa'y walang batayan upang matamo ang Kanyang kadakilaan, maliwanag na hindi niya kayang gumawa upang magkaloob ng kasiyahan sa kanyang Lumikha, at hindi para sa kanyang sarili. Ito'y dahil ang isa'y walang sigla upang magsumikap, at 'kung ikaw ay hindi nagsumikap at nakahanap, huwag paniwalaan.' Ang tanging pagpipilian lamang ng isa ay magsumikap para sa sarili o kaya'y huwag na lamang magsumikap, dahil para sa kanya, ang pagbibigay ng kasiyahan sa kanyang Lumikha ay hindi katumbas ng pagtanggap.

Ngayon, inyong maiintindihan ang taludtod: 'Sa kalipunan ng mga tao ay ang kaluwalhatian ng Diyos,' dahil ang sukatan ng kadakilaan ay nagmumula sa kapaligiran sa ilalim ng dalawang kundisyon:

1. Ang hangganan ng pagpapahalaga sa kapaligiran.

2. Ang lawak ng kapaligiran. Kaya, "Sa kalipunan ng mga tao ay ang kaluwalhatian ng hari."

At dahil sa napakahirap na suliranin sa bagay na ito, pinayuhan tayo ng ating mga pantas: 'Gumawa ka para sa iyong sarili ng isang Rav at bumili ka para sa iyong sarili ng isang kaibigan.' Ito ay nangangahulugan na ang isa ay dapat pumili para sa sarili ng isang mahalaga at kilalang tao upang kanyang maging rav, na mula kung saan ang isa'y maaaring makarating at makalahok pansin sa Torah at *Mitzvot* upang maghatid ng kasiyahan sa kanyang Lumikha. Ito ay dahil may dalawang kagaangan sa rav ng isang tao:

1. Dahil siya ay isang Kataasan na tao, ang mag-aaral ay maaaring magbigay ng kasiyahan sa kanya batay sa kadakilaan ng isang Rav, at ang pagbibigay na ito ay magiging parang pagtanggap para sa mag-aaral. Ito ay isang likas na gatong, kaya't ang isa ay maaaring patuloy na magdagdag sa mga gawa ng pagbibigay. At kapag ang isang tao ay lumalago at nakasanayan na ang pagbibigay sa rav, maaari na itong ilipat patungo sa pakikilahok sa Torah at *Mitzvot Lishma* para sa Lumikha, dahil ang ugali ay magiging pangalawang kalikasan.

2. Ang pagkatulad ng anyo sa Lumikha ay hindi makakatulong kung hindi ito magpakailanman, iyon ay, 'hanggang sa Siya na nakakaalam ng lahat ng mga misteryo ay magpapatotoo na hindi na siya babalik sa kahangalan.' Ito ay hindi kapareho ng pagkatulad ng anyo sa isang Rav. Dahil ang Rav ay nasa mundong ito, sa loob ng takdang panahon, ang pagkatulad ng anyo sa kanya ay makatutulong kahit na ito ay pansamantalang lamang at sa kalaunan siya ay magiging maasim muli.

Kaya, sa bawat oras na maitutugma ang anyo ng isang tao sa anyo ng isang Rav, siya ay nakadikit sa kanya sa ilang panahon. Kaya, nakukuha ng isang tao ang mga kaisipan at

---

2 **Tandaan ng Tagasalin:** isang dakilang guro

kaalaman ng Rav, alinsunod sa kanyang hangganan ng Dvekut, tulad ng ipinaliwanag natin sa alegorya ng bahagi na nahiwalay mula sa katawan at muling naikabit dito.

Sa kadahilanang ito, magagawa ng estudyante ang paggamit ng natamo ng kanyang Rav sa kadakilaan ng Lumikha, na nagagawa ang pagkakaloob na maging pagtanggap na nagiging sapat na gatong upang maibigay ang kanyang puso at kaluluwa. Sa panahong iyon, ang mag-aaral, gayundin, ay maaaring makibahagi sa Torah at *Mitzvot Lishma* sa kaibuturan ng kanyang puso at kaluluwa, na siyang lunas na nagbibigay ng walang hangganang *Dvekut* sa Lumikha.

Ngayon ay nauunawaan ninyo kung ano ang sinasabi ng ating mga pantas (Berachot 7): 'Ang paglilingkod sa Torah ay mas dakila kaysa sa pag-aaral nito, gaya ng sinabi, 'Narito si Elisha na anak ni Shafat, na nagbuhos ng tubig sa mga kamay ni Elijah.' Hindi sinabi na pinag-aralan, ngunit nagbuhos.' Ito ay nakalilito; paano ang mga mas simpleng gawain ay mas dakila kaysa sa pag-aaral ng karunungan at kaalaman?

Ngunit ayon sa nasa itaas, lubusang nating nauunawaan na ang pagsisilbi sa rav ng isang tao sa katawan at kaluluwa ay upang makapagbigay ng kasiyahan sa kanyang rav ay magdadala sa kanya sa Dvekut sa kanyang rav, ibig sabihin, sa pagkatulad ng anyo. Kaya, natatanggap ng isa ang mga kaisipan at kaalaman ng rav sa pamamagitan ng 'bibig-sa-bibig,' na siyang Dvekut ng espiritu sa espiritu. Sa pamamagitan nito, ang isa ay ginagantimpalaan ng pagkamit ng Kanyang kadakilaan sapat upang magawa ang pagkakaloob na maging pagtanggap, at maging sapat na gatong para sa debosyon, hanggang sa ang isa ay gantimpalaan ng Dvekut sa Lumikha.

Ito ay hindi tungkol sa pag-aaral ng Torah kasama ang rav ng isang tao, dahil ito ay para sa sariling pakinabang, at hindi nagbubunga ng Dvekut. Ito ay itinuturing na 'mula sa bibig tungo sa tainga.' Kaya, ang paglilingkod ay nagdudulot sa estudyante ng mga saloobin ng rav, at ang pag-aaral—ang mga salita lamang ng rav. Gayundin, ang bunga ng paglilingkod ay mas dakila kaysa sa bunga ng pag-aaral, tulad ng kahalagahan ng mga isipin ng rav kaysa sa mga salita ng rav, tulad ng kahalagahan ng 'bibig-sa-bibig' kaysa 'mula sa bibig tungo sa tainga.'

Gayunpaman, ang lahat ng ito ay totoo kung ang paglilingkod ay upang magbigay ng kasiyahan sa Kanya. Subalit, kung ang paglilingkod ay upang makinabang ang sarili, ang naturang paglilingkod ay hindi maaaring dalhin ang isang tao sa Dvekut sa kanyang rav, at tiyak na ang pag-aaral kasama ang rav ay mas mahalaga kaysa sa paglilingkod sa kanya.

Gayunpaman, tulad ng sinabi natin tungkol sa pagkamit ng Kanyang kadakilaan, ang isang kapaligiran na hindi lubos na pinahahalagahan Siya ay nagpapahina sa indibidwal at hinahadlangan ang isang tao sa pagkamit ng Kanyang kadakilaan. At ito ay tiyak na totoo pati na rin sa kanyang rav. Ang isang kapaligiran na hindi lubos na pinahahalagahan ang rav ay pumipigil sa mag-aaral na maayos na makuha ang kadakilaan ng kanyang Rav.

Kaya, sinabi ng ating mga pantas, "Gumawa ka para sa iyong sarili ng isang rav at bilhan ang iyong sarili ng isang kaibigan." Ito ay nangangahulugan na ang isang tao ay maaaring gumawa ng isang bagong kapaligiran para sa sarili. Ang kapaligiran na ito ay makakatulong sa kanya upang makuha ang kadakilaan ng kanyang rav sa pamamagitan ng pagmamahal sa mga kaibigan na pinahahalagahan ang rav. Sa pamamagitan ng pagtalakay ng mga kaibigan sa kadakilaan ng rav, natatanggap ng bawat isa sa kanila ang pakiramdam ng kanyang kadakilaan. Kaya, ang pagkakaloob sa kanyang rav ay magiging pagtanggap at sapat na pagganyak hangang sa magdadala sa isa tao upang makilahok sa Torah at *Mitzvot Lishma*.

Kanilang sinabi tungkol dito: "Ang Torah ay natatamo sa apatnapu't walong katangian — sa paglilingkod sa mga kaibigan at sa pagiging metikuloso sa pakikitungo sa mga kaibigan." Ito'y dahil bukod sa paglilingkod sa rav, kakailanganin din ng isa ang pagiging metikuloso sa pakikitungo sa mga kaibigan, gayundin ang impluwensiya ng mga ito, upang mapakilos siya na makamit ang kadakilaan ng kanyang rav. Ito'y sapagkat ang pagkakamit ng kadakilaan ay ganap na nakasalalay sa kapaligiran, at ang isang tao ay walang anumang magagawa ukol dito. Datapwat, mayroon dalawang kundisyon upang matamo ang kadakilaan:

1. Palagiang makinig at akuin ang pagpapahalaga sa kapaligiran sa hangganan ng kanilang kadakilaan.

2. Ang kapaligiran ay nararapat na malawak, tulad ng nasusulat, "Sa kalipunan ng mga tao ay ang kaluwalhatian ng hari."

Upang matanggap ang unang kundisyon, ang bawat mag-aaral ay dapat maramdaman na siya ang pinakamababa sa mga kaibigan. Sa ganoong katayuan, matatanggap ng isa ang pagpapahalaga sa kadakilaan mula sa bawat isa, sapagkat ang isang dakila ay hindi maaaring tumanggap mula sa isang maliit, lalong hindi siya mapapabilib sa mga salita nito. At sa ikalawang kundisyon, bawat mag-aaral ay dapat itampok ang kabutihan ng bawat kaibigan at itangi siya na parang siya ang pinakadakila sa buong henerasyon. Sa ganoong paraan, maaapektuhan siya ng kapaligiran na tila ito'y isang dakilang kapaligiran, sapagkat ang kalidad ay mas mahalaga kaysa sa dami.

Kapayapaan sa Mundo

> *"Ang awa at katotohanan ay nagtagpo, ang katuwiran at kapayapaan ay naghalikan. Ang katotohanan ay umusbong mula sa lupa, at ang katuwiran ay tumunghay mula sa langit. Tunay na ang Panginoon ay magbibigay ng mabuti, at ang ating lupain ay magbubunga ng kanyang ani."*
>
> --Mga Awit 85

LAHAT NG BAGAY AY PINAPAHALAGAHAN HINDI SA KAANYUAN NITO SA ISANG SANDALI, SUBALIT AYON SA SUKAT NG PAG-UNLAD NITO

Lahat ng bagay sa tunay na buhay—mabuti man o masama, at kahit ang pinaka-mapanira sa mundo—ay may karapatang mabuhay at hindi dapat paalisin o wasakin. Dapat lamang nating ayusin at pagbutihin ang mga ito, sapagkat sapat na ang pagmamasid sa mga ginawa ng Paglikha upang magturo sa atin ng kadakilaan at lubos na kawastuan ng Nagpapakilos at ng Maylikha nito. Samakatuwid, dapat nating maunawaan at maging lubos na maingat sa pagbibitiw ng anumang kapintasan laban sa alinmang bahagi ng Paglikha. Ang pagsasabing ito'y kalabisan o walang saysay ay isang anyo ng paninirang-puri laban sa Maylikha.

Karaniwan nang kaalaman na ang Maylikha ay hindi nilubos ang Kanyang Paglikha sa simula pa lamang. Makikita natin ito sa bawat sulok ng katotohanan—maging sa pangkalahatan o sa pinakamaliit na bagay—na lahat ay sumusunod sa batas ng banayad na pag-unlad: mula sa kawalan patungo sa ganap na kaganapan. Kaya't kung ang prutas ay mapakla sa unang yugto ng paglago, hindi ito maituturing na kapintasan, sapagkat nauunawaan natin ang dahilan—ang prutas ay hindi pa lubos na hinog.

At ganito rin sa lahat ng elemento ng katotohanan: kapag ang ilang bahagi ay tila masama at mapanira sa atin, ito ay simpleng patunay lamang na ang elementong iyon ay nasa kalagitnaan pa ng pag-unlad. Kaya't hindi natin maaaring husgahan na ito ay masama, ni marapat tayong magbitaw ng kapintasan laban dito.

ANG KAHINAAN NG MGA "REPORMADOR NG MUNDO"

Ito ang susi sa pag-unawa sa pagkukulang ng mga repormador ng mundo sa bawat henerasyon. Tiningnan nila ang tao na parang isang makinarya na hindi gumagana nang maayos at kailangang ayusin—ibig sabihin, tanggalin ang mga sirang bahagi at palitan ng mas mahusay na mga kapalit.

At ito ang naging inklinasyon ng lahat ng mga repormador ng mundo—na lipulin ang masasama at mapanirang bahagi ng sangkatauhan. At totoo, kung hindi hinarangan ng Maylikha ang kanilang layunin, tiyak na nagtagumpay na sila ngayon, at ganap nang nalinis ang sangkatauhan, na ang natira na lamang ay yaong mga maayos at kapaki-pakinabang.

Subalit dahil ang Maylikha ay masinsinang nagmatyag sa bawat bahagi ng Kanyang Paglikha, hindi Niya hinayaang wasakin ng sinuman ang kahit isang bagay sa Kanyang nasasakupan. Sa halip, pinabuti Niya ang lahat at ginawang kapaki-pakinabang at maayos. Kaya't ang lahat ng uri ng mga tagapagbago na nabanggit sa unahan ay maglalaho sa ibabaw ng lupa, ngunit ang masasamang pag-uugali ay mananatili. Patuloy itong mabubuhay at bibilang ng mga antas na kailangang pagdaanan hanggang sa ito'y ganap na maghinog.

Sa panahong iyon, ang masasamang katangian ay magiging mabuti at kapaki-pakinabang, tulad ng unang pagtingin ng Maylikha sa kanila—parang prutas sa puno na nakaupo, naghihintay, at binibilang ang mga araw at buwan bago makumpleto ang paghinog. At sa tamang sandali, ang lasa at tamis nito ay magiging kapansin-pansin sa sinumang nilalang.

NAGANTIMPALAAN-AKING MAMADALIIN ITO, DI-NAGATIMPALAAN SA SANDALI NITO

Dapat nating malaman na ayon sa unang nabanggit na batas ng pag-unlad, na tumutukoy sa kabuuan ng katotohanan, ay tinitiyak ang pagbabalik ng lahat ng masasama sa mabuti at kapaki-pakinabang na mga gawa sa pamamagitan ng kapangyarihan ng Pamahalaan ng Langit sa Itaas—ibig sabihin, walang kinakailangang pahintulot mula sa mga tao sa lupa. Gayunpaman, ang Tagapaglikha ay ipinagkaloob ang kaalaman at pamamahala sa kamay ng tao at pinahintulutan siyang tanggapin ang unang batas ng pag-unlad sa ilalim ng kanyang sariling kapangyarihan at pamamahala. Ibinigay din sa kanya ang kakayahang padaliin ang pag-unlad ayon sa kanyang kagustuhan, nang malaya at ganap na tiwalag sa hangganan ng panahon.

Sa puntong ito, lumalabas na mayroong dalawang kapangyarihan na kumikilos ayon sa unang nabanggit na batas ng pag-unlad: ang isa ay ang kapangyarihan ng Kalangitan, na tiyak na gagawin ang anumang mapanira at masama sa mabuti at kapaki-pakinabang, ngunit sa takdang panahon, sa sariling daan nito, sa isang unti-unting paraan, at pagkatapos ng isang mahabang panahon. At kapag ang "umiinog na bagay" ay isang buhay na nilalang, ito ay dumaranas ng matinding pagdurusa habang nasa ilalim ng "diin ng pag-unlad"—isang pagdiin na walang awa at umuukit ng daan nito. Ang "kapangyarihan ng lupa, naman, ay binubuo ng mga tao na kinuha ang batas ng pag-unlad sa kanilang sariling pamamahala, kaya't kaya nilang palayain ang kanilang sarili mula sa tanikala ng panahon at pabilisin ang proseso ng paglago, na nagdadala ng kahinugan at pagwawasto ng bagay—ang dulo ng kanilang kaunlaran.

Ganito ang sinabi ng ating mga pantas (Sanhendrin 98) tungkol sa ganap na katubusan at lubos na pagwawasto ng Israel. Ipinaliwanag nila ang talatang "Ako ang Panginoon, ay pabibilisin ito sa tamang panahon nito" (Isaias 60:22) bilang sumusunod: "Kung nagantimpalaan, Aking mamadaliin ito; kung di-nagantimpalaan, sa panahon nito. Kaya, kung ang Israel ay nagantimpalaan at ginamit ang batas ng pag-unlad na nagsasaad na ang kanilang masasamang katangian ay dapat dumaan sa proseso ng pagwawasto upang maging mabubuting katangian, dadalhin nila ang mga ito sa ilalim ng kanilang sariling pamamahala. Sa madaling salita, itatalaga nila ang kanilang mga isip at puso sa pagwawasto ng kanilang masasamang katangian at gagawin nilang mabuti ang mga ito sa kanilang sariling mga gawa. Sa ganitong paraan, "Aking mamadaliin ito," ibig sabihin, palalayain sila mula sa tanikala ng panahon. Simula noon, ang kahihinatnan ay nakasalalay sa kanilang kagustuhan, sa kadakilaan ng kanilang mga gawa at ang kanilang pag-iingat. Kaya, mapapadali nila ang katapusan.

Subalit kung sila ay hindi nagantimpalaan ng pag-unlad ng kanilang mga masasamang katangian sa ilalim ng kanilang sariling kapangyarihan, at iniwan ito sa ilalim ng Kapangyarihan ng Langit, makakatiyak din sila na matatamo ang dulo ng kanilang katubusan at ang kaganapan ng kanilang pagwawasto. Ito ay dahil sa lubos na katiyakan ng Pamahalaan ng Langit, na gumagalaw ayon sa batas ng unti-unting pag-unlad, antas kada antas, hanggang sa magawa nitong gawing mabuti at kapaki-pakinabang ang anumang masama at mapanira, tulad ng prutas na hinog sa puno. Ang kahihinatnan ay tiyak, subalit ito ay nangyayari sa takdang panahon, na ang ibig sabihin ay ang lahat ng bagay ay nakaugnay at nakasalalay sa panahon.

Ayon sa batas ng unti-unting pag-unlad, ang isang tao ay kailangang dumaan sa maraming antas, na dumarating nang mabigat, mabagal, at matagal, at nangangailangan ng napakahabang panahon bago marating ang katapusan. Dahil ang mga bagay na pinag-uusapan natin ay mga umiinog at may buhay na nilalang, sila rin ay nakakaranas ng matinding paghihirap at sakit sa bawat bahagi ng pag-unlad. Ito ay dahil ang puwersang nagtutulak sa antas na ito upang itaas ang tao mula sa mababang antas patungo sa mas mataas ay isang puwersa ng hapdi at pagdurusa, na naipon sa mababang antas at hindi na kayang batakin pataas. Dahil dito, kinakailangan nating lisanin ang ganoong antas at umangat sa mas mataas na antas. Ito'y tulad ng sinabi ng ating mga pantas: "Itinalaga ng ating Taga-Paglikha sa kanila ang isang hari na ang mga hatol ay kasing lupit ng kay Haman, at ang Israel ay nagsisi at nagwasto."

Samakatwid, ang katapusan ay tiyak na darating sa Israel sa pamamagitan ng nabanggit na batas ng unit-unting pag-unlad at ang tawag dito ay "sa sariling panahon," ibig sabihin nakakabit sa tanikala ng panahon. At ang may katiyakang katapusan ng Israel sa pagtahak sa pagpapa-unlad ng kanilang katangian sa ilalim ng kanilang sariling kapangyarihan ay tinatawag na "Aking mamadaliin ito," ibig sabihin, lubos na malaya sa panahon.

ANG MABUTI AT MASAMA AY MAHUHUSGAHAN SA PAGKILOS NG INDIBIDWAL KAUGNAY SA LIPUNAN

Bago natin suriin ang pagwawasto ng kasamaan sa lahi ng tao, mahalagang maunawaan muna natin ang kahulugan ng mga abstraktong salitang "mabuti" at "masama." Sa sandaling ating tawagin ang isang kilos o katangian na mabuti o masama, kailangan nating linawin kung para kanino ito kapaki-pakinabang o nakasasama.

Upang ito'y maunawaan, kailangang maunawaan natin nang ganap ang ugnayan ng halaga sa pagitan ng indibidwal at ng kolektibo—ang lipunang kanyang kinabibilangan at pinanggagalingan ng kanyang kabuhayan at kaganapan, kapwa sa pisikal at espirituwal na aspeto.

Ipinapakita ng realidad na ang isang indibidwal ay walang kakayahang mabuhay nang hiwalay kung wala ang sapat na bilang ng mga tao sa kanyang paligid upang siya'y paglingkuran at tulungan sa pagtugon sa kanyang mga pangangailangan. Kaya't ang tao ay isinilang na likas para sa pamumuhay sa isang lipunan mula pa sa simula. Ang bawat indibidwal sa lipunan ay maihahalintulad sa isang gulong na nakakabit sa iba pang mga gulong sa loob ng isang makina. Ang gulong na ito ay walang sariling kalayaan sa pagkilos, kundi kailangang gumalaw kasabay ng iba pa, ayon sa isang tiyak na direksyon, upang maging marapat ang buong makina sa pagtupad ng pangkalahatang layunin nito.

At kung sakaling masira ang isang gulong, ang pagkasira nito ay hindi hinuhusgahan batay sa gulong lamang, kundi ayon sa serbisyo at tungkuling ginagampanan nito kaugnay ng buong makina.

At kaugnay ng ating paksa, ang pakinabang ng bawat tao sa kabuuan ay sinusukat hindi ayon sa kanyang kabutihan, kundi ayon sa kanyang paglilingkod sa lipunan. Gayundin, ang masamang katangian ng isang indibidwal ay binibigyang-pansin hindi batay sa kanyang pansariling halaga, kundi ayon sa pinsalang nagagawa niya sa buong lipunan.

Ang mga bagay na ito ay sing-liwanag ng kristal, kapwa mula sa pananaw ng katotohanan ng mga ito at mula sa kabutihan na nasa kalooban ng mga ito. Ito ay sapagkat kung ano ang umiiral sa kabuuan ay siya ring umiiral sa bawat indibidwal. Ang kapakinabangan ng kabuuan ay kapakinabangan ng bawat isa: ang sinumang sumisira sa kabuuan ay tatanggap ng bahagi sa pinsala, at ang sinumang nagbibigay ng kabutihan sa kabuuan ay tatanggap ng bahagi sa pakinabang. Sapagkat ang bawat indibidwal ay bahagi ng kabuuan, at ang kabuuan **ay hindi hihigit kaysa sa kabuuan ng kanyang mga bahagi.**

Kaya, lumalabas na ang pangkalahatan at ang indibidwal ay iisa at magkapareho. Hindi napipinsala ang indibidwal sa kanyang pagpapailalim sa pangkalahatan, sapagkat ang kalayaan ng pangkalahatan at ng indibidwal ay iisa rin. At habang sila'y kapwa nakikibahagi sa kabutihan, nakikibahagi rin sila sa kalayaan.

Kaya, ang mabubuting katangian at masasamang katangian, mabuting gawain at masamang gawain ay pinapahalagahan lamang ayon sa pakinabang ng publiko.

Mangyari pa, ang mga salitang nabanggit ay magiging angkop lamang kung ang bawat indibidwal ay ganap na tutupad sa kanyang tungkulin sa publiko, tatanggap lamang ng nararapat sa kanya, at hindi kukuha ng lampas sa bahagi ng kanyang mga kasamahan. Subalit kung ang isang bahagi ng kabuuan ay hindi kikilos ayon sa nararapat, hindi lamang nila napipinsala ang pangkalahatan, kundi pati ang kanilang mga sarili.

Huwag na nating talakayin pa ang mga bagay na pamilyar na sa lahat, at ang unang nabanggit ay upang ipakita lamang ang sagabal, ang lugar na nangangailangan ng pagwawasto. At ito ay upang matutunan ng bawat indibidwal na ang kanyang kapakinabangan at ang kapakinabangan ng pangkalahatan ay iisa at magkapareho. Sa ganoong paraan, ang mundo ay makararating sa kanyang ganap na kawastuhan.

ANG APAT NA MGA KATANGIAN, AWA, KATOTOHANAN, KATARUNGAN, AT KAPAYAPAAN, SA INDIBIDWAL AT ANG PANGKALAHATAN

Sa sandaling ating lubos na maunawaan ang ninanais na katangian ng kabutihan, dapat nating suriin ang mga bagay at pamamaraan na maaari nating magamit upang mapadali ang tuwa at kaligayahan.

Apat na uri ang inilaan para sa layuning ito: awa, katotohanan, katarungan, at kapayapaan. Ang mga katangiang ito ay ginamit ng lahat ng mga repormador ng mundo hanggang sa kasalukuyan. Mas tumpak na sabihin na sa apat na katangiang ito, ang pag-unlad ng tao ay sumulong sa pamamagitan ng pamamahala ng Langit sa banayad na landas, hanggang sa dinala ang sangkatauhan sa kanyang kasalukuyang katayuan.

Nasusulat na higit na mainam para sa atin na ilagak ang batas ng pag-unlad sa ating sariling mga kamay at pamamahala, upang mapalaya natin ang ating mga sarili mula sa anumang pagdurusa na dulot ng kasaysayan ng kaunlaran na nakalaan para sa atin mula sa araw na ito. Kaya't dapat nating siyasatin at suriin ang apat na uri upang lubos nating maunawaan kung ano ang ipinagkaloob sa atin ngayon, at sa pamamagitan ng mga ito, malalaman natin kung anong tulong ang dapat nating asahan mula sa mga ito sa hinaharap.

MGA PANGKARANIWANG BALAKID SA PAG-ALAM SA KATOTOHANAN

Sa sandaling talakayin natin ang mabubuting katangian, sa teorya, walang tiyak na hihigit sa katangian ng katotohanan. Ito ay dahil lahat ng kabutihan na ating tinalakay sa ugnayan ng indibidwal at pangkalahatan ay kapag ang indibidwal ay nagbibigay at lubos na gumaganap ng kanyang bahagi para sa pangkalahatan at gayundin kumukuha ng kanyang pakinabang nang makatarungan at tapat. Lahat ng ito ay nagsasaad ng katotohanan, subalit ang problema ay ang katotohanan at ang pangkalahatan ay hindi tinatanggap ang uring ito sa anumang paraan. Kaya ang praktikal na sagabal sa nabanggit na katotohanan ay lumilitaw mula dito mismo; mayroong ilang sagabal at isang kadahilanan na nagiging dahilan upang ito'y maging hindi katanggap-tanggap sa pangkalahatan. Dapat nating suriin kung ano ang sagabal na ito.

Kapag inyong sinuri ng masinsinan ang nabanggit na katotohanan mula sa pananaw ng pagiging maisasakatuparan nito, madalas ninyo itong makita bilang malabo at kumplikado, at ito'y mahirap siyasatin ng tao. Ang katotohanan ay may pangangailangan na gawing pantay-pantay ang mga indibidwal sa pangkalahatan, at tanggapin ng bawat isa ang kanilang bahagi batay sa kanilang ginawa, nang walang labis at walang kulang. At ito ang tanging tunay na batayan, nang walang pag-aalinlangan, sapagkat tiyak na sinumang may pagnanais na magtamasa ng bunga ng gawain ng kanyang kapwa ay kumikilos laban sa nabanggit na kadahilanan at malinaw na katotohanan.

Subalit paano natin maiisip na maaari nating suriin ang katotohanan sa paraang ito na magiging katanggap-tanggap sa pangkalahatan? Halimbawa, kung ating papahalagahan ang ilang bagay ayon sa malinaw na paggawa, ibig sabihin, batay sa bilang ng oras, at ating pilitin ang bawat isa na magtrabaho sa parehong bilang ng oras, hindi pa rin natin matutuklasan ang tunay na katangian ng katotohanan.

Bukod pa rito, mayroong maliwanag na kasinungalingan dito sa dalawang kadahilanan: Ang una ay ang pisikal na aspeto, at ang pangalawa ay ang pangkaisipan na bahagi ng manggagawa.

At ito ay dahil sa kalikasan, ang lakas sa paggawa ay hindi pareho sa bawat tao. Ang isang tao sa lipunan ay nagtatrabaho sa isang oras na paggawa, dahil sa kanyang kahinaan, nang mas higit kaysa sa kanyang kaibigan na nagtatrabaho ng dalawang oras o higit pa.

At mayroon ding isang bagay na pang-psikolohiya dito, dahil ang isa na likas na sobrang tamad ay nahahapo ang sarili sa isang oras kaysa sa kanyang kaibigan na nagtatrabaho ng dalawang oras o higit pa. At ayon sa maliwanag na katotohanan, hindi natin dapat pilitin ang isang bahagi ng lipunan na gumawa ng higit kaysa sa ibang bahagi para sa katuparan ng mga pangangailangan ng kanilang buhay. Sa katunayan, ang mga natural na malakas at maliksi sa lipunan ang nakikinabang mula sa paggawa ng iba at sadyang sinasamantala ang mga ito, salungat sa katangian ng katotohanan, sapagkat sila'y gumagawa ng mas kakaunti kaysa sa mahina at mabagal sa lipunan.

At kung ating isaalang-alang ang likas na batas, "Ang pagsang-ayon sa nakararami," makikita natin na ang gayong katotohanan na gumagamit ng bilang ng oras ng maliwanag na paggawa bilang batayan ay lubos na hindi maisasagawa. Ito ay dahil ang mahina at tamad ay palaging ang mas malawak na nakararami sa lipunan at hindi nila hahayaan ang maliksi at malakas na minorya na samantalahin ang kanilang lakas at pagtatrabaho. Kaya, inyong makikita na ang unang nabanggit na batayan, na ang paggawa ng indibidwal ay nakabatay sa malinaw na katotohanan, at kasama na ang nakararami sa lipunan, ay lubos na hindi maisasagawa, dahil hindi ito maaaring suriin at pahalagahan sa anumang paraan.

Kaya't inyong makikita na ang katangian ng katotohanan ay walang praktikal na kakayahan upang isaayos ang landas ng indibidwal at ng pangkalahatan sa isang ganap at katanggap-tanggap na paraan. Ito rin ay lubos na walang kasapatan upang isaayos ang buhay sa katapusan ng pagwawasto ng mundo.

Higit pa rito, mayroon pang mga mas malalaking balakid dahil wala nang mas malinaw na katotohanan kaysa sa kalikasan mismo. Natural lamang na ang bawat indibidwal ay nararamdaman ang kanyang sarili bilang bahagi ng mundo ng Taga-Paglikha, na tanging Hari, at ang lahat ng iba pa ay nilikha lamang upang magsilbing mga kasangkapan sa pagpapalago at pagpapaunlad ng kanyang buhay, nang wala siyang nararamdamang anumang obligasyon na magbigay ng kapalit.

At sa simpleng mga salita, masasabi natin na ang kalikasan ng bawat tao ay magsamantala sa buhay ng iba para sa kanyang sariling kapakinabangan. Ang lahat ng kanyang pagbibigay sa iba ay dahil lamang sa pangangailangan, at kahit doon, may pagsasamantala sa iba, ngunit ito'y ginagawa ng may buong katusuhan, upang hindi mapansin ng kanyang kaibigan at magbigay ng pahintulot nang kusang-loob.

Ang dahilan nito ay dahil ang kalikasan ng bawat sanga ay malapit sa kanyang ugat. At dahil ang kaluluwa ng tao ay nagmula sa Taga-paglikha, na Isa at Natatangi, at ang lahat ng bagay ay sa Kanya, nararamdaman ng tao, bilang nilalang na nagmula sa Kanya, na ang lahat ng tao sa buong mundo ay nararapat na pumasailalim sa kanyang pamamahala at gamitin para sa kanyang pansariling kapakinabangan. At ito ay isang di-mababang batas. Ang tanging pagkakaiba ay nasa mga pamimili ng tao: ang isa ay pipiliing magsamantala sa mga tao upang makamtan ang isang mas mababang layunin, ang isa ay upang makamtan ang pamamahala, at ang pangatlo ay upang makamtan ang paggalang. Higit pa rito, kung magagawa ito ng walang gaanong pagsisikap, papayag siyang pagsamantalahan ang mundo kasama ang lahat ng tatlong ito—kayamanan, pamamahala, at paggalang. Ngunit, siya ay mapipilitang mamili batay sa kanyang mga pagkakataon at kakayahan.

Ang batas na ito ay matatawag na "ang batas na natatangi sa puso ng tao." Walang tao ang makatatakas dito, ang bawat isa ay kumukuha ng kanyang bahagi sa batas na ito: ang dakila batay sa kanyang sukat at ang maliit batay sa kanyang sukat.

Kaya, ang nabanggit na batas na natatangi sa kalikasan ng bawat tao ay hindi pinupulaan at hindi rin pinupuri, dahil ito'y isang natural na katotohanan at may karapatan na umiral tulad ng lahat ng bahagi ng tunay na buhay. At hindi maaasam na maglaho ito sa mundo o palabuin ang anyo nito kahit kaunti, tulad nang hindi rin maaasam na malipol ang buong lahi ng tao sa mukha ng lupa. Samakatwid, hindi tayo nagsisinungaling kung ating sasabihin na ang batas na ito ay sukdulan ng katotohanan.

At dahil ito'y walang pasubaling ganito, paano natin kahit tangkain na payapain ang isang pag-iisip at pangakuan ang isa ng pagkakapantay-pantay sa lahat ng tao ng pangkalahatan? Dahil walang mas malayo sa kalikasan ng tao liban doon, habang ang isang tanging saloobin ay mangibabaw mula sa Itaas sa buong pangkalahatan.

Kaya't ganap nating ipinaliwanag na walang pagkakataon na maghatid ng mabuti at masayang pamamaraan sa buhay ng indibidwal at ng pangkalahatan sa pamamagitan ng pag-ayon sa katangian ng katotohanan sa isang paraan na magpapapayapa sa isipan ng bawat indibidwal, upang siya ay lubusang pumayag dito, tulad ng nararapat sa katapusan ng pagwawasto.

SA KAWALAN NG KAKAYAHAN UPANG ITATAG ANG KATANGIAN NG KATOTOHANAN, SINUBOK NILANG ITATAG ANG MARARANGAL NA KATANGIAN

Ngayon, bumaling tayo sa nalalabing tatlong katangian: awa, katarungan, at kapayapaan. Dito'y lumalabas na sa simula pa lamang, ang mga ito'y nilikha lamang upang magsilbing tulong sa mahinang katangian ng katotohanan sa ating mundo. At dito, nagsimula ang kasaysayan ng pag-unlad sa kanyang mabagal at paliko-likong pag-akyat ng antas sa pagsulong tungo sa pagsasaayos ng mga buhay ng pangkalahatan.

Sa teorya, ang bawat isa ay kusang-loob na nagkaisa at inako ang kanilang tungkulin na huwag lumihis mula sa katotohanan. Subalit sa katunayan, sila'y namuhay ng kabaligtaran ng katotohanan. Dahil dito, ito ang naging kapalaran ng katotohanan na palaging nasa mga kamay ng mga pinaka-bulaan at hindi kailanman sa kamay ng mahihina at matuwid, upang sila ay matulungan man lamang ng katangian ng katotohanan.

Noong hindi nila naitatag ang katangian ng katotohanan sa buhay ng pangkalahatan, ang mga napagsasamantalahan at mahihina ay dumami sa lipunan. Mula dito, lumitaw ang katangian ng awa at katarungan at pinagtibay ang kanilang mga paggalaw sa pamamahala ng lipunan. Dahil dito, ang buhay ng buong lipunan ay nagbunsod sa mga matagumpay na tulungan ang mga mahihina upang hindi mapinsala ang lipunan sa kabuuan. Samakatwid, sila'y naging mapagkandili sa mga mahihina, ibig sabihin, naging mahabagin at matulungin.

At natural lamang na sa ilalim ng ganitong kalagayan, ang mga mahina at napagsasamantalahan ay naglipana, hanggang sa magkaroon sila ng sapat na bilang at magtulak ng pagtutol laban sa mga matagumpay, na nagbunsod ng alitan at mga away. Mula rito, lumitaw ang katangian ng "kapayapaan" sa mundo. Kaya, ang lahat ng mga katangiang ito—awa, pagtulong, at kapayapaan—ay lumitaw at iniluwal mula sa kahinaan ng katotohanan.

Ito ang sanhi kung bakit ang lipunan ay nahati sa mga sekta. Ang ilan ay inampon ang katangian ng awa at pagtulong, ibinibigay ang sariling pag-aari sa iba, samantalang ang iba naman ay inampon ang katangian ng katotohanan, ibig sabihin, "Anuman ang akin, ay sa akin, at anuman ang iyo, ay sa iyo."

Sa madaling salita, maaari nating hatiin ang dalawang sekta sa "mapagbuo" at "mapangwasak." Ang mga mapagbuo ay yaong mga nagnanais magtayo ng kapakinabangan ng pangkalahatan, kung saan sila ay kadalasang kusang-loob na nagbibigay ng kanilang sariling pag-aari sa iba. Subalit yaong mga may likas na pagkiling sa pangwawasak at kabuktutan ay mas maginhawa sa pagkapit sa katangian ng katotohanan, ibig sabihin, "Anuman ang akin, ay sa akin, at anuman ang iyo, ay sa iyo," para sa kanilang sariling pakinabang, at hindi kailanman ibibigay ang anumang bagay na kanila sa iba, at walang pagsasaalang-alang kung mapapahamak ang kapakanan ng pangkalahatan, dahil ang kanilang kalikasan ay mapangwasak.

PAG-ASA PARA SA KAPAYAPAAN

Minsan, ang mga kundisyong iyon ay nagdala sa lipunan ng malaking sigalot at nagpahamak sa kagalingan ng lipunan. Kaya't ang mga "tagapamayapa" ay sumulpot sa lipunan. Sila ay umako sa kontrol at kapangyarihan at binago ang buhay panlipunan batay sa bagong kalagayan na itinuring nilang tunay na makakaangkop sa mapayapang pamumuhay sa lipunan.

Datapwat, ang karamihan sa mga tagapamayapa, na sumusulpot pagkatapos ng bawat sigalot, ay karaniwang nagmumula sa mga mapangwasak, ibig sabihin, sa mga naghahanap ng katotohanan sa paraan ng "Anuman ang akin, ay sa akin at anuman ang iyo, ay sa iyo." Ito ay dahil sila ang mga malalakas at matatapang na tao, at kinikilala silang "mga bayani," dahil sila ay palaging handang isakripisyo ang kanilang sariling buhay at ang buhay ng buong pangkalahatan, kapag ang pangkalahatan ay hindi sumang-ayon sa kanilang pananaw.

Subalit ang mga mapagbuo sa lipunan, na mga taong maawain at matulungin, na nagpapahalaga sa kanilang sariling buhay at sa buhay ng pangkalahatan, ay tumatanggi na mapahamak ang kanilang sarili at ang publiko upang ipataw ang kanilang pananaw sa pangkalahatan. Kaya't sila ang kadalasang nasa panig ng mahihina sa lipunan, at karaniwang itinuturing na "mahina ang loob" at "mga duwag."

Kaya't malinaw na ang kamay ng mga matatapang na walanghiya ay kadalasang nangingibabaw, at natural lamang na ang mga tagapamayapa ay nanggagaling mula sa bilang ng mga mapangwasak at hindi mula sa mga mapagbuo.

Kaya't makikita natin kung paano ang pag-asam sa kapayapaan, na pinapangarap ng ating heneresyon, ay walang-saysay mula sa dalawang pagtingin: bilang pasimuno at bilang pasintabi.

Sapagkat ang mga pasimuno, na mga tagapamayapa ng ating panahon at ng bawat heneresyon, ibig sabihin, yaong may kapangyarihang magpatupad ng kapayapaan sa mundo, ay binuo mula sa sangkap ng tao na tinatawag nating "mapangwasak," dahil sila'y mga naghahanap ng katotohanan—ibig sabihin, upang maitatag ang mundo batay sa katangian ng "Anuman ang akin, ay sa akin, at anuman ang iyo, ay sa iyo."

At natural na ang mga taong ito ay ipagtatanggol ng matindi ang kanilang mga paniniwala, hanggang sa pagbubuwis ng kanilang mga buhay at ang buhay ng pangkalahatan. Ang mga ito ang nagbibigay sa kanila ng lakas na manaig laban sa sangkap ng sangkatauhan na tinatawag na mga "mapagbuo," yaong mga nagtataguyod ng kahabagan at pagtulong, na may kaloobang magbigay ng kanilang mga pag-aari para sa kabutihan ng iba, upang iligtas ang mundo, ngunit sila'y tinitingnan bilang mahina ang loob at mga duwag.

Lumalabas na ang paghahanap ng katotohanan at ang pagwawasak ng mundo ay iisa at pareho, at gayundin, ang paghahangad para sa awa at ang pagbubuo ng mundo ay magkapareho. Samakatwid, hindi natin dapat asahan mula sa mga mapangwasak ang pagtataguyod ng kapayapaan.

At walang saysay ang umasa ng kapayapaan mula sa pasintabi, ibig sabihin, mula sa kundisyon ng kapayapaan mismo. Ito'y dahil ang tamang kundisyon para sa maayos na kalagayan ng indibidwal at ng pangkalahatan, ayon sa pamantayan ng katotohanan na hinahangad ng mga tagapamayapa, ay hindi pa naitatag. Marapat din na may palaging malaking bahagi ng lipunan na hindi nasisiyahan sa kalagayang ipinagkakaloob sa kanila, tulad ng ipinakita natin sa kahinaan ng katotohanan. At ang bahaging ito, samakatwid, ay palaging mananatiling isang handa at payag na panggatong para sa mga bagong mapang-away na tao at mga bagong tagapamayapa na kadalasang sumusunod dito.

ANG KAGALINGAN NG ISANG TIYAK NA PANGKALAHATAN AT ANG KAGALINGAN NG BUONG MUNDO

Huwag mabigla kung aking paghaluin ang kagalingan ng isang partikular na pangkalahatan at ang kagalingan ng buong mundo, sapagkat sa katotohanan, tayo ay nakarating na sa isang antas kung saan ang buong mundo ay maituturing na iisang pangkalahatan—isang lipunan. Ibig sabihin, bawat nilalang sa mundo ay humahango ng pinaka-ubod ng kanyang buhay at kabuhayan mula sa lahat ng tao sa buong mundo. Dahil dito, siya ay napipilitang maglingkod at magmalasakit para sa kagalingan ng buong mundo.

Ating napatunayan sa unahan na ang lubos na pagpapailalim ng indibidwal sa pangkalahatan ay maihahalintulad sa isang maliit na gulong sa loob ng isang makina. Ang indibidwal ay humahango ng kanyang buhay at kaligayahan mula sa pangkalahatan, kaya naman ang kanyang kagalingan at ang kagalingan ng kabuuan ay iisa, magkaugnay, at magkatuwang. Samakatwid, sa hangganang ang isang nilalang ay nakatali sa kanyang sarili, siya rin ay tiyak na nakatali sa pangkalahatan, gaya ng ating naipaliwanag na sa unahan.

At ano ang hangganan ng naturang pangkalahatan? Ito ay itinatakda ng lawak ng kanyang paghango mula sa pangkalahatan. Halimbawa, noong mga nagdaang panahon, ang hangganang ito ay nasasaklaw lamang ng isang pamilya—ibig sabihin, ang indibidwal ay nangangailangan lamang ng tulong mula sa kanyang mga kapamilya. Kaya, sa panahong iyon, siya ay nagpapailalim lamang sa kanyang sariling pamilya.

Sa nakalipas, ang mga pamilya ay nagsama-sama sa mga bayan at bansa, at ang indibidwal ay napatali sa kanyang bayan. Kalaunan, ang mga bayan at bansa ay nagkaisa bilang mga estado, at ang indibidwal ay sinuportahan ng kanyang mga kababayan para sa ikabubuti ng kanyang buhay. Kaya't siya ay naging alipin ng lahat ng tao sa kanyang bayan. Samakatwid, sa ating henerasyon, kung saan ang bawat nilalang ay tinutulungan para sa kanyang kaligayahan ng lahat ng bansa sa mundo, malinaw na sa ganitong lawak, ang indibidwal ay naging alipin ng buong mundo—tulad ng isang gulong sa loob ng makina.

Samakatwid, ang posibilidad ng pagkakaroon ng mabuti, masaya, at mapayapang pamahalaan sa isang estado ay mahirap isiping magaganap kung ito'y hindi rin naisasakatuparan sa lahat ng bansa sa buong mundo—at ganoon din sa kabaligtaran. Sa ating panahon, ang lahat ng bansa ay magkakaugnay sa pagtugon sa mga pangangailangan ng kanilang pamumuhay, gaya ng kaugnayan ng indibidwal sa kanilang pamilya noong mga nagdaang panahon. Kaya't hindi na natin maaaring sabihin o isagawa ang isang makatarungang pamahalaan na nangangako lamang ng kagalingan ng isang bansa o isang lahi. Tanging ang kabutihan ng buong mundo ang dapat isaalang-alang, sapagkat ang kapakinabangan o kapahamakan ng bawat isa ay nakadepende at nasusukat sa kapakinabangan ng lahat ng tao sa buong daigdig.

At kahit ito ay malinaw na nalalaman at nararamdaman, ang tao sa mundo ay hindi pa rin ganap na nakakagagap nito. Bakit? Sapagkat ganoon ang paraan ng pag-unlad sa kalikasan—ang pagkilos ay laging nauuna sa pag-unawa. Tanging ang mismong pagkilos ang nagpapatunay at nagtutulak sa sangkatauhan patungo sa pag-unlad.

SA PRAKTIKAL NA BUHAY, ANG APAT NA KATANGIAN AY NAGSASALUNGATAN SA ISA'T-ISA

Kung ang mga karaniwang sagabal na binanggit sa unahan—na siyang humahadlang sa ating paglalakbay bilang mga kapus-palad na nilalang—ay hindi pa sapat, mayroon pang mas mabigat na kalituhan at matinding labang sikolohikal: ang pagkiling ng ating sariling mga likas na katangian, na natatangi at salungat sa isa't isa. Ang apat na katangian—awa, katotohanan, katarungan, at kapayapaan—na nahahati ayon sa kalikasan ng mga tao, ayon sa kanilang antas ng pag-unlad at kapaligirang kinalakihan, ay likas na nagsasalungatan sa isa't isa. Halimbawa, kung ating isasaalang-alang ang katangian ng awa sa kanyang purong anyo, makikita natin na ang kanyang pamamayani ay salungat sa lahat ng iba pang katangian. Sapagkat sa ilalim ng pamumuno ng awa, wala nang puwang para sa anumang iba pang katangian na lumitaw sa ating mundo.

Ano ang katangian ng awa? Itinuring ito ng ating mga pantas bilang: "Anuman ang akin ay sa iyo, at anuman ang iyo ay sa iyo" — ito ang tinatawag na *Hasid*. Kung ang lahat ng tao sa mundo ay mamumuhay ayon sa ganitong katangian, ito ay magpapawalang-silbi sa kinang ng katangian ng katotohanan at ng paghuhusga. Sapagkat kung ang bawat isa ay kusang-loob na ibinibigay ang lahat ng kanyang pag-aari sa iba, at hindi kailanman kukuha ng anuman mula sa kapwa, ang lahat ng pag-uugali ng panlilinlang ay kusang maglalaho. Gayundin, mawawalan ng saysay ang pagtalakay sa katotohanan, sapagkat ang konsepto ng katotohanan at kasinungalingan ay umiiral lamang dahil sa kanilang pagkakaiba. Kapag wala nang kasinungalingan sa mundo, wala na ring kahulugan ang salitang 'katotohanan.' At higit pa rito, lahat ng iba pang katangian na lumitaw lamang upang suportahan ang katotohanan — dahil sa kahinaan nito — ay mawawala rin.

Ang katotohanan ay maaaring ilarawan sa mga salitang: "Anuman ang akin ay sa akin, at anuman ang iyo ay sa iyo." Ito ay hayagang sumasalungat sa katangian ng awa at sa huli ay hindi pinahihintulutan ito. Para sa katotohanan, ang magtrabaho at magpagal para sa iba ay hindi tama, sapagkat bukod sa nabibigo nito ang kaibigan at nasasanay siyang umasa at magsamantala sa iba, itinuturo rin ng katotohanan na ang bawat tao ay nararapat na pagyamanin ang kanyang sarili bilang paghahanda sa mga oras ng pangangailangan, upang hindi siya maging pabigat sa kapwa.

Datapwat, walang nilalang na walang kamag-anak o tagapagmana na, sa katunayan, ay nararapat unahin bago ang iba. Sapagkat ayon sa batas ng kalikasan, ang sinumang magbibigay ng kanyang pag-aari sa iba ay nagsisinungaling sa kanyang mga kamag-anak at tagapagmana, dahil wala siyang iniiwang anuman para sa kanila.

Gayundin, ang kapayapaan ay salungat sa katarungan. Upang magsagawa ng kapayapaan sa publiko, kinakailangan ang mga kundisyon na nagtataguyod sa maliksi at matalino, na nagbubuhos ng kanilang lakas at karunungan upang yumaman, samantalang ang mga pabaya at mangmang ay nagiging mahirap. Kaya, ang sinumang malakas ay kumukuha ng kanyang bahagi, pati na rin ang bahagi ng kanyang pabaya at mangmang na kaibigan, na nagtatamasa ng magandang buhay, habang ang mga pabaya at mangmang ay nauurong at nagiging salat, dahil hindi na nila kayang tustusan ang kanilang pangangailangan.

Ito ay may katiyakan na hindi makatarungan na parusahan ang mga pabaya at mangmang na walang masamang hangarin, sapagkat ano ang kanilang kasalanan? Ano ang kanilang krimen bilang mga kapos-palad na nilalang, kung ang Taga-paglikha mismo ay hindi sila pinagpala ng kalikasan at talino, at sila ay naparusahan ng mga pahirap na mas masahol pa sa kamatayan?

Samakatwid, walang katarungan anuman sa kundisyon ng kapayapaan. Ang kapayapaan ay sumasalungat sa katarungan, at ang katarungan ay sumasalungat sa kapayapaan. Sapagkat kung ipag-uutos natin ang paghahati ng ari-arian ng may

---

3 **Tandaan ng Tagasalin:** Ang *Hasid* ay nangangahulugang isang tao na may katangiang Hesed (awa).

katarungan, ibig sabihin ay magbibigay tayo sa mga pabaya at mangmang ng mas malaking bahagi kaysa sa mga maliksi at malalakas, ang mga malalakas at makilos na tao ay tiyak na hindi titigil hanggang hindi nila naibabagsak ang pamahalaan na umaalipin at nagsasamantala sa kanila – mga malalaking tao, mga malalakas, para sa mga aba at mahina. Samakatwid, walang kinabukasan ang kapayapaan para sa pangkalahatan. Kaya, ang katarungan ay sumasalungat sa kapayapaan.

ANG KATANGIAN NANG KAIBHAN SA EGOISMO SANHI NG PAGKAWASAK AT PAGKASIRA

Kaya't makikita natin kung paano ang ating mga katangian ay nagbabanggaan at naglalaban sa isa't isa. Hindi lamang sa loob ng bawat sekta, kundi pati na rin sa loob ng bawat nilalang, ang apat na katangian ay sabay-sabay na nangingibabaw sa kanya sa bawat sandali o minsan sa isang panahon. Ang mga katangiang ito ay naglalaban sa loob ng tao hanggang sa maging mahirap para sa karaniwang pag-iisip na maisaayos ang mga ito at dalhin sa ganap na pagkakasundo.

Ang katotohanan ay ang ugat ng buong kaguluhan sa ating sarili. Walang iba itong nagiging sanhi kundi ang nabanggit na katangian ng kaibhan na umiiral sa bawat isa sa atin.

At kahit naipaliwanag na ito'y nagmula sa isang mabunying kadahilanan, na ang katangiang ito ay naibahagi sa atin mula sa Maylikha, na nag-iisa sa mundo at Ugat ng lahat ng paglikha, gayunpaman, mula sa pakiramdam ng kaibhan, sa sandaling ito'y lumagak sa ating makitid na pagka-makasarili, ito'y nagiging sanhi ng guho at pagkawasak, hanggang ito'y naging pinagmulan ng lahat ng mga pagguho sa nakaraan at sa mga magaganap pa sa mundo.

At katunayan, walang sinumang nilalang sa buong mundo na malaya rito, at ang tanging pagkakaiba lamang ay sa paraan kung paano ito ginamit—dahil ang mga hangarin ng puso ay upang maghari o para sa karangalan—at ito ang ipinagkakaiba ng mga tao sa isa't-isa.

Subalit, ang pagkakapantay-pantay ng lahat ng tao sa mundo ay ang bawat isa sa atin ay handang tumayo upang abusuhin at pagsamantalahan ang iba para sa kanyang sariling kapakinabangan sa abot ng kanyang makakaya, gamit ang anumang paraan na maaaring gamitin, nang walang pagsasaalang-alang na siya ay nagtatayo sa guho ng kanyang kapwa. At walang kabuluhan ang anumang patakaran na ating ibigay sa ating sarili, ayon sa napusuang direksyon, dahil ang hangarin ang ugat ng isipan, at hindi ang isipan ang ugat ng hangarin. Ang katotohanan, mas malaki at mas namumukod ang isang tao, tiyak na mas malaki at mas namumukod ang kanyang katangian ng kaibhan.

PAGGAMIT NG LIKAS NA KAIBHAN BILANG PAKSA NG PAG-INOG NG PANGKALAHATAN AT NG INDIBIDWAL

Ngayon, ating aarukin ang pag-unawa sa tuwirang direksyon ng mga kundisyon na sa dakong huli ay tatanggapin ng sangkatauhan sa sandaling mamayani ang kapayapaan sa mundo, at matutunan kung paano ang mga kundisyong ito ay makakabuti upang maghatid ng buhay ng kaligayahan sa isang tao at sa pangkalahatan. Kasama na rito ang pagkukusa ng sangkatauhan na hangarin, sa wakas, na isabalikat nila sa kanilang mga sarili ang mga bukod-tanging kundisyong yaon.

Balikan natin ang usapin ng kaibhan sa puso ng bawat nilalang, na naninindigan upang lamunin ang kabuuan ng malawak na mundo para sa kanyang kasiyahan. Ang ugat nito ay nagmumula nang tuwiran sa Katangi-tanging Isa, tungo sa mga tao na Kanyang mga sanga. Dito ay may katanungan na humihingi ng katugunan: "Paanong nangyari na isang bulok na hugis ang lumitaw sa atin, na naging ama ng lahat ng kapahamakan at guho sa mundo, at paanong mula sa Pinagmulan ng bawat pagbubuo ay nagmumula sa ugat ng bawat pagkawasak?" Hindi natin maiiwan ang ganitong katanungan ng walang katugunan.

Sa katunayan, mayroon dalawang panig ang nabanggit na kaibhan. Kung ating susuriin ito mula sa Itaas na panig, sa panig ng pagkakatulad sa Katangi-tanging Isa, ito ay gumagana lamang sa anyo ng pagkakaloob sa iba, sapagkat ang Taga-Paglikha ay ganap at buong mapagkaloob, at walang katiting na bahid ng pagtanggap, sapagkat Siya ay walang pangangailangan at walang kailangang tanggapin mula sa mga nilalang na Kanyang nilikha. Samakatwid, ang kaibhan na nag-ugat mula sa Kanya ay marapat din lamang na gumalaw sa pagkakaloob sa iba, at walang pagtanggap para sa sarili.

Sa kabilang panig ng kaibhan, ibig sabihin kung paano ito totoong gumagana sa ating mga kalooban, makikita natin na ito'y kumikilos sa lubos na kabilang direksyon, sapagkat ito'y kumikilos lamang sa anyo ng pagtanggap para sa sarili, tulad ng paghahangad na maging tanging malaki at mayamang tao sa buong mundo. Kaya't ang dalawang panig na nabanggit ay magsing-layo sa isa't-isa, tulad ng Silangan sa Kanluran.

Iyan ay nagbibigay sa atin ng solusyon sa ating katanungan: "Paanong posible na sa loob ng iisang kaakuan, na nagsanga at umabot sa atin mula sa Kanya na Katangi-tangi sa mundo, na Panimula ng bawat pagbubuo ay nagsilbi para sa atin bilang ugat ng bawat pagkawasak?"

Ito ay sumapit sa atin dahil ginagamit natin ang mahalagang kagamitan na ito sa kabilang direksyon, na pang-sariling pagtanggap. At hindi ko sinasabi na ang kaibhan sa atin ay hindi kailanman kikilos sa atin sa anyo ng pagkakaloob, sapagkat hindi ninyo maikakaila na sa gitna natin ay may mga taong ang kaibhan ay nagpapagalaw sa kanila sa anyo ng pagkakaloob sa iba, tulad ng mga taong binubuhos ang kanilang mga yaman para sa kabutihan ng lahat, at yaong naglaan ng lahat ng kanilang pagsisikap para sa kabutihan ng iba, at iba pa.

Subalit, ang dalawang panig na ito na aking inilarawan ay tumutukoy lamang sa dalawang punto ng pag-unlad ng Paglikha, na nagdala sa lahat ng bagay sa antas ng kaunlaran, mula sa isang antas patungo sa Itaas, at mula doon tungo sa mas mataas na antas, hanggang ito'y dumating sa pinaka-tuktok, na siyang itinakdang sukatan ng ganap na kawastuan. At doon, ito ay mananatili magpakailanman.

Ang pagkakasunod ng pag-unlad ng dalawang puntong ito ay: A) ang panimulang punto, ang pinakamababang antas, na pinakamalapit sa lubos na kawalan. Ito ay inilalarawan bilang pangalawang panig nito. B) Ang tuktok, kung saan ito ay nanatili at umiiral magpakailanman. At ito ang inilalarawan sa unang panig ng kaakuan.

Subalit, ang panahon kung saan tayo naroroon ay umunlad na sa malaking hangganan at umangat na sa maraming antas. Ito ay umangat mula sa pinakamababang yugto, ang nabanggit na pangalawang panig, at nakarating nang malapit sa unang panig.

Samakatwid, mayroon nang mga tao sa ating paligid na gumagamit ng kanilang kaibhan sa anyo ng pagkakaloob sa iba. Subalit, sila ay iilan pa lamang, dahil tayo ay nasa kalagitnaan pa rin ng landas ng pag-unlad. Sa sandaling dumating tayo sa pinakamataas na yugto ng mga antas, gagamitin nating lahat ang ating kaibhan sa anyo ng pagkakaloob sa iba, at mawawala na ang anumang usapin ng isang taong gumagamit nito sa anyo ng pangsariling pagtanggap.

Sa ganitong mga pananalita, makikita natin ang mga pagkakataon upang suriin ang mga kundisyon ng buhay ng huling heneresyon — ang panahon ng pangmundong kapayapaan, kung kailan ang buong sangkatauhan ay matatamo ang baitang ng unang panig at gagamitin ang kanilang kaibhan sa anyo lamang ng pagkakaloob sa iba, at hindi na lamang sa anyo ng pangsariling pagtanggap. At ito'y magandang halimbawa na tularan ang nabanggit na anyo ng buhay upang magsilbing aral sa atin at modelo na mananatili sa ating mga kaisipan sa ilalim ng pagragasa ng alon ng buhay. Marahil, ito'y kapaki-pakinabang at posible rin sa ating heneresyon, na mag-eksperimento at gayahin ang nabanggit na anyo ng buhay.

ANG KALAGAYAN NG BUHAY SA HULING HENERASYON

Una, ang bawat isa ay dapat lubos na maunawaan at ipaliwanag sa kanyang kapaligiran na ang kagalingan ng lipunan, ang kagalingan ng estado, at ang kagalingan ng mundo ay ganap na magkakaugnay at nakasalalay sa isa't-isa. Hangga't ang mga batas ng lipunan ay hindi kasiya-siya sa bawat indibidwal sa estado, at nag-iiwan ng isang minorya na hindi nasisiyahan sa pamamahala ng estado, ang minoryang ito ay magsasabwatan laban sa pamahalaan ng estado at magtatangka na pabagsakin ito.

At kung ang lakas nito ay hindi sapat upang labanan ang pamahalaan ng estado nang harapan, maghahangad ito na pabagsakin ito hindi sa tuwirang paraan, tulad ng pagsulsol sa bawat bansa laban sa ibang bansa at madala sila sa digmaan, sapagkat sa panahon ng digmaan, natural na mas maraming tao ang hindi nasisiyahan, at nagkakaroon sila ng pag-asang matamo ang mapanganib na masa ng tao na magpapabagsak sa pamahalaan ng estado at magtatag ng isang bagong pamunuan na maluwag para sa kanila. Kaya't ang kapayapaan ng indibidwal ay tuwirang sanhi ng kapayapaan ng estado.

Dagdag pa, kung ating isasaalang-alang na ang bahagi ng estado na ang kasanayan ay digmaan, na kadalasan ay mayroon ang estado, at ang kanilang bawat pag-asam ng tagumpay, tulad ng mga iskolar ng digmaan, at yaong mga nabubuhay sa pag-supply ng mga bala ng digmaan, na kung ang uri sa lipunan ang pag-uusapan, sila ay kadalasang maliit na minorya. At kung ating idadagdag ang hindi nasisiyahang minorya sa umiiral na mga batas, sa bawat tiyak na sandali, mayroon kayong malaking bilang ng mga taong nagmimithi ng digmaan at pagdanak ng dugo.

Kaya ang kapayapaan ng mundo at ang kapayapaan ng estado ay magkaugnay. Kaya naman, karaniwan nating makikita na kahit ang bahagi ng estado na kasalukuyang nasisiyahan sa kanilang buhay—ang mga maliksi at mautak—ay mayroon pa ring ipagaalala para sa kanilang kaligtasan, dahil sa tensyon mula sa mga nagsisikap na sila ay pabagsakin. At kung nauunawaan nila ang tunay na halaga ng kapayapaan, malugod nilang aakuin ang uri ng pamumuhay ng huling heneresyon, sapagkat "ang lahat ng nasa isang tao ay kanyang ibibigay para sa kanyang buhay."

PASAKIT KONTRA KASIYAHAN SA PANGSARILING PAGTANGGAP

Kaya, kapag ating sinuri at lubusang naunawaan ang nabanggit na balangkas, makikita natin na ang kabuuan ng mga balakid ay nakasalalay sa pagbabago ng ating kalikasan—mula sa paghahangad na tumanggap para sa sarili tungo sa paghahangad na magkaloob sa iba—dahil ang dalawang ito ay magkasalungat. Sa unang tingin, maaaring magmukhang imahinasyon lamang ang balangkas, na tila mga bagay na labas sa likas na kalikasan ng tao. Subalit kung ating pag-aaralan ito nang mas malalim, makikita natin na ang salungatan sa pagitan ng pagtanggap para sa sarili at ng pagkakaloob sa iba ay isang usaping pang-sikolohiya lamang. Sa katunayan, tayo ay nagkakaloob sa iba kahit walang direktang pakinabang para sa ating sarili. Ito ay dahil ang pagtanggap para sa sarili ay nagpapamalas sa iba't ibang anyo—tulad ng mga ari-arian, ligaya ng puso, paningin, panlasa, at iba pa—ngunit ang lahat ng ito ay may iisang tawag: "kasiyahan." Kaya't ang buod ng lahat ng paghahangad ng isang nilalang ay walang iba kundi ang paghahangad ng kasiyahan.

At ngayon, isipin natin ito: kung titipunin natin ang lahat ng kasiyahang naranasan ng isang tao sa loob ng pitumpung taon ng kanyang buhay at ilagay ito sa isang tabi, at pagkatapos ay tipunin ang lahat ng pait at dalamhati sa kabilang tabi—at ating pagmasdan ang kinalabasan—marahil nanaisin pa nating hindi na lamang tayo isinilang. At kung ganito nga, ano ngayon ang tunay na natatanggap ng isang tao sa kabuuan ng kanyang buhay? Halimbawa, kung ipagpapalagay natin na nakakamit ng isang tao ang dalawampung porsiyento ng kasiyahan sa buong takbo ng kanyang buhay, at walumpung porsiyento naman ay binubuo ng pighati at dalamhati, kung gayon, kapag inihambing ang dalawang panig, may maiiwang animnapung porsiyento ng dalisay na pagdurusa—na hindi nabawasan at hindi rin nagantimpalaan.

Subalit ang lahat ng ito ay batay lamang sa pansariling pagtantiya—gaya ng isang taong nagtatrabaho para sa kanyang sarili. Ngunit kung titingnan mula sa isang pandaigdigang pananaw, ang isang indibidwal ay karaniwang lumilikha ng higit pa kaysa sa kanyang natatanggap para sa sariling kasiyahan at kabuhayan. Kaya't kung ang direksyon ng kanyang layunin ay mababago mula sa pansariling pagtanggap tungo sa pagkakaloob, matitikman niya ang kabuuan ng kanyang mga nagagawa—at magagawa niya ito sa mas magaan at maginhawang paraan.

Ang Karunungan Ng Kabbalah at Pilosopiya

ANO ANG ESPIRITUWALIDAD?

Ang pilosopiya ay dumaan sa napakalaking pagsusumikap upang patunayan na ang pisikal na anyo ay supling ng espirituwalidad, at na ang kaluluwa ang lumilikha sa katawan. Gayunman, ang kanilang mga pahayag ay hindi kailanman tinatanggap ng puso sa kahit anong paraan. Ang kanilang pangunahing pagkakamali ay ang maling pagkaunawa sa espirituwalidad: ipinasiya nilang ang espirituwalidad ang pinagmulan ng pisikal na anyo—na isang tahasang kasinungalingan.

Ang sinumang magulang, gaano man kaliit, ay may pagkakahawig sa kanyang mga supling. Ang ugnayang ito ang nagsisilbing landas at daanan ng mga susunod na kaugnayan. Bukod pa rito, bawat nagpapagalaw ay kinakailangang isaalang-alang kung paano nito maaabot ang bagay na pinagagalaw. Sapagkat kung inyong sinasabi na ang espirituwalidad ay walang anumang saklaw sa pisikal na daigdig, kung gayon, ang naturang landas ay hindi umiiral—at wala ring ugnayang magagamit upang maabot ang espirituwalidad o maipataw rito ang kahit anong uri ng paggalaw.

Gayunpaman, sa wastong pag-unawa sa kahulugan ng salitang "espirituwalidad," ito ay walang kaugnayan sa pilosopiya. Sapagkat paano nila mapag-uusapan ang mga bagay na kailanman ay hindi nila nabanaagan o naranasan? Saan nakabatay ang kanilang mga pamantayan?

Kung may anumang kahulugang maaaring itakda sa pagitan ng espirituwalidad at pisikalidad, ito ay matatagpuan lamang sa karanasan ng mga nakapagtamo at tunay na nakaunawa ng espirituwal na realidad. Sila ang mga tunay na Kabalista—kaya't ang karunungan ng Kabbalah ang siyang kinakailangan natin.

ANG PILOSOPIYA PATUNGKOL SA ESENSYA NITO

Ang pilosopiya ay napakahilig abalahin ang sarili nito sa Kanyang Esensya at patunayan kung anong mga tuntunin ang hindi umaangkop sa Kanya. Subalit ang Kabbalah ay walang kahit anupamang pakikitungo dito, dahil paanong makakayang ipaliwanag ang di-makakamtan at di-mababanaagan? Sa katunayan, ang isang negatibong pakahulugan ay kasing tumpak tulad ng positibong pakahulugan.

Dahil kung makikita ninyo ang isang bagay mula sa malayo at makikilala ang mga negatibong aspeto nito, ibig sabihin, lahat ng hindi totoo tungkol dito, ito rin ay maituturing na isang uri ng pagkakita at pagkakilala. Ngunit kung ang isang bagay ay ganap na wala sa paningin, maging ang mga negatibong aspeto nito ay hindi malinaw.

Halimbawa, kung makikita natin ang isang itim na hugis mula sa malayo, ngunit kaya pa rin nating matukoy na ito ay hindi tao o ibon, ito ay maituturing na isang pangitain. Ngunit kung ito ay lalong lumayo, mawawala na ang ating kakayahan upang matukoy kung ito ay tao o hindi.

Ito ang pinagmulan ng kanilang kalituhan at kawalan ng saysay. Gustung-gusto ng pilosopiya na ipagmalaki ang sarili sa pagkaunawa sa lahat ng mga negatibo hinggil sa Kanyang Esensya. Subalit ang mga pantas ng Kabbalah ay itinatakip ang kanilang kamay sa kanilang bibig sa usaping ito, at hindi man lamang nagbibigay ng pangalan sa Kanya, **sapagkat hindi natin tinatawag sa pangalan o sa salita ang anumang hindi natin natatamo**. Ito'y sapagkat ang isang salita ay nagtatakda ng antas ng pagtatamo. Gayunpaman, ang mga Kabalista ay naglalahad ng maraming bagay kaugnay ng Kanyang kaliwanagan sa tunay na buhay—ibig sabihin, lahat ng liwanag na kanilang natamo, na tunay na nasasalat at nadaramang pagtatamo.

ANG ESPIRITUWAL AY ISANG PUWERSA NA WALANG KATAWAN

Yan ang paglalarawan ng mga Kabalista sa "espirituwalidad"—iyan ang kanilang pinaguusapan. Ito ay walang hugis, lugar, oras, o anumang pisikal na kahalagahan. (Sa aking palagay, ang pilosopiya sa kabuuan ay nagkubli sa ilalim ng talukbong na hindi para sa kanya, sapagkat nangupit ito ng mga kaliwanagan mula sa karunungan ng Kabbalah at ginawa itong panghimagas para sa pang-unawa ng masa. Kung hindi dahil doon, hindi kailanman maisip ng mga ito na mag-imbento ng ganoong talas ng isipan.) Gayunpaman, ang espirituwalidad ay isang posibleng puwersa lamang—hindi isang puwersang nababalot ng karaniwang, pisikal na katawan, kundi isang puwersang walang katawan.

ANG ESPRITWAL NA DALUYAN(VESSEL) AY TINATAWAG NA "ISANG PUWERSA"

Ito ang bahagi upang ipaliwanag na ang puwersang tinutukoy sa espirituwalidad ay hindi ang espirituwal na Liwanag mismo. Ang espirituwal na Liwanag ay nagmumula tuwiran mula sa Kanyang Esensya, kaya't ito ay tulad ng Kanyang Esensya. Ibig sabihin, wala tayong pananaw o pagtatamong nagbibigay kakayahan upang ito'y matawag sa isang tiyak na pangalan. Maging ang katawagang "Liwanag" ay hiram at hindi literal o tunay. Kaya dapat nating maunawaan na ang katawagang "puwersa na walang katawan" ay partikular na tumutukoy sa "espirituwal na daluyan (vessel).

LIWANAG AT DALUYAN(VESSEL)

Samakatwid, hindi natin dapat itanong kung paanong ang mga pantas, na pinuno ng karunungan ng kanilang kabatiran, ay nakakita ng pagkakaiba sa pagitan ng iba't ibang Liwanag. Ito ay dahil ang kanilang mga obserbasyon ay hindi tumutukoy sa mismong mga Liwanag, kundi sa pagkakakilanlan sa mga daluyan (*vessels*), bilang nabanggit na "puwersa," na naapektuhan ng kanilang pakikipag-ugnayan sa Liwanag.

DALUYAN(VESSEL) AT LIWANAG (ANG KAHULUGAN NG MGA SALITA)

Dito matatagpuan ang hangganan sa pagitan ng handog at ng pagmamahal na bunga nito. Ang Liwanag—na ibig sabihin ay ang pagkakilala sa *d*aluyan (*vessel*) na maaaring matamo—ay tinatawag na "anyo at materya na magkasama." Ang pagkakakilanlan ang siyang anyo, at ang nangingibabaw na puwersa ang siyang materya.

Gayunpaman, ang pagmamahal na nalikha ay itinuturing na **"anyo na walang materya."** Ibig sabihin, kung ating ihiwalay ang pagmamahal mula sa handog mismo—na para bang ito'y walang kasamang anumang bagay—at ito'y nananatili lamang bilang isang abstraktong katawagan na "pagmamahal ng Diyos," kung gayon ito ay matuturing na isang *anyo*. Sa ganoong kalagayan, ang ganitong paraan ay tinatawag na **"Mag-aanyong Kabbalah."** Gayunman, ito ay itinuturing na tunay at totoo, at walang anumang pagkakahawig sa Mapag-anyong Pilosopiya, dahil ang diwa ng pagmamahal na ito ay nakasalalay sa pagtatamo—isang pagtatamong ganap na hiwalay mula sa handog, na siyang Liwanag mismo.

MATERYA AT ANYO SA KABBALAH

Ang dahilan ay kahit na ang pagmamahal na ito ay bunga lamang ng handog, ito pa rin ay higit na mahalaga kaysa sa handog mismo. Katulad ito ng isang dakilang hari na nagbibigay ng isang maliit na bagay sa isang tao—bagamat ang handog ay walang gaanong halaga, ang pagmamahal at atensyon ng hari ang siyang nagpapahalaga rito nang labis. Kaya't ang pagmamahal ay ganap na naihihiwalay mula sa materya ng handog, sa paraang ang mismong ginawa at ang kaibhan nito ay nananatiling ukit sa pagtatamo ng pagmamahal lamang, habang ang mismong handog ay tila nalimutan na mula sa puso. Samakatuwid, ang bahaging ito ng karunungan ay tinatawag na "Nag-aanyong Karunungan ng Kabbalah." Sa katunayan, ito ang pinakaimportanteng bahagi ng buong karunungan.

ABYA

Ang pagmamahal na ito ay binubuo ng apat na bahagi na halos katulad ng makataong pagmamahal; noong unang matanggap natin ang handog, ngunit hindi pa rin natin tinutukoy ang nagbigay ng handog na sa atin ay nagmamahal, lalunat kung ang nagbigay ng handog ay importante at ang tumanggap ay hindi niya kapantay.

Datapwat sa paulit-ulit na pagbibigay at pagtitiyaga, kahit ang pinaka-importanteng tao ay maaaring maging parang tunay at kapantay na mangingibig. Ito ay dahil ang batas ng pagmamahalan ay hindi naisasakatuparan sa pagitan ng mas mataas at mas mababa, sapagkat ang dalawang nagmamahalan ay kailangang maramdaman na sila ay magkapantay.

Kaya't maaari nating sukatin ang apat na antas dito: ang unang pangyayari ay tinatawag na *Assiya*, ang paulit-ulit na pagbibigay ng handog ay tinatawag na *Yetzira*, at ang pagsibol ng mismong pagmamahal ay tinatawag na *Beria*.

At dito nagsisimula ang pag-aaral ng **Nag-aanyong Karunungan ng Kabbalah**, sapagkat sa antas na ito, ang pagmamahal ay nahihiwalay na mula sa mga handog. Ito ang kahulugan ng "at lumikha ng kadiliman," ibig sabihin, ang Liwanag ay inalis mula sa *Yetzira*, at ang pagmamahal ay nanatili nang walang Liwanag, nang wala na ang mga handog nito.

Pagkatapos, darating ang *Atzilut*. Matapos nitong matikman at mahiwalay ang anyo mula sa kabuuan, tulad ng, "at nilikha ang kadiliman," ito ay naging karapat-dapat na umangat sa antas ng *Atzilut*, kung saan ang anyo ay bumalot muli sa materya, ibig sabihin, ang Liwanag at pagmamahal ay magkasama.

ANG PINAGMULAN NG KALULUWA

Lahat ng bagay na espirituwal ay tinitingnan bilang isang hiwalay na puwersa mula sa katawan dahil wala itong pisikal na hugis. Gayunpaman, dahil dito, ito'y nananatiling tiwalag at ganap na hiwalay sa pisikal. Sa ganitong estado, paano ito maaaring magtakda ng anumang bagay na gumalaw, higit sa lahat magluwal ng anumang bagay na pisikal, nang wala itong pakikipag-ugnayan na maaaring magpadali nito sa pisikal?

ANG MALA-ASIDONG ELEMENTO

Gayunpaman, ang katotohanan ay ang puwersa mismo ay itinuturing ding tunay na materya, tulad ng anumang pisikal na bagay sa konkretong mundo, at ang pangyayaring wala itong hugis na kayang matukoy ng pandama ng tao ay hindi kabawasan sa kahalagahan ng materya, na isang "puwersa."

Kunin natin ang molekula (molecule) bilang halimbawa: Ito ay binubuo ng karamihan ng materyales sa mundo. Subalit kung kukuha kayo ng isang bote ng purong oksiheno (oxygen) na hindi hinaluan ng anumang ibang sustansya, makikita ninyo na ang bote ay parang ganap na walang laman. Wala kayong mapapansing anumang bagay dito; ito'y ganap na tulad ng hangin, hindi mahahawakan at hindi makikita ng mata.

Kung ating aalisin ang takip at aamuyin ito, tayo'y walang malalanghap na amoy; kung atin itong titikman, wala tayong malalasahan, at kung atin itong ilalagay sa timbangan, ito'y hindi titimbang nang higit sa timbang ng boteng walang laman. Ito rin ay masasabi sa haydrodyen (hydrogen), na walang lasa, walang amoy, at walang timbang.

Gayunpaman, sa sandaling ang dalawang elementong ito ay pagsamahin, ang mga ito'y kagyat na magiging likido, inuming tubig na may lasa at may timbang. Kung ating ilalagay ang tubig sa apog, ito'y kagyat na hahalo at magiging kasing tigas ng apog mismo.

Kaya't ang mga elementong oksiheno at haydrodyen, na walang anupamang katangian upang mahawakan, ay naging solidong bagay. Samakatwid, paano tayo magpapasya tungkol sa mga natural na puwersa na hindi mga makalupang bagay dahil hindi nakaayos ang mga ito sa paraang ang ating mga organong pandama ay hindi naaninaw ang mga ito? Higit pa rito, malinaw na ating makikita na ang karamihan sa mga nasasalat na materyales sa ating mundo ay binubuo pangunahin ng elementong oksiheno, na sa pandama ng tao ay hindi maaaring maaninaw at maramdaman!

Higit pa rito, sa pisikal na buhay, ang solidong at likidong bagay na ating buong linaw na nakikita sa ating pisikal na mundo ay maaaring maging hangin at singaw sa isang tiyak na temperatura. Katulad din, ang singaw ay maaaring maging solidong bagay sa pagbaba ng temperatura.

Sa ganoong pangyayari, tayo'y dapat magtaka, **paano ang isa'y ipagkakaloob ang yaong wala sa kanyang pag-aari?** Malinaw nating makikita na ang lahat ng nahahawakang hugis ay nagmumula sa mga elementong sa mga ito at sa kanilang sarili mismo ay hindi mahahawakan o masasalat, at hindi umiiral na materyales sa kanilang sarili lamang. Katulad din, lahat ng nakapirming larawan na ating nalalaman at ginagamit upang ipaliwanag ang mga materyales ay magkakasalungat at hindi umiiral sa kanilang sariling katayuan. Sa halip, ang mga ito'y nagdadamit lamang o naghuhubad ng anyo sa ilalim ng mga kundisyon tulad ng init o lamig.

Ang nangungunang bahagi ng pisikal na bagay ay puwersa sa loob nito, bagamat wala pa tayong kakayahan na tukuyin ang pagkakaiba at paghiwa-hiwalayin ang mga puwersang ito tulad ng paghihiwalay sa mga kemikal na elemento. Marahil sa malapit na hinaharap, ang mga ito'y matutuklasan sa kanilang lantay na anyo, dahil kamakailan lamang natin natuklasan ang mga kemikal na elemento.

PANTAY NA PUWERSA SA ESPIRITUWAL AT PISIKAL

Sa isang salita: Lahat ng mga pangalan na inilalapat natin sa mga materyales ay pulos gawa-gawa, ibig sabihin, nagmula sa ating konkretong pananaw batay sa ating limang pandama. Ang mga ito'y hindi umiiral sa kanilang sarili lamang. Sa kabilang dako, anumang pagkikilanlan na ating ilapat sa puwersa, na naghihiwalay dito sa materyal, ay gawa-gawa rin. Kahit na ang siyensiya ay makarating sa pinakamataas na pag-unlad, atin pa ring isasaalang-alang lamang ang namamasdan at nahahawakang katotohanan. Ito'y nangangahulugan na sa loob ng anumang pagkilos ng materyal na ating nakikita at nararamdaman, dapat nating mapagsino ang nagpapagalaw, na isa ring materya tulad ng pagkilos din mismo. Mayroong ugnayan sa pagitan nila, o kaya'y hindi sila makakaabot doon.

Dapat nating malaman na ang pagkakamali ng paghihiwalay sa nagpapagalaw at sa paggalaw mismo ay nanggaling sa Nag-aanyong Pilosopiya, na naggugumiit na patunayan na ang espirituwal na kilos ay nakapangyayari sa pisikal na paggalaw. Ito ay nagresulta sa mga maling pag-aakala tulad ng nabanggit sa unahan, kung saan ang Kabbalah ay walang kinalaman.

KATAWAN AT KALULUWA SA MGA KATAASAN

Ang opinyon ng Kabbalah sa bagay na ito ay singlinaw ng kristal, tiwalag sa anumang bahid ng pilosopiya. Ito ay sa kadahilanang sa isip ng mga Kabalista, kahit ang espirituwal, nakahiwalay at haka-hakang mga bagay, na itinatanggi ng pilosopiya na mayroong anumang pisikalidad at itinatanghal na ang mga ito'y purong haka-hakang bagay, bagamat tunay na ang mga ito'y espirituwal, higit na mabunyi at abstrakto, gayunpaman ang mga ito'y binubuo pa rin ng katawan at kaluluwa, tulad ng pisikal na nilalang.

Samakatwid, hindi kayo dapat magtaka kung paano ang dalawa ay magwawagi ng gantimpala at magsasabi na ang mga ito'y masalimuot. Higit pa rito, ang pilosopiya ay naniniwala na anumang bagay na masalimuot sa kalaunan ay madudurog at maaagnas, ibig sabihin, mamatay. Kaya't paano magpapahayag ang isa, na ang mga ito ay kapwa masalimuot at walang-hanggan?

MGA LIWANAG AT MGA DALUYAN(VESSEL)

Sa katunayan, ang kanilang mga kaisipan ay hindi ating kaisipan, sapagkat ang kaparaanan ng mga pantas ng Kabbalah ay isang paghahanap sa aktwal na katunayan ng pagtatamo, na ginagawa nitong imposible. Ngunit hayaan mo akong gawin ang mga bagay na ito upang ang mga ito ay malinaw para sa pang-unawa ng bawat tao.

Una, dapat nating malaman na ang pagkakaiba sa pagitan ng mga Liwanag at mga daluyan (vessel) ay agad na nalikha sa unang pinagsimulan na nilalang mula sa Ein Sof (Kawalang-Hanggan). At natural lamang na ang unang pinagsimulan rin ay ang pinaka-ganap at mas dalisay kaysa sa lahat ng mga sumunod dito. Ito'y may katiyakan na ito'y nakatanggap ng kaluguran at kalubusan mula sa Kanyang Esensya, na ang hangad ay bigyan ito ng bawat kaluguran at kasiyahan.

Ito ay nalalaman na ang sukatan ng kasiyahan sa totoo ay ang kalooban na tumanggap nito. Yaon ay dahil anumang ating pinaka-ninanais na matanggap sa ating pakiramdam ay ang pinaka-kasiyasiya. Dahil doon, tayo ay dapat magsuri ng dalawang bagay na dapat bigyang pansin sa unang pinagsimulan: ang kalooban na tumanggap ng Esensya, at ang natanggap na Esensya mismo.

Dapat din nating malaman na ang kalooban ng pagtanggap ay yaong ating napagwari na "katawan" ng unang pinagsimulan, ibig sabihin, ang pangunahing esensya nito, bilang daluyan (vessel) upang tumanggap ng Kanyang kabutihan. Ang pangalawa ay ang Esensya ng kabutihan na natanggap mula sa Kanyang Liwanag, na ipinagkaloob sa nilalang nang walang hangganan.

Kasunod nito, ating kailangan makilala ang dalawang pahiwatig na nadamitan ng isa't isa hanggang sa pinaka-mabunying espirituwal na kayang mahiwatigan ng puso. Ito ay salungat sa opinyon ng pilosopiya na nagtahi-tahi na ang mga hiwalay na bagay ay hindi mga masalimuot na materya. Kinakailangan na ang "kalooban upang tumanggap," na natural na umiiral sa unang pinagsimulan (sapagkat kung wala ito, ito'y hindi magiging kasiya-siya, bagkus magiging sapilitan, at walang mararamdaman na kasiyahan), ay wala sa Kanyang Esensya. Ito ang dahilan sa katawagang "pinagsimulan," dahil ito'y hindi na Kanyang Esensya; dahil kanino Siya tatanggap?

Gayunpaman, ang kasaganaan na tinanggap nito ay bahagi ng Kanyang Esensya, sapagkat dito wala nang kailangang pagbabago. Kaya't ating makikita ang malaking pagkakaiba sa pagitan ng nilikhang katawan at ng tinanggap na kasaganaan, na itinuturing na Kanyang Esensya.

PAANO ANG ISANG ESPIRITUWAL AY MAGBUBUNGA NG ISANG KORPORYAL?

Parang mahirap unawain kung paano ang espirituwal ay magbubunga at magpapalawig ng anumang bagay na korporyal. Ang katanungang ito ay isang napakatandang maka-pilosopiyang pagtatanong na nagbuhos ng napakaraming tinta sa pagtatangkang malutas.

Ang totoo ay ang katanungang ito ay mahirap lamang kung susunod sa kanilang doktrina. Iyon ay dahil kanilang itinalaga na ang anyo ng espirituwal ay walang anumang kaugnayan sa korporyal. Yaon ay nagbunga ng isang mahirap na katanungan: paano mangyayari na ang espirituwal ay mangunguna o magiging ama ng anumang bagay na korporyal?

Subalit ito ang pananaw ng mga pantas ng Kabbalah na yaon ay hindi naman mahirap, sapagkat ang kanilang pamantayan ay ganap na kabaligtaran ng sa mga pilosopo. Kanilang pinaninindigan na anumang espirituwal na katangian ay kawangis ng pisikal na katangian, tulad ng dalawang patak ng tubig sa isang lawa. Kaya't ang mga ugnayan ay pinaka-sukdulan ng pagkakahawig at walang pagkakaiba sa kanila maliban sa sangkap: ang espirituwal ay binubuo ng sangkap na pang-espirituwal at ang korporyal ay sangkap na pang-korporyal.

Gayunpaman, lahat ng katangian sa materyal ng espirituwal ay nananatili rin sa korporyal na materyal, tulad ng paliwanag sa artikulong, "Ang Buod ng Karunungan ng Kabbalah."

Ang lumang pilosopiya ay naghaharap ng tatlong opinyon bilang mga balakid sa harap ng aking paliwanag: Ang una ay ang kanilang pasiya na ang lakas ng isip ng tao ay ang kaluluwa ng tao, ang pinakabuod ng tao. Ang pangalawa ay ang kanilang haka-haka na ang katawan ay resulta ng kaluluwa. Ang pangatlo ay ang kanilang sinasabi na ang mga espirituwal na bagay ay simpleng mga bagay at hindi masalimuot.

MAKA-MATERYALISTIKONG SIKOLOHIYA

Hindi lamang ito ang tamang lugar upang makipagtalo sa kanila tungkol sa kanilang mga gawa-gawang haka-haka, at ang panahon ng mga tagapagtaguyod ng mga katulad na pananaw ay matagal nang lumipas at ang kanilang mga pamamayani ay pinawalang-saysay. Dapat din nating pasalamatan ang mga eksperto ng maka-materyalistikong sikolohiya doon, na nagtayo ng balangkas sa guho ng dating pilosopiya na nag-ani ng papuri mula sa publiko. Sa ngayon, ang bawat isa ay tinatanggap ang pagpapawalang bisa ng pilosopiya, dahil ito ay hindi nakatayo sa konkretong pundasyon.

Ang lumang doktrina ay naging batong nakakatisod at mortal na tinik sa mga pantas ng Kabbalah, dahil kung saan dapat silang yumukod sa harap ng mga pantas ng Kabbalah, at nangilin at nagtimpi, banal at dalisay bago isiniwalat ng mga pantas sa kanilang harapan kahit ang pinakamaliit na bagay sa espirituwalidad, maluwag nilang tinanggap ang kanilang hinangad mula sa nag-aanyong pilosopiya. Walang bayad o halaga, tinubigan nila ang mga ito mula sa kanilang balong ng katalinuhan hanggang mabundat, at tumangging saliksikin ang karunungan ng Kabbalah hanggang ang karunungan ay halos nalimot sa gitna ng Israel. Kaya't tayo'y nagpapasalamat sa maka-materyalistikong sikolohiya sa pagbibigay dito ng mortal na dagok.

AKO SI SOLOMON

Ang nabanggit ay tulad ng isang kathang-isip na ikinukwento: Si Asmodeus (ang demonyo) ay tinangay at inilayo si Haring Solomon ng may apat na raang parsa (isang sinaunang sukat) mula sa Jerusalem at iniwan Siya ng walang pera at pangkabuhayan. Pagkatapos, ito ay lumuklok sa trono ni Haring Solomon habang ang tunay na hari ay kumakatok sa mga pinto at nanghihingi ng limos. Sa bawat lugar na kanyang puntahan, sa bawat bayan na kanyang binisita, sinasabi: "Ako si Ecclesiastes!" ngunit walang naniniwala sa kanya. At siya ay pumunta sa iba't ibang bayan at naghahayag, "Ako si Solomon!" Ngunit noong siya ay dumating sa Sanhedrin (ang mga pantas ng Talmud), sila ay nagsabi, "Ang isang hunghang ay hindi magsasalita ng isang kahangalan sa lahat ng sandali at magsasabing, Ako ay dating isang hari."

Lumalabas na parang ang pangalan ay hindi ang esensya ng isang tao, kundi ang may-ari ng pangalan. Samakatwid, paanong ang isang taong tulad ni Solomon ay hindi makikilala kung siya nga ang may-ari ng pangalan? Higit pa rito, ang tao ang nagbibigay-dangal sa pangalan at dapat niyang maipamalas ang kanyang karunungan.

ANG TATLONG HADLANG

Mayroon tatlong dahilan na humahadlang sa atin upang malaman ang may ari ng pangalan:

1. Sa kadahilanan ng pagiging totoo, ang karunungan ay lumilinaw lamang kapag ang buong detalye ay sabay-sabay na lumitaw. Samakatwid, bago malaman ng isa ang buong karunungan, imposible na makita ito mula sa maliit na bahagi nito. Kaya't ang kailangan natin ay maging batid ang pagiging totoo nito, upang magkaroon ng sapat na tiwala dito at mabigyan ito ng malaking pagsisikap.

2. Tulad ni Asmodeus, ang demonyo, na nagsuot ng damit ni Haring Solomon at umangkin ng kanyang trono, ang pilosopiya ay umupo sa trono ng Kabbalah gamit ang mga ideyang madaling maunawaan, kaya't ang kabulaanan ay madaling natanggap. Samakatwid, mayroong dalawang tiklop ng problema dito: una, na ang karunungan ng katotohanan ay malalim at masalimuot, habang ang pilosopiya ay huwad at madaling maunawaan; at pangalawa, na ang karunungan ay kalabisan o hindi kailangan sapagkat ang pilosopiya ay nakalulugod at kasiya-siya.

3. At tulad ng sinabi ng demonyo na ang Haring Solomon ay baliw, ang pilosopiya ay nilibak at binalewala ang Kabbalah.

Gayunpaman, sapagkat ang karunungan ay dakila, ito ay nasa itaas ng tao at hiwalay sa kanila. Sapagkat siya ang pinakamatalinong tao, siya ay higit sa bawat isa. Kaya't maging ang mga pinakapinong iskolar ay hindi siya maunawaan, maliban sa kanyang mga kaibigan sa Sanhedrin na kanyang tinuruan ng karunungan araw-araw sa mahabang panahon. Sila ang kumilala sa kanya at nagpalaganap ng kanyang pangalan sa buong mundo.

Dahil ang isang munting karunungan ay maaaring maunawaan sa loob lamang ng limang minuto, ito'y madaling matamo ng kahit sino at madaling ipaliwanag. Subalit, ang isang mabigat na konsepto ay hindi maiintindihan nang hindi ginugugulan ng ilang oras — maaari pa ngang tumagal ng ilang araw o kung minsan ay mga taon, depende sa katalinuhan. Dahil dito, ang mga pinakadakilang iskolar ay nauunawaan lamang ng piling iilan sa bawat henerasyon, sapagkat ang malalalim na konsepto ay naitatag sa pundasyon ng maraming naunang karunungan.

Kaya't hindi na kataka-taka na ang pinakamarunong sa lahat ng tao, nang siya'y mapatapon sa isang lugar na hindi siya kilala, ay hindi naipamalas ang kanyang karunungan ni naipakita man lamang kahit bahagya ang kanyang katalinuhan, bago sila naniwala na siya nga ang tunay na may-ari ng pangalan.

Ito ay katulad ng kalagayan ng karunungan ng Kabbalah sa ating panahon: ang mga suliranin at pagkakahiwalay na sumapit sa atin ang naging dahilan upang ito ay makalimutan. (At kung mayroon mang mga taong nagsasagawa nito, hindi ito nakatulong sa Kabbalah — sa halip, nakasama pa — sapagkat hindi nila ito natutunan mula sa isang tunay na Kabalistang pantas). Kaya't sa henerasyong ito, ito ay katulad ni Haring Solomon noong siya'y ipinatapon, at nagpahayag: "Ako ang karunungan, at lahat ng linamnam ng relihiyon at ng Torah ay nasa akin," subalit walang naniwala sa kanya.

Subalit ito'y tunay na nakalilito: sapagkat kung ito ay tunay na karunungan, hindi ba't maaari nitong ipamalas ang sarili tulad ng ibang mga karunungan? Ngunit hindi maaari. Tulad ni Haring Solomon na hindi naipamalas ang kanyang karunungan sa mga iskolar ng lugar kung saan siya napatapon, at kinailangang magtungo sa Jerusalem — sa Sanhedrin — na binubuo ng mga pantas na nakakakilala sa kanya at nakapagpatunay sa lalim ng kanyang karunungan, gayundin naman sa karunungan ng Kabbalah: nangangailangan ito ng mga dakilang pantas na siniyasat ang kanilang mga puso at nag-aral nito sa loob ng dalawampu o tatlumpung taon. Doon lamang sila maaaring magpatunay ukol dito.

At tulad ni Haring Solomon na hindi napigilan si Asmodeus sa pagluklok sa kanyang trono at sa pagpapanggap bilang siya, hanggang sa siya'y makarating sa Jerusalem, gayundin ang sinapit ng mga pantas ng Kabbalah. Sila ay sumunod sa maka-pilosopikang teolohiya at dumaing na ang mga ito'y ninakaw ang mataas na luklukan ng kanilang karunungan. Ayon sa kanila, si Plato at ang mga Griyego na nauna sa kanya ay nakuha ang mga saligang elemento ng karunungan habang sila'y kasamang nag-aaral ng mga disipulo ng mga propeta ng Israel. Ninakaw nila ang pundasyong prinsipyo ng karunungan ng Israel at nagsuot ng damit na hindi sa kanila. Hanggang sa kasalukuyan, ang maka-pilosopikang teolohiya ay nakaluklok sa trono ng Kabbalah, na parang isang tagapagmanang hindi tunay na bahagi ng sambahayan.

At sino ang maniniwala sa mga pantas ng Kabbalah habang may ibang nakaupo sa kanilang trono? Ito ay tulad noong hindi nila pinaniwalaan si Haring Solomon sa panahon ng kanyang pagkakatapon, dahil naniwala silang ang tunay na nakaupo sa trono ay si Asmodeus, ang demonyo. At tulad kay Haring Solomon, tila walang pag-asa na ang katotohanan ay mabubunyag, sapagkat ang karunungan ay hindi mahahayag sa pamamagitan ng testimonya o eksperimento, maliban sa mga naniniwala at nagtalaga ng kanilang buong puso at kaluluwa sa pag-aaral nito.

Tulad ng Sanhedrin na hindi nakilala si Haring Solomon hanggang sa ang kasinungalingan ni Asmodeus ay nahayag, ang Kabbalah ay hindi rin mapatutunayan ang kanyang pagiging totoo. Walang paghahayag ang magiging sapat upang mahikayat ang mundo na pag-aralan ito, hangga't ang kawalang-saysay at kabulaanan ng maka-pilosopikang teolohiya ay hindi ganap na nabubunyag.

Samakatwid, walang katubusang higit na dakila sa Israel kundi ang paglitaw ng materyalistikong sikolohiya na siyang dumagok sa maka-pilosopikang teolohiya ng isang nakamamatay na hambalos. Ngayon, bawat nilalang na naghahanap sa Panginoon ay marapat na ibalik ang Kabbalah sa kanyang trono at panumbalikin ang dating karangalan nito.

Pambungad sa Aklat ng Zohar

1. Sa panimulang ito, nais kong liwanagin ang mga bagay na tila pangkaraniwan — mga bagay na pinagkakaabalahan ng lahat at kung saan napakaraming tinta ang natapon sa pagtatangkang maliwanagan. Subalit tayo'y hindi pa rin nakarating sa isang konkreto at sapat na kaalaman tungkol sa mga ito. At narito ang mga katanungan:

   1. Ano ang ating esensya?

   2. Ano ang ating papel sa mahabang kadena ng pangyayari kung saan tayo ay mga maliliit na kawing?

   3. Kung susuriin natin ang ating mga sarili, makikita natin na tayo ay masama at mababa hangga't maaari. At nang ating pag-aralan ang Tagapamahala na gumawa sa atin, tayo'y napipilitan na maging-nasa pinaka-mataas na antas, sapagkat walang kapuri-puri na katulad Niya. Sapagkat ito'y kahingian na tanging perpektong pamamahala lamang ang maaaring umusbong mula sa isang perpektong Tagapamahala.

   4. Ang ating mga pag-iisip ay nangangailangan na Siya ay lubos na mapagkawang-gawa, na walang katulad. Paano kung gayon, na Siya ay lumikha ng napakaraming nilalang na nagdurusa at nagigipit sa kanilang buong buhay? Hindi ba ito ang daan ng mabuti upang maggawad ng kabutihan o kahit sana hindi na lang makasakit tulad nito?

   5. Paanong ito'y posible na ang walang hangganan, na walang simula at walang katapusan, ay mamumunga ng may-taning, mortal, at panandaliang mga nilalang?

Upang liwanagin ang lahat ng ito, kailangan nating magsagawa ng mga umpisang pag-usisa. At harinawang hindi sana, kung saan ito'y ipinagbabawal, ang tungkol sa buod o esensya ng Diyos, kung saan wala tayong kaisipan o hiwatig na anupaman tungkol dito, kung kaya't wala tayong kaisipan o masasabi na Siya. Ngunit doon sa pag-uusisa ng isang Mitzva (kautusan/mabuting gawa), mga pag-uusisa sa Kanyang mga gawa. Ito'y tulad sa utos ng Torah sa atin, "Kilalanin ninyo ang Diyos ng inyong ama at paglingkuran Siya," at tulad ng nabanggit sa awit ng pagkakaisa, "Sa pamamagitan ng iyong mga gawa, ikaw ay aming makikilala."

Pag-uusisa Blg. 1: Paano natin ilalarawan ang bagong paglikha, isang bagay na bago na hindi kalakip sa Kanya bago Niya nilikha ito, samantalang malinaw sa lahat ng nagmamasid na walang bagay na hindi nakalakip sa Kanya? Ang karaniwang pag-iisip ay hinihingi ito, sapagkat paanong ang isa ay makakapagbigay nang wala sa Kanya?

Pag-uusisa Blg. 2: Kung inyong sasabihin na dahil sa Kanyang pagiging makapangyarihan, Siya ay tiyakang maaaring lumikha mula sa kawalan, mga bagay na hindi kalakip sa Kanya, yaon ay nagbubunsod ng katanungan — ano ang katotohanang yaon, na masasabing ganap na walang lugar sa Kanya, subalit ganap na bago at kakaiba?

Pag-uusisa Blg. 3: Ito ay tumutukoy sa mga sinabi ng mga Kabalista na ang kaluluwa ay bahagi ng Diyos ng Kaitaasan, sa kaparaang walang pagkakaiba sa pagitan Niya at ng kaluluwa, dahil Siya ang "kabuuan" at ang kaluluwa ay "bahagi." At ito'y kanilang inihalintulad sa bato na inukit mula sa bundok. Walang pagkakaiba ang bato sa bundok maliban sa Siya ang "kabuuan" at ang kaluluwa ay isang "bahagi." Kung gayon, dapat nating itanong: Isang bagay ito, na isang bato na inukit mula sa bundok ay nahiwalay dito gamit ang palakol para sa layuning ito, na naging dahilan ng paghihiwalay ng "bahagi" sa "kabuuan." Subalit paano ninyo ilalarawan yaon sa Kanya, na ihihiwalay Niya ang isang bahagi ng Kanyang buod o esensya hanggang lumayo ito sa Kanyang esensya at ganap na mapawalay sa Kanya, ibig sabihin, naging isang kaluluwa, hanggang umabot sa puntong maaari lamang itong maunawaan na ito'y bahagi ng Kanyang buod o esensya?3) Pag-uusisa Blg. 4: At dahil ang karwahe ng *Sitra Achra* (kabilang panig) at ang *Klipot* (basyo) ay napakalayo, nasa kabilang dulo ng Kanyang Kabanalan, kalayuang mahirap isipin, paanong ito'y nakuha at nagawa mula sa Kabanalan, at bukod pa rito ay binigyang-lakas ng Kanyang Kabanalan?

Pag-uusisa Blg. 4: Ang usapin ng pagkabuhay ng mga patay: At dahil ang katawan ay karumal-dumal, at kaagad pagkatapos ng kapanganakan ito ay nakatakdang pumanaw at ilibing. Karagdagan pa, ang Zohar ay nagsabi na hangga't ang katawang-lupa ay hindi pa lubos na naagnas, ang kaluluwa ay hindi pa makaka-akyat sa lugar nito sa Hardin ng Eden, hangga't mayroon pang labi nito. Samakatwid, bakit ito kailangan bumalik at bumangon sa pagkabuhay ng mga patay? Ang Taga-Paglikha ba ay hindi mapapaligaya ang mga kaluluwa nang wala ang katawan nito?

Pag-uusisa Blg. 5: Higit pang nakalilito ay ang sinasabi ng ating mga pantas, na ang mga yumao ay nakatalagang bumangon kasama ang kanilang mga kapintasan, upang sila'y hindi mapagkamalan mula sa iba, at pagkatapos nito, papawiin Niya ang kanilang mga kapintasan. Ating dapat maunawaan kung bakit ang Diyos ay nag-isip na hindi sila dapat mapagkamalan mula sa iba, at dahil dito lilikhain Niyang muli ang mga kapintasan at pagkatapos ito ay Kanyang papawiin.

Pag-uusisa Blg. 6: Tungkol sa kung ano ang sinabi ng ating mga pantas, na ang tao ang sentro ng katotohanan, na ang mga Mas Matataas na Mundo, ang pisikal na mundong ito, at lahat ng bagay dito ay nilikha para lamang sa tao *(Ang Zohar, Tazria, 40)*, at inatasan ang tao na maniwala na ang mundo ay ginawa para sa kanya *(Sanhedrin 37)*. Ito'y tila mahirap gawing gapan, na para sa walang kabuluhang nilalang, na ang timbang ay higit lamang ng kaunti sa maliit na bungkos, kung isasaalang-alang ang kabuuan ng mundong ito at mas higit pa kung isasaalang-alang ang lahat ng Itaas na mga Mundo, na ang Tayog at Kabunyian ay hindi masusukat, na ang Taga-Paglikha ay inabala ang Kanyang Sarili upang gawin ang lahat ng mga ito para sa kanya. At isa pa, bakit kailangan ng tao ang lahat ng ito?

4) Upang maintindihan ang mga katanungan at mga pag-uusisang ito, ang tanging paraan ay suriin ang dulo ng pagkilos, na yaon ay, ang layunin ng Paglikha. Sapagkat walang maiintindihan sa kalagitnaan ng proseso, at tanging sa dulo lamang. At ito'y maliwanag na walang pagkilos na walang layunin, dahil tanging baliw lamang ang kumikilos ng walang layunin.

Alam ko na mayroong mga taong tinalikuran na ang pasanin sa *Torah* at *Mitzvot* (mga *Mitzva*), at nagsasabing ang Taga-Paglikha ay ginawa ang buong katotohanan, at pagkatapos ito'y iniwanang mag-isa, dahil sa kawalang kabuluhan ng mga nilalang at hindi nararapat sa Mabunying Taga-Paglikha na magmatyag sa kanilang mga malilit at maramot na mga gawi. Ang totoo, sila'y nagsalita ng walang nalalaman, sapagkat imposibleng pumuna tungkol sa ating kababaan at kawalan ng kabuluhan, bago natin sangayunan na tayo nga ang lumikha sa ating mga sarili pati na ang lahat ng ating mga bulok at kasuklam-suklam na kalikasan.

Subalit habang ating pinagpapasyahan, na ang Taga-Paglikha na lubos na perpekto ay Siyang gumawa at humubog sa ating mga katawan, kalakip ang lahat ng kahanga-hanga at nakakasuklam na mga katangian, buong katiyakan na walang lilitaw na maling gawain mula sa kamay ng isang perpektong manggagawa, dahil bawat gawa ay nagpapatunay sa gumawa. Dahil ano ang kasalanan ng isang pangit na kasuutan, kung isang di-magaling na sastre ang nagtahi nito?

Katulad nito ang matatagpuan natin sa *Masechet Taanit,* 20: Isang kuwento tungkol kay Rabbi Elazar na nakasalubong ang isang napakapangit na lalaki. Sinabi niya rito: " Napakapangit ng lalaking ito." Ang lalaki ay tumugon: "Humayo ka at sabihin sa manggagawa na lumikha sa akin, "Paano at ginawa mo akong kagamitan na ganito kapangit." Kaya't yaong mga nagsasabi na dahil sa ating kababaan at kawalan ng kabuluhan, na hindi marapat na magmatyag Siya sa atin, kaya iniwanan Niya tayo, ay walang laman at nagpapakita lamang ng kanilang kamangmangan.

Subukan ninyong isipin, kung may matagpuan kayong tao na gagawa ng mga nilalang na tiniyak na magdurusa at maghihirap sa kanilang buong buhay tulad natin, at hindi lamang iyon, kundi tatalikuran pa sila nang hindi man lamang lilingunin upang matulungan kahit kaunti. Gaano kasama at kababa ang magiging pagtingin ninyo sa taong ito? Ang ganitong bagay ba ay magagawa nating isipin tungkol sa Kanya?

5) Samakatwid, ang karaniwang pag-iisip ay itinatakda na ating gagapin ang kabaligtaran ng anumang namamalas sa ibabaw at ipasya na tayo ay tunay na marangal at makabuluhang mga nilalang, na walang kasukat ang kahalagahan, at tunay na karapat-dapat sa Manggagawa na lumikha sa atin. Dahil kung anumang kakulangan na inyong makikita sa ating mga katawan, sa likod ng lahat ng pasubali na ibinibigay mo sa iyong

sarili, ay bumabagsak lamang sa Taga-Paglikha na gumawa sa atin at sa ating kalikasan. At ito'y malinaw na Siya ang lumikha sa atin at hindi tayo.

Alam din Niya ang lahat ng kaparaanan na nagmumula sa buktot na kalikasan at katangian na nakalakip sa atin. At tulad ng ating sinabi, ating dapat isaisip ang dulo ng pagkilos, nang sa gayon ating mauunawaan ang bawat bagay. Ito'y tulad ng kasabihang ganito: "Huwag ipakita sa isang hunghang ang ginagawa na nasa kalagitnaan."

6) Ang ating mga pantas ay nabanggit na ang Taga-Paglikha ang gumawa ng mundo na walang ibang dahilan kung hindi paligayahin ang mga nilalang. At dito, marapat nating ilagay ang ating mga pag-iisip at lahat ng ating mga iniisip, dahil ito ang pinaka-panghuling layunin ng pagkilos ng lumikha sa mundo. At dapat nating itanim sa ating pag-iisip na dahil ang Kaisipan ng Paglikha ay upang magkaloob sa Kanyang mga nilalang, kinailangan Niyang maglagay sa mga kaluluwa ng malaking sukat ng hangarin na tumanggap ng Kanyang inisip na ipagkakaloob sa mga ito. Sapagkat ang hangganan ng bawat kasiyahan at kagalakan ay nakasalalay sa laki ng kaloobang na tumanggap nito. Kung gaano ang laki ng kaloobang na tumanggap, gayundin ang laki ng kasiyahan; kung gaano ang liit ng kaloobang na tumanggap, ay siya ring liit ng kasiyahan sa pagtanggap.

Kaya't ang Kaisipan ng Paglikha mismo ay may kahingian na magtakda ng paglikha ng labis na kaloobang tumanggap sa kaluluwa, upang makaangkop sa napakalawak na kasiyahang inisip ng Kanyang Pagka-Makapangyarihan na ipagkaloob sa mga kaluluwa. Sapagkat ang malaking kagalakan at ang malaking hangaring tumanggap ay magkaugnay.

7) Sa sandaling ating marating iyon, tayo'y makakarating na sa lubos na pag-unawa at buong linaw sa ikalawang pag-uusisa. Sapagkat ating natutunan kung ano ang katotohanang matitiyak nang buong linaw, kung ano ang hindi bahagi ng Kanyang buod o esensya, hanggang sa sandaling ating masasabi na ito ay isang bagong paglikha—isang pag-iral mula sa kawalan. At ngayong ating nalaman nang may katiyakan na ang Kaisipan ng Paglikha ay ang magbigay ng kagalakan sa Kanyang mga nilalang, kinakailangan na lumikha ng isang malaking hangaring tumanggap ng lahat ng kabutihan at kaginhawahang Kanyang binalak para sa kanila. Ang kaloobang tumanggap ay malinaw na hindi bahagi ng Kanyang esensya bago Niya ito nilikha sa mga kaluluwa—sapagkat kanino Siya tatanggap? Dahil dito, Siya ay lumikha ng mga bagay na bago, na wala sa Kanya.

Gayunpaman, ating nauunawaan na ayon sa Kaisipan ng Paglikha, walang pangangailangang lumikha ng anumang bagay na higit pa sa *kalooban na tumanggap*. Ito ay dahil ang bagong likhang ito ay sapat na upang matupad ang kabuuang layunin ng Kaisipan ng Paglikha, na Siya ay nagpasiyang ipagkaloob sa atin. Subalit ang lahat ng kapuspusan at biyayang Kanyang binalak na igawad sa atin ay nagmumula tuwiran sa Kanyang esensya, at walang pangangailangang likhain muli ang mga ito, sapagkat ang mga ito ay umiiral na—pag-iral mula sa pag-iral—upang ibigay sa dakilang *kalooban na tumanggap* ng mga kaluluwa. Kaya't malinaw nating makikita na ang buong nilalaman ng pagkakalikha, mula sa simula hanggang sa katapusan, ay walang iba kundi ang "kalooban na tumanggap."

8) Ngayon ay narating natin ang pagkaunawa sa mga salita ng mga Kabalista kaugnay sa ikatlong pag-uusisa. Ating ipinagtataka kung paanong maaaring sabihin tungkol sa kaluluwa na ito'y bahagi ng Diyos ng Kaitaasan—na tulad ng isang batong inukit mula sa

bundok, na walang kaibhan sa pagitan ng dalawa maliban sa isa ay tinawag na "bahagi" at ang isa naman ay ang "kabuuan." At tayo'y nagtaka: maaaring tanggapin na ang bato ay nahiwalay mula sa bundok sa pamamagitan ng isang palakol na sadyang ginawa para sa layuning iyon, ngunit paano mo maihahalintulad ito sa Kanyang esensya? At higit pa rito, ano ang siyang nagsanhi ng pagkahiwalay ng mga kaluluwa mula sa Kanyang esensya, hanggang sa ang mga ito ay maibukod at maging mga nilalang na hiwalay sa Taga-Paglikha?

Mula sa mga nabanggit sa itaas, malinaw nating nauunawaan na habang ang isang palakol ay naghihiwa at naghahati ng pisikal na bagay sa dalawa, ang pagkakaiba ng anyo naman ang siyang naghahati sa espirituwal na aspeto. Halimbawa, kapag ang dalawang tao ay nagmamahalan, masasabi nating sila ay magkaugnay na parang iisang katawan. Ngunit kapag sila'y may matinding pagkamuhi sa isa't isa, masasabi rin nating sila'y napakalayo sa isa't isa, tulad ng pagitan ng silangan at kanluran. Gayunpaman, walang usapin dito ng pisikal na kalapitan o kalayuan ng kinalalagyan. Sa halip, ito'y tumutukoy sa pagkakahalintulad ng anyo: kapag ang dalawa ay pareho ng nais at damdamin—minamahal ng isa ang anumang mahal ng isa pa, at kinamumuhian din ang parehong kinamumuhian—sila'y nagiging magkaugnay at tunay na malapit sa isa't isa.

At kung mayroong pagkakaiba ng anyo sa pagitan nila—na ang isa ay nagugustuhan ang mga bagay na kinamumuhian ng isa pa—kung gayon, sa antas ng pagkakaibang iyon ng anyo, sila ay magiging magkalayo at magkamuhi sa isa't isa. Halimbawa, kung sila ay ganap na magkasalungat sa anyo, na bawat bagay na gusto ng isa ay siya namang kinamumuhian ng isa pa, at bawat bagay na kinamumuhian ng isa ay siya namang nagugustuhan ng isa pa, sila ay maituturing na lubos na magkalayo—gaya ng pagitan ng silangan at kanluran—ibig sabihin, mula sa simula hanggang sa dulo ng lahat.

9) At inyong matatagpuan na sa espirituwalidad, ang pagkakaiba ng anyo ay nagsisilbing tulad ng palakol na pumupuputol sa pisikal na mundo, at ang distansya sa pagitan ng dalawang bagay ay katumbas ng antas ng kanilang pagkakabaligtad ng anyo. Mula rito, ating nauunawaan na dahil ang kaloobang tumanggap ng Kanyang kagalakan ay naitanim sa mga kaluluwa—at naipakita nating ang anyong ito ay wala sa Taga-Paglikha, sapagkat wala Siyang maaaring tanggapin mula kanino man—ang pagkakaibang ito ng anyo ang siyang humiwalay sa kanila mula sa Kanyang esensya, gaya ng palakol na umukit ng bato mula sa bundok. At dahil sa pagkakaibang-anyo na ito, ang mga kaluluwa ay nahiwalay sa Taga-Paglikha at naging mga nilalang. Gayunpaman, bawat bagay na natatamo ng kaluluwa mula sa Kanyang Liwanag ay direktang nagmumula sa Kanyang esensya—pag-iral mula sa pag-iral.

Samakatuwid, lumilitaw na, kaugnay sa Kanyang Liwanag na tinanggap ng mga kaluluwa sa kanilang *Kli* (daluyan), na siyang kalooban upang tumanggap, ay walang anumang pagkakaiba mula sa Kanyang esensya. Ito ay sapagkat tinanggap nila ito bilang pag-iral mula sa pag-iral, direkta mula sa Kanyang esensya. Kaya't ang tanging kaibahan ng kaluluwa mula sa Kanyang esensya ay nasa pagiging "bahagi" lamang ito ng Kanyang kabuuan.

Ito'y nangangahulugan na ang dami ng Kaliwanagan na tinanggap ng mga kaluluwa sa kanilang *Kli* (daluyan), na siyang kalooban upang tumanggap, ay ganap nang nahiwalay mula sa Taga-Paglikha, sapagkat ito'y nakabatay sa pagkakaiba ng anyo na dulot ng kaloobang tumanggap. At ang pagkakaibang anyong ito ang naging sanhi ng kanilang pagiging "bahagi" at pagkalayo mula sa "kabuuan." Kaya't ang tanging kaibahan sa pagitan nila ay ito: ang isa ay ang "kabuuan," at ang isa pa ay ang "bahagi," tulad ng isang bato na inukit mula sa bundok. Pakasuriing mabuti ang bagay na ito, sapagkat imposibleng magpaliwanag pa nang higit sa matayog nitong kalikasan.

10) Ngayon ay atin nang nasisimulang maunawaan ang ika-apat na pag-uusisa: Paano naging posible na ang karwahe ng karumihan at ang *Klipot* (mga basyong daluyan) ay lumitaw mula sa Kanyang Kabanalan, samantalang ang mga ito ay nasa kabaligtarang dulo ng Kanyang kabanalan? At higit pa rito, paanong Kanyang tinutulungan at pinangangalagaan ang mga ito? Kaya't una sa lahat, kailangan muna nating maunawaan ang tunay na kahulugan ng pag-iral ng karumihan at ng *Klipot(*mga daluyang walang laman*)*.

Alamin na ang dakilang kalooban na tumanggap — na ating natukoy bilang pinakabuod o esensya ng mga kaluluwa sa paglikha, kung saan sila ay inilaan upang tanggapin ang lahat ng kasaganaan ayon sa Kaisipan ng Paglikha — ay hindi nanatiling nasa ganitong kalagayan sa loob ng mga kaluluwa. Sapagkat kung sila'y nanatili sa ganitong anyo, mananatili silang hiwalay sa Kanya magpakailanman, dahil ang pagkakaiba ng anyo ang siyang naghihiwalay sa kanila mula sa Kanya.

At upang magamot ang pagkakawalay na nakaugat sa *Kli* ng mga kaluluwa, nilikha Niya ang mga mundo at hinati ang mga ito sa dalawang sistema, gaya ng sinasaad sa talata: "Ginawa ng Diyos ang bawat bagay na may katumbas na salungat." Ang mga sistemang ito ay ang apat na dalisay na mundong *ABYA* at, sa kabilang dako, ang apat na maruming mundong *ABYA*. Ikinintal Niya ang hangaring magkaloob sa sistema ng apat na dalisay na mundo, at inalis ang hangaring tumanggap para sa sariling kapakinabangan mula rito, na pagkatapos ay Kanyang inilagay sa sistemang marumi ng mundong *ABYA*. Dahil dito, ang sistemang iyon ay nahiwalay sa Taga-Paglikha at sa lahat ng mundo ng kabanalan.

Dahil dito, ang mga *Klipot* ay tinatawag na "mga patay," gaya ng nasasaad sa talata: "mga hain para sa mga patay" (Mga Awit 106:28). At ang masasama, na tagasunod ng mga ito, ay tinukoy ng ating mga pantas sa ganitong paraan: "Ang mga masasama, sa kanilang buhay ay tinatawag na mga patay." Ito ay sapagkat ang kaloobang tumanggap na nakakintal sa kanila—na lubos na salungat sa anyo ng Kanyang Kabanalan—ang siyang naghihiwalay sa kanila mula sa "Buhay ng mga Buhay." Dahil dito, sila ay napakalayo sa Kanya, mula sa isang dulo hanggang sa kabilang dulo. Ito'y dahil wala Siyang anumang pagnanais na tumanggap, kundi tanging magbigay lamang; samantalang ang *Klipot* ay walang layuning magbigay, kundi tanggapin lamang para sa sariling kasiyahan. At wala nang hihigit pang pagsasalungatan sa anyo kaysa rito. Tulad ng inyong nalalaman, ang pagiging malayo sa espirituwalidad ay nagsisimula sa pagkakaiba ng anyo, at nagtatapos sa ganap na pagsasalungatan ng anyo—na siyang bumubuo ng sukdulang antas ng pagkawalay.

11) At ang mga mundo ay dumausdos pababa hanggang sa mundong pisikal—isang lugar kung saan umiiral ang katawan at kaluluwa, at kung saan may panahon ng kabulukan at panahon ng pagwawasto. Sapagkat ang katawan, bilang kaloobang tumanggap para sa sarili, ay nag-ugat mula sa Kaisipan ng Paglikha at lumagos sa sistema ng mga maruruming mundo. Gaya ng nasusulat: "At parang isang marahas at mailap na kabayo ay isinilang ang tao" (Job 11:12). Sa gayon, nananatili siya sa ilalim ng kapangyarihan ng sistemang ito sa unang labintatlong taon ng kanyang buhay, na tinatawag na panahon ng kabulukan.

At sa pamamagitan ng pagsasagawa ng *Mitzvot* (mabuting gawa) mula sa ika-labingtatlong taon pataas, upang magbigay kasiyahan sa kanyang Taga-Paglikha, nagsimula niyang pinuhin ang kaloobang tumanggap para sa kanyang sarili, na nakatanim sa kanya, at unti-unting binabaling ito upang magbigay ng kaloob. Sa pamamagitan nito, pinalilitaw niya ang isang banal na kaluluwa mula sa ugat nito sa Kaisipan ng Paglikha. At ang kaluluwa ay dumadaan mula sa sistema ng mga dalisay na mundo at nagbibihis bilang katawan ng tao. Ito ang panahon ng pagwawasto.

At kaya siya ay nadadagdagan nang mga antas ng kabanalan mula sa Kaisipan ng Paglikha sa *Ein Sof* (Walang Hanggan) hanggang siya'y matulungan nila na ibaling ang kaloobang tumanggap para sa kanyang sarili upang maging ganap na nasa anyo ng pagtanggap upang magkaloob nang kasiyahan sa kanyang Taga-Paglikha, nang walang anupaman para sa kanyang sarili. Sa gayon, ang isa'y natatamo ang pagkakatulad ng anyo sa kanyang Taga-Paglikha, dahil ang pagtanggap upang magkaloob ay itinuturing na lantay na pagkakaloob.

Sa *Masechet Kidushin*, nasusulat na sa isang mataas na tao, ang babae ay nagbigay, at ang tao ay nagsabi, "Dahil doon, ikaw ay pinabanal." Ito ay dahil kapag ang pagtanggap ng tao ay may layuning magbigay kasiyahan sa babae, ito ay itinuturing na ganap na pagkakaloob at pagbibigay. Kaya't ang isa ay tila nakakamit ang ganap na pagkakapit sa Kanya, sapagkat ang espirituwal na pagkapit ay tanging pagkakatulad ng anyo. Tulad ng sinabi ng ating mga pantas, "Paano itong pagkapit sa Kanya? Sa halip, kumapit sa Kanyang mga katangian." Sa ganitong paraan, ang isa ay nagiging karapat-dapat sa pagtanggap ng lahat ng kagalakan, kasiyahan, at kagiliwan sa Kaisipan ng Paglikha.

12) Kaya't malinaw na naipaliwanag ang proseso ng pagwawasto ng kalooban upang tumanggap, na itinanim sa mga kaluluwa ng Kaisipan ng Paglikha. Inihanda ng Taga-Paglikha para sa mga kaluluwa ang dalawang sistema na magkasalungat, kung saan ang mga kaluluwa ay dumadaan at nahahati sa dalawang aspeto: ang katawan at ang kaluluwa, at bawat isa ay bumabalot o nagbibihis sa isa't isa.

Sa pamamagitan ng *Torah* at *Mitzvot*, ang mga kaluluwa ay sa wakas naitama ang anyo ng kaloobang tumanggap upang maging katulad ng kalooban upang magkaloob. Dahil dito, naging posible para sa kanila na tanggapin ang lahat ng kabutihan mula sa Kaisipan ng Paglikha. Kasabay nito, sila ay ginantimpalaan ng malalim na pagkapit sa Kanya, sapagkat sa pamamagitan ng kanilang pagsunod sa *Torah* at *Mitzvot,* nakamtan nila ang pagkakatulad ng anyo sa kanilang Taga-Paglikha. Ito ang tinuturing na katapusan ng kanilang pagwawasto.

At pagkatapos, dahil wala nang pangangailangan para sa masamang Sitra Achra (Ibang Bahagi), ito ay aalisin mula sa mundo, at ang kamatayan ay titigil magpakailanman. Lahat ng mga gawain sa Torah at Mitzvot na ibinigay sa mundo sa loob ng anim na libong taon, at sa bawat tao sa loob ng pitumpung taon ng kanyang buhay, ay maghahatid sa kanila sa katapusan ng pagwawasto – sa pagkakatulad ng anyo sa Taga-Paglikha.

Ang usapin ng paghubog at pagpapalawig ng sistema ng *Klipot* at karumihan mula sa Kanyang Kabanalan ay ganap nang napaliwanag: ito ay kinakailangan upang maghatid ng paglikha ng mga katawan, na sa kalaunan ay maiwawasto sa pamamagitan ng *Torah* at *Mitzvot*. At kung ang ating mga katawan, pati na ang kanilang mga maruruming kalooban ng pagtanggap, ay hindi pinalawig sa pamamagitan ng maruming sistema, hindi natin ito kailanman maiwawasto, dahil hindi maaaring maiwasto ang isang bagay na hindi bahagi sa Kanya.

13) Sa katunayan, kailangan pa rin natin maunawaan kung paanong ang kalooban upang tumanggap para sa sarili, na mapanira at marumi, ay nagmula at nasasa Kaisipan ng Paglikha sa *Ein Sof*, na kung saan ang pagkakaisa ay walang salitang makakapaglarawan. Ang usapin ay ito, na sa mismong pag-iisip pa lamang, sa Kanyang pag-iisip ay naganap na ang lahat ng bagay, dahil hindi Niya kailangan ang pagkilos na katulad natin. Kagyat at sa isang iglap, lahat ng kaluluwa at mundo na nakatalagang malikha, ay lumitaw at tigib ng lahat ng kagalakan at kasiyahan at nang kahinahunan na Kanyang inisip para sa mga ito, sa huling yugto ng kadalisayan na ang mga kaluluwa ay nakatalagang matanggap sa pagwawakas ng pagwawasto, pagkatapos na ang kalooban upang tumanggap ay ganap na maiwasto at naging lantay na pagkakaloob, sa ganap na pagkakatulad ng anyo sa Nagluwal.

Ito ay dahil sa Kanyang pagiging Walang Hanggan, ang nakaraan, kasalukuyan at hinaharap ay iisa. Ang hinaharap ay parang kasalukuyan at walang isang bagay na katulad nang oras sa Kanya. Kaya't walang anumang usapin ng isang maruming kaloobang tumanggap na nakahiwalay sa isang lugar sa *Ein Sof*.

Sa katunayan, ang pagkakatulad ng anyo, na nakatalagang mahayag sa dulo ng pagwawasto, ay kaagad na lumabas na sa Kawalang Hanggan. At ang ating mga pantas ay nagsabi na: "Bago nalikha ang mundo, nariyan na Siya at ang Kanyang Pangalan ay Isa."

14) Kaya't inyong tiyak na makikita na sa kabuuan, mayroon tatlong kalagayan sa *Ein Sof*:

Ang Unang Kalagayan ay ang kanilang pag-iral sa *Ein Sof*, sa Kaisipan ng Paglikha, kung saan mayroon na silang anyo ng Katapusan ng Pagwawasto na nasa hinaharap.

Ang Ikalawang Kalagayan ay ang kanilang pag-iral sa loob ng anim na libong taon, na nahati sa nabanggit na dalawang sistema ng isang katawan at isang kaluluwa. Sila ay binigyan ng gawain sa Torah at Mitzvot, upang mabaligtad ang kanilang kaloobang tumanggap at maibaling ito sa hangarin na magkaloob ng kasiyahan sa kanilang Taga-Paglikha, at wala anupaman para sa kanilang mga sarili.

At habang nasa panahon ng ganoong kalagayan, walang pagwawasto na magaganap sa mga katawan, liban sa mga kaluluwa. Ito'y nangangahulugan na dapat nilang alisin ang anumang anyo ng maka-sariling pagtanggap, na ang tinutukoy ay ang katawan, at manatili lamang sa hangarin na magkaloob, na siyang anyo ng hangarin ng kaluluwa. Kahit ang mga kaluluwa ng mga matwid ay hindi makakapagsaya sa Hardin ng Eden pagkatapos ng kanilang pagyao, bagkus pagkatapos lamang na ang kanilang katawan ay mabulok at maging abo.

Ang Ikatlong Kalagayan ay ang katapusan ng pagwawasto, matapos ang pagkabuhay ng mga patay. Sa panahong iyon, ang ganap na pagwawasto ay darating sa mga katawan din, kung saan sila'y ibabaling ang pagtanggap para sa sarili, na anyo ng katawan, na magkaroon nang anyo ng lantay na pagkakaloob. At doon sila'y magiging karapat-dapat na tumanggap para sa kanilang mga sarili lahat ng kagalakan at kasiyahan at kaginhawan sa Kaisipan ng Paglikha.

At sa lahat ng mga ito, kanilang matatamo ang matibay na pagdikit sa kanilang Taga-Paglikha dala ng kanilang pagkakatulad ng anyo sa Taga-Paglikha at lahat ng ito ay kanilang matatamo dahil sa kanilang hangarin na magkaloob nang kasiyahan sa kanilang Taga-Paglikha at dahil Siya ay nagagalak sa kanilang pagtanggap nang kasiyahan mula sa Kanya. At sa madaling pananalita, simula rito aking gagamitin itong tatlong kalagayan, "unang kalagayan", "ikalawang kalagayan," at "ikatlong kalagayan." At dapat ninyong matandaan lahat nang ipinaliwanag dito tungkol sa tatlong kalagayan.

15) Sa sandaling inyong suriin ang tatlong nabanggit na kalagayan, inyong makikita na ang isa ay ganap na kinailangan ang iba sa kaparaanan na, kapag ang isa ay makansela, ang iba ay mawawala rin.

Halimbawa, ang ikatlong kalagayan kung ang pagpapalit ng anyo ng pagtanggap tungo sa anyo ng pagkakaloob, ay hindi naganap, dito'y makakatiyak na ang unang kalagayan sa *Ein Sof* ay hindi makakalitaw.

Ito'y dahil ang kaganapan ay lilitaw lamang doon dahil ang panghinaharap na ikatlong kalagayan ay naroroon na, na parang nasa kasalukuyan. At lahat ng kaganapan na nailarawan doon sa gayong kalagayan ay parang larawang nasasalamin mula sa hinaharap sa kasalukuyan. Subalit kung ang hinaharap ay makakansela, walang magiging kasalukuyan. Kaya't ang ikatlong kalagayan ay kinailangan ang pag-iral ng unang kalalagayan.

Lalo't higit sa sandaling ilang bagay ay makansela sa ikalawang kalagayan, kung saan naroroon ang lahat ng gawain na nakatakdang maganap sa ikatlong kalagayan, ang gawain sa kabulukan at kawastuhan at ang pagpapatuloy sa mga antas ng mga kaluluwa. Kaya, paanong makakalitaw ang ikatlong kalagayan? Samakatwid ang pag-iral ng ikalawang kalagayan ay kinailangan ang pag-iral ng ikatlong kalagayan.

At gayundin sa pag-iral ng unang kalagayan sa *Ein Sof*, kung saan ang kaganapan ng ikalong kalagayan ay nakatigill. Ito'y walang pasubali na kinailangan na ito ay makakaangkop, ibig sabihin na ang ikalawa at ikatlong kalagayan ay lilitaw nang buong kahusayan humigit-kumulang sa anumang kaparaanan.

Kaya't ang unang kalagayan mismo, ay kinailangan ang paglawak ng dalawang magkatugmang sistema sa ikalawang kalagayan, upang mahayaan ang pag-iral ng katawan sa kalooban upang tumanggap, na nadungisan sa sistema ng karumihan, na nagbigay sa atin nang kakayahan upang iwasto ito. At kung walang sistema ng mga maruming mundo, wala yaong kaloobang tumanggap, at wala tayong iwawasto at makarating sa ikatlong kalagayan, dahil "paanong iwawasto ng isa yaong wala sa kanya?' Kaya't hindi natin kailangan tanungin paanong ang mga maruruming sistema ay dumating sa unang kalagayan, dahil ang pag-iral ng unang kalagayan ay kinailangan ang pag-iral ng anyo nito sa ikalawang kalagayan.

16) Samakatuwid, hindi na dapat ipagtaka kung paanong inalis sa atin ang kakayahang pumili, sapagkat kailangan nating mabuo at makarating sa ikatlong kalagayan—dahil ito ay umiiral na sa unang kalagayan. Ang katotohanan, may dalawang kaparaanan ang Taga-Paglikha na inihanda para sa atin sa ikalawang kalagayan upang tayo'y madala sa ikatlong kalagayan:

1. Ang Landas na Pagtahak *sa Torah* at *Mitzvot*.
2. **Ang Landas ng Pagdurusa,** sapagkat ang mismong hapdi ang magpapadalisay sa katawan at sa dakong huli'y magtutulak sa atin na baligtarin ang ating kaloobang tumanggap tungo sa kaloobang magkaloob, at kumapit sa Kanya. Tulad ng sinabi ng ating mga pantas (Sanhedrin 97b): "Kung kayo'y magsisisi, mabuti; ngunit kung hindi, Ako'y maglalagay sa inyo ng isang hari tulad ni Haman, at siya ang magtutulak sa inyo upang magsisi." Ganito rin ang sinabi nila hinggil sa talatang: *"Padadaanin ko ito sa kanyang tamang panahon"* — "Kung sila'y magantimpalaan, pabibilisin Ko ito; ngunit kung hindi, sa tamang panahon nito."I

Ipinapahiwatig nito na kung tayo ay ginawaran sa pamamagitan ng unang landas—ang pagtahak sa Torah at Mitzvot—pinabibilis natin ang ating pagwawasto, at hindi na natin kailangang danasin ang mararahas na pasakit at mahabang panahong kakailanganin upang tayo'y mapilitan na magbago. Subalit kung hindi, *"sa tamang panahon nito,"* ibig sabihin, sa oras lamang na matapos natin ang ating pagwawasto—at ito'y ipapataw sa atin nang sapilitan. Sa kabuuan, ang landas ng pagdurusa ay katumbas rin ng kaparusahan ng mga kaluluwa sa Impiyerno.

Gayunman, sa anumang kalagayan, ang katapusan ng pagwawasto—ang ikatlong kalagayan—ay kinakailangan, bunga ng unang kalagayan. Tanging ang ating pagpili na lamang ang naiwan: sa pagitan ng **landas ng pagdurusa** at **landas ng** *Torah* **at** *Mitzvot*. Kaya ngayon ay ganap na malinaw kung paanong ang tatlong kalagayan ng mga kaluluwa ay magkakaugnay at kinakailangan ang isa't isa.

17) Mula sa lahat ng nabanggit sa itaas, malinaw nating nauunawaan ang ikatlong pag-uusisa: na sa sandaling suriin natin ang ating mga sarili, matatagpuan natin ang ating mga sarili na lubhang marumi at karumal-dumal. Subalit kung ang susuriin natin ay ang Maylikha, tayo'y dapat magbunyi, sapagkat walang hihigit pa sa Kanyang kapurihan. Marapat lamang sa isang Ganap na Manggagawa na lumikha ng isang ganap na nilikha, sapagkat ang likas na katangian ng isang mahusay na Manggagawa ay ang makagawa ng isang mahusay na likha.

Ngayon, ating mauunawaan na ang ating mga katawan, kasama ang lahat ng mga mumunting pangyayari at mga pag-aari nito, ay hindi ang ating tunay na katawan. Ang ating tunay, walang kamatayan, at kumpletong katawan ay umiiral na sa *Ein Sof*, sa unang kalagayan, kung saan tinanggap nito ang kumpletong anyo mula sa hinaharap na ikatlong kalagayan, na ibig sabihin ay pagtanggap sa anyo ng pagkakaloob, sa pagkakatulad ng anyo sa *Ein Sof*.

At kung ang unang kalagayan ay nagtatakda sa atin na ating tatanggapin ang *Klipa* (basyo) ng ating katawan sa ikalawang kalagayan, kakabit ang marumi at kasuklam-suklam na anyo nito, na kalooban upang tumanggap para sa sarili lamang, na siyang puwersa na naghihiwalay sa atin sa *Ein Sof* upang atin itong iwasto, at mahayaan tayo na matanggap ang ating walang kamatayang katawan nang aktwal sa ikatlong kalagayan, kaya hindi natin kailangan na magsalita laban dito. Ang ating gawain ay maaari lamang isagawa dito sa pansamantala at maaksayang katawan, sapagkat "ang isa ay hindi maiwawasto yaong wala sa kanya."

Kaya't naroroon tayo sa bahagi ng kawastuhan na karapat-dapat at umaakma sa Mahusay na Manggagawa na lumikha sa atin, maging sa ating kasalukuyang ikalawang kalagayan, sapagkat ang katawang ito ay hindi nakakasira sa atin sa anumang paraan, dahil ang katawang ito'y magwawakas at mamamatay, at naririto lamang sa panahong kinakailangan upang ito'y mapawalang-bisa at matamo natin ang ating walang kamatayang anyo.

18) At dito'y nalutas natin ang ika-limang pag-uusisa: Paano ang pansamantala at maaksayang pagkilos ay manggagaling mula sa isang walang hanggan? At ating nakita na sa totoo, tayo ay nailuwal na ayon sa Kanyang Pagka-Walang Hanggan, bilang mga walang kamatayan at perpektong nilalang. At ang ating pagka-walang hanggan ay nagtatakda na ang Klipa (Basyo) ng katawan, na ibinigay lamang sa atin para sa gawain, ay magiging pansamantala at maaksaya. Sapagkat kung ito'y mananatili sa walang hanggan, tayo'y mananatiling nakatiwalag mula sa Buhay ng mga Buhay magpakailanman.

Ating nabanggit sa una (Aytem 13) na ang anyong ito ng ating katawan, na kaloobang tumanggap para sa ating mga sarili lamang, ay hindi umiral sa walang hanggan na Kaisipan ng Paglikha, sapagkat tayo ay naroroon sa anyo ng ikatlong kalagayan. Datapwat, kinakailangan ito sa ikalawang kalagayan upang mahayaan tayong iwasto ito.

At hindi natin dapat pag-isipan ang katayuan ng ibang mga nilikha sa mundo maliban sa tao, sapagkat ang tao ang sentro ng Paglikha, tulad ng nasusulat sa kasunod (Aytem 19). Ang lahat ng iba pang nilikha ay walang halaga sa kanilang sarili, maliban na lamang kung hanggang saan sila makakatulong sa tao na matamo ang kanyang kaganapan. Kaya't sila ay aangat at babagsak kasama ang tao, nang walang pagsasaalang-alang sa kanilang sariling katayuan.

19) Sa gayon, atin ding naisaayos ang ika-apat na pag-uusisa: Kung ang kalikasan ng Mabuti ay gumawa ng kabutihan, paano Niya nilikha ang mga nilalang na pahihirapan at pasasakitan sa buong buhay nila? Tulad ng ating nabanggit, ang lahat ng pasakit na ito ay naitakda mula pa sa ating unang kalagayan, kung saan ang ating lubos na pagka-walang hanggan — na darating sa hinaharap mula sa ikatlong kalagayan — ang siyang magtutulak sa

atin na tahakin, kung hindi ang landas ng Torah, ay ang landas ng pagdurusa, upang marating natin ang ating walang hanggang katayuan sa ikatlong kalagayan (Aytem 15).

At lahat ng pasakit na ito ay nararamdaman lamang ng *Klipa* (Basyo) ng ating katawan, na nilikha lamang upang mamatay at ilibing. Ito'y nagtuturo sa atin na ang kaloobang tumanggap para sa sarili ay nilikha lamang upang pawiin, mawala sa mundo, at maibaling sa kaloobang magbigay. Ang mga hapding ating dinaranas ay pawang mga pagtuklas ng kawalan ng halaga at kapinsalaan nito. Sa katunayan, sa sandaling lahat ng nilalang ay magkasundong iwaksi at pawiin ang kanilang kaloobang tumanggap, at mawalan ng ibang hangarin maliban sa pagkakaloob sa kanilang kapwa, lahat ng pag-aalala at panganib sa mundo ay hihinto sa pag-iral. Tayong lahat ay makakatiyak ng ganap at maginhawang pamumuhay, dahil bawat isa sa atin ay magkakaroon ng isang buong mundong mangangalaga sa atin, na nakahandang punuan ang lahat ng ating pangangailangan.

Datapwat habang ang bawat isa sa atin ay may hangaring tumanggap para sa sarili, ito ang pinagmumulan ng lahat ng pag-aalala, pagdurusa, digmaan, at patayan na hindi natin matatakasan. Ang mga ito'y nagpapahina sa ating mga katawan at nagdudulot ng lahat ng uri ng mga sugat at karamdaman. Matatagpuan ninyo na ang lahat ng pasakit sa mundo ay pawang mga pagpapatunay na inilaan upang makita ng ating mga mata, upang tayo'y mahimok na iwaksi ang buktot na *Klipa* (Basyo) ng katawan at akuin ang ganap na anyo ng kaloobang magbigay. At ito'y tulad ng ating nabanggit: ang landas ng pagdurusa mismo ay maaaring maghatid sa atin sa hinahangad na anyo. Tandaan na ang *Mitzvot* (mabubuting gawa) sa pagitan ng tao at kapwa ay nauuna kaysa sa *Mitzvot* sa pagitan ng tao at ng Diyos, sapagkat ang pagkakaloob sa kapwa ay siyang naghahatid sa tao tungo sa pagkakaloob sa kanyang Tagapaglikha.

20) Matapos ang lahat ng ating nabanggit, dumarating tayo sa kalutasan ng ating unang pag-uusisa: Ano ang ating esensya? Ang ating esensya ay tulad ng buod ng lahat ng mga sangkap ng katotohanan, na sa kabuuan ay tanging ang kalooban lamang upang tumanggap (tulad ng nakasaad sa Aytem 7). Subalit ito ay hindi tulad ng sa kasalukuyan, sa ikalawang kalagayan—na kaloobang tumanggap para sa sarili lamang—kundi tulad ng katayuan sa unang kalagayan, sa *Ein Sof*, sa anyo nitong walang hanggan: ang pagtanggap upang magkaloob ng kasiyahan sa Kanyang Tagapaglikha (tulad ng nakasaad sa Aytem 13).

At bagamat hindi pa natin nararating ang ikatlong kalagayan sa aktwal na katotohanan at tayo'y kulang pa sa panahon, ito'y hindi batik sa ating esensya kahit kailan, sapagkat ang ating ikatlong kalagayan ay naitakda na mula pa sa unang kalagayan. Kaya, 'ang lahat ng dapat malikom ay maituturing na nalikom.' Ang kakulangan sa panahon ay maituturing lamang na pagkukulang kung may pag-aalinlangan kung matatapos ba ng isa ang anumang kailangang tapusin sa tamang panahon.

At dahil tayo'y walang pag-aalinlangan tungkol doon, ito'y itinuturing na parang tayo'y nakarating na sa ikatlong kalagayan. At ang ating katawan, na ibinigay sa atin sa kasalukuyang madumihing anyo nito, ay hindi nagpaparungis sa ating esensya, sapagkat ito—kasama ang lahat ng pag-aari nito—ay lubusang papawiin, kabilang ang buong sistema ng karumihan na pinagmulan nito. At kung ano man ang nakatalagang masunog ay maituturing nang nasunog, at ituturing na parang hindi kailanman umiral.

Datapwat ang kaluluwa na nabihisan ng ganoong katawan—na ang esensya ay isa ring hangarin, subalit isang hangaring magkaloob—na umabot sa atin mula sa sistema ng apat na mundo ng Banal na *ABYA* (Aytem 11), ay umiiral magpakailanman. Ito ay sapagkat ang anyo ng hangaring ito upang magkaloob ay katulad ng anyo ng Buhay ng mga Buhay at hindi kailanman maaaring mapawi o mapalitan. (Ang paksang ito ay ipagpapatuloy sa mga kasunod na Aytem 32 atbp.).

21) At hindi kayo dapat mailigaw ng mga pilosopong nagsasabing ang pinakabuod ng kaluluwa ay sustansya ng katalinuhan—na ito ay umiiral lamang sa pamamagitan ng mga konseptong natututuhan nito, na ang kaluluwa ay lumalago sa pamamagitan ng mga ito, at na ang mga ito ang kanyang pinakabuod. Ayon sa kanila, ang pag-iral ng kaluluwa pagkatapos ng pagyao ng katawan ay ganap na nasasalalay sa dami ng mga konseptong natamo nito, at kapag naglaho na ang mga ito, wala nang nalalabi upang magpatuloy. Ngunit hindi ito ang pananaw ng Torah. Hindi rin ito katanggap-tanggap sa puso, sapagkat sinumang nagsumikap na makamit ang tunay na kaalaman ay nalalaman at nadarama na ang pag-iisip ay isang pag-aari, at hindi ang may-ari.

Subalit, tulad ng ating nabanggit, ang buong nilalaman ng Paglikha—maging espirituwal man o pisikal—ay, sa kabuuan, isang kalooban upang tumanggap. At bagamat sinabi natin na ang kaluluwa ay, sa kabuuan, isang kaloobang magbigay, ito ay bunga lamang ng mga pagwawasto mula sa Mapagwastong Liwanag na tinatanggap nito mula sa Itaas na mga Mundo, na umaabot sa atin.

Kaya, ang pinakabuod ng kaluluwa ay isang kalooban upang tumanggap din. At ang pagkakaiba na maaari nating itangi sa pagitan ng isang bagay at ng iba pa ay makikita lamang sa kalooban nito, sapagkat ang kalooban, sa anumang buod nito, ay lumilikha ng mga pangangailangan, at ang mga pangangailangang ito ay nag-uudyok ng mga kaisipan at konsepto upang matamo ang mga ito, ayon sa hinihingi ng kalooban upang tumanggap.

"At tulad ng ang mga hangarin ng tao ay may pagkakaiba sa bawat isa, gayundin ang kanilang mga pangangailangan, mga isipin, at mga ideya. Halimbawa, yaong mga kalooban upang tumanggap na limitado lamang sa makahayop na hangarin, ang kanilang mga pangangailangan, mga isipin, at mga ideya ay nakatuon lamang sa pagbibigay kasiyahan sa kaloobang tumanggap sa ganap na kalikasan nito. Bagamat ginagamit nila ang pag-iisip at katwiran tulad ng mga tao, ito'y sapat lamang upang ang alipin ay maging tulad ng kanyang panginoon. At ito'y isang makahayup na pag-iisip, sapagkat ang pag-iisip ay nagpa-alipin at naglilingkod sa mga makahayop na hangarin.

At yaong mga kalooban upang tumanggap na matibay sa makataong mga hangarin, tulad ng paggalang at pangingibabaw sa iba—na wala sa hayop—ang karamihan sa kanilang mga pangangailangan, mga isipin, at mga ideya ay umiikot lamang sa pagbibigay kasiyahan sa gayong mga hangarin sa abot ng kanilang makakaya. At yaong mga kalooban upang tumanggap na pinalakas pangunahin ng pagtatamo ng karunungan, ang karamihan sa kanilang mga pangangailangan, mga isipin, at mga ideya ay nakatuon upang bigyang kasiyahan ang gayong mga hangarin sa abot ng kanilang makakaya.

22) Ang tatlong hangaring ito ay kadalasang taglay ng bawat tao, subalit magkahalo ang mga ito sa iba't ibang dami, kaya't nagiging sanhi ng pagkakaiba ng isang tao sa iba. At mula

sa mga pisikal na katangian, maaari tayong maghinuha tungkol sa espirituwal na mga bagay, patungkol sa kanilang espirituwal na kahalagahan.

23) Kaya't ang kaluluwa ng tao, pati na ang mga espirituwal, ay mayroon lamang hangaring magkaloob sa kanilang Taga-Paglikha, sa pamamagitan ng pananamit ng Mapagwastong Liwanag na tinanggap mula sa Itaas na mga Mundo kung saan nagmula ang mga ito. At yaong hangaring iyon ay ang kanilang buod at kaibuturan. Lumalabas na sa sandaling mapagdamitan ng katawan ang kaluluwa ng tao, ito'y nagbubunsod ng mga pangangailangan, mga hangarin, at mga ideya upang bigyang kasiyahan ang hangaring ito na magkaloob nang lubusan—ibig sabihin, magkaloob ng kasiyahan sa Taga-Paglikha, ayon sa laki ng hangarin nito.

24) Ang kaibuturan ng katawan ay tanging paghahangad lamang para sa sarili nito, at lahat ng ipinapamalas at mga katangian nito ay mga katuparan ng bulok na kaloobang tumanggap, na mula't-sapul ay nilikha lamang upang mapawi sa mundo at matamo nang ganap ang ikatlong kalagayan sa pagtatapos ng pagwawasto. Sa ganitong kadahilanan, ito'y namamatay, panandalian at kasuklam-suklam, kasama ang lahat ng pag-aari nito, tulad ng anino na walang mababakas sa paglaho nito.

At dahil ang kaibuturan ng kaluluwa ay tanging kaloooban upang magkaloob, at lahat ng ipinapamalas at katangian nito ay mga katuparan ng kaloobang upang magkaloob, na umiiral na sa walang hanggan na unang kalagayan gayundin sa hinaharap na ikatlong kalagayan, ito ay walang kamatayan at walang kapalit. Sa halip, ito at lahat ng pag-aari nito ay walang hanggan at umiiral magpakailanman. Ang pagkawala ay hindi nakakasama kahit anupaman sa paglisan ng katawan. Sa kabaligtaran, ang pagkawala ng anyo ng bulok na katawan ay lalong nagpapalakas dito at nagbibigay dito ng kakayahan upang umangat sa Hardin ng Eden.

Kaya't ating malinaw na ipinakita na ang pagsusumikap ng kaluluwa sa anumang paraan ay hindi nakasalalay sa mga konseptong natamo, kagaya ng sinasabi ng mga pilosopo. Sa halip, ang pagiging walang hanggan nito ay nasa kaibuturan nito, sa kaloobang magkaloob nito, na siyang pinakabuod nito. At ang mga konseptong natamo nito ay mga gantimpala at hindi ang kaibuturan nito.

25) Mula dito, lumilitaw ang ganap na kalutasan sa pang-limang pag-uusisa. Dahil ang katawan ay napaka-bulok, ang kaluluwa ay hindi lubos na mapapalinis hanggat hindi ito nabulok sa lupa, bakit ito bumabalik sa pagkabuhay ng mga patay? At gayundin, ang tanong mula sa mga salita ng ating mga pantas: 'Ang mga patay ay nakatakdang buhayin kasama ang kanilang mga kapintasan, upang hindi masabi na, "Ito ay iba."'¹ (*Ang Zohar*, Amor, 17).

At inyong malinaw na mauunawaan ang bagay na ito mula sa Kaisipan ng Paglikha mismo, mula sa unang kalagayan. Dahil ating nabanggit na ang Kaisipan ay upang pasayahin ang Kanyang mga nilalang, Siya ay kinailangang lumikha ng napakalaking labis-labis na hangarin na tumanggap ng lahat ng kasaganaan, na nakapaloob sa Kaisipan ng Paglikha, sapagkat 'ang labis na kasiyahan at labis na hangaring tumanggap ay magka-antabay' (Mga Aytem 6-7). Ating binanggit doon na ang labis-labis na kaloobang tumanggap ay ang lahat ng nilalaman ng Kanyang nilikha, at wala na Siyang ibang kailangan pa liban dito, upang isakatuparan ang Kaisipan ng Paglikha. At ito ang katangian ng Mahusay na

Gumagawa, na hindi magsasagawa ng isang uulit-ulitin na gawain, tulad ng nasusulat sa Tula ng Pagkakaisa: 'At sa lahat ng Iyong ginawa, walang bagay na Iyong nakalimutan, binawasan, o dinagdagan.'"

Atin ding nabanggit doon na ang labis-labis na kaloobang tumanggap ay lubos na tinanggal sa dalisay na sistema at ibinigay sa kabuuan sa sistema ng maruming mga mundo, kung saan nagmula ang mga katawan, ang kanilang nilalaman, at lahat ng kanilang mga pag-aari sa mundong ito. Sa sandaling ang isang tao ay dumating sa kanyang ikalabingtatlong taon ng kanyang edad, siya ay nagsisimulang matamo ang isang kaluluwa sa pamamagitan ng paglahok sa Torah. Sa panahong iyon, siya ay pinasisigla ng sistema ng dalisay na mga mundo, ayon sa sukatan ng kadalisayan ng kaluluwa na kanyang natamo.

Sinabi din natin sa itaas na sa buong panahon ng anim na libong taon na ibinigay sa atin para sa gawain ng Torah at Mitzvot, walang pagwawasto na darating sa katawan, sa labis-labis nitong kaloobang tumanggap. Lahat ng pagwawasto na darating sa atin sa pamamagitan ng ating gawain ay kaugnay lamang sa kaluluwa, na umaangat sa antas ng kabanalan at kadalisayan, na nangangahulugan ng pagpapalawak ng kaloobang upang magkaloob na umaabot sa kaluluwa.

Sa ganitong dahilan, ang katawan sa dakong huli ay mamamatay, ililibing, at mabubulok dahil hindi ito sumailalim sa anumang pagwawasto. Datapwat hindi ito kailangang manatili sa ganitong paraan, dahil kung ang labis-labis na kaloobang tumanggap ay maglaho sa mundo, ang Kaisipan ng Paglikha ay hindi magaganap. Ibig sabihin, ang pagtanggap ng lahat ng dakilang kasiyahan na Kanyang naisip na ipagkaloob sa Kanyang mga nilikha ay hindi mangyayari, dahil "ang malaking kaloobang tumanggap at malaking kasiyahan ay humahayo nang magka-antabay." At sa hangganan na ang hangarin upang tumanggap ay nababawasan, ganoon din ang kabawasan ng galak at kasiyahan sa pagtanggap.

26) Atin nang nabanggit na ang unang kalagayan ay kinakailangan ang ikatlong kalagayan upang lubusang maganap na nasa Kaisipan ng Paglikha sa unang kalagayan — hindi binawasan kahit isang bagay (tingnan ang Aytem 15). Samakatwid, ang unang kalagayan ay kinakailangan ang pagkabuhay muli ng mga patay. Ibig sabihin, ang kanilang sobrang labis-labis na kaloobang tumanggap, na napawi na at nabulok sa ikalawang kalagayan, ay kinakailangang muling buhayin kasama ang lahat ng labis-labis nitong hangganan, nang walang pagpipigil anupaman, ibig sabihin, kasama ang lahat ng kapintasan nito.

Sa gayon, magsisimula muli ang gawain nang panibago, upang ipalit ang sobrang kaloobang tumanggap na maging pagkakaloob lamang. At sa gayon, ating nagawang doblehin ang ating pakinabang.

1. Tayo'y magkakaroon ng isang lugar upang tanggapin ang lahat ng kagalakan, kasiyahan, at kahinahunan sa Kaisipan ng Paglikha dahil tayo'y mayroon nang katawan na may sobrang laking kaloobang tumanggap na kaakibat ng gayong mga kasiyahan.

2. At dahil ang ating pagtanggap sa gayong kaparaanan ay tanging upang magkaloob lamang ng kasiyahan sa ating Taga-Paglikha, ang pagtanggap na iyon ay maituturing na lubos na pagkakaloob (tingnan *Aytem 11*). At iyon ay maghahatid sa atin sa pagkakahalintulad ng anyo, bilang *Dvekut* (*Pagdikit*), bilang ating anyo sa ikatlong kalagayan. Kaya, ang unang kalagayan ay walang pasubali na kinakailangan ang pagkabuhay muli ng mga patay.

27) Sa katunayan, walang maaaring pagkabuhay muli ng mga patay, na tanging sa katapusan lamang ng pagwawasto, tungo sa dakong huli ng ikalawang kalagayan. Sapagkat sa sandaling tayo'y biniyayaan ng pagwaksi ng ating sobrang kaloobang tumanggap, at biniyayaan ng kaloobang magkaloob lamang, at tayo'y pinagkalooban ng lahat ng kamangha-manghang mga antas ng kaluluwa, tinawag na *Nefesh, Ruach, Neshama, Haya, Yechida*, sa pamamagitan ng ating gawain na pagkakait dito sa kaloooban ng pagtanggap, tayo'y nakarating sa pinakadakilang kahusayan, hanggang ang katawan ay muling buhayin kasama ang lahat nitong sobrang kaloobang tumanggap, datapwat tayo'y hindi na maaaring maipahamak nito dahil sa pagkawalay natin sa ating *Dvekut*.

Sa kabaligtaran, ating napangibabawan ito at binigyan ito ng anyo ng pagkakaloob. At sa katotohanan, ito ay nagawa kasama ang lahat ng bulok na katangian na ating nais na matanggal mula dito. Una, dapat nating lubos na matanggal ito hanggang walang malabi dito. Pagkatapos, ating maaaring tanggapin ulit ito at pairalin ito sa gitnang landas. Subalit habang hindi natin ito lubos na natatanggal, ito'y imposibleng maisagawa ito sa kanais-nais, na mainam na paraan.

28) Ang ating mga pantas ay nagsabi, 'Ang mga patay ay nakatadhanang mabuhay muli kasama ang kanilang mga kapintasan at pagkatapos ay pagalingin.' Ito ay nangangahulugan na sa simula, ang naturang katawan ay bubuhayin, kasama ang sobrang *kaloobang tumanggap*, na walang anumang kapigilan, tulad ng paglago nito sa ilalim ng pangangalaga ng mga maruming mga mundo bago ito napadalisay ng *Torah* at *Mitzvot* sa anumang kaparaanan. Ito ang ibig sabihin ng 'sa lahat ng kanilang kapintasan.'"

At pagkatapos tayo'y magsisimula sa bagong uri ng gawain—upang isingit ang lahat ng labis-labis na *kaloobang tumanggap* sa anyo ng *kaloobang magkaloob*. At kanilang sinabi na ang dahilan ay 'upang hindi masasabi na, "ito ay iba,"' ibig sabihin upang ito ay hindi masasabi tungkol dito na ito ay nasa ibang anyo nang ito ay isang nasa *Kaisipan ng Pag-Likha*. Ito ay dahil na ang sobrang *kaloobang tumanggap* ay naroroong naghahangad na tanggapin ang lahat ng kasaganaan sa *Kaisipan ng Pag-Likha*.

Ito ay dahil lamang na sa pansamantala, ito'y ipinaubaya muna sa *Klipot* upang padalisayin. Subalit sa dakong huli, hindi dapat sa ibang katawan, sapagkat kung ito'y mababawasan sa anumang paraan, ito'y maituturing sa kabuuan na iba, kaya't hindi marapat na tumanggap ng lahat nang kasaganaan sa *Kaisipan ng Pag-Likha*, habang ang natatanggap nito doon ay ang unang kalagayan.

29) Ngayon atin nang malulutas ang nabanggit sa itaas na ikalawang pag-uusisa: ano ang ating ginagampanan sa mahabang kadena ng katotohanan, kung saan tayo ay malilit na mga kawing, sa maigsing dangkal ng ating mga araw? Alamin na ang ating gawain sa panahon ng ating pitumpung taon ng ating mga araw ay may apat na pagkakahati:

Ang Unang Pagkakahati ay upang matamo ang labis-labis na kaloobang tumanggap nang walang pagpipigil, sa ganap na maruming hangganan nito sa ilalim ng kamay ng apat na maruming mga mundong *ABYA*.

Kung wala sa atin yaong maruming kaloobang tumanggap, hindi natin ito maiwawasto, sapagkat 'ang isa'y hindi maiwawasto yaong wala sa kanya.'

Kaya ang kaloobang tumanggap na nakalimbag sa katawan pagka-panganak ay hindi sapat. Sa halip, ito'y dapat ding maging daluyan (*vessel*) para sa maruming *Klipot* nang hindi bababa sa labingtatlong taon. Ibig sabihin, na ang *Klipot* ay mamayani dito at bibigyan ito nang kanilang liwanag, sapagkat ang kanilang liwanag ay magpapalakas sa kaloobang tumanggap nito. Ito'y dahil ang katuparan na naibibigay nang *Klipot* ay nagpapalawak at nagpapatindi sa mga kahingian ng kaloobang tumanggap.

Halimbawa, pagka-panganak, mayroon siyang paghahangad sa isang daan at wala nang karagdagan pa. Subalit sa sandaling ang *Sitra Achra* ay maipagkaloob ang isang daan, ang kaloobang tumanggap ay kagyat na lalaki at maghahangad ng dalawang daan. At sa sandaling ang *Sitra Achra* ay magawang maisakatuparan ang hangarin sa dalawang daan, ang paghahangad ay kagyat na lalaki para sa apat na raan. At kung ang isa'y hindi mapangibabawan ito sa pamamagitan ng *Torah* at *Mitzvot*, at hindi niya mapadalisay ang kaloobang tumanggap upang maibaling ito sa pagkakaloob, ang kaloobang tumanggap ng isang tao ay patuloy sa paglaki sa buong panahon ng kanyang buhay, hanggang sa dakong huli'y yumao siya nang hindi niya natamo ang kalahati ng kanyang mga hangarin. Ito ay maituturing na napasailalim sa *Sitra Achra* at sa *Klipot*, na ang ginagampanang papel ay palawakin at patindihin ang kanyang kaloobang tumanggap, at gawin itong labis-labis at walang pagpipigil anuman, upang magkaroon siya ng lahat ng bagay na kanyang kakailanganin para sa gawain ng pagwawasto.

30) **Ang Pangalawang Pagkakahati** ay nagsisimula mula sa ikalabingtatlong taon at nagpapatuloy mula roon. Sa panahong ito, ang punto ng puso—na siyang hulihan ng kabanalan—ay binibigyan ng kalakasan. Bagamat ito'y nadaramtan ng kaloobang tumanggap mula sa pagsilang, ito'y nagsisimula lamang na mapukaw pagkaraan ng labingtatlong taon. Doon nagsisimulang pumasok ang isang tao sa sistema ng mga dalisay na mundo, ayon sa hangganan ng kanyang pagsunod sa *Torah* at *Mitzvot*.

Ang pangunahing layunin sa panahong iyon ay ang matamo at patindihin ang espirituwal na kaloobang tumanggap, sapagkat sa pagsilang, ang isang tao ay may kaloobang tumanggap lamang para sa pisikal na bagay. Samakatwid, kahit na ang isa ay nakatamo ng sobrang kaloobang tumanggap bago siya tumuntong sa ikalabingtatlong taon, ito'y hindi pa itinuturing na ganap na paglago ng kaloobang tumanggap, sapagkat ang tunay na pagpapaigting nito ay umiiral lamang sa larangan ng espirituwalidad.

Ito'y sa kadahilanang, halimbawa, bago tumuntong sa ikalabingtatlong taon, ang kaloobang tumanggap ay nagnanais na lamunin ang lahat ng kayamanan at karangalan sa pisikal na mundong ito. Ang mundong ito ay malinaw na hindi isang walang hanggang mundo, kundi isang panandaliang anino lamang para sa ating lahat. Subalit kapag ang isa ay nakatamo ng labis-labis na espirituwal na kaloobang tumanggap, magnanais siyang lamunin para sa sariling kasiyahan ang lahat ng kayamanan at kagalakan sa susunod na mundong walang hanggan, isang pag-aari na walang katapusan. Kaya ang sukdulan ng labis-labis na kaloobang tumanggap ay natatamo lamang sa kaloobang tumanggap para sa espirituwalidad.

31) Ito'y nasusulat sa *Bagong Tikkun* (97b) hinggil sa talatang (Mga Salawikain 30:15), *"Ang linta ay may dalawang anak na babae: 'Ibigay, ibigay.'"* Sinasabi roon: *"Ang linta ay sumasagisag sa Impiyerno. At ang kasamaan ay nahuli sa Impiyernong iyon na sumisigaw tulad ng mga aso, 'Hav, Hav' (Hebreo: Ibigay, ibigay),"* ibig sabihin ay: *"Ibigay sa amin ang kayamanan ng mundong ito; bigyan kami ng kayamanan ng susunod na mundo."*

Subalit ito'y mas mahalagang antas kaysa sa una, dahil bukod sa pagtatamo ng lubos na hangganan ng *kaloobang tumanggap*, na nagbibigay ng lahat ng bagay na kakailanganin ng isa sa kanyang gawain, ito rin ang antas na naghahatid sa isa tungo sa *Lishma (para sa Kanyang Pangalan)*. Ito'y tulad ng sinabi ng ating mga pantas (Pesachim 50b): *"Ang isa'y dapat laging lumahok sa Torah at Mitzvot Lo Lishma (hindi para sa Kanyang Pangalan), dahil mula sa Lo Lishma ang isa'y makakarating sa Lishma."*

Kaya't ang antas na ito, na dumarating paglipas ng ikalabingtatlong taon, ay itinuturing na kabanalan. Ito'y tinitingnang bilang *banal na dalaga* na naglilingkod sa kanyang babaing pinaglilingkuran bilang ang *Banal na Shechina (Pagka-Diyos)*. Ito'y dahil ang *dalaga* ay maghahatid sa isa tungo sa *Lishma*, at siya ay gagantimpalaan ng mabunying pananaw sa *Shechina*. Subalit ang isa'y dapat gumamit ng pamamaraan na angkop upang magdala sa kanya sa *Lishma*, dahil kung ang isa'y hindi magsusumikap para doon at hindi matamo ang *Lishma*, siya ay babagsak sa kamay ng *maruming dalaga*, ang kabaligtaran ng *banal na dalaga*, na ang papel ay iligaw ang isang tao na ang *Lo Lishma* ay hindi magdadala sa kanya sa *Lishma*. Ito ang sinasabi tungkol sa kanya: *"ang alalay na dalaga na tagapagmana ng kanyang babaing pinaglilingkuran"* (Kawikaan 30, 23), dahil hindi niya papayagan ang sinuman makalapit sa kanyang babaing pinaglilingkuran, bilang ang *Banal na Pagka-Diyos*.

At ang huling antas sa pagkakahating ito'y ay makakaramdam siya ng marubdob na pagmamahal sa Taga-Paglikha, na parang marubdob na pagmamahal tulad ng pisikal na pagmamahal, hanggang ang punto ng pinagkakahumalingan ay nananatili sa kanyang paningin sa buong maghapon at buong magdamag, tulad ng sinasabi ng makata, *"Sa sandaling maalala ko Siya, hindi Niya ako pinapatulog."* At sinasabi tungkol sa kanya, *"subalit ang hangarin na natupad ay puno ng buhay"* (Kawikaan 13:12). Ito'y dahil ang limang antas ng kaluluwa ay ang *Puno ng Buhay*, na nakaunat nang mahigit sa limang daang taon. Bawat antas ay tumatagal ng isang daang taon, ibig sabihin, ito'y maghahatid sa kanya na tanggapin ang limang *Behinot* (pagkawari) *NRNHY (Nefesh, Ruach, Neshama, Haya, Yechida)* na nilinaw sa pangatlong pagkakahati.

32) **Ang Pangatlong Pagkakahati** ay ang gawain sa Torah at Mitzvot *Lishma*, upang *magkaloob* at hindi tumanggap ng gantimpala. Ang gawaing ito ay naglilinis sa *kaloobang tumanggap para sa sarili* at mapalitan ito ng *kaloobang na magkaloob*. Sa hangganan na ang isa'y padalisay ang kaloobang tumanggap, siya'y nagiging karapat-dapat na tanggapin ang limang bahagi ng kaluluwa na tinatawag na *NRNHY* (ibaba ng *Aytem* 42). Ito'y dahil sila'y nakatayo sa *kaloobang magkaloob* (tingnan ang *Aytem* 23), at hindi madadamtan ang isang

katawan habang ang *kaloobang tumanggap*—na kabaligtaran, o kakaiba sa anyo ng kaluluwa—ang namamayani rito.

Yaon ay dahil ang usapin ng *pagdadamit* at *pagkakatulad ng anyo* ay magkaakibat (tingnan ang *Aytem 11*). At kapag ang isa'y nagantimpalaan ng lubusan bilang nasa *kaloobang magkaloob* at hindi lamang para sa sarili, siya'y magagantimpalaan ng pagtatamo ng *pagkakatulad ng anyo* sa kanyang Itaas na *NRNHY*, na nagmumula sa kanyang pinagmulan sa *Ein Sof* sa unang kalagayan sa pamamagitan ng dalisay na *ABYA*, na kagyat na aabot at dinamitan siya sa banayad na paraan.

Ang Pang-apat Na Pagkakahati ay ang gawaing ginaganap matapos ang pagkabuhay muli ng mga patay. Ito'y nangangahulugan na ang kaloobang tumanggap na matagal nang naglaho sa pamamagitan ng kamatayan at paglilibing, ay ngayon ay nabuhay sa labis-labis at pinakamalalang kaloobang tumanggap, tulad nang sinabi ng ating mga pantas: "Ang mga patay ay bubuhayin kasama ang kanilang mga kapintasan" (*Aytem 28*). At matapos ito'y mababaling sa pagtanggap sa anyo ng pagkakaloob. Gayunpaman, mayroon ilang pinili na biniyan ng ganitong gawain habang nabubuhay dito sa mundo.

33) Ngayon, sa nalalabing paglilinaw ng ika-anim na pag-uusisa, kaugnay sa salita ng ating mga pantas na nagsabing ang lahat ng mga mundo—ang Itaas at isang mas mababa—ay linikha lamang para sa tao. Ito'y tila kakatwa, na para sa tao, na ang kahalagahan ay tanging aso kung ihahambing sa katotohanan sa ating harapan sa mundong ito, lalo na sa Itaas, Espirituwal na mga Mundo, ay dadako pa ang Taga-Paglikha sa napakaraming pagsisikap upang likhain ang lahat ng ito para sa tao. At higit pang kakatwa: ano ang pangangailangan ng tao para sa lahat ng napakalawak na Espirituwal na mga Mundo?

At inyong dapat malaman na ang anumang kasiyahan ng ating Taga-Paglikha sa pagkakaloob sa Kanyang mga nilikha ay nakasalalay sa hangganan ng pakiwari ng mga nilikha sa Kanya—na Siya ang nagbibigay at Siya ang nagpapaligaya sa kanila. Doon, Siya ay nagkakaroon ng malaking kasiyahan sa kanila, tulad ng kasiyahan ng isang ama na nakikipaglaro sa kanyang minamahal na anak, hanggang sa antas na ang anak ay nararamdaman at nakikilala ang kadakilaan at kabunyian ng kanyang ama, at ang kanyang ama ay ipapamalas sa kanya ang lahat ng mga yaman na inihanda niya para sa kanya. Tulad ng nasusulat (Jeremias 31): "Ephraim, aking mahal na anak, ay ang kagalakan ng kanyang mga magulang. Sapagkat kailanman na Ako'y magsalita tungkol sa kanya, marubdob Ko siyang naaalala pa rin. Kaya, ang Aking puso ay nagnanais sa kanya, Ako'y tiyak na magkakaroon ng habag sa kanya, sinabi ng Panginoon" (Jeremias 31:19).

Pakatandaan ang mga salitang yaon ng buong ingat at kayo'y sasapit sa pag-alam ng mga malaking kagalakan ng Panginoon doon sa mga itinangi at pinagpala na maramdaman Siya at makilala ang Kanyang kadakilaan sa lahat ng mga kaparaanan na inihanda Niya para sa kanila, hanggang matulad sila sa isang *ama* kasama ang kanyang minamahal na anak, ang kagalakan ng kanyang mga magulang. At hindi na natin kailangan magpalawig dito, sapagkat sapat nang malaman natin na para sa kasiyahan at kagalakan ng mga itinangi, na ito'y kasinghalaga ng Kanyang pansin na likhain ang lahat ng mga mundo, ang Itaas at isang mas mababa rin.

34) Upang ihanda ang Kanyang mga nilikha na marating ang unang nabanggit na mabunying antas, ang *Taga-Paglikha* ay ninais na isagawa ito sa isang kaayusan ng apat na antas na uminog mula sa isa't isa, tinawag na "walang-hininga, mga halaman, mga hayop, nakapagsasalita." Ang mga ito sa katotohanan, ang apat na yugto ng kaloobang tumanggap kung saan ang Itaas na mga Mundo ay nahahati. Sapagkat, kahit ang karamihan ng mga hangarin ay nasa ikaapat na yugto ng kaloobang tumanggap, hindi maaari para sa ikaapat na yugto na lumitaw sa isang iglap, ngunit sa pamamagitan ng nauunang tatlong yugto, kung saan at sa pamamagitan nito, ito'y banayad na umuunlad at lumilitaw hanggang sa lubos na mabuo sa anyo ng ikaapat na yugto.

35) Sa Unang Yugto ng kaloobang tumanggap, na tinawag na "walang buhay" na panimulang pag-iral ng kaloobang tumanggap dito sa pisikal na mundo, mayroon lamang tanging panlahatang lakas ng paggalaw para sa buong kategorya ng mga walang buhay. Subalit walang galaw na kapansin-pansin sa mga partikular na mga bagay na ito. Ito'y dahil ang kaloobang tumanggap ay nagluluwal nang pangangailangan, at ang mga pangangailangan ay nagluluwal nang sapat na paggalaw, na sapat upang matugunan ang pangangailangan. At dahil mayroon lamang isang maliit na kaloobang tumanggap, ito lamang ang umiiral sa buong kategorya sa isang iglap, ngunit ang lakas nito sa mga partikular na mga bagay ay hindi kapansin-pansin..

36) Ang mga halaman ay nadagdag dito, bilang Pangalawang Yugto ng kaloobang tumanggap. Ang sukat nito ay mas malaki sa mga walang buhay, at ang kaloobang tumanggap nito ay umiiral sa bawat isang bagay ng mga bagay nito, dahil bawat isang bagay ay may sariling galaw, na lumalawak sa kahabaan at kapal nito, na kumikilos patungo sa araw. Gayundin ang usapin ng pagkain, at pag-inom at paglalabas ng dumi ay mapapansin sa bawat isang bagay. Datapwat ang pandama ng kalayaan at pansariling katangian ay wala pa sa mga ito.

37) Sa ibabaw noon, lumitaw ang kategorya ng hayop, na Pangatlong Yugto ng kaloobang tumanggap. Ang sukat nito ay nabuo na sa malaking bahagi, sapagkat itong kaloobang tumanggap na ito ay nagluluwal na sa bawat isa nang pakiramdam ng kalayaan at pansariling katangian bilang buhay na natatangi na hiwalay sa iba. Datapwat, ang mga ito'y kulang pa rin sa pandama sa iba, ibig sabihin, ang mga ito'y walang kahandaan na lumahok sa siphayo at kagalakan nang iba pa, atbp.

38) Sa ibabaw ng lahat ng ito, lumitaw ang lahi nang tao, bilang Pang-apat na Yugto ng kaloobang tumanggap. Ito ang buo at panghuling sukat, at ang kaloobang tumanggap ay kalangkap na rin ang pandama sa iba pa. At kung inyong nais na malaman ang tiyak na pagkakaiba sa pagitan nang Pangatlong Yugto nang kaloobang tumanggap bilang nasa mga hayop at ang Pang-Apat na Yugto nang kaloobang tumanggap ng tao, aking sasabihin sa inyo, na ito'y kasing-halaga nang isang nilikha ay katumbas nang pangkalahatang katotohanan.

Ito'y dahil ang kaloobang tumanggap sa mga hayop, na salat sa pandama para sa iba, ay maaari lamang magluwal nang pangangailangan at mga hangarin sa hangganan lamang nang ang mga ito'y nakalimbag sa linikhang iyon lamang. Subalit ang tao na may kakayahang *mAdana* ang iba pa, ay nakakaramdam din nang pangangailanga nang lahat ng mga bagay na mayroon ang iba, kung kayat napupuno nang inggit na matamo ang lahat nang bagay na mayroon ang iba. Kapag siya ay mayroon isangdaan, maghahangad siya nang dalawangdaan, kung kaya't ang kanyang pangangailangan ay panghabang-buhay na dumarami hanggang hangarin niya na lamunin ang lahat nang nasa buong mundo.

39) Ngayon ating naipakita na ang hangad na layunin nang Taga-Paglikha para sa Paglikha na Kanang linikha ay upang magkaloob sa Kanyang mga nilikha, upang mabatid nila ang Kanyang pagiging totoo at kadakilaan at matanggap ang lahat ng kagalakan at kasiyahan na Kanyang inihanda para sa kanila sa hangganan inilarawan sa talatang: "Ephraim ang giliw kong anak, ay ang tuwa nang kanyang magulang?" (Jeremiah 31, 19). Kaya inyong malinaw na makikita na ang layunin ay hindi tumutukoy sa mga walang buhay at sa mga malalaking globo tulad ng daigdig, ang buwan o ang araw, gaano man kaliwanag ang mga ito naihanda para sa kanila, at hindi rin sa mga halaman o ang mga hayop dahil kulang ang mga ito nang pandama sa iba, kahit sa kanilang mga sariling uri. Samakatwid, paano mangyayaring ang pandamang maka-Diyos at Kanyang pagkakaloob ay magagamit sa mga ito?

Ang sangkatauhan lamang, na naging handa sa pandama ng iba sa parehong uri, na katulad nila, matapos magsaliksik sa *Torah* at *Mitzvot*, sa sandaling mabaligtad ang kanilang kaloobang tumanggap sa kaloobang magkaloob, at makarating sa pagkakatulad ng anyo sa kanyang Taga-Paglikha, ay kanilang tatanggapin ang lahat nang antas na naihanda sa mga Itaas na Mundo, tinawag na *NRNHY*. Sa pamamagitan noon, sila'y magiging marapat na tumanggap nang layunin ng Kaisipan ng Paglikha. Dahil matapos ang lahat, ang layunin nang pagkakalikha ng lahat ng mga mundo ay para sa tao lamang.

40) At aking nalalaman na ito'y lubos na hindi katanggap-tanggap sa paningin ng mga pilosopo. Hindi sila makasang-ayon, na ang tao sa kanilang pag-iisip na mababa at walang halaga, ay ang sentro nang kamangha-manghang Paglikha. Subalit ang mga pilosopo ay tulad ng mga uod na isinilang sa loob ng isang labanos. Ito'y namuhay doon, at inisip na ang mundo na linikha nang Taga-Paglikha, ay kasimpakla, kasing-dilim at kasing-liit nang labanos na kanyang sinilangan. Subalit sa sandaling masira nito ang balat ng labanos at sumilip palabas, ito'y mapapabulalas sa kalituhan: "Akala ko na ang buong mundo ay kasukat ng labanos na aking sinilangan, subalit ngayon aking namamalas ang isang malawak, maganda at kamangha-manghang mundo sa aking harapan!"

Ganito rin yaong mga nakabalot sa *Klipa* (iisang *Klipot*) nang kaloobang tumanggap na kanilang sinilangan, at hindi nagtangka na akuin ang katangi-tanging pampasigla ng praktikal na *Torah* at *Mitzvot* na kayang basagin ang matigas na *Klipa* at gawin itong hangarin na magkaloob nang kasiyahan sa Taga-Paglikha. Ito'y matitiyak na kanilang matutukoy ang kanilang kawalan nang halaga at kahungkagan, na kanilang tunay na katangian, at hindi maiintindihan na itong kamangha-manghang katotohanan ay linikha para lamang sa kanila.

Sa katunayan, kung sila'y nagsaliksik sa *Torah* at *Mitzvot* upang magkaloob nang kasiyahan sa kanilang Taga-Paglikha, kasabay ng kailangang kadalisayan, at tatangkaing basagin ang *Klipa* nang kaloobang tumanggap na kanilang kinagisnan at akuin ang hangarin na magkaloob, ang kanilang mga mata ay kagyat na mabubuksan at makikita at matamo para sa kanilang mga sarili ang lahat nang antas nang karunungan, katalinuhan at liwanag nang isip, na inihanda para sa kanila sa mga Espirituwal na Mundo. At sila mismo sa kanilang mga sarili ay sasabihin kung ano ang sinabi ng ating mga pantas, "Ano ang sasabihin ng isang mabuting panauhin? 'Lahat nang bagay na ginawa ng nag-anyaya, ginawa niya para sa akin lamang'."

41) Subalit mayroon pa rin nalalabi na kailangan linawin bakit kinakailangan ng tao ang lahat nang *Itahas* na mga Mundo na ginawa ng Taga-Paglikha para sa kanya? Anong gamit ng mga ito sa kanya? Itanim sa pag-iisip ang katotohanan na ang lahat ng mga mundo ay nahahati sa limang mga mundo, tinawag na, a) *Adan Kadmon*, b) *Atzilut*, k) *Beria*, d) *Yetzira*, e) *Assiya*. Sa bawat isa nang mga ito ay di-mabibilang na mga detalye, ng mga limang *Sefirot KHBTM* (*Keter*, *Hochma*, *Bina*, *Tifferet*, at *Malchut*). Ang mundo ng AK (*Adan Kadmon*) ay *Keter*; ang mundo nang *Atzilut* ay *Hochma*; ang mundo nang *Beria* ay *Bina*; ang mundo nang *Yetzira* ay *Tifferet*; at ang mundo nang *Assiya* ay *Malchut*.

At ang mga *Liwanag* na bumalot doon sa limang mundo ay tinawag na YHNRN. Ang *Liwanag* ng *Yechida* nagniningning sa *Adan Kadmon*; ang *Liwanag* ng *Haya* ay nagniningning sa mundo ng *Atzilut*; ang *Liwanag* nang *Neshama* ay nagniningning sa mundong *Beria*; ang *Liwanag* nang *Ruach* ay nagniningning sa mundo ng *Yetzira*; ang *Liwanag* ng *Nefesh* ay nagniningning sa mundo ng *Assiya*.

Lahat nitong mga mundo at lahat nang naroroon sa mga ito ay nakapaloob sa Banal na Pangalan *Yod-Hey-Vav-Hey*, at ang tungki nang *Yod*. Wala tayong pagkawari sa unang mundo ng AK. Kaya ito'y pahiwatig lamang sa tungki ng *Yod* ng Pangalan. Ito ang dahilan kung bakit hindi natin pinag-uusapan ito at kadalasan binabanggit lamang ang apat na mundo nang *ABYA*. Ang *Yod* ang mundo ng *Atzilut*, *Hey* ang mundo ng *Beria*, *Vav* ang mundo ng *Yetzira*, ang pang-ilalim na *Hey* ang mundo ng *Assiya*.

42) Ating naipaliwanag na ngayon ang limang mundo na kasama ang buong espirituwal na katotohanan na umaabot mula sa *Ein Sof* hanggang sa mundong ito. Gayunpaman, ang mga ito ay kasama sa isa't isa, at ang bawat isa sa mundo'y mayroong limang mundo, ang limang Sefirot *KHBTM*, kung saan ang limang liwanag ng *NRNHY* ay nakabihis, na tumutugma sa limang mundo.

At bukod sa limang Sefirot *KHBTM* ng bawat mundo, naroroon ang apat na espirituwal na kategorya - *Walang-Galaw*, *Halaman*, *Hayop*, at *Nagsasalita*. Sa loob nito, ang kaluluwa ng tao ay itinuturing na ang *nagsasalita*, ang *hayop* ay itinuturing na ang mga anghel sa daigdig na iyon, ang *halamang* kategorya ay tinatawag na "damit" at ang kategoryang *walang-galaw* ay tinatawag na "bulwagan." At lahat sila ay bumabalot sa isa't isa: ang kategorya ng *nagsasalita*, na kung saan ang kaluluwa ng mga tao, ay bumibihis sa limang Sefirot, *KHBTM*, na bilang Kabanalan sa mundong yaon. Ang kategoryang *hayop*, na bilang mga anghel ay bumibihis sa mga kaluluwa; ang *halaman*, bilang mga damit, nagbihis sa mga anghel; at ang mga *walang-galaw*, bilang mga bulwagan, ay nakapalibot sa kanilang lahat.

Ang pagbibihis ay nangangahulugan na nagsisilbi sila sa isa't isa at umiinog mula sa isa't isa, tulad ng paglilinaw natin sa panlupang di gumagalaw, mga halaman, mga hayop, at nagsasalita sa mundong ito (Mga Bagay 35-38): ang tatlong mga kategorya—walang-galaw, halaman, at hayop—ay hindi nagpalawig para sa kanilang mga sarili, kundi upang tanging ang ikaapat na kategorya lamang, ang tao, ay magawang umunlad at umangat sa pamamagitan ng mga ito. Samakatuwid, ang kanilang ginagampanan ay upang maglingkod sa tao at maging kapaki-pakinabang sa kanya.

Kaya ganito ang nasa lahat ng mga espirituwal na mundo. Ang tatlong kategorya — walang-galaw, halaman, at hayop — ay lumitaw lamang doon upang maglingkod at maging kapaki-pakinabang sa kategoryang nagsasalita doon, na kaluluwa ng tao. Samakatuwid, itinuturing na lahat nang mga ito'y nagbihis sa kaluluwa ng tao, ibig sabihin upang maglingkod sa kanya.

43) Nang ang tao ay isinilang, mayroon kaagad siyang *Nefesh* (Kabanalan). Subalit hindi aktwal na *Nefesh*, kundi ang likuran nito, ang panghuling pagkaunawa nito, na dahil sa kaliitan nito, ay tinatawag na "punto". Ito'y nagbibihis sa puso ng tao, sa isang kaloobang tumanggap, na pangunahing natatagpuan sa puso.

Alamin ang alituntuning ito, na lahat ng inilalapat sa kabuuan ng katotohanan ay nailalapat sa bawat isang mundo, at maging sa pinaka-maliliit na mga bahagi na matatagpuan sa mundong yaon. Kaya't kung mayroong limang mundo sa buong katotohanan na limang *Sefirot KHBTM*, mayroong limang *Sefirot KHBTM* sa bawat isang mundo, at mayroong limang *Sefirot* sa bawat maliit na bagay sa mundong yaon.

Ating nang nabanggit na itong mundo ay nahati sa walang-galaw, halaman, hayop at nagsasalita (*WGHN*) na tumutugma sa apat na *Sefirot HBTM*. Ang walang-galaw ay katugma ng *Malchut*, ang *halaman* ay katugma ng *Tifferet*, ang *hayop* ng *Bina*, at ang nagsasalita ng *Hochma*. At ang ugat ng lahat ng mga ito ay tumutugma sa *Keter*. Ngunit katulad ng ating nabanggit, maging sa pinaka-maliliit na bagay sa bawat uri ng apat na kategorya, mayroong apat na pagkawari din ng apat na kategorya. Kaya maging sa isang bagay sa kategorya ng *nagsasalita*, ibig sabihin, maging sa isang tao, mayroon ding apat na kategorya sa apat na bahagi ng kanyang *kaloobang tumanggap* kung saan ang *punto* mula sa *Nefesh* ng *Kedusha* (*Kabanalan*) ay nabibihisan.

44) Bago sumapit ang labingtatlong taon, walang paglitaw ng punto sa puso. Ngunit pagkalipas ng labingtatlong taon, sa sandaling magsimula siyang magsaliksik sa *Torah* at *Mitzvot* — kahit wala siyang anumang layunin, ibig sabihin, walang pagmamahal at pagkatakot, tulad ng nararapat kapag naglilingkod sa isang hari, maging sa *Lo Lishma* (hindi sa Kanyang Pangalan) — ang punto sa kanyang puso ay nagsisimulang lumago at magpamalas ng pagkilos.

Ito'y dahil ang *Mitzvot* ay hindi nangangailangan ng layunin. Maging ang mga pagkilos na walang layunin ay maaaring magpadalisay sa isang kaloobang tumatanggap, ngunit tanging sa unang antas lamang — na tinatawag na '*walang buhay.*' At sa hangganan na kanyang mapadalisay ang *walang-buhay* na bahagi ng kanyang kaloobang tumanggap, kanyang itinatayo ang anim na raan at labing tatlong organo ng punto sa puso, na siyang *walang-galaw* na *Nefesh* ng *Kedusha*.

---

4 **Tandaan ng Tagasalin:** Sa *Nefesh*, ang tinutukoy niya ay ang unang antas sa *NRNHY*.
5 **Tandaan ng Tagasalin:** Ang mga *Positive Mitzvot* ay mga utos na kailangang isagawa sa pamamagitan ng aksyon, at ang mga *Negative Mitzvot* ay mga utos na tinutupad sa pamamagitan ng pag-iwas sa ilang gawain.

At sa sandaling ang isa'y lubos na mabuo ang lahat ng anim na raan at labintatlong *Mitzvot* sa gawa, nagawa na niyang mabuo ang anim na raan at labintatlong bahagi sa puntong nasa puso niya, na siyang kategorya ng *walang-galaw* ng *Nefesh* ng *Kedusha*, kung saan ang dalawang daan at apatnapu't walong espirituwal na bahagi nito ay naitayo sa pamamagitan ng pagtalima sa dalawang daan at apatnapu't walong positibong *Mitzvot*, at ang tatlong daan at animnapu't limang espirituwal na mga litid ay naitayo sa pamamagitan ng pagsunod sa tatlong daan at animnapu't limang negatibong *Mitzvot*, hanggang ito'y maging isang buong *Partsuf* (espirituwal na mukha) ng *Nefesh* ng *Kedusha*. Pagkatapos, ang *Nefesh* ay aangat at dAdanitan ang *Sefira* (isang *Sefirot*) ng *Malchut* sa espirituwal na mundo ng *Assiya*.

At ang lahat ng espirituwal na sangkap ng *walang-galaw*, halaman, at hayop sa mundong yaon, na tumutugma sa *Sefira* ng *Malchut* ng *Assiya*, ay tumutulong at nagsisilbi sa *Partsuf* ng *Nefesh* ng isang nakaangat na roon, hanggang sa hangganang nawawari ang mga ito ng kaluluwa. Ang mga konseptong ito ay nagiging espirituwal na pagkain, na nagbibigay ng lakas dito upang lumaki at dumami, hanggang ito'y makayang maipaabot ang *Liwanag* ng *Sefira* ng *Malchut* ng *Assiya* tungo sa ninanais na kahusayan na mailawan ang katawan ng tao. At ang buong *Liwanag* na yaon ay tutulong sa isa upang madagdagan ang pagsusumikap sa *Torah* at *Mitzvot*, at matanggap ang mga nalalabi pang antas.

At ito'y ating sinabi na agad sa pagsilang ng katawan ng isa, ang isang punto ng *Liwanag* ng *Nefesh* ay iniluluwal at nagbibihis sa kanya. Kaya't dito, kapag ang kanyang *Partsuf* ng *Nefesh* ng *Kedusha* ay isinilang, isang punto mula sa kalapit na mas mataas na antas ay iniluluwal kasama nito—ang huling antas ng *Liwanag* ng *Ruach* ng *Assiya*—at nagbibihis sa loob ng *Partsuf* ng *Nefesh*.

At ito ay katulad sa lahat ng mga antas. Sa bawat antas na isinisilang, ang huling pagkawari sa antas na nasa ibabaw nito ay kasabay na lumilitaw sa loob nito. Ito'y dahil ito ang buong ugnayan sa pagitan ng Mataas at isang mas mababa patungo sa tuktok ng mga antas. Kaya sa pamamagitan nitong punto, na umiral sa loob nito mula sa Isang Nakatataas, ito'y nagawang makaangat tungo sa susunod na Itaas na antas.

45) At ang *Liwanag* ng *Nefesh* ay tinatawag na 'ang *Liwanag* ng *walang-galaw* sa mundo ng *Assiya*.' Ito ay dahil ito'y tumutugma sa kadalisayan ng bahagi ng kaloobang tumanggap sa katawan ng tao na *walang-galaw*. Ito'y nagniningning sa espirituwalidad na tulad ng kategorya ng *walang-galaw* sa pisikal (tingnan *Bagay* 35), kung saan ang mga maliliit na butil ay walang namumukod na pagkilos, bagkus tanging sama-samang pagkilos na pangkaraniwan sa lahat ng mga bagay sa pantay-pantay na paraan. Gayundin ito sa *Liwanag* ng *Partsuf Nefesh* ng *Assiya*: bagama't mayroong anim na raan at labintatlong bahagi rito—na anim na raan at labintatlong anyo ng pagtanggap ng kasaganaan—ang mga pagbabagong yaon ay hindi kapansin-pansin dito; sa halip, tanging isang panlahatang *Liwanag* ang pagkilos, na bumabalot nang pantay sa lahat ng mga ito, nang walang pagkilala sa pagkakaiba ng mga detalye.

46) Itanim sa isip na bagama't ang *Sefirot* ay mga *Kabanalan* at walang pagkakaiba sa mga ito mula sa ulo ng *Keter* sa mundo ng *AK* hanggang sa dulo ng *Sefira* ng *Malchut* sa mundo ng *Assiya*, mayroon pa ring malaking pagkakaiba kaugnay ng mga tumatanggap.

Ito'y dahil ang mga *Sefirot* ay itinuturing na mga *Liwanag* at *Kelim* (mga *Daluyan* o *vessel*), at ang *Liwanag* sa *Sefirot* ay lantay na *Kabanalan*. Subalit ang *Kelim*, na tinatawag na *KHBTM* sa bawat isang mababang mundo—*Beria, Yetzira,* at *Assiya*—ay hindi itinuturing na mga *Kabanalan*, kundi mga takip na kumukubli sa *Liwanag* ng *Ein Sof* sa loob ng mga ito, at namamahagi ng tiyak na sukat ng *Liwanag* sa mga tumatanggap. Bawat isa sa mga ito ay makatatanggap lamang ayon sa antas ng kadalisayan nito.

At sa ganitong bagay, bagama't ang *Liwanag* mismo ay iisa, pinangalanan natin ang mga *Liwanag* sa *Sefirot* bilang *NRNHY*, dahil ang *Liwanag* ay nahahati ayon sa mga katangian ng *Kelim*. Ang *Malchut* ang may pinakamagaspang na takip, na kumukubli sa *Liwanag* ng *Ein Sof*. Ang *Liwanag* na dumadaloy mula sa Kanya tungo sa mga tumatanggap ay kakaunti lamang, may kinalaman sa pagpapadalisay ng *walang-galaw* na katawan ng tao. Ito ang dahilan kung bakit ito ay tinatawag na *Nefesh*.

Ang *Kli* (isang *daluyan* o *vessel*) ng *Tifferet* ay mas dalisay kaysa sa *Kli* ng *Malchut*. Ang *Liwanag* na dumadaloy dito mula sa *Ein Sof* ay may kinalaman sa pagpapadalisay ng mala-halaman na bahagi ng katawan ng tao dahil ito'y kumikilos dito ng higit kaysa sa *Liwanag* ng *Nefesh*. Ito'y tinawag na 'Liwanag ng *Ruach*.'"

Ang *Kli* ng *Bina* ay mas dalisay pa rin kaysa sa *Tifferet*, at ang *Liwanag* na dumadaloy dito mula sa *Ein Sof* ay may kinalaman sa pagpapadalisay ng mala-hayop na bahagi ng katawan ng tao, at ito'y tinawag na 'Liwanag ng *Neshama*.'"

Ang pinakadalisay sa lahat ay ang *Kli* ng *Hochma*. Ang *Liwanag* na dumadaloy dito mula sa *Ein Sof* ay may kinalaman sa nagsasalitang bahagi ng katawan ng tao. Ito'y tinawag na 'ang *Liwanag* ng *Haya*,' at ang pagkilos nito ay walang sukatan."

47) Sa *Partsuf Nefesh* na natatamo ng isang tao sa pamamagitan ng paglahok sa *Torah* at *Mitzvot* nang walang intensiyon, mayroon nang isang punto mula sa *Liwanag* ng *Ruach* na nadamitan doon. At sa sandaling ang isa'y pinalakas at pinagyaman ang *Torah* at *Mitzvot* kalakip ang kanais-nais na layunin, pinapadalisay niya ang mala-halamang bahagi ng kanyang kaloobang tumanggap, at sa gayung hangganan itinatayo ang punto ng *Ruach* upang maging isang *Partsuf*. At sa pamamagitan ng pagsasagawa ng 248 na positibong *Mitzvot* kalakip ang intensiyon, ang punto ay lumalawak tungo sa 248 na espirituwal na mga organo. At sa pagtalima sa 365 na negatibong *Mitzvot*, ang punto ay lumalawak patungo sa 365 na mga litid.

Sa sandaling ito'y maganap sa lahat ng 613 na mga organo, ito'y aangat at d*Adanitan* ang *Sefira* ng *Tifferet* sa espirituwal na mundo ng *Assiya*, na nag-aabot sa kanya ng mas malaking *Liwanag* mula sa *Ein Sof*, na tinawag na 'ang *Liwanag* ng *Ruach*,' na tumutugma sa pagpapadalisay ng mala-halamang bahagi sa katawan ng tao. At ang lahat ng mga bagay na *walang-galaw*, halaman, at hayop sa mundo ng *Assiya*, kaugnay sa antas ng *Tifferet*, ay tumutulong sa *Partsuf* ng *Ruach* upang tanggapin ang mga *Liwanag* mula sa *Sefira* ng *Tifferet* sa lahat ng pangkabuuan nito, tulad ng ipinaliwanag sa una sa *Liwanag* ng *Nefesh*. Dahil doon, ito'y tinawag na 'banal na halaman.'"

Ang katangian ng *Liwanag* nito ay tulad ng pisikal na halaman: mayroong natatanging mga pagkakaiba sa paggalaw ng bawat mga sangkap nito, kaya sa espirituwal na *Liwanag* ng mala-halaman, mayroong sapat na lakas upang magningning sa katangi-tanging mga kaparaanan sa bawat isang organo ng 613 na mga organo sa *Partsuf Ruach*. Bawat isa sa mga ito ay nagpapamalas ng galaw at lakas kaugnay sa organong yaon. Gayundin sa kahabaan ng *Partsuf Ruach*, ang punto ng kasunod na antas sa ibabaw nito, ay umaabot mula dito, isang punto ng *Liwanag* ng *Neshama*, na nadadamitan sa panloob nito.

48) At sa paglahok sa mga lihim ng *Torah* at lasa ng *Mitzvot*, nalilinis niya ang hayop na bahagi ng kanyang kaloobang tumanggap, at sa ganoong hangganan, naitatayo ang anyo ng kaluluwa, na nadadamitan niya nitong kanyang 248 na mga organo at 365 na mga litid. Sa sandaling ang pagbubuo ay naganap at ito'y naging isang *Partsuf*, ito'y aangat at dAdanitan ang *Sefira* ng *Bina* sa espirituwal na mundo ng *Assiya*. Ang *Kli* na ito ay mas dalisay kaysa sa unang *Kelim* na TM (*Tifferet* at *Malchut*). Kaya ito'y naghahatid ng malaking *Liwanag* mula sa *Ein Sof*, na tinatawag na 'Liwanag ng *Neshama*.'"

At lahat ng mga bagay na *walang-galaw*, halaman, at hayop sa mundo ng *Assiya*, na kaugnay sa antas ng *Bina*, ay tumutulong at magsisilbi sa isang *Partsuf* ng *Neshama* sa pagtanggap ng lahat nitong mga *Liwanag* mula sa *Sefira* ng *Bina*. At ito'y tinatawag ding 'banal na hayop' sa dahilang ito'y tumutugma sa pagpapadalisay ng hayop na bahagi ng katawan ng tao. At gayundin ang kalikasan ng *Liwanag* na ito, tulad ng ating nakikita sa pisikal na hayop (*Aytem* 37), na nagbibigay ng pagiging tangi ng bawat isa ng 613 na mga organo ng *Partsuf*, na bawat isa sa mga ito ay buhay at malaya, na walang anumang pagsalalay sa buong *Partsuf*.

"Sa huli, ito'y napagwari, na itong 613 mga organo ay mga 613 *Partzufim* (maraming *Partzuf*), katangi-tangi sa kaniyang *Liwanag*, sa sarili nitong kaparaanan. At ang kalamangan nitong *Liwanag* na ito, sa *Liwanag* ng *Ruach*, sa espirituwalidad, ay ang kalamangan ng hayop sa *walang-galaw* at halaman sa pisikal. At mayroon ding umaabot na punto mula sa *Liwanag* ng *Haya* ng *Kedusha*, na siyang *Liwanag* ng *Sefira* ng *Hochma*, sa paglitaw ng *Partsuf* ng *Neshama*, at nag-dAdanit sa pinakaloob-looban nito.

49) At sa sandaling siya ay gantimpalaan ng dakilang *Liwanag* na tinawag na 'ang *Liwanag* ng *Neshama*,' bawat isa sa mga 613 na mga organo sa *Partsuf* na yaon, ang *Liwanag* ay lubos na magniningning sa kanilang katangi-tanging paraan, bawat isa'y malayang *Partsuf*. At doon bubukas sa kanyang harapan ang pagkakataon na lumahok sa bawat isang *Mitzva* ayon sa tunay nitong layunin, sapagkat bawat isang organo sa *Partsuf* ng *Neshama* ay iniilawan ang landas ng bawat isang *Mitzva* na nakaugnay sa naturang organo.

At sa pamamagitan ng dakilang kapangyarihan ng mga *Liwanag* na yaon, pinapadalisay ng isa ang nagsasalitang bahagi ng kanyang kaloobang tumanggap at binabaligtad ito upang maging kaloobang magkaloob. At sa ganoong hangganan, ang punto ng *Liwanag* ng *Haya* na nabihisan sa kanyang loob ay naitatayo sa espirituwal na 248 na mga organo at 365 na mga litid nito.

Sa sandaling ito ay makumpleto sa isang buong *Partsuf*, ito'y aangat at dinamitan ang *Sefira* ng *Hochma* sa espirituwal na mundo ng *Assiya*, na isang di-masusukat na lantay na *Kli*. Kung kaya't, ito'y naghahatid ng isang napakalaking *Liwanag* mula sa *Ein Sof*, na tinatawag na 'ang *Liwanag* ng *Haya*' at *Neshama* sa *Neshama*. At lahat ng mga elemento sa mundo ng

Assiya na mga walang-buhay, halaman, at hayop kaugnay sa *Sefira* ng *Hochma*, ay tumutulong sa kanya sa pagtanggap ng *Liwanag* ng *Sefira* ng *Hochma* ng lubusan.

At ito'y tinatawag ring 'Banal na Nagsasalita,' dahil ito'y tumutugma sa paglilinis ng nagsasalitang bahagi ng katawan ng tao. At ang kahalagahan ng *Liwanag* sa *Kabanalan* ay kasinghalaga ng nagsasalita sa pisikal na *WHHN (Walang-buhay, Halaman, Hayop, Nagsasalita)*. Ito'y nangangahulugan na ang isa'y natatamo ang pakiramdam ng mga iba pa sa kaparaanan na ang sukat noong *Liwanag* sa sukat ng espirituwal na walang-buhay, halaman, at hayop ay tulad ng kalamangan ng pisikal na nagsasalita sa pisikal na walang-buhay, halaman, at hayop. At ang *Liwanag* ng *Ein Sof*, na nadamitan sa *Partsuf* na ito, ay tinawag na 'ang *Liwanag* ng *Yechida*.'

50) Sa katunayan, dapat ninyong malaman na itong limang mga Liwanag na ito, NRNHY, na natanggap mula sa mundo ng *Assiya*, ay tanging mga NRNHY ng *Liwanag* ng *Nefesh* at walang anumang bagay mula sa *Liwanag* ng *Ruach*. Ito ay dahil ang *Liwanag* ng *Ruach* ay nasa mundo lamang ng *Yetzira*, ang *Liwanag* ng *Neshama* ay nasa mundo lamang ng *Beria*, ang *Liwanag* ng *Haya* sa mundo lamang ng *Atzilut*, at ang *Liwanag* ng *Yechida* sa mundo lamang ng *AK*.

Ngunit bawat bagay na umiiral sa kabuuan ay lumilitaw sa lahat ng mga bagay, gayundin, hanggang sa posibleng pinakamaliit na bagay. Kaya, ang lahat ng limang pagkawari na NRNHY ay umiiral sa mundo ng *Assiya* rin, bagama't sila ay NRNHY lamang ng *Nefesh*. Katulad nito, ang lahat ng limang pang-unawa, NRNHY, ay matatagpuan sa mundo ng *Yetzira*, na siyang limang bahagi ng *Ruach*. At gayundin, mayroong lahat ng limang pang-unawa, NRNHY, sa mundo ng *Beria*, na limang bahagi ng *Neshama*. At sa gayon ay nasa mundo ng *Atzilut*, na kung saan ay ang limang bahagi ng *Liwanag* ng *Haya*; at sa gayon ito ay nasa mundo ng *AK*, na kung saan ay ang limang bahagi ng *Liwanag* ng *Atzilut*. Ang pagkakaiba sa pagitan ng mga mundo ay tulad ng ipinaliwanag namin sa mga pang-unawa sa pagitan ng bawat isa ng NRNHY ng *Assiya*.

51) Malaman na ang pagsisisi at paglilinis ay hindi maaaring tanggapin maliban kung sila ay lubos na permanente, na hindi siya babalik sa kamalian, gaya ng nasusulat, '*Kailan may* Teshuva *(pagsisisi)? Kapag Siya na nakakaalam ng lahat ng mga misteryo ay magpapatotoo na hindi na siya babalik sa kamangmangan.*' Kaya, gaya ng sinabi natin, kung ang isa'y nagpapadalisay ng walang-galaw na bahagi ng kanyang *kaloobang-tumanggap*, siya ay gagantimpalaan ng *Partzuf* ng *Nefesh* ng *Assiya*, at aakyat at didamitan ang *Sefira* ng *Malchut* ng *Assiya*.

Nangangahulugan ito na tiyak na bibigyan siya ng permanenteng paglilinis ng walang-buhay na bahagi, sa isang paraan na hindi na siya babalik sa kamangmangan. At pagkatapos ay makararating siya sa espirituwal na mundo ng *Assiya*, sapagkat siya ay magkakaroon ng tiyak na kadalisayan at pagkakatulad ng anyo ng daigdig na iyon.

Ngunit para sa iba pang mga antas, na ating nabanggit na *Ruach, Neshama, Haya*, at *Yechida* ng *Assiya*, na tumutugma sa kanila, ang isa'y dapat na linisin ang halaman, hayop, at nagsasalitang mga bahagi ng kaloobang-tumanggap, kaya sila ay magbibihis at tatanggapin ang mga *Liwanag* na iyon. Gayunman, ang kadalisayan ay hindi kailangang maging permanente, 'hanggang Siya na nakakaalam ng lahat ng mga misteryo ay magpapatotoo na hindi na siya babalik sa kamangmangan.'"

Yaon ay dahil sa ang buong mundo ng *Assiya*, kasama ang lahat ng limang *Sefirot KHBTM*, ay talagang *Malchut* lamang, na may kaugnayan lamang sa paglilinis ng walang-buhay. At ang limang *Sefirot* ay ang limang bahagi ng *Malchut*.

Samakatuwid, yamang siya ay ginantimpalaan ng pagpapadalisay sa walang-buhay na bahagi ng kaloobang-tumanggap, mayroon na siyang pagkakatulad ng anyo sa kabuuang mundo ng *Assiya*. Ngunit dahil ang bawat *Sefira* sa mundo ng *Assiya* ay nakakatanggap mula sa katugmang pagkawari nito sa mga daigdig sa itaas nito, sa gayon, ang *Sefira* ng *Tifferet* ng *Assiya* ay nakakatanggap mula sa mundo ng *Yetzira* na pulos *Tifferet* at *Liwanag ng Ruach*. At ang *Sefira* ng *Bina* ng *Assiya* ay tumatanggap mula sa mundo ng *Beria*, na siyang buong *Neshama*. At ang *Sefira* ng *Hochma* ng *Assiya* ay tumatanggap mula sa mundo ng *Atzilut*, na ang lahat ay pulos *Hochma* at *Liwanag ng Haya*.

aya, bagama't tuluyang nalinis niya lamang ang walang-buhay na bahagi, kung nalinis niya ang natitirang tatlong bahagi ng kanyang kaloobang-tumanggap, kahit na hindi permanente, maaari niyang matanggap ang *Ruach, Neshama,* at *Haya* mula sa *Tifferet, Bina,* at *Hochma* ng *Assiya*, bagaman hindi permanente. Ito ay dahil kapag ang isa sa tatlong bahagi ng kanyang kaloobang-tumanggap ay napukaw, agad siyang mawawalan ng mga *Liwanag* na ito.

52) Pagkatapos niyang tuluyang malinis ang halamang bahagi ng kanyang *kaloobang-tumanggap*, siya ay patuloy na aangat sa mundo ng *Yetzira* kung saan niya nakamtan ang permanenteng antas ng *Ruach*. Doon ay maaari din niya makamtan ang *Liwanag* ng *Neshama* at *Haya* mula sa mga *Sefirot Bina* at *Hochma* na naroroon, na itinuturing na *Neshama* at *Haya* ng *Ruach*, bago pa man siya nabigyan ng paglilinis ng permanente sa *hayop* at *nagsasalitang* mga bahagi, tulad ng nakita natin sa mundo ng *Assiya*. Gayon pa man, ito ay hindi permanente, sapagkat matapos na tuluyang nalinis niya ang halamang bahagi ng *kaloobang-tumanggap*, siya ay nasa pagkakatulad ng anyo sa buong mundong *Yetzira*, hanggang sa pinakamataas na antas nito, tulad ng isinulat tungkol sa mundo ng *Assiya*.

53) Matapos niyang mapadalisay ang hayop na bahagi ng kanyang kaloobang-tumanggap at mapalitan ito ng kaloobang-magkaloob "matapos na Siya na nakababatid ng lahat ng mga misteryo ay magpapatotoo na hindi na siya babalik sa kahangalan," siya ay nasa sa pagkakatulad na nang anyo sa miundo ng *Beria*. At siya ay aangat doon at tatanggapin ang permanenteng Liwanag ng *Neshama*. At sa pamamagitan ng paglilinis sa nagsasalitang bahagi ng kanyang katawan, siya ay makaka-angat sa *Sefira* ng *Hochma* at tatanggapin ang Liwanag ng *Haya* na naroroon, bagamat hindi pa niya ganap na napapadalisay ito, tulad ng sa *Yetzira* at *Assiya*. Datapwat ang Liwanag din ay hindi patuloy na nagliliwanag para sa kanya.

54) At sa sandaling ang isa'y nagantimpalaan ng patuloy na paglilinis sa *nagsasalitang* bahagi ng kanyang *kaloobang-tumanggap*, siya ay ginagawaran ng pagkakatulad ng anyo sa mundo ng *Assiya*, at siya ay umaangat doon at patuloy na tatanggapin ang *Liwanag* ng *Haya*. At kapag siya ay patuloy pang ginantimpalaan, matatanggap niya ang *Liwanag* ng *Ein Sof*,

at ang *Liwanag* ng *Yechida* ay mag damit ng *Liwanag* ng *Haya*, at wala nang maidadagdag pa dito.

55) Kaya, ating nalinaw ng ating itanong, "Bakit kailangan ng tao ang lahat ng Mataas na Mundo, na nilikha ng Taga-Paglikha para sa kanya? Ano ang pangangailangan ng tao para sa mga ito?Ngayon inyong makikita na ang isa'y hindi maaaring maghatid ng kasiyahan sa kanyang Taga-Paglikha, kung hindi sa tulong ng mga mundong ito. Ito ay dahil natatamo niya ang mga Liwanag at antas ng kanyang kaluluwa, na tinawag na *NRNHY*, batay sa hangganan ng kadalisayan ng kanyang kaloobang-tumanggap. At sa bawat antas, natatamo niya, ang mga Liwanag ng yaong antas na tumutulong sa kanyang paglilinis.

Kaya umaangat siya sa antas hanggang sa makamtan niya ang kagalakan sa huling layunin ng Kaisipan ng Paglikha (*Aytem* 33). Ito'y nasulat sa *Ang Zohar* (*Noach*, *Aytem* 63), tungkol sa talatang, 'Siya na dumulog upang magpakadalisay ay tinutulungan.' Ito'y itinanong, 'Tinutulungan na paano?' At ito'y tinutugon na siya ay tinutulungan ng isang banal na kaluluwa. Sapagkat imposibleng makamtan ang hinahangad na kadalisayan ayon sa Kaisipan ng Paglikha, liban sa tulong ng lahat ng mga antas ng *NRNHY* ng kaluluwa

56) At dapat ninyong malaman na ang lahat ng *NRNHY* na ating nabanggit hanggang sa ngayon ay ang limang bahagi, na kung saan ang kabuuan ng katotohanan ay nahahati. Sa katunayan, ang lahat ng kabuuan ay umiiral maging sa pinakamaliit na elemento ng katotohanan. Halimbawa, maging sa walang-buhay na bahagi ng espirituwal *Assiya* pa lamang, mayroong limang pagkawari ng *NRNHY* na tatamuin, na may kaugnayan sa limang pangkalahatang pagkawari ng *NRNHY*.

Kaya, imposible na matamo maging ang Liwanag ng walang-buhay ng *Assiya*, maliban sa pamamagitan ng apat na bahagi ng gawain. Samakatwid, walang sinumang nilalang sa *Israel* na maaaring maiiwas ang kanyang sarili sa paglahok sa lahat ng iyon, batay sa kanyang katayuan. At ang isa'y dapat lumahok sa *Torah* at *Mitzvot* na kalakip ang intensiyon na tanggapin ang antas na *Ruach* ng kanyang katayuan. At dapat siyang lumahok sa mga lihim ng *Torah*, ayon sa kanyang katayuan na tanggapin ang antas ng *Neshama* batay sa kanyang katayuan. At ang mga ito'y katulad na ilalapat din sa mga *Taamim* (lasa) ng *Mitzvot*, sapagkat imposible na magawa ng lubos maging ang pinakamaliit na Liwanag ng *Kedusha* (Kabanalan) nang wala ang mga ito.

57) Ngayon inyong maiintindihan ang pagkatuyo at kadiliman na ating kinalugmukan sa henerasyong ito, na hindi pa natin nasaksihan sa nakaraan. Ito'y dahil maging ang mga sumasamba sa *Taga-Paglikha* ay inabandona ang paglahok sa mga lihim ng *Torah*.

Ang *RAMBAM* ay nagsabi na kung isang hilera ng mga bulag ay maglalakad sa landas, at may isa sa kanila na nakakakita, makakatiyak sila na tatahak sila sa tamang daan at hindi mahuhulog sa mga hukay at balakid, dahil sila'y sumusunod sa isang nakakabanaag na nangunguna sa kanila. Ngunit kapag ang taong iyon ay nawala, tiyak silang matitisod sa bawat sagabal sa daan at mahuhulog sa hukay.

Tulad din sa usapin sa ating harapan. Kung ang mga sumasamba sa *Taga-Paglikha*, kahit paano ay lumahok sa pinakabuod ng *Torah* at pinaabot ang ganap na Liwanag mula sa *Ein*

Sof, ang buong henerasyon ay susunod sa kanila. At ang bawat isa ay makakatiyak sa kanilang dinaraanan at hindi sila malalaglag. Subalit kung maging ang mga naglilingkod sa *Taga-Paglikha* ay inilayo ang kanilang mga sarili sa karunungang ito, hindi kataka-taka na ang buong henerasyon ay nagkakamali dahil sa kanila. At dala ng aking matinding kalungkutan, ayoko nang magpalawig ukol dito.

58) Sa katunayan, alam ko ang dahilan: Ito'y sa pangunahing dahilan na ang pananampalataya ay nabawasan, laluna sa pananampalataya sa mga banal na tao, sa mga pantas ng lahat ng henerasyon. At ang mga aklat ng *Kabbalah* at ng *Ang Zohar* ay tigib ng mga pisikal na talinghaga. Samakatwid, ang mga tao ay nangangamba mas higit ang mawawala sa kanila kaysa kanilang matatamo dahil mas madali silang babagsak sa materyalismo. At ito ang nagtulak sa akin upang kathain ang sapat na interpretasyon sa mga panulat ng *Ari*, at ngayon sa *Ang Banal na Zohar*. At aking ganap na inalis ang ganoong pag-aalala, dahil aking buong linaw na naipaliwanag at pinatunayan ang espirituwal na kahulugan ng lahat ng bagay, na ito'y abstrakto at salat sa anumang pisikal na mga larawan, labas sa sakop ng anumang lugar at labas sa sakop ng panahon, tulad ng makikita ng mga mambabasa, upang mahayaan ang buong *Israel* na pag-aralan *Ang Zohar* at mapa-alalahanan sa banal nitong Liwanag.

At aking pinangalanan ang komentaryo *Ang Sulam* (*Ang Bahagdan*) upang ipamalas na ang layunin ng komentaryo ay tulad ng silbi ng anumang bahagdan: kung mayroon kang kisame na puno ng kasaganaan, kung gayon ang tanging kailangan mo ay isang bahagdan upang maabot ito. At sa gayon, ang lahat ng biyaya sa buong mundo ay mapapasaiyong mga kamay. Ngunit ang bahagdan ay hindi isang layunin sa sarili nito, sapagkat kung hihinto ka pasumandali sa baytang ng bahagdan at hindi papasok sa kisame, ang iyong hangarin ay hindi mo makakamtan.

At gayundin dito sa aking komentaryo sa *Ang Zohar*, sapagkat ang daan upang mailinaw yaong mga malalalim na salita ay hindi pa nalilikha. Subalit gayunpaman, sa aking komentaryo, ako'y nakagawa ng daanan at lagusan para sa sinumang tao upang makaangat, magsaliksik, at suriin ang *The Book of Zohar* (*Ang Aklat ng Zohar*) mismo — at tanging doon lamang na ang aking layunin sa komentaryo ay matutupad.

59) At ang lahat ng nakakaalam sa pasikot-sikot ng banal na *Aklat ng Zohar*, yaong mga nakakaunawa sa mga nasusulat dito, ay nagkakaisa sa pagsang-ayon na ang banal na *Aklat ng Zohar* ay sinulat ng Maka-Diyos na *Tanna* (pantas) *Rabbi Shimon Bar Yochai*. Tanging ilan — yaong mga malayo sa karunungang ito — ang nagdududa sa tingkad ng lahi nito at may pagkiling sa mga gawa-gawang kuwento ng mga sumasalungat sa karunungang ito, na ang may-akda raw ay ang *Kabalistang* si *Rabbi Moshe de Leon* o kaya'y iba pang mga kapanahunan nito.

60) At para sa akin, simula noong araw na ako'y biniyayaan ng Liwanag ng *Taga-Paglikha*, nang sulyap sa banal na aklat na ito, hindi sumagi sa aking pag-iisip ang katanungan sa pinagmulan nito, sa simpleng dahilan na ang nilalaman ng aklat ay naghahatid sa aking puso ng kagalingan ng *Tanna Rabbi* (*Rabbi Shimon Bar Yochai*) nang higit sa lahat ng ibang mga pantas. At kung aking makikita nang malinaw na ang may-akda ay

may ibang pangalan tulad ng *Rabbi Moshe de Leon*, kung gayon aking pupurihin ang kagalingan ng *Rabbi Moshe de Leon* higit sa iba pang mga pantas, pati na si *Rashbi*.

Sa katunayan, kung sa pagtaya ko sa lalim ng karunungan sa aklat ay aking makitang malinaw na ang may-akda nito ay isa sa apatnapu't walong propeta, ituturing ko itong higit na katanggap-tanggap kaysa iugnay ito sa alinman sa mga pantas. Higit pa rito, kung aking matutuklasan na si Moises mismo ang tumanggap nito mula sa Maylikha—doon mismo sa Bundok ng Sinai—tunay ngang mapapayapa ang aking isipan, sapagkat ang ganitong uri ng aklat ay karapat-dapat lamang sa kanya. Gayunman, yamang ako'y pinagpala na makalikom ng sapat na mga paliwanag na nagbibigay sa bawat mapanuring mambabasa ng ilang liwanag ukol sa anumang nakasulat sa aklat, naisip kong may ganap akong katwiran upang patawarin ang aking sarili sa pagsuong sa gayong masusing pagsusuri. Sapagkat sinumang may kaalaman sa *Ang Zohar* sa panahong ito ay tiyak na sasang-ayon: walang iba kundi ang Tanna na si Rashbi ang may-akda nito.

61) Batay ngayon dito, susulpot ang katanungan: "Bakit *Ang Zohar* ay hindi naihayag sa naunang mga henerasyon, na yaong mga kagalingan ay walang pagdududang higit na malaki kaysa sa mga huli, at mas karapat-dapat?" Atin ding dapat tanungin: "Bakit ang komentaryo sa *Aklat ng Zohar* ay hindi naihayag bago pa sa panahon ng *Ari*, at hindi sa mga *Kabalistang* nauna sa kanya?" At ang higit na nakakalitong katanungan: "Bakit ang mga komentaryo sa mga salita ng *Ari* at sa mga salita ng *Ang Zohar* ay hindi naihayag mula sa panahon ng *Ari* hanggang sa ating henerasyon?"

Ang kasagutan ay: ang mundo, sa buong panahon ng anim na libong taon ng pag-iral nito, ay tulad ng isang *Partzuf* na nahati sa tatlo: *Rosh* (ulo), *Toch* (panloob), *Sof* (puwitan), ibig sabihin HBD (*Hochma, Bina, Daat*), HGT (*Hesed, Gevura, Tifferet*), NHY (*Netzah, Hod, Yesod*). Ito ang isinulat ng ating mga pantas: "Dalawang libong taon ng *Tohu* (kaguluhan), dalawang libong taon ng *Torah*, at dalawang libong taon ng *Mesiyas*" (*Sanhedrin* 97a).

Sa unang dalawang libong taon, itinuring itong *Rosh* at HBD, at ang mga Liwanag ay napakaliit. Itinuring silang *Rosh* na walang *Guf* (katawan), taglay lamang ang Liwanag ng *Nefesh*. Ito ay dahil may kabaligtarang ugnayan sa pagitan ng mga Liwanag at ng mga daluyan (*vessels*): sa mga *Kelim* (mga daluyan), ang tuntunin ay ang mas mataas na *Kelim* ang unang umuunlad sa bawat *Partzuf*; ngunit sa mga Liwanag, kabaligtaran—ang mas mababang mga Liwanag ang unang pumapasok sa *Partzuf*.

Kaya hangga't tanging mga itaas na bahagi lamang ang nasa *Kelim*, ang mga *Kelim* HBD, tanging Liwanag ng *Nefesh* lamang ang nadadamitan doon—ang pinakamaliliit sa lahat ng Liwanag. Ito ang dahilan kung bakit nasusulat na ang unang dalawang libong taon ay itinuring na *Tohu*. At sa ikalawang dalawang libong taon ng mundo, na tumutugma sa mga *Kelim* ng HGT, ang Liwanag ng *Ruach* ay bumaba at dinamitan ang mundo, kaya't ito ay itinuring na panahon ng *Torah*. Ito ang dahilan kung bakit sinasabi tungkol sa dalawang panggitnang milenya na ang mga ito'y *Torah*. At ang huling dalawang libong taon ay tumutugma sa *Kelim* ng NHYM (*Netzah, Hod, Yesod, Malchut*). Samakatuwid, sa panahong iyon, ang Liwanag ng *Neshama* ang nag-*dadanit* sa mundo—na siyang mas dakila sa mga Liwanag—kaya't ang mga ito ang tinawag na mga araw ng *Mesiyas*.

Ito rin ang pagkilos sa bawat partikular na *Partzuf*. Sa daluyan (*vessel*) nitong *HBD*, *HGT*, sa pamamagitan ng *Chazeh* (dibdib), ang mga Liwanag ay natatakpan at hindi magsisimulang magningning ng bukas na *Hassadim*, na ibig sabihin ay ang pagsulpot ng mabunying Liwanag ng *Hochma* ay nagaganap lamang mula sa *Chazeh* pababa, sa *NHYM* nito. Ito ang dahilan na bago ang *Kelim* ng *NHYM* ay magsimulang magpakita sa *Partzuf* ng mundo, sa huling dalawang libong taon, ang karunungan ng *Ang Zohar* sa partikular at ang karunungan ng *Kabbalah* sa pangkalahatan ay nakatago sa mundo.

Ngunit sa panahon ng *Ari*, sa panahon ng pagbubuo ng *Kelim* sa ibaba ng *Chazeh* ay nagsimulang lumapit, ang Liwanag ng mabunying *Hochma* ay naihayag sa mundo, sa pamamagitan ng kaluluwa ng Maka-Diyos na *Rabbi Isaac Luria* (*ang Ari*), na nakahanda upang tanggapin yaong dakilang Liwanag. Kaya, kanyang naihayag ang mga buod sa *The Book of Zohar* (*Ang Aklat ng Zohar*) at ang karunungan ng *Kabbalah*, hanggang sa mahigitan niya ang lahat ng mga nauna sa kanya.

Datapwat dahil ang mga *Kelim* ay hindi pa nalulubos (sa kanyang pagyao noong 1572), ang mundo ay hindi pa karapat-dapat na matuklasan ang kanyang mga salita, at ang kanyang mga banal na salita ay nalaman lamang ng piling iilan na hindi pinahintulutan na ihayag ang mga ito sa mundo.

Ngayon, sa ating henerasyon, dahil tayo'y papalapit sa dulo ng huling dalawang libong taon, tayo'y pinagkalooban ng pahintulot na ihayag ang kanyang mga salita at mga salita ng *Ang Zohar* sa buong mundo sa malawak na hangganan, sa kaparaanan mula sa ating henerasyon at mga darating pa, ang mga salita ng *Ang Zohar* ay mangyayaring mahahayag sa mundo, hanggang ang kabuuang hangganan ay maihayag, na siyang kalooban ng Taga-Paglikha.

63) Ngayon, inyo nang mauunawaan na wala talagang katapusan ang kahusayan ng unang henerasyon kaysa sa huli, dahil ito ang tuntunin sa lahat ng *Partzufim* (maraming *Partzuf*) ng mga mundo at ng mga kaluluwa, na ang mas dalisay ay ang unang pinipili para sa *Partzuf*. Samakatwid, ang mas dalisay na *Kelim*, *HBD*, ay unang pinili sa mundo at sa mga kaluluwa.

Kaya ang mga kaluluwa sa unang dalawang libong taon ay *Itaas*. Ngunit hindi nila matanggap ang buong sukat ng Liwanag, dahil sa kakulangan ng mga mas mababang bahagi sa mundo, at sa kanilang mga sarili mismo bilang *HGT* at *NHYM*.

At makalipas ang panggitnang dalawang libong taon, nang ang *Kelim* ng *HGT* ay napili para sa mundo at sa mga kaluluwa, ang mga kaluluwa ay tunay na napaka-dalisay dito at sa kanilang mga sarili. Ito ay dahil sa kahusayan ng *Kelim* ng *HGT* na malapit doon sa *HBD*. Subalit ang mga Liwanag ay nakukubli pa rin sa mundo dahil sa kawalan ng *Kelim* mula sa *Chazeh* pababa sa mundo at sa mga kaluluwa.

Kaya sa ating henerasyon, bagama't ang kaibuturan ng kaluluwa ay masama, kung kaya't ang mga ito'y hindi mapili para sa *Kedusha*, sa ngayon, ang mga ito ang bumubuo sa *Partzuf* ng mundo at sa *Partzuf* ng mga kaluluwa kaugnay sa *Kelim*, at ang gawain ay nalulubos lamang sa pamamagitan ng mga ito.

Ito'y dahil ngayon, na ang *Kelim* ng *NHY* ay binubuo at ang lahat ng *Kelim, Rosh, Toch, Sof* ay nasa *Partzuf*, kaya ang buong sukatan ng Liwanag ng *Rosh, Toch, Sof* ay ipinapasa sa lahat ng karapat-dapat, ibig sabihin, *NRN*. Kaya't pagkatapos lamang ng pagkalubos ng mga abang kaluluwa, ang Pinaka-Mataas na Liwanag ay magpapakita, at hindi bago noon.

64) Sa katunayan, kahit ang ating mga pantas ay nasambit ang tanong na ito (*Masechet Berachot*, p20): "Si *Rav Papa* ay sinabi kay *Abayei*: 'Paanong ang nauna ay kakaiba, na isang milagro ay naganap sa kanila, at paanong tayo ay kakaiba, na ang isang milagro ay hindi nagaganap sa atin'? Ito ba ay dahil sa pag-aaral? Sa buong mga taon ni *Rav Yehuda* ang buong pag-aaral ay sa *Nezikin*, kung saan ating pinag-aaralan ang anim na aklat (ang buong *Mishna*). At nang si *Rav Yehuda* ay nagsaliksik sa *Okatzin*, kanyang sinabi na, 'Nakita ko si *Rav* at *Shmuel* dito, kung saan ating pinag-aaralan ang labing-tatlong *Yeshivot* sa *Okatzin*. At nang tanggalin ni *Rav Yehuda* ang isang sapatos, dumating ang ulan, samantalang ating pinahirapan ang ating mga kaluluwa at humiyaw, at walang pumansin sa atin kahit isa.' Siya ay tumugon, 'Ang mga nauna ay ipinagkaloob ang kanilang mga kaluluwa sa kabanalan ng Panginoon.'"

Kaya, bagama't ito'y kapansin-pansin, pareho doon sa isang nagtatanong at doon sa isang sumasagot, na ang mga nauna ay mas mahalaga sa kanila, kaugnay sa *Torah* at sa karunungan, si *Rav Papa* at *Abayei* ay mas importante sa nauna. Kaya bagama't ang naunang heneraysyon ay mas importante kaysa sa mga nahuling heneraysyon, sa buod ng kanilang mga kaluluwa, sa dahilang ang mas dalisay ay pinipiling dumating ng una sa mundo, kaugnay sa karunungan ng *Torah*, ito'y lalung mahahayag sa huling heneraysyon. Ito'y dahil sa kadahilanang ating nabanggit, na ang pangkalahatang hangganan ay mabubuo lalo na ng mga nahuhuli. Ito ang kung bakit mas buong mga *Liwanag* ang pinapa-abot sa kanila, bagama't ang kanilang mga kaibuturan ay mas masama.

65) Kaya ating maitatanong, "Bakit kung gayon na hindi pinahihintulutan na sumalungat sa nauna ukol sa nakahayag na *Torah*?" Ito'y dahil hanggang sa praktikal na bahagi na may kinalaman sa *Mitzvot*, ito'y hindi marapat, sapagkat ang nauna ay mas buo sa kanilang mga sarili kaysa sa huli. Ito'y dahil ang pagkilos ay umaabot mula sa banal na *Kelim* ng *Sefirot*, at sa mga lihim ng *Torah* at ng *Taamim* (lasa) ng *Mitzva* ay umaabot mula sa mga *Liwanag* ng *Sefirot*.

Inyo nang alam na mayroong magka-baligtad na ugnayan sa pagitan ng mga *Liwanag* at mga daluyan (*vessel*) sa *Kelim*, na ang mga Itaas ay nauunang lumago (tingnan *Aytem* 62), na dahilan kung bakit ang nauna ay mas kumpleto sa praktikal na bahagi kaysa sa huli. Subalit sa mga *Liwanag* kung saan ang mga isang mas mababa ay unang nakakapasok, ang huli ay mas kumpleto kaysa sa nauna.

66) Itanim sa isipan na sa lahat ng bagay mayroong panloob at panlabas. Sa mundo sa pangkalahatan, ang *Israel*, ang mga inapo ni Abraham, Isaac, at Jacob, ay itinuturing na panloob ng mundo at ang pitumpung mga bayan ay itinuturing na panlabas ng mundo. Gayundin mayroong panloob sa loob ng *Israel* mismo, yaong mga buongloob na manggagawa ng *Taga-Paglikha*, at mayroong panlabas, yaong mga hindi iniukol ang kanilang mga sarili sa gawain ng *Taga-Paglikha*. Maging sa mga bayan ng mundo, mayroon

ding panloob, yaong mga Matuwid ng mga Bayan ng Mundo, at mayroon ding panlabas, yaong mga magaspang at mga mapaminsala sa kanila.

Bilang karagdagan, maging sa mga tagapaglingkod ng Taga-Paglikha, sa mga Anak ng Israel, mayroon ding panloob, yaong mga ginantimpalaan ng pagkaunawa ng kaluluwa ng panloob ng Torah at mga lihim nito, at panlabas, yaong mga gumaganap lamang ng praktikal na bahagi ng Torah.

Gayundin, mayroon ding panloob sa bawat nilalang sa *Israel* — ang pinaka-kalooban ng *Israel* — na may punto sa puso, at panlabas nito — bilang siyang loobin ng mga *Bayan ng Mundo*, ang katawan ng tao mismo.

Subalit maging sa pinaka-kalooban ng mga *Bayan ng Mundo* ng taong yaon, na tinuturing na mga *proselyte* (hindi isinilang na Hudyo) dahil sa paghawak nila sa panloob, sila'y naging tulad ng mga *proselyte* mula sa mga *Bayan ng Mundo* na dumating at kumapit sa buong *Israel*.

67) Kapag ang isang tao mula sa *Israel* ay pinatingkad at iginalang ang kanyang panloob na siyang *Israel* sa taong iyon, sa ibabaw ng panlabas na siyang mga *Bayan ng Mundo* niya, kung saan ang isa'y inilaan ang kalakhan ng kanyang pagsisikap upang patingkarin at dakilain ang kanyang panloob, sa kapakinabangan ng kanyang kaluluwa, at pag-ukulan lamang ng maliit na pansin ang pangkaniwang pangangailangan para sa pakinabangan ng mga *Bayan ng Mundo* niya, ibig sabihin mga pangangailangan ng katawan, tulad ng nasusulat (*Avot 1*), "Gawin mo ang Torah na pangmatagalan, at ang iyong mga paggawa na pansamantala," at sa gagawin mong ito, ginagawa mo ang mga Anak ng *Israel* na pumailanlang pataas sa panloob at panlabas din ng mundo, at sa mga *Bayan ng Mundo*, na siyang mga panlabas, na makilala at tanggapin ang mga Anak ng *Israel*.

At kung sakali, huwag namang ipahintulot, na sa kabaligtaran ang isang tao mula sa *Israel* ay patingkarin at pahalagahan ang kanyang panlabas, na siyang mga *Bayan ng Mundo* niya nang mas higit sa panloob na *Israel* niya, tulad ng nasusulat (*Deuteronomio 28*), "Ang banyaga ng mundo na nasa inyong kalagitnaan," ibig sabihin ang panlabas sa taong yaon ay umaangat at pumapailanglang, at ikaw mismo, na panloob ng *Israel* sa iyo, ay bumubulusok pababa? Sa mga ganitong pagkilos, ang isa'y nagiging sanhi na ang panlabas ng mundo sa pangkalahatan — ang mga *Bayan ng Mundo* — ay pumailanglang nang lalung *Itaas* at pangibabawan ang *Israel*, ilulugmok sila sa lupa, at ang mga Anak ng *Israel*, ang panloob ng mundo, ay ilulubog nang napakalalim.

68) Huwag ikagulat na ang pagkilos ng isang tao ay nagdudulot ng pagtaas at pagbaba sa buong mundo, dahil isang di-mababaling batas na ang pangkalahatan at partikular ay magkapantay tulad ng dalawang butil sa isang *ipa*. At lahat ng nailalapat sa pangkalahatan ay nailalapat din sa partikular. Bukod pa rito, ang mga bahagi ang bumubuo ng mga matatagpuan sa kabuuan, dahil ang kabuuan ay lumilitaw lamang matapos ang paglitaw ng mga bahagi nito, batay sa kalidad at dami ng mga bahagi. Malinaw na ang kahalagahan ng pagkilos ng isang bahagi ay nagpapataas o kaya'y nagpapababa sa kabuuan.

Yaon ay maglilinaw sa inyo ano ang nasusulat sa *Ang Zohar*, na sa paglahok sa *The Book of Zohar* (Ang Aklat ng Zohar) at karunungan ng katotohanan, sila'y gagantimpalaan ng ganap na katubusan mula sa pagkakatapon (*Tikkunim*, katapusan ng *Tikkun* Blg. 6). Maari nating tanungin, ano ang kinalaman ng pag-aaral ng *Ang Zohar* sa katubusan ng Israel mula sa kalagitnaan ng mga bayan?

69) Mula sa ibabaw, ating lubusang mauunawaan na ang *Torah* ay nagtutulak din sa panloob at panlabas kagaya ng buong mundo. Samakatwid ang isa na lumalahok sa *Torah* ay may dalawang antas din. Sa sandaling ang isa ay dinadagdagan ang kanyang paggawa sa panloob ng *Torah* at mga lihim nito, sa gayung hangganan, nagagawa ng isa na ang kabanalan ng panloob ng mundo, na siyang Israel, ay pumailanlang ng mataas sa ibabaw ng panlabas ng mundo, na siyang mga *Bayan ng Mundo*. At lahat ng mga bayan ay tatanggapin at kikilanin ang kagalingan ng Israel sa ibabaw nila, hanggang ang katuparan ng mga salitang, "At ang mga mamamayan ay kukuhanin sila at ihahatid sila sa kanilang lugar, at ang tahanan ng Israel ay aariin sila sa lupa ng Panginoon" (*Isaiah* 14, 2), at gayundin, "Kaya sinabi ng Panginoong Diyos, Masdan, Itataas ko ang aking kamay sa mga bayan, at iwawagayway ang aking bandila sa mga mamamayan at sila'y ihahatid ang iyong mga anak ng kanilang mga bisig at ang iyong mga anak na babae ay papasanin sa kanilang mga balikat," (*Isaiah* 29, 22).

Subalit kung, huwag nawang ipahintulot, ito'y sa kabaligtaran, na ang isang tao mula sa Israel ay hinamak ang kabanalan ng panloob ng *Torah* at mga lihim nito, na may kinalaman sa pag-iral ng ating mga kaluluwa at mga antas nito, at ang pananaw at mga lasa ng *Mitzvot* kaugnay sa kalamangan ng panlabas ng *Torah*, na may kinalaman lamang sa mga praktikal na bahagi? Gayundin, kahit ang isa ay paminsan-minsan lumalahok sa panloob ng *Torah* at naglalaan ng kaunting panahon dito, ni araw o gabi, na parang ito'y kalabisan, sa ganito, ang isa'y nilalapastangan at hinahamak ang panloob ng mundo, na siyang mga Anak ng Israel, pinatingkad ang panlabas ng mundo-ibig sabihin ang mga *Bayan ng Mundo*-sa ibabaw nila. Sila'y hahamakin at hihiyain ang mga Anak ng Israel at titingnan ang Israel bilang kalabisan, na parang ang mundo ay walang pangangailangan sa kanila, huwag nawang ipahintulot.

Higit pa rito, sa ganoon, nagagawa pa nila na ang panlabas ng mga *Bayan ng Mundo* ay gapiin ang kanilang sariling panloob, dahil ang pinaka-talamak sa mga *Bayan ng Mundo*, ang mga mapaminsala at mapanira ng mundo, ay nagagawang makapangibabaw sa kanilang panloob, na siyang mga Matuwid ng Mundo. At doon, sila'y lilikha ng lahat ng pagwawasak at karumal-dumal na pagpatay na ang ating henerasyon ay naging saksi, nawa'y pag-ingatan tayo ng Panginoon mula ngayon.

"Kaya inyong nakita na ang katubusan ng Israel at pagtaas ng Israel ay nakasalalay sa pag-aaral ng *Ang Zohar* at ang panloob ng *Torah*. At ang kabaligtaran, lahat ng pagkawasak at pagbaba ng mga Anak ng Israel ay dahil iniwanan nila ang panloob ng *Torah*. Hinamak nila ang kahusayan nito at ginawa nila itong kalabisan.

70) Ito ang nasusulat sa *Tikkunim* (Pagwawasto) ng *Ang Zohar* (*Tikkun* 30): "Gumising at bumangon para sa Banal na Kabanalan, sapagkat mayron kayong hungkag na pusong walang nauunawaan upang malaman at matamo ito, bagama't ito ay nasa loob ninyo." Ang ibig sabihin nito ay tulad nang nasusulat sa (*Isaiah* 40), na isang tinig ang pumipintig sa puso ng isa at bawat isang Israel, upang umiyak at upang manalangin na itaas ang Banal na

Kabanalan, na lahat na tinipong mga kaluluwa ng Israel. Subalit ang Kabanalan ay nagsabi, "Wala akong lakas na bumangon mula sa alabok, sapagkat 'lahat ng laman ay damo,' silang lahat ay tulad ng mga hayop, nanginginain ng dayami at damo." Ibig sabihin na sila'y tumatalima sa *Mitzvot* nang walang pag-iisip, tulad ng mga hayop, "at lahat ng pagiging maka-diyos doon ay tulad ng bulaklak sa bukid, na lahat ng mabubuting gawain na kanilang ginagawa, ay ginagawa nila para sa kanilang sarili mismo.

Na ibig sabihin, na sa lahat ng *Mitzvot* na kanilang ginagawa, wala silang intensiyon na gawin ito upang magbigay kasiyahan sa kanilang Taga-Paglikha. Sa halip, pinanghahawakan nila ang *Mitzvot* para lamang sa kanilang sariling kapakinabangan, at maging sa pinakamahusay sa kanila, na inilaan ang lahat ng kanilang panahon sa paglahok sa *Torah*, ginagawa ito para lamang sa kapakinabangan ng kanilang mga katawan, na wala ang kanais-nais na layunin na magbigay ng kasiyahan sa kanilang Taga-Paglikha.

Ito ay nasabi tungkol sa heneresyon ng panahong iyon, "Isang espiritu ay lumisan at hindi babalik sa mundo," ibig sabihin ang espiritu ng Mesiyas na dapat tumubos sa Israel sa lahat ng kanilang mga paghihirap, hanggang sa lubos na katubusan, panghawakan ang mga salita, "dahil ang daigdig ay mapupuno nang kaalaman ng Panginoon." Na ang espiritung yaon ay lumisan at hindi nagningning sa mundo.

Kalunusan doon sa kanilang ginawang lumisan ang espiritu ng Mesiyas at maglaho sa mundo at hindi magawang makabalik sa mundo. Sila yaong dahilan na ginawang tuyot ang *Torah* na walang katas ng unawa at katwiran. Ikinulong nila ang kanilang mga sarili sa praktikal na bahagi ng *Torah* at hindi ninais na sikaping maintindihan ang karunungan ng *Kabbalah*, na malaman at maunawaan ang lihim ng *Torah* at ang lasa ng *Mitzva*. Kalunusan doon sa kanila, dahil sa mga ganoong pagkilos, dinala ang pag-iral ng kahirapan, pagkaguho, at pagnanakaw, pandarambong, pagpatay at pagkawasak sa mundo.

71) Ang sanhi sa kanilang mga salita ay tulad ng ating ipinaliwanag, na sa sandaling yaong mga lumalahok sa *Torah* ay hinamak ang kanilang sariling panloob at ang panloob ng *Torah*, na itinaan ito na parang ito'y kalabisan sa mundo, at lumalahok lamang dito, hindi sa araw, ni sa gabi, at sa ganitong pagtingin, sila'y parang mga bulag na nangangapa sa pader. Sa gayon, pinatingkad nila ang kanilang sariling panlabas, ang kapakinabangan ng kanilang mga katawan. Gayundin, itinuring nila na ang panlabas ng *Torah* ay itaas sa panloob ng *Torah*. At sa kanilang mga pagkilos na ganito, naging sanhi sila na ang lahat ng panlabas sa mundo ay mangibabaw sa lahat ng panloob na bahagi ng mundo, ayon sa bawat isang esensya nito.

Ito ay ganito, dahil ang panlabas ng buong Israel, ibig sabihin ang Bayan ng Mundo nila, ay nangingibabaw at pinawalang-bisa ang panloob sa buong Israel, na yaong lahat ng mga dakila sa *Torah*. Gayundin, ang panlabas sa mga Bayan ng Mundo—ang mga mapaminsala sa mga ito—ay lumalakas at pinapawalang-bisa ang panloob sa kanila, yaong mga Matuwid sa mga Bayan ng Mundo. Dagdag pa rito, ang panlabas ng buong mundo, bilang mga Bayan ng Mundo, ay lumalakas at pinapawalang-bisa ang mga Anak ng Israel—ang panloob ng mundo.

Sa ganitong heneresyon, ang lahat ng mapaminsala sa mga Bayan ng Mundo ay nagtataas ng kanilang mga noo at nagnanais na una, na wasakin at patayin ang mga Anak ng Israel, tulad ng nasusulat (*Yevamot 63*), "Walang kalamidad ang dumarating sa mundo maliban sa Israel." Ito'y ibig sabihin, tulad ng nasusulat sa nabanggit na mga pagwawasto, na sila'y nagiging sanhi ng kahirapan, pagguho, pagnanakaw, patayan, at pagkawasak sa buong mundo.

At dahil sa napakarami nating mga kamalian, ating nasaksihan ang lahat ng nabanggit sa naturang *Tikkunim*, at higit pa rito, ang hatol ay tumama sa mga pinaka-mahuhusay sa atin, tulad nang sinabi ng ating mga pantas (*Baba Kama 60*), "At ito'y nagsimula sa mga matuwid muna." At ang lahat ng kaluwalhatian na natamo ng Israel sa mga bansang tulad ng Poland, Lithuania, atbp.; ang tanging naiwan ay ang labi ng ating banal na bayan. Ngayon, ito ay nasa sa atin, mga labi, na iwasto yaong mga kakila-kilabot na mga pagkakamaling yaon. Bawat isa sa ating mga naiwanan, ay marapat na akuin sa kanyang sarili, puso't kaluluwa, simula ngayon, na palakasin ang panloob ng *Torah*, at ilaan dito ang nararapat nitong lugar, ayon sa kahusayan nito, sa ibabaw ng panlabas ng *Torah*.

At pagkatapos, ang bawat isa sa atin ay gagantimpalaan na palalakasin ang sariling panloob, ibig sabihin ang Israel sa ating loob na siyang pangangailangan ng kaluluwa, sa ibabaw ng ating sariling panlabas, na siyang mga Bayan ng Mundo sa atin, yaong pangangailangan ng ating mga katawan. Ang puwersang yaon ay darating sa buong Israel hanggang ang mga Bayan ng Mundo sa loob natin ay kilalanin at tanggapin ang kahusayan ng mga dakilang pantas ng Israel sa ibabaw nila, at makikinig sa kanila at susundin sila.

Gayundin, ang panloob ng mga Bayan ng Mundo, ang mga Matuwid ng mga Bayan ng Mundo, ay mangingibabaw at isusuko ang kanilang panlabas na mga mapaminsala. At ang panloob ng mundo din, ang Israel, ay babangon sa kanilang lahat ng kahusayan at kabanalan, sa ibabaw ng panlabas ng mundo na mga bansa. Pagkatapos, ang lahat ng bayan ng mundo ay kikilalanin at tatanggapin ang kahusayan ng Israel sa ibabaw nila.

At sila'y tatalima sa mga salita (*Isaiah 14, 2*), "At ang mga tao ay kukuhanin sila, at dadalhin sila sa kanilang lugar: at ang bahay ng Israel ay aariin sila sa lupa ng Panginoon." At gayundin (*Isaiah 49, 22*), "At kanilang dadalhin ang iyong mga anak sa kanilang mga bisig at ang iyong mga anak na babae ay papasanin nila sa kanilang mga balikat." Na yaong nasusulat sa *Ang Zohar* (*Nasoh p. 124b*), "sa pamamagitan ng kathaing ito," na *Ang Aklat ng Zohar*, sila'y matutubos mula sa pagkakatapon ng may awa." Amen, siyanawa.

Kasambahay na Tagapagmana Ng Kanyang Maybahay

Ito ay nangangailangan ng sapat na kapaliwanagan. Upang maging maliwanag sa lahat, aking pipiliin na ipakahulugan ang mga bagay sa pamamagitan ng kung ano ang lumilitaw para sa atin sa ganitong kadahilanan at ipinapaabot sa atin sa pag-iral ng mundong ito.

ANG PANLOOB NG PANLABAS

Ang usapin ay yaong ang Mataas na Ugat ay pinapaabot ang kanilang kapangyarihan nang padausdos hanggang ang kanilang mga sanga ay lumitaw dito sa mundo, tulad ng nasusulat sa pagliliwanag sa ugat at sanga. Sa kabuuan, ang mga mundo ay itinuring na panloob at panlabas. Ito ay kapareho sa isang mabigat na bagay na walang makabuhat o mailipat mula sa isang lugar tungo sa isa pang lugar. Kaya ang payo ay hatiin yaong bagay sa maliliit na bahagi at kasunod ay ilipat ang mga ito nang paisa-isa.

Ito ay katulad sa ating usapin, dahil ang layunin ng Paglikha ay mahalaga, dahil ang isang munting kislap tulad ng kaluluwa ng isang tao ay maaaring umangat sa pagtatamo ng Itaas sa mga nangangalagang anghel, tulad nang nabanggit ng ating mga pantas sa talatang, "ngayon ito'y masasabi kay Jacob at Israel: 'Ano itong ginawa ng Diyos!'" Kanilang ipinakahulugan ito na ang mga Mataas na anghel ay tatanungin ang Israel, "Ano itong ginawa ng Diyos?"

ANG EBOLUSYON NG ISRAEL (PANLOOB)PAISA-ISA

Ang biyayang ito ay darating lamang sa atin sa pamamagitan ng pag-unlad ng isa sa bawat sandali. Tulad nang naunang halimbawa sa itaas, kahit ang pinakamabigat na dalahin ay mabubuhat kung bibiyakin ito sa mga piraso at angatin ang mga ito nang paisa-isa. Hindi lamang ang pangkalahatang layunin ang dumarating sa atin sa ganitong kaparaanan, kundi maging sa pisikal na layunin, na tanging paghahanda lamang sa pangkalahatang layunin, ay dumarating sa atin sa pamamagitan ng banayad at mabagal na pag-unlad. Kaya ang mga mundo ay nahati sa panloob at panlabas, kung saan ang isang mundo ay nagtaglay ng kaliwanagan na angkop sa mabagal na pag-unlad. At ang mga ito ay tinawag na 'ang panloob ng mundo.

IGLAP NA EBOLUSYON NG MGA BAYAN NG MUNDO (PANLABAS)

Sa kabila ng mga ito ay kaliwanagan na maaari lamang kumilos sa isang iglap. Kaya sa sandaling lumitaw sila dito sa kanilang makalupang mga sanga at binigyan ng kontrol, hindi lamang sila nagwawasto, sila'y nangwawasak.

Ang ating mga pantas ay tinatawag itong 'hilaw,' tulad ng nasusulat tungkol sa Puno ng Kaalaman at *Adan Ha Rishon*, na ang mga ito'y hilaw na bunga. Ito'y nangangahulugan na ito'y totoong nakalulugod na hangarin, nakatakdang magdulot ng lugod sa tao, subalit sa hinaharap, hindi sa kasalukuyan, dahil ito'y patuloy pa sa paglaki at pag-unlad. Ito ang dahilan kung bakit inihalintulad nila ito sa isang hilaw na bunga, dahil ang igos din, na isang napakatamis at nakalulugod na bunga, sa sandaling kinain ng wala sa panahon, ay makasasama sa sikmura at siya ay mamamatay.

Sa katunayan, dapat nating tanungin, 'Sino iyong naghahatid ng ganitong kilos sa mundo?' Matapos ang lahat, ito'y nalalaman na walang pagkilos sa ating mundo na dumarating nang walang pagbayo ng *Isang Nakatataas na Ugat*. Alamin na ito'y ang tinatawag na 'ang nasasakupan ng panlabas' tulad ng talatang, 'Ang Diyos ay ginawa maging ang isa gayundin gaya ng iba pa.' Ito'y naglalaman ng isang puwersa na nag-uudyok at nagpapadali tungo sa paghahayag ng nasasakupan ng panloob tulad nang sinabi ng ating mga pantas, 'Naglagay ako sa kanilang ibabaw ng isang hari tulad ni *Haman*, ay siya ay magtutulak sa kanila upang magsisi.'"

ANG PANLOOB AY ANG MGA TAO NG ISRAEL

Sa sandaling ating mailinaw ang *Mataas na Ugat*, ating lilinawin ang mga sanga sa mundong ito. Alamin na ang isang sanga na lumalabas mula sa panloob ay ang mga tao ng *Israel*, na napili bilang isang nagpapatakbo ng pangkalahatang layunin at pagwawasto. Ito'y naglalaman ng paghahandang kinakailangan para sa paglago at pag-unlad, hanggang mapakilos nito ang mga bayan ng mundo rin, upang matamo ang iisang layunin.

ANG PANLABAS AY ANG MGA BAYAN NG MUNDO

Ang sanga na lumilitaw mula sa panlabas ay ang mga bayan ng mundo. Hindi sila nabahaginan ng mga katangian na magagawa silang karapat-dapat na tumanggap ng pag-unlad ng layunin ng isa sa bawat sandali. Sa halip, sila ay naka-akmang tanggapin ang pagwawasto sa isang iglap at sa lubusan, batay sa kanilang *Itaas na Ugat*. Kaya't sa sandaling tanggapin nila ang pamamayani mula sa kanilang Ugat, sinisira nila ang kabanalan sa mga anak ng *Israel* na nagiging sanhi ng pagdurusa sa mundo.

ISANG ALIPIN AT ISANG KASAMBAHAY

Ang *Mataas na mga Ugat*, tinawag na 'Panlabas' tulad ng ating naipaliwanag sa unahan, ay pangkaraniwang tinatawag na 'kasambahay' at 'alipin.' Ito ay naglalayong ipakita na hindi nila sadyang nais na manakit, tulad ng lumalabas sa paimbabaw na pagtingin. Sa halip, sila'y naglilingkod sa panloob tulad ng alipin at kasambahay na naglilingkod sa kanilang mga amo.

ANG PANLABAS AY NAMAMAYANI SA SANDALING ANG ISRAEL AY HINDI NAGHAHANGAD NG KALALIMAN SA KANILANG GAWAIN

"Ang nabanggit na panuntunan sa panlabas ay tinaguriang 'ang pagkakatapon ng *Israel* sa mga bayan ng mundo.' Dahil dito, sila'y nagdulot ng napakaraming anyo ng pagdurusa, panghahamak at pagkawasak sa bayan ng *Israel*. Datapwa't, upang mapaiksi, ating ihahayag lamang, sa pamamagitan ng pangkaraniwang pagtingin, ang pangkalahatang layunin. Ito'y ang pagsamba sa mga idolo at mga pamahiin, tulad ng nasusulat, 'Sa halip, inihalo nila ang kanilang mga sarili sa mga bayan ng mundo, at inaral ang mga gawi nito.' Ito ang pinaka-masama at pinaka-mapanganib na lason na wumasak sa mga kaluluwa ng *Israel* dahil ito'y naghatid sa kanilang palalong pagtingin sa kanilang sarili ng napakalapit sa katwiran ng tao. Sa madaling salita, hindi sila nangailangan ng malalim na pang-unawa, kaya sila'y nagtanim ng pundasyon ng kanilang mga gawi sa mga puso ng mga anak ng *Israel*. At bagama't ang isang taong *Israel* ay hindi akmang tanggapin ang kanilang kahibangan, sa dakong huli, sila'y nagbuyo ng pagsamba sa mga diyus-diyusan at karumihan hanggang sa tahasang maling pananampalataya, hanggang sa sabihin niya, 'lahat ng mukha ay pantay-pantay...'"

ANG SANHI SA PAGTATAGO NG KABBALAH

Ngayon inyong nang mauunawaan ang usapin ng pagtatago sa karunungan ng nakatago sa mga mata ng mga panlabas, gayundin sa sinabi ng mga pantas, 'Ang isang hentil ay hindi dapat turuan ng *Torah*.' Mayroong lumalabas na salungatan sa pagitan nito at ng *Tanah* (dakilang pantas noong umpisa ng mga taon ng Kristiyano) *Debei Eliyahu*, na nagsabing, 'Maging isang hentil, maging isang alipin o maging isang kasambahay na umuupo at nag-aaral ng *Torah*, ang Kabanalan ay nasa sa kanila.' Kaya, bakit ang mga pantas ay ipinagbawal ang pagtuturo ng *Torah* sa mga hentil?

PAGTUTURO NG TORAH SA MGA HENTIL

Sa katunayan, ang *Tanah Debei Eliyahu* ay tumutukoy sa isang nagbagong hentil o kaya'y isang huminto na sa pagsamba sa mga diyus-diyusan at mga pamahiin. Ang ating mga pantas, sa kabaligtaran, ay tumutukoy sa isang hindi humuhinto sa pagsamba sa mga diyus-diyusan, at nagnanais na malaman ang mga batas at karunungan upang palakasin at patibayin ang pagsamba sa mga diyus-diyusan. At inyong maaring masabi na, 'Bakit tayo mag-aalala kung ang hentil na ito ay maging mas mataimtim sa kanyang pagsamba sa mga diyus-diyusan dahil sa ating *Torah*? Kung ito'y hindi nakakatulong, anong pinsala ang maidudulot nito?'

ANG PAG-IYAK NI RASHBI

Sa katunayan, ito ang iniyak ni *Rashbi* bago niya ipinaliwanag ang isang mahalagang lihim sa natatagong karunungan, tulad ng nasusulat, 'Si *Rabbi Shimon* ay umiyak, 'Kalunusan kung aking sabihin, at kalunusan kung hindi ko sabihin. Kung aking sabihin, ang mga makasalanan ay malalaman kung paano maglilingkod sa kanilang mga idolo; at kung hindi ko sasabihin, ang mga kaibigan ay mawawala yaong salita.

Siya ay nangangamba na ang lihim ay makarating sa mga kamay ng mga sumasamba sa mga diyus-diyusan at gagampanan nila ang kanilang pagsamba sa mga diyus-diyusan kaakibat ng puwersa nitong Banal na Pag-Iisip. Ito ang nagpatagal sa ating pagkakatapon at nagdulot sa atin ng lahat ng pagdurusa at pagkawasak, tulad ng ating nasasaksihan sa ating harapan, simula nang ang mga pantas ng mga bayan ng mundo ay napag-aralan ang lahat ng mga aklat ng mga anak ng *Israel*, at ginawa itong mga delicacy upang palakasin ang kanilang mga pananampalataya, ibig sabihin, kanilang karunungan na tinawag na 'teolohiya.'

DALAWANG PINSALA MULA SA PAGHAHAYAG NG KARUNUNGAN NG ISRAEL SA MGA BAYAN NG MUNDO

Sila ay nakagawa ng dalawang pagkakamali:

1. Bukod sa pagsusuot ng ating damit, sa pagsasabi na lahat ng karunungang yaon ay pagtatamo nila mula sa kanilang sariling banal na espiritu, ang mga mangongopyang ito ay natamo ang kanilang reputasyon mula sa ating sariling pinaghirapan. Kaya, kanilang napalakas ang kanilang huwad na mga katuruan at nakakuha ng lakas upang iwaksi ang ating Banal na *Torah*."

2. Subalit may mas malaking pinsala na dumating sa atin: ang isang namumuhay ayon sa kanilang teolohiya ay nakakatuklas dito tungkol sa gawain sa Panginoon na lumalabas na mas tapat at mas totoo kaysa sa ating karunungan.

Ito ay sa dalawang kadahilanan:

Ang una ay sila ay mas marami, at sa kanila ay mayroong mga dakila at mahuhusay na mga *philologists* (dalubhasa sa lengguwahe, kasaysayan, pagsasaliksik, atbp.) na nakakaalam ng kanilang gawain: na magawang katanggap-tanggap ang mga bagay sa mga hindi nakapag-aral na mga mamamayan. Ang *philolohiya* ay nagmumula sa mga panlabas na katuruan, at makakatiyak na ang isang lipunan na binubuo ng walong bilyong tao ay makakapag-lilitaw ng higit na marami pa at mas dakilang *philolohista* kaysa sa ating labinlimang milyong mamamayan. Kaya, ang isang namumuhay ayon sa kanilang mga aklat ay hahantong sa pag-aakala na marahil sila'y tama, at higit pa rito, na sila'y natural na tama.

Ang pangalawa at higit na importanteng dahilan, na ang mga pantas ng *Israel* ay itinago ang karunungan ng relihiyon mula sa masa sa likod ng mga saradong pintuan at sa lahat ng kaparaanan. Ang mga pantas ng bawat henerasyon ay naghain ng mga simpleng kapaliwanagan sa masa at tinanggihan nila sa pamamagitan ng lahat ng uri ng pagkukunwari sa mga naisin na kahit lapitan at hawakan man lang ang karunungan ng nakatago.

KAABAHAN KUNG AKING SASABIHIN

Kanilang ginawa ito sa pangamba na ang mga bagay ay babagsak sa kamay ng mga sumasamba sa mga diyus-diyusan, tulad ng nasulat ni *Rashbi*, "Kung aking sasabihin, ang mga makasalanan ay malalaman kung paano magsisilbi sa kanilang mga idolo." Pagkatapos nang lahat, tayo'y nagdusa maging sa mga pinaka-mumunting bagay na kanilang ninakaw sa ating mga daluyan (*vessel*), na tumagas papunta sa kanila sa kabila ng lahat ng ating masugid na pagbabantay.

ANG DAHILAN SA PAGTATAGO NG KABBALAH

Ito'y maglilinaw kung ano ang maaaring malahad kung ang ating mga pantas ay inihayag ang natatagong karunungan sa lahat. At dahil ating itinago, habang ang ating mga pangkaraniwang tao ay wala pang kakayahan na mabigyan ng lihim ng *Torah*, wala siyang anumang kaalaman sa karunungan ng relihiyon. Kaya ang ganitong tao ay tiyak na magaganyak at matutuwa sa sandaling kanyang makita ang walang kabuluhang karunungan at kapaliwanagan sa kanilang teolohiya, na ang nilalaman ay tanging mga samut-saring konsepto na ninakaw sa ating nakatago, na dinagdagan ng mga palamuting mga salita.

Kapag nakita iyon ng isang tao, sinabi niya at itinatanggi ang ating praktikal na batas, at nagtatapos sa kumpletong maling pananampalataya.

ISANG KASAMBAHAY NA TAGAPAGMANA SA MAYBAHAY

Ito ay tinawag na 'isang kasambahay na tagapagmana sa maybahay,' dahil ang mismong kapangyarihan ng maybahay—ang nasasakupan ng panloob—ay sa pamamagitan ng puwersa ng ating karunungan at kaalaman, tulad ng nasusulat, 'tayo ay itinangi, Ako at Iyong mga mamamayan, mula sa lahat ng tao na nasa balat ng lupa.' At ngayon, ang kasambahay ay lumantad at nagmamalaki sa publiko na siya ang tagapagmana nitong karunungan. At dapat ninyong malaman, na ang kapangyarihan nilang ito ay ang tanikala sa paa ng mga anak ng Israel, na nagtali sa kanila sa pagkakatapon sa ilalim ng kanilang nasasakupan.

TANIKALA NG PAGKAKATAPON (EXILE)

Kaya ang buod ng mga tanikala ng pagkakatapon at kapangyarihan nito ay mula sa karunungan ng Torah at sa mga lihim nito, na nagawa nilang manakaw at ilagay sa kanilang mga daluyan (vessel), lumagpas sa lahat ng ating maingat na pagbabantay na ating isinagawa. Sa pamamagitan nito, nailigaw nila ang mga masa, sa pagsasabing namana nila ang gawain sa Panginoon at naghasik din ng pag-aalinlangan at heresiya sa mga kaluluwa ng Israel.

Shofar[6] ng Mesiyas

KATUBUSAN LAMANG SA PAMAMAGITAN NG KABBALAH

Dapat mabatid kung ano ang ibig sabihin na ang mga anak ng Israel ay matutubos lamang matapos na ang natatagong karunungan ay naihayag sa malaking hanggan, tulad nang nasusulat sa *Ang Zohar*, 'Sa kathaing ito, ang mga anak ng Israel ay natubos sa pagkakatapon (exile).' Ito ay sa kadahilanan na sa panahong iyon magkakaroon ng pag-asa para sa katubusan, tulad nang pagkakasulat ng *Ang Zohar* na nagsimula sa panahon ni Rashbi sa panahon nang si Bar-Kokheva ay lumitaw. Si Rabbi Akiva, ang guro ni Rashbi, ay nagsabi tungkol sa kanya: 'Mayroong lalantad na isang bituin mula kay Jacob.' Kaya, pagkaraan ng pagkaguho ng Beitar, nagkaroon ng malaking pag-asa.

PAGSUSULAT NG ZOHAR AT PAGTATAGO NITO

At sa gayung kadahilanan, si Rashbi ay pinahintulutan ang kanyang sarili na isiwalat ang karunungan ng natatago sa kanyang mga aklat, *Ang Zohar* at ang *Tikkunim*. Datapwat kalakip ang malaking pag-iingat, dahil kanya lamang pinahintulutan si Rabbi Abba, na maaaring maghayag nang walang pagpapahalata, upang ang mga pantas lamang na mga anak ng Israel ang makakaunawa, at ang mga pantas ng mga bansa ay hindi mauunawaan ito, sa pangambang ang mga masasama ay matutong maglingkod sa kanilang mga panginoon. Kaya sa sandaling kanilang nakita na hindi pa panahon para sa katubusan ng Israel ay kanilang itinago ito. Ito ay sa panahon ng mga pantas, ang Savoraim, sapagkat ating natagpuan na ang ating mga pantas, ang Savoraim, ay isinulat ang maraming bagay sa *Ang Zohar*.

ANG PAGSISIWALAT SA KABBALAH AY KALOOBAN NG DIYOS

Sa katunayan, ang kalooban ng Diyos ang naghari. Ito ang dahilan kung bakit napadpad ito sa balo ni Rabbi Moshe de Leon. Namana niya ang manuskrito mula sa kanyang asawa, at marahil hindi nito nabanggit ang pagbabawal sa pagsisiwalat. Sa hindi sinadyang pagkakataon, inilabas ng balo ito at ipinagbili.

---

6 Tandaan ng Tagasalin: Ang *Shofar* ay isang sungay ng lalaking tupa (*ram*), na ginagamit sa mga masayang okasyon sa mga pagdiriwang ng mga Hudyo.

ANG MGA SULIRANIN NG ISRAEL AY DAHIL SA PAGKAKASIWALAT NG KABBALAH

Sa katunayan, hanggang sa araw na ito, lumikha ito ng napakaraming pagkawasak dahil sa nabanggit na mga kadahilanan.

KAPAKINABANGAN SA PAGSISIWALAT NGKABBALAH

Datapwa't walang kasamaan na walang kaakibat na kabutihan. At samakatuwid, ang kapangyarihang ito, na nakuha ng mga bansa sa pamamagitan ng pagnanakaw ng mga lihim ng *Torah*, ay nagtulak ng isang dakilang hakbang para sa pagpapaunlad ng kabanalan. Sa aking pagtataya, tayo ay nakatayo sa pinakabungad ng katubusan, kung alam lang natin kung paano ipakalat ang natatagong karunungan sa masa.

UNANG KAPAKINABANGAN

Bukod sa simpleng dahilan ng *'Siya ay lumulon ng mga kayamanan, at siya ay isusuka ang mga ito,'* ito'y maghahayag kung ano ang namagitan sa aking anak at sa aking biyenang lalaki, at ang pagkakaiba sa pagitan ng nilalaman ng buod at ng mataas na *Klipa* (basyo), kung saan ang lahat ng pantas ng mga bansa sa buong mundo ay humango. Ito ay sapagkat lahat ng mga kampo sa Israel na iwinaksi ang *Torah* ay tiyak na magbabalik sa Taga-Paglikha at sa Kanyang gawain.

IKALAWANG KAPAKINABANGAN

Mayroon pang ibang kadahilanan dito: Ating tinanggap na mayroong isang pasubali para sa katubusan — na lahat ng mga bayan ng mundo ay kikilalanin ang mga batas ng Israel, tulad ng nasusulat, *"at ang kalupaan ay matitigib ng karunungan,"* tulad sa halimbawa ng *exodus* (paglabas) mula sa *Ehipto* (Egypt), kung saan mayroong pasubali na ang *Pharaoh* (Hari) din ay kikilalanin ang totoong Diyos at ang Kanyang mga batas, at hahayaan silang lumabas.

KATUBUSAN SA PAMAMAGITAN NG PAGBUBUNYAG NG KABBALAH SA MGA BANSA NG MUNDO

Ito ang dahilan kung bakit nasusulat na bawat isang bansa ay kakapit sa isang Hudyo at ihahatid siya sa Banal na Lupa. At hindi sapat na maaari lamang silang lumabas mula sa kanilang sarili. Dapat ninyong maunawaan kung saan magbubuhat ang ganitong ideya at pagkukusa ng mga bansa ng mundo. Dapat malaman na ito'y sa pamamagitan ng pagpapalaganap ng tunay na karunungan, upang sa buong linaw ay makita nila ang totoong Diyos at ang Kanyang tunay na batas.

PAGPAPALAGANAP NG KARUNUNGAN NG KABBALAH SA BUONG MUNDO

At ang pagpapalaganap ng karunungan sa masa ay tinawag na *isang Shofar*. Tulad ng *Shofar* na ang tinig ay naglalakbay ng malalayong distansya, ang pag-alingawngaw ng karunungan ay lalaganap sa lahat ng dako ng mundo—kaya maging ang mga bansa ay maririnig ito at kikilalanin na mayroong karunungang Maka-Diyos sa Israel.

ANG PAGKAKAHAYAG NG KABBALAH SA LAHAT NG BANSA AY ANG PAGHAHAYAG NI ELIYAHU

At ang gawaing ito ay sinabi tungkol kay Eliyahu, ang propeta. Ang pagsisimula ng pagbubunyag sa mga lihim ng *Torah* ay kadalasang tinutukoy bilang *"ang pagbubunyag ni Eliyahu."* Ito'y tulad ng kanilang kasabihang, *"Hayaan ninyong manatili hanggang sa pagdating ni Eliyahu,"* at gayundin, *"Ang Tishbi ang sasagot sa mga katanungan at mga problema."* Sa ganitong kadahilanan, kanilang sinasabi na sa loob ng tatlong araw (isang batid na pahiwatig) bago ang pagdating ng Mesiyas, si Eliyahu ay maglalakad sa mga burol at hihipan ang isang malaking tambuli, atbp.

PAGBUBUNYAG NG KABBALAH SA LAHAT NG BANSA AY ISANG PASUBALI PARA SA GANAP NA KATUBUSAN

Dapat ninyong maunawaan ang mga ganitong pahiwatig: ang usapin ng *Shofar* ay tumutukoy lamang sa pagbubukas ng nakatagong karunungan sa malawak na masa—isang kinakailangang pasubali na dapat matugunan bago ang ganap na katubusan.

At ang mga aklat na naihayag na sa karunungang ito sa pamamagitan ko ay magpapatunay dito—na ang mga bagay na may mas malalaking kahalagahan ay naikalat na, tulad ng isang marangyang damit na makikita ng lahat. Ito ay isang tunay na pagpapatunay na tayo ay nasa bungad na ng katubusan, at ang tinig ng dakilang *Shofar* ay nadinig na—bagamat may kalayuan—dahil may kahinaan pa ang tunog nito.

Subalit sa katunayan, anumang kadakilaan ay nagmumula sa kaliitan, at walang malakas na tinig kung hindi ito pinangunahan ng mahinang tunog, sapagkat ganito ang katangian ng *Shofar*, na ito ay banayad na lumalakas. At sino pa kung hindi ako ang higit na nakakaalam na ako'y hindi karapat-dapat na maging tagapaghatid o isang tagasulat sa pagbubunyag ng ganitong mga lihim, at higit sa lahat, na ganap na makaunawa sa mga ito? At bakit nagawa sa akin ito ng Taga-Paglikha? Ito ay dahil ang henerasyon ay karapat-dapat dito, tulad ng isang huling henerasyon na nakatayo sa bungad ng ganap na katubusan. At sa ganitong kadahilanan, ang mga ito'y karapat-dapat na magsimulang marinig ang tinig ng *Shofar* ng Mesiyas, na siyang paghahayag ng mga lihim, tulad nang naipaliwanag na.

Ang Mga Kabalista ay Nagsusulat tungkol sa Karunungan ng Kabbalah

Kung tayo man ay makatagpo ng mga taong dakila sa *Torah*, na may takot at kaalaman, subalit hindi interesado sa mga lihim ng *Torah* dahil sa kabunyian ng kanilang antas—dahil napakarami nilang mga pag-aari na maaaring pagkaabalahan ng kanilang espiritu sa mga yaman ng hayag na *Torah* at karunungan dito—huwag ikakalumbay ang puso ng isang nakakaramdam sa kalooban, nang paggugumiit ng kaluluwang nauuhaw sa gawi ng mga lihim. Dahil kung atin mang ipasiya na ang matinding paghahangad na ito ay dumating sa kanya dahil sa kanyang kakulangan ng kakayahan sa nakahayag na mga bagay, e ano? Sa dakong huli, ito ang kanyang bahagi, at siya ay dapat maging maligaya sa kanyang katayuan, sapagkat ang Panginoon ay malapit sa kanilang lahat na tumatawag sa Kanya sa matapat na katotohanan.

-Ang Rav Raiah Kook,
Orot HaTorah (*Mga Ilaw ng Torah*), Kabanata 10, Aytem 4

Ito'y patungkol sa panuntunan na huwag maglibot sa PARDESS, maliban kung ang isa ay hindi napuno ang tiyan ng karne at alak. Marapat na sabihin ito sa isang dumating, upang gawin lamang kung ano ang ipinag-uutos ng batas ng Torah. Ngunit ang isang may mithiin at nagnanais na matutunan ang mga panloob na bagay, upang malaman ang Kanyang katotohanan, ay nasa ilalim ng panuntunan: "Dapat laging mag-aral ng Torah sa lugar na nais ng puso ng isa." At ang isa ay dapat maging malakas sa kanyang kaparaanan at maunawaan na siya'y matututo at magtatagumpay... at gawin ang pagnanasa ng kanyang kaluluwa sa pagkapit ng mahigpit sa pag-alam sa Kanyang Pangalan nang panghabang-buhay. At kung ang isa'y makita na ang karamihan sa mga mag-aaral ay hindi ganito, dapat niyang malaman na ito ay tama para sa kanila, upang hindi nila masira ang kabanalan hanggang sila'y makalakad sa pamamagitan ng banayad na pag-unlad. Ito ay walang kinalaman sa pagpapasikat at pagmamalaki, tanging mga pagkakahati lamang sa kabanalan ng kaluluwa.

-Ang Rav Raiah Kook,
Orot HaTorah(*Mga Ilaw ng Torah*), Kabanata 9, Aytem 12

Huwag hayaang sabihin ng isang *kapon*, "Sapagkat ako ay isang tuyong punungkahoy, at sino ako upang lapitan ang kabanalan sa loob, sa mga aklat ng *Kabbalah*?" Ito ay dahil ang lahat ng mga matuwid ay sumang-ayon na, na ngayon ito ay isang payo ng kahumalingan at isang kasinungalingan. At bagaman hindi niya maintindihan ang lahat ng mga bagay, gayon pa man, ang mga salita ng Banal na *Zohar* ay may kapangyarihan para sa kaluluwa, at madaling lapitan para sa bawat kaluluwa ng Israel, maliit o malaki, bawat isa ayon sa pag-unawa ng isa at ugat ng isang kaluluwa.

-Rabbi Tzvi Hirsh Horovitz ng Backshwitz,
Hanhagot Yesharot (Matuwid na Patnubay), Aytem 5

Kung ako'y pinakinggan ng mga tao ng aking heneration, nang dumarami ang maling paniniwala, maaaring pinag-aralan nila ang Aklat ng Zohar at ang Tikkunim (mga pagwawasto), at pinagnilayan nila ang mga ito kasama ang mga batang may siyam na taong gulang.

-Rav Yitzhak Yehudah Yehiel ng Komarno,
Notzer Hesed (Pagpapanatili ng Awa), Kabanata 4, Katuruan 4

Walang mga limitasyon sa pag-aaral ng *Ang Zohar* dahil karamihan dito ay *Midrash* (komentaryo). Ang *Hafetz Chaim* ay ginagawang pukawin ang bawat isa upang pag-aralan ang *Zohar* ng yaong *Parasha* (lingguhang bahagi ng *Torah*) tuwing *Shabbat*, kahit yaong mga wala pang asawa.

-Rabbi Yosef Ben Shlomo ng Pojin,
Hosafot Binian Yosef (Yosef's Building Supplement)

Kapag walang nalalaman sa karunungan ng *Kabbalah*, ang isa ay tulad ng isang hayop, dahil ang isa ay sumusunod sa *Mitzvah* nang walang lasa, sumasabay lamang sa mga galaw. Ito ay katulad ng mga hayop na kumakain ng dayami, na walang lasa ng pagkain ng tao. At kahit na ang isa ay isang importanteng negosyante, na abala sa maraming negosasyon, hindi siya dahilan upang maging libre sa pakikibahagi sa ganitong karunungan.

-Ang Banal na Rav ng Ziditshov,
Sur MeRa VeAseh Tov (Lumayo sa Kasamaan, at Gumawa ng Mabuti)

Ang *Torah* ay isang paraan lamang. Ang paglahok dito ay dapat na may isang mithiin at malalim na pagnanais para sa *Dvekut* (pagdikit) sa Lumikha. Walang ibang intensiyon ang pinahihintulutan sa Bulwagan ng Diyos. Malinaw, kung ang mga mag-aaral ng *Torah* ay nakikipagtulungan ng may nagliliyab na pag-ibig ng Diyos sa kanilang mga puso, at ang pagnanais na kumapit sa Kanya ay magpupuno sa kanilang buong pagkatao, walang magiging pagtatalo tungkol sa pangloob ng *Torah*. Ang lahat ay magsama-sama sa Bulwagan ng Hari upang lumahok sa karunungan ng *Kabbalah* at Banal na *Zohar* sa malaking bahagi ng kanilang araw, at maging sa karamihan ng kanilang mga sandali.

-Ang Landas ng PARDESS, vol. 11,
Parashat VaYishlach, Nobyembre 1996, Isyu 515/3

Ang *Kabbalah* ay may kinalaman sa pagtatamo ng kaalaman tungkol sa *Maylikha*, ang Kanyang pagiging natatangi… dahil bukod sa paglahok dito at pagtatamo nito, ang isa'y nalalaman ang Kanyang Pangalan at nababatid ang mga lihim ng *Torah* at ang lasa ng *Mitzvot*, na ang mga ito'y nakakapagpasigla sa kaluluwa. Ito ay gayon dahil sa pamamagitan ng mga ito, ang kaluluwa ay napapatibay at napapadikit sa *Maylikha*. Gayundin mula sa mga ito, ay ang tamang pagtalima sa *Mitzvot*, sapagkat ito'y nagpapsigla sa puso ng mga nakakaalam nito, na sundin ang mga ito nang buong-buo.

Avodat Hakodesh (*Banal na Gawain*)
"Ang Layunin," Kabanata 70

Sa panahon ng *Mesiyas*, ang kasamaan ay madaragdagan at ang kalapastanganan at bisyo ay pangungunahan ng naghalu-halong sangkatauhan. Pagkatapos, ang Natatagong Liwanag ay lilitaw mula sa Langit – *The Book of Zohar* (*Ang Aklat ng Zohar*), kasunod ang mga sulatin ng Banal na *Ari*. At ang katuruang ito ay bubunutin ang kasamaan sa kanyang kaluluwa. Siya'y gagantimpalaan ng pagdikit sa Mataas na Liwanag, at siya'y gagantimpalaan ng lahat ng kabanalan sa mundo. Ito ang kadahilanan na itong Liwanag na ito ay lumitaw.

At ang nilalaman ng iyong pag-aaral sa panloob ng *Torah* ay upang makatamo ng kaliwanagan at Maka-Diyos na kasiglahan sa iyong kaluluwa sa sandali ng iyong pag-aaral at sa iyong buong maghapon. Ang *Ari* ay nagsabi na sa sandaling iyon, ang natatago ay mahahayag, at ang pag-alam sa mga lihim ng *Torah* at paghahayag ng mga lihim sa bawat isa sa Israel ay magbibigay ng tuwa sa *Taga-Paglikha*.

Heichal Habrach (*Bulwagan ng Pagpapala*),
Devarim (*Deuteronomio*) 208

Ang pag-aaral sa *The Book of Zohar* (*Ang Aklat ng Zohar*) ay naka-aangat sa lahat ng mga pag-aaral at isang malaking pagwawasto sa kaluluwa. Dahil ang buong *Torah* ay ang mga Pangalan ng *Taga-Paglikha*, ito gayunpaman ay nakabihis sa mga kuwento at sinuman na magbasa ng mga kuwento ay mag-iisip sa literal. Datapwat, sa *The Book of Zohar* (*Ang Aklat ng Zohar*), ang mga lihim mismo ay inihayag at ang mambabasa ay nalalaman na ang mga ito'y ang lihim ng *Torah*, bagama't ito'y hindi nauunawaan dahil sa kaliitan ng pagtatamo, at ang lalim na nang natamo.

–Pagturo gamit ang Daliri, Aytem 44

Bakit kung gayon inuobliga ng mga *Kabalista* ang bawat isang tao na pag-aralan ang karunungan ng *Kabbalah*? Ang totoo, mayroong dakilang bagay dito, na marapat ipatanyag: Mayroong kamangha-mangha at napakalaking lunas para doon sa mga lumalahok sa karunungan ng *Kabbalah*. Bagama't hindi nila nauunawaan ang kanilang napag-aaralan, sa pamamagitan ng malaking pagnanasa at malaking kagustuhan na maunawaan ang kanilang pinag-aaralan, pinupukaw nila sa kanilang mga sarili ang Liwanag na bumabalot sa kanilang mga kaluluwa. Ibig sabihin nito, na bawat tao sa Israel ay makatitiyak na sa dakong huli, matatamo ng lahat ang kamangha-manghang pagtatamo na inilaan ng *Taga-Paglikha* sa Isipan ng Paglikha na paligayahin ang bawat nilikha. Ang isang hindi nagantimpalaan sa buhay na ito ay gagantimpalaan sa kasunod na buhay, atbp. Hanggang ang isa'y makumpleto ang Inisip ng *Taga-Paglikha* sa kanya.

Rav Yehuda Ashlag (Baal HaSulam)
" Introduction to the Book of the Ten Sefirot," Aytem 155

Ang kagandahan sa pagmumuni-muni sa mga salita ng Buhay na Diyos sa *The Book of Zohar* (Ang Aklat ng Zohar) at lahat nang kasabay nito, at mga salita ng karunungan ng katotohanan, ay walang kapantay at walang kasing-halaga. Ito ay lalong higit sa malinaw na mga salita ng *Ari*.

At kahit ang isa'y hindi pa nakarating sa pag-unawa sa puso ng mga bagay sa pamamagitan ng malalimang pagsusuri, sa pamamagitan ng patuloy na paglahok, ang tarangkahan ng Liwanag at pintuan ng karunungan ay lilitaw sa lahat ng lumalakad sa Landas ng Diyos sa kabuuan, na yaong kaluluwa ay naghahangad na makalapit sa Palasyo ng Hari. Kaya't mabibiyayaan ang lahat na kusang-loob na lalahok sa karunungan, kahit sa isa o dalawang oras bawat araw, araw-araw. Ang *Taga-Paglikha* ay nagdadagdag ng isang pag-galaw sa mabuting pag-iisip, at ito'y ituturing bilang nakatindig, sa tuwina at bawat araw sa Korte ng Panginoon at Kanyang Tirahan, sa mga lihim ng *Torah*.

- Ang Rav Raiah Kook
Sinong Nagmahal sa Israel sa Kabanalan, 232

Ang mga nakikibahagi lamang sa pananamit ng *Torah* ay lubos na nagkakamali; sana'y kaawaan sila ng Diyos. At sa sandaling ang kahingian ng Panginoon ay iniwan, at ang kalakhan ng karamihan ng mga pantas ng *Torah* ay hindi na alam ang layunin nito, at sila'y inisip na ang karunungan ng *Torah* at layunin nito ay bilang karagdagan lamang na ilang pasaring sa mga batas—na bagama't tunay na sagrado at mahalaga—ang mga ito'y hindi magbibigay-ilaw sa ating mga kaluluwa.

-Ang Rav Raiah Kook
Igot (*Mga Titik*), Vol. 2, 8

Ako'y nagsusulat lamang upang pukawin ang mga puso ng mga tagasunod ng mga pantas at upang pag-aralan ang Banal na Zohar nang lubos na kasinupan, tulad ng Mishnah at ng Gemarah. Datapwat ang lahat ay hindi nakahanda para dito dahil sa katangian ng kanilang mga kaluluwa. Kaya ang isang walang kakayahan, at yaong may matalim na puso, ay dapat tiyakin na palawigin ang pasaring sa Mishnah at Gemarah. Subalit ang isang may kakayahang magsaliksik sa karunungan ng Kabbalah, ay marapat na italaga ang malaking bahagi ng kanyang pag-aaral sa pagkilala sa kanyang Maylikha.

-Ang Rav Raiah Kook
Igrot (*Mga Titik*),Vol.1,41-42

Ang kabataan o yaong mga nasumpungan ang kanilang mga sarili na may kabigatan at maliit na pagnanais sa Panloob na Liwanag, ay dapat kahit sa pinaka-kaunti ay gawing panuntunan na italaga ang isa o dalawang oras sa bawat araw para sa karunungan ng katotohanan. Sa tamang panahon, ang kanilang mga pag-iisip ay lalawak at ang masaganang tagumpay ay mabubuklat sa kanilang pag-aaral ng buod ng *Torah*, gayundin, ang kanilang sigla sa pagsasaliksik ay mapupuno at lalago sa mga lantay na ideya at paglawak ng pag-iisip.

-Ang Rav Raiah Kook
Igrot (Letters), Vol. 1, 82

Hanggat ang nakagawian (*orthodoxy*) ay magpupumilit sa pagsasabi na, "Hindi! Tanging *Gemarah* at *Mishna*, walang *ethics*, walang *Kabbalah*, at walang pagsasaliksik," ito'y naluluoy sa sarili nito. Ang lahat ng kanyang kinakasangkapan upang ipagtanggol ang sarili, nang hindi umiinom ng tunay na gayuma ng buhay—ang Liwanag ng *Torah* sa panloob, lampas sa namamalas at kapuna-puna—ang nakahayag sa *Torah* at *Mitzvot*—ay lubusang walang kakayahan na magdala sa layunin nito sa lahat ng henerasyon, lalo na sa ating henerasyon, maliban kung sinamahan ito ng pagpapaliwanag sa maraming espirituwal na ugat.

-Ang Rav Raiah Kook
Igrot (Letters),Vol. 2, 232-233

Hindi natin dininig ang tinig ng mga tunay na propeta, ang tinig ng mga pinakamahusay na pantas ng lahat ng henerasyon, ang tinig ng mga matuwid at ng mga Hassidim (matapat na masunurin), ang mga pantas ng moralidad, ang mga pantas ng pag-aaral at ng mga lihim—yaong mga humihiyaw na ang ilog ng praktikal na pag-aaral ay sa dakong huli matutuyo, maliban kung palagian nating hahaluan ito ng tubig ng karunungan ng Kabbalah.

-Ang Rav Raiah Kook
Orot (Lights), 101

Ang katubusan ay darating lamang sa pamamagitan ng pag-aaral ng Torah, at ang katubusan, sa pangunahin, ay sa pamamagitan ng pag-aaral ng Kabbalah.

-Ang Vilna Gaon (GRA)
Evan Shlema (Isang Tumpak at Makatarungang Timbangan), Chapter 11, Aytem 3

Sa tuwing ang isa'y lumalahok sa akdang ito, kanyang pinupukaw ang kapangyarihan ng mga kaluluwa at ang lakas ng mga matuwid—kasama ang lakas ni Moises. Ito ay sapagkat sa mismong pakikilahok, kanilang pinasisigla ang Liwanag na lumitaw sa pasimula ng pagkakabuo nito. Muling suminag ang Kabanalan at nagbigay-liwanag mula sa Liwanag na iyon, gaya noong ito'y unang nalikha. At ang sinumang lumahok dito ay muling pinupukaw ang kaparehong biyaya, ang orihinal na Liwanag na ibinunyag nina Rashbi at ng kanyang mga kasamahan habang kanilang binubuo ang aklat na ito.

-*Ohr Yakar (Precious Light)*,
Gate 1 Aytem 5

Ang pag-aaral ng Banal na *Zohar* ay nagpapadalisay sa katawan at kaluluwa, at may kakayahang magdala ng katubusan nang madali sa ating panahon.

Rabbi Efraim Ben Avraham Ardot
Mateh Efraim (Efraim'sWand), The Tip of the Mateh (wand), Aytem 23

Sa kapangyarihan ng banal na pag-aaral na ito, tayo'y matutubos mula sa pagkakatapon—at dahil lamang sa pag-aaral na yaon. Ang gantimpala ng pag-aaral na ito ay higit pa sa kabuuan ng Torah at lahat ng Mitzvot. Kung ang isa'y lumahok sa karunungang ito, at sa paglisan ng kanyang kaluluwa mula sa kanyang katawan, siya ay maliliban sa lahat ng mga paghuhukom. Ang isang lumalahok sa karunungan ng Kabbalah upang malaman ang lihim ng Torah at ang lasa ng Mitzvot ayon sa lihim ay tinatawag na "isang anak ng Taga-Paglikha."

-*Sefer Habrit* (*Ang Aklat ng Tipan*),
Part 2, Article 12, Chapter 5

Ang isang hindi nag-aaral nang karunungang ito ay tulad ng isang napatapon sa labas. Ito ay katulad ng isang walang ibang *Diyos*, na ang pagnanasa ay dumarami at ang hilig ay palihis at nagdudulot nang pag-aalinlangan sa pananampalataya. Subalit ang isang matapang at lumalahok sa karunungan ng *Kabbalah* ay walang magiging pag-aalinlangan sa mga kaparaanan ng *Maykapal*. -Ang Banal na Rav ng Ziditshov

Sur Mera (*Lumayo sa Kasamaan*), 69

At ikaw ay magbabalik at kikilalanin ang pagkakaiba sa pagitan ng isang matuwid... isang lingkod ng Diyos, at isang hindi naglilingkod sa Kanya: Ang lingkod ng Diyos ay yaong isang lumalahok sa Torah at Ang Zohar. Ang isang hindi naglilingkod sa Kanya ay lumalahok lamang sa Talmud, at hindi lumalahok sa Ang Zohar.

-*Maayan Ganim* (*Balong ng mga Hardin*), Kabanata 1, Aytem 2

Huwag hayaang ang pangamba sa pag-aaral ay pumasok sa iyong puso, sapagkat sa pag-aaral, ang 248 na mga bahagi at 365 na mga litid ay pinapabanal at pinapadalisay. Magagawa mong maging banal at dalisay ang bawat isang bahagi, na maging isang karwahe para sa Shechina (Pagka-Diyos) at pabilisin ang katapusan nang pagkakatapon.

-*Heical HaBracha* (*Bulwagan ng Pagpapala*), Beresheet, p 32

Ito ay batid na ang pag-aaral ng Ang Zohar sa katunayan ay may kakayahan. Alamin na ang pag-aaral ng Ang Zohar ay lumilikha ng hangarin, at ang banal na salita ng Ang Zohar ay malakas na pumupukaw sa gawain ng Diyos.

-Rabbi Nachman ng Breslev, *Mga Salita ni Rabbi Nachman*, 108

Ang kabuuan nang karunungan ng Kabbalah ay upang malaman lamang ang pag-gabay ng Mataas na Kalooban, bakit Nito ginawa ang lahat ng mga nilikha, ano ang gusto Nito sa kanila, ano ang katapusan nang lahat ng mga pag-inog ng mundo, at ang lahat nang mga pag-inog na ito sa mundo, na tunay na mahiwaga ay maipapakahulugan. Ito ay dahil ang Mataas na Kalooban ay nagawa nang matantya ang pag-inog nitong pag-gabay, na humahantong sa lubos na kaganapan. At ang mga hakbang na ito ay kung ano ang pakahulugan natin bilang Sefirot at mga mundo.

-Ang Rav Moshe Chaim Luzzato (Ang Ramchal), *Daat Tvunot*, p. 21

Sa pag-aaral ng Kabbalah, alam ko na ikaw mismo sa iyong sarili, ay hindi magugustuhang mag-aral maliban lamang mula sa isang higit na dakila kaysa sa iyo. At hindi mo matatagpuan ito liban sa pag-aaral ng *Ang Zohar*. Datapwat, bago sa bawat pag-aaral, buuin sa loob ng iyong sarili na huwag gawin itong isang nakagawiang ugali, subalit para lamang sa Taga-Paglikha. At ang lahat nang mga sandali ay magkakatulad: may mga sandaling mag-aaral ka para sa Taga-Paglikha nang ubod ng sidhi, kapag ikaw ay nabiyayaan ng panalangin ng isang dalisay na isipin, at kung minsan ay isang maliit na isipin, subalit sa lahat may kasamang isipin para sa kapakinabangan ng Taga-Paglikha.

-Ang Rav Meshulam Feibush, *Yosehr Divrey Emet* (*Katapatan, Salita ng Katotohanan*), p 25

Kung siya ay nag-aaral sa katotohanan, at may takot sa pagkakasala, sa mas madalas niyang pag-aaral, mas madalas siyang susuko at makikita ang kanyang sarili na malayo sa katotohanan, at tiyak na darating siya sa takot sa kasalanan. Subalit kung siya ay nag-aaral upang maging tusong *iskolar*, bihasa sa mga alituntunin ng paghuhusga at pagtuturo, mas maraming mga pagtatalo at mga pala-palagay na kanyang idadagdag, mas marami siyang magiging pighati at magiging mas malaking kabigatan sa puso ang mararamdaman. Sa katunayan, para sa ganitong kadahilanan, ang hangal ay lumalakad sa kadiliman, sa lahat ng uri ng kalaswaan at kasinungalingan, at lulustayin niya ang kanyang mga araw na ang puso'y tigib nang paghahangad.

-Ang Rav Meshulam Feibush, *Yosehr Divrey Emet* (*Katapatan, Salita ng Katotohanan*), p 39

Ang lahat ng mga pantas ng mga bansa ay hindi nalalaman sa *Yetzira* ang nalalaman ng pinakamaliit sa Israel. Na ang kapakinabangan sa lahat ng mga katuruan ay ang maging isang bahagdan sa karunungan ng pagtuklas sa Taga-Paglikha.

-Ang Rav Moshe Ben Nachman, *Ang mga Sulatin ng Ramban, Sanaysay Torat H' Temima* (*Ang Batas ng Panginoon ay Perpekto*), p 155

Sa sandaling ang isa'y lumalahok sa karunungang ito, binabanggit ang mga pangalan ng mga *Liwanag* at ang mga *daluyan* (*vessel*) kaugnay ng kanyang kaluluwa, ang mga ito'y kagyat na sisilay sa kanya sa isang antas. Datapwat ang mga ito'y sumisilay para sa kanya nang hindi bumabalot sa pinakaloob ng kanyang kaluluwa dahil sa kakulangan ng kakayahan ng *daluyan* (*vessel*) na tanggapin ang mga ito. Subalit ang kaliwanagan na kanyang natatanggap sa bawat sandali ng kanyang paglahok ay nagbibigay sa kanya ng pagpapala mula sa itaas, nagdudulot sa kanya ng kasaganaan ng kabanalan at kadalisayan, na magdadala sa kanya nang mas malapit sa pagtatamo ng pagiging perpekto.

-Rav Yehuda Ashlag (Baal Hasulam)
"Pambungad sa Ang Pag-aaral ng Sampung Sefirot," Aytem 55

Alinsunod dito, na ang lahat ng kabiguan na kanyang dinanas ay nagmula lahat sa *Taga-Paglikha*. Lahat ng mga ito'y dumating upang umunlad siya sa espirituwalidad, at upang hindi siya manatili sa kanyang katayuan. Ang mga pagtangging ito ay hindi kaparusahan sa mga masasamang gawa na kanyang nagawa dahil hindi niya mapangibabawan ang mga balakid. Sa halip, tanging yaon lamang na nais ng *Taga-Paglikha* mapalapit, ang *Taga-Paglikha* mismo sa sarili Nito ay nagpapadala mula sa itaas ng tulong sa kanila, gamit yaong mga kabiguan. Ang tulong na ito ay ipinapadala lamang sa isang may tunay na hangarin na umangat mula sa mundong ito. Ang ganitong tao ay nakakatanggap ng tulong mula sa itaas, at sa tuwina ay pagpapakita kung paano siya nagkamali, na siya ay hindi umuunlad sa espirituwalidad, at siya ay pinadadalhan ng mga isipin at pananaw laban sa pagiging natatangi ng mga pagkilos ng *Taga-Paglikha*.

-Rav Yehuda Ashlag (Baal Hasulam)
Shamati (Aking Narinig), Artikulo blg. 1, *"Wala nang Iba Bukod sa Kanya"*

Ang isa'y dapat mabatid na hindi niya kailanman mararating upang malaman ang tunay na sukatan ng kahalagahan ng ugnayan sa pagitan ng tao at ng *Taga-Paglikha* dahil hindi niya matataya ang totoong halaga nito. Sa halip, hanggang sa kakayahan ng isa na magpahalaga nito, kanyang matatamo ang kabutihan at kahalagahan nito. Mayroong kapangyarihan doon, kaya ang isa'y magagawaran ng permanenteng kaliwanagan dito.

-Rav Yehuda Ashlag (Baal Hasulam)
Shamati (Aking Narinig), Artikulo blg. 4, *"Ang Kadahilanan ng Kabigatan"*

Hindi kailangan ang pag-aayuno at hindi rin kailangan ang pagwawasto ng panlabas. Huwag iwasto ang inyong panlabas, tanging ang inyong panloob dahil ang inyong panloob ang maiwawasto. Ang pangunahing dahilan ng pagkabulok ng panloob ay ang pagiging mapagmalaki at *maka-sarili*. Kung inyong nais na malinis ang inyong mga kasalanan, dapat ninyong isantabi at iwasan ang pagiging *maka-sarili*, at sa halip ng pag-aayuno, ang tanggapin na kayo ang pinakamababa at pinaka-*sukdulan* sa lahat ng tao sa mundo. Datapwat, ang isa'y dapat isaisip na dapat lamang ibaba ang sarili sa harap ng mga marapat na tao, sa harap ng ating samahan at hindi sa harap ng ibang mga tao.

-Rav Yehuda Ashlag (Baal Hasulam)
Pri Hacham (Isang Bunga ng Pantas), p 75

Mag-aral ng isang aklat ng *Kabbalah*, at kahit hindi man ito maintindihan, wikain ang mga salita ng *Ang Zohar*, dahil ang mga ito'y magpapadalisay ng kaluluwa.

Ang Rav Yaakov Kapil Aklat ng Panalangin
Seksyon "Ang Intensiyon sa Pag-aaral"

Ang panloob ng *Torah* ay buhay sa panloob ng katawan, na bilang kaluluwa, at ang panlabas sa panlabas ng katawan. At yaong mga lumalahok sa mga pahiwatig at mga lihim, ang masamang hilig ay hindi magagawang sila'y tuksuhin.

-Ang Vilna Gaon (GRA)
Evan Shlema (*Isang Perpekto at Makatarungang Timbangan*) Kabanata 8, Aytem 27

Ang isang masigasig sa pag-aaral ay mag-aaral kadalasan sa *Ang Zohar*, kahit hindi niya ito maintindihan. Pagkatapos ng lahat, bakit siya kailangang mag-alala na hindi niya naiintindihan ito, dahil ito naman ay lunas gayunpaman?

-*Maiksing Artikulo ng Matandang Admor*, p 571

Ang isang hindi nagawaran ng pang-unawa ay mababasa ang mga salita gayunpaman, dahil ang mga salita ay magagawang linisin ang kaluluwa at ilawan ito ng kamangha-manghang kaliwanagan.

-*Rav Chaim HaCohen, Mabuting Pag-gabay,* Aytem 45

Dinggin ninyo ako, aking mga kapatid at mga kaibigan, na nagnanasa at hinahanap ang katotohanan ng gawain ng puso – upang masilayan ang kagandahang-loob ng Panginoon at bisitahin ang Kanyang Bulwagan: Ang aking kaluluwa ay tutungo at kakapit sa Ang Aklat ng Ang Zohar, dahil ang kapangyarihan ng paglahok sa banal na aklat ay hayag mula pa sa ating mga sinaunang pantas.

-Ang Banal na Rav ng Ziditshov, *Sur Me Ra* (*Lumayo sa Kasamaan*), p 4

Ito'y totoo na ating tinatanggap na kahit sa isang walang nalalaman, ang mga salita ng Ang Zohar ay maaari pa ring maglinis ng kaluluwa.

-Rav Tzvi Elimelech Shapira (MAHARTZA), Ang MAHARTZA, *Karagdagan,* Aytem 9

Isang bagong *Liwanag* ang nagpapanibago sa bawat sandali, hanggang ito'y maging isang bagong paglikha, sa pamamagitan ng *Ang Zohar* at ng ating guro, ang *Ari*.

-*Heichal HaBracha* (*Bulwagan ng Pagpapala*), *Devarim* (Deuteronomio), p 11

Ang bawat isang letra sa The Book of Zohar (Ang Aklat ng Zohar) at mga panulat ng ating dakilang guro, Rav Chaim Vital… ay mga dakilang pagwawasto sa kaluluwa, upang maiwasto ang lahat ng pagkakatawang-tao.

-Rav Yitzhak Yehudah Yehiel ng Komarno,
Notzer Hesed (*Pag-iingat ng Awa*), Kabanata 4, *Katuruan* 20

Sinabi niya, "Bago sa pagdating ng Mesiyas, ang maling pananampalataya at walang sawang pagpa-pasasa para sa kasarapan ng katawan ay magiging laganap sa mundo." Ang payo para dito ay masinop na wikain Ang Zohar bawat araw kahit na ang isa'y hindi nauunawaan ang inuusal, dahil ang pagbigkas sa Ang Zohar ay makakapagpalinis ng puso.

-Ang Liwanag ng Matuwid, Malinaw na *Mira*

Ang isang oras ng pag-aaral ng *Ang Zohar* ay maiwawasto sa Itaas ang hindi maiwawasto ng isang taon na pag-aaral sa literal.

-RavShalom Ben Moshe Buzzaglo*Ang Trono ng Hari, Tikkun 43*, Aytem 60

Ang Taga-Paglikha ay walang nararamdamang kasiyahan sa Kanyang daigdig maliban kung lumalahok sa karunungang ito. Higit pa, ang tao ay nilikha lamang upang mag-aral sa karunungan ng Kabbalah.

-Rav Chaim Vital, *Paunang Salita sa Lagusan ng mga Panimula*

Marapat bang sabihin, Ano bang pakinabang mayroon sa mga pagwawastong ito? Dapat mabatid na mayroong malaking pakinabang. Una, ang mga ito'y hindi na mawawala, bagkus mananatili hanggang sa katapusan ng mga araw. Pangalawa, sa sandaling ang mga dakilang pagkilos na ito ay magbukadkad sa loob, kahit na ang mga pagkilos mismo ay hindi lumalabas, ang liwanag mula sa mga ito ay lumalabas upang magbunsod ng mga malaking pagwawasto sa pangkalahatang katubusan. Subalit upang mapalabas yaong maliit na liwanag, lahat ng mga ganitong malaking pagkilos ay kinakailangan dahil ang mga ito'y nakikimkim sa loob.

-Ang Rav Moshe Chaim Luzzato (Ang Ramchal),
Adim BaMarom (Ang Isang Makapangyarihan sa Kaitaasan), p 17

Ang lahat ng mga Mitzvot na nasusulat sa Torah o yaong mga tinanggap na itinatag ng mga Patriyarka, bagamat ang mga ito'y karamihan ay mga pagkilos at mga sinalita, ang lahat ng mga ito'y upang maiwasto ang puso, "sapagkat ang Panginoon ay sinusuri ang lahat ng mga puso, at nauunawaan ang humaling ng lahat ng mga isipin."

-Rav Abraham Eben Ezra, *Yesod Morah*, p 8b

Kung ang isa'y nais malaman, at hilingin sa Taga-Paglikha na maunawaan ang ugnayan, ito'y tinatawag na "isang panalangin." At ito ay isang dakila at napakahalagang bagay, dahil ang isa'y may ugnayan sa Taga-Paglikha, at humihiling ng isang bagay sa Kanya.

-Rav Baruch Ashlag,
Dargot HaSulam (Baitang ng Bahagdan), Vol. 2Artikulo blg. 561, "Dalangin"

Ang panalangin ay tinatawag na "ang gawain sa puso," dahil ang puso ay *Malchut*, at ang puso ang nangunguna sa lahat ng bahagi.

-Ang Rav Moshe Chaim Luzzato (Ang Ramchal),
Adir BaMarom (Ang Isang Makapangyarihan sa Kaitaasan), p, 234

Subalit ang panalangin ay higit na partikular sa puso. Ito ang unang hinahaplos nito at inihahanda ito upang maayos na maunawaan ang mga bahagi. At ang buong lakas ng pagwawasto ay ang puso, sa lahat ng aspeto nito, ay kakapit sa *Pangalang HaVaYah*, ibig sabihin *ZA*, at mapapabilang dito.

-Ang Rav Moshe Chaim Luzzato (Ang Ramchal),
Adir BaMarom (Ang Isang Makapangyarihan sa Kaitaasan), p 242

Kaya inyong makikita ang lubos na pangangailangan para kaninuman sa Israel... na lumahok sa panloob ng Torah at mga lihim nito. Kung wala ito, ang layunin ng paglikha ay hindi magaganap sa tao. Ito ang kadahilanan kaya tayo nabubuhay muli, henerasyon-kada-henerasyon, hanggang sa ating kasalukuyang henerasyon, ang labi ng mga kaluluwa kung saan ang layunin ng paglikha ay hindi pa naganap, dahil hindi pa nila natatamo ang lihim ng Torah sa naunang henerasyon.

-Ang Rav Yehuda Ashlag, "Pambungad sa Aklat, Mula sa Bibig ng isang Pantas"

Ang pabor ng *Taga-Paglikha*, o ang kabaligtaran, ay hindi nakasalalay sa tao mismo. Sa halip, ang lahat ng ito'y nakasalalay sa *Taga-Paglikha*. At ang isang hindi nakapagtamo ng espirituwal na pag-iisip ay hindi magagawang maunawaan kung bakit ang *Panginoon* ay pinaboran siya ngayon at inakay siya papalapit, at kasunod niyon ay iniwanan siya, sa kadahilanang ang isa'y mauunawaan lamang ito matapos siyang makalagpas sa pasukan patungong espirituwalidad.

-Rav Yehuda Ashlag (Baal HaSulam), *Shamati (Aking Narinig)*,
Artikulo blg. 1, "Walang Iba Pa, Maliban sa Kanya"

Ang isang tunay na lugar sa espirituwalidad ay tinatawag na lugar ng katotohanan, dahil ang sinumang makarating sa lugar na iyon ay mamamasdan na pareho ang hugis katulad ng iba. Datapwat, ang isang guni-guning bagay ay hindi tinatawag na tunay na lugar, dahil ito'y imahinasyon, at kung gayon, ang bawat isa ay sinasapantaha ito na magkakaiba.

-Rav Yehuda Ashlag (Baal HaSulam), *Shamati (Aking Narinig)*,
Artikulo blg. 98, "Ang Espirituwalidad Ay Tinawag Na Yaong Hindi Mawawala Magpakailanman"

Ang mga *angels* ay hindi alam ang lihim ng *Torah*. Gayundin, hindi nila natatamo ang kanilang *Maylikha* tulad ng pagtatamo ng mga kaluluwa, na hinihingi ang *Torah*, at sa pamamagitan nito, natatamo ang *Maylikha*, ang kadakilaan ng Lumikha, at umangat. Ang buong *Torah* ay walang sinabing iba maliban sa pag-iral ng Lumikha at Kanyang Kahusayan sa Kanyang *Sefirot* at Kanyang paggalaw sa mga ito. At ang mas madalas na pag-aaral ng isa ng mga lihim nito, ay mainam dahil ang pagbabanggit ng isa ng Kanyang kahusayan ay gumagawa ng mga kamanghaan sa *Sefirot*.

-Rav Moshe Cordovero (RAMAK), *Kilalanin ang Diyos ng Iyong Ama*, 40

Hindi natin nakikilala ang *Taga-Paglikha* mula sa mundo at sa pamamagitan ng mundo, subalit mula sa ating kaluluwa, mula sa Kanyang Maka-Diyos na katangian.

-Ang Rav Raiah Kook, *Igot (Mga Titik)*, Vol. 1, 45

Ang Karunungan ng mga lihim ay hindi ipinagkakaloob sa iisang tao, dahil ang bawat isa ay may bahagi sa *Torah*, dahil ang layunin ay tanging makilala lamang ang *Taga-Paglikha*. Gayundin, imposible para sa isang tao ang matamo ang buong karunungan kung hindi ang lahat ng tao sa mundo. Katunayan, "Ang kanyang asawa ay kilala sa *She'arim* (lagusan)." Sa *Shi'urim* (mga sukatan), ang isa ay mayroong *Shi'ur* (sukatan) sa *Torah*, ang makilala ang kanyang *Taga-Paglikha*.

-Rav Moshe Cordovero (RAMAK), *Kilalanin ang Diyos ng iyong Ama*, 93

Mayroon yaong mga nagsusuri lamang ng mababaw na *Torah* at mga mababaw na mga usapin. Sila'y kahihiyan sa Kasunod na Mundo, dahil walang mababaw na mga bagay dito, maliban sa mga lihim nito, upang siya ay makilahok sa piling ng mga matuwid, ang mga mag-aaral ng mga lihim ng *Torah* na naroroon. Kung hindi man, siya ay palalayasin mula sa kanila patungo sa lugar ng mga mababaw na mag-aaral.

At yaong mga nagsasaliksik sa lihim ay may bahagi sa *Bina*, at sila'y magniningning at sisinag mula doon, mula sa lihim ng panloob ng *Torah*, at magtatakda ng isang antas na pinaka-maliwanag sa papawirin. Walang gantimpala na katulad ng gantimpala nang taga-pagtaguyod ng *Torah* at pag-alam sa mga lihim nito, para sa kaluwalhatian ng Taga-Paglikha.

-Rav Moshe Cordero (RAMAK), *Kilalanin ang Diyos ng IyongAma*, 148

Maligaya yaong mga lumalahok sa *Torah* upang malaman ang karunungan ng kanilang Panginoon. Kanilang batid at ginagampanan ang mga Mataas na Lihim. Kapag ang isang tao na nagsisi ay lumisan sa mundong ito, at naiwanan lamang ng mga kasalanan na binayaran ng kamatayan, at sa pamamagitan ng kamatayang ito, lahat ng paghuhusga ng mundo ay nawala na sa kanya. Higit pa rito, nagbukas sa kanya ang labintatlong lagusan mula sa mga lihim ng Lantay na *Persimmon*, kung saan ang Mabunying Karunungan ay nakasalalay.

The Book of Zohar(Ang Aklat ng Zohar) (kasama ng komentaryo ng Sulam), Awit ng mga Awit, p 148

Ito'y sa walang kadahilanan - ayon sa kanilang kalooban - na kanilang ipinasya ang marumi, malinis, bawal, pinahintulutan, *kosher* (maayos, mainam), at ipinagbawal. Sila sa halip ay nagpasiya mula sa panloob ng *Torah*, tulad sa pagkakaalam niyong mga nakabatid ng natatagong karunungan.

-Rav Chaim Vital, *Ang mga Panulat ng Ari, Ang Puno ng Buhay*, Bahagi 1,
"Pambungad ni RavChaim Vital," 3

Ang isang hindi pa nasilayan ang Liwanag ng karunungan ng *Kabbalah*, ay hindi pa kailanman nakasilay ng mga Liwanag. Ito ay dahil sa sandaling iyon, kanyang mauunawaan at matututunan ang mga lihim ng Kanyang Pagiging Natatangi at Kanyang Paggabay. At lahat ng mga lumagi sa karunungan ng *Kabbalah* ay lumagi sa walang katapusang buhay-espirituwal.

Rav Isaiah Horowitz (ang Banal na Shlal), "Unang Artikulo," p 30

Ang isang hindi pa nasilayan ang Liwanag ng *The Book of Zohar(Ang Aklat ng Zohar)* ay hindi pa kailanman nakasilay ng Liwanag.

-Ang Rav Tzvi HIrsh ng Ziditshov,
Ateret Tzvi (Isang Korona ng Kaluwalhatian) *Parashat BeHaalotcha*

Ito'y dapat malaman na dahil tayo'y inutusang, "alaming sa araw na ito, at ilagay sa iyong puso, na ang Panginoon, Siya ang Diyos." Kaya dapat nating alam at hindi lamang maniwala, na ang mga bagay ay may saysay.

-Ang Rav Moshe Chaim Luzzato (Ang Ramchal),
Digmaan ni Moses, "Mga Alituntunin" p 349

Wala dapat ibang diyos sa inyo - Ang Diyos ay hindi dapat iba sa inyo, sa kalooban ninyo.

-*Wala nang higit na ganap pa sa isang Pusong Sawi* (Mga Sinabi ng Rav ng Kotzk), p 42

Ang kaluluwa ay nakakalat sa lahat ng bahagi ng katawan at kasamang isang buo ng puso, sa pang-unawa. Ito ang ibig sabihin ng "ang puso ay nakakaunawa" (*Berachot* 61), dahil ang pang-unawa ng puso ay tunay na pagkakita, dahil habang namamalas ng mata, gayundin ang pag-unawa ng kaluluwa, na nagmamatyag lamang.

-Ang Moshe Chaim Luzzato (Ang Ramchal),
Adir BaMarom (*Ang Makapangyarihan sa Kaitaasan*), p 274

Ang isa'y nakapagtatamo nang sa kanyang pagtatamo, ayon sa kanyang sariling antas at panahon.

-Ang Rav Moshe Chaim Luzzato (Ang Ramchal),
Adir BaMarom (*Ang Makapangyarihan sa Kaitaasan*),p 279

Sa katotohanan, ang isang nakatamo ng totoong karunungan ay nakakakita ng tatlong bagay: ang tunay, nakukubling paggabay, ang paimbabaw na pagpapamalas ng Paggabay, na hindi totoo, kung saan itong pagpapamalas nagsimula, at paano ito umuugnay sa tunay na Paggabay.

-Ang Rav Moshe Chaim Luzzato (Ang Ramchal),
Adir BaMarom (*Ang Makapangyarihan sa Kaitaasan*), p 459

Ang Baal Shem Tov ay inatasan ang kanyang mga tagasunod na pag-aralan ang mga salita ng *Ang Zohar* bago manalangin.

-Rav Yitzhak Bar Yishaiah Atia,
Doresh Tov (Paghahanap sa Mabuti), "Patungkol sa Ang Zohar"

Hindi matatamo ang buhay maliban lamang sa pag-aaral ng *Ang Zohar*... At sa henerasyong ito, imposibleng mahatak ang Mataas na *Shechina* (Kabanalan) liban sa pamamagitan ng *Ang Zohar* at mga panulat ni Rav Chaim Vital.

Heichal HaBracha (Bulwagan ng Pagpapala), Devarim (Deuteronomio), 58

Sa araw na ito, noong ang banal na aklat – *Ang Zohar* – ay naisulat, mula sa kaningningan ng natatagong, mabuting Liwanag... ito'y naging ilaw sa ating pagkakatapon, hanggang sa, sa pamamagitan ng kahusayan nito, ang Mesiyas ay lilitaw. Hayaan itong Liwanag na ito maging Liwanag ng Haring Mesiyas.

-Rav Tzvi Elimelech Shapira (MAHARTZA), *Bnei Isaschar (Ang mga Anak ni Issachar)*, "Mga Artikulo para sa Buwan ng Iyar," Artikulo blg. 3, Aytem 4

Ito ay nalalaman mula sa mga aklat at mga may-akda na ang pag-aaral ng karunungan ng *Kabbalah* ay isang walang pasubaling pangangailangan para sa sinumang tao mula sa Israel. At kahit na ang isa'y natutunan ang buong *Torah* at naisaulo ang *Mishnah* at *Gemara*; kung ang isa man ay tigib din ng marangal at mabubuting gawa nang higit sa kanyang mga kapanahunan, ngunit hindi natutunan ang karunungan ng *Kabbalah*, siya'y kinakailangang mabuhay na muli sa mundong ito upang pag-aralan ang mga lihim ng *Torah* at ang karunungan ng katotohanan.

-Rav Yehuda Ashlag, "Pambungad sa Aklat, Mula sa Bibig ng isang Pantas"

Ako'y nagagalak na ako'y isinilang sa ganitong henerasyon na mayroon ng pahintulot na ilathala ang karunungan ng katotohanan. At kung inyong tatanungin, "Paano ko nalaman na ito'y pinahintulutan?" Aking isasagot na ako'y binigyan ng pahintulot na maghayag. Ito'y nangangahulugan na hanggang sa ngayon, ang mga kaparaanan kung saan ang publiko'y makakalahok dito, sa harap ng mga bayan at mga denominasyon, at maipaliliwanag nang tumpak ang bawat salita, ay hindi pa naihayag sa sinumang pantas.

Ako rin ay pinasumpa ng aking guro na huwag maghayag, tulad ng iba pang mga *mag-aaral* bago sa akin. Subalit ang panunumpang ito at pagbabawal ay lamang sa mga paraan na ipinasa sa pamamagitan ng salita sa henerasyon kada henerasyon, magmula sa mga *propeta* at maging sa mga nauna rito. Kung ang mga kaparaanang ito ay inihayag sa publiko, ang mga ito'y maaaring nagdulot ng malubhang pinsala, na ang mga kadahilanan ay kami lamang ang nakababatid.

Datapwa't, ang pamamaraan ng aking paglahok sa aking mga aklat ay kaparaanang pinahintulutan. Higit pa rito, ako'y tinuruan ng aking guro na palawakin pa ito sa abot ng aking makakaya. Ating tinawag ito na "ang paraan ng pagbibihis ng mga bagay." Ito'y hindi nakasalalay sa katalinuhan ng *pantas* mismo, ngunit sa katayuan ng *henerasyon*, tulad ng nasabi ng ating mga *pantas*, "Ang munting si Samuel ay karapat-dapat, atbp., subalit ang kanyang *henerasyon* ay hindi karapat-dapat." Ito ang dahilan kung bakit ko nasabi na ang aking pagkakagantimpala ng paraan upang maghayag ng karunungan ay dahil sa aking *henerasyon*.

-Rav Yehuda Ashlag, Pri Hacham (Isang Bunga ng Pantas),
Mga Artikulo, "Ang Pagtuturo ng Kabbalah at Buod Nito." p 165

Tayo'y dapat magtayo ng mga seminaryo at sumulat ng mga aklat, upang pabilisin ang pagpapalaganap ng karunungan sa lahat ng dako ng bansa—na di tulad ng dati, dahil sa pangamba na makahalo ang mga di-karapat-dapat na mga disipulo. At ito ang naging pangunahing dahilan sa pagtagal ng pagkakatapon, para sa ating maraming pagkakasala, hanggang sa araw na ito. ...*Marami ang maglilibot, at ang kaalaman ay mararagdagan doon sa mga karapat-dapat dito*. Sa gayon, tayo'y magagantimpalaan ng pagdating ng *Mesiyas* at ang katubusan ng ating mga kaluluwa sa pinakamalapit nating panahon. *Amen*.

-Rav Yehuda Ashlag, Ang Aklat ng mga Pambungad
"Pambungad sa Aklat, Ang Puno ng Buhay," Aytem 5, p 205

Dahil sa komprehensibong pag-iwas sa espirituwal na pag-aaral ng mga bagay na maka-Diyos, ang konsepto ng Kabanalan ay lumamlam dahil sa kakulangan ng dalisay na gawain sa isip at sa puso. Ito ang maling paniniwala sa mga araw ng *Mesiyas*, nang ang maka-Diyos na karunungan ay nahapo sa Israel at sa buong mundo.

-Ang Rav Raiah Kook, *Orot* (*Liwanag*), p 126

Pagpapabaling ng mga puso at pagpupuno ng mga isip ng mga mararangal na mga isipin, na ang pinagmumulan ay ang mga lihim ng Torah, ay naging lubos na pangangailangan sa huling henerasyon.

-Ang Rav Raiah Kook, *Hamog ng Kadalisayan*, p 65

Sa katunayan, hindi natin kailanman magagawang ipagwalang-bahala ang pangkalahatang, pangmalawakang lunas, na yaong ginawang pagpapabaya dito ay naging sanhi ng ating pagbagsak. Ito ang bagay na, sa akin, sa aking kalungkutan at kawalan ng kasiyahan, ay aking nakasanayang tawagin… Sa tamang oras ng malaking panganib at krisis, dapat nating kunin ang pinakamahusay na lunas sa buong *Torah*, kalakip ang lahat nitong espirituwal na pakahulugan. ...Sa ganitong sandali, dapat nating tutulan ang mga pinakamalalaking pagkukulang.

-Ang Rav Raiah Kook, *Igrot* (*Mga Titik*), Vol. 2 pp 123, 125

Ang lahat ng mga dakilang *Kabalista* ay nagkakaisang humihiyaw na parang mga ibong tagak, na hangga't ipinagkakait natin sa *Torah* ang mga lihim nito, at hindi lumalahok sa mga lihim nito, ating winawasak ang mundo.

-Ang Rav Raiah Kook, *Igrot* (*Mga Titik*), Vol. 2, p 231

Akin nang nasabi sa ilang pagkakataon na itong henerasyon, na tila napakayabang at walang modo, ay napakainam para sa Liwanag ng tunay na pagsisisi o pagtitika.

-Ang Rav Raiah Kook, *Igrot* (*Mga Titik*). Vol.2 p 34

Kapag nababawasan ang kaalaman sa Israel habang nagpapatuloy ang pagkakatapon, at ang Maka-Diyos na pambungad ay naglaho at nakalimutan, marami ang mahuhulog sa hukay ng materyalismo at lilikha ng isang Diyos na may lugar at may mukha. Ito'y dahil ang lihim ng Torah ay nakatago sa kanila. At kakaunti ang magiging matalino at magsisiyasat sa lihim — tanging isa sa bawat lunsod — at marami ang maliligaw sa pilat ng kamalian.

-Ang Rav Moshe Cordero, (RAMAK), *Kilalanin ang Diyos ng iyong Ama,* 139-140

Ang pag-aaral ng *Banal na Zohar* sa panahong ito ay lubhang kailangan upang iligtas at ingatan tayo mula sa lahat ng kasamaan. Sapagkat ang paghahayag ng karunungang ito ngayon ay para sa isang henerasyong may mga depekto, upang magsilbing pananggalang tungo sa buong pusong pagkapit sa ating Amang nasa Langit. Ang mga naunang henerasyon ay binubuo ng mga taong madasalin at gumagawa ng mabuti, at ang kanilang mabubuting gawa ang siyang nagligtas sa kanila mula sa mga paghuhusga. Ngunit sa ngayon, tayo ay malayo mula sa Mataas na Ugat, tulad ng lebadura sa loob ng bariles. Sino pa ang mangangalaga sa atin kung hindi ang pag-aaral ng karunungang ito?

-Ang Pantas Yaakov Tzemach sa kanyang pambungad sa *Ang Puno ng Buhay.*

At kaniyang malalaman ang mga lihim ng Torah at ang mga lasa ng *Mitzvot*... dahil ang kaluluwa ay pinalalakas ng mga ito at ipinag-iisa sa *Maylikha* nito... At bukod sa natatagong kagandahan ng kasunod na mundo, para sa isang nagsasaliksik at lumalago sa katalinuhan nito, ang isa'y natitikman din ang lasa ng kasunod na mundo sa mundong ito... At dahil sa kahusayan ng mga lumalahok, ang *Mesiyas* ay darating; nang sa ganun, ang lupa ay mapupuno ng karunungan dahil dito, at ito ang magiging dahilan ng Kanyang pagdating.

-Rav Isaiah Horowitz (ang Banal na Shlah), "Unang Artikulo," p 30

Ang lahat nang magagantimpalaan sa Kanya ay bibiyayaan ng katubusan. Ito ay dahil itong mumunting gawain sa panahong ito ay higit na mahalaga kaysa sa lahat ng barakong tupa ng *Nabaioth* na naroroon noong ang Templo ay nakatayo.

-Rav Avraham Katz ng Kalisk, *Habag kay Abraham,* "Unang Bukal," 24

Aking nakita na ang pagkakasulat ay nagsasaad na ang pagbabawal mula sa Itaas na iwasan ang bukas na pag-aaral sa karunungan ng katotohanan ay tanging sa takdang panahon lamang, hanggang sa dulo ng 1490. Subalit mula noong panahong iyon, ang pagbabawal ay inalis at ang kapahintulutan ay iginawad sa paglahok sa The Book of Zohar (Ang Aklat ng Zohar). At mula sa taon 1540, naging isang dakilang Mitzvah (kautusan, magandang gawa) para sa masa ang pag-aaral, bata at matanda... At dahil ang Mesiyas ay darating dahil dito, walang ibang kadahilanan na tayo'y hindi dapat maging masigasig.

-Avraham Ben Mordechai Azulai,
Ohr HaChama (*Liwanag ng Araw*), Pambungad

Sa pamamagitan paglahok ng Israel sa mga lihim ng Torah, ang Mesiyas ay darating sa ating panahon, Amen.

-Ang Kongregasyon ni Jacob, Headword Secret

Ang katubusan ay darating lamang sa pamamagitan ng pag-aaral ng Kabbalah.

-Ang Vilna Gaon (GRA)
Evan Shlemah (*Isang Perpekto at Makatarungang Timbangan*), Kabanata 11 Aytem 3

Dapat nilang umpisahan ituro ang banal na Aklat ng Zohar sa mga bata habang sila'y maliliit, edad siyam o sampu, tulad ng sinulat ng mga dakilang Kabalista... at tiyak na darating agad ang katubusan, nang walang kasamang hapdi ng panganganak ng Mesiyas. At si Rabbi Shem Tov ay isinulat sa Aklat ng Pananampalataya na ang Judah at Israel ay matutubos lamang magpakailanmaan sa karunungan ng Kabbalah, dahil ito ay isang Maka-Diyos na karunungan na ibinigay sa mga pantas ng Israel simula noong sinaunang mga araw at mga taon. At sa kahusayan nito, ang kaluwalhatian ng Diyos at kaluwalhatian ng Kanyang Sagradong Batas ay mahahayag.

-Ang Rav Shabtai Ben Yaakov Yitzhak Lifshitz,
Segulot Israel (*Ang Kagalingan ng Israel*), Takda blg. 7 Aytem 5

Dinggin ang aking payo at ang Diyos ay sasaiyo: Huwag umiwas sa paglahok sa karunungan dahil sa takot. Matapos ang lahat, ano ang buhay ng iyong kaluluwa sa mundo? Kung, huwag naman sana, walang karunungan at kaalaman sa iyo, ang iyong buhay ay hindi buhay. Ang mga sulatin ay sinasabi, "Masdan, Aking itinakda sa harap mo sa araw na ito ay buhay. Samakatwid, piliin ang buhay." Ipalagay na isang tao ay lumapit sa iyo upang ipagkait ang buhay sa iyo; maglulunsad ka ba ng digmaan laban sa kanya... o paghaharian siya, o sa kabaligtaran? "Ang lahat ay ipagkakaloob ng isang tao para sa kanyang buhay," at mamaliitin niya ang lahat ng kilos at pangangatwiran sa mundo, tatawirin ang dagat, o papanhik sa Langit, hanggang mapasuko ang isang naninindigan laban sa kanya at nagnanais na bawian siya ng buhay. Lalong higit kung ito'y ang Walang Hanggang Buhay, na tinawag na "buhay."

-Ang Banal na Rav ng Ziditshov, *Sur MeRa* (*Lumayo sa Kasamaan*), 8

Bakit kaya ang Diyos ay isinugo tayo upang ihayag sa ating henerasyon, kung ano ang hindi Niya inihayag maliban sa henerasyon ni Rabbi Akiva at Rabbi Shimon Bar Yochai at ang kanyang mga kaibigan? Dahil ito ang pangunang simulain ng Torah at ang doktrina ng pananampalataya, kung saan ang bisagra ng mga pintuan ng Torah at ang gawain ay umiinog. Kung wala ito, hindi ninyo malalaman kung ano ang *Torah Lishma* (Sa

Kanyang Pangalan), dahil hindi ninyo malalaman ang ugat ng mga anyo ng Kanyang Pangalan, pagpalain Siya at pagpalain ang Kanyang Pangalan. At kayo ay hindi exempted sa panloob ng Torah, sapagkat kung wala ito, ang tao'y tulad ng hayop, isang nanginginaing baka.

-Ang Banal na Rav ng Ziditshov, *Sur MeRa* (*Lumayo sa Kasamaan*), 29

Aking sinasabi, hangad ko na ang pinakadakila ng heneresyon ay hindi naglubay sa pag-aaral ng dakilang karunungan, at hangad ko na sila'y nagturo sa kanilang mga mag-aaral ng paraan kung paano lumahok sa ganitong karunungan. Nang sa gayon, tiyak na walang pagmamalaki sa panlabas na mga katuruan at lahat ng katuruan ay iwawaksi ito, tulad ng kadiliman na iwinawaksi ng liwanag. Datapwa't ang ating mga kasalanan ay nagbunsod sa hindi iilang mga matuwid ng heneresyon na isara ang mga pintuan ng karunungan sa mukha ng mga baguhan at nagsabi na hindi sila magtuturo hanggang wala silang mga titulo at espiritu ng kabanalan. Sa ganitong kadahilanan, tayo'y nanatiling salat sa sagradong karunungan at, sa ating maraming kasalanan, ang kadiliman ng paimbabaw na mga katuruan ay dumagsa. Ang hangal ay lumalakad sa kadiliman, at sa madaling panahon ang Panginoon ay magsasabi, "Hayaang magkaroon ng liwanag," at tayo'y maliliwanagan.

-Ang Rav Tzvi Elimelech Shapira (MAHARTZA)
Maayam Ganim (*Isang Balong ng mga Hardin*), Kabanata 1 Aytem 5

Dahil sa pagtindi ng *Klipot* (mga Basyo), ang maling pananampalataya, kalapastanganan, at walang kabanalang pagkakahalo sa henerasyong ito, ang kapahintulutan mula sa Itaas ay ipinagkaloob upang ihayag ang Liwanag ng karunungan ng ito, ang itali ang kaluluwa sa buhay ng Liwanag ng Kabanalan, upang tunay na kumapit sa Kanya... Ito ay dahil ang karunungan ng ito ay inihayag sa henerasyong ito lamang upang pabanalin, padalisayin, at upang pawiin ang mga bisyo.

-*Heical HaBracha* (*Bulwagan ng mga Pagpapala*), *Devarim* (*Deuteronomio*), p 27

Dahil ang Israel ay nakatalagang makatikim mula sa Puno ng Buhay, na ang banal na *Aklat ng Zohar*, na sa pamamagitan nito, sila'y matutubos mula sa pagkakatapon.

-*The Book of Zohar*(*Ang Aklat ng Zohar*),
Naso, Aytem 90

Kapag tayo'y nagsisi at lumahok sa karununganng ito nang may pagmamahal, Ang Israel ay matutubos nang mabilis sa ating panahon, Amen.

-Rav Chaim Vital, "Paunang Salita sa Lagusan ng Pambungad"

Ang katubusan ay nakasalalay sa pag-aaral ng Kabbalah.

-Ang Vilna Gaon (GRA)
Evan Shlemah (*Isang Perpekto at makatarungang Timbangan*), Kabanata 11, Aytem 3

Mayroon akong balita tungkol sa lungsod ng Prague, na isang lugar ng pag-aaral: Ang *Judaismo* ay lumulubog doon, umuurong sa araw-araw. Katunayan, ang kalagayan ay noong nakalipas, ang hayag na *Torah* ay nakasapat. Subalit ngayon, sa panahon ng *Mesiyas*, mayroon na ring pangangailangan sa natatagong *Torah*. Sa nakaraan, ang masamang hilig ay hindi masyadong malakas, at ang hayag na *Torah* ay sapat na bilang lunas laban dito. Subalit ngayon, bago ang katubusan, ang masamang hilig ay tumitindi at nangangailangan ng pagpapalakas sa pamamagitan ng natatagong *Torah* din.

-Rav Simcha Bonim ng Pshischa, *Ang Torah ng Kagalakan*, p 57

Alamin na ang nakaraang heneRasyon at mga unang mga araw, yaong mga ika-limang milenyo, ay hindi tulad nitong heneRasyong ito at mga araw. Sa panahong iyon, ang mga lagusan ng karunungan ay nakasara at nakapinid. Kaya noon, ang mga *Kabalista* ay iilan lamang. Ito ay hindi katulad ngayong ika-anim na milenyo, nang ang mga lagusan ng *Liwanag*, ang mga lagusan ng *Awa*, ay nabuksan na, dahil sa nalalapit na katapusan ng mga araw. Ngayon, ito'y isang katuwaan ng *Mitzva* (mabuting gawa) at malaking kaluguran sa mata ng *Taga-Paglikha* na magawang ang kaluwalhatian ng Kanyang Walang Hanggang Kaharian ay mapatanyag—lalung-lalo na ngayon na ang banal na mga sulatin ng *Ari Luria* ay naimprenta. Ito ay nagbukas para sa atin ng mga lagusan ng *Liwanag*, na sinelyuhan at isinara. Ngayon, wala nang balakid o panganib, tulad nang nakahayag.

-*Sefer HaBrit* (*Ang Aklat ng Sumpaan*), Bahagi 2, Artikulo 12, Kabanata 5

Tanging sa pamamagitan ng pagpapalaganap ng karunungan ng *Kabbalah* sa masa tayo makakamtan ng ganap na katubusan. Pareho ang indibidwal at ang bansa ay hindi magagawang matupad ang layunin ng kanilang pagkakalikha, maliban sa pagtatamo ng kaibuturan na bahagi ng *Torah* at ang mga lihim nito. Kaya, ang pagpapalaganap ng karunungan sa loob ng bansa ang kinakailangan natin sa umpisa, upang mahusay nating makamit ang kapakinabangan mula sa *Mesiyas*. Kaya, ang pagpapalaganap ng karunungan at ang pagdating ng ating *Mesiyas* ay magkakaugnay. Sa ganitong kadahilanan, nararapat tayong magtayo ng mga seminaryo at sumulat ng mga aklat upang pabilisin ang pamamahagi ng karunungan sa lahat ng dako ng bansa.

-Rav Yehuda Ashlag, *Ang Aklat ng Pambungad,*
"Pambungad sa Aklat, Ang Puno ng Buhay," Aytem 5, pp 204-205

Ngayon, ang panahon ay nagtatakda na humango ng maraming pag-aari mula sa panloob na *Torah*. *The Book of Zohar* (*Ang Aklat ng Zohar*) ay humawi ng mga bagong daan, nagtalaga ng mga *daluyan* (*vessel*), at gumawa ng mga landas sa disyerto. Ito, at lahat ng bunga nito, ay nakahanda upang buksan ang pintuan ng katubusan.

-Ang Rav Raiah Kook, *Orot* (Mga Liwanag), 57

Marami ang nag-isip na ang labis na paglahok sa *lihim* ay hindi mabuti, dahil ang praktikal na *Torah* ay malilimutan sa Israel—ang may pahintulot, ang walang pahintulot, ang marapat at ang di-marapat. At ano ang kahihinatnan ng *Torah* na ito sa sandaling tayong lahat ay magsaliksik sa mga *lihim* ng *Torah*? Subalit yaong mga namumuhi dito ay hindi mga lingkod ng *Taga-Paglikha*, kahit anupaman.

-Rav Moshe Cordovero (RAMAK), *Kilalanin ang Diyos ng Iyong Ama*, 132

Subalit kung... ang isang tao mula sa Israel ay minaliit ang kabanalan ng panloob ng *Torah* at mga *lihim* nito... patungkol sa kabanalan ng panlabas ng *Torah*, na tumatalakay lamang sa praktikal na bahagi... ang isa'y nagiging sanhi ng paghamak at pagbaba ng panloob ng mundo—ang mga Anak ng Israel—at pinatitindi ang pamamayani ng panlabas ng mundo—ang mga Bansa ng Mundo—sa ibabaw nila. Kanilang aalipustain at hahamakin ang mga Anak ng Israel. ... Pagkatapos sila'y gagawa ng lahat ng pangwawasak at maramihang pamamaslang... at ang kabuuang pagbagsak ng Anak ng Israel ay dahil sa kanilang pag-abandona sa panloob ng *Torah*, pinasama ang kahusayan nito, at ginawa itong parang kalabisan.

-Rav Yehuda Ashlag, *Ang Aklat ng mga Pambungad*,
"Pambungad sa The Book of Zohar(Ang Aklat ng Zohar),"
Aytem 69, p 91

Kalunos-lunos para doon sa mga taong nagawang paalisin ang *Mesiyas* at lisanin ang mundo, at wala nang kakayahang makabalik sa mundo. Sila ang mga taong ginawang tuyot ang *Torah*, salat sa katas ng pang-unawa at kaalaman dahil ikinulong nila ang kanilang mga sarili mismo sa praktikal na bahagi ng *Torah*, at hindi nila ginusto na subukang maunawaan ang karunungan ng *Kabbalah*, na malaman at mapag-aralan ang mga *lihim* ng *Torah* at lasa ng *Mitzvot*. Kalunos-lunos para sa kanila, dahil sa ganitong mga naging pagkilos nila, sila'y nagdulot ng kahirapan, pagkawasak, pagnanakaw, pangungulimbat, pagpatay, at kapinsalaang umiral sa mundo.

-Rav Yehuda Ashlag, *Ang Aklat ng mga Pambungad,*
Pambungad sa Aklat ng Zohar, Aytem 70, p 91

Ang mamamayan ng Israel ay nahahati sa tatlong mga sekta:

1. Mga tao na naglilingkod sa mga tao na hindi nakakakilala sa Kanya. Ang mga ito'y nagbalik sa mundo sa kaguluhan, pinalusog ang kanilang mga katawan subalit sinira ang kanilang mga kaluluwa.

2. Mga matatalinong disipulo na nakikibahagi sa literal na *Torah*—ang mga pantas ng literal. Namumuhi sila sa paglahok sa karunungan ng katotohanan at nagsasabing ang lahat nang naroroon ay ang literal lamang. Sila ay mga pantas sa paggawa ng kapahamakan, ngunit walang alam sa paggawa ng mabuti. At ang maraming pagkaduhagi ay nagmula sa kanila; sila'y walang liwanag sa kanilang *Torah*.

3. Mga nagmamay-ari nang karunungan ng katotohanan. Ang mga ito'y tinatawag na "mga anak."

-Rav Chaim Vital, *Ang mga Panulat nang Ari, Ang Puno ng Buhay*,
Unang Bahagi, "Pambungad ni Rav Chaim Vital," 9-10

Walang pagdududa na yaong mga lumalahok lamang sa *Talmud* ng Babylon ay tulad ng mga bulag na nagkukudkod sa pader—sa mga damit ng *Torah*. Wala silang mga matang makakakita sa mga lihim ng *Torah* na nakatago rito.

-Rav Chaim Vital, *Ang mga Panulat ng Ari, Ang Puno ng Buhay,*
Unang Bahagi "Pambungad ni Rav Chaim Vital," 9-10

Kalunusan para sa mga taong humamak sa *Torah*. Sapagkat tiyak na sila'y lumalahok lamang sa makitid o literal na mga kuwento, suot ang damit ng balo na natatakpan ng supot. At lahat ng mga bansa ay magsasabi sa *Israel*, "Bakit ang iyong Minamahal ay higit kaysa sa iba pang minamahal? Bakit ang iyong batas ay higit kaysa sa aming batas? Matapos ang lahat, ang iyong batas ay hindi iba kundi mga makamundong kuwento lamang." Wala nang hihigit pang pagdusta sa *Torah* kaysa rito.

Kaya, kalunusan para sa mga taong humamak sa *Torah*. Hindi sila lumalahok sa karunungan ng *Kabbalah*, na nagpaparangal sa *Torah*, dahil pinatatagal nila ang pagkakatapon at lahat ng mga pasakit na darating pa sa mundo. At ano ang magagawa ng mga hangal ng ating panahon? Sila'y mga tuso, maligaya sa kanilang katayuan, at nagsasaya sa kanilang ginagawa... Hindi nila nalalaman na ang kanilang takot sa pagpasok dito ang nagiging dahilan kung bakit sila'y umiiwas sa paglahok dito.

Kaya, ang mga burol na ito'y nabulok; ang kanilang puso ay isang ugat na nagbunga ng apdo at kapaitan, at ang kalawang ng putik ay dumapo sa kanila upang itatwa ang karunungan ng katotohanan. Kanilang sinasabi na ang lahat ng nasa *Torah* ay tanging nasa literal at nasa pananamnit lamang nito. Walang alinlangan, wala silang magiging bahagi sa kasunod na mundo... At sinasabi sa kanila, "Ang Aking mga lingkod ay kakain, subalit kayo'y magugutom."

-Rav Chaim Vital, *Ang mga Panulat ng Ari, Ang Puno ng Buhay,*
"Pambungad ni Rav Chaim Vital," 11-12

Ating nalaman kung gaano karami ang magagandang katangian ng tao sa ibabaw ng lahat ng nilikha. At ang kabaligtaran nito ay nagiging malinaw: sa sandaling ang tao ay magkasala, nilalabag na niya ang layunin ng kanyang pagkakalikha. Hindi lamang siya maituturing na hindi na ganap, kundi siya pa ang magiging pinakamababa sa lahat ng nilikha—higit pa sa mga hayop at mga mandaragit. Tulad ng isinulat ni *RAMBAM*, "Sinumang tao na hindi natamo ang ganap na anyo ng isang tao ay hindi maituturing na tao, kundi isang hayop na may anyong tao." Ito ay dahil ang ganitong tao ay may kakayahang makapinsala at gumawa ng kasamaan na hindi kayang gawin ng ibang hayop. Sapagkat ang isip at mga pag-iisip na inihanda para sa pagtatamo ng kabutihan ay maaari ring magamit sa lahat ng uri ng panlilinlang at upang makapaminsala. Kaya't siya ay mas mababa pa sa isang hayop.

-Rav Shimon Lavi, may akda ng *Ketem Paz* (Pinong Ginto),
"Ang Tao - Pinal na Layunin ng Paglikha"

Ito ang kasagutan sa mga hangal na mapanglibak, na may palalong kaalaman at nagsasalita laban sa mga lumalahok sa *Kabbalah*, na nagsasabing naririnig nila ang tinig ng salita, subalit walang nakikitang imahe. Kalunusan sa kanila at sa kanilang maling kapalaran ang kahangalan at kalaswaan, dahil wala silang makikita mula rito; tanging pinipilit lamang nilang itulak ang mga anak ng Diyos na umangat sa Kanyang Banal na Bundok, sapagkat maging ang mga anghel sa Kaitaasan ay lupaypay at hindi natatamo ang tunay na kaluwalhatian.

At sa kanilang walang sawang paghahangad, sila'y nagpapakahirap na umangat sa kanilang kalagayan, at sila'y sumisigaw sa daanan, nagsasabing: "At sa kanyang pag-ibig, ikaw ay palaging makalugdan." At ito'y hindi ituturing na isang pagkakamali sa kanila. Maging yaong mga naninirahan sa mga putik na tahanan—na ang pinagmulan ay galing sa alabok—ang kanilang kahayukan ay hindi ituturing na pagkakamali, kundi papuri, kaluwalhatian, at kadakilaan. Sapagkat para sa isang naliligaw sa paghahanap ng tahanan ng Diyos, at nagbalik upang malaman kung saan ang Kanyang daan, ito'y ituturing na pagiging matuwid, at siya ay gagantimpalaan ng Hari sa kanyang pagsisikap.

Ito ang katotohanan nang walang pag-aalinlangan. At yaong mga puno ng kapalaluan at may paghamak, na nagsasalita laban sa mga lumalahok sa mga aklat ng *Kabbalah*, ay nakatalagang pagbayarin—na nakatikom ang mga labi sa mundong ito at sa kasunod. Sapagkat ang mga bibig ng mga bulaan, na nagpupuri sa kanilang mga sarili, sa mga diyos-diyosang gawa ng tao, at nagpapatotoo sa namamalas ng kanilang mga nabubulagang mga mata, habang hindi nakikita ang espirituwal na gawa ng Diyos, ay babarahan. Ito ay ganito dahil Siya ang Kaluluwa sa loob ng nakakaramdam, at ang kanilang kahibangan ay sapat nang kaparusahan sa kanilang mga kaluluwa.

-Rav Shimon Lavi, may akda ng *Ketem Paz* (*Pinong Ginto*),
"Ang Kabutihan at Kasamaan ay nasa isang Nilalang"

Ang korona ng *Torah* ay ang karunungan ng *Kabbalah*, kung saan ang karamihan sa mga tao sa mundo ay humihinto at nagsasabing: "Ikaw ay dapat sumunod sa pinahihintulutan, at hindi mo dapat panghimasukan ang natatago." Ngunit kung ikaw ay angkop sa ganitong katuruan, abutin mo ang iyong kamay, hawakan ito, at huwag kang lumayo rito. Sapagkat ang isang hindi pa natitikman ang lasa ng karunugang ito ay hindi pa nakakakita ng mga *Liwanag*, at siya ay lumalakad sa kadiliman. At kalunusan para sa mga taong umalipusta sa *Torah*.

Upang ipakita ang hangganan ng mga maling gawain ng mga taong pumipigil sa mga nagnanais mag-aral ng karunungan ng *Kabbalah*, na nagsasabi ng kanilang mga maling argumento… ang sagabal na ito ay wala sa kamay ng masa lamang. Sa halip, ang kamay ng mga ayudante at tuso ang nagpapakana ng pag-aalsa at pandaraya. At hindi lamang sila namumuhi sa karunungan ng Kabanalan, kundi kanila pang hinahamak at tinutuligsa ang karunungang ito. Sila'y lumalakad sa kadiliman, at ang kanilang pangalan ay matatakpan ng kadiliman dahil sa pagnga-nga at pagsasabing: "Ang aming kamay ay nakataas sa nakahayag. Bakit namin kakailanganin ang karunungang ito? Kami'y kuntento sa makitid at mababaw na *Torah*."

-Sefer HaBrit (Ang Aklat ng Kasunduan), Bahagi 2, Artikulo 12,Kabanata 5

Ang isang hindi lumalahok sa karunungan ng katotohanan, yaong hindi nagnanais na pag-aralan ito kahit kailangan ng kanyang kaluluwa na umangat sa Hardin ng Eden, ay itatakwil doon ng buong kahihiyan... At huwag tularan ang halimbawa ng pinakadakila sa hayag na *Torah*, na hindi gustong lumahok sa karunungang ito, dahil ang mga salita ng ating mga pantas ay higit na totoo kaysa sa pinakadakila ng henerasyong ito.

-Sefer HaBrit (Ang Aklat ng Kasubduan), Bahagi 2, Artikulo 12, Kabanata 5

Ang lahat ng tumatanggi sa pag-aaral ng *Kabbalah* ay ititiwalag sa hanay ng mga matuwid, mawawalan ng buhay, at hindi magagantimpalaan ng pagkakataong mamasdan ang mukha ng Hari, ang *Liwanag ng Buhay*.

-Rav Yair Chayim Bacharach, *Havvot Yair (Mga Nayon ni Yair)*

Maraming hangal ang umiiwas sa pag-aaral ng mga lihim ng *Ari* at *The Book of Zohar* (Ang Aklat ng Zohar), na siyang nagbibigay ng ating buhay. Kung ang ating mga tao ay dininig ako sa panahon ng *Mesiyas*, sa panahong ang kasamaan at maling paniniwala ay naragdagan, sila'y nanais na magsaliksik sa pag-aaral ng *The Book of Zohar* (Ang Aklat ng Zohar), ng *Tikkunim*, at ng mga panulat ng *Ari* sa lahat ng kanilang mga araw. Kanilang napawalang-bisa ang lahat ng malulupit na hatol at nagawang mapaabot ang kasaganaan at *Liwanag*. Ang buhay ng isang Israelita ay nakasalalay sa *The Book of Zohar* (Ang Aklat ng Zohar) at mga panulat ng *Ari*, na pag-aaralang may kalakip na kabanalan, galak, aliwalas, takot, at pagmamahal, ayon sa kanya-kanyang pagtatamo at kabanalan. At ang buong Israel ay magiging banal.

-Rav Yitzhak Yehuda Yehiel ng Komarno,
Netzer Hesed (Pag-iingat ng Habag), Kabanata 4, Katuruan 20

Kanyang sasabihin tungkol sa mga *Hassidim* na gumagawa ng sobrang ingay, subalit walang lalim at damdamin, na sila'y mga tsimeniya na walang bahay—nagbubuga ng usok subalit walang apoy.

-Wala nang Higit pang Ganap sa isang Pusong Sawi (Mga Kasabihan ng Rav ng Kotzk) p 38

Ito ang panlunas sa lahat, at ang pagtalikod dito ay naging sanhi ng ating pagbagsak. Ito ang isang bagay na Ako, sa aking kakulangan at kapaitan ng kaluluwa, ay nakagawian nang sabihin daang libong beses. Ating iniwan ang panloob ng *Torah*... Maliliit at makikitid na mga tao ay dumating at pinahiran tayo ng malalamig na mga uri ng medisina, subalit ipinagkait ang pangunahing lunas ng buhay.

-Ang Rav Raiah Kook, *Igrot (Mga Titik)*, Vol. 2, 123

Sila ang gumagawa ng matuyot na *Torah*, dahil ayaw nilang magsaliksik sa karunungan ng *Kabbalah*. Kalunusan para sa kanila, dahil ito'y naging sanhi ng kaapihan, pangwawasak, pagnanakaw, pagpapatayan, at pagsisira sa mundo.

-*The Book of Zohar(Ang Aklat ng Zohar)*, *Tikkuney Zohar* (*Ang mga Ugnayan sa Zohar*), *Tikkun* no. 30

Ang sinuman ay matatamo kung ano ang kanyang natutunan sa sinapupunan ng Ina. At ang isa na kayang matamo ang mga lihim ng *Torah* at hindi tinangkang tamuhin ang mga ito ay hahatulan ng matindi, huwag naman ipahintulot ng Diyos.

-Ang Vilna Gaon (GRA), *Evan Shlemach* (*Isang Perpektoat MakatarunganTimbangan*), Kabanata 24

Ngayon, inyong maiintindihan ang pagkatuyot at kadiliman na hinantungan natin sa heneresyong ito, na hindi pa natin nasaksihan sa nakaraan. Ito'y dahil maging ang mga manggagawa ng Taga-Paglikha ay iniwan ang pag-aaral ng mga lihim ng *Torah*.

-Rav Yehuda Ashlag, *Ang Aklat ng mga Pambungad*, "Pambungad sa Ang Aklat ng Zohar," Aytem 57, p 88

Ang hangal ay walang pagnanais sa karunungan, maliban sa kung ano ang nakikita sa kanyang puso, na bumubuntot sa kalanguan ng nakakarimarim na mundo. Wala ni bahagyang pag-aaral sa *Torah* at sa pagsasaliksik ng mga natatagong lihim nito, dahil ito'y nangangailangan ng "talino" upang himayin ang isang bagay mula sa iba pa. At ang hangal ay walang pagnanais na paghirapan ang pag-unawa, maliban lamang sa kung ano ang lumilitaw sa kanyang puso — ibig sabihin, para sa mga bagay na nakikita ng lahat, na hindi nangangailangan ng pagsusumikap upang matamo. Sa kanyang maliit na pag-iisip, inaakala niyang mauunawaan niya ang mga ito, bagamat sa katotohanan, hindi naman niya natatamo ito.

-*Mga Interpretasyon ng mga Kabalista ng Literal*, Bahagi 2, p 459, RAMAK, *Malamlam na Liwanag*, Kabanata 1

Katunayan, sa sandaling ang karunungan ay iniwang walang laman, nagiging malalabong salita na hindi maunawaan, may kakaibang sama ang naluluwal mula rito: Ang mga Dakilang pantas ay isinasantabi ito, dahil kalikasan ng mga matalino na maghanap ng mahinahong pag-unawa at malaman ang lalim ng mga usapin, at hindi tumanggap ng mga salita lamang. At sa sandaling kanilang makita na wala sa mga salita ang magpupuno sa kanilang hangarin, kanilang sinabi, "Bakit namin dapat aksayahin ang aming oras sa hindi maaaring matamo?"

Ang iba'y nakapinsala ng higit pa: Hindi lamang nila kinamuhian ito, kundi pinulaan nila ito at itinuring na kamangmangan na tinangkilik ng mga tao, na makipagtagpo sa malalaswa at di-makatanggap-tanggap na mga bagay. Higit pa rito, sila'y umabot sa pagtatwa ng buod nito at itiwalag ang Banal na *Zohar*, na kinakatha ni Rashbi (Rabbi Shimon Bar-Yochai) at kanyang mga kaibigan. At ito'y dahil ang mga salita ng mga pantas ay banyaga sa kanilang mga mata, hanggang itinuring nilang ang *Tanaaim*, ang mga pundasyon, ay hindi karapat-dapat bigyan ng pansin.

-Ang Rav Chaim Luzzato (Ang Ramchal), *Shaarey Ramchal* (*Mga Lagusan ng Ramchal*), Pambungad sa Artikulo, "Ang Pagtatalo,"p 37

Subalit may isang kadiliman na nagpapadilim sa mga mata ng mga tao, na naglulubog sa kanila sa kalikasan. Sa gayon, hindi na nila alam na ang Taga-Paglikha ay ang Nakakataas na Pinuno, na nagpapakilos ng bawat bagay, sa halip na ipinapalagay ito bilang suwerte. Ito ang ibig sabihin ng "na naghanda ng isang hapag sa Kapalaran" (Isaiah 65:11). Sa kabila nito, itinaguyod nila ang lahat ng kanilang pag-iisip at mga desisyon ayon sa kalikasan.

At may ilang mga katuruan mula sa labas ayon sa ganitong gawi, at kanilang inilublob ang mga tao sa buong mundo sa ganitong mga hinuha. Ito'y naglayo sa kanila mula sa pag-alam ng Panloob na Patnubay.

Sa huling henerasyon, umabot na sa punto na ang *Torah* ay nakalimutan sa Israel, at walang isa man na tunay na nauunawaan ang Patnubay, subalit ang lahat ay tumunton sa kasakiman. Nais kong sabihin na kahit hindi sila gumawa ng aktwal na mga kasalanan, sila'y mistulang mga hayop na nagpapasan ng kanilang mga bitbitin. At ang batas na ito ay ang kadiliman na hindi nagpapahintulot na mabanaag kung nasaan ang ugat ng Patnubay.

-Ang Rav Moshe Chaim Luzzato (Ang Ramchal)
Adir BaMarom (*Ang Isang Makapangyarihan sa Kaitaasan*), p 459

Ito ang kadahilanan kung bakit si Rabbi Shimon Bar-Yochai ay iniyakan ito, at nanawagan sa mga lumahok sa literal na *Torah* na sila ay natutulog, sapagkat hindi nila binubuksan ang kanilang mga mata upang makita na ang Taga-Paglikha ay minamahal sila, na para bang sila, huwag nawang ipahintulot ng Diyos, ay walang utang na loob sa Kanya. Higit pa rito, hindi nila nakikita at hindi nalalaman ang landas ng kabanalan, at higit sa lahat, ang *Dvekut* (Pagdikit) sa Kanya.

Datapwat ang *Torah* ay ipinag-utos at nagsasabi, "Mangunyapit sa Kanya" (Deuteronomio 10:20). At kahit ipinakahulugan nila ito kaugnay ng pagkapit ng isa sa isang matalinong alagad, sa huli, ang isang salita ay hindi naghahatid ng literal nitong kahulugan.

Sa katotohanan, ang Israel ay marapat na mangunyapit sa Kanya ng lubos na *Dvekut* (pagdikit), na malaman ang Kanyang natatanging kaparaanan ayon sa Kanyang Kabanalan, at lumakad sa mga ito. Kaya't kanilang sinabi, "Ang Awit ng mga Awit, Ang Banal ng mga Kabanalan" (Midrash Rabba, Song of Songs). Ito'y dahil ito ay nakabatay sa mismong bagay na ito, at ipinakahulugan itong pagmamahal at lahat ng ginagawa ng Taga-Paglikha upang makakapit sa Kanyang kabanalan kasama ng Israel, habang ang Israel ay dapat tumugon nang may pagnanasa sa Kanya, sa tunay na pangungunyapit.

At ito, sa kasamaang palad, ay ang resulta ng pagkakatapon—ang Israel ay nakalimot sa landas, at sila'y nanatiling natutulog, nakababad sa kanilang pagkakahimbing, walang kamalayan doon. Subalit ang *Torah* ay nakadamit ng pagluluksa sa kalagayan nito, at tayo'y nasa kadiliman, tulad ng patay, mistulang bulag na kumakapa sa pader. Ang papuri ay hindi kaaya-aya para sa mga matuwid na lumakad sa ganitong paraan. Sa halip, ito'y sa kabaligtaran, upang ibukas ang mga bulag na mata at makita ang pagmamahal ng Diyos, at upang malaman ang Kabanalan at mga kaparaanan nito, at upang tunay na mapadalisay nito.

-Ang Rav Moshe Chaim Luzzato, (Ang Ramchal),
Shaarey Ramchal (Mga Lagusan ng Ramchal), "Ang Pagtatalo," p 97

Isang Dalangin bago ang isang Panalangin

Nawa'y kalugdan Mo, aming Panginoon, Diyos ng aming mga ninuno, na naririnig ang hiyaw ng pagsusumamo at pinakikinggan ang tinig ng mga panalangin ng Kanyang bayan, Israel, nang may awa, upang ihanda ang aming mga puso, itatag ang aming mga pag-iisip, at iparating ang aming mga panalangin sa aming mga labi. Ibaling ang Iyong pandinig sa tinig ng panalangin ng Iyong mga lingkod, na nananalangin sa Iyo nang may panangis at lugaming kalooban.

Ikaw, maawaing Diyos, sa Iyong dakilang habag at kagandahang-loob, ipawalang-sala, patawarin, at ipagtika para sa amin at sa Iyong buong sambayanan, Tahanan ng Israel, lahat ng aming ipinagkasala, binaluktot, itinakwil, at nilabag sa harap Mo.

Ito'y hindi kaila sa Iyo na hindi lamang sa aming paghihimagsik at kabulaanan kami'y sumuway sa Iyo at sa mga salita ng Iyong Batas at Iyong mga Kautusan. Bagkus, ito'y sa palagian, walang pasubali, at marubdob na pagkahumaling ng aming kalooban, na nagdala sa amin sa kahayukan ng abang mundong ito at sa mga kalayawan nito. Patuloy itong nagpapagulo sa aming mga isip, kahit na nais naming manalangin sa harap Mo at magmakaawa para sa aming mga kaluluwa. Paulit-ulit itong gumagambala sa aming mga pag-iisip ng mga pakana nito. At hindi kami makapangibabaw dito, dahil ang aming mga pag-iisip at aming bait ay lubos na nanghina at ang lakas upang makapanatili ay natuyot, dulot ng mga problema, paghihirap, at tagal ng panahon.

Kaya, Ikaw, o Maawain at Mapagpalang Diyos, gawin Mo sa amin tulad ng Iyong pangako sa amin sa pamamagitan ng Iyong pinagtiwalaan: "At Ako'y magiging mapagpala doon sa kung kanino Ako magiging mapagpala, at magpapakita ng awa doon sa kung kanino Ako magpapakita ng awa." Ang aming mga pantas ay nagwika, "Bagamat hindi siya mukhang kaaya-aya at hindi karapat-dapat," sapagkat ito ang Iyong gawi: ang maging mabuti sa masama at sa mabuti. Ang aming mga hinagpis, ang aming mga pagdaramdam, at ang aming mga pag-uusap tungkol sa aming mga kahinaan na nagdadala sa amin upang lumapit nang mas malapit sa Iyong gawain, at lubos na kumapit sa Iyo — lahat ng ito ay batid Mo. Kalunusan sa aming mga kaluluwa; at sa katotohanan, kalunusan sa amin.

Aming Amang nasa Langit, ngayo'y Iyong pukawin ang dakila at mapagpalang awa sa amin, alisin at bunutin ang ugat ng aming masamang pagkiling mula sa aming kaloob-looban, at Iyong sawayin ito upang lumisan sa amin at hindi kami mailayo mula sa Iyong Gawain. Huwag hayaan na ang masamang pag-iisip ay umusbong sa aming mga puso, sa sandaling kami'y gising at maging sa aming pag-tulog din, at lalo na sa sandaling kami'y nakatayo sa harap Mo sa pananalangin at sa sandali ng aming pag-aaral ng Iyong Batas. At habang kami'y ginagampanan ang Iyong Kautusan, hayaan na ang aming mga pag-iisip ay tunay na maging malinaw, matingkad, mainam, at sing-lakas ng Iyong mabuting kalooban para sa amin.

ukawin Mo ang aming mga puso at mga puso ng buong Israel, ang Iyong bayan, na makipag-isa sa Iyo sa matapat na katotohanan at sa pagmamahal, upang taus-pusong paglingkuran Ka, sa ikalulugod ng Iyong Trono. At isaayos Mo sa aming mga puso ang Iyong Katapatan ngayon at magpakailanman, at hayaan na ang Iyong Katapatan ay matali sa aming mga puso bilang mga bigkis na hindi malalaglag, at alisin ang lahat ng mga tabing na naghihiwalay sa pagitan Mo at sa amin.

Aming Amang nasa Langit, iligtas Mo kami sa lahat ng mga kabiguan at mga pagkakamali; huwag Mo kaming iiwan at huwag Mo kaming bibiguin. Maging bahagi Ka ng aming mga labi sa aming pagsasalita, ng aming mga kamay sa aming paggawa, at ng aming mga puso sa aming pag-iisip. Pagkalooban Mo kami, aming Amang nasa Langit, Maawaing Diyos, na italaga ang aming mga puso, aming mga kaisipan, aming mga salita, at aming mga pagkilos at lahat ng aming mga paggalaw at aming mga damdamin, yaong mga hayag sa amin at yaong hindi hayag, ang nakasiwalat at ang mga natatago, sa Iyo lamang nang taus-puso, at walang bahid ng masamang kaisipan.

Padalisayin Mo ang aming mga puso, at gawing kami'y banal; buhusan Mo kami ng dalisay na tubig, at padalisayin kami ng Iyong pag-ibig at pagmamalasakit. Itanim Mo ang Iyong pagmamahal at takot sa aming mga puso magpakailanman, nang walang katapusan, sa lahat ng sandali at sa lahat ng lugar — sa aming paglakad, sa aming paghimlay, at sa aming pagbangon. At hayaan na ang Espiritu ng Iyong Kabanalan ay laging magningas sa aming kalooban.

Palagi kaming umaasa sa Iyo, sa Iyong kadakilaan, sa Iyong pagmamahal, sa takot sa Iyo, at sa Iyong batas, nasusulat at binigkas, nakahayag at nakatago, pati na rin sa Iyong mga kautusan, upang makipag-isa kami sa Iyong makapangyarihan at nakakayanig na pangalan. Iadya Mo kami sa pagkiling, kapalaluan, galit, pamimilosopo, kalungkutan, tsismis, at iba pang mga bisyo, at anumang bagay na makakabawas sa Iyong Banal at dalisay na gawain na aming pinapangalagaan.

Ibahagi sa amin ang espiritu ng Iyong Kabanalan upang kami'y mangunyapit sa Iyo at hangarin Ka paulit-ulit. Itaas Mo kami sa bawat antas upang aming marating ang kahusayan ng aming mga banal na ninuno, sina Abraham, Isaac, at Jacob. Nawa ang kanilang mga kabutihan ay magsilbing tulong sa amin, at marinig Mo ang tinig ng aming mga dalangin, upang ang aming mga dalangin ay palaging tutugunin sa sandali ng aming pagdalangin sa Iyo, para sa amin o para sa sinuman sa Iyong bayan, Israel, nag-iisa man o marami.

Magalak at malugod sa amin, at kami'y magbubunga ng prutas sa itaas at ugat sa ilalim. At huwag nang alalahanin ang aming mga kasalanan, lalo na ang mga kasalanan noong aming kabataan, tulad ng sinabi ni Haring David, "Huwag nang tandaan ang mga kasalanan ng aking kabataan, maging ang aking mga paglabag." Ituring ang aming mga paglabag at mga kasalanan bilang kabutihan, at laging ibahagi sa amin, mula sa daigdig ng pagsisisi, ang mga pagninilay na may buong pusong pagbabalik sa Iyo, upang iwasto ang lahat ng aming dinungisan sa Iyong Banal at Dalisay na Pangalan.

Iligtas Mo kami mula sa inggit ng bawat isa at huwag hayaan na ang inggit ng iba ay pumasok sa aming mga puso, o maging ang inggit ng iba sa amin. Sa halip, hayaan nawa ang aming mga puso ay makita ang mga kabutihan ng aming mga kaibigan, at hindi ang kanilang mga kapintasan. Hayaan kaming mangusap sa isa't isa sa paraang maaya at karapat-dapat sa harap Mo, at huwag hayaan na ang pagkamuhi sa iba ay umusbong sa aming mga puso. Huwag nawang ipahintulot ng Diyos.

Itatag Mo ang aming mga ugnayan ng pag-ibig sa Iyo, tulad ng Iyong nalalaman, na ang lahat ng aming ginagawa ay upang maghatid ng ikalulugod Mo. Ito ang aming pangunahing layunin. At kung kami man ay salat sa pang-unawa upang ituon ang aming mga puso sa Iyo, tuturuan Mo kami upang tunay naming maunawaan ang layunin ng Iyong kalooban.

At para sa lahat ng ito, Maawain at Mapagpalang Diyos, kami'y dumadalangin sa harap Mo na tanggapin ang aming mga dalangin nang may awa at mabuting kalooban. Amen, nawa'y loobin Mo na ganito.

PAGTATAMONG ESPIRITUWAL

Kabanalan sa Pagkakatapon

Ito ay nasusulat, **'Walang nang iba pa maliban sa Kanya.'** Ito'y nangangahulugang walang ibang puwersa sa mundo na may kakayahang gumawa ng anumang bagay laban sa Kanya. At kung anuman ang nakikita ng isa, na may mga bagay na tila itinatatwa ang Mas Mataas na Sambahayan, ang dahilan ay ito'y Kanyang kalooban.

At ito ay maituturing na pagwawasto, tinatawag na "ang kaliwa ay tumatanggi, ang kanan ay umaayon," ibig sabihin, ang pagtanggi ng kaliwa ay itinuturing na isang pagwawasto. Ito'y nangangahulugang may mga bagay sa mundo na mula pa sa simula ay naglalayon na iligaw ang isang tao mula sa tamang daan, at dahil dito, siya ay tinatanggihan ng kabanalan.

At ang pakinabang ng pagkakatanggi ay sa pamamagitan nito, ang isang tao ay nakakaramdam ng isang pangangailangan at lubos na paghahangad sa *Taga-Paglikha* na siya ay tulungan, sapagkat kanyang nakikita na kung hindi siya tutulungan, siya ay maliligaw. Hindi lamang siya hindi umuunlad sa kanyang gawain, kundi nakikita niyang siya ay umaatras, at dito, siya'y nagkukulang ng lakas upang manatili sa *Torah* at *Mitzvot*, kahit na sa *Lo Lishma* (hindi para sa Kanyang Pangalan). Tanging sa pamamagitan ng tunay na pangingibabaw sa lahat ng mga balakid, nang lampas sa katwiran, ay magiging posible na hindi siya malilihis, huwag nawang ipahintulot ng *Diyos*, mula sa daan ng *Taga-Paglikha*, kahit sa *Lo Lishma*.

At siya, na tuwina'y nararamdaman na ang pira-piraso ay mas malaki kaysa sa kabuuan, ibig sabihin na higit na marami ang mga pagbaba kaysa sa mga pag-angat, at siya ay walang nakikitang katapusan sa ganitong katayuan, at siya ay habang-buhay na mananatiling tiwalag sa kabanalan, dahil nakikita niya na mahirap para sa kanya ang makatupad nang kahit kasing-liit na punto, maliban kung makakapangibabaw siya nang lagpas sa katwiran. Subalit madalas na hindi niya makakayang makapangibabaw, kaya ano ang kalalabasan niya?

Kaya siya'y nakarating sa kapasyahan na tanging ang *Taga-Paglikha* lamang mismo ang makakatulong sa kanya. Ito'y nagtulak sa kanya na gumawa nang taus-pusong hiling sa

Taga-Paglikha na buksan ang kanyang mga mata at puso, at tunay na dalhin siya palapit sa walang katapusang pagdikit sa *Taga-Paglikha*. Kaya ito'y nagpapatunay na lahat ng pagtanggi na kanyang naranasan ay nagmula sa *Taga-Paglikha*. Ito'y nangangahulugan na hindi dahil siya ay nasa pagkakamali, na wala siyang kakayahan na makapangibabaw, na mayroon siyang mga ganoong pagtanggi. Sa halip, para doon sa mga taong na totoong nais na mapalapit sa *Taga-Paglikha*, at upang sila'y hindi hihinto sa kakaunti, upang sila'y hindi manatili bilang mga musmos na walang bait, siya ngayon ay bibigyan nang tulong mula sa Itaas, at upang hindi niya masasabi na, "Salamat O Diyos, mayroon akong *Torah* at *Mitzvot* at mga mabuting gawa, kaya ano ang aking kailangan?"

At kung ang taong yaon ay maroon lamang ng tunay na hangarin, siya'y makakatanggap ng tulong mula sa Itaas. At siya ay palagiang pakikitaan na siya ay nasa pagkakamali sa kasalukuyang katayuan. Katuad sa, ang isa'y pinadadalhan ng mga isipin at mga pagtingin na laban sa gawain. Ito ay upang kanyang makikita na siya ay hindi kaisa ng *Taga-Paglikha*. At hangga't sa kanyang pangingibabaw, madalas niyang makikita na mas malayo siya sa kabanalan kaysa sa iba, na nakakaramdam na sila'y kaisa ng *Taga-Paglikha*.

Subalit siya, sa kabilang banda, ay palaging may mga reklamo at mga babagsak-sakahi ngian, at hindi niya mabigyang katwiran ang pagkilos ng *Taga-Paglikha*, at paano *Ito* gumagawi tungkol sa kanya. Ito'y masakit sa kanya. Bakit hindi siya kaisa ng *Taga-Paglikha*? Sa panghuli, siya'y darating sa pakiramdam na wala siyang bahagi sa kabanalan.

Bagamat may mga sandaling siya ay nakakatanggap ng pagpukaw mula sa *Itaas*, na pasumandali nagpapasigla sa kanya, agad pagkatapos, siya'y lalagpak sa lugar ng kaimbihan. Datapwat, ito ang magiging dahilan para sa kanya na matanto na tanging ang *Taga-Paglikha* ang makakatulong at tunay na makapaglalapit sa kanya.

Ang isa'y marapat na tuwina'y magsumikap sa isang paraan ng pagkapit sa Kanya; katulad na, yaong lahat ng kanyang pag-iisip ay tungkol sa Kanya. Na sinasabing, kahit na kung siya ay nasa hindi magandang katayuan, mula kung saan wala nang hihigit pang pagbaba, hindi siya dapat umalis sa Kanyang lugar na pinaghaharian katulad nang iisipin na mayroon *ibang* kapangyarihan na pumipigil sa kanya sa pagpasok sa kabanalan, na kayang magdulot ng kapakinabangan o kapahamakan.

Yaon ay, ang isa'y hindi dapat mag-isip na mayroon *puwersa* ng *Sitra Achra* (kabilang panig) na hindi hinahayaan ang isang tao na gumawa ng mga mabuting gawa, at sumunod sa mga kaparaanan ng *Taga-Paglikha*. Sa halip, dapat isaisip ng isa na ang lahat ay ginawa ng *Taga-Paglikha*.

Ito'y tulad ng sinabi ng *Baal Shem Tov*, na ang isang nagsasabing mayroon ibang puwersa, katulad ng *Klipot* (mga basyo), ang taong yaon ay nasa kalagayan ng "paglilingkod sa ibang mga diyos." Hindi ang *heresiya* o maling paniniwala ang pagkakasala, kung hindi ang pag-iisip ng isa na mayroong ibang kapangyarihan at puwersa na hiwalay at maliban sa *Taga-Paglikha*, dito siya ay nakagagawa ng kasalanan.

Dagdag pa, siya na nagsasabi na ang tao ay may sariling kapangyarihan, na siya'y nagsabi na, siya mismo kahapon ay ayaw tumunton sa mga daan ng *Taga-Paglikha*, ito rin ay maituturing na gumagawa ng kasalanan ng *heresiya*, ibig sabihin hindi siya naniniwala na tanging ang *Taga-Paglikha* lamang ang namumuno sa mundo.

Subalit sa sandaling siya'y nakagawa ng kasalanan, marapat niyang ipagsisi ito at ikalungkot sa kanyang pagkakagawa nito. Subalit dito rin, dapat nating ilagay ang pait at kalungkutan sa tamang pagkakasunod: saan niya inilalagay ang sanhi ng pagkakasala? Sapagkat yaon ang punto na dapat ipagsisi.

Doon ang isa'y dapat taos-pusong magsisi at magsabi: "Nagawa ko ang kasalanang iyon dahil ang *Taga-Paglikha* ay itinapon ako pababa mula sa kabanalan tungo sa lugar ng basurahan, sa kubeta, ang lugar ng karumihan."

(At inyong masasabi sa kung ano ang nasusulat sa mga aklat, na may ilang pagkakataon ang isa'y dumarating na nagiging tulad ng baboy, at nagkakaroon ng naisin at paghahangad na kumuha ng kasiglahan mula sa mga bagay na itinuring na niyang basura. Subalit sa ngayon nais niyang makatanggap ng kalakasan mula sa mga ito muli.)

Gayundin, sa sandaling ang isa'y makaramdam na siya ay nasa kalagayan ng pag-angat, at nakakaranas ng ilang masarap na panlasa sa gawain, hindi siya dapat magsabing, "Ngayon ako'y nasa kalagayan na aking nauunawaan na kapaki-pakinabang ay *hindi* ang sambahin ang Taga-Paglikha." Sa halip, dapat niyang malaman na ngayon siya ay kinasihan ng Taga-Paglikha, kaya siya ay dinala siya nang mas malapit, at sa ganitong kadahilanan kaya nagkaroon siya ng masarap na panlasa sa gawain. At ang isa'y dapat maging maingat na kailanman ay hindi lisanin ang nasasakupan ng kabanalan at sasabihing mayroong iba na kumikilos maliban sa Taga-Paglikha.

(Subalit ito'y nangangahulugan na ang bagay na pinaboran ng Taga-Paglikha, o kaya'y ang kabaligtaran, ay hindi nakasalalay sa indibidwal mismo, ngunit tanging sa Taga-Paglikha lamang. At ang tao, sa kanyang panlabas na pang-unawa, ay hindi magagap bakit ngayon ang Taga-Paglikha ay kinasihan siya at pagkatapos nito ay hindi.)

Katulad ng sandaling kanyang pinagsisihan na ang Taga-Paglikha ay hindi siya hinilang papalapit, dapat rin niyang pag-ingatan na ang kalungkutan ay hindi siya mabagabag, na siya ay tinanggal mula sa *Taga-Paglikha*. Dahil sa ganito, siya ay nagiging tagatanggap para sa kanyang sariling kapakinabangan, at ang isang tagatanggap ay nahihiwalay sa *Taga-Paglikha*. Sa halip, ang isa'y dapat ipagsisi ang pagkakatapon ng *Shechina* (Kabanalan), ibig sabihin na siya'y naging sanhi ng lumbay ng Kabanalan.

Ang isa'y dapat isaisip na ito ay parang tulad ng isang parte ng tao ay namamaga. Gayunman, ang hapdi ay pangunahing nararamdaman sa pag-iisip at sa puso. Ang puso at isip ay ang kabuuan ng isang tao. At may katiyakan, ang sensasyon ng isang organo ay hindi maihahalintulad sa pakiramdam ng kabuuan ng isang buong pagkatao, kung saan ang kalakihan ng hapdi ay naramdaman.

Gayundin, ang sakit na ang isang tao ay nararamdaman kung siya ay malayo sa *Taga-Paglikha*. Ito'y dahil ang isang tao ay isang organo lamang ng Banal na *Shechina*, dahil ang *Shechina* ay pangkalahatang kaluluwa ng Israel. Kaya ang indibidwal na pakiramdam ng sakit ay hindi maitutulad sa sama-samang pakiramdam ng sakit. Ito'y ibig sabihin na mayroong lumbay sa *Shechina* sa sandaling ang mga organo ay nakawalay sa kanya, at hindi niya mapagyaman ang kanyang mga organo.

(At marahil ito ang ibig sabihin ng talatang: "Kapag ang isang tao'y nagsisi, ano ang sinasabi ng *Shechina*? 'Ito'y higit na magaan sa aking ulo.'") Dahil sa hindi iniugnay ang lumbay sa kalayuan ng sarili, ang isa'y nakaiwas sa patibong ng hangarin na tumanggap para sa sarili, na itinuturing na pagkawalay sa kabanalan.

Ang katulad ay magagamit sa sandaling ang isa'y makaranas ng ilang pakiramdam ng kalapitan sa kabanalan, kapag siya'y nakaramdam ng kagalakan bilang pabor mula sa Taga-Paglikha. Doon din, ang isa'y dapat magsabi na ang kanyang galak ay pangunahing dahil ngayon mayroong kagalakan sa Itaas, sa Banal na *Shechina*, dahil maaari niyang dalhin ang kanyang sariling organo sa kanyang piling, at hindi niya kailangang itaboy palayo ang kanyang pribadong organo.

At ang isa'y humahango ng kagalakan mula sa pagkakagantimpala ng pagpapaligaya sa *Shechina*. Ito ay naaayon sa mababaw na pagtaya na kapag mayroong kagalakan sa bahagi, ito ay tanging isang bahagi lamang ng kagalakan ng kabuuan. Sa mga ganitong pagtaya, naiwawaglit niya ang kanyang indibidwalidad at nakakaiwas na mabitag ng lambat ng *Sitra Achra*, na siyang kumakatawan sa kaloobang tumanggap para sa kanyang sarili lamang.

Bagama't ang *kaloobang tumanggap* ay kailangan, sapagkat ito ang kabuuan ng tao—dahil anumang bagay na umiiral sa isang tao na hiwalay sa *kaloobang tumanggap* ay hindi bahagi ng nilikha—ito ay dapat nating ipaubaya sa Taga-Paglikha: na ang *kaloobang tumanggap* ng kasiyahan ay dapat maituwid upang maging *kalooban upang magkaloob*.

Katulad nito, ang kasiyahan at galak na natatamo ng *kaloobang tumanggap* ay dapat may layunin na magdulot ng kaluguran sa Itaas, kapag ang nilikha ay nakakadama ng kasiyahan—sapagkat ito ang layunin ng Paglikha: upang bigyang kapakinabangan ang nilikha. At ito'y tinatawag na *kagalakan ng Shechina sa Ibabaw*.

Sa ganitong kadahilanan, ang isa'y dapat humanap ng payo kung paano siya makapagbibigay ng kaluguran sa Itaas. At may katiyakan, kung siya'y makatatanggap ng kasiyahan, ang kaluguran ay mararamdaman sa Itaas. Kaya't siya'y dapat laging maghangad na manatili sa *Palasyo ng Hari*, at magkaroon ng kakayahang "maglaro" sa gitna ng *kayamanan ng Hari*. At ito'y buong katiyakan na maghahatid ng lugod sa Itaas. Ito'y pagsunod sa prinsipyo na ang hangarin ng isa ay marapat na tangi lamang para sa Taga-Paglikha.

Ang Dahilan para sa Kabigatan sa Gawain

Dapat nating malaman ang dahilan ng bigat na nadarama sa sandaling ninais ng isang tao na ipakumbaba ang "sarili" sa harap ng Taga-Paglikha, at hindi bigyang pansin ang pansariling interes. Ang isa'y darating sa isang kalagayan na tila ang buong mundo ay huminto, at siya lamang ang ngayo'y mistulang wala na sa mundong ito — na nilisan ang kanyang pamilya at mga kaibigan para sa kapakanan ng pagpapakumbaba sa harap ng Taga-Paglikha.

Subalit may isang simpleng kadahilanan dito na tinatawag na *"kakulangan ng pananampalataya."* Ito'y nangangahulugan na ang isang tao ay hindi nakikita kung kanino siya nagpapakumbaba — ibig sabihin, hindi niya nararamdaman ang pag-iral ng Taga-Paglikha — at ito ang nagdudulot sa kanya ng kabigatan.

Gayunpaman, sa sandaling maramdaman ng isa ang pag-iral ng Taga-Paglikha, ang kanyang kaluluwa ay agad na magnanais na magpawalang-saysay at makaugnay sa Ugat — upang mapaloob dito, tulad ng isang kandila sa sulo — nang walang iniisip o dahilan. Ito'y dumarating sa kanya nang likas, tulad ng liwanag ng isang kandila na kusa at ganap na nawawala sa harap ng liwanag ng isang sulo.

Samakatwid, ito ang sumusunod: ang buod ng gawain ng isang tao ay ang magkaroon ng pandama na nakakaramdam sa pag-iral ng Taga-Paglikha — na maramdaman na "ang buong mundo ay tigib ng Kanyang kaluwalhatian." Ito ang kabuuan ng kanyang gawain, ibig sabihin, ang lahat ng kanyang sigla at pagsisikap ay ilalaan lamang upang matamo ito, at wala nang iba pa.

Ang isa'y hindi dapat mailigaw sa paghahangad ng iba pang bagay. Sa halip, iisa lamang ang tunay na kailangan ng tao: ang pananampalataya sa *Taga-Paglikha*. Wala siyang dapat isipin kundi ito lamang — na ang tanging gantimpalang kanyang hinahangad sa kanyang gawain ay ang mapagkalooban ng pananampalataya sa *Taga-Paglikha*.

Dapat nating malaman na walang pagkakaiba sa pagitan ng maliit na kaliwanagan at ng malaki, na tinatamo ng isang tao. Ito'y dahil walang mga pagbabago sa *Liwanag*. Sa halip, ang lahat ng pagbabago ay nasa mga *daluyan* (*vessel*) na tumatanggap ng kasaganaan, tulad ng nasusulat: "Ako, ang Panginoon, ay hindi nagbabago." Kaya kung ang isa'y magagawang palakihin ang kanyang *daluyan* (*vessel*), sa gayong hangganan niya pinalalaki ang kaliwanagan.

Datapwat ang katanungan ay: "Paanong magagawang palakihin ng isa ang kanyang *daluyan* (*vessel*)?"

Ang kasagutan: Sa hangganang pinupuri at pinasasalamatan niya ang *Taga-Paglikha* para sa Kanyang ginawa — ang paglalapit sa kanya, upang maramdaman niya kahit kaunti ang presensya ng *Taga-Paglikha*, at mapagnilayan ang kahalagahan nito. Ibig sabihin, ito ay isang gantimpala: ang pagkakaloob ng kahit kaunting kaugnayan sa *Taga-Paglikha*.

Tulad ng hangganan ng kahalagahan na iginagawad ng isa sa kanyang sarili, gayundin ang hangganan ng kaliwanagan na lumalago sa kanya. Dapat malaman ng isa na hindi siya kailanman makararating sa tunay na kaalaman ng hangganan ng ugnayan sa pagitan ng tao at ng *Taga-Paglikha*, sapagkat hindi niya magagawang sukatin ang totoong halaga nito. Sa halip, sa hangganang siya'y nagmamahal nito, natatamo niya ang kahusayan at kahalagahan nito. Mayroong isang lakas doon, dahil sa gayon, ang isa'y magagawang magantimpalaan ng kaliwanagan ng pamalagian.

Ang Lishma ay Isang Pagpukaw mula sa Itaas

Wala sa mga kamay ng isang tao kung paano magagantimpalaan ng *Lishma* (sa Kanyang Ngalan). Ito'y dahil ang isip ng tao ay hindi magagawang maunawaan kung paano mangyayari ang ganitong bagay sa mundong ito. Ang tanging pinahihintulutan lamang ng isa ay ang maunawaan na kung ang isang tao'y lumalahok sa *Tora* at *Mitzvot*, siya ay magtatamo ng ilang bagay. Mayroong katuparang pangsarili roon, dahil kung hindi, wala nang anumang bagay na magagawa.

Sa halip, ang *Lishma* ay isang kaliwanagan na dumarating mula sa Itaas, at tanging ang nakalasap lamang nito ang makakaintindi at makakaalam. Nasusulat tungkol dito: "Lasapin at makikita na ang Panginoon ay mabuti."

Kaya, dapat nating maunawaan kung bakit ang isa'y nararapat maghanap ng payo at pangaral kung paano matatamo ang *Lishma*. Matapos ang lahat, walang pangaral na makakatulong sa kanya kung hindi ipagkakaloob ng Diyos ang ibang kalikasan na tinatawag na "Kalooban upang Magkaloob." Walang pagsisikap na makakatulong sa isa upang matamo ang bagay ng *Lishma* kung hindi ito ipagkaloob.

Ang kasagutan ay, tulad ng nasabi ng ating mga pantas (*Avot* 2:21), "Ito'y hindi para sa iyo na makumpleto ang gawain, at hindi ka rin malaya na maglimayon palayo dito." Ito'y nangangahulugang ang isa'y nararapat magbigay ng pagpukaw mula sa ibaba, dahil ito'y kikilalanin bilang isang panalangin.

Ang panalangin ay itinuturing na isang kakulangan, at kapag walang kakulangan, walang kapunuan. Kaya, sa sandaling ang isa'y may pangangailangan sa *Lishma*, ang kapunuan ay darating mula sa Itaas, at ang katugunan sa dalangin ay darating mula sa Itaas—ibig sabihin, tatanggap ang isa ng kapunuan sa kanyang pangangailangan. Sumusunod dito na ang gawain ng isa'y kinakailangan upang matanggap ang *Lishma* mula sa *Taga-Paglikha*, na tanging sa anyo lamang ng kakulangan at *Kli* (*Daluyan/vessel*). Subalit hindi kailanman matatamo ang kapunuan nang siya lamang; ito, sa halip, ay isang handog mula sa *Taga-Paglikha*.

Gayunpaman, ang dalangin ay dapat isang buong dalangin, mula sa kaibuturan ng puso. Ito'y nangangahulugang ang isa'y nalalaman nang may katiyakan na walang sinuman sa mundo ang makakatulong sa kanya maliban ang *Taga-Paglikha* mismo.

Ngunit paano malalaman ng isa na walang sinuman ang makakatulong sa kanya maliban sa *Taga-Paglikha* mismo? Ang isa'y maaaring magkaroon ng ganoong kamalayan kung siya ay gumugol ng lahat ng lakas na nasa kanya upang matamo ang *Lishma*, at ito'y hindi nakatulong sa kanya. Kaya, ang isa'y dapat gawin ang bawat bagay sa mundo upang magantimpalaan ng "para sa *Taga-Paglikha*." Sa gayon, ang isa'y maaaring manalangin mula sa kaibuturan ng kanyang puso, at sa gayon, ang *Taga-Paglikha* ay diringgin ang kanyang dalangin.

Datapwat ang isa'y dapat malaman na kapag nagsusumikap na matamo ang *Lishma*, ang isa'y dapat akuin para sa kanyang sarili na kumilos sa kabuuan ng pagkakaloob, nang lubusan—ibig sabihin, tanging sa pagkakaloob lamang at hindi sa pagtanggap ng anumang bagay. Doon lamang magsisimulang makita ng isa na ang mga organo ay hindi sumasang-ayon sa ganitong ideya.

Mula dito, ang isa'y makararating sa maliwanag na pag-unawa na wala siyang ibang payo maliban sa ibulalas ang kanyang hinaing sa *Taga-Paglikha* na siya'y tulungan, upang ang katawan ay sumang-ayon na magpa-alipin sa *Taga-Paglikha* nang walang pasubali. Dahil dito, makikita niya na hindi niya mahihimok ang kanyang katawan na ipawalang-saysay ang sarili nang lubusan. Sa ganitong katiyakan, kapag ang isa'y walang dahilan upang umasa na ang kanyang katawan ay sasang-ayon na gumawa para sa *Taga-Paglikha* sa sarili nitong kalooban, ang dalangin ng isa'y maaaring manggaling sa kaibuturan ng kanyang puso, at sa gayon, tatanggapin ang kanyang panalangin.

Dapat nating malaman na sa pagtatamo ng *Lishma*, ang isa'y inilalagay ang pagkiling sa kasamaan sa libingan. Ang pagkiling sa kasamaan ay ang kaloobang tumanggap, at ang pagkakaroon ng kaloobang magkaloob ay nagpapawalang-bisa sa kaloobang tumanggap upang makagawa ng anumang bagay. Ito ay masasabing pagkitil sa kaloobang tumanggap, dahil ito'y pag-aalis sa posisyon nito; at ito'y wala nang magagawa dahil ang isa'y hindi na gagamitin ito. At kapag ang masamang pagkiling ay pinawalang-saysay ang silbi nito, ito'y maituturing na ang isa'y kinitil na ito.

At kapag ang isa'y isinaalang-alang, "Anong pakinabang mayroon ang isang tao sa lahat ng kanyang pagsisikap sa ilalim ng araw?" kanyang makikita na hindi ganoon kahirap ipaalipin ang kanyang sarili sa Kanyang Pangalan, sa dalawang kadahilanan:

1. Sa anumang usapin, kusang-loob man o hindi, ang isa'y dapat magsumikap sa mundong ito. Ngunit, ano ang iiwan ng isa sa lahat ng pagsusumikap na kanyang ginawa?

2. Subalit kung ang isa'y gagawa para sa *Lishma*, gayundin, siya'y makatatanggap ng kasiyahan sa mismong sandali ng kanyang paggawa.

Ito'y sumusunod sa kasabihan ng *Sayer ng Dubna* tungkol sa talatang, *"Ikaw ay hindi tumawag sa Akin, O Jacob, ni kaya'y nagpagal ang iyong sarili para sa Akin, O Israel."* Sinabi niya na ito'y tulad ng isang mayamang tao na sumakay sa isang tren na may dalang maliit na bagahe. Inilagay niya ito sa lugar kung saan ang lahat ng mangangalakal ay naglalagak ng kanilang mga bagahe, at kinuha ito ng taga-bitbit at dinala sa hotel kung saan karaniwang tumitigil ang mga mangangalakal. Inisip ng taga-bitbit na tiyak na ang mangangalakal ay siyang magdadala ng maliit na bagahe na iyon sa sarili niyang lakas at hindi na kailangan ng tulong, kaya't ang kinuha ng taga-bitbit ay isang mas malaking bagahe at iyon ang dinala niya sa hotel.

Ang mangangalakal ay nais siyang bayaran ng maliit na halaga, tulad ng karaniwan niyang ibinabayad para sa maliit na bag na iyon. Subalit tumanggi ang taga-bitbit at nagsabi, "Ako'y nagdala sa lagakan ng hotel ng isang malaking bagahe—halos hindi ko mabuhat ito! Pinagod ako nito, at gusto mo akong bayaran nang napakaliit para diyan?"

Ang aral ay: sa sandaling ang isa'y dumating at magsabing siya'y nagsumikap nang napakalaki sa pag-iingat ng *Torah* at *Mitzvot*, ang *Taga-Paglikha* ay magsasabi sa kanya, *"Ikaw ay hindi tumawag sa Akin, O Jacob."* Sa ibang pananalita, hindi Ko bagahe ang iyong dinala— ang bagahe mong iyon ay pag-aari ng iba. Kung sinasabi mong ikaw ay nagsikap nang labis sa *Torah* at *Mitzvot*, maaaring may iba kang panginoon na siyang iyong pinaglingkuran. Kaya't pumunta ka sa kanya upang ikaw ay bayaran.

Ito ang ibig sabihin ng, *"ni hindi ka rin nagpagal sa iyong sarili tungkol sa Akin, O Israel."* Sa madaling salita, ang isang gumagawa para sa *Taga-Paglikha* ay walang nararanasang paghihirap, kundi sa kabaligtaran—kasiyahan at masiglang espiritu.

Ngunit ang isang gumagawa para sa ibang layunin ay hindi maaaring lumapit sa *Taga-Paglikha* na may mga hinaing, na bakit Siya hindi nagbibigay ng kasiglahan sa gawain— dahil hindi naman siya gumagawa para sa *Taga-Paglikha*. Kaya't walang dahilan para ang *Taga-Paglikha* ang magbayad sa kanyang ginagawa. Sa halip, dapat siyang magreklamo sa mga taong kanyang pinaglingkuran, na sila ang magbigay sa kanya ng kasiyahan at kasiglahan.

At dahil maraming mga layunin sa *Lo Lishma* (hindi para sa Kanyang *Ngalan*), ang isa'y dapat humingi ng gantimpala mula sa layuning pinaglilingkuran niya—na ito sana ang magbigay sa kanya ng kasiyahan at kasiglahan. At ito'y ang sinabi tungkol sa kanila: *"Sila na gumawa ng mga iyon ay magiging katulad ng mga iyon, bawat isa na nagtiwala sa mga iyon."*

Datapwat, kung susundin ito, tila ito'y nakalilito. Pagkatapos ng lahat, makikita natin na kahit pa akuin ng isa ang pasanin ng *Kaharian ng Langit* nang walang anumang ibang layunin, hindi pa rin niya mararanasan ang kaginhawahan—ang uri ng kaginhawahang sana'y nagtutulak sa kanya upang akuin ito. Sa halip, ang tanging dahilan kung bakit inaako ng isa ang pasaning ito ay dahil sa *pananampalatayang lampas sa katwiran*.

Sa madaling salita, ginagawa ito ng isa sa pamamagitan ng sapilitang pangingibabaw— hindi kusang-loob. Kaya't maaari nating itanong: *"Bakit nakakaramdam ng paghihirap ang isa sa gawaing ito?* Bakit palaging naghahanap ang katawan ng pagkakataong makawala sa gawaing ito, na para bang nais nitong tumakas, dahil wala namang nararamdamang kaginhawahan sa loob nito?" At kung ang isa'y kumikilos nang nakakubli, na may tanging layuning makapagkaloob, bakit hindi siya binibigyan ng *Taga-Paglikha* ng panlasa at kasiglahan sa kanyang gawain?

Ang kasagutan ay: dapat nating maunawaan na ito'y isang dakilang pagwawasto. Sapagkat kung wala ito—kung ang *Liwanag* at kasiglahan ay agad dumating sa sandaling akuin ng isa ang pasanin ng *Kaharian ng Langit*—magkakaroon siya ng agarang kaginhawahan sa gawain. Sa madaling salita, pati ang *kaloobang tumanggap* ay sasang-ayon din sa gawaing ito.

At bakit ito sasang-ayon? Tiyak, dahil nais nitong bigyang-kasiyahan ang sariling pagnanasa—ibig sabihin, gagawa ito para sa sariling kapakinabangan. Ngunit kapag nagkagayon, hindi na magiging posible ang matamo ang *Lishma*, sapagkat ang isa'y mapipilitang gumawa para sa kanyang sariling kapakinabangan. Gaya ng sinasabi, mas madali niyang mararamdaman ang mas malaking kasiyahan sa gawain ng Diyos kaysa sa pisikal na mga hangarin. Kaya't nanaisin niyang manatili sa *Lo Lishma*, dahil dito, makakaramdam siya ng kasiyahan sa gawain. At kung saan may kasiyahan, ang isa'y hindi makakagawa ng anumang bagay, sapagkat kung walang pakinabang, hindi siya makakagalaw. Samakatuwid, kung ang isa'y nakakaramdam ng kasiyahan sa gawain ng *Lo Lishma*, mananatili siya sa ganitong kalagayan.

Magiging katulad ito ng sinasabi ng mga tao: kapag ang mga tao'y hinahabol ang isang magnanakaw upang hulihin, ang magnanakaw din ay tatakbo at sisigaw ng, *"Hulihin ang magnanakaw."* Sa gayon, dito'y magiging imposible na matukoy kung sino talaga ang magnanakaw, at mahuli at mabawi ang ninakaw.

Subalit, kapag ang magnanakaw, ang *kaloobang tumanggap*, ay hindi nakakaranas ng panlasa o kaginhawahan sa gawain ng pagtanggap ng pasanin ng *Kaharian ng Langit*, at sa ganitong kalagayan, ang isa'y nagsasagawa ng gawaing ito nang may pananampalataya na lampas sa katwiran, nang sapilitan, at ang katawan ay nahirati sa gawain laban sa mga pagnanasa ng kanyang *kaloobang tumanggap*, sa gayon, ang isa'y magkakaroon ng paraan upang lumapit at magsagawa ng layuning magbigay kaluguran sa kanyang *Lumikha*.

Ito'y ganito, sapagkat ang pangunahing pangangailangan ng isang nilalang ay makamtan ang *Dvekut* (Pagdikit) sa *Taga-Paglikha* sa pamamagitan ng kanyang gawain, na nasusukat sa pamamagitan ng pagkahalintulad ng anyo, kung saan ang lahat ng pagkilos ng isa'y nakatuon sa pagkakaloob.

Ito'y tulad ng sinabi sa talatang, *"Nang sa gayon iyong pagagalakin ang iyong sarili sa Panginoon."* Ang ibig sabihin ng *"Nang sa gayon"* ay *"bago"*, na sa simula ng kanyang paggawa, walang kasiyahan. Sa halip, ang kanyang paggawa ay sapilitan.

Datapwat, sa kalaunan, kapag ang isa'y nagawa nang mahirati ang kanyang sarili sa paggawa upang magkaloob, at hindi na sinusuri ang sarili kung siya ay nakakaramdam ng masarap na panlasa sa gawain, kundi naniniwala na siya ay gumagawa upang magdulot ng kaluguran sa kanyang *Lumikha* sa pamamagitan ng kanyang gawain. Dapat maniwala ang isa na ang *Taga-Paglikha* ay tinatanggap ang pagtatrabaho ng mga nakabababa nang walang pagsasaalang-alang kung paano o hanggang saan ang anyo ng kanilang gawain. Sa lahat ng bagay, ang *Taga-Paglikha* ay sinusuri lamang ang intensiyon, at ito ang naghahatid ng kaluguran sa *Taga-Paglikha*. Sa gayon, ang isa'y ginagawaran ng *"kagalakan sa kanyang sarili sa Panginoon."*

Maging habang sa gawain ng *Panginoon*, ang isa'y makakaramdam ng galak at kasiyahan, dahil ngayon ang isa'y tunay na gumagawa ng gawain para sa *Taga-Paglikha*. Ang pagsisikap na kanyang ginawa sa panahon ng sapilitang paggawa ay nagbigay sa kanya ng kakayahan upang tunay na gumawa para sa *Taga-Paglikha*. Makikita ninyo na sa ganitong paraan, ang kasiyahan na natatamo ng isa ay nauugnay din sa *Taga-Paglikha*, ibig sabihin, ito ay patungkol mismo sa *Taga-Paglikha*.

Suporta Mula sa Torah

Kapag ang isang tao ay nag-aaral ng *Torah* at nais na ang lahat ng kanyang pagkilos ay nasa sistema upang magkaloob, kinakailangan niyang palaging magsikap na magkaroon ng suporta mula sa *Torah*. Ang suporta ay itinuturing na mga sustansiya, tulad ng pag-ibig, takot, kagalakan, at kasariwaan. At ang isa'y dapat mapalitaw ang lahat ng mga ito mula sa *Torah*. Sa madaling salita, ang *Torah* ay dapat magbigay sa isang tao ng mga ganitong resulta.

Subalit kapag ang isa'y nag-aaral at hindi nakakamit ang ganitong mga resulta, ito'y hindi maituturing na *Torah*. Ito'y dahil ang *Torah* ay tumutukoy sa Liwanag na nadadamitan ng *Torah*, tulad ng sinabi ng ating mga pantas, "Ginawa ko ang masamang pagkiling, Ginawa ko ang *Torah* bilang isang lunas." Ito'y tumutukoy sa Liwanag ng *Torah* dahil ang Liwanag na iyon ang nagtatama at nag-uugnay sa kanya.

Dapat rin nating malaman na ang *Torah* ay nahahati sa dalawang pagkilatis: 1) *Torah*, 2) *Mitzvah*. Sa katotohanan, imposibleng maintindihan ang dalawang pagkilatis ng bagay na ito maliban na lamang kung ang isa'y mapagkalooban ng paglakad sa landas ng Taga-Paglikha, sa paraang, "Ang payo ng Panginoon ay nasa kanila na may takot sa Kanya." Ito'y dahil kapag ang isa'y nasa katayuan ng paghahanda upang pumasok sa Palasyo ng Panginoon, imposibleng maintindihan ang Landas ng Katotohanan.

Datapwat, dito'y posible na magbigay ng isang halimbawa, na kahit isang nilalang na nasa panahon ng paghahanda ay maaaring magkaroon ng kahit kaunting pang-unawa. Ito'y nasusulat *(Sutah 21)*, "Si Rabbi Yosef ay nagsabi, 'Ang isang *Mitzvah* ay nangangalaga at nagliligtas habang isinasagawa, atbp. Ang *Torah* ay nangangalaga at nagliligtas pareho, kung isinasagawa at kung hindi isinasagawa.'"

"Kung isinasagawa" ay nangangahulugan na ang isa ay may natamo ng ilang Liwanag. Ang isa'y maaaring gamitin ang Liwanag na kanyang natamo lamang habang ang Liwanag ay nananatili pa rin sa kanya, dahil siya ngayon ay nasa kagalakan, dahil ang Liwanag ay nagniningning para sa kanya. Ito'y kinikilala bilang *Mitzvah*, ibig sabihin, hindi pa siya nagagantimpalaan ng *Torah*, subalit nakakatanggap lamang ng buhay mula sa *Kedusha* (kabanalan) na nagmumula sa Liwanag.

Ito'y hindi tulad ng sa *Torah*: sa sandaling ang isa'y nakapagtamo ng ilang kaparaanan sa gawain, ang isa'y maaaring gamitin ang kaparaang kanyang natamo, maging sa sandaling hindi niya isinasagawa ito. Ibig sabihin, kahit habang hindi siya lumalahok dito, o habang wala siyang natatamong Liwanag. Ito'y dahil tanging ang kislap lamang ng

Liwanag ang lumisan sa kanya, samantalang ang isa'y maaaring gamitin ang paraan na kanyang natamo sa gawain, kahit na ang kislap ay lumisan sa kanya.

Gayunpaman, ang isa'y dapat ding malaman na kapag isinagawa, ang *Mitzva* ay mas dakila kaysa sa *Torah* na hindi isinasagawa. "Kapag isinasagawa" ay nangangahulugan na ngayon ang isa'y natatanggap ang Liwanag na tinatawag na "isinasagawa," kapag ang isa'y natatanggap ang Liwanag dito.

Kaya, kapag ang isa'y may Liwanag, ang *Mitzva* ay mas mahalaga kaysa sa *Torah* kapag ang isa'y walang Liwanag, kapag walang kasiglahan sa Torah. Sa isang banda, ang *Torah* ay mahalaga dahil ang isa'y maaaring gamitin ang mga kaparaanan na natamo mula rito. Subalit ito'y walang buhay, ang tinatawag na "Liwanag." At sa panahon ng paglahok sa *Mitzva*, ang isa'y nakakatanggap ng sigla na tinatawag na "Liwanag." Sa ganitong pagtingin, ang *Mitzva* ay mas mahalaga kaysa sa *Torah*.

Kaya, kapag ang isa'y walang sustansiya, siya'y itinuturing na "masama." Ito'y dahil hindi niya masasabing ang Taga-Paglikha ay pinangungunahan ang mundo sa paraan ng "ang Mabuti na gumagawa ng Kabutihan." Itinuturing siya bilang masama dahil hinahatulan niya ang kanyang Lumikha, dahil sa ngayon ay wala siyang kasiglahan, walang dahilan upang magpasalamat o magdiwang, at hindi niya matutukoy kung paano siya magpapasalamat sa Taga-Paglikha para sa galak at kasiyahan na ipinagkaloob sa kanya.

Ang isa'y hindi makapagsasabi na siya'y naniniwala na ang Taga-Paglikha ay nangunguna sa Kanyang Pagkalinga sa iba nang may kabaitan, dahil nauunawaan natin ang Landas ng Torah bilang isang karanasan na nararamdaman ng mga organo. Kung ang isa'y hindi nararamdaman ang galak at kasiyahan, paano niya mauunawaan kung ano ang ipinagkakaloob sa kanya, lalo na kung nakikita niyang ang iba ay nakakaramdam ng galak at kasiyahan?

Kung ang isa'y tunay na naniniwala na ang Taga-Paglikha ay nahayag bilang kabaitan sa kanyang kaibigan, ang paniniwalang ito ay dapat magdulot sa kanya ng galak at kasiyahan, dahil sa paniniwala na ang Taga-Paglikha ay gumagabay sa mundo sa pamamagitan ng galak at kasiyahan. At kung ito'y hindi nagdudulot ng kasiglahan at katuwaan, ano ang halaga ng pagsasabing ang Taga-Paglikha ay nagmamatyag at nagpapakita ng kabaitan sa kanyang kaibigan?

Ang pinakamahalaga ay kung ano ang nararamdaman ng isang tao sa kanyang sariling katawan—mabuti man o hindi. Ang kasiyahan ng isang kaibigan ay matatamasa lamang kung ang isa'y nakikinabang mula sa kaibigan. Sa madaling salita, natututo tayo mula sa pakiramdam ng ating katawan, kahit walang malinaw na dahilan. Ang pinakamahalaga ay kung ang isa'y nakakaramdam ng kaginhawahan.

Sa ganitong kalagayan, ang isa'y makapagsasabi na ang Taga-Paglikha ay "mabuti at gumagawa ng kabutihan." Ngunit kung ang isa'y masama ang nararamdaman, hindi siya makapagsasabi na ang Taga-Paglikha ay kumikilos patungo sa kanya sa anyo ng kabutihan. Kaya't may katiyakan: kung ang isa'y tinatamasa ang kaligayahan ng kanyang kaibigan, at nakakatanggap ng mataas na espiritu at kagalakan, siya'y makapagsasabi na ang Taga-Paglikha ay isang mabuting pinuno. Ngunit kung wala siyang tuwa, mararamdaman niyang masama ito. Paano niya masasabi na ang Taga-Paglikha ay mapagpala?

Samakatwid, lahat ng bagay ay nakasalalay sa kalagayan ng isa. Kung ang isa ay walang buhay at kagalakan, siya'y nasa katayuan ng kawalan ng pagmamahal sa Taga-Paglikha, walang kakayahang bigyang-katwiran ang kanyang Lumikha, at walang kagalakan—tulad ng nararapat sa isang naglilingkod sa isang dakila at mahahalagang hari.

At dapat nating malaman na ang Mataas na Liwanag ay nasa kalagayan ng ganap na kapahingahan. Anumang paglawak ng Banal na Pangalan ay nagaganap lamang sa pamamagitan ng mga nasa kababaan. Sa madaling salita, lahat ng katawagan o pangalan ng Mataas na Liwanag ay nanggagaling lamang mula sa pagtatamo ng mga nasa kababaan. Ibig sabihin, ang Mataas na Liwanag ay pinapangalanan batay sa kanilang pagtatamo. Sa ibang salita, ang isa ay tinatawag ang Liwanag ayon sa paraan ng kanyang pagtatamo, batay sa kanyang nararamdaman.

Kung ang isa'y hindi nararamdaman na ang Taga-Paglikha ay nagbibigay sa kanya ng anumang bagay, anong pangalan ang ibibigay niya sa Taga-Paglikha kung siya'y hindi nakakatanggap ng anuman mula sa Kanya? Sa halip, kapag ang isa'y naniniwala sa Taga-Paglikha, bawat kalagayan na kanyang nararamdaman ay kanyang sasabihin na ito'y dumating sa kanya mula sa Taga-Paglikha. At batay sa kanyang nararamdaman, pinapangalanan niya ang Taga-Paglikha.

Kaya kung ang isa'y nakakaramdam ng kaginhawahan sa kanyang kinalalagyan, siya'y makapagsasabi na ang Taga-Paglikha ay tinawag na "Mapagpala," dahil iyon ang kanyang naramdaman – na siya'y nakatanggap ng kabutihan mula sa Kanya. Sa ganoong katayuan, ang isa'y tinatawag na Tzadik (Matuwid), dahil kanyang Matzdik (binigyan-katwiran) ang kanyang Lumikha.

At kung ang isa'y nakakaramdam ng masama sa kanyang kinalalagyan, hindi niya masasabi na ang Taga-Paglikha ay pinadadalhan siya ng kabutihan. Samakatwid, sa ganoong katayuan, ang isa ay tatawagin na Rasha (Masama) dahil kanyang Marshia (isinumpa) ang kanyang Lumikha.

Gayunpaman, walang ganitong bagay na nasa pagitan, na ang isa'y magsasabi na siya'y nakakaramdam ng parehong masama at mabuti sa kanyang katayuan. Sa halip, ang isa ay alinman sa masaya o hindi masaya.

Ang ating mga pantas ay nagsulat *(Berachot 61)*, "Ang mundo ay hindi nilikha… maliban para sa alinman sa lubos na masama, o para sa lubos na matuwid." Ito'y ganito dahil walang bagay na nakakaramdam ng maayos at masama na magkasabay.

Kapag ang ating mga pantas ay nagsabi na mayroong "sa-gitna," ito'y tumutukoy sa mga nilalang na may pagsisino sa oras. Maaari nating sabihing "sa-gitna" ang mga ito, ngunit ito ay sa dalawang magkahiwalay na sandali, isa pagkatapos ng isa pa—isang sandali kung siya ay masama, at isang sandali kung siya ay matuwid. Gayunpaman, para sa isang nilalang na nakadarama ng mabuti at masama nang magkasabay, ito ay hindi umiiral.

Ito'y nangangahulugang kapag sinabi nilang ang *Torah* ay mas mahalaga kaysa sa *Mitzva*, ito ay may katiyakan na kapag ang isang tao ay hindi lumalahok dito, sa sandaling wala siyang kasiglahan. Sa ganoong kalagayan, ang *Torah* ay mas mahalaga kaysa sa *Mitzva* na walang kasiglahan.

Ito'y dahil ang isa'y hindi maaaring makatanggap nang anumang bagay mula sa isang *Mitzva*, na walang kasiglahan. Ngunit sa *Torah*, ang isa'y may isang paraan pa sa gawain mula sa kung ano ang kanyang natanggap habang siya ay isinasagawa ang *Torah*. Bagamat ang kasiglahan ay lumisan, ang kaparaanan ay nanatili sa kanya, at maaari niyang gamitin ito. At mayroong isang panahon kapag ang *Mitzva* ay mas mahalaga kaysa sa *Torah*: kapag mayroong kasiglahan sa *Mitzva* at walang kasiglahan sa *Torah*.

Kaya kapag hindi isinasagawa, kapag ang isa'y walang kasiglahan o kagalakan sa gawain, ang isa'y walang ibang payo maliban sa panalangin. Gayunpaman, sa pagdarasal, ang isa'y dapat malaman na siya ay masama dahil hindi niya nararamdaman ang galak at kasiyahan na umiiral sa mundo, bagamat kanyang natataya na maaari siyang maniwala na ang *Taga-Paglikha* ay nagbibigay lamang nang kabutihan.

Datapwat hindi lahat nang mga iniisip ng isa'y ay totoo sa kaparaanan nang gawain. Sa gawain, kung ang isip ay tumutungo sa pagkilos, ibig sabihin isang pakiramdam sa mga organo, na ang mga ay nararamdaman na ang *Taga-Paglikha* ay mapagpala, ang mga organo ay dapat makatanggap ng kasiglahan at kagalakan mula dito. At kung ang isa'y walang kasiglahan, ano ang ikabubuti ng lahat ng pagtataya kung ngayon ang mga organo ay walang pagmamahal sa *Taga-Paglikha* dahil binabahaginan sila nang kasaganaan?

Kaya ang isa ay dapat malaman na kung ang isa ay walang kasiglahan o kagalakan sa gawain, ito ay palatandaan na siya ay masama, dahil siya ay hindi masaya. Ang lahat nang pagtataya ay hindi totoo kung ang pagkilos ay hindi nagbubunga nang pagkilos, ng isang pakiramdam sa mga organo na ang isa ay nagmamahal sa *Taga-Paglikha* dahil binahaginan Niya ng kagalakan at kasiyahan ang mga nilikha.

Ang Nakagawian ay Nagiging Pangalawang Kalikasan

Kapag hinayaan ang isang sarili na mahirati sa isang gawi, ang gawing yaon ay nagiging pangalawang kalikasan. Kaya walang bagay sa mundo na ang isa'y hindi kayang maramdaman ang pag-iral nito. Ito'y ibig sabihin na bagamat ang isa ay walang pandama sa bagay na yaon, kung sasanayin ang sarili sa ganoong bagay, ang isa ay sasapit na maramdaman ito.

Dapat nating malaman na mayroong pagkakaiba sa pagitan ng *Taga-Paglikha* at mga nilikha hinggil sa mga pandama. Para sa mga nilikha, naroroon ang nakakaramdam at ang nararamdaman, ang pagtatamo at ang natatamo. Ito'y nangangahulugan na mayroon tayong isang nakakaramdam, na nakakonekta sa ilang reyalidad.

Gayunpaman, ang isang reyalidad na walang nakakaramdam ay tanging ang *Taga-Paglikha* lamang mismo. Sa Kanya, "walang isipan at pang-unawa na anupaman." Hindi ganito sa isang nilalang: ang kanyang buong buhay ay tanging sa pamamagitan lamang ng pagdama ng reyalidad, at maging ang pagpapapatunay ng reyalidad ay natataya lamang kaugnay sa isang taong nadarama ang reyalidad.

Sa madaling salita, kung ano ang nalalasap ng nakararamdam ay itinuturing niyang totoo. Kung ang isang tao ay nakararanas ng pait sa kanyang reyalidad—ibig sabihin, masama ang kanyang pakiramdam sa kalagayang kinalalagyan niya at siya'y naghihirap sa gayong katayuan—ang taong iyon ay maituturing na *masama* sa gawain. Ito ay dahil hinuhusgahan niya ang *Taga-Paglikha*, na tinatawag na "ang Mabuti na Gumagawa ng Kabutihan," sapagkat naggagawad lamang Siya ng kabutihan sa mundo. Gayunman, ayon sa damdamin ng taong iyon, kabaligtaran ang kanyang nararanasan—ang kanyang kalagayan ay masama. Kaya para sa kanya, hindi naggagaling sa *Taga-Paglikha* ang kabutihan kundi kapighatian.

Samakatwid, dapat nating maintindihan kung ano ang nasusulat (*Berachot*, p. 61), "Ang mundo ay ginawa para lamang sa lubos na matuwid o lubos na masama." Ito ay nangangahulugan ng mga sumusunod: alinman na ang isa ay nakakalasap at nakakaramdam nang maganda sa mundo, at kasunod ay binibigyang-katwiran ang *Taga-Paglikha* at magsasabi na ang *Taga-Paglikha* ay nagbibigay lamang ng kabutihan sa mundo, o kung ang isa ay nakakaramdam at nakakalasap nang pait sa mundo, kung gayon siya ay masama dahil hinuhusgahan niya ang *Taga-Paglikha*.

Lumalabas dito na ang lahat ng bagay ay masusukat ayon sa pandama ng isang tao. Gayunpaman, ang lahat ng nararamdamang ito ay walang kaugnayan sa *Taga-Paglikha*, tulad ng nasusulat sa *Tula ng Pagkakaisa*: "Tulad Niya, ikaw ay palagian na, kakapusan at kalabisan sa iyo ay mawawala." Kaya lahat ng mga mundo at lahat ng mga pagbabago ay tangi lamang patungkol sa mga tumatanggap, ayon sa pagtatamo ng indibidwal.

Ang Pagkakaiba sa pagitan ng Lilim ng Kedusha at Lilim ng Sitra Achra

Ito ay nasusulat (*Awit ng mga Awit*, 2), "Hanggang ang araw ay makahinga, at ang dilim ay lumisan palayo." Dapat nating maunawaan kung ano ang mga kadiliman sa gawain at ano ang "dalawang kadiliman." Ang bagay ay yaong kapag ang isa ay hindi nararamdaman ang Kanyang Pangangalaga, na ang *Taga-Paglikha* ay pinamumunuan ang mundo sa paraan ng "ang Mabuti na gumagawa ng Kabutihan," ito ay tinitingnan tulad ng kadiliman na nagtatakip ng araw.

Sa madaling salita, tulad ng pisikal na kadiliman na nagtatabing sa araw, na hindi nagagawang baguhin ang araw sa anumang paraan, at ang araw ay patuloy sa pagsikat sa lubos nitong kalakasan, gayundin naman ang anumang kaya ng isa na hindi nararamdaman ang Kanyang Pangangalaga ay hindi nakapagsusulong ng anumang pagbabago sa Itaas, tulad ng nasusulat, "Ako, ang Panginoon ay hindi nagbabago."

Sa halip, lahat ng mga pagbabago ay sa tumatanggap. Dapat tayong magmasid ng dalawang pagkilatis sa kadiliman, sa pagkukubling ito:

1. Kapag ang isa ay mayroon pa ring kakayahan na pangibabawan ang kadiliman at mga pagkukubli na nararamdaman niya, binibigyang-katwiran ang Taga-Paglikha, at nanalangin sa Taga-Paglikha na ang Taga-Paglikha ay bubuksan ang kanyang mga mata upang makita na ang lahat ng mga pagkukubli na kanyang nararamdaman ay nagmula sa Taga-Paglikha, na ang Taga-Paglikha ay ginagawa ang lahat ng mga ito sa kanya upang ihayag niya ang kanyang dalangin at maghangad na makakapit sa Kanya.

    Ito ay dahil sa pamamagitan lamang ng paghihirap na ang isa ay makakatanggap mula sa Kanya, magnanais na makabitaw, na malaya mula sa kanyang mga problema at matakasan ang mga pahirap, at sa gayon, gagawin niya ang lahat ng bagay na kanyang magagawa. Kaya sa sandali ng pagtanggap sa mga pagkukubli at mga pasakit, ang isa ay tiyakang gagawin ang nalalamang remedyo: ang manalangin nang husto sa Taga-Paglikha na siya ay tulungan at itawid siya sa katayuang kanyang kinalalagyan. Sa ganitong katayuan, siya ay naniniwala pa rin sa Kanyang Pangangalaga.

2. Sa sandaling ang isa ay makarating sa isang katayuan kung saan hindi na niya kayang makapangibabaw at masabing ang lahat ng mga paghihirap at mga kasakitan na kanyang nararamdaman ay dahil ang Taga-Paglikha ay ipinadala ang mga ito sa kanya upang maging sanhi ng kanyang pag-angat sa antas, sa gayon, ang isa ay darating sa katayuan ng heresiya, dahil ang isa ay hindi magagawang maniwala sa Kanyang Pangangalaga, at sa natural, sa gayon ang isa ay hindi magagawang manalangin.

Ito'y nagpapakita na mayroong dalawang uri ng kadiliman. At ito ang ibig sabihin ng, "at ang kadiliman ay lumisan palayo," ibig sabihin na ang kadiliman ay lilisan sa mundo.

Ang lilim ng *Klipa* (Basyo) ay tinawag na "Ang ibang diyos ay baog at hindi magagawang mamunga." Gayunpaman, ang lilim ng *Kedusha* (kabanalan) ay tinawag na, "Sa ilalim ng lilim nito, ako'y nagalak na umupo, at ang bunga nito ay matamis sa aking panlasa." Sa madaling salita, ang isa ay magsasabi na ang lahat ng pagkukubli at ang mga pasakit na ang isa ay nararamdaman ay ipinadala ng Taga-Paglikha sa kanya upang magkaroon ng puwang upang gumawa sa ibabaw ng katwiran.

At kapag ang isa ay may kalakasan na sabihin iyon, na ang Taga-Paglikha ay ginawa ang lahat ng ito sa kanya, na ito'y para sa kanyang kapakinabangan. Ito'y ibig sabihin na sa pamamagitan nito, ang isa ay makararating sa gawain upang magkaloob at hindi upang bigyang kapakinabangan ang kanyang sarili. At sa sandaling iyon, ang isa ay darating sa pagtanto, ibig sabihin, maniwala na ang Taga-Paglikha ay may katiyakan na nalulugod sa ganitong gawain na lubos na ginawa sa ibabaw ng katwiran.

Ito'y nagpapakita na ang isa ay hindi dumadalangin sa Taga-Paglikha na ang kadiliman ay lumisan sa mundo. Sa halip, ang isa ay dapat magsabi, "Aking nakikita na ang Taga-Paglikha ay nagnanais na ako'y maglingkod sa Kanya sa ganitong paraan—sa kabuuang lampas sa katwiran." Kaya sa lahat ng bagay na kanyang gagawin, sasabihin niya, "Tiyak na ang Taga-Paglikha ay nalulugod sa gawaing ito, kaya ano ang dapat kong ikabahala kung ako ay kumikilos sa isang kalagayang may pagkakubli ng Mukha? Pagkatapos ng lahat, hangarin ko ang gumawa upang magkaloob—na ang Taga-Paglikha ay malugod. Kaya't wala akong dahilan upang manghina sa ganitong gawain, ibig sabihin, ang pakiramdam ng pagkakubli ng Mukha ay hindi nagpapahiwatig na ang Taga-Paglikha ay hindi nalulugod." Sa halip, ang isa ay sumasang-ayon sa pamumuno ng Taga-Paglikha, at buong puso niyang tinatanggap ang anumang nais ng Taga-Paglikha na maramdaman niya sa kanyang gawain. Ito ay dahil hindi niya isinasaalang-alang kung ano ang makapagpapaligaya sa kanya, kundi kung ano ang makapagpapaligaya sa Taga-Paglikha. Kaya't maging ang kadilimang ito ay nagiging pinagmumulan ng buhay para sa kanya.

Ito ay tinatawag na, *"Sa ilalim ng lilim nito Ako'y nagalak,"* ibig sabihin ang isa ay dapat pagnasahan ang ganitong katayuan kung saan ang isa ay makakagawa ng pangingibabaw sa ibabaw ng katwiran. Kaya kung ang isa ay hindi makapagsumikap sa katayuan ng pagkakubli, kapag mayroon pang puwang upang manalangin na ang *Taga-Paglikha* ay dalhin siya ng mas malapit, subalit siya ay nagpabaya dito, ang isa ay pinadalhan ng pangalawang pagkukubli, kung saan ang isa ay ni hindi magawang makapanalangin. Ito ay dahil sa kasalanan—na hindi siya nagsumikap sa lahat ng kanyang kalakasan na manalangin sa *Taga-Paglikha*. Sa ganitong kadahilanan, ang isa ay sumasapit sa ganoong kababaan. Subalit matapos ang isa ay sumapit sa ganitong katayuan, ang isa ay kahahabagan mula sa *Itaas*, at siya ay bibigyan ng isang pagpukaw mula sa *Itaas* muli. At ang katulad na kaayusan ay magsisimula, hanggang sa huli, ang isa'y lumakas sa pananalangin, at ang *Taga-Paglikha* ay marinig ang kanyang panalangin at dalhin siya nang mas malapit at magwasto dito.

Ang Esensya ng Gawain ng Isang Tao

Ang esensya ng gawain ng isang tao ay dapat maging kung paano niya maaabot ang maramdaman ang panlasa ng pagkakaloob ng kaluguran sa kanyang *Lumikha*, dahil ang lahat ng magagawa niya para sa kanyang sarili ay naglalayo sa kanya sa *Taga-Paglikha* dahil sa pagkakaiba ng anyo.

Gayunpaman, kung ang isa'y gumagawa ng isang pagkilos para sa kapakinabangan ng *Taga-Paglikha*, kahit ang pinakamaliit na pagkilos, ito'y maituturing pa rin na isang *Mitzva* (*kautusan/mabuting gawa*).

Kaya ang pangunahing pagsisikap ay dapat upang makamit ang lakas na maramdaman ang panlasa sa *pansariling-kasiyahan*. Sa ganitong katayuan, ang isa'y unti-unting makakamit ang lasa sa *pagkakaloob*.

Lishma

Upang makamit ng isang tao ang *Lishma* (para sa Kanyang Pangalan), ang isa'y mangangailangan ng isang pagpukaw mula sa Itaas, dahil ito'y kaliwanagan mula sa Itaas at ito'y hindi para sa isip ng tao para maunawaan ito. Subalit siya na nakatikim ay batid ito. Ito'y sinabi tungkol dito, "Tikman at makikita na ang Panginoon ay mabuti."

Dahil doon, sa sandaling inako ang pasanin ng Kaharian ng Langit, kinakailangan niya itong gampanan ng lubos-lubusan, ibig sabihin, tanging sa pagkakaloob lamang at walang anumang pagtanggap. At kung ang isang tao ay nakikita na ang mga organo ay hindi sumasang-ayon sa ganitong pagtingin, wala siyang ibang iisipin maliban sa panalangin — na ibulalas ang kanyang puso sa Taga-Paglikha, na siya ay tulungan na magawa ng kanyang katawan na pumayag ito na magpaalipin sa Taga-Paglikha.

At ang isa ay hindi dapat magsabi na kung ang *Lishma* ay isang handog mula sa Itaas, ano kung gayon ang mabuti sa pagpapalakas ng isa sa kanyang gawain, at lahat ng mga remedyo at pagwawasto na ang isa ay ginagawa upang makarating sa *Lishma*, kung ito'y nakasalalay sa Taga-Paglikha? Ang ating mga pantas ay nagwika tungkol dito, "Ikaw ay hindi malayang tanggalan ang iyong sarili nito." Sa halip, ang isa ay dapat maghandog ng pagpukaw mula sa ibaba at ito ay itinuturing na "panalangin." Ngunit hindi magkakaroon ng tunay na panalangin kung hindi niya alam sa una na ito ay imposible na matamo ang *Lishma* nang walang panalangin.

Samakatwid, ang mga pagkilos at mga remedyo na kanyang ginagawa upang makamit ang *Lishma* ay lumilikha ng mga naiwastong mga daluyan (*vessel*) sa loob niya, upang naisin na tanggapin ang *Lishma*. At matapos ang lahat ng mga pagkilos at mga remedyo, siya sa gayon ay makakagawa ng isang matapat na panalangin, dahil kanyang nakita na lahat ng kanyang pagkilos ay hindi naghatid sa kanya ng anumang pakinabang. At sa gayon lamang na siya ay makakagawa ng matapat na panalangin mula sa kaibuturan ng kanyang puso, at sa gayon ang Taga-Paglikha ay maririnig ang kanyang panalangin at ibibigay sa kanya ang handog ng *Lishma*.

Dapat din nating malaman na sa pagkakamit ng *Lishma*, ang isa ay inilalagay ang masamang pagkiling sa kamatayan. Ito ay dahil ang masamang pagkiling ay tinawag na "pagtanggap para sa sariling kapakinabangan." At sa pagtatamo ng layunin upang magkaloob, ang isa ay pinawawalang-bisa ang pansariling-kasiyahan. At ang kamatayan ay nangangahulugan na ang isa ay hindi na gagamitin ang kanyang daluyan (*vessel*) ng pagtanggap para sa kanyang sarili. At dahil pinawalang-saysay na niya ang papel ng masamang pagkiling, ito ay itinuturing nang patay.

Kung isasaalang-alang ng isa kung ano ang natatanggap ng isa sa kanyang gawain sa ilalim ng araw, ang isa ay masusumpungan na hindi masyadong mahirap na ipailalim ang kanyang sarili sa Taga-Paglikha sa dalawang kadahilanan:

1. Ang isa ay dapat banatin ang kanyang sarili sa mundo kahit papaano, gustuhin man niya o hindi.
2. Maging sa panahon ng gawain, kung ang isa ay gumagawa sa *Lishma*, siya ay nakakatanggap ng kasiyahan mula sa gawain mismo.

Ito ay parang tulad ng sinabi ng Sayer ng Dubna tungkol sa talatang, "Ikaw ay hindi tumawag sa Akin, Oh Jacob, ni hindi ka nagpagal para sa Akin, Oh Israel." Ito'y nangangahulugan na siya na gumagawa para sa Taga-Paglikha ay walang pagsisikap. Sa kabaligtaran, siya ay may kasiyahan at pagsasaya.

Subalit siya na hindi gumagawa para sa Taga-Paglikha, maliban para sa ibang mga layunin, ay hindi maaaring dumaing sa Taga-Paglikha sa hindi pagbibigay sa kanya ng kasiglahan sa gawain, dahil siya ay gumagawa para sa iba pang layunin. Ang isa ay maaari lamang magreklamo doon sa isa na kanyang pinagtatrabahuhan, at dumaing na mabigyan ng kalakasan at kasiyahan habang nasa kanyang gawain. Ito ay masasabi tungkol sa kanya: "Sinuman na nagtitiwala sa mga ito ay makakatulad sa mga ito na *gumagawa ng mga ito.*"

Huwag magugulat na kapag ang isa ay inako ang pasanin ng Kaharian ng Langit, kapag kanyang ninais na gumawa upang magkaloob sa Taga-Paglikha, na wala pa rin siyang nararamdamang sigla at lahat, at ang sigla na ito ay dapat magtulak sa kanya na akuin ang pasanin ng Kaharian ng Langit. Sa halip, ang isa ay dapat tanggapin ang pasanin ng Kaharian ng Langit nang sapilitan, sa pakiramdam na ito ay hindi para sa kanyang pakinabang. Ibig sabihin, ang katawan ay hindi sumasang-ayon sa ganitong gawain, bakit ang Taga-Paglikha ay hindi siya inaambunan ng sigla at kasiyahan.

Ang kadahilanan para dito ay ito'y isang malaking pagwawasto. Kung hindi dahil dito, ang kaloobang tumanggap ay papayag sa ganitong gawain, at ang isa ay hindi kailanman makakayang matamo ang *Lishma*. Sa halip, siya ay palaging gagawa para sa kanyang sariling pakinabang, upang bigyang-kasiyahan ang sarili niyang mga hangarin. Ito ay tulad ng kasabihan ng mga tao: ang magnanakaw mismo ang tumatakbo at sumisigaw, "Habulin ang magnanakaw!" Kaya hindi mo na malaman kung sino ang tunay na magnanakaw, upang siya'y mahuli at mabawi ang ninakaw.

Subalit sa sandaling ang magnanakaw, ibig sabihin ang kaloobang tumanggap, ay hindi nakikita ang gawain na tanggapin ang pasanin ng Kaharian ng Langit na may kasarapan, dahil ang katawan ay nahirati nitong sarili na gumawa nang laban sa kanyang sariling hangarin, ang isa ay may kakayahan na makarating sa paggawa upang maghatid lamang ng kaluguran sa kanyang Lumikha, ang kanyang iisang intensiyon ay tanging dapat lamang para sa Taga-Paglikha, tulad ng nasusulat, "Nang sa gayon, may kagalakan ang iyong sarili sa Panginoon." Sa nakalipas, noong siya ay gumagawa para sa Taga-Paglikha, hindi siya nakakakuha ng kasiyahan sa kanyang gawain. Sa halip, ang kanyang gawain ay ginawa nang sapilitan.

Subalit ngayong ang kanyang sarili ay nahirati na sa paggawa upang magkaloob, ang isa ay nagantimpalaan ng kagalakan sa Taga-Paglikha, at ang gawain mismo ay nagdudulot sa kanya ng kasiyahan at sigla. At ito ay maituturing na ang kasiyahan din ay tiyak na para sa Taga-Paglikha.

Ang Oras ng Pag-akyat

Kapag ang isa ay naramdaman ang kanyang sarili sa katayuan ng pag-angat, na siya ay masiglang-masigla, kapag kanyang naramdaman na wala siyang ibang hangarin kung hindi lamang para sa espirituwalidad, dito kung gayon na mainam magsaliksik sa mga lihim ng *Torah*, upang matamo ang kaibuturan nito. Kahit kung ang isa ay nakikita na bagamat ang isang nagsisikap sa kanyang sarili na maunawaan ang anumang bagay, at hindi nagagawang malaman ang anumang bagay, may kabuluhan pa rin na magsaliksik sa mga lihim ng *Torah*, kahit maka-sandaang ulit sa isang bagay, at huwag manlumo, ibig sabihin na ito'y walang silbi, dahil wala siyang nauunawaang anumang bagay.

Ito ay sa dalawang kadahilanan:

A) Kapag ang isa ay nagsusuri ng ilang bagay at naghahangad na maunawaan ito, ang paghahangad na ito ay tinatawag na isang "panalangin." Ito ay dahil ang panalangin ay isang kakulangan, ibig sabihin na ang isa ay labis na naghahangad sa kanyang kakulangan, na ang Taga-Paglikha ay pupunuan ang kanyang kakulangan.

Ang hangganan nang panalangin ay nasusukat sa hangarin, dahil ang mas malaking hangarin ay para sa bagay na pinakahigit niyang kailangan. Ayon sa laki nang pangangailangan, ay ang sukatan nang paghahangad.

Mayroon isang panuntunan na sa bagay na ang isa ay ginagawa ang pinakamasidhing pagsisikap, ang pagsisikap ay nagpapalago sa hangarin, at ang isa ay magnanais na makatanggap nang kapunuan sa kanyang kakulangan. Gayundin ang isang pagkukulang ay tinatawag na "isang panalangin," o "ang gawain sa puso," dahil ang "Mahabagin ay hangad ang mga puso."

Lumalabas na ang isa, kung gayon, ay maaaring maghandog ng isang tunay na panalangin. At kapag ang isa ay nag-aaral ng mga salita ng Torah, ang puso ay dapat mapalaya mula sa ibang mga hangarin at bigyan ang isip ng lakas na makayang mag-isip at mag-suri. Kung walang hangarin sa puso, ang isip ay hindi makakayang magsuri, tulad nang nasusulat, "Ang isa ay dapat tuwinang malaman kung saan ang pita ng puso."

Para ang panalangin ng isa ay matanggap, ito ay dapat maging isang ganap na dalangin. Kaya kapag sinusuri nang kabuuan, ang isa ay nakakamit ang isang buong panalangin mula rito, nang sa gayon ang kanyang dalangin ay maaaring matanggap, dahil ang Taga-Paglikha ay naririnig ang panalangin. Subalit mayroong isang pasubali: ang panalangin ay dapat isang ganap na panalangin, walang ibang bagay na nakahalo sa gitna ng panalangin.

B) Ang ikalawang kadahilanan ay dahil ang isa'y nahiwalay na sa pisikal na kalagayan, at kahit papaano ay nakalapit na sa katangian ng pagkakaloob. Sa ganitong sandali, ito ang pinakamainam na pagkakataon upang makiisa sa kaloob-looban ng *Torah*—ang pinanggagalingan ng mga naging kahalintulad ng Taga-Paglikha. Sapagkat ang *Torah*, ang Taga-Paglikha, at ang Israel ay iisa. Ngunit kapag ang isa ay nasa katayuan ng makasariling pagtanggap, siya'y nananatiling nasa panlabas, at hindi sa tunay na panloob na diwa.

Ikaw na Mahal ang Panginoon ay Mamuhi sa Kasamaan

Sa talatang, "O Ikaw na nagmamahal sa Panginoon, mamuhi sa kasamaan; Siya ay pinag-iingatan ang mga kaluluwa ng Kanyang mga tagasunod; Sila'y Kanyang iniaadya sa kamay ng masasama," ipinakahulugan niya ito na hindi sapat na mahalin ang *Taga-Paglikha* at magnais na magantimpalaan sa pamamagitan ng pagdikit sa *Taga-Paglikha*—kailangan ding mamuhi sa kasamaan.

Ang bagay ng pagkamuhi sa masama ay tumutukoy sa pagkamuhi sa kasamaan, na tinatawag na *"ang kalooban na tumanggap."* At makikita ng isa na wala siyang kakayahang iwaksi ito, ngunit kasabay nito, ayaw din niyang tanggapin ang kalagayang ito. Nararamdaman niya ang mga kakulangan na dulot ng kasamaan sa kanya, at nakikita rin niya ang katotohanang hindi niya kayang ipawalang-saysay ang kasamaan sa kanyang sarili, sapagkat ito'y likas na puwersa mula sa *Taga-Paglikha*—isang tatak ng *kaloobang tumanggap* na likas sa tao.

Sa ganoong katayuan, sinasabi sa atin ng talata kung ano ang makakayang gawin ng isa—ibig sabihin, kamuhian ang kasamaan. At sa ganitong disposisyon, ang *Taga-Paglikha* ay magliligtas sa kanya mula sa kasamaan, gaya ng nasusulat: "Kanyang pinag-iingatan ang mga kaluluwa ng Kanyang mga tagasunod." At ano ang ibig sabihin ng pag-iingat? "Sila'y Kanyang pinapalaya mula sa kamay ng masasama." Sa ganitong kalagayan, ang isa ay maituturing nang matagumpay, sapagkat mayroon na siyang bahagyang ugnayan sa *Taga-Paglikha*—kahit pa ito'y ang pinakamaliit na koneksyon.

Sa katunayan, ang bagay ng kasamaan ay nananatili at nagsisilbing *Achoraim* (hulihan) ng *Partzuf*. Subalit ito ay nagkakaroon lamang ng saysay sa pamamagitan ng kanyang pagwawasto: sa pamamagitan ng matapat na pagkamuhi sa kasamaan, ito ay napapawasto sa anyo ng *Achoraim*. Ang pagkamuhi ay dumarating kapag ang isa ay nagnanais na makamit ang pagdikit sa *Taga-Paglikha*. Sa gayon, mayroong isang kaparaanan na umiiral sa pagitan ng mga magkakaibigan: kung ang dalawang tao ay dumating sa pag-unawa na ang isa sa kanila ay namumuhi sa kung ano at kanino ang kanyang kaibigan ay namumuhi, at minamahal ang kung sino ang kanyang kaibigan ay minamahal—sa gayon, sila'y umaabot sa isang pangmatagalang pagsasama, tulad ng isang tulos na hindi kailanman babagsak.

Kaya, dahil ang *Taga-Paglikha* ay nagagalak sa pagkakaloob, yaong mga nasa ibaba ay nararapat ding magnasa na magbigay lamang. At tulad ng *Taga-Paglikha* na namumuhi sa pagiging isang tagatanggap—dahil Siya ay ganap, lubos, at walang anumang pangangailangan—ang tao rin ay dapat mamuhi sa pagtanggap para sa sarili.

Ito ay nangangahulugan na ang isa ay dapat buong pait na mamuhi sa *kaloobang tumanggap*, dahil ang lahat ng pagkawasak sa mundo ay nag-ugat lamang mula rito. At mula sa pagkamuhi, maiwawasto ito ng isa at siya ay makapapasok sa *Kedusha* (kabanalan).

Pagpapalaki ng Alipin sa Pamamagitan ng mga Ministro

Ito'y nasusulat: "Sapagkat ang isang nakakataas sa mataas ay nagmamatyag, at mayroong Mas Mataas sa kanila."

Dahil kailangan ang isang matiim na sagot, tutugon ako sa inyo na kahit naniniwala ang bawat isa sa *Pribadong Pagkalinga*, hindi naman talaga sila tunay na nagtitiwala dito.

Ang dahilan ay hindi maaaring iparatang sa *Taga-Paglikha* ang isang banyaga at maduming pag-iisip, na siyang halimbawa ng "Mabuti na gumagawa ng Kabutihan." Gayunpaman, tanging sa mga tunay na lingkod ng *Taga-Paglikha* lamang maaaring maibukas ang kaalaman ng *Pribadong Pagkalinga*—na Siya ang sanhi ng lahat ng mga kadahilanan na nauna rito, mabuti man o masama. Sa gayon, sila ay kaakibat ng *Pribadong Pagkalinga*, dahil lahat ng yaong may kaugnayan sa dalisay ay mga dalisay.

Dahil ang *Tagabantay* ay kaisa ng binabantayan niya, walang malinaw na pagkakahati sa pagitan ng mabuti at masama. Silang lahat ay minamahal at malinaw, sapagkat sila ang mga tagapagdala ng mga daluyan (*vessel*) ng *Taga-Paglikha*, handang paluwalhatiin ang paghahayag ng Kanyang pagiging katangi-tangi. Ito ay nalalaman sa pakiramdam, at sa ganitong hangganan, sila'y nagkakaroon ng kaalaman na sa dakong huli, lahat ng pagkilos at pag-iisip—mabuti man o masama—ay mga tagapagdala ng mga daluyan (*vessel*) ng *Taga-Paglikha*. Kanyang inihanda ang mga ito; mula sa Kanyang bibig sila'y dumating, at lahat ng ito ay malalaman ng lahat sa katapusan ng pagwawasto.

Gayunpaman, sa pagitan nito ay isang mahaba at nakapangangambang pagkakatapon. Ang pinakamabigat na suliranin ay kapag ang isa ay nakakita ng isang maling pagkilos, bumagsak sa kanyang antas, kumapit sa bantog na kasinungalingan, at nakalimot na siya ay tulad ng isang palakol sa kamay ng isang mamumutol. Sa halip, itinuturing ng isa ang kanyang sarili bilang may-ari ng pagkilos na iyon at nakakalimutang ang lahat ng kalalabasan ay nagmumula sa isang dahilan—na walang ibang nagpapatakbo sa mundo kundi Siya.

Ito ang aral: Bagamat nalalaman ito ng isa sa una, gayunpaman, sa oras ng pangangailangan, hindi nagagawang kontrolin ng isa ang ganitong kamalayan—ang pag-isahin ang bawat bagay sa sanhi, na humuhusga sa sukat ng kahusayan.

Nabanggit ko na sa inyo nang harap-harapan ang isang tunay na alegorya tungkol dito, sa dalawang ideya kung saan ang isa ay nagpapalinaw sa isa pa. Datapwat, ang puwersa ng pagkakakubli ay nangingibabaw at kumokontrol sa pagitan nito.

Meron isang alegorya tungkol sa isang hari na naging magiliw sa kanyang utusan, hanggang sa naisin niyang iangat siya sa ibabaw ng lahat ng mga ministro, dahil namalayan niyang may tunay at walang pag-aalinlangan na pagmamahal sa puso nito.

Gayunpaman, hindi ito maharlikang kaparaanan na iangat ang isang tao sa pinakamataas na antas nang isang iglap nang walang malinaw na kadahilanan. Sa halip, ang maharlikang kaparaanan ay ang ipahayag ang mga kadahilanan sa lahat, na may kaakibat na dakilang karunungan.

Ano ang kanyang ginawa? Itinalaga niya ang utusan bilang guwardiya sa lagusan ng siyudad, at sinabihan ang isang ministro, isang matalinong mapagbirong tao, na magkunwaring rebelde laban sa kanyang paghahari at maglunsad ng digmaan upang masakop ang palasyo habang ang guwardiya ay hindi handa.

Ginawa ng ministro ang ipinag-utos ng hari, at gamit ang dakilang karunungan at kakayahan, nagkunwaring nakipaglaban sa tahanan ng hari. Ang utusan sa lagusan ay itinaya ang kanyang buhay at iniligtas ang hari, nakipaglaban nang buong tapang at buong katapatan laban sa ministro, hanggang sa napatunayan ng lahat ang kanyang malaking pagmamahal sa hari.

Pagkatapos, nagtanggal ang ministro ng kanyang mga pananamit at nagkaroon ng malaking katuwaan, sapagkat lumaban siya nang buong bangis at tapang, at ngayon ay natanto na ang lahat ay gawa-gawa lamang at hindi totoo. Nagtawanan sila nang mas malakas nang isinalaysay ng ministro ang lalim ng kanyang mga ginigising na kalupitan at sindak na inilarawan sa kanyang isipan. At bawat bahagi ng kakila-kilabot na digmaang ito ay nagdulot ng malawakang katuwaan at malaking kagalakan.

Gayunpaman, siya ay isa pa ring utusan; hindi siya isang iskolar. Paano nga ba siya maaaring iangat sa ibabaw ng lahat ng mga ministro at mga utusan?

Sa gayon, naisip ng hari at sinabi sa ministro na magbabalatkayo siya bilang isang magnanakaw at mamamatay-tao, at maglulunsad ng mabalasik na digmaan laban sa kanya. Nalalaman ng hari na sa pangalawang digmaan, matutuklasan ng utusan ang isang kamangha-manghang karunungan, at magtatamo ng mataas na katayuan sa ibabaw ng mga ministro.

Kaya niyang itinalaga ang utusan upang mamuno sa kabang yaman ng kaharian, at ang ministro, na ngayo'y naka-balatkayo bilang isang walang-awang mamamatay-tao, ay dumating upang looban ang kayamanan ng hari.

Ang kaawa-awang itinalaga ay nakipaglaban nang walang takot at buong katapatan, hanggang sa mapuno ang kopa. Pagkatapos, nagtanggal ang ministro ng kanyang mga pananamit at nagkaroon ng malaking kagalakan at katuwaan sa palasyo ng hari, nang higit pa sa nauna. Ang mga detalye ng mga panlilinlang ng ministro ay nagdulot ng malaking katuwaan, dahil ngayon ay malinaw na nalalaman na walang sinumang malupit sa kaharian, at lahat ng mga malulupit ay mga mapagbiro lamang. Samakatwid, gumamit ang ministro ng dakilang kagalingan upang magtamo ng pananamit ng kasamaan.

Datapwat, pansamantala ay namana ng utusan ang karunungan mula sa *batid-na-kaalaman* at pag-ibig mula sa *simulang-kaalaman*, at pagkatapos siya'y itinayo para sa walang hanggan.

Sa katotohanan, lahat ng mga digmaan sa pagkakatapon ay isang kamangha-manghang tanawin, at bawat isa ay nalalaman sa kanilang mabuting kalooban na ito'y isang uri ng talino at tuwa na naghahatid ng lahat ng kabutihan. Gayunman, walang taktika ang makakapag-pagaan sa bigat ng digmaan at mga pananakot.

Nagsalita ako sa inyo tungkol dito nang may kahabaan nang harap-harapan, at ngayon ay mayroon na kayong kaalaman ng isang dulo ng alegoryang ito. Sa tulong ng *Taga-Paglikha*, inyong mauunawaan din ang kabilang dulo nito.

At ang bagay na pinaka-ninanais ninyong marinig na sabihin ko ay isa na hindi ko makakayang sagutin sa anumang paraan. Binigyan ko kayo ng alegorya nang harap-harapan, sapagkat, "ang *kaharian ng lupa* ay kapara ng *kaharian ng kalangitan*," at ang paggabay ay ipinagkaloob sa mga ministro.

Datapwat, ang bawat bagay ay ginagawa ayon sa payo ng hari at kanyang lagda. Ang hari mismo ay walang ginagawang higit pa sa paglagda sa plano na binalangkas ng mga ministro. Kung makakita siya ng kamalian sa plano, hindi niya ito iwawasto; sa halip, maglalagay siya ng ibang ministro sa puwesto, at ang nauna ay magbibitiw.

Kaya ang tao ay isang maliit na mundo, kumikilos ayon sa mga titik na nakaimprenta sa kanya, dahil ang mga hari ay naghahari sa pitumpung bayan sa kanya. Ito ang ibig sabihin ng nasusulat sa *Sefer Yetzira* (*Aklat ng Paglikha*): "Kanyang pinutungan ang isang titik." Bawat titik ay isang ministro sa panahon nito, gumagawa ng mga pagtataya, at ang *Hari* ng mundo ay nilalagdaan ang mga ito. Kapag ang isang titik ay nagkamali sa ilang plano, ito'y kagyat nagbibitiw sa puwesto, at Kanyang pinuputungan ang ibang titik sa lugar nito.

Ito ang ibig sabihin ng, "Bawat henerasyon at mga hukom nito." At sa dulo ng pagwawasto, ang titik na tinawag na *Mesiyas* ay maghahari, kukumpletuhin, at bibigkis ang lahat ng henerasyon sa korona ng kaluwalhatian sa kamay ng Diyos.

Ngayon, inyong maaaring maunawaan kung paano ako maaaring makialam sa inyong bawat katayuan, at dapat mabunyag kung ano ang itinakdang dapat mabunyag sa kanya, at lahat ay magiging malinaw sa pamamagitan ng *muling pagkabuhay*.

PARDESS

"Apat ang pumasok sa isang *PARDESS*, atbp." Bago pa nilikha ang mundo, Siya ay Isa, at ang Kanyang Pangalan ay Isa. Sapagkat noon, ang mga kaluluwa ay hindi pa itinuring na mga kaluluwa, dahil ang buong usapin ng pangalan ay lumilitaw lamang kapag ang isa ay ibinaling ang kanyang mukha palayo sa Kanya — upang Siya ay tawagin at ibaling muli ang Kanyang mukha pabalik.

At dahil bago sa Paglikha, ang mga kaluluwa ay ganap na nakadikit sa Kanya, at Siya ay nagputong sa kanila ng mga korona at mga bulaklak, maluwalhating kamahalan, at kariktan, kahit yaong kanilang hindi pinukaw, dahil Kanyang alam ang kanilang mga naisin sa Kanyang Sarili mismo, at ipinagkakaloob ang mga ito. Kaya tiyak na walang kabuluhan na bumanggit ng isang pangalan na nakaugnay sa isang kamalayan mula sa ilalim ng mga bahagi. Kaya ito'y itinuring na Payak na Liwanag, dahil ang bawat bagay ay nasa lubusang kapayakan, at itong Liwanag ay naunawaan ng bawat isang tao maging yaong mga hindi pa nakasaksi kahit kailanman ng anumang karunungan.

Ito ang dahilan kung bakit ang mga pantas at matatalino ay tinawag itong *Peshat* (literal), sapagkat ang *Peshat* ang ugat ng bawat bagay. Ang mga may-akda at mga aklat ay hindi ito pinapansin, na para bang ito'y isang payak at karaniwang konsepto lamang. At bagamat sa mga mababang mundo, dalawang pagkakahati ang napuna sa *Reshimo* nitong *Payak na Liwanag*, ito'y dahil sa pagkakahati sa kanilang sariling mga puso, ayon sa kaparaanan ng, "At ako'y isang makinis na tao." Datapwat sa lugar na nabanggit sa itaas, walang anumang pagbabago sa alinmang anyong maaaring ilarawan ng tao.

Ito'y tulad ng isang hari na dinala ang kanyang pinakamamahal na anak sa isang marangal at kagila-gilalas na halamanan. Ngunit nang iminulat ng anak ang kanyang mga mata, hindi niya tinignan ang lugar kung saan siya mismo nakatayo. Dahil sa labis na liwanag ng hardin, ang kanyang mga mata'y gumala palayo — tulad ng agwat ng silangan at kanluran. Itinuon niya ang kanyang paningin sa malalayong gusali at palasyo sa kanlurang dako, at siya'y lumakad nang maraming araw at buwan, namangha at gumala, pinagnilayan ang kaluwalhatian at kadakilaan ng mga tanawing nasa harap ng kanyang mga mata.

---

7 Nota ng Tagasalin: Sa Hebreo, *PARDESS* ay nangangahulugan ng hardin, ngunit sa Kabbalah, ito ay isang pinagsamang mga titik ng *Pshat* (ang literal na *Torah*), *Remez* (pahiwatig) *Drush* (pakahulugan) at *Sod* (lihim).

8 Nota ng Tagasalin: Sa Hebreo, ang *Hadak* ay nangangahulugan ng "makinis" at "humiwalay."

Pagkalipas ng ilang buwan, ang kanyang espiritu ay namahinga, ang kanyang pagnanasa ay napawi, at siya'y nagsawa sa paglalakbay sa kanluran. Kaya't siya'y nagmuni-muni: "Ano kaya ang aking mapapansin kung susuriin ko ang landas na aking tinahak?" Inilingon niya ang kanyang paningin pabalik sa silangan — sa panig na kanyang pinagmulan — at siya'y namangha. Ang lahat ng kadakilaan at kariktan ay naroon sa tabi niya mula pa noong simula. Hindi niya maunawaan kung paano siya naging bulag dito, kung paanong hinayaan niyang mahulog ang kanyang loob sa liwanag na nagmumula sa kanluran. Simula noon, siya'y dumikit lamang sa Liwanag na sumisilay mula sa silangan, at siya'y gumala pabalik sa dakong iyon, hanggang siya ay makabalik sa mismong tarangkahang pinasukan niya noon.

Ngayon, isaisip ninyo at sabihin sa akin: ano ang kaibahan ng mga araw ng pagpasok at ng mga araw ng paglabas? Sapagkat ang lahat ng kanyang nakita sa mga huling buwan ay siya ring mga bagay na nasilayan niya sa mga unang buwan. Gayunpaman, noong simula, siya'y walang sigla ni inspirasyon, sapagkat ang kanyang mga mata at puso ay naakit ng Liwanag na sumilay mula sa kanluran. At nang siya'y magsawa, inilingon niya ang kanyang mukha tungo sa silangan at doon napansin ang Liwanag na sumisikat mula roon. Subalit — ano nga ba ang tunay na nagbago?

Subalit dahil malapit sa lagusang pasukan, mayroong pook para sa isang uri ng paghahayag na tinawag ng mga pantas na *Remez* (Pahiwatig), gaya ng kasabihang: "Ano ang ipinapahiwatig ng iyong mga mata?" Ito ay tulad ng isang hari na nagpapahiwatig sa kanyang minamahal na anak, pinakakabog ito ng isang kindat ng kanyang mata. At bagamat ang anak ay hindi ganap na nakaunawa, at hindi niya nasilayan ang nakatagong panawagan o pangamba sa kindat na iyon, gayunman, dahil sa kanyang tapat na pagsunod sa kanyang ama, siya'y kaagad na lumundag — mula sa isang lugar patungo sa isa pa.

Ito ang kahulugan ng pangalawang paraan na tinatawag na *Remez* (Pahiwatig), sapagkat ang dalawang pamamaraan — *Peshat* (Literal) at *Remez* — ay itinuring na mga ugat ng lahat ng pagpapahayag sa mas mababang mga mundo. Ayon sa ilang masisinop na iskolar, walang salita ang maaaring buuin mula lamang sa isang titik; kailangan ng dalawang titik upang makabuo ng *ugat*, na tinatawag nilang "pinagmulan ng salita." Kaya't ang pinag-ugatang salita para sa *Peshat* at *Remez* ay "PR" (binibigkas na *Par*), na siya ring ugat ng *Par Ben Bakar* (batang toro) sa mundong ito. Maging ang *Pria* (pagkamayabong) at *Revia* (pagpaparami) ay nagmumula rin sa parehong ugat na iyon.

Sumunod na lumitaw ang pangatlong paraan, na tinatawag ng mga pantas na *Drush* (Pakahulugan o Pag-aaral). Sa antas na ito, wala nang *Drisha* (kahingian) sa kahit anong bagay — gaya ng, "Siya ay Isa at ang Kanyang Pangalan ay Isa." Subalit sa pamamaraang ito, mayroong pagbabawas, pagdaragdag, pagpapakahulugan, at paghahanap, tulad ng kasabihang, "Ako ay nagsikap at natagpuan," na tiyak na inyong batid. Ito ang dahilan kung bakit ang bahaging ito ay iniatang sa mga mas mababang antas, sapagkat dito mayroong *pagpupukaw mula sa ibaba* — taliwas sa liwanag ng *Silangan*, na bumababa mula sa itaas, sa estilo ng, "Bago sila tumawag, Ako ay sasagot." Sa *Drush*, may masidhing pagtawag, may pagpupumilit, may nag-aapoy na pagnanasa — ito ang tinutukoy na "libingan ng kasakiman".

Pagkatapos ay dumarating ang ikaapat na paraan, na tinatawag ng mga pantas na *Sod* (Lihim). Sa katunayan, ito'y may pagkakatulad sa *Remez* (Pahiwatig), ngunit habang sa *Remez* ay may kaunting pagkakaaninag, sa *Sod* naman ay tila walang aninaw ni kaunti. Ito'y higit pa — parang anino na sumusunod sa isang tao, at lalung-higit pa na ang pangatlong paraan, ang *Drush*, ay dinamitan na ito.

Ngunit dito, ito'y tulad ng isang bulong — gaya ng isang babaeng nagdadalang-tao na binubulungan sa kanyang tainga, "Ngayon ay *Yom Kippur* (Araw ng Pagtitika)," upang ang sanggol sa kanyang sinapupunan ay hindi magulat at hindi mahulog. At masasabi natin: "Higit pa rito, ito ay ang *pagkukubli ng mukha* — at hindi ang mukha mismo!" Sapagkat ito ang kahulugan ng mga salitang: "Ang payo ng Panginoon ay nasa kanila na may takot sa Kanya; at ang Kanyang tipan, upang kanilang malaman ito." Kaya nga, Siya ay naglikha ng mga pag-ikot at mga liko, hanggang sa isang *bulong* mula sa dila ay nagsalita sa kanya: Siya ay nagbigay ng *Teref* (pagkain) doon sa kanila na may takot sa Kanya," at hindi *Trefa* (hindi kosher na pagkain), tulad noong nangkukutyang sundalo.

Iyong nauunawaan ang kasagutang ito sa iyong sarili, at isinulat mo ito sa iyong liham sa akin, nang may pag-aatubili, na ikaw ay binata kaya likas na magalang.

Dahil ang talatang ito ay nakarating sa iyong mga kamay, aking lilinawin ito sa iyo, tulad ng katanungan ng isang makata: '*Ang payo ng Panginoon ay naroroon sa kanilang may takot sa Kanya.*' At bakit niya ito sinabi? Ito ay tulad ng katanungan ng ating mga pantas, kung saan nakikita natin na ang teksto ay nag-aksaya (walo) ng labindalawang titik upang makapagsalita ng may malinis na dila, tulad ng nasusulat: '*at ng mga hayop na hindi malinis,*' atbp.

Ngunit ang iyong kasagutan ay hindi nakasapat sa makata, dahil maaari Siyang makapagbigay ng kasaganaan sa kaluluwa at ng may malinis na dila, tulad ng sinabi ni Laban kay Jacob: '*At sa anong kadahilanan na ikaw ay lumisan nang palihim, at pinaglalangan ako? At hindi mo ako sinabihan, na ako'y maaaring hinayaang paalisin ka nang may kagalakan, at may mga tugtugin, kasabay ng mga tabret at alpa.*' Ang tugon ng makata doon ay: '*At ang Kanyang tipan, upang kanilang malaman ito.*'"

Ito ang ibig sabihin ng pagpuputol, ang pagtatanggal, at ang patak ng dugo—ibig sabihin, ang indibidwal na labintatlong mga tipan. Kung ang lihim ay hindi sa ganitong kaparaanan, kundi sa ibang dila, ang apat na pagwawasto mula sa labintatlong pagwawasto ng *Dikna* ay mawawala, at tanging siyam na pagwawasto ng *Dikna* sa *ZA* ang maiiwan. Kaya ang *ZA* ay hindi madadamitan ang *AA*, tulad ng nalalaman ng mga yaong nakakalam ng lihim ng Diyos. Ito ang ibig sabihin ng: '*at Kanyang tipan upang kanilang malaman ito,*' at ito ang ibig sabihin ng: '*ang kahusayan ng mga ninuno ay nagwakas, subalit ang tipan ng mga ninuno ay hindi nagwakas.*'

Hayaan natin tayong bumalik sa ating isyu ng *PR* (binibigkas na *Par*), *PRD* (binibigkas na *Pered*), at *PRDS* (binibigkas na *Pardess*). Ito ang kanilang pagkakaayos at kumbinasyon mula sa Itaas pababa. Ngayon ay inyong maiintindihan yaong apat na pantas na pumasok sa *Pardess*—ibig sabihin, sa ikaapat na kaparaanan, na tinatawag na *Sod* (lihim)—dahil ang isang nakababa ay nagtataglay ng ilang Matataas na nauna dito. Kaya ang lahat ng apat na paraan ay nakapaloob sa ikaapat na paraan, at ang mga ito ay sa kanan, kaliwa, harap, at likod.

Ang unang dalawang kaparaanan ay ang kanan at kaliwa—ibig sabihin, PR (ito ang ibig sabihin ng kanyang salita sa baytang ng *Temple Mount*: '*Lahat ng mga pantas ng Israel ay walang halaga sa aking mga mata*'). Ang mga ito ay sina Ben Azai at Ben Zuma, dahil ang mga kaluluwang iyon ay nangalaga doon sa dalawang kaparaanan ng PR. At ang huling dalawang kaparaanan ay ang *Panim* (harap) at *Achor* (likod), na si Rabbi Akiva ang siyang pumasok sa kapayapaan at lumabas sa kapayapaan. Sila'y tumpak na nagwikang: '*Ito'y nagpapakita na sa bawat pulumpong ng halaman, gabundok na mga batas ay maaaring matutunan.*'

Ang *Achor* ay si Elisha ben Avoia, na naligaw (naging erehe). Ang ating mga pantas ay nagsabi tungkol dito: '*Ang isa ay hindi dapat nagpapalaki ng ulol na aso sa loob ng kanyang bahay,*' dahil ito ay magiging ligaw. Bawat bagay na sinasabi tungkol sa mga ito—'*sumulpot at namatay,*' '*sumulpot at nasaktan,*' '*napaligaw*'—ay binabanggit tungkol sa henerasyong yaon, kapag sila'y nagtipon nang mahigpit nang sama-sama, ngunit lubusang naiwasto, isa sa bawat isa, tulad ng nalalaman ng mga yaong nakakaalam ng lihim ng muling pagkabuhay.

Subalit pagkatapos niyang makita ang dila ni *Hutzpit*, ang tagasalin, kanyang sinabi, '*Bumalik, O mga batang suwail,*' maliban sa iba. At si *Rabbi Meir*, ang disipulo ni *Rabbi Akiva*, ang kumuha ng kanyang lugar. Ito'y totoo na ang *Gemarah* din ay nakikita na ito'y mahirap: paano nagawa ni *Rabbi Meir* na matutunan ang *Torah* mula sa iba? At kanilang sinabi, '*Siya ay nakakita ng granada, kinain ang laman nito, at itinapon ang basyo (ang iba).*' At ang ilan ay nagsabi na kanya rin naiwasto ang *Klipa* (basyo), tulad niyong nagpapailanlang ng usok sa ibabaw ng kanyang puntod.

Ngayon inyong mauunawaan ang mga salita ni *Elisha ben Avoia*: '*Siya na nagtuturo sa isang bata, ano ang kanyang katulad? Tulad ng tinta, nakasulat sa isang malinis na papel,*' ibig sabihin, tulad ng kaluluwa ni *Rabbi Akiva*. '*At siya na nagtuturo sa isang taong matanda, ano ang kanyang katulad? Tulad ng tinta, nakasulat sa isang nagamit na papel,*' kanyang sinabi sa kanyang sarili. Ito ang ibig sabihin ng kanyang babala kay *Rabbi Meir*: '*Kaya naman sa ngayon, ang sona ng Shabbat,*' dahil kanyang naintindihan at natantiya niya ang mga hakbang ng kabayo nito—dahil hindi ito kailanman bumaba mula sa kanyang kabayo.

Ito ang ibig sabihin ng, "ang mga suwail ng Israel, ang apoy ng impiyerno ay hindi sila maaaring pagharian, at sila ay tigib ng *Mitzvot* (mabubuting gawa) tulad ng granada." Kanyang sinabi na ito ay totoo para sa lahat — higit pa kaysa ginintuang altar, na kasingkapal lamang ng isang gintong barya. Ito ay tumindig nang ilang taon, ngunit ang liwanag ay hindi naghari rito, atbp. "Ang mga palalo sa inyo ay tigib ng *Mitzvot* na parang granada, higit pa sa lahat," sa kanyang pagsasabi na ang *Klipa* ay naiwasto rin.

Dapat malaman na ang dakilang Rabbi Eliezer at Rabbi Yehoshua ay mula rin sa mga kaluluwa ng PR, tulad nina Ben Azai at Ben Zuma. Subalit sina Ben Azai at Ben Zuma ay nabuhay sa henerasyon ni Rabbi Akiva at kabilang sa kanyang mga mag-aaral, isa sa 24,000. Ngunit sina Rabbi Eliezer at Rabbi Yehoshua ay mga guro ni Rabbi Akiva.

Ito ang dahilan kung bakit sinabi na sa halip ni Rabbi Eliezer, kanilang pinadalisay ang *Peshat* sa hurno ni Achnai. Kanilang hinati ito sa mga hiwa — labingwalong hiwa — at naglagay ng buhangin sa pagitan ng bawat dalawang hiwa. Sa madaling salita, ang ikatlong kaparaanan, ang buhangin, ay sumanib sa unang hiwa, na siyang ikalawang kaparaanan; at ang pangalawang hiwa ay tumutukoy sa ikaapat na kaparaanan. At mangyari pa, ang kapatid na babae at ang kamalayan ay nagsama bilang isa. Sina Rabbi Tarfon at Rabbi Yehoshua, na kapwa tagasunod ni Rabbi Eliezer, ay mistulang iisa. At si Rabbi Akiva ay tila kabilang din sa kanila. Ito ay dahil ang isang ikalawang mabuting araw, na isinasaalang-alang ang unang mabuting araw, ay tulad ng isang karaniwang araw ng linggo sa paningin ng ating mga pantas. Sapagkat ang *Drush*, kung ihahambing sa *Remez*, ay tulad lamang ng isang kandila sa katanghaliang-tapat.

Subalit ang mga pantas ng kanyang henerasyon ay dinungisan ang lahat ng yaong mga pagpapadalisay at sinunog ang mga ito. Ngunit ang dakilang Rabbi Eliezer ay pinatunayan sa pamamagitan ng daluyan (*vessel*) ng tubig na umapaw, na si Rabbi Yehoshua ay isang dakilang pantas, at maging ang mga pader ng Templo ay nagpapatunay nito. At sila'y nagsimulang magpatirapa sa kaluwalhatian ni Rabbi Eliezer, ngunit hindi sila nagpatirapa sa kaluwalhatian ni Rabbi Yehoshua. Ito ay lubos na patunay, na walang pag-aalinlangan, na siya ay dalisay.

Ngunit ang mga pantas ay kinuha si Rabbi Yehoshua para sa kanilang sarili, at hindi ninais na siya'y mamayani tulad ni Rabbi Eliezer, ang kanyang guro. Hanggang sa isang tinig ay bumaba mula sa langit, na nagsabing si Rabbi Yehoshua ay tunay ngang kanyang disipulo. Ngunit si Rabbi Yehoshua ay hindi umayon sa pahayag na iyon, at kanyang sinabi, "Hindi kayo dapat makinig sa tinig," sapagkat, "*Ito ay hindi mula sa langit*," atbp. Kasunod nito, ang mga pantas ay binasbasan siya, sapagkat ang Liwanag ng *Auzen* (tainga) ay inalis sa kanila, dahil hindi nila sinunod ang mga panuntunan ng dakilang Rabbi Eliezer. At si Rabbi Akiva, ang kanyang paboritong disipulo, ay nagsabi sa kanya na ang kanyang 24,000 na mga mag-aaral ay nasawi sa panahon ng *bilangan*, at ang mundo ay naduwal, isang ikatlo gaya ng mga olibo, atbp.

Sina Elisha Ben Avoia at Rabbi Tarfon ay nagmula sa iisang ugat. Ngunit si Elisha Ben Avoia ay ang *Achoraim* (likuran) mismo, at si Rabbi Tarfon ay ang *Panim de Achoraim* (mukha ng likuran). Saan ito maihahambing? Sa isang tahanan na may nakahimlay na mga mapait na oliba, na hindi mabuti para sa anuman, at sa isang kabilang bahay, nakalatag ang poste ng pigaan ng langis, na hindi rin mainam para sa kahit anong bagay. Ngunit kasunod nito, isang lalaki ang dumating at pinagkabit ang dalawa. Inilagay niya ang poste sa ibabaw ng mga oliba—at narito, naglabas ito ng maraming langis.

Sumusunod dito, ang magandang langis na lumitaw ay ang *Panim*, at ang poste ay ang *Achoraim*. At ang mga karaniwang gamit na gawang-kahoy ay yaong mga itinatapon, pagkatapos nilang matapos ang kanilang mga gawain.

Dapat maunawaan na ang gawaing ito ay ang paglawak ng mga ugat—mga sanga na tumutubo sa mga mundong mas mababa rito. Ngunit sa kanilang ugat, sabay-sabay silang lumilitaw, parang taong bigla na lang pumasok sa pigaan ng langis at nakita ang poste— at sa ilalim nito, isang malaking bunton ng oliba na ang langis ay masaganang kumakatas. Ito ay dahil sa ugat, lahat ay sabay-sabay na nakikita. Kaya nga ang isa ay tinawag na "iba pa," at ang isa naman ay "Tarfon." Ang isa ay "poste," at ang isa pa ay "langis," na agad dumadaloy mula rito.

Ito rin ang ibig sabihin ng naliligaw. Pagkatapos sumulpot ang hangarin—bilang kaluluwa ni Rabbi Tarfon—ang kaluluwa ng "isa pa" ay nanatili pa rin, parang "masamang pag-uugali" sa loob ng bahay. Dito natin makikita ang kumbinasyon ng titik *Sod* (lihim): Ang *Samech* ang ulo ng salitang *Sod* mismo, simbolo ng kaluluwa ng "isa pa," Ang *Dalet* naman ang ulo ng salitang *Drush*, kaluluwa ni Rabbi Akiva, At ang *Vav* sa gitna, siyang nag-uugnay—si Rabbi Tarfon mismo.

Maupo at Walang gawin - Mas mainam

…… Hindi ko na mapigilan ang sarili ko sa lahat ng nasa pagitan natin, kaya aking susubukin ang tunay at hayagang pagpapaalala, dahil hangad kong malaman ang tunay na halaga ng bawat salita ng katotohanan sa ating bayan. Ito ang aking palagiang paraan — masinop na saliksikin ang lahat ng kilos ng Paglikha, upang matuklasan ang kanilang tunay na kahulugan, at matiyak kung ito ay mabuti o masama.

Iniwan ako ng aking mga ninuno ng hangganang ganito lamang, at sa mga pinagdaanang ito'y aking nasilayan ang kayamanan — mga pangitain na may dahilan kung bakit inilantad sa aking mga mata. Mga titik na kaakit-akit, nilikha upang maisatitik ang bawat karunungan at kaalaman, na ipinagbubuklod ng mga kumbinasyon ng dunong.

Una, silipin natin ang katangian ng katamaran sa mundong ito. Sa pangkalahatan, hindi naman ito masama o kasuklam-suklam na ugali. Ang patunay? Ang ating mga pantas mismo ang nagsabi, "Umupo at walang gawin — mas mainam." Kahit na tinutuligsa ito ng karamihan at ng ilang mga babasahin, ipapakita ko na sa tamang lente, "pareho silang salita ng nabubuhay na Diyos," at dito, maghahanap tayo ng kapayapaan.

Ito ay may katiyakan na malinaw na walang kilos sa mundo maliban sa Kanyang pagkilos. At lahat ng iba pang uri ng pagkilos, na bukod sa Kanya, maging sa mga kaluluwa, kung ang mga ito'y patungkol sa isang sarili, ay nararapat na mas mainam pa na hindi na nilikha. Ito ay dahil nababaligtad nito ang mga bagay, dahil ang isa ay hindi nagbago sa pagiging tagatanggap tungo sa pagkakaloob. Ito ay isang batas na hindi mababali, "at kung siya ay naroroon, hindi mangyayari na siya ay natubos."

Kaya hindi na natin kailangang pagtalakayan ang isang nagpapakilos o isang pagkilos na yaong gumagawa ay nasa anyo ng pagtanggap, dahil ito ay ganap na walang kabuluhan, at walang pagdududa na ito ay nagiging mas mainam pa kung nakaupo at walang ginagawa, dahil sa ganitong pagkilos ang isa ay nakakasama, kung hindi man sa kanya ay sa iba. Ito ay hindi maaaring magbunga ng anumang benepisyo, tulad nang aming nabanggit sa una.

Hindi ko pag-iisipan kahit ano pa man, kung ang ilan sa inyong 248 na organo ay nakakaramdam ng hindi mainam tungkol sa ganitong panuntunan, at kahit magprotesta sa aking mga salita, dahil ito ang kalikasan ng bawat salita ng katotohanan: ito'y hindi nangangailangan ng pagsang-ayon ng sinumang babae, malaki o maliit. At sinuman na ginantimpalaan ng karunungan sa *Torah* ay nagiging mas masigasig.

Kung Ako'y Hindi para sa Akin, Sino ang para sa Akin?

Akin nang sinabi na sa pangalan nang *Baal Shem Tov* na bago sa paggawa ng isang *Mitzva*, ang isa kahit anupaman ay hindi dapat isaalang-alang ang *Lihim na Pagkalinga ng Maykapal*. Sa halip, ang isa ay dapat sabihin na, "Kung ako ay hindi para sa akin, sino ang para sa akin?" Ngunit pagkatapos ng lahat ang isa ay dapat isaalang-alang at maniwala na ito ay hindi "sa aking kapangyarihan at lakas ng aking kamay" na ako'y nagawa itong *Mitzva*, kundi sa kapangyarihan lamang ng *Taga-Paglikha*, na nagbalak nito para sa akin ng maaga at kaya ako ay napilitang gawin ito.

Ito rin ang sistema sa mga bagay-bagay sa mundo, dahil ang espirituwalidad at *pisikalidad* ay magkapantay. Kaya bago ang isa ay lumisan para sa trabaho upang makagawa ng kanyang pang-araw-araw na kita, dapat siyang umalis sa kanyang pag-iisip sa *Pribadong Probidensya ng Maykapal* at sabihin na, "Kung ako ay hindi para sa akin, sino ang para sa akin?" at gawin ang bawat bagay na ginagawa sa *pisi-kalidad* upang kitain ang ikabubuhay tulad ng kanilang ginagawa.

Subalit sa gabi, kapag nagbalik sa kanyang tahanan dala ang kanyang kinita, hindi niya dapat isipin na ang kanyang sariling kakayahan ang nagbigay sa kanya niyong pakinabang. Sa halip, kung siya man ay humiga sa kanyang silong ng buong maghapon, kanya pa ring kikitain ang kanyang ikabubuhay dahil ito ang binalak ng *Taga-Paglikha* ng maaga, at ito ang dapat na mangyari.

At bagamat ito ay parang kasalungat at hindi katanggap-tanggap sa paimbabaw na pag-iisip, ang isa ay dapat pa ring paniwalaan ito, dahil ito ang naisulat ng Taga-Paglikha sa kanya sa Kanyang batas mula sa mga aklat at mga may-akda.

Ito ang ibig sabihin nang pag-iisa ng *HaVaYaH-Elokim*. Ang *HaVaYaH* ay Pribadong Probidensya ng Maykapal, kung saan ang *Taga-Paglikha* ay ginagawa ang bawat bagay, at hindi Niya kailangan ang tulong ng mga naninirahan sa mga bahay na putik. Ang *Elokim* (Diyos), sa Gematria ay "ang kalikasan." At ang isa na umaasal ayon sa kalikasan na Kanyang itinanim sa mga sistema ng pisikal na langit at lupa, at pinanghahawakan ang mga batas nito, tulad ng lahat ng mga pisikal na uri, at kasabay nito ay naniniwala sa pangalan ng *HaVaYaH*, ibig sabihin Pribadong Probidensya ng Maykapal, pinag-iisa ang mga ito, at ang mga ito ay naging isa sa kanyang kamay. Siya ay nagdudulot ng sobrang kaluguran sa kanyang Maylikha, at nagdadala ng Liwanag sa lahat ng mga mundo.

Ito ang ibig sabihin ng tatlong pagtingin: *Mitzva* (mabuting gawa/kautusan), paglabag, at pahintulot.

- Ang *Mitzva* ay ang lugar ng kabanalan
- Ang **Paglabag** ay ang lugar ng *Sitra Achra*
- Ang **Pahintulot** ay kapag ito ay hindi *Mitzva* o Paglabag. Ito ang larangan kung saan ang kabanalan at *Sitra Achra* ay nagtutunggali.

Kapag ang isa ay ginagawa kung ano ang pinahintulutan, at hindi ito pinapagkaisa sa tagapamahala ng *Kedusha* (kabanalan), yaong buong lugar ay bumabagsak sa pamamayani ng *Sitra Achra*. At kapag ang isa ay nakapangibabaw at gumawa ng maraming pakikipagkaisa tulad ng kanyang makakaya, kung saan pinahintulutan, kanyang ibinabalik ang pahintulot sa pinamamayanihan ng *Kedusha* (kabanalan).

Kaya aking naipaliwanag kung ano ang sinabi ng ating mga pantas, "Ang manggagamot ay binigyang pahintulot na magpagaling." Ito'y nangangahulugan na bagamat ang pagpapagaling ay walang dudang nasa kamay ng Taga-Paglikha, at anumang salamangka ng tao ay hindi Siya matitinag sa Kanyang lugar, gayunpaman, ang banal na Torah ay nagsabi, "at siya ay lubusang pagagalingin," bilang pagbibigay-alam na ito ay pahintulot, ang larangan sa pagitan ng *Mitzva* at paglabag.

Kaya tayo sa ating mga sarili ay dapat pagtagumpayan itong "pahintulot" at ilugar ito sa ilalim ng *Kedusha*. At paano ito pagtatagumpayan? Kapag ang isa ay kumonsulta sa isang dalubhasang manggagamot, at ang manggagamot ay binigyan siya ng isang ganap na subok na gamot na nasubukan na ng libong beses. At pagkatapos na ang isa ay gumaling, siya ay dapat maniwala na kung wala ang manggagamot, ang *Taga-Paglikha* ay pagagalingin pa rin siya, sapagkat ang haba ng kanyang buhay ay nauna nang nakatakda. At sa halip na umaawit ng papuri sa taong manggagamot, ang isa ay dapat magpasalamat at purihin ang *Taga-Paglikha*, nang sa gayon pagtagumpayan ang *pahintulot* at ilugar ito sa ilalim ng pamamayani ng *Kedusha*.

Ito ay katulad sa ibang mga bagay ng "*pahintulot*." Kaya, kanyang pinalalawak ang mga hangganan ng *Kedusha* ng lubusan. At sa isang iglap, kanyang matatagpuan ang kanyang sarili mismo na nakatindig nang ganap sa Banal na Palasyo, dahil ang mga hangganan ng *Kedusha* ay nagawang napakalawak na ito ay umabot sa kanyang sariling lugar.

Aking naipaliwanag lahat ng ito sa inyo ng makailang beses, dahil ang bagay na ito naging balakid na nakakatisod sa ilang mga tao, na walang malinaw na pagtingin sa *Lihim na Pagkalinga*. "Ang isang alipin ay kumportable na walang responsabilidad," at sa halip na gawain, ito ay nagnanais ng pinakaligtas, at nagnanais na mas higit na ipawalang-bisa ang katanungan sa kanyang pananampalataya, at makatamo ng walang pasubaling katunayan na labas sa kalikasan. Ito ang kung bakit sila ay pinarusahan at ang kanilang mga dugo ay nasa kanilang sariling mga ulo, dahil pagkatapos ng kasalanan ng *Adan Ha Rishon*, ang Taga-Paglikha ay nagbalangkas ng isang pagwawasto sa kasalanang ito sa anyo ng pag-iisa ng *HaVaYaH-Elokim*, tulad ng aking naipaliwanag.

At ito ang ibig sabihin ng "sa pawis ng inyong mukha, kayo ay kakain ng tinapay." Ito ay kalikasan ng tao na kapag ang isa ay nakatamo sa pamamagitan ng malaking pagsisikap, ang isa ay natatagpuan na mahirap magsabi na ito ay handog ng *Taga-Paglikha*. Kaya ang isa ay mayroong lugar upang gumawa, na magtrabaho ng may ganap na pananampalataya sa *Lihim na Pagkalinga*, at tanggapin na kanyang matatamo ang lahat ng ito kahit wala ang kanyang paggawa. Kaya ang isa ay naiwawasto itong paglabag.

Lumalakad sa Landas ng Katotohanan

Hayaan ninyo ako na sumulat sa inyo patungkol sa pang-gitnang haligi ng gawain sa Diyos, upang maging palagiang palatandaan ninyo sa pagitan ng kanan at kaliwa. Ito ay dahil mayroong isa na lumalakad nang higit na malala doon sa isa na nakaupo nang walang ginagawa. Siya yaong nalilihis ng landas, dahil ang daanan ng katotohanan ay isang napakakitid na guhit na tinatahak ng isa hanggang makarating sa palasyo ng Hari.

At sinuman na magsimulang lumakad sa umpisa ng guhit ay nangangailangan ng ibayong pag-iingat na hindi mapalihis sa kanan o sa kaliwa ng guhit, nang kahit gahibla ng buhok. Ito ay dahil kung sa una ang pagkakalihis ay gahibla ng buhok, kahit ang isa ay magpatuloy nang ganap na tuwid, ito'y tiyak na siya ay hindi makakarating sa palasyo ng Hari, dahil siya ay hindi tumutuntong sa totoong linya, at ito ay tunay na halimbawa.

Hayaan ninyong ipaliwanag ko sa inyo ang ibig sabihin ng pang-gitnang haligi, na kahulugan ng "Ang Torah, ang Taga-Paglikha, at Israel ay iisa." Ang layunin ng kaluluwa, kapag ito ay dumating sa katawan, ay upang magantimpalaan ng pagbabalik sa ugat nito at upang kumapit sa Kanya, habang nabibihisan pa rin ng katawan, tulad nang nasusulat, "upang mahalin ang Panginoon na iyong Diyos, at upang lumakad sa lahat ng Kanyang kaparaanan, at panghawakan ang lahat ng Kanyang mga kautusan, at kumapit sa Kanya." Inyong makikita na ang bagay ay nagtatapos sa "upang kumapit sa Kanya," dahil ito ay bago pa man sa pagdadamit sa katawan.

Gayunpaman, malaking paghahanda ay kailangan — na paglakad sa lahat ng Kanyang mga kaparaanan. Datapwat, sino ang nakakaalam ng mga kaparaanan ng Taga-Paglikha? Ang totoo, ito ang ibig sabihin ng "Torah, na may 613 na mga kaparaanan." Siya na lumalakad sa mga ito sa katapusan ay mapapadalisay hanggang ang kanyang katawan ay hindi na magiging bakal na naghihiwalay sa pagitan niya at ng Taga-Paglikha, tulad ng nasusulat, "At Aking tatanggalin ang pusong bato sa iyong laman." Nang sa gayon, siya ay kakapit sa kanyang Maylikha, tulad nang siya bago pa man ang pagdadamit ng kaluluwa sa katawan.

Lumalabas na mayroon tatlong pag-unawa:

1. Ang Israel ay yaong nagpupumilit sa sarili na makabalik sa kanyang ugat.

2. Ang Taga-Paglikha, bilang ugat na inaasam ng isa.

3. Ang 613 na kaparaanan ng Torah, na ang isa ay napapadalisay ang kanyang kaluluwa at katawan. Ito ang lunas, tulad ng nasusulat, "Aking nilikha ang masamang pagkahilig, gumawa Ako para dito ng Torah bilang lunas."

Gayunpaman, ang lahat ng mga ito sa katotohanan ay iisa at magkakatulad. Sa dakong huli, sinumang tagapaglingkod ng Taga-Paglikha ay natatamo ang mga ito bilang nag-iisa, nakakawing, at nagkakaisang pananaw. Ang mga ito ay lumalabas lamang na nahahati sa tatlo dahil sa kakulangan ng isa sa gawain ng Diyos.

Hayaan ninyong linawin ko para sa inyo ito ng bahagya: inyong makikita ang tulis nito, ngunit hindi ang kabuuan nito maliban kapag itinawid Niya kayo. Ito ay nalalaman na ang kaluluwa ay bahagi ng Diyos sa Itaas. Bago ito dumating sa isang katawan, ito ay nakakabit tulad ng sanga sa ugat. Tingnan sa simula ng *Puno ng Buhay* (Tree of Life), na ang Taga-Paglikha ay nilikha ang mga mundo dahil nais Niyang ipamalas ang Kanyang Banal na Pangalan, "Mahabagin" at "Mapagpala," at kung walang mga nilikha, walang isa man na maaaring kahabagan.

Gayunpaman, hangga't pinahihintulutan ng panulat, tulad ng kanilang sinasabi, "Ang buong Torah ay tanging mga pangalan lamang ng Taga-Paglikha." Ang kahulugan ng pagtatamo ay "ang hindi natin natatamo, hindi natin tinutukoy ng isang pangalan." Ito ay nasusulat sa mga aklat na ang lahat ng mga pangalan ay gantimpala sa mga kaluluwa, inudyukan na dumating sa mga katawan, dahil sa pamamagitan ng katawan buong katiyakan na ito'y matatamo ang mga pangalan ng Taga-Paglikha, at katayuan nito ay naaayon sa pagtatamo nito.

May isang panuntunan: Ang kalakasan ng anumang espirituwal na bagay ay naaayon sa kahusayan ng pag-alam dito. Ang isang pisikal na hayop ay nararamdaman ito dahil ito ay binubuo ng pag-iisip at materya.

Kaya ang isang espirituwal na pakiramdam ay isang tiyak na pagtingin, at ang espirituwal na katayuan ay nasusukat sa dami ng kaalaman, tulad nang nasusulat, "Ang isa ay napupuri ayon sa kanyang pag-iisip." Gayunpaman, alam ito ng hayop; ito'y hindi nadarama sa anumang paraan.

Unawain ang gantimpala ng mga kaluluwa: Bago dumating ang kaluluwa sa isang katawan, ito ay isa lamang maliit na punto, bagamat nakakabit sa ugat na tulad ng sanga sa isang puno. Ang puntong ito ay tinawag na "ang ugat ng kaluluwa at mundo nito." Kung ito ay hindi pumasok sa mundong ito sa isang katawan, tanging ang sariling mundo lamang ang mayroon ito, ibig sabihin ang sariling bahagi nito sa ugat.

Gayunpaman, habang patuloy na nagagantimpalaan ito ng paglakad sa landas ng Taga-Paglikha, yaong 613 na kaparaanan ng Torah na nagbabalik sa pagiging aktwal na mga Pangalan ng Taga-Paglikha, patuloy na lumalago ang katayuan nito, ayon sa antas ng mga pangalan na natamo nito.

Ito ang ibig sabihin ng mga salitang, "ang Taga-Paglikha ay nagbibigay sa bawat isang matuwid na *Shay* (310 sa Gematria) mga mundo." Pakahulugan: Ang kaluluwa ay binubuo ng dalawang matuwid: Nakatataas na Matuwid, at isang mas mababang Matuwid, na tulad ng pagkakahati ng katawan mula sa *Tabur* (pusod) pataas at mula sa *Tabur* pababa. Kaya natatamo nito ang nasusulat na *Torah* at ang binigkas na *Torah*, na dalawang beses ng *Shay*, bilang *TaRaCh* (620 sa Gematria). Ito ay ang mga 613 Mitzvot ng *Torah* at ang pitong Mitzvot de Rabanan (nang ating mga dakilang Rabbis).

Ito ay nasusulat sa *Ang Puno ng Buhay* (*The Tree of Life*), "Ang mga mundo ay nilikha lamang upang maihayag ang mga pangalan ng Taga-Paglikha." Kaya inyong makikita na simula nang ang kaluluwa ay bumaba upang bihisan itong maruming materya, hindi na ito maaaring kumapit sa ugat nito, sa sariling mundo nito, na katulad ng dati bago ito dumating sa mundong ito. Sa halip, dapat nitong palakihin ang katayuan nito nang 620 na beses nang higit kaysa sa kung paano ito sa ugat nito dati. Ito ang ibig sabihin nang buong katumpakan, ng buong *NRNHY* hanggang sa *Yechida*. Ito ang kung bakit ang *Yechida* ay tinawag na *Keter*, ipinahihiwatig ang numerong 620."

Kaya inyong makikita na ang ibig sabihin ng 620 mga pangalan, bilang 613 Mitzvot ng *Torah* at ang 7 Mitzvot de Rabanan, ay sa katunayan ang limang katangian ng kaluluwa, ibig sabihin *NRNHY*. Ito ay dahil ang mga daluyan (*vessels*) ng *NRNHY* ay mula sa nabanggit na 620 Mitzvot, at ang mga Liwanag ng *NRNHY* ay ang aktwal na Liwanag ng Torah sa bawat isang Mitzvah. Kasunod nito, ang Torah at kaluluwa ay iisa.

Gayunpaman, ang Taga-Paglikha ay ang Liwanag ng *Ein Sof*, na nadadamitan sa Liwanag ng Torah, na matatagpuan sa nabanggit na 620 Mitzvot, na tulad nang sinabi ng mga pantas, "ang buong Torah ay ang mga pangalan ng Taga-Paglikha." Ito'y nangangahulugan na ang Taga-Paglikha ay ang kabuuan at ang 620 na mga pangalan ay mga bahagi at mga bagay. Yaong mga bagay ay ayon sa mga baytang at antas ng kaluluwa, na hindi nakakatanggap ng Liwanag nito sa isang iglap, subalit sa banayad, isa sa bawat sandali.

Mula sa lahat ng nabanggit, inyong makikita na ang kaluluwa ay nakatalagang matamo ang lahat ng 620 mga Banal na Pangalan, ang kabuuang katayuan nito, na 620 beses na higit sa mayroon ito bago ito dumating. Ang katayuan nito ay lumabas sa 620 Mitzvot kung saan ang Liwanag ng Torah ay nadadamitan, at ang Taga-Paglikha ay nasa sama-samang Liwanag ng Torah. Kaya inyong makikita na "ang Torah, ang Taga-Paglikha, at Israel" ay tunay na iisa.

Tayo'y bumalik sa usapin na bago sa kaganapan sa gawain ng Diyos, ang Torah, ang Taga-Paglikha, at Israel ay lumalabas na tatlong pagtingin. May mga sandaling, ang isa ay nagnanais na buuin ang isang kaluluwa at ibalik ito sa ugat nito, na itinuturing na "Israel." At kung minsan, ang isa ay nagnanais na maunawaan ang mga kaparaanan ng Taga-Paglikha at ang mga lihim ng Torah, "sapagkat kung ang isa ay hindi alam ang mga kautusan ng Isang nasa Kaitaasan, paano niya Siya paglilingkuran?" Ito ay itinuturing na "Torah."

---

9 Tala ng tagapagsalin: Sa Hebrew, ang *Keter* ay naglalaman ng parehong mga titik ng *TaRaCh*.

At kung minsan, ang isa ay nagnanais na matamo ang Taga-Paglikha, na kumapit sa Kanya nang may ganap na pagkakilala, at buong kaibuturan ng puso ay ikinalulungkot na ito lamang—at hindi nagpapakahirap na matamo ang mga lihim ng Torah, at hindi rin nagpapakahirap na maibalik ang isang kaluluwa sa pinagmulan nito, na tulad ng dati bago ito nadamitan ng isang katawan.

Kaya ang isang lumalakad sa tunay na linya ng paghahanda sa gawain ng Diyos ay kailangang mag-self-check: Gusto ba niya ang tatlong pagtingin na 'yan nang patas? Kasi sa dulo, ang simula at wakas ng pagkilos ay magkapantay. Kapag masyado kang attached sa isa lang, at ni-throw shade mo yung iba, aba'y lagot ka — nalilihis ka na sa landas ng katotohanan.

Kaya mas mabuti na inyong panghawakan ang layunin ng paghahangad sa mga kautusan ng Isang Nakatataas, sapagkat, "Ang isang hindi nakakaalam sa mga kautusan ng Isang Nakatataas—na mga lihim ng *Torah*—paano niya Siya paglilingkuran?" Sa tatlong ito, ito ang higit na gumagarantiya sa panggitnang linya.

Ito ang ibig sabihin ng, "Buksan mo para sa Akin ang isang siwang ng pagsisisi, na tulad ng butas ng karayom, at Aking ibubukas para sa iyo ang mga lagusan kung saan ang mga kariton at mga karwahe ay maaaring pumasok." Pakahulugan: Ang butas ng karayom ay hindi para sa pasukan at labasan, kundi para sa pagsulot ng hibla para sa pananahi at para sa gawain.

At sa katulad, hangarin lamang ninyo ang mga kautusan ng Isang Nakatataas, upang gumawa. At pagkatapos, Aking ibubukas para sa inyo ang isang pintuan, tulad ng pasukan sa isang palasyo. Ito ang ibig sabihin ng Malinaw na Pangalan sa talatang: "Tanging sa mismong gawa habang Ako'y buhay, ang buong daigdig ay matitigib ng kaluwalhatian ng Panginoon."

---

10 Paalala ng tagapagsalin: ang salitang "sa katunayan" ay binabaybay na parang "bulwagan" sa Hebrew.

Ang Isa ay Naroon Kung nasaan Ang isip

Panatilihin ninyo ang inyong mga paa mula sa di-inaasahang pagkagitla, sapagkat "ang isa ay naroroon kung nasaan ang kanyang isip." Kaya kung ang isa'y nakatitiyak na siya ay hindi magkukulang sa anumang bagay, magagawa niyang ituon ang kanyang pansin sa mga salita ng Torah, sapagkat "ang pinagpala ay kumakapit sa pinagpala."

Subalit sa kawalan ng pagtitiwala, kailangang magsumikap ng isa, at ang anumang pagsusumikap na hindi nakaugat sa pananampalataya ay nagmumula sa *Sitra Achra*, sapagkat "ang isinumpa ay hindi kakapit sa pinagpala." Dahil dito, hindi niya magagawang ituon ang lahat ng kanyang pagpupunyagi sa mga salita ng Torah. Ngunit kung ang isa ay nagnanais na maglimayon sa ibayong dagat, hindi niya dapat isaalang-alang ang mga salitang ito, kundi agad na bumalik sa kanyang palagiang landas — na para bang tinutulak ng demonyo — upang hindi niya mawaldas ang kanyang kislap sa mga sandali at mga lugar na hindi pa nagkakaisa sa kaayusan.

At dapat malaman na walang kapinsalaang inilalapat sa isang mas mababa maliban sa loob ng takdang panahon at lugar na pinahihintulutan — tulad ng sa kasalukuyan. Ibig kong sabihin, kung ang isang tao ay nagwaldas, nagsisi, at nawalan ng pag-asa sa kasalukuyang sandali, itinuturing niyang itinapon ang lahat ng panahon at mga lugar sa buong mundo. Ito ang kahulugan ng taludtod: "Isang sandali ng galit — ano ang katumbas nito? Isang sandali."

Kaya't walang wastong pagwawasto sa isang tao malibang ihanay niya ang lahat ng kasalukuyan at mga darating na sandali. Sapagkat mahirap ipamalas ang lawak ng kanyang kamangmangan sa lahat ng panahon — na para bang ang lahat ng mundo at lahat ng sandali ay hindi inihanda para sa kanya. Ito'y sapagkat ang liwanag ng kanyang mukha ay hindi nababalot ng pabago-bagong panahon, bagkus ang gawa ng tao ay walang salang naaapektuhan ng mga ito. Dahil dito, ang pananampalataya at pagtitiwala na lampas sa katwiran ay inihanda para sa atin ng mga dakilang ninuno, upang magamit ng tao sa mga oras ng matinding kagipitan — nang hindi nangangailangan ng pagpapagod.

Isang Alegorya tungkol sa Anak na Lalaki ng Mayaman na nasa Bodega

Dito'y lumalabas na ang bawat isa ay nararapat maging tiyak at tumpak sa kahulugan ng *Teshuva*(pagsisisi/pagbabalik) — na hindi lamang pagsisisi, kundi isang ganap na pagkabuo; kung saan bawat bagay ay itinatakda nang maaga, at ang bawat kaluluwa ay nananatili sa kanyang ganap na Liwanag, kapakinabangan, at walang hanggang kabuluhan.

Tanging dahil sa tinapay ng kahihiyan, lumitaw ang kaluluwa sa pamamagitan ng mga pagbabawal, hanggang sa ito'y nabihisan ng madilim na katawan. Sa pamamagitan nito, maaari nang bumalik ang kaluluwa sa ugat nito mula sa pagbabawal. Gayundin, ang gantimpala nito sa mga paghihirap na dinaanan ay ang tunay na gantimpala — ang tunay na *Dvekut* (pagdikit). Nangangahulugan ito na nawala na ang tinapay ng kahihiyan, mula nang ang *daluyan* ng pagtanggap nito ay naibaling sa *daluyan* ng pagkakaloob, at ang anyo nito ay naging kapantay na ng *Maylikha*.

Ngayon inyong maiintindihan na kung ang pagbaba ay para sa layunin ng pag-*pag-angat*, ito ay titingnan na pag-*angat* at hindi pagbaba. At sa katunayan, ang pagbaba mismo ay ang pag-*angat*, dahil ang mga titik ng mga panalangin mismo ay tigib ng kasaganaan, habang ang maigsing dalangin, ang kasaganaan ay hindi sapat sapagkat ang mga titik ay nawawala. Gayundin ang ating mga pantas ay nagsabi, "Kung ang Israel ay hindi nagkasala, sila ay nabigyan lamang dapat ng limang ng aklat ni *Moses* at ang aklat ni *Joshua*."

Ano ang katulad nito? Ito ay tulad ng isang mayamang tao na may batang anak na lalaki. Isang araw, ang taong ito ay kailangang maglakbay nang malayo nang maraming taon. Ang mayamang tao ay nangangamba na mangyari ang anak na lalaki ay isabog ang kanyang mga pag-aari nang walang kabuluhan; kaya siya ay nag-isip ng isang plano at ipinagpalit ang kanyang mga pag-aari ng mga mamahaling bato, alahas, at ginto. Siya ay gumawa rin ng isang selda sa ilalim ng lupa, at itinago doon ang lahat ng kanyang mga ginto at mamahaling bato, kasama ang kanyang anak na ito.

Pagkatapos tinawag niya ang kanyang mga matapat na mga *utusan* at inutusan ang mga ito na bantayan ang kanyang anak at hindi ito palabasin ng *selda* hanggang sa umabot siya ng dalawampung taon sa edad. Bawat araw, sila'y kailangang hatiran siya ng pagkain at inumin, subalit walang kalagayan na sila ay maghatid ng *apoy* o *kandila*. At sila'y dapat ring tingnang masusi ang mga dingding kung mayroong mga siwang, upang walang makalusot na liwanag ng araw. Para sa kanyang kalusugan, kailangan nilang ilabas siya sa *selda* ng isang oras, at lumakad sila sa kalsada kasama nito, ngunit matiyagan nang mabuti upang hindi siya makatakas. Sa pagsapit ng kanyang ika-dalawampung taon, kanilang bigyan siya ng mga *kandila*, magbukas ng bintana, at hayaan siyang lumabas.

At natural, ang hapdi ng anak ay hindi masukat, lalo na nang siya'y lumakad sa labas at nasilayan ang mga kabataan na nagkakainan, nag-iinuman, at nagsasaya sa mga lansangan — walang bantay, walang takdang oras. Samantalang siya'y nakapiit, may ilang sandali lamang ng liwanag. Kung magtatangkang tumakas, siya'y bubugbugin nang walang awa. Mas malalim ang sugat at lungkot nang marinig niyang ang mismong ama niya ang nagdulot ng lahat ng paghihirap — sapagkat ang mga tauhan ng ama ay sumusunod lamang sa kanyang utos. Malinaw sa isip ng anak na ang kanyang ama ang pinakamalupit sa lahat ng panahon, sapagkat sino ba ang nakarinig ng ganito?

Sa araw ng kanyang ika-dalawampung kaarawan, ang mga tauhan ay nagsabit ng isang kandila, gaya ng ipinag-utos ng kanyang ama. Kinuha ng batang lalaki ang kandila at sinimulang silipin ang paligid niya. At ano ang kanyang nasilayan? Mga sako, punong-puno ng ginto, bawat isa'y sagana sa maharlikang yaman.

Noon lamang niya tunay na naunawaan na ang kanyang ama — na siya ay puno ng awa — at ang lahat ng kanyang ginawa ay para sa kanyang kabutihan. Sa sandaling iyon, nakita niya sa mga mata ng mga bantay ang pahintulot; siya na ngayon ay malaya nang makalabas sa selda at makalaya. At ginawa niya iyon — lumabas siya, wala nang mga bantay, wala nang malupit na tauhan; siya na ang pinakadakila sa lahat ng mayayaman sa buong lupa.

Sa katunayan, walang anomang ipinagbago — sapagkat mula pa noon siya'y tunay nang mayaman, sa bawat araw na lumipas. Siya lamang ang nagpakiramdam na mahirap, naghihikahos, at lubos na nagdurusa. Ngunit sa isang kisap-mata, siya'y pinagkaloaban ng walang kapantay na kayamanan, mula sa pinakamalalim na hukay ay umangat siya sa pinaka-matayog na tuktok.

Ngunit sino nga ba ang tunay na makakaunawa sa alegoryang ito? Ang isa lamang na nakikita na ang mga "kasalanan" ay hindi iba kundi ang malalim na selda at ang matalim na pag-iingat ng bantay na pumipigil sa kanyang pagtakas. Sa ganitong liwanag, ang selda at ang mahigpit na bantay ay hindi parusa, kundi mga "kahusayan" at walang kapantay na habag ng ama para sa kanyang anak. Kung wala ang mga iyon, kailanma'y hindi siya makakamtan ang kayamanan ng kanyang ama.

Subalit ang mga "kasalanan" ay *tunay na kasalanan*, hindi basta "pagkakamali" na pwedeng palampasin lang. Hindi dapat pilitin ang puso o isipan na bumalik nang mabilis o pilit sa kayamanan. Bago ang pagbabalik, kailangang maramdaman ng lubusan ang bigat, ang sakit, ang pagkakahiwalay — lahat ng iyon ay dapat dumaloy nang tapat sa puso. Ngunit sa sandaling bumalik na ang kaluluwa sa kanyang kayamanan, malinaw niyang nakikita na ang lahat ng paghihirap na iyon ay mga *awa* ng ama — hindi kailanman kalupitan.

Dapat nating maunawaan na ang buong ugnayan sa pagitan ng ama at kanyang tanging anak ay nakasalalay sa pagkilala ng anak sa habag ng ama sa kanya, lalo na sa usapin ng *silong,* ang kadiliman, at ang maingat na pagbabantay. Dito'y natutuklasan ng anak ang mga dakilang pagsisikap at malalim na karunungan na nasa likod ng mga awang ito ng ama — na sa unang tingin ay tila parusa, ngunit sa katotohanan ay pagmamahal na matindi at mapanatag.

Ang Banal na *Zohar* ay naglalahad din tungkol dito, na nagsasabing para sa isang taong ginawaran ng *teshuva* (pagsisisi), ang Banal na Pagka-Diyos ay nagpapakita ng isang maawain na pusong ina na matagal nang hindi nasilayan ang kanyang munting anak. Sa kabila nito, nagsagawa sila ng dakilang pagsisikap upang muling magkita, at sa kanilang muling pagtatagpo, dumanas sila ng matinding panganib.

Sa dakong huli, ang matagal nang inaasam na kalayaan ay dumating sa kanila, at sila'y ginawaran ng muling pagtatagpo. Kasunod nito, ang ina'y yumakap nang mahigpit sa kanya, hinalikan at inaliw, habang buong araw at gabi'y binubulong ang malumanay na mga salita. Ipinahayag niya ang pananabik at mga panganib sa landas na tinatahak, at ipinaalala na siya'y kasama niya sa bawat sandali. Ang Pagka-Diyos ay hindi kailanman lumisan; bagkus, dumanas na kasama niya — kahit na hindi niya ito makita.

Ang mga salitang ito ay mula sa *Zohar*. Kanyang sinabi, "Dito tayo'y natulog; dito tayo sinalakay ng mga tulisan, at tayo'y naligtas; dito tayo nagtago sa isang malalim na lungga." At sino ang hunghang hindi mauunawaan ang kalipunan ng pagmamahal, kalugod-lugod, at kagalakang umaapaw mula sa ganitong mga nakakaaliw na kuwento?

Sa katotohanan, bago pa man sila nagtagpo nang harap-harapan, ang pakiramdam ay parang pagdurusa na mas mabigat pa kaysa kamatayan. Ngunit sa salitang *Nega* (karamdaman o hapdi), ang *Ayin* — ang huling letra ng salita sa Hebreo — ay nasa dulo. Subalit kapag ang mga nakakaaliw na salita ang sinambit, ang *Ayin* ay nasa unahan ng salita, na tiyak na nagdadala ng *Oneg* (kasiyahan).

Ngunit ang dalawang puntong ito ay nagliwanag lamang kapag sila'y sabay na naganap sa iisang mundo. Isipin mo ang ama at anak, na balisang naghihintay sa isa't isa sa loob ng mga araw at taon. Sa wakas, sila'y nagtagpo, ngunit ang anak ay pipi at bingi — hindi nila maipahayag ang kanilang sarili o makipaglaro. Kaya naman, ang tunay na diwa ng pagmamahal ay matatagpuan sa marangal na kasiyahan ng pagkikita.

Ang Panginoon Ang Iyong Lilim

Ang Baal Shem Tov ay nagbigay ng malinaw na palatandaan kung paano malalaman kung gaano ang Taga-Paglikha ay pinaglalaruan ang isa — sa pamamagitan ng pagsusuri sa sariling puso, at pagtingin kung gaano kalalim at kaseryoso ang pakikipaglaro ng isa sa Taga-Paglikha. Gayundin sa lahat ng bagay, na tulad ng sabi, *"Ang Panginoon ang iyong lilim."*

Kaya ang isa na nakakaramdam pa rin ng pagkakaiba sa pagitan ng *"pag-alam"* at *"pagmamahal"* ay nangangailangan pang pag-isahin ang puso. Ito'y sapagkat sa pananaw ng Taga-Paglikha, iisa at iisa lamang ang lahat, at Siya ay tunay na nananahan sa puso ng bawat isa mula sa Israel. Ito'y mula sa Kanyang pananaw. Samakatuwid, ano pa ba ang kailangan ng tao? Upang malaman lamang Siya. Ang kamalayan ay nagbabago, at ang kamalayan ay nagiging ganap — ito ang ibig sabihin ng *"ang Panginoon ang iyong lilim."*

Ang Pagpupunyagi Ay ang Pinakamahalaga

Aking mahal na anak, Baruch Shalom,

Aking natanggap ang iyong liham at taos-pusong binabati kita sa iyong Semicha—ang banal na ordinasyong iyong natamo. Ito ang unang pader na humaharang sa iyong landas patungo sa pagpapatuloy ng iyong paglalakbay. Inaasam ko na mula sa araw na ito, ikaw ay magsisimulang magtagumpay nang walang humpay, at magpatuloy sa kalakasan, at sa ibayong kalakasan, hanggang sa tuluyang makapasok ka sa Palasyo ng Hari.

Aking ninanais para sa iyo na magtamo ka pa ng isang Semicha. Ngunit mula sa araw na ito, madaliin mo ang iyong sarili na gugulin ang mas maraming panahon sa paghahanda ng iyong katawan—upang makaipon ng lakas at tapang, "tulad ng baka sa pasanin nito at tulad ng kabayo sa sakay nito," upang hindi masayang kahit bawat isang sandali.

At kung iyong itatanong, "Nasaan ang paghahandang ito?" Masasabi ko sa iyo na noong unang panahon, kinakailangan nitong matamo ang lahat ng pitong sekular na katuruan at sumailalim sa matinding sakripisyo ng sarili bago marating ang piling ng Taga-Paglikha. Subalit marami ang hindi nagantimpala ng pabor mula sa Kanya. Ngunit dahil tayo'y pinagpala na ng mga katuruan ng Ari at mga gawa ng Baal Shem Tov, naging napakadali na nitong maabot ng bawat isa, at wala nang karagdagang paghahanda ang kinakailangan.

Kung ang iyong mga paa ay makatanggap ng mga biyayang ito, at sa awa ng Panginoon pati ako'y pinagpala, tinanggap ko ang mga ito nang buong puso at dalawang kamay. Ang aking isip ay kasinglapit sa iyo, tulad ng ama sa kanyang anak. Tiyak kong ipapasa ko sa iyo ang mga ito kapag ikaw ay handa nang tanggapin—tulad ng salita na pumapasok sa bibig.

Subalit ang pinakamahalaga ay ang pagpupunyagi—ang tunay na pagnanais na magsumikap sa Kanyang gawain. Sapagkat ang karaniwang gawa ay walang gaanong kabuluhan, kundi ang mga piraso lamang na higit sa pangkaraniwan, ang tinatawag na "paggawa," ang may tunay na halaga. Ito'y katulad ng isang lalaki na nangangailangan ng isang libra ng tinapay upang mabusog—ang kanyang buong hapunan ay hindi itinuturing na nakabubusog maliban sa pinakahuling piraso ng tinapay. At sa kabila ng kaliitan nito, ang pirasong iyon ang siyang nagpapabusog. Gaya rin ng sa gawain, ang Taga-Paglikha ay kumukuha lamang sa labis na lumalampas sa karaniwan, at ang mga ito ang nagiging *Otiot* (mga titik) at *Kelim* (mga daluyan) para tanggapin ang Liwanag ng Kanyang mukha.

Paglalakip ng Awa sa Paghuhukom

Ang kaibuturan ng gawain ay ang pagpili—ibig sabihin, *"samakatwid piliin ang buhay,"* sa pamamagitan ng *Dvekut* (pagdikit) at *Lishma* (sa Kanyang Pangalan). Kaya't ang isa ay ginagantimpalaan ng tunay na *Dvekut* sa *Buhay ng mga Buhay*.

Ngunit kapag may bukas na Pagkalinga, walang puwang para sa pagpili. Kaya itinaas ng Isang Nakakataas ang Malchut bilang *Midat Ha Din* (katangian ng hatol) sa *Eynaim* (mga mata). Ito'y lumikha ng isang pagkukubli—ibig sabihin, naging kapansin-pansin sa isang mas mababa na may kakulangan sa Isang Nakakataas, na walang *Gadlut* (kadakilaan) mula sa Isang Nakakataas. Sa ganitong kalagayan, ang katangian ng Isang Nakakataas ay inilalagay sa mas mababa; kaya ang mga ito ay may kakulangan.

Nangangahulugan ito na ang mga *Kelim* (daluyan/vessel) ay kapantay ng isang mas mababa: sapagkat kung walang kaginhawaan sa mas mababa, wala ring kaginhawaan sa katangian ng Nakakataas. Ibig sabihin, walang buhay ang Torah at Mitzvot; sila'y nagiging walang lasa—mga anyo lamang na walang buhay.

Sa ganoong katayuan, may puwang para sa pagpili. Ibig sabihin, ang isang mas mababa ay dapat maintindihan na lahat ng pagkukubli na kanyang nararamdaman ay dahil pinigilan ng Isang Nakakataas ang Kanyang sarili para sa kasiyahan ng isang mas mababa. Ito ang tinatawag na, "noong ang Israel ay nasa pagkakatapon, ang Pagka-Diyos ay nasa kanila." Kaya anumang lasa ang nalalasap ng isa, dapat niyang malaman na hindi siya ang may gawa nito—hindi ito sanhi ng kawalan ng kasiglahan sa kanya, kundi dahil sa kanyang pananaw, tila walang buhay ang Isang Nakakataas.

At kapag ang isang mas malakas na puso ay nagsabi na ang mapait na lasa ng mga tinatanggap na biyaya ay dahil lamang sa kakulangan ng tamang mga *kelim* (daluyan) na tumatanggap sa kasaganaan—dahil ang mga *kelim* niya ay pang-pagtanggap, hindi pang-pagkakaloob—at nalulungkot siya na kailangang itago ng Isang Nakakataas ang Kanyang Sarili, na sa gayon ay pinapayagan ang isang mas mababa na lumapastangan, ito ay isang tanda na ang isang mas mababa ay itinataas. Sa pamamagitan nito, itinatataas ng Isang Nakakataas ang *AHP* (Ang daluyan ng pagbibigay), at ang pag-angat na ito ay nangangahulugan na maaari nang ipamalas ng Isang Nakakataas ang papuri at kagalakan sa mga *kelim* ng *AHP* na maihahayag. Kaya't sa panig ng isang mas mababa, itinatataas ng Isang Nakakataas ang *GE* (Ang daluyan ng pagtanggap) ng mas mababa, sa pamamagitan ng pagkilala ng mas mababa sa kahusayan ng Isang Nakakataas. Lumalabas dito na ang isang mas mababa ay umaangat kasama ng *AHP* ng Isang Nakakataas.

Kaya, sa sandaling makita ng isang mas mababa ang kadakilaan ng Isang Nakakataas, dito siya lumalago at yumayabong sa kanyang sarili. Ngunit sa simula, ang isang mas mababa ay karapat-dapat lamang makatanggap ng *Katnut* (kaliitan). At kapag ang *Gadlut* (kadakilaan) ay sumilip mula sa Isang Nakakataas, nagkakaroon ng paghahati—isang linya sa pagitan ng kanan at kaliwa, sa pagitan ng paniniwala at pag-alam.

Subalit ang Isang Nakakataas ay binabawasan din ng isang mas mababa, na tinatawag na *Masach de Hirik* (Salamin ng Pag-urirat). Sa madaling salita, upang makatanggap ang isang mas mababa ng antas ng Nakakataas, kailangang ang pagtanggap niya ay nakabase lamang sa sukatan ng pananampalataya—hindi lampas dito. Ibig sabihin, pinipigilan ng isang mas mababa ang kaliwang linya ng Isang Nakakataas, at siya ang sanhi nito. Ngunit kapag ang isang mas mababa ay lumabas na binuo mula sa parehong pag-aalam at paniniwala, ito'y tinatawag na *tatlong linya*. Sa ganitong paraan, dito tinatanggap ng isang mas mababa ang ganap na kaganapan.

ANG LIPUNAN *bilang isang* **KONDISYON**
para sa
PAGTATAMONG ESPIRITUWAL

MATAN TORAH (ANG PAGBIBIGAY NG TORAH)

"Mahalin yaong kaibigan tulad nang pagmamahal sa sarili" (Leviticus19:18) SiRabbi Akiva ay nagsabi, "Ito ay dakilang panuntunan* sa Torah."

Ang salitang ito ng ating mga pantas ay nangangailangan ng malalim na paliwanag. Ang salitang *Klal* (kalipunan o panuntunan) ay tumutukoy sa kabuuan ng mga detalye na, kapag pinag-isa, bumubuo ng nasabing pangkalahatang prinsipyo. Kaya't nang sabihin nila tungkol sa *Mitzva* na, "mahalin mo ang iyong kapwa tulad ng iyong sarili," ito ay itinuturing na dakilang *Klal* sa Torah. Dapat nating maunawaan na ang lahat ng 612 na *Mitzvot* (mga tuntunin) sa Torah, kasama ang malawak na kahulugan ng bawat isa, ay parang mga detalye na nakapaloob sa loob at nakapagitna ng iisang *Mitzva* na ito: "mahalin mo ang iyong kapwa tulad ng iyong sarili."

Ito ay totoong nakakalito, dahil maaari mong sabihing ang Mitzvot ay tungkol sa relasyon ng tao sa tao. Pero paano naman ang nag-iisang Mitzva na sumasaklaw sa lahat ng Mitzvot sa pagitan ng tao at ng Diyos—na siyang naglalaman ng karamihan ng mga batas?

2) Kung gagawin pa nating layunin na maghanap ng pagkakatugma sa mga salitang ito, lalabas sa ating harapan ang isa pang kasabihan na mas kapansin-pansin pa. Isang nagbalik-loob ang lumapit kay Hillel (Shabbat 31) at nagsabi: "Ituro mo sa akin ang buong Torah habang nakatayo ako sa isang paa." At siya'y sumagot: "Anumang bagay na ayaw mo para sa sarili mo, huwag mong gawin sa iyong kapwa" — ito ang tunay na diwa ng "mahalin mo ang iyong kaibigan tulad ng sarili mo." At ang natitira, sabi niya, ay komentaryo lamang; kaya humayo ka, mag-aral pa.

Dito sa ating harapan ay isang malinaw na batas: Sa lahat ng 612 na *Mitzvot* at mga sulatin ng Torah, walang itinatangi nang higit kaysa sa Mitzva na "mahalin mo ang iyong kaibigan tulad ng sarili mo." Ito ang puso ng lahat, dahil dito nakasalalay ang tamang kahulugan ng lahat ng iba pang *Mitzvot*. Tahasang sinabi rito: "Ang nalalabi ay komentaryo lamang; humayo at mag-aral." Ibig sabihin, ang lahat ng iba pang mga utos ay mga pagpapalawak lamang ng pangunahing Mitzva na ito, sapagkat hindi magiging ganap ang utos na mahalin ang iyong kapwa kung hindi ito gagabay sa mga ito.

---

11 Nota ng Tagasalin: Ang salitang *Klal* sa Hebreo ay nangangahulugan pareho "tuntunin" at "kalipunan

3) Bago tayo magsaliksik sa buod ng bagay, dapat nating isaalang-alang yaong Mitzva, dahil tayo'y inatasan na: "mahalin ang kaibigan, tulad sa sarili." Ang salitang "sa iyong sarili" ay nagsasabi sa atin, "mahalin ang iyong kaibigan sa hangganan nang iyong pagmamahal sa iyong sarili, ng walang ni munting kabawasan." Sa ibang salita, dapat kayong maging sa tuwina'y maagap sa pagtupad ng mga pangangailangan ng bawat nilalang sa bayan ng Israel, kung gaano kayo kaagap sa palaging pagtupad ng inyong mga sariling pangangailangan.

Ito ay ganap na imposible, dahil hindi magagawa ng karamihan na tuparin ang kanilang sariling pangangailangan sa gitna ng kanilang pang-araw-araw na gawain. Kaya paano ninyo masasabi sa kanila na gawin ang lahat para matupad ang kagustuhan ng buong bayan? At hindi rin natin maaaring isipin na ang Torah ay nagpapasobra, dahil binabalaan tayo nito na huwag magbawas o magdagdag—isang patunay na ang mga salitang iyon at mga batas ay ipinagkaloob nang buong katiyakan.

4) At kung ito ay hindi pa rin sapat para sa inyo, masasabi ko na ang simpleng paliwanag ng Mitzva na mahalin ang iyong kapwa tao ay mas mabagsik pa, dahil dapat nating ilagay ang pangangailangan ng ating mga kaibigan bago ang sa ating sarili. Ito'y tulad ng isinulat ng ating mga pantas (*Kidushin* p. 20) tungkol sa talatang "sapagkat siya ay nagagalak sa iyo" (*Deuteronomio* 15:16), na tumutukoy sa alipin na Hebreo: "Sa mga sandaling wala siya kundi isang unan, kung siya mismo ay hihimlay dito at hindi ito ibibigay sa kanyang alipin, hindi siya tumatalima sa 'sapagkat siya ay nagagalak sa iyo,' dahil siya ay nakahimlay sa unan habang ang alipin ay sa lapag. At kung hindi siya hihimlay dito at hindi rin ibibigay ito sa kanyang alipin, ito'y panuntunang Sodomite." Dito'y malinaw na, bagamat labag sa kanyang kalooban, dapat niyang ibigay ang unan sa kanyang alipin habang siya naman ay nakahiga sa lupa.

Atin ding matatagpuan ang parehong panuntunan sa ating talata tungkol sa sukatan ng pagmamahal sa ating kapwa tao, dahil dito rin ang salita ay pinaghahambing ang kasiyahan ng pangangailangan ng isang kaibigan sa kasiyahan ng sariling mga pangangailangan, tulad ng halimbawa ng "sapagkat siya ay nagagalak sa iyo" patungkol sa alipin na Hebreo. Kaya dito rin, kung siya ay mayroon lamang isang upuan at ang kanyang kaibigan ay walang anuman, ang batas ay kung siya ay uupo dito at hindi niya ibibigay sa kanyang kaibigan, siya ay lumalabag sa Mitzva, "mahalin ang kaibigan tulad sa sarili," dahil hindi niya natutupad ang pangangailangan ng kanyang kaibigan tulad ng pagtupad niya sa kanyang sarili.

At kung hindi niya uupuan ito at hindi rin niya ibibigay sa kanyang kaibigan, ito ay kasingsama ng panuntunang Sodomite. Samakatwid, dapat hayaan niyang upuan ito ng kanyang kaibigan habang siya naman ay umuupo sa lapag o tumatayo. Malinaw, ito ang batas para sa lahat ng pangangailangan na ang isa ay mayroon at ang kaibigan ay may kakulangan. At ngayon, humayo at tingnan kung ang Mitzva na ito sa anumang paraan ay magagawa.

5) Dapat muna nating maunawaan kung bakit ang Torah ay ibinigay nang bukod-tangi sa bayan ng Israel at hindi sa lahat ng tao sa mundo nang pantay-pantay. Mayroon bang dahilan dito—huwag nawang ipahintulot ng Diyos—na may bahid ng nasyonalismo? Totoo

naman na tanging isang baliw na tao lamang ang mag-iisip nito. Sa katunayan, sinuri ng ating mga pantas ang katanungang ito, at ganito ang kanilang paliwanag sa kanilang mga salita (Avodah Zarah 2): "Ang Diyos ay ibinigay ito sa bawat bansa at wika, ngunit hindi nila tinanggap ito."

Ngunit ang kanilang nakikita bilang nakakalito ay bakit tayo tinawag na "ang piniling mga tao," tulad ng isinulat: "ang Panginoon, ang iyong Diyos ay pinili ka" (Deuteronomio 7:6), kung walang ibang bansa ang nais nito? Higit pa rito, may isang pangunahing tanong sa bagay na ito: Mangyari ba na ang Taga-Paglikha ay dumating na hawak ang Kanyang batas sa Kanyang kamay upang makipag-ayos sa mga mababangis na taong iyon? Ang ganoong bagay ay hindi kailanman narinig at ganap na hindi katanggap-tanggap.

6) Subalit kapag ating lubos na naunawaan ang kaibuturan ng Torah at Mitzvot na ipinagkaloob sa atin, pati na ang kanilang tunay na layunin—na malinaw na itinuro ng ating mga pantas bilang hangarin ng Paglikha na inilatag sa harap ng ating mga mata—dapat nating maunawaan ang bawat bagay nang malinaw. Sapagkat ang unang isipin ay, walang pagkilos na walang layunin. At walang pasubali sa ganitong panuntunan maliban sa pinakamababang uri ng tao, o mga sanggol. Samakatwid, tiyak na ang Taga-Paglikha, na ang kabunyian ay walang hangganan, ay hindi kikilos—malaki man o maliit na pagkilos—na walang layunin.

Ang ating mga pantas ay nagsabi sa atin na ang mundo ay hindi nilikha maliban sa layunin ng pananatili ng *Torah* at *Mitzvot*. Ibig sabihin, tulad ng ipinaliwanag ng ating mga pantas, ang layunin ng Taga-Paglikha mula sa sandali ng Kanyang paglikha ay upang mahayag ang Kanyang Pagka-Diyos sa nilikha. Sa pamamagitan ng paghahayag na ito, ang Kanyang Pagka-Diyos ay dumadaloy bilang maalwang kasaganaan, patuloy na lumalago hanggang sa maabot ang ninanais na hangganan.

At sa gayon, ang aba'y aangat sa tunay na pagkilala, magiging karwahe Niya, at kakapit nang mahigpit hanggang marating ang kanilang huling kaganapan: "Walang pang mata ang nakasilay ng isang Diyos na bukod sa Iyo" (Isaias 64:3). At dahil sa kadakilaan at kaluwalhatian niyan na walang kapintasan, ang Torah at propesiya ay maingat na umiwas sa pagbanggit ng labis na salita dito, tulad ng sinabi ng ating mga pantas (Berachot 34), "Lahat ng mga propeta ay nagpropesiya para sa mga araw ng Mesiyas, subalit para sa kasunod na mundo, walang pang mata ang nakasilay ng isang Diyos na bukod sa Iyo."

Ang walang kapintasang ito ay ipinamalas sa mga salita ng Torah at propesiya, pati na rin sa mga aral ng ating mga pantas sa simpleng salita: *Dvekut* (pagdikit). Subalit dahil sa malawakang paggamit ng salitang ito sa pangkaraniwang paraan, halos nawala na ang tunay na lalim ng nilalaman nito. Ngunit kung kayo'y titigil kahit saglit sa pagninilay sa salitang iyon, kayo'y mapupuspos ng isang nakakamanghang tayog—dahil sa inyong pag-iisip, inyong maisasalarawan ang kadakilaan ng Taga-Paglikha at ang kaabaan ng nilikha. Sa gayon, inyong maiintindihan ang kahalagahan ng *Dvekut* ng isa sa isa, at kung bakit natin ipinapa-akibat ang salitang ito sa layunin ng buong Paglikha.

Lumalabas dito na ang layunin ng buong Paglikha ay ang mga abang nilikha ay magawa—sa pamamagitan ng pag-iingat ng Torah at Mitzvot—na patuloy na umangat at magpatuloy sa pag-unlad, hanggang sa sila'y magantimpalaan ng *Dvekut* sa kanilang Taga-Paglikha.

7) Subalit naririto ang Kabalista at nagtatanong: Bakit hindi tayo nilikha sa ganitong katayog na *Dvekut* sa simula pa lamang? Ano ang dahilan mayroon Siya upang ipapasan sa atin ang gawaing ito ng Paglikha at ng Torah at *Mitzvot*? At sila'y sumagot: "Siya na kumakain noong hindi sa kanya, ay takot tumingin sa kanyang mukha." Ibig sabihin nito, ang isang kumakain at nasasarapan sa pinagpaguran ng kanyang kaibigan ay natatakot tumingin sa kanyang mukha. Dahil sa ginagawang ito, siya ay lalong napapahiya hanggang sa tuluyang maglaho ang kanyang anyo bilang tao. At dahil yaong nagbuhat sa Kanyang kabuuan ay hindi maaaring may kapintasan, binigyan Niya tayo ng puwang upang makapagtamo ng ating katayugan sa ating sarili mismo—sa pamamagitan ng ating gawain sa Torah at *Mitzvot*.

Ang mga salitang ito ay tunay na malalim, at naipaliwanag ko na ang mga ito sa aklat na *Panim Me'irot uMasbirot*, sa *Ang Puno ng Buhay*, Sangay Isa, at sa aklat na *Ang Pag-aaral ng Sampung Sefirot*, *Panloob na Pananalingin*, Bahaging Isa. Sa pagkakataong ito, aking ipapaliwanag ang mga ito nang maikli upang maging kaunawaan para sa lahat.

8) Ang bagay na ito ay maihahalintulad sa isang mayamang tao na kumupkop sa isang lalaki mula sa palengke. Pinakain niya ito, binigyan ng ginto at pilak, at pinaranas ang lahat ng kanais-nais na bagay araw-araw. At sa bawat araw, mas marami pang biyaya ang kanyang ipinagkakaloob kaysa sa araw na lumipas. Sa huli, tinanong ng mayamang tao, "Maari mo bang sabihin sa akin, natupad na ba ang lahat ng iyong hinahangad?" At sumagot ang lalaki, "Hindi pa po. Sapagkat gaano kaya kaganda at kahanga-hanga sana ang lahat ng ito kung ang mga kayamanan at mamahaling bagay ay aking natamo sa pamamagitan ng sarili kong paggawa, tulad ng pagdating ng mga ito sa iyo—at hindi bilang kawanggawa mula sa iyong kamay." Sa gayon ay sinabi ng mayamang tao: "Kung gayon, sa ganyang bagay, wala pang isinilang na tao ang makakatupad sa iyong hangarin."

Ito ay isang likas na bagay. Sa isang banda, siya ay nakakaranas ng lalong lumalalim na kasiyahan habang inuulan ng mga regalo. Subalit sa kabilang banda, napakahirap sa kanya na batahin ang kahihiyan dahil sa labis-labis na kabutihang ipinagkakaloob sa kanya ng mayamang tao. Ito ay dahil may isang likas na batas: ang tumatanggap ay likas na nakakaramdam ng kahihiyan at pagkayamot kapag siya ay tumatanggap ng mga regalo na nagmumula sa awa at pagmamalasakit ng nagbibigay.

Mula rito umuusbong ang ikalawang batas: na kailanma'y hindi kayang bigyang-lubos na kasiyahan ng sinuman ang pangangailangan ng kanyang kaibigan. Sapagkat sa kahuli-hulihan, hindi niya maipagkakaloob dito ang likas na katangian at anyo ng pansariling pagmamay-ari—at dito lamang natatamo ang tunay na kaganapan.

Subalit ito ay totoo lamang para sa mga nilikha; samantalang sa Taga-Paglikha, ito ay ganap na imposible at hindi katanggap-tanggap. Kaya't Kanyang inihanda para sa atin ang pagsisikap at paggawa sa Torah at *Mitzvot*, upang makamit natin ang katayugan sa pamamagitan ng sarili nating gawain. Sa gayon, ang kagalakan at kasiyahan na nagmumula sa Kanya—ibig sabihin, ang lahat ng nakapaloob sa *Dvekut* sa Kanya—ay magiging atin, bunga ng ating sariling pagsusumikap. Dahil dito, ating mararamdaman sa ating sarili ang pagiging tunay na may-ari, at kung wala nito, hindi natin mararanasan ang ganap na kabuuan.

9) Katunayan, kailangan nating siyasatin ang puso at pinagmulan ng likas na batas na ito—kung sino ang nagpunla ng kapintasan ng kahihiyan at pagkayamot na ating nararamdaman sa pagtanggap ng kawanggawa mula sa iba. Ito ay mauunawaan sa pamamagitan ng isang batas na kinikilala ng mga siyentipiko: na ang bawat sanga ay taglay ang parehong kalikasan ng ugat nito. Nais ng sanga, naghahanap, umaasam, at nakikinabang mula sa lahat ng bagay na nagmumula sa ugat. Sa kabaligtaran, anumang bagay na hindi nagmumula sa ugat ay tinatanggihan ng sanga—ito'y hindi nito matanggap at nagiging sanhi pa ng pinsala. Ang batas na ito'y namamagitan sa bawat ugat at sanga, at ito'y hindi maaaring labagin.

Ngayon, dito'y bumubukas sa ating harapan ang isang pintuan upang maunawaan ang pinagmulan ng lahat ng kasiyahan at lahat ng pagdurusa. Yamang ang Taga-Paglikha ang ugat ng Kanyang mga nilikha, lahat ng umiiral sa Kanya—at ipinapaabot Niya sa atin nang tuwiran—ay ating nararamdaman bilang kaaya-aya at nagbibigay-galak, sapagkat ang ating kalikasan ay malapit sa ugat na iyon. Subalit, ang anumang wala sa Kanya, at hindi nanggagaling sa Kanya, kundi salungat sa kalikasan ng Paglikha mismo, ay taliwas sa ating likas na katangian at nagiging mahirap para sa atin na pagtiisan. Halimbawa, tayo'y mahilig sa kapahingahan at nayayamot sa labis na paggalaw. Kaya't wala tayong ginagalaw maliban kung ito ay magdudulot ng ginhawa. Ito'y sapagkat ang ating ugat ay nasa isang ganap na kalagayan ng kapahingahan—walang galaw, walang pagbabago. Samakatuwid, ang paggalaw ay laban sa ating kalikasan at tayo'y likas na tumatanggi rito.

Sa pamamagitan ng katulad na halimbawa, tayo'y likas na mapagmahal sa karunungan, lakas, yaman, at iba pa—dahil ang lahat ng ito ay umiiral sa Kanya, ang ating ugat. At dahil dito, tayo'y namumuhi sa kanilang mga kabaligtaran—tulad ng kamangmangan, kahinaan, at kahirapan—sapagkat ang mga ito'y ganap na wala sa Kanya at hindi umiiral sa ating ugat kahit sa anong paraan. Ito ang nagtutulak sa atin na makaramdam ng matinding pagkamuhi sa mga ito at nagpapahapdi sa ating kalooban sa paraang walang katumbas.

10) Ito ang dahilan kung bakit tayo'y nakakaramdam ng masagwang panlasa ng pagkahiya at pagkayamot kapag tayo'y tumatanggap ng kawanggawa. Sapagkat sa Taga-Paglikha, walang ganitong karanasan—walang pagtanggap ni pabuya—dahil mula kanino Siya tatanggap? At dahil ang elementong ito ay hindi umiiral sa ating ugat, ating nararanasan ito bilang isang bagay na karumal-dumal at nakamumuhing damdamin. Sa kabilang banda, damang-dama natin ang kagalakan at kasiyahan tuwing tayo'y nagbibigay sa iba, sapagkat ang kaparaanang ito ay likas na umiiral sa ating ugat—na siyang pinagmulan ng lahat sa atin.

11) Ngayon tayo'y nakahanap nang paraan upang suriin ang layunin ng Paglikha, upang dumikit sa Kanya, sa tunay nitong anyo. Ang kabunyiang ito at *Dvekut* na tinitiyak na darating sa atin sa pamamagitan ng ating gawain sa Torah at *Mitzvot*, ay humigit-kumulang bilang katumbas nang mga sanga sa kanyang ugat. Ang lahat nang kabanayadan at kasiyahan at kabanalan ay nagiging natural na karugtong dito, tulad ng ating sinabi sa unahan, na ang kasiyahan ay nasa sa pagkakatulad lamang ng anyo sa Maylikha. At kapag

pinapantayan natin ang lahat ng kaparaanan sa ating ugat, ating nararamdaman ang kagalakan.

Gayundin, bawat bagay na ating nararanasan na wala sa ating ugat ay hindi napagtitiisan, kasuklam-suklam, o kaya'y nagiging lubhang masakit sa atin, katulad nang hinihingi nang kaisipang yaon. At natural, ating makikita na ang ating mismong pag-asa ay nasasalalay sa hangganan ng ating pagkakatulad nang anyo sa ating ugat.

12) Ito ang mga salita ng ating mga pantas (*Beresheet Rabba* 44) nang kanilang itinanong, "Bakit papansinin ng Taga-Paglikha kung ang isa ay magkakatay sa lalamunan o sa batok?" Pagkatapos ng lahat, ang *Mitzvot* ay ibinigay lamang upang maglinis ng mga tao, na ang paglilinis ay nangangahulugan ng paglilinis ng maruming katawan, na siyang layunin na sumusulpot mula sa pagsasagawa ng lahat ng *Torah* at *Mitzvot*.

"Isang mailap na kabayo ay gagawing isang tao." (Job 11:12), dahil kapag ang isa ay lumitaw mula sa pusod ng Paglikha, ang isa ay ganap na nasa putik at kababaan, ibig sabihin, isang kulumpon ng makasariling-pagmamahal na nakalimbag sa kanya, na kung saan ang bawat kilos ay umiinog lamang sa kanyang sarili mismo, nang walang hibla ng pagkakaloob sa iba.

Kaya, ang isa ay nasa pinakamalayong distansiya mula sa ugat, sa kabilang dulo, dahil ang ugat ay pulos pagkakaloob nang walang bahid ng pagtanggap, samantalang ang bagong silang ay nasa katayuan ng lubos na makasariling-pagtanggap *ng* walang palatandaan ng pagkakaloob. Samakatwid, ang kanyang kalagayan ay tinitingnan bilang nasa pinakamababang antas ng kababaan at putik sa ating mundo.

Sa patuloy niyang paglaki, patuloy siyang tumatanggap mula sa kanyang kapaligiran ng mga piraso ng *"pagkakaloob sa iba,"* depende sa mga gawi ng yaong kapaligiran. At pagkatapos na ang isa ay napasimulan na magpahalaga sa Torah at *Mitzvot* para sa layunin *ng* makasariling-pagmamahal, dahil ang gantimpala sa mundong ito at sa kasunod na mundo, ay tinawag na *Lo Lishma* (*hindi para sa kanyang pangalan*), dahil ang isa ay hindi magagawang mahirati sa iba pang pamamaraan.

Habang sa kanyang paglaki, siya ay natuturuan paano mag-ingat ng Torah at Mitzvot at *Mitzvot Lishma* (para sa Kanyang Pangalan), bilang tanging layunin na magdulot ng kasiyahan sa kanyang Maylikha. Tulad ng sinabi ng Rambam, "Ang mga babae at bata ay hindi dapat turuan na mag-ingat ng Torah at *Mitzvot Lishma,* dahil hindi nila kakayanin na pasanin ito, subalit sa kanilang paglaki at magkaroon ng kaalaman at karunungan, sila'y tuturuan gumawa ng *Lishma.*" Ito'y tulad ng sinabi ng ating mga pantas, "mula sa *Lo Lishma,* ang isa ay darating sa *Lishma,*" na isinalarawan bilang layuning maghatid ng kasiyahan sa kanyang Maylikha at hindi para sa makasariling-pagmamahal.

Sa pamamagitan ng natural na lunas ng paglahok sa Torah at *Mitzvot Lishma,* na batid ng nagkaloob ng Torah tulad ng sinabi ng ating mga pantas (*Kidushim* 30), "Ang Taga-Paglikha ay sinabi, Aking ginawa ang masamang hilig, Akin itong ginawa para ang Torah ang bilang lunas." Kaya, yaong nilikha ay umuunlad at lumalakad paitaas sa antas ng nabanggit sa una na kabunyian, hanggang mawala ang kanyang lahat ng latak ng makasariling-pagmamahal at lahat ng *Mitzvot* sa kanyang katawan ay umangat, at kanyang magawa ang lahat ng kanyang pagkilos para lamang sa pagkakaloob, kaya pati ang mga pangangailangan na kanyang tinatanggap ay dumadaloy sa direksiyon ng pagkakaloob, para siya ay magawang magkaloob. Ito ang dahilan kung bakit ang ating mga pantas ay nagsabi, "Ang *Mitzvot* ay ibinigay lamang upang maglinis ng mga tao."

13) Mayroon dalawang bahagi sa Torah: 1. *Mitzvot* sa pagitan ng tao at Diyos, at 2. *Mitzvot* sa pagitan ng tao at tao. At pareho ang mga ito na naglalayon ng parehong bagay — upang ang nilikha ay madala sa pinal na layunin ng *Dvekut* sa Kanya.

Dagdag pa rito, maging sa praktikal na bahagi, ang dalawang ito ay tunay na iisa at pareho, dahil kapag ang isa ay gumawa ng pagkilos na *Lishma*, nang walang halong makasariling-pagmamahal — ibig sabihin, nang walang mahihitang pakinabang para sa sarili mismo — sa gayon, ang isa ay hindi makakaramdam ng anumang pagkakaiba kung ang isa man ay gumagawa upang mahalin ang kanyang kaibigan o kaya'y mahalin ang *Taga-Paglikha*.

Ito ay dahil ito ay isang natural na batas para sa anumang nilalang, na anumang bagay na labas sa kanyang katawan ay itinuturing na tulad ng hindi totoo o walang laman. At anumang paggalaw na ang tao ay ginagawa upang mahalin ang iba ay ginagawa na may kasabay na sumasalaming liwanag, at ilang gantimpala na sa dakong huli'y bumabalik sa kanya at magsisilbi sa kanya para sa kanyang sariling kabutihan. Kaya, ang ganitong pagkilos ay hindi maituturing na "pagmamahal sa iba" dahil ito ay tinitimbang sa huli. Ito ay parang upa na sa dakong huli'y ibinayad. Gayunpaman, ang aksyon na pag-upa ay hindi itinuturing na pagmamahal ng iba.

Subalit ang paggawa ng anumang uri ng pagkilos na bunga lamang ng pagmamahal sa iba, nang walang anumang kislap ng sumasalaming liwanag, at walang anumang pag-asam ng kasiyahang-pangsarili na kapalit, ay ganap na imposible sa natural. Ito ay nasusulat *in the Tikkuney Zohar* tungkol doon patungkol sa mga bayan ng mundo: "Bawat pagpapalang kanilang ginagawa, kanilang ginagawa para sa kanilang mga sarili." Ang ibig sabihin nito ay lahat ng mabubuting gawa na kanilang ginagawa, maging para sa kanilang mga kaibigan o kaya'y para sa kanilang Diyos, ay hindi dahil sa kanilang pagmamahal sa iba, bagkus dahil sa pagmamahal nila sa kanilang mga sarili mismo. At ito ay dahil ito ay hindi likas na natural.

Samakatwid, tanging yaong mga nag-iingat lamang nang Torah at *Mitzvot* ay ang karapat-dapat para dito, dahil sa pamamagitan nang paghihirati nang kanilang mga sarili sa pag-iingat ng Torah at *Mitzvot* upang maghatid nang kasiyahan sa kanilang Maylikha, sila'y unti-unting humihiwalay sa sinapupunan ng natural na paglikha at nagkakaroon nang pangalawang kalikasan, tulad nang nabanggit sa una na pagmamahal ng iba.

Ito ang nagdala sa mga pantas ng *Zohar* upang iwalay ang mga bayan ng mundo mula sa pagmamahal sa kanilang kapuwa, nang kanilang sinabi, "bawat kilos ng pagpapala na kanilang ginagawa, kanilang ginagawa para sa kanilang mga sarili mismo," dahil hindi sila lumalahok sa pag-iingat ng *Torah* at *Mitzvot Lishma*, at ang tanging dahilan ay pinaglilingkuran nila ang kanilang mga Diyos para sa gantimpala at kaligtasan sa mundong ito at sa kasunod. Kaya, ang kanilang pagsamba sa kanilang mga Diyos ay dahil sa makasariling pagmamahal din, at hindi nila kailanman gagawin ang isang pagkilos na labas sa hangganan ng kanilang sariling mga katawan, kung saan kanilang magagawang maiangat ang kanilang mga sarili nang kahit katiting mula sa kanilang mga pangunahing pangangailangan.

14) Kaya ating malinaw na makikita na tungo doon sa *Torah* at *Mitzvot Lishma*, walang pagkakaiba sa pagitan ng dalawang bahagi ng *Torah*, maging sa praktikal na bahagi. Ito ay dahil bago magawa ng isa ito, ang isa ay mapipilitan na makaramdam na anumang pagkilos ng pagkakaloob—maging tungo sa ibang tao o kaya'y tungo sa Taga-Paglikha—bilang kahungkagan na labas sa pang-unawa. Ngunit sa pamamagitan ng malaking pagsusumikap, ang isa'y unti-unting aangat at magtatamo ng pangalawang kalikasan, at pagkatapos ay matatamo ng isa ang pinal na layunin, yaong *Dvekut* sa Kanya.

Sapagkat ito ang usapin, ito'y makatwirang isipin na ang bahagi ng *Torah* na tumatalakay sa ugnayan ng tao sa kanyang kaibigan ay mas makakayang paratingin ang isa sa hangad na layunin. Ito ay dahil ang gawain sa *Mitzvot* sa pagitan ng tao at Diyos ay pirmi at tukoy, hindi mapag-giit, at ang isa ay madaling mahirati dito, at bawat bagay na nagagawa nang nakaugalian na ay hindi na kapaki-pakinabang. Ngunit ang *Mitzvot* sa pagitan ng tao sa tao ay nagbabago at hindi regular, at ang mga kahingian ay nakapaligid sa kanya saan man siya bumaling, kaya ang mga lunas sa mga ito ay higit na tiyak at ang kanilang mga layunin ay mas malapit.

15) Ngayon ating mauunawaan ang mga salita ni Hillel Hanasi sa mga hentil, na ang buod ng *Torah* ay, "mahalin ang iyong kaibigan tulad ng sarili," at ang mga natitirang 612 *Mitzvot* ay tanging pakahulugan lamang nito. At maging ang *Mitzvot* sa pagitan ng tao at Diyos ay itinuturing na katangian ng yaong *Mitzva* na siyang pinal na layuning lumalabas sa *Torah* at *Mitzvot*, tulad nang sinabi ng ating mga pantas, "ang *Torah* at *Mitzvot* ay ipinagkaloob lamang upang linisin ang Israel" (Aytem 12). Ito ang paglilinis ng katawan hanggang ang isa'y matamo ang pangalawang kalikasan na inilinaw na "pagmamahal sa iba," ibig sabihin ng *Mitzva*: "Mahalin ang iyong kaibigan tulad ng sarili," na siyang pinal na layunin ng *Torah*, pagkatapos ang isa'y kaagad na matatamo ang *Dvekut* sa Kanya.

Subalit ang isa ay hindi dapat magtaka bakit hindi ito nilinaw sa mga salita: "At iyong mamahalin ang iyong Diyos, ng iyong buong puso, ng iyong buong kaluluwa, at ng iyong buong lakas" (Deuteronomio 6:5). Ito ay dahil sa katunayan, kung patungkol sa isang tao na nasa sa loob pa rin nang Paglikha, walang pagkakaiba sa pagitan nang pagmamahal sa Diyos at pagmamahal sa kapuwa tao.

Ito ay dahil anumang bagay na labas sa kaniya ay hindi totohanan sa kanya. At dahil yaong *hentil* na nagtanong kay Hillel Hanasi na ipaliwanag sa kanya ang ninanais na resulta ng Torah, upang ang kanyang layunin ay mapalapit, at hindi niya kailangan lumakad nang malayo, sa kanyang pagsasabi na, "Ituro mo sa akin ang buong Torah habang nakatayo sa isang paa"; kaya, kanya itong inilinaw sa *hentil* bilang pagmamahal sa kanyang kaibigan, dahil ang kanyang kaibigan ay mas malapit at mahahayag nang mas mabilis (*Aytem* 14), dahil ito ay malayo sa pagkakamali at mapag-giit.

16) Sa mga nabanggit na salita sa una, tayo'y makakakita ng daan upang maunawaan ang konsepto mula sa itaas (*Mga Aytem* 3 at 4) tungkol sa nilalaman niyaong *Mitzva*,

"mahalin ang iyong kaibigan tulad ng sarili," paanong ang *Torah* ay itinutulak tayo na gumawa ng ilang bagay na hindi makakayang gawin.

Sa katunayan, dapat malaman na sa ganitong kadahilanan, ang *Torah* ay hindi ibinigay sa ating mga banal na ninuno – Abraham, Isaac at Jacob – subalit ipinagkait hanggang sa *Exodus* mula sa Ehipto, noong sila'y lumabas at naging isang buong bansa na binubuo nang 600,000 na mga kalalakihan, na may dalawampung taon ang edad o higit pa. Nang sa gayon, bawat isang kasapi ng bansa ay tinanong kung siya ay sumasang-ayon sa mabunying layunin na yaon. At sa sandaling ang bawat isang kabilang sa bansa ay sumang-ayon dito nang buong puso at kaluluwa at nagsabing "aming gagawin at aming pakikinggan," dito naging posible na pag-ingatan ang buong *Torah*, at yaong dating imposible ay naging posible.

Ito ay dahil tiyak na kung ang 600,000 na kalalakihan ay lisanin ang kanilang gawain para sa kasiyahan ng kanilang mga sariling pangangailangan at mag-alala nang walang iniisip kung hindi ang matamang pagbabantay na ang kanilang kaibigan ay hindi magkakaroon nang kakulangan sa anumang bagay, at higit pa rito, na kanilang panghahawakan ito nang may marubdob na pagmamahal, sa kanilang puso at kaluluwa, at sa buong pakahulugan ng *Mitzva*, "mahalin ang iyong kaibigan tulad ng sarili," nang sa gayon walang pag-aalinlangan na walang isa mang lalaki ng bansa na kailangang mag-alala tungkol sa kanyang sariling kaginhawahan.

Dahil doon, siya ay ganap na magiging malaya sa pagtitiyak sa kanyang sariling ikabubuhay at makakayang nang madali na pag-ingatan ang *Mitzva* "mahalin ang iyong kaibigan tulad ng sarili," makasunod sa lahat nang kundisyon na itinalaga sa loob ng Mga Aytem 3 at 4. Pagkatapos ng lahat, bakit siya mag-aalala sa kanyang sariling ikabubuhay kung may 600,000 na matapat na mga nagmamahal na naka-alalay, nakahanda sa buong pangangalaga upang matiyak na siya ay walang magiging kakulangan sa kanyang pangangailangan.

Samakatwid, sa sandaling ang lahat nang kasama sa bansa ay sumang-ayon, sila'y kaagad na pinagkakalooban ng Torah, dahil ngayon sila ay may kakayahan nang pag-ingatan ito. Ngunit bago sila dumami at naging isang bansa, at tiyakang sa panahon nang mga ninuno, na mga katangi-tangi sa bayan, sila'y hindi katanggap-tanggap na tunay na mapag-ingatan ang Torah sa kanais-nais na anyo nito. Ito ay dahil sa maliit na bilang ng mga tao, ito ay imposible na umpisahan man lamang ang paglahok sa Torah at *Mitzvot* sa pagitan ng tao sa tao, hanggang sa hangganan nang "mahalin ang iyong kaibigan tulad ng sarili," tulad ng ating ipinaliwanag sa Aytem 3 at 4. Ito ang dahilan kung bakit hindi ipinagkaloob sa kanila ang Torah.

17) Mula sa lahat nang mga nasa una, ating mauunawaan ang isang pinaka-nakakalitong mga pananalita ng ating pantas: "ang buong Israel ay responsable sa bawat iba pa." Ito ay lumalabas na ganap na hindi makatarungan, dahil posible ba dito na kung ang ilang tao ay nagkasala o nakagawa nang kasalanan na nakalungkot sa kanyang Maylikha, at wala kang kaugnayan sa kanya, ang Taga-Paglikha ay sisingilin ang kanyang pagkakautang sa iyo? Ito ay nasusulat, "ang mga ama ay hindi papatawan nang kamatayan, para sa mga bata… bawat tao ay papatawan nang kamatayan para sa kanyang sarili

pagkakasala" (*Deuteronomio* 24:16), kaya paano nila masasabi na ikaw ay responsable sa pagkakasala maging ng isang lubos na hindi kakilala, na ikaw ay walang pagkakaalam sa kanya o sa kanyang kinaroroonan?

Kung ito ay hindi pa sapat para sa inyo, tingnan sa *Massechet Kiddushim*, p. 40b: "Rabbi Eleazar, ang anak ni Rabbi Shimon ay nagsabi: Dahil ang mundo ay hinahatulan sa pamamagitan ng nakakarami dito at ang indibidwal ay hinuhusgahan nitong nakakarami, kung siya ay gumanap ng isang *Mitzva*, siya ay maligaya, dahil kanyang nahusgahan ang buong mundo sa sukatan nang kahusayan. At kung siya ay nakagawa ng isang pagkakasala, kalunusan sa kanya dahil kanyang hinatulan ang kanyang sarili at ang buong mundo sa sukatan nang kasalanan tulad nang sinasabi, 'ang isang makasalanan ay nakakasira ng malaki.'"

At si Rabbi Eleazar, anak ni Rabbi Shimon, ginawa akong responsable para sa buong mundo, dahil kanyang inisip na ang lahat ng tao sa buong mundo ay responsable sa bawat isa at iba pa, at bawat isang tao ay nagdadala nang kahusayan o kasalanan sa buong mundo sa kanyang mga gawa. Ito ay makalawang ulit na nakakalito.

Ngunit ayon sa nabanggit sa itaas, ating mauunawaan ang kanilang mga salita nang buong liwanag; ating naipakita na bawat isang 613 Mitzvot sa Torah ay umiinog sa iisang Mitzva, "mahalin ang iyong kaibigan tulad nang sarili." At ating makikita na ang ganoong katayuan ay maaari lamang umiral sa isang buong bansa na ang bawat isang kasama ay sumasang-ayon dito.

Ang Arvut (Magkabuklod na Pananagutan)

Pagpapatuloy mula sa "Matan Torah"

> Ang lahat sa Israel ay may pananagutan sa bawat isa
> (*Sanhedrin*, 27b, *Shavuot* 39)

Ito ay bilang pagsasalita tungkol sa *Arvut* (Magkabuklod na Pananagutan), kung saan ang lahat ng Israel ay naging responsable sa bawat isa. Dahil ang Torah ay hindi ipinagkaloob sa kanila bago ang bawat isa mula sa Israel ay tinanong kung siya ay pumapayag na akuin para sa kanyang sarili ang Mitzva (patakaran) ng pagmamahal sa iba sa lubos na hangganang ipinahayag sa mga salitang: "Mahalin ang iyong kaibigan tulad ng sarili" (tulad ng ipinaliwanag sa Aytem 2 at 3 — inyong suriin ito nang masusi doon). Ito ay nangangahulugan na siya, at bawat isa sa Israel, ay aakuin sa kanyang sarili na mangalaga at gumawa para sa isang kasama sa bansa, at tugunan ang lahat ng kanilang mga pangangailangan, nang walang kabawasan sa sukatan na nakatanim sa kanyang pangangalaga sa kanyang sariling pangangailangan.

At noong sandali na ang buong bansa ay nagkaisang pumayag at nagsabi, "Aming gagawin at aming didinggin," ang bawat isa sa Israel ay naging responsable na walang magiging kawalan sa sinumang kasama sa bansa. Doon lamang sila naging karapat-dapat sa pagtanggap ng Torah, at hindi bago noon.

Sa ganitong sama-samang pananagutan, ang bawat kasapi ng bansa ay napapalaya mula sa pag-aalala sa pangangailangan ng sarili niyang katawan at nagkakaroon ng kakayahang isakatuparan ang *Mitzva*, "Mahalin ang iyong kaibigan tulad ng sarili," hanggang sa sukdulang hangganan — ibinibigay ang lahat ng mayroon siya sa sinumang nangangailangan. Ito ay dahil wala na siyang pangamba sa patuloy na pag-iral ng kanyang katawan, sapagkat may tiyak siyang kaalaman na siya'y napapaligiran ng anim na raang libong tapat at mapagmahal na kasama, na laging handang mangalaga sa kanya.

Sa ganitong kadahilanan, hindi pa sila handang tanggapin ang Torah noong panahon nina Abraham, Isaac, at Jacob, kundi lamang nang sila'y makalabas mula sa Ehipto at maging isang ganap na bansa. Doon lamang nagkaroon ng pagkakataon na matiyak ang bawat pangangailangan nang walang pag-aalala o pag-aalinlangan. Datapwat habang sila'y nananatiling kahalo ng mga taga-Ehipto, isang bahagi ng kanilang mga pangangailangan ay kailangang ipaubaya sa kamay ng mga mababagsik na taong iyon na punô ng pagmamahal sa sarili. Dahil dito, ang bahaging napapasakamay sa mga dayuhan ay hindi maaaring matiyak para sa sinumang kabilang sa Israel, sapagkat ang kanyang mga kaibigan ay hindi magagawang maglaan para sa ganoong pangangailangan, dahil wala ito sa ilalim ng kanilang pangangalaga. Dahil dito, hangga't ang isang tao ay binabagabag ng pag-aalala para sa kanyang sariling kapakanan, siya'y wala sa kalagayan upang kahit man lamang simulang isakatuparan ang *Mitzva*, "Mahalin ang iyong kaibigan tulad ng pagmamahal sa sarili."

At sa katunayan, inyong nakita na ang pagbibigay ng Torah ay kinailangang maantala hanggang sa sila'y makalabas mula sa Ehipto at maging isang ganap na bansa, upang ang lahat ng kanilang mga pangangailangan ay maipagkaloob nila sa pamamagitan ng kanilang sariling lakas, nang hindi umaasa sa iba. Sa ganitong kalagayan, naging karapat-dapat silang tumanggap ng tinatawag na *Arvut*, at kasunod nito ay ipinagkaloob sa kanila ang Torah. Mula rito, malinaw na kahit pagkatapos nilang matanggap ang Torah, kung sakaling ang ilan sa Israel ay magtaksil at muling bumalik sa karumihan ng pagmamahal-sa-sarili, nang walang pakundangan sa kapakanan ng kanilang mga kaibigan, ang bahaging iyon ng pangangailangan na naiwang nakasalalay sa mga kamay ng kakaunting yaon ay magiging pasanin ng buong Israel upang sila mismo ang maglaan para sa mga ito.

Ito'y dahil ang iilang iyon ay hindi maaantig ang puso upang kaawaan sila, ano pa man ang mangyari; kaya't ang katuparan ng *Mitzva* ng pagmamahal sa isang kaibigan ay mapipigilan sa buong Israel. Kaya ang mga rebeldeng iyon ay nagiging hadlang para sa mga tapat na nag-iingat ng Torah, dahil sila'y nananatili sa karumihan ng pagmamahal-sa-sarili. Sapagkat kung wala ang tulong ng mga ito, hindi nila magagawang ganap na isakatuparan ang *Mitzva* na "Mahalin ang iyong kaibigan tulad ng sarili," at lubusang maipakita ang kanilang pagmamahal sa kapwa.

Bilang resulta, ang buong Israel ay mananagot sa isa't isa—sa parehong positibong aspeto at sa negatibong aspeto. Sa positibong banda, kung kanilang itatangi ang *Arvut*—hanggang ang bawat isa ay handang pangalagaan at punuan ang mga pangangailangan ng kanyang kaibigan—magagawa nilang ganap na isakatuparan ang *Torah* at *Mitzvot*, ibig sabihin, makapagbibigay sila ng kasiyahan sa kanilang Maylikha (Aytem 13). Sa negatibong banda, kung ang isang bahagi ng bansa ay walang kagustuhang itangi ang *Arvut* at sa halip ay piliing maglublob sa pagmamahal-sa-sarili, sila'y nagiging sanhi upang ang buong bansa ay manatiling nakalubog sa karumihan ng naturang pagmamahal-sa-sarili at sa kababaan, nang hindi kailanman makakakita ng daan palabas mula sa kanilang karumihan.

18) Kaya, ang *Tana* (Rabbi Shimon Bar Yochai) ay isinalarawan ang *Arvut* sa pamamagitan ng talinghaga ng dalawang tao sa isang bangka. Nang ang isa sa kanila ay nagsimulang umukit ng butas sa kanyang bahagi ng bangka, tinanong siya ng kanyang kaibigan, "Bakit ka nagbubutas?" Sumagot siya, "Ano ang iyong pakialam? Gumagawa ako ng butas sa ilalim ko, hindi sa iyo." Kaya't sinabi sa kanya, "Hunghang! Tayo'y magkasamang parehong malulunod!" (*Vayikra Rabba*, Kabanata 4).

Mula rito, ating natutunan na dahil sa ang mga rebeldeng iyon ay naglublob sa pagmamahal-sa-sarili, sa pamamagitan ng kanilang mga gawa ay nagtayo sila ng isang bakod na bakal na pumigil sa mga nagnanais magtaguyod ng *Torah* na makapagsimula man lamang na lubos na pag-ingatan ang *Torah* at *Mitzvot* ayon sa panukatang "Mahalin ang iyong kaibigan tulad ng sarili," na siyang hagdan tungo sa pag-abot ng *Dvekut* (pagkakadikit) sa Kanya. At tunay ngang napakatumpak ng mga salita sa talinghaga: "Hunghang! Tayo'y magkasamang parehong malulunod!"

19) Si Rabbi Eleazar, anak ni Rashbi (Rabbi Shimon Bar Yochai), ay nilinaw ang konsepto ng *Arvut* nang mas malawak. Hindi sapat para sa kanya na ang buong Israel lamang ang maging responsable sa isa't isa; bagkus, ang buong mundo ay kabilang sa gayong *Arvut*. Sa katunayan, walang pagtatalo dito, sapagkat ang bawat isa ay inaamin na mula sa umpisa, sapat nang magsimula ang pagtataguyod ng *Torah* sa isang bansa upang magsimula kaagad ang pagwawasto ng mundo. Imposible namang magsimula kaagad sa lahat ng mga bansa at mga dila, tulad ng sinabi nila na ang Taga-Paglikha ay dinala ang *Torah* sa lahat ng mga bansa at dila, ngunit sila ay hindi nais itong tanggapin. Sa madaling salita, sila'y nakalublob sa putik ng pagmamahal-sa-sarili hanggang sa kanilang mga leeg—ang marami ay sa pangangalunya, marami ay sa panloloob at pagpatay, at iba pa—hanggang sa hindi na maaaring isipin sa panahong iyon kung sila'y papayag na huminto sa pagmamahal-sa-sarili.

Dahil dito, walang nakita ang Taga-Paglikha na isang bansa o dila na karapat-dapat tumanggap ng *Torah* maliban sa mga anak ni Abraham, Isaac, at Jacob, kung saan ang kahusayan ng kanilang mga ninuno ay lumarawan sa kanila, tulad ng sinabi ng ating mga pantas, "Ang mga ninuno ay itinaguyod ang buong *Torah* bago pa man ito ipinagkaloob." Ito'y nangangahulugan na dahil sa kabunyian ng kanilang mga kaluluwa, mayroon silang kakayahang matamo ang lahat ng kaparaanan ng Taga-Paglikha kaugnay sa espirituwalidad ng *Torah*, na umuusbong mula sa kanilang *Dvekut*, at wala silang pangangailangan sa praktikal na bahagi ng *Torah*, na wala nilang kakayahang magampanan, tulad ng nasusulat sa "Matan *Torah*," *Aytem* 16.

Walang pag-aalinlangan, parehong ang pisikal na kadalisayan at tayog ng pag-iisip ng ating mga Banal na Ninuno ay naging malakas na impluwensiya sa kanilang mga anak at mga apo. Ang kanilang pagiging matuwid ay sumalarawan sa henerasyong iyon, kung saan ang lahat ng mga kabilang ay umako ng ganoong mabunying gawain, at ang bawat isa ay nagsabi ng buong linaw, "Aming gagawin at aming diringgin." Dahil dito, tayo'y pinili, dala ng pangangailangan, na maging piniling bayan mula sa lahat ng mga bansa. Kaya, tanging ang mga kabilang lamang sa bayan ng Israel ang tinanggap sa kinakailangang *Arvut* at hindi ang mga bansa ng mundo, sapagkat hindi sila lumahok dito. At ito ang payak na katotohanan, at paano si Rabbi Eleazar ay makakasalungat dito?

20) Subalit, ang dulo ng pagwawasto ng mundo ay magaganap sa pamamagitan ng pagdadala sa lahat ng tao ng mundo sa ilalim ng Kanyang gawain, tulad ng nasusulat, "At ang Panginoon ay maghahari sa buong daigdig; sa araw na iyon, ang Panginoon ay Mag-Iisa at ang Kanyang Pangalan ay Isa." (*Zechariah* 14:9). Ang salitang ito ay tumutukoy sa "sa araw na yaon," at hindi bago iyon. Mayroon pang ibang mga talata na nagsasaad, "Sapagkat

ang daigdig ay matitigib ng kaalaman ng Panginoon…" (*Isaiah* 11:9) "…at lahat ng bansa ay dadaloy tungo sa Kanya" (*Isaiah* 2:2).

Subalit, ang tungkulin ng Israel tungo sa buong mundo ay kahalintulad ng tungkulin ng ating mga Banal na Ninuno tungo sa bayan ng Israel: habang sa pagiging matuwid ng ating mga ama na nakatulong sa ating pag-unlad at paglilinis, naging karapat-dapat tayo na tumanggap ng *Torah*. Kung hindi dahil sa ating mga ninuno na nagmatyag sa *Torah* bago pa man ito ibigay, tiyak ay hindi tayo naging karapat-dapat tulad ng ibang mga bansa.

Gayundin, nakasalalay sa bayang Israel na gawing karapat-dapat ang sarili nito at ang lahat ng tao sa mundo sa pamamagitan ng *Torah* at *Mitzvot*, na magbibigay daan upang umunlad sila hanggang sa akuin nila sa kanilang mga sarili ang dakilang gawain ng pagmamahal sa iba, na siyang bahagi ng layunin ng Paglikha, na ito ay *Dvekut* sa Kanya.

Kaya, sa bawat *Mitzva* na isinasagawa ng isang tao mula sa Israel upang maghatid ng kasiyahan sa kanyang Maylikha, at hindi para sa anumang pansariling kasiyahan, nakakatulong ito, sa isang banda, sa pag-unlad ng lahat ng tao sa buong mundo. Ito ay dahil hindi ito nagagawa sa isang iglap, bagkus sa mabagal at banayad na pag-unlad, hanggang sa ito'y lumakas sa isang hangganan na maghatid sa lahat ng tao sa buong mundo tungo sa hangad na kadalisayan. At ito ang tinatawag ng ating mga pantas na "pagbabago ng balanse sa kabutihan," ibig sabihin, ang kinakailangang timbang ng kadalisayan ay naabot. Inihalintulad nila ito sa pagsusukat sa timbangan, kung saan ang pagbabago ng balanse ay ang pagtatamo ng hangad na timbang.

21) Ito ang mga salita ni Rabbi Eleazar, anak ni Rabbi Shimon, na nagsabi na ang mundo ay hinuhusgahan ayon sa nakararami. Tumutukoy siya sa papel ng bayang Israel na gawing karapat-dapat ang mundo sa isang tiyak na sukatan ng kadalisayan, hanggang sa ang lahat ay maging handa na akuin sa kanilang mga sarili ang Kanyang gawain—hindi hihigit sa pagiging karapat-dapat ng Israel noong kanilang tanggapin ang *Torah*. Sa mga salita ng ating mga pantas, ito'y itinuturing na ang sangkatauhan ay nakapagtamo ng sapat na kabutihan upang mapangibabawan ang timbang ng kasalanan—ang maruming pagmamahal-sa-sarili.

Marapat lamang na kung ang timbangan ng kahusayan—na siyang mabunying pagtatamo ng pagmamahal sa iba—ay malampasan ang maruming timbang ng kasalanan, sila'y magiging karapat-dapat sa pagpapasya at pagsang-ayon na magsabi, "Aming gagawin at aming diringgin," tulad ng sinabi ng Israel. Ngunit bago nito, bago nila matamo ang sapat na kabutihan, tiyak na mangingibabaw ang pagmamahal-sa-sarili at mahuhusgahan na sila'y tatanggi na akuin ang Kanyang pasanin.

Ang ating mga pantas ay nagsabi, "Ang isang gumagawa ng *Mitzva* ay maligaya, sapagkat kanyang hinusgahan ang kanyang sarili at ang buong mundo sa timbangan ng kahusayan." Ito'y nangangahulugan na ang isang indibidwal mula sa Israel ay sa huli nakakadagdag ng kanyang sariling bahagi sa pinal na desisyon, tulad ng isang taong nagtitimbang ng butil ng sesame, na paisa-isang idinadagdag sa timbangan hanggang sa ang balanse ay magbago. May katiyakan, ang bawat isa ay may bahagi sa pagbabagong ito, at kung wala siya, ang paghuhusga ay hindi kailanman magiging ganap. Katulad nito, sinasabi na ang pagkilos ng isang indibidwal mula sa Israel ay tulad ng paghatol sa buong mundo sa timbangan ng kahusayan. Ito ay sapagkat kapag ang lahat ay nagtapos at ang buong mundo ay nahatulan sa panig ng kahusayan, bawat isa ay may naging papel sa pagbabagong iyon—sapagkat kung hindi dahil sa kanyang mga pagkilos, ang pagbabago ay hindi magiging ganap.

Kaya inyong makikita na si Rabbi Eleazar, anak ni Rabbi Shimon, ay hindi sinalungat ang mga salita ng ating mga pantas na ang lahat ng Israel ay may pananagutan sa bawat isa. Sa halip, si Rabbi Eleazar, anak ni Rabbi Shimon, ay nagsasabi ng pagwawasto ng buong mundo sa sandali ng katapusan ng pagwawasto, samantalang ang ating mga pantas ay tumutukoy sa kasalukuyan na ang Israel lamang ang tanging umako sa *Torah*.

22) At ito ang sinabi ni Rabbi Eleazar, anak ni Rabbi Shimon, mula sa mga panulat: "Ang isang makasalanan ay nakakasira ng maraming kabutihan." Ito ay dahil dati nang naipaliwanag (Aytem 20) na ang pananaw na dumarating sa isang tao kapag lumalahok sa *Mitzva* sa pagitan ng tao at ng Diyos ay ganap na magkatulad ang pananaw na nakukuha kapag lumalahok sa *Mitzva* sa pagitan ng tao sa kapwa tao. Siya ay tinatakdaan na gawin ang lahat ng *Mitzvot Lishma* (para sa Kanyang pangalan) nang walang anumang pag-asam para sa pagmamahal-sa-sarili, ibig sabihin na walang pagkilala o pag-asa na babalik sa kanya ang kanyang pagpapagal sa anyo ng gantimpala o pagkilala, atbp. Dito sa mabunying puntong ito, ang pagmamahal sa Taga-Paglikha at pagmamahal sa kanyang kaibigan ay nagsasama at sa katotohanan ay nagiging isa (Aytem 15).

Kaya nakagagawa siya ng ilang sukat ng pag-unlad sa bahagdan ng pagmamahal sa iba sa lahat ng tao sa mundo sa pangkalahatan. Ito'y dahil sa ang antas na ang indibidwal ay nalikha sa kanyang mga pagkilos, maging malaki o maliit, sa dakong huli ay nakadaragdag sa paglipat ng mundo sa hinaharap sa sukatan ng kahusayan, dahil ang kanyang bahagi ay naidagdag sa pagbabago (tulad ng nasusulat sa Aytem 20 sa halimbawa tungkol sa butil ng mga sesame).

At ang isa na nakagawa ng isang kasalanan, na ibig sabihin ay hindi niya mapangibabawan at magapi ang kanyang maruming pagmamahal-sa-sarili, at nagnanakaw o gumagawa ng ganoong mga bagay, ay hinuhusgahan ang kanyang sarili mismo at ang buong mundo sa timbangan ng kasalanan. Ito ay dahil sa pagsisiwalat sa karumihan ng pagmamahal-sa-sarili, ang isang mas mababang kalikasan ng Paglikha ay napapatibay. Kaya bumabawas siya ng ilang bahagi sa paghuhusga sa timbang ng kahusayan. Ito ay katulad ng isang tao na nagtatanggal sa timbangan ng isang butil ng sesame na ang kaibigan ay inilagay doon.

Kaya sa ganoong banda, kanyang itinataas nang bahagya ang timbang ng kasalanan. Dito'y lumalabas na kanyang pinapaurong ang mundo, tulad ng kanilang sinasabi, "Ang isang makasalanan ay nakakasira ng malaking kabutihan." Dahil hindi niya magawang mapangibabawan ang kanyang mababaw na pagnanasa, itinutulak niya ang espirituwalidad ng buong mundo paatras.

23) Sa ganitong mga pananalita, ating malinaw na mauunawaan ang ating sinabi (Aytem 5), tungkol sa *Torah* na tanging ipinagkaloob sa bayan ng Israel, dahil ito'y may katiyakan at walang pasubali, na ang layunin ng Paglikha ay nakalatag sa mga balikat ng kabuuan ng lahi ng tao—itim, puti, o dilaw—nang walang malalim na pagkakaiba.

Subalit dahil sa pagbaba ng kalikasan ng tao sa pinakamababang antas, ang pagmamahal-sa-sarili na walang kapigil-pigil ang naghari sa ibabaw ng sangkatauhan, walang paraan upang makipag-usap sa kanila at himukin sila na akuin para sa kanilang mga sarili, kahit bilang hungkag na pangako, na lumabas sa kanilang makitid na mundo tungo sa malawak na espasyo ng pagmamahal sa iba. Ang natatangi ay ang bayan ng Israel dahil sila'y inalipin sa mabalasik na kaharian ng Ehipto sa loob ng apat na daang taon sa kalunos-lunos na paghihirap.

Ang ating mga pantas ay nagsabi, "Tulad ng asin na nagpapatamis sa karne, ang pahirap ay nagpapakinang sa kasalanan ng tao." Ibig sabihin nito, na ang mga ito ay nagdudulot sa katawan ng dakilang pagpapadalisay. At bilang karagdagan, ang pagpapadalisay ng kanilang mga Banal na Ninuno ay tumulong sa kanila (tingnan Aytem 16), na siyang pinakamahalaga, tulad ng ilang mga talata na pinapatunayan sa *Torah*.

Dahil sa dalawang pangunahing salitang iyon, sila'y naging karapat-dapat dito. At ito ay kung bakit ang teksto ay tinutukoy sila sa anyo ng isahan, tulad ng nasusulat, "At doon ang Israel ay nagkampo sa harap ng bundok," na ang ating mga pantas ay ipinakahulugan bilang "isang tao na may iisang puso."

Ito ay dahil bawat isang tao ng bansa ay ganap na inihiwalay ang kanyang sarili sa pagmamahal-sa-sarili, at nais lamang na bigyang kapakinabangan ang kanyang kaibigan, tulad ng ating ipinakita sa ibabaw (Aytem 16) patungkol sa *Mitzva*, "Mahalin ang kaibigan tulad ng pagmamahal sa sarili." Dito'y lumalabas na ang lahat ng mga indibidwal sa bansa ay nagsama-sama at naging isang puso at isang tao, sapagkat doon lamang sila naging karapat-dapat tanggapin ang *Torah*.

24) Kaya dahil sa nabanggit na pangangailangan, ang *Torah* ay ipinagkaloob nang partikular sa bayan ng Israel, nang bukod-tangi sa mga anak ni Abraham, Isaac, at Jacob, sapagkat mahirap isipin na mayroong sinumang dayuhan na magiging bahagi nito. Dahil doon, ang bayan ng Israel ay binalangkas na tila isang uri ng lagusan kung saan ang mga kisap ng kadalisayan ay sisinag sa kabuuan ng sangkatauhan sa buong mundo.

At ang mga kisap na ito ay nadadagdagan araw-araw, tulad ng isa na nagbibigay sa ingat-yaman hanggang sila ay mapuno nang sapat, ibig sabihin, hanggang sila'y umunlad sa hangganan na kanilang maunawaan ang kawili-wiling kapayapaan na masusumpungan sa pinaka-ubod ng pagmamahal sa iba. Nang sa gayon, kanilang malalaman kung paano ikikiling ang balanse sa matuwid at ilalagay ang kanilang mga sarili sa ilalim ng Kanyang pasanin, at ang timbang ng kasalanan ay matatanggal sa mundo.

25) Sa ngayon, mayroong pang nalalabi na dapat tapusin sa ating nabanggit sa una (Aytem 16) tungkol sa kadahilanan kung bakit ang *Torah* ay hindi ibinigay sa ating mga ninuno, dahil ang *Mitzva* na "Mahalin ang iyong kaibigan tulad ng sarili," ang sentro ng buong *Torah* at pinakabuod kung saan ang lahat ng mga *Mitzvot* ay umiinog, at para sa paglilinaw at pagpapakahulugan nito, na hindi ito makakayang magawa ng isang indibidwal, ngunit tanging sa pamamagitan lamang ng pagsang-ayon ng kabuuan ng bansa.

Kaya ito kung bakit noong sandaling sila'y nakalabas mula sa Ehipto, sila'y naging karapat-dapat upang magampanan ito. At ito'y matapos na sila'y tinanong muna kung ang bawat isa sa bansa ay sumasang-ayon na akuin ang *Mitzva* sa kanyang sarili. At nang sila'y sumang-ayon dito, ipinagkaloob sa kanila ang *Torah*. Datapwat, mayroon pa ring nalalabing paglilinaw kung saan sa *Torah*, na ang mga anak ng Israel ay tinanong ng katanungang iyon, na silang lahat ay sumang-ayon dito bago ipinagkaloob ang *Torah*.

26) Itanim sa isip na ang mga bagay na malinaw sa bawat nakapag-aral na tao sa paanyaya na ang Taga-Paglikha ay ipinaabot sa Israel sa pamamagitan ni Moses, bago pa man sa pagtanggap ng *Torah*. Ito ay tulad nang nasusulat (Exodus 19:5), "Ngayon samakatwid, kung kayo'y makikinig sa Aking tinig ng totoo, at pag-iingatan ang Aking salita, sa gayon kayo'y magiging Aking sariling pinagyaman mula sa gitna ng buong sangkatauhan; sapagkat ang buong daigdig ay Akin; at kayo'y para sa Akin magiging kaharian ng mga pari, at isang banal na bayan. Ito ang mga salitang iyong sasabihin sa mga anak ng Israel.' At si Moses ay dumating at pinatawag ang mga nakakatanda sa mga tao, at inilatag sa kanilang harapan ang lahat ng mga salitang yaon na ang Panginoon ay ipinag-utos sa kanya. At ang lahat ng mga tao ay tumugon na magkakasama, at nagsabi: "Lahat na ang Panginoon ay ipinag-utos, aming gagawin." At iniulat ni Moses ang mga salita ng mga tao sa Panginoon."

Ang mga salitang yaon ay tila hindi tumutugma sa kanilang kilos, sapagkat sa karaniwang pagkaunawa, hinihingi na kung ang isang kaibigan ay hinihikayat ang isang kaibigan na gawin ang ilang gawain, at nais niya itong sumang-ayon, dapat niya itong bigyan ng halimbawa ng katangian noong gawain at nang gantimpala nito. Doon lamang ang tatanggap ay magagawang pag-aralan ito, kung tatanggihan o tatanggapin ito.

Subalit dito sa dalawang talata, tila wala tayong nakikitang halimbawa o ng gantimpala nito, dahil kanyang sinabi, "Kung kayo'y diringgin ang Aking tinig at tunay na pag-iingatan ang Aking salita," at hindi niya ipinaunawa ang tinig o ang salita at kung saan nila ilalapat ito. At pagkatapos kanyang sinabi, "Sa gayon, kayo'y magiging Aking sariling pinagyaman mula sa lahat ng mga tao; dahil ang buong daigdig ay Akin."

Ito'y hindi malinaw kung Kanyang ipinag-uutos sa atin na magsumikap upang maging isang pinagyaman mula sa lahat ng mga tao o ito'y isang pangako na mabuti para sa atin. Dapat rin nating maunawaan ang kaugnayan sa mga salitang, "sapagkat ang buong daigdig ay Akin." Lahat ng tatlong tagapag-paunawa—Unkalus, Yonatan Ben Uziel, at Ang Yerushalmi—at lahat ng mga tagapag-paunawa—Rashi, Ramban, atbp.—ay sumubok na iwasto ang literal na ibig sabihin ng panulat na ito. Maging si Ezra ay nagsabi, sa pangalan ni Rabbi Marinos, na ang salitang "sapagkat" ang ibig sabihin ay "bagamat" at kanyang ipinaliwanag, "sa gayon kayo'y magiging Aking sariling pinagyaman mula sa lahat ng mga tao; bagamat ang buong daigdig ay Akin." Maging si Ezra mismo ay may pagsang-ayon dito, subalit ang ganitong pakahulugan ay hindi tumutugma sa ating mga pantas, na nagsabi na "sapagkat" ay nagsisilbi sa apat na pakahulugan: "alinman," "baka," "ngunit," at "na."

---

12 **Paalala ng tagapagsalin: ang Bibliyang teksto sa Hebrew ay gumagamit ng salitang** *Segula*, na katunayang nangangahulugang lunas, o kapangyarihan, ngunit dito isinasalin ang teksto bilang 'kayamanan.'

At nagdagdag pa rin siya ng pang-limang pakahulugan, "bagamat." At ang sulatin ay nagtapos, "at kayo'y magiging para sa Akin na isang kaharian ng mga pari, at isang banal na bayan." Ngunit dito rin, hindi rin malinaw kung ito ay *Mitzva*, at ang isa ay dapat magsaliksik dito, o isang pangako ng kapakinabangan. Gayundin, ang mga salitang, "isang kaharian ng mga pari," ay hindi naulit at hindi naipaliwanag saan man sa *Bibliya*.

Ang mahalagang bagay dito ay ang makita ang pagkakaiba sa pagitan ng "isang kaharian ng mga pari" at "isang banal na bayan." Sapagkat sa pangkaraniwang kahulugan ng kaparian, ito'y kaugnay sa kabanalan, at kaya dito'y maliwanag na ang isang kaharian na ang lahat ay mga pari ay nararapat na isang banal na bayan, kaya ang mga salitang "banal na bayan" ay lumalabas na kalabisan.

27) Datapwat, sa lahat ng ating ipinaliwanag mula sa umpisa ng sanaysay hanggang dito, ating napag-aralan ang tunay na kahulugan ng mga salita tulad ng dapat nilang maging papel - upang maging kahawig ng isang usapan ng pag-aalok at pagsang-ayon. Ito'y nagsasabi na sa mga salitang ito, Siya ay tunay na nag-aalok sa kanila ng buong anyo at nilalaman sa gawain ng *Torah* at *Mitzvot* at ang karampatang gantimpala nito.

Ang gawain sa *Torah* at *Mitzvot* ay ipinapahayag sa mga salitang "at kayo para sa Akin ay magiging isang kaharian ng mga pari." Ang isang kaharian ng mga pari ay nangangahulugan na lahat kayo, mula sa pinaka-bata at pinaka-matanda, ay magiging tulad ng mga pari. Tulad ng ang mga pari ay walang mga lupa o anumang mga materyal na pag-aari, dahil ang Taga-Paglikha ay ang kanilang kaharian. Ganoon din na ang buong bayan ay isasa-ayos na ang buong daigdig at bawat bagay na naririto ay itinatalaga sa Taga-Paglikha lamang. At walang tao na dapat magkaroon ng anumang pakikilahok dito kundi tanging pag-iingat ng *Mitzvot* ng Taga-Paglikha at matugunan ang mga pangangailangan ng kanyang kapwa-tao. Kaya wala siyang magiging kakulangan sa kanyang anumang mga kagustuhan, kaya walang tao na magkakaroon ng anumang pag-aalala sa kanyang sarili mismo.

Sa ganitong paraan, maging ang mga karaniwang gawain tulad ng pag-aani, pagpupunla, atbp. ay maituturing na katulad ng mga pagsasakripisyo na ang mga pari ay ginagawa sa *Templo*. Paano ito magkakaiba kung aking tutuparin ang *Mitzva* na paggawa ng mga pagsasakripisyo sa *Templo*, na isang positibong *Mitzva*, o kung aking matutupad ang positibong *Mitzva*, na "Mahalin ang iyong kaibigan tulad ng sarili?" Dito'y lumalabas na siya na nag-aani ng kanyang bukid upang pakainin ang kanyang kapwa-tao ay katulad ng isa na nagsasakripisyo sa Taga-Paglikha. Higit pa rito, dito'y lumalabas na ang *Mitzva* na "Mahalin ang iyong kaibigan tulad ng sarili," ay mas mahalaga kaysa sa isa na gumagawa ng pagsasakripisyo, tulad ng ating ipinakita sa unahan (Mga *Aytem* 14, 15).

Sa katunayan, hindi pa ito ang katapusan nito, sapagkat ang buong *Torah* at ang *Mitzvot* ay ipinagkaloob para sa layunin ng paglilinis ng Israel, bilang paglilinis ng katawan (tingnan sa *Aytem* 12), pagkatapos siya'y bibigyan ng tunay na gantimpala, ng *Dvekut* sa Kanya, ang

---

13 **Tala ng tagasalin**: isang Mitzvah na magsagawa ng ilang aksyon.

layunin ng Paglikha (*Aytem* 15). At ang gantimpalang iyon ay ipinahayag sa mga salitang, "isang banal na bayan." Sa pamamagitan ng *Dvekut* sa Kanya, tayo'y nagawang maging banal, tulad ng nasusulat, "Kayo'y magiging banal, sapagkat Ako na inyong Panginoon na inyong Diyos ay banal."

At inyong makikita na ang mga salitang "isang kaharian ng mga pari" ay ipinahayag ang kumpletong anyo ng gawain sa buod ng "Mahalin ang iyong kaibigan tulad sa sarili," ibig sabihin isang kaharian na lahat ay mga pari, na ang Taga-Paglikha ay kanilang pag-aari, at wala silang makamundong sariling-pag-aari. At dapat nating tanggapin na ito lamang ang pakahulugan ng lubos na sukatan ng mga salitang, "Mahalin ang iyong kaibigan tulad ng sarili," na bumabalot sa kabuuan ng *Torah*. At ang mga salitang "isang banal na bayan," ay nagpapahayag na ang buong anyo ng gantimpala, ay ang *Dvekut*.

28) Ngayon ating lubos na mauunawaan ang naunang mga salita, sapagkat kanyang sinabi, "Ngayon samakatwid, kung kayo'y makikinig sa Aking tinig ng totoo, at panghahawakan ang Aking salita," ibig sabihin, gumawa ng kasunduan sa Aking sinasabi sa inyo ngayon dito, na kayo'y Aking sariling pag-iingat mula sa lahat ng mga tao. Ito'y nangangahulugan na kayo'y magiging Aking pinag-yaman, at mga kislap ng kadalisayan at paglilinis ng katawan ay dadaloy at sa pamamagitan ninyo patungo sa lahat ng tao at bayan ng mundo, sapagkat ang mga bayan ng mundo ay hindi pa nahahanda para dito. At gayunpaman, Aking kailangan ang isang bayan bilang umpisa ngayon, upang ito'y maging tulad ng remedyo para sa lahat ng mga bayan. Kaya kanyang tinapos, "dahil ang buong daigdig ay Akin," ibig sabihin lahat ng tao sa daigdig nanggaling sa Akin, tulad ninyo, at nakatalagang dumikit sa Akin (*Aytem* 20).

Ngunit ngayon, habang sila'y walang kakayahan na gawin ang gawaing iyon, Aking kailangan ang isang matuwid na mga tao. At kung kayo'y papayag na maging paraan para sa lahat ng bayan, Akin kayong inaatasan na "maging para sa Akin ay isang kaharian ng mga pari," na bilang pagmamahal sa iba sa pinaka-pinal na anyo ng "Mahalin ang kaibigan tulad ng sarili," na siyang pinaka-sentro ng buong *Torah* at *Mitzvot*. At "isang banal na bayan" ay ang gantimpala sa pinaka-pinal na anyo ng *Dvekut* sa Kanya, na ibinibilang ang lahat ng mga gantimpala na maaaring isipin.

Ito ang mga salita ng ating mga pantas sa paglilinaw ng dulo ng, "Ito ang mga salita na siyang iyong sasabihin sa mga anak ng Israel." Kanilang ginawa nang eksakto, "Ito ang mga salita," nang walang labis at walang kulang. Ito ay nakakalito. Paano ninyo maaaring masabi na si Moses ay magdadagdag o magbabawas mula sa mga salita ng Taga-Paglikha hanggang sa punto na ang Taga-Paglikha ay papaalalahanan siya tungkol dito? At wala tayong natagpuan sa kabuuan ng *Torah* nang katulad niya: "sapagkat siya ang pinagkakatiwalaan sa Aking buong bahay." (*Numbers* 12:7)

29) Ngayon ating lubos na mauunawaan na tungkol sa porma ng gawain sa huling kaparaanan, tulad ng ipinaliwanag sa mga salitang "isang kaharian ng mga pari," na siyang pinal na pakahulugan ng "Mahalin ang kaibigan tulad ng sarili," ito ay tunay na kapanipaniwala para kay Moses na pigilan ang sarili niya at iwasan ang paghahayag ng lubos ang hugis ng gawain sa isang iglap, at baka ang Israel ay hindi naisin na iwalay ang kanilang mga sarili mula sa mga materyal na pag-aari at ibigay ang lahat ng kanilang mga yaman at

mga gamit sa Taga-Paglikha, tulad sa sinasaad ng mga salitang, "Isang kaharian ng mga pari."

Ito ay halos tulad ng sinulat ni RAMBAM, na ang mga babae at mga bata ay hindi dapat masabihan ng mga bagay ng malinis na gawain, na upang hindi magantimpalaan, at hintayin hanggang sila'y lumaki, maging matalino, at magkaroon ng tapang na isagawa ito. Samakatwid, ang Taga-Paglikha ay binigyan siya ng ganitong paalala ng, "walang kulang," ngunit inalok sila ng tunay na kalikasan ng gawain, sa buong kabanalan nito, na inihayag sa mga salitang "isang kaharian ng mga pari."

At tungkol sa gantimpala na siyang niliwanag sa mga salitang, "isang banal na bayan," posible ito na kay Moses, na pinag-isipang ipakahulugan at pinalawig pa ang tungkol sa kaaya-aya at banal na kapitaganan na kaakibat ng Dvekut sa Kanya, upang mahimok sila na tanggapin ang ganito katindi, na lubos na iwalay ang kanilang mga sarili mula sa anumang makamundong mga pag-aari, tulad ng mga pari. Kaya siya ay pinaalahanan, "walang labis," ngunit maging malabo at huwag ipaliwanag ang buong gantimpala na nakapaloob sa mga salitang "isang banal na bayan."

Ang kadahilanan para dito ay, kung kanyang sinabi sa kanila ang mga kamangha-manghang bagay sa kaibuturan ng gantimpala, kanilang tiyak na gagamitin at aakuin ang Kanyang gawain upang matamo yaong kahanga-hangang gantimpala para sa kanilang mga sarili. Ito ay maituturing na gumagawa para sa kanilang mga sarili, sa pagmamahal-sa-sarili. Iyon naman, ay magpapawalang-halaga sa buong layunin. (Aytem 13).

Kaya ating nakita na tungkol sa hugis ng gawain na ipinahayag sa mga salitang "isang banal na bayan," siya ay sinabihan, "walang kulang." At tungkol sa di-malinaw na gantimpala, ipinahayag sa mga salitang "isang banal na bayan," siya ay sinabihan, "walang labis."

Ang Kapayapaan

Isang mababakas, siyentipikong pagsaliksik tungkol sa pangangailangan sa gawain ng Diyos.

"Ang lobo rin ay mananahan kasama ng tupa, at ang tigre ay hihimlay kasama ang batang kambing; at ang guya at ang batang leon at mga patabain ng magkakasama; at isang batang musmos ang mangunguna sa kanila. At ito'y mangyayari sa araw na yaon, na ang Panginoon ay ilalapat ang Kanyang kamay muli sa ikalawang pagkakataon upang mabawi ang nalalabi sa Kanyang mga tao, na maiiwan, mula sa Ashur, at mula sa Ehipto, mula sa Patros, at mula sa Kush, at mula sa Elam, at mula sa Shin'ar, at mula sa Hamat, at mula sa mga isla ng karagatan." (*Isaias* 11)

"Si Rabbi Shimon Ben Halafta ay nagsabi, 'Ang Diyos ay hindi nakakita ng isang daluyan (vessel) upang sapuhin ang biyaya para sa Israel liban sa kapayapaan, tulad ng sinasabi: 'Ang Panginoon ay nagbigay ng kalakasan sa Kanyang mga tao; ang Panginoon ay biniyayaan ang Kanyang mga tao ng kapayapaan'" (dulo ng *Masechet Okatzin*).

Matapos na maipamalas sa mga nakaraang artikulo ang pangkalahatang anyo ng Kanyang gawain, na ang kaibuturan ay tanging ang pagmamahal sa iba, at praktikal na naipasyang "pagkakaloob sa iba," ibig sabihin na ang aktwal na pagpapakita ng pagmamahal sa iba ay pagkakaloob ng kabutihan sa iba, ang pagmamahal sa iba ay marapat na italaga bilang pagkakaloob sa iba, na siyang pinaka-angkop para sa nilalaman nito, sa layunin na matiyak na hindi natin malilimutan ang layunin.

Ngayon na batid na natin ng may katiyakan ang pamamaraan sa Kanyang gawain, mayroon pa ring nalalabing pag-uusisa kung ang gawaing ito ay katanggap-tanggap sa atin sa pamamagitan ng pananampalataya lamang, nang walang anumang makasiyentipikong mababakas na batayan, o kung mayroon tayong mapanghahawakang batayan para dito. Ito ang nais kong ipakita sa sanaysay na ito. Subalit, dapat munang aking maipakita nang lubusan ang bagay na ito mismo, ibig sabihin, sino ito na tumatanggap ng ating gawain.

Subalit, ako ay hindi tagahanga ng mapanghugis na pilosopiya, dahil hindi ko gusto ang mga pag-aaral na nakabatay sa teorya. Ito ay lubos na batid na karamihan sa aking mga kasabay ay sumasang-ayon sa akin, sapagkat kami ay ganap na pamilyar sa mga ganoong pundasyon, mga mabuway na pundasyon, at kapag ang pundasyon ay pabago-bago, ang buong gusali ay nagigiba. Samakatwid, ako ay dumating dito upang magsalita lamang sa pamamagitan ng pag-urirat ng mapanghahawakang sanhi, umpisa mula sa simpleng pagtanggap na walang sumasalungat dito, sa pamamagitan ng mapanuring pagpapatunay (paghihiwalay ng iba't-ibang elemento ng isang isyu), hanggang tayo'y dumating upang matukoy ang pinaka-nangingibabaw na paksa. At ito ay susubukin sa gawa ng tao (ang ugnayan at pagkakaisa sa pagitan ng mga bagay, tulad ng hinuha at ang "lalot-higit sa lahat"), paanong ang Kanyang gawain ay napapatunayan at muling napapatibayan sa pamamagitan ng simpleng pagkilala mula sa mga praktikal na aspeto.

MGA PAGKAKASALUNGATAN SA KALOOBAN NG DIYOS

Bawat taong makatwiran na sinusuri ang katotohanan sa ating harapan ay matatagpuan ang dalawang ganap na magkasalungat dito. Kapag sinusuri ang Paglikha, ang katotohanan nito at mga pamamaraan, mayroong isang malinaw at matibay na pamumuno ng dakilang karunungan at kaalaman, patungkol sa parehong paghuhugis ng katotohanan at pag-iingat ng pag-iral nito sa pangkalahatan.

Ating kunin ang paggawa ng isang tao bilang halimbawa: ang pagmamahalan at kasiyahan ng kanyang mga ninuno ang unang kadahilanan na tumiyak upang gampanan ang tungkuling ito. At nang ang lubhang kailangang patak ay nakatas mula sa utak ng ama, ang Kalooban ng Diyos ay buong talinong naghanda ng isang ligtas na lugar para dito, na naging handa upang tumanggap ng buhay. Ang Kalooban ng Diyos din ay binibigyan ito ng pang-araw-araw na pagkain sa tamang dami, at ito rin ay naghanda ng isang kamangha-manghang pundasyon para dito sa sinapupunan ng ina upang walang estranghero ang makakapinsala dito.

Ito'y nangangalaga sa lahat ng pangangailangan nito, tulad ng isang bihasang yaya na hindi ito makakaligtaan kahit isang sandali, hanggang sa ito'y makatamo ng sapat na kalakasan upang makalitaw sa ating mundo. Sa sandaling iyon, ang Kalooban ng Diyos ay pasumandaling pinahihiram ito ng sapat na lakas upang basagin ang bumabalot dito, at tulad ng isang sanay na armadong mandirigma, ito'y lilikha ng awang at sisilay sa mundo.

Matapos dito, ang Kalooban ng Diyos ay hindi ito iiwan. Tulad ng isang mapagmahal na ina, ihahatid ito sa mapagmahal at matapat na mga tao na tatawaging "Ina" at "Ama," na mag-aaruga dito sa panahon ng kahinaan nito hanggang ito'y lumaki at makayang mabuhay sa sarili nito. Bilang tao, gayundin ang lahat ng mga hayop, halaman, at mga bagay; lahat ay buong talino at buong awang pinangangalagaan upang tiyakin ang kanilang sariling pag-iral at ang pagpapatuloy ng kanilang mga uri.

Ngunit ang mga nagsusuri ng ganoong realidad mula sa pananaw ng pagkakaloob at pananatili ng pag-iral ay malinaw na makikita ang malaking di-pagkakaayos at kalituhan, na para bang walang namumuno at walang gabay. Bawat isa ay gumagawa ng ayon sa kanyang sariling pananaw, itinatayo ang kanyang sarili sa pagkaguho ng iba; ang mga buktot ay namamayagpag, at ang matuwid ay niyuyurakan nang walang awa.

Itanim sa isip na ang mga pagkakasalungat na ito, na nakikita ng mga matino at nakapag-aral na tao, ay bumagabag sa sangkatauhan mula pa noong unang panahon. Mayroong maraming mga paraan upang ipaliwanag ang mga lumalabas na pagkakasalungat sa Kalooban ng Diyos, na umiiral sa iisang mundo.

UNANG PAMAMARAAN: KALIKASAN

Ito ay matanda nang pamamaraan. Dahil wala silang nakitang daan at paroroonan upang dalhin yaong dalawang maliwanag na magkasalungat nang mas malapit, kanilang inakala na ang Taga-Paglikha na nagmamatyag nang masusi sa Kanyang katotohanan, upang anuman dito ay hindi mapawalang-bisa, ay walang pag-iisip at walang katinuan.

Kaya bagama't Siya'y nagmamatyag sa pag-iral ng katotohanan sa kamangha-manghang karunungan, datapwat Siya sa Kanyang Sarili ay walang pag-iisip at ginagawa ang lahat ng mga ito nang walang katinuan. Kung nagkaroon ng anumang kadahilanan at pakiramdam sa Kanya, tiyak na hindi Niya iiwanan ang ganoong mga depekto sa paglalatag ng katotohanan nang walang awa at malasakit sa mga nagdurusa. Sa ganitong kadahilanan, kanila Siyang tinawag na "Kalikasan," ibig sabihin isang walang pag-iisip at walang pusong tagapamahala. At sa ganitong kadahilanan, sila'y naniniwala na walang isa man na dapat kagalitan, dasalan o pangatwiranan.

IKALAWANG PAMAMARAAN: DALAWANG KAPANGYARIHAN

Ang iba naman ay mas matalino. Kanilang nakitang mahirap tanggapin ang pananaw ng pamamahala ng Kalikasan, dahil kanilang nakita na ang pamamahala sa katotohanan, na panatilihin ang pag-iral nito, ay isang mas malalim na karunungan kaysa sa anumang maaabot ng tao. Hindi sila makasang-ayon na ang isa na namamahala ng lahat ng ito, sa Kanyang Sarili mismo ay walang pag-iisip, dahil paanong ang isa ay makakapagbigay yaong wala sa kanya? At ang isa ba ay makakapagturo sa isang kaibigan kung siya mismo ay isang hunghang?

Paano ninyo masasabi tungkol sa Kanya na gumagawa sa ating harap ng ganitong matalas at matalinong mga gawa na hindi Niya alam ang Kanyang ginagawa, na ginagawa Niya ito nang hindi sinsadya? Ito'y malinaw nang napatunayan na ang nagkataon ay hindi magagawang magsa-ayos ng isang masinop na gawin, na binuo sa karunungan, at higit pa na tiyakin ang walang katapusan na pag-iral nito.

Sa kinahinatnan, sila'y dumating sa ikalawang pag-aakala na mayroong dalawang tagapamahala dito: ang isa ay lumilikha at nagtutustos sa mabuti, at ang isa ay lumilikha at tumutustos sa masama. At kanilang pinalawig nang masugid ang pamamaraang ito ng mga patunay at pruweba sa kanilang pamumuhay.

IKATLONG PAMAMARAAN: MARAMING DIYOS

Ang pamamaraang ito ay umusbong mula sa sinapupunan ng pamamaraan ng dalawang kapangyarihan. Ito ay dahil kanilang hinati-hati at pinaghiwa-hiwalay ang bawat isa ng mga pangkalahatang pagkilos para sa sarili nito, ibig sabihin, kalakasan, kayamanan, paghahari, kagandahan, gutom, kamatayan, kaguluhan, at iba pa. Sila'y nagtalaga ng bawat isang tagapamahala dito, at pinalawak ang sistema ayon sa kanilang pagnanasa.

IKA-LIMANG PAMAMARAAN: INIWANAN ANG PAMAMAHALA

Kamakailan, nang ang kaalaman ay nadagdagan at kanilang nakita ang mahigpit na pagkakaugnay ng lahat ng bahagi ng Pag-Likha, kanilang natanto na ang konsepto ng maraming diyos ay ganap na imposible. Kaya ang katanungan tungkol sa pagkakasalungatan na naramdaman sa Paglikha ay muling napukaw.

Ito'y nagdala sa kanila sa isang bagong pag-aakala: na ang Taga-Pamahala ng katotohanan ay totoong matalino at mapagkandili. Ngunit dahil sa Kanyang Kabunyian, na malayo sa hinagap, ang ating daigdig ay itinuring na tila isang butil ng buhangin, walang halaga sa Kanyang paningin. Hindi kapaki-pakinabang para sa Kanya na pag-aksayahan ang ating mga mumunting pinagkakaabalahan, at ito ang dahilan kung bakit ang ating kabuhayan ay ganito kagulo at bawat isang tao ay gumagawa ng mga bagay na tama sa kanyang paningin.

Kaalinsabay nitong mga pamamaraang ito, mayroong umiral na relihiyosong pamamaraan ng maka-Diyos na pagkakaisa. Subalit hindi ito ang lugar na dapat suriin ito, dahil akin lamang gustong suriin ang pinagmulan kung saan nakuha ang mga bulok na pamamaraan at nakakalitong mga pag-aakala na namayani at lumaki nang napakalawak sa iba't-ibang panahon at mga lugar.

Ating makikita na ang batayan kung saan ang lahat ng nabanggit na mga pamamaraan ay iniluwal at sumulpot mula sa salungatan sa pagitan ng dalawang tipo ng Kalooban-Ng-Diyos, na mababakas sa ating mundo, at lahat ng mga pamamaraang ito ay lumitaw lamang upang ayusin ang malaking pagkakawarak.

Datapwat walang anumang bago sa ilalim ng sikat ng araw. At hindi lamang na yaong malaking pagkawarak ay hindi naiayos; sa halip, ito'y lumago at lumawak sa ating paningin at hanggang naging malalim na bangin, kung saan walang mababakas o maasahang daan palabas dito. At nang aking tingnan ang lahat ng pagtatangka na ang sangkatauhan ay ginawa nang ilang libong taon ng walang kinahinatnan, ako'y nagtatanong kung dapat nating hanapin ang pag-aayos nitong malaking pagkawarak mula sa punto ng pagtingin ng Taga-Pamahala at lahat, at sa halip tanggapin na itong dakilang pagwawasto ay nasa ating mga kamay.

PANGANGAILANGAN NA GUMAWA NG PAG-IINGAT SA MGA BATAS NG KALIKASAN

Tayong lahat ay nakikita nang malinaw na ang lahi ng tao ay dapat mamuhay ng isang buhay panlipunan, ibig sabihin, hindi nito magagawang umiral at mapanatili ang sarili nito nang walang tulong ng iba. Samakatwid, guni-gunihin ang isang kalagayan kung saan ang isa ay tumiwalag mula sa lipunan tungo sa isang ilang na lugar at mamuhay doon ng isang buhay na paghihirap at pasakit dahil sa kanyang kawalan ng kakayahan na maglaan para sa kanyang mga pangangailangan. Ang taong iyon ay walang karapatang dumaing tungkol sa Kalooban-ng-Diyos o sa kanyang kapalaran. At kung ang taong ito ay gawin iyon, ibig sabihin dumaing at isumpa ang kanyang mapait na kapalaran, kanya lamang ipinamamalas ang kanyang kahangalan.

Ito ay dahil habang ang Kaloooban-Ng-Diyos ay inihanda para sa kanyang maalwan at kanais-nais na katayuan sa lipunan, wala siyang katwiran na tumiwalag dito patungo sa isang mapanglaw na lugar. Ang isang taong ganito ay hindi dapat kaawaan, dahil siya ay sumasalungat sa kalikasan ng Paglikha. At dahil mayroon siyang pagpipilian na mabuhay na katulad nang Kaloooban-Ng-Diyos ay ipinagutos sa kanya, hindi siya dapat kaawaan. Ang kaparusahang ito ay sinasangayunan ng lahat ng sangkatauhan nang walang pagtatalo.

At aking maidadagdag at maitatatag ito sa batayang relihiyoso at mabibigyan ito ng ganoong anyo: dahil ang Pagkalinga ay nagbubuhat mula sa Taga-Paglikha, at walang pag-aalinlangan ay may layunin sa Kanyang mga pagkilos, dahil walang pagkilos na walang layunin, ating makikita na sinuman na lumabag sa isang batas mula sa mga batas ng kalikasan na Kanyang itinimo sa atin, ay sinisira ang itinakdang layunin.

Dahil ang layunin ay buong katiyakan na ipinaloob sa lahat ng mga batas ng kalikasan, ng walang pagtatangi, tulad na ang isang matalinong manggagawa ay hindi magdaragdag o magbabawas nang kahit isang gabuhok na hibla ng mga kinakailangang pagkilos upang matamo ang hinahangad, siya na magbabago ng kahit isang batas ay nagsasapanganib at pumipinsala sa itinakdang layunin na ang Taga-Paglikha ay itinakda, at samakatwid ay paparusahan ng kalikasan. Kaya tayo rin, mga nilikha ng Taga-Paglikha, ay hindi siya dapat kaawaan dahil siya ay niyuyurakan ang mga batas ng kalikasan at dinudungisan ang layunin ng Taga-Paglikha. Yaon, sa paniniwala ko, ay ang anyo ng sintensiya.

At ako'y naniniwala na hindi mabuting ideya para kaninuman na salungatin ang ganitong anyo na aking ibinigay sa sintensiya, dahil ang mga salita ng sintensiya ay iisa. Para ano ang pagkakaiba kung ating sasabihin na ang tagapamahala ay tatawaging "kalikasan," ibig sabihin, walang pag-iisip at walang layunin, o kaya ay sasabihin na ang tagapamahala ay matalino, kamangha-mangha, maalam at maramdamin at may layunin sa kanyang mga pagkilos?

Sa dakong huli, ating matatanggap at sasang-ayunan na tayo'y obligado na pag-ingatan ang mga kautusan ng Kaloooban-Ng-Diyos, ibig sabihin, ang mga batas ng kalikasan. At inaamin nating lahat na ang isang lumalabag sa kautusan ng Kaloooban-Ng-Diyos, ibig sabihin, ang mga batas ng kalikasan, ay dapat parusahan ng kalikasan at hindi dapat kaawaan ng sinuman. Kaya ang laman ng sintensiya ay pareho, at ang tanging pagkakaiba ay nasa motibo: kanilang pinaninindigan na ang motibo ay kinakailangan, at aking pinaninindigan na iyon ay may layunin.

Upang maiwasan ang paggamit ng dalawang salita mula ngayon—kalikasan at taga-pamahala—sa pagitan ng tulad ng aking naipakita, walang pagkakaiba tungkol sa pagsunod sa mga batas, mainam para sa atin na magtagpo sa gitna at tanggapin ang mga salita ng mga Kabalista na *Ha Teva* (kalikasan) ay mayroong parehong katumbas na bilang ng numero (sa Hebreo) tulad ng *Elokim* (Diyos) ay walamput-anim. Pagkatapos, aking magagawa na tawagin ang mga batas ng Diyos na "*Mitzvot (Kautusan) ng kalikasan*," o kabaligtaran, dahil ang mga ito'y iisa at magkapareho, at hindi na natin kailangang palawigin pa.

Ngayon, ito'y napakahalaga para sa atin na suriin ang *Mitzvot* ng kalikasan, na malaman ano ang kahingian nito sa atin, kung hindi ito'y walang awang pahihirapan tayo. Ating nabanggit na ang kalikasan ay ino-obliga ang sangkatauhan na mamuhay sa lipunan, at ito ay pangkaraniwan. Ngunit kailangan nating suriin ang *Mitzvot* na ang kalikasan ay hinihingi sa atin na pag-ingatan tungkol dito, ibig sabihin, kaugnay ng buhay panlipunan.

Sa malawak na pagsusuri, ating makikita na mayroon lamang dalawang *Mitzvot* na dapat sundin sa lipunan. Ang mga ito'y matatawag na "pagtanggap" at "pagkakaloob." Ito'y nangangahulugan na bawat isang kabilang ay dapat sa natural, na matanggap ang kanyang mga pangangailangan mula sa lipunan at marapat na biyayaan ang lipunan sa pamamagitan ng kanyang gawain para sa kapakinabangan nito. At kung ang isa ay lalabagin ang isa sa mga batas ng dalawang *Mitzvot,* siya ay walang awang parurusahan.

Hindi natin kinakailangang sobrang pakasuriin ang *Mitzva* (isang *Mitzvot*) ng pagtanggap, dahil ang kaparusahan ay kaagad na naipapatupad, na pumipigil sa anumang kapabayaan. Ngunit sa isa pang *Mitzva*, yaong pagkakaloob sa lipunan, hindi lamang na ang kaparusahan ay hindi kagyat, ngunit ito ay iginagawad nang tuwiran. Kaya ang *Mitzva* na ito ay hindi nagagawa nang wasto.

Kaya ang sangkatauhan ay naigigisa sa isang napakasamang kaguluhan, sigalot, at pagsasalat at taggutom, at ang mga bunga ng mga ito ay hindi pa humuhupa hanggang sa ngayon. At ang nakapagtataka tungkol dito ay ang kalikasan, tulad ng isang batikang huwes, ay pinaparurusahan tayo ayon sa ating pag-unlad. Sapagkat ating nakikita na sa hangganan nang ang sangkatauhan ay umuunlad, ang mga hapdi at pasakit na nakapalibot sa ating kabuhayan at pag-iral ay nadaragdagan din.

Kaya mayroon kayong makasiyentipiko at pisikal na batayan na yaong Kanyang Kalooban ay ipinag-utos sa atin na tupdin sa abot ng ating makakaya ang *Mitzva* ng pagkakaloob sa iba sa pinakalubos na katumpakan, sa kaparaanan na walang kabilang sa atin na gagawa nang mas kakaunti sa sukatan na kailangan upang matiyak ang kaligayahan ng lipunan at tagumpay nito. At habang tayo ay malamya sa paggawa nito nang lubusan, ang kalikasan ay hindi titigil sa pagpaparusa sa atin at maghahanap ng kabayaran.

At bukod sa mga hagupit na nararanasan natin ngayon, atin ding dapat isaalang-alang ang nakaumang na tabak sa hinaharap. Ang tamang konklusiyon ay dapat marating — na ang kalikasan sa dakong huli ay gagapiin tayo at tayong lahat ay mapipilitan na magkapit-kamay sa pagsunod sa *Mitzvot*, kaalinsabay ng lahat ng pagsusumikap na hinihingi sa atin.

PATUNAY NG KANYANG GAWA SA KARANASAN

Ngunit siya na nagnanais na punahin ang aking mga salita ay magtatanong, "Bagama't aking napatunayan na ang isa ay dapat makagawa ng kapakinabangan sa tao, nasaan ang katunayan na ito ay dapat gawin para sa Taga-Paglikha?"

Sa katunayan, ang kasaysayan mismo ay nag-abala para sa atin at naghanda para sa atin ng isang matatag na katibayan, na sapat para sa isang lubos na pagpapahalaga at walang pasubaling konklusyon na sinuman ay makikita paanong ang isang malaking lipunan na katulad ng estado ng Russia, na may daang milyong populasyon, na mas malaki pa sa kabuuan ng Europe, walang kapantay sa likas na yaman, at nagkaisa na mamuhay na pang-komunal at halos inalis ang pribadong pag-aari ng mga lupain, kung saan ang bawat isa ay nag-aalala lamang sa ikabubuti ng lipunan, at tila ba narating ang lubos na pamantayan ng magandang pag-uugali ng pagkakaloob sa iba sa ganap na pakahulugan nito na kayang maabot ng kaisipan ng isang nilalang.

Datapwat humayo at masdan kung ano ang kanilang kinahinatnan: sa halip na umangat at lampasan ang mga tagumpay ng mga kapitalistang bansa, sila'y nalubog pa nang mas malalim. Ngayon, hindi lamang sila nagkulang na biyayaan ang buhay ng mga manggagawa nang higit kahit kaunti sa mga kapitalistang bansa, hindi nila magawa man lamang na tiyakin ang kanilang pang-araw-araw na pagkain at saplot sa kanilang mga katawan. Sa katunayan, ang bagay na yaon ay palaisipan sa atin, dahil kung tutuusin, sa yaman ng bansang yaon at dami ng bilang ng kanyang populasyon, parang walang kadahilanan na ito'y hahantong sa ganoon.

Subalit ang bayang ito ay nagkasala nang isang kasalanan na ang Taga-Paglikha ay hindi mapapatawad: na ang lahat na itong mabunyi at matayog na gawain, tinawag na pagkakaloob sa iba, na kanilang sinimulang gampanan, ay kinakailangang para sa Taga-Paglikha at hindi para sa sangkatauhan. At dahil kanilang ginawa ang kanilang gawain hindi para sa Kanyang Pangalan, sa pananaw ng kalikasan, wala silang karapatang umiral.

Inyong subukang guni-gunihin kung ang bawat isang nilalang sa gayong lipunan ay napakasugid na sundin ang *Mitzvot* ng Taga-Paglikha sa kabuuan ng talatang "At inyong mamahalin ang Panginoon na inyong Diyos nang buong puso, ng inyong buong kaluluwa, at lahat ng inyong lakas," at sa gayong hangganan ang bawat isa ay mabilis na susulong upang bigyang kasiyahan ang mga pangangailangan at mga naisin ng isang kaibigan, sa sukdol na hangganan nang pagkakakatimo sa isang tao na bigyang kasiyahan ang kanyang sariling kagustuhan, tulad nang nasusulat, "Mahalin mo ang iyong kaibigan tulad ng sarili."

Kung ang Taga-Paglikha mismo ang pakay ng bawat manggagawa habang gumagawa para sa ikabubuti ng lipunan, ibig sabihin na ang manggagawa ay umaasa na itong gawain para sa lipunan ay gagantimpalaan siya ng *Dvekut* (pagdikit) sa Kanya, ang pinanggagalingan ng lahat ng kabutihan at katotohanan at lahat ng kaginhawahan at kalambingan, walang alinlangan na sa loob ng ilang taon sila'y aangat sa yaman sa lahat ng pinagsama-samang bansa. At ito'y dahil kanilang makakayang gamitin ang mga likas na yaman sa kanilang mayamang lupa, at magiging tunay na halimbawa para sa lahat ng bansa at masasabing pinagpala ng Taga-Paglikha.

Ngunit sa sandaling ang lahat ng gawain ng pagkakaloob sa iba ay nakabatay lamang sa kapakinabangan ng lipunan, ito ay mabuway na pundasyon, dahil sino at ano ang magtutulak sa isang tao upang magsumikap para sa lipunan? Sa isang tuyot at walang buhay na prinsipyo, ang isa'y hindi makakaasa na makakakita ng motibasyon kahit sa mga mauunlad na mga tao, lalo na sa mga hindi maunlad na mga tao. Kaya ang katanungan ay lilitaw, "Saan ang manggagawa o magbubukid makakakita ng sapat na motibasyon na gumawa?"

Dahil ang kanyang pang-araw-araw na pagkain ay hindi madaragdagan o mababawasan sa kanyang mga pagsisikap at walang mga gantimpala o pakay sa kanyang harapan. Ito ay bantad na kaalaman para sa lahat ng mga mananaliksik ng kalikasan na ang isa ay hindi makakayang makagawa ng kahit na pinakamagaan na pagkilos nang walang motibasyon na kahit paano'y makakabuti sa kanyang sarili.

Kapag ang isa, halimbawa, ay ginalaw ang kanyang kamay mula sa upuan patungo sa mesa, ito ay dahil kanyang naiisip na sa paglalagay ng kanyang kamay sa mesa, mas makakasiya sa kanya ito. Kung hindi niya naisip ito, kanyang pananatilihin ang kanyang kamay sa upuan habambuhay nang walang paggalaw kahit anupaman. Lalung-higit sa mas malalaking pagkilos.

At kung inyong sasabihin na mayroong solusyon – na ipailalim sila sa pangangasiwa na sinuman na walang ginagawa sa kanyang gawain ay parurusahan nang pagkakait ng kanyang suweldo. Aking tatanungin, "Sabihin mo nga sa akin kung saan ang mga nangangasiwa mismo ay kukuhanin ang motibasyon para sa kanilang mga gawain?" Dahil ang pagtayo sa isang lugar at matyagan ang mga tao upang mapilitan ang mga ito na gumawa ay malaking gawain rin, marahil higit pa sa gawain mismo. Samakatwid, ito'y parang pagnanais ng isa na paandarin ang isang makina nang walang gasolina.

Kaya para sa kalikasan, sila'y tiyak na patungo sa kamatayan, dahil ang batas ng kalikasan ay parurusahan sila dahil hindi sila umayon sa pagtupad sa utos nito – na gagawin ang mga ganitong pagkilos na pagkakaloob sa iba sa anyo ng gawain para sa Taga-Paglikha, upang matamo sa pamamagitan nito ang layunin ng Paglikha, na Dvekut sa Kanya. Ito'y ipinaliwanag sa artikulong, "Matan Torah" (Aytem 6), na itong Dvekut ay dumarating sa manggagawa sa sukat ng Kanyang maalwan at kasiya-siyang kasaganaan na nadaragdagan hanggang sa ninanais na hangganan nang pagtaas upang malaman Kanyang pagiging makatotohanan, na patuloy sa pag-unlad hanggang siya ay gantimpalaan nang sukdulang kasaganaan ipinahiwatig sa mga salitang, "Ni walang mata na nakasaksi ng Diyos liban sa Iyo."

At isipin na kung ang magbubukid at manggagawa ay mahiwatigan itong layuning ito sa kanilang harapan habang gumagawa para sa ikabubuti ng lipunan, sila'y tiyak na hindi mangangailangan ng anumang tagapangasiwa, dahil mayroon na silang sapat na motibasyon para sa malaking pagsisikap, sapat upang iangat ang lipunan sa rurok ng kaligayahan.

Sa katunayan, ang pagkaunawa sa ganitong pamamaraan ay nangangailangan ng malaking pangangalaga at subok na pag-uugali. Ngunit bawat isa'y makikita na kung wala nito, wala silang karapatang umiral mula sa pananaw nang makitid, di mababaling kalikasan, at ito ang aking nais na patunayan dito.

Kaya aking malinaw na napatunayan sa pamamagitan nang makatwirang obserbasyon — galing sa praktikal na kasaysayan na nahayag sa ating mga mata — na walang ibang lunas sa sangkatauhan kundi ang pagtanggap ng kautusan ng Kaloob-Ng-Diyos: pagkakaloob sa iba upang magdulot ng kasiyahan sa Taga-Paglikha sa kahustuhan ng dalawang talata.

Ang una ay "mahalin ang iyong kaibigan tulad ng sarili," bilang katangian ng gawain mismo. Ito'y nangangahulugan na ang sukatan ng gawain upang magkaloob sa iba para sa ikaliligaya ng lipunan ay hindi dapat bababa sa sukatan na nakalimbag sa tao sa pangangalaga sa kanyang sariling pangangailangan. Higit pa rito, kanya dapat ilagay ang pangangailangan ng ibang tao bago ang kanyang sarili, tulad ng nasusulat sa artikulong, "Matan Torah" (Aytem 4).

At ang isa pang talata ay, "At iyong mamahalin ang Panginoon na iyong Diyos, nang buong puso, nang iyong buong kaluluwa, at nang lahat ng iyong lakas." Ito ang layunin na dapat nasa paningin ng bawat isa kapag nagsisikap para sa mga pangangailangan ng isang kaibigan. Ito'y nangangahulugan na siya'y gumagawa at nagsisikap lamang upang kaluguran ng Taga-Paglikha, na Kanyang sinabi at kanilang gagawin ang Kanyang kalooban.

At kung nais ninyong pakinggan, kayo'y kakain nang bunga ng lupa, sapagkat ang paghihikahos, at pasakit at pagsasamantala ay maglalaho na sa lupa, at ang kaligayahan ng bawat isa ay aangat nang Itaas pa, di masusukat. Subalit habang kayo'y tumatanggi na akuin ang kasunduan ng gawain para sa Taga-Paglikha sa lubos na sukatan nito, ang kalikasan at mga batas nito ay nananatiling umiiral at nakahanda na kumuha nang kabayaran. At tulad ng ating ipinakita, ito'y hindi bibitaw hanggang hindi tayo iginugupo at ating tanggapin ang kapangyarihan nito sa anumang ipinag-uutos nito.

Ngayon, akin nang naibigay sa inyo ang praktikal, siyentipikong pagsaliksik ng mga panunuri sa makatwirang obserbasyon patungkol sa tahasang pangangailangan ng lahat ng tao na akuin ang gawain ng Diyos nang buong puso, nang buong kaluluwa, at nang buong lakas.

PAGLILINAW NG PARARILA MULA SA MISHNA: "ANG BAWAT BAGAY AY NAKALAGAK, AT ISANG LAMBONG ANG NAKALATAG SA IBABAW NG LAHAT NG BUHAY"

Ngayong atin nang natutunan lahat ng nasa unahan, atin nang mauunawaan ang isang di-malinaw na parirala sa Maschet Avot (Chapter 3 Aytem 16). Ito ay mababasa katulad ng mga sumusunod: "Siya (Rabbi Akiva) ay magsasabi, 'Ang lahat ay nakalagak, at isang lambong ang nakalatag sa ibabaw ng lahat ng buhay. Ang tindahan ay bukas, at ang tindera ay nagtitinda na may palugit ang bayad; ang aklat ay bukas at ang kamay ay sumusulat. At lahat ng gustong umutang ay maaaring pumunta at mangutang, at ang kolektor ay bumabalik nang may katakdaan araw-araw, at kumukulekta sa isang tao, may kaalaman man o walang kamalayan. At mayroon silang pinanghahawakan, at ang hatol ay totoo at ang lahat ay nakahanda para sa piging."

Ang pariralang yaon ay hindi nanatiling malabong paglalarawan ng walang kadahilanan, ng wala man lang kahit katiting na kahulugan nito. Nagsasabi sa atin ito na mayroong malaking kalaliman na masasaliksik; at sa katunayan, ang kaalaman na ating natamo sa ngayon ay ipinakitang malinaw nga.

ANG GULONG NANG PAGBABAGO NG ANYO

Una, hayaan ninyo akong ipahayag ang opinyon ng ating mga pantas tungkol sa pamumukadkad ng mga henerasyon ng mundo: bagama't ating nakikita ang mga katawan na nagbabago sa bawat henerasyon, ito ay may kinalaman lamang sa katawan. Subalit ang mga kaluluwa, bilang buod ng katawan, ay hindi naglalaho't napapalitan, datapwat lumilipat mula sa bawat katawan sa bawat henerasyon. Ang mga kaluluwa na naroroon sa panahon ng dilubyo ay dumating rin sa panahon ng Babylon, at sa pagkakatapon sa Ehipto, at sa paglikas sa Ehipto, atbp., hanggang sa henerasyong ito at hanggang sa katapusan ng pagwawasto.

Kaya sa ating mundo, walang mga bagong kaluluwa sa paraang ang mga katawan ay nababago, ngunit tanging tiyak na bilang lamang ng mga kaluluwa ang nabubuhay muli sa gulong ng pagbabago ng anyo, dahil sa bawat pagkakataon, sila'y nagdadaan ng isang bagong katawan at isang bagong henerasyon.

Samakatwid, patungkol sa mga kaluluwa, lahat ng mga henerasyon mula sa simula ng Paglikha hanggang sa katapusan ng pagwawasto ay bilang isang henerasyon na pinahaba ang buhay sa ibabaw ng ilang libong taon, hanggang ito'y umunlad at napawasto na inaasahan dito. At ang usapin na samantalang ang bawat isa ay nagbago ng katawan nang makailang libong beses ay ganap na walang kabuluhan, sapagkat ang buod ng katawan nito, tinawag na "kaluluwa," ay hindi nagdusa kahit paano sa mga ganoong pagbabago.

At maraming ganitong mga patunay na nagtuturo doon, at isang dakilang karunungan na tinawag na "ang lihim ng pagkabuhay muli ng mga kaluluwa." At samantalang hindi ito ang lugar upang ipaliwanag ito, dahil sa malaking kahalagahan ng bagay na ito, ito'y kapaki-pakinabang na ibukas ito sa mga walang pinag-aralan na ang pagkabuhay muli ay nangyayari sa lahat ng mga bagay nang konkretong reyalidad, at bawat isang bagay, sa sarili nitong paraan ay nabubuhay nang pang-habambuhay.

Bagama't ang ating mga pandama ay nagsasabi sa atin na bawat bagay ay pansamantala, ito ay dahil lamang sa paraan ng ating pagtingin dito. Sa katunayan, mayroon lamang muling pagkabuhay dito - bawat bagay ay hindi pirmi at hindi tumitigil kahit isang sandali, bagkus muling nabubuhay sa gulong ng pagbabago ng anyo, na hindi nawawalan ng kaibuturan nito habang nagaganap ito, tulad nang ipinakita ng mga pisiko.

At ngayon dumating tayo sa paglilinaw ng parirala: "ang lahat ay nakalagak." Ito ay inihalimbawa sa isang tao na nagpahiram ng pera sa kanyang kaibigan upang gawin siyang kabahagi sa tubo. Upang makatiyak na hindi siya mawawalan ng kanyang pera, ibinigay niya ito bilang garantiya, nang sa ganoon, siya ay malaya sa anumang pag-aalala. Ito'y maihahambing sa pagkakalikha ng mundo at pag-iral nito, na inihanda ng Taga-Paglikha upang lahukan ng mga nilalang at upang sa dakong huli ay matamo dito ang dakilang layunin ng Dvekut sa Kanya, tulad nang ipinaliwanag sa "Matan Torah" (Aytem 6). Kaya ang isa ay dapat magtaka, sino ang magpipilit sa sangkatauhan na lumahok sa Kanyang gawain, hanggang makarating sa mabunying layunin na ito?

Si Rabbi Akiva ay sinabi sa atin na, "Ang lahat ay nakalagak." Ito ay nangangahulugan na bawat bagay na inilagay ng Taga-Paglikha sa Paglikha at ipinagkaloob sa tao, ay hindi Niya ipinagkaloob nang walang pagpipigil, datapwat binigyan ang Kanyang sarili ng garantiya. At kung inyong ipagtataka kung ano ang garantiya na ibinigay sa Kanya?

Siya ay sumagot doon sa pagsasabing: "at isang lambong ang inilatag sa ibabaw ng lahat ng buhay." Ito ay nangangahulugan na ang Taga-Paglikha ay buong talinong gumawa ng isang kamangha-manghang lambong at inilatag ito sa ibabaw ng buong sangkatauhan, upang walang isa mang makakatakas. Lahat ng nabubuhay ay dapat matipon sa naturang lambong at kinakailangang tanggapin ang Kanyang gawain, hanggang kanilang matamo ang kanilang mabunying layunin. Ito ang garantiya na kung saan ang Taga-Paglikha ay ibinigay sa Kanyang sarili mismo, upang tiyakin na walang pinsalang mangyayari sa gawa ng Paglikha.

Pagkatapos kaniyang nilinaw ito ng detalyado at sinabi, "Ang tindahan ay bukas." Ito ay nangangahulugan na ang mundong ito para sa atin ay parang bukas na tindahan na walang may-ari, at sinuman na dumaraan ay makakatanggap ng labis hanggang sa kaniyang pagnanais, libre nang walang anumang bayad. Datapwa't binalaan tayo ni Rabbi Akiva na ang may-ari ng tindahan ay nagtitinda nang may palugit ang kabayaran.

At kung sasabihin, "Paano niya malalaman ang aking utang?" Sa gayon ang kaniyang tugon, "Ang aklat ay bukas at ang kamay ay sumusulat." Ibig sabihin na mayroong pangkalahatang talaan kung saan ang bawat pagkilos ay nasusulat na walang nawawala kahit isa man. At ang layunin ay nakapalibot sa batas ng pag-unlad na ang Taga-Paglikha ay inukit sa sangkatauhan, na patuloy na nagtutulak sa atin nang walang katapusan.

Ito'y nangangahulugan na ang bulok na mga pamamaraan sa estado ng sangkatauhan ay ang mga bagay na mismong nagbubunsod ng mga mabuting katayuan. At ang bawat magandang katayuan ay walang iba kundi bunga ng gawain sa masamang katayuan na nauna rito. Sa katunayan, yaong mga pagpapahalaga sa masama at mabuti ay hindi tumutukoy sa kahalagahan ng estado mismo, ngunit sa pangkalahatang layunin: bawat estado na nagdadala sa sangkatauhan papalapit sa layunin ay itinuturing na mabuti at ang isa na naglilihis sa kanila sa layunin ay itinuturing na masama.

Sa gayong pamantayan lamang ang "batas ng pag-unlad" ay itinatag - ang kabulukan at kasamaan na lumilitaw sa isang katayuan ay itinuturing na sanhi at tagapagbunsod ng magandang katayuan, na bawat isang katayuan ay tumatagal lamang ng sapat upang lumago ang kasamaan dito hanggang sa hangganan na ang publiko ay hindi na kayang mabata ito. At sa ganoong panahon, ang publiko ay dapat magkaisa laban dito at wasakin ito, at magsaayos ng isang mas mabuting katayuan para sa pagwawasto ng henerasyong yaon.

At ang bagong katayuan rin ay tumatagal lamang sa hangganan na ang kasamaan dito ay mahinog at umabot sa isang antas na ang mga ito'y hindi na kayang matagalan, at sa takdang panahon ito'y dapat wasakin at isang mas maginhawang katayuan ay itayo kapalit nito. At kaya ang bawat katayuan ay nalilinaw sa bawat isa at sa bawat antas hanggang ang mga ito'y dumating sa isang wastong katayuan na wala nang kislap na labi ng kasamaan.

At inyong makikita na lahat ng mga binhi kung saan ang mabuting estado ay lumalago ay sa mga bulok na estado mismo, ibig sabihin na lahat ng nabunyag na kasamaan na sumapit sa mga kamay ng masasama sa henerasyon ay nagsama-sama at natipon sa isang malaking bilang, hanggang ang mga ito'y naging napakabigat na ang publiko'y hindi na makayang pasanin ito. Sa gayon, sila'y mag-aalsa at sisirain ito at magtatayo ng mas maginhawang katayuan. Kaya inyong makikita na bawat isang kasamaan ay nagiging kalagayan na parang lakas na nagtutulak kung saan ang isang mabuting katayuan ay umuunlad.

Ito ang mga salita ni Rabbi Akiva: "Ang aklat ay bukas at ang kamay ay sumusulat." Anumang katayuan na ang henerasyon ay kinapapalooban ay parang isang aklat, at ang lahat ng mga gumagawa ng kasamaan ay tulad ng mga kamay na sumusulat, dahil bawat isang kasamaan ay nakaukit at nakasulat sa aklat hanggang ang mga ito'y maipon hanggang sa dami na ang publiko ay hindi na ito makayanan. Sa ganoong panahon, kanilang winawasak ang masamang katayuan at isinasaayos ito tungo sa isang mas kanais-nais na katayuan. Kaya ang bawat isa at bawat kilos ay nabibilang at nasusulat sa aklat, ibig sabihin, sa katayuan.

At kanyang sinabi, "Ang lahat ng gustong manghiram ay maaaring lumapit at manghiram." Ito'y nangangahulugan na siya'y naniniwala na ang mundong ito ay hindi tulad ng isang bukas na tindahan na walang may-ari, na mayroong may-ari na naroroon, isang matyag na tindahan na nakatayo sa kanyang tindahan at hinihingi sa bawat isang mamimili ang tamang halaga para sa paninda na kanyang kinukuha sa tindahan, ibig sabihin, magsumikap sa Kanyang gawain habang siya ay pinapasigla niyaong tindahan sa isang paraan na tiyak na magdadala sa kanya sa layunin ng paglikha, na magpapaligaya sa Kanya.

Ang ganitong nilalang ay itinuturing na isang nagnanais na manghiram. Kaya bago pa man niya ilahad ang kanyang kamay upang kumuha mula sa mundong ito, bilang isang tindahan, kanya itong kinukuha bilang isang utang, na babayaran ang presyo nito. Sa madaling salita, kanyang inaako sa kanyang sarili na gumawa upang matamo ang Kanyang layunin sa buong panahon habang siya'y nabubuhay sa pamamagitan ng tindahan, sa isang paraan na kanyang ipinapangako na babayaran ang kanyang utang sa pamamagitan ng pagtatamo sa ninais na layunin. Ibig sabihin, siya ay masasabi na isang nagnanais na manghiram, ibig sabihin na kanyang ipinapangako na ibabalik ang kanyang inutang.

Si Rabbi Akiva ay naglarawan ng dalawang uri ng tao: ang una ay ang mga "bukas na tindahan" na tipo, na itinuturing itong mundo na isang bukas na tindahan na walang may-ari. Kanyang sinabi sa mga ito, "Ang aklat ay bukas at ang kamay ay sumusulat." Ibig sabihin, bagama't hindi nila nakikita na mayroong listahan, ang lahat ng kanilang pagkilos ay walang pasubaling nasusulat sa aklat, tulad ng ipinaliwanag sa unahan. Ito ay nagawa sa pamamagitan ng batas ng pag-unlad na nakalimbag sa Paglikha nang labag sa kalooban ng sangkatauhan, kung saan ang mga gawa ng mga masasama mismo ay kusang nagtutulak sa mabubuting mga gawa tulad nang ating ipinamalas sa itaas.

Ang pangalawang uri ng tao ay tinawag na "yaong mga nais humiram." Kanilang isinasaisip ang may-ari ng tindahan, at kapag may kinuha sila sa tindahan, kanila itong kinukuha bilang utang. Kanilang ipinapangako sa may-ari na babayaran ang nais na halaga, ibig sabihin, matamo ang layunin sa pamamagitan nito. At ang kanyang sinasabi sa kanila, "Lahat ng nagnanais na manghiram ay maaaring lumapit at manghiram."

At kung inyong sasabihin, "Ano ang pagkakaiba sa pagitan ng unang uri, na ang layunin ay dumarating sa kanila bilang batas ng pag-unlad at sa pangalawang uri, na ang layunin ay dumarating sa kanila sa pamamagitan ng kusang pagpapailalim sa Kanyang gawain? Hindi ba sila magkapantay sa pagtatamo ng layunin?"

Tungkol doon, kaniyang itinuloy, "at ang kolektor ay dumarating na may takda, sa araw-araw, at naniningil sa isang tao, na may nalalaman o walang kamalayan." Kaya sa katotohanan, ang dalawa'y parehong nagbabayad sa araw-araw ng bahagi ng kanilang utang.

At tulad lamang ng mga puwersa na lumilitaw sa paglahok sa Kanyang gawain ay maituturing na mga tapat na kolektor, na naniningil ng kanilang mga pagkakautang unti-unti sa araw-araw, hanggang ito'y lubos na mabayaran, ang mga malalakas na puwersang nakalimbag sa batas ng pag-unlad ay maituturing ding tulad ng matapat na mga kolektor na nangongolekta ng kanilang mga pang-araw-araw na bahagi ng kanilang mga utang hanggang ito'y mabayaran sa kabuuan. Ito ang ibig sabihin ng, "at ang mga kolektor ay dumarating sa bawat araw at naniningil sa bawat isang tao."

Datapwat, mayroong malaking pagkakaiba at malaking agwat sa kanilang pagitan, ibig sabihin, "may nalalaman at walang kamalayan." Ang unang tipo, na ang utang ay kinokolekta ng mga kolektor ng pag-unlad, ay nagbabayad ng kanilang mga utang nang walang malay, ngunit daluyong ng mga alon ay dumarating sa kanila, mula sa malalakas na hangin ng kaunlaran, na nagtutulak sa kanilang likuran na nagpupuwersa sa kanila upang humakbang.

Kaya ang kanilang mga pagkakautang ay nakokolekta nang labag sa kanilang kalooban, may kasamang matinding hapdi dala na palatandaan ng mga masasamang puwersa, na nagtutulak sa kanila mula sa likuran. Ngunit ang ikalawang tipo ay nagbabayad ng kanilang utang, kung saan ito'y ang pagtatamo ng layunin ng may buong kamalayan, ng may sarili nilang pagsang-ayon, sa pamamagitan ng paulit-ulit na mga pagkilos na nagpapabilis ng pag-unlad ng pandama para sa pagkilala ng kasamaan. At mula sa gawaing ito, nakikinabang sila ng mas maraming beses.

Ang unang pakinabang na ang mga puwersang ito, na lumilitaw mula sa Kanyang gawain, ay nakatambad sa kanilang harapan tulad ng isang humihilang bato-balaning lakas. Kanilang hinahabol ito ng sarili nilang kusa na may kasamang espiritu ng pagmamahal. Kalabisan nang sabihin na sila'y malaya sa anumang uri ng kalungkutan at paghihirap na tulad ng unang tipo.

Ang ikalawang pakinabang ay, na kanilang napapabilis ang ninanasang layunin, dahil sila ang mga matuwid at mga propeta na natamo ang layunin sa bawat henerasyon, tulad ng ipinaliwanag sa sanaysay, "Ang buod ng karunungan ng Kabbalah," sa bahaging, "Sa Ano Umiinog Ang Karunungan?"

Ang lahat ay nakalagak, at isang lambong ang nakalatag sa ibabaw ng lahat ng buhay, at ang may-ari ng tindahan ay nagtitinda nang may palugit ang bayad: ang aklat ay bukas at ang kamay ay sumusulat. At lahat ng gustong manghiram ay maaaring dumating at manghiram, at ang kolektor ay dumarating sa takdang panahon at sa araw-araw at naniningil sa isang tao na may malay at walang kamalayan. At sila'y mayroong pinanghahawakan, at ang hatol ay totoo, at ang lahat ay nakahanda para sa piging.

Kaya inyong makikita na mayroong isang malaking distansiya sa pagitan ng nagbabayad nang may kamalayan at yaong nagbabayad nang walang kamalayan, at kapangyarihan ng liwanag ng kagalakan at kasiyahan sa ibabaw ng hapdi at kasakitan. At dagdag pa niyang sinabi: "Mayroon silang pinaghahawakan, at ang hatol ay totoo." Sa madaling salita, kaniyang ipinangako na lahat ng nagbabayad nang may kamalayan at kusang-loob na "sila'y mayroong pinanghahawakan," na mayroong malaking kalakasan sa Kanyang gawain na itaguyod sila sa mabunying layunin, at ito'y kapaki-pakinabang para sa kanila na itali ang kanilang mga sarili sa ilalim ng Kanyang pasanin.

At doon sa mga nagbabayad na walang kamalayan, kaniyang sinabi, "at ang hatol ay totoo." Ang totoo, ang isa'y dapat magtaka bakit ang Kalooban-ng-Diyos ay hinahayaan yaong mga kabulukan at mga pasakit na lumitaw sa mundo, kung saan ang sangkatauhan ay isinasalang nang walang habag.

Kaniyang sinabi tungkol dito na "ang hatol ay totoo," dahil "ang lahat ay nakahanda para sa piging" para sa tunay na layunin. At ang mabunying kagalakan na nakatalagang lumitaw sa paghahayag ng Kanyang layunin sa Paglikha, sa sandaling ang lahat ng gusot at pagsusumikap at pagpapakasakit na lumalagpak sa atin sa paglipas ng panahon ay parang tulad ng isang punong abala na nag-abala nang husto ng kaniyang sarili upang maghanda ng isang malaking piging para sa kaniyang mga panauhin. At kaniyang inihalintulad ang inaasahang layunin na dapat sa huli'y mahahayag sa piging, na ang mga panauhin ay dinaluhan nang may malaking kagalakan. Kaya ito'y kaniyang sinabi na "at ang hatol ay totoo, at ang lahat ay nakahanda para sa piging."

Tulad ng inyong matatagpuan sa *Beresheet Rabba*, Kabanata 6, patungkol sa pagkakalikha ng tao: ang anghel ay tinanong ang Taga-Paglikha: "Ano ba ang tao, na ikaw ay nag-aabala para sa kanya? At ang anak ng tao, na iyo pang dinadalaw? Bakit kailangan mo pa ang ganitong abala?"

At ang Taga-Paglikha ay nagwika sa kanila: "Bakit naman ang *Tzona* at *Alafim* nilikha?" Mayroong isang alegorya tungkol sa isang hari na mayroong isang tore na puno ng mga kakanin subalit walang mga panauhin. Anong kasiyahan mayroon ang hari sa kanyang punong tore? Kanilang tinugon sa Kanya: Panginoon ng mundo, ang Panginoon na aming panginoon, ang iyong pangalan ay dakila sa buong kalupaan. Gawin mo yaong ikalulugod mo."

Pakahulugan: Ang mga anghel na nakasaksi sa lahat ng hapdi at pasakit na hahantong sa sangkatauhan ay nagtaka, "Bakit kailangan mo ang ganitong abala?" At ang Taga-Paglikha ay tumugon sa kanila na totoo siya ay mayroong tore na puno ng mga mabubuting bagay, ngunit tanging itong sangkatauhan lamang ang inanyayahan dito. At siya nga naman, ang mga anghel ay tinimbang ang mga kasiyahan sa toreng yaon na naghihintay sa mga panauhin nito, laban sa pasakit at mga gusot na naghihintay sa sangkatauhan.

At nang kanilang makita na kapaki-pakinabang sa sangkatauhan na magdusa para sa kabutihang naghihintay sa kanila, sila'y sumang-ayon sa paglikha ng tao tulad nang sinabi ni Rabbi Akiva, "at ang hatol ay totoo, at ang lahat ay nakahanda para sa piging." Mula sa umpisa ng Paglikha, lahat ng mga tao ay may pag-aalinlangan, at ang Karunungan ng Taga-Paglikha ay kinailangan sila na dumalo sa piging, may kamalayan o walang kamalayan.

At ngayon makikita ng lahat ang katotohanan sa mga salita ng propeta (Isaiah 11) sa propesiya ng kapayapaan: "Ang lobo ay mananahanan kasama ang tupa, at ang tigre ay hihimlay kasama ang guya." At kaniyang ikinatwiran na: "Ang daigdig ay matitigib ng karunungan ng Panginoon, tulad ng tubig sa ibabaw ng dagat. (Isaiah 11:9).

Kaya ang propeta ay inilatag ang kapayapaan sa buong mundo sa pagtigib ng buong mundo ng karunungan ng Diyos, tulad nang aming sinabi sa unahan na ang matigas at makasariling pagtanggi sa pagitan ng mga tao, kung saan kaalinsabay ng pagsama ng pandaigdigang pagkakaunawaan, ay hindi matitigil sa mundo sa pamamagitan ng katalinuhan ng tao o taktika, kahit anupaman ito.

Ang ating mga mata ay nakikita kung paanong ang kawawang may sakit ay umiikot-ikot sa katakut-takot at di-mabatang sakit, at ang sangkatauhan ay itinapon ang sarili nito sa pinakadulo ng gawing kanan tulad ng sa *Germany*, o sa pinakadulo ng gawing kaliwa tulad ng sa *Russia*. Subalit hindi lamang hindi nila napagaan ang kalagayan para sa kanilang mga sarili, kanilang pinalala ang karamdaman at hirap, at ang panangis ay umabot sa langit, tulad ng alam nating lahat.

Kaya wala silang ibang pagpipilian kundi lumapit at tanggapin ang Kanyang pasanin sa karunungan ng Taga-Paglikha, ibig sabihin na sila'y iuumang ang kanilang pagkilos sa kalooban ng Taga-Paglikha at sa Kanyang layunin, tulad nang Kanyang inisip para sa kanila bago pa man sa Paglikha. At kapag ginawa nila yaon, ito ay malinaw na makikita sa Kanyang gawain, lahat ng inggit at pagkamuhi ay mawawala sa sangkatauhan, tulad ng aking nabanggit sa unahan. Ito ay dahil sa gayon ang lahat ng kabilang sa sangkatauhan ay magkakaisa sa isang katawan at isang puso, na tigib sa karunungan ng Panginoon. Kaya ang pandaigdigang kapayapaan at karunungan ng Diyos ay iisa at magkaparehong bagay.

Kaagad pagkatapos, ang propeta ay nagsabi, "At ito'y darating upang maganap na sa araw na yaon, na ang Panginoon ay ilalapat ang Kanyang kamay ulit sa ikalawang pagkakataon upang mabawi muli ang labi ng Kanyang mga tao...at tipunin muli ang mga nawatak ng Judah mula sa apat na sulok ng daigdig." (Isaiah 11:12). Kaya ating natutunan na ang pandaigdigang kapayapaan ay darating bago ang pagtitipon ng Diyaspora. Para bang, ang isa'y dapat magtaka sa alegoryang, "isang daluyan(vessel) upang sapuin ang biyaya para sa Israel." At pati rin, paanong ang isa'y sasang-ayon mula sa mga salitang iyon?

Ngayon inyo nang mauunawaan ang mga salita ng ating mga pantas sa dakong huli ng *Masechet Okatzin*: "Ang Taga-Paglikha ay hindi nakakita ng isang daluyan (*vessel*) upang sapuin ang biyaya para sa Israel liban sa kapayapaan," tulad ng sinabi: "Ang Panginoon ay magbibigay ng kalakasan sa Kanyang mga anak, ang Panginoon ay bibiyayaan ang Kanyang mga anak ng kapayapaan" (Psalms 29:11). Para bang, ang isa'y dapat magtaka sa alegoryang, "isang daluyan (*vessel*) upang sapuin ang biyaya para sa Israel." At pati rin, paanong ang isa'y sasang-ayon mula sa mga salitang iyon?

Subalit ang mga salitang iyon ay naging malinaw sa kanila tulad nang propesiya ni *Isaiah* na ang pandaigdigang kapayapaan ay mauuna sa pagtitipon ng Diyaspora. Ito kung bakit ang talata ay nagsabi, "Ang Panginoon ay magbibigay ng kapayapaan sa Kanyang mga anak," na sa hinaharap, sa sandaling ang Taga-Paglikha ay mabigyan ng kalakasan ang Kanyang mga anak, ibig sabihin panghabambuhay na pagkabuhay, "sa gayon ang Panginoon ay bibiyayaan ang Kanyang mga anak ng kapayapaan." Ito ay nangangahulugan na Kanya munang bibiyayaan ang Kanyang mga anak, Israel, nang kapayapaan sa buong mundo, at pagkatapos Kanya muling ilalapat ang Kanyang kamay sa ikalawang pagkakataon upang mabawi ang labi ng Kanyang mga tao.

Ang ating mga pantas ay nagwika tungkol sa dahilan sa mga salitang: "Samakatwid, ang biyaya ng kapayapaan sa buong mundo ay nauna sa kalakasan, ibig sabihin ang katubusan, dahil 'Ang Diyos ay hindi nakakita ng isang daluyan (*vessel*) upang sapuin ang biyaya para sa *Israel* liban sa kapayapaan.' Kaya hanggat ang pagmamahal-sa-sarili at egoismo ay umiiral sa mga bansa, ang *Israel* rin ay hindi magagawang maglingkod sa Taga-Paglikha sa kadalisayan, sa pagkakaloob, tulad nang nasusulat sa paliwanag ng mga salitang, 'At kayo para sa Akin ay magiging isang kaharian ng mga pari,' sa sanaysay na "Ang *Arvut*." At ating makikita ito sa karanasan, sa pagdating ng lupain at pagtatayo ng Templo ay hindi makapagpapatuloy at tanggapin ang biyaya na ang Diyos ay ipinangako sa ating mga ama.

At dito kung bakit kanilang sinabi, "Ang Diyos ay hindi nakakita ng isang daluyan (*vessel*) upang sapuin ang biyaya," ibig sabihin na hanggang sa kasalukuyan, ang *Israel* ay hindi nakakakita ng isang daluyan (*vessel*) upang sapuin ang biyaya ng mga ama. Samakatuwid, ang ipinangako na maaari nating manahin ang lupain para sa habambuhay ay hindi pa rin matatamo, dahil ang pandaigdigang kapayapaan ay ang nag-iisang daluyan (*vessel*) na magbibigay sa atin ng kakayahan upang tanggapin ang biyaya ng mga ama, tulad ng propesiya ni *Isaiah*.

ANG MENSAHE SA MATAN TORAH

Sa tatlong sanaysay, "Matan Torah" (Ang Pagbibigay ng Torah), "Ang Arvut" (Ang Damayang Garantiya), at "Ang Kapayapaan" (*The Peace*), si Baal Sulam ay nagtuturo sa atin ng pangangailangan ng isang dakilang lipunan na matamo ang layunin ng Paglikha. Kanyang ipinamalas kung bakit ang isang nilalang ay hindi magagawang matamo ang mga layunin ng isang tao nang hindi kasama ang nalalabi pang mga tao sa mundo, at tanging sa tamang pag-uugnayan sa pagitan ng pagkakaisa sa lipunan at gawain ng Diyos magagantimpalaan ang sangkatauhan ng kapayapaan, kasaganaan, at ang katuparan ng ating angking makataong katangian.

Sa "Matan Torah," Aytem 14, kanyang malinaw na isinulat na ang bahagi ng Torah na tungkol sa isang tao at sa isa pang tao ay ang pinakamabisang kakayahan na maghahatid sa atin sa ninanais na layunin. Sa dakong huli ng sanaysay, kanyang idiniin at lalo pang pinalawak ang kahulugan ng magkapalitang ugnayan sa isang antas ng isang buong bansa nang kanyang sinabi na, "Ating napatunayan na ang bawat isa sa 613 Mitzvot sa Torah ay umiinog sa nag-iisang Mitzva, 'Mahalin ang iyong kaibigan tulad ng pagmamahal sa sarili.'" Kanya ring sinabi na itong bagay na ito ay hindi uubra maliban kapag ginawa ng isang buong bayan na bawat kabilang ay nakahanda at loloobing gawin ito.

Sa sanaysay na, "Ang Arvut," Aytem 20, si Baal Sulam ay ipinaliwanag na ang katapusan ng pagwawasto ng mundo ay mangyayari sa sandaling ang mga tao ng mundo ay lumahok sa Kanyang gawain. Ngunit ang unang papasok sa gawain ng Diyos at pangungunahan ang buong mundo sa mga ito ay ang mga anak ng *Israel*. "Ang tungkulin ng *Israel* patungkol sa buong mundo ay katulad sa tungkulin ng mga Banal na Patriyarka kaugnay sa bayan ng *Israel*... Gayundin, ang bayan ng *Israel* ay dapat gawing karapat-dapat ang sarili nito at lahat ng tao sa mundo na umunlad hanggang kanilang akuin ang mabunying gawaing ito nang pagmamahal sa tao, na siyang hagdan sa layunin ng Paglikha... Kaya, bawat isa sa *Mitzva* na ang isang indibidwal sa *Israel* ay ginagampanan upang maghatid ng kasiyahan sa kanyang Lumikha, at hindi para sa ibang gantimpala at pagmamahal-sa-sarili, ay nakapangyayari - sa ilang banda - sa pag-inog ng lahat ng tao sa mundo."

Sa dakong huli ng sanaysay (Aytem 28), kanyang inilinaw ang tungkulin ng mga anak ng *Israel* bilang sila na mga dapat magsilbing lunas kung saan ang kislap ng kadalisayan at paglilinis ng katawan ay dadaan patungo sa lahat ng mga bansa ng mundo. Ito ay dahil ang marami sa mga bansa sa mundo ay hindi pa handa para dito, at ang Taga-Paglikha ay nangangailangan ng kahit isang bayan na pagsisimulan, kaya ito'y pipiliin mula sa hanay ng lahat ng bansa.

Ang lahat ng bansa sa mundo ay sa Akin (ang Taga-Paglikha), at maging kayo, at sa bandang huli ay didikit sa Akin. Subalit habang hindi pa nila kaya ang gawaing ito, Aking kailangan ang isang banal na mga tao. Kung kayo ay pumapayag na piniling mga tao, kung gayon kayo ay inaatasan Ko na maging para sa Akin isang kaharian ng mga pari, na siyang pinakamataas na anyo ng pagmamahal sa iba, "mahalin ang iyong kaibigan tulad ng sarili."

Sa sanaysay na, "Ang Kapayapaan," itinuro sa atin ni Baal Sulam ang tunay na sanhi ng paghihirap ng mga tao sa pangkalahatan at ng mga tao ng *Israel* sa partikular. Kanyang isinulat na ang marahas, egotistikong pagtutol sa isa't-isa, na nagiging sanhi ng maigting na ugnayan sa pagitan ng mga mamamayan ng bansa ay hindi huhupa sa pamamagitan ng anumang taktika ng tao. Ating makikita na tayo ay tulad na ng isang maysakit na nilalang na bumabaling sa kabi-kabilang bahagi sa walang kaparis na hapdi, tulad nang ang sangkatauhan ay itinapon ang sarili nito sa sukdulan ng kanan, tulad ng Germany, o kaya ay sa sukdulang kaliwa, tulad ng Russia. At hindi lamang hindi nila napagaan ang sitwasyon, kanila lamang lalong pinatindi ang sakit, at ang mga panangis ay umabot sa langit, tulad ng ating nalalaman.

Mula rito kanya tayong dinala sa konklusyon na ang mga tao ay walang ibang pagpipilian kundi tanggapin ang Kanyang pasanin, na kilalanin ang Taga-Paglikha, at iumang ang kanilang mga pagkilos tungo sa ikasisiya ng Diyos at tungo sa Kanyang layunin, tulad nang Kanyang inisip para sa kanila bago pa man sa Paglikha. At kapag kanilang ginawa, ito'y malinaw na kasabay ng paglilingkod sa Kanya, anumang labi ng inggit o pagkamuhi ay maglalaho sa sangkatauhan, dahil ang lahat ng kabilang sa sangkatauhan ay magkakaisa sa isang nag-iisang katawan at isang puso na tigib ng karunungan ng Diyos. Kaya ang pandaigdigang kapayapaan at karunungan ng Diyos ay iisa at magkaparehong bagay.

Sa buod ng kanyang mga salita sa tatlong sanaysay, ating maituturo ang ilang mahahalagang mensahe:

1. Ang layunin ng buong Paglikha ay upang ang lahat ng mga nilikha ay makadikit sa kanilang Lumikha. Kaya sila'y gagantimpalaan ng walang katapusang kagalakan at pagkabuo sa sarili nilang pagsisikap.
2. Maaari matamo itong layunin sa pamamagitan lamang nang pagtanto sa batas nang: "Mahalin ang kaibigan tulad ng sarili."
3. Ang panuntunang ito ay magagawa ng banayad, na magsisimula sa pag-iisa ng ilang tao tungo sa isang banayad na paglaki bilang isang grupo, hanggang sa maging isang buong bansa na sa dakong huli'y magdadala sa lahat ng mga bansa ng mundo sa gawain ng Diyos at pagmamahal sa tao.
4. Ang unang bansa na dapat gumanap sa papel na ito ng pagpapalaganap ng pag-iisip na ito ay ang bayan ng Israel. Ang mga tao ng Israel ay magsisilbing halimbawa para sa lahat ng bansa at pangungunahan sila sa katulad na pag-iisip.4. Ang mga tao ng

Israel ay dapat magpakita ng isang halimbawa para sa lahat ng mga bansa at mamuno sila sa parehong mga konsepto.

5. Sinumang indibidwal, grupo, o bansa na tatanggi na tahakin ang landas na ito ay mag-aanyaya ng matinding pasakit sa kanilang mga sarili, na siyang magtuturo sa kanila pabalik sa tamang landas—tungo sa katapusan ng pagwawasto.

6. Sinumang indibidwal, grupo, o bansa na magtatalaga sa kanyang sarili sa layuning ito ay makakalikha at pabibilisin ang buong proseso at magagantimpalaan ng ninanais na kabuuan.

7. Ang mga sumusunod ay ang mga prinsipyo na gumagabay sa grupo ng mga Kabalista sa Bnei Baruch.

Ang mga kasapi ng grupong ito ay nangunguna sa isang pamumuhay ng pagbabahagi at pagkakaisa sa pang-araw-araw na sistema, sa pag-aaral ng mga sulatin ng mga dakilang Kabalista na nagpatupad ng mga ganitong prinsipyo, at sa pagtuturo ng kanilang mga nalalaman sa buong Israel at sa buong mundo. Ito ay ginagawa sa pamamagitan ng kanilang maraming mga grupo ng mag-aaral, na aktibo sa buong taon, sa pagpapalaganap ng mga aklat ng mga Kabalista, at sa pamamagitan ng mga buhay at naitabing mga aralin sa Kabbalah sa pamamagitan ng internet at TV. Ang kanilang lugar sa internet, www.kabbalah.info, ay ang nangungunang lugar ng Kabbalah sa internet, at sa araw na ito'y nagbabandila ng mga nilalaman sa tatlumput-dalawang lengguwahe. Mayroon ding mga pahayagan at magasin ng Kabbalah na nilalathala buwan-buwan sa walong lengguwahe.

Ang pangunahing layunin ng Bnei Baruch ay ipamalas ang komplikadong materyales ng Kabbalah sa maaaring pinakasimpleng pamamaraan, upang bawat taong naghahanap sa layunin ng buhay ay makakayang makaugnay sa mga ito. Bilang karagdagan, bilang pagsunod sa mga katuruan ni Baal Sulam, ang Bnei Baruch ay sinisikap, sa pamamagitan ng lahat ng kanyang kakayahan na nasa kanyang mga kamay, na ihanda ang mamamayan ng Israel sa makasaysayang papel nito.

Kanilang ibinabahagi ang tanging mensahe na makakahadlang sa pagdurusa, hapdi, at digmaan: "Walang iba pa maliban sa Kanya."

Ito'y malinaw sa mga kasapi ng Bnei Baruch na ang pulitika, ekonomiya, at pandaigdigang kalagayan ay nakasalalay lamang sa pagtuturo ng simpleng mensaheng ito. Ang tanging dahilan upang matigil ang pagdurusa sa mundo ay paunlarin ang mga tao at turuan sila na bumaling sa Taga-Paglikha at umugnay sa Kanya. Ang maraming pagtatangka na umiwas dito sa misyon na dalhin ang mundo tungo sa konklusiyon na ito ay nagdulot ng mga katakut-takot na pahirap sa mga Hudyo.

Ang pag-inog ng tao ay itinakda; hindi ito maaaring pigilan. Ang lahat na ating magagawa ay ang maunawaan ang mensahe at pabilisin ang pag-unawa dito. Ang nakakalungkot, ang madugong kasaysayan ng mga mamamayan ng Israel ay nagtuturo sa atin kung saan humahantong ang matigas na ulong pagtanggi na isagawa ang misyon.

Ang tanging bagay na ating dapat itanim sa ating pag-iisip ay na mayroong isang sanhi sa kabuuan ng reyalidad. Ang sanhing ito ay nagpapakita sa atin sa iba't-ibang pamamaraan, sa panlabas natin at sa ating panloob. Ito'y umaabot sa atin sa pamamagitan ng ating mga damdamin, pag-iisip, mga hangarin, at mga pagkilos, at ito'y lumilitaw sa katulad na paraan sa lahat ng mga tao ng mundo. Mahalaga na ating matandaan na tanging sa tulong nito na ating maisasagawa ang panuntunan na, "Mahalin ang iyong kaibigan tulad ng sarili." Ang lahat ng ito ay matatamo lamang sa simpleng pagbabago ng ating pananaw sa reyalidad; walang pangangailangang gumawa ng anumang panlabas na pagbabago kahit anupaman.

Kung tayo'y magtagumpay sa pagtuturo sa mas maraming tao, sa abot ng makakaya, na umugnay sa buhay sa ganitong pamamaraan, ating matatagpuan ang ating mga sarili mismo sa isang mas mapayapa at matiwasay na mundo. Ang malalim na pakikipag-ugnayan sa Taga-Paglikha ay tutulong sa bawat isa sa atin na maunawaan ang layunin ng ating mga buhay, ang ugat ng ating mga kaluluwa, at kung paano tayo magtatamo ng walang katapusang kagalakan. Sa pagkakamit na iyon, natatamo natin ang layunin ng Paglikha at ating matatanggap ang lahat ng kasiyahan at sarap na inihanda para sa bawat isa sa atin.

Pagkakaisa ng mga Kaibigan

Gawin ninyo ang inyong makakaya at ang katubusan ng Panginoon ay isang kisap-mata lamang. Ang mahalagang bagay na nasa inyong harapan ay ang pagkakaisa ng mga kaibigan. Magsumikap sa gayon nang labis-labis dahil ito'y sasapat na kabayaran sa lahat ng mga pagkukulang.

Ito'y nasusulat, "Ang isang estudyanteng napalayo; ang kanyang Rav ay kasama niya sa paglayo." Ang ating mga pantas ay naguluhan: Paanong ang mga reklamo ay mangingibabaw sa Torah at gawain ng isang estudyante sa hangganan na ito'y nagtaboy sa kanya sa pananatili sa kaharian ng Diyos, lalu pat siya ay naging malapit na sa isang tunay na Rav?

At kanilang ipinaliwanag na sa sandaling ang isang estudyante'y nanghina, lumalabas sa kanya na ang Rav ay nanghina rin kasama niya. At dahil ito'y ganito, ito'y totoong ganito. Na siya ay makikinabang lamang sa kanyang Rav sa hangganan ng kanyang pag-ako sa kanyang puso. Kaya mayroon lamang siyang aba at isang mas mababang Rav sa hangganan ng kanyang naging pagsukat dito. At kaya, ang kanyang Rav ay kasama niya na napalayo.

Ang pagsisimula ng pagkakatapon at pagka-alipin sa Ehipto ay nag-umpisa sa mga salitang "Ngayon mayroong tumayong isang bagong hari sa Ehipto, na hindi nakikilala si Joseph." Ito'y nangangahulugang mayroong isang bagong nangingibabaw na lumitaw sa isipan ng bawat isa, isang bagong kapangyarihan na nangingibabaw, dahil sila'y bumagsak mula sa kanilang naunang antas tulad ng nasusulat, "Isang napatapong estudyante, ang kanyang Rav ay napatapon kasama niya." Kaya hindi nila kilala si Joseph; na kanila lamang siyang natamo sa hangganan na kanilang inako sa kanilang mga puso.

Sa ganitong kadahilanan, kanilang inilarawan ang anyo ni Joseph na katulad nila, nang kanilang mga sarili mismo. At sa ganitong kadahilanan, hindi nila kilala si Joseph at kaya nagsimula ang pagkaka-alipin. Kung hindi, ang mga matuwid ay tiyak na sila'y pangangalagaan at walang pagkakatapon at pang-aalipin na ipapamalas sa kanila.

Pagmamahal ng Kaibigan

At ano ang inyong isinulat, na ako'y sinabihan ninyo ng pagkakatapon sa Ehipto, ako'y nagtaka, kailangan ninyo ng dagdag na pag-aaral. "At sila'y umiyak, at ang kanilang pag-iyak ay umabot sa Diyos sa kadahilanan ng pagkaka-alipin." Pagkatapos, "at nabatid ng Diyos." Kung wala ang kaalaman ng Diyos sa pagkakatapon, ang katubusan ay imposible. Dagdag pa, ang kaalaman sa pagkakatapon ang dahilan sa katubusan. Kaya paano mo ako nanaising masabihan sa sandali ng katubusan?

Ang katotohanan ay ipinapamalas ang daan nito at ang isang nagluluksa ay ipinapahayag ang kanyang lumbay at hindi ito mapigilan o ikubli. Sa katunayan, nararamdaman ko kayong lahat, na sa inyong kalooban, ang "ngayon" ay napalitan ng "bukas," at sa halip na "ngayon," inyong sasabihin "saka na." Walang lunas sa ganoon kundi magsumikap na maunawaan ang kamalian at pagkakaligaw, na tanging yaong nangangailangan ng katubusan ngayon ang inililigtas ng Taga-Paglikha. At yaong mga magagawang maghintay sa kinabukasan ay matatamo ang kanilang katinuan makalipas ang kanilang mga araw, huwag nawang ipahintulot ng Diyos.

At ito'y dumating sa inyo dahil sa inyong kapabayaan sa aking kahilingan na magsumikap sa pagmamahal sa kaibigan, sapagkat akin nang naipaliwanag sa inyo sa lahat ng maaaring kaparaanan na ang ganitong lunas ay sapat na kapunuan sa inyong bawat kakulangan. At kung hindi ninyo magagawang umangat sa kalangitan, binigyan ko kayo ng mga kaparaanan dito sa lupa; at bakit hindi kayo nagdagdag nang anupaman sa gawaing ito?

At bukod sa dakilang kapangyarihan na natatago sa loob nito, dapat ninyong malaman na mayroong maraming kislap ng kabanalan sa bawat nilalang sa grupo. At kapag inyong natipon ang lahat ng kislap ng kabanalan sa isang lugar, bilang magkakapatid, nang may pagmamahal at pagkakaibigan, tiyak na magkakaroon kayo ng mataas na antas ng kabanalan.

Ang impluwensya ng Kapaligiran sa isang Tao

Alam nating lahat na mayroong isang kaugalian na ginagawa sa buong mundo, na hindi mabuti para sa isang sanay at mahusay na propesyonal na makihalo sa mga mahina at walang kasanayang manggagawa upang mag-aral mula sa kanilang mga pagkilos. Halimbawa, kapag ang isang sapatero ay nakihalo sa mga walang kasanayang sapatero, ipinapaunawa nila sa kanya na hindi kapaki-pakinabang ang paggawa ng isang matino at magandang sapatos. Sa halip, ipinapaabot nila sa kanya na gawin na lang ito kahit paano at hindi na kailangang maglaan ng panahon upang maging perpekto.

O kaya, isang sastre: kung siya ay may kasanayan at nakihalo sa mga walang kasanayang sastre, ipinaabot nila sa kanya na hindi na kailangan pagbutihin ang paggawa ng damit na masinop, malinis, at tamang-tama ang sukat para sa may-ari nito. Kaya't dapat siyang mag-ingat sa pakikipag-usap at pakikisalamuha sa kanila.

Ngunit kung ang isang karpintero ay nakihalo sa mga sastre, hindi siya matututo mula sa kanilang mga pagkilos sapagkat walang ugnayan sa pagitan nila. Subalit sa magkaparehong propesyon, ang bawat isa ay dapat maging mapagbantay sa kanyang sarili at makipag-ugnayan lamang sa mga taong may malinis na kalooban.

Ayon sa nabanggit sa unahan, sa sinumang tao na inyong itinuturing na lingkod ng Taga-Paglikha, kayo'y dapat maging mapagbantay at tiyakin na siya ay isang may kasanayang propesyonal—ibig sabihin, ang kanyang hangad ay ang gawain ay maging malinis, dalisay, at nakatuon sa Kanyang pangalan. At kahit sa pinaka-kaunti, dapat niyang malaman na siya ay hindi isang perpektong manggagawa at patuloy na humahanap ng payo upang mapabuti ang kanyang kaluluwa at maging isang mahusay na manggagawa, hindi lamang isang karaniwang manggagawa na ang layunin ay tanging ang gantimpala.

Ang isang sanay na manggagawa ay hindi naghahangad ng gantimpala, kundi natutuwa sa kanyang gawain. Halimbawa, ang isang sanay na sastre ay nalalaman na ang damit ay tumutugma nang tama sa sukat ng may-ari nito sa bawat bahagi, at ito ay nagbibigay sa kanya ng kasiyahang espirituwal na higit pa kaysa sa anumang pera na matatanggap niya. Kaya't sa mga taong hindi kabilang sa inyong propesyon, hindi mahalaga kung kayo ay nakikisalamuha sa kanila — kung kayo ay kalahok sa pagtatayo ng isang gusali at sila naman ay nakikilahok sa pagpapanday ng balat ng hayop. Subalit, sa mga tao na kalahok sa Torah, ngunit hindi maingat na ang kanilang pananamit ay tumutugma sa sukat ng may-ari, ito ay nagpapakita ng hindi tamang pag-iisip na laban sa Torah. Dito, kailangan kayong maging mapagbantay at iwasan ang pakikisalamuha sa mga taong ito na parang mga palasong nawala sa tamang landas. Iba ang mga ito kumpara sa mga pangkaraniwang tao.

Kaya dahil wala kayong kaugnayan sa mga mamamayan ng Mitzrahi hindi ninyo kailangan nang katulad na matamangpagmamatyag.

- Ngunit sa mga tao ng Agudat Israel kailangan ninyongmanatiling malayo.
- At sa mga Hassidim, kailangan ninyo nang mas malakingpag-iingat.
- At sa mga taong malapit sa aking ama (Baal HaSulamkailangan ninyo nang higit na mapagmatyag na mata.

At ito ang dahilan: Sa mundo ng *Nekudim, Melech ha-Daat*, ang antas ng *Keter*, na siyang unang *Melech* (hari), ay bumagsak nang isang mas mababa sa lahat ng *Melachim* (mga hari) sa panahon ng pagkakawatak. Ito'y dahil habang mas magaspang, ito'y Itaas kapag ito'y mayroong *Masach*, at ito'y pinakamalala sa pagkawala ng *Masach*. Sa ganitong kadahilanan, ito'y bumagsak nang isang mas mababa sa lahat ng *Melachim*.

At ating maipapakahulugan ang ganitong mga salita. Kapag sila'y lumalakad sa landas ng Taga-Paglikha, mayroon silang magkatambal na kaloobang tumanggap: para sa pang-pisikal at pang-espirituwal. Kaya yaong mga malapit kay *Baal HaSulam* habang sila'y nakahilig, ay mayroon silang *Masach* at *Aviut* tindi ng hangarin). Ngunit ngayong wala na silang pagsuko at wala nang interes sa pagkakaroon ng *Masach*, ang kanilang buong gawain ay ang pagiging "matikas na *Hudio*" o "*Rebbes*" (dakilang mga *Rabbis*).

Kaya ito ay *Aviut* na walang *Masach*, at natural lamang na ipinagmamalaki nila kung ano ang kanilang ginagawa. At para sa akin, wala akong tiwala sa kanila, at walang isa mang maaaring pumigil sa kanila. Ako'y nagiging maikli dahil hindi ko nais na manatili sila sa aking pag-iisip, dahil alam ninyo ang panuntunan: "Ang isa ay naroroon kung ang isa ay nasaan ang pag-iisip."

Upang maunawaan ang bagay nang mas malinaw, bibigyan ko kayo ng maigsing halimbawa: Ito ay nalalaman na sa pagitan ng dalawang antas mayroong kaayusan na bumubuo ng dalawang pagkilatis na magkasama.

- Sa pagitan nang walang-kilos at halaman, mayroong isang kaayusan na tinawag na "corals."
- Sa pagitan nang halaman at hayop naroon ang bato ng parang, na isang hayop na natatali sa lupa sa pamamagitan ng pusod nito at nagbibigay kalakasan dito.
- At sa pagitan nang hayop at nagsasalita, naroroon ang matsing.

Kaya mayroong katanungan: Ano ang kaayusan sa pagitan nang katotohanan at kasinungalingan? Ano ang puntong nagawa sa dalawang pagkilatis na pinagsama?

Bago ko linawin, ako'y magdaragdag ng isa pang panuntunan: Ito ay nalalaman na imposible na makita ang isang maliit na bagay, at mas madaling makita ang isang mas malaking bagay. Kaya kung ang isang tao ay gumawa ng ilang kasinungalingan, hindi niya makikita ang katotohanan—na siya ay lumalakad sa maling landas. Sa halip, kanyang sasabihin na siya ay lumalakad sa landas ng katotohanan. Subalit wala nang mas malaking kasinungalingan na tulad nito. At ang kadahilanan ay dahil wala siyang sapat na kasinungalingan upang makita ang kanyang tunay na kalagayan.

Subalit kung ang isang tao ay nakapagtamo na ng maraming kasinungalingan, ang kasinungalingan ay lumago na sa kanya sa hangganan na kaya niyang makita ang mga ito kung kanyang gugustuhin. Kaya ngayong nakikita na niya ang mga kasinungalingan—na siya ay tumatahak sa maling landas—kanya nang makikita ang kanyang tunay na kalagayan. Sa madaling salita, kanya nang nakikita ang katotohanan sa kanyang kaluluwa, at kung paano babalik sa tamang landas.

Kasunod sa puntong ito, na siyang punto ng katotohanan—na siya ay tumatahak sa maling landas—ay ang pang-gitnang punto sa pagitan ng katotohanan at kasinungalingan. Ito ang tulay na magdudugtong sa katotohanan at kasinungalingan. Ito rin ang punto ng katapusan ng kasinungalingan, at mula rito ang umpisa ng landas ng katotohanan.

Kaya ating makikita na upang magantimpalaan ng *Lishma* (para sa Kanyang Pangalan), kailangan muna nating paghandaan ang pinakamalaking *Lo Lishma* (hindi para sa Kanyang pangalan), at pagkatapos magagawa na nating matamo ang *Lishma*. At magkatulad, ang *Lo Lishma* ay tinawag na isang "kasinungalingan" at ang *Lishma* ay tinawag na "katotohanan." Kapag ang kasinungalingan ay maliit at ang *Mitzvot* at ang mga mabuting gawa ay madalang, siya ay mayroong maliit na *Lo Lishma*, at kung gayon ay hindi niya magagawang makita ang katotohanan. Kaya sa ganoong kalagayan, kanyang masasabi na sa katunayan siya ay lumalakad sa mabuti at tunay na landas, ibig sabihin, sa gawin nang *Lishma*.

Subalit kapag siya ay lumahok sa *Torah* sa lahat ng araw at gabi sa *Lo Lishma*, sa gayon kanyang makikita ang katotohanan, dahil sa pagdami ng kasinungalingan, ang kanyang mga kasinungalingan ay dumarami, at kanyang makikita na siya sa katunayan ay lumalakad sa maling landas.

Nang sa gayon kanyang sisimulan na iwasto ang kanyang mga pagkilos. Sa madaling salita, kanyang mararamdaman na bawat bagay na kanyang ginagawa ay tanging *Lo Lishma* lamang. Mula sa puntong ito, ang isa ay lumilipat sa landas ng katotohanan, sa *Lishma*. Dito lamang sa puntong ito, kung saan ang usapin ng "mula sa *Lo Lishma* ang isa'y dumarating sa *Lishma*" ay nagsisimula. Subalit bago dito, kanyang ipagpipilitan na siya ay gumagawa sa *Lishma*, at paano niya magagawang palitan ang kanyang kalagayan at mga gawi?

Kaya kung ang isang tao ay malamya sa gawain, hindi niya magagawang makita ang katotohanan, na siya ay nakababad sa kasinungalingan. Subalit sa pagdaragdag ng *Torah* upang magkaloob ng kasiyahan sa kanyang Lumikha, ang isa ay makikita ang katotohanan: na siya ay lumalakad sa maling landas, tinawag na *Lo Lishma*. At ito ang panggitnang punto sa pagitan ng katotohanan at kasinungalingan. Kaya dapat tayong maging malakas at mapagtiwala sa ating pamamaraan upang ang bawat araw para sa atin ay parang bago, dahil kailangan natin laging patibayin ang ating pundasyon at tayo'y susulong.

Layunin ng Lipunan

Tayo ay nagtitipon ngayon dito upang magtatag ng isang lipunan para doon sa lahat ng nagnanais na sumunod sa landas at kaparaanan ni Baal Sulam, ang kaparaanan na sa pamamagitan nito ay ma-aakyat ang mga antas ng tao at hindi mananatili bilang isang hayop, tulad nang sinabi ng ating mga pantas (*Yavamot* 61a) tungkol sa talatang, "At kayo Aking mga tupa, ang mga tupa ng Aking kaparangan, ay mga tao." At si Rashbi ay sinabi, "Kayo ay tinawag na 'mga tao,' at ang mga sumasamba sa mga rebulto ay hindi tinatawag na 'mga tao.'"

Upang maunawaan ang katangian ng isang tao, atin ngayong kukunin ang isang talata mula sa ating mga pantas (*Berachot* 6b): "Ang katapusan nang usapin, matapos ang marinig ang lahat, matakot sa Diyos, at sundin ang Kanyang mga kautusan, sapagkat ito ang kabuuan ng tao" (*Ecclesiastes* 12:13). At ang Gemarah ay nagtanong, "Ano itong 'dahil ito ang kabuuan ng tao'? Si Rabbi Elazar ay nagsabi, "Ang buong mundo ay nalikha para lamang doon." Ito ay nangangahulugan na ang buong mundo ay nalikha lamang para sa takot sa Diyos."

Datapwat dapat nating maunawaan kung ano ang pagkatakot sa Diyos bilang dahilan sa pagkakalikha sa buong mundo. Mula sa mga salita ng ating mga pantas, ating natutunan na ang dahilan sa Paglikha ay upang makagawa ng kabutihan para sa Kanyang mga nilikha. Ito ay nangangahulugan na ang Taga-Paglikha ay nagnais na paligayahin ang mga nilikha upang sila'y makadama ng kaligayahan sa mundo. At dito ang sabi ng ating mga pantas tungkol sa talatang, "dahil ito ang kabuuan ng tao," na ang dahilan sa Paglikha ay ang takot sa Diyos.

Subalit ayon sa kung ano ang ipinaliwanag sa sanaysay na "Matan Torah," isinulat na ang dahilan kung bakit ang mga nilikha ay hindi natatanggap ang kasiyahan at kagalakan, sa kabila nang ito ang kadahilanan sa Paglikha, ay dahil sa di-pagkakatulad ng anyo sa pagitan ng Taga-Paglikha at mga nilikha. Ang Taga-Paglikha ay ang nagbibigay at ang mga nilikha ay ang mga tagatanggap. Subalit mayroong panuntunan na ang mga sanga ay katulad sa mga ugat kung saan ang mga sanga ay iniluwal.

At dahil walang pagtanggap sa ating ugat, dahil ang Taga-Paglikha ay wala namang kakulangan, na nangangailangan na tumanggap ng anumang bagay upang matamo ang

Kanyang kagustuhan, ang tao ay nakakaramdam ng pagkayamot kapag siya ay kailangang tumanggap. Ito ang dahilan kung bakit ang bawat nilalang ay napapahiya kumain ng tinapay mula sa kawang-gawa.

Kaya upang maiwasto iyon, ang mundo ay dapat malikha. Ang *Olam* (mundo) ibig sabihin ay *He'elem* (nakakubli), na ang kagalakan at kasiyahan ay dapat nakakubli. Bakit ito ganito? Ang kasagutan ay para sa takot. Sa madaling salita, ito ay ganito upang ang tao ay matakot na gamitin ang kanyang mga daluyan (vessel) ng pagtanggap, na tinawag na "pagmamahal-sa-sarili." Ito ay nangangahulugan na ang isa ay dapat pigilan ang kanyang sarili sa pagtanggap ng kasiyahan dahil kanyang hinahangad ang mga ito, at dapat magkaroon ng sapat na lakas upang mangibabaw sa paghahangad, ang layunin ng kanyang hangarin.

Sa halip, ang isa ay dapat tumanggap ng kasiyahan na magbibigay ng kaluguran sa Taga-Paglikha. Ito ay nangangahulugan na ang nilikha ay maghahangad na maghatid ng kasiyahan sa Taga-Paglikha at magkakaroon ng takot sa Taga-Paglikha, nang hindi tumatanggap para sa sarili, dahil ang pagtanggap ng kasiyahan—kapag ang isa ay tumatanggap para sa kanyang sariling kapakinabangan—ay nag-aalis sa kanya ng pagkakadikit sa Taga-Paglikha.

Samakatwid, sa sandaling ang isang nilalang ay gumanap ng isang *Mitzvot* (kautusan) ng *Taga-Paglikha*, ang isa ay dapat maglayon na ang *Mitzvot* na ito ay magdudulot sa kanya ng dalisay na mga isipan, na siya ay magkakaloob sa *Taga-Paglikha* sa pagsunod sa *Mitzvot* ng Diyos. Ito'y tulad nang sinabi ng ating mga pantas, "Si Rabbi Hanania Ben Akashia ay nagsabi, 'Ang *Taga-Paglikha* ay nais linisin ang Israel kaya Kanyang binigyan sila ng maraming *Torah* at *Mitzvot*.'"

At kaya tayo ay nagtitipon ngayon dito – upang magtatag ng isang lipunan kung saan ang bawat isa sa atin ay susunod sa karunungan ng pagkakaloob sa *Taga-Paglikha*. At upang matamo ang pagkakaloob sa *Taga-Paglikha*, tayo'y dapat magsimula sa pagkakaloob sa tao, na tinawag na "pagmamahal sa kapwa."

At ang pagmamahal sa kapwa ay magagawa lamang sa pagkakait sa kanyang sarili. Kaya sa isang banda, bawat isang nilalang ay dapat maging mapagpakumbaba at sa kabilang bahagi, maging taas-noo na ang *Taga-Paglikha* ay binigyan tayo ng pagkakataon na mapabilang sa isang lipunan kung saan ang bawat isa sa atin ay mayroong isang tanging layunin na ang Kabanalan ay nasa ating kalagitnaan.

At bagamat hindi pa natin natatamo ang layuning ito, nasa atin ang hangarin na matamo ito. At ito rin ay dapat nating ikalugod, dahil maging tayo ay nasa pagsisimula pa lamang ng ating landas, tayo'y umaasa na matatamo ang mabunying layuning ito.

Patungkol sa Pagmamahal sa mga Kaibigan

1) Ang pangangailangan ng pagmamahal sa kaibigan

2) Ano ang dahilan na aking piniling dili ang mga kaibigang ito at bakit nila ako pinili?

3) Dapat bang ang bawat isang kaibigan ay ipahayag ang kanyang pagmamahal sa samahan o sapat nang maramdaman nang isang puso ang pagmamahal at isagawa ang pagmamahal sa kaibigan nang palihim at kaya wala nang pangangailangan na ipakita nang hayagan kung ano ang nasa kanyang puso?

Ito ay nalalaman na ang pagiging mapagkumbaba ay isang dakilang bagay. Ngunit maaari din nating sabihin ang kabaligtaran - na ang isa ay dapat ipahayag ng isa ang pagmamahal sa kanyang puso tungo sa mga kaibigan, dahil sa pagpapamalas nito, kanyang pinupukaw ang mga puso ng mga kaibigan tungo sa mga kaibigan upang sila din ay maramdaman na ang bawat isa sa kanila ay nagsasa-praktika nang pagmamahal sa mga kaibigan. Ang kapakinabangan dito ay sa ganitong pamamaraan, ang isa ay umaani nang kalakasan na isapraktika ang pamamahal sa mga kaibigan nang mas malakas, dahil ang lakas ng pagmamahal ng bawat isang tao ay makakahalo sa bawat iba pa.

Dito'y lumalabas na kung saan ang isang nilalang ay mayroon isang sukat ng kalakasan na isapraktika ang pagmamahal sa mga kaibigan, kung ang isang grupo ay binubuo nang sampung miyembro, sa gayon siya ay nakapaloob sa kalakasan ng sampung puwersa nang pangangailangan, na nauunawaan na ito ay kailangan na makilahok sa pagmamahal sa mga kaibigan. Subalit kung ang isa sa kanila ay hindi ipinapamalas sa lipunan na siya ay nagsasapraktika nang pagmamahal sa mga kaibigan, sa gayon ang isa ay nakukulangan ng puwersa ng grupo.

Ito'y ganito dahil dito'y napakahirap na husgahan ang isang kaibigan sa isang sukatan ng katangian. Ang bawat isa ay iniisip na siya ay matuwid at siya lamang ang lumalahok sa pagmamahal sa mga kaibigan. Sa ganoong katayuan, ang isa ay walang sapat na lakas upang isapraktika ang pagmamahal sa iba. Kaya ang gawaing ito mismo ay dapat hayag at hindi nakakubli.

Subalit ang isa ay dapat palaging tatandaan sa sarili ang layunin ng lipunan. Kung hindi, ang katawan ay may gawi na palabuin ang layunin, dahil ang katawan ay palaging pinangangalagaan ang sarili nitong pakinabang. Dapat nating tandaan na ang lipunan ay itinatag sa pundasyon nang pagtatamo ng pagmamahal sa iba, na ito yaong magiging tuntungan para sa pagmamahal sa Diyos.

Ito ay matatamo lamang sa pagsasabi na ang isa ay nangangailangan ng isang lipunan upang magawang magbigay sa isang kaibigan nang walang anumang gantimpala. Sa madaling salita, hindi niya kailangan ang isang lipunan upang ang lipunan ay bigyan siya nang tulong at pabuya, na mangyayaring mabigyan ang mga daluyan (vessel) ng pagtanggap ng katawan nang kapunuan. Ang gayong lipunan ay itinayo sa pagmamahal-sa-sarili, at nagbubunsod lamang ng pag-unlad nang kanyang mga daluyan (vessel) ng pagtanggap, at sa gayon ay nakakakita nang pagkakataon na umani nang mas maraming pag-aari sa pamamagitan nang tulong ng kaibigan na makapagtamo nang mga pisikal na pag-aari.

Sa halip, dapat nating tandaan na ang lipunan ay itinatag sa pundasyon nang pagmamahal sa iba, upang ang bawat isang miyembro ay tatanggap mula sa grupo ng pagmamahal sa iba, at pagkamuhi sa sarili. At sa nakikita na ang kaibigan ay nagsusumikap na ipakumbaba (annulment) ang sarili at magmahal sa iba ay magiging sanhi sa bawat isa na mapaloob sa intensiyon ng kanilang mga kaibigan.

Kaya kung ang lipunan ay binubuo ng sampung miyembro, halimbawa, ang bawat isa ay magkakaroon nang sampung puwersa na nagsasa-praktika nang pagpapakumbaba sa sarili, pagkamuhi ng sarili at pagmamahal sa iba. Kung hindi, ang isa ay mananatili na may isang puwersa ng pagmamahal sa iba, dahil hindi niya nakikita na ang mga kaibigan ay hindi ginagawa ito, dahil ang mga kaibigan ay nagsasa-praktika nang pagmamahal sa mga kaibigan nang nakakubli. Higit pa rito, ang mga kaibigan ay nagawang mawala ang kanyang hangarin na tumahak sa landas nang pagmamahal sa iba. Sa gayong katayuan, siya ay natututo sa kanilang mga pagkilos at bumagsak sa kaharian nang pagmamahal-sa-sarili.

4) Dapat bang ang bawat isa ay malaman ang pangangailangan nang kanyang kaibigan, ng bawat isang kaibigan upang kanyang malaman kung paano niya magagawang matugunan ang mga ito, o sapat nang isapraktika ang pagmamahal sa mga kaibigan nang pangkalahatan?

Kanilang Tinulungan Bawat Isa niyang Kaibigan

Dapat nating maunawaan paano magagawa ng isa na tulungan ang kanyang kaibigan. Ito ba ay kung saan mayroong mayaman at mahirap, matalino at hunghang, mahina at malakas? Subalit paano kung ang lahat ay mayaman, matalino at malakas, atbp., paano makakatulong ang isa sa isa pa?

Ating makikita na mayroong isang bagay na karaniwan sa lahat -- ang pakiramdam o kalooban (mood). Ito'y sinasabi, "Ang bumabagag sa isang puso, hayaan siyang magsalita tungkol dito sa iba." Ito ay sa dahilang ang pagkakaroon ng masiglang espiritu, kahit ang yaman o katalinuhan ay hindi makakatulong.

Sa halip, ang isang tao ay makakatulong sa iba na makikita na ang isang kaibigan ay matamlay. Ito'y nasusulat, "Hindi kayang palayain ng isa ang kanyang sarili sa pagkakabilanggo." Sa halip, isang kaibigan ang makapagpapasigla ng kanyang espiritu.

Ito'y nangangahulugan na ang isang kaibigan ang makapag-aangat sa kanya mula sa kanyang kalagayan sa katayuan ng kasiglahan. Sa gayon, ang isa'y magsisimulang manumbalik ang kalakasan at tiwala sa buhay at kasaganaan, at magsisimula muli na parang ang layunin ay malapit na sa kanya.

Dito'y lumalabas na ang bawat isa ay nararapat na maging mapagmatyag at mag-iisip kung paano niya matutulungan ang kaibigan na mai-angat ang kanyang espiritu, dahil tungkol sa pakiramdam o kalooban (*mood*) ang sinuman ay makakakita nang lugar nang pangangailangan ng isang kaibigan, na kanyang mapupunuan.

Layunin ng Lipunan

Dahil ang tao ay nilikha nang may *Kli* (daluyan/vessel) tinawag na pagmamahal-sa-sarili, kung saan ang isa ay nakikita na ang isang pagkilos ay hindi magbubunga ng pakinabang sa sarili, ang isa'y walang pagkukusa na gumawa ni isa mang munting pagkilos. At kapag walang pagkakait nang pagmamahal-sa-sarili, imposible na matamo ang *Dvekut* (pagdikit) sa Taga-Paglikha, ibig sabihin pagkakatulad ng anyo.

At dahil ito'y labag sa ating kalikasan, kailangan natin ang isang lipunan na magiging isang malaking puwersa upang tayo'y makakilos nang magkakasama sa pagpapawalang-bisa nang kaloobang tumanggap, tinawag na "kasamaan," dahil ito'y sumagabal sa pagtatamo ng layunin kung saan ang tao ay sadyang nilikha.

Sa ganitong kadahilanan, ang lipunan ay kailangang buuin nang mga taong nagkakaisang sumang-ayon na kanilang dapat matamo ito. Sa gayon, lahat ng mga tao ay magiging isang malakas na puwersang makakayang labanan ang sarili nito mismo, dahil ang bawat isa ay nakasanib sa bawat isa pa. Kaya ang bawat isang tao ay nakatayo sa isang matinding hangarin na matamo ang layunin.

Upang makasanib sa bawat isa, ang isang tao ay nararapat na ipakumbaba (annul) ang sarili niya sa harap ng iba pa. Ito ay magagawa na ang isa ay titingnan ang kahusayan nang mga kaibigan at hindi ang kanilang mga kapintasan. Subalit ang isa na naiisip na siya ay Itaas ng kaunti sa mga kaibigan ay hindi na magagawang makipag-isa sa kanila.

Gayundin, mahalaga na manatiling seryoso habang nasa kapulungan upang hindi mawala ang intensiyon, dahil para sa layuning ito na sila ay nagtipon-tipon. At sa paglakad nang may pakumbaba, na isang dakilang bagay, ang isa ay dapat na makagawiang ipakita na siya ay hindi siryoso. Ngunit ang katotohanan, may apoy na lumalagablab sa kanilang mga puso.

Datapwat, sa maliliit na mga tao, habang sa kapulungan, ang isa ay dapat maging maingat sa pagsang-ayon sa mga salita at gawa na hindi nagluluwal nang layunin ng pagtitipon--na dapat nilang matamo ang *Dvekut* sa *Taga-Paglikha*. At tungkol sa *Dvekut*, tingnan ang sanaysay na "Matan Torah."

Ngunit kapag ang isa ay wala sa mga kaibigan, mainam na walang ipinapakita na intensiyon sa kanyang puso at namamalas na katulad lamang ng iba pa. Ito ang ibig sabihin nang "Lumakad nang may pakumbaba sa *Panginoon* ang iyong Diyos." Samantalang mayroong *Itaas* na pakahulugan yaon, ang simpleng kapaliwanagan ay malaking bagay din.

Kaya ito ay mabuti na mayroong pagkakapantay sa pagitan ng mga kaibigan na nagkaisa, upang ang isa ay magagawang magpakumbaba sa iba pa. At mayroon dapat matamang pagmamatyag sa lipunan, hindi nagpapahintulot ng katuwaan, dahil ang katuwaan ay sumisira sa bawat bagay. Subalit tulad ng ating nabanggit sa unahan, ito ay dapat na maging isang panloob na bagay.

Ngunit habang mayroong sinuman na hindi kabilang sa lipunang ito, walang dapat ipapamalas na kaseryosohan, sa halip dapat pantayan ang tao na kadarating pa lamang. Sa madaling salita, iwasan ang pagsasalita nang mga seryosong bagay, bagkus mga bagay lamang na aakma sa isang kapapasok pa lamang, na tinatawag na "isang di-inaasahang bisita."

Ano ang Nagagawang Ibigay ng "Mahalin ang Iyong Kaibigan tulad sa Iyong sarili" sa Atin?

Ano ang nagagawang ibigay ng batas (*Klal*), "mahalin ang iyong kaibigan tulad ng iyong sarili" sa atin? Sa pamamagitan nang batas na ito, magagawa nating makarating upang mahalin ang Taga-Paglikha. Kung ganito ito, ano ang nagagawang ibigay nang pagtupad sa 612 *Mitzvot* sa atin?

Una, kailangan nating malaman kung ano ang batas. Ito'y nalalaman na ang isang kolektibo (*Klal*) ay binubuo ng maraming indibidwal. Kung walang mga indibidwal, walang mangyayaring isang kolektibo. Halimbawa, kapag tinukoy natin ang isang pagtitipon na tulad ng "isang banal na pagtitipon," tayo ay tumutukoy sa ilang bilang nang mga indibidwal na nagtipon at bumuo ng isang yunit. Pagkaraan, ang isang pinakaulo ay itinatalaga sa pagtitipon, atbp., at ito ay tinatawag na isang *Minian* (sampu/quorum) o isang "kongregasyon." Marapat na mayroong sampung tao nang sa gayon maaaring magsabi nang *Kedusha* (isang tukoy na bahagi ng isang Jewish na dalangin) sa serbisyo.

Ang Banal na *Zohar* ay nagsasabi tungkol dito: "Kung saanman mayroong sampu, ang Kabanalan ay nananahan." Ito ay nangangahulugan na sa isang lugar kung saan mayroong sampung lalaki, may isang lugar para sa pananahanan ng Kabanalan.

Samakatwid dito'y sumusunod na ang batas na "Mahalin ang iyong kaibigan tulad ng iyong sarili," ay nakapaloob sa 612 na *Mitzvot*. Sa madaling salita kung ating susundin ang 612 na *Mitzvot* magagawa nating matamo ang batas nang "Mahalin ang iyong kaibigan tulad ng iyong sarili." Lumalabas na na ang partikular na mga elemento ay hinahayaan tayo na matamo ang kolektibo, at kapag mayroon tayong kolektibo, magagawa nating matamo ang pagmamahal sa *Taga-Paglikha*, tulad nang nasusulat na, "Ang aking kaluluwa ay humihibik sa Panginoon."

Datapwat, ang isa ay hindi magagawang sundin ang 612 na *Mitzvot* nang nag-iisa. Kuhanin halimbawa ang katubusan nang unang panganay. Kung ang isang panganay ay babae, hindi niya magagawang sundin ang *Mitzva* ng katubusan ng panganay. Gayundin ang mga kababaihan ay labas sa pagtupad sa mga *Mitzvot* na nakabatay sa oras, tulad ng *Tzitzit* at *Teffilin*. Subalit dahil "lahat ng Israel ay responsable sa bawat isa," sa pamamagitan nang bawat isa, lahat ng ito ay kanilang nasusunod. Ito ay parang bawat isa ay nasusunod ang lahat ng *Mitzvot* nang magkakasama. Kaya sa pamamagitan ng 612 na *Mitzvot* ating magagawang matamo ang batas na, "Mahalin ang iyong kaibigan tulad nang iyong sarili."

---

14 **Tala ng tagapagsalin:** Sa Hebrew, ang salitang *Klal* ay nangangahulugang parehong "batas" at "sama-sama." Pinapalitan ng may-akda ang dalawang kahulugan.

Pagmamahal sa Kaibigan

"At isang lalaki ang nakakita sa kanya at namasdan, siya ay gumagala sa parang. At ang lalaki ay nagtanong sa kanya, at sinabi: 'Ano ang hinahanap mo?' At kanyang sinabi: 'Hinahanap ko ang aking mga kapatid, Sabihin mo sa akin, ako'y nakikiusap sa iyo, saan nila pinakakain ang kawan'" (Genesis, 37).

Isang lalaki na "gumagala sa parang" ay tumutukoy sa isang lugar kung saan ang bunga nang kaparangan na bubuhay sa mundo ay uusbong. At ang mga gawain sa kaparangan ay pag-aararo, pagtatanim at pag-aani. At sinasabi tungkol dito na: "Sila na nagtanim sa luha ay aani sa kagalakan," at ito ay tinawag na "isang kaparangan na pinagpala ng Panginoon."

Si Baal HaTurim ay ipinaliwanag na ang isang taong gumagala sa parang ay tumutukoy sa isang tao na napawalay sa landas ng katwiran, na hindi alam ang tunay na daan, na magtutungo sa lugar na dapat niyang marating, tulad sa "isang asno na pagala-gala sa parang." At siya ay darating sa katayuan na kung saan kanyang maiisip na hindi na niya kailanman matatamo ang layunin na kanyang dapat maabot.

"At ang lalaki ay tinanong siya at nagsabi: "Ano ang hinahanap mo?" ibig sabihin, "Ano ang maitutulong ko sa iyo?" "At kanyang sinabi: 'Hinahanap ko ang aking mga kapatid.'" Sa pamamagitan nang pagsama sa aking mga kapatid, sa aking pagsama sa isang grupo na mayroong pagmamahal sa mga kaibigan, makakaya kong tuntunin ang daan na patungo sa tahanan ng Diyos.

Ang daan na ito tinawag na "isang landas ng pagkakaloob," at ang daang ito ay laban sa ating kalikasan. Upang magawang maabot ito walang ibang paraan kung hindi ang pagmamahal sa mga kaibigan, kung saan ang bawat isa ay matutulungan ang kanyang kaibigan.

"At ang lalaki ay nagsabi: "Sila'y nakaalis na." At si Rashi ay niliwanag na sila'y inialis na ang kanilang mga sarili sa kapatiran, ibig sabihin sila'y walang pagnanais na makipag-isa sa iyo. Ito sa dakong huli, ay naging sanhi ng pagkakatapon ng Israel sa Ehipto. At upang matubos mula sa Ehipto, dapat nating akuin sa ating mga sarili na pumaloob sa isang grupo na nagnanais na magmahal sa mga kaibigan, at nang sa gayon tayo'y magagantimpalaan nang paglikas mula sa Ehipto at nang pagtanggap sa Torah.

Ayon sa Ipinaliwanag Tungkol sa "Mahalin ang iyong Kaibigan"

Ayon sa ipinaliwanag tungkol sa *"Mahalin ang iyong kaibigan tulad ng sarili,"* lahat ng mga detalye ng 612 na *Mitzvot* ay nakapaloob sa panuntunang ito. Ito ay tulad nang sinabi ng ating mga pantas, *"Ang nalalabi ay komentaryo, humayo at mag-aral."* Ito ay nangangahulugan na sa pagtatangi ng 612 na *Mitzvot* tayo'y magagantimpalaan ng panuntunang *"Mahalin ang iyong kaibigan,"* at kasunod nito, ang pagmamahal sa Diyos.

Kaya ano ang naibibigay sa atin ng pagmamahal sa kaibigan? Ito ay nasusulat na sa pagtitipon natin ng ilang kaibigan, dahil ang bawat isa sa kanila ay mayroon lamang kaunting puwersa ng pagmamahal sa kapwa, ibig sabihin, makakaya lamang nila na maisagawa ang pagmamahal sa iba sa kanilang potensyal, kapag kanilang ipinatupad ito, kanilang maaalala na kanilang ipinasiya na kanilang bibitawan ang pagmamahal-sa-sarili kapalit ng pagmamahal sa iba. Ngunit sa katunayan, kanyang nakikita na hindi niya makakayang bitawan ang anumang kasiyahan sa kanyang kaloobang tumanggap para sa kapakinabangan ng iba kahit kaunti.

Datapwat sa pamamagitan ng pagbubuo ng ilang tao na sumasang-ayon na kanilang dapat matamo ang pagmamahal sa iba, kapag kanilang pinakumbaba ang kanilang mga sarili sa harap ng bawat isa, silang lahat ay pinagkaisa. Kaya sa bawat isang tao, mayroong naiipong malakas na puwersa batay sa laki ng lipunan. At sa gayon, kanilang maisasakatuparan ang pagmamahal sa iba sa aktwal na buhay.

Kaya ano ang naidadagdag sa atin ng mga detalye ng 612 na *Mitzvot*, na sinasabi natin na upang makasunod tayo sa panuntunan, na dahil ang panuntunan ay nasusunod sa pamamagitan ng pagmamahal sa kaibigan? At ating nakikita na sa katotohanan ay mayroon ding pagmamahal sa mga kaibigan sa mga karaniwang tao rin? Sila din ay nagtitipon sa iba't ibang mga grupo upang magkaroon ng pagmamahal sa mga kaibigan. Ano kung gayon ang pagkakaiba sa pagitan ng relihiyoso at karaniwan?

Ang talata ay nagsabi (*Psalms* 1), *"ni umupo sa upuan ng mga mapanghamak."* Dapat nating maintindihan ang pagbabawal sa *"upuan ng mga mapanghamak."* Ano kung gayon ang nagagawang maidagdag sa atin ng *"upuan ng mga mapanghamak?"* Ang ibig sabihin ay kapag ang ilang tao ay nagsama-sama para sa layunin ng pagmamahal sa mga kaibigan, nang may intensiyon na ang isa at bawat isa ay tutulungan ang kanyang kaibigan na paunlarin ang kanyang korporyal na katayuan, ang isa ay umaasam na sa pagkakaroon ng mas maraming pagtatagpo, sila'y makikinabang mula sa lipunan at uunlad ang kanilang mga korporyal na katayuan.

Datapwat, matapos ang lahat ng pagpupulong, ang bawat isa ay nagbibilang kung gaano karami ang kanyang natanggap mula sa lipunan para sa sarili, kung ano ang natanggap ng kaloobang tumanggap sa pamamagitan noon, dahil naglaan siya ng oras at pagsisikap upang makinabang ang lipunan. Kaya ano ang kanyang napala rito? Marahil mas naging matagumpay siya kung inabala niya ang kanyang sarili sa kanyang sariling pakinabang, kahit paano yaong bahagi ng kanyang mga pagsisikap. Ngunit, "Ako'y pumaloob sa lipunan dahil sa aking pag-aakala na sa pamamagitan ng lipunan, ako ay mas kikita nang higit kaysa kung ako ay nag-iisa. Ngunit ngayon aking nakita na wala akong naging pakinabang."

Sa gayon, kanya itong ikinalungkot at sinabi na, "Ako ay magiging mas maunlad kung aking gagamitin ang aking maliit na lakas, sa halip na ibibigay ko ang aking panahon sa lipunan. Datapwat ngayon na naipagkaloob ko ang aking oras sa lipunan, upang magkaroon ng mas maraming pag-aari sa pamamagitan ng tulong mula sa lipunan, sa dakong huli, aking napag-isipan na hindi lamang na wala akong napalang anumang bagay mula sa lipunan—ako'y nawalan pa ng dapat kong napala kung ako'y nag-iisa."

Kapag mayroong isang tao na gustong magsabi na ang pagmamahal sa mga kaibigan ay dapat makilahok para sa layunin ng pagkakaloob, na bawat isa ay magtatrabaho para sa kapakinabangan ng iba, bawat isa ay natatawa at nililibak ito. Ito para sa kanila ay parang isang uri ng katatawanan, at ito ang *upuan ng mga karaniwang tao*. Ito ay sinasabi tungkol dito, *"ngunit ang kasalanan ay isang puna sa kaninumang tao,"* at bawat magandang gawi na kanilang ginagawa, ay ginagawa nila para sa kanilang mga sarili. Ang isang ganitong lipunan ay tumitiwalag sa kabanalan. Itinatapon nito ang isang tao sa daigdig ng paghamak, at ito ang ipinagbabawal sa *upuan ng mga mapanghamak*.

Ang ating mga pantas ay nagsabi tungkol sa mga ganitong lipunan, *"Pagwatakin ang mga masasama; mas mainam para sa kanila at mas mainam para sa mundo."* Sa madaling salita, mas maganda na hindi sila nabuhay. Datapwat ito'y kabaligtaran sa mga matuwid: *"Tipunin ang mga matuwid; mas mainam para sa kanila at mas mainam para sa mundo."*

Ano ang ibig sabihin ng *"matuwid?"* Ito ay yaong nais na sundin ang panuntunang *"Mahalin ang iyong kaibigan tulad ng sarili,"* na ang tanging intensiyon ay makalabas sa pagmamahal-sa-sarili at umako ng kakaibang katangian ng pagmamahal sa iba. At bagamat ito ay *Mitzva* na dapat sundin, at ang isa ay makakayang pilitin ang sarili na sundin ito, ang pag-ibig ay walang pasubali na isang bagay na nagmumula sa puso, at ang puso sa katotohanan ay hindi sumasang-ayon dito. Ano ngayon ang magagawa ng isang tao upang ang pag-ibig ay dumapo sa puso?

Ito ang dahilan kung bakit ibinigay sa atin ang 612 na *Mitzvot*: mayroon itong kapangyarihan na magbunsod ng isang pakiramdam sa puso. Datapwat dahil ito'y salungat sa kalikasan, ang pakiramdam na ito ay masyadong napakaliit upang magkaroon ng kakayahan na sundin ang pagmamahal sa mga kaibigan nang natural, kahit na mayroon siyang pangangailangan dito. Kaya ngayon, kailangan niyang humanap ng payo kung paano ito aktwal na maisasagawa.

Ang payo para sa isang tao upang makayang maragdagan ang kanyang lakas sa panuntunang *"Mahalin ang iyong kaibigan,"* ay mahalin ang mga kaibigan. Kung ang bawat isa ay nagpakumbaba sa harap ng kanyang kaibigan at nakikipag-isa sa kanya, sila ay nagiging isang buong masa, kung saan ang lahat ng maliliit na bahagi na nagnanais ng pagmamahal sa iba ay nagsama-sama sa isang kolektibong lakas na binubuo ng maraming mga bahagi. At kapag siya ay mayroon nang malaking puwersa, kanya nang magagawang magmahal ng iba.

At sa gayon, kanya nang matatamo ang pagmamahal sa Diyos. Subalit ang kondisyon ay ang bawat isa ay magpapakumbaba sa harap ng iba pa. Datapwat kapag siya ay nakahiwalay sa kanyang kaibigan, hindi niya magagawang matanggap ang kanyang parte na dapat niyang matanggap mula sa kanyang kaibigan.

Kaya ang bawat isa ay dapat sabihin na siya ay walang halaga kung ihahambing sa kanyang kaibigan. Ito ay katulad ng pagsusulat ng mga numero: kung una mong isusulat ay "1" at pagkatapos ay "0," ito ay makasampung beses na higit. At kapag isinulat mo ay "00," ito ay maka-isandaang beses na higit. Sa madaling salita, kung ang kanyang kaibigan ay numero 1, at ang 0 ay kasunod nito, ito'y maituturing na siya ay tumanggap mula sa kanyang kaibigan nang makasampung beses na higit pa. At kung kanyang sinabi na siya ay dalawang 0 kung ihahambing sa kanyang kaibigan, siya'y tumanggap sa kanyang kaibigan nang maka-isandaang beses na higit pa.

Datapwat kung ito ay sa kabaligtaran, at kanyang sinabi na ang kanyang kaibigan ay 0 at siya ay 1, kung gayon sa 0.1, siya ay makasampung beses na isang mas mababa sa kanyang kaibigan. At kung kanyang masasabi na siya ay 1 at mayroon siyang dalawang kaibigan na parehong 00 kung ihahambing sa kanya, sa gayon siya ay maituturing na maka-isandaang beses na isang mas mababa sa kanila, ibig sabihin na siya ay 0.01. Kaya ang kanyang antas ay nababawasan ayon sa bilang ng mga 0 na mayroon siya para sa kanyang mga kaibigan.

Subalit kahit minsan na matamo niya ang kalakasang iyon, at magawa niyang masunod ang pagmamahal sa iba sa aktwal na buhay, at maramdaman ang kanyang sariling kasiyahan na hindi mainam para sa kanya, gayun pa rin, huwag magtiwala sa iyong sarili. Dapat mayroong pangamba na bumagsak sa pagmamahal-sa-sarili sa gitna ng gawain. Sa madaling salita, kung sakaling siya ay bigyan ng mas malaking kasiyahan, na hindi niya kadalasang natatanggap, bagamat maaari na siyang gumawa upang magkaloob na may maliliit na kasiyahan, at pumapayag na bitawan ang mga ito, siya ay nabubuhay pa rin nang may pangamba sa malalaking kasiyahan.

---

15 Tala ng Tagasalin: Ang komentaryo ng *Sulam* (Hagdan) sa *The Book of Zohar*(Ang Aklat ng Zohar).

Ito ang tinatawag na *"takot"* at ito ang lagusan upang matanggap ang *Liwanag ng Pananampalataya* na tinatawag *"Ang Inspirasyon ng Kabanalan,"* tulad ng nasusulat sa *Ang Sulam*, *"ang sukatan ng takot, ay ang sukatan ng pananampalataya."*

Kaya dapat nating tandaan na ang usapin ng *"Mahalin ang iyong kaibigan tulad ng sarili"* ay dapat sundin dahil ang Lumikha ay ipinag-utos na lumahok sa pagmamahal sa mga kaibigan. At si *Rabbi Akiva* ay ipinakahulugan lamang itong *Mitzva* na ipinag-utos ng Lumikha. Kanyang hinangad na gawin itong *Mitzvot* na isang panuntunan kung saan ang lahat ng *Mitzvot* ay masusunod dahil sa kautusan ng Taga-Paglikha, at hindi para sa pansariling kasiyahan.

Sa madaling salita, ito'y hindi na ang *Mitzvot* ay dapat magpalawak sa ating kaloobang tumanggap, ibig sabihin na sa pagsunod sa *Mitzvot*, tayo ay buong kasaganaang magagantimpalaan. Sa kabaligtaran, sa pamamagitan ng pagsunod sa *Mitzvot*, ating maaabot ang gantimpala na makakaya nating ipakumbaba ang ating pagmamahal-sa-sarili at matamo ang pagmamahal sa iba, at kaalinsunod dito, ang pagmamahal sa Diyos.

Ngayon, atin nang mauunawaan ang sinabi ng ating mga pantas tungkol sa talatang, *"ipuwesto ang mga ito."* Ito ay nagmula sa salitang *"gayuma"* (potion). *"Kung iginawad, ito ay gayuma ng buhay; kung hindi iginawad, ito ay gayuma ng kamatayan."* Hindi iginawad ay nangangahulugan na ang isang tao ay lumalahok sa *Torah* at *Mitzvot* upang maragdagan ang pagmamahal-sa-sarili, upang ang katawan ay magkamit pa ng mga pag-aari bilang kapalit sa gawain nito. *Kung iginawad*, ang pagmamahal-sa-sarili ng isang tao ay naipakumbaba at siya ay naglalayon na magantimpalaan ng kalakasan para sa pagmamahal sa iba, kung saan kanyang mararating ang pagmamahal sa Lumikha—na ang kanyang tanging nais ay upang makapagbigay siya ng kasiyahan sa Lumikha.

---

16 Tala ng Tagasalin: Sa Hebreo ang salitang "ipuwesto" (*ve samtem*) ay katunog ng "gayuma" (*Sam*)

ALING PAGSUNOD SA TORAH AT MITZVOT ANG NAGPAPADALISAY NG PUSO

Tanong: Ang pagsunod ba sa *Torah* at *Mitzvot* upang makatanggap ng gantimpala ay nagpapadalisay din ng puso? Ang ating mga pantas ay nagsabi, *"Aking nilikha ang masamang pag-uugali, Aking ginawa ang panglunas na Torah."* Ito'y nangangahulugan na ito'y nagpapadalisay ng puso. Ngunit ito ba ay ganito kapag ang isa'y tiyakang naglayon na hindi upang tumanggap ng gantimpala, o nangyayari din bang napapadalisay ang puso kung ang isa ay gumawa upang makatanggap ng gantimpala?

Kasagutan: Sa "Pambungad sa Aklat ng Zohar" (Aytem 44), ito ay nasusulat: "Sa sandaling ang isa'y nagsimulang lumahok sa Torah at Mitzvot kahit walang intensiyon, ibig sabihin nang walang pagmamahal at pagkatakot, na nararapat lamang kapag naglilingkod sa isang Hari, kahit sa *Lo Lishma* (hindi sa Ngalan Niya), ang punto sa puso ng isa'y nagsisimulang lumago at magpamalas ng pagkilos nito. Ito ay dahil ang *Mitzvot* ay hindi nangangailangan ng intensiyon, at maging ang mga pagkilos ng walang intensiyon ay maaaring magpadalisay ng kanyang kaloobang tumanggap, ngunit sa unang antas nito, tinatawag na 'walang-galaw.' At sa hangganan na ang isa'y napapadalisay ang walang-galaw na bahagi ng kaloobang tumanggap, kanyang unti-unting nabubuo ang 613 na mga bahagi ng punto ng puso, na siyang walang-galaw ng '*Nefesh de Kedusha* (kabanalan).'" Kaya ating makikita na ang pagsunod sa *Torah at Mitzvot*, maging ang *Lo Lishma*, ay nagpapadalisay ng puso.

Tanong: Ang landas kaya ng pagsunod sa *Torah* at *Mitzvot* nang hindi magagantimpalaan ay para lamang sa piling iilan, o maaari kayang sinuman ay matatahak itong landas ng pagsunod sa bawat bagay nang walang intensiyong magantimpalaan, ngunit kung saan sila'y magagantimpalaan ng *Dvekut* (pagdikit) sa Taga-Paglikha?

Kasagutan: Bagamat ang kaloobang tumanggap para sa kanyang sarili lamang ay lumitaw at naging bahagi ng Karunungan ng Paglikha, na binigyan ng pagwawasto—na ang kaluluwa ay iwawasto ito upang maging pagkakaloob—ibig sabihin, pagsunod sa *Torah at Mitzvot* ay gagawing ang ating kaloobang tumanggap na mangyayaring magiging pagkakaloob. Ito ay ibinigay sa bawat isa nang walang pagtatangi, dahil ang bawat isa ay biniyayaan ng ganitong lunas, at hindi lamang kinakailangang para lamang sa piniling iilan.

Ngunit dahil ito'y usapin ng kagustuhan, may mga ilan na umuunlad ng mas mabilis at ang iba naman ay mas mabagal. Ngunit tuad ng nasusulat sa "Pambungad sa *Ang aklat ng Zohar*" (Mga Aytem 13,14), sa dakong huli, ang bawat isa ay matatamo ang kanilang lubos na perpeksyon, tulad ng nasusulat, "Siya na napatapon, huwag maging pabaya sa kanya."

Gayunpaman, kapag nagsisimulang matuto na panghawakan ang Torah at *Mitzvot*, ang isa ay nagsisimula sa *Lo Lishma*. Ito ay dahil ang tao ay nilikha ng mayroong kalooban na tumanggap; kaya hindi niya naiintindihan ang anumang bagay na hindi nagbibigay sa kanya nang pansariling pakinabang, at hindi niya kailanman magugustuhan na magsimulang tupdin ang Torah at *Mitzvot*.

Ito ay tulad ng sinulat ni Rambam (*Hilchot Teshuva*, Kabanata 10) "Ang mga Pantas ay nagsabi, ang isa ay dapat palaging lumahok sa Torah, maging sa *Lo Lishma*, sapagkat mula sa *Lo Lishma* ang isa ay darating sa *Lishma*." Kaya kapag nagtuturo sa mga bata at mga kababaihan at mga mamamayan, sila ay tinuturuan na gumawa dulot ng pagkatakot at upang tumanggap ng gantimpala. At sa sandaling sila'y nagkaroon na nang kaalaman at nagtamo ng karunungan, ang lihim na ito ay ibinibigay sa kanila nang pakonti-konti. Sila'y nahihirati dito ng mahinahon hanggang matamo nila Siya paglingkuran Siya nang may pagmamahal." Kaya ating makikita mula sa mga salita ni Rambam na bawat isa ay dapat matamo ang *Lishma*, ngunit ang pagkakaiba ay nasa tiyempo.

Tanong: Kung ang isang tao ay nakikita at nararamdaman na siya ay tumatahak sa isang landas na tumutungo sa *Lishma*, dapat ba niyang subukan na maimpluwensiyahan ang iba upang ang mga ito ay tumahak din sa tamang landas din o hindi?

Kasagutan: Ito ay pangkalahatang katanungan. Ito ay tulad ng isang relihiyosong tao na sinusuri ang isang karaniwang nilalang. Kung kanyang alam na maaari niyang maituwid ang tao, sa gayon dapat niyang ituwid ito, dahil sa *Mitzvot*, "Marapat ninyong punahin ang inyong kapuwa." Kapareho nito, sa ganitong usapin, masasabi na dapat ninyong sabihin sa inyong kaibigan tungkol sa mas mabuting daan na ang isa maaaring tumungo, ngunit dapat ang inyong intensiyon ay dahil sa *Mitzva* lamang. Ngunit napakaraming beses nang ang isang tao ay pinupuna ang iba para lamang sa layunin na mangibabaw at hindi upang "punahin ang kanyang kapitbahay."

At ating natutunan sa unahan na ang hangarin ng bawat isa na ang iba ay dapat tumahak sa landas ng katotohanan ay lumikha nang mga di-pagkakaintindihan sa pagitan nang mga relihiyoso at mga hindi relihiyoso, sa pagitan ng *Li tain*[17] at Hassidim, at maging sa pagitan nang mga Hassidim din mismo. Ito ay dahil ang bawat isa ay iniisip na siya ay nasa tama, at bawat isa ay sinusubukan na himukin ang iba na tumahak sa tamang landas.

---

17 Isang paksiyon ng Judaismo na nagsimula kay Vilna Gaon (GRA) sa Vilna, Lithuania

Aling Antas ang Dapat na Matamo ng Isang Tao?

Tanong: Ano ang antas na dapat matamo ng isang tao, upang hindi na siya kailangang mabuhay na muli?

Ito'y nasusulat sa aklat na *Sha'ar HaGilgulim* (*Lagusan sa Pagkabuhay-na-Muli*), na *"Lahat ng mga anak ng Israel ay dapat mabuhay na muli hanggang sila'y maging kumpleto sa kanilang NRNHY. Datapwat karamihan ng mga tao ay wala ang limang bahagi ng tinawag na NRNHY, tanging Nefesh lamang na nagmula sa Assiya."*

Ito'y nangangahulugan na ang isang tao ay dapat lamang iwasto ang kanyang sariling bahagi at ang ugat ng kanyang kaluluwa, at wala nang iba pa, at dito'y nakumpleto na ng taong iyon ang dapat iwasto.

Ang bagay na dapat nating malaman ay lahat ng kaluluwa ay nagmula sa kaluluwa ni *Adam HaRishon*. Matapos ang kasalanan sa *Puno ng Karunungan*, ang kaluluwa ni *Adam* ay nadurog sa 600,000 na mga kaluluwa. Ito'y nangangahulugan na ang nag-iisang *Liwanag* na mayroon si *Adam HaRishon* sa *Hardin ng Eden*, na tinawag ng *Banal na Zohar* na *Zhara Ilaa* (*Mataas na Liwanag*), ay nagwatak-watak sa maraming mga piraso.

Sa aklat na *Panim Masbirot* (p. 56), si *Baal HaSulam* ay isinulat: *"Matapos na ang mabuti ay nahalo sa masama (matapos ang kasalanan), isang malaking balangkas ng Klipot ay naitayo, na may lakas na dumikit sa Kedusha (Kabanalan)."* Upang magawa na makapag-ingat sa mga ito, ang *Liwanag* ng pitong araw ng paglikha ay hinati sa mga maliliit na piraso, na naging napakaliit para sa *Klipot* para sipsipan.

Ito ay maihahalintulad sa isang hari na nais na ipahatid ang malaking halaga ng pera sa kanyang anak na naninirahan sa ibayong dagat. Naku, lahat ng tao sa bayan ng hari ay mga tusong magnanakaw, at wala siyang makitang isang matapat na sugo. Ano ang kanyang ginawa? Kanyang hinati ang pera sa mga sentimo at ipinahatid ito sa pamamagitan ng maraming mga sugo. Kaya kanilang natuklasan na ang kasiyahan sa pagnanakaw ay hindi magiging katumbas ng pagyurak sa hari.

Sa ganitong pamamaraan, sa maraming panahon at sa maraming mga kaluluwa, sa kaliwanagan ng mga araw, posible na isaayos ang lahat ng mga banal na kislap na ninakaw ng *Klipot* na dala ng kasalanan ng *Puno ng Karunungan*.

Ang *"maraming kaluluwa"* ay tumutukoy sa pagkakahati sa mga *Panloob na Liwanag*, at ang maraming mga araw ay isang paghahati sa maraming mga *Panlabas na Liwanag*. At ang mga butil ay mabubuo sa isang malaking bilang ng *Liwanag* kung saan si *Adam HaRishon* ay nagkasala, at sa gayon ay magdadala ng dulo ng pagwawasto. Ito ay tumutungo sa konklusyon na bawat isa ay isinilang nang mayroon lamang isang maliit na piraso ng kaluluwa ni *Adam HaRishon*. Sa sandaling ang isa'y maiwasto ang kapirasong iyon, hindi na niya kailangang mabuhay na muli. Ito ang dahilan kung bakit ang isa ay maaari lamang iwasto yaong kanyang sariling bahagi.

Ito ay nasusulat sa *Puno ng Buhay* ni *Ari*: *"Walang isang araw na katulad ng ibang araw, isang sandali na katulad ng iba pang sandali, o isang tao na katulad ng iba pang tao. At ang Helbona (bahagi ng banal na insenso) ay iwawasto kung ano ang Levona (iba pang bahagi ng banal na insenso) ay hindi iwawasto. Ang isa ay dapat iwasto ang kanyang sariling bahagi."*

Datapwat dapat nating malaman na bawat nilalang ay mayroong pagpipilian, dahil walang isa man na isinilang na matuwid. Ang ating mga pantas ay nagsabi (*Nida* 16b), "Si Rabbi Hanna bar Pappa ay nagsabi, 'Ang anghel na inatasan sa paglilihi ay tinawag na Laila (Gabi). Ito ay kumukuha ng isang patak at ihaharap sa Maylikha, at magsasabi, 'Mahal na Panginoon, itong patak na ito, ano ang kalalabasan nito — isang bayani o lampa, isang pantas o isang hunghang, mayaman o mahirap?'" Ngunit hindi ito nagtanong ng *"matuwid o masama."*

Ito ay nangangahulugan na ang isa ay hindi isinilang na matuwid, dahil hindi ito nagtanong na *"matuwid o masama."* Ito ay iniwan sa ating pamimili, ayon sa kanyang pagsisikap sa *Torah* at *Mitzvot*. Kaalinsunod dito, ang isa ay ginagantimpalaan ng paglilinis ng kanyang puso, ng pagtutuwid ng kung ano ang nararapat, ayon sa ugat ng kanyang kaluluwa, at sa gayon siya ay kumpleto na.

Unang Antas sa Sandali ng Pagsilang

Sa Ang Zohar, *Mishpatim* (p. 4, Aytem 1 sa Sulam commentary), ito'y nasusulat: "Halina at masdan, sa sandaling ang isang nilalang ay isilang, siya ay binigyan ng *Nefesh* mula sa panig ng hayop, at sa panig ng kabanalan mula sa panig ng tinawag na mga 'Mga Banal na Anghel,' ibig sabihin mula sa mundo ng *Assiya*. Kung siya ay ginantimpalaan pa, siya ay binigyan ng *Ruach* mula sa panig ng mga 'Banal na mga Hayop,' ibig sabihin mula sa panig ng *Yetzira*. Kung siya ay patuloy na ginantimpalaan pa, siya ay binigyan ng *Neshama*, mula sa panig ng *Kisse* (Trono), ibig sabihin mula sa mundo ng Beria. Kung patuloy na ginantimpalaan pa, siya ay binigyan ng *Ruach de Atzilut* mula sa panig ng gitnang haligi, at siya ay itinuturing na anak ng Maylikha, tulad ng nasusulat, 'Kayo ang mga anak ng Panginoon ang inyong Diyos.' Kung patuloy na ginantimpalaan, siya ay binigyan ng *Neshama* mula sa panig ng *Aba ve Ima*, na bilang *Bina*, na tungkol dito ay sinabi, '*Hayaan* ang buong mundo na purihin ang Panginoon,' at kasama ang mga ito, ang pangalan na *HaVaYah* ay nakumpleto."

Kaya ang pagperpekto sa kaluluwa ay sa pagkakaroon ng *NRN* mula sa *BYA* at *NRN* mula sa *Atzilut*. Ito ang perpeksiyon na mayroon si *Adam HaRishon* bago ang pagkakasala. Tanging pagkatapos ng kasalanan na siya ay bumagsak sa kanyang antas at ang kanyang kaluluwa ay nahati sa 600,000 na mga kaluluwa.

Ito ang dahilan kung bakit ang espirituwalidad ng tao ay tinatawag na *Neshama* (kaluluwa), kahit ang isa ay mayroon lamang *Nefesh de Nefesh*, dahil mayroong panuntunan na kapag pinag-uusapan ang anumang bagay, palagi tayong tumutukoy sa pinakamataas na antas nito. At dahil ang pinakamataas na antas ng tao ay ang antas ng *Neshama*, ang espirituwalidad ng tao ay karaniwang tinatawag na *Neshama*.

At bagamat ang isang nilalang ay isinilang na may pinakamaliit na antas, kanilang sinabi sa *Sha'ar HaGilgulim* (p. 11b): "Bawat nilalang ay maaaring maging Moses kung gusto niyang linisin ang kanyang mga pagkilos. Ito ay dahil makakaya niyang kumuha ng isa pang espiritu, isang Itaas, sa antas ng *Yetzira*, maging ng *Neshama* sa antas ng Beria."

Ngayon, inyo na ring maiintindihan ang ating mga pantas sa kanilang tanyag na mga salita: "*Ang espiritu ng matuwid o kanilang mga kaluluwa ay dumating at tinaniman ng tinawag na Ibur (binhi) upang tulungan Siya sa gawain ng Diyos.*"

Ito ay inihandog din sa *Sulam* (*Pambungad sa Aklat ng Zohar*, p. 93): "Ang bagay ay ang nakasakay sa asno (donkey) ay ang tulong sa mga kaluluwa ng mga matuwid, ipinadala sa kanila mula sa Itaas upang maiangat sila mula sa isang antas tungo sa kasunod. Kung hindi sa tulong na ito, na ang Maylikha ay ipinadala sa mga matuwid, hindi nila makakayang lumabas sa kanilang antas at umangat sa Itaas. Kaya ang Taga-Paglikha ay pinadadalhan ang isang matuwid ng Mataas na kaluluwa mula sa Itaas, ayon sa kanyang kahusayan at antas, na tumutulong sa kanyang landas. Ito ay tinatawag na 'ang pagbibinhi sa kaluluwa ng matuwid,' at ito ay tinatawag na 'paghahayag sa kaluluwa ng matuwid.'"

Kasunod nito, kapag sinabi na walang henerasyon nang walang katulad nina *Abraham, Isaac,* at *Jacob,* ito'y hindi nangangahulugan na ang mga iyon ay isinilang na katulad nito at walang magagawa sa bagay na ito. Sa halip, ang mga taong ito ay nagsisikap na lumakad sa landas ng katotohanan at gumagawa ng kinakailangang pagsisikap. Ang mga taong ito ay palaging nakakatanggap ng tulong mula sa Itaas sa pamamagitan ng pagbibinhi sa kaluluwa ng mga matuwid, at nakakatanggap sila ng kalakasan upang umakyat sa Itaas na antas.

Dito'y lumalabas na bawat bagay na ipinagkaloob mula sa Itaas ay itinuturing na tulong, ngunit hindi na walang pagsisikap at pagpili. At ang pananatili ng mundo ay sa pamamagitan ng mga matuwid na ito, na nagdadala ng kasaganaan mula sa Itaas, kaya mayroong kasaganaan mula sa Itaas.

Patungkol sa Kahalagahan ng Lipunan

Ito ay nalalaman na dahil ang tao sa tuwina ay kahalubilo ng mga tao na walang kaugnayan sa gawain ng landas ng katotohanan, at sa kabaligtaran ay madalas na nilalabanan yaong mga lumalakad sa landas ng katotohanan, at dahil ang kaisipan ng mga tao ay magkakahalo, ang pananaw ng mga sumasalungat sa landas ng katotohanan ay sumasanib doon sa pananaw ng mayroong kaunting pagnanais na lumakad sa landas ng katotohanan.

Kaya walang ibang paraan maliban sa pagtatatag ng isang lipunan para sa kanilang mga sarili, upang kanilang maging balangkas—ibig sabihin, isang hiwalay na komunidad na hindi humahalubilo sa ibang mga tao na ang mga pananaw ay kakaiba sa gayong lipunan. At sila'y dapat palagi nang pupukawin sa kanilang mga sarili ang layunin ng lipunan, upang sila'y hindi sumunod sa karamihan, sapagkat ang pagsunod sa karamihan ay ating natural na kalikasan.

Kung ang ganitong lipunan ay iwawalay ang sarili nito sa karamihan ng mga tao, kung wala silang ugnayan sa ibang mga tao patungkol sa mga usaping espirituwal, at ang kanilang ugnayan sa kanila ay tanging sa mga korporyal lamang na mga bagay, hindi sila kahalo sa kanilang mga pananaw dahil wala silang ugnayan sa mga ito sa mga usaping pang-relihiyon.

Subalit kung ang isang nilalang ay kahalubilo ng mga relihiyosong tao, at magsimulang makipag-usap at makipagtalo sa kanila, kagyat siyang makakahalo sa kanilang mga pananaw. Ang kanilang mga pananaw ay tumatagos sa kanyang pag-iisip sa ilalim ng kanyang kamalayan sa hangganang hindi na niya mapapansin na ang mga ito ay hindi na kanyang sariling pananaw, kundi pananaw na kanyang tinanggap mula sa mga taong kanyang nakaugnayan.

Samakatwid, sa usapin ng gawain sa landas ng katotohanan, dapat ihiwalay ng isa ang kanyang sarili sa ibang mga tao. Ito'y dahil ang landas ng katotohanan ay nangangailangan ng palagiang pagpapalakas, dahil ito ay pananaw na salungat sa pananaw ng mundo. Ang pananaw ng mundo ay *pag-alam* at *pagtanggap*, samantalang ang pananaw ng *Torah* ay *pananampalataya* at *pagkakaloob*. Kapag ang isa ay lumayo doon, kaagad niyang malilimutan ang lahat ng gawain sa landas ng katotohanan at babagsak sa mundo ng pagmamahal-sa-sarili.

Tanging sa lipunan lamang, sa paraan ng *"Kanyang tinutulungan bawat tao na kanyang kaibigan,"* na ang isang nilalang sa ganitong lipunan ay makakatanggap ng kalakasan upang makalaban sa pananaw ng mundo.

Gayundin, ating matatagpuan sa mga sumusunod na salita ng *Ang Zohar* (*Pinechas*, p. 31, *Aytem* 91, at sa *Sulam*): *"Kapag ang isang tao ay nanirahan sa isang lugar na pinamumugaran ng mga masasamang tao, at hindi niya magawa ang Mitzvot ng Torah at hindi niya magawang magtagumpay sa Torah, siya ay lumilipat at binubunot ang kanyang sarili sa lugar na iyon at itatanim ang kanyang sarili sa lugar na pinamumuhayan ng mabubuting tao, na may Torah at Mitzvot. Ito ay dahil ang Torah ay tinawag na 'Puno,' tulad ng nasusulat, 'Siya ay isang puno ng buhay doon sa kanila na humawak sa kanya.' At ang tao ay isang puno, tulad ng nasusulat, 'dahil ang isang tao ay isang puno sa kabukiran.' At ang Mitzvot sa Torah ay inihalintulad sa mga prutas. At ano ang sinasabi? 'Tanging mga puno lamang na nalalaman na sila ay hindi mga puno na masasabing pagkain, ang mga ito'y maaari mong sirain at putulin,' lipulin sa mundong ito at putulin mula sa kasunod na mundo."*

Sa ganitong kadahilanan, kailangan niyang bunutin ang kanyang sarili sa lugar na iyon, kung saan mayroong masasama, dahil hindi niya magagawang magtagumpay sa *Torah* at *Mitzvot*, at itanim ang kanyang sarili saanman, sa gitna ng mga matuwid. At siya ay magtatagumpay sa *Torah* at *Mitzvot*.

At ang tao na *Ang Zohar* ay itinulad sa kabukiran, katulad ng punong nasa kabukiran na nagdurusa sa gitna ng masasamang kapitbahay. Sa madaling salita, kailangan nating putulin ang mga masasamang damo sa ating paligid na nakakasama sa atin, at kailangan nating palaging lumayo sa masamang kapaligiran—sa mga taong hindi umaayon sa landas ng katotohanan. Kailangan nating maging mapagbantay upang hindi tayo maganyak na sumunod sa kanila.

Ito ay tinatawag na *"paghiwalay,"* kapag ang isa ay may mga isipin ng *"nag-iisang kapangyarihan,"* na tinatawag na *"pagkakaloob"* at hindi *"pampublikong kapangyarihan,"* na tinawag na pagmamahal-sa-sarili. Ito ay tinatawag na *"dalawang kapangyarihan"*—ang kapangyarihan ng Taga-Paglikha at sariling kapangyarihan ng isa.

Ngayon, ating mauunawaan ang sinabi ng ating mga pantas (*Sanhedrin*, p. 38): *"Sinabi ni Rav Yehuda, 'sinabi ni Rav, 'Si Adan HaRishon ay heretiko,' tulad ng nasusulat, 'At ang Panginoon ay tinawag ang tao, at sinabi sa kanya: Saan ka naroroon?" Saan napadako ang iyong puso?"*

Sa interpretasyon ni *Rashi*, ang *"heretiko"* ay tumutukoy sa tendensiya ng pagsamba sa diyos-diyosan. At sa komentaryo na *Etz Yosef* (*Puno ni Joseph*): *"Nang isinulat ito, 'Saan, saan napadako ang iyong puso?' ito ay heresiya, tulad ng nasusulat, 'na hindi ka dapat humayo sa hilig ng iyong puso.' Ito ay heresiya kapag ang kanyang puso ay humilig sa kabilang bahagi."*

Subalit ang lahat ng ito ay nakakalito: Paano masasabi na si *Adam HaRishon* ay nakahilig sa pagsamba sa diyos-diyosan? O ayon sa komentaryo ng *Etz Yosef*, na siya ay nasa anyo ng *"na hindi dapat humayo sa hilig ng iyong sariling puso,"* ito ba ay heresiya? Ayon sa ating napag-aralan sa gawain ng Diyos, na ito ay tanging layunin upang *magkaloob*, ngunit kung ang isang tao ay gumagawa lamang upang *tumanggap*, ang gawaing ito ay banyaga sa atin, dahil kailangan nating gumawa lamang upang *magkaloob*, at siya atumanggap ng lahat upang *tumanggap*. Ito ang ibig sabihin ng kanyang sinabi na siya ay nabigo sa *"huwag humayo sa hilig ng iyong sariling puso."* Sa madaling salita, hindi niya dapat ginawa ang pagkain sa

Puno ng Karunungan upang *magkaloob*, ngunit ginawa ang pagkain sa *Puno ng Karunungan* upang *tumanggap*.

Ito ay tinawag na *"puso,"* ibig sabihin na ang puso ay nais lamang na tumanggap para sa sariling kasiyahan. At ito ang kasalanan sa *Puno ng Karunungan*.

Upang maunawaan ang bagay na ito, tingnan ang pambungad sa aklat na *Panim Masbirot*. At mula rito, ating maiintindihan ang kapakinabangan sa lipunan—ito'y maghahayag ng kakaibang kapaligiran—kumikilos lamang upang *magkaloob*.

Tungkol sa Kahalagahan ng mga Kaibigan

Tungkol sa kahalagahan ng mga kaibigan sa lipunan at paano sila papahalagahan—ibig sabihin, sa paanong uri ng pagpapahalaga ang bawat isa ay dapat iukol sa kaibigan.

Ang karaniwang pag-iisip ay nagsasabi na kung ang isa ay itinuturing ang isang kaibigan na isang mas mababa ang antas kaysa sa kanya, kung gayon nanaisin niyang turuan ito kung paano kumilos nang mas matuwid kaysa sa katangian na mayroon ito. Kaya hindi niya magiging kaibigan ito; sa halip, matatanggap niya ang kaibigan bilang estudyante at hindi isang kaibigan.

At kung ang isa ay nakikita ang kanyang kaibigan na mas nakakataas ng antas kaysa sa kanyang antas, at kanyang nakikita na magkakaroon siya ng mabubuting katangian mula rito, sa gayon ang kaibigan ay maaaring maging kanyang *Rav*, ngunit hindi kanyang kaibigan.

Ito ay nangangahulugan na may katiyakan—kapag nakita ng isa na ang kanyang kaibigan ay kanyang katapat sa antas—maaari niyang matanggap ito bilang kaibigan at maging malapit sa kanya. Ito ay dahil ang isang kaibigan ay nangangahulugan na sila ay nasa parehong katayuan. Ito ang sinasabi ng karaniwang pag-iisip. Sa madaling salita, mayroon silang iisang pananaw at kaya nagpasya na magkalapit. Sa gayon, silang dalawa ay kumilos para sa layuning kapwa nila nais matamo.

Ito ay parang dalawang magkaibigan na may parehong pag-iisip na may ginagawang paghahanapbuhay na magkasama upang ang negosyong ito ay maghatid sa kanila ng pakinabang. Sa ganitong katayuan, kanilang nararamdaman na mayroon silang magkaparehong kapangyarihan. Ngunit sa sandaling ang isa ay makaramdam na siya ay mas mahusay kaysa sa isa, hindi na niya matatanggap ito bilang isang kapantay na partner. Sa halip, sila'y magbubuo ng isang angkop na pagsasama ayon sa lakas at kakayahan ng isa higit sa isa pa. Sa ganitong katayuan, ang pagsasama ay magiging isang tatlumpu't tatlo o dalawampu't limang porsiyentong pagsasama, at hindi masasabing sila ay magkapantay sa negosyo.

Ngunit sa pagmamahal sa mga kaibigan, kapag ang magkakaibigan ay magbuo ng pagkakaisa sa kanilang pagitan, ito ay maliwanag na nangangahulugan na sila ay magkakapantay. Ito ay tinatawag na *"pagkakaisa."* Halimbawa, kung sila'y nagnenegosyo nang magkakasama at sinasabing ang pakinabang ay hindi ipapamahagi nang pantay, ito ba ay matatawag na *"pagkakaisa?"* Malinaw na ang usapin ng pagmamahal ng mga kaibigan ay nararapat kapag ang lahat ng pakinabang at pag-aari na ang pagmamahal ng mga kaibigan ay ibinubunga, ay magkakapantay na pinag-iingatan nila. Hindi sila dapat maglihim o magtago mula sa isa't isa, ngunit lahat ng bagay ay may pagmamahal, pagkakaibigan, pagiging makatotohanan, at kapayapaan.

Subalit sa sanaysay na *"Isang Talumpati sa Pagkabuo ng Ang Zohar,"* ito'y nasusulat: *Ang sukatan ng kadakilaan ay dumarating sa dalawang kundisyon: 1) na palaging makikinig at tumanggap ng papuri ng lipunan, sa hangganan ng kanilang kadakilaan; 2) ang kapaligiran ay dapat malaki, tulad ng nasusulat, 'Sa kalagitnaan ng kalipunan ng mga tao ay ang kaluwalhatian ng hari.'"*

Upang matanggap ang unang kundisyon, bawat isang mag-aaral ay dapat maramdaman na siya ang pinaka-maliit sa lahat ng mga kaibigan, nang sa gayon kanyang magagawang tanggapin ang papuri ng kadakilaan mula sa bawat isa. Ito ay dahil ang mas dakila ay hindi magagawang tumanggap mula sa isang mas mababa, ni humanga sa kanyang pananalita. Tanging ang isang mas mababa ang nasisiyahan sa papuri ng isang mas dakila.

At sa ikalawang kundisyon, bawat isang mag-aaral ay dapat purihin ang bawat kahusayan ng isang kaibigan na parang ito ang pinaka-dakila sa henerasyon. Sa gayon, ang kapaligiran ay mararamdaman niya na isang karapat-dapat na dakilang kapaligiran, dahil ang kalidad ay mas mahalaga kaysa sa karamihan.

Sumusunod dito, na sa usapin ng pagmamahal sa mga kaibigan, kanilang tinutulungan ang bawat isa—ibig sabihin, sapat na na ang bawat isa ay ituring ang kanyang kaibigan na bilang kapareho ng kanyang sariling antas. At dahil bawat isa ay dapat matuto mula sa kanyang mga kaibigan, naririyan ang usapin ng *Rav* at kanyang tagasunod. Kaya sa ganitong kadahilanan, dapat niyang ituring ang kaibigan na *Itaas* kaysa sa kanyang sarili.

Subalit paano niya makakayang ituring ang isang kaibigan na mas dakila sa kanya, kung kanyang nakikita na ang kanyang kahusayan ay mas dakila, na siya ay mas may kakayahan at mayroong mas mainam na mga katangian? Mayroon dalawang paraan upang maunawaan ito:

1. Siya ay kumikilos sa *pananampalataya* nang higit sa *katwiran*: sa sandaling kanya niyang itinuring bilang isang kaibigan, kanya niyang pinapahalagahan ang kaibigan nang higit sa *katwiran*.

2. Ito ay mas natural—nasa *katwiran*. Kung kanyang naipasya na tanggapin ang isa bilang kaibigan, at ayusin ang kanyang sarili na mahalin ito, sa gayon ito ay natural: kung may *pagmamahal*, ang makikita lamang ay mga magagandang bagay. At bagamat may masasagwang bagay sa kaibigan, hindi niya nakikita ang mga ito, tulad ng nasusulat: *"Ang pagmamahal ay tumatakip sa lahat ng mga kasalanan."*

Ating makikita na ang isang tao ay may makikitang kapintasan sa mga anak na bata ng kanyang kapitbahay ngunit wala sa kanyang sariling mga anak. At kapag may isang bumanggit ng ilang kapintasan sa kanyang mga anak, kaagad niyang tututulan ang kaibigan at magsisimulang banggitin ang kahusayan ng mga anak.

At ang katanungan ay, ano ang totoo? Matapos ang lahat, mayroong kahusayan sa kanyang mga anak, at kaya siya ay sumasama ang loob kapag ang iba ay nagsasalita tungkol sa kanyang mga anak. Ang bagay ay ito, tulad ng narinig ko sa aking ama: Katunayan, bawat isang tao ay may kahusayan at kahinaan. At pareho ang kapitbahay at ang ama ay nagsasabi ng katotohanan. Subalit ang kapitbahay ay hindi tinatrato ang ibang mga bata tulad ng isang ama sa kanyang mga anak, dahil wala siyang kaparehong pagmamahal sa mga bata tulad ng isang ama.

Kaya sa kanyang pagtingin sa ibang mga bata, kanya lamang nakikita ang kapintasan ng mga ito, dahil ito'y nagdudulot sa kanya ng kasiyahan. Ito ay dahil maipapakita niya na siya ay mas mabuti kaysa sa iba, dahil ang kanyang mga anak ay mas mabubuti. Sa ganitong kadahilanan, kanya lamang nakikita ang kapintasan ng iba. Ang kanyang nakikita ay totoo, ngunit kanya lamang nakikita ang mga bagay na nakakasiya sa kanya.

Ngunit ang ama rin ay nakikita rin lamang ang totoo, maliban na kanya lamang isinaalang-alang ang mabubuting bagay ng kanyang mga anak. Hindi niya nakikita ang mga kapintasan ng mga ito, dahil hindi ito nagbibigay ng kasiyahan sa kanya. Kaya kanyang sinasabi ang katotohanan batay sa kung ano ang nakikita niya sa kanyang mga anak. At dahil kanya lamang isinaalang-alang ang mga bagay na magpapasaya sa kanya, kanya lamang nakikita ang kapuri-puri.

Dito'y lumilitaw na kung ang isa ay may pagmamahal sa mga kaibigan, ang batas ng pag-ibig ay nais mo lamang makita ang kahusayan ng mga kaibigan at hindi ang kanilang kapintasan. Kaya kung ang isa ay nakakakita ng ilang kapintasan sa isang kaibigan, ito ay hindi palatandaan na ang kaibigan ay may pagkukulang—bagkus, ang pagkukulang ay nasa kanya. Ibig sabihin, dahil nagkamali siya sa pagmamahal sa mga kaibigan, kanyang nakikita ang kapintasan ng kaibigan.

Samakatwid, ngayon, hindi siya dapat tumingin sa pagwawasto ng kaibigan. Sa halip, siya mismo sa kanyang sarili ang nangangailangan ng pagwawasto. Ayon ngayon sa lahat ng nasa unahan, hindi siya dapat mag-alala para sa pagtutuwid sa kapintasan ng kaibigan na kanyang nakikita; sa halip, siya mismo ang kailangang iwasto ang pagkakamali na kanyang nilikha sa pagmamahal sa mga kaibigan. At sa sandaling naiwasto niya ang sarili niya mismo, ang kanya lamang makikita ay ang kahusayan ng kaibigan at hindi ang mga kapintasan.

Ang Agenda ng Asembliya

Sa pag-umpisa ng *asembliya*, mayroon dapat na agenda. Bawat isa ay dapat magsalita tungkol sa kahalagahan ng *kalipunan*, hanggang sa abot ng kanyang makakaya, tungkol sa pakinabang na maibibigay ng *lipunan* sa kanya at ang mga mahahalagang bagay na kanyang inaasahan na maidudulot sa kanya ng *lipunan*—mga bagay na hindi niya magagawang matamo sa kanyang sarili lamang, at kung gaano niya pinahahalagahan ang *lipunan* batay dito.

Ito ay tulad ng kung ano ang isinulat ng ating mga pantas (*Berachot* 32): *"Si Rabbi Shamlai ay nagsabi, 'Ang isa ay dapat palaging magpuri sa Taga-Paglikha, at pagkatapos ay manalangin.'"* Saan natin nakuha iyon? Kay *Moses*, tulad ng nasusulat: *"At aking hinanap ang Panginoon sa oras na iyon."* Dito rin ay nasusulat: *"O aking Panginoong Diyos, Ikaw ay nagsimula,"* at dito'y nasusulat: *"Hayaan mo akong humayo, aking dalangin, at masilayan ang magandang lupa."*

At ang dahilan na kailangan nating umpisahan ang pagpupuri sa Taga-Paglikha ay dahil natural na may dalawang kundisyon kapag ang isa ay may mga bagay na hinihingi sa iba:

1. Na mayroon siya ng hinihingi mo sa kanya, tulad ng yaman, kapangyarihan, at pagkilala bilang mayaman at sagana.
2. Na siya ay magkakaroon ng isang maawaing puso, ibig sabihin, may pagnanais na gumawa ng mabuti sa iba.

Mula sa ganitong tao, maaari kang humingi ng pabuya. Ito ang dahilan kung bakit kanilang sinabi: *"Ang isa ay dapat palaging magpuri sa Taga-Paglikha at pagkatapos ay manalangin."*

Ito ay nangangahulugan na pagkatapos na ang isa ay maniwala sa kadakilaan ng Taga-Paglikha—na Siya ay mayroong lahat ng uri ng kasiyahan na ipagkakaloob sa mga nilikha at nais Niyang gumawa ng mabuti—kung gayon, ito'y mahalaga na sabihin na ang isa ay dumadalangin sa Taga-Paglikha, na tiyak na tutulong sa kanya dahil gusto Niyang *magkaloob*. Sa gayon, ang Taga-Paglikha ay maibibigay sa kanya kung ano ang kanyang ninanais. At gayundin, ang panalangin ay magagawa nang may pagtitiwala na ang Taga-Paglikha ay igagawad ito.

Gayundin, sa *pagmamahal sa mga kaibigan*, sa pinaka-simula ng *asembliya*, kapag nagtitipon, dapat nating purihin ang mga kaibigan—ang importansiya ng bawat isang kaibigan. Sa hangganan na ating tinatanggap ang *kadakilaan* ng *lipunan*, ang isa ay malulugod sa *lipunan*.

At *pagkatapos manalangin*, ibig sabihin, bawat isa ay dapat suriin ang sarili, at tingnan kung gaanong pagsisikap ang kanyang ibinibigay sa *lipunan*. Sa gayon, sa sandaling makita nila na ikaw ay walang lakas na gumawa ng anumang bagay para sa *lipunan*, mayroong lugar para sa *panalangin* sa *Taga-Paglikha*, na tulungan siya at bigyan ng *kalakasan* at pagnanais na lumahok sa pagmamahal ng iba pa.

At pagkatapos, bawat isa ay dapat kumilos na katulad ng nasa huling tatlong bahagi ng *"Labingwalong Dalangin."* Sa madaling salita, matapos magsumamo sa *Taga-Paglikha*, ang *Banal na Zohar* ay nagsabi na sa huling tatlong bahagi ng *"Labingwalong Dalangin,"* ang isa ay dapat isipin na parang ang *Taga-Paglikha* ay ipinagkaloob na ang kanyang hiling, at siya ay lumisan na.

Sa *pagmamahal ng mga kaibigan*, dapat tayong kumilos nang katulad: Pagkatapos suriin ang ating mga sarili, at habang sinusunod ang nalalamang payo sa *pagdarasal*, dapat nating isipin na parang ang ating *dalangin* ay nasagot na, at magsaya kasama ang mga kaibigan, na parang ang lahat ng kaibigan ay tila iisang katawan. At tulad ng katawan na nais na ang lahat ng bahagi nito ay magalak, tayo rin ay nais na lahat ng ating kaibigan ay magalak sa kanilang mga sarili ngayon.

Kaya matapos ang lahat ng kalkulasyon, dumarating ang oras ng *kagalakan* at *pagmamahal sa kaibigan*. Sa sandaling iyon, ang lahat ay dapat maging masaya, na parang siya ay nakapagsara ng isang napakagandang transaksiyon na magbibigay sa kanya ng maraming salapi. At sa ganitong pagkakataon, kaugalian na siya ay magbigay ng mga inumin sa mga kaibigan.

Katulad rin dito, bawat isa ay kailangang anyayahan ang kaibigan na uminom at kumain ng *keyk*, atbp. Dahil ngayong siya ay masaya, nais din niyang ang kaibigan ay maging masaya rin. Kaya ang paghihiwalay ng *asembliya* ay dapat nasa *galak* at masayang katayuan.

Ito ay sumusunod sa daan ng *"oras ng Torah"* at *"oras ng dalangin."* Ang *"oras ng Torah"* ay nangangahulugan ng *pagkabuo*, na walang mga kakulangan. Ito ay tinatawag na *"kanan,"* tulad ng nasusulat, *"at sa Kanyang kanang kamay ay umaapoy na batas."*

Ngunit ang *"oras ng dalangin"* ay tinawag na *"kaliwa,"* dahil ang lugar ng kakulangan ay lugar na nangangailangan ng *pagwawasto*. Ito ay tinatawag na *"ang pagwawasto ng Kelim"* (*daluyan/vessel*). Subalit sa kalagayan ng *Torah*, na tinawag na *"kanan,"* walang lugar sa *pagwawasto*, at ito ang dahilan kung bakit ang *Torah* ay tinawag na isang *"handog."*

Ito'y kaugalian na magbigay ng mga regalo sa isang tao na iyong mahal. At ito rin ay kaugalian na hindi mahalin ang isang tao na may *kakulangan*. Kaya sa *paglisan* sa *asembliya*, dapat nasa huling tatlong bahagi ng *"Labingwalong Dalangin."* At sa ganitong kadahilanan, bawat isa ay makakaramdam ng *pagkabuo*.

Mga antas ng Pagtatamo

Pambungad sa Pag-aaral ng Sampung Sefirot

1) Sa umpisa ng aking mga salita, aking nakita ang isang malaking pangangailangan na basagin ang bakal na pader na naghiwalay sa atin sa *karunungan ng Kabbalah* mula sa pagkawasak ng *Templo* hanggang sa henerasyong ito. Ito'y mabigat na pasanin sa atin at pumupukaw ng malaking pangamba na ito ay malimutan sa Israel.

Datapwat noong ako'y magsimulang magsalita kahit kanino tungkol sa pag-aaral na ito, ang kanyang unang tanong ay: *"Bakit dapat kong malaman kung ilang anghel ang nasa langit at ano ang kanilang mga pangalan? Hindi ba maaaring sundin ko ang buong Torah kasama ang lahat ng masalimuot na detalye nito nang hindi kasama ang mga kaalamang ito?"*

Pangalawa, kanyang itatanong: *"Ang mga pantas ay naipasya na, na ang isa ay dapat munang punuin ang kanyang sikmura ng Mishna at Gemarah. Kaya paano makakaya ng isa na dayain ang kanyang sarili mismo na kanya nang nakumpleto ang kabuuan ng nakahayag na Torah, at kulang na lamang sa karunungang nakatago?"*

Pangatlo, siya ay may takot na siya ay mapapanis dahil sa paglahok dito. Ito ay dahil mayroon nang mga pangyayari ng paglihis sa landas ng *Torah* dahil sa paglahok sa *Kabbalah*. Kaya, *"Bakit kailangan ko ang ligalig na ito? Sino ang ganoon kahunghang na ilalagay mismo ang kanyang sarili sa kapahamakan ng walang dahilan?"*

Pang-apat: Maging yaong mga sumasang-ayon sa pag-aaral na ito ay hinahayaan lamang ito doon sa mga banal na lingkod ng *Taga-Paglikha*. At hindi lahat ng nais na kumuha sa *Panginoon* ay makakalapit at kumuha.

Panglima, at pinakamahalaga: *"Mayroong kaugalian sa ating kalagitnaan na kapag may pag-aalinlangan, sundin ito: Gawin tulad ng ginagawa ng mga tao,"* at ang aking mga mata ay nakikita na lahat ng mga nag-aaral ng *Torah* sa aking henerasyon ay may isang pag-iisip, at umiiwas sa pag-aaral ng *nakatago*. Dagdag pa rito, kanilang ipinapayo sa mga nagtatanong sa kanila na walang pag-aalinlangang mas mainam na mag-aral ng isang pahina ng *Gemarah* sa halip ng paglahok dito.

2) Katunayan, kung ating itutuon ang ating puso upang sagutin ang isang bantog na katanungan, ako'y nakatitiyak na lahat ng mga katanungang ito at mga pag-aalinlangan ay maglalaho sa ating harapan, at kayo man na titingin sa mga lugar na iyon ay matatagpuan na ang mga iyon ay naglaho na.

Ang sutil na katanungang iyon ay ang katanungan na ang buong mundo ay itinatanong, tinaguriang: *"Ano ang kahulugan ng aking buhay?"* Sa madaling salita, yaong bilang ng taon ng ating buhay na ginugol natin nang may kabigatan, at ang di-mabilang na mga hapdi at pasakit na ating dinanas — upang matupad ang mga ito sa hangganan, sino ang nagtamasa ng mga ito? O higit pa rito, *sino ang aking pinaligaya?*

Ito sa katunayan ay totoo — na ang mga mananalaysay ng kasaysayan ay nanlupaypay na sa pag-iisip nito, partikular na sa ating henerasyon. Walang isa man ang nais pag-isipan ito. Datapwat ang katanungan ay nanatiling nakatindig nang may kapaitan at pagngangalit pa rin. Kung minsan, tinatagpo tayo nang walang pasintabi, sumisilip sa ating pag-iisip, at hinihiya tayo hanggang lupa, bago natin muling matatagpuan ang ating karaniwang gawi ng pagpapaanod — na parang walang isip sa agos ng buhay, tulad ng dati.

3) Sa katunayan, ito ay upang malutas ang isang dakilang palaisipan na ang talata ay nasusulat: *"Lasapin nang makita na ang Panginoon ay mabuti."* Yaong mga sumusunod sa *Torah* at *Mitzvot* ay yaong mga nakakatikim ng lasa ng buhay. Sila yaong mga nakakakita at nagpapatotoo na ang *Panginoon ay mabuti*, tulad ng sinasabi ng ating mga pantas, na Kanyang ginawa ang mga mundo upang gumawa ng kabutihan sa Kanyang mga nilikha, dahil ito ang katangian ng Mabuti — upang gumawa ng mabuti.

Subalit yaong mga hindi pa natitikman ang lasa ng buhay sa pagsunod sa *Torah* at *Mitzvot* ay hindi mararamdaman at mauunawaan na ang *Panginoon ay mabuti*, tulad ng sinasabi ng ating mga pantas — na noong ginawa tayo ng *Taga-Paglikha*, ang Kanyang tanging layunin ay mapabuti tayo. Kaya walang ibang payo kundi sundin ang *Torah* at *Mitzvot* nang tama. Ito'y nasusulat sa *Torah* (*Parashat Nitzavim*): *"Pagmasdan, Aking itinalaga sa inyong harapan sa araw na ito, buhay at kabutihan, at kamatayan at kasamaan."* Ito'y nangangahulugan na bago sa pagbibigay ng *Torah*, tayo'y mayroon lamang kamatayan at kasamaan sa ating harapan, tulad ng sinasabi ng ating mga pantas: *"Ang mga buktot sa kanilang mga buhay ay tinawag na mga 'patay.'"* Ito ay dahil ang kanilang kamatayan ay mas mainam kaysa sa kanilang mga buhay, dahil ang hapdi at pagdurusang kanilang binabata para sa kanilang pamumuhay ay higit na maraming beses na mas malaki kaysa sa maliliit na kasiyahan na kanilang nararanasan sa buhay na ito.

Ngunit ngayong pinagkalooban na tayo ng *Torah* at *Mitzvot*, at sa pagsunod dito tayo'y nagagantimpalaan ng tunay na buhay, kagalakan, at kasiyahan sa *Nagkaloob*, tulad ng nasusulat: *"Lasapin at makita na ang Panginoon ay mabuti."* Kaya ang sulatin ay nagsasabi: *"Pagmasdan, Aking itinalaga sa inyong harapan sa araw na ito, buhay at kabutihan,"* na wala sa inyo sa totoo bago sa pagkakaloob ng *Torah*.

At ang sulatin ay nagtapos: *"Samakatwid, piliin ang buhay, upang kayo'y mabuhay, kayo at ang inyong mga binhi."* Mayroong tila inulit na pangungusap dito: *"Piliin ang buhay upang kayo'y mabuhay."* Subalit ito'y isang pagtukoy sa buhay ng pagsunod sa *Torah* at *Mitzvot*, kung kailan mayroong tunay na buhay. Datapwat, ang isang buhay na walang *Torah* at *Mitzvot* ay mas mahirap pa kaysa kamatayan.

Ito ang ibig sabihin ng mga salita ng ating mga pantas: *"Ang mga buktot, sa kanilang buhay ay tinawag na 'patay.'"*

Ang *sulatin* ay sinasabi na: *"Nang kayo ay mabuhay, kayo at ang inyong binhi."* Ibig sabihin, hindi lamang ang buhay na walang *Torah* ay walang *kagalakan*, subalit ang isa ay hindi rin makakapagdulot ng *kaligayahan* sa iba. Ang isa ay walang *kasiyahang* makukuha sa kanyang anak, dahil ang buhay ng kanyang anak ay mas mahirap din kaysa sa kamatayan. Kaya anong *handog* ang kanyang iiwan para sa kanila?

Subalit ang isa na nabubuhay sa *Torah* at *Mitzvot* ay nagtatamasa sa kanyang buhay. Higit pa rito, siya ay *maligaya* sa pagkakaroon ng mga anak at ipamana sa kanila itong magandang buhay. Ito ang ibig sabihin ng *"Nang kayo ay mabuhay, kayo at inyong mga binhi,"* dahil kanyang tinatanggap ang karagdagang *kasiyahan* sa buhay ng kanyang mga anak na siya ang naging sanhi.

4) Ngayon inyo nang mauunawaan ang mga salita ng ating mga pantas tungkol sa talata na: *"Kaya piliin ang buhay."* Ito'y nagsasaad: *"Aking itinuturo na piliin ang bahagi ng buhay,"* tulad ng pagsasabi ng isa sa kanyang anak: *"Pumili ka para sa iyong sarili ng magandang bahagi ng aking lupain."* Kanyang ilulugar ito sa magandang bahagi at sasabihin dito: *"Piliin mo ito para sa iyong sarili."* Nasusulat tungkol dito: *"O Panginoon, ang bahagi ng aking mana at ng aking kopa, Ikaw ang nagpapala sa aking katayuan. Inilagay Mo ang aking kamay sa mabuting kapalaran, at nagsabi: Ito, kunin mo para sa iyo."*

Ang mga salitang ito ay tila nakakalito. Ang *talata* ay nagsasabi: *"Kaya piliin ang buhay,"* na ang ibig sabihin ay ang pagpili ay gagawin niya mismo. Datapwat, kanila ring sinasabi na Kanyang inilulugar siya sa magandang bahagi. Kaya wala na bang pagpili dito? Dagdag pa rito, kanilang sinasabi na ang *Taga-Paglikha* ay inilalagay ang kamay ng isa sa magandang *kapalaran*. Ito ay totoong nakakalito — dahil kung ganoon, nasaan ngayon ang *pagpili* ng isa?

Ngayon inyong makikita ang tunay na kahulugan ng kanilang mga salita. Ito, sa katunayan, ay totoo: na ang *Taga-Paglikha*, sa Kanyang Sarili mismo, ay inilalagay ang kamay ng isa sa magandang *kapalaran* sa pagbibigay sa kanya ng isang buhay ng *kasiyahan* at *kaligayahan*, sa loob ng isang pisikal na buhay na tigib ng *pasakit* at *hapdi*, at *hungkag* sa anumang nilalaman. Ang isa ay walang pasubaling lumilisan at tumatakas sa mga ito sa sandaling makakita siya ng isang mapayapang lugar — kahit ito'y tila lumitaw sa gitna ng mga siwang. Tumatakas siya mula sa buhay na mas mahirap pa sa kamatayan. Sa katunayan, wala nang mas dakilang *paglalagay Niya ng isang kamay* liban dito.

Ang isang *pagpili* ay tumutukoy lamang sa *pagpapalakas*. Ito'y dahil may tiyakang malaking *pagsisikap* at *gawain* dito bago mapadalisay ng isa ang kanyang katawan upang magawang masunod ang *Torah* at *Mitzvot* nang tumpak — hindi para sa kanyang sariling *kasiyahan*, subalit upang maghatid ng *kasiyahan* sa kanyang *Maylikha*, na tinatawag na *Lishma* (*para sa Kanyang Pangalan*). Tanging sa ganitong paraan na ang isa ay binibiyayaan ng isang buhay ng *kaligayahan* at *kaginhawahan* na dumarating lamang sa pagsunod sa *Torah*.

Datapwat bago ang isa'y dumating sa ganoong *kadalisayan*, mayroong isang tiyak na *pagpili* na *magpalakas* sa lahat ng paraan at *taktika*. Gayundin, ang isa ay dapat gawin ang anumang makakayang gawin ng kanyang kamay hanggang makumpleto niya ang gawain ng *pagpapadalisay*, at hindi babagsak sa dalang *pasanin* sa kalagitnaan

5) Ayon sa unahan, inyo nang mauunawaan ang salita ng ating mga pantas sa *Masechet Avot*: "*Kaya ito ang landas ng Torah: Kumain ng tinapay nang may asin, uminom nang kaunting tubig, matulog sa lupa, mamuhay ng may lumbay, at magsumikap sa Torah. Kung gagawin ninyo ito, kayo'y magiging maligaya — maligaya sa mundong ito at maligaya sa kasunod na mundo.*"

Dapat tayong magtanong tungkol sa kanilang mga salita: Paano ang *karunungan ng Kabbalah* nagkaiba mula sa ibang katuruan sa mundo, na hindi nangangailangan ng ganitong asetismo at malungkot na buhay? Sa halip, ang pagsusumikap dito mismo ay sapat nang makamtan ang yaong mga katuruan. Bagamat tayo'y nagsusumikap nang husto sa *Torah*, ito'y hindi pa rin sapat upang matamo ang *karunungan ng Torah*, maliban sa pamamagitan ng pagsasakripisyo — sa tinapay na may asin at isang malungkot na buhay.

Ang dulo ng mga salita ay higit pang nakakagulat, tulad ng kanilang sinabi: "*Kung inyong gagawin ito, kayo'y magiging maligaya — maligaya sa mundong ito at maligaya sa kasunod na mundo.*" Posible na ako'y magiging maligaya sa kasunod na mundo. Ngunit sa mundong ito, habang pinahihirapan ko ang aking sarili mismo sa pagkain, pag-inom, pagtulog, at pamumuhay ng malungkot na buhay — masasabi ba itong "maligaya sa mundong ito?" Ito ba ang ibig sabihin ng isang *maligayang buhay* sa mundong ito?

6) Datapwat ipinaliwanag ito sa unahan, na ang pakikilahok sa *Torah* at *Mitzvot* nang tama, sa istriktong kundisyon nito, ay upang *magkaloob* ng *kasiyahan* sa kanyang *Maylikha* at hindi para sa kasiyahang pansarili. At ito ay imposible na matamo maliban sa pamamagitan ng malaking *pagsisikap* at *pagpapadalisay ng katawan*. Ang unang *taktika* ay upang sanayin ang sarili mismo na huwag tumanggap ng anumang bagay para sa kanyang kasiyahan, kahit ang tanggap at kinakailangang mga bagay para sa pag-iral ng katawan — tulad ng pagkain, pag-inom, pagtulog, at iba pang pangangailangan. Kaya ang isa ay ititiwalag ang kanyang sarili nang ganap mula sa anumang kasiyahang darating sa kanya, maging sa mga *pangangailangan*, sa pagpuno ng kanyang *sustansya*, hanggang sa makapamuhay siya ng isang *malungkot na buhay* sa totoong kahulugan nito.

At pagkatapos na ang isa ay maging bihasa na roon, at ang kanyang katawan ay wala nang pagnanais na tumanggap ng anumang kasiyahan para sa sarili nito, maaari na ngayon para sa kanya na lumahok sa *Torah* at sumunod sa *Mitzvot*, sa ganoong paraan din — upang *magkaloob* ng *kasiyahan* sa kanyang *Maylikha* at hindi para sa sariling kasiyahan.

Kapag ang isa ay natamo yaon, ang isa ay *magagantimpalaan* na matikman ang *maligayang buhay*, puno ng *kabutihan* at *kagalakan* na walang bahid ng kalungkutan, na lumilitaw sa *pagsasagawa ng Torah at Mitzvot Lishma*.

Ito ay tulad ng sinabi ni *Rabbi Meir* (Avot 86): "*Sinuman na lumalahok sa Torah Lishma ay ginagawaran ng maraming bagay. Dagdag pa rito, ang buong mundo ay kalugod-lugod sa kanya, ang lihim ng Torah ay nahahayag sa kanya, at siya ay nagiging isang daloy ng sibol.*" Ito ay tungkol sa kanya na sinasabi ng *talata*: "*Lasapin nang makita na ang Panginoon ay mabuti.*" Ang isa na natikman ang *lasa* ng pagtupad sa *Torah* at *Mitzvot Lishma* ay binibiyayaan na mamasdan ang *layunin ng Paglikha* ng sarili niya mismo — na tanging gumawa lamang ng *kabutihan* sa Kanyang mga nilikha, dahil ito ang katangian ng *Ang Mabuti* — upang *gumawa ng mabuti*.

At siya ay magbubunyi at magagalak sa bilang ng mga taon ng buhay na ipinagkaloob sa kanya ng *Taga-Paglikha*, at ang buong mundo ay *kasiya-siya* para sa kanya.

7) Ngayon inyo nang mauunawaan ang dalawang *panig* sa usapin ng paglahok sa *Torah* at *Mitzvot*: Sa isang banda, ito ay *landas ng Torah*, ibig sabihin ang masinsing paghahanda na dapat gawin ng isa sa pagpapadalisay ng kanyang katawan bago siya tunay na *magantimpalaan* ng *pagtupad sa Torah* at *Mitzvot*.

Sa ganitong kalagayan, kinakailangang lumahok siya sa *Torah* at *Mitzvot Lo Lishma* (*hindi para sa Kanyang Pangalan*), ngunit may halong *pagbibigay-kasiyahan-sa-sarili*. Ito ay dahil hindi pa niya napadalisay at nalinis ang kanyang katawan mula sa *kaloobang tumanggap* ng kasiyahan mula sa pitak ng mundong ito. Sa panahong ito, dapat ang isa ay *mamuhay ng may lumbay* at *magsumikap sa Torah*, tulad ng nasusulat sa *Mishna*.

Datapwat matapos niyang makumpleto ang *landas ng Torah*, at napadalisay na ang kanyang katawan, at ngayon ay handa nang sundin ang *Torah* at *Mitzvot Lishma* (*para sa Kanyang Pangalan*), upang *magbigay-kasiyahan* sa kanyang *Maylikha*, dumarating siya sa kabilang *panig* ng usapin. Ito ang *buhay ng kasiyahan at malaking kapayapaan*, kung saan ang intensiyon ng *Paglikha*—"*na gumawa ng kabutihan sa Kanyang mga nilikha*"—ay tumutukoy. Ibig sabihin, ang pinakamasayang buhay sa mundong ito, at sa *kasunod na mundo*.

8) Ito ang naglilinaw sa malaking pagkakaiba ng *karunungan ng Torah* at iba pang katuruan sa mundo: Ang pagkakamit ng mga ibang katuruan sa mundo ay hindi nakabibiyaya sa buhay sa mundong ito nang anupaman. Ito ay dahil hindi man lamang ito nakapagdudulot ng mumunting *kasiyahan* para sa lahat ng *pasakit* at *pagdurusa* na nararanasan ng isa habang nabubuhay. Kaya hindi kinakailangang *magwasto* ang isa ng kanyang katawan, at ang *pagsisikap* na kanyang ibinibigay kapalit ng mga ito ay sapat na— tulad ng lahat ng iba pang mga makamundong pag-aari na nakamit kapalit ng *pagsusumikap* at paggawa.

Subalit ang *tanging layunin* sa paglahok sa *Torah* at *Mitzvot* ay upang gawin ang isang tao na *karapat-dapat* na tanggapin ang lahat ng *kabutihan* na *intensiyon ng Paglikha*, na "*gumawa ng kabutihan sa Kanyang mga nilikha.*" Kaya ang isa ay kinakailangang *magpadalisay* ng kanyang katawan upang matamo ang yaong *Maka-Diyos na kabutihan*.

9) Ito ay buong linaw ding nililiwanag ang mga salita ng *Mishna*: "*Kung inyong gagawin, magiging maligaya kayo sa mundong ito.*" Kanilang ginawa ang sadyang paniniyak na ito upang ipakita na ang isang *maligayang buhay* sa mundong ito ay tanging para lamang doon sa mga *nakumpleto ang landas ng Torah*. Kaya ang *pagkakait sa pagkain, pag-inom at pagtulog*, at *malumbay na buhay* na binanggit dito ay nilalapat lamang habang tumatahak sa *landas ng Torah*. Ito ang dahilan kung bakit kanilang sinabi nang buong pag-iingat: "*Kaya ito ang landas ng Torah.*"

At sa sandaling ang isa ay *nakumpleto* ang *landas* na ito ng *Lo Lishma* sa *malumbay na buhay* at *pagkakait*, ang *Mishna* ay nagtatapos: "*...maliligayahan kayo sa mundong ito.*" Ito ay dahil kayo'y *gagantimpalaan* niyaong *kaligayahan* at *kabutihan* na *intensiyon ng Paglikha*, at ang buong mundo ay magiging *kasiya-siya* sa inyo—maging ang mundong ito, at lalong higit ang *kasunod na mundo*.

10) Sa *Ang Zohar* (*Beresheet* p. 31b), ay nakasulat tungkol sa talata na: *"At ang Diyos ay nagsabi: Magkaroon ng Liwanag,' at nagkaroon ng Liwanag,"* mayroong Liwanag sa mundong ito at Liwanag sa *kasunod na mundo*. Ito ay nangangahulugan na ang mga pagkilos sa *Paglikha* ay nagawa sa kanilang kabuuang katayuan at anyo—ibig sabihin, sa kanilang kabuuang *kaluwalhatian* at *kaperpektuhan*. At kaalinsunod, ang *Liwanag* na nagawa sa unang araw ay lumitaw sa kabuuan ng *pagka-perpekto* nito, na taglay ang buhay nitong mundo, nang lubos na *kaaya-aya* at *pagmamahal*, tulad ng ipinahayag sa talatang: *"Magkaroon ng Liwanag."*

Datapwat upang maihanda ang isang lugar na napili at pagsusumikapan, Kanyang itinayo at itinago ito para sa *mga matuwid* sa *huling mga araw*, tulad ng sinabi ng ating mga pantas. Kaya kanilang sinabi sa kanilang dalisay na dila: *"Magkaroon ng Liwanag sa mundong ito."* Subalit ito'y hindi nanatili nang ganito. Sa halip: *"Magkaroon ng Liwanag para sa kasunod na mundo."*

Sa madaling salita, sila na *namumuhay sa Torah at Mitzvot Lishma* ay ginagantimpalaan lamang nito sa *huling mga araw*—matapos ang *pagpapadalisay ng kanilang katawan* sa *landas ng Torah*. Sa gayon, sila'y ginagantimpalaan din ng dakilang *Liwanag* sa mundong ito, tulad ng sinabi ng ating mga pantas: *"Makikita ninyo ang inyong mundo sa inyong buhay."*

11) Ngunit ating mahahanap at makikita sa mga salita ng ating mga pantas ng *Talmud* na sila'y nakagawa ng *landas ng Torah* na mas madali para sa atin kaysa sa mga pantas ng *Mishna*. Ito ay dahil kanilang sinabi: *"Ang isa ay dapat mamuhay sa Torah at Mitzvot kahit sa Lo Lishma, at mula sa Lo Lishma siya ay darating sa Lishma, sapagkat ang Liwanag dito ay magtutuwid sa kanya."*

Kaya sila'y nakapagbigay sa atin ng bagong pamamaraan, sa halip ng *pagsisisi* na ipinakita sa naturan sa unahan na *Mishna* sa *Avot*: ang *Liwanag ng Torah*. Ito ay may kaakibat na sapat na *kapangyarihan* upang *magtuwid* ng isang tao at dalhin siya sa pagsasagawa ng *Torah* at *Mitzvot Lishma*.

Wala silang binanggit na *pagsisisi* dito—tanging ang *paglahok sa Torah at Mitzvot* lamang ang magdudulot sa isa ng *Liwanag* na magtutuwid. Kaya ang isa ay maaaring lumahok sa *Torah at Mitzvot* upang *maghatid ng kasiyahan* sa kanyang *Maylikha*, at walang anupaman para sa kanyang sariling kasiyahan. At ito ay tinatawag na *Lishma*.

12) Datapwat dito'y tila dapat nating suriin ang kanilang mga salita. Matapos ang lahat, ating nakita ang ilang mga mag-aaral na ang paggawa sa *Torah* ay hindi nakatulong sa kanila makarating sa *Lishma* sa pamamagitan ng *Liwanag* nito. Sa katunayan, ang *paglahok sa Torah at Mitzvot* sa *Lo Lishma* ay nangangahulugan na ang isa ay naniniwala sa *Taga-Paglikha*, sa *Torah*, at sa *pagpapala* at *kaparusahan*. At siya ay lumalahok sa *Torah* dahil ang *Taga-Paglikha* ay ipinag-utos ang paglahok—datapwat isinama ang kanyang sariling *kasiyahan* sa *paghahatid ng kasiyahan* sa kanyang *Maylikha*.

Kung pagkatapos ng lahat ng paghihirap sa *pagtupad ng Torah at Mitzvot*, kanyang malalaman na walang *kasiyahan* o pansariling *pakinabang* ang darating sa kanya sa pamamagitan ng malaking *pagsisikap* at *pagod*, kanyang ipagsisisi ang lahat ng kanyang *pagsisikap* na ginawa. Ito ay dahil sa simula pa lamang, kanyang binagabag ang kanyang sarili sa pag-iisip na siya rin ay *masisiyahan* sa kanyang pagsisikap. Ito ay tinawag na *Lo Lishma*.

Gayunpaman, ang ating mga pantas ay hinayaan ang pagsisimula ng paglahok sa Torah at *Lo Lishma* rin, dahil mula sa *Lo Lishma* ang isa ay darating sa *Lishma*. Ngunit walang pag-aalinlangan na kung ang mag-aaral na ito ay hindi ginatimpalaan ng pananampalataya sa Taga-Paglikha at sa Kanyang Batas, ngunit nananatili sa pagdadalawang-isip, hindi tungkol sa kanya ang sinabi ng ating mga pantas na, "mula sa *Lo Lishma* siya ay darating sa *Lishma*. Ito'y hindi tungkol sa kanya na kanilang sinabi na sa paglahok dito, 'ang Liwanag dito ay nagtutuwid' sa kanila.

Ito ay dahil ang Liwanag sa Torah ay sumisinag lamang doon sa mga may pananampalataya. Higit pa rito, ang sukatan ng Liwanag ay tulad ng hangganan ng lakas ng pananampalataya ng isa. Subalit doon sa mga walang pananampalataya, ito ay kabaligtaran, dahil sila'y tatanggap ng kadiliman sa Torah at ang kanilang mga mata ay didilim.

13) Ang mga pantas ay nagpamalas ng isang halimbawa tungkol sa talatang, "Kalunusan sa inyo na naghahangad sa araw ng Panginoon! Saanpaman ninyo naisin ang araw ng Panginoon? Ito ay kadiliman at hindi Liwanag" (Amos 5). Mayroon isang alegorya tungkol sa isang tandang at isang paniki na naghihintay ng Liwanag. Ang tandang ay nagsabi sa paniki: "Ako'y naghihintay sa Liwanag dahil ang Liwanag ay sa akin. Ngunit ikaw, bakit kailangan mo ang Liwanag?" (Sanhedrin 98b).

Malinaw na yaong mga mag-aaral na hindi nabiyayaan ng pagdating sa *Lo Lishma*, dahil sa kakulangan ng kanilang pananampalataya, ay hindi nakatanggap ng anumang Liwanag mula sa Torah. Kaya sa kadiliman sila'y lumakad at sila'y mamamatay ng walang karunungan. Katumbas, yaong mga nabahaginan ng ganap na pananampalataya ay may garantiya sa mga salita ng ating mga pantas na dahil sila'y lumahok sa Torah, kahit sa *Lo Lishma*, ang Liwanag dito ay magtutuwid sa kanila. Sila'y babahaginan ng Torah *Lishma*, na nagdudulot ng isang masaya at mabuting buhay sa mundong ito, at sa kasunod na mundo, nang walang paunang kasakitan at malumbay na buhay. Ito ay tungkol sa kanila na ang talata ay nasulat na, "Sa gayon kayo'y magagalak sa inyong sarili sa Panginoon, at Akin kayong dadalhin sa mga matatayog na lugar nang daigdig."

14) Tungkol sa isang bagay tulad ng nasa itaas, minsan kong binigyan ng kahulugan ang kasabihan ng ating mga pantas, "Siya na ang Torah ay kanyang propesyon." Ang sukat ng kanyang pananampalataya ay maliwanag sa kanyang pagsasagawa ng Torah dahil ang mga titik ng salitang *Umanuto* (kanyang trade) ay pareho (sa Hebreo) bilang mga titik ng salitang *Emunato* (kanyang pananampalataya).

Ito ay tulad ng isang taong nagtitiwala sa kanyang kaibigan at nagpapahiram sa kanya ng pera. Maaari siyang magtiwala sa kanya ng isang piso, at kung hihingi siya ng dalawang piso ay tatanggi siyang magpahiram sa kanya. Maaari rin siyang magtiwala sa kanya ng isang daang piso, ngunit hindi higit pa. Gayundin, maaari siyang magtiwala sa kanya nang sapat upang ipahiram sa kanya ang kalahati ng kanyang mga pag-aari, ngunit hindi lahat ng kanyang mga pag-aari. Sa huli, maaari siyang magtiwala sa kanya ng lahat ng kanyang mga pag-aari nang walang hibang pangamba. Itong huling pagtitiwala ay itinuturing na "buong pananampalataya," at ang mga dating anyo ay itinuturing na "hindi kumpletong pananampalataya." Sa halip, ito ay humigit-kumulang bahagyang pananampalataya.

Katulad nito, ang isa ay naglalaan sa sarili ng isang oras sa isang araw upang magsanay sa Torah at magawang sukatin ang kanyang pananampalataya sa Lumikha. Ang isa pa ay naglalaan ng dalawang oras, ayon sa hangganan ng kanyang pananampalataya sa Taga-Paglikha. Ang pangatlo ay hindi pinapabayaan kahit isang sandali ng kanyang libreng oras nang hindi lumalahok sa Torah at sa gawain. Kaya, ang pananampalataya lamang ng huli ang buo, dahil nagtiwala siya sa Taga-Paglikha nang lahat ng kanyang pag-aari. Datapwat, ang mga nauna, ang kanilang pananampalataya ay hindi pa rin lubos.

15) Kaya lubusang nilinaw na hindi dapat asahan ng isang tao na ang pakikipag-ugnayan sa Torah at Mitzvot sa *Lo Lishma* ay dadalhin siya sa *Lishma*, maliban kung nalalaman ng isang tao sa kanyang puso na nabigyan siya ng pananampalataya sa Maylikha at sa Kanyang Torah nang nararapat. Ito ay dahil kung gayon ang Liwanag nito ay nagpabago sa kanya at makakamit niya ang "araw ng Panginoon," na buong Liwanag. Ang kabanalan ng pananampalataya ay nagpapadalisay ng mga mata ng isang tao upang tamasahin ang Kanyang Liwanag hanggang sa baguhin siya ng Liwanag ng Torah.

Gayunpaman, ang mga walang pananampalataya ay tulad ng mga paniki. Hindi nila matingnan ang Liwanag ng araw dahil ang liwanag ng araw ay binaligtad para sa kanila sa isang mas kahila-hilakbot na kadiliman kaysa sa kadiliman ng gabi, dahil sila ay pinapakain lamang sa kadiliman ng gabi.

Sa ganitong paraan, ang mga mata ng mga walang pananampalataya ay nabulag sa Liwanag ng Diyos; samakatuwid, ang Liwanag ay nagiging kadiliman sa kanila. Para sa kanila, ang gayuma ng buhay ay naging isang gayuma ng kamatayan. Tungkol sa kanila ang sinasabi ng panulat, "Aba sa inyo na nagnanais ng araw ng Panginoon! Bakit kayo magkakaroon ng araw ng Panginoon? Ito ay kadiliman, at hindi liwanag." Kaya, una, dapat gawing buo ang pananampalataya ng isang tao.

16) Sinasagot pa nito ang isa pang katanungan sa Tosfot (Taanit p. 7): "Ang nagsasagawa ng Torah *Lishma*, ang kanyang Torah ay naging isang gayuma ng buhay. At siya na nagsasagawa ng Torah *Lo Lishma*, ang kanyang Torah sa kanya ay naging isang gayuma ng kamatayan." Tinanong nila, "Gayunpaman, sinabi nila, ang isang tao ay palaging magsasagawa ng Torah, maging sa *Lo Lishma*, at mula sa *Lo Lishma* ay makakarating siya sa *Lishma*."

Ayon sa ipinaliwanag sa itaas, dapat nating hatiin ito sa dahilang: Ang isang lumalahok sa Torah para sa Mitzva ng pag-aaral ng Torah, at naniniwala sa gantimpala at kaparusahan, subalit iniuugnay ang pansariling kasiyahan at benepisyo sa hangaring magdala ng kasiyahan sa kanyang Taga-Paglikha, ang Liwanag sa loob nito ay magbabago sa kanya at darating siya sa *Lishma*. At ang isang nag-aaral hindi para sa Mitzva ng pag-aaral ng Torah, dahil hindi siya naniniwala sa gantimpala at kaparusahan sa pamantayang iyon upang magsumikap para dito, ngunit nagsusumikap lamang para sa kanyang sariling kasiyahan, ito ay nagiging isang gayuma ng kamatayan para sa kanya, dahil para sa kanya, ang Liwanag doon ay nagiging kadiliman.

17) Kaya ang mag-aaral ay nangangako, bago pa man ang pag-aaral, na palakasin ang sarili mismo ng pananampalataya sa Taga-Paglikha at sa Kanyang patnubay sa gantimpala at kaparusahan, tulad ng sinabi ng ating mga pantas, "Ang iyong panginoong maylupa ay malamang na bibiyayaan ka sa iyong pagsisikap." Ang isa ay dapat ituon ang kanyang pagsisikap para sa Mitzvot ng Torah, at sa ganitong paraan, siya ay babahaginan ng kasiyahan ng Liwanag dito. Ang kanyang pananampalataya ay palalakasin at lalago sa pamamagitan ng lunas sa Liwanag na ito tulad ng nasusulat, "Ito'y magiging kalusugan sa iyong pusod at utak sa iyong mga buto" (Mga Salawikain 3:8).

Nang sa gayon ang isang puso ay mapapayapa na mula sa *Lo Lishma* siya ay darating sa *Lishma*. Kaya kahit ang isa na nalalaman sa sarili mismo na siya ay hindi ginatimpalaan ng pananampalataya, ay mayroon pa ring pag-asa sa pamamagitan ng paglahok sa Torah.

Sapagkat kung ang isang tao ay inilalagay ang puso at isipan upang matamo ang pananampalataya sa Maylikha sa pamamagitan nito, walang mas dakilang Mitzva kaysa doon, tulad ng sinabi ng ating mga pantas, "Dumating si Habakkuk at binibigyang-diin na: 'ang matuwid ay mabubuhay sa pamamagitan ng kanyang pananampalataya'" (Makkot 24).

Dagdag pa rito, walang nang ibang payo kaysa dito, tulad ng nasusulat (Masechet Baba Batra p. 16a), "sinabi ni Rabbi:" Nais ni Job na alisin ang buong mundo sa paghatol. Sinabi niya sa harap Niya: 'O Panginoon, nilikha mo ang matuwid; Nilikha mo ang masama; sinong pumipigil sa Iyo?"

At duo'y binigyang-kahulugan ni Rashi: "Lumikha ka ng matuwid sa pamamagitan ng mabuting pagkiling; Lumikha ka ng masama sa pamamagitan ng masamang hilig. Samakatuwid, walang nakaligtas mula sa iyong kamay, sapagkat sino ang pumipigil sa Iyo? Napilitan ang mga makasalanan." At ano ang sagot ng mga kaibigan ni Job (Job 15:4)? "Sa katunayan, pinawi mo ang takot, at pinahina ang katapatan sa harap ng Diyos, ang Taga-Paglikha ay nilikha ang masamang hilig, nilikha niya para dito ang panlunas na Torah."

Ipinaliwanag ni Rashi doon: "Nilikha ang Torah, na isang panlunas na nagtatanggal ng 'mga saloobin ng paglabag,'" tulad ng nasusulat (Kidushin p. 30), "Kung madaanan mo ang suwail na ito, yakapin mo siya sa Beit Midrash (seminaryo). Kung siya ay matigas, siya ay lalambot. Kaya, hindi sila pinilit, sapagkat maililigtas nila ang kanilang mga sarili."

18) Maliwanag, hindi nila mai-aalis ang kanilang mga sarili sa hatol kung kanilang sasabihin na natanggap nila yaong panlunas ngunit mayroon pa ring mga isipin na paglabag, ibig sabihin na sila'y nag-aalinlangan pa rin at ang masamang pagkahilig ay hindi pa nalulusaw. Ito ay dahil ang Taga-Paglikha, na lumikha nito at nagbigay sa masamang pagkahilig ng lakas nito, ay malinaw na nalalamang gumawa ng remedyo at ng lunas na tiyak na makapag-aalis ng puwersa ng masamang hilig at puksain ito ng tuluyan.

At kung ang isa ay nagsasagawa ng Torah at nabigo na alisin ang masamang pagkahilig sa kanyang sarili, alinman dito na siya ay naging pabaya sa pagbibigay ng kinakailangang paggawa at pagsisikap sa pagsasagawa ng Torah, tulad ng nasusulat, "Ako ay nagsikap ngunit walang natagpuan, huwag paniwalaan," o marahil ay inilagay ng isa ang kinakailangang halaga ng paggawa, ngunit naging pabaya sa kalidad.

Ito'y nangangahulugan na habang nagsasagawa ng Torah, hindi nila itinuon ang kanilang isip at puso upang maakit ang Liwanag sa Torah, na siyang nagdudulot ng pananampalataya sa puso ng isang tao. Sa halip, wala silang iniisip tungkol sa pangunahing pangangailangan na hinihingi ng Torah, na tinatawag na Liwanag na nagbibigay-daan sa pananampalataya. At kahit na sa umpisa ay nakatutok sila dito, naligaw ang kanilang mga pag-iisip sa panahon ng pag-aaral.

Alinmang paraan, ang isang tao ay hindi mai-aalis ang sarili sa hatol sa pamamagitan ng pakikipagtalo o pamimilit, dahil ang ating mga pantas ay mahigpit na nagsabi, "Nilikha ko ang masamang hilig; nilikha ko para dito ang panlunas na Torah." Kung may anumang pasubali diyan, ang tanong ni Job ay mananatiling may saysay.

19) Sa lahat ng naipaliwanag sa ngayon, natanggal ko ang isang malaking pagpuna tungkol sa mga salita ni Rabbi Chaim Vital sa kanyang pagpapakilala kay Shaar HaHakdamot (Gate to Introductions) ni Ari, at sa pambungad sa *The Tree of Life*. Isinulat niya, "Sa katunayan, ang isa ay hindi dapat sabihin, 'Ako ay pupunta at makisali sa karunungan ng Kabbalah bago siya makisali sa Torah, Mishnah, at Talmud.' Ito ay dahil sinabi na ng ating mga pantas, 'Hindi dapat pumasok ang isa sa *PARDESS* maliban kung pinuno na niya ang kanyang tiyan ng karne at alak."

Ito ay tulad ng isang kaluluwa na walang katawan: wala itong gantimpala, kilos, o pagsasaalang-alang bago ito maging konektado sa isang katawan, kapag ito ay buo, naiwasto sa Mitzvot ng Torah, sa 613 Mitzvot.

Sa kabaligtaran, kapag ang isang tao ay abala sa karunungan ng Mishnah at Babilonyang Talmud, ngunit hindi nagbibigay pansin sa mga lihim ng Torah at mga pagkukubli, ito ay tulad ng isang katawan na nakaupo sa kadiliman nang walang kaluluwa — ang kandila ng Diyos na sumisinag sa loob nito. Kaya, ang katawan ay tuyo at hindi nakakakuha mula sa pinagkukunan ng buhay.

Sa gayon, ang isang matalinong disipulo na nagsasagawa ng Torah *Lishma* ay dapat munang makisali sa karunungan ng Bibliya, Mishnah, at Talmud, hangga't ang kanyang pag-iisip ay makaya. Pagkatapos, sasaliksikin niyang malaman ang kanyang Maylikha sa karunungan ng katotohanan.

Ito ay tulad ng iniutos ni Haring David sa kanyang anak na si Solomon: "Kilalanin mo ang Diyos ng iyong ama at paglingkuran Siya." At kung ang taong yaon ay masumpungang mabigat at mahirap ang pag-aaral ng Talmud, mas makabubuting bitawan niya ito matapos niyang masubuka ang kanyang swerte sa karunungang ito, at makilahok sa karunungan ng katotohanan.

Ito'y nasusulat, "Ang isang disipulo na hindi nakakita ng isang magandang palatandaan sa kanyang pag-aaral sa loob ng limang taon ay hindi rin makikita ito" (Hullin p. 24). Sa gayon, ang bawat tao na ang pag-aaral ay madali ay kailangang maglaan ng isa o dalawang oras sa isang araw upang pag-aralan ang Halachah (alituntunin ng mga batas ng mga Hudyo), at ipaliwanag at bigyang-kahulugan ang mga katanungan sa literal na Halachah.

20. Ang mga salita niyang ito ay tila lubhang nakalilito: sinasabi niya na bago magtagumpay ang isang tao sa pag-aaral ng literal, dapat na nakalahok na siya sa

karunungan ng katotohanan. Taliwas ito sa kanyang dating sinabi na ang karunungan ng Kabbalah na hiwalay sa literal na Torah ay tulad ng isang kaluluwa na walang katawan—walang gawa, walang pagsasaalang-alang, walang gantimpala.

Ang katibayan na kanyang binanggit—na ang isang disipulo na hindi nakakakita ng magandang senyales ay dapat talikuran ang pag-aaral ng Torah—ay lalong nakalilito. Sapagkat ayon sa ating mga pantas, ito'y isang paalala upang suriin niya ang kanyang mga landas, subukan ang ibang Rav, o ibang bahagi ng Torah. Ngunit tiyak na hindi niya dapat talikuran ang Torah, maging ang literal na Torah.

21) Ito ay lalong mahirap unawain, kapwa sa mga salita ni Rabbi Chaim Vital at sa mga salita ng Gemara. Ipinapahiwatig sa kanilang mga pahayag na kailangan ng tiyak na paghahanda at kahusayan upang matamo ang karunungan ng Torah. Gayunpaman, sinabi ng ating mga pantas (Midrash Raba, bahagi "At Ito ang Pagpapala"): "Sinabi ng Taga-Paglikha sa Israel: 'Isaalang-alang, ang buong karunungan at ang buong Torah ay madali: ang sinumang natatakot sa Akin at sumusunod sa mga salita ng Torah, ang buong karunungan at ang buong Torah ay nasa kanyang puso.'"

Kaya, hindi natin kinakailangan ng paunang kahusayan dito; at sa pamamagitan lamang ng kabutihan ng takot sa Diyos at ng pagsunod sa mga *Mitzvot*, ang isang tao ay pinagkakalooban ng buong karunungan ng Torah.

22) Subalit kung susuriin natin nang mabuti ang kanyang mga salita, lilinaw ang mga ito sa ating harapan na parang mga dalisay na bituin sa kalangitan. Ang pahayag na, *"mas makabubuting bitawan ng kanyang mga kamay ito, matapos niyang masubukan ang kanyang suwerte sa [nakahayag] na karunungang ito,"* ay hindi tumutukoy sa suwerte sa talas ng isip o katalinuhan.

Sa halip, ito ay gaya ng ipinaliwanag sa itaas sa pahayag: *"Nilikha Ko ang masamang hilig; nilikha Ko para dito ang panlunas na Torah."* Nangangahulugang ang isang tao ay nagsikap at nagsaliksik sa nakalahad na Torah, at gayunpaman, ang masamang hilig ay nangingibabaw pa rin—hindi pa rin ito nalulusaw. Ibig sabihin, hindi pa siya nailigtas mula sa mga saloobin ng paglabag, tulad ng sinabi ni Rashi: *"Nilikha Ko para dito ang panlunas na Torah."*

Kaya, ipinapayo niya na bitawan ng isang tao ang literal na Torah at makilahok sa karunungan ng katotohanan, sapagkat mas madaling maakit ang Liwanag ng Torah habang isinasagawa at isinasabuhay ang karunungan ng katotohanan kaysa sa paggawa sa literal na Torah. Napakasimple ng dahilan: ang karunungang nakalahad ay nadadamitan ng panlabas, materyal na anyo—tulad ng pagnanakaw, pagdarambong, di pagtupad sa pangako, at iba pa. Dahil dito, mahirap at mabigat para sa sinuman na ituon ang kanyang isipan at puso sa Taga-Paglikha habang nag-aaral upang maakit ang Liwanag ng Torah.

Lalong totoo ito para sa isang taong ang mismong pag-aaral ng Talmud ay mabigat at mahirap. Paano niya maaalaala ang Taga-Paglikha habang ang kanyang isinasaliksik ay pawang tungkol sa mga panlabas at materyal na bagay? Hindi darating sa kanya agad-agad ang intensiyon para sa Taga-Paglikha.

Samakatuwid, kanyang ipinayo na isapraktika ang karunungan ng Kabbalah, sapagkat ang karunungang ito ay lubusang nababalot ng mga *Pangalan* ng Taga-Paglikha. Sa gayon, tiyak niyang magagawa na ituon ang kanyang isipan at puso sa Taga-Paglikha habang nag-aaral, kahit pa siya ang pinakamabagal sa mga mag-aaral. Ito'y sapagkat ang pag-aaral ng karunungang ito at ang mismong Taga-Paglikha ay iisa at hindi mapaghihiwalay—at ito, sa katunayan, ay isang napakasimpleng bagay.

23) Samakatuwid, nagdala siya ng matibay na katibayan mula sa mga salita ng *Gemarah*: "Ang isang disipulo na hindi nakakita ng magandang palatandaan sa kanyang pag-aaral makalipas ang limang taon ay hindi na niya ito makikita." Bakit hindi siya nakakita ng magandang palatandaan? Tiyak, ito'y dahil sa kakulangan ng hangarin ng puso—hindi dahil sa kakulangan ng kakayahan—sapagkat ang karunungan ng Torah ay hindi nangangailangan ng katalinuhan.

Sa halip, tulad ng nasusulat sa itaas: "Sinabi ng Lumikha sa Israel, 'Isaalang-alang, madali ang buong karunungan at buong Torah: ang sinumang may takot sa Akin at sumusunod sa mga salita ng Torah, ang buong karunungan at buong Torah ay nasa kanyang puso.'"

Siyempre, kailangang sanayin ng isa ang sarili sa Liwanag ng Torah at Mitzvot, ngunit gaano katagal? Walang tiyak. Ang isa ay maaaring maghintay nang buong buhay. Kaya't binalaan tayo ng *Braita* (Hullin 24) na huwag maghintay nang higit pa sa limang taon.

At higit pa roon, ayon kay Rabbi Yosi, tatlong taon lamang ang sapat upang matanggap ang karunungan ng Torah. Kung wala pa ring magandang palatandaan sa panahong iyon, hindi dapat linlangin ang sarili sa huwad na pag-asa. Dapat tanggapin na hindi siya makakikita ng magandang palatandaan.

Kaya't nararapat na agad humanap ang isang tao ng epektibong taktika upang matamo ang *Lishma* at ang karunungan ng Torah. Hindi tinukoy ng *Braita* ang mismong taktika, ngunit malinaw ang babala: huwag manatiling nakaupo at naghihintay nang walang pagbabago.

Ito ang kahulugan ng mga salita ng Rav—na ang pinakaligtas at pinakamabisang taktika ay ang paglahok sa karunungan ng Kabbalah. Dapat bitawan ng isang tao ang kanyang pakikilahok sa nakalahad na Torah, yamang sinubukan na niya ito at nabigong magtagumpay. Sa halip, ituon niya ang lahat ng kanyang oras sa karunungan ng Kabbalah, kung saan ang tagumpay ay tiyak.

Gayunpaman, dito ay pinag-uusapan lamang ang pag-aaral ng karunungan ng nakalahad na Torah, upang ipaliwanag at suriin ang mga katanungan na lumabas sa interpretasyon ng mga batas, tulad ng ipinagpalagay ni Rabbi Chaim Vital doon mismo. Tumutukoy ito sa bahagi ng pag-aaral ng Torah na hindi ginanap talaga, o sa aktwal na mga batas.

Sa katunayan, dito ay posible na maging maluwag at mag-aral mula sa mga pinaigsi at hindi mula sa mga pinanggalingan. Gayunpaman, ito rin ay nangangailangan ng malawak na pag-aaral, dahil ang isang nakakaalam mula sa pinagmulan ay hindi tulad ng isa na nakakaalam nito mula sa isang maikling pagtingin ng ilang pinaigsi. Upang hindi magkamali sa ganito, sinabi ni Rabbi Chaim Vital sa simula ng kanyang mga salita na ang kaluluwa ay nakakaugnay lamang sa katawan kapag ito ay naiwasto sa *Mitzvot* ng Torah, sa 613 *Mitzvot*.

24) Ngayon nakikita ninyo kung paano ang lahat ng mga katanungan na ipinakita namin sa simula ng pagpapakilala ay ganap na kahangalan. Ang mga ito ang mga hadlang na ang masamang hilig ay pinalaganap upang manghuli ng mga inosenteng kaluluwa, upang itiwalag ang mga ito sa mundo, ninakawan at inabuso. Suriin ang unang tanong, kung saan naiisip nila na maaari nilang matupad ang buong Torah nang walang kaalaman sa karunungan ng Kabbalah. Sinasabi ko sa kanila: Sa katunayan, kung maaari mong matupad ang pag-aaral ng Torah at ang pagganap ng *Mitzvot* nang naaangkop, nang *Lishma*, ibig sabihin upang magdala lamang ng kasiyahan sa Maylikha, kung gayon, hindi mo kailangang pag-aralan ang Kabbalah. Ito ay dahil pagkatapos ay masasabi tungkol sa iyo, "Ang kaluluwa ng isa, ang magtuturo sa kanya." Ito ay dahil kung gayon ang lahat ng mga lihim ng Torah ay lilitaw sa harap mo tulad ng isang luntiang sibol, tulad ng mga salita ni Rabbi Meir sa *Mishnah* (Avot), at hindi ka mangangailangan ng tulong mula sa mga aklat.

Gayunpaman, kung ikaw ay nakikilahok pa rin sa pag-aaral ng *Lo Lishma*, ngunit umaasang magiging karapat-dapat sa *Lishma* sa pamamagitan nito, kung gayon ay tatanungin kita: "Ilang taon mo na bang ginagawa?" Kung ikaw ay nasa loob pa rin ng limang taon, gaya ng sinabi *Tana Kama*, o sa loob ng tatlong taon, tulad ng sabi ni Rabbi Yosi, kung gayon maaari ka pa ring maghintay at umasa.

Ngunit kung nagsasapraktika ka ng Torah sa *Lo Lishma* nang higit sa tatlong taon, tulad ng sinabi ni Rabbi Yosi, at limang taon, tulad ng sinabi ng *Tana Kama*, pagkatapos ay binabalaan ka ng *Braita* na hindi ka makakakita ng isang magandang palatandaan sa landas na ito na iyong tinatahak! Bakit lilinlangin ang inyong mga kaluluwa nang maling pag-asa kung mayroon kang isang malapit at siguradong taktika tulad ng pag-aaral ng karunungan ng Kabbalah, tulad ng ipinakita kong dahilan sa itaas na ang pag-aaral ng mga isyu ng karunungan at ang Taga-Paglikha mismo ay iisa?

25) Suriin din natin ang pangalawang tanong, na ang isa ay dapat punan ang tiyan ng *Mishnah* at *Gemarah*. Ang bawat isa'y sumasang-ayon na ito ay talaga. Gayunpaman, lahat ito ay totoo kung ikaw ay pinagkalooban na matutunan ang *Lishma*, o maging ang *Lo Lishma*, kung ikaw ay nasa loob pa rin ng tatlong taon o limang taon. Gayunpaman, pagkatapos ng panahong iyon, binalaan ka ng *Braita* na hindi ka makakakita ng magandang palatandaan, at sa gayon dapat mong subukan ang iyong kapalaran sa pag-aaral ng Kabbalah.

26) Dapat din nating malaman na mayroong dalawang bahagi sa karunungan ng katotohanan: Ang una, na tinawag na "mga lihim ng Torah," ay hindi dapat malantad maliban sa implikasyon, at mula sa isang matalinong Kabalista tungo sa isang alagad na nakakaintindi sa kanyang sariling isip. Ang *Maase Merkava* at *Maase Beresheet* ay kabilang din sa bahaging iyon. Ang mga pantas ng *The Zohar* ay tumutukoy sa bahaging iyon bilang "ang unang tatlong *Sefirot*, *Keter*, *Hochma*, *Bina*," at tinawag din itong "*Rosh* (Ulo) ng *Partzuf*."

Ang pangalawang bahagi ay tinawag na "lasa ng Torah." Pinapayagan na ibunyag ang mga ito at sa katunayan, isang mahusay na *Mitzva* na ibunyag ito. Tinukoy ito ng *Zohar* bilang "pitong isang mas mababang *Sefirot* ng *Partzuf*," at tinawag din itong *Guf* (Katawan) ng *Partzuf*.

27) Ang bawat isang *Partzuf de Kedusha* (ng kabanalan) ay binubuo ng sampung *Sefirot*. Ang mga ito ay tinawag na *Keter, Hochma, Bina, Hesed, Gevura, Tifferet, Netzah, Hod, Yesod, Malchut*. Ang unang tatlong *Sefirot* ay itinuturing na "*Rosh* ng *Partzuf*" at ang pitong isang mas mababang *Sefirot* ay pinangalanang "*Guf* ng *Partzuf*". Maging ang kaluluwa ng isang mas mababang tao ay naglalaman ng sampung *Sefirot* sa kanilang katawagan sa itaas pati rin, sa bawat isang pag-unawa, sa Itaas at sa ibaba.

Ang dahilan kung bakit ang pitong isang mas mababang *Sefirot*, na siyang *Guf* ng *Partzuf*, ay tinawag na "lasa ng Torah" ay tulad ng kahulugan ng talatang, "at ang panlasa ay nalalasahan ang pagkain." Ang Mga Liwanag na lumilitaw sa ilalim ng Unang tatlo, bilang ang *Rosh*, ay tinawag na *Taamim* (lasa), at *Malchut de* (ng) *Rosh* ay tinatawag na *Hech* (panlasa).

Sa kadahilanang ito ay tinawag silang *Taamim* ng Torah. Nangangahulugan ito na lumilitaw sila sa panlasa ng *Rosh*, na siyang pinagmulan ng lahat ng *Taamim*, kung saan ito ay *Malchut de Rosh*. Mula doon ay hindi ipinagbabawal na ibunyag ang mga ito. Medyo kabaligtaran, ang gantimpala ng isa na nagpapahayag sa kanila ay hindi masusukat at walang hanggan.

Gayundin, ang Unang tatlong *Sefirot* at ang pitong isang mas mababang *Sefirot* na ito ay lumawak kapwa sa pangkalahatan at sa pinaka partikular na bahagi na maaaring mahati. Sa gayon, kahit na ang Unang tatlong *Sefirot* ng *Malchut* sa dulo ng mundo ng *Assiya* ay kabilang sa seksyon ng "mga lihim ng Torah," na hindi ibubunyag. At ang pitong isang mas mababang *Sefirot* sa *Keter* ng *Rosh* ng *Atzilut* ay kabilang sa seksyon, "*Taamim* ng Torah," na pinahihintulutang isiwalat, at ang mga salitang ito ay nasusulat sa mga aklat ng Kabbalah.

28) Inyong makikita ang pinagmulan ng mga salitang ito sa *Mishna Pesachim* (p. 119), tulad ng nasusulat sa (Isaiah 13), "At ang kanyang naani at kanyang kinita ay kabanalan sa Panginoon; ito ay hindi pagyayamanin at hindi itatabi; dahil ang kanyang naani ay para doon sa kanila na naninirahan sa harap ng Panginoon, upang kainin para sa kanilang kabusugan at para sa marangyang kasuotan." "Ano ang 'marangyang kasuotan'? Ito ay yaong mga takip sa mga bagay na tinatakpan ng *Atik*. At ano ang mga ito? Ang mga lihim ng Torah. Ang iba ay nagsasabi, ito ay naghahayag ng mga bagay na tinatakpan ng *Atik*. Ano ang mga yaon? Ang mga lasa ng Torah."

Si *RASHBAM* ay nagbigay kahulugan, ang "*Atik Yomim* ay ang Taga-Paglikha," tulad ng nasusulat, "at ang *Atik Yomim* ay nakaluklok." Ang mga lihim ng Torah ay ang *Maaseh Merkava* at *Maaseh Beresheet*. Ang ibig sabihin ng "Pangalan" ay tulad ng nasusulat, "Ito ang Aking Pangalan magpakailanman." Ang "kasuotan" ay nangangahulugan na hindi Niya ibinibigay ang mga ito sa kahit kaninuman, maliban lamang doon sa mga yaong ang puso ay balisa. Ang "Ito ay ang mga bagay na inihayag na tinatakpan ng *Atik Yomim*" ay nangangahulugan ng pagtatakip sa mga lihim ng Torah, na sa simula ay natatakpan, at ang *Atik Yomim* ay inihayag ang mga ito, at nagbigay ng pahintulot na ihayag ang mga ito. At ang isang naghahayag ng mga ito ay pinagkakalooban ng kung ano ang sinabi niya sa talatang ito.

29) Ngayon inyong malinaw na nakita ang malaking pagkakaiba sa pagitan ng mga lihim ng Torah, kung saan lahat ng nakapagtamo nito ay tumanggap nitong malaking gantimpala sa pagtatakip sa mga ito, at ang hindi paghahayag sa mga ito. At ito ay kataliwas sa *Taamim* ng Torah, kung saan lahat ng nakapagtamo ng mga ito ay tumanggap nitong malaking gantimpala sa paghahayag ng mga ito sa iba pa.

Walang usapin sa unang opinyon, tanging pagsusuri lamang sa pagkakaiba ng mga ibig sabihin sa pagitan ng mga ito. Ang *Lishna Kama* ay nagturan sa huli, na sinabi nito, "marangal na kasuotan." Kaya kanilang nilinaw ang pagtatamo ng dakilang gantimpala sa pagtatakip ng mga lihim ng Torah.

Ang mga iba ay nagsabi na ito ay nagsasabi ng simula, na mababasang, "kumain sa kanilang kabusugan," ibig sabihin ang *Taamim* ng Torah, tulad ng nasusulat na, "at ang panlasa ay natikman itong pagkain." Ito ay dahil ang mga Liwanag ng *Taamim* ay tinawag na "kumain"; kaya kanilang nilinaw ang pagtatamo ng dakilang gantimpala na nabanggit sa teksto tungkol sa isang naghayag sa *Taamim* ng Torah. (Walang usapin sa pagitan nila, sapagkat ang isa ay nagsasalita ng mga lihim ng Torah, ang isa naman ay nagsasabi ng *Taamim* ng Torah.) Datapwat pareho silang iniisip na ang mga lihim ng Torah ay dapat nakatakip at ang *Taamim* ng Torah ay dapat ihayag.

30) Kaya mayroon kayong isang malinaw na sagot tungkol sa ikaapat at ikalimang katanungan sa simula ng pambungad. At kung ano ang nakita ninyo sa mga salita ng ating mga pantas, pati na rin sa mga banal na aklat, na ito ay ibinibigay lamang sa isa na ang puso ay nag-aalala, ibig sabihin ang bahagi na tinatawag na "mga lihim ng Torah," na itinuturing na ang una sa tatlong *Sefirot* at *Rosh*, na ito ay ibinibigay lamang sa mga nakatago at sa ilalim ng ilang mga kundisyon, at hindi mo mahahanap kahit ang bakas ng mga ito sa lahat ng mga aklat ng Kabbalah, na nakasulat at nasa imprenta, dahil yaon ang mga bagay na tinakpan ni *Atik Yomim*, tulad ng nasusulat sa *Gemarah*.

Dagdag pa rito, sabihin kung posible na isipin at ilarawan na ang lahat ng mga banal at bantog na matuwid, na siyang pinakadakila at pinakamahusay sa bansa, tulad ng *Sefer Yetzira* (Aklat ng Paglikha), *The Book of Zohar* (Ang Aklat ng Zohar), at ang *Braita* ng *Rabi Ismael*, *Rabi Hai Gaon*, at *Rabi Hamai Gaon*, *Rabi Elazar* ng *Garmiza*, at ang mga nalabi sa mga *Rishonim* (mga nauna) sa pamamagitan ng *RAMBAN*, at *Baal HaTurim* at ang *Baal Shulchan Aruch* sa pamamagitan ng *Vilna Gaon* (*GRA*), at ang *Ladi Gaon*, at lahat ng mga matuwid — nawa'y ang alaala ng lahat ay pagpalain.

Mula sa kanila natanggap natin ang kabuuan ng ipinahayag na Torah, at sa pamamagitan ng kanilang mga salita tayo'y nabuhay, upang malaman kung aling kilos ang isasagawa upang mapaboran ng Taga-Paglikha. Lahat sila ay nagsulat at naglathala ng mga aklat sa karunungan ng Kabbalah. At walang mas malaking pagsisiwalat kaysa sa pagsusulat ng aklat, na ang may-akda ay hindi alam kung sino ang babasa ng mga ito. Posible na isang lubos na masama ang susuri rito. Kaya, walang higit na paglalahad ng mga lihim ng Torah kaysa roon.

At hindi natin dapat pag-aalinlanganan ang mga salita ng mga banal at dalisay, na baka sila ay lumabag kahit katiting sa kung ano ang nasusulat at ipinaliwanag sa *Mishnah* at *Gemarah*, na ipinagbabawal na ibunyag, tulad ng nasusulat sa *Masechet Hagigah*.

Sa halip, ang lahat ng nakasulat at nakalimbag na mga aklat ay kinailangang isaalang-alang bilang *Taamim* ng Torah, na unang tinakpan ng *Atik Yomim* at pagkatapos ay hindi inilahad, tulad ng nasusulat, "at ang panlasa ay natikman ang pagkain nito." Hindi lamang ang mga lihim na ito ay hindi ipinagbabawal na ibunyag, sa kabaligtaran, ito ay isang mahusay na *Mitzva* (napakahusay na gawa) na ibunyag ang mga ito (tulad ng nasusulat sa *Pesachim* 119).

At ang isang nakakaalam kung paano ibunyag at ibinunyag ang mga ito, ang kanyang gantimpala ay sagana. Ito ay dahil sa pagbubunyag ng mga Liwanag na ito sa marami, lalo na sa karamihan, nakasalalay ang pagdating ng *Mesiyas* sa ating panahon. Amen.

31) Mayroong malaking pangangailangan na ipaliwanag nang minsan at para sa lahat kung bakit ang pagdating ng *Mesiyas* ay nakasalalay sa pag-aaral ng Kabbalah ng masa, at ito'y napakalaganap sa *Ang Zohar* at sa lahat ng mga aklat ng Kabbalah. Ang mga tao ay napag-usapan na ito nang walang saysay at ito ay hindi na makakayanan. Ang kaliwanagan sa ganitong bagay ay ipinahayag sa *Tikkunim* (pagwawasto) sa *Ang Zohar* (*Tikkun* 30). Pina-igsing pagsasalin: Noong ang Banal na Kabanalan ay lumayo, itong espiritu ay dumaloy sa kanila na lumahok sa Torah dahil ang Banal na Kabanalan ay nasa paligid nila. Silang lahat ay parang mga nanginginaing mga hayop, ang lahat ng kanilang ginagawa, kanilang ginagawa para sa kanilang mga sarili. Kahit lahat noong nag-aaral ng Torah, bawat pabuyang kanilang ginagawa, kanilang ginagawa para sa kanilang mga sarili. Sa panahong yaon, ang espiritu ay lumisan at hindi bumalik sa mundo. Ito ang espiritu ng *Mesiyas*.

Kalunusan doon sa mga naging sanhi na lumisan ang espiritu at hindi bumalik sa mundo. Ginawa nila ang Torah na tuyot at hindi ninais na magsaliksik sa karunungan ng Kabbalah. Ang mga taong ito ay naging sanhi upang ang karunungan na siyang *Yod* sa pangalang *Havayah* ay lumisan.

Ang espiritu ng *Mesiyas* ay lumisan, ang espiritu ng kabanalan, ang karunungan ng karunungan at pang-unawa, ang espiritu ng payo at lakas, ang espiritu ng karunungan at ang takot sa Panginoon. "At ang Panginoon ay nagsabi: 'Magkaroon ng Liwanag.'" Ito ang Liwanag ng Pagmamahal, ang pagmamahal sa Awa, tulad ng nasusulat, "Minahal kita ng pag-ibig na walang hanggan."

Sinabi tungkol dito na, "Kung ikaw ay magising, at kung ikaw ay pukawin ang pag-ibig, hanggang ito'y makapag-paligaya…," sa gayon ito ay pag-ibig hindi upang tumanggap ng kabayaran. Ito ay dahil kapag ang takot at pag-ibig ay upang tumanggap ng gantimpala, ito ay isang alilang babae… "isang alilang babae na tagapagmana ng kanyang maybahay."

32) Ating uumpisahang ipaliwanag ang *Tikkunim* ng *Ang Zohar* mula sa daliri ng paa hanggang sa ulo. Kanyang sinabi na ang takot at pagmamahal na ang isa ay mayroon sa pagsasapraktika ng Torah at *Mitzvot* upang tumanggap ng gantimpala, ibig sabihin habang umaasa sa ilang pakinabang mula sa Torah at sa gawain, ito ang itinuturing na ka-alalay. Ito

ay nasusulat tungkol sa kanya, "isang alilang babae na tagapagmana ng kanyang maybahay."

Ito ay tila nakakalito, dahil ito'y nasusulat: "Ang isa ay dapat laging lumalahok sa Torah at *Mitzvot*, kahit sa *Lo Lishma*," at bakit "ang lupa ay tunay na yumayanig?" At sa karagdagan, dapat nating maintindihan ang pagkaka-ugnayan ng paglahok sa *Lo Lishma* lalo na sa *ka-alalay*, at gayundin sa halimbawa na siya ay magmamana sa kanyang amo. Ano yaong mamanahin dito?

33) Inyong mauunawaan ang usapin sa bawat bagay na ipinaliwanag sa itaas sa pambungad na ito, na hindi nila pinahintulutan ang pag-aaral sa *Lo Lishma* lamang dahil mula sa *Lo Lishma* ang isa ay darating sa *Lishma*, dahil ang Liwanag dito ay nakakapagwasto. Kaya ang *Lo Lishma* ay itinuturing na isang nakakatulong na *alalay*, na tumutulong at gumagampan ng abang gawain para sa kanyang amo, ang Banal na Kabanalan.

Ito ay dahil sa huli, ang isa ay makakarating sa *Lishma* at mababahaginan ng inspirasyon ng Kabanalan. Sa gayon, ang *kaagapay*, bilang paglahok sa *Lo Lishma*, ay maituturing din na isang banal na *kaagapay*, dahil siya ay tumutulong at naghahanda sa kabanalan, bagamat siya ay ituturing na mundo ng *Assiya* ng *Kedusha* (kabanalan).

Gayunpaman, kung ang pananampalataya ng isang tao ay hindi ganap, at hindi siya nakikibahagi sa Torah o sa gawain dahil inutusan lamang siya ng Taga-Paglikha na mag-aral, kung gayon nakita natin sa itaas na sa naturang Torah at gawain ang Liwanag ay hindi lilitaw. Ito ay dahil ang mga mata ng isa ay nalalambungan, at tulad ng isang paniki na ginagawang dilim ang Liwanag.

Ang nasabing pag-aaral ay hindi na maituturing na isang *kaagapay* ng *Kedusha*, dahil hindi niya matatamo ang *Lishma* sa pamamagitan nito. Kaya, darating ito sa kontrol ng *kaagapay* ng *Klipa* (basyo), na nagmamana ng ganitong Torah at gawain, at ninanakaw yaon para sa kanyang sarili.

Kaya, "ang lupa ay yumanig," ibig sabihin ang Banal na Kabanalan, na tinawag na "lupa." Ito ay dahil yaong Torah at gawain na dapat dumating sa kanya, bilang pag-aari ng Banal na Kabanalan, ay ang masamang *kaagapay* ang siyang ninakaw at ibinaba ang mga ito upang maging isang pag-aari ng *Klipot* (mga basyo). Kaya, ang *alalay* ay tagapagmana ng kanyang amo.

34) Ang *Tikkunim* ng *Ang Zohar* ay nagpapaliwanag sa kahulugan ng panata, "kung magising ka, at kung pukawin mo ang pag-ibig, hanggang sa mangyari ito." Ang katiyakan ay hahatakin ng Israel ang Liwanag ng Mataas na *Hesed* (Awa), na tinawag na "Pag-ibig ng Awa," yamang ito ang nais. Ito ay nahatak partikular dahil sa paglahok sa Torah at sa *Mitzvot* hindi upang makatanggap ng gantimpala. Ang dahilan ay ang Liwanag ng Mataas na Karunungan ay pinalawig sa Israel sa pamamagitan nitong Liwanag ng Awa, na lumitaw at dinamitan nitong Liwanag ng Awa na ito, na pinalawig ng Israel.

At ang Liwanag ng Karunungang ito ay ang kahulugan ng taludtod, "At ang espiritu ng Panginoon ay mananatili sa kanya, ang espiritu ng karunungan at pag-unawa, espiritu ng payo at lakas, ang karunungan ng kaalaman at ang takot sa Panginoon" (Isaias 11). Sinasabi tungkol sa Hari ang *Mesiyas*: "At magtatayo Siya ng isang bandila para sa mga bansa, at titipunin ang mga nawatak ng Israel, at tipunin ang mga watak ng Judah mula sa apat na sulok ng mundo." Ito ay dahil pagkatapos ng Israel na palawakin ang Liwanag ng Karunungan sa pamamagitan ng Liwanag ng Awa, ang *Mesiyas* ay lilitaw at titipunin ang mga kumalat ng Israel.

Sa gayon, ang lahat ay nakasalalay sa pagsasagawa ng Torah at ang gawaing *Lishma*, na maaaring magpalawak ng dakilang Liwanag ng Awa kung saan ang Liwanag ng Karunungan ay nadaramitan at ipinapalawak. Ito ang kahulugan ng panata, "kung magising kayo, at kung kayo ay pukawin." Ito ay dahil ang lubos na katubusan at pagtitipon ng mga itinapon ay hindi mangyayari kung wala ito, sapagkat dito nakasalalay ang pagkakaayos ng mga *daluyan* (vessel) ng kabanalan.

35) Kanila ring ipinaliwanag ang "at ang espiritu ng Diyos ay umibabaw sa mukha ng tubig." Ano ang "espiritu ng Diyos"? Sa panahon ng pagkakatapon, noong ang Israel ay napapasailalim pa rin sa Torah at *Mitzvot Lo Lishma*, habang sila ay nasa kaparaanang ito—sapagkat mula sa *Lo Lishma* ang isa ay makakarating sa *Lishma*—kung gayon, ang Kabanalan ay nasa kanila, bagamat nasa pagkakatapon pa rin, dahil hindi pa nila natatamo ang *Lishma*.

Ito ang kahulugan ng teksto, na ang Kabanalan ay nasa pagkakakubli. Gayunman, sila ay patungo sa pagkakamit ng paghahayag ng Kabanalan, at pagkatapos ang espiritu ng Haring *Mesiyas* ay umaaligid sa kanilang paglahok at pinupukaw sila upang lumapit sa *Lishma*, tulad ng nasusulat, "Ang Liwanag sa loob nito ay nagwawasto sa kanila." Tumutulong ito at naghahanda para sa inspirasyon ng Kabanalan, na kasama niya.

Gayunpaman, kung ang pag-aaral na ito sa *Lo Lishma* ay hindi umaangkop upang dalhin sila sa *Lishma*, ikinalulungkot ito ng Diyos at sinasabi na ang karunungan ng tao na pumapaimbulog paitaas ay hindi matagpuan sa mga nagsasapraktika ng Torah. Sa halip, sila ay sapat lamang para sa karunungan ng hayop, na bumababa—yaong pakikipag-ugnayan sa Torah at *Mitzvot* ay para lamang sa sariling pakinabang at kasiyahan.

Ang ganitong pakikipag-ugnayan sa Torah ay hindi maaaring dalhin sila sa *Lishma*, yamang ang espiritu ng *Mesiyas* ay hindi umaaligid sa kanila, kundi nilisan na sila at hindi na magbabalik, sapagkat ang maruming *alalay* ay ninakaw ang kanilang Torah at minana ang kanyang amo—dahil wala sila sa kaparaanan na mula sa *Lo Lishma* ay darating sa *Lishma*.

Bagamat hindi sila nagtagumpay sa pagsasapraktika ng nakahayag na Torah dahil walang Liwanag dito at tuyo ito sa dahilan ng kaliitan ng kanilang mga pag-iisip, maaari pa rin silang magtagumpay sa pamamagitan ng pagsali sa pag-aaral ng *Kabbalah*. Ito ay dahil ang Liwanag sa loob nito ay nababalot sa *damit ng Taga-Paglikha*—ang mga Banal na Pangalan at ang *Sefirot*. Madali silang makarating sa anyo ng *Lo Lishma*, na magdadala sa kanila sa *Lishma*, at pagkatapos ang espiritu ng Diyos ay mangingibabaw sa kanila, tulad ng nasusulat, "Ang Liwanag nito ay nagwawasto sa kanila."

Gayunpaman, wala silang anumang pagnanais para sa pag-aaral ng *Kabbalah*. At sa gayon, sila ay nagdudulot ng kahirapan, pagnanakaw, pagkasira, pagpatay, at pagkawasak sa mundo, dahil ang espiritu ng *Mesiyas* ay umalis—ang espiritu ng kabanalan, ang espiritu ng karunungan at pag-unawa.

36) Nalaman natin mula sa mga salita ng *Tikkunim* ng *Ang Zohar* na mayroong isang panunumpa na ang Liwanag ng Awa at pag-ibig ay hindi magigising sa mundo bago ang mga gawa ng Israel sa Torah at *Mitzvot* ay magkaroon ng hangarin na hindi tumanggap ng gantimpala, kundi upang magbigay ng kasiyahan sa Maylikha. Ito ang kahulugan ng panunumpa: "Pakiusap ko sa inyo, mga anak na babae ng Jerusalem."

Kaya, ang haba ng pagkakatapon at pagdurusang ating dinanas ay nakasalalay sa atin at naghihintay lamang na tayo'y maging karapat-dapat sa pagsasagawa ng Torah at *Mitzvot Lishma*. At kung makamit lamang natin ito, ang Liwanag ng pag-ibig at Awa—na may kapangyarihang umabot at magligtas—ay agad magigising, tulad ng nasusulat: "At ang espiritu ay mananatili sa kanya, ang espiritu ng karunungan at pag-unawa." Pagkatapos, tayo ay pagkakalooban ng ganap na katubusan.

Nilinaw rin na imposibleng makamit ng buong Israel ang dakilang kadalisayan maliban sa pamamagitan ng pag-aaral ng *Kabbalah*, na siyang pinakamadaling paraan—sapat kahit para sa mga karaniwang mamamayan.

Gayunpaman, habang ang isa ay lumalahok lamang sa hayag na Torah, imposibleng magantimpalaan sa pamamagitan nito—maliban sa piling iilan, at pagkatapos ng napakalaking pagsusumikap. Ngunit hindi ito para sa nakararaming tao (tulad ng ipinaliwanag sa Aytem 24). Sa bahaging ito, lubos na ipinapaliwanag ang kawalan ng kaugnayan ng ikaapat at ikalimang katanungan sa simula ng pambungad.

37) Ang pangatlong tanong—ang pangamba na ang isa ay maaaring maligaw—bueno, walang dapat ipangamba rito. Ito ay dahil ang paglihis mula sa landas ng Diyos na nangyari noon ay bunga ng dalawang dahilan: alinman sa sinuway nila ang mga salita ng ating mga pantas na nagbabawal sa ilang mga bagay na ihayag, o dahil tiningnan nila ang mga salita ng *Kabbalah* sa kanilang mababaw na kahulugan, bilang mga pisikal na tagubilin. Sa gayon, nilabag nila ang utos: "Huwag kayong gumawa para sa inyo ng huwad na imahe."

Dahil dito, hanggang sa araw na ito ay may isang matibay na pader na nakapaligid sa karunungang ito. Marami ang nagsimulang mag-aral ngunit hindi nakapagpatuloy dahil sa kakulangan ng pag-unawa, at dahil sa pagtingin dito bilang mga pisikal na pangngalan o bagay.

Ito ang dahilan kung bakit ako nagsikap sa pagbibigay-kahulugan sa pamamagitan ng *Panim Meirot* at *Panim Masbirot*, upang ipaliwanag ang mahalagang aklat na *Ang Puno ng Buhay* ni Ari. Ang layunin ay gawing *abstrakto* ang mga pisikal na anyo at maitatag ito bilang mga batas na espiritwal, na hiwalay sa panahon at lugar. Sa gayon, kahit sinumang baguhan ay makaiintindi ng mga bagay—ang kanilang mga sanhi at paliwanag—nang may malinaw na kaisipan at lubos na kasimplehan, hindi bababa sa lebel ng pag-unawa sa *Gemarah* sa tulong ng komentaryo ni Rashi.

38) Patuloy nating palalimin ang pag-unawa sa pagsasagawa ng Torah at *Mitzvot Lishma*. Dapat nating pagtuunan ng pansin ang mismong pangalan—"*Torah Lishma*." Bakit ang kanais-nais at lubos na ginagawang gawain ay tinukoy sa pangalang *Lishma*, habang ang hindi kanais-nais na gawain ay tinawag na *Lo Lishma*?

Ang literal na kahulugan nito ay nagpapahiwatig na ang isang lumalahok sa Torah at *Mitzvot*, na iniaalay ang kanyang puso upang maghatid ng kasiyahan sa kanyang *Taga-Paglikha* at hindi sa sarili, ay dapat na tinukoy bilang *Torah Lishmo* ("para sa Kanyang Pangalan") at *Torah Lo Lishmo* ("hindi para sa Kanyang Pangalan"), ibig sabihin, para sa *Taga-Paglikha*. Bakit, kung gayon, ito ay tinukoy sa pangalang *Lishma* at *Lo Lishma*, na tila nangangahulugang "para sa Torah"?

Tiyak na may higit pa tayong dapat maunawaan kaysa sa nabanggit. Sapagkat ang talatang nagpapatunay na ang *Torah Lishma* ay nangangahulugang magdala ng kasiyahan sa Kaniyang Maylikha ay hindi pa rin sapat. Sa halip, sinasabi na ang pag-aaral ay dapat na *Lishma*—ibig sabihin, "para sa Torah." Ito ay nangangailangan ng mas malalim na paliwanag.

39) Nalalaman natin na ang pangalan ng Torah ay *"Torah ng Buhay,"* tulad ng nasusulat: *"Sapagkat ito ay buhay sa kanila na mga nakakakita nito"* (Kawikaan 4:22); *"Sapagkat ito ay hindi walang kabuluhang bagay para sa inyo; sapagkat ito ang inyong buhay"* (Deuteronomio 32:47). Samakatuwid, ang kahulugan ng *Torah Lishma* ay yaong pagsasagawa ng Torah at *Mitzvot* na nagbibigay sa isa ng buhay at mahabang mga araw. Kaya naman, ang Torah ay tumatayo ayon sa pangalan nito.

Ngunit kung ang isang tao ay hindi inaayon ang kanyang puso at isipan sa layuning ito, ang kanyang pagsasagawa ng Torah at *Mitzvot* ay nagdadala sa kanya ng kabaligtaran ng buhay at mahabang araw—ibig sabihin, ganap na *Lo Lishma*. At sapagkat ang pangalan nito ay *"Torah ng Buhay,"* dapat itong magdulot ng buhay sa sinumang lumalapit dito sa tamang layunin.

Ipinaliwanag ito ng ating mga Pantas (Taanit 7a): *"Ang isang nagsasapraktika ng Torah Lo Lishma, ang kanyang Torah ay nagiging gayuma ng kamatayan sa kanya; ngunit ang isa na nagsasagawa ng Torah Lishma, ang kanyang Torah ay nagiging gayuma ng buhay."*

Gayunpaman, ang kanilang mga salita ay nangangailangan ng pagpapaliwanag. Paano nga ba nagiging *gayuma ng kamatayan* ang mismong Banal na Torah para sa isang tao? Hindi lamang ito nangangahulugan na walang saysay ang kanyang pagsisikap, kundi maging ang Torah at ang mga gawain mismo ay nagiging kasangkapan ng kapahamakan. Ito ay isang tunay na nakakabiglang kaisipan.

40) Upang ito'y mas maunawaan, kailangan muna nating pag-isipan ang mga salita ng ating mga Pantas (Megillah 6b): *"Ako'y nagsikap at nakatagpo—paniwalaan. Ako'y hindi nagsikap at nakatagpo—huwag paniwalaan."*

Ngunit dapat tayong magtanong: Ano ang ibig sabihin ng mga salitang *"nagsikap at nakatagpo"*? Tila ba ang dalawang salitang ito ay magkasalungat. Ang *pagsisikap* ay tumutukoy sa gawa, sa aktibong pagtutok at pagpapagal kapalit ng isang layunin. Para sa isang mahalagang bagay, mas malaki ang pagsisikap; para sa isang mas mababaw na bagay, mas kaunti.

Samantalang ang *natagpuan* (o *nakatagpo*) ay karaniwang naglalarawan ng isang bagay na dumating nang di inaasahan, nang walang pagsisikap o paghahanda—parang jackpot o napulot. Kaya paano natin maiintindihan ang pinagsamang pahayag na *"nagsikap at nakatagpo"*? At kung may pagsisikap naman pala, bakit hindi ito tinawag na *"nagsikap at nakamit"* o *"nagsikap at nakuha"*? Bakit partikular na ginamit ang salitang *"natagpuan"*?

41) Isinulat sa *Zohar* hinggil sa talatang *"At yaong mga naghanap sa Akin ay matatagpuan Ako,"* at kanilang tinanong: *"Saan matatagpuan ng isa ang Taga-Paglikha?"* Sinagot nila: *"Tanging sa Torah matatagpuan ang Taga-Paglikha."* Gayundin, ukol sa talatang *"Tunay na Ikaw ay isang Diyos na nagkukubli,"* ipinaliwanag nilang ang Taga-Paglikha ay ikinukubli ang Kanyang Sarili sa loob ng Banal na Kabunyian.

Kailangang maunawaan nating lubusan ang kahulugan ng kanilang mga salita. Tila ba ipinahihiwatig nito na ang Taga-Paglikha ay hindi nakakubli sa mga pisikal na bagay o sa walang kabuluhang bagay ng mundong ito, kundi sa mismong Torah pa Siya nagkukubli? Paano maipapaliwanag ang ganitong kabalintunaan?

At higit pa rito, bakit nga ba kailangang magkubli ang Taga-Paglikha? Bakit kailangang Siya ay hanapin? At ano ang tunay na ibig sabihin ng *"Hanapin at matatagpuan Siya"*? Anong uri ng *paghahanap* at *pagtatagpo* ang tinutukoy dito?

42) Ang totoo, may isang ugat, isang pinakapunong dahilan, kung bakit tayo lubhang malayo sa Taga-Paglikha—kung bakit ang ating likas na pagkatao ay salungat sa Kanyang kalooban. Ang ugat na ito ang pinagmumulan ng lahat ng ating pasakit, pagdurusa, pagkakasala, at pagkakamali.

At kung ang ugat na ito ay maalis, agad tayong lalaya mula sa kadiliman. Kaagad tayong gagawaran ng *dvekut*—ng matalik na pagdikit sa Kanya—sa puso, kaluluwa, at buong lakas.

At ito ang sasabihin ko sa inyo: ang ugat na ito ay walang iba kundi *ang kakulangan ng ating pagkaunawa sa Kanyang Probidensiya*—sa Kanyang pamamahala sa Kanyang mga nilikha. Hindi natin Siya nauunawaan nang wasto.

43) Isipin ninyo kung ang Taga-Paglikha ay magsagawa ng bukas na Probidensiya—isang lantad na pamamahala sa lahat ng bagay. Halimbawa, sa sandaling kumain ang sinuman ng ipinagbabawal na pagkain, siya'y hindi na makakahinga. At sa tuwing ang isang tao ay magsasagawa ng isang *Mitzva*, agad siyang makadarama ng isang kasiyahang higit pa sa alinmang kasiyahang pisikal na kilala natin.

Sa ganitong kalagayan, sinong mangmang ang maglalakas-loob na lumabag sa Kanyang utos? Walang matinong tao ang lalapit sa kasalanan kung tiyak niyang ito'y ikamamatay niya, gaya ng isang taong hindi sasalang sa apoy.

Gayundin, sinong matino ang tatalikod sa isang *Mitzva*, kung ito'y magdudulot sa kanya ng napakalaking ligaya? Lahat ay magmamadaling isagawa ito, gaya ng isang tao na sabik sa isang bihirang pagkakataong magbigay saya sa sarili.

Sa ganitong sitwasyon, kung lantad ang Probidensiya sa ating paningin, *lahat ng tao sa mundo ay magiging lubusang matuwid*.

44) Kaya malinaw: *ang tanging kakulangan natin sa mundong ito ay ang kawalan ng bukas na Probidensiya*. Kung ito'y ibubunyag sa atin, ang lahat ng tao ay magiging ganap na matuwid. At higit pa rito, sila'y didikit sa Kanya nang may matinding pag-ibig.

Sapagkat sino ba naman ang tatanggihan ang karangalang kaibiganin ang Pinakamakapangyarihan? Sino ang hindi magnanais na mahalin Siya ng buong puso, buong kaluluwa, at buong lakas? Kung ang Kanyang presensya ay lantad, walang sinuman ang mag-aaksaya ng kahit isang sandali sa mundong ito upang hindi Siya paglingkuran.

Subalit dahil hindi ganito ito, at ang *Mitzva* ay hindi ginagantimpalaan sa mundong ito, at yaong mga sumusuway sa Kanyang kalooban ay hindi napaparusahan sa harap ng ating mga mata, at ang Taga-Paglikha ay matiyaga sa kanila, at higit pa rito kung minsan ay naiisip ang kabaligtaran, tulad ng nasusulat (Psalms 73), "Masdan, ganito ang mga buktot; at sila na tuwina'y panatag ay dumadagdag ang kayamanan." Kaya hindi lahat nang umaako sa Panginoon ay maaaring lumapit at umako. Sa halip, tayo'y natatalisod sa bawat hakbang sa daan, hanggang tulad sa sinulat ng ating mga pantas (Vayikra Rabba, 2) tungkol sa talatang, "Ako'y nakakita ng isang tao mula sa isang libo, na isang libo ang pumasok sa silid, at isa ang lumabas upang magturo."

Kaya ang pagkaunawa sa Kanyang Probidensiya (Providence) ay ang ugat ng bawat kabutihan, at ang kakulangan ng pagkaunawa ay ang dahilan ng bawat kasamaan. Dito'y lumilitaw na ito ang punto kung saan ang lahat ng tao ay umiinog, mabuti man o hindi.

45. Sa sandaling ating masuri nang masusi ang pagtatamo ng Probidensiya (Providence) na nagawang maramdaman ng mga tao, ating makikita ang apat na uri doon. Ang bawat isang uri ay tumatanggap ng partikular na Probidensiya mula sa Taga-Paglikha, sa paraang mayroong apat na pagkilatis sa pagtatamo ng Probidensiya dito. Sa katunayan, dalawa lamang ang mga ito: ang pagkakakubli ng mukha, at ang nakahayag ang mukha, subalit sila'y nahahati sa apat.

Mayroong dalawang pagkilatis sa Probidensiya sa pagkakakubli ng mukha, bilang "nag-iisang pagkakakubli" at "pagkakakubli sa loob ng pagkakakubli," at dalawang pagkilatis sa Probidensiya sa nakahayag ang mukha: Probidensiya ng "gantimpala at parusa," at "walang-hanggang Probidensiya."

46. Ang talata ay sinasabi (Deuteronomio 13:17), "Sa gayon ang Aking galit ay magsisiklab laban sa kanila sa araw na iyon, at Akin silang iwawaksi, at Aking ikukubli ang Aking mukha sa kanila, at sila ay lalamunin, at maraming kasamaan at mga ligalig ang darating sa kanila; kaya't kanilang masasabi sa araw na yaon: At hindi ba itong mga masasamang bagay ay dumating sa atin dahil ang ating Diyos ay wala sa atin? At Ako'y tiyak na ikukubli ang Aking mukha sa araw na iyon dahil sa lahat ng kasamaan na kanilang ginawa, sa kadahilanang sila'y bumaling sa ibang mga diyos."

Kapag inyong isinaalang-alang ang mga salitang iyon, inyong makikita na sa simula sinasabi nito, "Sa gayon ang Aking galit ay sisiklab... at Aking ikukubli ang Aking mukha," ibig sabihin unang pagkukubli. Pagkatapos, sinasabi nito, "at maraming kasamaan at ligalig ay darating sa kanila... At tiyak na Aking ikukubli ang Aking mukha," ibig sabihin pangalawang pagkukubli. Dapat nating maunawaan ano itong "pangalawang pagkukubli."

47. Dapat muna nating maintindihan kung ano ang ibig sabihin ng "mukha ng Taga-Paglikha," kung saan ang nasusulat ay nagsasabing, "Aking ikukubli ang Aking mukha." Ito ay maaaring isipin na isang tao na nakita ang mukha ng kanyang kaibigan at agad niya

itong makikilala. Ngunit kung makikita niya ito mula sa likuran, hindi siya tiyak sa pagkilala dito. Maaari siyang magduda na, "Marahil iba siya at hindi ang kanyang kaibigan?"

Ganon din sa usapin na nasa ating harapan: Bawat isa ay nalalaman at nararamdaman na ang Taga-Paglikha ay mabuti at ang gawi ng mabuti ay gumawa ng kabutihan. Kaya sa sandaling ang Taga-Paglikha ay labis-labis na nagkakaloob sa Kanyang mga likha, ito'y sinasabing ang Kanyang mukha ay nakahayag sa Kanyang mga nilikha. Ito ay dahil sa gayon bawat isa ay nalalaman at nararamdaman Siya, dahil Siya ay kumikilos ayon sa Kanyang pangalan, tulad ng ating nakita sa unahan tungkol sa bukas na *Probidensiya*.

48. Datapwat sa sandaling Siya ay kumikilos sa Kanyang mga nilikha nang kabaligtaran sa nabanggit sa unahan, ibig sabihin kapag sila'y dumaranas ng pasakit at pahirap sa Kanyang daigdig, ito'y itinuturing na likuran ng Taga-Paglikha. Ito'y dahil ang Kanyang mukha, ibig sabihin ang Kanyang buong katangian ng kabutihan, ay lubos na nakakubli sa kanila, dahil ito ay isang gawi na hindi tugma sa Kanyang pangalan. Ito ay tulad sa isang tao na nakita ang kanyang kaibigan mula sa likod at magdududa at mag-iisip, "Marahil siya ay iba."

Ang nasusulat ay sinasabi, "Sa gayon ang Aking galit ay sisiklab... ...at Aking ikukubli ang Aking mukha." Sa sandali ng galit, kapag ang mga tao ay dumaranas ng ligalig at hapdi, ito ay nangangahulugan na ang Taga-Paglikha ay itinatago ang Kanyang mukha, ang Kanyang lubos na kabutihan, at tanging ang Kanyang likuran ang nakahayag. Sa ganoong katayuan, malaking pagpapalakas sa pananampalataya sa Kanya ang kinakailangan, na mag-ingat sa mga isipin ng paglabag, dahil mahirap Siyang makilala mula sa likuran. Ito ay tinatawag na "Unang Pagkukubli."

49. Datapwat, sa sandaling ang mga problema at pasakit ay sumagad na sa malaking hangganan, ito ay lumilikha ng dalawang pagkukubli, na tinatawag sa aklat na "pagkukubli sa loob ng pagkukubli." Ito'y ibig sabihin na maging ang Kanyang likuran ay hindi nakikita, ibig sabihin na sila'y hindi naniniwala na ang Taga-Paglikha ay galit sa kanila at pinaparusahan sila, subalit ibinibintang nila sa pagkakataon o sa kalikasan at umaabot sa pagtanggi nila sa Kanyang *Probidensiya* ng gantimpala at kaparusahan. Ito ang ibig sabihin ng talatang, "At Ako'y tiyak na ikukubli ang Aking mukha... sila'y bumaling sa ibang mga diyos," ibig sabihin, sila'y naging heretiko at bumaling sa pagsamba sa mga diyos-diyosan.

50. Datapwat bago doon, noong ang nasusulat ay nagsasabi lamang mula sa pananaw ng unang pagkukubli, ang teksto ay nagtapos na, "kanilang sasabihin sa araw na iyon: Hindi ba't ang mga kasamaang iyon ay dumating sa atin dahil ang ating Diyos ay wala sa atin?" Ito'y ibig sabihin na sila'y naniniwala pa rin sa *Probidensiya* ng gantimpala at kaparusahan, at sinasabi na ang mga problema at pagdurusa ay dumating sa kanila dahil hindi sila nakadikit sa Taga-Paglikha, tulad ng nasusulat, "ang mga kasamaang ito ay dumating sa atin dahil ang Diyos ay wala sa atin." Ito ay itinuturing na kanila pa ring nakikita ang Taga-Paglikha, ngunit mula lamang sa likuran. Sa ganitong kadahilanan ito ay tinatawag na "Unang Pagkukubli," tanging pagkukubli lamang ng mukha.

51. Ngayong naipaliwanag na natin ang dalawang pagtingin sa pananaw sa nakakubling *Probidensiya*, na ang mga tao ay naintindihan na: "unang pagkukubli" at "pagkukubli sa loob ng pagkukubli." Ang unang pagkukubli ay tumutukoy lamang sa pagkukubli ng mukha,

habang ang likuran ay nakahayag sa kanila. Ito'y nangangahulugan na sila'y naniniwala na ang Taga-Paglikha ay binigyan sila ng pasakit bilang parusa. At bagamat ito'y mahirap para sa kanila na makilala ang Taga-Paglikha mula sa Kanyang likuran, na nagdadala sa kanila upang magkasala, kahit ganoon sila'y maituturing na "di lubos na makasalanan." Sa madaling salita, ang mga ganitong pagkakasala ay parang pagkakamali, dahil dumarating sila sa mga ito bilang resulta ng naipong mga pasakit, dahil sa pangkalahatan, sila'y naniniwala sa gantimpala at kaparusahan.

52. Ang *pagkukubli sa loob ng pagkukubli* ay nangangahulugan na maging ang likuran ng Taga-Paglikha ay nakakubli sa kanila, dahil hindi sila naniniwala sa gantimpala at kaparusahan. Ang mga pagkakasala nilang ito ay itinuturing na kasalanan. Sila'y maituturing na "lubos na makasalanan," dahil sila'y nag-aalsa at nagsasabi na ang Taga-Paglikha ay hindi nagmamatyag sa Kanyang mga nilikha kahit anupaman, at sila'y bumabaling sa pagsamba sa mga diyos-diyosan, tulad ng nasusulat, "na sila'y bumaling sa ibang mga diyos."

53. Dapat nating malaman na ang buong usapin ng gawain sa pagtupad sa *Torah* at *Mitzvot* batay sa kagustuhan ay pangunahing nagagamit lamang sa dalawang unang nabanggit na pagkilatis sa nakakubling *Probidensiya*. At si Ben Ha Ha ay nagsabi tungkol sa panahong yaon (Avot, Kabanata 5): *Ang gantimpala ay ayon sa hirap.*

Dahil ang Kanyang Gabay ay hindi nakahayag, imposibleng makita Siya maliban lamang sa pagkakubli ng mukha—mula sa likuran—tulad ng nakikita ng isa ang kanyang kaibigan mula sa likuran at maaaring mag-alinlangan at mag-isip na iba siya. Sa ganitong usapin, ang isa ay palaging walang magagawa kundi sundin ang Kanyang kalooban o kaya'y suwayin ito. Ito ay dahil ang mga problema at mga pait na kanyang dinaranas ay nagtutulak sa kanyang mag-alinlangan sa katotohanan ng Kanyang Gabay sa Kanyang mga nilikha, maging sa unang kaparaanan, bilang mga pagkakamali, o sa ikalawang kaparaanan, bilang mga kasalanan.

Kahit anupaman, ang isa ay nananatili sa malaking kapaitan at paghihirap. Ang mga nasusulat ay nagsasabi tungkol sa ganitong panahon: *"Anupaman ang iyong kamay at natatamo gamit ang iyong kalakasan, gawin ito"* (Ecclesiastes 9). Ito'y ganito dahil hindi siya gagawaran ng paghahayag ng mukha—ang lubos na hangganan ng Kanyang kabutihan—bago siya magsumikap at gawin ang anupamang nasa kanyang kalakasang magawa, at *ang gantimpala ay ayon sa hirap.*

54. Sa sandaling ang Taga-Paglikha ay makita na ang isa ay nabuo ang hangganan ng kanyang pagsisikap at natapos ang bawat bagay na kailangan niyang gawin sa pagpapalakas ng kanyang kagustuhan sa pananampalataya sa Taga-Paglikha, ang Taga-Paglikha ay tutulungan siya. Pagkatapos, ang isa ay gagantimpalaan ng ganap na *pagsisisi,* ibig sabihin ang pagdikit sa Taga-Paglikha muli nang buong puso, kaluluwa, at kalakasan—na parang hinahatak ng pagtatamo ng bukas na *Probidensiya.*

55. Itong mga nabanggit na pagtatamo at *pagsisisi* ay dumarating sa tao sa dalawang antas: Ang una ay ang pagtatamo ng *Probidensiya* ng lubusang gantimpala at kaparusahan. Bukod sa pagtatamo ng gantimpala sa bawat *Mitzva* sa kasunod na mundo nang buong

linaw, siya ay pinagkakalooban din ng pagtatamo ng kamangha-manghang kasiyahan na agad masaksihan ang *Mitzva* sa mundong ito.

Bilang karagdagan, bukod sa pagtatamo ng mapait na kaparusahan na lumilitaw sa bawat kasalanan matapos ang isa'y yumao, siya ay pinagkakalooban din ng pakiramdam ng mapait na panlasa sa bawat paglabag habang nabubuhay pa. At natural, ang isa na binahaginan nitong bukas na *Probidensiya* ay makatitiyak na hindi na siya magkakasala pang muli, tulad ng ang isa ay makakatiyak na hindi niya hihiwain ang kanyang sariling laman at bigyan ang sarili ng nakakalunos na pagdurusa. Bilang karagdagan, ang isa'y makatitiyak na hindi niya makakaligtaan ang isang *Mitzva*—na isagawa ito sa sandaling dumating ito sa kanyang kamay—tulad kung gaano ang isa ay makatitiyak na hindi niya makakaligtaan ang anumang makamundong kasiyahan o malaking pakinabang na dumating sa kanyang kamay.

56. Ngayong inyong mauunawaan ang mga sinabi ng ating mga pantas, *"Ano ba ang katulad ng pagsisisi? Sa sandaling Siya na nakakaalam ng lahat ng mga hiwaga ay magpapatunay na ang isa ay hindi na babalik sa kahibangan."* Ang mga ito ay tila nakakalitong mga salita, dahil sino ang aakyat sa langit upang marinig ang testimonya ng Taga-Paglikha? Isa pa, kanino magpapatotoo ang Taga-Paglikha? Hindi pa ba sapat na ang Taga-Paglikha sa Sarili Niya mismo ay nalalaman na ang nilalang ay nagsisi at hindi na muling magkakasala pa?

Mula sa paliwanag, ang usapin ay nagiging mas malinaw: Sa katotohanan, ang isa ay hindi lubos na makatitiyak na siya ay hindi na magkakasala pang muli bago siya magantimpalaan ng nabanggit na pagtatamo ng gantimpala at kaparusahan—ibig sabihin, ang *paghahayag ng mukha*. At ang *paghahayag ng mukha* na ito, mula sa punto ng *katubusan* ng Taga-Paglikha, ay tinatawag na "patotoo," dahil ang Kanyang *katubusan* mismo—sa pamamagitan ng pagtatamong ito ng gantimpala at kaparusahan—ay ang gumagarantiya na hindi na siya magkakasala pang muli.

Samakatwid, ito'y maituturing na ang Taga-Paglikha ay magpapatotoo para sa kanya. Ito'y nasusulat, *"Ano ba ang katulad ng pagsisisi?"* Sa madaling salita, kailan ba ang isa ay makakatiyak na siya ay pinagkalooban ng ganap na *pagsisisi*? Para dito, ang isa ay binibigyan ng malinaw na palatandaan: *"Sa sandaling Siya na nakakaalam ng lahat ng mga hiwaga ay nagpapatotoo na siya ay hindi babalik pang muli sa kahibangan."* Ito ay nangangahulugan na matatamo niya ang *paghahayag ng mukha*, at sa sandaling iyon, ang kanyang sariling *katubusan* ay magpapatotoo na siya ay hindi na muling babalik pa sa kahibangan.

57. Itong naunang nabanggit na *pagsisisi* ay tinatawag na *"pagsisisi bunga ng takot."* Ito ay dahil bagamat ang isa'y nagbalik sa Taga-Paglikha ng buong puso at kaluluwa, hanggang Siya na nakakaalam ng lahat ng mga misteryo ay magpatotoo na siya ay hindi na babalik pang muli sa kahibangan, ang katiyakang yaon na hindi na siya muling magkakasala ay dala ng kanyang pagtatamo at pakiramdam ng nakalulunos na kaparusahan at balakyot na pahirap na nagmumula sa mga pagsuway. Dahil doon, ang isa'y makatitiyak na hindi na siya magkakasala, tulad ng siya ay makatitiyak na hindi niya padaranasin ang kanyang sarili ng nakakakilabot na pagdurusa.

Datapwat sa huli, yaong *pagsisisi* at katiyakan ay dahil lamang sa takot sa kaparusahan na nagmumula sa mga pagsuway. Ito'y lumalabas na ang *pagsisisi* ng isa ay bunga lamang ng takot sa kaparusahan. Dahil dito, ito'y tinawag na "*pagsisisi mula sa takot.*"

58. Dito, ating mauunawaan ang mga salita ng ating mga pantas: na ang isang nagsisi mula sa takot ay nagagantimpalaan sa paraang ang kanyang mga kasalanan ay nagiging mga *pagkakamali*. Dapat nating unawain kung paano ito nangyayari. Ayon sa nabanggit sa unahan (Aytem 52), inyong lubos na mauunawaan na ang mga kasalanang nagagawa ng isa ay umaabot sa kanya mula sa pagtanggap ng *Probidensiya* sa ilalim ng dalawang antas ng pagkakubli, tinatawag na "*pagkakubli sa loob ng pagkukubli.*" Ito'y nangangahulugan na ang isa'y hindi naniniwala sa *Probidensiya* ng gantimpala at kaparusahan.

Ang isang *pagkakubli* ay nangangahulugan na siya'y naniniwala sa *Probidensiya* ng gantimpala at kaparusahan. Ngunit dahil sa pagdami ng mga paghihirap, siya kung minsa'y dumarating sa mga isipin ng pagsuway. Ito ay dahil bagamat siya'y naniniwala na ang mga pagdurusa ay dumarating sa kanya bilang kaparusahan, siya ay tulad pa rin ng isa na nakakakita sa isang kaibigan mula sa likuran at maaaring mag-alinlangan at pagkakamalan ito na iba. At ang mga ito ay mga *pagkakamali* lamang, sapagkat sa kabuuan, siya ay naniniwala sa *Probidensiya* ng gantimpala at kaparusahan.

59. Kaya, kapag ang isa ay ginawaran ng *pagsisisi mula sa takot*, ibig sabihin ay ng malinaw na *pagtatamo ng gantimpala at kaparusahan*, hanggang siya ay makatiyak na hindi na siya muling magkakasala, ang "*pagkakubli sa loob ng pagkukubli*" ay ganap na naiwasto sa kanya. Ito ay dahil ngayon ay malinaw niyang nakikita na mayroong *Probidensiya* ng gantimpala at kaparusahan. Malinaw sa kanya na ang lahat ng paghihirap na kanyang naranasan ay kaparusahan mula sa Kanyang *Probidensiya* dahil sa mga kasalanang kanyang nagawa. Sa pagbabalik-tanaw, siya ay nakagawa ng mabigat na *pagkakamali*, kaya't kanyang binunot ang mga kasalanang iyon.

Datapwat ito'y hindi ganap na totoo. Ang mga ito ay naging mga kasalanan. Sa madaling salita, ito'y tulad ng mga pagsuway na kanyang ginawa sa isang *pagkakubli*, nang siya ay nabigo dahil sa pagkalito na dumating sa kanya dulot ng samu't-saring pahirap na nagtulak sa kanyang mawala sa sarili. Ang mga ito ay itinuturing na *pagkakamali*.

60. Subalit sa *pagsisising* ito, hindi niya naiwasto ang unang *pagkakubli ng mukha* na natamo niya noong una, ngunit ngayon lamang, matapos niyang matamo ang *paghahayag ng mukha*. Datapwat sa nakaraan, bago siya nakapagtamo ng *pagsisisi*, ang *pagkakubli ng mukha* at lahat ng mga *pagkakamali* ay nananatiling tulad ng dati—walang pagbabago o anupamang pagwawasto. Ito ay dahil noon din, siya'y naniwala na ang mga problema at pagdurusa ay dumating sa kanya bilang kaparusahan, tulad ng nasusulat, "*kanilang sasabihin sa araw na iyon: Hindi ba't ang mga kapahamakang ito ay dumating sa atin dahil ang ating Diyos ay wala sa atin?*"

61. Samakatwid, siya ay itinuturing pa ring *di-ganap na matuwid*, dahil ang ginantimpalaan ng *paghahayag ng mukha*, na siyang tinatawag na ganap na hangganan ng Kanyang kabutihan—taglay ng Kanyang Pangalan—ay tinatawag na "*matuwid*" (Aytem 55). Ito ay dahil kanyang binibigyang-katwiran ang Kanyang *Probidensiya*, na tunay namang

totoo, na Siya ay lubos na mabuti at lubos na perpekto sa Kanyang mga nilikha—na Siya ay mabuti sa mabuti at sa masama.

Kaya, dahil siya ay ginantimpalaan ng *paghahayag ng mukha*, mula noon at sa mga susunod pa, kanya nang nakamit ang katawagan na "*matuwid*." Datapwat dahil hindi niya pa lubos na nakumpleto ang pagwawasto—tanging ang "*pagkakubli sa loob ng pagkukubli*" lamang ang naiwasto, at hindi ang unang *pagkakubli*—at nagsimula lamang sa araw na iyon bago siya nagantimpalaan ng *pagsisisi*, ay hindi pa rin niya natatamo ang katawagan na "*matuwid*." Ito ay dahil sa ganoon siya ay naiwanan sa loob ng *paghahayag ng mukha* ngunit hindi pa rin lubos na nakapagtuwid ng lahat. Sa ganitong dahilan, siya ay tinatawag na "*di-ganap na matuwid*," ibig sabihin, isa na nangangailangan pa rin na iwasto ang kanyang nakaraan.

62. Siya ay tinatawag ding "*katamtaman*" (*medium*), dahil matapos niyang matamo ang *pagsisisi mula sa takot*, siya ay naging karapat-dapat—sa pamamagitan ng kanyang pagganap sa *Torah* at mabubuting gawa—upang matamo rin ang *pagsisisi mula sa pag-ibig*. Sa gayon, ang isa ay nagtatamo ng pagiging isang "*ganap na matuwid*." Kaya ngayon, ang isa ay nasa pagitan ng takot at pag-ibig, at sa gayon ay tinatawag na "*katamtaman*." Datapwat bago nito, siya ay hindi pa ganap na karapat-dapat kahit ihanda ang kanyang sarili para sa *pagsisisi mula sa pag-ibig*.

63. Dito, lubos na ipinapaliwanag ang unang antas ng *paghahayag ng mukha*—ang *pagtatamo* at *pandama* ng *Probidensiya* ng gantimpala at kaparusahan—sa isang paraan na ang Siya na nakakaalam ng lahat ng mga misteryo ay magpapatunay na ang isa'y hindi na babalik pa sa kahibangan. Ito ay tinatawag na "*pagsisisi mula sa takot*," kung saan ang kanyang mga kasalanan ay nagiging mga *pagkakamali*. Tinatawag din itong "*di-ganap na matuwid*" at "*katamtaman*."

64. Ngayon, ating ipapaliwanag ang ikalawang antas ng *pagtatamo* ng *paghahayag ng mukha*—bilang *pagtatamo* ng ganap, tunay, at walang katapusang *Probidensiya*. Ito'y nangangahulugan na ang *TagaPaglikha* ay nagmamatyag sa Kanyang mga nilikha sa anyong "*Mabuti na gumagawa ng mabuti sa mabuti at sa masama*." Dito, ang isa ay itinuturing na "*ganap na matuwid*" at ang *pagsisisi* ay tinatawag na "*pagsisisi mula sa pag-ibig*," kung saan ang isa ay ginawaran na gawin ang kanyang mga kasalanan bilang *birtud*.

Ito ang nagpapaliwanag sa lahat ng apat na pananaw ukol sa *Probidensiya* na ginagamit sa paglikha. Ang unang tatlong pananaw—*dobleng pagkakubli, nag-iisang pagkakubli*, at *pagtatamo ng Probidensiya ng gantimpala at kaparusahan*—ay tanging mga paghahanda lamang upang matamo ang ikaapat na pananaw: ang *pagtatamo ng tunay at walang katapusang Probidensiya*.

65. Ngunit dapat pa rin nating maunawaan kung bakit ang ikatlong pag-unawa ay hindi sapat para sa isang tao—ang tinatawag na *pagtatamo ng Probidensiya ng gantimpala at kaparusahan*. Ating sinabi na siya ay ginawaran na ng Siya na batid ang lahat ng mga misteryo, na nagpapatunay na siya ay hindi na muling magkakasala. Kaya bakit siya ay tinatawag pa ring "*katamtaman*" o "*di-ganap na matuwid*," na ang pangalan ay nagpapahiwatig na siya ay hindi pa rin kanais-nais sa paningin ng *TagaPaglikha*, at mayroon pa ring dungis sa kanyang *Torah* at mga gawa?

66. Una, ating suriin kung ano ang tinanong ng mga *tagapagpaliwanag* tungkol sa *Mitzva* ng pagmamahal sa *TagaPaglikha*. Paano nga ba hinihingi sa atin ng Banal na *Torah* ang isang *Mitzva* na hindi natin kayang matupad sa kahit anong paraan? Maaaring pilitin ng isa ang sarili sa maraming bagay, subalit walang pamimilit o pang-aalipin sa mundo ang makapipilit ng *pagmamahal*.

Kanilang ipinaliwanag na sa pagtupad ng lahat ng 612 *Mitzvot* nang maayos, ang *pag-ibig ng Diyos* ay umaabot sa kanya nang kusa. Kaya ito'y itinuturing na posibleng matupad, dahil ang isa ay makakayang magpaalipin upang tuparin ang 612 *Mitzvot* nang tama, at sa gayon ay kanyang matatamo rin ang *pag-ibig ng Diyos*.

67. Sa katunayan, ang kanilang mga salita ay nangangailangan ng detalyadong paliwanag. Sa dakong huli, ang *pagmamahal sa Diyos* ay hindi dapat dumating sa atin bilang isang *Mitzva*, dahil wala itong pagkilos o pagkaalipin sa ating bahagi. Sa halip, ito ay dumarating nang kusa pagkatapos magampanan ang 612 *Mitzvot*. Kaya tayo'y ganap na sapat sa mga kautusan ng 612 *Mitzvot*—at bakit, kung gayon, isinulat pa ang *Mitzva* ng *pagmamahal*?

68. Upang maunawaan ito, dapat muna tayong magkaroon ng tunay na pang-unawa sa kalikasan ng *pag-ibig ng Diyos* mismo. Dapat nating malaman na lahat ng mga inklinasyon, mga tendensiya, at mga katangian na nakatanim sa isang nilalang—bilang mga paraan upang paglingkuran ng isa ang kapwa—ay lahat kinakailangan para sa gawain sa Diyos.

Sa simula pa lamang, ang mga ito'y nilikha at itinatak sa tao dahil sa kanilang huling layunin—ang pinakahuling layunin ng tao—tulad ng nasusulat: "Siya na itinaboy, huwag maging tiwalag sa kanya." Kinakailangan ng isa ang lahat ng mga ito upang mapunan ang sarili sa mga kaparaanan ng pagtanggap ng kasaganaan, at mapunan ang kalooban ng Diyos.

Ito ang ibig sabihin ng: "Bawat isa na tinawag sa Aking pangalan, yaong nilikha para sa Aking kaluwalhatian" (Isaias 43:7), at gayundin, "Ang Panginoon ay ginawa ang lahat ng mga bagay para sa Kanyang sariling layunin" (Mga Salawikain 16:4). Subalit pansamantala, ang tao ay binigyan ng isang buong mundo upang paunlarin at kumpletuhin ang lahat ng mga likas na inklinasyon at mga katangian—sa pamamagitan ng pakikilahok sa mga tao—upang maging kapaki-pakinabang ang mga ito para sa kanilang mga pangangailangan.

Nasusulat: "Ang isa ay dapat magsabi, 'Ang mundo ay nilikha para sa akin,'" dahil lahat ng tao sa mundo ay kailangan para sa isang nilalang, habang sila'y umuunlad at pinapaging-dapat ang mga katangian at mga inklinasyon ng bawat indibidwal upang maging angkop na kasangkapan para sa Kanyang gawain.

69. Kaya dapat nating maunawaan ang esensiya ng *pag-ibig ng Diyos* mula sa mga katangian ng pag-ibig na inuugnay ng isang tao sa kanyang kapwa. Ang *pag-ibig ng Diyos* ay walang pasubaling ibinibigay sa pamamagitan ng mga katangiang ito, dahil ang mga ito'y itinatak sa tao mula pa sa simula—para sa Kanyang *Pangalan*. At kapag ating sinuri ang mga katangian ng pag-ibig sa pagitan ng tao at ng kapwa, makikita natin ang apat na sukatan ng pag-ibig, isa sa ibabaw ng iba—ibig sabihin, dalawa na nagiging apat.

70. Ang una ay *may-pasubaling pagmamahal*. Ito'y nangangahulugang dahil sa malaking kabutihan, kasiyahan, at pakinabang na natatanggap ng isa mula sa isang kaibigan, ang kanyang kaluluwa ay kumakapit sa kaibigan nang may kamangha-manghang pagmamahal.

May dalawang sukatan dito: una, bago sila nagtagpo at nagmahalan sa isa't isa, sila'y nakagawa ng kasakitan sa isa't isa. Ngunit ngayon, ayaw na nilang alalahanin ito, sapagkat "ang pag-ibig ay nagtatakip sa lahat ng kasalanan." Ang ikalawang sukatan ay kung mula pa sa simula'y sila ay naging mabuti at nagtutulungan sa isa't isa, at walang bahid ng pagkakasala o pinsala sa pagitan nila.

71. Ang pangalawa ay *walang pasubaling pagmamahal*. Ito'y nangangahulugang nalalaman ng isa ang likas na ugali ng kanyang kaibigan—napakaganda at higit pa sa inaasahan sa anumang sukatan. Dahil dito, ang kanyang kaluluwa ay kumakapit sa kaibigan nang may walang katapusang pagmamahal.

72. Dito rin may dalawang sukatan: Ang una ay bago pa malaman ng isa ang bawat gawi at gawa ng kanyang kaibigan sa iba. Sa panahong iyon, ang pag-ibig ay itinuturing na "mas mababa kaysa sa lubos na pagmamahal." Ito ay sapagkat maaaring ang kaibigan ay may ugnayan sa iba, at sa mababaw na pagtingin ay tila nakapipinsala ito sa iba dahil sa kapabayaan. Sa ganitong uri ng pagmamahal, kung makita ng nagmamahal ang mga ganitong bagay, madudungisan ang kabuuan ng kaibigan at masisira ang kanilang pag-ibig. Ngunit dahil hindi niya ito nakikita, ang kanyang pag-ibig ay nananatiling buo, dakila, at tunay na kamangha-mangha.

73. Ang ikalawang sukatan ng *walang pasubaling pagmamahal* ay siyang ikaapat na katangian ng pag-ibig sa kabuuan—na dumarating din mula sa ganap na pagkakilala sa kahusayan ng kanyang kaibigan. Ngunit sa pagkakataong ito, batid na niya ang lahat ng pakikitungo at pamamaraan nito sa bawat tao, at walang anuman ang nakatago sa kanya. Nasuri at nakita niya na hindi lamang walang bahid ng kamalian sa mga ito, kundi ang kabutihan nito ay higit pa sa anumang maaaring maisip. Ito na ang tinatawag na "walang katapusan at ganap na pagmamahal."

74. Tandaan: ang apat na katangiang ito ng pag-ibig sa pagitan ng tao at ng kapwa ay magagamit din sa pag-ibig sa pagitan ng tao at ng Diyos. Ngunit dito, ang mga ito ay nagiging mga antas sa pamamagitan ng sanhi at bunga. Imposibleng makamit ang alinman sa mga ito bago muna matamo ang unang katangian ng *may-pasubaling pagmamahal*. At kapag ito'y lubos na natamo, nagiging sanhi ito upang makamit ang ikalawang katangian. Kapag natamo ang ikalawa, ito naman ang nagbubukas sa ikatlong katangian. Sa huli, ang ikatlong katangian ay nagbubunga ng ikaapat—ang *walang katapusang pagmamahal*.

75. Kaya't ang katanungan ay sumusulpot: "Paano makakamit ng isa ang unang antas ng *pagmamahal sa Diyos*, ang antas ng *may-pasubaling pagmamahal*—ang pagmamahal na dumarating sa pamamagitan ng sanlaksang kabutihan na natatanggap mula sa minamahal—kung walang gantimpala para sa isang *Mitzva* sa mundong ito?" Bukod pa rito, ayon sa ating natalakay, ang isa'y kailangang dumaan muna sa unang dalawang anyo ng *Probidensiya* sa sistema ng pagkakubli ng mukha. Sa madaling salita, ang

Kanyang mukha—ibig sabihin, ang sukatan ng Kanyang kabutihan, ang gawi ng mabuti na gumawa ng mabuti—ay nakakubli sa panahong iyon (Aytem 47). Kaya naman sa sandaling iyon, ang isa'y nakararanas ng hapdi at pagdurusa.

Gayunpaman, ating matutunan na ang buong gawain ng *Torah* at ang gawaing nagmumula sa ating kagustuhan ay pangunahing isinasagawa sa mismong oras ng pagkakubli ng mukha. Kung ganoon, paano mangyayari na ang isa'y gagantimpalaan ng ikalawang antas ng *may-pasubaling pagmamahal*, kung saan ang minamahal ay palaging gumagawa lamang ng kamangha-mangha at napakaraming kabutihan, at kailanman ay hindi gumagawa ng pinsala sa kanya—lalo na kapag natamo na rin niya ang ikatlo o ikaapat na antas?

76. Sa katunayan, tayo'y lumulusong dito sa malalim na tubig. Sa pinakamababa, tayo'y dapat makabingwit ng isang mamahaling perlas. Para sa layuning ito, ating suriin ang mga salita ng ating mga pantas (Berachot 17): *"Inyong makikita ang inyong mundo sa inyong buhay, at ang inyong katapusan sa buhay ng kasunod na mundo."*

Dapat nating unawain: Bakit hindi nila sinabi, "Inyong matatanggap ang inyong mundo sa inyong buhay"? Bakit *makikita* lamang? Kung ito'y pagpapala, bakit hindi nila sinabi ito nang buo—na matamo at matanggap ang sariling mundo habang nabubuhay? Dapat rin nating unawain: Bakit dapat makita ng isa ang kanyang kasunod na mundo habang siya'y nabubuhay pa? Hindi ba't sa huli, ang kanyang katapusan ay ang magiging buhay sa *kasunod na mundo*? At higit pa rito, bakit nila inilagay ang ganitong uri ng pagpapala sa pinaka-umpisa?

77. Una, dapat nating maintindihan: Ano ang ibig sabihin ng pagkakita ng kasunod na mundo habang buhay pa? Siyempre, hindi natin maaaring makita ang anumang espiritwal sa pamamagitan ng pisikal na mata. Hindi rin kaugalian ng Maylikha na sirain o baguhin ang mga batas ng kalikasan. Ito ay dahil ang Maylikha mismo ang nagsaayos ng mga batas na ito sa pasimula, sapagkat ito ang pinakatumpak at pinakamabuting paraan upang matupad ang layunin: *"Ginawa ng Panginoon ang lahat ng bagay para sa Kanyang sariling layunin."* Kaya't dapat nating maunawaan: Paano makikita ng isa ang kanyang mundo habang nabubuhay?

78. Sasabihin ko sa inyo: Ang ganitong pagkakita ay dumarating sa isang nilalang sa pamamagitan ng *pagbubukas ng mga mata* sa Banal na Torah, tulad ng nasusulat, *"Buksan Mo ang aking mga mata, upang aking mamasdan ang mga kamangha-manghang bagay sa Iyong batas."* Ito ang tinutukoy sa sinabi ng ating mga pantas (Nida 30b) na ang kaluluwa ay tinuturuang tumingin bago pa ito isilang sa katawan. At gayundin: *"Kahit ang buong mundo ay magsabing ikaw ay matuwid, maging masama ka sa iyong sariling paningin"*—lalo na sa iyong sariling mga mata.

Sa madaling salita, habang hindi mo pa natatamo ang *pagbubukas ng mga mata* sa Torah, ituring mong ikaw ay masama. Huwag mong linlangin ang iyong sarili sa kabutihang sinasabi ng buong mundo tungkol sa iyo.

Ngayon, mauunawaan ninyo kung bakit nila inilagay ang pagpapalang *"Inyong makikita ang inyong mundo sa inyong buhay"* sa unahan ng lahat ng pagpapala—dahil bago pa man iyon, hindi pa natatamo ng isa ang katangian ng "Di-ganap na Matuwid."

79) Kailangan pa nating maunawaan, kung ang isang nilalang ay nalalaman sa kanyang kalooban na kanya nang natupad ang buong Torah, at ang buong mundo ay sumang-ayon sa kanya doon, bakit hindi pa sapat ito para sa kanya? Sa halip, siya ay nakatalaga na ipagpatuloy na ituring ang sarili bilang masama. Ito ba ay sa kadahilanan na yaong kamangha-manghang antas ng pagbubukas ng kanyang mga mata sa Torah ay nagkukulang sa kanya kaya inihahalintulad natin siya sa isang masama?

80) Sa katunayan, ang apat na sukatan ng pagtatamo ng mga tao ng Kanyang *Probidensya* sa kanila ay nagawa nang maipaliwanag. Dalawa sa mga ito ay nasa pagkakubli ng mukha, at ang dalawa pa ay sa pagkahayag ng mukha. Gayundin, ang kadahilanan para sa pagkakubli ng mukha sa mga tao ay naipaliwanag na: ito ay sinadya upang bigyan ang mga tao ng lugar upang magsikap at lumahok sa Kanyang gawain sa Torah at *Mitzvot*, tulak ng kanilang kagustuhan. Ito ay dahil ito'y nagdaragdag sa kaluguran ng Taga-Paglikha mula sa kanilang gawain sa Torah at *Mitzvot* nang mas higit sa Kanyang kasiyahan sa Kanyang mga anghel sa itaas, na walang magagawa at yaong gawain ay sapilitan.

81) Sa kabila ng pagpuri sa pagkakubli ng mukha, hindi pa rin maituturing na pagkabuo, ngunit tanging "paglipat" lamang. Ito ang lugar kung saan ang hinahangad na pagkabuo ay tinatamo. Ibig sabihin, na anumang gantimpala para sa isang *Mitzva* na inihanda para sa isang nilalang ay natatamo lamang sa pamamagitan ng pagsisikap ng isa sa Torah at mabubuting gawa sa panahon ng pagkakubli ng mukha, kung kailan siya ay lumalahok dala ng kanyang "kagustuhan." Ito ay dahil sa kadahilanan na sa gayon ang isa ay nakakAdana ng kalungkutan sa kanyang pagpapalakas sa pananampalataya sa Kanya, sa pagtupad ng Kanyang kalooban. At ang kabuuang gantimpala ng isa ay nasusukat lamang ayon sa hapdi na kanyang dinaranas sa pagtupad sa Torah at sa *Mitzva*, tulad ng nasusulat, "Ang gantimpala ay batay sa kirot."

82) Kaya, bawat nilalang ay dapat maranasan ang sandaling paglipat ng pagkakubli ng mukha. Kapag kanyang nabuo ito, siya ay gagantimpalaan ng bukas na *Providence*, ibig sabihin, ng paghahayag ng mukha. At bago siya magantimpalaan ng paghahayag ng mukha, at bagamat kanyang nakikita ang likurang bahagi, hindi niya magawang maiwasan na makagawa ng kasalanan. Hindi lamang hindi niya magawang matupad ang 613 na *Mitzvot*, dahil ang pag-ibig ay hindi naman dumarating nang sapilitan at puwersahan, subalit ang isa ay hindi kumpleto kahit na sa 612 na *Mitzvot* dahil maging ang kanyang takot ay hindi maayos na dapat sana ay nakapirmi. Ito ang ibig sabihin na ang Torah bilang 611 sa Gematria (anumang Gematria ay nasa bahaging likuran) na ang isa ay hindi makakayang matupad nang maayos kahit na ang 612 na *Mitzvot*. Ito ang ibig sabihin ng, "Siya ay hindi palagiang manlalaban." Sa dakong huli, ang isa ay magagantimpalaan ng paghahayag ng mukha.

83) Ang unang antas ng paghahayag ng mukha ay ang pagtatamo ng *Providence* ng gantimpala at kaparusahan ng buong linaw. Ito'y dumarating sa isang tao sa pamamagitan lamang ng Kanyang katubusan, sa sandaling ang isa ay nagantimpalaan ng pagbubukas ng

mga mata sa Banal na Torah sa kamangha-manghang pagtatamo, at maging "isang bumabalong na sibol" (*Avot* 86). Sa anumang *Mitzva* sa Banal na Torah na ang isa ay nagawa na niyang matupad sa kanyang kagustuhan, siya ay ginagawaran na makita ang gantimpala ng *Mitzva* doon, na nakatalaga sa kanya sa kasunod na mundo, gayundin ng malaking kawalan sa pagsuway.

84) At bagamat ang gantimpala ay wala pa sa kanyang kamay, dahil ang gantimpala sa *Mitzva* ay wala sa mundong ito, ang malinaw na pagtatamo ay lubos na sapat na para sa kanya mula ngayon, na maramdaman ang malaking kasiyahan habang ginagawa ang isang *Mitzva*. Ito ay ganito dahil, "Ang lahat ng dapat malikom, ay itinuturing na nalikom." Halimbawa, kunin ang isang mangangalakal na nakagawa ng isang malaking transaksyon at gumana ng malaking halaga, kahit na ang tubo ay darating sa kanya pagkalipas ng mahabang panahon. Ngunit kung siya ay nakatitiyak ng walang bahid ng alinlangan na ang pakinabang ay darating sa kanya sa takdang panahon, siya ay kasingsaya na parang ang pera ay dumating na sa kanya kaagad.

85) Natural, ang *Probidensya* ay nagpapatunay na mula sa ngayon, siya ay kakapit sa Torah at *Mitzvot* ng kanyang buong puso, at kaluluwa at lakas, at siya ay mamamahinga mula sa mga kasalanan na parang tumatakas mula sa apoy. At bagamat siya ay hindi pa ganap na matuwid, dahil hindi pa niya nakamit ang pagsisisi mula sa pagmamahal, ang kanyang mahigpit na pagkapit sa Torah at mabubuting gawain ay banayad na tumutulong sa kanya na magantimpalaan ng pagsisisi mula sa pagmamahal, ibig sabihin, ang pangalawang antas ng paghahayag ng mukha. Nang sa gayon, kanyang matutupad ang lahat ng 613 *Mitzvot* ng lubos at siya ay magiging isang ganap na matuwid.

86) Ngayon lubos nating mauunawaan ang ating katanungan tungkol sa sumpa na ang kaluluwa ay nanumpa bago ito dumating sa mundo: "Kahit na ang buong mundo ay nagsasabi na ikaw ay matuwid, maging masama ka sa iyong sariling mga mata." Ating tinanong, "Dahil ang buong mundo ay nagkaisa na siya ay matuwid, bakit dapat pa rin niyang ituring ang kanyang sarili na masama? Hindi ba niya mapagkakatiwalaan ang buong mundo?"

Dapat rin nating idagdag, tungkol sa parirala na, "Kahit ang buong mundo ay nagsasabi." Ano ba ang ugnayan sa pagitan nito at ang testimonya ng buong mundo, dahil higit na alam ng isa ang kanyang sarili kaysa sa buong mundo? Dapat pinasumpa siya ng, "Kahit alam mo sa iyong sarili na ikaw ay matuwid."

Ang lubos na nakakalito pa ay, na ang *Gemara* ay tuwirang nagsasabi (*Berakhot* 61) na ang isa ay dapat nalalaman sa kanyang kaluluwa kung siya ay matuwid o hindi. Kaya mayroong obligasyon at posibilidad upang tunay na maging lubos na matuwid. Higit pa rito, ang isa ay dapat magsuri at alamin itong katotohanan. Kung ito ay ganito, paanong ang kaluluwa ay manunumpa na palaging maging masama sa kanyang sariling mga mata, at hindi kailanman malaman ang aktwal na katotohanan kung saan ang ating mga pantas ay hinihingi ang kabaligtaran?

87) Ang mga salita ay ubod ng tiyak sa katotohanan. Hanggat ang isa ay hindi pa nagagantimpalaan ng pagbubukas ng mata sa Torah sa kamangha-manghang pagtatamo, sapat para sa kanya para sa malinaw na pagtatamo ng gantimpala at kaparusahan, siya ay

tiyak na hindi magagawang linlangin ang kanyang sarili at ituring ang kanyang sarili bilang matuwid. Ito ay dahil tiyak na kanyang mararamdaman na nagkukulang siya ng dalawang pinaka-masaklaw na *Mitzvot* sa Torah, ang pagmamahal at takot.

Maging ang pagtatamo ng kumpletong takot, sa kaparaanan na "Siya na nakakaalam ng lahat ng misteryo ay magpapatotoo na siya ay hindi babalik sa kahibangan," dala ng kanyang malaking takot sa kaparusahan at malaking kawalan mula sa pagsuway, ay ganap na labas sa hinagap bago siya magantimpalaan ng buo, malinaw at walang pasubaling pagtatamo sa *Probidensiya* ng gantimpala at kaparusahan.

Ito ay tumutukoy sa pagtatamo ng unang antas ng paghahayag ng mukha na dumarating sa isang nilalang sa pamamagitan ng pagbubukas ng mata sa *Torah*. Lalu't higit sa pagmamahal, na ganap na labas sa kakayahan ng isa, dahil nakasalalay sa pag-unawa ng puso, kung saan walang pagsisikap o pamimilit na makakatulong dito.

88) Kaya ang sumpa ay nagsasabing, "Kahit ang buong mundo ay nagsasabi na ikaw ay matuwid." Ito ay dahil itong dalawang *Mitzvot*, pagmamahal at takot, ay ipinagkakaloob lamang sa indibidwal at walang iba pa sa mundo ang makakayang makilala sila at malaman ang mga ito.

Kaya dahil kanilang nakikita na siya ay kumpleto sa 611 *Mitzvot*, kagyat nilang sinabi na mayroon siya marahil ng dalawang *Mitzvot* ng pag-ibig at takot din. At dahil ang kalikasan ng tao ay nagtutulak sa isa na maniwala sa mundo, ang isa ay malamang na bumagsak sa malaking pagkakamali.

Sa ganitong kadahilanan, ang kaluluwa ay sumumpa doon bago ito dumating sa mundo at nawa ito'y matulungan tayo. Gayunpaman, itong indibidwal mismo ang nararapat magtanong at alamin sa kanyang puso kung siya ay lubos na matuwid.

89) Atin ding mauunawaan ang ating katanungan, "Paanong magagawang kahit ang unang antas ng pagmamahal ay matatamo na walang gantimpala para sa isang *Mitzva* sa mundong ito (sa buhay na ito)?" Ngayon ito'y malinaw na ang isa ay hindi kailangan na aktwal na matanggap ang gantimpala sa *Mitzva* sa kanyang buhay, kaya ang paniniyak, "Iyong makikita ang iyong mundo sa iyong buhay, at ang iyong katapusan sa buhay ng kasunod na mundo," na nagtuturo na ang gantimpala sa isang *Mitzva* ay hindi sa mundong ito, ngunit sa kasunod na mundo.

Datapwat, upang malaman, upang makita, at upang maramdaman ang hinaharap na gantimpala sa *Mitzva* sa kasunod na mundo, ito'y dapat malaman ng isa nang may lubos na katiyakan at linaw habang nasa buhay na ito sa pamamagitan ng kamangha-manghang pagtatamo sa Torah. Ito ay dahil sa gayon ang isa ay matatamo ang may-pasubaling pagmamahal, na unang antas ng paglabas sa pagkakubli ng mukha, at ang daanan sa paghahayag ng mukha, na dapat mayroon ang isa upang matupad ang Torah at *Mitzvot* nang tama, sa kaparaanan nang "Siya na nakakaalam ng lahat ng misteryo ay magpapatunay na hindi na siya muling babalik pa sa kahibangan."

90) At sa pagsusumikap na mamuhay sa Torah at *Mitzvot* sa porma ng may-pasubaling pagmamahal na dumarating sa kanya mula sa pagka-alam sa pang-hinaharap na gantimpala sa kasunod na mundo, tulad ng "lahat ng dapat tipunin ay itinuturing na natipon," ang isa

ay natatamo ang pangalawang antas ng paghahayag ng mukha--ang Kanyang Gabay sa buong mundo mula sa Kanyang kawalang-hanggan at katapatan, ibig sabihin na Siya ay mabuti at gumagawa ng kabutihan sa mabuti at sa masama.

Sa ganitong katayuan, ang isa ay natatamo ang walang pasubaling pagmamahal at ang mga kasalanan ay nagiging mga birtud sa kanya. At mula doon, siya ay tinatawag na "ganap na matuwid," dahil kanyang matutupad ang *Torah* at *Mitzvot* kasama ang pagmamahal at takot. At siya ay tinatawag na "ganap" dahil nasa kanya ang lahat ng 613 na *Mitzvot* sa kabuuan.

91) Ito'y sumasagot sa ating katanungan na: "Ang isa na nakatamo ng pangatlong hangganan ng Probidensiya, tinawag na Probidensiya nang gantimpala at kaparusahan, kung kailan na Siya na nakakaalam ng lahat ng mga misteryo ay nagpapatunay na, na hindi na siya babalik pa sa kahibangan, ay itinuturing pa rin na 'Di-ganap na Matuwid.'" Ngayon ating lubusang naintindihan na ang isa ay nagkukulang pa rin ng isang Mitzva, ang Mitzva ng pagmamahal. Siyempre, ang isa ay hindi ganap dahil kanya dapat makumpleto ang 613 na Mitzvot, na kinakailangan sa unang hakbang sa pinto ng perpeksyon.

92) Kasama ng lahat ng nabanggit sa itaas, ating nauunawaan ang anong kanilang tinanong: "Paanong ang Torah ay inobliga tayo sa Mitzva ng pagmamahal nang itong Mitzva ay wala man lamang sa ating mga kamay na lahukan o kahit paano ay hipuin man lang ito?" Ngayon inyong makikita at mauunawaan na ito ay tungkol dito na ang ating mga pantas ay binalaan tayo, *"Ako'y nagsikap at hindi nakatagpo, huwag paniwalaan,"* at gayundin, *"Hayaan ang isa na palaging lumahok sa Torah at Mitzvot sa Lo Lishma, dahil mula sa Lo Lishma ang isa ay dumarating sa Lishma"* (Pesachim 50). Gayundin ang talatang, *"yaong mga naghahanap sa Akin, ay matatagpuan Ako"* (Mga Salawikain 8), ay nagpapatotoo doon.

93) Ang mga ito ang salita ng ating mga pantas (Megillah 6): *"Si Rabbi Yitzhak ay nagsabi, 'Kung ang isang tao ay nagsabi sa iyo, Ako'y nagsikap at hindi nakatagpo, huwag paniwalaan; Ako'y hindi nagsikap at nakatagpo, huwag paniwalaan; Ako'y nagsikap at nakatagpo, paniwalaan.'"* At tayo'y nagtanong tungkol sa: *"Ako'y nagsikap at nakatagpo, paniwalaan,"* na ang mga salitang ito mismo ay magkakasalungat, dahil ang pagsisikap ay tumutukoy sa pag-aari, at ang isang nahanap ay isang bagay na dumarating nang walang anumang pagsisikap man lang, nang di-pinag-isipan. Kaya dapat sinabi, *"Ako'y nagsikap at nakabili."*

Gayunpaman, dapat ninyong malaman na ang salitang ito, *"nahanap"* na nabanggit dito, ay tumutukoy sa talatang *"yaong mga naghahanap sa Akin ay matatagpuan Ako."* Ito'y tumutukoy sa pagkatagpo sa mukha ng Taga-Paglikha, tulad ng nasusulat sa *Ang Zohar*, na Siya ay natatagpuan lamang sa Torah, ibig sabihin na ang isa ay ginagantimpalaan ng pagkakatagpo sa mukha ng Taga-Paglikha sa pamamagitan ng pagsisikap sa Torah. Kaya ang ating mga pantas ay tiyak sa kanilang mga salita at nagsabing: *"Ako'y nagsikap at nakatagpo, paniwalaan,"* dahil ang pagsisikap ay nasa Torah, at ang pagkakatagpo ay nasa pagkakahayag ng mukha ng Kanyang Probidensiya.

Sila'y sinadyang umiwas sa pagsasabing: *"Ako'y nagsikap at nagtagumpay, paniwalaan,"* o kaya'y *"Ako'y nagsikap at nakabili."* Ito ay dahil sa gayon magkakaroon ng puwang para sa pagkakamali sa mga bagay, dahil ang pagwawagi at pag-aari ay tumutukoy lamang sa pag-aari ng Torah. Kaya ginawang tiyak ang salitang *"nahanap"* na nagtuturo na ito'y tumutukoy sa ibang bagay bukod sa pagtatamo ng Torah, tinatawag na ang paghahayag ng mukha ng Kanyang Probidensiya.

94) Iyon ay naghimlay sa talatang, *"Ako'y hindi nagsikap at nakatagpo, huwag paniwalaan."* Ito'y tila nakakapagtaka, dahil sino ang mag-iisip na maaaring matamo ang Torah nang walang pagsisikap para dito? Datapwat dahil ang mga salita ay tumutukoy sa talatang, *"yaong mga naghahanap sa Akin ay matatagpuan Ako"* (Mga Salawikain 8:17), ito'y nangangahulugan na sinuman, maliit man o malaki, na humahanap sa Kanya, ay natatagpuan Siya kaagad. Ito ang ipinahihiwatig ng salitang *"naghahanap."*

Ang isa ay maaaring isipin na ito'y hindi nangangailangan ng maraming pagsisikap, na maging ang isang mahinang nilalang, na walang pagnanasang gumawa ng anumang pagsisikap para dito, ay matatagpuan din Siya. Ang ating mga pantas ay nagbabala sa atin tungkol doon, na huwag maniwala sa ganoong paliwanag. Sa halip, ang pagsisikap ay kinakailangan dito, at hindi *"Ako'y nagsikap at nakatagpo, huwag paniwalaan."*

95) Ngayon inyong makikita kung bakit ang Torah ay tinawag na "Buhay," tulad ng nasusulat, *"Masdan, Aking itinakda sa inyong harap ngayong araw, buhay at mabuti"* (Deuteronomio 30:15), at gayundin, *"Samakatwid, piliin ang buhay,"* at *"Dahil ang mga ito ay buhay doon sa mga yaon na nakatagpo sa mga ito"* (Mga Salawikain 4:22). Ito ay kaugnay sa talatang, *"Ang liwanag sa bukas ng mukha ng hari ay buhay"* (Mga Salawikain 16), dahil ang Taga-Paglikha ay ang pinagmumulan ng lahat ng buhay at bawat kabutihan.

Kaya ang buhay ay umaabot doon sa mga sanga na kumakapit sa kanilang pinagmulan. Ito'y tumutukoy sa mga iyon na nagsikap at natagpuan ang Liwanag ng Kanyang mukha sa Torah, na ginawaran ng pagbubukas ng kanilang mga mata sa Torah sa kamangha-manghang pagtatamo, hanggang sila'y biniyayaan ng paghahayag ng mukha—ang pagtatamo ng tunay na Probidensiya na tugma sa Kanyang pangalan na "Mabuti" at ang gawi ng Mabuti ay gumawa ng kabutihan.

96) At yaong mga nagwagi ay hindi na maaaring mamahinga sa pagtupad ng Mitzva nang tama, tulad ng ang isa ay hindi na maaaring huminto mula sa napakainam na kasiyahan na dumarating sa kanyang kamay. Kaya sila'y tumatakbo mula sa pagsuway tulad ng pagtakbo ng isa mula sa apoy.

Ito'y sinasabi tungkol sa kanila: *"Ngunit kayo na kumapit sa inyong Panginoon na inyong Diyos ay buhay, bawat isa sa inyo sa araw na ito,"* tulad ng Kanyang pagmamahal na dumarating nang masagana sa kanila sa natural na pagmamahal, sa pamamagitan ng natural na daluyan (vessel) na inihanda para sa isa nang kalikasan ng Paglikha. Ito ay ganito dahil ngayon ang sanga ay wastong nakakapit sa ugat nito, at ang buhay ay dumadaloy sa kanya nang masagana at walang patid mula sa pinag-uugatan nito. Ito ang dahilan kung bakit ang Torah ay tinawag na "Buhay."

97) Sa ganitong kadahilanan, ang ating mga pantas ay binalaan tayo tungkol sa kinakailangang kondisyon sa pagsasapraktika ng Torah—na ito'y tiyakang magiging *Lishma*, sa kaparaanang ang isa ay magagantimpalaan ng buhay sa pamamagitan nito, dahil ito'y isang Torah ng Buhay, at kung bakit ito'y ibinigay sa atin, tulad ng nasusulat: *"Samakatwid, piliin ang buhay."*

Kaya sa panahon ng pagsasapraktika ng Torah, bawat nilalang ay dapat magsikap dito, at ipirmi ang isip at puso upang makita ang *"liwanag ng mukha ng hari"* dito—na ito'y ang pagtatamo ng bukas na Probidensiya, tinawag na *"liwanag ng mukha."* At sinumang tao ay tugma para dito, tulad ng nasusulat: *"yaong mga maghahanap sa Akin ay matatagpuan Ako,"* at *"Ako'y nagsikap at hindi nakatagpo, huwag paniwalaan."*

Kaya ang isa ay walang kinakailangan sa ganitong bagay liban sa *pagsisikap* lamang. Ito'y nasusulat: *"Sinumang nagsasapraktika ng Torah Lishma, ang kanyang Torah ay nagiging isang gayuma ng buhay para sa kanya"* (Taanit 7). Ito'y nangangahulugan na ang isa ay dapat lamang ipirmi ang kanyang isip at puso upang matamo ang *buhay*, na siyang kahulugan ng *Lishma*.

98) Ngayong inyo nang nakikita na ang katanungan ng mga taga-paliwanag tungkol sa Mitzva ng pag-ibig, na sinasabi na itong Mitzva ay labas sa ating mga kamay, dahil ang pag-ibig ay hindi dumarating ng sapilitan o puwersahan, ay hindi na dapat katanungan. Ito ay sapagkat ito'y lubusang nasa ating mga kamay. Bawat tao ay makakayang magsikap sa Torah hanggang kanyang matagpuan ang pagtatamo ng Kanyang bukas na Probidensiya, tulad ng nasusulat, *"Ako'y nagsikap at nakatagpo, paniwalaan."*

Sa sandaling ang isa'y natamo ang bukas na Probidensiya, ang pagmamahal ay umaabot sa kanya mismo sa pamamagitan ng mga likas na daluyan (vessel). At ang isa na naniniwalang hindi niya makakayang matamo iyon sa pamamagitan ng kanyang pagsusumikap, sa anumang kadahilanan, ay nangangahulugang walang paniniwala sa mga salita ng ating mga pantas. Sa halip, kanyang ipinapalagay na ang pagsisikap ay hindi sapat para sa isang tao, na kabaligtaran ng talatang, *"Ako'y nagsikap at hindi nakatagpo, huwag paniwalaan."* Gayundin, ito ay salungat sa mga salitang, *"yaong mga naghahanap sa Akin ay matatagpuan Ako"*; buong katiyakang yaong mga "naghahanap," sinuman ang mga ito, maliit o malaki. Gayunpaman, tiyakang kailangan niya talagang magsikap.

99) Mula sa ibabaw, inyong maiintindihan ang ibig sabihin ng *"Sinumang nagsasapraktika ng Torah Lo Lishma, ang kanyang Torah ay nagiging gayuma ng kamatayan para sa kanya"* (Taanit 7a), at ang talatang, *"Totoo Ikaw ay isang Diyos na ikinukubli ang Kanyang Sarili,"* na ang Taga-Paglikha ay ikinukubli ang Kanyang Sarili mismo sa Torah.

Ating tinanong: ito'y tila makatwiran na ang Taga-Paglikha ay nakubli sa mundong ito, sa labas ng Torah at hindi sa Torah mismo, na tanging doon lamang ang lugar ng pagsisiwalat. At ating pang tinanong: itong pagkakubli na ang Taga-Paglikha ay ikinukubli ang Kanyang Sarili upang hanapin at matagpuan, bakit ako dapat?

100) Mula sa ipinaliwanag sa itaas, inyong lubusang mauunawaan na itong pagkakubli na ang Taga-Paglikha ay ikinubli ang Kanyang Sarili upang hanapin ay ang pagkakubli ng mukha, na Kanyang ginagawa sa Kanyang mga nilikha sa dalawang kaparaanan: isang pagkakubli, at pagkakubli sa loob ng pagkakubli.

Ang Zohar ay nagsasabi sa atin na hindi natin dapat man lamang ituring na ang Taga-Paglikha ay nagnanais na manatili sa Probidensiya ng nakakubling mukha sa Kanyang mga nilikha. Sa halip, ito ay tulad sa isang tao na sadyang itinago ang kanyang sarili mismo upang ang kaibigan ay hahanapin siya at matatagpuan.

Katulad din, nang ang Taga-Paglikha ay kumilos sa pagkukubli ng mukha sa Kanyang mga nilikha, ito ay dahil lamang gusto Niya ang mga nilikha na hanapin ang pagbubunyag ng Kanyang mukha at tagpuin Siya. Sa madaling salita, walang maaaring paraan o daan para sa mga tao upang matamo ang Liwanag ng mukha ng Hari kung hindi Siya sa umpisa na kumilos sa pagkakubli ng mukha. Kaya ang buong pagkakubli ay tanging paghahanda para sa paghahayag ng mukha.

101) Ito'y nasusulat na ang Taga-Paglikha ay itinatago ang Kanyang Sarili sa Torah. Tungkol sa mga pahirap at hapdi na ang isa'y nararanasan sa pagkakubli ng mukha, ang isang may kakaunting nagawa at nakagawa ng konting Torah at Mitzvot ay hindi katulad ng lumahok nang mas malawak sa Torah at mabubuting gawa. Ito'y dahil ang una ay maaaring karapat-dapat na husgahan ang kanyang Lumikha sa timbangan ng kahusayan, sa pag-iisip na ang pagdurusa ay sumapit sa kanya dahil sa kanyang mga kasalanan at kakulangan sa Torah.

Gayunpaman, para sa iba, mas mahirap husgahan ang kanyang Lumikha sa timbangan ng kahusayan. Ito'y dahil sa kanyang isipan ay hindi marapat ang malupit na kaparusahan. Dagdag pa rito, kanyang nakikita na ang kanyang mga kaibigan na mas malala pa sa kanya ay hindi naghihirap nang katulad niya, tulad ng nasusulat: *"ang mga masasama, sila na palaging maalwan, ay nadadagdagan ang kayamanan,"* at isa pa, *"sa walang kapararakan, na ako'y naglinis ng aking puso."*

Kaya, hanggang ang isa ay hindi pa natatamo ang Probidensiya ng paghahayag ng mukha, ang kasaganaan ng Torah at Mitzvot na kanyang nagawa ay ginagawa ang kanyang pagkakubli ng mukha na mas mabigat. Ito ang ibig sabihin ng, *"ang Taga-Paglikha ay ikinukubli ang Kanyang Sarili sa Torah."*

Katunayan, lahat ng kabigatan na kanyang nararamdaman sa Torah ay tanging mga pahayag kung saan ang Banal na Torah mismo ay tinatawag siya, pinupukaw siya upang magdali-dali at magbigay ng kinakailangang hangganan ng pagsisikap, upang kagyat siyang biyayaan ng paghahayag ng mukha, ayon sa kalooban ng Diyos.

102) Kaya bakit dito'y nasusulat na lahat ng natututo ng *Lo Lishma*, ang kanilang Torah ay nagiging isang *gayuma ng kamatayan* para sa kanila? Hindi lamang hindi sila umuusbong mula sa pagkakubli ng mukha tungong pagbubunyag ng mukha, dahil hindi nila naipirmi ang kanilang mga pag-iisip upang magsumikap at matamo ito, ang Torah na kanilang naipon ay lubhang nakaragdag sa kanilang pagkakubli ng mukha. Sa dakong huli, sila'y bumabagsak sa *pagkakubli sa loob ng pagkakubli*, na itinuturing na kamatayan, sapagkat lubusang nagpawalay sa kanyang ugat. Kaya ang kanilang Torah ay nagiging *gayuma ng kamatayan* para sa kanila.

103) Ito'y pagpapapalinaw sa dalawang pangalan na itinawag sa Torah: *"ipinahayag"* at *"itinago."* Dapat nating maunawaan kung bakit natin kailangan ang *itinagong Torah* at bakit ang buong Torah ay hindi ipinahayag.

Sa katunayan, mayroong isang malalim na intensiyon dito. Ang *itinagong Torah* ay nagpapahiwatig na ang Taga-Paglikha ay nagtatago sa Torah, kaya ang katawagang *"ang natatagong Torah."* Sa kabilang banda naman, ito'y tinawag na *"ipinahayag"* dahil ang Taga-Paglikha ay ibinunyag sa pamamagitan ng Torah.

Samakatwid, ang mga Kabalista ay nagsabi, at atin ding makikita ito sa aklat ng mga dasal ni Vilna Gaon (GRA), na ang pagkakasaayos ng pagtatamo ng Torah ay nagsisimula sa *itinago* at nagtatapos sa *ipinahayag*. Ito'y nangangahulugan na sa pamamagitan ng angkop na pagsisikap, kung saan ang isa ay nagsasaliksik una sa *natatagong Torah* nang sa gayon siya ay pagkakalooban ng *ipinahayag na Torah*, ang literal. Kaya ang isa ay nagsisimula sa *itinago* na tinawag na *Sod* (lihim), at sa sandaling siya'y nagantimpalaan, siya'y nagtatapos sa *literal*.

104) Ito'y lubusang nagpalinaw paanong posibleng matamo ang unang antas ng pagmamahal, bilang *may pasubaling-pagmamahal*. Ating natutunan na bagamat walang gantimpala para sa isang Mitzva sa mundong ito, ang pagtatamo ng gantimpala para sa isang Mitzva ay umiiral gayunpaman sa buhay sa mundo. Ito'y dumarating sa isang nilalang sa pamamagitan ng pagbubukas ng mga mata sa Torah. At itong malinaw na pagtatamo ay katulad ng kagyat na pagtanggap ng gantimpala para sa Mitzva.

Kaya ang isa ay mararamdaman ang kamangha-manghang pakinabang sa Kaisipan ng Paglikha, upang magbigay ng kagalakan sa Kanyang mga nilikha ng Kanyang buo, mabuti at mapagpalang kamay. Dahil sa kasaganaan ng pakinabang na ang isa ay natatamo, ang kamangha-manghang pag-ibig ay lumilitaw sa pagitan ng isang tao at ng Taga-Paglikha. Ito'y bumubuhos sa isa nang walang patid, sa pamamagitan ng parehong mga kaparaanan at mga daluyan (vessel) kung saan ang natural na pag-ibig ay lumilitaw.

105) Datapwat ang lahat ng ito ay dumarating sa isang tao mula sa sandaling ito'y kanyang matamo. Ngunit ang isang tao ay hindi nais na maalala ang lahat ng mga pasakit na nalikha ng Probidensiya sa pagkakubli ng mukha na kanyang naranasan bago niya natamo ang pagbubunyag ng mukha, dahil ang *"pag-ibig ay nagtatakip sa lahat ng mga pagsuway."* Gayunpaman, ito'y itinuturing na isang malaking kapintasan—kahit sa pagmamahal sa pagitan ng mga tao, lalu't higit tungkol sa pagiging makatotohanan ng Kanyang Probidensiya—dahil Siya ay Mabuti na gumagawa ng mabuti sa mabuti at masama.

Samakatwid, dapat nating maunawaan paanong ang isa ay magagawang matamo ang Kanyang pagmamahal sa isang paraan na kanyang mararamdaman na ang Taga-Paglikha ay palaging ginagawan siya ng mga kamangha-manghang kabutihan, mula sa kanyang pagsilang; na hindi Niya kailanman ginawa, at hindi kailanman magagawang magdulot ng katiting na pinsala sa kanya—na siyang ikalawang pamamaraan ng pagmamahal.

106) Upang maunawaan ito, kailangan natin ang mga salita ng ating mga pantas. Kanilang sinabi, *"ang isang nakapagsisi mula sa pagmamahal, ang kanyang mga kasalanan ay nagiging mga birtud."* Ito'y nangangahulugan na hindi lamang na ang Taga-Paglikha ay patatawarin ang kanyang mga kasalanan—bawat isang kasalanan at pagsuway na kanyang nagawa ay ginagawang isang Mitzva ng Taga-Paglikha.

107) Kaya matapos matamo ng isa ang pagliwanag ng mukha sa isang hangganan na bawat isang kasalanan na kanyang nagawa, maging yaong mga sadyang ginawa, ay

nagiging isang Mitzva para sa kanya, ang isa'y magsasaya kasama ang lahat ng pasakit at pagdurusa na kanyang dinanas mula sa panahon na siya ay nalagay sa dalawang pag-unawa sa pagkakubli ng mukha. Ito ay dahil ang mga ito ang nagdala sa kanya ng mga kasalanang ito, na ngayo'y naging Mitzvot, sa pagliwanag ng Kanyang mukha, na gumagawa ng mga nakamamangha.

At anumang kalungkutan at sigalot na nagtulak sa kanya sa pagkawala ng katinuan, at kung saan siya ay bumagsak sa mga pagkakamali, tulad noong sa dobleng pagkakubli, na ngayon ay naging isang sanhi at paghahanda sa pagtupad sa isang Mitzva at ang pagtanggap ng walang katapusan at kamangha-manghang gantimpala para dito. Samakatwid, anumang kalungkutan ay naging malaking kagalakan sa kanya at anumang kasamaan ay naging kamangha-manghang kabutihan.

108) Ito'y katulad sa isang kilalang kuwento tungkol sa isang Judio na isang katiwalang-bahay ng isang panginoong-maylupa. Ang panginoong-maylupa ay lubos siyang mahal. Isang araw, ang panginoong-maylupa ay umalis at iniwan ang kanyang kabuhayan sa mga kamay ng kanyang kahalili, na isang anti-Semito (galit sa mga Hudyo). Ano ang kanyang ginawa? Hinagilap niya ang Hudyo at sinampal ng limang beses sa harap ng lahat, upang ipahiya siya nang lubusan.

Sa pagbalik ng panginoong-maylupa, ang Hudyo ay lumapit dito at sinabi ang lahat nang nangyari sa kanya. Ang galit nito ay nagsiklab at tinawag niya ang kanyang kahalili at inutusan itong kaagad bigyan ang Hudyo ng isang libong pilak sa bawat isang beses na kanyang pagsampal dito.

Ang Hudyo ay kinuha ang mga pilak at umuwi. Natagpuan siya ng kanyang asawa na umiiyak. May pag-aalalang tinanong niya ito, "Ano ang nangyari sa iyo sa harap ng panginoong-maylupa?" Kanyang sinabi. Nagtanong ang asawa, "Kung ganoon, bakit ka umiiyak?" Siya'y sumagot, "Ako'y umiiyak dahil ako'y kanyang sinaktan ng limang beses lamang. Gusto ko sana'y sinaktan niya ako ng sampung beses, nang sa gayon, ako'y mayroon dapat na sampung libong pilak."

109) Ngayon inyong nakita na matapos ang isa'y magantimpalaan ng pagsisisi ng mga kasalanan sa isang paraan na ang mga kasalanan niya ay nagiging tulad ng birtud, ang isa sa gayon ay nagagantimpalaan ng pagtatamo ng ikalawang antas ng pagmamahal ng Taga-Paglikha, kung saan ang nagmamahal ay hindi kailanman gumagawa ng anumang pinsala o anino man ng pinsala. Sa halip, Siya'y gumagawa ng nakamamangha at maraming kabutihan palagi at magpakailanman, sa isang paraan na ang *pagsisisi mula sa pagmamahal* at ang *pagbaliktad ng mga kasalanan sa kahusayan* ay nagaganap ng isa lamang.

110) Kaya hanggang dito, ating sinuri lamang ang dalawang antas ng *may-pasubaling pagmamahal*. Datapwat dapat pa rin nating maunawaan paanong ang isa ay nagagantimpalaan sa pamamagitan ng dalawang kaparaanan ng *may-pasubaling pagmamahal* sa kanyang Maylikha.

Tungkol doon, dapat nating lubusang maunawaan kung ano ang nasusulat (Kidushin p.40), *"Ang isa ay marapat palaging tingnan ang sarili na kalahating walang-halaga at kalahating mahalaga. Kung gumawa siya ng isang Mitzva, maligaya siya dahil sinentensiyahan niya ang kanyang sarili sa timbangan ng kahusayan. Kung gumawa siya ng isang kasalanan, aba sa kanya, dahil sinentensiyahan niya ang kanyang sarili sa timbangan ng kasalanan."*

Si Rabbi Elazar, anak ni Rabbi Shimon, ay nagsabi, *"Dahil ang mundo ay hinuhusgahan ng nakararami nito, at ang indibidwal ay hinuhusgahan ng nakararami, kung gumawa siya ng isang Mitzva, maligaya siya dahil sinentensiyahan niya ang kanyang sarili at ang buong mundo sa timbangan ng kahusayan. Kung gumawa siya ng kasalanan, aba sa kanya dahil sinentensiyahan niya ang kanyang sarili at ang buong mundo sa timbangan ng kasalanan."* Dahil sa isang kasalanang ito na kanyang nagawa, ang mundo at siya ay nawalan ng napakaraming kabutihan.

111) Ang mga salitang ito ay tila nakakalito mula sa umpisa hanggang sa dulo. Kanyang sinasabi na ang isa na gumagawa ng Mitzva ay kagyat na sumisintensiya sa timbangan ng kahusayan, dahil siya ay hinusgahan nang nakararami. Ngunit ito'y tumutukoy lamang doon sa mga *kalahating walang-halaga at kalahating may-halaga*. At si Rabbi Elazar, anak ni Rabbi Shimon, ay hindi bumabanggit tungkol sa mga ito. Kaya ang esensiya ay wala pa rin?

112) Si Rashi ay nagpaliwanag tungkol sa mga salitang *"Ang isa ay dapat palaging ituturing ang sarili na kalahating walang-halaga at kalahating may-halaga."* Si Rabbi Elazar, anak ni Rabbi Shimon, ay nagdagdag na ang isa ay dapat ring iturin ang buong mundo na parang sila'y *kalahating walang-halaga at kalahating may-halaga*. Ito ay nakakamangha: kung ang isa'y nalalaman ang kanyang mga kahinaan, kanya bang dadayain ang kanyang sarili na sasabihing siya ay kalahati nito at kalahati noon?

Ang Torah ay nagsasabi, *"ilagay ang inyong sarili na malayo mula sa isang maling bagay."* Higit pa rito, ito'y nasusulat, *"ang isang makasalanan ay nakakasira nang malubha sa kabutihan."* Ito ay dahil ang isang kasalanan ay sumisintensiya sa isang tao at sa buong mundo sa timbangan ng kasalanan. Kaya ito ay tungkol sa aktwal na katotohanan, hindi mga maling imahinasyon na ang isang nilalang ay ilalarawan ang kanyang sarili at ang mundo.

113) At mayroong iba pang kalituhan: maaari ba ito, na mayroong maraming mga tao sa bawat henerasyon na gumagawa ng isang Mitzva? Kung gayon, paano ang mundo ay nasintensiyahan sa timbangan ng kahusayan? Yaon ba ay nangangahulugan na ang kalagayan ay hindi nagbago kahit anupaman, at *walang bago sa ilalim ng sikat ng araw*? Sa katunayan, malalim na pag-unawa ang kailangan dito, sapagkat ang mga salita ay hindi maaaring maunawaan nang paimbabaw.

Datapwat, ito'y walang kinalaman sa isang tao na nalalaman na ang kanyang mga kasalanan ay marami, upang turuan siyang magkunwari na siya ay kalahating ganito at kalahating ganoon, o kaya'y ipahiwatig na siya'y nangangailangan lamang ng isang Mitzva. Ito ay hindi kailanman ang gawi ng isang marunong.

Sa halip, ito'y may kaugnayan sa isa na nararamdaman at nangangarap sa kanyang sarili bilang isang ganap at lubos na matuwid at nakikita ang kanyang sarili na lubusang buo. Ito ay dahil siya ay nagantimpalaan na ng unang antas ng pagmamahal sa pamamagitan ng pagbubukas ng kanyang mga mata sa Torah, at *Siya na nakakabatid ng lahat ng misteryo* ay nagpapatunay na, na hindi na siya babalik pang muli sa kahunghangan.

Sa kanya, ang mga sulatin ay ipinapakita ang daan at nagpapatunay na siya ay hindi pa matuwid, subalit nasa pagitan — *kalahating walang-halaga at kalahating may-halaga*. Ito ay dahil ang isa ay nagkukulang pa rin sa isa sa 613 na Mitzvot ng Torah, tinatawag na, ang *Mitzva ng pagmamahal*.

Ang buong testimonya Niya, na *nakakabatid ng lahat ng misteryo*, na ang isa ay hindi na magkakasala pang muli ay tanging dahil lamang sa linaw ng pagtatamo ng isa sa malaking kawalan sa pagsuway. Ito ay itinuturing na *takot sa kaparusahan*, at samakatwid ay tinatawag na *"pagsisisi mula sa takot."*

114) Ating ding napag-aralan sa unahan na itong antas ng *pagsisisi mula sa takot* ay hindi pa rin nagwawasto sa isang tao, ngunit mula lamang sa oras ng pagsisisi at sa hinaharap. Datapwat, lahat ng kalungkutan at hinagpis na ang isa ay naranasan bago siya nagantimpalaan ng *paghahayag ng mukha* ay nananatili tulad noong una—walang kawastuhan. At sa karagdagan, ang mga pagkakasala na ang isa ay nagawa ay hindi lubusang naituwid, ngunit nananatili bilang mga pagkakamali.

115) Ito ang kung bakit sinasabi na ang naturang tao, na nagkukulang ng isang *Mitzva*, ay itinuturing ang kanyang sarili bilang *kalahating walang-halaga at kalahating may-halaga*. Ibig sabihin, ang isa ay dapat isipin na ang sandali nang siya ay ginantimpalaan ng pagsisisi ay nasa kalagitnaan ng kanyang mga taon. Kaya, siya ay *kalahating walang-halaga* pa rin, doon sa kalahati ng kanyang mga taon na nagdaan bago siya nakapagsisi. Sa panahong iyon, ang isa ay tiyakang *walang-halaga*, dahil ang *pagsisisi mula sa takot* ay hindi nagtutuwid sa mga iyon.

Kasunod nito pa rin, siya ay *kalahating may-halaga*, sa kalahati ng kanyang mga taon simula nang siya'y nagantimpalaan ng *pagsisisi* sa hinaharap. Sa sandaling iyon, ang isa ay tiyakang *may-halaga*, sapagkat siya ay nakatitiyak na hindi na muling magkakasala pa. Kaya sa unang kalahati ng kanyang mga taon, siya ay *walang-halaga*, at sa kalahati ng kanyang mga taon, siya ay *may-halaga*.

116) Siya ay sinasabihan na isipin na kung siya ay gagawa ng isang *Mitzva*, yaong *Mitzva* na kanyang kakulangan sa bilang ng 613, siya ay magiging masaya, dahil nahusgahan niya ang kanyang sarili sa *timbangan ng kahusayan*. Ito'y ganito dahil ang isa na biniyayaan ng *Mitzva* ng pag-ibig sa pamamagitan ng *pagsisisi mula sa pagmamahal*, sa pamamagitan nito, siya ay ginagantimpalaan ng pag-inog ng kanyang mga kasalanan patungong *kahusayan*.

Nang sa gayon, bawat kalungkutan at pighati na kanyang naranasan, bago siya nagantimpalaan ng *pagsisisi*, ay nagagawang nakakamangha, walang katapusang kasiyahan para sa kanya. Dagdag pa rito, kanyang ikalulungkot na hindi siya naghirap nang doble o higit pa, tulad ng *alegorya tungkol sa panginoong-maylupa at Hudyo* na nagmahal sa kanya.

Ito ay tinatawag na *"paghuhusga sa timbangan ng kahusayan,"* dahil lahat ng kanyang damdamin, ng mga pagkakamali at mga kasalanan ay nangyayaring uminog tungo sa *kahusayan*. Kaya, ang *paghuhusga sa timbangan ng kahusayan* ay nangangahulugan na ang buong kopa na tigib ng mga kasalanan ay nagagawang maging isang kopa na tigib ng mga *kahusayan*. Sa salita ng ating mga pantas, ang pagbabaligtad na ito ay tinatawag na *"paghuhusga."*

117) Ito'y patuloy na nagsasabi sa atin na hangga't ang isa ay nasa kalagitnaan, at hindi pa nagagantimpalaan *ng* isang Mitzva na nawawala sa bilang na 613, ang isa ay hindi dapat

maniwala sa kanyang sarili hanggang sa araw ng kanyang kamatayan. Hindi rin dapat umasa ang kanyang sarili sa testimonya ng Isa na nakababatid ng lahat ng mga misteryo, na hindi na siya babalik sa kahunghangan, at maaari pa rin siyang mapasuway.

Kaya, ang isa ay dapat mag-isip sa kanyang sarili na kung siya ay makagagawa ng isang kasalanan, aba sa kanya, dahil *nahusgahan* niya ang kanyang sarili sa timbangan ng kasalanan. Ito ay dahil sa gayon, *kagyat* niyang mawawala ang lahat ng kanyang nakakamanghang pagtatamo sa Torah, at lahat ng pagsisiwalat ng mukha na iginawad sa kanya, at muli siyang babalik sa pagkakubli ng mukha.

Kaya kanyang hinusgahan ang kanyang sarili sa timbangan ng kasalanan, dahil *maiwawala* ang lahat ng kanyang kahusayan at kabutihan, maging sa huling bahagi ng kanyang mga taon. At bilang katunayan, ito'y nagdadala ng talatang, "ang isang makasalanan ay nakakasirang malubha sa kabutihan."

118) Ngayon inyong maiintindihan ang karagdagan na si Rabbi Elazar, anak ni Rabbi Shimon ay idinagdag, at bakit hindi rin niya dinala ang pararilang "kalahating walang-halaga at kalahating may-halaga." Ito ay dahil doon ito'y nagsasalita tungkol sa ikalawa at ikatlong pag-unawa sa pagmamahal, habang si Rabbi Elazar, anak ni Rabbi Shimon ay nagsasalita mula sa ika-apat na pag-unawa ng pagmamahal, ang walang-katapusang pag-ibig, ang paghahayag ng mukha, na tulad *ng* katotohanan nito na, Mabuti at gumagawa ng mabuti sa mabuti at sa masama.

119) Ating natutunan dito na ito'y imposible na matamo ang ika-apat na pag-unawa maliban kung ang isa ay mahusay at nalalaman ang lahat ng pakikitungo *ng* minamahal, at paano siya kumikilos sa lahat ng iba pa, nang walang pinipili. Ito rin ay kung bakit ang dakilang pribilehiyo, na ang isa ay nagantimpalaan *ng* paghusga sa kanyang sarili sa timbangan ng kahusayan, ay hindi pa rin sapat para sa isa na matamo ang buong pagmamahal, ibig sabihin ang ika-apat na pag-unawa. Ito ay ganito dahil ngayon hindi niya natatamo ang Kanyang kahusayan na tulad ng pagiging mabuti na gumagawa ng mabuti sa mabuti at sa masama, ngunit tanging Kanyang *Probidensiya* sa kanya.

Datapwat hindi pa rin niya nalalaman ang Kanyang *Probidensiya* sa mabunyi at nakakamanghang kaparaanan sa lahat ng tao sa mundo. Kaya ating natutunan sa itaas na habang ang isa ay hindi nalalaman ang pakikitungo *ng* minamahal sa iba pa, hangga't walang nawawala sa kanila, ang pag-ibig ay hindi pa rin walang katapusan. Kung gayon, ang isa ay dapat ding husgahan ang buong mundo sa timbangan *ng* kahusayan, at sa gayon lamang na ang walang katapusang pag-ibig ay lilitaw sa kanya.

120) Ito kung ano ang sinabi ni Rabbi Elazar, anak ni Rabbi Shimon, "Dahil ang mundo ay hinuhusgahan *ng* nakakarami dito, at ang indibidwal ay hinuhusgahan *ng* nakakarami dito," at dahil siya ay nakaugnay sa buong mundo, hindi niya masasabi, tulad *ng* nasusulat, na kanyang ituturing ang mga ito na kalahating walang-halaga, o kalahating may-halaga. Itong antas ay dumarating lamang sa isang tao kapag siya ay nagantimpalaan *ng* pagsisiwalat ng mukha at pagsisisi mula sa takot.

Subalit paano ito masasabi sa buong mundo nang hindi pa sila nagagantimpalaan nitong pagsisisi? Kaya ang isa ay dapat lamang magsabi na ang mundo ay hinuhusgahan *ng* nakakarami nito at ang indibidwal ay hinuhusgahan *ng* nakakarami nito.

Paliwanag: Ang isa ay mangyayaring isipin na ang isa ay hindi nagiging isang ganap na matuwid, maliban kung ang isa ay walang mga pagsuway at hindi kailanman nagkasala. Ngunit yaong mga bumagsak sa pagkakasala at mga pagsuway ay hindi na nararapat na maging ganap na matuwid.

Sa ganitong kadahilanan, si Rabbi Elazar, anak ni Rabbi Shimon, ay nagtuturo na ito ay hindi ganito. Sa halip ang mundo ay hinuhusgahan *ng* nakakarami nito at gayundin ang indibidwal. Ito'y nangangahulugan na matapos ang isa ay hindi na itinuturing na katamtaman, pagkatapos niyang magsisi mula sa takot, kaagad niyang natatamo ang 613 na Mitzvot at tinatawag na "katamtaman," ibig sabihin kalahati ng kanyang mga taon siya ay walang-halaga, at sa kalahati ng kanyang mga taon, siya ay may-halaga. Kalaunan, kung ang isa ay nagdagdag nang kahit isang Mitzva, ang Mitzva ng pag-ibig, ito'y itinuturing na siya sa kalakhan ay may-halaga at hinuhusgahan ang bawat bagay sa timbangan *ng* kahusayan. Kaya ang timbangan *ng* kasalanan ay nagiging timbangan *ng* kahusayan din.

Dito'y lumalabas na kahit kung ang isa ay may buong timbangan *ng* mga pagsuway at mga pagkakasala, ang lahat ng ito'y nagiging kahusayan. Sa gayon, ang isa ay tulad *ng* isa na hindi kailanman nagkasala at itinuturing na "ganap na matuwid." Ito ang ibig sabihin nang sinasabi na ang mundo at ang indibidwal ay hinuhusgahan *ng* nakakarami. Kaya ang mga pagsuway sa kamay ng isa bago sa pagsisisi ay hindi isinasaalangalang, dahil ang mga ito'y naging mga kahusayan. Kaalinsunod, kahit ang "ganap na masama" ay itinuturing na "ganap na matuwid," matapos na sila'y nagawaran *ng* pagsisisi mula sa pagmamahal.

121) Kaya kanyang sinabi na kung ang isang indibidwal ay gumawa ng isang *Mitzva*, ibig sabihin matapos ang pagsisisi mula sa takot, na kung ang isa ay nagkukulang lamang ng isang *Mitzva*, at "siya ay masaya dahil kanyang nahusgahan ang kanyang sarili at ang buong mundo sa timbangan ng kahusayan."

Samakatwid, hindi lamang siya ay ginantimpalaan sa pamamagitan ng kanyang pagsisisi mula sa pag-ibig, dahil sa kanyang paghuhusga sa kanyang sarili sa timbangan ng kahusayan, tulad nang sinasabi sa talata, kundi siya rin ay ginantimpalaan ng paghusga sa mundo sa timbangan ng kahusayan.

Ito ay nangangahulugan na siya ay ginantimpalaan na umangat sa nakakamanghang pagtatamo sa Banal na Torah, hanggang kanyang matuklasan kung paanong ang lahat ng tao sa mundo sa huli'y magagantimpalaan ng pagsisisi mula sa pag-ibig. Pagkatapos, sila rin ay matutuklasan at makikita ang lahat ng kamangha-manghang *Probidensiya*, tulad ng kanyang natamo para sa kanyang sarili. At pagkatapos sila ring lahat ay huhusgahan sa isang timbangan ng kahusayan. At sa panahong iyon, "ang mga kasalanan ay mahihinto sa daigdig, at ang mga masasama ay maglalaho."

At bagamat ang mga tao sa mundo mismo ay hindi pa nagagantimpalaan maging ng pagsisisi mula sa takot, gayunpaman, pagkatapos na ang indibidwal ay natamo yaong paghuhusga sa isang timbangan ng kahusayan, na nakatakdang dumating sa kanila sa malinaw at walang-pasubaling pagtatamo, ito'y tulad sa, "Inyong makikita ang inyong mundo sa inyong buhay," na masasabi tungkol sa isa na nakapagsisi mula sa takot. Ating nabanggit na ang isa ay humahanga at nagagalak dito na parang kaagad niyang natamo ito, dahil ang "lahat ng dapat matipon ay itinuturing na natipon." Gayundin dito, itinuturing para doon sa indibidwal na natamo ang pagsisisi ng buong mundo nang may katiyakan, na parang sila'y nagawaran at dumating sa pagsisisi mula sa pag-ibig. Bawat isa sa kanila ay hinusgahan ang kanilang mga kasalanan sa kahusayan, nang may kasapatan upang malaman ang Kanyang pakikitungo sa bawat isang nilalang sa mundo.

Ito ang dahilan kung bakit si Rabbi Elazar, anak ni Rabbi Shimon ay nagsabing, "Siya ay masaya, sapagkat kanyang nahusgahan ang kanyang sarili at ang buong mundo sa isang timbangan ng kahusayan."

Mula ngayon, ang isa ay lubusang malalaman ang lahat ng pamamaraan ng Kanyang *Probidensiya*, sa bawat isang nilikha, sa kaparaanan ng pagsisiwalat ng tunay na bukás ng Kanyang mukha, ibig sabihin, ang Mabuti na gumagawa ng mabuti sa mabuti at sa masama. At dahil nalalaman niya ito, siya samakatwid ay ginantimpalaan ng ika-apat na pag-unawa ng pagmamahal, tinatawag na "pag-ibig na walang hanggan."

Tulad nang talata, kaya si Rabbi Elazar, anak ni Rabbi Shimon ay nagbabala na kahit matapos na ang isa ay mahusgahan ang mundo sa isang timbangan ng kahusayan, ang isa ay hindi pa rin dapat maniwala sa kanyang sarili hanggang sa araw ng kanyang kamatayan. Kung siya ay mabigo sa isang pagsuway, kaagad niyang maiwawala ang lahat ng kanyang nakakamanghang pagtatamo, tulad nang nasusulat, "ang isang makasalanan ay nakakasira nang malubha sa kabutihan."

Ito ay naglilinaw sa pagkakaiba kung ano ang sinulat ni Rabbi Elazar, anak ni Rabbi Shimon. Ang sulatin ay bumabanggit lamang mula sa ikalawang at ikatlong pag-unawa sa pag-ibig; kaya hindi ito bumanggit ng paghusga sa buong mundo.

Ngunit si Rabbi Elazar, anak ni Rabbi Shimon, ay bumabanggit mula sa ika-apat na pag-unawa ng pag-ibig, na hindi maisasalarawan maliban sa pagtatamo ng paghusga sa buong mundo sa isang timbangan ng kahusayan.

Datapwat dapat nating maunawaan kung paano natin matatamo itong nakakamanghang pagtatamo ng paghuhusga sa buong mundo sa isang timbangan ng kahusayan.

122) Dapat nating maunawaan kung ano ang nasusulat (*Taanit* 11a), "Kapag ang publiko ay nagluluksa, ang isa ay hindi dapat magsabi na, 'Ako'y uuwi sa aking bahay at kakain at iinom, at ipapanatag ang aking kaluluwa.' Kung ang isa ay ginagawa iyon, ang mga *sulatin* ay nagsasabi tungkol sa kanya, 'At masdan, tuwa at kagalakan, kumatay ng baka at tupa, kumain ng karne at uminom ng alak—Tayo'y kumain at uminom, dahil bukas tayo'y mamamatay!'

Ano ang sinasabi tungkol doon? 'At ang Panginoon ng hukbo ay inihayag ang Kanyang Sarili sa aking pandinig: Buong katiyakan, ang kabuktutang ito ay hindi mapapatawad sa iyo hanggang ikaw ay mamamatay.'

Ito ngayon ang katangian ng katamtaman. Ngunit nasusulat tungkol sa katangian ng buktot, "'Halina kayo, Ako'y hahango ng alak, at titigibin natin ang ating mga sarili ng matapang na alak; at ang bukas ay magiging katulad din ng araw na ito.'"

Ano ang sinasabi tungkol doon? 'Ang matuwid ay pumapanaw, at walang taong nagsasapuso, ... na ang matuwid ay inilalayo mula sa kasamaan na darating.' Sa halip, kapag ang isa ay nakikipag-isa sa publiko, ang isa ay pinagkakalooban ng kaginhawahan ng publiko."

123) Ang mga salitang iyon ay tila lubos na walang kinalaman. Gusto niyang patunayan mula sa teksto na ang isa ay dapat ilahok ang sarili sa hapdi ng publiko. Ngayon, bakit dapat nating hatiin at paghiwalayin ang *katangian* ng *katamtaman* mula sa *katangian* ng *buktot*? Dagdag pa rito, ano itong *pagsisino* na ginagawa dito tungkol sa *katangian* ng *katamtaman* at *katangian* ng *buktot*? At bakit hindi nito sabihin na "panggitna" at "buktot," at bakit natin kailangan ang mga *katangiang* ito?

Gayundin, saan dito ipinapahiwatig na ang mga *sulatin* ay nagsasalita ng malaking kasalanan kapag ang isa ay hindi inilalahok ang sarili sa paghihirap ng publiko? Gayunman, wala tayong nakikitang anumang kaparusahan sa *katangian* ng *buktot*, kundi kung ano ang nasusulat, "Ang *matuwid* ay pumapanaw, at walang taong isinasapuso ito." Kung ang *buktot* ay nagkasala, ano ang ginagawa ng *matuwid* na dapat siyang parusahan, at bakit ang *buktot* ay dapat manangis kung ang *matuwid* ay maglaho?

124) Datapwat, dapat ninyong malaman na lahat ng mga *katangiang* ito — *katamtaman*, *buktot*, at *matuwid* — ay hindi ukol sa natatanging mga tao. Sa halip, ang lahat ng tatlong ito ay nasa bawat isang tao sa mundo. Itong tatlong *katangian* ay makikita sa bawat tao. Habang nasa panahon ng pagkakubli ng mukha, bago pa siya dumating sa pagtatamo ng *pagsisisi mula sa takot*, siya ay makikita bilang nasa *katangian* ng *buktot*.

Pagkatapos, kung ang isa ay nagawaran ng *pagsisisi mula sa takot*, siya ay maituturing na *katamtaman*. Sa gayon, kung ang isa ay nagawaran ng *pagsisisi mula sa pag-ibig* din, sa *ika-apat na pag-unawa*, ibig sabihin, sa *pag-ibig na walang hanggan*, siya ay maituturing na "ganap na matuwid." Kaya hindi nila sinabi na tahasang *katamtaman* at *matuwid*, kundi *katangian* ng *katamtaman* at *katangian* ng *buktot*.

125) Dapat din nating matandaan na imposibleng matamo ang *ika-apat na pag-unawa* sa *pag-ibig* na wala munang pagtatamo ng *paghahayag ng mukha*, na nakatalagang dumating sa buong mundo. Ito ang nagbibigay sa isa ng lakas upang *husgahan ang buong mundo sa timbangan ng kahusayan*, tulad ng sinabi ni *Rabbi Elazar, anak ni Rabbi Shimon*. At atin ding napag-aralan na ang usapin ng *pagsisiwalat ng mukha* ay buong katiyakang babaligtarin ang bawat pighati at kalungkutan na naganap habang nasa *pagkakubli ng mukha*, tungo sa mga nakakamanghang kasiyahan, hanggang sa ang isa ay manghinayang na nagdusa nang kakaunti lamang.

Kaya dapat nating tanungin, "Kapag ang isa ay hinusgahan ang kanyang sarili sa *timbangan ng kahusayan*, kanyang tiyak na maaalala ang lahat ng pighati at hapdi na kanyang dinanas habang nasa *pagkakubli ng mukha*." Ito ang dahilan kung bakit posible na ang lahat ng ito ay mababaligtad tungo sa nakakamanghang kasiyahan para sa kanya, tulad ng ating nabanggit sa itaas. Ngunit sa sandaling kanyang hinusgahan ang buong mundo sa *timbangan ng kahusayan*, paano niya malalaman ang hangganan ng pighati at kapaitan na ang lahat ng tao sa mundo ay dinanas, upang maunawaan kung paanong sila ay nahusgahan sa *timbangan ng kahusayan* sa katulad na paraan na ating ipinaliwanag tungkol sa paghusga ng sarili?

Upang maiwasan ang kakulangan sa *timbangan ng kahusayan* ng buong mundo, kapag ang isa ay naging marapat na husgahan ang mga ito sa *timbangan ng kahusayan*, ang isa ay walang ibang taktika kundi palaging ipagmalasakit ang sarili sa mga suliranin ng publiko, tulad ng kanyang pagdurusa sa kanyang mga suliranin. Sa gayon, ang *timbangan ng kasalanan* ng buong mundo ay maisasaloob niya sa kanya, tulad ng kanyang sariling *timbangan ng kasalanan*. Kaya kung siya ay nagawaran ng paghusga ng kanyang sarili sa *timbangan ng kahusayan*, kanyang magagawang husgahan din ang buong mundo sa *timbangan ng kahusayan*, at magtatamo bilang "isang ganap na *matuwid*."

126) Kaya kung siya sa kanyang sarili ay hindi magmamalasakit sa hapdi ng publiko, kahit sa sandaling siya'y mabiyayaan ng *pagsisisi mula sa takot*, na tinatawag na *katangian* ng isang *katamtaman*, ang mga *sulatin* ay nagsasabi tungkol sa kanya: "At masdan, tuwa at kagalakan." Ito'y nangangahulugan na ang isa na nagawaran ng biyaya na, "Iyong makikita ang iyong mundo sa iyong buhay," at masilayan ang kabuuang gantimpala ng kanyang *Mitzva* na inihanda para sa kasunod na mundo, ay tiyakang "tigib ng tuwa at kagalakan." At kanyang sasabihin sa kanyang sarili, "magkakatay ng baka at tupa, kakain ng karne at iinom ng alak—Tayo'y kumain at mag-inuman, sapagkat bukas tayo'y mamamatay!" Sa madaling salita, siya'y napuno ng malaking katuwaan dahil sa kanyang siguradong gantimpala sa kasunod na mundo. Ito ang dahilan kung bakit niya nasabi ng buong kagalakan, "sapagkat bukas tayo'y mamamatay," at aking makokolekta ang kasunod kong buhay mula sa *Ang Kabuuan* pagkatapos kong mamatay.

Datapwat, nasusulat tungkol doon: "At ang Panginoon ng mga hukbo ay inihayag ang Kanyang Sarili sa aking mga tainga: Buong katiyakan ang kasalanang ito ay hindi mo mababayaran hanggang ikaw ay mamatay." Ito'y nangangahulugan na ang teksto ay sinasaway siya sa mga *kamalian* sa kanyang kamay.

Ating natutunan na ang mga kasalanan ng isa na nagsisi mula sa *takot* ay nagiging mga *pagkakamali* lamang. Kaya dahil hindi siya nagmalasakit sa hapdi ng publiko at hindi magagawang magsisi mula sa *pagmamahal*, na kung saan ang mga *kasalanan* ay nababaligtad na maging *birtud*, ito'y kinakailangan na ang mga *pagkakamali* sa kanyang kamay ay hindi kailanman *pagsisisihan* sa kanyang buhay. Kaya paano siya magsasaya sa kanyang buhay sa kasunod na mundo? Kaya ito'y nasusulat, "Buong katiyakan ang kasalanang ito ay hindi mo mababayaran hanggang ikaw ay mamatay," ibig sabihin, ang mga *pagkakamali*, "hanggang ikaw ay mamatay," ibig sabihin bago siya mamatay. Kaya siya ay pinagkaitan ng *pagsisisi*.

127) Ito rin ay nasusulat na ito ay *katangian ng katamtaman*, ibig sabihin na ang *teksto* ay nagsasabi ng isang panahon nang ang isa ay nakapagsisi mula sa *takot* at sa pagpapatuloy. Sa panahong iyon, ang isa ay itinuturing na *"katamtaman."*

Datapwat, ano ang naisulat tungkol sa *katangian ng buktot*? Sa madaling salita, ano ang mangyayari sa panahon ng siya ay nasa *pagkakubli ng mukha*, na tinatawag noon na *katangian ng buktot*? Ating napag-aralan na ang *pagsisisi mula sa takot* ay hindi nagtutuwid ng nakaraan ng isa bago siya nakapagsisi.

Kaya ang *teksto* ay nagdala ng isa pang talata: "Halina kayo, ako'y hahango ng alak, at ating pupunuin ang ating mga sarili ng matapang na inumin; at ang bukas ay magiging katulad ng araw na ito." Ito'y nangangahulugan na yaong mga araw na iyon at mga taon na lumipas simula nang panahon ng *pagkakubli ng mukha*, na hindi niya naiwasto, ay tinawag na *katangian ng buktot*. Hindi nila nais na siya'y mamatay, dahil wala silang bahagi sa kasunod na mundo pagkatapos mamatay, sapagkat ang mga ito'y *katangian ng buktot*.

Samakatwid, sa panahon ng *katangian ng katamtaman* sa kanya ay masaya at nagsasaya, "dahil bukas tayo'y mamamatay," at magagantimpalaan ng *buhay ng kasunod na mundo*, kasabay ng panahon na ang *katangian ng buktot* sa kanya ay hindi sinasabi ito. Sa halip, ito'y nagsasabi, "at ang bukas ay magiging katulad ng araw na ito," ibig sabihin nais nitong mabuhay at maging masaya sa mundong ito nang walang hanggan, dahil wala pa itong bahagi para sa *kasunod na mundo*, sapagkat hindi pa niya ito naiwawasto—sapagkat ito'y naitutuwid lamang sa pamamagitan ng *pagsisisi mula sa pagmamahal*.

128) Ito'y nasusulat, "*Ang matuwid ay pumapanaw*," ibig sabihin, ang *katangian ng ganap na matuwid* na ang isang nilalang ay dapat makamtan ay nawawala sa kanya. "*At walang tao na ito'y isinasapuso... ang matuwid ay inilalayo mula sa kapahamakan na darating.*" Ito'y nangangahulugan na dahil itong *katamtaman* ay hindi nagawang iugnay ang sarili sa hapdi ng publiko, hindi niya magagawang matamo ang *pagsisisi mula sa pagmamahal*, mabaligtad ang mga kasalanan upang maging *birtud*, at ang mga kasamaan tungo sa *nakakamanghang kasiyahan*.

Sa halip, lahat ng pagkakamali na ang isang *masama* ay naranasan bago siya nakatamo ng *pagsisisi mula sa takot* ay nananatiling nasa katayuan ng *katangian ng buktot*, at nakakaramdam ng *panganib* sa Kanyang *Probidensiya*. At dahil sa mga panganib na ito na kanilang nararamdaman pa rin, hindi nila magagawang magantimpalaan bilang *ganap na matuwid*.

Ang *mga sulatin* ay nagsasabi, "*at walang taong nagsasapuso nito*," ibig sabihin yaong taong hindi ito isinasapuso, "*mula sa kasamaan na darating*." Sa madaling salita, dahil sa *panganib* na ang isa ay patuloy na nararamdaman pa rin sa Kanyang *Probidensiya* mula sa nakaraan, "*ang matuwid ay pumapanaw*," ibig sabihin nawala sa kanya ang *katangian ng matuwid*. At siya ay mamamatay at papanaw sa mundo bilang *katamtaman* lamang.

Ang lahat ng ito ay inaalala ng isa na hindi nagawang magmalasakit ng kanyang sarili sa *hapdi ng publiko*, at hindi nagantimpalaan na masaksihan ang *kaginhawahan ng publiko*, dahil hindi niya nagawang husgahan ang mga ito sa *timbangan ng kahusayan* at masaksihan ang kanilang kaginhawahan. Kaya hindi niya kailanman matatamo ang *katangian ng matuwid*.

129) Mula sa lahat ng nabanggit sa unahan, ating napag-alaman na walang nilalang na isinilang ng isang babae ang hindi makakaranas ng nabanggit na tatlong katangian: *katangian ng buktot, katangian ng katamtaman,* at *katangian ng matuwid.*

Ang mga ito ay tinatawag na *Midot* (mga katangian) dahil sila'y nag-uugat mula sa *Midah* (sukatan) ng kanilang pagtatamo ng Kanyang Probidensiya. Ang ating mga pantas ay nagsabi, "ang isa ay sinusukat sa hangganan ng kanyang sukatan" (Sutah 8). At sila na nakatamo ng Kanyang Probidensiya sa *pagkakubli ng mukha* ay itinuturing na *buktot*: maaaring *di-ganap na buktot* mula sa pananaw ng isang nasa isang *pagkakubli,* o kaya'y *ganap na buktot* mula sa pananaw ng isang nasa *dobleng pagkakubli.*

At dahil kanilang nararamdaman at naiisip na ang mundo ay pinapakilos sa masamang pag-gabay, ito ay parang hinatulan nila ang kanilang mga sarili, dahil sila'y nakakatanggap ng mga pahirap at pasakit mula sa Kanyang Probidensiya at masamang pakiramdam sa buong maghapon. At higit pa nilang hinahatulan sa kanilang pag-iisip na lahat ng tao sa mundo ay minamatyagan tulad nila, sa masamang pag-gabay.

Kaya yaong mga nakapagtamo mula sa pananaw ng *pagkakubli ng mukha* ay tinawag na *buktot,* dahil ang katawagang iyon ay lumilitaw sa kanila mula sa kaibuturan ng kanilang nararamdaman. Ito'y batay sa pag-unawa ng puso, at ang mga salita o mga pag-iisip na nagsasabing ang Kanyang Probidensiya ay walang kinalaman anupaman kapag ito'y sumasalungat sa pakiramdam ng bawat bahagi ng katawan at pandama, na hindi makakayang pilitin ang sarili na magkunwari, tulad nang ginagawa nito.

Kaya sila na nasa ganitong sukatan ng pagtatamo ng Kanyang Probidensiya ay maituturing na hinusgahan ang kanilang mga sarili at ang buong mundo sa *timbangan ng kasalanan,* tulad ng nasusulat sa mga salita ni Rabbi Elazar, anak ni Rabbi Shimon. Ito'y dahil kanilang inaakala na ang lahat ng tao sa buong mundo ay minamatyagan sa *masamang pag-gabay,* na katugma ng Kanyang Pangalan, "Ang Mabuti na gumagawa ng mabuti sa mabuti at sa masama."

130) Sila na ginawaran ng pandama sa Kanyang Probidensiya sa anyo ng unang antas ng *pagsisiwalat ng mukha,* tinawag na *"pagsisisi mula sa takot,"* ay itinuturing na *katamtaman.* Ito ay dahil ang kanilang damdamin ay nahahati sa dalawang bahagi, tinatawag na *"dalawang kopa ng timbangan."*

Ngayon na kanilang natamo ang *pagsisiwalat ng mukha,* sa paraan ng *"Inyong makikita ang inyong mundo sa inyong buhay,"* sa pinakadulo ay kanilang natamo ang Kanyang Mabuting Probidensiya na katugma ng Kanyang Pangalan, *"Mabuti."* Kaya, sila'y may isang *timbangan ng kahusayan.*

Ngunit ang lahat ng kalungkutan at mapapait na pasakit na lubusang nakatatak sa kanilang damdamin mula sa lahat ng mga araw at taon na kanilang tinanggap ang Probidensiya ng mukha, mula sa panahon na sila'y ginawaran ng nabanggit na *pagsisisi,* ay nanatiling nakatindig at tinatawag na *"isang timbangan ng kasalanan."*

At dahil mayroon sila nitong dalawang timbangang nakatindig na kabaligtaran ng isa't isa, sa paraang ang *timbangan ng kasalanan* ay nakatayo simula sa sandali ng kanilang *pagsisisi* at bago roon, at ang *timbangan ng kahusayan* ay nakatayo at naka-garantiya sa kanila mula sa sandali ng *pagsisisi* at nagpapatuloy, ang panahon ng *pagsisisi* ay nakatayo sa *pagitan* ng *kahusayan* at *kasalanan*, kaya sila'y tinawag na "*katamtaman.*"

131) At yaong mga naging karapat-dapat sa *pagsisiwalat ng mukha* sa ikalawang antas, tinawag na "*pagsisisi mula sa pagmamahal,*" kung kailan ang mga kasalanan ay naging *kahusayan* sa kanila, ay masasabing nahusgahan ang *timbangan ng kasalanan* sa isang *timbangan ng kahusayan*. Ito'y nangangahulugan na lahat ng kalungkutan at kahirapan na nalimbag sa kanilang mga buto habang nasa ilalim ng Probidensiya ng *pagkakubli ng mukha*, ngayon ay nabaligtad at nahusgahan sa *timbangan ng kahusayan*.

Ito ay dahil bawat kalungkutan at pighati ngayon ay naibaling tungo sa isang nakakamanghang, walang katapusang kasiyahan. Ngayon sila'y tinatawag na "*matuwid*" dahil kanilang binigyang-katwiran ang Kanyang Probidensiya.

132) Dapat nating malaman na ang nabanggit na *katangian ng katamtaman* ay nailalapat kahit ang isa ay nasa ilalim ng Probidensiya ng *pagkakubli ng mukha*. Sa pamamagitan ng malaking pagsisikap sa pananampalataya sa gantimpala at kaparusahan, ang isang *Liwanag ng pagtitiwala* sa *Taga-Paglikha* ay lumilitaw sa kanila. Sa isang sandali, sila'y ginagawaran ng isang antas ng *pagsisiwalat ng Kanyang mukha* sa sukatan ng isang *katamtaman*. Ngunit may balakid: hindi sila maaaring manatili nang palagian sa kanilang antas, dahil ang pananatili nang palagian sa isang antas ay posible lamang sa pamamagitan ng *pagsisisi mula sa takot*.

133) Dapat din nating malaman na noong sinabi nating mayroong pagpipilian lamang kapag mayroong *pagkakubli ng mukha*, ito'y hindi nangangahulugan na matapos ang isa ay matamo ang Probidensiya ng *nahayag na mukha*, wala nang dagdag na pagsisikap at gawain sa pagsasagawa ng *Torah* at *Mitzvot*. Sa kabaligtaran, ang tumpak na gawain sa *Torah* at *Mitzvot* ay nagsisimula pangunahin matapos ang isa ay nagantimpalaan ng *pagsisisi mula sa pagmamahal*. Tanging doon lamang posible na lumahok sa *Torah* at *Mitzvot* na kalakip ang pagmamahal at takot, tulad nang ipinag-utos sa atin, na "Ang mundo ay nilikha lamang para sa mga ganap na matuwid" *(Berachot 61)*.

Ito'y parang isang hari na gustong piliin para sa kanyang sarili ang pinakamatapat sa kanyang mga nasasakupan sa bayan at dalhin sila sa loob ng palasyo upang magtrabaho. Ano ang kanyang ginawa? Kanyang ipinalabas ang isang kautusan na sinuman, bata o matanda, ay maaaring pumunta sa kanyang palasyo upang lumahok sa mga gawain sa loob nito.

Datapwat, nagtalaga siya nang maraming alagad na bantayan ang lagusan ng palasyo at lahat ng mga daan patungo dito, at inatasan silang buong tusong ilihis ang lahat ng mga lumalapit sa palasyo at iligaw sa mga daang patungo dito.

At natural, lahat ng tao sa bayan ay nagsimulang tumakbo papunta sa palasyo ng hari. Ngunit ang mga masugid na bantay ay buong talinong napigilan sila. Marami ang nakalapit sa gate ng palasyo, ngunit ang mga bantay sa gate ang pinakamahigpit. Kung may isa man na nakalapit, kanilang nailihis at naibaling ng buong husay, hanggang ang isa ay masiraan ng loob at bumalik sa kanyang pinanggalingan.

At kaya sila'y dumating at lumisan, nagpanibagong lakas, dumating muli at umalis, hanggang makailang beses sa maraming araw at taon, hanggang sila'y mapagod sa pagsisikap. At tanging ang mga bayani sa kanila, na may pasensiyang nagtagal at nagtagumpay laban sa mga bantay, ang nakabukas ng gate. Sila'y kaagad ginantimpalaan na masilayan ang mukha ng hari, at inatasan sa nararapat na lugar.

Kaya naman, simula noon, wala na silang pakikitungo sa mga bantay na naglihis at nagligaw sa kanila, na naging sanhi ng mapait nilang buhay sa pagtakbo-takbo pabalik-balik sa gate. Ito'y dahil nagantimpalaan sila ng pagtatrabaho at paglilingkod sa harap ng kabunyian ng mukha ng hari sa kanyang palasyo.

Ganito ang gawain ng isang ganap na matuwid. Ang pamimili na ginamit habang nasa *pagkakubli ng mukha* ay hindi na ginamit pagkabukas nilang matamo ang bukas na Probidensiya.

Subalit, kanilang sinimulan ang gawain pangunahin mula sa paghahayag ng mukha. Sa panahong iyon, nag-umpisa silang humakbang paitaas sa mga baitang ng bahagdan na nakatayo sa mundo, na ang pinaka-tuktok na baitang ay umaabot sa langit, tulad ng nasusulat, "Ang matuwid ay hahayo nang lakas sa lakas."

Ito'y tulad ng sinabi ng ating mga pantas, "Ang bawat isang matuwid ay natatakpan ng takip ng kanyang kaibigan." Ang mga gawaing ito ay pinapaging-dapat sila para sa kalooban ng Diyos, upang matupad ang Kanyang Kaisipan ng Paglikha sa kanila, na naglalayong, "Pasiyahin ang Kanyang mga nilikha," ayon sa Kanyang mabuti at mapagpalang kamay.

134) Dapat ninyong malaman ang batas na ito, na mayroon lamang *pagsisiwalat* sa lugar na mayroong *pagkakubli*. Ito ay katulad sa usapin nitong mundo kung saan ang kawalan ay pinangungunahan ng pag-iral, dahil ang paglaki ng trigo ay lumilitaw lamang kung saan ito inihasik at nabulok.

Ito ay katulad ng matataas na mga usapin, kung saan ang *pagkakubli* at *pagsisiwalat* ay magkaugnay sa isa't isa tulad ng mitsa sa liwanag na sumasalo dito. Ito ay dahil anumang *pagkakubli*, sa sandaling ito'y maka-ugnay, ay sanhi para sa *pagsisiwalat* ng Liwanag patungkol sa ganoong uri ng *pagkakubli*, at ang Liwanag na lumilitaw ay kumakapit dito tulad ng liwanag sa mitsa. Tandaan ito sa lahat ng inyong mga gawi.

135) Ngayon inyong mauunawaan kung ano ang sinulat ng ating mga pantas, na ang buong *Torah* ay ang mga pangalan ng Taga-Paglikha. Ito ay tila nakakalito, dahil maraming mga kakatwang mga pangalan tulad ng buktot na—Pharaoh, Balaam, atbp., pagbabawal, kalaswaan, malupit na mga sumpa sa dalawang babala, at iba pa. Kaya paano natin mauunawaan na lahat ng mga pangalang ito ay sa Taga-Paglikha?

136) Upang maunawaan iyon, dapat nating malaman na ang ating mga kaparaanan ay hindi Kanyang kaparaanan. Ang ating kaparaanan ay upang makarating mula sa di-

perpekto tungo sa perpekto. Sa Kanyang kaparaanan, lahat ng paghahayag ay dumarating sa atin mula sa perpekto tungo sa di-perpekto.

Una, ang ganap na perpekto ay nagmumula at sumusulpot mula sa Kanya. Ang perpeksyong ito ay bumababa mula sa Kanyang mukha at lumalawit pababa nang may pagpipigil at pagpipigil, sa pamamagitan ng ilang antas, hanggang ito'y dumating sa huling pinaka-mahigpit na bahagi, na angkop sa ating materyal na mundo. At pagkatapos, ang materyal na bagay ay mamamalas natin dito sa mundong ito.

137) Mula sa unang nabanggit, inyong matututunan na ang Banal na *Torah*, na ang Kataasan ay walang katapusan, ay hindi nagmula at sumulpot mula sa Kanya tulad ng ating pagmamalas nito dito sa ating mundo, dahil ito'y nalalaman na "Ang *Torah* at ang Maylikha ay iisa," at ito'y hindi kahit paano malinaw sa *Torah* ng ating mundo. Dagdag pa rito, ang isang lumalahok dito nang *Lo Lishma*, ang kanyang *Torah* ay nagiging gayuma ng kamatayan para sa kanya.

Sa halip, noong ito'y unang sumulpot sa Kanya, ito'y nagmula at lumitaw sa lubusang perpeksyon, ibig sabihin sa aktwal na anyo nang "Ang *Torah* at ang Maylikha ay iisa." Ito'y tinawag na "Ang *Torah* ng Atzilut," sa Pambungad sa Pagwawasto ng *Ang Zohar* (p. 3), na "Siya, Kanyang Buhay, at ang Kanyang Sarili ay iisa." Pagkatapos, ito'y bumaba mula sa Kanyang mukha at unti-unting pinigilan sa pamamagitan ng maraming paghihigpit, hanggang ito'y ipagkaloob sa Sinai, nakasulat na tulad nang nasa ating harap sa mundo ito, na nadadamitan ng simpleng kasuotan ng materyal na mundo.

138) Datapwat dapat ninyong malaman na ang agwat sa pagitan ng mga kasuotan ng *Torah* sa mundong ito, at ang mga kasuotan ng *Torah* sa mundo ng *Atzilut* ay di-masusukat. Ngunit ang *Torah* sa sarili nito, ibig sabihin ang Liwanag sa loob ng mga kasuotan, ay walang pagbabago na anupaman sa pagitan ng *Torah* ng *Atzilut* at *Torah* ng mundong ito, tulad ng nasusulat na, "Ako, ang Panginoon ay hindi nagbabago" (Malachi 3:6).

Dagdag pa rito, itong mga krudong kasuotan sa ating *Torah* ng *Assiya* ay hindi maniwari na mababa ang kahalagahan patungkol sa Liwanag na nakapaloob dito. Sa halip, ang kanilang kahalagahan ay higit na malaki, kaugnay sa dulo ng kanilang pagwawasto, kaysa sa lahat ng mga pinong kasuotan sa Mataas na mga Mundo.

Ito'y dahil ang pagkakubli ang dahilan sa pagsisiwalat. Pagkatapos ng pagwawasto nito, sa sandali ng pagsisiwalat, ang pagkakubli para sa pagsisiwalat ay tulad ng isang mitsa sa liwanag na humawak dito. Mas malaki ang pagkakubli, mas malaki ang Liwanag na kakapit dito kapag ito ay naiwasto. Kaya itong lahat ng mga krudong kasuotan na ang *Torah* ay nababalot sa mundong ito, ang kanilang kahalagahan ay hindi kailanman mababa sa Liwanag na bumabalot dito; sa halip, ito'y kabaligtaran.

139) Ito ang tagumpay ni Moses sa mga anghel sa kanilang argumento na, "Mayroon bang inggit sa inyo? Ang masamang pagkahilig ba ay nasa sa inyo?" (Shabbat 89). Ibig sabihin nito na ang mas malaking pagkakubli ay naghihiwatig ng mas malaking Liwanag. Ipinakita niya sa kanila na sa dalisay na Liwanag na siyang nagsisilbing kasuotan ng *Torah* sa daigdig ng mga anghel, ang mas malaking Liwanag ay hindi maaaring lumitaw sa kanila katulad ng paglitaw nito sa mga kasuotang mundong ito.

140) Kaya ating nalaman na walang anupamang pagbabago mula sa *Torah* ng *Atzilut*, kung saan "Ang *Torah* at ang Maylikha ay iisa," hanggang sa *Torah* ng mundong ito. Ang tanging pagkakaiba ay nasa mga kasuotan, dahil ang mga kasuotang ito sa mundong ito ay nagtatabing sa Maylikha at ikinukubli Siya.

Alamin ninyo na ang Kanyang pananamit sa *Torah* ay tinatawag na "Katuruan." Ipinapahiwatig nito na kahit habang nasa pagkakubli ng mukha, at maging sa dobleng pagkakubli, ang Maylikha ay nakatanim at nababalot sa *Torah*. Siya ang "Guro," at ang *Torah* ang Kanya, ngunit ang mga krudong damit ng *Torah* sa ating paningin ay parang mga pakpak na tumatakip at nagkukubli sa Guro na nadadamitan at nagkukubli sa kanila.

Datapwat kapag ang isa ay ginantimpalaan ng paghahayag ng mukha sa pagsisisi mula sa pagmamahal sa ika-apat na pag-unawa dito, ito'y sinasabi tungkol sa kanya, "Datapwat ang Guro ay hindi na magkukubli ng Kanyang Sarili, ngunit ang iyong mga mata ay makikita ang iyong Guro" (Isaias 30:20). Mula noon, ang mga damit ng *Torah* ay hindi na magtatago at magtatabing sa "Guro," at matutuklasan ng isa sa lahat ng panahon na "Ang *Torah* at Maylikha ay iisa."

141) Ngayon inyo nang mauunawaan ang kahulugan ng mga salitang, "Talikuran Ako at sundin ang Aking batas." Kanilang ipinaliwanag, "Aking nais na ako'y iniwan nila at sinunod ang Aking *Torah* — ang Liwanag dito ay magwawasto sa kanila" (Yerushalmi, *Hagiga*, p6b).

Ito'y nakakalito sa unang tingin. Ibig sabihin, sila'y nag-aayuno at nagpapakasakit upang matagpuan ang paghahayag ng Kanyang mukha, tulad ng nasusulat, "sila'y nagsasaya upang makalapit sa Diyos" (Isaias 58:2). Ngunit ang teksto ay nagsasabi sa kanila sa pangalan ng Maylikha, "Nais Ko na Ako'y iwanan ninyo, dahil ang lahat ng inyong pagsisikap ay walang saysay at walang bunga. Ako'y hindi matatagpuan saanman maliban sa *Torah*. Samakatwid, sundin ninyo ang *Torah* at hanapin Ninyo Ako doon, at ang Liwanag doon ang magwawasto sa inyo, at Ako'y inyong matatagpuan," tulad ng nasusulat, "Yaong mga naghahanap sa Akin, ay matatagpuan Ako."

142) Ngayon, kahit paano, maari na nating *mailinaw* ang esensya ng karunungan ng Kabbalah, sapat para magkaroon tayo ng matibay at maaasahang pag-unawa sa likas nitong katangian. Sa ganitong paraan, hindi ka na basta-basta madadala ng mga maling akala at agaw-pansin na usapin na kalat sa masa.

Dapat ninyong malaman na ang Banal na *Torah* ay nahahati sa apat na pag-unawa na bumubuo sa kabuuan ng realidad. Tatlo rito ay nakatuon sa pangkalahatang realidad ng mundong ito — ang mga ito ay tinawag na "Mundo," "Taon," at "Kaluluwa." Ang ika-apat naman ay ang pamamaraan ng pag-iral ng tatlong bahagi na ito, ang kanilang pampalusog, ang kanilang sistema, at lahat ng mga pangyayari na bumabalot sa kanila.

143) Ang panlabas na bahagi ng reyalidad, tulad ng langit at mga papawirin, lupa at mga karagatan, atbp., na nasusulat sa Torah, ay tinatawag na "Mundo." Ang panloob na bahagi ng reyalidad — mga tao at dambuhala, mga hayop at iba't ibang uri ng ibon, atbp. — na isinama sa Torah at nabubuhay sa mga lugar na ito, ay tinawag na "Kaluluwa."

Ang pag-ikot ng reyalidad sa mga henerasyon ay tinawag na "sanhi at kinahinatnan." Halimbawa, sa pag-ikot ng mga henerasyon mula kay Adan ha Rishon hanggang kay Joshua at Caleb, na dumating sa lupa at isinama sa Torah, ang ama ay itinuturing na "sanhi" ng anak, na siya naman ay naging "sanhi" ng susunod na henerasyon. Ang pag-ikot na ito ng mga detalye ng reyalidad, na may sanhi at kinahinatnan, ay tinawag na "Taon."

Katulad nito, ang lahat ng pamamaraan ng pag-iral ng reyalidad, sa parehong panlabas at panloob na bahagi, pati na ang lahat ng mga pangyayari at proseso na nakasama sa Torah, ay tinawag na "pag-iral ng reyalidad."

144) Alamin ninyo na ang apat na mundo ay pinangalanan sa karunungan ng Kabbalah bilang Atzilut, Beria, Yetsira, at Assiya. Nang sila'y lumitaw at uminog, sumungaw sila mula sa isa't isa tulad ng pantatak at tatak. Ibig sabihin, anumang bagay na nasusulat sa pantatak ay kinakailangang lumitaw, humigit-kumulang ayon sa tinatakan nito — ganito rin ang pag-ikot ng mga mundo.

Kaya lahat ng apat na pag-unawa, MTK (Mundo, Taon, Kaluluwa), kasama ang kanilang mga paraan ng pamamayani sa mundo ng Atzilut, ay lumabas, natatakan, at nagpamalas ng anyo sa mundo ng Beria. Katulad nito, mula sa mundo ng Beria patungo sa mundo ng Yetzira, hanggang sa mundo ng Assiya.

Dahil dito, ang tatlong pag-unawa sa reyalidad sa ating harapan, na tinatawag na MTK, pati ang kanilang mga pamamaraan ng pamamayani sa mundong ito, ay umabot at lumitaw mula sa mundo ng Yetzira, at mula sa Yetzira mula sa Itaas.

Sa ganitong paraan, ang pinagmulan ng maraming detalye sa harap ng ating mga mata ay nasa mundo ng Assiya. Dagdag pa rito, kahit may mga pagbabago na lumalabas ngayon sa mundong ito, bawat bago ay kailangang munang lumitaw sa Itaas, sa mundo ng Atzilut, at mula doon ay bumaba at lumabas dito sa ating mundo.

Ito ang ibig sabihin ng mga salita ng ating mga pantas: "Walang hibla ng damo sa ibaba na walang kapalaran at bantay sa ibabaw, na humahampas dito at nagsasabi: 'Lumago!'" (Beresheet Rabba, Kabanata Sampu). Ito rin ang ibig sabihin ng teksto: "Ang isa ay hindi igagalaw ang isang daliri sa ibaba bago ito sabihin sa Itaas." *(Hulin p7).*

145) Alamin ninyo na dahil ang kasuotan ng Torah sa tatlong pag-unawa ng reyalidad— "Mundo," "Taon," at "Kaluluwa"—at ang kanilang pag-iral sa materyal na mundo, ay nagbunga ng mga pagbabawal, karumihan, at paghihigpit na matatagpuan sa nakahayag na Torah. Naipaliwanag na noon pa man na ang Maylikha ay nabalutan doon sa paraang "Ang Torah at ang Maylikha ay iisa," subalit nakakubli nang maayos. Ito ay dahil ang mga materyal na pananamit na ito ay nagsisilbing mga pakpak na nagtatakip at nagkukubli sa Kanya.

Datapwat, ang damit ng Torah sa anyo ng dalisay na *MTK* at ang kanilang pag-iral sa tatlong Mataas na Mundo—*Atzilut, Beria,* at *Yetzira*—ay sa pangkalahatan ay tinawag na "Ang Karunungan ng Kabbalah."

146) Kaya ang karunungan ng Kabbalah at ang nakahayag na *Torah* ay iisa at pareho. Datapwat, habang ang isang tao ay tumatanggap mula sa Probidensiya ng nakakubling mukha, at ang Maylikha ay nagtatago sa *Torah,* itinuturing siyang nagsasapraktika ng

nakahayag na Torah. Sa madaling salita, wala siyang kakayahang tumanggap ng anumang kaliwanagan mula sa Torah ng Yetzira, lalo na mula sa Ibabaw na Yetzira.

Ngunit kapag ang isa ay ginawaran ng paghahayag ng mukha, magsisimula siyang lumahok sa karunungan ng Kabbalah. Ito'y dahil ang mga kasuotan ng nakahayag na Torah sa sarili nito ay pinadalisay para sa kanya, at ang kanyang Torah ay nagiging Torah ng Yetzira, na tinawag na "Ang Karunungan ng Kabbalah."

Maging para sa isa na ginawaran ng Torah ng Atzilut, hindi nangangahulugan na nagbago ang mga letra ng Torah para sa kanya. Sa halip, ang mga kaparehong damit ng nakahayag na Torah ay napadalisay para sa kanya, at naging napakadalisay na mga damit. Ang mga ito'y naging katulad ng talatang, "Datapwat ang iyong Guro ay hindi na magkukubli pa, ngunit ang iyong mga mata ay makikita ang iyong Guro." At sa sandaling iyon, sila'y nagiging tulad ng, "Siya, ang Kanyang Buhay, at ang Kanyang Sarili ay iisa."

147) Hayaan ninyo akong bigyan kayo ng isang halimbawa, upang ang bagay na ito ay maging mas malinaw sa inyong mga isip. Halimbawa: Habang ang isa ay nasa pagkakubli ng mukha, ang mga letra at damit ng Torah ay kinakailangang magkubli sa Maylikha. Dahil dito, siya'y nabigo—dahil sa mga kasalanan at pagkakamaling kanyang nagawa. Sa sandaling iyon, siya'y nailagay sa ilalim ng kaparusahan ng krudong mga damit ng Torah: karumihan, paghihigpit, at mga pagbabawal.

Datapwat kapag ang isa ay ginawaran ng bukas na Probidensiya at pagsisisi mula sa pagmamahal—na ang kanyang mga kasalanan ay naging tulad ng birtud—ang lahat ng mga kasalanan at pagkakamali na kanyang kinasadlakan habang nasa ilalim ng pagkakubli ng mukha ay nahubaran ng kanilang mga krudo at mapapait na pananamit. Ngayon, siya'y nababalot ng mga damit ng Liwanag, *Mitzva*, at kahusayan.

Ganito ang nangyayari dahil ang parehong krudong pananamit ay napalitan at naging birtud. Ngayon, ang mga ito'y parang mga damit mula sa mundo ng *Atzilut o Beria*, na hindi nagtatakip o nagkukubli sa Guro. Sa kabaligtaran, "ang iyong mga mata ay mamamalas ang iyong Guro."

Kaya't walang pagkakaiba kahit anupaman sa pagitan ng Torah ng Atzilut at ng Torah ng mundong ito, sa pagitan ng karunungan ng Kabbalah at ng nakahayag na Torah. Ang tanging pagkakaiba ay nasa tao na lumalahok sa Torah. Sa dalawa na nag-aaral ng Torah sa parehong mga salita at bahagi, ngunit sa isa, ang Torah na ito ay magiging tulad ng karunungan ng Kabbalah at Torah ng Atzilut, habang sa isa, ito ay magiging Torah ng Assiya, ang nakahayag.

148) Ngayon ay inyong mauunawaan ang katotohanan sa mga salita ng Vilna Gaon sa aklat ng dalangin, sa bahagi ng pagpupuri para sa Torah. Kanyang isinulat na ang Torah ay nagsisimula sa *Sod* (lihim), ibig sabihin, sa hayag na Torah ng Assiya, na itinuturing na nakatago, sapagkat ang Maylikha ay ganap na nakakubli roon.

Pagkatapos, siya'y tutungo sa *Remez* (pahiwatig), ibig sabihin, Siya ay higit na nakahayag sa Torah ng Yetzira. Sa huli, ang isa ay mararating ang *Peshat* (literal), na siyang Torah ng Atzilut. Ito'y tinawag na *Peshat* dahil ito'y *Mufshat* (nahubaran) ng lahat ng pananamit na nagtatago sa Maylikha.

149) Sa sandaling tayo'y makarating doon, makakaya na nating magbigay ng ilang ideya at pagkaunawa tungkol sa apat na mundo na kilala sa karunungan ng Kabbalah sa mga pangalang *Atzilut, Beria, Yetzira,* at *Assiya* ng *Kedusha* (kabanalan), at sa apat na mundo ng *ABYA* ng *Klipot*, na nakaayos nang magkabila at nakatapat sa *ABYA* ng *Kedusha*.

Inyong mauunawaan ito ayon sa apat na pag-unawa sa pagtatamo ng Kanyang *Probidensiya*, at sa apat na antas ng pagmamahal. Una, ating ipapaliwanag ang apat na mundong *ABYA* ng *Kedusha*, at tayo'y magsisimula sa ibaba, mula sa mundo ng *Assiya*.

150) Atin nang naipaliwanag ang unang dalawang pag-unawa sa Probidensiya ng pagkakubli ng mukha. Dapat ninyong malaman na ang dalawang ito ay itinuturing na bahagi ng mundo ng *Assiya*. Ito ang dahilan kung bakit nasusulat sa aklat *Ang Puno ng Buhay* (*The Tree of Life*) na ang mundo ng *Assiya* sa kabuuan ay masama, at maging ang kakaunting kabutihan na naroon ay nahahaluan ng kasamaan at halos hindi makilala.

Mula sa pananaw ng unang pagkakubli, ito'y nangangahulugang ang buong mundo ay masama—ang mga pasakit at pighati ay hayag sa mga tumatanggap ng ganitong uri ng Probidensiya. Samantalang mula sa dobleng pagkakubli, ang kabutihan ay lubusang nahahaluan ng kasamaan, kaya't ang kabutihan ay ganap na hindi makilala.

Ang unang pag-unawa sa *paghahayag ng mukha* ay itinuturing na "ang mundo ng *Yetzira*." Kaya't sinasabi sa aklat *Ang Puno ng Buhay* (Gate 48, Chapter Three) na ang mundo ng *Yetzira* ay kalahating mabuti at kalahating masama. Ibig sabihin, yaong nakaabot sa unang antas ng *paghahayag ng mukha*—ang paunang anyo ng *may-pasubaling pagmamahal*—ay tinuturing na "katamtaman": kalahating marapat at kalahating di-marapat. Ito ay tinatawag na *pagsisisi mula sa takot*.

Ang ikalawang pag-unawa ng pagmamahal ay tinuturing pa ring *may-pasubali*, ngunit wala nang bakas ng anumang pinsala o panganib sa pagitan ng tao at ng Maylikha. Gayundin, ang ikatlong pag-unawa ay ang unang antas ng *walang-pasubaling pagmamahal*. Ang dalawang antas na ito ay kaugnay ng mundo ng *Beria*.

Kaya't nasusulat din sa *Ang Puno ng Buhay* na ang mundo ng *Beria* ay sa kabuuan ay mabuti, at ang kakaunting bahagi ng kasamaan doon ay halos hindi makilala. Ibig sabihin, ang taong tinawag na *katamtaman* ay ginantimpalaan ng isang *Mitzva* at kaya't nahusgahan niya ang kanyang sarili sa *timbangan ng kahusayan*. Dahil dito, siya'y tinuturing na "karaniwan ay mabuti," batay sa antas ng kanyang pagmamahal.

Ang kaunting hindi makikilalang kasamaan sa *Beria* ay mula sa ikatlong pag-unawa ng pagmamahal—ang *walang-pasubali*, ngunit hindi pa lubos. Bagama't nahusgahan niya ang sarili, hindi pa niya nahusgahan ang buong mundo. Kaya't may natitira pang maliit na bahagi ng kasamaan, kahit hindi niya ito nararanasan bilang pinsala—hindi man sa kanyang sarili, o kahit sa iba.

Ang ikaapat na pag-unawa sa pagmamahal—ang *walang-pasubaling pagmamahal na ganap at walang hanggan*—ay itinuturing na ang mundo ng *Atzilut*. Kaya't nasusulat sa *Ang Puno ng Buhay* na sa mundo ng *Atzilut* ay walang kasamaan kailanman, gaya ng nasasaad: "ang kasamaan ay hindi mananahan sa Kanya."

Ito ay dahil matapos maabot ng tao ang paghusga hindi lamang sa sarili kundi sa buong mundo sa *timbangan ng kahusayan*, ang kanyang pagmamahal ay ganap at walang katapusan. Sa antas na ito, wala nang kahit anong pagkukubli o pagtatakip ang maaaring isipin. Sapagkat ito ang lugar ng ganap na *paghahayag ng mukha*, gaya ng nasusulat: "kaya't ang iyong Guro ay hindi na ikukubli ang Kanyang Sarili, ngunit ang iyong mga mata ay mamamalas ang iyong Guro."

Ito ay dahil nalalaman na niya ngayon ang lahat ng mga pakikitungo ng Maylikha sa lahat ng nilalang, bilang isang tunay na *Probidensiya* na may katangian ng Kanyang Pangalan: "Ang Mabuti, na gumagawa ng mabuti sa mabuti at sa masama."

151) Ngayon inyo ring mauunawaan ang pag-unawa sa apat na mundo ng ABYA ng Klipa, na nasa kabila ng ABYA ng Kedusha, tulad sa, "Ang Diyos ay ginawa rin ang isa kasama ang isa pa." Ito ay dahil ang karwahe ng Klipot ng Assiya ay dumarating mula sa pag-unawa ng nakakubling mukha sa magkapareho nitong antas. Yaong karwahe ay nangingibabaw upang gawin ang tao na husgahan ang bawat bagay sa timbangan ng kahusayan.

At ang mundo ng Yetzira ng Klipa ay nasasapo ang timbangan ng kahusayan—na hindi kunektado sa mundo ng Yetzira ng Kedusha sa kamay nito. Kaya kanilang pinangingibabawan ang katamtaman, na tumatanggap mula sa mundo ng Yetzira, sa kaparaanan ng, "Ang Diyos ay ginawa rin ang isa kasama ang isa pa."

Ang mundo ng Beria ng Klipa ay mayroong kaparehong kapangyarihan na kanselahin ang may-pasubaling pagmamahal—na kanselahin ang tanging bagay na ang pag-ibig ay nakasalalay, ito'y ang kasiraan sa pagmamahal ng ikalawang pag-unawa.

At ang mundo ng Atzilut ng Klipa ay nasasapo sa kamay nito yaong kakatiting na kasamaan na ang pag-iral sa Beria ay hindi kapansin-pansin. Dahil sa ikatlong pag-unawa sa pagmamahal, at bagama't ito'y tunay na pag-ibig, dala ng puwersa ng Mabuti na gumagawa ng mabuti sa mabuti at masama, na itinuturing na Atzilut ng Kedusha, gayunpaman, dahil hindi pa siya nagantimpalaan ng paghuhusga ng buong mundo sa timbangan ng kahusayan, ang Klipa ay may kakayahan na biguin ang pagmamahal patungkol sa Probidensiya para sa iba.

152) Ito ang ibig sabihin nang nasusulat sa *Puno ng Buhay* (*Tree of Life*), na ang mundo ng *Atzilut* ng *Klipot* (*Basyo*) ay nakatayo sa kabila ng mundo ng *Beria*, hindi sa kabila ng mundo ng *Atzilut*. Ito'y ganito dahil tanging ang ikaapat na pag-unawa ng pag-ibig ay nakaaabot mula sa mundo ng *Atzilut* ng *Kedusha* (*Kabanalan*). Kaya walang paghahari ang *Klipa* doon, dahil kanya nang nahusgahan ang buong mundo sa timbangan ng kahusayan, at nalalaman ang lahat ng pamamaraan ng *Maylikha* sa Kanyang *Probidensiya* sa mga tao rin, mula sa *Probidensiya* ng Kanyang *Pangalan*, na "*Ang Mabuti na gumagawa ng mabuti sa mabuti at masama.*"

Datapwat sa mundo ng *Beria*, kung saan nakaaabot ang ikatlong pag-unawa, wala pa ring paghuhusga sa buong mundo. Samakatwid, mayroon pa ring isang hawak para sa *Klipot*. Subalit ang mga *Klipot* na ito ay itinuturing na *Atzilut* ng *Klipa*, dahil sila'y nasa kabila ng ikatlong pag-unawa, ang walang-pasubaling pag-ibig, at ang pag-ibig na ito ay itinuturing na *Atzilut*.

153) Ngayon atin nang lubusang naipaliwanag ang ang mundong *ABYA* ng *Kedusha* at ng *Klipot*, na kabaligtaran ng bawat isang mundo. Ang mga ito'y maituturing na mga kakulangan na umiiral sa kani-kanilang mundo, sa *Kedusha* at ang mga ito ang tinawag na *"Ang apat na mundong ABYA ng Klipot."*

154) Ang mga salitang ito ay sapat na para sa sinumang tagapag-masid na maramdaman ang esensya ng karunungan ng *Kabbalah* sa ilang antas. Dapat ninyong malaman na karamihan ng mga may-akda ng mga aklat ng *Kabbalah* ay hindi itinuon ang kanilang mga aklat, kundi tanging doon lamang sa mga mambabasa na nakapag-tamo na ng paghahayag ng mukha at lahat ng mabunying pagtatamo.

Hindi marapat nating tanungin, "Kung sila'y nagantimpalaan na ng pagtatamo, kung gayon, nalalaman na nila ang bawat bagay sa pamamagitan ng kanilang sariling pagtatamo. Bakit kung gayon kanila pang kakailanganin na magsaliksik sa aklat ng *Kabbalah* ng iba pang may-akda?"

Datapwat, hindi mainam na tanungin ang ganitong katanungan. Ito'y tulad ng isa na lumahok sa literal na *Torah* na walang kamalayan sa mga kaparaanan ng mundo patungkol sa *Mundo, Taon,* at *Kaluluwa* ng mundong ito, at isang hindi nakakaalam ng pag-uugali at gawi ng mga tao sa kanilang mga sarili at iba pa. At hindi rin niya nalalaman ang mga hayop at mga ibon ng mundong ito.

Inyo bang maituturing na ang ganitong tao ay magagawang mauunawaan ang isang usapin sa *Torah* nang tama? Kanyang mababaligtad ang mga usapin sa *Torah* mula sa mabuti patungo sa masama, at hindi niya matatagpuan ang kanyang kamay o mga paa sa anumang bagay.

Kaya ganito ang usapin sa ating harapan: Kahit na ang isa ay nagantimpalaan na ng pagtatamo sa antas ng *Torah* ng *Atzilut*, hindi pa rin siya makakakita ng higit kaugnay sa kanyang sariling *kaluluwa*. Datapwat, ang isa ay dapat malaman ang tatlong pag-unawa sa *Mundo, Tao,* at *Kaluluwa*, sa kanilang bawat pangyayari at pamamaraan nang buong kamalayan, upang magawang maunawaan ang mga usapin sa *Torah* na kaugnay sa mundong yaon.

Ang mga usaping ito ay ipinaliwanag sa *Aklat ng Zohar* at mga tunay na aklat ng *Kabbalah* kasama ang lahat ng kanilang detalye at mga kasalimuutan. Kaya bawat pantas at isa na nakakaunawa sa kanyang sariling pag-iisip ay dapat pagbulay-bulayin ang mga ito sa araw at gabi.

155) Kaya dapat nating tanungin, bakit kung gayon, ang mga *Kabalista* ay hinihingi na ang bawat nilalang na pag-aralan ang karunungan ng *Kabbalah*? Sa katunayan, mayroon isang dakilang bagay dito na karapat-dapat na ipahayag: Mayroong kamangha-manghang, walang kasinghalagang lunas para doon sa mga lumalahok sa karunungan ng *Kabbalah*. Bagamat hindi nila nauunawaan ang kanilang pinag-aaralan, sa pamamagitan ng kanilang pagnanasa at malaking pagnanais na maunawaan ang kanilang pinag-aaralan, pinupukaw nila sa kanilang mga sarili ang *Liwanag* na nakapaligid sa kanilang *kaluluwa*.

Ito'y nangangahulugan na bawat nilalang mula sa *Israel* ay nakakatiyak na matatamo ang lahat ng nakakamanghang pagtatamo na ang *Taga-Paglikha* ay isinaalang-alang sa *Isipan ng Paglikha* na bigyang kasiyahan ang bawat nilikha. At ang isang nilalang na hindi nagantimpalaan sa buhay na ito ay magagawaran sa kasunod na buhay, atbp., hanggang ang isa ay magantimpalaan na maganap ang Kanyang *Isipan*, na Kanyang inilaan para sa nilalang.

At habang ang isa ay hindi pa natatamo ang perpeksyon, ang *Liwanag* na nakatalaga na umabot sa kanya ay itinuturing na *Nakapalibot na Liwanag*. Na ibig sabihin na ang mga ito'y nakahanda para sa kanya, ngunit naghihintay sa kanya na padalisayin ang kanyang mga *daluyan (vessel)* ng pagtanggap, na sa pagkakataong iyon, ang mga *Liwanag* na yaon ay dinamitan ang mga may kakayahang *daluyan (vessel)*.

Kaya kahit wala siya nitong mga *daluyan (vessel)*, kapag siya'y lumalahok sa karunungang ito, at binabanggit ang mga pangalan ng *Liwanag* at mga *daluyan (vessel)* na kaugnay ng kanyang *kaluluwa*, kaagad na sumisinag ang mga ito sa isang hangganan. Datapwat, ang mga ito'y sumisinag sa kanya nang walang pagdadamit sa panloob ng kanyang *kaluluwa*, dahil sa kakulangan ng may angkop na *daluyan (vessel)* upang tumanggap sa mga ito. Ngunit ang kaliwanagan na kanyang tinatanggap sa panahon ng kanyang paglahok ay nagdadala sa kanya ng biyaya mula sa Itaas, at binabahaginan siya ng kasaganaan ng kabanalan at kadalisayan, na nagdadala sa kanya ng mas malapit sa pagkakamit ng perpeksyon.

156) Subalit mayroong isang mahigpit na kundisyon habang lumalahok sa ganitong karunungan—na huwag ihalintulad ang mga bagay sa mga kinathang-isip at mga pisikal na mga usapin. Ito'y dahil kanilang nilalabag ang, "Huwag kayong gagawa para sa inyong sarili nang mga inukit na mga imahen, o anumang pagkakawangis."

Sa ganitong pangyayari, ang isa ay napipinsala sa halip na makatanggap nang pagpapala. Samakatwid, ang ating mga pantas ay nagpayo na mag-aral lamang nang karunungan pagsapit nang ika-apatnapung taon, o kaya'y sa isang *Rav* at iba pang mga pag-iingat. Ang lahat nang mga ito ay para sa kadahilanang nabanggit.

Upang mailigtas ang mababasa sa pagsasa-materya nang mga usapin, aking kinatha ang aklat nang *Talmud Eser Sefirot* (*The Study of the Ten Sefirot*) ni *Ari*. Doon aking tinipon mula sa mga aklat ni *Ari* ang lahat nang mga pangunahing sanaysay tungkol sa paliwanag tungkol sa sampung *Sefirot* sa pinaka-simple at madaling salita na aking magagawa. Akin ding isinaayos ang hanay nang mga katanungan at mga kasagutan sa bawat salita at usapin. "...at ang kalooban ng Diyos ay magtatagumpay sa Kanyang kamay."

Ang Kalayaan

> *"Harut* (nakaukit) sa bato"; huwag itongwikain na *Harut* (nakaukit), subalit sa halip *Herut* (kalayaan), upang maipakita na sila'y napalaya mula sa anghel ng kamatayan.
> *Midrash Shemot Raba,* 41

Ang mga salitang ito ay nangangailangan, dahil paano ang usapin nang pagtanggap ng *Torah* na kaugnay sa paglaya ng isa sa kamatayan? Dagdag pa rito, sa sandaling kanilang natamo ang isang walang hanggang katawan na hindi mamamatay dahil sa pagtanggap sa *Torah* paano nila nawala ito muli? Ang walang hanggan ba ay maaaring maglaho?

KALAYAAN NG KALOOBAN

Upang maunawaan ang mabunying konsepto ng *"kalayaan mula sa anghel ng kamatayan,"* dapat muna nating maunawaan ang konsepto ng kalayaan na karaniwang naiintindihan ng buong sangkatauhan.

Isang pangkalahatang pananaw na ang kalayaan ay itinuturing na batas ng kalikasan, na inilalapat sa lahat ng may buhay. Kaya ating mapapansin na ang mga hayop na nabibihag ay namamatay kapag pinagkaitan sila ng kanilang kalayaan. Ito ay totoong pagpapatunay na ang *Probidensya* ay hindi sumasang-ayon sa pang-aalipin ng anumang nilikha. Ang sangkatauhan ay mayroong mabuting kadahilanan kung bakit patuloy na nakikibaka nang mahabang panahon upang makapagtamo ng tiyak na hangganan ng kalayaan ng isang indibidwal.

Ngunit ang konseptong ito, na inihayag sa salitang "kalayaan," ay nanatiling hindi malinaw, at kung tayo'y magsasaliksik sa kahulugan ng salitang ito, tiyak na halos walang malalabi. Dahil bago kayo maghanap ng kalayaan ng isang indibidwal, kinakailangan ninyong tanggapin na sinumang indibidwal, sa sarili nito mismo, ay mayroon itong katangian na tinatawag na "kalayaan," ibig sabihin may kakayahang gumalaw siya ayon sa sariling malayang pagpili.

KASIYAHAN AT PAGDURUSA

Datapwat kapag ating sinuri ang mga pagkilos ng isang indibidwal, makikita natin ito na sapilitan. Napipilitan siyang gawin ang mga ito at wala siyang kalayaang mamili. Sa isang banda, para siyang isang karneng pinakukuluan sa kalan; wala itong magagawa kung hindi ang maluto. At dapat itong maluto dahil ang *Probidensiya* ay iginapos ang buhay sa dalawang tanikala: kasiyahan at pagdurusa.

Ang mga nabubuhay ay walang kalayaan sa pagpili—upang piliin ang kasiyahan o tanggihan ang kasakitan. At ang kalamangan ng tao sa mga hayop ay magagawa niyang ituon ang kanyang pansin sa may kalayuang layunin, ibig sabihin na papayag siyang dumanas ng kasakitan sa kasalukuyan para sa hinaharap na kasiyahan na matatamo makalipas ang ilang panahon.

Ngunit sa katunayan, ito ay para lamang isang tila pang-kalakalang *transaksiyon*, kung saan ang kasalukuyang hirap at kasakitan ay mas katanggap-tanggap na danasin kapalit sa kasiyahan at pakinabang sa hinaharap. Na ito'y usapin lamang ng kalkulasyon ng maibabawas na sakit at paghihirap sa inaasahang lalabis na kasiyahan sa huli. Kaya, tanging ang kasiyahan lamang ang napapahaba. At may mga pagkakataon na nangyayaring tayo'y nagdurusa dahil natagpuan natin na ang nakamit na kasiyahan ay hindi sumapat sa ating inasahan kapalit ng ating paghihirap na dinaanan; kaya para tayong mga mangangalakal na nawalan.

At matapos ang lahat, walang pagkakaiba ito sa pagitan ng tao at ng hayop. At kung ganoon ang usapin, walang kalayaan sa pagpili kahit anupaman, kundi tanging isang humahatak na puwersang humihila tungo sa anumang dumaraang kasiyahan at nagwawaksi sa masakit na kalagayan. At ang *Probidensiya* ay dinadala sila sa bawat lugar na napipili nito sa pamamagitan ng dalawang puwersang iyon, nang hindi hinihingi ang kanilang opinyon sa bagay na iyon.

Higit pa rito, maging ang pagpapasya sa uri ng kasiyahan at pakinabang ay lubusang wala sa sariling kagustuhan, bagkus sunod-sunuran sa kalooban ng iba, kung ano ang gusto nila, at hindi ng kanya. Halimbawa: Ako'y umuupo, ako'y nagdaramit, ako'y nagsasalita, at ako'y kumakain. Ginagawa ko ang lahat ng ito, hindi dahil gusto kong umupo sa ganitong paraan, o kaya'y manamit sa ganitong paraan, magsalita sa ganitong paraan o kumain sa ganitong paraan, ngunit dahil ang iba ay gusto akong umupo, manamit, magsalita, at kumain sa ganoong paraan. Ito'y bilang pagsunod sa naisin at kagustuhan ng lipunan at hindi ng aking sariling kalooban.

Dagdag pa rito, kadalasan, ginagawa ko ito nang labag sa aking kalooban. Dahil ako'y magiging mas kumportable na kumilos nang mas simple, nang walang gaanong dalahin. Ngunit ako'y nabibigkis ng bakal na tanikala sa lahat ng aking paggalaw, sa mga pag-uugali at kagustuhan ng iba na bumubuo ng lipunan.

Kaya sabihin ninyo sa akin, nasaan ang aking kalayaan nang kalooban. Sa isang banda, kung ating tatanggapin na ang kalooban ay walang kalayaan, kung gayon tayong lahat ay

na tayong lahat ay nakapiit sa kulungan nang *Probidensiya*, kung saan, gamit ang dalawang tanikala nang kasiyahan at kasakitan, ay nagtutulak at humihila sa atin sa kagustuhan nito, kung saan nito nakikitang angkop.

Dito'y lumalabas na walang ganoong bagay na tulad nang kasakiman sa mundo, dahil walang isa man dito ang malaya o tumatayo sa kanyang sariling dalawang paa. Hindi ako ang nagmamay-ari nang pagkilos, at hindi ako ang gumaganap dahil gusto kong gumanap, ngunit ako'y pinapakilos sa sapilitang pamamaraan, at nang wala akong kamalayan. Kaya ang gantimpala at kaparusahan ay naglaho na.

At kakatwa hindi lamang para sa mga relihiyoso, na naniniwala sa Kanyang *Probidensiya* at umaasa sa Kanya at nagtitiwala na Siya'y naglalayon lamang para sa mga mahusay sa ganitong paggalaw. Ito'y higit na kakatwa pa rin sa mga naniniwala sa kalikasan, dahil ayon sa unahan, tayo'y nabibigkis nang tanikala nang bulag na kalikasan, na walang kamalayan o responsibilidad. At tayo, na napiling uri, na may kasamang katwiran at kaalaman, ay naging laruan sa kamay nang bulag na kalikasan at nagligaw sa atin sa hindi natin alam kung saan?

ANG BATAS NANG MGA SANHI

Kapaki-pakinabang na bigyang panahon ang pag-gagap sa mga ganitong mahahalagang bagay, ibig sabihin, paanong tayo'y nabuhay sa mundo bilang mga nilalang na mayroong isang "sarili," kung saan bawat isa sa atin ay itinuturing ang kanyang sarili na isang natatanging indibidwal, gumagalaw sa kanyang sarili, at malaya sa panlabas, kaiba at di-nakikilalang mga puwersa. At ang nilalang bang ito, ang sarili, ay nagpapakita sa atin?

Totoo na mayroong isang pangkalahatang *kuneksyon* sa pagitan ng lahat nang elemento ng reyalidad sa ating harapan, na sumusunod sa batas nang mga sanhi, sa pamamagitan ng sanhi at kinalabasan, sa patuloy na pagsulong. At tulad sa pangkabuuan, gayundin ang bawat bagay sa sarili nito, ibig sabihin na bawat isang nalikha sa mundo mula sa apat na uri—ang pirmi, halaman, hayop at nagsasalita—ay sumusunod sa batas ng mga sanhi sa pamamagitan ng sanhi at kinalabasan.

Dagdag pa rito, bawat partikular na anyo nang isang partikular na pagkilos, na ang isang nilikha ay sinusunod habang nasa mundong ito, ay itinutulak nang matatagal nang mga sanhi, na nagtutulak dito na tanggapin ang pagababago sa ganoong pagkilos at hindi sa kahit anupaman. At ito ay malinaw na makikita ng mga magsusuri sa *kaparaanan* nang kalikasan mula sa isang siyentipikong pananaw ng walang bahid ng maling pag-aakala. Sa katunayan kailangan nating analisahin ang bagay na ito upang mapag-aralan natin ito sa lahat nang bahagi, para sa ating mga sarili.

ANG APAT NA SALIK

Ilagay sa isip na bawat paglitaw na nagaganap sa mga nilalang sa mundo ay dapat tingnan na hindi umiral mula sa kawalan, ngunit pag-iral mula sa umiiral, sa pamamagitan ng isang aktwal na nilalang na naghunos nang dati nitong anyo at nadamitan sa kasalukuyan nitong anyo.

Kaya dapat nating maunawaan na sa bawat pagsulpot sa mundo, mayroong apat na salik kung saan ang apat na ito sa kanilang pagsasama umangat ang ganitong pagsulpot. Ito ay tinawag sa mga pangalan na: A. Ang pinagmulan.

B. Ang di-nagbabagong pagkilos ng sanhi at kinalabasan na kaugnay sa katangian ng pinagmulan.

C. Ang mga pagkilos ng batas ng sanhi at kinalabasan sa panloob nito, na nagbabago kapag nagkaroon ng kaugnayan sa mga puwersang nasa labas nito.

D. Ang pagkilos ng batas ng sanhi at kinalabasan bilang epekto ng mga bagay na mula sa labas.

At akin silang lilinawin bawat isa:

ANG UNANG DAHILAN: ANG UGAT, ANG UNANG MATERYA

A) Ang "pinagmulan" ang unang materya, kaugnay doon sa nilalang. Sapagkat "walang bagay na bago sa ilalim ng araw," at anumang bagay na nagaganap sa ating mundo ay hindi pagkabuhay mula sa kawalan, ngunit pagkabuhay mula sa buhay. Ito ay isang likha na nahubaran ng dati nitong anyo, at nag-angkin ng ibang anyo, na kaiba mula sa una. At ang likhang ito, na naglunos ng naunang anyo nito, ay inilarawan bilang "ang pinagmulan." Dito nakahimlay ang nakatakdang maaaring maihayag at mapagsino sa dulo ng paghugis niyaong sumusulpot. Kaya ito'y malinaw na itinuring na ang pangunahing sanhi nito.

ANG PANGALAWANG DAHILAN: SANHI AT KINALABASAN NA UMUSBONG MULA SA SARILI NITO MISMO

B) Ito ang pagkilos ng sanhi at kinalabasan, kaugnay sa sariling katangian ng pinagmulan na di-nagbabago. Kunin na halimbawa ang uway ng trigo na nabulok sa lupa at nagresulta sa katayuang nagbinhi ng maraming uway ng trigo. Kaya ang nabulok na katayuan ang itinuturing na "ugat," ibig sabihin na ang esensya ng trigo ay nahubdan ng dati nitong hugis, ang hugis ng trigo, at nag-angkin ng bagong pagtingin, nang yaong nabulok na trigo, na siyang binhi, na tinawag na "ang pinagmulan" na walang hugis na anupaman. Ngayon pagkatapos nitong mabulok sa lupa, naging angkop ito na magdamit ng ibang anyo, ang anyo ng maraming uway ng trigo, na sadyang nakatalagang umusbong mula doon sa pinagmulan, na siyang binhi.

Ito'y batid ng lahat na itong pinagmulan ay hindi nakatakdang maging cereal o kaya'y oats, ngunit maging kahugis lamang ng dati nitong hugis, na nawala na dito, bilang nag-iisang uway ng trigo. At bagamat nagbago ito sa ilang bahagi sa kalidad at sa bilang, dahil sa dating hugis nito, ito'y nag-iisang uway, at ngayon ay mayroong sampung uway, pati na sa lasa at anyo nito, ang esensya ng hugis ng trigo ay nanatili at hindi nabago.

Kaya mayroon isang pagkilos ng sanhi at kinalabasan dito, na nauugnay sa sariling katangian ng pinagmulan na hindi nagbabago. Kaya ang cereal ay hindi kailanmang uusbong mula sa trigo, tulad ng ating nabanggit, at ito ang tinatawag na "ang pangalawang dahilan."

ANG PANGATLONG DAHILAN: PANLOOB NA SANHI AT KINALABASAN

C) Ito ang pagkilos ng panloob na sanhi at kinalabasan ng pinagmulan, na nababago kapag nakatagpo ang mga panlabas na puwersa sa kapaligiran nito. Kaya nakita natin iyon sa isang uway ng trigo, na nabulok sa lupa, at maraming uway ang lumitaw, kung minsan mas malalaki at mas magandang trigo kaysa sa naunang naitanim.

Samakatwid, mayroong malamang na karagdagang mga salik na sangkot dito, tumutulong at umuugnay sa puwersang nakatago sa kapaligiran, ibig sabihin sa "pinagmulan." At dahil doon, ang pagdami sa kalidad at sa bilang na wala sa naunang anyong trigo ay nagpakita ngayon. Iyon ay ang mga mineral at mga sangkap sa lupa, ang ulan at ang araw. Ang lahat ng mga ito ay kumilos dito, gamit ang kanilang lakas at nakipag-isa sa lakas na nasa pinagmulan nito mismo. At sa pamamagitan ng pagkilos ng sanhi at kinalabasan, ang mga ito'y nagbunga sa pagdami sa kalidad at sa bilang sa pag-usbong.

Dapat nating maunawaan na itong pangatlong salik ay nakipag-isa sa panloob ng pinagmulan, dahil ang lakas na nakatago sa pinagmulan ang nagkontrol sa mga ito. Sa huli, lahat ng pagbabagong iyon ay galing sa trigo at hindi sa iba pang halaman. Kaya inilarawan natin ang mga ito na panloob na mga salik. Datapwat may pagkakaiba ang mga ito sa pangalawang salik, na lubusang di-nagbabago, kung saan ang pangatlong salik ay nagbabago sa kalidad at sa bilang.

ANG PANG-APAT NA DAHILAN: SANHI AT KINALABASAN DULOT NANG PANLABAS NA MGA BAGAY.

Ito ang pagkilos ng sanhi at kinalabasan kaugnay ng mga panlabas na bagay na gumagalaw dito mula sa labas. Sa madaling salita, ang mga ito'y walang direktang kaugnayan sa trigo, tulad ng mga mineral, ulan, at araw, subalit labas dito—katulad ng mga kalapit na bagay, o panlabas na mga pangyayari tulad ng hangin, bagyo, atbp.

At inyong makikita na yaong apat na salik ay magkakasama sa buong panahon ng paglago ng trigo. Bawat isang partikular na kalagayang dinaanan ng trigo sa panahong iyon ay naapektuhan ng apat na iyon, at ang kalidad at dami ng bilang ng bawat partikular na kalagayang iyon ay itinakda ng apat na iyon.

At katulad ng inilarawan natin sa trigo, gayundin ang batas sa bawat pagsulpot sa mundo—maging sa kaisipan at mga ideya.

Kung, halimbawa, ilarawan natin ang ating mga sarili sa isang haka-hakang katayuan ng isang indibidwal—maaaring ang katayuan ng tao ay isang relihiyoso o hindi, sobrang masugid o katamtaman—ating maiintindihan na ang katayuang iyon ay naitatakda sa taong ito ng nabanggit na apat na salik.

MGA MINANANG KATANGIAN

Ang sanhi ng unang dahilan ay ang *pinagmulan* bilang unang materya. Ang tao ay nalikha bilang pag-iral-mula-sa-umiiral, ibig sabihin, mula sa isip ng ninuno nito. Kaya sa isang banda, ito'y parang pagkopya mula sa isang aklat tungo sa isa pang aklat. Ito'y nangangahulugang lahat ng mga bagay na natanggap at natamo mula sa mga ama at ninuno ay nakopya rin dito.

Ngunit ang pagkakaiba ay nasa anyo—ito'y nasa isang abstraktong kalagayan, halos tulad ng itinanim na trigo na hindi pa handa para sa pagtatanim hangga't hindi ito nabubulok at nakapaglunos ng dati nitong hugis. Gayundin ang usapin sa patak ng semilya kung saan ang tao ay nagmula: walang anumang bagay dito mula sa ninuno maliban sa abstraktong lakas lamang.

Sapagkat ang mga katulad na konsepto ng kanyang mga ninuno ay naging mga tendensiya sa kanya, na tinatawag na "ugali" o "hilig," nang hindi nalalaman kung bakit ginagawa ng isang tao ang kanyang ginagawa. Sa katunayan, ang mga ito'y mga nakatagong puwersang minana mula sa kanyang mga ninuno, sa paraang tulad ng mga ari-ariang namamana. Ngunit ang mga espirituwal na pag-aari at lahat ng konsepto na nilahukan ng ating mga ama ay dumating din sa atin bilang mana—mula sa isang henerasyon tungo sa kasunod.

At mula rito lumilitaw ang magkakapatong na mga tendensiya na ating nakikita sa mga tao, tulad ng tendensiyang maniwala o pumuna, magpakasapat sa materyal na buhay o magnasa lamang ng mga ideya, o ang kamuhian ang buhay na walang layunin, maging kuripot, mapagbigay, suwail, o mahiyain.

Ang lahat ng larawang ito na lumilitaw sa mga tao ay hindi nila sariling pag-aari na kanilang nakamit, kundi mga minanang ipinagkaloob sa kanila ng kanilang mga ninuno. Nalalaman na may isang espesyal na bahagi sa ating utak kung saan ang ganitong mga mana ay nakahimlay. Ito'y tinatawag na *medulla oblongata* (pinalawig na utak) o *subconscious*, at lahat ng tendensiyang ito ay naroroon.

Ngunit dahil ang mga konsepto ng ating mga ninuno, na nakamit sa pamamagitan ng kanilang karanasan, ay naging mga tendensiya na lamang sa atin, ang mga ito'y itinuturing na kapareho ng binhing trigo na natanggal ang dati nitong hugis at nanatiling hubad, na may taglay lamang na lakas upang tumanggap ng bagong anyo. Sa ating materya, ang mga tendensiyang ito ay nadadamitan ng anyo ng konsepto. Ito ang itinuturing na unang materya, at ito ang pangunahing salik na tinatawag na *pinagmulan*.

Dito ay nakahimlay ang lahat ng puwersa ng natatanging mga tendensiyang minana niya mula sa kanyang mga ninuno—na tinatawag na "minana mula sa kanununuan." Dapat itanim sa isip na ang ilan sa mga tendensiyang ito ay lumilitaw bilang negatibong anyo, ibig sabihin, kabaligtaran ng mga yaong nasa kanyang mga ninuno. Ito ang dahilan kung bakit nasasabi na, "Lahat ng nakatago sa puso ng ama ay sumusulpot nang hayagan sa anak."

Ang dahilan dito ay ang *pinagmulan* ay tinatanggal ang dati nitong anyo upang tumanggap ng bago. Kaya nangyayaring nawawala ang hugis ng konsepto ng kanyang ninuno, tulad ng trigo na nabulok sa lupa at nawala ang dating hugis nito. Datapwat ito'y nakasalalay pa rin sa tatlo pang salik.

ANG IMPLUWENSIYA NANG KAPALIGIRAN

Ang pangalawang dahilan ay isang di-nagbabagong pagkilos ng batas ng sanhi at kinalabasan, kaugnay sa katangian ng *pinagmulan*. Ibig sabihin, tulad ng nailinaw natin sa trigo na nabulok sa lupa, ang kapaligiran kung saan ang *pinagmulan* ay nakahimlay—tulad ng lupa, mga mineral, ulan, hangin, at araw—ay nakaaapekto sa pagtatanim sa pamamagitan ng isang mahabang kawing ng sanhi at kinalabasan, sa isang mabagal at banayad na proseso, mula sa isang estado tungo sa kasunod, hanggang ang mga ito'y mahinog.

At ang *pinagmulan* ay muling nakakamit ang dati nitong hugis—ang hugis ng trigo—ngunit may pagkakaiba sa kalidad at sa dami. Sa pangkalahatang aspeto, ito'y nananatiling di-nagbabago; kaya't walang *cereal* o *oats* na lilitaw mula rito.

Ngunit sa kanilang partikular na aspeto, ito'y nagbabago sa dami—tulad ng mula sa isang uway ay lumitaw ang isa o dalawang dosenang uway—at sa kalidad, ang mga ito'y maaaring mas maganda o mas masagwa kaysa sa dating hugis ng trigo. Ito'y katulad nito: ang tao bilang *pinagmulan* ay nailalagay sa isang kapaligiran—ibig sabihin, sa lipunan. At siya ay di-maiiwasang maapektuhan nito, tulad ng trigo na naaapektuhan ng kapaligiran, sapagkat ang *pinagmulan* ay isang basal na anyo lamang. Kaya sa patuloy na ugnayan sa kapaligiran at sa lipunan, siya'y unti-unting naiimpluwensiyahan sa pamamagitan ng sunud-sunod na mga estado, isa-isa, bilang sanhi at kinalabasan.

Sa sandaling iyon, ang mga tendensiyang nakapaloob sa kanyang *pinagmulan* ay nababago at nagkakaroon ng anyo bilang mga konsepto. Halimbawa, kung ang isang tao'y nagmana mula sa kanyang mga ninuno ng pagiging kuripot, habang siya'y lumalaki, nabubuo niya para sa kanyang sarili ang mga konsepto at ideya na nagsasabi sa kanya na mabuti para sa isang tao na maging kuripot. Kaya't kahit galante ang kanyang ama, maaari niyang mamana ang kabaligtarang ugali—ang pagiging kuripot—sapagkat ang kawalan ay namamana rin tulad ng pagkakaroon.

O kaya nama'y kung minana niya mula sa kanyang mga ninuno ang ugaling may bukas na pag-iisip, nabubuo niya para sa kanyang sarili ang mga ideya na nagbibigay sa kanya ng konklusyon na mabuti para sa isang tao ang magkaroon ng bukas na kaisipan. Ngunit saan ba nanggagaling ang mga ganitong pangungusap at pangangatwiran? Nakukuha ito ng tao mula sa kanyang kapaligiran—nang hindi niya namamalayan—sapagkat ang mga pananaw at hilig na ito ay naibabahagi sa kanya sa anyo ng batas ng sanhi at kinalabasan.

Kaya't iniisip ng tao na ang mga ito'y kanyang sariling pag-aari, na nakuha niya sa pamamagitan ng kanyang malayang pag-iisip. Ngunit tulad din ng sa trigo, may isang di-nagbabagong bahagi ng *pinagmulan*, at sa dakong huli, ang mga ugaling kanyang minana ay nananatili tulad ng sa kanyang mga ninuno. At ito ang tinatawag na "ang pangalawang salik."

ANG PAG-UUGALI AY NAGIGING PANGALAWANG KALIKASAN

Ang pangatlong dahilan ay ang tahasang pagkilos ng batas ng sanhi at kinalabasan na nakaapekto sa *pinagmulan* at nagbago nito. Sapagkat ang mga namanang tendensiya ng tao ay naging mga konsepto dahil sa kapaligiran, ang mga ito'y gumalaw sa parehong direksyon na ang mga konseptong iyon ang nagbigay-larawan sa pag-uugali. Halimbawa, ang isang tao na likas na matipid, kung saan ang tendensiya sa pagiging kuripot ay naging isang konsepto dahil sa kapaligiran, at ito'y tinuturing sa isang makatwirang paraan.

Ipalagay natin na sa ganitong pag-uugali, kanyang napangangalagaan ang sarili laban sa pagdepende sa iba. Kaya nakabuo siya ng sukatan ng pagiging matipid, at kapag ang pangambang iyon ay nawala, magagawa niyang isantabi ito. Sa ganitong paraan, napaganda niya ang sarili mula sa tendensiyang namana niya mula sa kanyang mga ninuno. Ito ang pag-uugali na may kakayahang maging pangalawang kalikasan.

Dito, kitang-kita ang lakas ng tao na mas malaki kaysa sa halaman. Dahil ang trigo ay nagbabago lamang sa panloob na bahagi nito, samantalang ang tao ay may kakayahang mabago—hindi lang panloob—kundi ganap na baligtarin ang tendensiya gamit ang batas ng sanhi at kinalabasan sa kapaligiran, na kayang bunutin ang ugat ng lumang gawi at palitan ito ng kabaligtaran.

PANLABAS NA MGA SALIK

Ang pang-apat na dahilan ay ang pagkilos ng batas ng sanhi at kinalabasan na nakakaapekto sa pinagmulan ng mga bagay na ganap na tiwalag dito at gumagalaw dito mula sa labas nito. Ito'y nangangahulugan na ang mga bagay na ito ay walang kaugnayan man lamang sa paglago ng pinagmulan sa tuwirang pamamaraan; sa halip, sa pahapyaw na paraan. Halimbawa, sa usapin ng pananalapi, mga pasanin o hangin, atbp., na mayroong sariling ganap, mabagal, at banayad na ayos ng mga katayuan gamit ang sanhi at kinalabasan, at nagpapabago sa mga konsepto ng tao—mabuti o masama man.

Kaya ating inilatag ang apat na likas na salik na bawat kaisipan at ideya na lumitaw sa atin ay tanging mga bunga lamang ng mga ito. At kahit na ang isa'y umupo at magmuni-muni sa buong maghapon, hindi niya magagawang makapagdagdag o makabago ng anumang idinudulot ng apat na salik na ito sa kanya. Anumang karagdagan na kanyang magawa ay sa dami lamang: maaaring isang malaking ideya o maliit man. Ngunit sa kalidad, wala siyang maaaring idagdag kahit kaunti. Ito ay dahil ang mga ito ang walang pasubaling nagtatakda ng kalikasan at hugis ng ideya at ang pagtatapos, na hindi kinakailangan ang ating pagsang-ayon. Kaya tayo ay nasa mga kamay ng apat na salik na ito, tulad ng putik sa kamay ng gumagawa ng palayok.

MALAYANG PAGPILI

Datapwat, kapag ating sinuri yaong apat na salik na iyon, ating makikita na bagamat hindi sapat na harapin ang unang salik, ang "pinagmulan," nasa atin pa rin ang kakayahan at ang malayang pagpili na pangalagaan ang ating sarili laban sa iba pang tatlong salik—kung saan ang pinagmulan ay nagbabago sa indibidwal na mga bahagi nito, at kung minsan, sa pangkalahatang mga bahagi nito rin—gamit ang pag-uugali na nagbigay dito ng pangalawang kalikasan.

ANG KAPALIGIRAN BILANG ISANG SALIK

Ang pangangalagang ito ay nangangahulugan na palagi nating magagawa na makapagdagdag sa usapin ng pagpili sa ating kapaligiran, at ito'y ang mga kaibigan, mga aklat, mga guro, at mga ganoon. Ito'y tulad sa isang tao na nagmana ng ilang uhay ng trigo mula sa kanyang ama. Mula sa maliit na bilang na ito, maaari siyang magpalaki ng dose-dosenang uhay gamit ang pagpili para sa kanyang sarili ng kapaligiran para sa kanyang "ugat," at ito'y ang matabang lupa kasama ang kinakailangang mineral at hilaw na bagay na nagpapalusog sa trigo nang lubos.

Naririyan din ang usapin sa gawain ng pagpapaunlad sa kondisyon ng kapaligiran upang makaangkop sa pangangailangan ng halaman at ng paglago, dahil makakabuti sa isang matalino na piliin ang pinakamainam na kundisyon at matatagpuan ang biyaya. At ang isang hangal ay magkakasya kung ano na lang ang dumating sa kanya, at sa gayon, nagagawa ang pagtatanim bilang isang parusa sa halip na isang biyaya.

Kaya lahat ng papuri at espiritu dito ay nakasalalay sa pamimili ng kapaligiran kung saan itatanim ang trigo. Ngunit sa sandaling ito'y maitanim sa napiling lugar, ang kumpletong hugis ng trigo ay naitatakda ayon sa hangganan na ang kapaligiran ay makakayang ipagkaloob.

Gayundin sa ating paksa, dahil ito ay totoo na ang pagnanais ay walang kalayaan. Sa halip, ito ay pinapagalaw ng nabanggit na apat na salik. At ang isa ay mapipilitan na mag-isip at magsuri tulad ng mungkahi ng mga ito, at walang anumang kalakasan na pumuna o makagawa ng pagbabago—tulad ng trigo na itinanim sa kapaligiran nito.

Datapwat mayroong kalayaan para sa kalooban na sa umpisa ay pumili ng ganoong kapaligiran, tulad ng mga aklat at mga gabay na magbabahagi sa kanya ng mabubuting konsepto. Kung gagawin ng isa ang ganito, ngunit gugustuhing pasukin ang anumang kapaligiran na lilitaw sa harap niya, at babasahin ang anumang aklat na babagsak sa kanyang mga kamay, maaari siyang bumagsak sa masamang kapaligiran, o mag-aksaya ng kanyang panahon sa walang saysay na mga aklat na sadyang napakarami at madaling makuha. Sa kalalabasan, siya'y mapupuwersang mapunta sa mga maruruming konsepto na magagawa siyang magkasala at maghusga. Siya'y tiyak na parurusahan, hindi dahil sa kanyang masamang kaisipan o mga gawa, kung saan wala siyang pagpipilian, ngunit dahil hindi niya pinili na malagay sa isang magandang kapaligiran—dahil doon, tiyak na mayroong pagpipilian.

Samakatwid, siya na nagsisikap na patuloy na pipiliin ang mas mabuting kapaligiran ay karapat-dapat sa papuri at gantimpala. Ngunit dito rin, ito ay hindi dahil sa kanyang mabubuting kaisipan at gawa, na dumarating sa kanya nang labas sa kanyang kagustuhan, kundi dahil sa kanyang pagsisikap na magkamit ng mabuting kapaligiran, na naghahatid sa kanya nitong magagandang kaisipan at gawa. Ito ay tulad ng sinabi ni *Rabbi Yehoshua Ben Perachya* na, "Gumawa para sa iyong sarili ng isang *Rav*, at bumili para sa iyong sarili ng isang kaibigan."

ANG PANGANGAILANGAN NA PUMILI NG ISANG MABUTING KAPALIGIRAN

Ngayon inyong maiintindihan ang salita ni Rabbi Yosi Ben Kisma (*Avot* 86), nang kanyang sagutin ang isang tao na nag-alok sa kanya na lumipat sa kanyang bayan, at bibigyan siya nito ng isang libong gintong pera para dito: "Kahit bigyan mo ako ng lahat ng ginto at pilak at alahas sa mundo, ako ay maninirahan lamang sa lugar ng *Torah*." Ang mga salitang ito ay tila mabunyi sa ating mga simpleng pag-iisip na magagap, dahil paano niya magagawang bitawan ang libong ginto para sa isang maliit na bagay na pagtira sa isang lugar na walang mga tagasunod sa *Torah*, samantalang siya sa sarili niya mismo ay isang dakilang pantas na walang pangangailangan na mag-aral mula kaninuman? Tunay na mahiwaga.

Ngunit tulad ng ating nakita, ito ay isang simpleng bagay at dapat na sundin ng bawat isa sa atin. Dahil bagamat ang bawat isa ay mayroong "kanyang sariling pinagkukunan," ang mga puwersa ay nahahayag lamang sa pamamagitan ng kapaligiran na kinapapalooban ng isa. Ito ay katulad ng trigo na itinanim sa lupa, na ang lakas ay lumilitaw lamang sa pamamagitan ng kapaligiran na magpapakilos sa mga ito.

At ating nalinaw sa itaas, tanging sa usapin lamang ng pagpili ng kapaligiran na ang paghahari ng tao sa kanyang sarili ay masusukat, at para dito, siya ay dapat tumanggap ng gantimpala o kaya'y kaparusahan. Samakatwid, ang isa ay hindi dapat magtaka sa isang pantas na tulad ni Rabbi Yosi Ben Kisma sa pagpili sa mabuti at pagtanggi sa masama, at hindi natukso ng materyal at mga korporyal na bagay, dahil napagtanto niya doon na: "Kapag ang isa'y namatay, hindi niya madadala ang pilak, o ginto o mga alahas, ngunit tanging *Torah* lamang at mabuting gawa."

Kaya ang ating mga pantas ay nagwika na, "Gumawa ka ng isang *Rav* para sa iyong sarili, at bumili ka ng isang kaibigan para sa iyong sarili." At nariyan din ang mga mapagpipiliang aklat, tulad ng ating nabanggit, dahil doon lamang mapupuri o mapupulaan ang isa, sa kanyang pagpili ng kapaligiran. Ngunit sa sandaling nakapili na siya ng kapaligiran, siya sa kamay nito ay tulad ng putik sa mga kamay ng gumagawa ng palayok.

ANG KONTROL NG PAG-IISIP SA KATAWAN

Ang ilang kasabayang mga pantas, matapos magmuni-muni sa usapin sa unahan at nakikita kung paano na ang pag-iisip ng isang tao ay tanging bunga lamang na lumalago mula sa mga pangyayari sa buhay, ay nagpasiya na ang pag-iisip ay walang kontrol kahit anupaman sa katawan, na tanging mga pangyayari sa buhay na nakalimbag sa mga lamad ng utak ang nagkokontrol at nagpapakilos sa tao. At ang isip ng tao ay isang salamin na naglalarawan ng mga hugis sa harap nito. At bagamat ang salamin ay ang tagadala nitong mga hugis, hindi nito mapapakilos o mapapagalaw ang mga hugis na nasasalamin dito.

Ganoon ang pag-iisip. Bagamat ang mga pangyayari sa buhay sa lahat nitong pag-unawa ng sanhi at kinalabasan ay nakikita at nakikilala ng isipan, ang isipan, gayunpaman, ay lubusang walang kakayahang kontrolin ang katawan, na pagalawin ito, ibig sabihin na madala ito papalapit sa mabuti o kaya'y alisin ito sa masama. Ito ay dahil ang espirituwal at pisikal ay ganap na malayo sa isa't isa, at walang nakapagitang gamit sa dalawa upang makaya ng espirituwal na pag-iisip na pakilusin at pagalawin ang korporyal na katawan, tulad ng naipaliwanag na.

Ngunit kung saan sila'y matalino, sila'y mapanggambala. Ang imahinasyon ng tao ay ginagamit ang isipan na tulad ng paggamit ng mata ng *microscope*: kung walang *microscope*, wala siyang makikitang anumang masama dahil sa kaliitan nito. Ngunit sa sandaling kanyang makita ang mapaminsalang nilalang sa pamamagitan ng *microscope*, ang tao ay kaagad ilalayo ang kanyang sarili mula sa nakalalasong bagay.

Kaya ang *microscope* ang nagdala sa tao na ilayo ang sarili nito sa pinsala, at hindi ang pandama, dahil ang pandama ay hindi natukoy ang nakakalasong bagay. At sa gayong hangganan, ang isipan ay ganap na nakokontrol ang katawan ng tao, na maiiwas ito sa masama at dalhin ito papalapit sa mabuti. Kaya sa lahat ng lugar kung saan ang katangian ng katawan ay nagkulang na makilala ang kapaki-pakinabang o ang nakakapinsala, kailangan lamang nito ang talino ng isipan.

Dagdag pa rito, dahil ang tao ay nalalaman ang kanyang isipan, na isang tunay na konklusyon mula sa mga karanasan sa buhay, siya ngayon ay magagawang tumanggap ng kaalaman at pang-unawa mula sa isang mapagkakatiwalaang tao at tanggapin ito bilang batas, bagamat ang mga pangyayari sa kanyang buhay ay hindi pa inihahayag ang mga konseptong ito sa kanya. Ito ay tulad sa isang nilalang na huminigi ng payo sa isang doktor at sinunod ito bagamat wala siyang nauunawaan gamit ang kanyang isipan. Kaya ang isa'y ginagamit ang isipan ng iba nang walang ipinagkaiba sa paggamit ng kanyang sariling isipan.

Tulad nang ating nailinaw sa una, mayroong dalawang paraan upang ang Probidensiya ay tiyakin na ang tao ay makamit ang mabuting, pangwakas na layunin:

A. Ang landas ng pasakit.

B. Ang landas ng Torah.

Ang lahat ng kalinawan sa landas ng *Torah* ay umuusbong mula doon. Dahil ang mga konsepto na nahayag at nakilala pagkatapos ng mahabang kawing ng mga pangyayari sa buhay ng mga propeta at mga tao ng Diyos, may dumarating na isang tao na lubusang gumagamit sa mga ito, at nakikinabang sa mga ito, na parang ang mga konseptong iyon ay mga pangyayari ng kanyang sariling buhay. Kaya inyong makikita na ang isa ay napapalaya mula sa mga pasakit na dapat sana'y maranasan bago siya magkaroon ng malinaw na isipan sa kanyang sarili mismo. Kaya ang isa ay nakakatipid sa oras at kasakitan.

Ito'y maihahalintulad sa isang taong may sakit na hindi nais sumunod sa payo ng doktor bago niya maintindihan sa sarili niya mismo paanong ang payo ay makapagpapagaling sa kanya, at kaya nagsimula siyang mag-aral ng medisina. Maaari siyang mamatay bago siya matuto ng medisina.

Ganito ang landas ng pasakit laban sa landas ng *Torah*. Ang isa na hindi pinaniniwalaan ang mga konseptong ang *Torah* at mga propesiya ay ipinayo sa kanya na tanggapin nang walang sariling pag-unawa, ay darating sa mga konseptong ito sa pamamagitan ng kanyang sarili mismo sa pagtunton sa kawing ng sanhi at kinalabasan mula sa mga pangyayari sa buhay. Ang mga karanasan na rumaragasa at magbibigay ng pagkilala sa kasamaan sa mga ito, nang labas sa kagustuhan ng isa, ngunit dahil sa pagsusumikap ng isa na magkamit ng isang mainam na kapaligiran, ay magdadala sa mga ganitong pag-iisip at mga pagkilos.

ANG KALAYAAN NANG INDIBIDWAL

Ngayon tayo'y nakarating sa isang masusi at tumpak na pag-unawa sa kalayaan ng isang indibidwal. Datapwat iyon ay tumutukoy lamang sa unang salik, ang "pinagmulan" na unang nilalaman ng bawat nilalang, ibig sabihin, lahat ng mga katangiang ating minana mula sa ating mga ninuno, kung saan tayo'y magkakaiba sa isa't isa.

Ito'y dahil kahit libo-libong tao ay nagkasama sa isang kapaligiran sa isang paraan na ang tatlong iba pang salik ay nakakaapekto sa kanilang lahat nang pare-pareho, wala pa ring makikitang dalawang tao na magkatulad ang katangian. Ito ay dahil bawat isa sa kanila ay may kanya-kanyang natatanging pinagmulan. Ito ay tulad ng pinagmulan ng trigo: bagamat ito'y nagkaroon ng pagbabago ng malaki dala ng tatlong natitirang salik, napanatili pa rin nito ang panimulang hugis ng trigo at hindi kailanman kukuha ng anyo ng ibang uri.

ANG PANGKALAHATANG HUGIS NANG NINUNO AY HINDI KAILANMAN NAWAWALA.

Kaya ganoon na bawat "pinagmulan" na naglaho ang panimulang hugis ng ninuno at nag-angkin ng bagong hugis bilang resulta ng tatlong salik na nadagdag dito, na nagpbabago dito ng malaki, ang pangkalahatang hugis ng ninuno ay nananatili at hindi kailanman mag-aanyo sa hugis ng ibang nilalang na nakakamukha niya, tulad din lamang na ang *oats* ay hindi kailanman makakahawig ng trigo.

Ito ay dahil ang bawat isang pinagmulan, sa sarili nito mismo, ay isang mahabang pagkakasunod-sunod ng mga henerasyon na binubuo ng ilang daang henerasyon at ang pinagmulan ay taglay ang lahat ng pinagsimulan nito. Subalit ang mga ito'y hindi nakikita rito sa katulad na paraan na lumitaw sa mga ninuno, ibig sabihin, sa anyo ng mga ideya, at tanging tulad lamang sa mga abstraktong anyo. Samakatwid, umiiral sa kanya ang mga ito sa anyo ng mga abstraktong puwersa na tinatawag na "hilig" at "likas na pag-uugali," na wala siyang nalalamang kadahilanan o kaya'y bakit niya ginagawa ang kanyang ginagawi. Kaya hindi kailanman magkakaroon ng dalawang tao na may iisang katangian.

ANG PANGANGAILANGAN NA PANGALAGAAN ANG KALAYAAN NANG INDIBIDWAL

Dapat malaman, na ito ang nag-iisang tunay na pag-aari ng isang indibidwal na hindi dapat mabago o masansala. Ito ay dahil ang dulo ng lahat ng mga inklinasyong ito, na bahagi ng ugat, ay upang ito ay manyari at mag-angkin ng anyo ng mga konsepto sa paglaki ng indibidwal at magtamo ng sarili niyang pag-iisip, bilang resulta ng batas ng ebolusyon, na nagkokontrol sa kawing na iyon at nagtutulak dito pasulong, tulad ng ipinaliwanag sa artikulong "*The Peace.*" Gayundin, ating napag-aralan na bawat isang tendensiya ay nakatalagang maging isang mabunyi at walang katapat sa kahalagahan na konsepto.

Kaya sinuman na magtatanggal sa isang tendensiya ng isang indibidwal at bunutin ito, ay magiging sanhi ng pagkawala noong mabunyi at kamangha-manghang konsepto sa mundo, na sinadyang lumitaw sa dulo ng kawing, dahil ang tendensiyang iyon ay hindi na ulit lilitaw sa iba pang katawan. Gayunparin, dapat nating maunawaan na kapag ang isang partikular na tendensiya ay nag-anyo ng isang konsepto, hindi na ito makikilala bilang mabuti o masama. Ito ay dahil ang ganoong pagkilatis ay nakikita lamang kapag ang mga ito'y tendensiya pa lamang, o murang konsepto, at walang paraan na ang mga ito'y makikilala kapag ang mga ito'y nag-angkin na ng hugis ng totoong konsepto.

Mula doon ating nalaman ang grabeng kasamaan noong mga bansang puwersahang ipinataw ang kanilang paghahari sa mga katutubo, pinagkaitan ang mga ito ng kanilang kalayaan na hindi sila nahayaang ipamuhay ang kanilang mga buhay ayon sa mga tendensiyang minana nila sa kanilang mga ninuno. Ang mga bansang ito'y itinuring na mga mamamatay-tao.

At maging yaong mga hindi naniniwala sa relihiyon o sa may layuning pag-gabay ay makakayang maunawaan ang pangangailangan na pag-ingatan ang kalayaan ng indibidwal sa pamamagitan ng pagmamatyag sa sistema ng kalikasan. Sapagkat ating nakita kung paanong ang lahat ng bansang bumagsak sa mahabang henerasyon ay sumapit lamang sa ganito dahil sa kanilang panunupil sa mga taong katutubo at mga indibidwal, na nag-alsa laban sa kanila at puminsala sa kanila. Kaya malinaw ito sa lahat na ang kapayapaan ay hindi magagawang umiral sa mundo kung hindi natin isasaalang-alang ang kalayaan ng indibidwal. Kung wala nito, ang kapayapaan ay hindi mapapanatili at pagguho ang mangingibabaw.

Kaya ating malinaw na nailarawan ang esensya ng isang indibidwal sa lubos na katumpakan, matapos ang pagtatanggal sa lahat ng kanyang nakuha mula sa lipunan. Ngunit ngayon nahaharap tayo sa isang katanungan: "Nasaan ngayon sa dakong huli, ang indibidwal mismo?" Lahat ng ating nasabi hanggang dito tungkol sa indibidwal ay matitingnan lamang bilang katangian lamang ng indibidwal, na minana niya mula sa kanyang mga ninuno. Ngunit nasaan ang indibidwal sa sarili niya mismo, ang tagapagmana at nagdadala ng ganoong katangian, na humihingi na bantayan natin ang kanyang pag-aari?

Mula doon sa lahat ng nabanggit hanggang dito, hindi pa rin natin nakikita ang pinaka-punto ng "sarili" ng tao, na nakatindig sa ating harapan bilang isang nagsasariling yunit. At bakit kailangan ko ang unang salik, na isang mahabang kawing ng libo-libong mga tao, isa matapos ang isa pa, mula sa isang henerasyon tungo sa susunod na henerasyon, kung saan inilalatag natin ang anyo ng indibidwal bilang isang tagapagmana? At bakit kailangan ko ang iba pang tatlong salik, bilang mga libo-libong mga tao na nakatindig sa tabi ng bawat isa sa kasabay na henerasyon? Sa huli, bawat indibidwal ay tanging isang panglipunang makina, palagiang handa upang manglingkod sa lipunan sa angkop na paraang nakikita nito. Ibig sabihin, siya'y napasa-ilalim sa dalawang uri ng lipunan o publiko:

A. Mula sa pananaw nang unang salik, siya'y napasa-ilalim nang sa isang malaking publiko mula sa nakaraang henerasyon, na nakatindig nang isa kasunod ng isa pa.

B. Mula sa pananaw nang tatlong iba pang mga salik, siya'y napasa-ilalim sa kanyang kasalukuyang publiko o lipunan.

Ito sa katunayan ay isang panglahatang katanungan. Sa ganitong kadahilanan, marami ang sumasalungat sa nabanggit na natural na paraan, bagamat lubusan nilang kinikilala ang katotohanan nito. Sa halip, kanilang pinili ang metapisikang paraan, o dualismo, o transendental, upang ilarawan para sa kanilang mga sarili, ang ilang espirituwal na mga bagay, at paano ito nakalugar sa loob ng katawan, sa kaluluwa ng tao. At ang kaluluwang ito ang natututo at nagpapagalaw sa katawan, at ito ang esensya ng tao, ang kanyang "sarili."

At marahil ang ganitong mga pakahulugan ay nagpapatahimik sa kaisipan, ngunit ang problema ay wala silang maka-siyentipikong solusyon kung paanong ang isang espirituwal na bagay ay magagawang magkaroon ng kontak sa mga pisikal na atom upang madala ang mga ito sa anumang uri ng galaw. Ang lahat ng kanilang karunungan ay hindi nakatulong sa kanila upang makakita ng tulay na matatawid yaong malapad at malalim na siwang na nakagitna sa pagitan ng espirituwal na nilalang at pisikal na atom. Kaya ang siyensya ay walang napakinabang mula sa mga metapisikang paraan na ito.

ANG KALOOBANG TUMANGGAP - PAG-IRAL MULA SA KAWALAN

Upang humakbang na pasulong sa maka-siyentipikong paraan, ang tanging kailangan natin ay ang karunungan ng Kabbalah. Ito ay dahil lahat ng katuruan sa mundo ay nakapaloob sa karunungan ng Kabbalah. Kaugnay sa mga espirituwal na liwanag at mga daluyan (*vessel*), ating natutunan na ang pangunahing kaibahan, mula sa pananaw ng Paglikha, na Kanyang pinairal mula sa kawalan, ay tumutukoy lamang sa isang bahagi, na inilarawan bilang "ang *kaloobang tumanggap*." Lahat ng iba pang mga bagay sa kabuuan ng Paglikha ay hindi mga bago kahit anupaman; ang mga ito'y hindi pag-iral mula sa kawalan, kundi pag-iral mula sa pag-iral. Ito'y nangangahulugan na ang mga ito'y lumitaw nang tuwiran mula sa Kanyang esensiya na tulad nang liwanag na sumisinag mula sa araw. At gayundin doon, walang anumang bago, dahil anumang matatagpuan sa ubod ng araw ay sumasamabulat lamang papalabas.

Subalit ang *kaloobang tumanggap* ay ganap na kakaiba. Ibig sabihin, bago ang Paglikha ang ganitong bagay ay hindi umiiral sa reyalidad, dahil wala Siyang anumang aspeto ng kaloobang tumanggap, dahil Siya ay nauna sa lahat ng bagay, kaya kanino Siya tatanggap?

Sa ganitong kadahilanan, ang *kaloobang tumanggap* na ito, na Kanyang hinango tulad nang pag-iral mula sa kawalan, ay ganap na kakaiba. Ngunit lahat ng iba pa ay hindi maituturing na isang panibago na matatawag na "Paglikha." Kaya lahat ng mga daluyan (*vessel*) at mga katawan, pareho mula sa espirituwal na mundo at sa pisikal na mundo rin, ay itinuturing na espirituwal o korporyal na bagay, na ang kalikasan ay ang *kaloobang tumanggap*.

DALAWANG PUWERSA SA KALOOBANG TUMANGGAP: NAG-AANYAYANG PUWERSA AT TUMATANGGING PUWERSA

Kailangan na higit pang masuri ang dalawang magkaibang puwersa sa loob ng "kaloobang tumanggap:"

    A. Ang nag-aanyayang puwersa

    B. Ang Tumatangging puwersa

Ang dahilan ay bawat isang katawan o daluyan (*vessel*), na inilarawan ng *kaloobang tumanggap* sa katunayan ay limitado — ibig sabihin, sa kalidad na tatanggapin nito at sa dami na matatanggap nito. Samakatwid, lahat ng karamihan o dami, at kalidad o uri na lampas sa hangganan nito, ay lumilitaw na laban sa kalikasan nito; kaya tinatanggihan ang mga ito. Kaya yaong *kaloobang tumanggap*, bagamat itinuturing na isang nag-aanyayang puwersa, ay napipilitang maging isang tumatangging puwersa rin.

ISANG BATAS PARA SA LAHAT NG MUNDO

Bagamat ang karunungan ng Kabbalah ay walang binabanggit tungkol sa ating korporyal na mundo, mayroon pa ring isang batas para sa lahat ng mga mundo (tulad ng nasusulat sa artikulong "The essence of the Wisdom of Kabbalah" sa seksiyon ng "The Law of Root and Branch"). Kaya ang lahat ng korporyal na bagay sa ating mundo — ibig sabihin, ang lahat ng bagay sa loob ng lugar na iyon, ito man ay nakapirmi, halaman, hayop, espirituwal na bagay, o korporyal — kung nais nating masino ang natatangi at sariling katangian ng bawat isa, hanggang sa pinakamaliit na bahagi, ito'y humahantong lamang sa isang walang labis na "pagnanais na tumanggap." Ito ang kabuuan ng partikular na anyo nito, mula sa paningin ng naluwal na Paglikha, sa hangganan ng dami at kalidad nito. Bilang resulta, mayroong nag-aanyayang lakas at tumatangging lakas sa loob nito.

Datapwat anumang iba pang bagay na umiiral dito bukod sa dalawang puwersang ito, ay itinuturing na kabutihan mula sa Kanyang kaibuturan. Ang kabutihang ito ay pantay sa lahat ng mga nilikha, at wala itong ipinapakitang panibago kaugnay ng Paglikha, dahil ito'y nagmula sa pag-iral mula sa pag-iral.

Gayundin, hindi ito maipapalagay sa anumang partikular na yunit, ngunit tanging sa mga bagay lamang na nasa lahat ng bahagi ng Paglikha, maliit man o malaki. Bawat isa sa mga ito ay tumatanggap mula sa kabutihang iyon batay sa kaloobang tumanggap nito, at ang limitasyong ito ay nagpapakilala sa bawat indibidwal at yunit.

Kaya, aking malinaw na napatunayan — mula sa isang purong siyentipikong pagtingin — ang "sarili" (ego) ng bawat indibidwal sa isang maka-siyentipikong, ganap na labas sa paniniwalang materyalista. Mula ngayon, wala na tayong pangangailangan sa mga malamyang paraan na tinubog sa metapisika.

At siyempre, walang ipinagkaiba kung ang puwersang ito, na ang kaloobang tumanggap, ay resulta at bunga ng materyal na nagluwal dito sa pamamagitan ng chemistry, o ang materyal ay bunga ng puwersang iyon. Ito ay dahil na ang pangunahing bagay ay tanging ang puwersa lamang na ito, na nakatatak sa bawat nilalang at atom ng "kaloobang tumanggap," sa loob ng hangganan nito, ay ang yunit kung saan ito'y nakahiwalay at nakikilala mula sa kapaligiran nito. At ito ay totoo pareho sa nag-iisang atom o grupo ng mga atom na tinatawag na "isang katawan."

Ang lahat ng iba pang pagkilala kung saan mayroong kalabisan ng puwersang iyon ay walang kaugnayan sa anumang paraan sa butil na iyon o sa grupo ng mga butil, patungkol sa sarili nito, ngunit tanging patungkol lamang sa kabuuan, bilang kabutihan na nagmula sa Maylikha, na karaniwang kasama sa lahat ng bahagi ng Paglikha nang walang pagkakaiba sa tinukoy na nilikhang mga katawan.

Ngayon, ating mauunawaan ang usapin ng kalayaan ng indibidwal, ayon sa kahulugan ng unang salik, na ating tinawag na "pinagmulan," kung saan ang lahat ng nakalipas na henerasyon, na ninuno ng indibidwal na yaon, ay itinatak ang kanilang katangian. Tulad ng ating nilinaw, ang ibig sabihin ng salitang "indibidwal" ay tanging ang hangganan ng kaloobang tumanggap, na nakatatak sa grupo ng molekula nito.

Kaya inyong makikita na lahat ng tendensiya na kanyang minana mula sa kanyang mga ninuno ay walang iba kundi ang hangganan ng kanyang kaloobang tumanggap, na kaugnay ng alinman sa kanyang nag-aanyayang puwersa o sa tumatangging puwersa sa kanya, na lumilitaw sa atin bilang tendensiyang maging matipid o galante, isang tendensiyang makihalubilo o manatiling nakawalay, atbp.

Dahil dito, ang mga ito ay sa katunayan ang kanyang sarili (ego), na nakikipaglaban upang makairal. Kaya kung pupuksain natin kahit isang tendensiya mula sa indibidwal na iyon, tayo'y maituturing na pumuputol ng isang aktwal na organo mula sa kanyang esensya. At ito'y maituturing na tunay na kawalan sa buong Paglikha, dahil walang ibang katulad nito, at hindi na muling magkakaroon kailanman ng katulad nito sa buong mundo.

Pagkatapos nating lubusang mailinaw ang makatwirang karapatan ng indibidwal ayon sa batas ng kalikasan, tayo'y bumaling upang tingnan kung gaano ito kapraktikal, nang walang kabawasan sa teorya ng etika at statemanship. At ang pinakamahalaga: kung paano ang karapatang ito ay inilapat ng ating banal na Torah.

PAGKATIG SA NAKAKARAMI

Ang ating banal na kasulatan ay nagsasabi: "Panigan ang nakakarami." Ibig sabihin, kung may di-pagkakasundo sa pagitan ng nakakarami at ng indibidwal, kailangang magpasya ayon sa kagustuhan ng nakakarami. Kaya makikita ninyo na ang nakakarami ay may karapatan na angkinin ang kalayaan ng indibidwal.

Subalit naroon ang isang kakaibang tanong — mas seryoso pa kaysa sa una. Para bang ang batas na ito ay nagpapa-urong sa sangkatauhan, sa halip na magdala ng pag-unlad. Bakit? Dahil karamihan sa sangkatauhan ay hindi pa maunlad, at ang mga maunlad ay maliit na minorya. Kung palaging sasandigan ang kagustuhan ng nakakarami — na madalas ay hindi pa maunlad at minsan ay mapangahas — ang mga pananaw at hangarin ng mga matatalino at maunlad, na kadalasan ay minorya, ay hindi maririnig ni maisasaalang-alang. Kaya't sa halip na umusad, itinatalaga ang kapalaran ng sangkatauhan sa pag-urong.

Ngunit tulad ng ipinaliwanag sa artikulong "The Peace" sa seksyong "Necessity to Practice Caution with the Laws of Nature," tayo'y inatasan ng Probidensiya na mamuhay ng buhay-panlipunan. Dahil dito, kailangang sundin ang lahat ng batas para sa pangangalaga ng lipunan. Kung tayo'y nagpabaya, maghihiganti ang kalikasan, hindi alintana kung nauunawaan natin ang mga dahilan ng mga batas o hindi.

Makikita natin na walang ibang kaayusan sa lipunan kundi ang pagsunod sa batas ng "Pagkatig sa nakakarami," na nagtatakda ng kaayusan sa bawat usapin at gusot ng lipunan. Kaya't ang batas na ito ang tanging instrumento ng kapanatagan sa lipunan. Dahil dito, itinuturing itong isang likas na *Mitzvot* (kautusan) ng Probidensiya, na nararapat nating tanggapin at pangalagaan nang buong puso, kahit hindi natin lubos na maunawaan.

Ito ay katulad ng iba pang mga *Mitzvot* sa Torah: lahat ng ito ay batas ng kalikasan at Probidensiya, na dumadaloy sa atin mula sa Itaas pababa. Akin nang nailarawan sa artikulong "The Essence of the Wisdom of Kabbalah," sa seksyong "The Law on Root and Branch," kung paano ang lahat ng katigasan na nararamdaman natin sa kalikasan sa mundong ito ay nagmumula at hinango mula sa mga batas at paraan ng Mataas na Espirituwal na Mundo.

Ngayon, mauunawaan ninyo na ang mga *Mitzvot* sa Torah ay walang iba kundi mga batas at paraan na nakatakda sa Mataas na mga Mundo, bilang ugat ng lahat ng kalikasan dito sa ating mundo. Ang mga batas sa Torah ay laging tumutugma sa mga batas ng kalikasan sa mundo, parang dalawang patak ng tubig sa isang lawa. Kaya malinaw na napatunayan natin na ang batas na "Pagkatig sa nakakarami" ay batas ng Probidensiya at kalikasan.

ANG LANDAS NG TORAH AT ANG LANDAS NG PAGDURUSA

Ngunit ang ating katanungan kaugnay ng pag-urong na lumitaw mula sa batas na ito (pagkatig sa nakakarami), ay hindi pa ganap na naipaliwanag sa mga salitang iyon. Sa katunayan, ito ang ating pinangangambahan — ang humanap ng mga paraan upang ayusin ito. Subalit ang Probidensiya, sa kanyang sariling paraan, ay hindi nababawasan dahil dito, sapagkat inilalagay nito ang sangkatauhan sa dalawang landas: ang "Landas ng Torah" at ang "Landas ng Pagdurusa" — na sa paraang ito ay tinitiyak ang tuloy-tuloy na pag-unlad ng sangkatauhan tungo sa layunin nang walang pag-aatubili ("The Peace," Everything Is In Deposit). Sa katunayan, ang pagsunod sa batas na ito ay isang likas at kailangang-kailangang pangako.

ANG KARAPATAN NG NAKAKARAMI NA ANGKININ ANG KALAYAAN NG INDIBIDWAL

Dapat nating tanungin pa: ang mga bagay ba ay makatwiran kapag ang mga usapin ay umiikot sa pagitan ng mga tao? Ang "Pagkatig sa nakakarami," bilang kahingian ng Probidensiya, ay nagtuturo sa atin na palaging isaalang-alang ang ikabubuti at ikaliligaya ng nakararami. Ngunit hinihingi rin ng Torah na sundin ang batas na ito sa mga gusot sa pagitan ng tao at ng Diyos, bagamat ang mga ganitong bagay ay tila walang kaugnayan sa pag-iral ng lipunan.

Samakatuwid, nananatiling bukas ang katanungan: paano mabibigyang katwiran ang batas na humihingi sa atin na tanggapin ang pananaw ng nakararami, na karaniwang hindi pa maunlad, at sabay na pawalang bisa ang pananaw ng mas maunlad na minorya?

Ngunit, tulad ng ipinakita sa "The Essence of Religion and its Purpose,"(Ang Kakanyahan ng Relihiyon at ang Layunin nito) pati na rin sa "Conscious Development and Unconscious Development," ang Torah at Mitzvot ay ipinagkaloob upang padalisayin ang Israel — upang gisingin tayo sa pagkilala sa kasamaan na nakatanim sa atin mula pa sa pagsilang, na sa kabuuan ay inilarawan bilang pagmamahal sa sarili — at upang makarating tayo sa tunay na kadalisayan na tinatawag na "pagmamahal sa iba," na siyang nag-iisang daan patungo sa pag-ibig sa Diyos.

Ayon dito, ang mga kautusan sa pagitan ng tao at ng Diyos ay kasangkapan upang iwaksi ang pagmamahal sa sarili na nakasasama sa lipunan. Kaya, malinaw na ang gusot tungkol sa Mitzvot sa pagitan ng tao at Diyos ay may kaugnayan din sa problema ng pagpapatuloy ng lipunan. Kaya ang mga ito ay bahagi rin ng balangkas ng "Pagkatig sa nakakarami."

Ngayon, ating mauunawaan kung paano pinag-iiba ang pagsusuri sa pagitan ng *Halachah* (*Batas ng Hudyo*) at *Agadah* (*mga alamat*). Sa totoo lang, tanging sa *Halachot*—ang *plural* ng *Halachah*—ginagamit ang batas ng "indibidwal at nakakarami" bilang pamantayan para sa nakakarami. Sa kabilang dako, hindi ganito ang kalakaran sa *Agadah*, dahil ang mga usapin dito ay nakatayo sa ibabaw ng mga suliranin ng pag-iral ng lipunan, at nakatuon sa relasyon ng tao sa Diyos, kung saan ang pisikal na kaligayahan ng lipunan ay halos walang direktang epekto.

Kaya, malinaw na walang batayan ang nakakarami na balewalain ang pananaw ng indibidwal, na naglalabas ng salaysay na "bawat tao ay gumagawa ng tama ayon sa kanyang paningin." Subalit pagdating sa *Halachot* na nag-uutos ng pagsunod sa *Mitzvot* ng *Torah*—na nakapailalim sa pamamahala ng lipunan—wala nang ibang sistema ng kaayusan na tatanggapin kundi ang batas ng "Pagkatig sa Nakakarami."

PARA SA BUHAY PANLIPUNAN, ANG BATAS, "PAGKATIG SA NAKAKARAMI"

Ngayon, dumating tayo sa isang malinaw na pag-kaunawa sa salita tungkol sa kalayaan ng indibidwal. Sa katunayan, mayroong katanungan: "Saan kinuha ng nakakarami ang karapatan na angkinin ang kalayaan ng indibidwal at ipagkait sa kanya ang pinakamahalagang bagay sa buhay, ang kalayaan?" Lumalabas na walang anuman dito kundi sapilitang puwersa lamang ito.

Ngunit tulad ng ating ipinaliwanag sa unahan, ito ay isang likas na batas at alituntunin ng *Probidensiya*. At dahil ang *Probidensiya* ay nagtutulak sa atin sa isang buhay na panlipunan, natural lamang na bawat isang tao ay itinakdang pangalagaan ang pag-iral at kapakanan ng lipunan. At ito ay hindi mangyayari kundi sa pamamagitan ng pagpapa-iral ng paraan ng "Pagkatig sa Nakakarami," at pagpapawalang-halaga sa opinyon ng indibidwal.

Kaya malinaw ninyong makikita na ito ang pinagmulan ng bawat karapatan at katwiran na ang nakakarami ay dapat angkinin ang kalayaan ng indibidwal nang laban sa kanyang kalooban, at ipailalim siya sa kapangyarihan nito. Samakatwid, nauunawaan dito na tungkol sa lahat ng usapin na walang kaugnayan sa pag-iral ng materyal na buhay ng lipunan, walang katwiran ang nakakarami na nakawin at abusuhin ang kalayaan ng indibidwal sa anumang paraan. At kung ginagawa nila ito, sila ay maituturing na mga mandarambong at magnanakaw na pinipili ang sapilitang puwersahan sa ibabaw ng anumang karapatan at katarungan sa mundo, dahil dito ang obligasyon ng indibidwal na sundin ang kagustuhan ng nakakarami ay hindi nararapat.

SA BUHAY ESPIRITUWAL, "KUMATIG SA INDIBIDWAL"

Dito'y lumilitaw na kung tungkol sa espirituwal na buhay ang pag-uusapan, walang natural na obligasyon ang isang tao na umayon sa lipunan sa kahit anupaman. Sa kabaligtaran, dito'y natural ang batas na ang nakakarami ay nararapat na magpailalim sa indibidwal. At ito'y nailinaw sa artikulong *"The Peace,"* na mayroong dalawang paraan kung saan ang *Probidensiya* ay bumalot at pumalibot sa atin upang dalhin tayo sa hangganan:

A. Landas ng Pasakit, na pinapaunlad tayo sa ganitong paraan nang walang kamalayan

B. Landas ng Torah at karunungan, na buong kamalayan tayong pinapaunlad nang walang kasakitan at pamimilit.

At dahil ang mas maunlad na henerasyon ay buong katiyakan na ang *indibidwal*, ito'y sumusunod na sa sandaling ang nakakarami, ang publiko, ay nais na maibsan ang kanilang mga sarili nang sobrang pagdurusa at magnais nang may kamalayan at kusang-loob na pag-unlad— na *Landas ng Torah* — wala silang pagpipilian kundi ipailalim ang kanilang mga sarili at ang kanilang personal na kalayaan sa disiplina ng *indibidwal*, at sundin ang mga utos at mga remedyo na imumungkahi nito sa kanila.

Kaya inyong makikita na sa usaping espirituwal, ang kapangyarihan ng nakakarami ay isinasantabi at ang batas ng *"Pagkatig sa Indibidwal"* ay ginagamit, ibig sabihin isang maunlad na *indibidwal*. Dahil ito'y malinaw na makikita na ang maunlad at nakapag-aral sa bawat lipunan ay mas kakaunti. Sumusunod dito na ang tagumpay at espirituwal na kapakanan ng lipunan ay nakasilid at naka-selyo sa mga kamay ng kakaunti.

Samakatwid, ang nakakarami ay nakatalaga na masusing pangalagaan ang lahat ng pananaw ng kakaunti upang hindi sila maglaho sa mundo. Ito ay dahil dapat nilang malaman nang may katiyakan, sa buong pagtitiwala, na ang mas totoo at mas maunlad na pananaw ay hindi kailanman nasa sa kamay ng nakakarami na may kapangyarihan, ngunit matutukoy sa halip ay nasa sa kamay ng pinaka-mahina—ibig sabihin, sa mga kamay ng di-kinikilalang kakaunti. Ito ay dahil ang bawat karunungan at bawat bagay na mahalaga ay dumarating sa mundo sa maliliit na bilang. Kaya tayo ay pinag-iingat na pangalagaan ang pananaw ng lahat ng *indibidwal*, dala ng kakulangan ng nakakarami na matukoy kung sino ang mali at ang tama sa kanila.

ANG KRITISISMO AY NAGHAHATID NG TAGUMPAY; ANG KAKULANGAN NANG KRITISISMO AY NAGIGING SANHI NANG KABULUKAN

Dapat pa rin nating idagdag na ang reyalidad ay ipinapamalas sa ating mga mata ang matinding kabaligtaran sa pagitan ng mga pisikal na bagay at ng mga konsepto at kaisipan kaugnay ng mga nabanggit na usapin. Dahil ang usapin ng panlipunang pagkakaisa, na maaaring maging ugat ng bawat kagalakan at tagumpay, ay may kinalaman sa mga katawan at usaping pangkatawan ng mga tao, at ang pagkakahiwalay sa pagitan ng mga ito ay siyang ugat ng bawat kalamidad at kasawian.

Ngunit sa mga konsepto at mga ideya, ito ay ganap na kabaligtaran: ang pagkakaisa at kakulangan sa pagpuna ay itinuturing na sanhi ng bawat kabiguan at sagabal sa lahat ng pagsulong at nakapagpapalinaw na pagyabong. Ito ay dahil ang paghalaw ng tamang konklusyon ay nakasalalay partikular sa mayabong na pagtatalo at pagkakaiba sa pagitan ng mga opinyon. Mas maraming kontradiksyon sa pagitan ng mga opinyon, at higit na maraming mga pagpuna—mas higit ang kaalaman at karunungan na nadaragdag, at ang mga usapin ay nagiging mas mainam sa pagsusuri at paglilinaw.

Ang paglala at kabiguan ng katalinuhan ay umusbong lamang mula sa kakulangan ng pagpuna at pagtatalo. Kaya malinaw: ang buong batayan ng pisikal na tagumpay ay ang hangganan ng pagkakaisa ng lipunan, at ang batayan ng tagumpay ng katalinuhan at karunungan ay ang pagkakahiwalay at pagtatalo sa mga ito.

Dito'y lumalabas na sa sandaling ang sangkatauhan ay natamo ang layunin nito kaugnay sa tagumpay ng mga katawan, sa pamamagitan ng pagdadala sa kanila sa antas ng pagmamahal—ng ganap na pagmamahal sa iba—ang lahat ng katawan sa mundo ay magkakaisa sa iisang katawan at iisang puso, tulad ng nasusulat sa artikulong *"The Peace."* Doon lamang mahahayag ang lahat ng kaligayahan na nakasadya para sa sangkatauhan sa buong kabunyian nito.

Ngunit sa kabila nito, dapat tayong maging mapagmatyag na hindi madala ang pananaw ng mga tao na ang pagtatalo at pagpuna ay maaaring putulin sa pagitan ng mga matalino at mga iskolar, dahil ang pagmamahal sa katawan ay natural na nagdadala rito ng pagkakadikit ng mga pananaw. At kapag ang pagpuna at pagtatalo ay maglaho, lahat ng pagsulong sa mga konsepto at mga ideya ay hihinto rin, at ang ugat ng kaalaman sa mundo ay matutuyot.

Ito ang patunay ng obligasyon na pangalagaan ang kalayaan ng *indibidwal* tungkol sa mga konsepto at mga ideya. Dahil ang buong pag-unlad ng karunungan at kaalaman ay nakabatay sa kalayaan ng *indibidwal*. Kaya tayo'y pinag-iingat na pangalagaan ito nang mabuti, upang ang bawat isa at bawat anyo sa ating loob, na tinatawag nating *"indibidwal,"* ibig sabihin, yaong partikular na lakas ng isang tao, na sa pangkalahatan ay tinatawag na *"kaloobang tumanggap."*

PAMANA NG MGA NINUNO

Ang lahat ng detalye ng larawan na kasama rito sa *kaloobang tumanggap* na ating inilarawan bilang ang "pinagmulan" o ang *Unang Sanhi*, na ang ibig sabihin ay kasama ang lahat ng mga tendensiya at nakaugalian na minana *from* sa kanyang mga ninuno, ay ating ipinakita bilang isang mahabang kadena ng libo-libong mga tao na dating nabuhay at lumitaw nang isa sa ibabaw ng isa pa. Bawat isa sa kanila ay isang esensyal na patak ng kanyang ninuno, at ang patak na ito ang naghatid sa bawat isang tao ng lahat ng espirituwal na katangian ng kanyang mga ninuno sa kanyang *medulla oblongata* (*elongated brain*), na tinatawag na *subconscious*. Kaya ang *indibidwal* sa ating harapan ay mayroong sa kanyang *subconscious* ang lahat ng libo-libong espirituwal na pamana mula sa lahat ng *indibidwal* na bumubuo sa kadenang iyon ng kanyang mga ninuno.

Kaya, tulad ng ang mukha ng bawat isang tao ay magkakaiba, gayundin ang kanilang mga pananaw. Walang dalawang tao sa mundo na may magkaparehong opinyon, dahil ang isang tao ay maaaring may isang dakila at mabunying pag-aari na kanyang minana mula sa kanyang mga ninuno, habang ang iba nama'y walang hibla ng mga ito.

Samakatwid, ang lahat ng pag-aaring iyon ay itinuturing na pag-aari ng *indibidwal*, at ang lipunan ay pinag-iingat na pangalagaan ang lasa at espiritu nito upang hindi mapalabo ng kapaligiran. Sa halip, ang isang *indibidwal* ay nararapat panatilihin ang integridad ng kanyang minana—nang sa gayon, ang kontradiksiyon, kabaligtaran, at pagkakaiba sa pagitan nila ay mananatili magpakailanman, upang matiyak na ang pagpuna at pagsulong ng karunungan, na siyang kapakinabangan ng sangkatauhan at kanyang tunay at walang hangganang hangarin, ay hindi mapuputol.

At pagkatapos nating dumating sa isang tiyak na sukatan ng pagkilala sa pagkamakasarili ng tao, na ating natukoy bilang isang lakas at *"kalikasang tumanggap,"* bilang esensyal na bahagi ng isang nilalang, na atin ding lubusang nailinaw mula sa lahat ng panig—ang orihinal na pag-aari ng isang katawan, na ating tinukoy bilang *"pamana ng mga ninuno."* Ito'y tumutukoy sa lahat ng tendensiya at katangian na dumating sa kanyang *pinagmulan* bilang pamana—na siyang unang nilalaman ng bawat tao, ibig sabihin, ang panimulang binhi ng kanyang mga ninuno. Ngayon, ating lilinawin ang dalawang pag-unawa sa *kalikasang tumanggap.*

DALAWANG PAG-UNAWA: A) POTENSYAL, B) AKTWAL

Una, dapat nating maunawaan na bagamat itong pagiging makasarili, na ating tinawag na "kalikasang tumanggap," ay ang pinaka-ubod ng tao, hindi ito mabubuhay sa reyalidad kahit isang sandali. Dahil ang ating tinawag na "potensyal," ibig sabihin bago ito lumitaw mula sa potensyal patungo sa aktwal ito'y umiiral lamang sa ating kaisipan, ibig sabihin na tanging ang kaisipan lamang ang makakatukoy dito.

Ngunit sa katunayan, walang maaaring anumang tunay na puwersa sa mundo na hindi kumikilos o walang pag-galaw. Ito ay dahil ang puwersa ay umiiral lamang sa reyalidad habang ito'y nahahayag sa pagkilos. Sa katulad na halimbawa, hindi ninyo masasabi tungkol sa isang sanggol na ito ay napakalakas, nang hindi man lamang ito makabuhat ng napakagaan na timbang, ngunit inyong maaaring masabi na inyong nakikita na ang sanggol na iyon ay magpapamalas nang matinding kalakasan kapag lumaki ito. Datapwat ating sinasabi na ang lakas na ating nakikita sa tao na malaki na, ay naroroon na sa kanyang mga organo at sa kanyang katawan kahit noong siya ay sanggol pa lamang, ngunit ang lakas na iyon ay nakakubli at hindi nakikita. Ito ay totoo na sa ating pag-iisip, ating matutukoy (ang lakas na nakatalagang lumitaw), dahil ang pag-iisip ay sinasabi ito.

Datapwat sa katawan ng sanggol, walang talagang lakas na anupaman, dahil walang lakas na makikita sa pagkilos ng sanggol.

Katulad din sa ganang kumain. Ang puwersang ito ay hindi lilitaw sa isang katawan ng tao sa aktwal na reyalidad, kapag ang organo ay hindi makaka-kain, ibig sabihin kung siya ay busog. Ngunit kahit siya'y busog, ang puwersa nang ganang kumain ay umiiral, ngunit ito'y nakatago sa katawan ng tao. Matapos ang ilang sandali, kapag ang pagkain ay natunaw na, ito'y muling lilitaw at magpapamalas mula sa potensyal tungo sa aktwal.

Gayunpaman ang ganitong pangungusap, nang pagtukoy sa isang potensyal na lakas, na hindi pa namamalas sa aktwal na pangyayari, ito ay maibibilang sa pamamaraan kung paano ang pag-iisip ay umuunawa.

Ngunit ito'y hindi pa umiiral sa reyalidad, dahil kapag busog pa, ating nararamdaman nang malinaw na ang puwersa ng ganang kumain ay wala, at kung hanapin ito, hindi ninyo ito makikita kahit saanman. Ito'y lumalabas na hindi natin maaaring maipakita ang isang potensyal bilang isang usapin na umiiral bilang sarili lamang nito ngunit bilang isang pagkilos lamang.

Kaya sa sandaling ang isang pagkilos ay naganap sa reyalidad, sa sandaling iyon, ang puwersa ay nagpamalas ng pagkilos.

Datapwat dalawang bagay ang ating matatagpuan dito, sa proseso ng pag-unawa: ang usapin at ang panaguri, ibig sabihin, ang potensyal at aktwal, tulad nang puwersa nang gana sa pagkain bilang usapin at ang imahe nang pagkain bilang panaguri at ang galaw. Sa reyalidad gayunpaman, ang mga ito ay dumarating bilang iisa.

Hindi kailanman mangyayari na ang puwersa ng ganang kumain ay lilitaw sa isang tao nang hindi naiisip ang pagkain na gusto niyang kainin. Kaya ito ay dalawang bahagi ng iisang bagay. Ang puwersa nang ganang kumain ay nadadamitan sa ganoong imahe. Kaya inyong makikita na ang usapin at ang panaguri ay ipinapakita nang sabay, at naglalaho nang sabay din.

Ngayon ating naunawaan na ang kalikasang tumanggap, na ating ipinaliwanag bilang makasarili, ay hindi nangangahulugan na ito'y umiiral sa isang tao bilang puwersa nang hangarin na nagnanais tumanggap sa anyo ng isang malamyang pagkilos. Sa halip ito'y tumutukoy sa bagay, na nagdAdanit sa imahe ng makakaing bagay, at ang proseso ay lumilitaw sa anyo nang bagay habang kinakain, at kung saan ito ay nadamitan. Tinawag natin ang kilos na iyon na, "naisin," ibig sabihin ang ganang kumain, na ipinakita bilang pagkilos sa imahinasyon.

At gayundin sa ating pinag-uusapan-ang pangkalahatang kalikasang tumanggap, na pinaka-esensya ng tao. Ito'y lumilitaw at umiiral lamang sa sa pamamagitan nang sa pananamit ng mga anyo nang mga bagay na maaaring matanggap. Kung gayon, ito'y umiiral bilang isang paksa, at hindi sa anupamang paraan. Tinatawag natin ang aksiyon na iyon na "buhay," ibig sabihin, ang kabuhayan ng tao, na ibig sabihin na ang puwersa nang kalikasang tumanggap ay nadadamitan at kumikilos sa loob nang hinahangad na mga bagay. At ang hangganan nang pagkakahayag ng pagkilos na iyon ay ang hangganan ng kanyang buhay, tulad nang ating ipinaliwanag sa galaw na tinawag nating "naisin."

DALAWANG PAGLIKHA: A) TAO, B) ISANG BUHAY NAKALULUWA

Mula sa unahan, ating malinaw na mauunawaan ang talatang: *"At ang Panginoong Diyos ay nilikha ang tao mula sa alabok ng lupa at inihinga sa ilong nito ang hininga ng buhay: at ang tao ay naging isang buhay (Chaya) na kaluluwa (Nefesh)"* (Genesis 2:7). Dito'y matatagpuan natin ang dalawang nilikha:

A. Ang Tao mismo;

B. Ang buhay na kaluluwa mismo.

At ang talata ay nagsabi na sa simula, ang tao ay ginawa mula sa *alabok ng lupa*, isang koleksyon ng mga molekula kung saan naninirahan ang esensya ng tao — ibig sabihin, ang kanyang *kalikasang tumanggap*. Ang puwersang ito, ang *kalikasang tumanggap*, ay naroroon sa bawat elemento ng reyalidad, tulad ng ating ipinaliwanag sa unahan. Gayundin, ang lahat ng apat na tipo—nakapirmi, halaman, hayop, at nagsasalita—ay lumitaw mula rito. Sa puntong iyon, ang tao ay walang bentahe sa anumang bahagi ng paglikha, at ito ang ibig sabihin ng talata sa mga salitang: *"alabok ng lupa."*

Gayunpaman, ating nakita na ang puwersang ito, na tinawag na *kalikasang tumanggap*, ay hindi maaaring umiral nang hindi nadadamitan at kumikilos sa isang mahahangad na bagay, at ang galaw na ito ay tinatawag na *"buhay."* At gayundin, ating nakita na bago dumating ang tao sa kanyang anyo bilang *tao*—sa pagtanggap ng kasiyahan na kakaiba kaysa sa mga hayop—siya ay itinuturing pa ring isang *walang buhay at patay na tao*. Ito ay dahil ang kanyang *kalikasang tumanggap* ay wala pang lugar kung saan ito madadamitan at makapapamalas ng kanyang pagkilos bilang manipestasyon ng *buhay*.

Ito ang ibig sabihin ng talatang *"at inihinga sa kanyang ilong ang hininga ng buhay,"* na siyang pangkalahatang anyo ng pagtanggap na angkop sa tao. Ang salitang *Nishmat* (hininga) ay nag-uugat sa salitang *Samin* (lugar), ang lupa para sa kanya, katulad ng "halaga." At ang pinagmulan ng salitang *hininga* ay mauunawaan sa talatang (Job 33:4): *"Ang espiritu ng Diyos ay lumalang sa akin, at ang hininga ng Makapangyarihan ay nagbibigay sa akin ng buhay,"* at tingnan ang komentaryo ng MALBIM doon. Ang salitang *kaluluwa* (*Neshama*) ay may kaparehong balangkas ng mga salitang tulad ng *Nifkad* ("nawawala"), *Ne'esham* ("akusado"), at *Ne'eshama* (babaeng anyo ng *Ne'esham*).

Ang kahulugan ng mga salitang *"at inihinga sa kanyang ilong"* ay na Kanyang itinanim ang *kaluluwa* at pagpapahalaga sa *buhay* sa kanyang pinakaloob-looban—ang pagpapahalaga sa buhay bilang kabuuan ng mga anyong nararapat sa pagtanggap ng kanyang *kalikasang tumanggap*. Pagkatapos, yaong puwersang *kalikasang tumanggap*, na nakapaloob sa kanyang mga molekula, ay natagpuan ang lugar kung saan ito makapagdaramit at makagagalaw—ibig sabihin, sa anyo ng pagtanggap na kanyang natamo mula sa Maylikha. At ang galaw na ito ay tinawag na *buhay*, tulad ng ating ipinaliwanag sa unahan.

At ang talata ay nagtapos: *"at ang tao ay naging isang buhay na kaluluwa."* Nangangahulugan ito na sa sandaling ang kaloobang tumanggap ay nagsimulang kumilos sa pamamagitan ng mga anyo ng pagtanggap, ang buhay ay kagyat na lumitaw dito, at ito'y *naging isang buhay na kaluluwa*. Gayunpaman, bago pa man ang pagtatamo ng mga anyong ito ng pagtanggap, bagamat ang puwersa ng kaloobang tumanggap ay nasa kanya na, ito'y itinuturing pa ring *walang buhay na katawan*, dahil wala pa itong lugar kung saan maaaring lumitaw ang pagkilos.

Tulad ng ating nakita sa unahan, bagamat ang kaibuturan ng tao ay tanging ang *kalikasang tumanggap*, ito'y dapat pa ring tingnan bilang bahagi ng kabuuan, dahil kailangan nitong magdamit sa reyalidad sa paraang nararapat dito. Sa ganitong dahilan, ito at ang anyong nagpapakita ng pag-aari nito ay, sa katunayan, iisa—dahil kung hindi, ito'y hindi makapamumuhay kahit isang sandali.

Samakatwid, sa sandaling ang makina ng katawan ay nasa kasiglahan nito—ibig sabihin, sa kalagitnaan ng kanyang buhay—ang kanyang *ego* ay nakatindig nang tuwid sa pinakamataas na hangganang ipinagkaloob sa kanya mula pagkasilang. Dahil dito, kanyang nararamdaman ang isang matindi at malawak na hangganan ng *kalikasang tumanggap*. Sa madaling salita, siya'y maghahangad ng malaking kayamanan, karangalan, at lahat ng bagay na maiaalok ng buhay. Ito ay dahil ang kasakdalan ng *ego* ng tao ay umaakit ng porma, estruktura, at mga konseptong nagbibigay-buhay dito mismo.

Ngunit kapag ang kalahati ng kanyang buhay ay narating na, ito na ang simula ng *mga araw ng paghina*, na sa pinakabuod ay tumutungo sa kanyang pagyao. Sapagkat ang tao ay hindi namamatay sa isang iglap—gaya rin ng hindi niya tinanggap ang buhay sa isang iglap. Sa halip, ang kanyang kandila—ang kanyang *ego*—ay unti-unting naluluoy at namamatay. Kasabay nito, namamatay rin ang mga imahe ng mga pag-aari na minsan niyang hinangad.

Nagsisimula siyang bitawan ang maraming pag-aari na kanyang pinangarap noong kabataan, at unti-unting isinusuko ang mas malalaking ambisyon habang humihina sa paglipas ng mga taon. Sa bandang huli, sa kanyang pagtanda—kung kailan ang anino ng kamatayan ay pumapaikot na sa kanyang buong pagkatao—ang isang nilalang ay matatagpuan ang sarili sa *"panahon ng wala nang pakiusap,"* sapagkat ang kanyang *kalikasang tumanggap*, ang kanyang *ego*, ay natuyo na. Tanging isang maliit na kislap nito ang nalalabi—nakalingid sa paningin, nakadamit sa kakaunting pag-aari. Kaya't wala nang pakiusap o pag-asa sa panahong iyon para sa anumang anyo ng pagtanggap.

Kaya't ating napatunayan na ang *kalikasang tumanggap*, kasama ang mga imahen ng mga bagay na inaasahang matatanggap, ay isa at parehong bagay. Ang kanilang pagpapakita ay sabay, ang kanilang antas ay magkapantay, at gayundin ang haba ng kanilang buhay.

Datapwat, may isang mahalagang katangian sa *anyong ito ng pagsuko* sa panahon ng paghina ng buhay. Ang pagsukong ito ay hindi bunga ng kabusugan—hindi gaya ng taong tumatanggi sa pagkain dahil siya'y nabusog na—kundi bunga ng kawalan ng pag-asa. Ibig sabihin, sa sandaling ang *ego* ay nagsimulang mamatay sa panahon ng *mga araw ng paghina*, nararamdaman nito ang sarili nitong kahinaan at ang papalapit na kamatayan. Kaya't ang isang nilalang ay kusang bumibitaw at isinusuko ang mga pangarap na inasam noong kabataan.

Masdan mo nang masusi ang pagkakaiba sa pagitan ng pagsuko bunga ng pagkasawa—na hindi nagdudulot ng kalungkutan at hindi matatawag na "di-lubusang kamatayan," kundi katulad ng isang manggagawang nakatapos ng kanyang gawain—at ng pagsukong bunga ng kawalan ng pag-asa. Ang huli ay punô ng hapdi at kalungkutan, at ito'y matatawag na *"kalahating kamatayan."*

KALAYAAN MULA SA ANGHEL NG KAMATAYAN

Ngayon, matapos nating malaman ang maraming bagay, nakita natin ang paraan upang tunay na maunawaan ang sinabi ng ating mga Pantas sa talatang: *"Harut"* (nakaukit) *sa mga bato*—na huwag basahin bilang *Harut* (nakaukit), kundi *Herut* (kalayaan), sapagkat sila'y napalaya mula sa anghel ng kamatayan.

Ito ay ipinaliwanag sa mga artikulong *"Matan Torah"* at *"The Arvut,"* na bago pa man ibinigay ang Torah, kanilang inako ang pagbibitiw sa lahat ng personal na pag-aari, sa hangganan ng mga salitang inihayag sa "Isang Kaharian ng mga Pari." Iyon ay ang layunin ng buong Paglikha—ang makadikit sa Kanya sa pamamagitan ng pagkakatulad ng anyo sa Kanya: kung paanong Siya ay nagkakaloob at hindi tumatanggap, gayundin sila ay magbibigay at hindi tatanggap. Ito ang huling antas ng *Dvekut* (Pagdikit), na inihayag sa mga salitang *"Banal na Bayan,"* tulad ng nasusulat sa dulo ng artikulong *"The Arvut."*

Dinala ko kayo upang maunawaan na ang kaibuturan ng tao—ang kanyang pagiging makasarili, na inilarawan bilang *kalikasang tumanggap*—ay tanging kalahati lamang ng isang kabuuan. Maaari lamang itong umiral kapag nadamitan ng imahe ng pag-aari o ng pagnanasang magkaroon. Sa gayon lamang nagiging buo ang pagkatao at matatawag na *"kaibuturan ng tao."*

Kaya, nang ang mga anak ng Israel ay ginantimpalaan ng ganap na *Dvekut* noong banal na okasyon, ang kanilang *daluyan* (vessel) ng pagtanggap ay ganap nang naubos sa anumang makamundong hangarin. Sila'y dumikit sa Kanya sa pamamagitan ng pagkakatulad ng anyo—ibig sabihin, wala na silang anumang hangarin para sa sarili, maliban sa sukatan ng kanilang kakayahang magbigay ng kasiyahan sa Maylikha, upang Siya'y magalak sa kanila. At dahil ang kanilang *kalikasang tumanggap* ay nadamitan ng imaheng iyon—ang pagbibigay ng kasiyahan sa Kanya—ito ay kumapit at nakiisa roon nang ganap.

Kaya't sila'y tunay na napalaya mula sa anghel ng kamatayan, sapagkat ang kamatayan ay nangangahulugan ng kawalan at pagkawala ng pag-iral. Tanging kung may kislap pa ng pagnanais na umiiral para sa pansariling kasiyahan ay maaari itong matawag na *hindi umiiral*—na ito'y naglaho at namatay.

Datapwat kung ang taong iyon ay wala nang ganoong kislap—kung ang lahat ng liwanag ng kanyang esensya ay nakadamit lamang sa pagbibigay ng kasiyahan sa Maylikha—kung gayon, siya'y hindi nawawala, ni patay. Kahit ang katawan ay mawala, ito'y nawala lamang kaugnay sa pansariling kasiyahan, kung saan ang *kalikasang tumanggap* ay nadamitan at doon lamang ito maaaring umiral.

Gayunpaman, kapag kanyang natamo ang layunin ng Paglikha at ang Maylikha ay nakatanggap ng kasiyahan mula sa kanya—dahil nais ng Diyos na ang Kanyang kalooban ay maisakatuparan—ang esensya ng tao na nadamitan sa kasiyahan ng Maylikha ay ginagawaran ng kalayaan mula sa anghel ng kamatayan. Ito ang ibig sabihin ng sinabi sa *Midrash* (Midrash Rabba, Shemot 41, Aytem 7): *"Kalayaan mula sa anghel ng kamatayan."* At sa *Mishna* (Avot 86): *"Harut"* (nakaukit) sa mga bato—*huwag basahin ito bilang Harut, kundi Herut (kalayaan), sapagkat walang tunay na malaya kundi ang mga lumalahok sa pag-aaral ng Torah."*

Pagkakubli at Paghahayag ng Mukha ng Maylikha

Ang ikalawang pagkakubli, na tinukoy ng aklat bilang *"pagkakubli sa loob ng pagkakubli,"* ay nangangahulugan na ang isa'y hindi magawang mamasdan kahit ang likod ng Maylikha. Sa halip, sasabihin niyang ang Maylikha ay nilisan siya at hindi na nagmamatyag sa kanya. Ilalarawan niya ang kanyang pagdurusa bilang bunga ng bulag na pananampalataya at kapalaran, dahil ang mga pamamaraan ng Maylikha ay lumilitaw sa kanyang paningin bilang lubhang nakalilito—at nagtutulak sa kanya tungo sa pagtanggi.

Ipinakikita nito na siya'y nananalangin at nagbibigay ng kawanggawa para sa kanyang mga suliranin, ngunit hindi tinutugon sa anumang paraan. At sa katunayan, sa oras na itinigil niya ang pagdarasal para sa kanyang mga problema, saka lamang siya tinugon. Kapag nagpupunyagi siya at pinipiling manalig sa Maylikha at gumawa ng kabutihan, lumalayo sa kanya ang kapalaran at siya'y walang-awang bumabagsak. Ngunit kapag siya'y tumalikod at nagsimulang tahakin ang landas ng kasamaan, siya'y nagtatagumpay at nakararanas ng kaginhawahan.

Ang isang tao ay hindi natatagpuan ang kanyang kabuhayan sa maayos na paraan, kundi sa pamamagitan ng pandaraya o paglabag sa *Shabbat.* Gayundin, mapapansin niya na ang lahat ng kakilala niyang tapat na nag-iingat ng *Torah* at *Mitzvot* ay dumaranas ng kahirapan, sakit, at panlalait mula sa iba. Yaong mga tumatalima sa *Mitzvot* ay tila hindi iginagalang, kulang sa talino, at mapagkunwari, kaya't hindi niya makayang makihalubilo sa kanila kahit panandalian. Sa kabaligtaran, ang kanyang mga kakilalang masasama—yaong kumukutya sa kanyang pananampalataya—ay malulusog, maykaya, matatalino, mararangal, at mapagtimpi. Sila'y malaya, may tiwala sa sarili, at nabubuhay sa kapayapaan sa araw-araw.

Kapag inayos ng Maylikha ang mga bagay sa ganitong paraan para sa isang tao, ito ay tinatawag na "pagkakubli sa loob ng pagkakubli." Ang layunin nito ay ang tuluyang gumuho ang tao sa bigat ng kanyang sariling pasanin, at mawalan ng kakayahang patatagin pa ang kanyang pananampalataya—na ang lahat ng pagdurusa ng isang tao ay nagmumula sa Maylikha para sa isang dahilan, kahit hindi niya ito maunawaan. Sa kalaunan, ang tao ay babagsak, mawawalan ng pananalig, at magsasabi na ang Maylikha ay hindi nagmamatyag sa Kanyang mga nilikha. Sa halip, ang lahat ng nangyayari ay resulta lamang ng kapalaran at bulag na kalikasan. Sa antas na ito, maging ang "likod" ng Maylikha ay hindi na niya makita.

PAGLALARAWAN NG PAGKAKUBLI NG MUKHA

1. Ang mga pagdurusang gaya ng kakulangan sa kinikita, masamang kalusugan, pang-aalipusta, kabiguang matapos ang mga nasimulang gawain, at kawalan ng panloob na kasiyahan—tulad ng pagpipigil sa sarili na apihin ang isang kaibigan.

2. Pananalangin na hindi tinutugon; kabiguan sa tuwing pinagbubuti ang pagkilos, at tagumpay naman kapag ito'y ginagawa sa masamang paraan.

3. Ang lahat ng matuwid na kaibigan ay nagdurusa—may masamang kalusugan, panghihina sa iba't ibang paraan, at nakararanas ng paghamak at panunuya mula sa masasamang kaibigan araw-araw; samantalang ang mga buktot ay nagtatagumpay sa kalusugan, kayamanan, at may malayang pamumuhay.

4. Ang lahat ng kanyang mga kakilala na nag-iingat ng *Torah* at *Mitzvot* ay parang malulupit, makasarili, kakatwa, at kadalasang parang hunghang, walang galang, at mapagkunwari. Nakakaramdam siya ng pagkasuklam sa piling ng mga ito—maging sa *Hardin ng Eden*—at hindi niya magawang manatili kasama nila kahit pasumandali lamang.

Isang Pagkakubli (Paglalarawan): Ang Kanyang Mukha ay hindi hayag—ibig sabihin, ang Maylikha ay hindi kumikilos ayon sa Kanyang Pangalan bilang *Ang Mabuti na gumagawa ng Kabutihan*. Sa halip, tila kabaligtaran ang nangyayari: ang isang tao ay pinahihirapan Niya, o nagdurusa sa maliit na kita, habang maraming tao ang naniningil ng kanyang mga utang, na nagpapapait sa kanyang buhay. Ang kanyang buong araw ay punô ng problema at pag-aalala. O kaya nama'y siya ay may masamang kalusugan at kinukutya ng mga tao. Bawat plano na kanyang naiisip ay nauuwi sa kabiguan, at wala siyang natatapos.

Sa ganitong kalagayan, natural lamang kung bakit hindi niya nakikita ang Mabuting Mukha ng Maylikha—ngunit kung siya'y naniniwala na ang Maylikha ang sanhi ng lahat ng ito, bilang kaparusahan sa mga kasalanan o paghahanda sa gantimpala sa hinaharap, ayon sa mga salitang: *"yaong mga minamahal ng Panginoon ay Kanyang itinutuwid,"* at *"ang mga matuwid ay nagsisimula sa pagdurusa, dahil ang Maylikha ay nagnanais na bahaginan sila ng kapayapaan"*—kung gayon, nananatili pa rin ang kanyang pananalig.

Gayunman, kahit hindi niya nakikita ang kabutihan, at tila ang Maylikha ay nakatalikod, ang ganitong pananampalataya ay tinatawag na *pagkakita sa likod ng Maylikha*.

PAGLALARAWAN NG PAGHAHAYAG NG MUKHA

Subalit kapag ang isang tao ay ganap na matuklasan ang lunas—ang Liwanag na nilalanghap ng isang tao sa kanyang katawan—sa pamamagitan ng pagpapalakas ng kanyang pananampalataya sa Maylikha, siya ay nagiging karapat-dapat sa Patnubay kung saan ang Kanyang Mukha ay nakahayag. Ibig sabihin, ang Maylikha ay kumikilos ayon sa Kanyang Pangalan, *"Ang Mabuti na gumagawa ng Kabutihan.*

Kaya (paglalarawan), siya'y nakakatanggap ng masaganang kabutihan at kapayapaan mula sa Maylikha, at palaging nasisiyahan. Natatamo niya ang kanyang kabuhayan nang magaan at ganap, walang nararanasang kagipitan o karamdaman, iginagalang ng mga tao, at matagumpay sa bawat balak na pumapasok sa kanyang isipan.

Kapag siya'y nanalangin, kagyat itong tinutugon. Kapag siya'y mas pinagbubuti ang kanyang mga gawi, lalo siyang nagtatagumpay; at kapag siya'y nagkukulang, ang kanyang tagumpay ay nababawasan.

Ang lahat ng kanyang mga kakilala na tumatahak sa matuwid na landas ay matapat, may mabuting kabuhayan, malusog, iginagalang ng mga tao, at namumuhay sa kapayapaan at katahimikan. Sa kabilang dako, yaong mga hindi sumusunod sa landas ng Torah ay hirap sa kabuhayan, baon sa utang, walang kapanatagan, may karamdaman at pagdurusa, at mababa ang pagtingin sa kanila ng mga tao.

Para sa kanya, ang mga matuwid na kakilala ay matatalino, makatwiran, may mabuting asal, tapat, at kaaya-ayang makasama.

Ang Pangalan ng Maylikha ay nagpapakilala na Siya ay mapagpala sa lahat ng Kanyang mga nilikha, sa lahat ng anyo ng kapakinabangan, ayon sa natatanging uri ng bawat isang tumatanggap sa Israel. Halimbawa, ang isa na ang kagalakan ay nasa karunungan ay hindi matutuwa sa kayamanan, at ang hindi nauuhaw sa karunungan ay hindi matutuwa sa karunungan kahit gaano ito kadakila. Kaya Siya'y nagbibigay ng kayamanan at karangalan sa isa, at karunungan at tagumpay sa iba.

Ang hangarin ng isa na maging matatag sa pananampalataya sa Kanyang Patnubay sa panahon ng pagkakubli ang nagtutulak sa kanya upang magsaliksik sa mga aklat, sa Torah, at kumuha mula rito ng Liwanag—ang pag-unawa kung paano mapapalakas ang kanyang pananampalataya. Ang mga kaliwanagan at pagsusuring natatanggap ng isa sa Torah ay tinatawag na *"anghang ng Torah."* Kapag ang mga ito'y natipon sa takdang dami, maaawa ang Maylikha sa kanya at bubuhusan siya ng espiritu mula sa Itaas—ang tinatawag na Mataas na Kasaganaan.

PAGLALARAWAN NG PAGHAHAYAG NG MUKHA

1. Pagtanggap ng umaapaw na kabutihan at kapayapaan, at pagkakamit ng kabuhayan nang madali at ganap. Ang isa ay hindi kailanman nakakaranas ng pagdarahop o masamang kalusugan, siya'y iginagalang saanman siya magpunta, at matagumpay at madaling natatapos ang anumang balak na pumasok sa kanyang isipan.

2. Kapag siya ay nanalangin, siya ay kagyat na tinutugon. Kapag pinagbubuti niya ang kanyang mga gawi, siya ay nagiging matagumpay; at kapag lumala ang kanyang mga gawi, naglalaho ang kanyang tagumpay.

3. Ang lahat ng kanyang mga kakilala na tumatahak sa matuwid na landas ay mayayaman, malulusog, hindi nagkakasakit, iginagalang ng mga tao, at namumuhay sa kapayapaan at katahimikan. Samantalang ang mga kakilala na hindi sumusunod

sa tamang landas ay hirap sa kabuhayan, baon sa problema at kapaitan, madalas may karamdaman, at mababa ang pagtingin ng mga tao sa kanila.

4. Ang isa ay itinuturing ang lahat ng matuwid na kakilala bilang matatalino, makatwiran, may mabuting asal, tapat, at kaaya-ayang makasama.

PAMBUNGAD SA AKLAT NG ZOHAR

1) Ang lalim ng karunungan sa banal na aklat ng *Zohar* ay nababalot at nakakulong sa likod ng isang libong kandado, at ang ating mga dila bilang tao ay walang sapat na kakayahan upang makapagbigay ng sapat at mapagkakatiwalaang paliwanag sa kahit isang paksa sa aklat na ito hanggang sa dulo. Gayundin, ang mga pakahulugang aking naisulat ay mga pahiwatig lamang upang matulungan ang nagsusuri na makapanik sa rurok ng pagkaunawa at pag-aralan ang mismong mga salita ng aklat. Kaya nakita kong kinakailangang ihanda ang mambabasa at bigyan siya ng daan at pamamaraan para sa isang mapanlikhang pagninilay at pag-aaral ng aklat.

2) Una, dapat ninyong malaman na ang lahat ng sinasabi sa *The Book of Zohar* at maging sa mga alamat tungkol dito ay mga katawagan sa sampung *Sefirot*, na tinatawag na *KHB* (*Keter, Hochma, Bina*), *HGT* (*Hesed, Gevurah, Tifferet*), *NHYM* (*Netzah, Hod, Yesod, Malchut*), at sa kanilang pagkakasaayos. Katulad ng dalawampu't dalawang titik ng wikang binibigkas na ang pagkakasaayos ay sapat upang buksan ang bawat bagay, bawat konsepto, at maging ang mga ugnayan sa pagitan ng mga ito, gayundin ang mga konsepto at pagkakasaayos ng mga konsepto sa loob ng sampung *Sefirot* ay sapat upang isiwalat ang lahat ng karunungan sa aklat ng Kalangitan. Gayunpaman, mayroong tatlong hangganan na dapat pag-ingatan at hindi dapat labagin habang pinag-aaralan ang mga salita ng aklat.

3) **Unang hangganan**: Mayroong apat na kategorya ng pamamaraan ng pag-aaral, na tinatawag na "*Materya,*" "*Anyo sa Materya,*" "*Abstraktong Anyo,*" at "*Esensya.*" Ang mga ito'y kaayon ng mga antas sa loob ng sampung *Sefirot*. Alamin na ang *The Book of Zohar* ay hindi kailanman tumatalakay sa *Esensya* o sa *Abstraktong Anyo* ng mga *Sefirot*. Tanging ang *Materya* at ang *Anyo* na nadadamitan ng *Materya* lamang ang binibigyang pansin.

4) **Pangalawang hangganan**: Kinikilala natin ang tatlong antas ng pagkaunawa sa Makadiyos na reyalidad ng paglikha ng mga kaluluwa at ang paraan ng kanilang pag-iral— tatlong aspeto na kailangang tukuyin.

Ein Sof (Walang-hanggan)
- Ang daigdig ng *Atzilut*
- Ang tatlong daigdig tinawag na *Beria, Yetzira, Assiya*.

Dapat ninyong malaman na ang *The Zohar* ay tumatalakay lamang sa mundo ng *BYA* (*Beria, Yetzira, Assiya*) at sa *Ein Sof* at sa mundo ng *Atzilut*, ngunit *tanging sa sukat* na tinatanggap ng *BYA* mula sa mga ito. Ibig sabihin, ang *The Book of Zohar* ay hindi lumalahok sa *Ein Sof* at sa mundo ng *Atzilut* sa sarili ng mga ito.

5) Pangatlong hangganan: Mayroong tatlong pag-unawa sa bawat isang mundong *BYA*:

- Ang sampung *Sefirot* bilang mga Kabanalan na sumisinag sa mundong iyon;
- *Neshamot* (mga kaluluwa), *Ruchot* (mga espiritu), at *Nefashot* (buhay) ng mga tao;
- Ang natitirang reyalidad dito, tinawag na "anghel," "damit," at "palasyo" na ang mga elemento ay di-mabibilang.

Dapat tandaan na bagamat *Ang Zohar* ay masinsinang nagpapaliwanag ng mga detalye ng bawat mundo, ang nilalaman ng mga salita nito ay palaging tumutukoy sa mga kaluluwa ng mga tao sa mundong iyon. Ipinapakita lamang nito ang iba pang aspeto upang masukat ang sukat ng tinatanggap ng mga kaluluwa mula sa mga ito. Hindi nababanggit ng *Ang Zohar* ang kahit isang salita na hindi tumutukoy sa pagtanggap ng mga kaluluwa. Kaya nararapat na pag-aralan ang bawat bagay na inihahayag ng *The Book of Zohar (Ang Aklat ng Zohat)* bilang may kaugnayan lamang sa pagtanggap ng mga kaluluwa.

At dahil ang tatlong hangganang ito ay mahigpit, kung ang mambabasa ay hindi magiging maingat sa mga ito at kukuha ng mga kahulugan mula sa labas ng itinakdang pakahulugan, siya'y kaagad na mawawala sa tamang direksyon ng pag-aaral. Kaya nakita ko na kailangang-kailangan kong bigyang-pansin at palawakin ang paliwanag ukol sa tatlong hangganang ito sa abot ng aking makakaya, sa paraang magiging malinaw ito para sa sinuman.

6) Ngayon ay dapat ninyong malaman na mayroong *sampung Sefirot*, tinatawag na *Hochma, Bina, Tifferet*, at *Malchut*, at ang kanilang pinagmulan, na tinatawag na *Keter*. Sila ay tinawag na *sampu*, dahil ang *Sefira* (isahan ng *Sefirot*) na *Tifferet* ay naglalaman ng anim na *Sefirot* na tinatawag na *Hesed, Gevura, Tifferet, Netzah, Hod*, at *Yesod*. Dapat tandaan ang lahat ng ito sa bawat pagkakataong ating babanggitin ang *sampung Sefirot* bilang *HBTM*.

Sa pangkalahatan, sila ang bumubuo sa apat na mundong *ABYA*, dahil ang mundo ng *Atzilut* ay ang *Sefira Hochma*, ang mundo ng *Beria* ay *Sefira Bina*, ang mundo ng *Yetzira* ay *Sefira Tifferet*, at ang mundo ng *Assiya* ay *Sefira Malchut*. Sa partikular, hindi lamang bawat mundo ang may *sampung Sefirot HBTM*, kundi kahit ang bawat pinakamaliit na bahagi ng bawat mundo ay naglalaman din ng *sampung Sefirot HBTM*.

7) Ang *Zohar* ay inihalintulad ang sampung *Sefirot, HBTM* sa apat na kulay:
- Puti para sa *Sefira Hochma*;
- Pula para sa *Sefira Bina*;

---

[19] Tala ng Tagasalin: Ang karaniwang pagsasalin para sa parehong *Neshama* at *Nefesh* ay mga Kaluluwa, ngunit kailangan kong pumili ng ibang salita para sa *Nefesh* upang makilala ito mula sa *Neshama*.

- Luntian para sa *Sefira Tifferet*;
- Itim para sa *Sefira Malchut*.

Ito ay tulad sa isang salamin na may apat na bahagi na may apat na kulay. At bagamat ang Liwanag ay iisa, ito ay nagkakakulay kapag ito'y dumaan sa salamin, at nagiging apat na uri ng kulay: puting liwanag, pulang liwanag, luntiang liwanag, at itim na liwanag.

Kaya, ang Liwanag sa lahat ng *Sefirot* ay simpleng Kabanalan at pagkakaisa, mula sa tuktok ng *Atzilut* hanggang sa kailaliman ng *Assiya*. Ang pagkakahati sa *sampung Sefirot HBTM* ay dahil sa *Kelim* (mga *daluyan/vessels*) na tinatawag na *HBTM*. Bawat *Kli* (isahan ng *Kelim*) ay tulad ng isang pinong partisyon kung saan ang Banal na Liwanag ay tumatawid tungo sa mga tumatanggap.

Sa ganitong dahilan, itinuturing na bawat *Kli* ay "pinipintahan" ang Liwanag ng isang partikular na kulay. Halimbawa, ang *Kli* ng *Hochma* sa mundo ng *Atzilut* ay naghahatid ng puting Liwanag—ibig sabihin, walang kulay. Ito ay dahil ang *Kli* ng *Atzilut* ay tulad ng Liwanag sa sarili nito mismo, at ang Liwanag ng Maylikha ay hindi nagbabago habang tumatawid dito.

Ito ang ibig sabihin ng isinasaad ng *The Zohar* tungkol sa mundo ng *Atzilut*, na "Siya, Kanyang Buhay, at Kanyang Sarili ay Iisa." Kaya ang Liwanag ng *Atzilut* ay itinuturing na puting Liwanag. Ngunit kapag ito'y tumatawid sa mga *Kelim* ng mga mundo ng *Beria*, *Yetzira*, at *Assiya*, ang Liwanag ay nagbabago at lumalamlam habang tumatagos patungo sa mga tumatanggap. Halimbawa, ang pulang liwanag para sa *Bina* bilang *Beria*, ang luntiang liwanag para sa *Tifferet* bilang mundo ng *Yetzira*, at ang itim na liwanag para sa *Sefira Malchut* bilang mundo ng *Assiya*.

8) Bilang karagdagan sa mga nabanggit, mayroong isang mahalagang pahiwatig sa salaysay na ito ng apat na kulay. Ang Mataas na Liwanag ay tinatawag na *Sefer* (aklat), tulad ng nasusulat sa *Book of Creation*, Kabanata Isa, Bahagi Isa: "Kanyang nilikha ang Kanyang mundo sa tatlong aklat: isang aklat, isang may-akda, at isang salaysay."

Ang paghahayag ng karunungan sa bawat aklat, sa iba't ibang pagpapakahulugan ng karunungan, ay dumarating sa mambabasa. Sa kabuuan, mayroong tatlong uri ng tinta sa aklat: pula, luntian, at itim.

Kaalinsunod dito, ang mundo ng *Atzilut*, bilang *Hochma*, ay lantay na Kabanalan, tulad ng puting bahagi ng aklat. Ibig sabihin, wala tayong pag-unawa sa anuman dito, at ang kabuuang paghahayag ng aklat ng Kalangitan ay nasa *Sefirot Bina, Tifferet,* at *Malchut*, bilang tatlong mundo ng *BYA*, na itinuturing na "tinta" sa aklat ng Kalangitan.

Ang mga titik at ang kanilang mga kombinasyon ay lumilitaw sa tatlong uri ng tintang ito, at sa pamamagitan lamang ng mga ito ang Makadiyos na Liwanag ay nahahayag sa mga tumatanggap. Kasabay nito, dapat nating tandaan na ang puti sa aklat ay ang pangunahing nilalaman ng aklat, at ang lahat ng titik ay mga "panaguri" (paglilinaw) sa puting pahina ng aklat. Kaya kung wala ang kulay puti, ang mga titik at lahat ng pagpapamalas ng *Hochma* ay hindi mangyayari kahit kailan.

Katulad din, ang mundo ng *Atzilut* ay lumilitaw sa pamamagitan ng mga mundo ng *BYA*. Ito ang ibig sabihin ng talata: "Sa Iyong karunungan ay nalikha ang lahat ng iyon."

9) Ating binanggit sa unahan, sa ikatlong hangganan, na ang *Zohar* ay hindi nagsasalita tungkol sa mundong *Atzilut* sa sarili nito, dahil ito'y itinuturing bilang puting kulay sa aklat—bagkus, bilang kaliwanagan nito sa tatlong mundong *BYA*. Ito ay dahil ito'y tulad ng tinta, ang mga titik, at ang samu't saring hugis nito sa aklat, sa dalawang kaparaanan:

- Maaaring ang tatlong mundo ng *BYA* ay tumanggap ng kaliwanagan ng mundong *Atzilut* habang nasa lugar ng mga ito, sa panahong ang Liwanag ay higit na mahina, habang dumaraan sa *Parsa* sa ilalim ng mundong *Atzilut*, hanggang ito'y maramdaman bilang mahinang kaliwanagan mula sa mga *Kelim* ng *Atzilut*.

- O kaya'y sa paraang ang mga mundong *BYA* ay umaangat sa ibabaw ng *Parsa*, sa lugar ng *Sefirot Bina*, *Tifferet*, at *Malchut* ng *Atzilut*. Sa panahong iyon, nadadamitan ng mundong *Atzilut* at tinatanggap ang Liwanag sa mismong lugar kung saan ito'y nagliliwanag.

10) Datapwat ang salaysay at aral ay hindi maipaghahambing sa aklat ng karunungan ng mundong ito, sapagkat parehong ang puti at ang tinta sa mga titik ay walang buhay. Ang nahahayag na karunungan na ibinubunsod ng mga ito ay hindi mula sa esensya ng mga ito mismo, kundi sa labas ng mga ito—sa kaisipan ng nagsusuri.

Subalit sa apat na mundong *ABYA*, na mga aklat ng Kalangitan, ang lahat ng Liwanag ng espirituwal at korporyal na reyalidad ay umiiral sa kanila at nagmumula sa kanila. Kaya inyong malalaman na ang puti dito, bilang nilalaman ng aklat, ay ang pinag-aaralang usapin mismo, habang ang tatlong kulay ng tinta ay nagpapalinaw sa nilalamang iyon.

11) Dito, nararapat nating pag-aralan nang mabuti ang apat na paraan ng pag-unawa, na ipinakita na sa unahan bilang bahagi ng unang hangganan:

- Materya
- Anyo na Nadinamitan ng Materya
- Abstraktong (Halaw) Anyo
- Esensya (Kaibuturan)

Datapwat, akin munang ipapaliwanag ang mga ito gamit ang konkretong halimbawa mula sa mundong ito. Halimbawa, kapag inyong sinabi na ang isang tao ay malakas, matapat, o mapanlinlang, atbp., nasa harap mo ang mga sumusunod:

- Ang kanyang *materya*, ibig sabihin ang kanyang katawan;

- Ang *anyo* na nagdadamit sa kanyang *materya*—malakas, matapat, o mapanlinlang;

- Ang *abstraktong anyo*. Maaari ninyong hubarin ang anyo ng malakas, matapat at mapanlinlang mula sa *materya* ng taong iyon, at pag-aralan ang tatlong *anyo* sa sarili nang mga ito mismo, nang hindi nadadamitan ng anumang *materya* o katawan. Ibig sabihin, pag-aralan ang katangian ng lakas, katapatan, at panlilinlang, at unawain ang kahusayan o kakulangan sa mga ito, habang ang mga ito ay hiwalay sa anumang nilalaman.

- Ang *esensya* ng isang tao.

12) Dapat malaman na wala tayong pag-unawang anupaman sa pang-apat na kaparaanan, ang *Esensya* ng tao sa sarili nito mismo, nang walang *Materya*. Ito'y dahil ang ating limang pandama at ang ating imahinasyon ay nagbibigay lamang ng manipestasyon ng mga kilos ng esensya, at hindi ng esensya sa sarili nito mismo.

Halimbawa, ang pandama ng paningin ay nakapagbibigay lamang sa atin ng anino ng nakikitang esensya habang ito'y nagkakahugis sa tapat ng liwanag.

Katulad nito, ang pandama ng pandinig ay tanging resulta ng puwersang bumabangga mula sa ilang esensya sa hangin. At ang hangin na itinulak nito ay bumabangga sa drum ng ating tainga—at ating maririnig na mayroong ilang esensya sa ating paligid.

Ang ating pang-amoy ay bunga rin ng hangin na nagmumula sa esensya at tumatama sa ating mga nerbiyo ng pang-amoy, kaya tayo'y nakakaamoy. Gayundin, ang ating pandama ng lasa ay dulot ng direktang pagdikit ng ilang esensya sa ating mga nerbiyo ng panlasa.

Kaya, ang lahat ng apat na pandamang ito ay mga manipestasyon lamang na nagmumula sa mga esensya at wala sa mismong esensya. Maging ang pandama ng balat, ang pinakamalakas sa lahat, na naghihiwalay sa mainit at malamig, sa matigas at malambot—lahat ng ito ay pawang manipestasyon lang ng pagkilos ng esensya. Ang mga ito ay mga pangyayari sa loob ng esensya.

Ito ay dahil ang mainit ay maaaring palamigin; ang malamig ay maaaring painitin; ang matigas ay maaaring palambutin at lusawin sa pamamagitan ng kemikal; at ang likido ay maaaring gawing gas, hanggang sa ang anumang pakiramdam mula sa ating limang pandama ay ganap nang mawala. Ngunit ang esensya ay nananatiling umiiral dahil maaari ninyong ibalik ang gas sa likido, at ang likido sa solido.

Ipinapakita nito na ang limang pandama ay hindi naghahayag sa atin ng anumang esensya, kundi tanging mga pangyayari at manipestasyon ng pagkilos mula sa esensya. At ito'y kilala na: "Ang hindi natin nadarama, ay hindi natin maiisip; at ang hindi natin maiisip, ay hindi kailanman lilitaw sa ating kamalayan, at walang paraan para maunawaan ito."

Kaya ang ating isipan ay walang anumang pag-unawa sa *Esensya*. Maging ang ating sariling esensya ay hindi natin ganap na nauunawaan. Ramdam ko at alam ko na ako'y nasa isang lugar sa mundo, na ako'y may laman, may buhay, at may kakayahang mag-isip—ngunit ang lahat ng ito ay pawang manipestasyon lamang ng mga kilos ng aking esensya. Ngunit kung tatanungin ako tungkol sa mismong esensya kung saan nanggagaling ang mga ito, wala akong masasabi sa inyo.

Samakatuwid, makikita ninyo na ang Probidensiya ay sadyang pumigil sa atin upang matamo ang anumang *Esensya*. Ang ating natatamo lamang ay ang mga manipestasyon at larawan ng mga pagkilos na nagmumula sa mga esensya.

13) Subalit mayroon tayong buong pag-unawa sa unang kaparaanan, bilang *Materya*, ibig sabihin, ang manipestasyon ng mga pagkilos na namamalas mula sa bawat esensya. Ito ay dahil ang mga ito'y sumasapat bilang paliwanag sa atin ng esensya na naninirahan sa ating kalamnan, sa paraang hindi tayo nakakaranas ng kakulangan sa ating pangangailangan at pag-aaral—pareho sa pagtatamo ng ating sariling pag-iral at sa pagtatamo ng lahat nang umiiral sa labas natin.

14) Ang ikalawang kaparaanan, *Anyo na dinamitan sa Materya*, ay isang katanggap-tanggap at malinaw na pagtatamo rin, sapagkat ating nakakamit ito batay sa praktikal at tunay na pagsusuri na ating nakikita sa paggalaw ng anumang materya. Lahat ng ating matataas at maaasahang karunungan ay nagmumula sa ganitong uri ng pag-unawa.

15) Ang ikatlong kaparaanan ay *Abstraktong Anyo*. Kapag ang anyo ay nahayag na nadadamitan ng ilang anyo, ang ating pag-iisip ay magagawang ihiwalay ito mula sa anumang materya sa kabuuan at unawain ito kahit anupaman ang nilalaman. Tulad noong mga mabubuting katangian na mababasa sa mga aklat ng moralidad, kung saan ating pinaguusapan ang mga kaangkinan ng katotohanan at kabulaanan, galit, kalakasan, at iba pa — kung kailan ang mga ito'y hubad ng anumang materya. Nilalapatan natin ang mga ito ng kahusayan o kakulangan kahit ang mga ito ay abstrakto.

Dapat ninyong tandaan na itong ikatlong kaparaanan ay hindi katanggap-tanggap sa mga maingat at may malalim na kaalaman, dahil hindi maaasahan ang mga ito nang isandaang porsyento. Sapagkat habang sinusuri ang mga ito na hubad sa materya, sila'y maaaring magkamali sa mga ito.

Tingnan halimbawa ang isang may matayog na moralidad, ibig sabihin, isang hindi makadiyos. Dahil sa kanyang masusing paglahok sa kahusayan ng katotohanan habang nasa *abstraktong anyo* nito, ang taong ito ay maaaring magpasiya na kahit makapagliligtas siya ng tao mula sa kamatayan, ngunit kailangan niyang magsinungaling, mas nanaisin pa rin niyang ang buong mundo ay mapahamak kaysa siya ay magsalita ng kasinungalingan. Hindi ito ang pananaw ng Torah, dahil walang mas mahalaga liban sa pag-iingat ng buhay (*Yoma 82a*).

Sa katunayan, kung ang isang tao ay nakita ang mga *anyo* ng katotohanan at kabulaanan habang nadadamitan ng *materya*, kanyang mauunawaan ang mga ito kaugnay sa kanilang kabutihan o kapinsalaan sa *materya*. Ibig sabihin, matapos ang maraming pagdurusa na pinagdaanan ng mundo, at nasaksihan ang pagkawasak at pinsalang dinala ng mga mapanlinlang na tao bunga ng kanilang mga kasinungalingan, at ang malaking pakinabang mula sa mga matapat na taong nagpigil sa kanilang mga sarili upang magsalita lamang ng katotohanan, sila'y nagpasiya na walang kabutihang mas mahalaga liban sa katangian ng katotohanan, at wala nang hihigit pang kapahamakan kaysa sa kabulaanan.

At kung ang isang mapangarapin ay nauunawaan ito, siya'y sumasang-ayon sa pananaw ng Torah, at matatanto na ang kasinungalingang makapagliligtas ng kahit isang tao mula sa tiyak na kamatayan ay higit na mahalaga kaysa sa lahat ng kahusayan at papuri ng *abstraktong* katangian ng katotohanan. Kaya, walang kasiguruhang anupaman sa ganitong mga konsepto ng ikatlong kaparaanan bilang *Abstraktong Anyo*, lalo na sa mga *abstraktong anyo* na hindi nababalutan ng anumang *materya*. Ang ganitong mga konsepto ay tanging pag-aaksaya lamang ng oras.

16) Ngayon inyo nang lubusang napag-aralan itong apat na kaparaanan — *Materya, Anyo ng Materya, Abstraktong Anyo, at Esensya* — sa konkretong mga bagay. Ito'y naglilinaw na tayo'y walang anumang pag-unawa sa ikaapat na kaparaanan, ang *Esensya*, at ang ikatlong kaparaanan ay isang kaparaanan na magliligaw. Tanging ang unang kaparaanan na tinawag

na *Materya* at ang ikalawang kaparaanan na *Anyong Dinamitan ng Materya* ang ipinagkaloob sa atin ng Mataas na Tagapamahala para sa malinaw at sapat na pagtatamo.

Sa pamamagitan ng mga ito, magagawa ninyong maunawaan ang pag-iral ng mga espirituwal na bagay, ibig sabihin, ng Mataas na mga Mundo, ang *ABYA*, dahil walang anumang mumunting detalye sa mga ito na hindi nahahati sa nabanggit na apat na kaparaanan.

Kung halimbawa inyong titingnan ang isang elemento sa *Beria*, mayroong mga *Kelim* doon, na kulay pula, kung saan ang Liwanag ng *Beria* ay dumadaan tungo sa mga naninirahan sa *Beria*. Ibig sabihin, ang *Kli* sa *Beria*, na ang kulay ay pula, ay itinuturing na *Materya* o *bagay*, ibig sabihin, unang kaparaanan.

At bagamat ito ay kulay lamang, na isang pangyayari at manipestasyon ng pagkilos sa isang *bagay*, ating sinabi na wala tayong pagtatamo sa *esensya* nito mismo, ngunit tanging sa manipestasyon lamang ng isang pagkilos mula sa *esensya*. At tumutukoy tayo sa manipestasyong iyon bilang *Esensya*, o *Materya*, o *katawan* ng isang *Kli*.

At ang Liwanag ng Kabanalan na dumaraan at nagdAdamit sa pulang kulay ay ang *Anyo* na nababalot sa *bagay*, ibig sabihin, sa ikalawang kaparaanan. Sa ganitong kadahilanan, ang Liwanag mismo ay tila pula, nagpapahiwatig ng balot nito at kaliwanagan sa pamamagitan ng *bagay*, itinuturing na *katawan* at *nilalaman*, ibig sabihin, na pulang kulay.

At kung nais ninyong alisin ang Liwanag ng Kabanalan mula sa *bagay*—ang pulang kulay—at pag-usapan ito sa sarili nito mismo, nang hindi nabibihisan ng isang *bagay*, ito ay bumabagsak sa ikatlong kaparaanan—*Anyong hiwalay sa Materya*—na maaaring mauwi sa pagkakamali. Sa ganitong kadahilanan, ito ay mahigpit na ipinagbabawal sa pag-aaral ng Mataas na mga Mundo, at walang tunay na Kabalista ang lumalahok sa ganoon, higit sa lahat ang may-akda ng *The Zohar*.

Ito ay mas higit pa sa *Esensya* ng isang elemento sa *Beria*, sa dahilang wala tayong anumang pag-unawa maging sa *esensya* ng mga korporyal na bagay, lalo na sa mga espirituwal na bagay.

Kaya nasa inyong harapan ang apat na kaparaanan:

- Ang *Kli* ng *Beria* bilang pulang kulay, na itinuturing na isang bagay, o nilalaman ng *Beria*;
- Ang Liwanag ng Kabanalan na nadadamitan sa *Kli* ng *Beria* — itinuturing na *Anyo* sa bagay;
- Ang Liwanag nang Kabanalan mismo na hiwalay sa bagay sa *Beria*;
- Ang Esensya ng bagay.

Kaya, ang unang hangganan ay lubos nang naipaliwanag: na sa kabuuan ng *The Zohar*, wala ni isang salita na nauukol sa ikatlo o ikaapat na kaparaanan, kundi tanging mula lamang sa una at ikalawang kaparaanan.

17) Kasama nito, ang ikalawang kaparaanan ay nalinaw. Dapat malaman na habang nilinaw natin ang apat na kaparaanan sa isang bagay sa mundo ng *Beria*, buong katiyakan

na ganito rin sila sa pangkalahatang apat na mundong *ABYA*. Ang tatlong kulay—pula, luntian, at itim—sa tatlong mundong *BYA*, ay itinuturing na mga *nilalaman* o *bagay*. Ang puting kulay, na itinuturing na mundo ng *Atzilut*, ay ang *Anyo* na nababalot sa *Materya*, sa tatlong kulay na tinawag na *BYA*.

Ang *Ein Sof* sa sarili nito mismo ay ang *Esensya*. Ito ang ating sinabi tungkol sa unang kaparaanan, na wala tayong pag-unawa sa *Esensya*, bilang ikaapat na kaparaanan, na nakakubli sa lahat ng mga bagay, maging sa mga bagay ng mundong ito. Kapag ang puting kulay ay hindi nababalot ng tatlong kulay sa *Beria*—ibig sabihin, kapag ang Liwanag ng *Hochma* ay hindi nababalot sa *Bina*, *Tifferet*, at *Malchut*—ito ay *Abstraktong Anyo*, kung saan hindi tayo lumalahok.

Ang *The Zohar* ay hindi bumabanggit ng ganitong bagay, kundi tanging unang kaparaanan lamang, bilang tatlong kulay ng *BYA*, na itinuturing na *nilalaman* na tinatawag na *Sefirot Bina*, *Tifferet*, at *Malchut*; at sa ikalawang kaparaanan, na mga kaliwanagan ng *Atzilut* na nababalot sa tatlong kulay ng *BYA*—ibig sabihin, Liwanag ng *Malchut*, na nabibihisan ng *Bina*, *Tifferet*, at *Malchut*—at karugtong nito ay bilang *Anyong* nababalot ng *Materya*. Ito ang dalawang kaparaanan na binibigyang-diin ng *The Book of Zohar* sa lahat ng kalagayan.

Kaya kung ang mambabasa ay hindi magiging maingat at hindi kokontrolin ang kanyang isip at pag-unawa upang palagiang pag-aralan ang mga salita sa *The Zohar* nang mahigpit sa ilalim ng dalawang nabanggit na kaparaanan, siya'y kaagad at ganap na maliligaw, dahil makukuha niya ang mga salita sa labas ng tamang pakahulugan.

18) Tulad ng ang apat na kaparaanan sa *ABYA* ay naipaliwanag, gayundin ito sa bawat isang mundo, maging sa mga pinakamaliit na bagay ng alinmang mundo—maging sa tuktok ng mundong *Atzilut* at sa ilalim ng mundong *Assiya*—dahil sa bawat isa ay mayroong *HBTM*. Inyong makikita na ang *Sefira Hochma* ay itinuturing na isang *Anyo*, at ang *Bina* at *TM* ay itinuturing na *Materya*, kung saan ang *Anyo* ay nabibihisan. Ibig sabihin, ang *The Zohar* ay lumalahok lamang sa una at ikalawang kaparaanan.

Ngunit ang *The Zohar* ay hindi lumalahok sa *Sefira Hochma* kapag ito ay nahuhubaran ng *Bina* at *TM*, dahil ito ay *Anyo* na walang *Materya*; lalong higit sa *Esensya*, na itinuturing na *Ein Sof* sa ganoong bagay.

Kaya tayo'y lumalahok sa *Bina*, *Tifferet*, at *Malchut* sa bawat bagay, maging sa *Atzilut*, at hindi tayo lumalahok sa *Keter* at *Hochma* ng bawat bagay sa sarili nito mismo, kahit sa *Malchut* ng dulo ng *Assiya*, kung sila'y hindi nababalot, kundi tanging sa hangganang sila'y nadadamitan ng *Bina* at *TM*. Ngayon, ang dalawang unang hangganan ay ganap nang naipaliwanag. Ang lahat ng nilalahukan ng may-akda ng *The Zohar* ay *Materya* o *Anyo* sa *Materya* bilang unang hangganan, gayundin sa *BYA* o sa kaliwanagan ng *Atzilut* sa *BYA*, na ikalawang hangganan.

19) Ngayon ating ipapaliwanag ang ikatlong hangganan. Ang *Zohar* ay lumalahok sa *Sefirot* ng bawat isang mundo, bilang Kabanalan na sumisinag sa mundong iyon, gayundin sa bawat bagay ng *Pirmi*, *Halaman*, *Hayop*, at *Nagsasalita* (*SVAS – Still, Vegetative, Animate*, at

Speaking), bilang mga likha sa mundong iyon. Datapwat ang *Zohar*, sa pangunahing bahagi nito, ay tumutukoy sa mga *nagsasalita* sa mundong iyon.

Hayaan ninyong bigyan ko kayo ng halimbawa mula sa mundong ito. Ito'y ipinaliwanag sa *Introduction to the Book of Zohar* (Item 42), na ang apat na uri—*Pirmi*, *Halaman*, *Hayop*, at *Nagsasalita*—sa bawat isang mundo, maging sa mundong ito, ay ang apat na bahagi ng *kaloobang tumanggap*. Bawat isa sa mga mundo ay nagtataglay nitong apat na uri ng *SVAS*. Kaya inyong makikita na ang bawat tao sa mundong ito ay nangangalaga at inaaruga ng apat na uri ng *SVAS* sa mundong ito.

Ito ay dahil ang pagkain mismo ng tao ay nagtataglay ng apat na uri, na dumarating mula sa apat na uri ng *SVAS* sa katawan ng tao. Ang mga ito ay: a) pagnanais na tumanggap ayon sa kinakailangang hangganan ng pangangailangan upang mabuhay; b) pagnanais na tumanggap nang higit sa pangangailangan upang mabuhay, paghahangad sa karangyaan, ngunit nananatili lamang sa mga pisikal na hangarin ng sarili; c) paghahangad ng pantao o panlipunang mga hangarin, tulad ng kapangyarihan at karangalan; d) paghahangad sa karunungan.

Ang mga ito ay umaabot sa apat na bahagi ng kaloobang tumanggap sa atin:

- Ang pagnanais para sa pangunahing pangangailangan ay itinuturing na Pirmi (Still), ng ating kalikasang tumanggap.
- Ang pagnanasang pisikal ay itinuturing na Halamang (Vegetative) bahagi ng ating kalikasang tumanggap, dahil ang mga ito'y dumarating lamang upang palakasin at paligayahin ang sariling (*Kli*)daluyan(vessel) na nasa laman ng katawan.
- Pagnanais ng pantaong mga hangarin ay itinuturing na Hayop (Animate) na bahagi, dahil ang mga ito'y nagpapatingkad ng espiritu ng isang tao.
- Ang pagnanais para sa karunungan ay ang Nagsasalitang (Speaking) bahagi ng kalikasang tumanggap.

20) Kaya sa unang kategorya—ang pangangailangan ng isa upang mabuhay—at sa pangalawang kategorya—ang pisikal na pagnanais na higit sa hangganan ng isa upang mabuhay—ang isang tao ay binubuhay ng mga bagay na mas mababa sa kanyang antas: *Pirmi*, *Halaman*, at *Hayop*. Ngunit sa pangatlong kategorya, ang panlipunang mga hangarin tulad ng kapangyarihan at paggalang, ang isang tao ay umuunlad sa gitna ng kanyang uri, ang kanyang kapwa. At sa ikaapat na kategorya, ang karunungan na kanyang tinatanggap ay nagmumula sa isang mas mataas na antas kaysa sa kanyang sariling uri—mula sa tunay na karunungan at katalinuhan, na pawang espirituwal.

21) Makikita ninyo na ito ay katulad ng sa mga Mataas na Espirituwal na Mundo, dahil ang mga mundo ay nakaimprenta sa isa't isa mula sa Itaas pababa. Kaya lahat ng kategorya ng *SVAS* sa mundo ng *Beria* ay iniiwan ang kanilang marka sa mundo ng *Yetzira*. At ang *SVAS* ng *Assiya* ay nakaimprenta mula sa *SVAS* ng *Yetzira*. Sa huli, ang *SVAS* ng mundong ito ay nakaimprenta mula sa *SVAS* ng mundong *Assiya*.

Ipinaliwanag ito sa *Introduction to The Book of Zohar* (Aytem 42), na ang *Pirmi* sa espirituwal na mundo ay tinatawag na *Heichalot* (mga Palasyo), ang *Halaman* ay tinatawag na *Levushim* (mga Damit), ang *Hayop* ay tinatawag na *Mala'achim* (mga Anghel), at ang *Nagsasalita* ay itinuturing na *Neshamot* (mga Kaluluwa) ng mga tao sa mundong iyon. At ang Sampung *Sefirot* sa mundong iyon ay mga Kabanalan.

Ang mga kaluluwa ng mga tao ang sentro ng bawat mundo at binubuhay ng espirituwal na katotohanan ng mundong iyon, tulad ng *Nagsasalita* sa korporyalidad na nabubuhay sa pangkalahatang korporyal na katotohanan ng mundong ito. Kaya sa unang kategorya— bilang pagnanais na tumanggap ng kinakailangan upang mabuhay—natatanggap ito mula sa liwanag ng *Heichalot* at *Levushim*. Ang pangalawang kategorya, ang lakas ng *Hayop* na nagdaragdag sa paglaki ng isang katawan, ay natatanggap mula sa kategorya ng *Mala'achim*—mga espirituwal na liwanag na higit sa pangangailangan upang mabuhay, upang mapatingkad ang espirituwal na mga *Kelim* na nagdadamit sa kanyang kaluluwa.

Kaya ang isang tao ay natatanggap ang una at pangalawang kategorya mula sa mas mababang antas kaysa sa kanya—mula sa mga *Heichalot*, *Levushim*, at *Mala'achim*—na nasa ibaba ng pantaong *Neshamot* (mga kaluluwa). Ang pangatlong kategorya, na mga panlipunang hangarin, ay natatanggap mula sa kapwa uri—ang mga *Neshamot* ng mundong iyon. Sa pamamagitan nito, nadaragdagan ang liwanag ng *Ruach* ng kanyang kaluluwa.

Ang ikaapat na kategorya ng hangarin—para sa karunungan—ay nagmumula sa *Sefirot* ng mundong iyon. Mula rito, natatanggap niya ang *HBD* ng kanyang kaluluwa.

Ipinapahiwatig nito na ang kaluluwa ng tao, na naroroon sa bawat mundo, ay dapat lumago at maging ganap sa lahat ng kategoryang umiiral sa mundong iyon. Ito ang ikatlong hangganan na ating nabanggit.

Ang isang tao ay dapat malaman na ang lahat ng salita sa *Zohar*, sa bawat usapin ng Mataas na Mundo na kanyang makakaharap—ang mga *Sefirot*, ang *Neshamot*, ang *Mala'achim*, ang *Heichalot*, at *Levushim*—bagamat binabanggit ng *Zohar* ang mga ito sa kanilang sarili, ang nagsusuri ay kailangang maunawaan na ang mga ito ay binabanggit lamang kaugnay ng hangganan kung saan ang pantaong kaluluwa ay tumatanggap mula sa kanila at nabubuhay sa pamamagitan nila. Kaya lahat ng kanilang mga salita ay tumutukoy sa mga pangangailangan ng kaluluwa. At kung pag-aaralan ninyo ang lahat ng bagay ayon sa pananaw na ito, mauunawaan ninyo ito, at magiging matagumpay ang inyong paglalakbay.

22) Matapos ang lahat ng iyon, kailangan pa nating ipaliwanag ang lahat ng korporyal na pangalan na ginagamit sa *The Book of Zohar*, tungkol sa sampung *Sefirot*—tulad ng *pataas* at *pababa*, *pag-angat* at *paglusong*, *pagsikip* at *paglawak*, *pagliit* at *paglaki*, *pagwawalay* at *pagsasama*, *mga bilang*, at mga katulad—na mga pagbabagong tila ibinubunsod ng mga nasa ibaba sa pamamagitan ng kanilang mabubuti o masasamang gawa.

Ang mga salitang ito ay tila nakalilito. Maaari ba talagang ang *Kabanalan* ay naaapektuhan at nagkakaroon ng pagbabago sa mga kaparaanang ito dahil lamang sa mga nilalang sa ibaba? Maaari nating sabihin na ang mga salitang ito ay hindi tumutukoy sa *Kabanalan* mismo na nagbibibihis at sumisinag sa *Sefirot*, kundi sa *Kelim* lamang ng mga *Sefirot*, na hindi *Kabanalan*. Sa halip, ang mga ito'y mga nilikhang isinama sa pagkakalikha ng mga kaluluwa upang magkubli o maghayag ng iba't ibang antas ng pagtatamo sa maayos na bahagi at sukatan para sa mga kaluluwa, upang madala ang mga ito sa hinahangad na dulo ng *pagwawasto* (*Tikkun*).

Ito ay kahalintulad ng halimbawa ng salamin na may apat na bahagi na may apat na kulay: puti, pula, luntian, at itim. Ganoon din sa puti ng aklat at ang nilalaman ng mga titik sa aklat.

Ang lahat ng ito ay maaaring mangyari sa tatlong mundong *BYA*, kung saan ang *Kelim* ng *Sefirot* ay mga nilikhang bagay at hindi *Kabanalan*. Subalit hindi kailanman maaaring ipakahulugan ang ganitong bagay sa mundo ng *Atzilut*, kung saan maging ang *Kelim* ng sampung *Sefirot* ay ganap na *Kabanalan*, kasama ng *Banal na Liwanag* sa mga ito.

Ito ang ipinaliwanag sa *Tikkunim* (*Pagwawasto*): "Siya, ang Kanyang Buhay, at ang Kanyang Sarili ay iisa." Ang "Siya" ay tumutukoy sa esensya ng mga *Sefirot*, bilang *Ein Sof*. Ang "Kanyang Buhay" ay tumutukoy sa *Liwanag* na sumisinag sa mga *Sefirot*, na tinatawag na "Liwanag ng *Haya*." Ito ay dahil ang buong mundo ng *Atzilut* ay itinuturing na *Hochma*, at ang *Liwanag* ng *Hochma* ay tinatawag na "Liwanag ng *Haya*." Kaya ito ang dahilan kung bakit tinatawag itong "Buhay." Ang "Kanyang Sarili" ay tumutukoy sa mga *Kelim* ng *Sefirot*. Kaya ang bawat bahagi nito ay ganap na *Kabanalan* at pagkakaisa.

23) Upang maunawaan ito, dapat ninyong tandaan ang ipinaliwanag sa *Item 17* sa unahan. Ipinapaliwanag doon na ang isang *Kinakailangang Bagay* ay isang *esensya* na wala tayong pag-unawa, kahit sa mga korporyal na *esensya*, at lalo na sa ating sariling *esensya*— lalo't higit sa *Kinakailangang Isa*.

Ang mundo ng *Atzilut* ay isang *Anyo*, at ang tatlong mundong *BYA* ay mga *Materya*. Ang *kaliwanagan* ng *Atzilut* sa *BYA* ay isang *Anyo* na nadadamitan ng *Materya*. Kaya inyong makikita na ang pangalang *Ein Sof* ay hindi talaga isang pangalan para sa *esensya* ng *Kinakailangang Isa*, dahil kung ano ang hindi natin natatamo, paano natin ito ilalarawan sa isang pangalan o salita?

Dahil ang *imahinasyon* at ang limang *pandama* ay hindi nakapagbibigay sa atin ng anumang bagay tungkol sa *esensya*, kahit pa sa mga korporyal, paano pa kung ukol sa *Kinakailangang Isa*? Sa halip, mauunawaan natin na ang pangalang *Ein Sof*, tulad ng inilarawan sa *ikatlong hangganan*, ay malinaw na ukol lamang sa mga kaluluwa (*Item 21*).

Kaya ang pangalang *Ein Sof* ay hindi kailanman tumutukoy sa *Kinakailangang Isa* mismo, kundi ukol sa mga mundo, at sa lahat ng kaluluwa na nakapaloob sa Kanya, sa *Kaisipan ng Paglikha*, sa paraan ng: "Ang katapusan ng isang pagkilos ay nasa panimulang kaisipan." Kaya ang *Ein Sof* ay katawagan sa kaugnayan ng kabuuan ng *Paglikha* hanggang sa pagtatapos ng *pagwawasto*.

Ito ang tinutukoy bilang "unang katayuan ng mga kaluluwa" (sa *Introduction to The Book of Zohar*, *Item 13*), kung saan ang lahat ng kaluluwa ay umiiral na sa Kanya, punô ng lahat ng kasiyahan at pagmamahal, sa pinakahuling kaganapan na kanilang matatamo sa wakas ng *pagwawasto*.

24) *Hayaan ninyong bigyan ko kayo ng halimbawa sa kaparaanan ng mundong ito*: Ang isang tao ay nais na magtayo ng isang magandang bahay. Sa kanyang unang *kaisipan*, kanyang

nakikita sa harapan ang isang marangyang bahay, pati na ang lahat ng silid at mga detalye kapag ang bahay ay ganap nang naitayo.

Pagkatapos, kanyang iguguhit ang *plano ng pagtatayo*, kasama ang bawat detalye nito. Sa takdang panahon, kanyang ipaliliwanag sa mga manggagawa ang bawat detalye: ang kahoy, ang mga bato, ang bakal, at iba pa. Kasunod nito, kanyang sisimulan ang aktwal na *pagtatayo ng bahay* hanggang ito'y makumpleto, alinsunod sa pagkakaayos nito sa kanyang *panimulang kaisipan*.

Alamin na ang *Ein Sof* ay tumutukoy sa *panimulang kaisipan*, kung saan ang buong *Paglikha* ay nailarawan na sa lubusang kaganapan. Gayunpaman, ang *aralin* ay hindi tulad ng halimbawa, dahil sa Kanya, ang hinaharap at kasalukuyan ay magkasabay. Sa Kanya, ang *kaisipan* ay gumaganap na agad, at hindi Niya kailangan ang mga kagamitan ng pagkilos tulad ng ginagawa natin. Kaya sa Kanya, ito ay aktwal na *katotohanan*.

Ang mundo ng *Atzilut* ay katulad ng *detalyadong guhit* ng planong ipatutupad sa takdang panahon. Tandaan: sa dalawang ito—ang *Ein Sof* bilang panimulang kaisipan, at ang *guhit* ng mga detalye—wala pa ring anumang bakas ng mga nilikha, dahil sila'y nasa antas pa lamang ng *potensiyal* at hindi pa lumilitaw bilang *aktwal na kaganapan*.

Katulad ito ng plano ng isang tao: bagama't naisaayos na ang lahat ng detalye—ang kahoy, mga bato, at bakal—para sa pagpapatayo, ito'y mga *konseptwal* pa lamang. Walang kahoy o bato sa mismong plano. Ang pagkakaiba lang, sa tao, ang planong ito ay hindi pa itinuturing na *aktwal na reyalidad*. Ngunit sa *Banal na Kaisipan*, ito ay higit pa sa *aktwal na reyalidad* kaysa sa mga tunay at pisikal na nilikha.

Kaya malinaw na ang kahulugan ng *Ein Sof* at ang mundo ng *Atzilut* ay tumutukoy sa *pagkakalikha* ng mga nilikha, ngunit sila'y nasa *potensiyal* pa rin. Wala pa ring naihahayag na *esensya*, katulad ng plano sa isipan ng tao na wala pang aktwal na kahoy, bato, o bakal.

25) Ang tatlong mundo ng *BYA*, at pati na ang mundong ito, ay itinuturing na *pagsasagawa* mula sa *potensiyal* patungong *aktwal*—katulad ng isang taong nagtayo ng bahay sa pisikal na paraan, dinala ang mga kahoy, bato, at manggagawa hanggang ang bahay ay ganap na naitayo.

Kaya ang *Kabanalan* na sumisinag sa *BYA* ay nagdádamit sa sampung *Kelim* (*KHB, HGT, NHYM*) hanggang sa hangganang kinakailangan upang matanggap ito ng mga kaluluwa at makarating sila sa kanilang perpeksiyon. Ang mga ito ang tinatawag na tunay na *Kelim*, na kaugnay sa *Kanyang Kabanalan*—ngunit sa sarili nila, hindi sila itinuturing na *Kabanalan*, kundi mga bagay na iniluwal para sa kapakanan ng mga kaluluwa.

26) Sa nabanggit na halimbawa sa itaas, inyong makikita kung paanong ang tatlong pag-unawa sa isang nagbabalak na magtayo ng bahay ay magkakaugnay sa kaparaanan ng sanhi at kinalabasan. Ang lahat ng ito ay mula sa panimulang kaisipan, dahil walang bagay na lumilitaw sa iginuhit na plano maliban sa dulo ng pagkilos, na lumitaw sa kanya sa panimulang kaisipan.

Gayundin, ang isa ay hindi nagsasagawa ng anumang bagay habang itinatayo ang bahay kundi ayon lamang sa inayos na detalye sa iginuhit na plano. Kaya inyong makikita, na tungkol sa mga mundo, ay walang anuman sa mga mundong iniluwal na hindi nagmula sa *Ein Sof*, mula sa unang katayuan ng mga kaluluwa, kung saan ang mga ito ay nasa pinakamataas na perpeksiyon sa pagtatapos ng pagwawasto, tulad ng sinasabi: "Ang katapusan ng isang pagkilos ay nasa panimulang kaisipan." Kaya lahat ng magpapamalas sa katapusan ng pagwawasto ay nakapaloob doon.

Sa pagsisimula, ito'y nagmumula mula sa *Ein Sof* patungo sa mundo ng *Atzilut*, katulad ng salaysay kung saan ang iginuhit na plano ay nagmumula sa panimulang kaisipan. Bawat isang elemento ay nagmumula sa mundo ng *Atzilut* tungo sa mga mundong *BYA*, tulad ng nasasaad sa salaysay na ang lahat ng detalye ay nagmumula sa iginuhit na plano at doon naisakatuparan sa aktwal na pagtatayo ng bahay.

Kaya walang anumang kahit na isang maliit na bagay na iniluwal sa mundong ito ang hindi nagmula sa *Ein Sof*, mula sa pinagmulan ng mga kaluluwa. Mula roon, ito'y dumaraan sa *Atzilut*, patungo sa mga mundong *BYA*, kung saan ang mga nilikha ay lumilitaw sa aktwal na reyalidad—na hindi na *Kabanalan* kundi tinatawag nang "mga nilikha"—at mula roon ay dumadaloy sa *Yetzira* at *Assiya*, hanggang sa umabot sa pinakamababang mundong ito.

Dahil dito, walang anumang nilikhang umiiral sa mundo na hindi nagmumula sa kanyang pinagmulan sa *Ein Sof*, mula sa kanyang sariling ugat sa *Atzilut*, at pagkatapos ay dumaraan sa *BYA* upang makamit ang anyong likas sa mga nilalang sa mundong ito.

27) Ngayon inyong mauunawaan na lahat nitong mga pagbabagong inilarawan sa mundo ng *Atzilut* ay hindi tumutukoy sa *Kabanalan* mismo, kundi tanging sa mga kaluluwa lamang, sa sukatan ng kanilang pagtanggap mula sa *Atzilut* sa pamamagitan ng tatlong mundong *BYA*. Ang kahulugan ng katotohanan ng mundong iyon ay nasa ugnayan ng iginuhit na plano sa panimulang kaisipan, na tinatawag na *Ein Sof*.

Gayunpaman, kapwa sa *Ein Sof* at sa mundo ng *Atzilut*, wala pang pinag-uusapang kaluluwa, katulad ng kawalan ng tunay na kahoy, bato, o bakal sa iginuhit na plano ng taong nagbalak magtayo. Ang pag-iral ng kaluluwa ay nagsisimula lamang na magpamalas sa mundo ng *Beria*. Sa dahilang ito, ang *Kelim* ng sampung *Sefirot*—na siyang tunay na tagatanggap para sa mga kaluluwa—ay hindi itinuturing na *Kabanalan* kundi mga pagbabago.

Kaya natin itinalaga ang tatlong kulay—pula, luntian, at itim—sa *Kelim* ng sampung *Sefirot* sa *BYA*. Hindi maaaring maipakahulugan ang mga ito bilang *Kabanalan* dahil walang anumang pagbabago sa Kanya.

Ngunit ang *Liwanag* na nakadamit sa sampung *Kelim* ng *BYA* ay dalisay na *Kabanalan* at pagkakaisa, at hindi nagbabago kailanman. Maging ang *Liwanag* na nakadamit sa pinakababang *Kli* sa *Assiya* ay lubos na *Kabanalan*, na hindi kailanman nagbabago. Ito ay dahil ang *Liwanag* mismo ay iisa, at lahat ng pagbabago na napapansin sa *Liwanag* ay dahil lamang sa mga *Kelim* ng *Sefirot*, na hindi *Kabanalan*.

Sa kabuuan, ang mga ito ang bumubuo ng tatlong nabanggit na kulay;- lahat ng pagbabago ay nagaganap sa pamamagitan ng mga ito.

28) Ngunit ang *Kelim* ng sampung *Sefirot* ng *BYA* ay tiyak na tumatanggap ng bawat maliit na detalye ng mga pagbabagong iyon. Ito ay dahil ang mga ito ang bumabalangkas sa "guhit ng plano" ng lahat ng detalye na isasakatuparan sa mismong pagbuo ng tahanan— ang mga mundo ng *BYA*. Kaya sa usaping ito, ang *Kelim* ng sampung *Sefirot HBTM* sa *BYA* ay itinuturing na tumatanggap ng tumpak na hugis mula sa *HBTM* ng *Atzilut*, ibig sabihin, mula sa guhit ng plano roon.

Ito'y dahil ang bawat detalye sa pagbuo ay dapat na magmula sa bawat detalye sa plano. Kaya sa usaping ito, tinatawag nating "puti" ang *Kelim* ng *Atzilut*, kahit na hindi naman ito kulay.

Gayunman, ito ang pinagmumulan ng lahat ng kulay. Tulad ng kulay puti sa isang aklat ng karunungan: kahit na wala tayong nakikitang karunungan sa mismong puting bahagi ng pahina, ito pa rin ang naglalaman ng buong nilalaman ng aklat. Ito ay dahil sa pagkalat nito sa paligid at sa loob ng bawat titik, nagbibigay ito ng hugis sa bawat letra at nagpapakilala ng katangian ng bawat espasyo.

At maaari nating sabihin ang kabaligtaran: na wala tayong tunay na pag-unawa sa pula, luntian, o itim na kulay ng mga titik, at ang tanging nilalaman na ating naiintindihan mula sa bawat titik ng aklat ay nagmumula lamang sa puting bahagi nito. Ito ay dahil ang liwanag sa paligid at sa loob ng bawat titik ang siyang lumilikha ng hugis, at sa pamamagitan ng mga hugis na iyon, nahahayag sa atin ang buong karunungan ng aklat.

Maaari natin itong ihambing sa sampung *Sefirot* ng *Atzilut*: bagama't ang mga ito'y katulad ng puti—hindi natin nauunawaan ang anuman sa mga ito, hindi kahit isang bilang o pagbabago—ang lahat ng pagbabago ay walang pasubaling nagmumula sa *Kelim* ng sampung *Sefirot* ng *Atzilut*, na sumisinag bilang puti sa mga mundong *BYA*. Para sa sarili nito mismo, wala itong *Kelim*, dahil ang lahat ng naroroon ay puti lamang. Ito ay tulad ng kwento tungkol sa puti ng aklat na kaugnay ng mga titik at katangian nito, dahil ang liwanag nito sa *BYA* ay lumilikha ng *Kelim* sa mga ito.

29) Mula sa mga naipaliwanag, makikita ninyong hinati ng *Tikkunim* ng *The Zohar* ang mundo ng *Atzilut* sa tatlong antas ng pagkaunawa: "Siya," "Kanyang Buhay," at "Kanyang Sarili"—bagaman ito'y isa lamang, ganap na pagkakaisa, at walang nilikhang umiiral doon.

Ang *"Siya"* ay tumutukoy sa *Kabanalan* sa sarili nito, na hindi natin kayang unawain. Maging sa mga pisikal na bagay sa mundong ito, wala tayong pag-unawa sa esensiya (tingnan ang *Item 12*), kaya lalo na sa *Kabanalan*.

Ang *"Kanyang Sarili"* ay tumutukoy sa *sampung Kelim* ng *HBTM* sa loob ng *Atzilut*, na inihalintulad natin sa kulay puti ng isang aklat ng karunungan. Wala kang makikitang numero sa puting pahina ng aklat, dahil wala namang kulay o hugis dito. Ngunit sa kabila nito, ang mga hugis ng lahat ng titik at kulay ng mga ito ay lumilitaw mula sa puti mismo.

Kaya kahit wala itong tiyak na hugis sa sarili nito, dito pa rin nagmumula ang lahat ng anyo. Katulad nito, ang *sampung Kelim* ay pinagmumulan ng napakaraming anyo ayon sa kung paano ito nagliliwanag sa *BYA*, gaya ng isang planong iginuhit na isinasakatuparan sa paggawa ng bahay.

Kaya lahat ng pagbabago sa *BYA* ay bunga lamang ng liwanag mula sa *sampung Kelim* ng *HBTM* ng *Atzilut*. Ang napakaraming hugis at pagbabago ay umiiral lamang sa konteksto ng mga tagatanggap sa *BYA*; ngunit sa sarili ng *Atzilut*, ito ay simpleng pagkakaisa—tulad ng puti sa aklat: walang tinta, walang numero, at walang hugis.

Kaya ngayon ay lubos nating naipaliwanag ang "*Kanyang Sarili*"—ang *Kelim*, na bagaman pinagmumulan ng lahat ng anyo, sa sarili nito ay nananatiling ganap na pagkakaisa, tulad ng "*Siya*."

30) *Ang Kanyang Buhay* ay tumutukoy sa Liwanag na nababalot sa puting *Kelim*. Nauunawaan lamang natin ang Liwanag na ito kaugnay sa mga kaluluwang tumatanggap mula sa *Atzilut*, at hindi mula sa mismong Kabanalan. Ang "Siya" ay tumutukoy sa Kabanalan sa sarili nito; *ang Kanyang Buhay* ay nauunawaan kapag ang tatlong mundong *BYA* ay umangat sa *Atzilut* kasama ang mga kaluluwa ng tao. Sa ganitong pagkakataon, ang Liwanag na kanilang natatanggap ay tinatawag na Liwanag ng *Hochma*, o *Liwanag ng Haya*.

Sa ganitong konteksto, tinatawag natin ang Liwanag na iyon bilang "Kanyang Buhay." Ito rin ang ibig sabihin ng isinulat sa *Tikkunim* ng *The Zohar*: "Siya, Kanyang Buhay, at Kanyang Sarili ay iisa." Ang tatlong ito ay tumutukoy sa mga tumatanggap:

- *Ang Kanyang Sarili* ay ang kaliwanagan ng mga *Kelim* sa lugar ng *BYA* na nasa ilalim ng *Parsa* ng *Atzilut*, sapagkat ang Liwanag ng *Atzilut* ay hindi kailanman bumababa sa ilalim ng *Parsa*.

- *Ang Kanyang Buhay* ay ang kaliwanagan ng mismong Liwanag ng *Atzilut*, kapag ang *BYA* ay umangat sa *Atzilut*.

- *Ang "Siya"* ay ang mismong esensya ng Kabanalan, na hindi kayang matamo.

Ang *Tikkunim* ng *The Zohar* ay nagsasabing, bagamat tayo bilang mga tumatanggap ay kailangang maunawaan ang tatlong kategoryang ito sa *Atzilut*, ang mga ito ay may kaugnayan lamang sa mga tumatanggap. Ngunit kaugnay sa *Atzilut* mismo, maging ang *Kanyang Sarili* ay itinuturing na "Siya," ibig sabihin, bahagi ng mismong esensya ng Kabanalan. Kaya, walang anuman sa mundo ng *Atzilut* ang tunay na maaarok. Ito ang ibig sabihin ng puting kulay—na walang pag-unawa para dito sa sarili nito—at ito'y tanging ganap na pagkakaisa.

31) Ang *Zohar* ay inilalarawan ang mga *Kelim* na *HBTM* sa *Atzilut* na lumalago o humihina batay sa pagkilos ng mga tao. Gayundin, nakita natin sa (*Zohar, Bo*, p. 32b) na "Ang Israel... ay naghahandog ng galit o lakas sa Maylikha," ibig sabihin, hindi ito dapat ituring na tumutukoy sa Kabanalan mismo, dahil walang anumang pagbabago sa Kabanalan, tulad ng nasusulat: "Ako, ang Diyos, ay hindi nagbabago."

Ngunit dahil ang Kaisipan ng Paglikha ay bigyang-kagalakan ang Kanyang mga nilikha, itinuturo nito sa atin na Siya'y may hangaring magbigay. Nakikita natin sa mundong ito na lumalago ang kasiyahan ng nagbibigay kapag nadaragdagan ang mga tumatanggap, at nais Niyang dumami ang mga ito. Kaugnay nito, sinasabi natin na ang Liwanag sa *Atzilut* ay lumalago kapag ang mga nasa ibaba ay nabibigyan ng pagkakaloob mula sa *Atzilut*, o pinapahalagahan nila ito. Sa kabila nito, kapag walang nasa ibaba ang karapat-dapat tumanggap ng Kanyang kasaganaan, ang Liwanag ay humihina sa ganoong hangganan — ibig sabihin, dahil walang tumatanggap mula rito.

32) *Maaaring itulad ito sa isang kandila.* Kung sisindihan ninyo ang isang libong kandila, o kaya'y wala kayong sisindihan, wala kayong magagawa sa kandila mismo. Ganito rin kay *Adam haRishon*: kung wala siyang libong supling tulad natin ngayon, o wala man siyang anumang supling, walang pagbabago kay *Adam haRishon* mismo.

Katulad nito, walang anumang pagbabago sa mundong *Atzilut* mismo, kahit tumanggap o hindi ng kasaganaan ang mga nakakababa. Ang kadakilaan na nabanggit sa unahan ay nananahan lamang sa mga nakakababa.

33) Kaya bakit kailangang ilarawan ng mga may-akda ng *Zohar* ang lahat ng mga pagbabago sa mundo ng *Atzilut* mismo? Dapat sana'y nilinaw lamang nila ang tungkol sa mga tagatanggap ng *BYA*, at hindi nagpalawig nang husto sa *Atzilut*, na siyang nagtulak sa atin na maghanap ng mga kasagutan.

Sa katunayan, may malalim na lihim dito: ito ang ibig sabihin ng "at sa pamamagitan ng tungkulin ng mga propeta ay gumamit ako ng paghahalintulad" (*Hosea 12*). May Makadiyos na kalooban dito — ang ganitong mga pagkakatulad, na kumikilos lamang sa kaluluwa ng mga tumatanggap, ay lilitaw sa mga kaluluwa na para bang ang *Sarili Niya* mismo ang lumalahok sa kanila upang palawakin ang kanilang pagtatamo.

Ito'y tulad ng isang ama na pinipigil ang kanyang sarili upang ipakita sa kanyang minamahal na anak ang mukha ng kalungkutan at kasiyahan, bagamat wala siyang tunay na kalungkutan o kasiyahan. Ginagawa niya ito upang ipamalas sa anak at palawakin ang pang-unawa nito, habang nakikipaglaro rito.

Sa kanyang paglaki, malalaman ng anak na ang lahat ng ginagawa ng ama ay para lamang sa pakikipaglaro. Gayundin ang usapin natin dito: lahat ng mga larawan at pagbabago ay nagsisimula at nagtatapos sa pagtingin ng mga kaluluwa. Ngunit sa pamamagitan ng kalooban ng Diyos, lumilitaw ang mga ito na parang nasa *Kanyang Sarili* mismo. Ginagawa Niya ito upang palakasin at palawakin ang pagtatamo ng mga kaluluwa nang lubusan, ayon sa *Kaisipan ng Paglikha* — na bigyang kagalakan ang Kanyang mga nilikha.

34) Huwag ninyong ikagulat na inyong matatagpuan din ang ganitong paraan sa ating pisikal na pananaw. Kunin nating halimbawa ang ating pandama ng paningin: ating nakikita ang malawak na daigdig sa ating harap, na tigib ng mga kamangha-manghang bagay. Ngunit sa katotohanan, nakikita lamang natin ang lahat ng ito sa ating panloob. Ibig sabihin, mayroong isang uri ng kagamitang pang-potograpiya sa bandang likod ng ating utak, na naglalarawan ng lahat ng bagay na lumilitaw sa atin, at walang anumang bagay sa labas natin.

Para doon, ginawa Niya para sa atin, sa ating utak, ang isang uri ng salamin na nagbabaligtad ng lahat ng bagay na nakikita roon, upang makita natin ito sa labas ng ating mga utak at sa ating harapan. Kaya ang anumang nakikita natin sa labas natin ay hindi isang tunay na bagay. Gayunpaman, dapat tayong magpasalamat sa Kanyang *Providence* sa pagkakalikha ng makinis na salamin sa ating mga utak, na nagbibigay sa atin ng kakayahan na makita at madama ang bawat bagay sa labas natin. Dahil sa pamamagitan nito, binigyan Niya tayo ng kakayahan na madama ang bawat bagay sa malinaw na kaalaman at pagtatamo, at masukat ang bawat bagay mula sa loob at mula sa labas.

Kung wala ito, mawawala ang halos lahat ng ating pandama. Ito rin ay totoo tungkol sa kalooban ng Diyos, kaugnay ng Makadiyos na pandama. Bagamat ang lahat ng mga pagbabagong ito ay bumubukas sa panloob ng tumatanggap na mga kaluluwa, gayunpaman kanilang nakikita ang lahat ng ito sa Tagapagbigay mismo, dahil sa ganitong kaparaanan lamang sila'y magagantimpalaan ng lahat ng pagdama at lahat ng kasiyahan sa Kaisipan ng Paglikha.

Maaari rin ninyong ipakahulugan na mula sa halimbawa sa unahan. Bagamat ating nakikita ang bawat bagay na sa katunayan ay nasa ating harapan, bawat makatwirang tao ay nalalaman nang buong katiyakan na lahat ng ating nakikita ay nasa loob lamang ng ating mga utak.

Kaya, gayundin ang mga kaluluwa: Bagamat kanilang namamalas ang lahat ng mga larawan sa Nagkakaloob, mayroon pa rin silang hinala na ang lahat ng ito ay nasa loob lamang ng kanilang sariling panloob at hindi kailanman sa Nagkakaloob.

35) Dahil ang mga bagay na ito ay nasa kaibuturan ng mundo, at ako'y nangangamba na ang nagsusuri ay maaaring magkamali sa pag-unawa sa mga ito, nararapat kong pag-abalahan na ihatid ang ginintuang salita ng *Zohar* mismo sa ganitong mga usapin (*Parashat Bo, Aytem* 215), at ipakahulugan ang mga ito sa abot ng aking makakaya:

"Kung may magtatanong, 'Nasusulat sa *Torah*, "sapagkat wala kayong nakitang uri ng anyo." Kaya paano natin ilalarawan ang mga pangalan at mga *Sefirot* sa Kanya?' Aking nakita ang anyong ito, tulad ng mga salitang, 'at ang kahalintulad ng Panginoon ay kanyang namasdan.'"

Maging ang kahalintulad na ito, na tinatawag nating *Sefira Malchut*, ay wala sa kanyang lugar kaugnay sa kanyang sarili. Lumilitaw lamang ito sa sandaling bumaba at lumawak ang *Liwanag ng Malchut* sa mga tao. Sa sandaling iyon, nagiging anyo ito sa kanila — ayon sa kanilang sariling paningin, imahinasyon, at anyo. Ibig sabihin, ito ay tanging sa mga tumatanggap lamang, at hindi kailanman sa *Sefira Malchut* mismo.

Ito ang ibig sabihin ng: *"at sa pamamagitan ng pangangaral ng mga propeta ay aking ginamit ang mga pagkakahalintulad."* Kaya sinabi ng *Maylikha* sa kanila: "Bagamat Ako'y nagpapakita sa inyo sa inyong anyo, paningin, at imahinasyon, 'Kanino kung gayon Ako'y ihahalintulad, na Ako'y magiging kapantay?'" Sapagkat bago likhain ng *Maylikha* ang anumang kahalintulad o hugis sa mundo, Siya ay natatangi, walang anyo at walang imahe.

At ang sinumang makatatamo sa Kanya bago ang antas ng *Beria* — bilang *Bina* — kung saan Siya ay lampas sa anumang kahalintulad, ipinagbabawal na ilapat sa Kanya ang anupamang anyo o imahe sa mundo. Hindi man sa titik na *Hey*, o sa titik na *Yod*, o tawaging Siya man sa banal na pangalang *HaVaYah*, o sa anumang titik o tuldok.

Ito ang ibig sabihin ng talatang: *"sapagkat wala kayong nakitang uri ng anyo."* Ibig sabihin, ang mga salitang ito ay tumutukoy sa mga nakatamo sa Kanya sa ibabaw ng antas ng *Beria*, bilang *Bina*. Dahil dito, walang anyo o imahinasyon sa dalawang *Sefirot* ng *Keter* at *Hochma*

— mga *Kelim* at hangganan (*Aytem* 18). Nagsisimula ang mga *Kelim* mula sa *Sefira Bina* pababa.

Ito rin ang dahilan kung bakit ang lahat ng mga pahiwatig sa mga titik, tuldok, o maging sa mga banal na pangalan ay nagmumula lamang mula sa *Bina* pababa. At ang mga ito'y hindi talaga naroroon sa mga *Sefirot* mismo, kundi tanging kaugnay lamang sa mga tumatanggap, tulad ng sa *Sefira Malchut*.

36) Tila mayroong salungatan sa kanilang mga salita: una, kanilang sinabi na ang mga anyo ay lumalawak lamang mula sa *Sefira Malchut* tungo sa mga tumatanggap, at dito, kanyang sinasabi na ang mga anyo ay lumalawak sa mga tumatanggap mula sa *Beria* pababa — ibig sabihin, mula sa *Bina* patungo sa ibaba.

Sa katunayan, ang usapin nga ay ang anyo at ang kahalintulad ay lumalawak sa *Behina Dalet*, na bilang *Malchut*. Mula sa kanya, ang *Kelim* ay lumalawak sa lugar ng mga tumatanggap at wala sa unang siyam na *Sefirot*, na *Keter, Hochma, Bina*, at *Tifferet*. Datapwat ang pagsasama ng *Midat ha Rachamim* kasama ang *Din* ay nagawa sa *Mundo ng Tikkun*. Ito'y inangat ang *Sefira Malchut*, na itinuturing na *Midat ha Din*, at dinala siya tungo sa *Sefira Bina*, na itinuring na *Midat ha Rachamim*.

Kaya simula sa oras na iyon, ang *Kelim* ng *Malchut* ay nag-ugat na sa *Sefira Bina*, tulad ng kanyang sinabi rito. Sa kadahilanang ito, ang *Zohar* ay nag-umpisang magsalita mula sa tunay na ugat ng mga larawan, na mga *Kelim*. Ito'y nagsasabi na ang mga ito ay nasa *Malchut*, at pagkatapos, ito'y nagsasabi na ang mga ito'y nasa *Beria*, dahil ang pagsasama ay ginawa para sa pagwawasto ng mundo.

Ang ating mga pantas ay nagsabi rin, "Sa simula, ang *Maylikha* ay ginawa ang mundo sa *Midat ha Din*; Kanyang nakita na ang mundo ay hindi makakayang umiral, kaya Kanyang isinama ang *Midat ha Rachamim* sa kanya."

Alamin na ang sampung *Sefirot* — KHBTM — ay mayroong maraming katawagan sa *The Book of Zohar* (*Ang Aklat ng Zohar*), ayon sa kanilang sari-saring ginagawa.

Kapag sila'y tinatawag na *Keter, Atzilut, Beria, Yetzira*, at *Assiya*, ang kanilang gawain ay upang maipakita ang kaibhan sa pagitan ng naunang *Kelim* na tinawag na *Keter* at *Atzilut* — ibig sabihin, *Keter* at *Hochma* — at ang kabuntot na *Kelim* na tinawag na *Beria, Yetzira*, at *Assiya* — ibig sabihin, *Bina, Tifferet*, at *Malchut*. Ang pag-unawang ito ay sumulpot sa kanila mula sa pagsasama ng *Midat ha Din* sa *Midat ha Rachamim*.

Ang *Zohar* ay nais na ipahiwatig ang usapin ng pagsasama ng *Malchut* sa *Bina*. Kaya tinatawag ng *Zohar* ang *Sefira Bina* sa pangalang *Beria*. Ito ay dahil bago ang pagsasamang iyon, walang imahe o anyo sa *Bina*, kahit patungkol sa mga tumatanggap — kundi tanging sa *Malchut* lamang.

37) Ito'y nagpapatuloy doon: Matapos niyang ginawa yaong anyo ng *Merkava* ng mataas na *Adan*, ito'y bumaba at nadamitan doon. Ito'y napangalanan doon sa anyo ng apat na titik ng *HaVaYah*, ibig sabihin, ang sampung *Sefirot* — KHBTM. Ito ay dahil ang tungki ng *Yod* ay *Keter*, ang *Yod* ay *Hochma*, ang *Hey* ay *Bina*, ang *Vav* ay *Tifferet*, at ang huling *Hey* ay *Malchut*. Ito ay upang kanilang matamo Siya sa pamamagitan ng Kanyang mga katangian — ibig sabihin, ang mga *Sefirot* — sa bawat isang katangian sa Kanya.

38) **Kapaliwanagan ng mga usapin:** Mula sa *Beria* — ibig sabihin, mula sa *Bina* — matapos itong maisama sa *Midat ha Din*, na bilang *Malchut*, ang mga pagkakahalintulad at anyo ay lumawak sa mga tumatanggap, na mga kaluluwa. Datapwat hindi sa kanyang sariling lugar, kundi tanging sa lugar lamang ng mga tumatanggap.

Kanyang sinasabi na sa oras na iyon, ginawa Niya ang anyo ng *Merkava* ng Mataas na *Adan*, at ito'y bumaba at nagdamit sa anyo ng *Adan* na ito. Ibig sabihin, ang buong anyo ng *Adan*, sa 613 na *Kelim*, ay lumawak mula sa *Kelim* ng kaluluwa, dahil ang kaluluwa ay mayroong 613 na *Kelim*, tinawag na 248 na organo at 365 na espirituwal na litid, na nahati sa limang bahagi ayon sa apat na titik ng *HaVaYah*:

Ang tungki ng *Yod*, ang kanyang *Rosh*, ay itinuturing na Keter;

- Mula sa *Peh* hanggang sa *Chazeh* ito ay *Hochma*;
- Mula sa *Chazeh* hanggang sa *Tabur*, ito ay *Bina*;
- Mula sa *Tabur* hanggang sa *Sium Raglin*, ito ay ang dalawang *Sefirot Tifferet* at *Malchut*.

Bilang karagdagan, ang *Torah* sa kabuuan ay itinuturing na *Partzuf Adan*, na tumutukoy sa 248 na positibong *Mitzvot*, na tumutugma sa 248 na mga parte. At ang 365 na negatibong *Mitzvot* ay tumutugma sa 365 na mga litid. Ito ay nagtataglay ng limang pagkakahati, na tumutugma sa limang aklat ni *Moses*, na tinawag na "Ang imahe ng *Merkava* ng Mataas na *Adan*," ibig sabihin, *Adan* ng *Beria*, na siyang *Bina*, kung saan ang *Kelim* ay nagsimulang lumawak sa lugar ng mga kaluluwa.

Siya ay tinawag na "Mataas na *Adan*" dahil may tatlong kategorya ng *Adan* sa *Sefirot*: *Adan* ng *Beria*, *Adan* ng *Yetzira*, at *Adan* ng *Assiya*. Datapwat sa *Keter* at *Hochma* ay walang kahalintulad na anupaman, na maaaring tawagin sa ilang titik o punto o sa pamamagitan ng apat na titik na *HaVaYah*. Dahil dito ay bumabanggit ng mundo ng *Beria*, na nakakapagbigay ng katumpakan sa sinasabing Mataas na *Adan*.

Kasabay nito, dapat ninyong matandaan ang mga salita ng ang *Zohar*, na ang mga imahe ay wala sa lugar ng *Sefirot Bina*, *Tifferet*, at *Malchut* ngunit tanging sa lugar lamang ng mga tagatanggap. Datapwat ang mga *Sefirot* na ito ay nagbibigay ng mga *Kelim* at *Levushim* (Damit) upang ang mga kaluluwa ay matamo Siya sa pamamagitan ng *Liwanag* na nagpapalawak sa kanila sa sukat at hangganan ayon sa kanilang 613 na organo. Sa ganitong kadahilanan, tinatawag natin ang mga nagbibigay ng pangalang "*Adan*," din, bagamat sila'y nasa anyo lamang ng puting kulay (*Aytem* 8).

39) Hindi dapat maging palaisipan sa inyo ito, dahil ang apat na titik *HaVaYah* at ang tungki ng *Yod*, ay limang *Kelim* dahil ang *Kelim* ay palaging tinatawag na mga "titik," at sila ay ang limang *Sefirot* na KHBTM. Kaya malinaw na mayroong *Kelim* sa *Keter* at *Hochma* rin na ipinapahiwatig sa pamamagitan ng tungki ng *Yod* at ng *Yod* ng *HaVaYah*.

Ang usapin ay, na ang kahalintulad at mga katangian na binabanggit nito bilang mga *Kelim*, ay nagsimula mula sa *Beria* pababa — ibig sabihin, tanging ang tatlong *Sefirot* na *Bina*,

Tifferet, at *Malchut* lamang, at hindi sa *Keter* at *Hochma* — ibig sabihin mula sa pananaw ng esensya ng *Sefirot*.

Ngunit ito'y nalalaman na ang *Sefirot* ay magkakahalo sa isa't isa. Mayroong sampung *Sefirot KHBTM* sa *Keter*, *KHBTM* sa *Hochma*, *KHBTM* sa *Bina*, gayundin sa *Tifferet* at *Malchut*.

Gayundin, inyong makikita na ang tatlong *Sefirot* na *Bina*, *Tifferet*, at *Malchut*, kung saan ang *Kelim* ay nagmula, ay matatagpuan sa bawat isa ng limang *Sefirot KHBTM*. Ngayon, inyong makikita na ang tungki ng *Yod*, na *Kli* ng *Keter*, ay nagtuturo sa *Bina* at *TM* na nakapaloob sa *Keter*.

Ang *Yod* ng *HaVaYah*, na isang *Kli* ng *Hochma*, ay nagtuturo sa *Bina* at *TM* na nakapaloob sa *Hochma*. Kaya ang *Keter* at *Hochma* na nakapaloob maging sa *Bina* at *ZON*, ay walang *Kelim*, at sa *Bina* at *TM* na pinagsama maging sa *Keter* at *Hochma*, mayroong *Kelim*.

Kaugnay dito, mayroon talagang limang kategorya sa Adan. Ang *Bina* at *TM* sa lahat ng limang *Sefirot* ay namimigay sa anyo ng *Merkava* ng Adan. Sa ganitong kadahilanan, mayroong Adan sa kategorya ng *Keter*, na tinawag na *Adan Kadmon*, at mayroong Adan sa kategorya ng *Hochma*, na tinawag na "Adan ng *Atzilut*." Mayroong Adan sa kategorya ng *Bina*, na tinawag na "Adan ng *Beria*," Adan sa kategorya ng *Tifferet*, na tinawag na "Adan ng *Yetzira*," at Adan sa kategorya ng *Malchut*, na tinawag na "Adan ng *Assiya*."

40) Tinawag Niya ang Kanyang Sarili ng *El, Elokim, Shadai, Tzvaot,* at *Ekie*, upang bawat isang katangian sa Kanya ay mahayag. Ang sampung pangalan sa Torah na hindi maaaring burahin ay tumutukoy sa sampung *Sefirot*, tulad ng nasusulat sa *The Zohar* (*Vayikra*, aytem 168):

Ang *Sefira Keter* ay tinawag na *Ekie*;

- Ang *Sefira Hochma* ay tinawag na *Koh*;

- At ang *Sefira Bina* ay tinawag na *HaVaYah* (*Elokim*);

- Ang *Sefira Hesed* ay tinawag na *Kel*;

- Ang *Sefira Tifferet* ay tinawag na *HaVaYah*;

- Ang dalawang *Sefirot Netzah* at *Hod* ay tinawag na *Tzvaot*;

- Ang *Sefira Yesod* ay tinawag na *El Hay*;

- At ang *Sefira Malchut* ay tinawag na *Adni*.

41) Kung ang Kanyang Liwanag ay hindi pinalawak sa lahat ng nilikha sa pamamagitan ng tila pagdadamit sa mga banal na *Sefirot*, paano makikilala ng mga nilikha ang Maylikha? At paano nila matutupad ang talatang, "Ang buong daigdig ay napupuno ng Kanyang kaluwalhatian"? Ibig sabihin, ito ay nagpapaliwanag na ang maka-Diyos na hangarin upang lumitaw sa mga kaluluwa, ay nasa likod ng lahat ng pagbabagong nagaganap sa *Sefirot*. Ito ay upang makapagbigay sa mga kaluluwa ng puwang para sa sapat na kaalaman at pagtatamo sa Kanya, nang sa gayon ay matupad ang talatang, "Ang buong daigdig ay napupuno ng Kanyang kaluwalhatian."

42) Datapwat, nakalulunos ang sinumang magsasabi ng anumang hangganan sa Kanya—na mayroong sukatan sa Kanya para sa Kanyang Sarili—maging ito man ay mga espirituwal na hangganan na lumilitaw sa mga kaluluwa. Lalo na kung ikokompara sa mga pisikal na katangian ng kalikasang makatao, na nilikha mula sa alabok, kaya't pansamantala at walang kabuluhan.

Tulad ng ating nabanggit sa unahan, ito ay isang maka-Diyos na hangarin para sa mga kaluluwa na isipin na ang mga pagbabagong nararanasan nila ay nasa Tagapagbigay. Gayunpaman, dapat maipaliwanag sa kanila na *walang* pagbabago o hangganan sa Kanya kailanman. Ito'y tanging maka-Diyos na layunin lamang upang maisip nilang ganito, tulad ng nasusulat: "At sa pamamagitan ng tungkulin ng mga propeta ay Aking ginamit ang mga pagkahalintulad."

At kung sila'y magkamali rito—kalunusan sa kanila!—sapagkat kaagad nilang mawawala ang maka-Diyos na kasaganaan. Lalo na ang mga hangal na nagsasabing Siya ay may mga katangiang pansamantala, at mga pangyayari ng dugo at laman na walang halaga.

Pambungad sa Aklat,
Panim Meirot uMasbirot

1) Ito ay nasusulat sa dulo ng *Mishnah* (*Okatzin*): ang Maylikha ay hindi nakakita ng isang daluyan (*vessel*) na may taglay na pagpapala para sa Israel maliban sa kapayapaan, tulad ng nasusulat, "Ang Panginoon ay magbibigay ng kalakasan sa Kanyang mamamayan; ang Panginoon ay bibiyayaan ang Kanyang mamamayan ng kapayapaan."

Maraming maaaring matutunan dito: Una, paano nila napatunayan na walang mas mainam para sa Israel kundi ang kapayapaan? Pangalawa, ang talata ay malinaw na nagsasabi na ang kapayapaan ay *ang* pagpapala mismo, tulad ng nasusulat, "nagbibigay kalakasan at pagpapala sa kapayapaan." Ayon sa kanila, dapat ay binanggit na, "nagbibigay *sa* kapayapaan." Pangatlo, bakit ang talatang ito ay inilagay sa dulo ng *Mishnah*? At dapat din nating maunawaan ang kahulugan ng mga salitang "kapayapaan," "kalakasan," at kung ano ang tunay na ibig sabihin ng mga ito.

Upang ipaliwanag ang sanaysay na ito sa tunay nitong diwa, kinakailangan nating tumahak sa mahabang landas, sapagkat ang puso ng mga nagsabi nito ay napakalalim upang saliksikin. Ibig sabihin, lahat ng usapin sa *Torah* at *Mitzva* ay nagtataglay ng nakakubli at nakahayag, tulad ng nasusulat, "Ang isang salitang binigkas nang tama ay tulad ng mga gintong mansanas na nakaluklok sa pilak."

Sa katunayan, ang *Halachot* (kolektibong tawag para sa *Torah* at *Mitzvot*) ay tulad ng isang kopita ng alak. Kapag ang isa ay nagbigay ng handog sa isang kaibigan—isang kopita ng alak—ang loob at labas nito ay parehong mahalaga. Ito ay sapagkat ang kopita ay may sariling halaga, gayundin ang alak na nasa loob nito.

Ang mga alamat, gayunpaman, ay parang mga mansanas. Ang laman nito ay kinakain, at ang balat ay itinatapon, sapagkat ang panlabas ay ganap na walang halaga. Inyong makikita na ang lahat ng kahalagahan ay nasa panloob lamang.

Gayon din ang usapin sa mga alamat: ang nakatambad at paimbabaw ay tila walang kahulugan at halaga. Datapwat, ang nilalaman sa loob—na nakakubli sa mga salita—ay nakatindig sa batong-pundasyon ng karunungan ng katotohanan, na ipinagkaloob lamang sa iilang matuwid.

---

20 *Nagniningning at Malugod na Mukha*

Sino ang magtatangkang bumunot nito sa puso ng mamamayan at suriin ang kanilang mga pamamaraan, kung saan ang kanilang pagtatamo ay hindi lubos sa parehong bahagi ng Torah na tinawag na *Peshat* (literal) at *Drush* (pakahulugan)? Sa kanilang pananaw, ang kaayusan ng apat na bahagi ng Torah (*PARDESS*) ay nagsisimula sa *Peshat*, pagkatapos sa *Drush*, at pagkatapos sa *Remez* (ipinahiwatig), at sa dulo ang *Sod* (lihim) ay nauunawaan.

Datapwat nasusulat sa aklat ng panalangin ni *Vilna Gaon* na ang pagtatamo ay nagsisimula sa *Sod*. Pagkatapos makamit ang bahagi ng *Sod* sa Torah, maaaring maramo ang bahaging *Drush* at pagkatapos ay ang bahaging *Remez*. Sa sandaling ang isa ay nagantimpalaan ng kumpletong kaalaman sa tatlong bahaging ito, ang isa ay magagantimpalaan ng bahaging *Peshat* ng Torah.

Ito'y nasusulat sa *Masechet Taanin*: "Kung ang isa ay magantimpalaan, ito'y nagiging isang gayuma nang buhay sa kanya; kung hindi magantimpalaan, ito'y nagiging gayuma ng kamatayan sa kanya." Malaking kahusayan ang kinakailangan upang maunawaan ang *Peshat* nang mga sulatin, dahil dapat muna nating matamo ang tatlong panloob na bahagi ng Torah, na nababalot ng *Peshat*, at ang *Peshat* ay hindi maaaring himayin. Kung ang isa ay hindi nagantimpalaan nito, mangangailangan siya ng malaking habag, upang ito'y hindi maging gayuma ng kamatayan para sa kanya.

Ito'y kabaligtaran ng sinasabi ng mga walang ingat sa pagtatamo ng panloob na nagsasabi sa kanilang sarili: "Kami'y magkakasya na sa pagtatamo ng *Peshat*. Kung aming matamo ito, kami'y kuntento na." Ang kanilang mga salita ay maitutulad sa isang tao na nagnanais na tumuntong sa ikaapat na baytang nang hindi na tumuntong sa unang tatlong baytang.

2) Ngunit ayon dito, kailangan nating maunawaan ang malaking pagkakubli na ginamit sa nilalaman ng Torah, tulad ng sinasabi sa *Masechet Hagiga*, na ang isang tao ay hindi dapat pinag-aaralan ang *Maase Beresheet* nang may kapareha, at ang *Merkava* nang nag-iisa. Gayundin, ang lahat ng aklat na matatagpuan sa pamilihan nito ay tinatakan at hinarangan sa mata ng mga tao. Tanging sa iilan lamang na tinawag ng *Maylikha* ang makakaunawa sa mga ito, dahil sila nang nauunawaan ang mga ugat sa kanilang sarili mismo at sa kanilang pagtanggap nito nang bibig sa bibig.

Sa katunayan, talagang kataka-taka kung paanong ang pamamaraan ng karunungan at katalinuhan ay ipinagkait sa maraming tao, samantalang ito ang buhay nila at bilang ng kanilang mga araw. Ito ay tila isang malaking pagkakamali, tulad ng sinabi ng ating mga pantas sa *Midrash Rabba, Beresheet*, tungkol kay Ahaz, na siya ay pinangalanang *Ahaz* ("pinigilan" o "sinunggaban") sapagkat kanyang sinunggaban ang mga sinagoga at mga seminaryo, at ito ang kanyang malaking pagkakasala.

Gayundin, isang likas na batas na ang isang tao ay mapag-angkin tungkol sa pagpaparaya ng kanyang puhunan at mga pag-aari para sa iba. Datapwat mayroon bang sinuman na mapag-angkin na magparaya ng kanyang karunungan at katalinuhan sa iba? Sa kabaligtaran, higit pa sa pagnanais ng guya na sumuso, ay ang pagnanais ng inang baka na magpasuso.

Sa katunayan, ating matatagpuan ang karunungan maging sa mga hindi relihiyosong pantas ng unang panahon. Sa pambungad ni *Rav Butril* sa kanyang komentaryo sa *Aklat ng Paglikha*, mayroon isang sulatin na nagsasabing ayon kay *Platona*, nagpaalala sa kanyang mga tagasunod na, "Huwag iparating ang karunungan sa isang hindi nakakaalam ng kabutihan nito."

Si *Aristotle* din ay nagbabala, "Huwag iparating ang karunungan sa hindi karapat-dapat upang hindi ito manakaw." Ipinakahulugan ni *Rav Butril* ito bilang babala na kung ang isang pantas ay ituturo ito sa isang hindi karapat-dapat, nanakawin nito ang karunungan at sisirain ito.

Ang mga karaniwang pantas ng ating panahon ay hindi ginagawa ito. Sa kabaligtaran, sila'y nagsusumikap na paluwangin ang lagusan ng kanilang katusuhan sa buong madla nang walang hangganan at mga pasubali. Lumalabas na sila'y sumasalungat nang matindi sa mga naunang pantas na nagbukas ng pintuan ng kanilang karunungan sa tanging matuwid na iilan, na nakita nilang karapat-dapat, at iniwan ang nalalabing karamihan ng tao na kumakapa na parang bulag sa mga dingding.

3) Hayaan ninyong linawin ko ito. Ating kinilala ang apat na pagkakahati sa uring *Nagsasalita* na nakaayos sa mga antas na isa ay nasa ibabaw ng isa pa. Ito ay yaong mga *Masa*, ang *Malakas*, ang *Mayaman*, at ang *Matalino*. Ang mga ito ay tumutugma sa apat na antas sa kabuuan ng reyalidad, na tinawag na "*Pirmi*," "*Halaman*," "*Hayop*," at "*Nagsasalita*."

Ang *Pirmi* ay maaaring palabasin ang tatlong katangian ng *Halaman*, *Hayop*, at *Nagsasalita*, at ating mahihiwatigan ang tatlong kahalagahan sa dami ng puwersa, mula sa kapaki-pakinabang hanggang sa nakakapinsala sa mga ito.

Ang pinakamaliit na puwersa sa kanila ay ang *Halaman*. Ang paggalaw ng mga *halaman* ay sa pamamagitan ng pag-akit ng kung ano ang makabubuti rito at pag-iwas sa makasasama, sa parehong paraan na ginagawa ng mga tao at hayop. Subalit walang pansariling pandama rito kundi isang pangkalahatang puwersa na karaniwan sa lahat ng uri ng pananim sa buong mundo, na nakaaapekto sa paggalaw ng mga ito.

Sa ibabaw ng mga ito ay ang *Hayop*. Bawat isa ay nararamdaman ang sarili nito kaugnay sa pag-akit ng kung ano ang kapaki-pakinabang dito at pagtanggi sa makapipinsala. Kasunod nito, ang isang *hayop* ay katumbas sa kahalagahan ng lahat ng *halaman* sa reyalidad. Ito ay dahil ang puwersa na naghihiwalay sa nakakabuti mula sa nakakapinsala sa buong *Halaman* ay matatagpuan sa isang *hayop* sa antas ng *Hayop*, at nakahiwalay sa sarili nitong pamamahala.

Ang puwersang nakasandig sa antas ng *Hayop* ay lubhang limitado sa lugar at panahon, dahil ang pandama ay hindi gumagalaw maging sa napakaiksing distansiya sa labas ng katawan nito. Ito rin ay hindi nakakaramdam ng anumang bagay sa labas ng sarili nitong panahon—ibig sabihin, sa nakaraan o sa hinaharap—at tanging sa kasalukuyang sandali lamang.

Sa ibabaw nito ay ang *Nagsasalita*, na binubuo ng isang emosyonal na puwersa at isang pangkaisipang puwersa na magkasama. Sa ganitong kadahilanan, ang kakayahan nito ay walang limitasyon sa oras at sa lugar sa pag-akit nito ng kung ano ang makabubuti rito at pag-iwas sa makapipinsala, tulad ng sa *Hayop*.

Ito ay dahil sa siyensiya nito, na isang espirituwal na bagay, na hindi nasasagkaan ng oras at lugar. Ang isa ay maaaring maabot ang iba pa saan man sila sa buong reyalidad—sa nakaraan at maging sa hinaharap, sa lahat ng henerasyon.

Sumusunod dito na ang kahalagahan ng isang nilalang sa antas ng *Nagsasalita* ay katumbas ng kahalagahan ng lahat ng puwersa sa antas ng *Halaman* at *Hayop* sa buong reyalidad sa oras na iyon at sa lahat ng nakaraang henerasyon. Ito ay dahil ang puwersa nito ay sumasakop sa mga ito at ipinapaloob sa sarili nito kasama ang lahat ng mga puwersa ng mga ito.

Ang panuntunang ito ay ginagamit din sa apat na pagkakahati sa mga tao—tinatawag na ang *Masa*, ang *Malakas*, ang *Mayaman*, at ang *Matalino*. Buong katiyakan, lahat ng mga ito ay nagmula sa *Masa*, na siyang pinakaunang antas, tulad ng nasusulat, "ang lahat ay gawa sa alabok."

Ito ay tiyak na ang buong kahusayan ng alabok at ang karapatan nito na umiral ay naaayon sa kahusayan ng tatlong katangiang lumilitaw dito: sa *Halaman*, sa *Hayop*, at sa *Nagsasalita*. Gayundin, ang kahusayan ng *Masa* ay tumutugma sa mga katangiang lumilitaw mula sa mga ito. Kaya, sila rin ay nakakaugnay sa hugis ng mukha ng tao.

Para sa ganoong layunin, ang *Maylikha* ay ikinintal ang tatlong pagkiling sa *Masa*, na tinawag na "inggit," "pagnanasa," at "dangal." Dulot ng mga ito, ang *Masa* ay umunlad mula sa antas patungo sa mas mataas na antas, hanggang sa lumitaw ang isang mukha ng isang buong tao.

Ang pagkiling sa pagnanasa ay nagpalitaw sa *Mayaman*. Ang mga napili sa mga ito ay may malakas na hangarin at pagnanasa. Sila'y naging mahusay sa pagkakamit ng kayamanan, na siyang unang antas sa pag-inog ng *Masa*. Tulad ng antas ng *Halaman* sa pangkalahatang reyalidad, sila'y pinamamahalaan ng isang tiwalag na puwersa na nagligaw sa kanila tungo sa kanilang pagkiling, sapagkat ang pagnanasa ay isang banyagang puwersa sa tao, na hiniram mula sa *Hayop*.

Ang pagkiling sa karangalan ay nagpalitaw sa mga kinilalang mga bayani mula sa *Masa*. Sila ang mga namamahala sa mga sinagoga at mga bayan, atbp. Ang mga may matibay na kalooban sa kanila, na may malakas na pagkiling sa karangalan, ay mahusay sa pagtatamo ng paghaharian. Ito ang pangalawang antas sa pag-inog ng *Masa*, na katulad sa *Hayop* sa kabuuan ng reyalidad, kung saan ang nagpapakilos na puwersa ay nasa kanilang kaibuturan, tulad ng aming binanggit sa unahan. Ito ay dahil ang pagkiling sa karangalan ay natatangi sa uri ng tao at kasama dito ang paghangad sa pamamahala.

Ang pagkiling sa inggit ay nagpalitaw sa mga pantas sa kanila, ayon sa mga pantas: "Ang inggit sa mga manunulat ay nagpaparagdag sa karunungan." Ang mga may matibay na kalooban, kasama ang pagkiling sa inggit, ay mahusay sa pagkakamit ng karunungan at kaalaman. Ito ay katulad ng sa antas ng *Nagsasalita* sa kabuuan ng reyalidad, kung saan ang nagpapagalaw na puwersa ay hindi limitado ng oras at lugar, kundi ay kolektibo at sumasakop sa bawat bagay sa mundo sa lahat ng panahon.

Gayundin, ang kalikasan ng apoy ng *inggit* ay ang pagiging pangkalahatan—sumasaklaw sa lahat ng panahon at ng buong reyalidad. Ito ay dahil ito ang pamamaraan ng *inggit*: kung ang isa ay hindi nakita ang isang bagay na nasa pag-aari ng kanyang kaibigan, ang pagnanais para dito ay hindi mapupukaw sa kanya kahit kailan.

Inyong makikita na ang pakiramdam ng kawalan ay hindi dahil sa isang bagay na wala sa kanya, kundi dahil sa kung ano ang mayroon ang kaibigan—na siyang kalikasan ng buong lahi ng mga anak nina Adan at Eva sa lahat ng henerasyon. Kaya ang puwersang ito ay walang limitasyon, kung kaya't ito ay angkop sa mabunyi at mataas nitong papel.

Datapwat, doon sa mga nanatiling walang kahusayan, ito ay dahil wala silang malakas na paghahangad. Kaya ang tatlong nabanggit na pagkiling ay gumagalaw sa kanila nang magkakahalo. Minsan sila'y may *pagnanasa*, minsan ay ma*inggit*in, at kung minsan sila'y naghahangad ng *dangal*. Ang kanilang pagnanais ay nababasag sa maliliit na piraso, at sila'y parang mga bata na naghahangad ng lahat ng bagay na kanilang nakikita, ngunit hindi nakakamit ng anumang bagay. Kaya ang kanilang kahalagahan ay tulad ng dayami at ipa na naiiwan pagkatapos makuha ang harina.

Ito'y nalalaman na ang nakakabuting puwersa at ang nakakapinsalang puwersa ay magkaalintanbay. Ibig sabihin, kung saan ang isang bagay ay maaaring maging kapaki-pakinabang, gayundin ito'y maaaring makapinsala. Kaya, dahil ang puwersa ng isang tao ay mas malaki kaysa sa lahat ng *hayop* sa lahat ng panahon, gayundin ang nakakapinsalang puwersa ng tao ay humahalili sa kanilang lahat.

Kaya, habang ang isa ay hindi naangkin ang isang antas sa paraang ginagamit ang puwersa upang gumawa ng kabutihan, ang isa'y mangangailangan ng matinding pag-iingat upang hindi siya magkamit ng mataas na antas ng pantaong antas—ng karunungan at siyensiya.

Sa ganitong kadahilanan, ang mga naunang pantas ay itinago ang karunungan sa *masa*, sa pangambang may mga hindi karapat-dapat na tagasunod na gagamit ng puwersa ng karunungan upang makapinsala at makasira. Ang mga ito'y wawasakin at lilipulin ang malaking bilang ng mga tao sa pamamagitan ng kanilang pagnanasa at makahayop na kalupitan, gamit ang malaking puwersa ng *Tao*.

Noong ang heneraryon ay humina at ang kanilang mga pantas ay nagsimulang hangarin ang parehong hapag-kainan—ibig sabihin, isang magandang buhay din para sa kanilang pansariling kasiyahan—ang kanilang mga pananaw ay napalapit sa pananaw ng *masa*. Sila'y nakipagkalakalan sa mga ito at ipinagbili ang karunungan sa halaga ng isang aso.

Simula noon, ang pinatibay na pader na pinagsumikapan ng mga nauna ay nasira, at ang *masa* ay kinulimbat ito. Ang mga ganid ay pinuno ang kanilang mga kamay ng puwersa ng *Tao*, sinaklot ang karunungan at pinunit ito. Ang kalahati ay inangkin ng mga salawahan, at ang kalahati ay sinaklot ng mga mamamatay-tao, at inilagay nila ito sa kahihiyan sa mahabang panahon—hanggang sa araw na ito.

4) Mula doon, inyong mawawari ang tungkol sa *karunungan* nang katotohanan na nagtataglay nang lahat ng karaniwang katuruan sa loob nito na tinawag na ang *pitong mumunting lakambini*. Ito ang kabuuan nang uri nang sangkatauhan na ang layunin kung

saan ang mga mundo ay nalikha, tulad nang nasusulat, "Kung ang Aking tipan ay hindi sa araw at gabi, kung hindi ko itinakda ang mga panuntunan nang langit at lupa."

Kaya ang ating mga pantas ay nagsabi (Avot 4, Mishnah 7), "Sinuman na may *Korona* ay nagpapalampas." Ito'y dahil sila'y pinagbabawalan na gamitin ito para sa anumang uri ng makamundong kasiyahan.

Ito ang sanhi ng ating pagpapatuloy hanggang sa ngayon, upang mapanatili ang mga tagapagtanggol at bakod na nakapalibot sa *karunungan* nang katotohanan, upang walang banyaga o kaya'y estranghero na makapasok at ilagay ito sa kanilang mga daluyan (*vessel*) at ipagbili ito sa pamilihan tulad nang ginawa nang mga sinaunang walang pakundangang mga pantas. Ito ay ganito sapagkat ang lahat nang nakapasok ay nasubukan na sa *pitong pagsubok* hanggang makatiyak nang walang pag-aalinlangan at paghihinala.

Matapos ang salitang ito at katotohanan, ating makikita ang lumilitaw na malaking salungatan mula sa isang banda at sa kabila nito, ayon sa ating mga pantas. Ito'y nakasulat sa *Ang Zohar*, na sa araw ng *Mesiyas*, ang *karunungan* na ito ay mahahayag maging sa mga bata. Subalit ayon sa unahan, ating napag-aralan na sa panahon ng *Mesiyas*, ang buong henerasyon ay magiging nasa pinakamataas na antas. Hindi natin kakailanganin nang anupamang pagbabantay, at ang balong ng *karunungan* ay magbubukas at tutubigan ang buong bayan.

Datapwat sa *Masechet Sutah*, 49, at sa *Sanhedrin* 97a, kanilang sinabi na, "Ang kalapastanganan ay sisigabo sa panahon ng *Mesiyas*, ang *karunungan* nang mga manunulat ay maliligaw at ang mga matuwid ay magiging lagalag." Ito'y ipinakahulugan na walang kasing-sama ang henerasyong iyon. Kaya paano natin ipagkakasundo ang dalawang pangungusap, dahil ang dalawa ay parehong salita ng Diyos na Nabubuhay?

Ang usapin ay itong maingat na pagmamatyag at pagpinid nang pintuan sa bulwagan nang *karunungan* ay dala nang pangambang ang mga tao kung saan ang espiritu nang *inggit* nang mga manunulat na may halong puwersa nang *pagnanasa* at *dangal*. Ang kanilang *inggit* ay hindi lamang hihinto sa pagnanais nang *karunungan* at kaalaman.

Kaya ang dalawang pangungusap ay parehong tumpak, at ang isa dumarating at nagtuturo sa isa pa. Ang mukha ng heneresyon ay parang mukha ng aso, ibig sabihin sila'y tumatahol na tulad ng aso, *Hav, Hav*, ang mga matuwid ay lagalag at ang *karunungan* ng mga manunulat ay naligaw kasama nila.

Sumusunod dito, na pinahihintulutan na ibukas ang pintuan ng *karunungan* at alisin ang matamang pagbabantay, sapagkat ito'y likas na ligtas sa pagnanakaw at pagsasamantala. Wala nang umiiral na pangamba kung mayroon mang mga lapastangan na tagasunod na kukuha nito at ilalako ito sa pamilihan sa mga materyosong mababang tao, dahil wala naman silang makikitang mga bibili sa ganitong bagay dahil ito'y *kamuhi-muhi* sa kanilang paningin.

At dahil wala silang pag-asang magkamit ang *pagnanasa* at *dangal* sa pamamagitan nito, ito'y naging ligtas at nababantayan ng sarili nito mismo. Walang dayuhan na lalapit maliban sa mga nagmamahal sa *karunungan* at mga namamahay dito. Kaya anumang pagsusuri ay dapat tanggalin doon sa mga pumapasok, hanggang sa maging ang mga pinakabata ay magagawang matamo ito.

Ngayon, inyong mauunawaan ang kanilang mga salita (Sanhedrin 98a): "Ang mga anak ni David ay darating sa isang heunerasyon na maaaring lahat ay karapat-dapat, o kaya nama'y lahat ay hindi karapat-dapat." Ito ay tunay na nakakalito. Sapagkat lumalabas na kahit may ilang matuwid sa heunerasyon, sila pa ang siyang nakapipigil sa katubusan. Kapag ang mga matuwid ay naglaho mula sa lupa, saka darating ang Mesiyas. Ako'y nagtataka.

Sa katunayan, dapat nating lubos na maunawaan na ang usapin ng katubusan at pagdating ng Mesiyas na ating inaasam na maganap nawa sa ating panahon — Amen — ay ang pinakamataas at ganap na pagtatamo ng kaalaman, tulad ng nasusulat: "At hindi na tuturuan ng bawat isa ang kanyang kapwa, na nagsasabi, 'Kilalanin ang Panginoon,' sapagkat silang lahat ay makikilala Ako — mula sa pinakadakila sa kanila hanggang sa pinakamababa."
At sa pagkabuo ng kaisipan, ang katawan ay mabubuo rin, tulad ng nasusulat (Isaias 65): "Ang pinakabata ay mamamatay sa gulang na sandaang taon."

Sa sandaling ang mga anak ng Israel ay magawaran ng ganap na kaalaman, ang bukal ng karunungan at pagkaunawa ay aagos palabas ng mga hangganan ng Israel, at didiligin ang lahat ng bayan sa mundo, gaya ng nasusulat (Isaias 11): "Sapagkat ang lupa ay mapupuno ng kaalaman tungkol sa Panginoon," at tulad ng nasusulat, "At makakarating sila sa Panginoon at sa Kanyang kabutihan."

Ang pagpapalaganap ng kaalamang ito ang siyang usapin ng pagpapalawak ng kapangyarihan ng Haring Mesiyas sa lahat ng mga bansa. Subalit ito ay isang bagay na kasuklam-suklam sa paningin ng mga hilaw at materyosong mababang uri, sapagkat ang kanilang mga hinagap ay nakakabit sa lakas ng kanilang kamao. Sa kanilang isipan, ang paglawak ng Kaharian ng Israel ay nangangahulugan ng pag-angat ng katawan sa ibabaw ng iba pang katawan — upang kunin ang gantimpala nang may pagmamataas at magmalaki sa ibabaw ng lahat ng tao sa mundo.

Kaya ano ang aking magagawa para sa kanila, kung ang ating mga pantas mismo ay tumanggi sa kanila at sa kanilang mga kahalintulad sa gitna ng mga mananampalataya sa Panginoon, na nagsabing: "Lahat ng mga palalo, ang sabi ng Panginoon — siya at Ako ay hindi maaaring manahan sa iisang tahanan."

Sa kabila nito, may ilan na naliligaw at nagpapasiya na, yamang ang katawan ay naunang umiral kaysa sa kaluluwa at sa ganap na pagkaunawa, ang pagkakumpleto ng katawan at mga pangangailangan nito ay dapat unahin bago ang pagtatamo ng kaluluwa at ng ganap na pagkaunawa. Ngunit ito ay isang malubhang pagkakamali — na mas mabagsik pa kaysa kamatayan.

Sapagkat ang perpektong katawan ay hindi kailanman magiging ganap bago ang ganap na pagkaunawa ay makamit. Sa sarili nito, ito ay isang may butas na daluyan (*vessel*), isang basag na banga. Hindi nito kayang maglaman ng anupamang kapaki-pakinabang, para sa sarili nito o sa iba, maliban kung makakamit muna ang ganap na kaalaman.

At sa panahong iyon, ang katawan ay aakyat din tungo sa pagkakaganap nito — magkaalintabay. At ang panuntunang ito ay umaangkop pareho sa indibidwal at sa kabuuan.

5) Ngayon, inyong mauunawaan ang nakasulat sa *Ang Zohar*: "Sa pamamagitan ng panulat na ito, ang mga Anak ng Israel ay matutubos mula sa pagkakatapon." Gayundin sa maraming lugar, ipinakikita na sa pamamagitan lamang ng pagpapalaganap ng karunungan ng Kabbalah sa masa tayo'y makapagtatamo ng ganap na katubusan.

Kanila ring sinabi: "Ang Liwanag dito ay nagtutuwid sa kanya." Sila'y naging masinop ukol dito upang ipakita sa atin na tanging sa Liwanag na nakapaloob dito — "na parang mansanas na gintong nakaupo sa pilak" — naroroon ang lunas na makapagtutuwid sa tao. Ang indibidwal at ang bansa ay kapwa hindi makakamit ang layuning pinagbuwatan ng kanilang paglalang kundi sa pamamagitan ng pagtatamo ng panloob na lihim ng Torah.

At bagamat tayo'y umaasang makamtan ang ganap na kaalaman sa pagdating ng Mesiyas, tulad ng nasusulat: "Makapagbibigay ng karunungan sa maalam," sinabi rin nito: "Ako'y naglagak ng karunungan sa puso ng bawat isa na may talino sa puso."

Kaya't kinakailangan ang isang dakilang pagpapalawak ng karunungan ng katotohanan sa bansa upang sa simula pa lamang ay magawa nating matanggap ang biyayang hatid ng ating Mesiyas. Dahil dito, ang paglawak ng karunungan at ang pagdating ng ating Mesiyas ay magkaugnay.

Samakatwid, dapat tayong magtayo ng mga seminaryo at sumulat ng mga aklat upang mapabilis ang pagpapalaganap ng karunungan sa buong bansa. At hindi gaya noong una, na may pangambang may mga di-karapat-dapat na mapahalo — gaya ng nabanggit natin kanina. Ito ang naging pangunahing dahilan ng matagal na pagkakatapon dahil sa ating napakaraming kasalanan, hanggang sa araw na ito.

Ang ating mga pantas ay nagsabi: "Ang Mesiyas na anak ni David ay darating lamang sa isang henerasyon na ang lahat ay karapat-dapat..." — ibig sabihin, kapag ang bawat isa ay huminto sa pagtugis sa pagnanasa at katanyagan. Sa sandaling iyon, maitatayo ang maraming seminaryo upang ihanda sila sa pagdating ng Mesiyas na anak ni David.

"...O sa henerasyon na ang lahat ay hindi karapat-dapat," ibig sabihin, sa isang henerasyon kung kailan "ang mukha ng henerasyon ay tulad ng mukha ng aso, at ang mga matuwid ay magiging lagalag, at ang karunungan ng mga manunulat ay naliligaw sa kanila." Sa panahong iyon, maaaring alisin ang matamang pagbabantay, at ang lahat ng mananatili sa tahanan ni Jacob, na ang mga puso'y tumitibok upang makamtan ang karunungan at ang layunin, ay tatawaging "Banal," at silang lahat ay darating at mag-aaral.

Ito'y mangyayari dahil wala nang pangambang ang isa ay hindi makapagpapatuloy sa kahusayan at ipagpapalit ang karunungan sa pamilihan, sapagkat wala nang sinuman sa mga magugulo ang bibili nito. Ang karunungan ay magiging kamuhi-muhi sa kanilang paningin, at maging ang katanyagan o pagnanasa ay hindi na nila makakamit kapalit nito.

Kaya't lahat ng magnanais pumasok ay darating at papasok. Marami ang magpapalaganap, at ang karunungan ay madaragdagan sa mga karapat-dapat dito. At sa pamamagitan noon, tayo'y magagantimpalaan ng pagdating ng Mesiyas at ng katubusan ng ating mga kaluluwa — sa ating panahon, Amen.

Sa ganitong mga salita, pinapalaya ko ang aking sarili mula sa di-mabilang kong mga hinaing, na aking nabanggit nang higit sa lahat ng nauna sa akin, sa pagsisiwalat ng karaniwang itinatagong mga pangunahing simulain ng karunungan sa aking aklat — na hanggang sa kasalukuyan ay nanatiling hindi pa natutunghayan. Ito'y tumutukoy sa buod ng Sampung Sefirot at ng lahat ng kaugnay nito: *Yashar*, *Hozer*, *Pnimi*, at *Makif* — pati ang kahulugan ng *Hakaa* at ang diwa ng *Hizdakchut*.

Ang mga may-akda na nauna sa akin ay sinadyang ikalat ang mga salita dito't doon, gamit ang mabababaw na pahiwatig, upang ang isang kamay ay hindi magawang tipunin ang mga ito. Ngunit sa pamamagitan ng Kanyang Liwanag, na sumilay sa akin, at sa tulong ng aking mga guro, ay natipon ko ang mga ito at isiniwalat nang malinaw, sa kanilang espiritwal na anyo — sa labas ng lugar at sa labas ng panahon.

Maaari namang may lumapit sa akin na may mabigat na pangangatwiran: Kung wala naman akong naidagdag sa aking mga guro matapos sina Ari at Rav Chaim Vital mismo — ang mga tunay na may-akda — at kung ang mga tagapagkomento at ang kanilang mga pangungusap ay nakapagsiwalat na ng mga bagay na kasing-linaw ng sa akin, ano pa ang saysay ng aking panulat? At kung inyong sasabihing ang mga ito'y naihayag din sa kanila, sino naman ako, na kung sinupaman ay ikinukunsiderang isang malaking karangalan na maging alabok at abo sa paanan ng kanilang mga yapak, upang mangahas sabihing ang katayuang ipinagkaloob sa akin ng Maylikha ay higit kaysa kanilang katayuan?

Gayunpaman, tulad ng makikita ninyo sa mga sangguniang babasahin, hindi ako nagdagdag sa aking mga guro ni nagbawas o nagbago sa anumang aking isinulat. Ang lahat ng aking mga salita ay matatagpuan na sa *Eight Gates* ng *Tree of Life*, at sa *Mavo She'arim* (Pasimula ng mga Tarangkahan) ni Ari. Hindi ako nagdagdag ni isang salita rito. Gayunman, ang layunin ng mga akdang iyon ay itago ang mga bagay: kaya't kanilang ikinalat ang mga ito — isa rito, isa roon.

Ito'y dahil ang kanilang henerasyon ay hindi pa ganap na di-karapat-dapat at nangangailangan ng masusing pag-iingat. Ngunit tayo, dahil sa ating napakaraming kasalanan, ay nasa henerasyong ang lahat ng salita ng ating mga pantas ay naging ganap na totoo at may bisa para sa atin. Kanilang sinabi na upang magsimula ang panahon ng Mesiyas, sa ganitong henerasyon, wala nang pangambang sumisiwalat ng karunungan — gaya ng naipaliwanag natin sa unahan. Kaya't ang aking mga salita ay bukás at maayos na inilahad.

6) Kaya ngayon, mga anak, pakinggan ninyo ako: *"Ang Karunungan ay nananaghoy sa lansangan, siya'y umuusal ng kanyang tinig." "Kung sinuman ang nasa panig ng Panginoon, hayaang lumapit sa Akin." "Dahil ito'y hindi isang bagay na walang halaga para sa inyo, sapagkat ito ang inyong buhay, at ang kahabaan ng inyong mga araw."*

Hindi kayo nilikha upang sumunod lamang sa galaw ng mga butil at patatas — ikaw, at ang iyong mga hayop sa sabsaban. At tulad ng pagkakalikha sa asno — na hindi upang paglingkuran ang kapwa nito mga asno — ang tao ay hindi nilikha upang paglingkuran ang mga katawan ng kanyang mga kapwa-tao sa henerasyong kanyang kinasasangkutan. Sa halip, ang layunin ng paglikha sa asno ay upang paglingkuran at maging kapaki-pakinabang sa tao, na mas mataas kaysa sa kanya; at ang layunin ng pagkakalikha sa tao ay upang paglingkuran ang Maylikha at matupad ang Kanyang banal na layunin.

Tulad ng sinabi ni Ben Zuma: *"Ang lahat ng ito'y nilikha upang paglingkuran ako, at ako'y upang paglingkuran ang aking Maylikha."* Gayundin, *"Ginawa ng Panginoon ang lahat ng bagay para sa Kanyang sariling layunin,"* sapagkat ang Maylikha ay naghahangad—at labis na nananabik—para sa ating ganap na pagkapino't pagganap sa Kanya.

Ito'y nasusulat sa *Beresheet Rabba*, *Parsha* 8, na sinabi ng anghel sa Kanya: "Ano ba ang tao, na Ikaw ay nagmamalasakit sa kanya, at ang anak ng tao, na Ikaw ay nag-aalala sa kanya? Bakit Mo ninanais ang ganitong problema?" Ang Maylikha ay tumugon sa kanila: "Samakatwid, bakit mga tupa at baka?" Ano ang kawangis nito? Isang hari na may palasyo na puno ng kasaganaan, ngunit walang mga panauhin. Anong kasiyahan ang mayroon ang hari sa kanyang kapunuan? Sila'y kaagad na nagsabi sa Kanya: "O Panginoon, aming Panginoon, gaano kaluwalhati ang Iyong Pangalan sa buong daigdig! Ganapin Mo ang kaloobann Mo." Tila dapat tayong mag-alinlangan sa halaw na iyon—sapagkat nasaan ang toreng iyon na puno ng kasaganaan? Sa ating panahon, tunay na pupunuin natin ang lugar na iyon hanggang sa tuktok.

Sa katunayan, ang mga salitang iyon ay mataimtim. Mapapansin ninyo na ang mga anghel ay walang hinaing tungkol sa alinmang nilikhang ginawa noong unang anim na araw ng Paglikha—maliban tungkol sa Tao. Ito ay dahil ang tao ay nilikha ayon sa kawangis ng Maylikha, at binubuo ng Mataas at Mababa na magkasama. Nang masaksihan ng mga anghel ito, sila'y naguluhan at namangha: paanong ang isang dalisay at espirituwal na kaluluwa ay bababa mula sa mataas nitong antas at mananahan sa parehong tahanan kasama ng isang marumi at mala-hayop na katawan? Kaya't sinabi nila: "Bakit Mo ninanais ang ganitong problema?"

Ang kasagutan sa kanila ay ito: mayroon nang isang tore na puno ng kasaganaan ngunit walang panauhin. At upang ito'y mapuno, kailangang magkaroon ng isang nilalang na binubuo ng Mataas at Mababa na magkasama. Dahil dito, ang dalisay na kaluluwang ito ay dapat *madamitan* ng anyo ng maruming katawan. Kaagad nilang naunawaan ito at nagsabi: "Ganapin Mo ang kaloobann Mo."

Alamin na ang toreng ito na puno ng kasaganaan ay nagpapahiwatig na ang lahat ng kasiyahan at kabutihan—na siyang layunin kung bakit Niya nilikha ang mga nilalang—ay batay sa panuntunang, "Ang paraan ng Mabuti ay gumawa ng kabutihan." Kaya nilikha Niya ang mga mundo upang bigyang kagalakan ang Kanyang mga nilikha.

At yamang walang nakaraan o hinaharap sa Kanya, dapat nating maunawaan na sa sandaling nagkaroon Siya ng Kaisipan na lumikha ng mga nilalang at bigyan sila ng kagalakan, sila at ang lahat ng kapunuan ng kasiyahan ay agad na lumitaw sa Kanyang harapan—kasama na ang kabuuan ng Kanyang balak para sa kanila.

Ito ay nasusulat sa aklat na *Heftzi Bah* (*My Delight Is in Her*), ni *Ari*, na ang lahat ng mga mundo—Mataas at Mababa—ay nakapaloob sa *Ein Sof* (Walang-Hanggan) bago pa man ang *Tzimtzum* (pagpipigil), sa pamamaraan ng "Siya ay Isa at ang Kanyang Pangalan ay Isa."

Ang pangyayaring *Tzimtzum*, na siyang ugat ng mga mundong *ABYA*, at naganap sa mundong ito, ay nangyari dahil sa mga mundo mismo, na nagnanais na maging kawangis ng Maylikha. Ito ang kahulugan ng *Dvekut* (Pagdikit), sapagkat ang paghihiwalay at *Dvekut* sa anumang bagay na espirituwal ay nangyayari lamang ayon sa kahalagahan ng pagkakatulad o pagkakataliwas ng anyo.

Dahil nais Niyang bigyang kagalakan ang mga nilalang, ang pagnanais na tumanggap ng kasiyahan ay kinailangang makintal sa mga tagatanggap. Kaya ang kanilang anyo ay ginawang kaiba sa Kanya, sapagkat ang anyong ito ay walang lugar sa Maylikha—mula kanino ba Siya tatanggap?

Ang *Tzimtzum* at ang *Gevul* (hangganan/limitasyon) ay ginawa para sa layuning ito, hanggang sa paglitaw ng mundong ito sa isang realidad ng pagdadamit ng kaluluwa sa isang pisikal na katawan. Kapag ang isa ay lumalahok sa *Torah* at gumagawa upang magbigay ng kasiyahan sa Maylikha, ang anyo ng pagtanggap ay nagbabago upang maging anyo ng pagkakaloob.

Ito ang kahulugan ng nasusulat na "upang dumikit sa Kanya," sapagkat sa ganitong paraan, ang isa'y itinutulad ang kanyang anyo sa kanyang Maylikha. At tulad ng ating nasabi, ang pagkakatulad ng anyo ay tinatawag na *Dvekut* sa espirituwalidad. Sa sandaling ang *Dvekut* ay malubos sa lahat ng bahagi ng kaluluwa, ang mga mundo ay magbabalik sa katayuan ng *Ein Sof*, bago ang *Tzimtzum*.

"Sa kanilang bayan, sila'y makakatanggap nang makailang beses." Ito'y dahil sa gayon magagawa nilang tanggapin muli ang lahat ng kasiyahan at kagalakan na sadyang inihanda para sa kanila sa Mundo ng *Ein Sof*. Dagdag pa rito, sa puntong iyon ay nakahanda na sila para sa tunay na *Dvekut* na walang anumang pagkakaiba sa anyo, sapagkat ang kanilang pagtanggap ay hindi na para sa sarili kundi upang magbigay ng kasiyahan sa kanilang Maylikha. Inyong makikita na sila ay naging magkahalintulad sa anyo ng pagkakaloob ng Maylikha.

7) Ngayon ay inyong mauunawaan ang kanilang mga salita, na "ang Kabanalan para sa mga nakakababa ay isang mataas na pangangailangan." Ito ay tila nakakalitong pangungusap, ngunit sa totoo'y malalim na nakaakibat sa naunang aralin.

Ang usaping ito ay inihalintulad nila sa isang tore na puno ng kasaganaan ngunit walang mga panauhin. Ito'y nagpapahiwatig na ang Maylikha ay tila nakaupo at naghihintay sa mga panauhin, kung kaya't ang lahat ng Kanyang paghahanda ay magiging walang saysay kung walang tatanggap.

Ito ay tulad ng isang hari na nagkaanak na lalaki sa kanyang katandaan, at siya'y lubos na natuwa rito. Simula pa lamang ng pagsilang ng anak, wala siyang inisip kundi mga magagandang bagay para dito. Nagtipon siya ng pinakamahuhusay na aklat at guro, nagtayo ng mga paaralan, at inanyayahan ang pinakamagagaling na tagapagtayo upang ipagpatayo ng mga palasyong kasiyasiya. Nagpaupa siya ng mga mang-aawit at manunugtog, at nagpagawa ng mga bulwagang pangkonsyerto. Nangalap siya ng pinakamagagaling na tagapagluto at panadero sa buong bayan, at ipinasilbi ang bawat kakaning maaaring isipin.

Ngunit ang bata ay lumaking isang hunghang—walang pagnanais sa karunungan, bulag at hindi makita ang kagandahan ng mga gusali, bingi at hindi marinig ang musika ng mga mang-aawit. Malungkot pa rito, siya ay may diabetes at pinahihintulutang kumain lamang ng magaspang na tinapay. Ang bunga nito'y hindi lang panghihinayang kundi pagkasuklam—isang matinding poot sa harap ng ganap na paghahanda, na hindi tinanggap ng dapat tumanggap.

Ngayon ay inyong mauunawaan ang kanilang mga salita tungkol sa talatang: "Ako, ang Panginoon, ay mamadaliin ito sa panahon nito." Ang *Sanhedrin* (98) ay nagpaliwanag nito: "Hindi nagantimpalaan—sa panahon nito; nagantimpalaan—Aking mamadaliin ito."

Kaya, mayroong dalawang paraan upang matamo ang nabanggit na layunin: Una, sa pamamagitan ng kanilang sariling pagkukusa, na tinatawag na "Landas ng Pagtitika." Kung sila'y magantimpalaan noon, kung gayon ang "Aking mamadaliin ito" ay mapapasakanila. Nangangahulugan ito na walang takdang oras para sa katuparan, ngunit kung sila'y karapat-dapat, agad matatapos ang pagwawasto.

Kung sila naman ay hindi magantimpalaan sa pamamagitan ng pagkukusa, may isa pang daan—tinatawag na "Landas ng Pagdurusa." Tulad ng sinabi sa *Sanhedrin* (97): "Ako'y maglalagay sa kanila ng isang hari tulad ni Haman, at sila'y magsisisi nang labag sa kanilang kalooban"—ibig sabihin, *sa panahon nito*, sapagkat dito, may nakatakdang oras.

Sa pamamagitan nito, nais ipabatid sa atin na ang Kanyang kaparaanan ay hindi kaparaanan ng tao. Kaya't ang larawan ng isang hari na may laman at dugo, na nagpakasipag upang ihanda ang lahat ng magagandang bagay para sa kanyang minamahal na anak—ngunit sa huli'y nagdusa, at ang lahat ng kanyang inihanda ay nauwi sa paghamak at matinding poot—ay *hindi* maaaring mangyari sa Maylikha.

Sa halip, ang lahat ng gawa ng Maylikha ay tiyak at totoo. Walang pandaraya sa Kanya. Ito ang sinabi ng ating mga pantas: "Hindi nagantimpalaan—sa panahon nito." Ang hindi magawa ng kalooban, ang *panahon* ang magsasakatuparan. Tulad ng nasusulat: "Ikaw ba'y magagawang magpatawag ng mga kidlat, na hahayo at sasabihin sa iyo: 'Naririto kami'?"

Mayroong isang landas ng pagdurusa na kayang magpadalisay ng anumang depekto at makamundong kalakasan, hanggang ang isa'y matutong iangat ang ulo mula sa kanlungan ng hayop, at magsimulang pumailanlang—umakyat sa baytang ng bahagdan ng kaligayahan at makataong tagumpay, sapagkat siya ay kakapit sa kanyang ugat at maisasakatuparan ang layunin ng kanyang pagkakalikha.

8) Samakatwid, dapat tayong lumapit upang mapagmasdan kung gaano kalaki ang ating dapat ipagpasalamat sa ating mga guro—yaong nagbabahagi sa atin ng kanilang sagradong Liwanag at iniaalay ang kanilang mga kaluluwa upang magdulot ng kabutihan sa ating mga kaluluwa. Sila'y nakatindig sa pagitan ng landas ng malupit na pasakit at ng landas ng pagtitika. Sinasagip nila tayo mula sa mundo ng kadiliman at sinasanay tayo upang maabot ang makalangit na kasiyahan—ang mabunying giliw at lugod na ating bahagi, na inihanda at matagal nang naghihintay para sa atin mula pa sa simula, tulad ng ating binanggit sa unahan. Bawat isa sa kanila ay kumikilos sa kanyang henerasyon ayon sa kapangyarihan ng Liwanag ng Kanyang *Torah* at ng kabanalan.

Tulad ng sinabi ng ating mga pantas, "Walang henerasyon na walang katulad nina Abraham, Isaac, at Jacob." Katunayan, yaong maka-Diyos na tao—ang ating Rav Isaac Luria—ay nagpakasakit at gumabay sa atin nang lubusan. Siya ay gumawa ng higit na mga kamangha-manghang bagay kaysa sa mga nauna sa kanya. At kung ako man ay may karapatang magbigay ng papuri, aking pupurihin ang araw ng paglitaw ng kanyang karunungan na tila kapantay ng araw kung kailan ang *Torah* ay ipinagkaloob sa Israel.

Walang sapat na salitang makakasukat sa kanyang banal na gawaing naisakatuparan para sa atin. Ang pintuan ng pagtatamo ay dating nakapinid at nakakandado, at siya ang dumating upang buksan ito para sa atin. Kaya't ang sinumang nagnanais na makapasok sa palasyo ng Hari ay kailangan lamang ng kadalisayan at kabanalan—ang humayo, maligo, mag-ahit ng kanilang balbas, at magsuot ng malinis na kasuotan upang makatayo nang maayos sa harap ng mabunying Hari.

Isang taong tatlumpu't-walong gulang ang gumapi, sa pamamagitan ng kanyang karunungan, ang lahat ng nauna sa kanya—sa henyo, sa pagkaunawa, at sa lahat ng panahon.
Ang lahat ng nakatatanda sa bayan, mga magigiting na pastol, kaibigan, at tagasunod ng maka-Diyos na pantas na si *RAMAK*, ay tumindig sa kanyang harapan bilang mga tagasunod ng *Rav*.

Ang lahat ng mga pantas ng mga henerasyong sumunod, hanggang sa ating panahon, ay walang itinangi: kanilang iniwan ang lahat ng aklat at mga akdang nauna sa kanya—ang *Kabbalah* ni *RAMAK*, ang *Kabbalah* ng mga naunang pantas, at ang *Kabbalah* ng Henyo (pagpalain ang alaala ng lahat). Itinali nila ang kanilang espirituwal na buhay, nang buung-buo at tapat, sa kanyang Banal na Karunungan. Natural lamang na ang ganap na tagumpay ay iginagawad sa batang ito na naging parang ama ng karunungan.

Nakakalungkot lamang na ang pakana ng diyablo ay nagtagumpay, at mga balakid ay inilatag sa landas ng paglaganap ng kanyang karunungan tungo sa isang banal na bayan. Tanging iilan lamang ang nagsimulang mapagtagumpayan ang mga ito.

Ang pangunahing dahilan nito ay dahil ang kanyang mga salita ay isinulat sa pamamagitan ng *sabi-sabi*, gaya ng kanyang paliwanag na ang karunungan ay ibinibigay niya araw-araw sa kanyang mga tagasunod—mga nakatatanda na at bihasa na sa *The Zohar* at sa *Tikkunim* (Pagwawasto). Karamihan sa kanyang mga banal na salita ay isinasaayos batay sa malalalim na tanong na kanilang itinanong sa kanya, bawat isa ayon sa pansariling interes.

Dahil dito, hindi niya naibahagi ang karunungan sa paraang sistematiko, tulad ng ginawa ng mga nauna sa kanya. Makikita natin na ang *Ari* mismo ay nagnanais na isaayos ang mga usapin. Kaugnay nito, tingnan ang simula ng mga sinabi ni *Rashbi* sa pagpapakahulugan sa *Idra Zuta*, sa maikling pambungad ni *Rav Chaim Vital*.

Dagdag pa rito, maiksi lamang ang panahon ng kanyang pagtuturo—labing-pitong buwan lamang. Tulad ng nasusulat sa *Gate to Reincarnations* (*Tarangkahan sa Muling Pagkabuhay*), *Gate* 8, p. 49: simula nang dumating siya sa *Safed* mula *Ehipto*, bago ang *Pesach* (Passover) taong 1571, si *Rav Chaim Vital* ay dalawampu't siyam na taong gulang.

Noong taong 1572, sa bisperas ng *Shabbat*, ayon sa *Parashat Matot-Masaey*, sa simula ng buwan ng *Av*, siya'y nagkasakit, at noong Martes, ika-5 ng *Av*, sa sumunod na linggo, siya ay pumanaw.

Nasusulat rin sa *Gate to Reincarnations*, Gate 8, p. 71a, na bago siya pumanaw, inatasan niya si *Rav Chaim Vital* na huwag ituro ang karunungan sa iba, at pinahintulutan lamang siyang mag-aral nang mag-isa at may katahimikan. Ang iba pang mga kaibigan ay pinagbabawalan na lumahok, sapagkat sinabi niyang hindi nila nauunawaan ang karunungan nang tama.

Ito ang dahilan kung bakit si *Rav Chaim Vital* ay hindi naisaayos ang mga sulatin— iniwan niyang hindi maayos ang pagkakahanay. Natural, hindi niya ipinaliwanag ang mga ugnayan sa pagitan ng mga usapin, kaya ito'y hindi maituturo sa iba. Kaya't makikita natin ang matinding pag-iingat sa kanyang bahagi—isang bagay na pinatunayan ng mga may kasanayan sa mga sulatin ni *Ari*.

Ang mga pagkaka-saayos na natagpuan sa mga sulatin ni Ari ay inayos at binuo ng tatlong henerasyon, nang maka-ikatlong beses, at ng tatlong nagbuo. Ang unang nagbuo ay ang pantas na si MAHARI Tzemach. Siya'y nabuhay sa parehong panahon ni MAHARI Azulai, na yumao noong taong 1644.

Ang malaking bahagi ng mga sulatin ay nagmula sa kanya, at marami siyang inayos na mga aklat mula dito. Ang pinakamahalaga sa mga ito ay ang aklat na *Adan Yashar* (Taong Matuwid), kung saan kanyang tinipon ang ugat at ang pinakabuod na mga katuruan na nasa kanyang pag-iingat. Datapwat, ilang mga aklat na nabuo ng Rav na ito ay nawala. Sa pambungad ng kanyang aklat na *Kol BeRama* (Malakas na Tinig), kanyang inilahad ang mga aklat na kanyang binuo.

Ang ikalawang nagbuo ay ang kanyang tagasunod na si MAHARAM Paprish. Nakagawa siya nang higit pa sa kanyang Rav, sapagkat ilan sa mga aklat na nahawakan ng pantas na si MAHARASH Vital ay nagmula sa kanyang mga kamay at marami siyang nabuong mga aklat. Ang pinakamahalaga sa mga ito ay ang mga aklat na *Etz HaChaim* (The Tree of Life) at *Pri Etz HaChaim* (Fruit of the Tree of Life). Ang mga ito'y naglalaman ng buong saklaw ng karunungan sa lubos nitong kahulugan.

Ang ikatlong nagbuo ay si MOHARAR Chaim Vital. Siya ay isang dakila at kilalang pantas. Binuo niya ang bantog na *Eight Gates* (Walong Tarangkahan) mula sa ipinamana ng kanyang ama sa kanya.

Kaya ating nakikita na ang bawat tagapag-buo ay hindi natamo ang kumpletong sulatin. Napakabigat ng pagkakasaayos ng mga usapin na hindi angkop para sa mga walang tunay na kasanayan sa *Ang Zohar* at sa *Tikkunim*. Kaya iilan lamang ang umaangat.

9) Bilang kapalit noon, tayo'y Kanyang biniyayaan ng espiritu ng *Ang Baal Shem Tov*, na ang kadakilaan at kabanalan ay higit sa anumang salita at mga masasabi. Siya'y hindi matitigan at hindi magagawang titigan, maliban doon sa mga karapat-dapat na naglingkod sa ilalim ng kanyang *Liwanag*, at sila rin ay panandalian at manaka-naka lamang, batay sa kung ano ang natatanggap ng kanyang puso.

Ito ay totoo na ang *Liwanag* ng kanyang *Torah* at *Banal na Karunungan* ay nakatayo pangunahin na sa banal na pundasyon ni *Ari*. Datapwat hindi naman sila magkapareho. Akin itong ipapaliwanag sa isang halimbawa ng isang tao na nalulunod sa ilog, lumulubog at lumilitaw na karaniwang nangyayari sa isang nalulunod. Kung minsan, buhok lamang ang nakikita, at pagkatapos ay isang payo ang makakatagpo at mahuhuli ang kanyang ulo. May mga pagkakataon na ang kanyang katawan ay lilitaw din at pagkatapos ay isang payo ay matatagpuan at mahuhuli siya mula naman sa kanyang puso.

Ganito rin ang usapin sa ating harapan. Matapos na ang Israel ay malunod sa masamang tubig nang pagkakatapon sa mga bansa, mula noon hanggang ngayon, sila'y umaangat at bumabagsak, at ang bawat pangyayari ay hindi magkakapareho. Sa panahon ni *Ari*, tanging ulo lamang ang makikita. Kaya ang *Ari* ay nagpakahirap para sa atin upang masagip tayo sa pamamagitan ng ating pag-iisip. Sa panahon ng *Baal Shem Tov*, nagkaroon ng kaginhawahan. Kaya isang biyaya sa atin na tayo'y nasagip sa kabaligtaran ng ating mga puso, at iyon ay isang dakila at tunay na katubusan para sa atin.

At dahil sa ating napakaraming kasalanan, ang gulong ay muling gumulong sa ating heneryon at tayo'y lumagpak nang napakalakas, na parang mula sa kaitaasan tungo sa pinakamababang lugar.

Bilang karagdagan, naririyan ang banggaan ng mga bansa, na naguluhan ang buong mundo. Ang mga pangangailangan ay dumami at ang pag-iisip ay umiksi at napasama dala ng dumi ng materyalismo na gumapos sa nangunguna. Ang mga tagapaglingkod ang nakasakay sa kabayo at ang mga ministro ang naglalakad sa lupa, at ang bawat bagay na nabanggit sa ating pag-aaral sa nabanggit na *Masechet Sutah* ay nagkatotoo para sa atin, para sa ating napakaraming kasalanan. Muli, ang bakal na harang ay nakatayo, maging dito sa dakilang *Liwanag* ng *Baal Shem Tov*, na sinabi natin na nagbigay liwanag hanggang sa pagtatag ng ating lubos na katubusan.

At ang mga matatalino sa puso ay hindi naniwala sa kaganapan na ang isang heneryon ay darating kung kailan hindi sila nakakakita sa pamamagitan ng kanyang *Liwanag*. Sa ngayon, ang mga mata ay dumilim; tayo'y napagnakawan nang kabutihan, at noong akin itong makita, sinabi ko, "Ito'y panahon na upang kumilos." Kaya ako'y dumating upang buksan nang malawak ang tarangkahan ng *Liwanag* ng *Ari*, dahil siya ay tunay na may kakayahan at angkop para sa ating heneryon din, at ang "Dalawa ay mas mainam kaysa sa iisa."

Hindi marapat na tayo'y batikusin dahil sa maikli kong akda, dahil ito'y tumutugma at umaangkop sa sinumang mapagmahal sa karunungan, dahil ang sobrang alak ay nagpapawala ng lasa, at ang pagtatamo ay nagiging higit na mahirap para sa mga tagasunod.

Gayundin, wala tayong pananagutan doon sa mga mataba-ang-puso, dahil ang lengguwahe na makakatulong sa kanila ay hindi pa nalilikha. Saanman nila ituon ang kanilang mga mata, sila'y nakakakita nang kamalian, at mayroong panuntunan na mula sa kaparehong ugat kung saan ang mga matalino ay nakakakuha nang karunungan, ang hangal ay nakakakuha nang kahangalan.

Kaya ako'y naninindigan sa panimula ng aking aklat at nagpapaalala na ako'y hindi nagpakahirap para doon sa mga nagkakasya sa panonood mula sa mga bintana. Sa halip, ito'y para doon sa mga may malasakit sa mga salita ng *Taga-Paglikha* at naghahangad sa *Taga-Paglikha* at sa Kanyang Kabutihan, upang tuparin ang layunin ng kanilang pagkakalikha, dahil sa pamamagitan ng kalooban ng Diyos, ang talatang, "Ang lahat nang naghahanap sa Akin, ay matatagpuan Ako," ay magaganap sa kanila.

10) Halina at makita ang mga salita ng pantas na si Rabbi Evan Ezra sa kanyang aklat na *Yesod Mora* p. 8b: At ngayon, tandaan at malaman na ang lahat ng *Mitzvot* na nasusulat sa *Torah* o kaya'y ang mga kapulungan na ang ating mga ama ay itinatag, bagamat ang karamihan sa mga ito ay sa mga pagkilos o sa mga salita, ang lahat ng mga ito ay upang maiwasto ang puso, "dahil ang Panginoon ay nagmamatyag sa lahat ng mga puso at nauunawaan ang lahat ng imahinasyon ng kaisipan."

Ito ay nasusulat, "doon sa mga matuwid sa kanilang mga puso." Ang kabaligtaran nito ay, "Isang puso na nagbabalak ng masamang kaisipan." Aking natagpuan ang talatang naglalaman ng lahat ng *Mitzvot*, na nagsasabing, "Dapat kayong matakot sa Panginoon na inyong Diyos; at Siya ang dapat ninyong paglingkuran."

Ang salitang "matakot" ay naglalaman ng lahat ng negatibong *Mitzvot*, sa salita, sa puso at sa gawa. Ito ang unang antas kung saan ang isa'y umaangat sa gawain sa Panginoon na naglalaman ng lahat ng positibong *Mitzvot*.

Ito ay magsasanay sa isang puso at maggagabay hanggang ang isa ay kumapit sa Panginoon, kung para saan ang tao ay nalikha. Siya'y hindi nalikha upang magkamit ng kayamanan o magtayo ng mga gusali. Kaya ang lahat ay dapat hanapin ang lahat ng bagay na maghahatid sa isa na mahalin ang Panginoon at mag-aral ng karunungan at magtamo ng pananampalataya.

At ang *Maylikha* ay ibubukas ang mata ng kanyang puso at pasisiglahin ang kakaibang espiritu sa kanyang kalooban. Nang sa gayon, siya'y mamahalin ng *Maylikha* sa kanyang buhay.

Dapat malaman na ang *Torah* ay ipinagkaloob lamang sa mga taong may puso. Ang mga salita ay parang mga bangkay at ang *Taamim* (lasa) bilang mga kaluluwa. Kung ang isa ay hindi nauunawaan ang *Taamim*, ang buong pagsisikap ng isa ay walang saysay at ang gawain ay tinangay ng hangin.

Ito ay parang bagamat ang isa ay nagsumikap sa kanyang sarili na bilangin ang mga titik at ang mga salita sa isang aklat nang pang-medisina. Walang lunas na manggagaling sa aklat na ito. Ito ay tulad din sa kamelyo na may pasan-pasang sutla; hindi nakikinabang dito ang sutla, ang sutla ay hindi nagbibigay ng pakinabang sa kamelyo.

Nakukuha lamang natin ang mga ito sa kanyang salita; kumapit sa layunin kung para saan ang tao ay nalikha. Kanyang binanggit tungkol dito na ito ang usapin sa *Dvekut* sa *Maylikha*.

Kaya kanyang sinabi na ang isa ay dapat hanapin ang lahat ng bagay na maghahatid sa isa na mahalin ang *Maylikha*, na mag-aral ng karunungan at hanapin ang pananampalataya hanggang ang *Maylikha* ay gantimpalaan siya nang pagbubukas ng kanyang mata at pagpapasigla ng kakaibang espiritu sa loob niya. Nang sa gayon, siya'y mamahalin ng kanyang *Maylikha*.

Sinadya niyang maging tiyak sa pagsasabing upang mahalin siya ng *Maylikha* sa kanyang buhay. Ito ay nagsasabing habang hindi niya nakakamit iyon, ang kanyang gawain ay hindi lubos, at ang gawain na kinailangang ibigay sa atin na isagawa ngayon. Ito ay katulad nang kung paano niya tinapos ito, na ang *Torah* ay ipinagkaloob lamang sa mga taong may puso, ibig sabihin mga taong nagkamit na ng pusong magmamahal at maghahangad sa Kanya. Ang mga pantas ay tinawag ang mga ito na "matalino-sa-puso," dahil wala nang mababang, mala-hayop na espiritu doon, sapagkat ang masamang hilig ay naroroon lamang sa isang pusong bakante sa karunungan.

Kanyang ipinakahulugan at sinabi na ang mga salita ay parang mga bangkay at ang *Taamim* bilang mga kaluluwa. Kung ang isa ay hindi nauunawaan ang *Taamim*, ito ay tulad ng pagsisikap ng sarili sa pagbibilang ng mga pahina at mga salita sa isang aklat na pang-medisina. Ang pagsisikap na ito ay hindi magbubunga ng lunas. Kanyang gustong sabihin na ang isa ay itinutulak upang maghanap ng paraan upang makamit ang nabanggit na pag-aari. Ito ay dahil nang sa gayon ang isa ay matitikman ang lasa ng *Torah*, na panloob na karunungan ng *Torah* at mga lihim nito, at ang lasa ng *Mitzva*, bilang mga panloob na pag-ibig at hangarin para sa Kanya.

Kung wala ito, ang isa ay mayroon lamang mga salita at gawa; mga patay na katawan na walang kaluluwa. Ito ay tulad nang isang nagsisikap sa pagbibilang ng mga pahina at mga salita sa isang aklat na pang-medisina. Atbp. Makakatiyak na hindi niya mapapahusay ang sarili sa medisina bago niya maintindihan ang kahulugan ng nakasulat na medisina. Kahit ang isa ay bilhin ito, sa kung anumang halaga, kung ang pamamaraan ng pag-aaral at ang pagkilos ay hindi nakaayos na magdala sa kanya dito, ito ay tulad ng kamelyong may dalang sutla; hindi nito binibiyaan ang sutla at ang sutla ay hindi nagbibiyaya dito, na dalhin ito sa lubos na katuparan ng layunin kung para saan ito nilikha.

11) Ayon sa mga salitang ito, ang ating mga mata ay nabuksan ayon sa mga salita ni Rabbi Simon sa *Midrash Rabba, Parasha* 6, tungkol sa talatang, "Likhain natin ang tao." Nang ang *Maylikha* ay nagpasyang likhain ang tao, Kanyang sinangguni ang mga anghel, at ang mga ito'y nahati sa mga grupo at sekta. Ang ilan ay nagsabi, "Hayaan siyang malikha," at mayroong ilan na nagsabing, "Huwag hayaang siya'y malikha," tulad nang nasusulat, "Ang habag at katotohanan ay nagsama; ang matuwid at ang kapayapaan ay nagyakapan."

Ang *habag* ay nagwika, "Hayaan siyang malikha, dahil siya'y gagawa ng mga mahabaging pagkilos."

- Ang katotohanan ay nagsabi, "Huwag siyang hayaang malikha, sapagkat siya puno nang kasinungalingan."

- Ang matuwid ay nagsalita, "Hayaan siyang malikha, dahil siya'y kikilos nang makatwiran."

- Ang kapayapaan ay tumugon, "Huwag siyang hayaang malikha, sa dahilang siya'y tigib ng sigalot."

Ano ang ginawa ng *Maylikha*? Kanyang kinuha ang *katotohanan* at itinapon ito sa lupa, tulad nang nasusulat, "at itinapon nito ang katotohanan sa lupa." Ang mga anghel ay nagwika sa *Maylikha*: "Bakit Mo hinihiya ang Iyong selyo? Hayaan Mo ang *Katotohanan* na bumangon mula sa lupa," tulad nang nasusulat, "ang katotohanan ay sisingaw mula sa lupa."

Ang mga salitang ito ay mabigat sa lahat ng bahagi:

i. Hindi nito ipinapaliwanag ang kabigatan ng talatang, "Likhain natin ang tao." Ito ba ay isang payo na Kanyang kailangan, tulad nang nasusulat, "Ang paglaya ba ang puso ng isang payo?"

ii. Tungkol sa *Katotohanan*, paano magagawang sabihing ang buong lahi ng tao ay puno ng kasinungalingan, samantalang walang isang henerasyon na walang katulad nina Abraham, Isaac, at Jacob?

iii. Kung ang salita ng *Katotohanan* ay matapat, paanong ang mga anghel ng *Habag* at *Matuwid* ay sumang-ayon sa isang mundo na puno ng kasinungalingan?

iv. Bakit ang *Katotohanan* ay tinawag na "Selyo," na dumarating sa dulo ng isang titik? Kung iisipin, ang reyalidad ay umiiral pangunahin sa labas ng selyo. Wala bang anumang reyalidad sa labas ng hangganan ng *Katotohanan*?

v. Ang mga tunay na anghel kaya ay magagawang isipin sa Tunay na Nagpapakilos na ang Kanyang pagkilos ay hindi makatotoo?

vi. Bakit ang Katotohanan ay minarapat ng marahas na kaparusahan na mapatapon sa lupa?

vii. Bakit ang tugon ng mga anghel ay hindi ibinilang sa Torah katulad nang ang kanilang mga katanungan ay isinama?

Dapat nating maunawaan ang dalawang pamamaraan na nakaharap sa ating mga mata, na lubos na magkabaligtaran: ang pamamaraan ng pag-iral ng buong reyalidad ng mundong ito, at ang pamamaraan ng sistema ng pag-iral para sa pagpapatuloy ng bawat isa sa mga umiiral na nilalang. Sa dakong huli, matatagpuan natin ang isang maaasahang paraan ng ganap at tiyak na paggabay, na siyang kumokontrol sa kilos at pag-iral ng bawat nilikha sa reyalidad.

Kunin natin ang paglikha ng isang nilalang bilang halimbawa. *Pag-ibig* at *kasiyahan* ang una nitong dahilan—tiyak at maaasahan—para sa paglikha nito. Sa sandaling ito'y mabuo sa isip ng ama, agad na ang *Tadhana* ay naglalaan ng ligtas at maingat na lugar sa sinapupunan ng ina, upang walang ibang makasaling dito.

Doon, ang *Tadhana* ay nagbibigay rito ng araw-araw na pagkain sa wastong dami, binabantayan ito sa bawat pangangailangan, at hindi ito iniiwan ni isang saglit—hanggang ito'y maging malakas at handang lumabas sa mundo na puno ng balakid.

Sa sandaling iyon, ang *Tadhana* ay pinagkakalooban ito ng lakas at puwersa. Tulad ng isang batikang mandirigma, ito'y magbubukas ng daan at babasagin ang mga harang hanggang makarating ito sa mga taong maaasahan at handang tulungan ito sa mga unang araw ng kahinaan—may pagmamahal at pagkalinga—upang ito'y magpatuloy sa pagunlad. Sapagkat para sa kanila, ito ang pinakamahalaga sa buong mundo.

Kaya't ang *Tadhana* ay yakap-yakap ito hanggang ito'y maging ganap at magpatuloy ang pag-iral nang tuluy-tuloy. At hindi lamang ito totoo sa tao, kundi pati sa mga hayop at mga halaman. Lahat ay binabantayan, sinisigurong magpatuloy sa pag-iral. Alam ito ng bawat siyentipiko ng kalikasan.

Subalit, sa kabilang banda, kapag tiningnan natin ang sistema ng pag-iral ng buong reyalidad—maliit man o malaki—ang ating nasasaksihan ay tila isang magulong ayos. Parang hukbong natalo sa labanan: sugatan, nagugutom, at parang pinarurusahan ng Maylikha. Ang kanilang buhay ay tila isang mahabang kamatayan, dahil ang pagkain ay hindi dumarating nang madali kundi kailangang pagsikapan, kadalasa'y ikapapahamak pa.

Maging ang isang munting lisa ay nasusugatan ang sarili habang sumusubok kumain. Ilang ulit itong kailangang magpalundag-lundag bago makatikim ng sapat na pagkain? At ganito rin sa lahat—malaki man o maliit—lalo na sa tao, ang pinakadakila sa lahat ng nilikha, na may kaugnayan sa lahat ng bagay.

12) Makikita natin ang dalawang magkasalungat sa loob ng sampung *Sefirot* ng *Kedusha* (Kabanalan). Ang unang siyam na *Sefirot* ay nasa anyo ng pagkakaloob, samantalang ang *Malchut* ay sumasagisag sa pagtanggap. Gayundin, ang unang siyam ay punô ng *Liwanag*, samantalang ang *Malchut* ay wala ni kahit kaunting *Liwanag* mula sa sarili nito.

Ito ang ibig nating tukuyin kapag pinag-uusapan ang dalawang pananaw sa *Liwanag* ng bawat *Partzuf*: ang *Ohr Pnimi* (Panloob na Liwanag) at *Ohr Makif* (Nakapalibot na Liwanag), gayundin ang dalawang pananaw sa *Kelim* (mga daluyan): bilang panloob na *Kli* para sa *Ohr Pnimi* at panlabas na *Kli* para sa *Ohr Makif*.

Ganito ang kalakaran dahil sa dalawang nabanggit na magkasalungat. Hindi maaaring magkasama sa iisang lugar ang dalawang salungat, kaya't may tiyak na kondisyon para sa *Ohr Pnimi*, at isang bukod na kondisyon para sa *Ohr Makif*.

Gayunman, hindi sila tunay na magkasalungat sa loob ng *Kedusha*, sapagkat ang *Malchut* ay nakikipag-*Zivug* (pakikipagtalik, pakikipag-ugnayan) sa Mataas na Siyam na *Sefirot*, at ang katangian nito ay nagiging pagkakaloob din, sa pamamagitan ng *Ohr Hozer* (Nagbabalik na Liwanag). Ngunit ang *Sitra Achra* (Kabilang Panig) ay walang ganitong Mataas na Siyam. Nananatili ito sa *Bakanteng Espasyo*, na siyang kumpletong anyo ng pagtanggap—kung saan naganap ang unang *Tzimtzum* (Paghihigpit). Ang ugat na ito ay nanatiling walang *Liwanag*, kahit pa dumating ang *Kav* (Linya) at pumasok sa *Reshimo* (Gunita).

Dahil dito, sila ay dalawang ganap na magkasalungat, maaaring itulad sa buhay at kamatayan—o *Kedusha* at *Sitra Achra*—tulad ng nasusulat, "Nilikha ng Diyos ang isa pati ang kabaligtaran nito." Kaya't tinatawag ang *Sitra Achra* na "patay."

Ipinaliwanag ito sa unahan, *Item 6*, na ang buong layunin ng *Tzimtzum* ay para sa *palamuti ng mga kaluluwa*—ibig sabihin, ang pagbabago ng *daluyan* (vessel) mula sa pagtanggap tungo sa pagkakaloob, upang maging kahalintulad ng kanilang Maylikha.

Makikita natin na ang layuning ito ay hindi pa rin lubusang natutupad mula sa pananaw ng mga *Partzufim* ng *Kedusha*, sapagkat wala sa kanila ang *Bakanteng Espasyo*, na siyang kumpletong anyo ng pagtanggap kung saan isinagawa ang *Tzimtzum*. Dahil dito, walang maaaring isagawa roong *pagwawasto* (tikun), sapagkat hindi umiiral ang naturang kondisyon sa loob ng kanilang *reyalidad*.

Gayundin, wala ring *pagwawasto* mula sa panig ng *Sitra Achra*, bagamat mayroon itong *Bakanteng Espasyo*, sapagkat ganap na salungat ang layunin nito—ang lahat ng tinatanggap nito ay nauuwi sa kamatayan.

Kaya't ang tanging kinakailangan ay ang tao sa mundong ito. Mula sa pagsilang, siya ay inaalagaan ng *Sitra Achra*, na minana niya ang *Kelim* mula sa *Bakanteng Espasyo*. Ngunit sa kanyang pag-unlad, siya ay nakakakabit sa estruktura ng *Kedusha* sa pamamagitan ng kapangyarihan ng *Torah* at *Mitzvot*, na ang layunin ay makapagbigay ng kasiyahan sa kanyang Maylikha.

Kaya't ibinabaling ng isa ang lubos na *hangganan ng pagtanggap* na kanyang nakamit upang maisaayos ito tungo lamang sa *pagkakaloob*. Sa ganitong paraan, kanyang naihahalintulad ang kanyang anyo sa kanyang Maylikha, at ang layunin ng Paglikha ay natutupad sa kanya.

Ito ang tunay na kahulugan ng pag-iral ng *oras* sa mundong ito. Makikita ninyo na sa simula, ang dalawang magkasalungat na ito ay nakahiwalay sa magkaibang lugar—tinatawag na *Kedusha* at *Sitra Achra*—alinsunod sa prinsipyo ng: "Nilikha ng Diyos ang isa gayundin ang isa pa." Gayunman, ang dalawang ito ay wala pa sa tamang *pagwawasto*, sapagkat ang layunin ay dapat na sila'y magsama sa iisang lugar—at iyon ay sa loob ng isang *tao*.

Samakatwid, ang pag-iral ng kaayusan ng *oras* ay kinakailangan para sa atin, upang ang dalawang magkasalungat ay makapasok sa isang tao, isa-isa—una sa panahon ng *Katnut* (kamusmusan), at pagkatapos sa panahon ng *Gadlut* (pagkagulang).

13) Ngayon, inyong mauunawaan ang pangangailangan ng *pagbasag ng mga daluyan (vessel)* at ang kanilang likas na katangian. Tulad ng nasusulat sa *Zohar* at sa mga sulatin ni Ari, mayroong dalawang uri ng *Liwanag* sa bawat isa sa sampung *Sefirot*—ang Liwanag na tumatakbo *papunta* at ang Liwanag na bumabalik *pabalik*.

- Ang unang Liwanag ay ang *Ohr Ein Sof* (Liwanag na Walang-Hanggan), na bumababa mula sa Itaas patungo sa Ibaba. Ito ang tinatawag na *Ohr Yashar* (Tuwirang Liwanag).
- Ang ikalawang Liwanag ay ang resulta ng Kli ng *Malchut*, na umaangat mula sa Ibaba patungo sa Itaas. Ito ay tinatawag na *Ohr Hozer* (Nagbabalik na Liwanag).

Ang dalawang ito ay nagsama bilang isa. Dapat malaman na mula sa *Tzimtzum* patungo sa ibaba, ang punto ng *Tzimtzum* ay hungkag sa anumang Liwanag at nanatiling isang Bakanteng Espasyo. Ang Mataas na Liwanag ay hindi na magawang lumitaw sa huling *Behina* (pag-unawa) bago sa pagtatapos ng pagwawasto, at ito ay sinasabi partikular sa *Ohr Ein Sof* na tinawag na *Ohr Yashar*. Datapwat, ang ikalawang Liwanag, na tinawag na *Ohr*

Hozer, ay magagawang lumitaw sa huling *Behina*, sapagkat ang usapin ng *Tzimtzum* ay hindi nagagamit dito nang anupaman.

Ngayon, ating natutunan na ang sistema ng *Sitra Achra* at ng *Klipot* (basyo) ay isang pangangailangan para sa layunin ng *Tzimtzum* upang maitanim sa isang tao ang malaking mga *daluyan* (vessel) ng pagtanggap habang nasa *Katnut*, kung saan ang isa ay nakadepende sa kanya.

Kaya ang *Sitra Achra* rin ay nangangailangan ng kasaganaan. Saan niya ito makukuha kung siya ay binubuo lamang ng huling *Behina*, na isang lugar na bakante sa anumang Liwanag, dahil mula sa *Tzimtzum* patungo sa ibaba, ang Mataas na Liwanag ay ganap na tiwalag mula dito?

Kaya ang usapin ng pagkabasag ng mga *daluyan* (vessel) ay naihanda. Ang pagkabasag ay nagtuturo na ang isang bahagi ng *Ohr Hozer* ng mundo ng *Nekudim* ay bumaba mula sa *Atzilut* papunta sa Bakanteng Espasyo. At inyo na ring nalalaman na ang *Ohr Hozer* ay magagawang lumitaw din sa Bakanteng Espasyo.

Kaya ang bahaging iyon ng *Ohr Hozer* na bumaba mula sa *Atzilut* palabas, ay nagtataglay ng tatlumpu't-dalawang espesyal na *Behinot* (mga pag-unawa) ng bawat isang *Sefira* ng sampung *Sefirot* ng *Nekudim*. Ang sampung beses ng tatlumpu't-dalawa ay 320, at ang 320 *Behinot* na ito na bumaba ay naihanda para sa pangangalaga ng pag-iral ng mga nasa ibaba, na dumating sa kanila sa dalawang sistema, tulad ng nasusulat, "Ang Diyos ay ginawa ang isa maging ang isa pa," ibig sabihin ang mga mundo ng *ABYA* ng *Kedusha* at sa kabila ng mga ito, ang mundo ng *ABYA* ng *Sitra Achra*.

Sa pagkakahulugan ng talatang, "at ang isang bilang ng mga tao ay magiging mas malakas kaysa sa isa pa," ang ating mga pantas ay nagsabi na kapag ang isa ay umaangat, ang isa ay babagsak, at ang *Tzor* ay itinayo lamang sa ibabaw ng mga guho ng *Jerusalem*. Ito ay dahil ang lahat nitong 320 *Behinot* ay magagawang lumitaw para sa *Sitra Achra*, kung saan ang balangkas ng sistema ng *Kedusha*, kaugnay sa mga nakakababa, ay lubos na nasira.

Gayundin, ang 320 *Behinot* na ito ay makakaugnay lamang sa *Kedusha*. Sa panahong iyon, ang sistema ng *Sitra Achra* ay lubos na nawasak sa lugar, at kanilang mahahati humigit-kumulang nang parehas sa pagitan nila, ayon sa pagkilos ng mga tao. At kaya, sila'y nabuhay sa dalawang sistema hanggang ang pagwawasto ay nalubos.

Matapos ang pagkabasag ng mga *daluyan* (vessel) at ang pagbaba ng 320 *Behinot* ng kislap ng Liwanag mula sa *Atzilut* papalabas, ang 288 sa mga ito ay pinagsunod-sunod at umangat, ibig sabihin bawat bagay na bumaba mula sa unang siyam na *Sefirot* sa sampung *Sefirot* ng *Nekudim*. Ang siyam na beses ng 320 ay 288 *Behinot* at ang mga ito ang ibinabalik muli sa pagtatayo ng sistema ng *Kedusha*.

Inyong makikita na tanging ang tatlumpu't-dalawang *Behinot* lamang ang nanatili para sa *Sitra Achra* mula sa kung ano ang bumaba mula sa *Malchut* ng mundo ng *Nekudim*. Ito ang simula ng istruktura ng *Sitra Achra*, sa lubos na kaliitan nito kung kailan siya ay hindi pa handa sa kanyang gawain. Ang pagkumpleto ng kanyang pagbubuo ay natapos kinalaunan, sa paglabag ni *Adan HaRishon* sa *Puno ng Karunungan*.

Kaya inyong makikita na mayroong dalawang sistema, na isa ay kabaligtaran ng isa pa, na kumikilos sa pagsisikap at pangangalaga ng reyalidad. Ang sukat ng Liwanag para sa pag-iral ay 320 na kislap. Ang mga ito ay naihanda at nasukat sa pagkabasag ng mga *daluyan* (vessel). Ang sukat na ito ay dapat gumalaw sa pagitan ng dalawang sistema, at dito nakasalalay ang pamamaraan ng pagpapatuloy at pag-iral ng reyalidad.

Dapat ninyong malaman na ang sistema ng *Kedusha* ay dapat magtaglay ng kahit isang sukat ng 288 na kislap upang makumpleto ang kanyang siyam na mataas na *Sefirot*, nang sa gayon, magagawa nitong maipagpatuloy at maglaan para sa pag-iral ng mga nakakababa. Ito ang taglay nito bago ang pagkakasala ni *Adan HaRishon*, dahil dito ang buong reyalidad noon ay pinamahalaan ng *Kedusha*, dahil ito'y mayroong buong 288 na kislap.

14) Ngayon, ating natagpuan ang daanan sa aralin sa unahan tungkol sa apat na sekta ng Habag, Makatuwiran, Katotohanan, at Kapayapaan, na nakipag-ayos sa Maylikha kaugnay sa paglikha ng tao. Ang mga anghel na ito ay tagapaglingkod ng kaluluwa ng tao; kaya Siya ay nakipag-ayos sa kanila, sapagkat ang buong pagkilos sa Paglikha ay nabuo ayon sa kanila, dahil ang bawat isang kaluluwa ay nagtataglay ng sampung *Sefirot* ng *Ohr Pnimi* at ng *Ohr Makif*.

- Ang Habag ay ang *Ohr Pnimi* nang unang siyam ng kaluluwa.
- Ang Makatuwiran ay ang *Ohr Pnimi* ng *Malchut* ng kaluluwa.
- Ang Katotohanan ay ang *Ohr Makif* ng kaluluwa.

Atin nang nabanggit na ang *Ohr Pnimi* at ang *Ohr Makif* ay magkabaligtaran, dahil ang *Ohr Pnimi* ay nahahatak ng batas ng liwanag ng *Kav* na pinigilan sa paglitaw sa punto ng *Tzimtzum*, na siyang *Gadlut* na anyo ng pagtanggap.

Ang *Ohr Makif* ay nagbubuhat mula sa *Ohr Ein Sof*, na bumabalot sa lahat ng mga mundo, dahil doon, sa *Ein Sof*, ang maliit at malaki ay pantay. Sa ganitong kadahilanan, ang *Ohr Makif* ay sumisinag at nagkakaloob sa punto ng *Tzimtzum* din nang higit para sa *Malchut*. Dahil sila'y magkabaligtaran, dalawang *Kelim* ang kinakailangan. Ito ay dahil ang *Ohr Pnimi* ay sumisinag sa Mataas na siyam. Maging sa *Malchut*, ito'y sumisinag lamang ayon sa batas ng Mataas na siyam, at hindi kailanman sa kanyang sarili. Datapwat ang *Ohr Makif* ay sumisinag sa mga *Kelim* na nagmula sa punto ng *Tzimtzum* na tinawag na "Panlabas na Kli."

Ngayon inyo nang mauunawaan kung bakit ang *Katotohanan* ay tinawag na "Selyo." Ito ay hiram na pangalan mula sa selyo sa gilid ng titik, sa dulo ng mga usapin. Subalit ito'y naggigiit at nagpapatibay sa kanila. Kung wala ang selyo, sila'y walang saysay at ang buong sulatin ay nasasayang.

Ito'y pareho din sa *Ohr Makif*, na nagkakaloob sa punto ng *Tzimtzum* na siyang sukatan ng *Gadlut* ng pagtanggap, hanggang ito'y maging katulad ang anyo nito sa *Maylikha* nito sa pagkakaloob. Sa katunayan, ito ang layunin ng lahat ng limitadong mga mundo, Mataas at mababa.

Ang pagtutol ng *Katotohanan* kaugnay sa paglikha ng tao ay ang paratang nito na ang tao ay puno ng kasinungalingan. Ito ay dahil mula sa pananaw ng *Maylikha*, ang tao ay walang *Panlabas na Kli*, na kanyang kailangan upang makahatak mula sa punto ng *Tzimtzum*, sa dahilang siya ay nahiwalay na mula sa Kanyang Liwanag. Kaya ang *Anghel ng Katotohanan* ay hindi na matutulungan ang tao na matamo ang *Ohr Makif*.

Ang lahat ng limitadong mga mundo, Mataas at mababa, ay nalikha para lamang sa ganoong pagbubuo at itong tao ang tanging pinag-uusapan. Ngunit dahil ang tao ay hindi angkop para sa kanyang papel, lahat sila'y kailaliman at kabulaanan, at ang pagsisikap sa kanila ay walang saysay.

Kabaligtaran ito sa mga anghel ng *Habag* at *Makatuwiran*, na kabilang sa *Ohr Pnimi* ng kaluluwa. Dahil wala siyang anumang bagay ng *Bakanteng Espasyo*, sila'y maaaring magkaloob sa kaniya ng lahat ng Liwanag ng *Neshama* nang buong kasaganaan sa pinakamabunying perpeksiyon.

Kaya masaya silang biyayaan siya at buong pusong sumang-ayon sa paglikha ng tao. Dahil sila ay *NHY* na pumasok sa pamamagitan ng *Zivug de Hakaa* (Pakikpagtalik), sila'y kabilang sa kalahating bahagi ng *Ohr Makif* mula sa pagtingin ng *Ohr Hozer* dito. Ang anghel ng *Kapayapaan* ay sinabing siya ay puno ng sigalot. Ibig sabihin, paano niya tatanggapin ang *Ohr Makif*? Sa dakong huli, sila'y hindi makakarating sa parehong pinag-uusapan sa *Ohr Pnimi*, dahil sila'y magkabaligtaran sa isa't isa — ibig sabihin, puno ng sigalot.

Ang *Ohr Makif* ay nauunawaan sa dalawa: ang hinaharap na *Ohr Hozer* at ang hinaharap na *Ohr Makif*. Ang *Panlabas na Kli* para sa *Ohr Hozer* ay ang *Masach* (Screen), at ang *Panlabas na Kli* sa *Ohr Makif* ay ang *Aviut* ng *Behina Dalet* (Pang-apat na Pag-unawa) mismo, na tinawag na *Pusong Bato*.

Inyong makikita na ang *Adan HaRishon* ay nagkukulang lamang sa *Panlabas na Kli* na kabilang sa *Anghel ng Katotohanan*. Hindi siya nagkukulang sa *Panlabas na Kli* na kabilang sa mga anghel ng *Kapayapaan*. Kaya sumang-ayon sila sa Paglikha, subalit nagsabi na siya ay puno ng sigalot — ibig sabihin, ang *Ohr Makif* ay hindi makakapasok sa *Panloob na Kli* dahil sila'y magkabaligtaran.

15) Ngayon, nabigyan tayo ng pag-unawa sa nalalabi pang talata ng kasalanan sa *Puno ng Karunungan ng Mabuti at Masama* na tunay na matalinghaga. Ang ating mga pantas na nagsiwalat ng isang bahagi nito ay nagkubli ng sampung porsiyento sa kanilang mga salita.

Bilang paunang salita, ito'y nasusulat, "At sila'y parehong nakahubad, ang lalaki at ang kanyang asawa, at walang kahihiyan." Dapat malaman na ang damit ay nangangahulugan ng *Panlabas na Kli*. Kaya ang nakasulat ay nagpapahiwatig ng dahilan para sa kasalanan sa *Puno ng Karunungan*, tulad ng nasusulat sa talatang, "Ang paninirang-puri ay matindi para sa mga anak ng tao, sapagkat sa paninirang-puri, ikaw ay lumalapit sa kanya."

Ito'y nangangahulugan na ang kanyang kasalanan ay naihanda na mula sa una, at ito ang ibig sabihin ng mga salita na si Adan at ang kanyang asawa ay walang *Panlabas na Kli* sa sandali ng paglikha, ngunit tanging *Panloob na Kli* lamang, na nagbubuhat mula sa sistema ng *Kedusha*, kaya sila'y walang kahihiyan. Kaya hindi nila naramdaman ang kawalan noon, dahil ang hiya ay tumutukoy sa pakiramdam ng kawalan.

Ito'y nalalaman na ang pakiramdam ng kawalan ang unang dahilan para sa kapunuan ng kakulangan. Parang nararamdaman ng isa ang karamdaman at sumasang-ayon na tanggapin ang paggamot. Subalit kung ang isa ay hindi nararamdaman na siya'y maysakit, tiyak na siya'y tatangi sa anumang gamutan.

Sa katunayan, ang gawaing ito ay para sa *Panlabas na Kli*. Dahil ito ay pagbubuo ng katawan at hungkag sa Liwanag, at dahil ito'y nagmula sa *Bakanteng Espasyo*, ito'y nagbubunga ng pakiramdam ng kawalan at kakulangan kung saan ang isa ay nakakaramdam ng kahihiyan.

Kaya ang isa ay napipilitan na bumalik upang punuan ang kawalan at humatak ng kakulangang *Ohr Makif*, na sadyang nakalaan upang punuan yaong *Kli*. Ito ang ibig sabihin ng talatang, "At sila'y parehong nakahubad, ang lalaki at ang kanyang asawa" ng *Panlabas na Kli*. Sa ganitong kadahilanan, sila'y walang kahihiyan dahil hindi nila naramdaman ang kawalan. Sa ganoong paraan, sila'y hubad para sa layunin kung saan sila'y nalikha.

Gayunpaman, dapat nating lubos na maunawaan ang kabunyian ng taong iyon, na ginawa ng kamay ng Maylikha. Gayundin ang kanyang asawa, na ang Maylikha ay naggawad ng mas malaking katalinuhan kaysa sa kanya, tulad ng kanilang isinulat sa (Nidah 45) sa pagpapakahulugan sa talatang, "At ang Panginoon ay nilikha ang tadyang."

Kaya paano sila nabigo at naging tulad ng mga hangal, na hindi nagkaroon ng kamalayan sa katusuhan ng ahas? Sa kabilang banda, yaong ahas na kung saan ang nakasulat ay nagpapatunay na ito'y mas tuso sa lahat ng hayop sa parang, paano ito nakapagsabi ng ganoong kahangalan at kabulaanan na kung sila'y kakain ng bunga ng *Puno ng Karunungan*, ay magiging Diyos sila? Dagdag pa rito, paanong ang ganoong kahangalan ay nanahan sa kanilang mga puso?

Gayunman, sinabi na sila'y hindi kumain dahil sa kanilang hangaring maging Diyos, kundi dahil lamang ang bunga ay masarap kainin. Ito ay tila mala-hayop na hangarin!

16) Dapat nating malaman ang katangian nang dalawang uri ng pag-unawa na karaniwan sa atin:

• Ang unang pag-unawa ay tinawag na "pag-unawa sa mabuti at masama."
• Ang pangalawang pag-unawa ay tinawag na "pag-unawa sa totoo at huwad."

Ito ay nangangahulugan na ang Maylikha ay ikinintal ng isang puwersa ng pag-unawa sa bawat nilikha, na nagsasagawa ng bawat bagay na mabuti para dito at dinadala ito sa hangad nitong kahusayan. Ang unang pag-unawa ay ang aktibong pisikal na puwersa. Ito ay kumikilos gamit ang pandama sa mapait at matamis, na nasusuklam at umiiwas sa mapait na anyo dahil nakasasama sa kanya, at nagnanais at naaakit sa matamis dahil nakabubuti sa kanya. Ang puwersang ito ay sapat na para sa Pirmi, Halaman, at Hayop sa reyalidad upang dalhin sila sa kanilang hangad na kahusayan.

Sa ibabaw nito ay ang uri ng tao, kung saan ang Maylikha ay itinanim ang isang makatuwirang kumikilos na puwersa. Ito ay kumikilos sa pagsasaayos ng nabanggit na ikalawang pag-unawa, na namumuhi at itinatakwil ang huwad at kahungkagan, at inaakit ang mga totoong bagay at bawat pakinabang nang may pagmamahal.

Ang pag-unawang ito ay tinawag na "pag-unawa ng totoo at huwad." Ito ay ipinatupad nang tangi sa uring nilalang ayon sa sariling hangganan. Dapat malaman na itong pangalawang kumikilos na pag-unawa ay nalikha at naganap sa tao dahil sa ahas. Sa paglikha, ang tao ay mayroon lamang unang aktibong puwersa ng pag-unawa sa mabuti at masama, na sapat sa kanya sa panahong iyon.

Hayaan ninyong ipaliwanag ko ito sa isang halimbawa: Kung ang mga matuwid ay ginantimpalaan ayon sa kanilang mabubuting gawain, at ang mga masasama ay pinaparusahan ayon sa kanilang masasamang gawain sa mundong ito, ang Kedusha ay itatalaga para sa atin sa reyalidad nang matamis at mabuti, at ang Sitra Achra ay makikilala sa reyalidad nang masama at mapait.

Sa ganoong katayuan, ang kautusan na pagpipilian ay makakarating sa atin tulad ng nasusulat, "Masdan, inilatag ko sa inyong harapan ang matamis at mapait; samakatwid, piliin ang matamis." Sa gayon, lahat ng tao ay makakatiyak na magkakamit ng perpeksiyon, sapagkat tiyak na sila'y lalayo sa kasalanan, dahil makakasama sa kanila ito. Sila'y magiging abala sa Kanyang Mitzvot araw-araw nang walang humpay, na katulad ng mga hunghang ngayon kaugnay ng mga usaping pangkatawan at dumi nito, dahil ito'y mabuti at matamis sa kanila. Gayundin ang usapin kay Adan HaRishon noong siya ay nilikha Niya.

"At inilagay siya sa Hardin ng Eden upang bihisan ito at pangalagaan." Ang ating mga pantas ay ipinakahulugan ito, "upang bihisan ito," bilang positibong *Mitzvot*, at "upang pangalagaan ito," bilang negatibong *Mitzvot*. Ang Kanyang positibong *Mitzvot* ay upang kumain at magalak sa lahat nang puno sa Hardin, at ang Kanyang negatibong *Mitzvot* ay ang huwag kumain ng bunga mula sa Puno ng Karunungan nang mabuti at masama. Ang positibong *Mitzvot* ay matamis at maganda at ang negatibong *Mitzvot* ay ang pag-iwas sa mapait na bunga na sintigas nang kamatayan.

Hindi nakakagulat na hindi matawag ang mga ito na *Mitzvot* at gawain. Matatagpuan natin ang mga katulad nito sa ating kasalukuyang mga gawaing bahay, kung saan sa pamamagitan nang kasiyahan ng Shabbat at mabubuting araw, tayo'y nagagantimpalaan nang mabunying *Kedusha*. At tayo'y nagagantimpalaan din sa pagiwas sa mga ahas at mga insekto at mga bagay na ating kinamumuhian.

Inyong makikita na ang pagpipilian sa gawain ni *Adan HaRishon* ay sa kaparaanan nang "samakatuwid piliin ang matamis." Kasunod nito na ang pisikal na panlasa ay ang kanyang tanging kailangan upang malaman kung ano ang ipinag-uutos ng Maylikha at ano ang hindi Niya ipinag-uutos.

17) Ngayon ating mauunawaan ang katusuhan ng ahas, na idinagdag ng ating mga pantas at pinaalalahanan tayo na ang SAM ay nagdamit nito dahil ang mga salita nito ay napakataas. Nagsimula ito sa salitang, "Oo, ang diyos nga ay nagsabing: 'Kayo'y hindi dapat kumain ng anumang puno sa hardin?'" Ibig sabihin, nagsimulang mangusap siya sa babae

na hindi inatasan ng Maylikha. Kaya tinanong niya siya tungkol sa paraan ng pagsusuri, ibig sabihin, paano mo nalaman na ang Puno ng Karunungan ay ipinagbawal? Marahil, lahat ng bunga ng Hardin ay ipinagbawal na rin sa inyo?" "At ang babae ay nagsabi... 'Ang mga bunga ng mga puno sa hardin ay maaari naming kainin; ngunit ang bunga ng puno na nasa gitna ng hardin, ay hindi ninyo dapat kainin o hawakan, baka kayo'y mamatay.'"

Mayroong dalawang malaking katumpakan dito:

A. Ang paghawak ay hindi ipinagbawal; kaya, bakit siya nagdagdag nang pinagbabawal?

B. Siya ba ay nagduda sa mga salita ng Maylikha? Ang Maylikha ay nagsabi, "Kayo'y tiyak na mamamatay," samantalang ang babae ay nagsabi, "Baka kayo'y mamatay." Maaari kayang hindi siya naniwala sa mga salita ng Maylikha bago pa man siya nagkasala?

Ngunit ang babae ay tinugon ito ayon sa katanungan ng ahas. Nalalaman niya kung ano ang ipinagbawal ng Maylikha, na ang lahat ng puno sa Hardin ay matamis, kanais-nais, at masarap kainin. Gayunpaman, siya ay halos humawak na ng punong iyon sa loob ng Hardin, at natikman dito ang lasang kasinglamig ng kamatayan.

Siya mismo ay napatunayan sa pamamagitan ng kanyang sariling pagtingin na may takot sa kamatayan, maging sa paghawak man. Sa ganitong kadahilanan, naunawaan niya ang pagbabawal nang higit pa sa kanyang narinig mula sa kanyang asawa, dahil walang mas tatalino pa sa may karanasan.

"Baka kayo'y mamatay" ay kaugnay ng paghawak. Ang kasagutan ay halos sapat na, sapagkat sino ba ang makikialam at ipagkakait ang panlasa ng iba? Gayunpaman, sumalungat ang ahas at nagsabing, "Ika'y tiyak na hindi mamamatay; dahil ang Diyos ay nalalaman na sa sandaling ika'y kumain noon, ang iyong mga mata ay mabubuksan."

Dapat tayong magbigay-pansin sa usapin ng pagbubukas ng mata sa puntong ito. Sa katunayan, ito'y nagbigay sa kanya ng isang bagong kaalaman, nang lagpas sa kanya. Ito'y pagpapatunay na isang kahibangan ang isipin na ang Maylikha ay gumawa ng mga bagay na makakapinsala at mapanganib sa Kanyang mundo. Kaya kaugnay sa Maylikha, ito'y hindi makakasama o makakapinsala.

Sa halip, yaong kapaitan na inyong mararamdaman dito, maging sa sandaling halos mahawakan ito, ay tanging mula sa inyong bahagi lamang, dahil ang pagkain na ito ay upang paalalahanan kayo sa hangganan ng inyong kahusayan. Kaya ito'y karagdagang Kedushana na inyong kailangan sa sandali ng pagkilos, upang ang inyong tanging layunin ay magbigay kasiyahan sa inyong Maylikha, at mapanghawakan ang layunin kung para saan kayo'y nalikha. Para sa ganitong kadahilanan, tila ito'y masama sa inyo, upang inyong maunawaan ang karagdagang Kedusha na hinihingi sa inyo.

"Sapagkat sa sandali na kayo'y kumain noon," ibig sabihin kung ang pagkilos ay nasa Kedusha at kadalisayan na kasing linaw ng araw, kung gayon, "kayo'y magiging tulad ng Diyos, nalalaman ang mabuti at masama." Nangangahulugan ito na ang mabuti at masama ay magiging matamis at malambing sa inyo, ganap na katumbas ng kaligayahan sa Maylikha.

Maaaring may pagdududa pa rin sa katotohanan ng sinabi ng ahas, dahil ang Maylikha ay hindi ito direktang sinabi. Kaya sinabi ng ahas, "sapagkat ang Diyos ay nalalaman na sa sandaling kayo'y kumain noon, kung gayon ang inyong mga mata ay mabubuksan."

Ito'y nangangahulugan na hindi na kailangan pa ng Maylikha na ipaalala ito, dahil Kanyang nalalaman na kung kayo'y kikilos sa panig ng Kedusha, mabubuksan ang inyong mga mata upang maunawaan ang hangganan ng Kanyang kadakilaan. Mararamdaman ninyo ang nakakamanghang katamisan at pagmamahal sa Kanya; kaya hindi na Niya kailangang ipaalam pa sa inyo, sapagkat itinanim Niya sa inyo ang mapagsuring puwersa upang malalaman ninyo sa inyong sarili kung ano ang makakabuti.

Nakasulat pa pagkatapos nito: "At sa sandaling ang babae ay nakitang ang puno ay mainam para sa pagkain, at ito'y nakakalugod sa mga mata." Nangangahulugan ito na hindi na siya umasa sa mga salita ng ahas, kundi nagsuri gamit ang kanyang sariling pag-iisip at pang-unawa, pinadalisay ang kanyang sarili nang karagdagang Kedusha upang magbigay kasiyahan sa Maylikha, upang matupad ang layuning sinadya para sa kanya, hindi para sa kanyang sarili lamang. Sa sandaling iyon, ang kanyang mga mata ay nabuksan, tulad ng sinabi ng ahas: "At ang babae ay nakita na ang puno ay mainam para sa pagkain."

Ibig sabihin, sa pamamagitan ng pagtingin na "ito'y nakakalugod sa mata," bago pa man niya ito nahawakan, siya'y nakaramdam ng matinding katamisan at pagnanasa, kaya ang kanyang mga mata mismo ay nakita na wala siyang mas kanais-nais na bagay sa lahat ng puno sa Hardin.

Nadiskubre rin niya na ang puno ay mainam para sa karunungan—ibig sabihin, mayroong higit pang mahahangad at mapagnanasaan sa punong ito kaysa sa lahat ng iba pang puno sa Hardin. Ito'y tumutukoy sa kaalaman na ang mga ito'y nilikha upang kainin, at ito ang kabuuang layunin, tulad ng sinabi ng ahas sa kanya.

Matapos ang lahat ng pagsasaalang-alang na ito, "kanyang kinuha ang bunga doon, at kumain; at binigyan din ang kanyang asawa na kasama niya, at ang asawa ay kumain." Ang nakasulat ay buong katumpakan na isinulat na "na kasama niya," na nangangahulugan ng lubusang intensiyon na magkaloob lamang at hindi para sa kanyang sariling pangangailangan. Ito ang tunay na diwa ng mga salitang, "at siya rin ay nagkaloob sa kanyang asawa na kasama niya," na kasama niya sa *Kedusha*.

18) Ngayon, dumating tayo sa puso ng usapin at sa pagkakamaling may kinalaman sa kanyang paglakad. Ang *Puno ng Karunungan* ng *mabuti* at *masama* ay bahagi ng *Bakanteng Espasyo* — ibig sabihin, ito'y kabilang sa *Gadlut* na anyo ng pagtanggap kung saan ang *Tzimtzum* ay naipatupad, at kung saan ang *Ohr Elyon* ay lumisan.

Ipinaliwanag din na si *Adan HaRishon* ay walang anumang *Gadlut* na anyo ng pagtanggap sa kanyang istruktura, dahil siya'y nagmula lamang mula sa sistema ng *Kedusha*, na nakatuon lamang sa pagkakaloob.

Ito'y nasusulat sa *Zohar* (*Kedoshim*) na si *Adan HaRishon* ay walang anumang bahagi mula sa mundong ito. Kaya naman, ang *Puno ng Karunungan* ay ipinagkait sa kanya, sapagkat ang kanyang ugat at ang buong sistema ng *Kedusha* ay naghiwalay mula sa *Sitra Achra* — isang paghihiwalay batay sa kanilang pagkakaibang anyo.

Dahil dito, siya'y pinag-utusan na iwasan ang pag-ugnay dito, sapagkat siya'y nahahati sa banal niyang pinagmulan at nagbabantang mamamatay dahil sa *Sitra Achra* at *Klipot* — mga pwersa ng pagkamatay na nagmumula sa kanilang pagkakaiba sa *Kedusha* at *Buhay ng mga Buhay*.

Ngunit si *Satanas*, ang *SAM*, ang anghel ng kamatayan na nag-anyong ahas, ay bumaba at inakit si Eva gamit ang mapanlinlang na mga salita: "Ika'y tiyak na hindi mamamatay." Naiintindihan natin na ang anumang kasinungalingan ay hindi matatag kung hindi ito may halong katotohanan, kaya nagsimula ito sa totoo at ipinahayag ang layunin ng *Paglikha*— upang itama ang puno, ibig sabihin ay baligtarin ang malaking daluyan (*vessel*) ng pagtanggap tungo sa pagkakaloob.

Sinabi nito na ang *Diyos* ay kumain mula sa punong ito at nilikha ang mundo, na nagpapahiwatig na ang katapusan ng isang pagkilos ay matatagpuan sa panimulang pag-iisip. Kaya, nilikha Niya ang mundo. Tulad ng naunang nabanggit, ang unang *Tzimtzum* ay tanging para sa tao lamang, na nakatakdang ihambing ang anyo ng pagtanggap sa anyo ng pagkakaloob.

Ito ang katotohanan, kung kaya ito'y nagtagumpay at ang babae ay napaniwala dito nang siya'y humandang tanggapin sa sarili niya mismo at masiyahan sa pagkakaloob. Inyong matatagpuan na kahit anupaman, ang kasamaan ay naglaho sa *Puno ng Karunungan ng mabuti at masama*, at ang *Puno ng Karunungan ng mabuti* ay nanatili.

Ito ay dahil ang kasamaan na naroon ay tanging ang pagkakaiba lamang ng anyo ng pagtanggap na para sa "sarili," na nakatanim sa kanya. Datapwat sa pagtanggap upang magkaloob, siya'y dinala sa ganap na kahusayan, kaya inyong makikita na ang babae ay ginawa ang dakilang pagkakaisa, na inaasahan sa dulo ng pagkilos.

Gayunpaman, yaong mabunying *Kedusha* ay hindi pa rin napapanahon. Siya'y naka-akma lamang na malampasan ito sa unang pagkain, ngunit hindi sa ikalawang pagkain. Ipapaliwanag ko sa inyo na ang isa na nagkait sa kanyang sarili nang kasiyahan bago niya ito natikman at nakasanayan ay hindi katulad ng isa na nagkait sa sarili nang kasiyahan matapos matikman at magkaroon nang kaugnayan dito. Ang una ay tiyak na makakayang magkait nang lubusan, subalit ang pangalawa ay kinakailangang magsumikap upang makahinto sa kanyang pagnanasa nang unti-unti hanggang ang usapin ay matapos.

Ganito rin dito, dahil ang babae ay hindi pa nakakatikim mula sa *Puno ng Karunungan* at nasa lubos na pagkakaloob. Sa ganitong kadahilanan, naging madali para sa kanya na gawin ang unang pagkain upang magbigay nang kasiyahan sa *Maylikha* sa lubusang *Kedusha*. Gayunpaman, matapos niyang matikman ito, isang malakas na paghahangad at pagnanasa para sa *Puno ng Karunungan* ay naganap sa kanya, hanggang hindi siya makahinto sa kanyang pagnanasa, dahil ang mga bagay ay nawala na sa kanyang kontrol.

Ito ang dahilan kung bakit sinabi nang ating mga pantas na siya'y kumain nang hindi napapanahon, ibig sabihin bago ito nahinog, bago sila nagkamit nang kalakasan at puwersa upang mapangibabawan ang kanilang hangarin. Ito'y katulad sa sinabi nang ating mga pantas sa *Masechet Yevamot*, "Ako'y kumain at kakain nang higit pa." Ito'y nangangahulugan na kahit noong siya'y malinaw na narinig na ang *Maylikha* ay nagalit sa kanya, hindi pa rin siya makahinto dito, dahil ang pagnanasa ay nakakintal na sa kanya. Inyong makikita na ang unang pagkain ay nasa panig ng *Kedusha*, subalit ang ikalawang pagkain ay nasa panig na nang karumihan.

Ngayon atin nang mauunawaan ang kabigatan nang parusa ng *Puno ng Karunungan*, kung saan ang lahat ng tao ay nalagay sa kamatayan. Ang kamatayang ito ay nagmula sa pagkain nito, tulad nang babala ng *Maylikha* sa kanya, "sa sandali na ika'y kumain doon, ika'y tiyak na mamamatay."

Ang usapin ay ang *Gadlut* na anyo ng pagtanggap sa kanyang pangangatawan ay nagbuhat mula sa *Bakanteng Espasyo*, at mula sa *Tzimtzum*, kaya hindi na maari itong mapailalim sa parehong bubong ng *Ohr Elyon (Mataas na Liwanag)*. Kaya yaong walang hanggang hininga ng buhay, na ipinahayag sa talatang, "at inihinga sa kanyang ilong ang hininga ng buhay," ay kinailangang lumisan doon at umasa sa isang piraso ng tinapay para sa pansamantalang kabuhayan.

Ang buhay na ito ay hindi isang walang hanggang buhay na tulad ng sa una niyang sarili. Ito sa halip ay tulad ng isang pawis nang buhay, isang buhay na nahati sa maliliit na patak, kung saan ang isang patak ay isang piraso ng kanyang nagdaang buhay. At ito ang ibig sabihin ng mga kislap ng mga kaluluwa na nakakalat sa kanyang mga apo. Kaya sa lahat ng kanyang mga supling, ang lahat ng mga tao sa mundo sa lahat ng henerasyon hanggang sa pinakahuling henerasyon, na nagtatapos sa layunin ng *paglikha*, ay isang mahabang kadena.

Sumusunod dito na ang mga kilos nang *Maylikha* ay hindi nagbago kahit anupaman dahil sa kasalanan sa *Puno ng Karunungan*. Sa halip itong *Liwanag ng buhay* na dumating nang minsan kay *Adan HaRishon* ay nagmula at umabot na isang mahabang kadena, uminog sa gulong ng *transpormasyon* ng anyo hanggang sa katapusan ng *pagwawasto*. Walang patid kahit minsan, dahil ang pagkilos ng *Maylikha* ay dapat na buhay at walang hanggan; "Ang *Kabanalan* ay itinataas, hindi ibinababa."

Tulad sa usapin nang tao, gayundin sa lahat nang nilikha sa mundo, sapagkat lahat nang mga ito'y nagmula sa isang walang hanggan at pangkalahatang anyo, sa gulong nang *transpormasyon* ng anyo, tulad ng tao.

Ang tao at ang mundo ay parehong mayroong panloob na kahalagahan at panlabas na kahalagahan. Ang panlabas ay palaging umaangat at bumababa ayon sa panloob, at ito ang ibig sabihin ng "Sa pawis nang iyong mukha, ika'y kakain ng tinapay." Sa halip ng naunang hininga ng buhay na inihinga ng *Maylikha* sa kanyang ilong, mayroon ngayong pawis nang buhay sa kanyang ilong."

19) Ang ating mga pantas ay nagsabi (*Babba Batra* 17), "Siya ang masamang pagkiling, siya si *Satanas*, siya ang anghel ng kamatayan. Siya'y bumababa at nagbubuyo, umaangat at umaangal, siya'y dumarating at kumukuha ng kanyang kaluluwa." Ito ay dahil dalawang pangkalahatang kabulukan ang naganap dahil sa kasalanan ng *Puno ng Karunungan*.

Ang unang kabulukan ay ang usapin ng "pag-angat at pagreklamo." Siya'y natukso na kumain mula sa *Puno ng Karunungan* at nagkamit nang daluyan (*vessel*) ng pagtanggap ng *Bakanteng Espasyo*, sa istruktura ng kanyang katawan. Yaon bilang kapalit ay nagbunga poot at pagkakalayo sa pagitan nang walang hanggang *Liwanag ng buhay* na ang *Maylikha* ay inihinga sa ilong at sa katawan ni *Adan*.

Ito'y katulad nang kanilang sinabi, "Ang lahat nang yaong mga palalo, ang *Maylikha* ay sinabi na, 'siya at Ako ay hindi maaaring manahan sa isang tahanan.'" Ito ay ganito sapagkat ang kapalaluan ay nagmumula sa daluyan (*vessel*) ng pagtanggap nang *Bakanteng Espasyo*, kung saan *Ohr Elyon* ay lumisan na simula sa umpisa ng *Tzimtzum* pasulong.

Ito ay nasusulat sa *Ang Zohar* na ang *Maylikha* ay namumuhi sa mga katawan na nakatayo lamang para sa kanilang mga sarili. Sa ganitong kadahilanan, ang *Liwanag ng buhay* ay lumayo sa kanya at ito ang unang kabulukan.

Ang pangalawang kabulukan ay ang pagbaba ng 288 na kislap na kaugnay sa sistema ng *Kedusha*. Ang mga ito ipinagkaloob at bumaba sa sistema ng *Sitra Achra* at ng *Klipot* upang ang mundo ay hindi masira.

Ito ay dahil ang sistema ng *Kedusha* ay hindi maaaring magpatuloy at magkalinga sa mga tao at sa mundo, dala nang pagkamuhi na naganap sa pagitan ng *Kedusha* at sa *Kelim* ng *Bakanteng Espasyo*. Ito ay sumusunod sa batas ng magkasalungatan na, "siya at Ako ay hindi maaaring manahan sa parehong tahanan." Kaya ang 288 na kislap ay ibinigay sa sistema ng *Sitra Achra* upang sila'y kumalinga at bumuhay sa tao at sa mundo sa lahat nang dadaanang muling pagkabuhay ng mga kaluluwa sa mga katawan, tulad nang nasusulat, "Sampung libo para sa isang henerasyon at para sa isang libong henerasyon," hanggang sa pagtatapos nang *pagwawasto*.

Ngayon inyong makikita kung bakit tinawag silang *Klipot*. Ito ay dahil sila'y parang balat ng prutas. Ang matigas na balat ay bumabalot at tumatakip sa prutas upang mapag-ingatan ito mula sa anumang dumi at pinsala hanggang ang prutas ay makain. Kung wala ito, ang prutas ay mabubulok at hindi matutupad ang layunin nito. Kaya inyong makikita na ang 288 na kislap ay ibinigay sa *Klipot*, upang mapanatili at mapaging dapat ang reyalidad hanggang sila'y mag-ugnayan at matamo ang ninanasang layunin.

Ang nabanggit na pangalawang kabulukan ay ang usapin nang "dumatng at kinuha ang kanyang kaluluwa." Nais kong sabihin na kahit na yaong maliit na bahagi ng kaluluwa na naiwan sa isang tao, bilang "pawis ng nang naunang buhay," ay ninakawan din ng *Sitra Achra* sa pamamagitan din ang kaparehong pagkakaloob na ibinigay niya mula sa 288 na kislap na lumagpak sa kanya.

Upang maunawaan ito, kailangan ninyong magkaroon nang malinaw na larawan nang *Sitra Achra* tulad nang kung ano talaga siya. Upang inyo siyang magawang masuri siya nang lubusan. Ang lahat nang bahagi ng reyalidad ng mababang mundo ay mga sanga, nagbubuhat mula sa kanilang ugat na tulad nang bakas ng selyo mula sa Mataas na Mundo at sa Itaas mula sa nasa Ibabaw nito at sa Itaas na yaon mula sa Itaas dito.

Dapat malaman na anumang pag-unawa sa mga sanga tungkol sa mga ugat ay tanging sa batayan lamang nang kanilang nilalaman. Ito'y ibig sabihin na ang nilalaman sa mundong ito ay korporyal ang batayan, at ang nilalaman sa mundo ng *Yetzira* ay mga espirituwal na batayan patungkol sa espirituwalidad sa *Yetzira*. At ganito ito sa bawat isang mundo.

Datapwat ang mga kaganapan at mga pangyayari sa mga ito ay mayroong parehong kahalagahan mula sa bawat isang sanga sa ugat nito, tulad nang dalawang patak ng tubig sa isang lawa, at tulad nang bakat nang anyo na kahugis nang selyo na ipinang-tatak dito. At sa sandaling malaman ninyo ito, magagawa nating hanapin ang sangang iyon na ang *Sitra Achra* ay mayroon sa mundong ito, at sa pamamagitan nito, malalaman din natin ang ugat nang Itaas na *Sitra Achra*.

Ating nakita sa ang *Zohar* (Parashat *Tazriya*) na ang pagdurusa sa katawan ng mga tao ay sanga ng mataas na *Sitra Achra*. Kaya, ating kunin ang antas ng *Hayop* at matutuo mula doon. Ating makikita na ang pagbulwak na nagaganap sa katawan nito sa pamamagitan nang pagtatamo ng kasiyahan ay ang nagpapayabong sa buhay nito. Sa ganitong kadahilanan ang *Tadhana* ay itinanim sa mga maliliit na sa bawat lugar na matuon ang kanilang mga mata ay magbibigay sa kanila ng kasiyahan at kahustuhan, maging sa mga pinakamaliliit na bagay.

Ito'y ganito dahil ang antas ng maliit ay dapat dumami nang sapat upang lumago at sumibol, kaya ito ang dahilan kung bakit ang kanilang kasiyahan ay masagana. Kaya inyong makikita na ang *Liwanag* ng kasiyahan ay ang ninuno ng buhay.

Gayunpaman, ang batas na ito ay ginagamit lamang sa mga kasiyahan na dumarating sa antas na pangkabuuan. Subalit sa kasiyahan nang magkakahiwalay, kapag ang kasiyahan ay nakatutok lamang at natatanggap nang nakahiwalay na bahagi ng antas ng *Hayop*, ating matatagpuan ang kabaligtaran na panuntunan. Kung mayroon sirang bahagi sa laman nito, na nangangailangang kamutin at kuskusin, ang pagkamot ay nagdadala ng kasamang gantimpala nito, tulad nang malaking kasiyahan na nararamdaman kapag ginagawa ito. Datapwat ang kasiyahang iyon ay puno ng patak ng lason ng kamatayan; kapag ang isa ay hindi napanghawakan ang pagnanasa at pinagbigyan ang umiiyak na kahilingan, ang kabayaran ay nagdagdag pa sa utang.

Ibig sabihin, ayon sa kasiyahan nang pagkakamot, gayundin ang pagdagdag ng pagdurusa at ang kasiyahan ay magiging hapdi. Kapag nagsimula itong maghilom, isang bagong kahingian para kamutin ay lilitaw at sa mas higit na pangangailangan sa una. At kapag ang isa ay hindi pa rin napanghawakan ang pagnanasa nang isa, at punuan ang kahingian, ang pagdurusa ay mas lalaki rin.

Sa dakong huli, ito'y maghahatid dito nang mapait na patak, na maglalason sa dugo nang *hayop* na iyon. Inyong makikita na ang *hayop* ay namatay sa pagtanggap ng kasiyahan, dahil ito'y kasiyahan nang paghihiwalay, na natanggap lamang ng isang hiwalay na bahagi nang antas. Kaya ang kamatayan ay kumilos sa antas sa kabaligtarang paraan, mula sa kasiyahan na ipinamamahagi sa kabuuang antas.

Dito ating makikita ang anyo nang mataas na *Sitra Achra* mula sa ulo hanggang paa. Ang kanyang ulo ay ang kaloobang tumanggap para sa kanyang sarili lamang, at hindi magkaloob sa labas nang kanyang sarili, tulad nang katangian na hinihingi nang may sirang laman na bahagi ng buong *hayop*. Ang katawan ng *Sitra Achra* ay isang anyo nang kahingian na hindi pinupunuan. Ang pagpupuno na ginagawa nang isa ay nagdaragdag sa utang at sa pagdurusa nang higit pa, tulad nang halimbawa sa pagtanggap ng kasiyahan sa pagkakamot.

Ito ang paa nang *Sitra Achra* ay ang patak ng lason ng kamatayan, na nagnanakaw at naghihiwalay sa huling kislap ng buhay na nalalabi, tulad nang patak ng lason ng kamatayan na lumasing sa lahat ng dugo ng *hayop*.

Ito ang ibig sabihin nang sinabi ng ating mga pantas, "sa dakong huli, ito'y dumarating at kukuhanin ang kanyang kaluluwa." Ibig sabihin, kanilang sinabi na ang anghel ng kamatayan ay dumarating na may hawak na patalim na may patak nang lason sa dulo nito; ang isang tao ay ibubukas ang kanyang bibig, lulunukin ito at siya ay mamamatay.

Ang patalim ng anghel nang kamatayan ay ang kapangyarihan ng *Sitra Achra*, na tinawag na *Herev*, dahil sa paghihiwalay na lumalaki ayon sa hangganan nang pagtanggap, at ang paghihiwalay ay sumira sa kanya. Ang isa ay mapipilitan na ibukas ang kanyang bibig dahil ang isa ay kailangang tanggapin ang kasaganaan upang makapagpatuloy at magpumilit mula sa kamay nito. Sa dakong huli, ang mapait na patak sa dulo ng patalim ay makakarating sa kanya at ito'y magkukumpleto ng paghihiwalay hanggang sa huling kislap ng kanyang buhay.

20) Bilang bunga nitong dalawang kabulukan, ang katawan ng tao ay nabulok din, dahil ito'y sadyang iniangkop sa Paglikha na tumanggap ng kasaganaan ng kabuhayan nito mula sa sistema ng *Kedusha*. Ito ay dahil sa anumang magagawang pagkilos, ang mga bahagi nito ay nababantayan sa anumang kalabisan o pagsasalat. Ang isang pagkilos na hindi maisasagawa ay sapagkat ang mga bahagi nito ay hindi balanse at mayroong pagsasalat o kalabisan sa mga ito.

Tulad ng kanyang sinabi sa *Tula ng Pagkakaisa*: "Sa lahat ng inyong gawain, walang bagay na inyong nakalimutan; Hindi kayo nagdagdag, at hindi kayo nagbawas." Ito'y isang itinakdang batas na ang mahusay na pagkilos ay nagmumula sa isang mahusay na Nagpapakilos.

Datapwat kapag ang isang tao ay dumaan mula sa sistema ng *Kedusha* patungo sa sistema ng *Sitra Achra*, dala nang taliptip na nakakabit sa kanyang pagkakagawa ng *Puno ng Karunungan*, ang maraming bahagi sa kanya ay nasa kalabisan na, na hindi kailangan. Ito ay dahil hindi sila nakakatanggap nang anumang bagay mula sa kasaganaan sa kabuhayan na ibinibigay sa ilalim nang kapangyarihan ng *Sitra Achra*, tulad nang ating nakikita sa *Luz* (buto), (Zohar, Midrash HaNe'elam, Toladot), at gayundin sa ilang bahagi ng bawat isang organo.

Kaya ang isa ay dapat makatanggap ng kabuhayan sa isang katawan nang higit sa kinakailangan dahil ang kalabisan ay humahalo sa bawat pangangailangan na sumusulpot sa isang katawan. Kaya ang katawan ay tumatanggap para sa kanila. Datapwat ang kalabisan sa sarili nito mismo ay hindi makakatanggap nang bahagi nito; kaya ang bahagi nito ay nananatili sa katawan bilang kalabisan at basura na ang katawan ay dapat ilabas pagkatapos.

---

22 **Tala ng tagasalin:** *Herev* ay patalim, ngunit nag-ugat sa salitang Hebreo *Harev* (nasira)

Ang kinakalabasan, ang nagpapakain at nagtutunaw na kagamitan ay nagsisikap nang walang saysay. Sila'y humihina at nababawasan tungo sa kamatayan dahil ang kanilang sintensiya ay nauna nang naitakda, tulad nang anumang hindi balanseng pagkilos, na nakatakdang maglaho. Kaya inyong makikita mula sa pagtingin sa pagkakagawa nang katawan din, ang kamatayan nito ay nasalalay din sa sanhi at kinalabasan mula sa *Puno ng Karunungan*.
na palaging naglalaban para sa puso ng bawat nilalang.

Ngayon tayo'y nagantimpalaan nang pag-aaral at pag-alam sa dalawang magkasalungat na pamamaraan (Aytem 11). Ang pagkabuhay at pananatili nang mga nilalang ay dumaan na mula sa sistema ng *Kedusha* patungo sa sistema ng *Sitra Achra*.

Ito ay dahil ang taliptip ng malaking kalooban na tumanggap para sa sarili mismo, na nag-ugnay sa mga nilikha dahil sa pagkain mula sa Puno ng Karunungan. Ito ay nagbunsod ng pagkakahiwalay, kabaligtaran, at pagkamuhi sa pagitan ng sistema ng Kedusha at sa istruktura ng mga katawan ng mga nilikha sa mundong ito.

At nang ang Kedusha ay hindi na magawang ipagpatuloy at pangalagaan ang mga ito sa mataas na hapag, na hindi sirain ang reyalidad at upang magbadya ng isang pagkilos nang pagwawasto sa kanila, ito'y nakakapagbigay ng pangmaramihang kasaganaan sa pagpapanatili ng reyalidad — ang kanyang 288 na kislap — tungo sa sistema ng Sitra Achra, upang sila'y maglaan para sa lahat nang nilikha sa mundo habang nasa panahon ng pagwawasto.

Sa ganitong kadahilanan, ang mga pamamaraan ng pag-iral ay naging nakakalito, dahil ang kasamaan ay sumulpot mula sa mga masasama, at kung ang kasaganaan ay nabawasan sa mga nilikhang nilalang, ito'y tiyak na magdadala nang guho at pagkasira. At kung ang kasaganaan ay madagdagan, ito'y magdadala nang labis na puwersa nang paghihwalay sa mga tagatanggap, tulad nang sinabi ng ating mga pantas, "Siya na mayroong isandaan, ay maghahangad ng dalawangdaan; at siya na mayroong dalawangdaan ay maghahangad nang apat na raan."

Ito ay tulad nang tiwalag na kasiyahan na ang tiwalag at depektibong laman ay nararamdaman, kung saan ang dagdag na kasiyahan ay nagdaragdag ng paghihiwalay at pagdurusa. Kaya ang pansariling-pagibig ay nagdagdag sa tagatanggap, at ang isa ay lalamunin ang kanyang kaibigan nang buhay. Gayundin ang buhay ng katawan ay umiigsi, dahil ang pag-iipon nang pagtanggap ay nagdadala nang mapait na patak sa huli nang mas mabilis, at saan man sila bumaling sila'y humuhusga lamang.

Ngayon inyong mauunawaan kung ano ang nasusulat sa Tosfot (Ktobot p104): "Kapag ang isa ay dumadalangin na ang Torah ay pumasok sa kanyang katawan, ang isa ay dapat manalangin na walang masasarap na pagkain ang papasok sa kanyang katawan." Ito ay dahil ang anyo ng pansariling-pagtanggap na kabaligtaran nang Kedusha ay nadaragdagan at dumarami sa hangganan nang kasiyahan na ang katawan ay nakakamit. Kaya paano ang isa ay matatamo ang Liwanag ng Torah sa loob niya, kapag siya ay nakahiwalay at nasa lubos na kabaligtaran ng anyo mula sa Kedusha, at mayroong malaking pagkamuhi sa kanilang pagitan, tulad nang lahat nang magkasalungat: sila'y namumuhi sa isa't-isa at hindi maaaring manatili sa iisang bubong.

Samakatwid, ang isa ay dapat manalangin na walang kagalakan o kasiyahan na papasok sa kanyang katawan; at habang ang mga gawa sa Torah at Mitzvot ay dumarami, unti-unti niyang napapadalisay at nababaligtad ang anyo ng pagtanggap upang maging pagkakaloob. Inyong makikita na ang isa'y maitutulad ang kanyang anyo sa sistema ng Kedusha, at ang pagkakatulad at pagmamahal sa pagitan nila ay babalik, tulad nang bago sa pagkakasala sa Puno ng Karunungan. Kaya ang isa ay nagagantimpalaan nang Liwanag ng Torah, dahil siya'y nakapasok sa presensiya ng Maylikha.

21) Ngayon ito'y lubos nang nauunawaan kung bakit ang sagot ng mga anghel tungkol sa pagkakalikha ng tao, na ating napag-aralan sa *Midrash* (Aytem 11), ay hindi inihayag. Ito'y dahil maging ang mga anghel ng Mahabagin at Makatwiran ay hindi sumang-ayon sa kasalukuyang tao, dahil siya ay ganap na nawala sa kanilang impluwensiya at naging ganap na nakaasa sa *Sitra Achra*.

Ang *Midrash* ay nagtapos sa: "Kanyang kinuha ang Katotohanan at itinapon sa lupa. Kanilang sinabi kaagad, 'Hayaan ang Katotohanan na sumulpot mula sa lupa.'" Ito'y nangangahulugan na maging ang mga anghel ng Mahabagin at Makatwiran ay ikinalungkot ang kanilang pagsang-ayon, dahil sila'y hindi naman sumang-ayon na ang Katotohanan ay mapulaan.

Ang pangyayaring ito ay naganap sa panahon ng pagkain sa Puno ng Karunungan, noong ang Katotohanan ay walang pamamahala sa pagpapatuloy ng reyalidad, dahil ang mapagsuring puwersa na naitanim sa tao ng Paglikha, na nagpapakilos sa pagdama ng mapait at matamis, ay humina at nabigo (Aytem 17).

Ito'y ganito dahil ang panustos para sa kabuhayan, na ang 288 na magkakaibang *Behinot*, ay naging napakalinaw na tulad ng araw, at nakaugnay sa sistema ng *Kedusha*. At "ang panlasa ay natikman ang pagkain nito," upang maakit nang lubusan ang lahat ng minamahal at matamis, at tanggihan ang lahat ng mapait, upang ang tao ay hindi bumagsak sa mga ito.

Datapwat matapos ang unang pagtikim sa Puno ng Karunungan, kung saan ang *Gadlut* na anyo ng pansariling pagtanggap ay kumapit sa kanila, ang kanilang katawan at ang *Kedusha* ay naging magkasalungat. Sa oras na iyon, ang kasaganaan ng kabuhayan na 288 *Behinot* ay napunta sa mga kamay ng *Sitra Achra*.

Inyong makikita na ang 288 na kislap na isinaayos na ay muling pinaghalo-halo ng *Sitra Achra*. Kaya isang bagong anyo ang nalikha sa reyalidad — ang anyo na ang simula ay matamis at ang dulo ay mapait.

Ito'y dahil ang anyo ng 288 ay nabago ng *Sitra Achra*, kung saan ang Liwanag ng kasiyahan ay naghahatid ng paghihiwalay at mapait na patak. Ito ang anyo ng kabulaanan — ang una at pinaka-ninuno ng bawat pagkasira at kalituhan.

Ito'y nasusulat, "Kanyang kinuha ang Katotohanan at itinapon ito sa lupa." Kaya dahil sa ahas, isang bagong pag-unawa ang nadagdag sa tao — isang aktibong mapagsuring puwersa. Ito'y kumikilos sa pag-unawa sa totoo at kabulaanan, at ang isa'y dapat gamitin ito sa buong panahon ng pagwawasto, sapagkat kung wala ito, ang pakinabang ay hindi magagawa (Aytem 17).

Halina at tingnan ang lahat ng kalituhan na sanhi ng pagbagsak ng 288 na kislap sa kamay ng *Sitra Achra*. Bago sila tumikim sa Puno ng Karunungan, ang babae ay hindi man lamang magawang hawakan ang ipinagbawal na bagay (Aytem 17). Sa bahagyang paglapit sa Puno ng Karunungan, kanyang nalasahan ang kapaitan na tila lasang kamatayan. Sa ganitong kadahilanan, kanyang naunawaan at idinagdag ang pagbabawal sa paghawak. At matapos ang unang pagtikim, nang ang *Sitra Achra* at kabulaanan ay nahawakan na ang kabuhayan ng reyalidad, ang pagbabawal ay naging napakatamis sa umpisa nito na hindi na sila makabitaw mula rito. Ito ang dahilan kung bakit kaniyang sinabi, "Ako'y kumain at ako'y kakain ng higit pa."

Ngayon inyo nang mauunawaan kung bakit ang gantimpala sa *Torah* ay sinadya lamang para sa mga hinog na katawan. Ito'y dahil ang buong layunin ng *Torah* ay upang maiwasto ang pagkakasala sa Puno ng Karunungan, na nagbunsod sa kalituhan ng pamamaraan sa kabuhayan ng reyalidad.

Para sa pagwawastong ito kaya ang *Torah* ay ipinagkaloob — upang maiangat ang 288 na kislap ng *Kedusha* muli. Sa panahong iyon, ang pamamaraan ng kabuhayan ay magbabalik sa *Kedusha* at ang kalituhan ay matitigil sa anyo ng kabuhayan ng reyalidad. Nang sa gayon, ang mga tao ay madadala sa kanilang ninanais na kahusayan sa kanilang mga sarili mismo — na tanging sa pag-unawa sa matamis at mapait, na siyang unang nagpakilos bago ang kasalanan sa Puno ng Karunungan.

Ang mga propeta rin ay nagsalita lamang tungkol sa pagwawastong ito, tulad ng sinabi: "Ang lahat ng mga propeta ay nagpahayag lamang para sa panahon ng Mesiyas." Ito ang ibig sabihin ng pagpapanumbalik ng sistema ng kabuhayan ng mundo sa ilalim ng isinaayos na *Probidensiya*, na tulad ng bago ang kasalanan. "*Tanging para sa kasunod na mundo*" ay pahiwatig sa pagtatapos ng usapin — ang pagkakatulad sa anyo ng Maylikha, "na walang mata ang nakasilay ng isang Diyos maliban sa Iyo."

Gayundin, ito'y nasusulat na sa panahon ng Mesiyas, kung ang Ehipto ay hindi babangon, hindi uulan sa kanila — ibig sabihin, sa pamamagitan ng pag-unawa sa mabuti at masama.

22) Ngayon, inyo nang nauunawaan ang mga salita ng ating mga pantas, na ang Maylikha ay hindi nakakita ng *daluyan* (*vessel*) na makahahawak ng isang pagpapala para sa Israel maliban sa kapayapaan. Ating itinanong: "Bakit ang pangungusap na ito ang napiling pangwakas sa Mishnah?"

Ayon sa nabanggit sa unahan, ating naunawaan na ang walang hanggang kaluluwa ng buhay, na ibinuga ng Maylikha sa kanyang ilong, na para lamang sa pangangailangan ni Adan HaRishon, ay lumisan dahil sa kasalanan sa Puno ng Karunungan. Ito ay nagkaroon ng isang bagong anyo na tinawag na "Paws ng Buhay," ibig sabihin, ang pangkabuuan ay nahati sa maraming natatanging maliliit na patak, na ipinamahagi kay Adan HaRishon at sa kanyang lahi hanggang sa pagtatapos ng panahon.

Sumusunod dito, walang pagbabago sa mga pagkilos ng Maylikha; sa halip, mayroong karagdagang anyo. Ang karaniwang Liwanag ng buhay na ipinasok sa ilong ni Adan HaRishon ay lumawak sa isang mahabang kadena, na umikot sa gulong ng transpormasyon ng anyo sa maraming katawan — katawan sa katawan — hanggang sa kinakailangang pagtatapos ng pagwawasto.

Dito, lumalabas na namatay siya sa mismong araw na kumain siya ng Puno ng Karunungan, at ang walang hanggang buhay ay lumisan sa kanya. Sa halip, siya'y natali sa isang mahabang kadena sa pamamagitan ng organo ng pakikitalik (na tumutukoy sa pakikipagtalik, na tinawag na "Kapayapaan").

Inyong masusumpungan na ang isang tao ay hindi nabubuhay para sa sarili, kundi para sa buong kadena. Kaya't bawat bahagi ng kadena ay hindi tumatanggap ng Liwanag ng buhay para sa sarili nito, kundi isang *daluyan* lamang ng Liwanag ng buhay para sa buong kadena. Ito rin ang inyong makikita sa mga araw ng buhay ng isang tao: sa ika-dalawampung taon, siya'y angkop nang magpakasal sa isang babae; makalipas ang sampung taon, maaari na siyang magkaroon ng mga anak; kaya't tiyak na dapat na siyang maging ama sa ika-tatlumpung taon.

Pagkatapos, siya'y uupo at maghihintay hanggang sa ang kanyang anak ay maging apatnapung taong gulang — ang edad ng *Bina* (pagkaunawa) — upang maipasa sa kanya ang kayamanang kaalaman na kanyang nakamit sa sarili niya mismo, kasama ang lahat ng kanyang natutunan at namana mula sa kanyang mga ninuno. Magtitiwala siya na hindi ito wawaldasin ng anak sa maling bagay. Pagkatapos siya'y papanaw, at ang kanyang anak ay hahawak ng pagpapatuloy ng kadena sa lugar ng kanyang ama.

Ito'y naipaliwanag na sa (Aytem 15), na ang pangyayari ng kasalanan sa Puno ng Karunungan ay isang itinalaga para kay Adan HaRishon, tulad ng nasusulat: "Ang paninirang-puri ay matindi para sa mga anak ng tao." Ito'y dahil ang isang tao ay dapat magdagdag sa kanyang balangkas — isang panlabas na *Kli* — upang tumanggap ng Nakapalibot na Liwanag, upang ang dalawang magkasalungat ay dumating sa iisang bagay, sa dalawang magkasunod na beses.

Sa sandali ng panahon ng *Katnut*, siya'y aasa sa *Sitra Achra*. Ang kanyang mga *daluyan* ng pagtanggap sa *Bakanteng Espasyo* ay lalaki sa hangganan ng mga tiwalag na kasiyahang matatanggap ng isang tao dahil sa mga iyon.

Sa dakong huli, kapag ang isa ay makarating sa *Gadlut* at lumahok sa *Torah* at *Mitzvot*, ang kakayahan na ibaling ang malalaking *daluyan* (*vessel*) ng pagtanggap upang magkaloob ay naihanda na. Ito ang pangunahing layunin, na tinatawag na "Ang Liwanag ng Katotohanan," at ang "Selyo" sa (Aytem 14).

Datapwat, nalalaman na bago makaugnay sa *Kedusha*, ang isang tao ay dapat huminto muna sa anumang anyo ng pagtanggap na kanyang natamo mula sa hapag ng *Sitra Achra*, tulad ng kautusang dumating sa atin: "Nang iyong buong puso at buong kaluluwa." Kung gayon, ano ang nagawa ng mga pantas sa pagwawastong ito kung ang isa'y mawawalan ng lahat ng bagay na kanyang nakamit mula sa *Sitra Achra*?

Sa ganitong kadahilanan, ang Kanyang Kalinga ay hinayaang dumami ang mga katawan sa bawat henerasyon, upang ang kanilang *Nakapalibot na Liwanag* ay humina, dahil ang panlabas na *Kli* na angkop para dito ay iwawaksi ang mga iyon.

Sa gayon ding dahilan, Kanyang itinanim sa kanila—sa bawat henerasyon—ang maraming bilang ng mga tao na nilikha pangunahin upang maging matuwid, upang maging tagapaghatid ng mga *Kelim* ng *Bakanteng Espasyo* para sa kanila. Kaya, ang panlabas na *Kli* ay kinakailangang kumilos sa mga matuwid nang walang kusang-loob na pagkilos.

Ito ay ganito dahil ang lahat ng tao sa mundo ay nakaugnay sa isa't isa. Naaapektuhan nila ang isa't isa sa inklinasyon ng katawan at sa mga pananaw. Kaya't tiyak na dinadala nila ang inklinasyon ng pansariling pagtanggap sa mga matuwid, at sa ganitong paraan, sila'y nagagawang makatanggap ng hinahangad na *Nakapalibot na Liwanag*.

Datapwat, ayon dito, ang matuwid at ang masama ay dapat magkasimbigat sa bawat henerasyon. Subalit hindi ganito ang ating nakikita, sapagkat sa bawat isang matuwid, marami tayong nakikitang libo-libong mga palalo. Gayunman, dapat ninyong malaman na mayroong dalawang uri ng pamamahala sa Paglikha: **a)** isang pang-kalidad na puwersa, **b)** isang pang-karamihan na puwersa.

Ang puwersa ng mga nakakapit sa paanan ng *Sitra Achra* ay hikahos, nakakadusta, at mababa—di-kanais-nais at walang malinaw na layunin—at sila'y tinatangay ng hangin tulad ng ipa. Kaya paanong ang mga ganitong uri ay makagagawa ng anuman laban sa mga taong may talino sa puso, na ang mga kaparaanan ay malinaw ang hangarin at layunin, at na sinisinagan ng haligi ng Mataas na Liwanag sa araw at gabi—na sapat upang makapagdulot ng kahit mumunting inklinasyon sa kanilang mga puso?

Kaya't Siya ay naglaan ng pang-karamihang puwersa sa Paglikha, dahil ang puwersang ito ay hindi nangangailangan ng anumang kalidad o katangian. Aking ipaliliwanag ito sa inyo sa pamamagitan ng halimbawang nakikita natin sa pang-kalidad na puwersa ng lakas, tulad ng sa mga leon at mga tigre—kung saan, dahil sa kanilang malaking kalidad ng lakas, walang taong magnanais na makipaglaban sa kanila.

Datapwat sa mga mababangis at ligaw na langaw, mga insekto, at iba pang mga di-kanais-nais na panauhin—bagamat ang kanilang kalidad ng lakas ay mas malaki kaysa sa karaniwang langaw sa bahay—ang tao ay hindi titigil hanggang sa kanyang lubusang malipol ang mga ito sa kanyang tahanan. Ito ay dahil ang kalikasan ay hindi sila nilaanan ng kakayahang magparami na tulad ng mga langaw.

Ayon dito, inyong makikita na may kinakailangang isang malaking bilang para sa bawat isang matuwid. Itinatanim nila ang kanilang magaspang na hilig sa kaniya sa pamamagitan ng kanilang dami, sapagkat wala silang anupamang katangian.

Ito ang ibig sabihin ng talata: "Ang Panginoon ay bibiyayaan ng kalakasan ang Kanyang mga tao." Ito'y nangangahulugang ang walang hanggang Liwanag ng buhay, na nakamit ng buong kadena ng paglikha, ay tinawag na "Kalakasan." Ang nasusulat ay nagbibigay ng katiyakan na ang Maylikha ay bibiyayaan tayo ng kalakasan.
Subalit dapat nating itanong: Paano? Sapagkat ang bawat nilalang ay hindi buo ng kanya at sa sarili niya mismo—tulad ng isinulat ng ating mga pantas: "'Ito'y mas mainam para sa isa na hindi ipinanganak kaysa sa ipinanganak.'" Bakit, kung gayon, tayo'y nakakatiyak sa Kanyang kawalang-hangganan?

At ang talata ay nagtapos: "Ang Panginoon ay pagpapalain ang Kanyang mga tao ng kapayapaan," ibig sabihin, ng pagpapala sa mga anak. Ito ay tulad ng nabanggit sa *Maschet Shabbat*: "Siya na gumagawa ng kapayapaan sa tahanan ay walang magagawa [kung wala ito]." Ito ay dahil sa pamamagitan ng mga anak, ang kadenang ito ay nakatali at nakaugnay sa pamamagitan ng pagwawasto. Sa panahong iyon, ang lahat ng mga bahagi ay nasa loob ng kawalang-hanggan.

Sa ganitong kadahilanan, sinabi ng ating mga pantas: "Ang Maylikha ay hindi nakakita ng isang *daluyan* (*vessel*) na nanghahawakan ng pagpapala sa Israel maliban sa kapayapaan." Sapagkat ang Kanyang pagpapala ay walang hanggan, ang mga tagatanggap ay dapat ding maging walang hanggan.

Kaya inyong makikita na sa pamamagitan ng mga anak, ang mga ama ay pinanghahawakan at gumagawa sa piling nila ng isang kadena ng kawalang-hanggan, na angkop upang panghawakan ang pagpapalang walang hanggan. Dito'y sumusunod na ang kapayapaan ang siyang humahawak at namamahala sa kabuuan ng pagpapala.

Kaya't ang ating mga pantas ay tinapos ang *Mishnah* sa mga ganitong salita, sapagkat ang kapayapaan ang siyang humahawak sa pagpapala ng *Torah* at ng lahat ng *Mitzvot* para sa atin hanggang sa ganap at walang hanggang katubusan sa ating mga araw. *Amen* — at ang lahat ng bagay ay mailalagay sa lugar nito sa kapayapaan.

Materya at Anyo sa Karunungan ng Kabbalah

Bilang isang kabuuan, ang siyensiya ay nahahati sa dalawang bahagi: ang isa ay tinatawag na "materyal na pananaliksik," at ang isa pa ay tinatawag na "panghugis na pananaliksik." Ito ay nangangahulugan na ang materya at anyo ay tinitingnan sa bawat elemento ng reyalidad sa ating harapan.

Halimbawa, ang isang hapag ay binubuo ng materya—ibig sabihin, ang kahoy—at binubuo ng anyo, ang hugis ng hapag. Ang materya, bilang kahoy, ang siyang nagdadala ng anyo: ang hapag. Gayundin, sa salitang "sinungaling," mayroong materya, na isang tao, at mayroong anyo, ang kasinungalingan. Ang materyang tao ay siyang tagapagdala ng anyo ng kasinungalingan—ibig sabihin, ng ugaling magsinungaling. At ganito rin ito sa lahat ng bagay.

Kaya't ang siyensiya, na nagsasaliksik sa mga elemento ng reyalidad, ay nahahati rin sa dalawang bahagi: materyal na pananaliksik at panghugis na pananaliksik. Yaong bahagi ng siyensiya na nag-aaral sa uri ng nilalaman ng reyalidad—sa materya na walang anyo at sa materya na may kasamang anyo—ay tinatawag na "materyal na pananaliksik."

Ang pananaliksik na ito ay praktikal, nakabatay sa ebidensiya, at humahango ng mga konklusyon mula sa mga aktwal na eksperimento. Ang mga eksperimentong ito ang tinatanggap bilang sapat na batayan ng pangangatwiran.

Samantala, ang isa pang bahagi ng siyensiya ay nakatuon lamang sa mga anyo na hinalaw mula sa mga materya, nang walang anumang kaugnayan sa mga nilalaman ng mga ito. Ibig sabihin, kanilang hinahalaw ang tama at mali mula sa mga materya o taong nagtataglay ng mga ito, at nagsasagawa lamang ng pagsusuri upang alamin ang kahalagahan ng kataasan at kababaan ng mga anyo ng katotohanan at kasinungalingan, bilang sila mismo, na hubad at walang kalakip na materyal. Ito ang tinatawag na "panghugis na pananaliksik."

Ang ganitong pananaliksik ay hindi nakabatay sa mga praktikal na eksperimento, sapagkat ang mga ganitong mahirap unawaing anyo ay hindi lumilitaw sa aktwal na karanasan. Hindi sila umiiral sa reyalidad mismo. Ang mga anyong ito ay kathang-isip—ibig sabihin, maaari lamang silang ilarawan sa isip, ngunit wala silang aktuwal na pag-iral sa konkretong daigdig.

Kaya't anumang siyentipikong pananaliksik na ganitong uri ay tiyak na nakabatay lamang sa teorya. Ibig sabihin, ito'y hindi nagmumula sa mga praktikal na eksperimento kundi tanging hango sa teoretikal na pagsusuri at diskurso.

Ang buong matayog na pilosopiya ay kabilang sa ganitong uri. Kaya't maraming intelektwal sa kasalukuyan ang tumalikod dito, sapagkat sila'y nayayamot sa anumang uri ng pananaliksik na umaasa lamang sa teorya. Para sa kanila, hindi ito matibay na batayan ng kaalaman. Itinuturing nila na ang praktikal na eksperimento lamang ang tunay na kapani-paniwala at karapat-dapat paniwalaan.

Gayundin, ang karunungan ng Kabbalah ay nahahati rin sa dalawang bahagi: "materyal na pananaliksik" at "panghugis na pananaliksik." Subalit dito, mayroong isang malaking kaibhan at pakinabang kumpara sa karaniwang agham: sapagkat sa Kabbalah, maging ang bahagi ng panghugis na pananaliksik ay nakatindig sa isang konkretong batayan—nakaugat ito sa praktikal at materyal na karanasan.

Ito Ay para kay Judah

Ang tinapay na iyon na kinain ng ating mga ninuno sa Ehipto. Ang *Mitzva* ng pagkain ng *Matza* ay ipinagkaloob sa mga anak ng Israel kahit bago pa sila lumisan sa Ehipto, kaugnay sa nalalapit na pag-alis na kailangang ganapin nang madalian. Kaya, ang *Mitzva* ay ibinigay para sa mismong sandali ng katubusan, sapagkat noon sila'y lumisan nang nagmamadali.

Ito ang dahilan kung bakit nais nating alalahanin ang pagkain ng *Matza* sa Ehipto kahit sa kasalukuyan, sapagkat tayo rin ay minsang inalipin sa ibayong-dagat. Sa pamamagitan ng *Mitzva* na ito, layunin nating maabot ang katubusan na magaganap sa ating panahon — Amen — na katulad ng naging pagkain ng ating mga ninuno sa Ehipto.

Ngayong taon – dito... Sa susunod na taon – malaya. Nasusulat sa unahan na sa pamamagitan ng layunin ng *Mitzva*, maaari nating ibunsod ang itinakdang katubusan na inilaan para sa atin, tulad ng pag-alis ng ating mga ninuno mula sa Ehipto sa pamamagitan ng pagkain ng *Matza*.

Tayo'y mga alipin... Ito'y nakasaad sa *Masechet Pesachim* (p. 116): "Nagsimula sa pagtuligsa, at nagtapos sa pagpupuri." Tungkol sa pagtuligsa, may pagtatalo sina Rav at Shmuel: sinabi ni Rav na "sa simula, ang ating mga ninuno ay mga tagasambang diyos-diyosan," at sinabi naman ni Shmuel na "Tayo'y mga alipin." Ang tinanggap na gawi ay sumunod sa panig ni Shmuel.

Dapat nating unawain ang pagtatalong ito. Ang dahilan ng pahayag na "nagsimula sa pagtuligsa, at nagtapos sa pagpupuri" ay ayon sa nasusulat: "habang ang liwanag ay nangingibabaw sa kadiliman." Kaya't dapat nating balikan ang usapin ng panunuligsa, sapagkat sa pamamagitan nito, nakakamtan natin ang mas ganap na pagkaunawa sa mga kahabagan ng Maylikha sa atin.

Nalalaman na ang ating buong pinagmulan ay mula sa pagtuligsa, sapagkat "ang kawalan ay nauuna sa presensiya." Kaya't nasusulat: "isang tila baliw na kabayo ang isinilang na tao," subalit sa dakong huli ay nakakamit niya ang hugis ng isang tunay na tao. Ito ay naaangkop sa bawat elemento ng Paglikha — at gayundin sa pinagmulan ng Israel.

Ang dahilan ay sapagkat hinango ng Maylikha ang pag-iral ng lahat ng nilikha mula sa kawalan. Kaya't walang nilikha na hindi nagmula sa kawalan.

Datapwat ang kawalan na ito ay may natatanging anyo sa bawat isang elemento ng Paglikha. Sapagkat kapag hinati natin ang reyalidad sa apat na uri — ang *pirmi*, *halaman*,

---

23 Tinapay nawalang lebadura na kinakain ng mga Hudio sa pagdiriwang ng araw ng Passover.

hayop, at *nagsasalita*—ating makikita na ang pinagmulan ng *pirmi* ay tunay na ganap na kawalan.

Datapwat ang pinagmulan ng *halaman* ay hindi ganap na kawalan, kundi ang dating antas nito. Kumpara sa sarili nito ngayon, ang dating kalagayan ay maituturing na *kawalan*. Sa usapin ng pagsusuhi at pagkabulok, na kinakailangan sa anumang binhi, ito'y tinatanggap mula sa anyo ng *pirmi*. Ganoon din sa *hayop* at *nagsasalita*: ang anyong halaman ay itinuturing na kawalan kaugnay ng antas ng hayop; at ang anyong *hayop* ay itinuturing na kawalan kaugnay ng *nagsasalita*.

Kaya't ipinapahiwatig ng nakasulat na ang kawalan na nauna sa pag-iral ng *tao* ay ang anyo ng *hayop*. Ito ang dahilan sa likod ng talatang, "Isang tila baliw na kabayo ang isinilang na tao," sapagkat kinakailangan para sa bawat tao na magsimula sa katayuang hayop. At nasusulat din, "Ang tao at hayop ay Iyong pinangalagaan, O Panginoon," —ibig sabihin, tulad ng hayop, pinagkalooban siya ng lahat ng kailangan upang mabuhay at maisakatuparan ang kanyang layunin. Gayundin, ang tao ay pinaglaanan ng lahat ng kinakailangan para sa kanyang ikabubuhay at espiritwal na katuparan.

Kaya dapat nating unawain kung nasaan ang bentahe ng *anyo* ng tao sa hayop. Makikita ito sa mismong mga *nais* ng bawat isa, dahil ang mga pagnanasa ng tao ay tiyak na naiiba sa sa hayop. Sa antas na iyon, ang *pagliligtas* ng Diyos sa tao ay natatangi, di tulad ng sa hayop.

Sa huli, matapos ang lahat ng pag-uusisa at pagsusuri, ating matutuklasan na ang tanging *pangangailangan* ng tao—na hindi umiiral sa uri ng hayop—ay ang pagkagising sa *Makadiyos na Dvekut* (Pagkakadikit sa Diyos). Tanging ang tao ang may kakayahan para rito—wala nang iba pa.

Dahil dito, ang buong usapin ng *presensiya* sa tao ay nakaugat sa pagkakahandang itinanim sa kanya upang hanapin ang Kanyang gawain, kaya't siya'y nakakataas sa hayop. Marami rin ang nagsabi na kahit ang katalinuhan, kasanayan, at pamumuhay ng ilang hayop ay kahanga-hanga sa maraming aspeto—subalit walang hayop ang may hangaring *lumapit sa Maylikha*.

Dito natin mauunawaan ang *kawalan* na nauna sa tao bilang ang pagtanggi sa hangaring lumapit sa Diyos, sapagkat siya ay nasa antas pa ng *hayop*. Kaya't ganap nating mauunawaan ang mga salitang, "Nag-umpisa sa pagtuligsa at nagtapos sa pagpupuri." Ipinahihiwatig nito na dapat nating kilalanin, tanggapin, at suriin ang *kawalan* na pinagmulan natin sa isang positibong paraan—sapagkat ito ang pagtuligsang siyang pundasyon ng pagpupuri. Mula rito, nauunawaan natin nang buo ang kahulugan ng talata.

Ito rin ang kahulugan ng *apat na pagkakatapon*—pagkakatapon kasunod ng pagkakatapon—na sinundan ng *apat na katubusan*—katubusan kasunod ng katubusan—hanggang sa ikaapat na katubusan, na siyang ganap na perpeksiyon, ang ating pinananabikan sa ating mga araw, Amen.

Ang *pagkakatapon* ay sumasagisag sa "kawalan bago ang presensiya," na siyang kahandaan para sa *katubusan*. At dahil ang kawalan ay isang espiritwal na pagbubungkal para sa HaVaYah na inilaan sa kanya—tulad ng pagsusuhi bilang paghahanda para sa pag-aani—ang lahat ng titik ng "katubusan" (*Ge'ulah*) ay naroroon sa "pagkakatapon" (*Galut*), maliban sa *Aleph*, sapagkat ang titik na ito ay tumutukoy sa "*Aluph* (Kampeon) ng mundo."[1]

Ipinapahiwatig nito na ang anyo ng *kawalan* ay ang *pagkakaila sa presensiya*. At alam natin ang anyo ng *presensiya*—ang *katubusan*—mula sa talata: "*At hindi na sila magtuturo pa ng bawa't isa sa kaniyang kapuwa ... sapagkat makikilala nila akong lahat, mula sa kaliitliitan sa kanila hanggang sa pinakadakila sa kanila.*" Samakatuwid, ang anyo ng dating *kawalan*, ibig sabihin, ang anyo ng *pagkatapon*, ay ang kawalan lamang ng *kaalaman sa Maylikha*. Ito ang kawalan ng *Aleph*—ang titik na wala sa *Gola* (pagkatapon) at naroroon sa *Geula* (katubusan)—ang *Dvekut* na may "Kampeon ng Mundo." Iyon ang tunay na *katubusan ng ating mga kaluluwa*, hindi higit, hindi rin kulang. Gaya ng nabanggit: ang lahat ng titik ng *Geula* ay naroon sa *Gola*, maliban sa *Aleph*—na siyang sumasagisag sa *Aluph* (Kampeon) ng Mundo.

Upang maunawaan ang mabigat na usaping ito—na ang *kawalan* mismo ay isang *paghahandang inilaan* para sa darating na *presensiya*—dapat tayong matuto mula sa mga bagay na umiiral sa *makataong mundo*. Halimbawa, sa konsepto ng *kalayaan*—isang marangal at mataas na ideya—iilang piling tao lamang ang tunay na nakauunawa rito, at sila man ay nangangailangan ng sapat na paghahanda. Subalit ang konsepto ng *pagkaalipin* ay lubos na malinaw para sa lahat, mula sa pinakamaliit hanggang sa pinakadakila; kahit ang pinakawalang kakayahan ay tiyak na tumatanggi rito.

Makikita natin ito sa karanasan ng Poland. Nawalan sila ng sariling kaharian sapagkat ang karamihan sa kanila ay hindi naunawaan ang kagandahan ng *kalayaan* at nabigong pangalagaan ito. Kaya't sila'y napailalim sa pamumuno ng *Russia* sa loob ng isang daang taon. Sa panahong iyon, lahat ay nagdusa sa ilalim ng panunupil, at ang pagnanais na makalaya ay naging marubdob sa kanilang mga puso, mula sa pinakamababa hanggang sa pinakadakila. Bagaman hindi pa nila tunay na naranasan ang tamis ng kalayaan, ang mismong kawalan nito ay tumimo sa kanilang damdamin at isipan—kaya't pinagnasaan nila ito nang lubusan.

Ngunit, sa pagdating ng paglaya, marami sa kanila ang naguluhan. Hindi nila maunawaan kung ano talaga ang kanilang nakamit. Ang ilan ay pinagsisihan pa ito—dahil sa tingin nila, ang sariling pamahalaan ay nagpapataw ng mas mabigat na pasanin kaysa sa dayuhang pamahalaan, at ang ilan ay nanabik pang muling bumalik sa nakaraang kaayusan. Nangyari ito sapagkat *hindi nila sapat na naranasan ang lalim ng kawalan*. Kaya't ang pagpapahalaga sa kalayaan ay nawala rin.)

Ngayon ay mas mauunawaan natin ang pagtatalo nina *Rav* at *Shmuel*. Ipinaliwanag ni *Rav* ang talata—"*nagsimula sa pagtuligsa upang magtapos sa pagpupuri*"—bilang isang paraan upang lubos nating mapahalagahan ang kaligtasan. Kaya't kanyang sinabing ito ay dapat magsimula pa noong *panahon ni Terah*—ang ama ni Abraham. Hindi siya sumang-ayon sa sinabing simula sa *Ehipto*, tulad ni *Shmuel*, sapagkat ayon kay Rav, sa Ehipto ay naitanim na ang *pag-ibig* at *paggawa* ng Diyos sa iilan sa bayan. Samantalang para kay Rav, tanging ang

---

24 **Tala ng tagasalin:** Sa Hebreo, ang pagkakaiba sa pagitan ng mga salitang *Galut* (Pagkakatapon) at *Ge'ula* (Katubusan ay ang pagdagdag ng titik na *Aleph* sa huli.

paghihirap sa Ehipto ay hindi sapat bilang "simula ng tuligsa," sapagkat ito'y hindi likas na *kakulangan* sa espiritwal na buhay ng bayang tinatawag na *"Adam."*

At si *Shmuel* ay ipinaliwanag ang pangungusap sa ganitong paraan: dahil ang *kawalan* ay naghahanda para sa *presensiya*, ito rin ay bahagi ng Kanyang *kaligtasan*—at marapat lamang na harapin ito nang may pasasalamat. Kaya't hindi tayo dapat magsimula sa, *"Sa simula, ang ating mga ninuno ay mga sumasamba sa mga diyus-diyosan,"* sapagkat ang panahong iyon ay hindi itinuturing na *kawalan na nauna sa presensiya*. Sila noon ay lubos na salat sa *espiritwal na presensiya ng tao*, dahil sila'y ganap na tiwalag sa Kanyang pagmamahal—katulad ng isang *walang-kasarian*, na salat sa mismong kakayahang magmahal.

Kaya naman, sinimulan natin ang salaysay sa *pagkaalipin sa Ehipto*, kung kailan ang ilang kislap ng Kanyang pag-ibig ay nag-aalab na sa kanilang mga puso—bagamat pansamantala. Ngunit dahil sa kawalan ng *pasensya* at *pagsusumikap*, ang ningas nito ay unti-unting napapawi araw-araw. Ang kalagayang ito ang siyang tunay na *kawalan na nauna sa presensiya*—isang yugto ng paghahanda, kung kaya't sinabi ni *Shmuel* na dapat tayong magsimula sa *"Tayo'y mga alipin."*

Dagdag pa rito, ang *konsepto ng kalayaan* sa *karunungan ng Diyos* ay isang napakataas na antas ng pagkaunawa—isang kaisipang matayog na tanging iilan lamang ang maaaring makaabot. At maging sila, ay nangangailangan pa rin ng sapat na *paghahanda*. Ngunit para sa *nakararami*, ang gayong pagkaunawa ay malayo pa. Sa kabilang banda, ang pag-unawa sa *kahirapan ng pagkaalipin* ay lantad at likas para sa lahat. Tulad ng isinulat ni *Ibn Ezra* sa panimula ng *Parashat Mishpatim*: **"Wala nang mas mahirap pa para sa tao kundi ang mapailalim sa kapangyarihan ng isang taong tulad din niya.**

Ang Kumikilos na Isip

Ang bawat tao ay inaasahang matamo ang ugat ng kanyang kaluluwa. Ito ay nangangahulugan na ang hangad na layunin ng nilikhang nilalang ay *Dvekut* sa Kanyang mga katangian: "Habang Siya ay mahabagin..." at iba pa. Ang Kanyang mga katangian ay ang mga Banal na *Sefirot*, at ito ang kumikilos na pag-iisip na gumagabay sa Kanyang mundo, kung saan Siya'y naglalaan sa kanila ng Kanyang pagkalinga at kasaganaan.

Datapwat dapat nating maunawaan kung bakit ito'y tinawag na *Dvekut* sa Maylikha, gayong tila ito'y isang pag-aaral lamang. Ipapaliwanag ko ito sa pamamagitan ng isang halimbawa: Sa bawat isang pagkilos sa mundo, ang pag-iisip ng isang tao ay mababakas sa pagkilos na iyon. Sa isang hapag, ang isang tao ay magagawang matamo ang kagalingan at kasanayan ng karpintero sa kanyang paggawa, maging ito'y malaki o maliit. Ito ay nangyayari dahil habang gumagawa, ito'y kanyang ginagawa ayon sa kanyang pag-iisip — ang katangian ng kanyang pag-iisip. At ang isang tao na minamasdan ang pagkilos na ito at isinasaalang-alang ang pag-iisip na nakintal dito habang ginagawa ang pagkilos na ito, siya ay nakakabit sa isip na gumanap nito — ibig sabihin, sila ay tunay na nagkakaisa.

Ito ay dahil sa katotohanan, walang agwat o paghinto sa pagitan ng mga espirituwal, kahit pa sila'y nasa magkaibang katawan. Ang pag-iisip sa kanila ay hindi magagawang mapaghiwalay, sapagkat anong patalim ang makakaputol sa espirituwal at iwanan itong magkahiwalay? Sa halip, ang malaking pagkakaiba sa pagitan ng mga espirituwal ay nasa kanilang mga katangian — kapuri-puri o kapuna-puna — at sa kanilang nilalaman. Halimbawa, ang isang pag-iisip na nagsusuri ng astrolohiya ay hindi magagawang kumapit sa isang nagninilay-nilay tungkol sa mga natural na agham.

At mayroong malaking pagkakaiba maging sa parehong katuruan, sapagkat kung ang isa ay malampasan ang isa pa kahit sa isang elemento, ito'y naghihiwalay sa kanila sa espirituwal. Ngunit kapag ang dalawang pantas ay nagninilay sa parehong katuruan, at taglay nila ang magkatulad na hangganan ng katalinuhan, sila sa katotohanan ay nagkakaisa — sapagkat ano ang naghihiwalay sa kanila?

Kaya ang panuntunan na sa antas ng *Nagsasalita*, ang pag-iisip ang pinaka-angkop sa pagitan ng *Maylikha* at Kanyang mga nilikha. Ito ang itinuturing na kasangkapan; ibig sabihin, Kanyang ginawaran ito ng isang kislap ng puwersang iyon, at sa pamamagitan ng kislap na iyon, ang lahat ng bagay ay magbabalik sa Kanya.

At ito'y nasusulat, "Sa karunungan Ikaw ay ginawa silang lahat," ibig sabihin na Siya'y ginawa ang buong mundo ng Kanyang karunungan. Kaya ang isang tao na nagantimpalaan ng pagtatamo ng kaparaanan kung paano Niya nilikha ang mundo, at ang pamamaraan na ito ay nakadikit sa *Pag-iisip* na gumawa ng mga ito. Kaya, siya'y nakadikit sa *Maylikha*.

Ito ang ibig sabihin ng *Torah* bilang lahat ng mga Pangalan ng *Maylikha*, na pag-aari ng mga nilikha. At sa kanilang kahusayan, ang nilikha ay matatamo ang *Pag-iisip* na nakakapangyari sa lahat ng bagay dahil ang *Maylikha* ay nakatitig sa *Torah* noong Kanyang nilikha ang mundo, at ang isang tao ay magkakamit ng kaliwanagan sa pamamagitan ng *Paglikha*, at walang katapusang kakapit sa *Pag-iisip* na iyon, kaya siya ay nakadikit sa *Maylikha*.

Ngayon ay mauunawaan natin kung bakit ipinamalas sa atin ng *Maylikha* ang Kanyang mga kasangkapan ng kagalingan. Dahil kailangan ba nating lumikha ng mga mundo? Subalit mula sa nabanggit sa unahan, ating nakuha na ipinamalas sa atin ng *Maylikha* ang Kanyang mga pamamaraan upang malaman natin kung paano tayo didikit sa Kanya, ibig sabihin, "pagkapit sa Kanyang mga katangian."

Panimula sa Aklat,
Mula sa Bibig ng isang Pantas

Ito'y nalalaman mula sa mga *aklat* at mga *manunulat* na ang pag-aaral ng karunungan ng *Kabbalah* ay lubos na marapat para sa sinumang tao mula sa Israel. At kung ang isa ay pinag-aaralan ang buong *Torah* at kabisado ang *Mishna* at *Gemarah*, at kung ang isa'y tigib din ng katangian at mabubuting gawa nang higit sa kanyang mga kapanabayan — ngunit hindi niya napag-aralan ang karunungan ng *Kabbalah* — siya'y kinakailangang mabuhay muli at bumalik sa mundong ito upang pag-aralan ang *lihim ng Torah* at ang *karunungan ng katotohanan*. Ito ay matatagpuan sa ilang lugar sa panulat ng ating mga *pantas*.

Ito ang nakasulat sa *Ang Zohar*, sa pagpapakahulugan ng *Awit ng mga Awit*, na nagpapaliwanag sa talatang, "Kung ika'y hindi nalalaman, O ikaw na pinakamaganda sa mga kababaihan," na ang ating mga *pantas* ay ipinakahulugan bilang isang *kaluluwa* na dumating sa harap ng *Trono* matapos ang isa'y pumanaw.

Ang *Taga-Paglikha* ay sinasabi ito: "Kung ika'y hindi nalalaman, O ikaw na pinakamaganda sa mga kababaihan." Bagamat ikaw ang pinakamaganda sa mga kababaihan at natatangi sa mga mabubuting gawa, higit pa sa ibang mga *kaluluwa*, kung wala kang nalalaman sa mga *lihim ng Torah*, "ikaw ay humayo at lumakad sa mga bakas ng mga kawan" — lumisan ka rito at bumalik sa mundong ito. "At pakainin ang iyong mga anak sa gilid ng tulugan ng mga *pastol*," pumunta ka sa mga *seminaryo* at pag-aralan ang mga *lihim ng Torah* mula sa bibig ng mga tagasunod ng ating mga *pantas*.

Dapat nating maunawaan ang kanilang mga salita hinggil sa kahusayan ng isa sa pag-aaral ng *karunungan ng katotohanan*. Pakiwari, ano ba ang ipinagkaiba nito sa ibang bahagi ng nakahayag na *Torah*? Hindi natin nakikita saanman na ang isang tao ay tinakdaan na maunawaan ang lahat ng usapin sa *Torah*, at na ang isa'y hindi mabubuo kung ang isang usapin ay nawawaglit. Dagdag pa rito, sinabi ng ating mga *pantas* na hindi ang pag-aaral ang pinakamahalaga, kundi ang mismong pagkilos. Sinabi rin nila, "Ang isa ay gumawa nang labis, ang isa'y kakaunti, habang kanilang inuumang ang kanilang mga puso sa *Langit"* — at marami pang ganitong mga kasabihan.

Upang matamo nang maayos ang lalim ng mga salitang susunod, dapat muna nating maunawaan kung ano ang nasusulat nang maraming ulit sa *Ang Zohar* at sa *Tikkunim* (*Pagwawasto ng Ang Zohar*), nang may talino at malumanay: "Ang *Torah*, ang *Maylikha*, at ang *Israel* ay iisa." Ito ay tila tunay na nakakalito.

Bago ko liwanagin ang kanilang mga salita, nais ko muna kayong paalalahanan na ang ating mga *pantas* ay naglinaw para sa atin ng isang panuntunan kaugnay sa lahat ng mga banal na pangalan at katawagan sa mga *aklat*. Ito ang kanilang ginintuang salita: "Anumang bagay na hindi natin natatamo, hindi natin inilalarawan sa isang pangalan."

Pakahulugan: Nalalaman na walang kaisipan o pag-unawa sa Kanya, kahit anupaman — tulad ng nasusulat sa artikulong *"Sinimulan ni Elijah,"* sa panimula ng *Tikkunim* ng *Ang Zohar*. Sa ganitong kadahilanan, maging ang kaisipan ukol sa "Sarili" ng *Taga-Paglikha* ay hindi ipinahihintulot, lalu pa ang pagsasalita tungkol dito.

Ang lahat ng mga pangalan na ating itinatawag sa Kanya ay hindi tumutukoy sa Kanyang *Sarili*, kundi tanging sa Kanyang *Liwanag* lamang — na nagmumula sa Kanya tungo sa mga nakakababa. Maging ang banal na pangalan na *Ein Sof* (*Walang Hangganan*), na inihayag sa mga *aklat* ng *Kabbalah*, ay itinuturing ding *Liwanag* na lumawak mula sa Kanyang *Esensya*.

Ngunit dahil Kanyang itinakda na ang Kanyang *Liwanag* na lumawak mula sa Kanyang *Sarili* ay matatamo ng mga nakakababa bilang *Ein Sof*, samakatwid, atin itong tinatawag sa pangalang iyon. Subalit ito'y hindi tumutukoy sa Kanyang *Esensya*, sapagkat walang tunay na pag-gagap o kaisipan tungkol sa Kanya. Kaya paano natin Siya ilalarawan sa isang pangalan o salita, gayong ang lahat ng hindi natin natatamo ay hindi natin dapat ilarawan sa isang pangalan?

Sinumang baguhan sa *karunungan ng katotohanan* ay dapat magnilay sa panuntunang ito bago magsuri ng alinmang *aklat* ng *Kabbalah*, sapagkat maging ang kaisipan tungkol sa Kanyang *Sarili* ay hindi ipinapahintulot, dahil wala tayong pag-unawa sa Kanya kahit paano. Kaya paano tayo babanggit ng isang pangalan o salita ukol sa Kanya na nagpapahiwatig ng pagtatamo?

Datapwat, isang malaking *Mitzva* ang magsuri at magsaliksik sa Kanyang *kaliwanagan* na nagmumula sa Kanya — na siyang nilalaman ng lahat ng banal na pangalan at katawagan sa mga *aklat*. Ito ay lubos na marapat para sa sinumang nilalang mula sa Israel: ang pag-aralan at unawain ang mga *lihim ng Torah* at ang lahat ng kaparaanan ng Kanyang pagkakaloob sa mga nakakababa. Ito ang buod ng *karunungan ng katotohanan*, at ang hinaharap na gantimpala ng mga *kaluluwa* sa pagtatapos ng *pagwawasto*.

Tulad ng nasusulat sa mga salita ng ating mga *pantas*, sa *Ang Zohar* at sa *Tikkunim*, ang lahat ng Mataas na Mundo at lahat ng Banal na *Sefirot* ng limang mundo ng *AK* at *ABYA* ay nauna nang inihanda, ayon sa bilang at katangian, upang makatulong sa mga anak ng Israel. Ito ay dahil ang *kaluluwa* ng isang tao mula sa Israel ay isang bahagi ng Diyos sa Itaas — at "Ang pagtatapos ng isang kilos ay nasa panimulang kaisipan

Ito'y lumitaw mula sa Kanyang Simpleng Pagnanais na paligayahin sila para sa kanilang pagsisikap. At sa ganitong kadahilanan, ang buong reyalidad ay lumawak mula sa Kanya sa pamamagitan ng magkakasunod na mga sanhi at kanilang mga kinalabasan, sa pagbaba ng mga antas ng mga mundong *AK* at *ABYA*. Sa huli, nakamit ang dalawang pag-unawa na nababalot sa isa't isa: ang *kaluluwa* mula sa pagkakakubli ng kalangitan, na lumawak at nagdamit sa *korporyal/pisikal* na katawan.

Ang esensya ng reyalidad ay lumawak hanggang sa huling antas — ang *korporyal* na katawan na may *kaluluwa*. Katulad din, ang pagkakasunod-sunod ay isinagawa sa pamamaraan ng *sanhi at kinalabasan*, kaugnay sa esensya ng pag-iral ng reyalidad, bilang paraan ng Kanyang *Pagkakaloob* na bumababa nang baitang kada baitang.

Kaya ang *Mataas na Liwanag* ay mas Itaas pa sa Mataas, at sa huli ay lalawak at aabot sa *kaluluwa* na nakabalot ng *korporyal* na katawan sa mundong ito, tulad ng nasusulat: "Sapagkat ang daigdig ay mapupuno ng kaalaman ng Panginoon, at sila'y hindi na tuturuan ng bawat isa ang kanyang kapitbahay at ang bawat isa ang kanyang kapatid, na magsasabing: 'Kilalanin ang Panginoon'; dahil silang lahat ay makikilala Ako, mula sa pinakamababa sa kanila hanggang sa pinakadakila sa kanila."

Ito ay isinulat ng ating mga *pantas* at sa *The Book of Zohar* (*Ang Aklat ng Zohar*), na: "Ang buong *Torah* ay mga pangalan ng *Maylikha*." Ang lahat ng mga salaysay, mga batas, at mga pangungusap — ang lahat ay Kanyang mga Banal na Pangalan.

Ayon sa ipinaliwanag sa unahan, na "Anumang bagay na hindi natin natatamo, hindi natin inilalarawan sa isang pangalan," inyong mauunawaan nang lubusan ang kahulugan ng mga *Banal na Pangalan* ng *Maylikha*. Ito ang mga pagtatamong lumalawak mula sa *Maylikha* tungo sa Kanyang mga lingkod — ang mga *propeta* at mga *matuwid* — bawat isa ayon sa kanyang kahusayan, tulad ng nasusulat: "Tayo'y natatangi — Ako at Iyong mamamayan — mula sa lahat ng mga tao na nasa balat ng lupa."

Ang pagtatanging ito ay dumarating sa atin sa pamamagitan ng pagtanggap ng *Torah* at pagtalima sa *Mitzvot*, una sa hayag na paraan. Ito ay may kapangyarihan sa pagpapadalisay ng ating mga katawan at pagpapatingkad ng ating mga *kaluluwa*, hanggang tayo'y maging karapat-dapat sa pagtatamo ng buong *Torah* at ng mga *Mitzvot* nito, tulad ng Kanyang Pangalan. Ito ang kabuuang gantimpala na nakatakda para sa mga *kaluluwa* sa dulo ng *pagwawasto*. Subalit ito'y para rin sa mundong ito, tulad ng nasusulat sa *Gemarah*: "Inyong makikita ang inyong mundo sa inyong buhay."

Ito'y nagpapaliwanag kung bakit tinawag Niya ang 613 *Mitzvot* bilang 613 *payo* sa ilang lugar sa *Ang Zohar*, at tinawag rin Niya itong "613 *deposito*." Ito ay dahil sa simula, ang isang tao ay dapat panghawakan ang *Torah* at ang *Mitzvot* upang mapadalisay ang kanyang katawan at mapatingkad ang kanyang *kaluluwa*. Sa panahong iyon, ang 613 *Mitzvot* ay 613 *payo* para sa kanya — mga "*pahiwatig*" upang unti-unting mapadalisay at magantimpalaan ng pagharap sa Hari, at tumanggap ng *Liwanag ng Kanyang mukha*.

Ito ay dahil sa ang pagkapit sa *Torah* at *Mitzvot* ay unti-unting magpapadalisay sa kanya, hanggang siya'y magantimpalaan ng *Liwanag ng mukha ng Hari*.

Gayundin, ito'y nasusulat sa *Gemarah*: "Ang *Maylikha* ay walang pagsasaalang-alang kung ang isang tao ay magkakatay sa lalamunan o sa likod ng leeg. Sa halip, tayo'y pinagkalooban ng *Torah* at *Mitzvot* upang linisin lamang ang Israel."

Subalit matapos na ang isang tao ay mapadalisay nang husto at maging karapat-dapat sa pagtatamo ng *Liwanag ng mukha ng Hari*, ang mga mata ng isang tao — at pati ang kanyang *kaluluwa* — ay mabubuksan, at siya ay magagantimpalaan ng pagtatamo ng 613 *Banal na Liwanag* na matatagpuan sa 613 *Mitzvot*. Ito ang mga *Banal na Pangalan* na magagawa niyang matamo.

Sa pagpapahalaga sa bawat isang *Mitzva*, ang isang tao ay nakakukuha ng bahagi ng *Liwanag* na nakapaloob sa *Mitzva* na iyon, dahil ang *Mitzva* ay isang *Kli* (*daluyan/vessel*) kung saan ang *Liwanag* ay nadadamitan ng isang *Banal na Pangalan* na nauugnay sa *Mitzva* na iyon. Ito ang ibig sabihin ng: "Ang *Mitzva* ay isang kandila, at ang *Torah* ay *Liwanag*."

Sa panahong iyon, tinatawag niya ang 613 *Mitzvot* na "613 *kautusan*" (*mga deposito*). Ito ay tulad ng isang tao na nagdeposito ng mga mamahaling bato at alahas sa isang lalagyan, at sinabi sa kanyang minamahal: "Tanggapin mo ang *Kli* na ito para sa iyong sarili, ngunit pag-ingatan mo ito mula sa mga magnanakaw at mga mandarambong." Kaya't sila'y nangungusap lamang tungkol sa *daluyan*, subalit ang tunay na layunin ay ang mga mamahaling batong nakapaloob dito.

Nalalaman sa mga *aklat* ng *Kabbalah* na ang ibig sabihin ng *Banal na Pangalan*, "Ang Tanging Banal, Purihin nawa Siya," o *Kudsha Brich Hu* (ang kaparehong pangalan sa Aramaic) na dinala ng ating mga *pantas* at nasa *Ang Zohar*, ay ipinangalan sa *HaVaYah* (*Yod-Hey-Vav-Hey*). Ang *Banal na Pangalan* na ito ay nagtataglay ng lahat ng *Banal na Pangalan* mula sa Ibaba hanggang sa *Itaas sa Mataas*.

Kaya't ating natutunan na, "Ang *Torah* at ang *Maylikha* ay iisa," subalit ang masa ay hindi Siya nakikita sa *Torah*, kundi tanging mga kuwento, pangungusap, at mga batas lamang.

Sa katunayan, akin nang naipaliwanag na ang "mansanas na ginto na nakatampok sa pilak" ang siyang tumutukoy sa 613 *deposito*, tulad ng sinabi ng ating mga *pantas*: "Ang buong *Torah* ay ang mga pangalan ng *Maylikha*." Kaya ang *Torah* at ang *Maylikha* ay iisa.

Datapwat mayroong *pangkalahatan* at *partikular*: kung saan ang *Maylikha* ang siyang kapulungan ng lahat ng mga pangalan, ang *pangkalahatang Liwanag*; at ang *Torah* ay nahahati sa 613 na *Liwanag*. Samakatwid, ang lahat ng ito na magkakasama ay iisa — at iyon ay ang *Maylikha* mismo.

Ngayon, mayroon pa ring naiiwan na ipaliwanag: ang pag-unawa sa *Israel*. Una, dapat ninyong maunawaan ang usapin ng maraming magkakahiwalay na anyo sa *espirituwalidad* — ibig sabihin, kung ano sila at paano sila nahahati. Ang mga *korporyal* na bagay ay nahahati sa pamamagitan ng patalim at iba pa, o kaya'y ng oras at lugar, na siyang naghihiwalay at nagpapakakaiba sa kanila. Ngunit ito'y mahirap isipin sa *espirituwalidad*, sapagkat nalalaman na ito'y labas sa oras at lugar.

Gayunpaman, dapat nating malaman na ang buong pagkakaiba sa *espirituwalidad* sa pagitan ng mga *Mataas na Liwanag* ay tanging sa pagkakaiba lamang ng anyo. Halimbawa, ang *kaluluwang pangkaisipan* sa mga tao ay buong katiyakan na nahahati sa magkakahiwalay na mga *kaluluwa*. Bawat indibidwal ay may kanya-kanyang *kaluluwa*. Datapwat, ang esensyal na pagkakaiba sa kanila ay wala kundi nagmumula lamang sa pagkakaiba ng kanilang anyo — na ang isang *kaluluwa* ay mabuti, at ang isa naman ay masama; ang isa ay nagkamit ng karunungan, at ang isa naman ay kahunghangan, at iba pa. Ang ating mga *pantas* ay nagsabi tungkol dito, "Habang ang kanilang mga mukha ay nagkakaiba sa isa't isa, ang kanilang mga pananaw ay nagkakaiba rin."

Ngayon, atin nang mauunawaan na kung ang lahat ng tao ay makakarating sa magkapantay na pag-unawa at hilig, nang walang anumang pagkakaiba, ang lahat ng *kaluluwa* ng lahat ng tao ay ituturing na isang *kaluluwa*. Ang kahalagahan nito ay matutulad sa liwanag ng araw: ang liwanag ay bumabalot sa lahat ng naninirahan sa mundo, datapwat hindi natin mapapansin ang magkakahiwalay na anyo sa liwanag. Katulad nito, ang isang *pangkaisipang kaluluwa* ay magbabalot ng maraming mga katawan, dahil ang lugar ay hindi nakakapaghiwalay sa mga *espirituwal* na bagay kung walang magkaibang anyo sa kanilang mga katangian.

Ngayon, darating tayo sa tunay na pagsusuri: nalalaman na ang kahulugan ng *kaluluwa* ng mga anak ng *Israel* ay sila ay isang bahagi ng Diyos sa Itaas. Ang *kaluluwa* ay dumadaloy sa pamamaraan ng *sanhi at kinalabasan* at bumababa nang antas kada antas hanggang ito'y naging nararapat na dumating dito sa mundo at damitan itong karumal-dumal na *korporyal* na katawan.

Sa pamamagitan ng pagtupad sa *Torah* at pagsunod sa *Mitzvot* nito, ito'y umaangat nang antas kada antas hanggang ang katayuan nito ay malubos, at ito'y maging karapat-dapat na matanggap ang gantimpala mula sa *PangKabuuan*. Ito ay sadyang inihanda mula pa sa simula, ibig sabihin ang pagtatamo ng banal na *Torah* sa pamamaraan ng mga *Pangalan ng Maylikha* bilang 613 na *deposito*.

Ngayon, nakikita ninyo nang inyong mga mata na "Ang *Torah* at *Israel* ay iisa." At ang tanging pagkakaiba sa pagitan ng *Torah* at *kaluluwa* ay dahil sa pagkataliwas ng anyo ng *kaluluwang* nabawasan at naging napakaliit na *Liwanag* lamang, at ang *Torah* na isang Simpleng *Liwanag* na lumawak mula sa Kanyang *Esensya* — na ang kabunyian ay walang katapusan, tulad ng nasusulat: "Ang *Torah* at ang *Maylikha* ay iisa."

Gayunpaman, sa sandaling ang *kaluluwa* ay nalubos sa kanyang katayuan at natanggap ang *Torah* sa pamamaraan ng Kanyang *Pangalan*, ibig sabihin na natamo ang lahat ng *Liwanag* na nakadeposito sa *Torah* at *Mitzvot*, inyong makikita na kahit anupamang usapan, ang *Liwanag* ng *kaluluwa* ay kapantay sa *Liwanag* ng *Torah*. Ito ay dahil ang lahat ng *Liwanag* nito ay naihanda na para sa mga *kaluluwa*, tulad ng aking naipaliwanag sa unahan: "Ang lahat ng hindi natatamo ay hindi natin inilalarawan sa isang pangalan."

At dahil ang *Liwanag* ay naihanda na para sa pagtatamo ng *kaluluwa*, ngunit ang *kaluluwa* ay hindi natamo ang lahat nito, ito kung gayon ay itinuturing na hindi lubos — tulad ng sinasabi, "Aking panghahawakan ang buong *Torah* maliban sa isang bagay. May katiyakan, siya ay isang lubos na masama."

Gayunpaman, magagawa ninyong ipahayag nang ganito ang pagtupad sa *Torah* at *Mitzvot* sa pagtatamo ng 613 na *deposito*. Ito'y hindi kumpleto kapag nagkukulang kahit isang bagay, maliit man o malaki.

Kaya ito'y ganap na makakarating sa kumpletong kahusayan — ibig sabihin, matamo ang buong *Liwanag* ng *Torah*. Sa sandaling iyon, walang pagkakataliwas ng anyo sa pagitan ng *Liwanag* ng *kaluluwa* at *Liwanag* ng *Torah*, kahit paano. Kaya inyong makikita nang buong-lumanay na, "Ang *Torah* at ang *Israel* ay iisa."

Dahil walang pagkakaiba o pagkakataliwas sa anyo sa pagitan nila, sila'y tunay na iisa. At dahil napatunayan na natin na "Ang *Maylikha* at *Torah* ay iisa," at ngayon ay napatunayan na rin natin na "Ang *Torah* at *Israel* ay iisa," samakatwid, ito'y nagpapatunay na "Ang *Torah* at ang *Maylikha* at *Israel* ay iisa."

Mula sa ating nabanggit sa unahan, ating makikita na mayroong dalawang bahagi ang Torah at *Mitzvot*:

A. Ang *Torah* at *Mitzvot*, habang sila'y lumilitaw sa lahat bilang pagtupad sa *Mitzvot* at pag-aaral ng *Torah* sa anyo ng 613 na *payo*, ay may kapangyarihang magpadalisay at maglinis ng katawan, at patingkarin ang kagalingan ng *kaluluwa* upang maging karapat-dapat na makapagtamo ng *Liwanag ng mukha ng Hari* habang ang *kaluluwa* ay nasa ugat nito — bago ito bumaba at dumating sa katawang ito sa mababang mundo.

B. Ang pagtupad sa *Mitzvot* at pag-aaral sa *Torah* sa anyo ng 613 na *deposito* ay tinawag na usapin ng pagtatamo ng Kanyang *Pangalan* at ang kabuuang gantimpala ng *kaluluwa*.

Ang kahusayan ng huling bahagi nang higit sa una ay tulad ng kahusayan ng *Langit* nang higit kaysa sa *Lupa*. Ito'y dahil ang unang bahagi ay tanging paghahanda lamang, samantalang ang pangalawang bahagi ang aktwal na kaganapan at layunin ng *Paglikha*.

Nililinaw nito ang naunang tanong tungkol sa salita ng ating mga *pantas* na, kahit ang isang tao ay maging bihasa sa *Torah* at mga mabubuting gawa nang higit sa kanyang mga kapanabayan, kung hindi niya natutunan ang mga lihim ng *Torah* at ang *karunungan ng katotohanan*, siya'y kinakailangang muling mabuhay sa mundong ito.

Ating itinatanong: "Ano ang pagkakaiba ng usapin sa *karunungan ng katotohanan* mula sa ibang usapin sa *Torah*?" Wala tayong natagpuan na kailangang lumahok sa lahat ng usapin ng *Torah*. Sa kabaligtaran, marami tayong nasaksihan na mga salungat dito sa maraming lugar, tulad ng "Ang isa'y gumagawa nang marami, ang isa nama'y kakaunti, hangga't iniuumang nila ang kanilang mga puso sa *kalangitan*," at gayun din, "Hindi ang pag-aaral ang mahalaga, kundi ang pagkilos."

Ngayon, ang usapin ay malinaw na — ang buong bahagi ng *nakahayag* na *Torah* ay tanging paghahanda lamang upang maging karapat-dapat sa pagtatamo ng *nakakubling bahagi*. Ito ang *nakakubling bahagi* na siyang pinaka-kabuuan at layunin kung saan nilikha ang tao.

Kaya malinaw, kung ang isang bahagi ng *nakakubling bahagi* ay nawawala, bagamat ang isang tao ay napanghahawakan at natutupad ang mga kautusan ng *nakahayag* na bahagi, siya ay kinakailangang mabuhay muli sa mundong ito upang matanggap ang kinakailangan niyang matanggap — ibig sabihin, ang *nakakubling bahagi*, sa pamamaraan ng 613 na *deposito*. Tanging doon lamang nalulubos ang *kaluluwa*, sa paraang itinakda ng *Maylikha* para dito.

Kaya inyong makikita ang lubos na pangangailangan para sa isang mula sa *Israel*, sinuman siya, na lumahok sa panloob ng *Torah* at sa mga lihim nito. Kung wala nito, ang intensiyon ng *Paglikha* ay hindi malulubos sa kanya.

Ito ang dahilan kung bakit tayo nabubuhay muli, henerasyon kada henerasyon, mula sa ating kasalukuyang henerasyon — lalo na ang mga kaluluwa na ang intensiyon ng *Paglikha* ay hindi nalubos dahil hindi nila natamo ang mga lihim ng *Torah* noong nakaraang henerasyon.

Sa ganitong kadahilanan, sinabi sa *Ang Zohar*: "Ang mga lihim ng *Torah* at mga hiwaga nito ay nakatakdang mahayag sa panahon ng *Mesiyas*." Ito'y malinaw sa sinumang nakakaunawa: dahil malulubos nila ang intensiyon ng *Paglikha*, sila'y gagantimpalaan sa pagdating ng *Mesiyas*. Kaya't hindi mapipigilan na ang mga lihim ng *Torah* ay mahahayag sa kanila nang buong linaw; kung ang *pagwawasto* ay mapipigilan, sila'y mapipilitang mabuhay muli.

Ito'y magpapalinaw sa inyo kung ano ang dapat nating tanungin tungkol sa pagpapakahulugan nito sa pangkalahatan, sapagkat sino ako, at sino ang aking mga ninuno, upang ako'y magantimpalaan ng paggawa ng pagpapakahulugan na palawakin ang kaalaman sa mga natatagong lihim sa *Ang Zohar* at sa mga panulat ni *Ari*? Dagdag pa rito, bakit kaya walang iba pang nakatagpo na ipakahulugan ang karunungang ito nang buong hayagan na katulad ko?

Ngayon, inyong makikita na dahil ang ating henerasyon ang tamang panahon ng *Mesiyas*, at tayo'y nakatayo sa bukana ng ganap na *pagwawasto*, ang tanging pumipigil ay ang tuluyang pag-iwan sa *karunungan ng katotohanan* sa henerasyong ito, dala ng kahirapan sa wika at pagkakawatak-watak ng mga bagay.

Bilang karagdagan, naririyan ang kaliitan ng pag-iisip at ang napakaraming suliranin sa ating henerasyon. Kaya nang ang *Panginoon* ay nagnais na pabilisin ang katubusan ng ating mga *kaluluwa*, Kanyang ipinadaloy ang pananagutan sa aking kamay na isiwalat ang hangganan nitong pagpapakahulugan — at ang kagustuhan ng *Diyos* ay nagtagumpay sa aking kamay.

At ako'y mayroón ding isa pang kadahilanan sa pagsasagawa nitong hayagang pagpapakahulugan, tulad nang nasusulat sa *Ang Zohar*, "Ang isang tao ay dapat matuto kahit kaunti mula sa kahunghangan," gaya ng sinasabi, "hanggang sa layo ng liwanag sa kadiliman."

Pagkatapos kong makumpleto ang aking mga araw sa lungsod ng Warsaw, sa bayan ng Poland, na limitado sa aking tinutuluyan, at walang magawa sa kadiliman ng aking kapaligiran, ako'y biniyayaan nang paninirahan sa lungsod ng *Jerusalem*.

At kapag ako'y naglalakad sa piling ng mga tao dito, aking nasaksihan ang pagdarahop ng aking mga kababayan — ang kasalatan ng kanilang pag-iisip. Ang kanilang walang-muwang na tawanan sa aking pandinig ay parang kalampag ng mga kaldero sa ilalim ng siyudad, humahamak at yumuyurak sa puso at kaluluwa ng ating mga hangarin, paninirang-puri sa *Panginoon*, sa Kanyang batas, at sa Kanyang mga mamamayan sa pasigaw na boses — walang karunungan, pag-unawa, at kaalaman sa karunungan ng *Kabbalah* kahit kaunti. Sa halip, mga ito'y samut-saring mga salita at mga pangalan, na walang katuturan at moralidad — tanging mga salita lamang.

Isang karangalan na umusal ng mga simpleng salita mula sa nakasulat na sulatin nang may kumpletong pananampalataya na ang mga ito'y mga banal na bagay, at kaya ang layunin ng *Paglikha* ay malulubos sa atin. At kapag yaong mga lumalahok sa literal na sulatin nang may lubos na pananampalataya ay dumami sa bilang, ang *Haring Mesiyas* ay darating sa isang iglap, at sa pamamagitan nito, ang buong *pagwawasto* ay magaganap — at wala nang iba pang bagay na kakailanganin.

Sa dakong huli, aking nakatagpo ang mga bantog sa kanila, mga taong inubos na ang kanilang mga araw sa pagsasaliksik sa mga sulatin ni *Ari* at sa *Ang Zohar*. Sila'y naging matagumpay, naging mahusay at bihasa sa lahat ng mga sulatin ni *Ari*.

Mayroon silang reputasyon bilang mga pinakabanal na mga tao sa lupa. Tinanong ko sila kung sila'y nakapag-aral sa isang *Rav* na nakatamo ng panloob ng mga bagay. Sila'y tumugon: "O Langit, Hindi! Walang panloob dito na anupaman, tanging mga eksaktong sulatin, na ipinagkaloob sa amin, at wala nang higit pa doon, huwag nawang ipahintulot ng Diyos."

Tinanong ko sila kung si *Rav Chaim Vital* ay natamo ang panloob ng mga usapin. Sila'y sumagot na: "Siya'y tiyakang hindi nagtamo nang higit sa amin." Sumunod dito tinanong ko sila tungkol kay *Ari* sa sarili nito mismo. Sila'y tumugon na: "Tiyak na hindi niya nalalaman ang panloob nang higit sa amin, at lahat ng kanyang nalalaman, kanyang isinalin sa kanyang tagasunod na si *Rav Chaim Vital*, at kaya ito'y nakarating sa aming mga kamay."

Tinudyo ko sila: Paano kung gayon na ang mga usapin ay nabuo sa puso ni *Ari* nang walang pag-unawa at kaalaman?" Sila'y tumugon na: Kanyang tinanggap ang komposisyon mula kay *Elijah* at alam nito ang panloob dahil siya'y isang anghel." Dito ang aking galit ay bumuhos sa kanila, dahil ang aking pasensya sa kanila ay naubos na.

At nang aking natanto na ang kanilang kahunghangan ay nagkaroon nang ugat sa halos bawat isa na lumalahok sa karunungang ito sa panahong iyon, nakakalungkot para sa mga taingang makakarinig ng mga ito, "Gagawin kaya niyang puwersahin maging ang reyna sa harapan sa aking tahanan?"

Ang *Banal na Zohar* ay buong kapaitan ng nagluksa sa pagtanggi ng mga makasalanan sa kanilang mga kaluluwa, sa pagsasabing walang panloob na mga lihim sa *Torah*, gaya ng nasusulat sa *Parshat Vayerah*: "Ang *Torah* ba ay dumating at nagpamalas sa atin ng mga katha at mga kwento ng kasaysayan? Ang ganitong mga kwento at mga katha ay matatagpuan din sa ibang mga bayan." Ang ating mga pantas ay nagsabing kanilang binunot mula sa ugat ang mga pataniman, sapagkat kanila lamang kinuha ang *Malchut*.

Ano ang sasabihin ng mga may akda ng *Ang Zohar* kapag tiningnan nila ang mga kultura ng mga taong makasalanan, na pinabubulaanan ang kaalaman o karunungan sa mga salita ng *Ang Zohar* at sa karunungan ng katotohanan mismo? Kanilang sinasabi tungkol sa mga lihim ng *Torah* na walang kaalaman o pag-unawa ang nahayag sa mundong ito, kundi mga hungkag na salita lamang. Kaya kanilang ipinilit ang Banal na Kabanalan sa palasyo ng Hari — kalunusan para sa kanila, dahil napinsala nila ang kanilang mga kaluluwa.

Ang ating mga pantas ay nagsabi na ang *Banal na Torah* ay nagluksa sa harap ng *Maylikha*. "Ang Iyong mga anak ay ginawa Akong isang awitin sa mga pampublikong tahanan." Subalit hindi man lamang nila ginawang isang awit kundi mga nakakatakot na mga salita para sa mga nakikinig na nagbubunga ng pagkasuklam at pagkamuhi.

Dagdag pa, nais nilang magantimpalaan tulad ni *Phinehas*, sa pagsasabing kanilang ginawa ito sa lubos na pananampalataya. Ngunit ang nasusulat ay nagsabi tungkol sa kanila: "Habang ang mga taong ito ay lumalapit, at ang kanilang mga bibig at mga labi ay pinaparangalan Ako, subalit malayo ang kanilang mga puso sa Akin," — at ito ang naging dahilan ng pagguho ng *Unang Templo*.

Ang demonyo ay sumasayaw pa rin sa ating piling, maging sa panahon ng *Mesiyas*, ang panahon ng pagtatapos ng mga lihim ng *Torah*.

Ang selyo ng *Panginoon ng mga Hukbo* ay dumating na tulad ng apoy na hindi napapawi sa aking mga buto. Dahil doon, ako'y napukaw upang isiwalat ang lambong hanggang sa hangganan na kanilang malaman na mayroong karunungan sa Israel.

Ito ang pinaka-pangunahin sa mga kadahilanan na nagbunsod sa akin para sa kaliwanagan na ito. Inyong makikita sa bawat layunin at bawat tunguhin na iyon ay lubusang simple lamang.

Ang lahat ng talino, kahusayan at napakaraming mga usapin na nabuo sa panahon ng paghahanda ay tunguhin na marating. Halimbawa, kapag ang isa ay nagnais magtayo ng bahay, mangangailangan siya ng talino at kaalaman sa disenyo, paggawa, kalidad, bilang ng mga silid at mga ari-arian.

Ngunit ang panghuling tunguhin ay isang simpleng bagay — ang manirahan doon.

Ito ang isang simpleng isipin, walang anumang konsepto o pagpapalawak, walang katalinuhan kundi simpleng kagustuhan.

Dapat malaman na lahat ng kasalimuotan sa kaalaman sa karamihan ay mga pagkakamali na mababasag sa harap ng katotohanan. Datapwat ang katotohanan sa sarili nito mismo ay simple, walang katalinuhan.

May isang sikreto doon, pangunahin ang bakal na pader na naghihiwalay sa atin sa ating Ama sa Langit: May mga bagay na nakatago dahil sa kanilang tayog at lalim, at mayroong mga bagay na nakatago dahil sa kanilang sobrang banayad, tulad ng mga langaw sa hangin, na napaka-pino upang mapansin.

Dahil ang Kanyang Liwanag ay napaka-Simpleng Liwanag, at ang isip ng tao, na nakakaramdam lamang ng isang napakaliit na bahagi ng mga bagay, ay simpleng hindi nauunawaan. Ito'y tulad ng mga maliliit na bagay mula sa ganoong sukatan at nangangailangan ng akmang kasangkapan upang makita.

Ito ay ganito dahil bagamat hindi lahat ng hangganan ng kataasan at hangganan ng lapad ay nauunawaan, inyong magagawang maunawaan kahit paano sa pinakamalapit. Subalit sa mga banayad na mga bagay, tila hindi sila umiiral kahit paano, dahil hindi ninyo magagawang matamo kahit ang pinakamaliit na bahagi ng mga ito.

Panimula sa Pambungad sa Karunungan ng Kabbalah

1) Ito ay nasusulat sa *Ang Zohar*, Vayikra Parashat Tazria, p. 40: "Halina at tingnan, lahat ng umiiral sa mundo ay umiral para sa tao, at lahat ng bagay ay umiral para sa kanya, tulad ng nasusulat, 'At ang Panginoong Diyos ay ginawa ang tao,' nang may buong pangalan, tulad ng ating pinatunayan na siya ang kabuuan ng bawat bagay at naglalaman ng bawat bagay, at lahat ng nasa Itaas at sa ibaba, atbp., ay kasama sa larawang iyon."

Kaya ipinaliwanag dito na ang lahat ng mundo, Mataas at mababa, ay nakapaloob sa tao. At gayundin, ang buong reyalidad sa loob ng mga mundong iyon ay tanging para sa tao lamang. Dapat nating maunawaan ang mga salitang ito: Ang mundong ito at lahat ng bagay dito, na naglilingkod sa kanya at nagiging pakinabang sa kanya — kailangan pa ba niya ang mga Mataas na Mundo at lahat ng bagay na nakapaloob sa mga ito? Matapos ang lahat, nalikha ang mga ito tanging para lamang sa kanyang mga pangangailangan.

2) Upang maipaliwanag nang lubusan ang usaping ito, dapat kong ipakilala ang buong karunungan ng Kabbalah. Ngunit sa pangkalahatan, sapat na ang paliwanag sa aklat upang maunawaan ito. Ang buod nito ay ang hangarin ng Maylikha na paligayahin ang Kanyang mga nilikha. Makakatiyak tayo na noong inisip Niyang likhain ang mga kaluluwa at paligayahin sila nang labis-labis, sila'y kagyat na lumitaw sa Kanyang harapan, sa hustong anyo, kasama ang lahat ng kagalakan na Kanyang inisip ipagkaloob sa kanila. Ito ay dahil sa Kanya, ang pag-iisip pa lamang ay sapat na; hindi Niya kailangan ang paggalaw na katulad ng ginagawa natin. Kasunod nito, dapat nating tanungin: "Bakit kinailangan Niyang likhain ang mga mundo sa pamamagitan ng pagpipigil-pagpipigil pababa tungo sa malabong mundong ito, at damitan ang mga kaluluwa ng maputik na mga katawan ng mundong ito?"

3) Ang kasagutan doon ay nasusulat sa *Ang Puno ng Buhay* (The Tree of Life) — "upang dalhin sa liwanag ang kahusayan ng Kanyang mga gawa" (*The Tree of Life*, Branch One)

Datapwat, dapat nating maunawaan kung paano nangyayari na ang di-kumpletong gawain ay manggagaling mula sa isang mahusay na Gumagawa, hanggang sa puntong kakailanganin nilang kumpletuhin ang ginawa sa pamamagitan ng paggalaw sa mundong ito?

May isang bagay na dapat nating suriin tungkol sa relasyon ng Liwanag at Kli (daluyan/vessel) sa mga kaluluwa. Ang kaibuturan ng mga kaluluwa na nalikha ay ang Kli, at lahat ng kasaganaan na Kanyang inisip ibahagi at ipaligaya sa kanila ay ang Liwanag sa kanila. Ito ay dahil noong inisip Niyang paligayahin sila, kinailangan Niyang gawin sila bilang isang hangarin na tatanggap ng Kanyang kasiyahan, sapagkat ang kasiyahan at kagalakan ay nadaragdagan ayon sa hangganan ng hangarin na tumanggap ng kasaganaan.

At dapat nating malaman na ang kaloobang tumatanggap ay ang pinaka-buod ng kaluluwa kaugnay sa pagpapalitaw at pag-iral mula sa kawalan. Ito ang tinuturing na Kli ng kaluluwa, habang ang tuwa at kasaganaan naman ay tinuturing na Liwanag ng kaluluwa, na nagmumula sa pag-iral na nag-ugat sa Kanyang esensiya.

4) **Paliwanag:** Ang *Paglikha* ay tumutukoy sa paglitaw ng mga bagay na hindi pa umiiral noong una. Ito ay itinuturing na pag-iral mula sa kawalan. Datapwat, paano natin ilalarawan ang mga bagay na hindi kabilang sa Kanya, gayong Siya ay makapangyarihan at ang lahat ay Kanyang saklaw? At gayundin, ang isa ay hindi magagawang magbigay ng anumang wala sa Kanya.

At katulad ng ating nabanggit, ang buong Paglikha na Kanyang nilikha ay tanging ang *Kelim* (maramihang anyo ng *Kli*) ng mga kaluluwa—bilang ang kaloobang tumanggap. Ito ay tunay na maliwanag, sapagkat Siya ay walang kaloobang tumanggap, dahil mula kanino Siya tatanggap? Kaya't ito ay tunay na isang bagong Paglikha, na ang anumang bakas nito ay hindi umiiral sa una. Dahil dito, ito ay itinuturing na pag-iral mula sa kawalan.

5) Dapat nating malaman na ang *pag-iisa* at *paghihiwalay* na ginagamit sa espirituwalidad ay kaugnay lamang sa pagkakatulad ng anyo at pagkakataliwas ng anyo. Ito ay dahil kung ang dalawang espirituwal na bagay ay magkapareho ng anyo, sila'y nagkakaisa at sila'y iisa—hindi dalawa—sapagkat walang anumang bagay na makapaghihiwalay sa kanila.

Kanila lamang ito matuturing na dalawa kapag mayroong pagkakataliwas ng anyo sa pagitan nila. Gayundin, sa antas ng kanilang pagkakaiba ng anyo, gayon din ang lawak ng kanilang distansya sa isa't isa. Kaya kung sila'y ganap na magkasalungat sa anyo, sila'y maituturing na kasing layo ng silangan at kanluran—ibig sabihin, ang pinakamalayong distansya na maaari nating maisalarawan sa reyalidad.

6) Subalit para sa Maylikha, walang anumang kaisipan o pagtingin—kahit anuman—na maaaring ilapat, at wala tayong masasabi na may kaugnayan sa Kanya. Gayunman, dahil nakikilala natin Siya sa pamamagitan ng Kanyang mga galaw, dapat nating maunawaan na Siya ay isang hangarin na *magkaloob*, sapagkat nilikha Niya ang lahat ng bagay upang paligayahin ang Kanyang mga nilikha at ipagkaloob ang Kanyang kasaganaan sa kanila.

Kaya't ang mga kaluluwa ay nasa kabaligtaran ng anyo sa Kanya, sapagkat Siya ay ganap na pagkakaloob at walang anumang pagnanais na tumanggap ng anuman, samantalang ang mga kaluluwa ay nataniman ng hangaring tumanggap para sa kanilang sarili. At, gaya ng ating natalakay, walang mas higit pang kabaligtaran ng anyo kaysa rito.

Bunga nito, kung ang mga kaluluwa ay mananatili sa kalagayang may hangaring tumanggap lamang para sa sarili, sila'y mananatiling hiwalay sa Kanya magpakailanman.

7) Ngayon, mauunawaan na ninyo ang nasusulat sa *The Tree of Life, Branch One*—na ang dahilan ng paglikha ng mga mundo ay upang Siya ay maipakilalang ganap sa Kanyang mga pagkilos at kapangyarihan. Sapagkat kung hindi Niya maisasakatuparan ang mga ito sa aktwal na katunayan, Siya ay maituturing na hindi ganap. Maaaring ito'y magmukhang nakalilito: Paanong ang isang di-kumpletong pagkilos ay maaaring magmula sa isang ganap na Manggagawa, sa puntong kailangan pa ng pagwawasto?

Mula sa ating naipaliwanag, malinaw na ang esensiya ng Paglikha ay ang mismong *kaloobang tumanggap*. Sa isang banda, ito ay isang malaking kakulangan, sapagkat ito'y ganap na taliwas sa anyo ng Tagapagbigay—kaya nagbubunga ito ng pagkakahiwalay mula sa Kanya. Ngunit sa kabilang banda, ito rin ang kabuuan ng mismong Paglikha: ang *pagbabago* at *pag-iral mula sa kawalan*, upang magkaroon ng sisidlang tatanggap ng lahat ng Kanyang nais ipagkaloob.

Subalit kung ang mga kaluluwa ay mananatiling hiwalay sa Nagpapanimula, tila ba Siya ay lalabas na hindi ganap—sapagkat ang isang ganap na pagkilos ay nararapat magmula sa isang ganap na Tagapagpakilos.

Dahil dito, Kanyang pinigil ang Liwanag at inihanay ang mga mundo sa pamamagitan ng paulit-ulit na *pagpipigil* pababa hanggang sa mundong ito, kung saan ang kaluluwa ay dinamitan ng isang makamundong katawan. Sa pamamagitan ng pagsunod sa *Torah* at *Mitzvot*, natatamo ng kaluluwa ang perpeksiyon ng kakulangan nito bago ang Paglikha—ang *pagkakatulad ng anyo* sa Kanya. Sa gayon, ito'y nagiging karapat-dapat upang tanggapin ang lahat ng kasaganaan at kasiyahan na inihanda sa Kaisipan ng Paglikha, habang nananatili sa ganap na *Dvekut* (pagkakaugnay o pagdikit) sa Kanya sa pamamagitan ng pagkakatulad ng anyo.

8) Ang usapin ng *Segula* (espirituwal na puwersa) ng *Torah* at *Mitzvot* sa pagdadala ng kaluluwa tungo sa *Dvekut* (pagkakaugnay) sa Maylikha ay umiiral lamang kapag ang paglahok dito ay hindi para sa sariling gantimpala, kundi upang magbigay ng kasiyahan sa Maylikha. Ito'y dahil sa ganitong layunin, unti-unting nakakamit ng kaluluwa ang *pagkakatulad ng anyo* sa Maylikha, tulad ng ipinaliwanag sa mga salita ni Rabbi Hanina sa panimula ng *Pambungad sa Karunungan ng Kabbalah*.

Sa kabuuan, may limang antas—*Nefesh, Ruach, Neshama, Haya,* at *Yechida* (NRNHY)—na nagmumula sa limang mundo: *Adam Kadmon (AK), Atzilut, Beria, Yetzira,* at *Assiya*. Mayroon ding limang partikular na antas ng *NRNHY* na nagmumula sa limang partikular na *Partzufim* (mga espirituwal na pagsasaayos) sa loob ng bawat isa sa Sampung *Sefirot* ng bawat *Partzuf*, tulad ng ipinaliwanag sa mga aklat ng Kabbalah.

Sa pamamagitan ng pagsunod sa *Torah* at *Mitzvot* na may layuning magbigay-lugod sa Maylikha, unti-unting ginagantimpalaan ang tao ng mga *Kelim* (daluyan) sa anyo ng hangaring *magkaloob*—na ibinibigay mula sa itaas, antas kada antas—hanggang makamit ang ganap na pagkakatulad ng anyo sa Kanya. Sa ganitong kalagayan, ang Kaisipan ng Paglikha ay natutupad: ang pagtanggap ng lahat ng kasiyahan, pagmamahal, at kasaganaan na inihanda Niya para sa nilikha. Bukod pa rito, natatanggap nila ang pinakadakilang gantimpala—ang *tunay na Dvekut*, sapagkat nakamit nila ang hangaring *magbigay*, tulad mismo ng kanilang Maylikha.

9) Ngayon, hindi na magiging mahirap para sa inyo na maunawaan ang mga salita ng *Ang Zohar* sa simula—na ang lahat ng mga mundo, mataas man o mababa, at lahat ng bagay sa mga ito, ay nilikha para sa tao. Ito ay dahil lahat ng antas at mga mundo ay umiral upang tulungan ang kaluluwa na makamit ang *Dvekut* (pagkakaugnay) sa Maylikha, bilang pagtugon sa kakulangan nito kaugnay ng Kaisipan ng Paglikha.

Sa simula, ang Liwanag ay pinigilan at ibinaba antas kada antas, mundo kada mundo, hanggang makarating sa ating materyal na daigdig. Sa gayong paraan, ang kaluluwa ay nadamitan ng isang katawan sa mundong ito—isang katawan na ganap na nakatuon sa pagtanggap at hindi sa pagkakaloob, katulad ng mga hayop o mababang nilalang. Gaya ng nasusulat: *"Isang mailap na kabayo ang isinilang na tao."* Ibig sabihin, ang kalikasan ng tao sa simula ay purong pagnanais na tumanggap, na walang kahit anong anyo ng pagkakaloob. Sa kalagayang ito, ang tao ay ganap na kabaligtaran ng Maylikha, at walang mas malayong kalagayan kaysa rito.

Ngunit sa pamamagitan ng kaluluwang nakadamit sa tao, at sa kanyang paglahok sa *Torah* at *Mitzvot*, siya'y unti-unting inaangat—mula sa ibaba paakyat—patungo sa pagkakatulad ng anyo sa Maylikha. Ang bawat antas ng *pag-unawa* at *pagkakaloob* ay bumababa mula sa Itaas at umaakay sa tao paakyat sa mga antas ng kalinisan.

Bawat mas mataas na antas ay mas malayo mula sa kaloobang tumanggap, at mas malapit sa katangian ng pagkakaloob. Sa huli, ang tao ay ginagantimpalaan ng ganap na kakayahang *magkaloob*, at hindi na tumanggap ng anuman para sa sarili. Sa puntong ito, siya ay nasa *ganap na Dvekut* sa Maylikha—at ito ang tanging layunin kung bakit siya nilikha. Kaya, malinaw na lahat ng mga mundo at lahat ng bagay na nasa loob ng mga ito ay nilikha para lamang sa tao.

10) Ngayon na inyong nalalaman ang lahat ng ito, kayo ay malayang pag-aralan ang karunungang ito nang walang pangamba ng pagkakamaling materyalismo. Ito ay sapagkat kadalasang nalilito ang mga mag-aaral: sa isang banda, sinasabi na ang sampung *Sefirot* at ang mga *Partzufim*, mula sa simula ng sampung *Sefirot* ng *Atzilut* hanggang sa katapusan ng *Assiya*, ay pawang Kabanalan at lubos na pagkakaisa.

Ngunit sa kabilang banda, nasusulat din na ang lahat ng mga mundo ay lumitaw lamang matapos ang *Tzimtzum* (Pagpipigil). Kaya paano natin ito mauunawaan kaugnay sa Kabanalan? Bukod pa rito, nababanggit ang mga bilang, ang itaas at ibaba, ang mga pagbabago, pagtaas at pagbaba, at mga *Zivugim* (pagsasanib)—ngunit nasusulat din na, *"Ako, ang Panginoon, ay hindi nagbabago."*

11) Mula sa mga nailinaw sa ating harapan, maliwanag na ang lahat ng pag-angat, pagbaba, pagpipigil, at bilang ay tumutukoy lamang sa *Kelim* ng mga tagatanggap—ang

mga kaluluwa. Dapat nating maunawaan ang kaibahan ng potensiyal at aktwal sa mga ito, gaya

ng isang taong nagbabalak magtayo ng bahay — na ang katapusan ng kanyang gawain ay nasa simula pa lamang, sa kanyang isipan.

Subalit ang larawan ng bahay sa kanyang isipan ay hindi katulad ng aktuwal na bahay na maitatayo. Ang nasa isipan ay espirituwal — isang bagay na nasa hinagap at nakapaloob sa isip ng nag-iisip. Sa yugtong iyon, ito'y maituturing na "potensiyal" lamang. Ngunit sa sandaling simulan ang pagtatayo, ang bahay ay magkakaroon na ng pisikal na nilalaman — mga kahoy at bato.

Gaya rin nito, dapat nating maunawaan ang pagkakaiba ng potensiyal at aktwal sa mga kaluluwa. Ang simula ng kanilang aktuwal na paglitaw mula sa *Nagpapanimula* bilang mga "kaluluwa" ay nagsisimula lamang sa mundo ng *Beria*. Samantalang ang kanilang pagkakaloob sa *Ein Sof*, bago pa ang *Tzimtzum*, ayon sa *Kaisipan ng Paglikha* (tulad ng nabanggit sa Aytem 2), ay tanging nasa anyong "potensiyal," at walang aktwal na anyo.

Sa ganitong pananaw, nasusulat na ang lahat ng mga kaluluwa ay napaloob sa *Malchut de Ein Sof*, na tinatawag ding "panggitnang punto," sapagkat ang puntong ito ay pinagmumulan ng lahat ng *Kelim* ng mga kaluluwang lilitaw sa hinaharap bilang aktuwal mula sa *Beria* pababa. Ang unang *Tzimtzum* ay naganap lamang sa puntong ito — sa hangganan ng pagkaunawa at potensiyal ng mga kaluluwang darating, at hindi sa sarili nitong esensiya.

Dapat ninyong malaman na lahat ng *Kelim* ng *Sefirot* at mga mundo mula sa *Beria* na bumaba mula sa puntong ito, maging sa pamamagitan ng *Zivug de Hakaa* (na tinatawag ding *Ohr Hozer*), ay itinuturing pa ring nasa antas ng "potensiyal," at hindi pa bahagi ng aktuwal na esensiya ng mga kaluluwa. Gayunman, ang mga pagbabagong ito ay nakatakdang makaapekto sa mga kaluluwa sa dakong huli — yaong mga esensiya ay magsisimula lamang sa aktuwal mula sa *Beria* pababa, sapagkat hanggang doon ay hindi pa nila lubos na iniiwan ang esensiya ng *Nagpapanimula*.

12) At bibigyan ko kayo ng isang halimbawa mula sa mga pamamaraan ng mundong ito: Isipin ang isang tao na sadyang nagtatakip at nagkukubli sa likod ng mga kasuotan upang hindi siya makilala ng kanyang kaibigan. Magagawa bang isipin na siya mismo ay maaapektuhan ng pagkukubling ito, gayong ang kasuotan ay tumatakip lamang sa kanyang kaanyuan, hindi sa kanyang sarili?

Gayon din ang prinsipyo sa sampung *Sefirot* — *Keter, Hochma, Bina, Hesed, Gevurah, Tifferet, Netzah, Hod, Yesod,* at *Malchut*. Ang mga ito ay hindi hiwa-hiwalay na entidad kundi tanging mga "takip" kung saan ang *Ein Sof* ay natatago at nakukubli. Ang mga kaluluwa na nakatakdang tumanggap ng Liwanag mula sa Kanya ay kailangang tumanggap sa paraang nakaayon sa hangganang inilaan ng mga *Sefirot* na ito. Kaya't ang mga tagatanggap ay naaapektuhan ng pagbabahaging ito sa pamamagitan ng sampung antas, habang ang Liwanag mismo ay nananatiling isa, natatangi, at hindi nagbabago.

Ang mga tagatanggap ay humahawak sa sampung antas, batay mismo sa katangian ng mga pangalang ito. Dagdag pa, ang mga "takip" na ito ay umiiral lamang mula sa mundo ng *Beria* pababa, sapagkat dito lamang matatagpuan ang mga aktwal na kaluluwang tumatanggap sa loob ng sistema ng sampung *Sefirot*.

Sa kabilang banda, sa mga mundo ng *Adam Kadmon (AK)* at *Atzilut*, walang aktwal na pag-iral pa ng mga kaluluwa. Doon, ang lahat ay nananatili pa sa anyong "potensiyal" lamang. Kaya, ang sampung *Sefirot* bilang mga takip ay namamayani lamang sa mga tatlong mas mababang mundo—*Beria, Yetzira,* at *Assiya*. Ngunit sa mundong *BYA*, ang sampung *Sefirot* ay itinuturing pa ring kabanal-banal hanggang sa dulo ng *Assiya*, tulad rin ng antas sa *AK* at *Atzilut*, at maging sa kalagayan bago ang *Tzimtzum*.

Ang tanging kaibahan ay nasa *Kelim* ng sampung *Sefirot*. Sa *AK* at *Atzilut*, hindi pa nila kailangang isakatuparan ang kanilang tungkuling magkubli, sapagkat ang lahat ay nasa antas ng "potensiyal." Tanging sa *BYA* nagsisimula ang aktwal na paglitaw ng puwersang nagkukubli. Subalit sa mismong Liwanag ng sampung *Sefirot*, walang nagbabago kahit kaunti dahil sa mga takip na ito. Ito ang ibig sabihin ng pahayag na, *"Ako, ang Panginoon, ay hindi nagbabago."*

13) Maaari nating tanungin: "Kung walang pagsisiwalat ng esensiya ng mga kaluluwa—ang mga tagatanggap—sa *Adam Kadmon (AK)* at *Atzilut*, yaong mga *Kelim* na tinatawag na sampung *Sefirot*, ano ang kanilang pinaglilingkuran, at sino ang kanilang ikinukubli at tinatakpan sa ganitong hangganan?"

Walang kasagutan sa mga tanong na ito mula sa antas ng aktwal na pag-iral, sapagkat ang mga ito ay nakabitin pa—nasa antas pa lamang ng *potensiyal*—gaya ng inyong mababasa sa mismong aklat. Subalit, mayroong isang makabuluhang paliwanag: Ang pangalawang dahilan ay yaong mga kaluluwang nakatakdang tumanggap ng Liwanag mula sa sampung *Sefirot* ng *AK* at *Atzilut*, sa sandaling ang tatlong mundo ng *BYA* ay umangat sa kanila. (Ito ay ipinaliliwanag sa Aytem 163 ng *Pambungad sa Karunungan ng Kabbalah*.)

Kaya't dapat nating maunawaan na ang mga pagbabagong nagaganap sa sampung *Sefirot* ng *AK* at *Atzilut* ay hindi kaugnay sa mga aktwal na *tagatanggap* na wala pa roon, kundi sa hinaharap na pag-angat ng mga mundo ng *BYA*, kasama ng mga kaluluwang matatagpuan doon. Kapag sila'y umaangat sa mga mundong iyon, nagkakaroon ng ugnayan sa Liwanag ng sampung *Sefirot*, at sa gayon, ang Liwanag ay nagsisimulang magbunga sa kanila ayon sa antas ng kanilang pag-akyat.

14) Kaya't ating lubos na naipaliwanag na ang mga mundo, ang kanilang paglabas, mga pagbabago, bilang ng mga antas, at iba pa, ay nabanggit lamang kaugnay sa *Kelim* na nagkakaloob sa mga kaluluwa—ang mga ito'y siyang nagkukubli at sumusukat sa Liwanag ayon sa kakayahan ng kaluluwang tumanggap. Sa ganitong paraan, ang mga kaluluwa ay unti-unting nagagawang tumanggap mula sa Liwanag ng *Ein Sof* ayon sa kanilang antas. Subalit, ang mga pagbabagong ito ay hindi kailanman nakaaapekto sa Liwanag ng *Ein Sof* sa sarili nitong esensiya. Sapagkat ang pagtatakip ay hindi umaapekto sa mismong tinatakpan, kundi sa mga nagnanais makaramdam at tumanggap mula rito—gaya ng ipinaliwanag sa alegorya.

15) Sa pangkalahatan, dapat nating maunawaan ang tatlong aspeto ng *Sefirot* at ng *Partzufim* saanman sila naroroon: sa *Atzmuto* (Kanyang Sarili/Esensiya), sa mga *Kelim*, at sa mga *Liwanag*.

Sa *Atzilut*, walang anumang pag-unawa o pananaw sa anupaman. Sa *Kelim*, laging mayroong dalawang magkasalungat na pagtingin: pagkakubli at pagsisiwalat. Ito ay dahil sa simula, ang *Kli* ay tumatakip sa *Atzmuto* sa paraang ang sampung *Kelim* ng sampung *Sefirot* ay nagiging sampung antas ng pagkukubli. Ngunit sa sandaling matanggap ito ng mga kaluluwa sa ilalim ng lahat ng kaukulang kundisyon, ang mga pagkakubling ito ay nagiging mga pagsisiwalat—ginagawang posibleng maabot ang Kabanalan. Kaya't ang *Kelim* ay nagtataglay ng dalawang magkasalungat na katangian, na sa esensiya ay iisa. Ito ay sapagkat ang antas ng pagsisiwalat ay eksaktong naaayon sa antas ng pagkakubli sa *Kli*—at sa kapal ng *Kli*, lalo nitong itinatakip ang *Atzmuto* habang mas malinaw na inihahayag ang mas mataas na antas. Kaya ang dalawang ito, na tila magkasalungat, ay sa katotohanan ay iisa.

Ang *Liwanag* sa *Sefirot* ay tumutukoy sa tiyak na antas ng paghahayag na lumilitaw para sa pagtatamo ng mga kaluluwa. Sapagkat bagamat lahat ay nagmumula sa *Atzmuto*—at walang pagtatamo sa Kanya mismo—sa pamamagitan ng mga katangian ng *Kelim*, kinakailangan ang sampung *Liwanag* para sa sampung *Kelim*. Ibig sabihin, ito ang mga antas ng paghahayag para sa tumatanggap, ayon sa katangian ng bawat *Kli*.

Kaya't ang Kanyang *Liwanag* at Kanyang *Esensiya* ay hindi kayang maarok. Ang anumang pagtatamo o pagkaunawa ay hindi sa Kanya mismo, kundi tanging sa pamamagitan ng anong dumarating sa atin sa anyo ng mga pananamit sa *Kelim* ng sampung *Sefirot*. Sa ganitong konteksto, lahat ng ating natatamo ay tinatawag nating mga "*Liwanag*."

Ang Ebolusyon
ng mga
Mundo

Panimulang Salita sa Pambungad sa Karunungan ng Kabbalah

INTRODUKSYON SA PANIMULA SA KARUNUNGANNG KABBALAH

1) Lahat ng mga mundo, sa Itaas at sa ibaba, ay nakapaloob sa tao, at ang buong reyalidad ay nilikha tanging para sa tao. Ito ay nasusulat sa *The Book of Zohar* (Ang Aklat ng Zohar). Kaya bakit tayo ay may ibang pakiramdam? Tayo'y nakakaramdam na tayo'y nakapaloob sa reyalidad, at hindi na ang reyalidad ay nakapaloob sa atin. Dagdag pa rito, bakit ang mundong ito ay hindi sapat para sa atin? Bakit kinakailangan natin ang mga Mataas na Mundo?

2) Ang dahilan sa pagkakalikha ng reyalidad ay ang hangarin ng Maylikha na makinabang ang Kanyang mga nilikha. Kaya ang Maylikha ay ginawa ang isang nilikha na may kalikasang maghangad na matamasa kung ano ang nais ng Maylikha na ipagkaloob dito. Ang Maylikha ay labas sa oras at lugar. Ang Kanyang Kaisipan ay gumagalaw na katulad ng pagkilos mismo.

Kaya ng Kanyang ninais at inisip na likhain ang sansinukob, upang punuin ito ng kasiyahan, ang mga nilikha ay kaagad na lumitaw na puno ng lahat ng kasiyahan na kanilang natanggap mula sa Maylikha. Datapwat hindi natin nararamdaman ang kalagayang iyon, dahil ito'y tanging ugat lamang natin, na kinakailangan nating makamit ayon sa pagkaka-disenyo ng sansinukob.

Sa pagkakagawa ng pagkakasaayos ng mga mundo, mula sa mundo ng Ein Sof tungo sa mundong ito, ang Maylikha ay tinanggal ang nilikha sa Kanyang Sarili patungo sa pinakamababang katayuan. Napakahalaga na maunawaan ito — bakit Niya ginawa ito? Ang pagkilos bang ito ay nagpapatunay ng kamalian sa Kanyang pagkilos?

Si Ari ay sumagot sa katanungang ito sa aklat na *The Tree of Life* (Ang Puno ng Buhay): "upang ihayag ang kahusayan ng Kanyang mga gawa," upang ang mga nilikha ay maiayos ang kanilang mga sarili at makamit ang antas ng Maylikha na siyang tunay na perpeksiyon. Upang matulungan sila, ang Maylikha ay gumawa ng bahagdan para sa mga mundo. Ang mga kaluluwa ay bumababa sa bahagdang ito patungo sa pinakamababang antas, kung saan sila'y nadadamitan ng pisikal na katawan ng mundong ito. Nang sa gayon, sa pamamagitan ng pag-aaral ng Kabbalah, ang mga kaluluwa mismo ay umaakyat mula sa bahagdang yaon kung saan sila bumaba, hanggang sila'y makabalik sa Maylikha.

3) Ang kaluluwa ay binubuo ng Liwanag at ng Kli. Ang Liwanag ng kaluluwa ay nagmumula sa Maylikha, mula sa Atzmuto (Kanyang Esensiya). Sa pamamagitan ng Liwanag na ito, nalikha ang Kli ng kaluluwa bilang hangarin na tumanggap ng Liwanag, upang tamasahin ito. Kaya ang Kli ay buong husay na naka-akma sa Liwanag na dumarating upang punuin ito.

Ang Liwanag ay bahagi ng Maylikha, habang ang kaluluwa ay ang aktwal na Kli. Kaya't tanging ang Kli lamang ang itinuturing na paglikha. Ito'y nalikha mula sa kawalan, ibig sabihin, walang paghahangad bago magpasya ang Maylikha na likhain ito. At dahil ang Maylikha ay nagnais na magbigay ng lubos na kasiyahan sa Kli na ito bilang kalikasan Niya, nilikha Niya ang Kli na ito—ang pagnanais na tumanggap—nang labis-labis, ayon sa hangganan ng Liwanag (kasiyahan) na Kanyang gustong ipagkaloob dito.

4) Ang ibig sabihin ng Paglikha ay pagpapasimula ng mga bagay na dati'y hindi umiiral, at ang pagpapasimula na ito ay tinawag na "pag-iral mula sa kawalan." Ngunit kung ang Maylikha ay walang kakulangan, paano mangyayari na may mga bagay na hindi nakapaloob sa Kanya? Mula sa nabanggit, malinaw na bago ang pagkakalikha, walang pagnanais na tumanggap sa Maylikha dahil ang Maylikha ay buo at nais lamang magkaloob. Kaya ang wala sa Kanya, at dapat likhain, ay tanging ang hangarin na tumanggap lamang ng kasiyahan mula sa Kanya.

Ang kalikasan na tumanggap ang kabuuan ng reyalidad. Kaya't ang tanging pagkakaiba sa pagitan ng mga elemento ng reyalidad ay nasa hangganan ng kalikasan na tumanggap sa bawat elemento, at walang dalawang elemento ang nagtataglay ng parehong hangarin.

5) Walang pisikal na katawan sa espirituwalidad. Ang espirituwal na mundo ay mundo ng mga hangarin, mga "taal at hilaw" na puwersang hubad ng anumang uri ng pananamit. Kaya, lahat ng mga salitang ginagamit sa karunungan ng Kabbalah ay aktwal na mga katawagan ng pagnanais na magtamasa, o kaya'y ang pagtingin nito sa kapunuan ng Liwanag sa loob nito.

Ang Maylikha ay ang pagnanais na magkaloob, at ang nilikha ay ang pagnanais na tamasahin ang pagkakaloob ng Maylikha. Kapag ang nilikha ay nasisiyahan, ito'y dahil ang Maylikha ay nasisiyahan sa pagtanggap nito, at ang ganitong kilos ay itinuturing na pagkakaloob batay sa intensiyon nito, at hindi bilang isang kilos ng pagtanggap. Ito ay itinuturing na hangarin ng Maylikha at hangarin ng nilikha na naging magkapantay, kaya't dito'y walang bagay na naghihiwalay sa kanila.

Bilang pagsunod sa espirituwal na batas ng pagkakatulad ng anyo, na resulta ng pagkakapantay ng kanilang mga katangian (mga hangarin), sila'y nagiging isa. Sa ganoong katayuan, sila'y hindi dalawang magkamukhang hangarin, datapwat tunay na iisa. Yaong espirituwal na katayuan na iyon ay tinatawag na "pagkakatulad ng anyo" o Dvekut (pagdikit).

Gayunpaman, kung wala silang magkaparehong hangarin, intensiyon, at layunin, sila'y magkahiwalay. Dahil may pagkakaiba sila sa mga katangian (hangarin), sila'y dalawa, at hindi iisa. Sa espirituwalidad, ang ganitong katayuan ay tinatawag na "magkataliwas ng anyo."

Ang sukatan ng pagkakatulad ng anyo sa pagitan ng Maylikha at nilikha ang nagpapasiya kung paanong ang kanilang pagkakalapit at ang hangganan ng pagkakataliwas ng anyo ang nagpapasiya ng kanilang agwat sa isa't isa. Sa simula, ang hangarin ng Maylikha na magkaloob at ang hangarin ng nilikha na tumanggap ay magkapantay, dahil ang kalikasan ng nilikha na tumanggap ay iniluwal mula sa hangarin ng Maylikha na magkaloob. Kaya:

Kung ang lahat ng kanilang hangarin (intensiyon) ay magkapareho, sila ay iisa;

- Kung ang kanilang mga hangarin (intensiyon) ay magkasalungat, sila'y kasing-layo nang dalawang nasa magkabilang dulo;
- Kung ang lahat nang kanilang mga hangarin (intensiyon), na sila'y mayroon lamang isang karaniwang hangarin, kung gayon, sila'y nagkakaugnay sa isa't-isa sa pamamagitan nang karaniwang hangarin na yaon;
- Kung ang ilang mga hangarin (intensiyon) magkahawig, sila'y magkasing-layo o kaya'y magkasing-lapit ayon sa hangganan nang kanilang pagkakatulad nang anyo o kaya'y nang kanilang pagkakataliwas ng anyo.

6) Wala tayong pagtatamo ng Maylikha sa Sarili Niya mismo, sa Atzmuto, dahil atin lamang natatamo ang pakiramdam ng Liwanag ng Kli, ang kapunuan sa ating hangarin. Anumang hindi natin natatam, hindi natin tinatawag sa anumang pangalan, sapagkat tayo'y nagtatakda ng mga katawagan batay sa ating palagay sa kapunuan. Kaya hindi tayo makakapagsabi ng kahit isang salita o makapagtatakda ng anumang pangalan sa Atzmuto. Ang lahat ng mga pangalan at katawagan kaugnay sa Maylikha ay tanging mga salamin lamang ng ating nararamdaman tungo sa Kanya.

Atin Siyang nararamdaman at ang Kanyang pagkilos sa pamamagitan lamang ng hangganan ng pagkakatulad ng ating anyo (hangarin, intensiyon) sa Kanya. Kaya, sa hangganan na tayo'y katulad ng Maylikha, ating nararamdaman ang Kanyang mga hangarin at pagkilos, at pinapangalanan natin ang Maylikha ayon dito. Kapag nararamdaman natin ang mga ito, atin Siyang pinapangalanan ayon sa kung ano ang ating nararamdaman sa Kanya. Ito'y tinawag na, "Sa iyong pagkilos, aming nakikilala Ka."

7) Ang mga Kabalista ay mga taong nabubuhay sa mundong ito at nakakaugnay sa Maylikha batay sa kanilang hangganan ng pagkakatulad ng anyo habang nabubuhay dito. Ang mga mundo ay iba't ibang sukatan ng pandama sa Maylikha. Ang isang "mundo" ay sukatan ng pagkakasiwalat at pagkakubli ng Maylikha tungo sa mga nilikha; at ang lubos na pagkakubli ay tinawag na "mundong ito."

Ang umpisa ng pagdama sa Maylikha ay ang pagdaan sa pagitan ng mundong ito at ng espirituwal na mundo. Ang pagdaraan mismo ay tinatawag na "harang." Mayroong 125 antas ng paghahayag ng mga bahagi ng Maylikha sa mga nilikha, sa pagitan ng pagkakubli at lubos na pagsisiwalat. Ang mga bahaging ito ay tinawag na "mga mundo."

Ang mga Kabalista ay umaakyat sa espirituwal na mundo sa pamamagitan ng pagwawasto ng kanilang mga hangarin (intensiyon). Sinabi nila sa atin — sa salita at sa panulat — na ang Maylikha ay mayroong tanging hangaring magkaloob. Kanyang nilikha ang lahat ng mga bagay upang mabigyan tayo ng Kanyang kasaganaan. Ito ang dahilan kung bakit ginawa Niya tayo na may isang hangaring tumanggap, nang sa gayon ay magagawa nating tanggapin ang anumang nais Niyang ipagkaloob sa atin.

Ang hangarin na tumanggap para sa ating mga sarili ay ang ating tunay na kalikasan. Subalit sa kalikasang iyon, tayo'y salungat sa anyo ng Maylikha, dahil ang Maylikha ay tanging isang hangarin lamang na magkaloob, at walang hangaring tumanggap. Kaya kung mananatili tayo sa hangaring tumanggap para sa ating mga sarili, tayo'y habambuhay na mananatiling malayo sa Maylikha.

Ang mga Kabalista ay nagsabi sa atin na ang Maylikha ay naglayong dalhin ang buong sanlibutan sa Kanyang Sarili, at Siya ay ang lubos na kabutihan. Sa ganitong kadahilanan, nais Niyang magkaloob sa bawat isa.

Gayundin, kanilang sinabi na ang dahilan sa paglikha ng mga mundo ay ang Maylikha ay kinakailangang kumpleto sa lahat ng Kanyang pagkilos at puwersa. At kung hindi Niya isasagawa ang Kanyang puwersa sa kumpletong pagkilos, Siya ay maituturing na tila may kakulangan.

Subalit paanong ang hindi mahusay na gawain ay magmumula sa perpektong Maylikha na kakailanganing iwasto ng mga nilikha ang Kanyang mga pagkilos? Tayo ang Kanyang mga pagkilos. Kung dapat nating iwasto ang ating mga sarili, ito ba'y nangangahulugan na ang Kanyang mga pagkilos ay hindi perpekto?

Ang Maylikha ay nilikha lamang ang hangarin na tumanggap, na tinawag na "ang nilikha." Datapwat kapag ang nilikha ay tinanggap kung ano ang nais nang Maylikha na ipagkaloob dito, ito ay nahihiwalay sa Maylikha, dahil ang Maylikha ay ang Tagapag-bigay at ang nilikha ay ang taga-tanggap, at sa gayon, sila'y magkataliwas. Sa espirituwalidad, ang pagkakatulad ng anyo ay itinatakda ng pagkakatulad ng mga hangarin (katangian, intensiyon). At kung ang nilikha ay mananatiling nakahiwalay sa Maylikha, ang Maylikha rin ay hindi magiging kumpleto, dahil ang perpektong paggalaw ay nagmumula sa isang perpektong gumagawa.

Upang magawaran ang nilikha ng kaganapan at makamit ang perpeksiyon sa sarili nitong desisyon, ang Maylikha ay pinigilan ang Kanyang Sarili — ang Kanyang Liwanag — at nilikha ang mga mundo, pagpipigil kada pagpipigil, pababa patungo sa mundong ito. Dito, ang tao ay lubusang nakapailalim sa pagnanais na magtamasa, ngunit hindi ng Liwanag ng Diyos, kundi ng mala-hayop na pananamit sa ibabaw nito.

Ang buong sangkatauhan ay umunlad mula sa hangarin para sa kasiyahan na mayroon din ang mga hayop, sa pamamagitan ng mga pagnanasa sa kayamanan, karangalan, paghahari, at kaalaman, hanggang sa magtanim ang Maylikha ng isang hangarin na magtamasa ng ilang bagay na wala sa loob ng ganitong mga hangarin — ilang bagay na labas sa pananamit ng mundong ito.

Ang bagong hangarin ay nag-udyok sa tao upang humanap ng katugunan hanggang sa siya ay dumating sa pag-aaral ng Kabbalah. Habang nag-aaral, siya'y magsisimulang maunawaan ang intensiyon ng Maylikha tungo sa kanya. Sa ganitong katayuan, siya'y nag-aaral hindi upang tumanggap ng kaalaman, kundi upang makuha para sa kanyang sarili ang Liwanag na nagtutuwid ("Pagpapakilala sa Pag-aaral ng Sampung Sefirot," Itam 155).

Sa pamamagitan ng Liwanag, ang isang tao ay nagsisimulang iwasto ang kanyang mga hangarin. Sa lahat, ang tao ay mayroong 613 na mga hangarin, na sa pangkalahatan ay tinatawag na *Guf* (katawan). Ang pagwawasto ng mga hangarin ay nagagawa sa pamamagitan ng paggamit ng bawat hangarin nang may kasamang intensiyon na magkaloob sa Maylikha, tulad ng pagkakaloob ng Maylikha sa tao. Ang pagwawasto ng bawat isang hangarin at ang pagtanggap ng Liwanag na natatanggap ng isang nilalang, na nakapaloob sa pangkalahatang naiwastong hangarin, ay tinawag na *"Torah."* At ang Liwanag na nagtutuwid (reporma) sa mga hangarin ng isang tao ay ang paraan kung saan ang nilikha ay natatamo ang perpeksiyon nito (makikita sa "Pagtahak sa Landas ng Katotohanan").

Ang perpeksiyon ay nasa katayuan kung saan ang nilikha ay natamo ang pagkakatulad ng anyo (mga katangian) sa Maylikha sa sarili nito mismo. Ito ay dahil kung gayon, ito'y karapat-dapat na tanggapin ang lahat ng kagalakan at kasiyahan na kasama sa Kaisipan ng Paglikha. Ibig sabihin, ito'y nagtatamasa ng Liwanag at ng katayuan ng Maylikha sa Sarili nito mismo, dahil ito'y nakamit ang pagkakatulad ng anyo sa hangarin at sa kaisipan.

Dito'y lumalabas na tanging sa pag-aaral ng Kabbalah na ang isang tao ay maiwawasto ang kanyang sarili at makakamit ang layunin kung saan siya ay nalikha. Ito ang sinusulat ng lahat ng mga Kabalista. Ang tanging pagkakaiba sa pagitan ng mga banal na aklat (Torah, mga Propeta, Hagiographa, Mishnah, Talmud, atbp.) ay nasa sidhi ng Liwanag sa loob ng mga ito, na magagawang magtuwid sa isang nilalang. Ang Liwanag sa mga aklat ng Kabbalah ang pinakamalakas; ito ang dahilan kung bakit ang mga Kabalista ay iminumungkahi na pag-aralan ang mga ito nang partikular.

"Walang ibang paraan para sa mga mamamayan na makamit ang espirituwal na pag-angat at katubusan maliban sa pag-aaral ng Kabbalah, na isang pinakamagaan at madaling maabot na paraan. Subalit tanging kakaunting iilan lamang ang magagawang makamit ang layunin gamit ang ibang bahagi ng Torah."

    - Rav Yehuda Ashlag, "Pagpapakilala sa Pag-aaral ng Sampung Sefirot,"
    Aytem 36

"Ang pagtatamo ay nagsisimula sa karunungang natatago, at tanging sa ganitong paraan lamang naaabot ang ibang bahagi ng Torah. Sa huli, natatamo rin ang buong nakahayag na Torah."

    - Ang Vilna Gaon (GRA), Aklat ng Panalangin

"Ang pagbabawal sa pag-aaral ng Kabbalah ay para lamang sa isang tiyak na yugto ng panahon, hanggang 1490. Subalit simula noong 1540, ang bawat isa ay hinihikayat nang lumahok sa pag-aaral ng *The Book of Zohar* (Ang Aklat ng Zohar), sapagkat tanging sa pag-aaral ng *Zohar* makakamtan ng sangkatauhan ang espirituwal na kaligtasan at ang pagdating ng Mesiyas. Kaya't hindi natin dapat iwasan ang pag-aaral ng Kabbalah."

- Avraham Ben Mordechai Azulai, *Ohr Hachama* (*Liwanag ng Araw*)

"Kalunusan doon sa mga hindi nagnanais na pag-aralan ang *Ang Zohar*, sapagkat sila'y nagiging sanhi ng kapahamakan, pagkawasak, pandarambong, pagpatay, at pagkasira sa mundo."

- *The Book of Zohar*(*Ang Aklat ng Zohar*), *Tikkuney Zohar* (*Pagwawasto ng Zohar*) *Tikkun* blg. 30

"Ang pag-aaral sa *The Book of Zohar*(*Ang Aklat ng Zohar*) ay mataas at kanais-nais kaysa sa anupamang ibang pag-aaral."

- Ang Chidah

"Ang katubusanat ang pagdating ng Mesiyas ay nakasalalay lamang sa pag-aaral ng Kabbalah."

-Ang Vilna Gaon (GRA), *Evan Shlema* (*Isang Perpektong Mundo*)

"Walang limitasyon sa pag-aaral nang *Ang Zohar*."

- Ang Chafetz Chaim

"Kung ako'y pinakinggan ng aking mga kapanahunan, kanilang pag-aaralan ang *The Book of Zohar* (*Ang Aklat ng Zohar*) mula pa sa siyam na gulang, at sa gayon ay makakamit nila ang takot sa langit, sa halip na mga paimbabaw na karunungan."

-Rav Yitzhak Yehudah Yehiel ng Komarno *Notzer Hesed* (*Pananatili ng Habag*)

"Ako'y nananawagan sa bawat nilalang na maglaan ng oras sa araw-araw para sa pag-aaral ng Kabbalah, sapagkat dito nakasalalay ang paglilinis ng kanyang kaluluwa."

-Rav Yitzhak Kaduri

"Sa hinaharap, tanging sa kahusayan lamang ng *The Book of Zohar*(*Ang Aklat ng Zohar*) ay ang mga anak ng Israel ay matutubos mula sa pagkakatapon."

- The Book of Zohar(Ang Aklat ng Zohar), Parashat Nasso

(Marami pang mga katulad na mga sipi sa kabanata, "Ang mga Kabalista ay nagsulat tungkol sa Karunungan ng Kabbalah.")

8) Mayroong isang *lakas* sa pag-aaral ng Torah at Mitzvot — isang espirituwal na puwersang tumutulong sa isang nilalang na maiayon ang kanyang mga hangarin sa hangarin ng Maylikha. Ngunit ang puwersang ito ay lumilitaw at kumikilos lamang kapag ang isang tao ay lumalahok sa Torah at Mitzvot hindi upang tumanggap ng gantimpala para sa sarili, kundi upang magbigay ng kasiyahan sa Maylikha. Tanging sa ilalim ng ganitong kundisyon unti-unting nakakamit ng isa ang pagkakatulad ng anyo sa Maylikha.

Ang proseso ng pagwawasto sa pagkakatulad ng anyo sa Maylikha ay banayad at unti-unti, karaniwang hinahati sa limang antas: *Nefesh, Ruach, Neshama, Haya,* at *Yechida.* Bawat isa sa mga ito ay maituturing na isang "mundo," sapagkat sa bawat antas ng pagwawasto, nadarama ng tao ang presensya ng Maylikha ayon sa lawak ng kanyang pagkakawasto. Ang mga antas na ito ay tinatawag na "mga mundo" sapagkat ipinahahayag nila ang Maylikha sa hangganan ng naiwastong mga *Kelim* (mga hangarin), at itinatago Siya ayon sa kung ano pa ang hindi naiwawasto mula sa kabuuang 613 hangarin.

Bunga nito, natatamo ng tao ang limang antas habang siya ay patungo sa perpeksiyon, mula sa limang mundo ng: *Assiya, Yetzira, Beria, Atzilut,* at *Adam Kadmon.* Sa bawat mundo ay may limang *Partzufim,* at bawat *Partzuf* ay may limang *Sefirot*—sa kabuuan, 125 antas sa tinatawag na "Bahagdan ni Jacob," mula sa mundong ito tungo sa rurok ng pag-akyat.

Sa pamamagitan ng pag-iingat sa Torah at Mitzvot para magbigay ng kasiyahan sa Maylikha, unti-unting ginagantimpalaan ang isang nilalang ng mga *Kelim* na may hangaring magkaloob, antas kada antas. Umaakyat siya sa bawat baytang hanggang sa makamit ang ganap na pagkakatulad ng anyo sa Maylikha. Sa sandaling ito'y matupad, natatamo ng tao ang layunin ng Paglikha—na matanggap ang lubos na kagalakan at kasiyahang inihanda ng Maylikha para sa kanya. Bukod pa rito, siya'y ginagantimpalaan ng pinakamataas na biyaya—ang tunay na *Dvekut,* ang pagdikit sa Maylikha, sa pamamagitan ng pagtatamo ng hangaring magkaloob, tulad mismo ng Maylikha.

9) Ngayon, ating tatangkain na maunawaan ang nasusulat sa unahan: "Ang lahat ng mga mundo, sa Itaas at sa ibaba, at lahat ng bagay na nakapaloob sa mga ito, ay nalikha para sa tao lamang." Ang lahat ng mga antas at mga mundong ito ay dumating lamang bilang karagdagang tulong sa bawat isang hangarin ng tao na naglalayong magkaloob, upang ang tao ay makamit ang pagkakatulad ng anyo sa Maylikha. Ang pagkakatulad ng anyong ito ay wala sa tao, dala ng kalikasan ng kanyang pagkakalikha.

Sa simula, ang mga mundo ay pinigilan at ang mga antas ay dumausdos—antas kada antas at mundo kada mundo—pababa sa ating materyal na mundo, upang dumating sa isang "katawan ng mundong ito." Ito ang pangalan na itinawag ng Kabbalah sa pagnanais na tumanggap para sa kanyang sarili. Sa antas ng "mundong ito," ang isang nilalang ay tulad ng isang hayop, dahil siya ay walang kakayahan para sa anumang pagkakaloob. Sa ganitong katayuan, ang tao ay kabaligtaran ng Maylikha, at wala nang hihigit pang distansiya kaysa rito.

Ang isang nilalang na nag-aaral ng Kabbalah ay pumupukaw sa "Nakapalibot na Liwanag" sa kanyang sarili batay sa hangganan ng kanyang pagnanais sa espirituwalidad. Ito ang Liwanag na umiiral sa labas o sa palibot ng isang *Kli* (hangarin/kaluluwa). Ang Nakapalibot na Liwanag ang siyang nagwawasto sa *Kli* sa isang paraan na ang intensiyon nito ay upang maging pagkakaloob. Ang intensiyon upang magkaloob sa Maylikha—at hindi para sa sarili—ang siyang nagpapabago sa kilos ng pagtanggap, upang ito'y maging isang pagkilos ng pagkakaloob.

Sa pagsunod sa kalikasan nito, ang *Kli* ay nananatiling isang hangarin upang magtamasa. Subalit ang intensiyon ang siyang nagpabago sa nilalaman ng pagkilos—mula sa pagtanggap tungo sa pagkakaloob. Kasunod nito, ang Nakapalibot na Liwanag ay magagawang makapasok sa naiwastong *Kli* na may intensiyong magkaloob sa Maylikha. Ito'y eksaktong habang nasa pag-aaral ng Kabbalah na ang Nakapalibot na Liwanag ay magagawang maiwasto ang mga hangarin ng tao hanggang sila'y maging karapat-dapat na matanggap ito bilang "Panloob na Liwanag."

Ang isa ay natatamo ang hangarin upang magkaloob nang unti-unti, mula sa Itaas pababa—mula sa isang maliit na hangarin, na mas madaling maiwasto, hanggang sa pinakamalaki—ayon sa parehong pagkakaayos kung saan ang mga antas ay nakabitin mula sa Itaas tungo sa ibaba.

Ang lahat ng mga antas ay mga hangganan ng hangaring magkaloob. Ang baytang ng mga antas ay nakaayos sa isang paraan na ang mas Mataas na antas ay mas malayo sa pagnanais na tumanggap para sa sarili, at mas malapit sa hangaring magkaloob. Ang isang nilalang ay unti-unting nakakamit ang lahat ng antas ng pagkakaloob hanggang sa siya ay magantimpalaan ng pagkakaroon lamang ng layuning magkaloob, nang walang anumang para sa sariling-pagtanggap.

Sa sandaling iyon, ang isang nilalang ay ganap—nasa tunay na *Dvekut* sa Maylikha. Ito ang layunin ng Paglikha, at ang tao ay nilikha para lamang doon. Ito ang dahilan kung bakit ang lahat ng mga mundo, at lahat ng bagay na nakapaloob dito, ay hindi nilikha para sa mga sarili nito mismo, kundi upang makatulong lamang sa tao sa pag-akyat sa mga baytang ng mga antas. Kapag ang isa'y naiwasto ang sarili, at natitigib ng Liwanag, ang buong sistema ng mga mundo at lahat ng mga bagay sa loob ng mga ito ay nakapaloob sa kanya.

10) Ang isang nilalang na nalalaman at natatandaan ang mga nabanggit dito ay pinapahintulutan na mag-aral ng Kabbalah nang walang pangamba na maging materyalistiko ito. Ito ay dahil ang pag-aaral ng karunungan ng Kabbalah nang walang wastong paggabay ay maaaring magdulot ng kalituhan sa nag-aaral. Sa isang banda, ang lahat ng *Sefirot* at *Partzufim* mula sa mundo ng *Atzilut* tungo sa mundo ng *Assiya* ay ganap na Kabanalan—na kaisa sa Maylikha. Sa kabilang banda, paano mangyayaring mayroong mga pagbabago, mga pag-angat, mga pagbaba, at *Zivugim* (mga pagtatalik) sa Kabanalan at pagkakaisa?

11) Mula sa naipaliwanag, malinaw na ang lahat ng mga pagbabagong ito—mga pag-angat, mga pagbaba, mga paghihigpit, at *Zivugim*—ay mga pag-unawa lamang kaugnay sa *Kelim* ng mga kaluluwang tumatanggap ng Liwanag. Ang reyalidad ay maaaring hatiin sa dalawang bahagi: aktwal at potensiyal.

Ito ay maihahambing sa isang nilalang na nagnanais magtayo ng bahay at may plano na nito sa kanyang isipan. Subalit ang planong ito ay hindi pa maituturing na katulad ng isang tapos na bahay—isang planong naisakatuparan na. Ito ay dahil ang kaisipan tungkol sa bahay ay isang hinagap lamang, umiiral sa potensiyal. Ngunit sa sandaling magsimulang isakatuparan ang bahay mula sa pag-iisip tungo sa pagkilos, ito ay nagkakaroon ng ibang nilalaman—mga bato at kahoy.

Sa kaparehong paraan, dapat nating kilalanin ang kaibahan ng potensiyal at aktwal sa mga kaluluwa. Ang "aktwal" na paglabas ng mga kaluluwa mula sa Maylikha ay nagsisimula lamang sa mundo ng *Beria*. Ito ang dahilan kung bakit lahat ng mga pagbabago at mga pangyayari bago ang mundo ng *Beria* ay itinuturing na "potensiyal," at walang aktwal na pagkakaiba kaugnay sa Maylikha.

Ito rin ang dahilan kung bakit sinasabi na ang lahat ng mga kaluluwa ay nakapaloob sa *Malchut de Ein Sof*, sa panggitnang punto ng reyalidad. Ang puntong ito ay "mangyayari pa lamang," at naglalaman ng lahat ng *Kelim* ng mga kaluluwang nakatakdang lumabas sa aktwal mula sa mundo ng *Beria* pababa. At ang *Tzimtzum Aleph* (unang paghihigpit) ay naganap din sa panggitnang puntong ito, na tanging nasa estado pa lamang ng "mangyayari" kaugnay sa mga darating na kaluluwa.

Kaugnay sa mga kaluluwa, lahat ng mga *Kelim* ng mga *Sefirot* at mga mundo na lumitaw at nakabitin pababa mula sa panggitnang punto, matapos ang *Tzimtzum Aleph* at patungo sa mundo ng *Beria*, ay itinuturing na nasa potensiyal pa lamang. Tanging sa sandaling magsimulang lumitaw sa aktwalidad ang mga kaluluwa—mula sa mundo ng *Beria* pababa—doon pa lamang magkakaroon ng epekto sa kanila ang mga pagbabagong nagaganap sa mga antas ng mga mundo.

12) Ito ay katulad ng isang nilalang na nagtago at ikinubli ang sarili sa mga damit at kasuotan, upang hindi siya mapansin o makita. Ngunit sa kanyang sarili, siya ay nanatiling tulad ng dati. Kaya ang sampung *Sefirot*— *Keter, Hochma, Bina, Hesed, Gevurah, Tifferet, Netzah, Hod, Yesod*, at *Malchut*—ay tanging mga kasuotang nagtatakip sa *Ein Sof* at ikinukubli ito mula sa mga kaluluwa.

Ang Liwanag ng *Ein Sof* ay ganap na nakatigil; kaya ito'y patuloy na sumisinag mula sa loob ng mga kasuotan. Subalit dahil tinatanggap ng mga kaluluwa ang Liwanag ng *Ein Sof* sa pamamagitan ng mga kasuotan, kanilang nararamdaman na waring may mga pagbabago sa Liwanag. Dahil dito, ang mga kaluluwang tumatanggap ng Liwanag ay nahahati rin sa sampung antas, batay sa pagkakahati ng mga kasuotan.

Ang lahat ng kasuotan ay nagmumula lamang sa mundo ng *Beria* pababa, dahil mula lamang doon mayroong mga kaluluwang tumatanggap ng Liwanag ng *Ein Sof* sa pamamagitan ng mga kasuotan. Sa mga mundong *Adam Kadmon (AK)* at *Atzilut*, wala pang presensya ng mga kaluluwa, sapagkat sila'y nasa potensyal pa lamang.

Bagama't ang sampung kasuotan ng sampung *Sefirot* ay nagkakabisa lamang sa mga mundo ng *BYA*— *Beria, Yetzira*, at *Assiya*—ang sampung *Sefirot* roon ay itinuturing pa ring Kabanalan, dahil sila ay bago pa sa *Tzimtzum Aleph*. Ang tanging kaibahan ng *Kelim* ng sampung *Sefirot* ay ito: sa *AK* at *Atzilut*, sila ay nasa potensyal pa lamang, samantalang mula sa *BYA*, ang mga *Kelim* ng sampung *Sefirot* ay nagsimulang ipakita ang kanilang puwersa ng pagkakubli at pagkakasuot. Gayunman, ang mga kasuotan ay walang nagagawang pagbabago sa Liwanag sa sarili nito mismo.

13) Ito ay nagbunsod ng katanungan: Kung sa mga mundong *AK* at *Atzilut* ay walang aktwal na pagpapakita ng mga kaluluwang tumatanggap ng Liwanag mula sa mga mundong ito, para saan ang *Kelim* ng *AK* at *Atzilut*? At para kanino nila ikinukubli at tinatakpan ang Liwanag ng *Ein Sof*, batay sa kanilang mga hangganan? Sa hinaharap, ang mga kaluluwa ay aakyat sa *AK* at *Atzilut* kasama ng mga mundong *BYA*, at tatanggap ng Liwanag mula sa kanila. Kaya ang mga pagbabago ay magaganap din sa *AK* at *Atzilut*,

alinsunod sa mga katangian ng mga kaluluwang nakatakdang tumanggap ng Liwanag, habang sila ay sadyang suminag sa mga kaluluwang aakyat sa mga mundong iyon sa takdang panahon.

14) Kasunod nito, malinaw na ang mga mundo, mga pagsisimula, mga pagbabago, at mga antas ay tumutukoy lamang sa *Kelim* na nakapangyayari sa mga kaluluwa, at sumusukat sa kanila upang sila'y unti-unting makatanggap mula sa Liwanag ng *Ein Sof*. Subalit sa sandaling ang mga kaluluwa ay umangat sa antas, ang mga pagbabagong ito ay hindi na nagsasanhi ng anumang pagbabago sa Liwanag ng *Ein Sof* sa Kanyang sarili, sapagkat ang mga kasuotan ay walang kakayahang makaapekto sa mismong natatakpan— tanging sa mga nagnanais na madama ito at tumanggap mula rito.

15) Nararapat tayong gumawa nang tatlong pag-unawa sa *Sefirot* at *Partzufim*, saanman sila naroroon - *Atzmuto, Kelim,* at Liwanag.

1. Sa *Atzmuto*, ang mga tagatanggap ay walang kaisipan o pag-unawa.
2. Sa Kelim, palaging may dalawang magkataliwas na pag-unawa: pagkakubli at pagsisiwalat. Sa simula, ang Kli ay ikinukubli ang sarili nito, kaya't ang sampung Kelim sa sampung Sefirot ay kumakatawan sa sampung antas ng pagkakubli. Ngunit pagkatanggap ng mga kaluluwa sa katulad na katayuan na nasa Kelim, ang mga pagkakubling ito ay nagiging pagsisiwalat — mga pagtatamo ng mga kaluluwa. Sa ganitong kalagayan, ang dalawang magkataliwas na pag-unawa sa Kelim ay nagiging iisa, dahil ang hangganan ng pagsisiwalat sa Kli ay kasukat ng pagkakubli nito. At habang ang kapal ng Kli ay higit na ikinukubli ang Atzmuto nito, ito rin ay nagiging pagsisiwalat ng Itaas na Antas.
3. Ang mga Liwanag sa *Sefirot* ay ang eksaktong hangganan na dapat lumitawpara sa pagtatamo ng mga kaluluwa. Bagamat ang lahat ng bagay ay nagmumula sa *Atzmuto*, ang pagtatamo sa Liwanag ay tanging sa katangian lamang ng *Kli*. Kaya mayroong kinakailangan sampung Liwanag doon sa sampung *Kelim*, ibig sabihin sampung antas ng pagsisiwalat. Kaya ang Liwanag ay hindi maipapagkaiba sa *Atzmuto*, kundi tangi lamang na walang pag-unawa o pagtatamo sa *Atzmuto*. Kung ano ang naihahayag sa atin ay kung ano lamang ang nakakarating sa atin mula sa Maylikha sa pamamagitan ng Kanyang pananamit sa *Kelim* ng sampung *Sefirot*. Kaya ating tinutukoy ang anumang ating natatamo sa katawagang, mga "Liwanag."

APAT NA MGA YUGTO SA PAG-UNLAD NG KLI

Ang mga Kabalista ay nakamtan ang espirituwalidad at inilathala ito sa mga aklat ng Kabbalah. Kanilang naunawaan na ang ugat ng buong reyalidad ay Isang Nakatataas na Puwersa, na kanilang tinawag na Atzmuto (Kanyang Sarili), sapagkat hindi nila ito matamo sa sarili nito mismo. Subalit kanilang natanto na isang kaisipan at intensiyon ang nagmumula sa Atzmuto—ang hangaring lumikha ng mga nilikha at magbigay-lugod sa mga ito. Tinawag nila ang kaisipang ito at intensiyon na "Kaisipan ng Paglikha" o "Mataas na Liwanag." Kaya, patungkol sa nilikha, ang Liwanag ay ang Maylikha, dahil ang Atzmuto ay di-matatamo nang direkta. Sa ganitong paraan, ang ugnayan ng Maylikha at nilikha ay umiiral sa pamamagitan ng Mataas na Liwanag.

Bilang pagsusuma: Ang Liwanag ay lumalabas mula sa Atzmuto at nagnanais na lumikha ng isang nilikha at paligayahin ito sa pamamagitan ng pagpuno ng kasiyahan dito. Ibig sabihin, ang layon ng Liwanag ay lumikha ng nilikha na mararamdaman ang Liwanag bilang kasiyahan. Kaya naman, tinawag ng mga Kabalista ang nilikha na *Kli*, at ang Liwanag ay tinaguriang "kapunuan." Ang Liwanag na sumusulpot mula sa Atzmuto, na lumikha sa nilikha, ay tinawag na *Behinot Shoresh* (ugat ng pag-unawa), sapagkat ito ang ugat ng buong reyalidad. Ang Liwanag na ito ay gumawa ng isang hangarin na magtamasa nito, at ang hangarin na tamasahin ang Liwanag ay tinawag na "ang kaloobang tumanggap" ng Liwanag.

Ang hangganan ng kasiyahan ay nakadepende sa hangganan ng kagustuhan na tanggapin ito. Sa ating mundo, maaaring walang laman ang sikmura ng isang tao, ngunit wala siyang pagnanais kumain. Kaya ang pagnanais ang *Kli* (daluyan o sisidlan) para sa kapunuan, at kung walang pagnanais, walang kasiyahan. Walang pilitan sa espirituwalidad; palaging sumusunod ang kapunuan sa pagnanais.

Ang Liwanag ay sumulpot mula sa Atzmuto, lumikha ng *Kli*, at pinuno ito. Ang kasiyahan na naramdaman ng nilikha sa pagtanggap ng Liwanag ay tinawag na *Ohr Hochma* (Liwanag ng Karunungan). Ang pagnanais na iniluwal ng Liwanag na nagpuno dito ay tinawag na *Behina Aleph* (Unang Pag-unawa). Binigyan ito ng ganitong pangalan dahil ito ang unang pag-unawa ng paparating na *Kli*.

Datapwat, ang hangaring ito ay hindi pa makapag-iisa, sapagkat ito ay direktang ginawa ng Liwanag. Ang tunay na nilikhang nilalang ay isang nilalang na nagnanais na matamasa ang lahat ng Liwanag mula sa Maylikha sa sarili nito mismo. Ibig sabihin, ang mga hangarin at desisyon na magtamasa ng Liwanag ay nagmumula sa loob ng sarili nito, hindi itinanim mula sa Maylikha.

Upang magnais tumanggap ng Liwanag, dapat munang malaman ng nilikha ang hangganan ng kasiyahan na umiiral sa Liwanag. Kaya kailangan munang mapuno ng Liwanag at pagkatapos ay maranasan kung paano maging walang Liwanag. Sa ganitong kalagayan, nalilikha ang tunay na paghahangad sa Liwanag.

Katulad ito ng mga pangyayari sa buhay: Kapag ang isang tao ay nabigyan ng prutas na hindi niya kilala ang lasa, sa umpisa ay wala siyang pagnanais dito. Ngunit kapag natikman niya ang prutas at naranasan ang kasiyahan na dala nito, at pagkatapos ay inalis ang prutas, nagsisimula siyang maghanap at magnasa muling maranasan ang kasiyahan. Ang paghahangad na ito ang nagluluwal ng bagong hangarin sa tao, na nararamdaman niyang sariling hangarin.

Kaya imposible na maitayo ang *Kli* sa isang iglap. Sa halip, upang naisin kung ano ang dapat tamasahin at maranasan na nais nitong magtamasa, kinakailangang dumaan ito sa buong proseso ng pag-ikot. Sa Kabbalah, ipinapakita ito bilang batas: "Ang paglawak ng Liwanag sa loob ng pagnanais tumanggap, at ang paglisan mula dito, ay ginagawa ang *Kli* na angkop para sa gawain nitong tanggapin at tamasahin ang lahat ng Liwanag." Ang kalagayan ng pag-unlad ng hangarin ay tinatawag na mga *Behinot* (pag-unawa), dahil ito'y mga bagong obserbasyon sa kaloobang tumanggap.

Samakatwid, ang Liwanag na nagpupuno sa *Kli* ay nagbibigay dito ng kasiyahan, kalakip ang katangian ng pagbibigay. At habang ang *Kli* ay nagtatamasa ng Liwanag, kaagad nitong mararamdaman ang pagnanais na magkaloob, tulad ng kalikasan ng Liwanag na pumupuno dito. Ang dahilan nito: sadyang inihanda ng Maylikha ang Liwanag upang maghatid sa *Kli* ng hangaring magkaloob, kalakip ang kasiyahan.

Kasunod nito, sa sandaling nilikha ng Liwanag ang *Behina Aleph* at pinuno ito, naramdaman nito ang hangaring maging katulad ng Maylikha. Dahil ito ay isang bagong hangarin, ito rin ay isang bagong pag-unawa, na tinawag na *Behina Bet* (pangalawang pag-unawa).

Ang *Behina Bet* ay isang hangaring magkaloob. Ang kasiyahang nararamdaman nito sa pagiging katulad ng Maylikha ay tinawag na *Ohr Hassadim* (Liwanag ng Awa). Kaya makikita natin na ang *Behina Aleph* ay kabaligtaran ng *Behina Bet*: ang paghahangad sa *Behina Aleph* ay pagtanggap, samantalang ang paghahangad sa *Behina Bet* ay pagbibigay. Ang Liwanag sa *Behina Aleph* ay *Ohr Hochma*, at sa *Behina Bet* ay *Ohr Hassadim*.

Sa sandaling ang kaloobang tumanggap sa *Behina Aleph* ay nagsimulang matamasa ang Liwanag na nagpupuno dito, kaagad nitong mararamdaman na ang Liwanag ay nagbibigay ng kasiyahan. Ito ang *Behina Aleph* bilang tagatanggap ng kasiyahan. Sa kinalabasan, nagsimula itong magnais na maging katulad ng Liwanag sa sarili nito, hindi upang tumanggap ng kasiyahan, kundi upang magbigay nito, tulad ng Liwanag.

Dahil dito, ang hangarin na tumanggap ay naglaho, nananatiling hungkag sa loob ng *Ohr Hochma*, sapagkat ang kasiyahan ay nadarama lamang sa paghahangad para dito.

Hindi magagawang manatili ng kaloobang tumanggap nang walang *Ohr Hochma*, dahil ang *Ohr Hochma* ang Liwanag ng buhay. Kaya't napipilitang tumanggap ng ilang *Ohr Hochma*. Ang bagong hangaring ito, tinawag na *Behina Gimel* (pangatlong pag-unawa), ay nagtataglay ng dalawang hangarin: 1) ang paghahangad na maging katulad ng Liwanag; at 2) ang paghahangad na tumanggap ng maliit na butil ng *Ohr Hochma*.

Sa ganoong kalagayan, nararamdaman ng *Kli* ang dalawang Liwanag: *Liwanag ng Hassadim* sa paghahangad na magkaloob, at *Liwanag ng Hochma* sa paghahangad na tumanggap.

Kapag tumanggap ang *Behina Gimel* ng Liwanag, nararamdaman nito na sa dalawang Liwanag na ito, ang *Ohr Hochma* — ang Liwanag ng buhay — ay umaangkop sa kalikasan nito. Dahil dito, nagpasiya itong tanggapin ito nang lubusan. Sa gayon, isinilang ang bagong paghahangad sa kasiyahang iyon, ang *Ohr Hochma* — ang katulad na kasiyahan na nais ibuhos ng Maylikha sa nilikha.

Samakatwid, makikita natin na ang Liwanag mula sa Atzmuto ay lumikha para sa sarili nito ng *Kli* sa apat na hakbang. Kaya ang panghuling paghahangad, na tinawag na *Behina Dalet* (pang-apat na pag-unawa), ay ang tunay na nilikha. Ang lahat ng naunang yugto ay mga hakbang ng pag-unlad lamang.

Sa katunayan, ang buong Paglikha ay *Behina Dalet*. Lahat ng umiiral sa reyalidad, maliban sa Maylikha, ay *Behina Dalet*. Tinawag itong *Malchut* (Hari), dahil dito naghahari ang kaloobang tumanggap.

APAT NA BEHINOT

Ang *Behina Dalet* ang tanging tunay na nilikha. Nahahati ito sa dalawang bahagi: panlabas at panloob. Sa panlabas, kabilang ang mga Sefirot, Partzufim (mga pinaraming Partzuf), mga mundo, at pati na ang ating mundong materyal — mula sa mga halaman at hayop hanggang sa buong kalikasan. Sa panloob naman ay ang mga kaluluwa ng mga tao. Ang tanging pagkakaiba sa lahat ng mga bahaging ito ay nakasalalay lamang sa hangganan ng kanilang hangaring tumanggap.

Kapag ang *Behina Dalet* ay ganap nang napuno ng *Ohr Hochma*, ito ay tinawag na "mundo ng *Ein Sof*" — isang mundo na walang hangganan, sapagkat walang katapusan ang hangaring tumanggap ng Liwanag. Tumatanggap ang *Behina Dalet* ng Liwanag sa pamamagitan ng apat nitong naunang *Behinot* — *Shoresh, Aleph, Bet,* at *Gimel*. Kaya ito'y nahahati sa panloob nito sa limang antas ng hangaring tumanggap: mga hangarin para sa mga Liwanag na nauna rito, at ang hangarin para sa Liwanag na dumarating sa kanya mismo.

ANG APAT NA BEHINOT BAGO SA BEHINA DALET, NA MAY LIMANG BEHINOT SA LOOB NITO

Pagsusuma: Ang Liwanag, na lumilitaw mula sa Maylikha — ang *Behina Shoresh*, ang ugat ng lahat — ang siyang lumikha ng isang nilikha, ang *Behina Dalet*, sa apat na yugto ng pagbuo. Ang nilalaman at esensya ng nilikha ay ang hangaring tumanggap ng kasiyahan; samantalang ang kasiyahan ay ang nararamdamang Liwanag sa loob ng nasabing hangarin. Ang *Behina Dalet* ay nahahati sa apat na bahagi, bawat isa ay tumatanggap ng Liwanag mula sa mga naunang *Behinot*. Kapag ang *Behina Dalet* ay ganap nang napuno ng *Ohr Hochma*, ito ay tinawag na "mundo ng Ein Sof" — isang mundo na walang hangganan dahil sa walang katapusang hangaring tumanggap. Ang mga bahagi ng *Behina Dalet* ay kinikilala bilang mga "kaluluwa" at mga "mundo." Ang mga mundong ito ay naglalaman ng mga *Partzufim, Sefirot*, at lahat ng bagay maliban sa mga kaluluwa.

TZIMTZUM ALEPH, MASACH, PARTZUF

Habang ang *Ohr Hochma* ay pinupuno ang pagnanais na tumanggap sa *Behina Aleph*, ipinagkaloob nito dito ang kaloobang tumanggap na kalikasan nito — ang hangaring magkaloob. Ito ang dahilan kung bakit sa dakong huli, ang *Behina Aleph* — matapos maramdaman ang kalikasan ng Liwanag na nagpupuno sa loob nito — ay binago ang kanyang hangarin mula sa pagnanais na tumanggap tungo sa pagnanais na magkaloob.

Sa sandaling ang *Behina Dalet* ay nilisan ang *Behina Gimel* at napuno ng kanyang Liwanag na *Ohr Hochma* rin, ang Liwanag ay nagbago sa paraang ito'y nagsimulang magnais na magkaloob sa kanyang kaloban. Kaya ang hangaring tumanggap ay naglaho sa *Behina Dalet*.

Ngunit bakit ang *Ohr Hochma* ay nagbibigay sa Kli ng isang hangaring magkaloob kapag pinupuno ito? Ito ay dahil ang Kli ay nakakaramdam hindi lamang ng kasiyahan mula sa Liwanag kundi pati ng hangaring maging Tagapagbigay. Ang Maylikha ay magagawang gumawa ng isang Kli na hindi makakaramdam sa Kanya bilang Tagapagbigay, kundi tanging kasiyahan lamang ng pagtanggap. Sa ating mundo, ito ang nararamdaman ng mga tao kapag ang kanilang kaloobang tumanggap ay hindi pa maunlad, tulad ng mga bata, mga magaspang na mga tao, o mga hindi matino ang pag-iisip.

Habang ang bata ay lumalaki, ito'y nagiging mahiyain sa pagtanggap. Sa tao, ang pakiramdam na ito ay maunlad na ang isang tao ay mas gugustuhin ang anumang hirap sa mundo kaysa sa pagdurusa sa kahihiyan ng pagtanggap. Ang Maylikha ay sadyang ginawa ang katangiang ito sa atin, upang sa pamamagitan nito, magagawa nating makapangibabaw sa ating kalikasan, sa kaloobang tumanggap.

Ang mapahiya at magdusa mula sa pagtanggap, ang isa'y dapat maramdaman na siya ay tumatanggap. Ito ay maaari lamang kung nararamdaman ng isa na mayroong tagapagbigay. Kung hindi ko nararamdaman ang tagapagbigay, hindi ko mararamdaman ang hiya. Ngunit kung ang tagapagbigay ay nasa harap ko, ako'y mahihiya. Hindi ko magagawang tumanggap nang tuwiran dahil kinakailangan kong makipag-ugnay sa kanya. Mararamdaman ko na dapat akong makapagbigay sa kanya bilang kapalit ng tinanggap mula sa kanya. Sa ganoong katayuan, hindi na ako tumatanggap lamang; sa halip, nagkakapalit kami ng katayuan at nagiging tagapagbigay, dahil sa gayon, siya rin ay tumatanggap na mula sa akin.

Ang pandama sa Maylikha ay pumupukaw ng malaking paghihirap sa pagtanggap sa *Malchut*, ito'y nagpapasya na hindi na kailanman gagamitin ang kanyang kaloobang tumanggap ng kasiyahan para sa kanyang sarili. Ang kapasyahang ito sa *Malchut* na hindi tumanggap para sa kanyang sarili ay tinawag na *Tzimtzum* (paghihigpit). Ang katawagan na *Tzimtzum Aleph* (unang paghihigpit), ay nagsasabi na ang paggalaw na ito ay naganap sa unang pagkakataon.

Kaya ang *Malchut* ay tumigil sa pagtanggap ng Liwanag. Sa gayon, siya'y huminto bilang isang tagatanggap, subalit wala pa rin siyang anumang ipinagkakaloob sa Maylikha, hindi pa rin niya natutupad ang kanyang naisin na maging katulad ng Liwanag, ang tagapagbigay ng kasiyahan. Sa hindi pagtanggap ng kasiyahan mula sa Maylikha, ang *Malchut* ay hindi pa nakapagtamo ng pagkakatulad ng anyo. Kaya ating makikita na ang *Tzimtzum Aleph* ay hindi ang dulo ng layunin, kundi isang paraan upang makamit ang kakayahan na magkaloob.

Ang layunin ng Maylikha sa Paglikha ay upang ang *Malchut*, ang ginawang nilalang, ay tumanggap ng kasiyahan. Ang *Kaisipan ng Paglikha* ay walang paghupa at lubusan. Kaya ang Maylikha, ang Liwanag, ay patuloy na nagtutulak sa *Malchut* na tumanggap nito. Ang *Malchut* ay naramdaman na ang pagkilos ng paghihigpit ay hindi sapat upang makamit ang pagkilos ng pagkakaloob. Datapwat, paano magagawa ng nilikha, na ang tanging katangian ay tumanggap lamang, na makapagbigay sa Maylikha, tulad ng Kanyang ginagawa?

Sa pamamagitan ng pagdama sa mga katangian ng Mataas na siyam sa loob niya — ang mga katangian ng Maylikha na kanyang nararamdaman sa kanyang kaloobang, na sa kanya ay ang pagtingin ng Maylikha sa kanya — ang *Malchut* ay nagsimulang maunawaan paano niya makakayang magkaloob sa Maylikha. Kanyang ipinasiya na kung siya'y tatanggap ng Liwanag at tatamasahin ito *lamang* dahil ang Maylikha ay nagagalak sa kanyang kagalakan dito, ang kanyang pagtanggap ay magiging halos katumbas ng pagkakaloob. Ang pagtanggap ng kasiyahan ng tagatanggap upang bigyang pakinabang ang nagbigay ay ginagawa ang pagkilos na pagtanggap tungo sa pagkakaloob. Kaya kung ang *Malchut* ay tinatanggap ang lahat ng kasiyahan (*Liwanag*) na ang Maylikha ay inihanda para sa kanya, siya'y nagkakaloob sa Kanya, tulad ng kung paanong ang Maylikha ay pinagkakalooban siya.

Kunin nating halimbawa ang isang bumibisitang panauhin. Ang punong-abala ay hinahainan ang bisita ng pagkain, sa tamang dami at panlasa na ang bisita ay nagugustuhan ito (ang naisin ay nakatugma sa *Liwanag*, sa panlasa at sa dami, sapagkat ang *Liwanag*-kasiyahan ay nalikha ang *Kli*-hangarin ayon sa sarili nito).

Datapwat, bagamat ang panauhin ay gutom, ang panauhin sa harap ng punong-abala ay nahihiya, na pumipigil sa kanya na tumanggap. Ang hiya ay nagmumula sa kanyang nadarama sa sarili bilang tagatanggap at ang punong-abala na tagapagbigay. At ang hiya ay napakalakas na hindi niya magawang tumanggap pa.

Subalit dahil sa pakiusap ng punong-abala na kumain siya, dahil inihanda Niya ang lahat ng bagay para sa kanya, ang panauhin ay napaniwala na ang punong-abala ay matutuwa sa kanyang pagkain. Sa gayon, lumalabas sa panauhin na kung tatanggapin niya ang kasiyahan, matapos niyang tanggihan ito nang makailang beses, ang pagtanggap na ito ay maituturing siya bilang nagbibigay at binibiyayaan ang punong-abala. Kaya ang panauhin ay nagiging isang tagapagbigay, at ang punong-abala ay nagiging tagatanggap.

Sa *Kabbalah*, ang gutom, ang hangarin na tumanggap ng kagalakan at kasiyahan ay tinawag na *Kli* (daluyan/*vessel*). Ang kasiyahan na nagmula sa Maylikha ay tinawag na *Ohr Yashar* (Direktang Liwanag). Ang puwersa na nagtutulak sa kasiyahan na nanggaling sa Maylikha ay tinawag na *Masach* (tagasansala/*screen*). Ang *Liwanag* na tinanggihan at itinulak mula sa *Masach* ay tinawag na *Ohr Hozer* (Nagbabalik na Liwanag).

Gamit ang puwersa ng *Masach* — ang lakas na tanggihan ang pansariling-kasiyahan at bigyang kagalakan ang Maylikha — ang *Kli* ay magagawang tanggihan ang sarili nitong kaloobang tumanggap. Ating mauunawaan na ang *Kli* ay tinanggihan ang *Liwanag*, subalit mas tumpak na sabihin na ang *Kli* ay tinatanggihan ang paggamit ng hangarin na magtamasa para sa sarili.

Ang *Kli* ay hindi magagawang magbalik ng *Liwanag* sa Maylikha; maaari lamang itong magbago ng intensiyon. Ang layon na nilikha sa *Kli* upang magpaligaya sa Maylikha ay tinawag na *Ohr Hozer* (Bumabalik na Liwanag). Ang *Ohr* (*Liwanag*) ay isa pang tawag sa kasiyahan. Ang *Ohr Yashar* ay ang kasiyahan na ang Maylikha ay ibinibigay sa nilikha, at ang *Ohr Hozer* ay ang kasiyahan na ang nilikha ay nais ibigay sa Maylikha.

Sa sandaling ang *Kli* (panauhin) ay nakatiyak na hindi ito tatanggap upang magtamasa para sa sarili, ito'y magsusuri ng tindi ng *Ohr Hozer* nito (ang sukat ng pagnanais nito na magkaloob ng kasiyahan sa Maylikha — sa Punong-Abala), at ipasiya na tanggapin ang kasaganaan na dumarating dito mula sa *Ohr Yashar* (mga kakanin at kagalakan na ang Punong-Abala ay ipinagkakaloob) ngunit hanggang sa sukat lamang na makakaya nitong tanggapin upang mabigyang kagalakan ang Maylikha (Punong-Abala).

Ang mga Kabalista ay mga tao na nararamdaman ang *Liwanag* na nagmumula sa Maylikha at ang lahat ng pagkilos nito. Ngunit kapag sila'y nagsusulat tungkol sa espirituwalidad, kanilang inihahatid ang kanilang mga nadarama sa lengguwahe ng "teknikal" na mga termino at paglalarawan. Kaya tanging kung ang mambabasa ay may isang *Masach* at mga puwersa na ang mga aklat ay binabanggit, na ang isa ay magagawang "isalin" ang mga salita sa pakiramdam, sa pamamagitan ng pagsasagawa ng parehong mga pagkilos na kanyang nababasa tungkol sa kanyang sariling kalooban.

Ang *Liwanag* ay tuwirang dumarating mula sa Maylikha (kaya ang tawag dito ay *Ohr Yashar*) at nais na mabalot sa loob ng *Kli*. Subalit nakakatagpo nito ang *Masach*. Ang *Masach* ay tinatanggihan ang *Liwanag* (tumatangging tumanggap nito upang tumanggap), kaya sa pagsunod sa kundisyon ng *Tzimtzum Aleph*: na hindi tumanggap para sa sarili. Sa sandaling ang *Kli* ay makatiyak na hindi ito tatanggap para sa sarili, ito'y magkakalkula (gamit ang *Masach*) gaano kalaki ang magagawa nitong tanggapin upang magkaloob (kasiyahan sa Maylikha). Ang pandama sa *Liwanag* at ang desisyon kung gaano kalaki ang tatanggapin ay ginagawa bago sa pagtanggap nito. Sa ganitong kadahilanan, ang bahaging ito sa *Kli* ay tinawag na *Rosh* (ulo). Ang lugar ng pagkalkulasyon, kung saan ang *Masach* ay nakatayo ay tinawag na *Peh* (bibig).

Kasunod ng desisyon sa *Rosh*, ang *Kli* ay tinatanggap ang *Liwanag* sa *Toch* (panloob). Ang *Toch* ay ang bahagi ng *Kli* kung saan ang pagtanggap sa *Liwanag* (pandama sa kasiyahan sa loob ng pagnanais na magtamasa) ay talagang nagaganap. Ang *Ohr Hochma* (ang kasiyahan) ay natatanggap nang may paglayong paligayahin ang Maylikha sa ganitong paraan. Ang paglayong ito ay tinawag na *Ohr Hassadim* (*Liwanag ng Awa*). Sa lengguwahe ng *Kabbalah*, ang *Ohr Yashar* ay *nagdadanit* sa *Ohr Hozer*, at ang *Ohr Hochma* ay *nagdadanit* sa *Ohr Hassadim*.

Ang *Kli* ay magagawang makatanggap lamang ng maliit na bahagi ng *Liwanag* na nagmumula sa Maylikha, dahil ang *Masach* ay walang lakas na tanggapin ang lahat ng *Liwanag*. Kaya ang isang bahagi (ng hangarin) nito ay napupuno at ang isang bahagi ay nanatiling walang laman. Ang bahaging nanatiling walang laman ay tinawag na *Sof* (dulo, konklusyon). Kaya ating makikita na ang nilikha ay binubuo ng tatlong bahagi: *Rosh*, *Toch*, at *Sof*. Magkakasama, ang mga ito'y tinawag na *Partzuf* (mukha, bukas ng mukha). Ang *Guf* ng *Partzuf* (ang lahat ng mga hangarin nito) ay nahahati sa *Toch*, ang tumatanggap na bahagi, at *Sof* na nanatiling walang laman.

- **Ang hangganan ng *Guf* ng *Partzuf*, kung saan ang pagtanggap ng Liwanag ay nagtatapos, ay tinawag na *Tabur* (pusod).**
- **Ang bahagi ng Liwanag na natanggap sa loob ng *Partzuf* ay tinawag na *Ohr Pnimi* (Panloob na Liwanag).**
- **Ang bahagi ng Liwanag na nanatili sa labas ng *Kli* ay tinawag na *Ohr Makif* (Nakapalibot na Liwanag).**

Sa pamamagitan ng *Masach*, ang *Ohr Yashar* ay nahahati sa *Ohr Pnimi* at *Ohr Makif*.

Ang *Malchut* ay binubuo ng limang *Behinot* (mga pag-unawa). Ang *Masach* ay nagpapasiya kung gaano kalaki ang tatanggapin sa bawat *Behina*. Ang bawat isang *Behina* ay nahahati sa isang bahagi na nakakatanggap at isang bahagi na hindi nakakatanggap. Kaya may limang *Behinot* sa *Toch* at limang *Behinot* sa *Sof*.

Pagsusuma: Kapag ang *Liwanag* ay nagwasto sa *Kli*, ito'y nagbibigay ng hangarin ng *Maylikha* sa *Kli*. Ito, sa katunayan, ay ang ating kakulangan: para ang *Liwanag* (*Nakapalibot na Liwanag* na ating pinupukaw habang nasa ating pag-aaral, kung nais nating makamit ang layunin ng *Paglikha*) ay dumating at iwasto tayo, nang sa gayon ating naisin na ang ating mga pagkilos ay maging katulad ng sa *Maylikha* (pagkakaloob). Ito ang katangi-tangi sa pag-aaral ng *Kabbalah*, at ito rin ang kahalagahan nito. Ang pag-aaral ay pumupukaw sa *Nakapalibot na Liwanag*, na nagwawasto sa isang tao.

PAGLAWAK AT PAGLISAN NANG MGA LIWANAG

Matapos na ang *Malchut* ay magpasiya na tanggapin ang isang bahagi ng *Ohr Yashar*, at tanggapin ito sa *Toch*, huminto itong tumanggap. Ang *Malchut* ay palaging nagkakalkula, sa *Rosh* ng *Partzuf*, kung ano ang pinakamalaking *Liwanag* na kanyang maaaring tanggapin upang magkaloob. Depende sa puwersa ng *Masach*, ang *Malchut* ay tinatanggap lamang ang napakaliit na bahagi ng *Ohr Yashar*, dahil ang pagtanggap upang bigyang pakinabang ang *Maylikha* ay laban sa kanyang kalikasan.

Ang bahagi ng *Ohr Yashar* na nanatili sa labas ng *Kli* ay tinawag na *Ohr Makif*. Ito'y patuloy na nagtutulak sa *Masach*, na pumipigil sa paglawak nito sa *Partzuf* at nagnanais na makalusot sa *Masach* at punuin ang buong *Kli*, pati na ang *Sof* ng *Partzuf*, tulad ng bago sa *Tzimtzum*.

Ang dalawang *Liwanag* na ito ay humahampas sa *Masach* ng *Tabur*, ang nagpipigil sa pagpasok ng *Liwanag* sa *Partzuf*. Nais nilang ang *Masach* ay bumaba mula sa *Tabur* pababa sa *Sium* (katapusan/dulo) ng *Partzuf*, at nang sa gayon, ang buong *Ohr Makif* ay magawang makapasok.

Ang katayuang ito ay katulad ng sa isang nilalang na tumanggap ng isang bahagi ng anumang inihain ng punong abala sa kanya. Nakaramdam siya ng malaking kasiyahan sa kanyang natanggap, at ito'y nagpahina sa kanya dahil nakaramdam siya ng malaking kahihiyan sa hindi niya nagawang tanggapin.

Bilang resulta, ang *Masach* ay bumalik mula sa *Tabur* patungo sa *Peh*, at ang *Partzuf* ay nawalan ng *Liwanag*. Tulad ng ang *Liwanag* ay pumasok sa *Partzuf* sa pamamagitan ng *Peh*, ito'y nilisan ang *Partzuf* gamit ang *Peh*. Ang paglawak ng *Liwanag* mula sa Itaas pababa, mula sa *Peh* patungo sa *Tabur* ay tinawag na *Taamim* (mga lasa). Ang paglisan ng *Liwanag* sa *Partzuf* mula sa *Toch* patungo sa *Rosh* ay tinawag na *Nekudot* (mga punto). Kapag ang *Liwanag* ay lumisan sa *Partzuf*, ito'y nag-iiwan ng marka ng sarili nito, tinawag na *Reshimo* (alaala, naa-alala). Ang *Reshimo* mula sa *Liwanag* ng *Taamim* ay tinawag na *Tagin* (mga tanda), at ang isang *Reshimo* mula sa *Liwanag* ng *Nekudot* ay tinawag na *Otiot* (mga titik).

Ang paglawak at paglisan ng *Liwanag* ay ginagawa ang *Kli* na angkop sa kanyang gawain, dahil matapos lamang na ang *Kli* ay naramdaman ang kasiyahan at ang kasiyahan ay lumisan, nangyayari na ang tunay na paghahangad sa kasiyahang ito ay lumilitaw sa *Kli*. Matapos na lumisan ang *Liwanag*, isang *Reshimo* ang naiiwan sa *Kli*. Ito ay ang *Reshimo* ng kasiyahan na naroroon, ng *Nekudot*. Sa sandaling ang *Kli* ay nawalan ng *Liwanag*, ang *Reshimo* (alaala) ay magtatakda ng hangarin at pagnanais ng *Kli*. Kaya ang *Reshimo* sa paglisan ng *Liwanag* ay tinatawag na *Otiot* o kaya'y *Kli*.

Bago sa **Tzimtzum**, ang **Behina Dalet** ay tumatanggap ng mga *Liwanag* mula sa apat nitong mga naunang **Behinot**. Ang *Liwanag* ay dumarating sa kanya mula sa *Atzmuto* na dumaraan sa **Behinot Shoresh, Aleph, Bet, Gimel**, at **Dalet**. Kaya ang **Behina Dalet** ay naglalaman ng limang panloob na **Behinot**. Ang bawat isang **Behina** ay tumatanggap ng *Liwanag* mula sa katumbas nitong **Behina**.

- Ang *Behina Shoresh* sa *Behina Dalet* ay natatanggap ang *Ohr Yechida* (Liwanag ng *Yechida*) mula sa *Behina Shoresh*.
- Ang *Behina Aleph* sa *Behina Dalet* ay natatanggap ang *Ohr Haya* mula sa *Behina Aleph*.
- Ang *Behina Bet* sa *Behina Dalet* ay natatanggap ang *Ohr Neshama* mula sa *Behina Bet*.
- Ang *Behina Gimel* sa *Behina Dalet* ay natatanggap ang *Ohr Ruach* mula sa *Behina Gimel*.
- Ang *Behina Dalet* ay natatanggap ang *Ohr Nefesh* sa *Behina Dalet*.

Tanging ang *Behina Dalet* sa *Behina Dalet* ang nakakaramdam na ang pagnanais na tumanggap ng kasiyahan ay sa kanya. Kaya tanging ang *Behina* lamang na ito ang itinuturing na isang "nilikha." Ang iba pang *Behinot* sa *Behina Dalet* ay nauuna sa *Behina Dalet* ng *Behina Dalet*, ay mga hangarin na ang *Behina Dalet* ay natanggap mula sa *Behinot Shoresh, Aleph, Bet*, at *Gimel*, na nauna rito. Bagamat ang mga hangarin sa mga nauna nitong *Behinot* ay mga hangaring tumanggap, ang mga ito'y nagmula sa *Maylikha* at hindi mula sa *Behina Dalet* sa sarili nito.

Ang *Behina Dalet* ay binubuo ng limang *Behinot*; ito ang kanyang balangkas at ito'y hindi nababago. Ang mga *Behinot* na ito'y maaaring mahati, punuan, sumama para sa pagkilos sa pagtanggap ng *Liwanag* sa loob ng mga ito, subalit ang kanilang mga balangkas ay nanatili sa dati. Ito ay tinawag na ang *tungki ng Yod, Yod, Hey, Vav, Hey*.

Ang mga mundo, at lahat ng mga bagay dito bukod sa mga tao, ay lumitaw mula sa *Behinot* na nauna sa *Behina Dalet* ng *Dalet*. Wala ang mga itong sariling hangarin na tumanggap. Sila'y pinapagalaw ng mga hangarin na ang *Maylikha* ay itinanim sa kanila, at samakatwid hindi inilalarawan ng *Kabbalah* bilang "mga nilikha." Tanging mga kaluluwa lamang ng mga tao ang ginawa sa *Behina Dalet* ng *Dalet*, kung saan ang kaloobang tumanggap ay umiiral sa kanya nang sarili. Kaya, tanging kaluluwa lamang ng mga tao ang itinuturing na "mga nilikha."

Ang tunay na hangarin na tumanggap para sa kanyang sarili ay lumilitaw lamang sa *Behina Dalet* ng *Behina Dalet*. Siya lamang ang nakakakita sa kanyang sarili na tumatanggap. Kaya siya lamang ang natatanging isa na nagpapasiya na pumigil ng pagtanggap sa *Liwanag*. Subalit ang *Liwanag* ay lumisan sa lahat ng *Behinot* sa *Behina Dalet* din, dahil tanging ang *Dalet* sa *Dalet* ang tumatanggap, samantalang ang mga naunang *Behinot* ay nagpaunlad lamang ng kaloobang tumanggap. Noong siya'y tumigil sa pagtanggap, ang *Liwanag* ay naglaho sa kanilang lahat, dahil ang lahat ng limang *Behinot* ay isang *Kli*, **ang *tungki ng Yod*, *Yod, Hey, Vav, Hey*.**

Matapos ang *Tzimtzum*, noong ang *Malchut* ay tinanggap yaong limang *Liwanag* sa pamamagitan ng *Masach* — sa loob ng kanyang limang *Behinot* — sila'y pumasok sa limang bahagi ng *Malchut*. Ang pagkakasunod-sunod kung paano ang pagpasok ng mga *Liwanag* sa *Partzuf* ay mula sa pinaka-maliit na *Liwanag* tungo sa pinaka-malaking *Liwanag*: *Nefesh, Ruach, Neshama, Haya* at *Yechida*. Kaya ang mga *Liwanag* na ito ay tinawag na NRNHY.

PAGPASOK AT PAGLISAN NG LIWANAG SA ISANG *PARTZUF*

Ang limang bahagi ng *Malchut* ay tinawag na *Behinot Shoresh, Aleph, Bet, Gimel,* at *Dalet*. Kasunod ng *Tzimtzum*, na ang mga bahaging ito ay tumatanggap ng *Liwanag* sa pamamagitan ng *Masach*, ang mga ito'y tinawag na *Sefirot* (*sapphire*, mga *liwanag*) dahil ang *Liwanag* ay sumisinag sa kanila. Kaya sa halip na *Behinot* tinatawag natin ang mga ito na *Sefirot*.

Keter = Shoresh

Hochma = Aleph

Bina = Bet

Zeir Anpin = Gimel

Malchut = Dalet

Ang *Reshimot* (maramihan para sa *Reshimo*) mula sa lumilisan na mga *Liwanag* ay tinawag na *Otiot* (mga titik). Matapos ang paglisan ng *Liwanag* na *Nefesh, Ruach, Neshama, Haya* at *Yechida*, mula sa limang *Sefirot* na *Keter, Hochma, Bina, Zeir Anpin,* at *Malchut*, ang limang *Reshimot* o *Otiot* ay nanatili: ang *tungki ng Yod, Yod, Hey, Vav, Hey*.

Sa bandang huli ng sanaysay na ito, ating mapag-aaralan kung paanong ang mga *Kabalista* ay gumagamit ng mga simbolo upang ilarawan ang mga puwersang espirituwal sa panulat. Sila'y gumawa ng mga titik, mga salita, at mga pangalan mula sa mga punto at mga linya. Ito ang kung paano naisulat ang lahat ng mga banal na aklat. Lumalabas na ang mga sulatin ay mga impormasyon tungkol sa mga espirituwal na puwersa at mga paggalaw ng mga ito. Kapag ang mga *Kabalista* ay bumasa ng mga aklat, sila'y makakakilos ayon sa mga sinasabi ng mga ito.

Subalit kung ating susuriin ang mga banal na aklat, tila ang mga ito'y nangungusap lamang tungkol sa mga naganap sa kasaysayan. Subalit ito'y nakasulat sa *Torah* na ang buong *Torah* ay mga pangalan ng *Maylikha*. Ito'y nangangahulugan na ang lahat ng mga salita sa *Torah* ay nagsasabi sa atin tungkol sa *Kelim* o kaya'y ang kanilang mga pagkilos. Ibig sabihin ang buong *Torah* ay ang parehong karunungan ng *Kabbalah* na dapat nating mapag-aralan ngayon, na nasulat sa kakaibang lengguwahe.

Mayroong apat na lengguwahe ang *Torah*: ang lengguwahe ng *Torah*, ang lengguwahe ng mga *Alamat*, ang lengguwahe ng *Talmud*, at ang lengguwahe ng *Kabbalah*. Ang lahat ng ito ay nabuo ng mga *Kabalista* na nakapagtamo ng espirituwalidad, upang masabi sa atin kung paano natin magagawang makamit ang layunin ng *Paglikha*.

PANGKALAHATANG PAGTINGIN

Ang *Maylikha* ay nais na biyayaan ang Kanyang mga nilikha. Ang mga nilikha ay sadyang ginawa upang tumanggap ng mga biyaya mula sa *Maylikha* sa pamamagitan ng kanilang mga sarili. Para sa ganitong layunin, ang *Maylikha* ay lumikha ng nakapag-sasariling nilikha, lubos na malaya sa Kanya. Ang nilikha ay hindi nararamdaman ang *Maylikha* dahil ang *Liwanag* ay Itaas kaysa sa *Kli*, at kapag ito'y nagpupuno sa *Kli*, ito'y kinokontrol ito, at nagpapasya kung ano ang nanaisin ng *Kli*.

Kaya ang nilikha ay dapat isilang nang nakakubli mula sa *Liwanag*, upang ito ay maging nakapag-sasarili, nang walang anumang pandama sa espirituwalidad at ang presensiya ng *Maylikha*. Ito ay isinisilang sa napakalayong antas sa *Maylikha*, sa antas na tinawag na "mundong ito." Subalit kapag ang nilikha ay malaya sa impluwensiya ng Mataas na *Liwanag* (*Maylikha*), ito ay nawawalan din ng lakas na maunawaan ang katayuan nito, ang reyalidad nito, ang layunin ng buhay nito. Sumusunod dito na ang *Maylikha* ay dapat maghanda ng tamang kapaligiran para sa nilikha upang ito'y umunlad at lumago:

1. Dapat niyang pigilan ang *Liwanag* sa pinaka-kaunti, nang paghihigpit kada paghihigpit. Ito ang kung paanong ang mga antas ay naitayo mula sa Itaas patungo sa ibaba, mula sa antas ng *Ein Sof*, ang pinakamalapit sa *Maylikha*, tungo sa antas ng "mundong ito," ang pinakamababa at pinakamalayo sa *Maylikha*. Ang paggalaw na ito ay tinawag na "ang paglawak ng mga mundo at ng mga *Partzufim*."

2. Sa sandaling ang simulang punto ay naihanda na para sa nilikha, ito'y dapat mabigyan ng isang pagkakataon na umangat mula sa ganoong katayuan at marating ang antas ng *Maylikha*. Subalit paano ito magagawa, kung pagkatapos ng *Tzimtzum Aleph* na walang nakakarating na *Liwanag* sa *Kli* — ang nilikha — na nasa antas ng "mundong ito?" Sa ganitong kadahilanan, ang *Maylikha* ay nagtalaga para sa atin sa mundong ito ng isang *Segula* (puwersa, remedyo): *Ohr Makif* (Nakapalibot na *Liwanag*), na sumisinag maging sa napipigilang *Kli*.

Si Rav Yehuda Ashlag ay nagsulat tungkol dito sa *Segula* sa *Aytem* 155 ng kanyang "Pambungad sa Pag-aaral ng Sampung *Sefirot*": "Samakatwid dapat nating tanungin, bakit kung gayon, na ang mga Kabalista ay hiningi sa bawat isang nilalang na mag-aral ng karunungan ng Kabbalah? Totoo nga, mayroong dakilang bagay dito, at marapat na ipamalita: Mayroong isang nakakamanghang, walang kasinghalaga na lunas para doon sa mga lumalahok sa karunungan ng Kabbalah. Bagamat hindi nila nauunawaan kung ano ang kanilang pinag-aaralan, sa pamamagitan ng paghahangad at malaking kagustuhan na maunawaan ang kanilang pinag-aaralan, kanilang napupukaw sa kanilang mga sarili ang *Liwanag* na nakapalibot sa kanilang mga kaluluwa."

"Ito'y nangangahulugan na ang bawat nilalang mula sa Israel ay may katiyakan na sa dakong huli'y makakamit ang lahat ng nakakamanghang pagtatamo na ang *Maylikha* ay inisip sa Kaisipan ng Paglikha na bigyang kagalakan ang bawat nilikha. Ang isa na hindi nagantimpalaan sa buhay na ito ay magagantimpalaan sa kasunod na buhay, atbp.

hanggang ang isa ay makumpleto ang Kaisipan ng *Maylikha*, na Kanyang binalak para sa kanya."

"At habang ang isa ay hindi pa natatamo ang perpeksiyon, ang Liwanag na nakatakdang makarating sa kanya ay itinuturing na *Nakapalibot na Liwanag*. Ito ay nangangahulugan na ang mga ito ay nakahanda para sa kanya, subalit naghihintay na mapadalisay niya ang kanyang mga daluyan (*vessel*) ng pagtanggap, at sa sandaling iyon, ang mga Liwanag na ito ay dinamitan ang mga may kakayahang daluyan (*vessel*).

"Kaya kahit ang isa na walang mga daluyan (*vessel*), kapag lumalahok sa karunungang ito, ang pagbanggit sa mga pangalan ng mga Liwanag at mga daluyan (*vessel*) na kaugnay sa kanyang kaluluwa ay nagdudulot na ang mga Liwanag ay kaagad sumisinag sa kanya sa isang tiyak na hangganan. Datapwat, sila'y sumisinag para sa kanya nang walang pagdadamit sa panloob ng kanyang kaluluwa dahil sa kakulangan ng mga may kakayahang daluyan (*vessel*) na tatanggap sa mga ito.

"Datapwat ang kaliwanagan na natatanggap sa bawat sandali sa panahon ng paglahok sa karunungan ng Maylikha ay nakakahatak para sa kanya ng biyaya mula sa Itaas, na nagbabahagi sa kanya ng kasaganaan ng kabanalan at kadalisayan, na naghahatid sa kanya nang mas malapit hanggang sa makamit niya ang kalubus-lubusan.

Datapwat mayroong mahigpit na kundisyon sa panahon ng paglahok sa karunungan ng Kabbalah, na hindi dapat maging materialistiko sa usapin ng mga likhang-isip at korporyal na mga bagay, dahil ang mga ito'y lumalabag sa, 'Kayo'y hindi dapat gagawa para sa inyo ng mga inukit na imahe, o kaya'y anumang hugis ng pagkakahawig.' Sa ganitong kaganapan, ang isa ay napapahamak sa halip na mabiyayaan."

Kaya tanging sa pag-aaral lamang ng tamang karunungan ng Kabbalah ang magagawang maghatid sa tao sa layunin ng kanyang buhay. Ito ang sinasabi ng mga Kabalista, at sino ang mas nakakaalam tungkol sa reyalidad nang higit sa kanila.

Ang *Ohr Makif* ay ang puwersa na nagpapahintulot sa sinumang tao na umangat mula sa mundong ito patungo sa espirituwal na mundo. Kung wala ang tulong na kaliwanagan nitong *Ohr Makif*, wala tayong pagkakataon na malampasan ang ating katayuan, dahil ang *Kli* ay maaari lamang maiwasto ng Liwanag, at ang Mataas na Liwanag ay hindi maaaring maabot ang mundong ito. Kaya kailangan natin ang *Ohr Makif*.

Upang matulungan ang mga nagsisimula na maiwasan ang pagkabigo sa kanilang daraanan, kami'y nagdagdag ng talaan ng mga katanungan at kasagutan, isang listahan, mga pinaigsing salita, at iba pang mga tinipong impormasyon. Wala kaming balak na magpalalim o magpalawak sa kapaliwanagan at sa dami ng impormasyon, ngunit upang ituro ang mga mag-aaral tungo sa pagtatamo ng sigla upang umunlad nang tama. Dapat maging malinaw na ang layunin ng pag-aaral ay upang magkamit ng *Dvekut* (pagdikit) sa *Maylikha*. Ito ay dapat na palagi sa harap ng ating mga mata, dahil sa gayon lamang natin maaaring mapukaw para sa ating mga sarili ang mga *Nakapalibot na Liwanag*, at sa pamamagitan ng kanilang epekto, tayo'y makakapasok sa Mataas na Mundo.

Ang talaan ay sinadya para sa wastong pag-unawa ng mga batayang terminolohiya. Datapwat, ito'y para lamang sa mga taong nalalaman kung paano ipakahulugan nang tama ang mga binabasang salita sa kanilang tunay na espirituwal na kahulugan—hindi tulad ng pagpapakahulugan natin sa mga ito sa ating mundong pisikal. Sa ganitong hangganan lamang pinahihintulutan ang isang tao na pag-aralan at basahin ang anumang bahagi ng Torah. Kung hindi, maaaring tingnan ng isa ang mga aklat ng Torah bilang pangkasaysayang mga salaysay lamang.

Kapag ang isang Kabalista ay natamo ang espirituwalidad, hindi ito mailalarawan nang sapat sa mga salita, dahil ang espirituwalidad ay nagtataglay lamang ng mga pandama. Ito ang dahilan kung bakit ang mga aklat ng Kabbalah ay nakasulat sa lengguwahe ng mga sanga, gamit ang mga makamundong salita upang mailarawan ang mga espirituwal na konsepto.

Ang espirituwal na mundo ay isang abstrakto (halaw) at "virtual" na lugar, kung saan tanging mga puwersa at damdamin lamang ang umiiral, nang walang pananamit na pangkatawan. Dapat nating patuloy at palaging ulitin ang mga espirituwal na konsepto dahil hanggang sa makamit natin ang koneksyon sa damdamin ng espirituwalidad, tayo'y patuloy na babasahin ang mga aklat ng Kabbalah nang walang ganap na pag-unawa sa mga salitang nasa likod ng mga ito.

Ang pangunahing pagkakamali ay may mga tinatawag na "Kabalista" na nagtuturo na may kuneksyon sa pagitan ng katawang pantao at ng espirituwal na Kli, na parang sa loob ng bawat pisikal na bahagi ng katawan ay nakabalot ang isang espirituwal na bahagi. Sa ganitong pananaw, kung ang isang tao ay gumagawa ng pisikal na kilos, ito raw ay may espirituwal na nilalaman. Iniisip nila na sa paggawa nito, aktwal na gumaganap ang tao ng espirituwal na pagkilos.

Ang kanilang pagkakamali ay nagmumula sa paggamit ng mga Kabalista ng lengguwahe ng mga sanga, gamit ang mga makamundong salita upang pangalanan at ilarawan ang mga espirituwal na terminolohiya. Ito ang dahilan ng mahigpit na pagbabawal sa Torah na, "Kayo'y hindi dapat gagawa para sa inyong mga sarili ng mga inukit na imahe o anumang hugis ng pagkakahawig." Ibig sabihin, ipinagbabawal na magkathang-isip ng mga korporyal na anyo sa espirituwalidad — hindi dahil makapipinsala ito sa Itaas, kundi dahil ang mga huwad na imahe ay nakakapigil sa tao sa pag-unawa ng mga paraan ng Maylikha at sa pagtatamo ng layunin.

Kaya ang mag-aaral ay kinakailangang palaging uulitin ang mga susing konsepto ng Kabbalah tulad ng "lugar," "oras," "paggalaw," "kawalang-presensya," "Guf" (katawan), "mga bahagi ng katawan," "organo," "Zivug" (pagtatagpo), "halik," at "yapos," hanggang sa bawat konsepto ay maunawaan nang tama. Ito ang isinulat ni Baal HaSulam sa kanyang "Pambungad sa Pag-aaral ng Sampung Sefirot." Yaong mga nais mag-aral ng Kabbalah nang tama ay pinapayuhan na iwanan ang lahat ng ibang aklat sa bagay na ito, maliban sa *The Book of Zohar* (Ang Aklat ng Zohar), mga sulatin ni Ari, ni Baal HaSulam, at ni Rabash.

Ang pagpapakahulugan sa Torah bilang pangkasaysayang salaysay ay sumasalungat sa talatang nagsasabi na ang buong Torah ay mga pangalan ng Maylikha, na ito ang Torah ng mundo ng Atzilut, at lahat ng mga salita dito ay Banal na Pangalan. Mahalaga na tandaan na hindi ito tumutukoy sa mundong ito at sa mga taong narito (makikita sa "Pambungad sa The Book of Zohar," Aytem 58).

Ang lahat nang mga pangalan sa Torah ay banal, maging ang mga pangalan na tulad ng *Pharaoh*, *Balaam*, *Balak*. Halimbawa, ang isa na tinawag upang tumindig nang malapit sa Arko ng sinagoga habang sumasamba, hahalik sa aklat ng Torah nang hindi na titingnan muna kung magkakamali siyang mahalikan ang pangalan ni *Pharaoh* o kaya'y ni *Laban*. Ang *Zohar* ay ipinaliwanag na bawat isang pangalan ay simbolo nang espirituwal na antas: ang *Pharaoh* ay tumutukoy sa *Malchut*, ang *Laban* ay tumutukoy sa Mataas na *Loven* (kaputian), *Partzuf* ng Mataas na *Hochma*, atbp.

RESHIMOT

Upang magampanan nang tama ang paggalaw, ang *Kli* ay dapat nalalaman kung ano ang nais nito, paano makakamit ang nais nito, at magkaroon nang lakas upang makuha ang nais nito.

Bukod sa Maylikha, mayroon lamang isang Nalikha: ang kaloobang tumanggap nang kasiyahan. Kaya ang buong reyalidad ay nagtataglay lamang nang Liwanag at *Kli*, kasiyahan at paghahangad, *Hitlabshut* (pananamit) at *Aviut* (sidhi nang hangarin na tumanggap).

Sa bawat isang espirituwal na pagkilos, kasunod nang paglisan ng Liwanag mula sa *Kli*, ibig sabihin matapos ang pagtawid mula sa isang katayuan na ang *Kli* ay tigib nang Liwanag tungo sa isang katayuan kung saan ang *Kli* ay walang Liwanag, ito ay nag-iiwan sa likod nito nang dalawang "alaala" nang mga nakaraang katayuan. Ang mga ito ay tinawag na *Reshimo de Hitlabshut* (alaala nang pananamit) - isang *Reshimo* ng Liwanag na dating nasa *Kli* at lumisan, at ang *Reshimo de Aviut* (alaala ng hangarin na tumanggap) - isang *Reshimo* ng *Kli* sa *Masach* na nanatili upang magamit.

Itong dalawang *Reshimot* (pinaraming *Reshimo*) ay itinuturing na isang *Reshimo*. Kung walang *Reshimo* na naiwan, ang *Kli* ay hindi malalaman kung ano ang nanaisin o paano makakamit kung ano ang nais nito. Ang buong proseso ng reyalidad na dumadausdos galing sa pagsisimula nito sa *Malchut de Ein Sof*, tungo sa dulo nito sa mundong ito, ay magkakaibang mga katayuan sa tulong nang Liwanag na nakapalibot dito, na pumukaw sa *Reshimot* na nanatili dito matapos ang bawat isang katayuan.

Ang katayuan kung saan ang *Behina Dalet* ay tigib nang Liwanag ay tinawag na *Malchut de Ein Sof*. Pagkatapos maranasan ng *Behina Dalet* sa kanyang sarili bilang isang "tagatanggap," kanyang ipinasiya na pigilan ang pagtanggap nang Liwanag. Ang Liwanag ay lumisan at isang *Reshimo* na naroroon ay nanatili sa *Malchut*. Kahit pagkatapos ng *Tzimtzum*, ang Liwanag ay dumarating upang punuin ang *Malchut*, ngunit ito ay nagkakalkula at nagpapasiya na tumanggap kung hanggang saan makakayang tumanggap na may kalakip na layuning magkaloob sa Maylikha.

Ang mga kinakailangang impormasyon para sa ganitong kalkulasyon ay ang (a) ang *Reshimo* mula sa *Hitlabshut* ng Liwanag mula sa naunanang katayuan, at (b) ang hangaring tumanggap upang magkaloob. Kapag ang *Malchut* ay nagkalkula nang mga *Reshimot* sa *Rosh*, siya'y matatanggap ang anumang kanyang ipinasiya na tanggapin sa *Guf*. At sa sandaling ang *Kli* ay nakumpleto ang pagtanggap ang bahagi ng Liwanag na ipinasiya nitong tanggapin, ang *Ohr Makif* ay hahampasin ang *Masach* at itutulak ito na bumalik sa *Peh*. Kaya ang *Partzuf* ay nawawalan ng nilalaman nito.

Kapag ang *Masach* ay umangat mula sa *Tabur de Galgata* tungo sa *Peh* nito, ang *Ohr Pnimi* ay lalabas sa *Galgalta* at lilisanin ang *Masach* ng *Guf* na may *Reshimo* nang Liwanag na dating mayroon ito, na tinawag na *Reshimot de Hitlabshut*. Subalit ang *Reshimo* ng lakas ng *Masach* na tumanggap nang Liwanag ay hindi mananatili, dahil ang *Masach* ay nagpasiya na tumigil sa pagtanggap ng Liwanag, at pinawalang-bisa ang sarili nito na gumawa gamit ang lakas nito. Kaya ang *Reshimo* nang *Masach* ay naglalaho.

Ang *Masach* ay umaangat mula sa *Tabur* pabalik sa *Peh*. Kaya nararamdaman nito ang Mataas na Liwanag sa *Rosh*, na nagtutulak dito kasama ang kahingian dito na tanggapin ito. Bilang resulta, ang hangarin na tumanggap nang Liwanag upang magkaloob ay muling napupukaw sa *Malchut*. Ito ang simula nang pagsulpot ng isang bagong *Parzuf* sa natitirang *Reshimot* mula sa nakaraang katayuan.

Buod: Ang isang *Reshimo* ng Liwanag ay isang bahagi ng Liwanag, na ang Liwanag ay iniiwan matapos ang paglisan nito. Ito ang buod, ang ugat nang pagsilang nang kasunod na *Partzuf*. Ang *Reshimo* mula sa *Partzuf* ay nawawala, at ang *Zivug* ay ginaganap sa isang bagong *Reshimo*.

Ang Reshimot kung saan ang Partzufim ay Lumitaw

Mundo/*Partzuf*	Pangalan	Reshimo de Hitlabshut	Reshimo de Aviut
Mundong *Adan Kadmon*:			
Partzuf Keter	Galgalta	Dalet	Dalet
Partzuf Hochma	AB	Dalet	Gimel
Partzuf Bina	SAG	Gimel	Bet
Partzuf ZA	MA	Bet	Aleph
Partzuf Malchut	BON	Aleph	Shoresh
Partzuf Nekudot de SAG:			
Partzuf Nekudot de SAG		Bet	Bet
Mundong *Nekudim*:			
Partzuf Katnut (kaliitan/kamusmusan)		Bet	Aleph
Partzuf Gadlut (kadakilaan/katandaan)		Dalet	Gimel
Mundong *Atzilut*:			
Partzuf Keter	Atik	Dalet	Dalet
Partzuf Hochma	AA	Dalet	Gimel
Partzuf Bina	AVI	Gimel	Bet
Partzuf ZA	ZA	Bet	Aleph
Partzuf Malchut	Nukva	Aleph	Shoresh
Mundong *Beria*:			
Partzuf Keter	Atik	Dalet	Dalet
Partzuf Hochma	AA	Dalet	Gimel
Partzuf Bina	AVI	Gimel	Bet
Partzuf ZA	ZA	Bet	Aleph

Partzuf Malchut	Nukva	Aleph	Shoresh
Mundo ng Yetzira:			
Partzuf Keter	Atik	Dalet	Dalet
Partzuf Hochma	AA	Dalet	Gimel
Partzuf Bina	AVI	Gimel	Bet
Partzuf ZA	ZA	Bet	Aleph
Partzuf Malchut	Nukva	Aleph	Shoresh
Mundo ng Assiya:			
Partzuf Keter	Atik	Dalet	Dalet
Partzuf Hochma	AA	Dalet	Gimel
Partzuf Bina	AVI	Gimel	Bet
Partzuf ZA	ZA	Bet	Aleph
Partzuf Malchut	Nukva	Aleph	Shoresh

Reshimot ng Aviut de Masach ng mga Mundo

Mundong Keter	Mundo ng Adan Kadmon	Aviut Dalet
Mundo ng Hochma	Mundo ng Atzilut	Aviut Gimel
Mundo ng Bina	Mundo ng Beria	Aviut Bet
Mundo ng ZA	Mundo ng Yetzira	Aviut Aleph
Mundo ng Malchut	Mundo ng Assiya	Aviut Shoresh

Kapag ang buong reyalidad ay lumawak hanggang walang malabing *Reshimo* sa *Masach*, ito ang dulo nang mundo ng *Assiya*. Ang *Malchut* nang mundo ng *Atzilut* ay nagluluwal pa rin nang isa pang *Partzuf*, na tinawag na *Adan HaRishon*, na nabasag sa mga piraso na nalaglag sa ilalim ng mundo nang *Assiya*, sa lugar na tinawag na "mundong ito."

Ang pinakamaliit na *Reshimo* sa pinakamaliit na nabasag na piraso ng *Kli* ay tinawag na "ang punto sa puso." Ito ang kung ano ang nararamdaman nang isang nilalang bilang isang hangarin para sa espirituwalidad sa sandaling mapukaw mula sa Itaas. Ang mga *Reshimot* na ito ay nagdadanit sa ilang tiyak na tao sa ating mundo, at hindi sila binibigyang kapahingahan, hanggang kanilang maiwasto ang mga ito sa pamamagitan nang *Masach* at punuin ang mga ito nang Liwanag.

Kung ang isang tao ay nararamdaman na ang *Reshimo*, siya ay karapat-dapat nang makamit ang espirituwalidad, na maranasan ang Mataas na Mundo at malaman ang kabuuan nang reyalidad. Ang paggabay para sa pagkakamit nito ay matatagpuan sa mga aklat nang *Kabbalah*. Bawat heneresyon ay mayroong sarili nitong mga aklat nang *Kabbalah*, na naisulat para sa heneresyong iyon, para sa mga partikular na uri nang mga kaluluwang bumaba dito.

Ang mga aklat na mag-gagabay sa ating heneresyon tungo sa espirituwalidad ay ang mga aklat ni Rav Yehuda Ashlag (*Baal HaSulam*), at Rav Baruch Ashlag (ang *Rabash*). Bukod sa pag-aaral sa mga aklat na ito, mayroon pang dalawang kinakailangang kundisyon para sa tamang pag-aaral: pag-aaral kasama ang isang grupo, na ang tunguhin ay makamit ang layunin nang Paglikha, na pinangungunahan nang isang Kabalistang guro (*Rav*).

Sa pagdausdos nang reyalidad mula sa Itaas pababa, isang bahagdan nang mga antas ay nabuo, kung saan ang isang nilalang ay umaakyat pabalik. Ang isang nagkamit nang tiyak na antas, ay natutuklasan dito ang *Reshimot* mula sa Itaas na antas, at kaya magagawang umakyat. Ang mga *Reshimot* mula sa Itaas na antas ay lumitaw rin sa mga tao sa ating mundo. Ang mga *Reshimot* na ito ay buhat sa pinakamalapit na espirituwal na antas sa taong iyon. Sa pamamagitan nang paggamit sa mga *Reshimot* na ito, ang isang nilalang ay makakalabas sa mundong ito at makakapasok sa espirituwal na mundo.

ANG PAGSILANG NG PARTZUFIM

Ang *Behina Dalet* ay tinawag na *Malchut*, dahil dito nanunuluyan ang pinakamalaking kaloobang tumanggap. Kapag puno ng *Liwanag*, siya ay tinatawag na *Ein Sof* (walang hanggan), dahil natatanggap nito ang *Liwanag* nang walang katapusan. Ang *Malchut* ang tanging ginawang nilalang. Ang kanyang mga bahagi ay tinawag na *Olamot* (mga mundo), dahil kanilang *Maalimim* (ikinukubli) ang *Liwanag* nang *Maylikha* mula sa mga nilikha. Ang pagkakakubli sa bawat isang mundo ay tumutugma sa kung hanggang saan magagawa nang nilikha na tumanggap nang *Liwanag* gamit ang *Masach*.

Nang natanggap nang *Behina Dalet* ang *Liwanag* ng *Ein Sof*, kanyang naramdaman na ang *Liwanag* ay nagmumula sa isang *Tagapagbigay*. Ang pandama sa *Tagapagbigay* ay nagdulot nang napakatinding kahihiyan at pagdurusa sa kanya kaya siya'y nagpasiyang hindi na kailanman magiging isang tagatanggap.

Ang desisyon ng isang *Itaas* ay nagiging isang nagbibigkis na batas para sa lahat nang kasunod na mga katayuan. Kaya kahit kung ang isang bahagi ng *Malchut* ay nagnanais na tumanggap para sa sarili nito, hindi nito makakayang tumanggap, dahil ang *Malchut* ay hawak ang lahat nang bahagi nito. Bawat isang bagong desisyon ay dumarating mula sa kahinaan nang antas; kaya ang bawat isang desisyon ay naapektuhan lamang ang isang mas mababang antas.

Kasunod nang *Tzimtzum Aleph*, ang *Reshimo* nang *Liwanag* at nang *Kli* ay nanatili sa *Malchut*. Ang *Liwanag* ay nagbalik sa *Malchut* at nais na punuin ito, dahil ang intensiyon nang *Maylikha* na magkaloob nang kagalakan ay palagian. Tanging ito lamang Kaisipan na ito ng *Maylikha* ang tumatakbo sa bawat pagkilos sa *Paglikha*, kahit na parang para sa atin, ang reyalidad ay hindi umaayon sa atin.

Ang *Malchut* na nakatayo sa *Peh* nang *Rosh* nang *Partzuf* ay nararamdaman ang tunguhin nang *Maylikha* na biyayaan siya, tulad nang halimbawa ng panauhin at nang punong abala. Ang *Malchut* ay nararamdaman na kung hindi siya tatanggap mula sa *Maylikha*, wala siyang ibinibigay na anumang bagay. Kaya siya ay nagpasiya na tumanggap, upang ang *Maylikha* ay magalak sa kanyang pagtanggap.

Sa tulong nang *Reshimo de Hitlabshut* at nang de *Aviut* mula sa dating nilalaman, ang *Malchut* ay magagawang makalkula nang buong katiyakan ang hangganan nang kanyang makakayang tanggapin, hindi ayon sa kanyang hangaring masiyahan, kung hindi upang magbigay kasiyahan sa *Maylikha*.

Ang *Reshimo de Hitlabshut* ay isang *Reshimo* mula sa *Liwanag* ng *Malchut*. Ang *Masach* kung saan ang *Malchut* na tumanggap nang *Liwanag* ay napapadalisay. Walang puwersa sa *Masach* upang tumanggap nang parehong *Liwanag* kung saan ang *Reshimo de Hitlabshut* ay naiwan. Kaya ang *Rosh de Hitlabshut* nang sumunod na *Partzuf* ay isinilang sa *Reshimo de Hitlabshut*. Matapos ito, ang *Masach* ay gumanap nang *Zivug* sa *Reshimo de Aviut*, na nag-anak nang pangalawang *Rosh*, na tinawag na *Rosh de Aviut* kung saan ang *Guf* ay lumawak. Ito ang pananamit nang *Liwanag* sa *Malchut*.

Ang bahaging kung saan ang *Malchut* ay nagpasiya sa laki nang Mataas na *Liwanag* na makakaya niyang tanggapin upang magkaloob ay tinawag na *Rosh*. Kasunod sa desisyon nang *Rosh*, ang *Malchut* ay tumanggap nang laki ng *Liwanag* na kanyang ipinasiya, sa loob nang *Partzuf*. Ang *Liwanag* na ito ay tinawag na *Taamim* (lasa).

Nang sandaling ang *Liwanag* nang *Taamim* ay nakumpleto ang pagpasok sa *Guf*, ang *Masach* na nagpalawak dito ay itinigil ang paglawak nang *Liwanag* tungo sa *Partzuf*. Ang *Masach* ay hindi pinahintulutan ang *Liwanag* na magpatuloy sa pagpasok, dahil ang desisyon ng *Malchut* ay isang desisyon sa hangganan nang laki na kanyang magagawang tanggapin na hindi magbibigay kasiyahan sa kanyang sarili. Kung siya ay tatanggap nang higit pa rito, ito ay magiging pagtanggap nang kasiyahan para sa kanyang sarili.

Kaya sa lugar kung saan ang *Masach* ay huminto at hindi na tumangtanggap, ang *Malchut* ay muling mararamdaman ang pagtutulak nang Mataas na *Liwanag* na tanggapin ito. Ang lugar na ito ay tinawag na *Tabur* (pusod). Kung ang *Malchut* ay tatanggap pa nang dagdag na *Liwanag*, ito ay para sa kanyang sariling kasiyahan. Kaya wala siyang pagpipilian kung hindi huminto sa pagtanggap nang anupamang *Liwanag*.

Ang lahat nang desisyon ay ginagawa lamang sa *Rosh* ng *Partzuf*, at pagkatapos ay isinasagawa sa *Guf*. Kaya dito rin kasunod sa desisyon nang *Rosh* na huminto sa pagtanggap, ang *Masach* ay aangat mula sa *Tabur* patungo sa *Peh* at itataboy ang mga *Liwanag* mula sa *Guf* nang *Partzuf*.

Ang *Masach* ay dumarating sa *Peh* na may isang *Reshimo* nang *Liwanag* na nagpuno sa *Partzuf*, at isang *Reshimo* ng *Aviut* na naiwan sa *Masach*. Sa pamamagitan nang pagtatagpo ng *Masach* sa Mataas na *Liwanag* sa *Rosh* ng *Partzuf*, ang paghahangad na tumanggap nang *Liwanag* upang magkaloob ay muling napukaw sa *Masach*, na pumukaw sa *Reshimo* dito. Ang *Masach* ay gumawa nang *Zivug de Hakaa* sa Mataas na *Liwanag* at nagluwal nang kasunod na *Partzuf*.

Mayroong dalawang *Masachim* (pinaraming *Masach*) sa bawat isang *Partzuf*: isang *Masach* na tumatanggi sa *Liwanag*, at isang *Masach* na tumatanggap nang *Liwanag*. Ang *Masach* na tumatanggi sa *Liwanag* ay palagiang nakatindig sa *Peh* nang *Partzuf*, tinatanggihan ang lahat nang *Liwanag* na nagnanais na tumagos sa *Partzuf*, nang sa gayon ay masunod ang kundisyon ng *Tzimtzum Aleph*.

Sa sandaling ang unang *Masach* ay tinanggihan ang lahat nang *Liwanag* at nakatitiyak na hindi tatanggap para sa sarili nito, kundi tanging may layon na magkaloob lamang sa

Maylikha, ito'y pumupukaw sa pangalawang *Masach*, na tumatantiya sa laki nang Mataas na *Liwanag* na magagawang tanggapin nito na may layong magkaloob.

Kasunod sa desisyon, ang *Masach* ay magsisimulang tumanggap nang *Liwanag*. Ito ay bababa mula sa *Peh* at kasunod nito ang *Liwanag* ay papasok sa *Partzuf*. Kapag ang sukat nang *Liwanag* sa loob nang *Partzuf* ay umabot sa sukat na ang *Masach* nang *Rosh* ay pinagpasiyahan, ang *Masach* na bumaba sa *Guf* ay hihinto. Ito'y dahil ang *Masach* nang *Guf* ay palaging sumusunod sa mga kautusan at mga desisyon na ginawa nang *Masach* nang *Rosh*. Kaya ang kasunod na *Partzuf* ay sumisilang mula sa naunang *Partzuf*.

Ang kalkulasyon ay ginagawa sa *Masach* ng *Rosh*. Subalit dahil ang *Aviut* ay mas maliit kaysa sa naunang *Partzuf*, ang *Masach* ay bumababa sa *Chazeh* nang *Partzuf*, at hindi tumitindig sa *Peh*. Ito ay dahil ang *Chazeh* ay ang antas nang *Aviut Gimel* nang *Guf*, sa halip nang *Peh* bilang *Dalet*.

Kaya sa sandaling ang *Masach* ay umangat mula sa *Tabur* patungong *Peh*, kung saan ito'y tumatanggap nang hangarin upang gumawa nang isang bagong *Zivug*, ito'y bumababa sa *Chazeh* at magkakalkula kung gaano kalaki ang tatanggapin. Ang kalkulasyong ito ay nagluluwal nang pangalawang *Rosh* ng *Partzuf*. Kasunod nang desisyon, ang *Masach* ay bumababa sa *Peh*, patungo sa lugar na pinili nito bilang lugar kung saan ito tatanggap nang *Liwanag*. Ang lugar na iyon ay magiging ang *Tabur* nang kasunod na *Partzuf*.

Sa ibaba ng *Tabur* at sa pamamagitan ng *Sium Raglin* ng kasunod na *Partzuf*, nanatili ang walang laman na *Kelim* na ang *Masach* ay hindi pinupuno dahil sa kawalan nang lakas upang tumanggi. Ang pangalawang *Partzuf*, at mga nalalabi pang *Partzufim* nang mundo nang *Adan Kadmon*, ay hindi maaaring bumaba sa ilalim nang *Tabur* nang unang *Partzuf*, dahil sa kawalan nang lakas sa kanilang *Masach*.

Kasunod nang pangalawang *Masach*, ang *AB de AK* ay lumitaw at tinanggap ang ipinasiya nito sa *Rosh*, sa *Masach* na bumaba sa *Tabur* nito, gayundin, nagkaroon nang isang *Bitush* nang *Ohr Pnimi* at *Ohr Makif*. Gayundin, dito, ang *Masach* ay nauunawaan na hindi nito magagawang manatili sa *Tabur* dahil wala itong lakas na tumanggap nang higit pa, at kung mananatili sa katayuan nito, hindi nito makakamit ang layunin nang *Paglikha*. Kaya ang *Masach* nang pangalawang *Partzuf* din ay nagpasiya na magpadalisay, at umangat sa *Peh*. Dito rin, isang *Reshimo* ang naiwan sa *Masach*. Sa sandaling ito'y makarating sa *Peh* at maisanib sa *Masach* nang *Peh*, ito'y muling napupukaw upang tumanggap nang *Liwanag*. Ang huling *Reshimo de Aviut*, mula sa *Behina Gimel*, ay mawawala sa *Masach* at ang *Reshimo de Behina Bet* ay lumitaw. Kaya ang *Masach* ay bumaba sa *Chazeh*, kung saan ito ay gumawa nang *Zivug de Hakaa* upang magluwal nang bagong *Partzuf*, na tinawag na *Partzuf SAG de AK*.

Dito rin, kapag ang *Partzuf SAG* ay lumitaw, ang *Masach de Guf* nito ay pinadalisay din nang *Bitush* nang *Ohr Pnimi* at *Ohr Makif* doon. Ang *Masach* ay aangat sa *Chazeh*, at iluluwal ang kasunod na *Partzuf* sa antas nang *Aviut Aleph*, na tinawag na "Mataas na *MA*."

Kapag ang *Partzuf* nang Mataas na *MA* ay huminto sa paglawak nang *Liwanag* sa loob nito, nararamdaman nito ang *Bitush* nang *Panloob* at *Nakapalibot* na mga *Liwanag* sa loob nito at magpapasiyang magpadalisay. Ito ay magbabalik sa *Peh* nang *Aviut Shoresh*, sapagkat ang

Masach ay wala nang lakas nang *Kashiut* (katigasan) upang tumanggap nang *Liwanag*. Hindi na nito magagawang magluwal nang isang *Parzuf*, ngunit tanging isang *Rosh* na lamang, at kaya hihinto ang proseso nang pagluluwal nang mga *Partzufim*.

ANG PANGKALAHATANG REYALIDAD

Kasunod nang *Tzimtzum*, ang *Malchut* ay nagpasiya na tumanggap upang magkaloob sa *Maylikha*. Ang intensiyon ay tinawag na *Masach* (salaan). Kasunod nito, isang hanay nang mga *Partzufim* ay lumilitaw sa *Masach* nang *Malchut*:

- Isang *Partzuf* na tinawag na *Galgalta* ay lumilitaw sa isang *Masach* na may lakas na tumanggap ng Liwanag sa *Aviut Dalet*.
- Isang *Partzuf* na tinawag na *AB* ay lumilitaw sa isang *Masach* na may lakas na tumanggap ng Liwanag sa *Aviut Gimel*.
- Isang *Partzuf* na tinawag na *SAG* ay lumilitaw sa isang *Masach* na may lakas na tumanggap ng Liwanag sa *Aviut Bet*.
- Isang *Partzuf* na tinawag na *MA* ay lumilitaw sa isang *Masach* na may lakas na tumanggap ng Liwanag sa *Aviut Aleph*.
- Isang *Partzuf* na tinawag na *BON* ay lumilitaw sa isang *Masach* na may lakas na tumanggap ng Liwanag sa *Aviut Shoresh*.

Ang mga pangalan ng *Partzufim* ay itinatakda ng karamihan at kalidad ng mga *Liwanag* na nagpupuno sa kanila. Ang *Malchut* ay lumitaw bilang *Behina Dalet*, ibig sabihin ang panglima sa pag-inog ng *Liwanag* sa *Atzmuto*. Kaya siya'y tumanggap mula sa naunang *Behinot* at tinaglay ang mga ito. Sa ganitong kadahilanan, sa loob ng *Malchut de Ein Sof* ay may limang *Behinot* ng mga hangarin, mula sa pinakamaliit na hangarin sa *Behinat Shoresh* hanggang sa pinakamalaking hangarin sa *Behina Dalet*, at siya'y tumanggap ng *Liwanag* sa kanyang loob nang walang hangganan.

Matapos ang *Tzimtzum*, ang *Malchut* ay nagpasiya na tumanggap ng *Liwanag* lamang upang magkaloob sa *Maylikha*. Ang pagtanggap sa ganitong kaparaanan ay salungat sa kanyang likas na pagnanais; kaya hindi siya makakatanggap nang walang hangganan. Hindi niya matatanggap ang lahat ng *Liwanag* nang isahan, tulad nang dati. Kaya ipinasiya niyang tanggapin ang lahat ng *Liwanag* sa maliliit na bahagi. Sa dakong huli, siya'y ganap na mapupuno at makakamit ang layunin ng *Paglikha*.

Bawat isang maliit na bahagi ng *Malchut* ay katulad ng buong *Malchut*, na nagtataglay ng limang bahagi ng kaloobang tumanggap. Ito ay dahil hindi magkakaroon ng isang hangarin kung walang apat na antas ng paglawak ng *Liwanag* na nauna dito.

Sa ganitong kadahilanan, ang bawat isang *Kli* ay mayroong nakapirming balangkas, ayon sa limang bahagi ng *Aviut*: *Shoresh, Aleph, Bet, Gimel*, at *Dalet*, na tinawag na *Sefirot* – *Keter, Hochma, Bina, ZA*, at *Malchut*, na tinatawag na *Otiot: Tungki ng Yod, Yod, Hey, Vav*, at *Hey*.

Ang buong *Malchut* ay nahahati sa limang pangunahing bahagi, na tinatawag na limang mundo: *AK (Adan Kadmon), Atzilut, Beria, Yetzira*, at *Assiya*. Bawat isang mundo ay nahahati sa limang *Partzufim: Atik, AA (Arich Anpin), AVI (Aba ve Ima), ZA (Zeir Anpin)*, at *Nukva*

(*Malchut*). Bawat isang *Partzuf* ay nagtataglay ng limang *Sefirot*: *Keter, Hochma, Bina, ZA*, at *Malchut*.

Ang limang mundo ay naglalaman ng 5×5 = 25 na *Partzufim*. Bawat *Partzuf* ay nagtataglay ng limang *Sefirot*. Kaya sa lahat ng mga mundo, mayroong 25×5 = 125 na *Sefirot* o mga antas na bawat isang kaluluwa ay dapat maranasan, sa mundong ito tungo sa mundo ng *Ein Sof*, upang makamit ang *Dvekut* sa *Maylikha*.

Bawat isang antas — ang *Sefira* (isang *Sefirot*), *Partzuf*, mundo — isang bahagi ng *Malchut de Ein Sof*, ang pinakamaliit na bahagi ng reyalidad — ay bumubuo ng limang bahagi ng kaloobang tumanggap, isang *Masach* sa ibabaw nito, at *Liwanag*, na natatanggap nito sa pamamagitan ng *Masach*. Kaya ang pagkakaiba sa pagitan ng lahat ng bahagi ng *Paglikha* ay tanging sa hangganan lamang ng kaloobang tumanggap at ng *Malchut* sa ibabaw nito. Ang hangganan ng *Masach* ang nagtatakda ng uri at antas ng pagsasakatuparan ng hangarin.

Ang ating katawan ay nagtataglay ng mga kaparehong bahagi. Ang pagkakaiba sa pagitan ng mga bahagi ay nasa kanilang mga nilalaman (mas malakas, mas matalino, o mas mahusay). Kaya ang mga kaparehong bahagi ay umiiral sa lahat ng espirituwal na *Partzufim*: ang *Tungki ng Yod, Yod, Hey, Vav, Hey*.

Ang mga titik na ito ay tinawag na "ang pangalan ng *Maylikha*," dahil Kanyang ginawa ang *nilikha* sa ganitong paraan. Ang *nilikha* ay nadarama ang *Maylikha* nito sa pamamagitan ng kung paano ito napupuno ng *Liwanag* — ng *Maylikha* — at nagtatakda ng pangalan sa *Maylikha* ayon dito.

Ang pangalan ng bawat isang *Kli* ay sumusunod sa hangganan kung saan ang *Kli* ay nadarama ang *Maylikha*. Kaya ang bawat isang antas ay nagtataglay ng sarili nitong pangalan, sa mundong ito tungo sa mundo ng *Ein Sof*. Ang kaluluwa ay umaangat upang matamo ang layunin ng *Paglikha*, simula sa mundong ito na pinakamaaababang antas. Sa sandaling ang kaluluwa ay umangat sa isang tiyak na antas, ito'y nangangahulugan na natanggap nito ang *Liwanag* sa antas na iyon. Ibig sabihin, pinuno nito ang *HaVaYaH* nito ng isang tiyak na kapunuan ng *Liwanag* ng *HaVaYaH*, kung saan, kasama ng kapunuan, ay nalikha ang pangalan ng antas na iyon.

Ito'y nasusulat na ang bawat isa ay dapat maging katulad ni Moses. Ibig sabihin na bawat isa ay dapat makamit ang antas na tinawag na "Moses." Ang lahat ng mga pangalan sa *Torah* ay mga *Banal na Pangalan*, sapagkat sila'y mga paglalarawan ng paghahayag ng *Liwanag*, ng *Maylikha*. Kaya ang buong *Torah* ay tinawag na "ang mga pangalan ng *Maylikha*," pati na ang mga pangalang tulad ng *Pharaoh, Balaam, Balak*, atbp.

Ang pangalan ng antas ay itinakda sa pamamagitan ng *Liwanag* na nagpuno sa *Partzuf*, ang *HaVaYaH*. Halimbawa, kung ang isang *Kli* ay napuno ng *Ohr Hochma*, at ang simbolo ng *Liwanag* na iyon ay ang titik na *Yod*, ang kapunuan ng mga titik na *Yod, Hey, Vav, Hey*, ay *Yod*, ang *Hey* (isang *Yod* sa *Hey*), *Viv* (isang *Yod* sa *Vav*), *Hey* (isang *Yod* sa *Hey*).

Ito ay dahil ang isang titik sa alpabeto nang Hebreo ay mayroong sarili nitong bilang:

Aleph = 1	*Vav* = 6	*Chaf* = 20	*Ayin* = 70	*Shin* = 300
Bet = 2	*Zayin* = 7	*Lamed* = 30	*Peh* = 80	*Tav* = 400
Gimel = 3	*Het* = 8	*Mem* = 40	*Tzadi* = 90	

Dalet = 4	*Tet* = 9	*Nun* = 50	*Kof* = 100
Hey = 5	*Yod* = 10	*Samech* = 60	*Reish* = 200

Kaya kung ating susumahin ang mga titik sa pangalang *HaVaYaH*: **Yod, Hey, Vav, Hey** = *Yod* (10+6+4) + *Vav* (6+10+6) + *Hey* (5+10) = 72, bilang mga titik na *AB* (*Ayin* + *Bet*). Ito ang dahilan kung bakit ang *Partzuf Ohr Hochma* ay tinawag na *AB*.

Ang isang *Partzuf* na tumatanggap ng *Liwanag* ng *Ohr Hassadim* ay tinawag na *SAG*.

Yod, Hey, Vav, Hey = 63 = *SAG* (*Samech* + *Gimel*).

Sa ganitong paraan, ang lahat nang mga antas sa buong reyalidad ay pinangalanan. Kaya upang malaman ang pangalan nang bawat antas, kailangan lamang nating malaman ang pangalan nang bawat isang uri nang Liwanag. Nang sa gayon, kapag ating binasa ang Torah, ating mauunawaan kung anong mga espirituwal na pagkilos at anong mga lugar at mga antas sa Mataas na Mundo ang pinag-uusapan.

Nang sa ganoon, hindi na tayo magkakamaling isipin na ang Torah ay nagbabanggit nang anumang bagay sa ibaba nang espirituwal na mundo. Hindi natin iisipin na ang Torah ay nagsasasabi nang tungkol sa ating korporyal na buhay, nang kasaysayan, o kung paano natin pinamamahalaan ang ating mga sarili sa ating materyal na pamumuhay. Sa halip, ating malalaman na ang lahat nang mga aklat nang Torah sa katunayan ay mga pagtuturo na nagsasabi sa atin kung paano natin makakamit ang layunin nang ating mga buhay habang nabubuhay sa mundong ito, upang hindi na natin kailangang bumalik sa mundong ito nang ikot kada ikot at paulit-ulit na magdusa sa ganitong walang silbi at walang patutunguhang buhay.Ang isang **Partzuf** ay sampung *Sefirot*: *Keter, Hochma, Bina, Zeir Anpin*, at *Malchut*.

Ang isang **Partzuf** sa mga titik ay *Yod* (*Hochma*), *Hey* (*Bina*), *Vav* (*ZA*), at *Hey* (*Malchut*).Subalit ang antas ng isang Partzuf — *Nefesh, Ruach, Neshama, Haya, Yechida* — ay hindi ipinapaliwanag sa pangalang *HaVaYaH*, dahil ang mga titik ng *HaVaYaH* ay sampung *Sefirot* nang balangkas ng *Kli*. Kanilang nilinaw ang katayuan ng walang laman na *Kli* na walang katuparan sa Mataas na *Liwanag*. Ang antas ng *Kli*, ang espirituwal na antas ng *Kli*, ay itinatakda ng hangganan ng *Masach*. Ang *Masach* ang nagpupuno sa sampung *Sefirot* ng *HaVaYaH* nang mga *Liwanag*. Ang *Masach* ay magagawang punuin ang *Kli* ng *Liwanag* ng *Nefesh, Ruach, Neshama, Haya,* o kaya'y *Yechida*. Ang *Liwanag* ng *Kli* ang nagtatakda ng antas ng *Kli* sa mga baytang ng mga antas.

Mayroon lamang dalawang *Liwanag* sa reyalidad: *Ohr Hochma* (Liwanag ng Karunungan) at *Ohr Hassadim* (Liwanag ng Awa). Ang simbolo para sa *Ohr Hochma* ay ang titik na *Yod*, at ang simbolo para sa *Ohr Hassadim* ay ang titik na *Hey*.

1. Ang pagtatala ng antas ng *Yechida* (*Kli Keter*) ay simpleng *HaVaYaH* na walang kapunuan ay: **Yod, Hey Vav, Hey** = 10+5+6++5 = 26.
2. Ang pagtatala ng antas nang *Haya* (*Kli Hochma*) ay *HaVaYaH* na puno ng *Yod*: **Yod, Hey, Viv, Hey** = (10+6+4) + (5+10) + (6+10++6) + (5+10) = 72.

3. Ang pagtatal ng antas nang *Neshama* (*Kli Bina*) ay *HaVaYaH* na puno ng *Hey*, maliban na ang titik na *Vav* ay puno nang *Aleph*, at ang titik na *Hey* ay puno nang *Yod*: **Yod, Hey, Vav, Hey** = (10+6+4) + (5+10) + (6+1+6) + (5+10) = 63.
4. Ang pagtatala ng antas nang *Ruach* (*Kli ZA*) ay *HaVaYaH* na puno ng *Hey* maliban na ang titik na *Vav* nang *HaVaYaH* ay puno nang *Aleph*: **Yod, Hey, Vav, Hey** = (10+6+4) + (5+1) + (6+1+6) + (5+1) = 45.
5. Ang pagtatala ng antas nang *Nefesh* (*Kli Malchut*) ay *HaVaYaH* na puno nang *Hey* malibanna ang titik *Vav* ng *HaVaYaH*, na nanatiling walang kapunuan: **Yod, Hey, Vav, Hey** = (10+6+4) + (15+5) + (+6) + (5+5) = 52.

Ito ang ugat nang mga pangalang, *AB, SAG, MA, BON*.

NEKUDOT DE SAG

Matapos ang *Tzimtzum Aleph*, ang *Malchut* ay nagpasiya na punuin ang sarili nito upang magkaloob gamit ang *Reshimot* na naiwan mula sa mundo ng *Ein Sof*. Ang pagtanggap upang magkaloob ay salungat sa kalikasan ng nilikha. Subalit ang *Malchut* ay hindi magagawang biglaang tanggapin ang lahat ng *Mataas na Liwanag* na nagpupuno sa kanya sa mundo ng *Ein Sof*, kundi tanging sa maliliit lamang na bahagi, na tinawag na mga *Partzufim*. Kaya ang *Malchut* ay tinanggap ang limang bahagi ng Liwanag na: *Galgalta, AB, SAG, Mataas na MA,* at *Mataas na Bon*. Dito'y naging kumpleto ang paglabas ng lahat ng *Reshimo* sa kanya, at ang kawing ng paglawak ay nahinto.

Ang pangatlong *Partzuf* na lumitaw ay ang *Partzuf SAG*. Ang kalikasan nito ay yaong sa *Bina*, kaya hindi nito nais tumanggap ng anumang bagay para sa sarili nito; ito'y "kagalakan sa awa." Sa ganitong kadahilanan, ang *Partzuf* na ito ay magagawang makababa sa ilalim ng *Tabur de Galgalta* at punuin ng mga Liwanag ang *Galgalta* hanggang sa dulo nito.

Ang *Partzuf SAG* ay lumitaw sa *Reshimot* ng *Hitlabshut Gimel* at *Aviut Bet*. Kaya may kaliwanagan ng *Hochma* sa *Taamim* nito. Sa ganitong kadahilanan, ang *Taamim* ng *SAG* ay hindi magagawang makababa sa ilalim ng *Tabur de Galgalta*. Ngunit nang ang *Partzuf SAG* ay nagsimulang magpadalisay, ang *Ohr Hochma* ay kaagad na naglaho, at itong *Partzuf* ay naglaman lamang ng *Ohr Hassadim*. Kaya ang *Partzuf* na ito ay magagawang makababa sa ilalim ng *Partzuf de Galgalta* at punuin ang *Sof* (dulo) ng *Galgalta* ng *Ohr Hassadim*.

Ang kabuuan ng reyalidad ay lumitaw mula sa *Behina Shoresh*, ang kalooban ng *Maylikha* na paligayahin ang Kanyang mga nilikha. At batay sa hangaring ito, ang Liwanag ay lumawak bilang isang sanhi at kinalabasan na pagkakasunod upang isagawa ang Kaisipan ng Paglikha sa loob ng *Kli*, nang sa gayon, ito ay matanggap nito.

Sa *Behina Aleph*, na bilang kabuuan ng *Liwanag* at *Kli*, naroroon ang buong intensiyon ng *Maylikha* na gumawa ng isang *Kli* at punuin ito ng *Liwanag*. Ang lahat ng bagay na lumitaw matapos ang paglitaw ng *Behina Aleph* ay sumulpot mula dito. Kaya ang kaisipan ng *Maylikha* ay lumabas sa aktwal na katotohanan. Ang *Maylikha* ay itinanim ang katiyakan na dalhin ang *Sansinukob* sa tunguhin nito ng pag-angat sa antas ng *Maylikha* sa loob ng kalikasan ng *Kelim* at ng mga *Liwanag* mula sa umpisa.

Matapos ang *Tzimtzum Aleph*, ang *Malchut de Ein Sof* ay nagpasiya na tumanggap mula sa *Masach* at pinalitaw ang limang *Partzufim*: *Galgalta, AB, SAG, Mataas na MA,* at *Mataas na BON*. Dito'y naging ganap na tamuhin ang lahat ng *Reshimot* at ubusin ang puwersa ng *Masach*, bagamat bahagi lamang ng *Malchut* ang napuno.

Kung ang *Nekudot de SAG* ay hindi bumaba upang punuin ang *Sof de Galgalta*, ang *Malchut de Ein Sof* ay hindi mangyayaring mapuno. Ito ay dahil ang *Malchut* ay tanging hangarin lamang upang tumanggap, na walang kalakip na anumang hangarin na magkaloob. At dito, kung saan ang *Nekudot de SAG* — bilang *Bina* — ay bumaba sa *Sof de Galgalta* — walang iba kundi *Malchut* — ito'y lumikha ng *Malchut* na may kalakip na *Bina*. Kaya ang *Malchut* ay nabigyan ng pagkakataon na magkamit ng hangarin (*Kli*) para sa pagkakaloob, upang maiwasto ang sarili nito at matigib ng *Liwanag*.

Kasunod ng *Tzimtzum Aleph*, ang *Malchut de Ein Sof* ay nagpasiya na tumanggap sa pamamagitan ng *Masach*, ibig sabihin, ayon sa kanyang kakayahan na tumanggap upang magkaloob. Siya'y gumawa ng isang *Zivug* sa *Reshimot* ng *Hitlabshut Dalet* at *Aviut Dalet*, na naiwan sa kanya matapos ang *Tzimtzum*, at matanggap ang isang bahagi ng *Liwanag* ng *Ein Sof*. Ang bahagi ng *Ein Sof* na napuno sa pamamagitan ng *Zivug* na ito sa *Malchut* ay tinawag na *Galgalta* o *Keter*.

Kasunod nito, ang *Malchut* ay nakatanggap muli ng karagdagang bahagi ng *Liwanag* ng *Ein Sof*, upang magkaloob. Ang bahagi ng *Malchut* na natigib ng *Zivug* na ito sa *Masach* na may kalakip na *Reshimot* ng *Hitlabshut Dalet* at ng *Aviut Gimel* na naiwan matapos ang *Galgalta* ay tinawag na *AB*, o *Partzuf Hochma*.

Ang bahagi ng *Malchut de Ein Sof* na napuno ng *Zivug* sa *Reshimot* ng kasunod na yugto — *Hitlabshut Gimel* at *Aviut Bet* na naiwan matapos ang *Partzuf AB* — ay tinawag na *SAG* o *Partzuf Bina*. Ang *Partzuf SAG* ay ang parehong *Malchut*, kaloobang tumanggap, maliban na hindi nito magagawang tumanggap upang magkaloob, sa pamamagitan ng *Masach* katulad ng *Partzufim Galgalta* at *AB*; maaari lamang nitong gawin ang sarili na kapareho ng *Behina Bet*, ng *Bina*.

Sa pinakaubod na kalikasan nito, ang *Bina* ay hindi nais na tumanggap ng *Liwanag*; nais lamang nitong magkaloob. Walang hangganan ang pagkilos na pagbibigay; kaya ang *Partzuf SAG* ay magagawang magpuno ng *Ohr Hassadim* nito, ang buong bahagi ng *Malchut* na nanatiling walang laman.

Ang *Bina* ay binubuo nang tatlong bahagi:

1. Paglawak ng *Ohr Hochma*.

2. Ang pasiya ng Bina ay hindi nito nais ang Ohr Hochma, kundi tanging nais lamang nitong magkaloob. Ito ang dahilan kung bakit ang Ohr Hassadim ang lumawak sa bahaging ito.

3. Ang *Bina* ay tumatanggap nang ilang *Ohr Hochma*, ngunit hind para sa sarili nito, kundi upang ipasa sa *Partzuf ZA*.

Ang unang bahagi ng *Bina* ay *Ohr Hochma* pa rin. Tanging sa ikalawang bahagi lamang ng *Bina* nagsimulang magpamalas ang hangarin na magkaloob. Kaya magagawa nitong punuin ang bahagi ng *Malchut de Ein Sof*, doon sa bahagi kung saan may pagnanais na magkaloob ng *Ohr Hassadim* sa ibaba ng pangkalahatang *Tabur* na hindi pa napupunan.

Ang *Partzuf SAG* ay nagsimulang tumanggap ng Liwanag sa loob nito sa pamamagitan ng *Zivug* sa *Hitlabshut Gimel* at *Aviut Bet*. Ang presensiya ng *Reshimo* ng *Gimel de Hitlabshut* ang nagtutulak sa paglawak ng *Ohr Hochma* sa *Taamim*. Dahil dito, ang bahaging ito ng *Malchut* ay hindi makakababa sa ilalim ng *Tabur de Galgalta*.

Subalit, sa sandaling nagsimulang magpadalisay ang *Masach de SAG* at umangat mula sa *Tabur* patungong *Peh*, ang isang bahagi ng *Partzuf* — na tanging *Bina* lamang — ang magagawang bumaba sa ilalim ng *Tabur de Galgalta*, dahil ito'y *Ohr Hassadim* na walang *Ohr Hochma*.

Dahil dito, ang bahagi ng *Partzuf SAG* na tinatawag na *Nekudot de SAG*, kasama ang ikalawa at ikatlong bahagi ng *Partzuf Bina*, ay bababa sa ilalim ng *Tabur de Galgalta* at dinamitan ang *Sof* nito.

TZIMTZUM BET

Ang *Nekudot de SAG* ay bumaba sa ilalim ng *Tabur de Galgalta* at doon pinuno ang walang laman na *Kelim* ng *Sof de Galgalta* ng *Ohr Hassadim*. Kanilang naramdaman na may mga *Reshimot* mula sa Liwanag na nagpuno ng *Sof de Galgalta* bago ang *Hizdakhut* (pagpapadalisay) nito sa walang laman na *Kelim* ng *Galgalta*.

Ang Liwanag na nagpuno ng *Sof de Galgalta* ay ang *Ohr Hassadim* na may kaunting kalakip na *Ohr Hochma* at ang mga *Reshimot* doon na naiwan matapos ang *Hizdakchut* ng *Masach*: ang mga *Reshimot* mula sa Liwanag ng *Dalet de Hitlabshut*, at mga *Reshimot* mula sa *Masach* ng *Gimel de Aviut*. Tinanggihan ng *Sof de Galgalta* ang Liwanag sa paglawak dito, tulad ng *Bina*, at dahil dito, ito'y naging kapareho ng *Nekudot de SAG*. Kaya ang *Nekudot de SAG* ay humalo sa *Sof de Galgalta* at pinuno ang kanyang mga *Kelim* na walang laman.

Sa paghahalo ng *Nekudot de SAG* sa *Sof de Galgalta*, tinanggap nila ang mga *Reshimot* na nanatili sa *Sof de Galgalta*. Ang mga *Reshimot* mula sa *Galgalta* ay mas malaki kaysa sa *Masach* ng *Nekudot de SAG*, kaya bilang resulta, ang *Nekudot de SAG* ay nagsimulang magnais na tumanggap ng kasiyahan mula sa *Galgalta* para sa kanilang sarili.

Ang panuntunan ay kung ang kasiyahan na nararamdaman sa kaloobang tumanggap ay mas malaki kaysa sa puwersa ng *Masach*, ang *Kli* ay nanaisin ito para sa kanyang sarili, dahil ang mas malakas — *Masach* o paghahangad — ang siyang magpapasiya.

Ang lahat ng mga mundo at mga *Partzufim* ay mga bahagi ng *Malchut de Ein Sof*. Ang *Malchut* ay gumawa ng isang *Tzimtzum* at nagpasiya na hindi na tatanggap kailanman para sa kanyang sarili. Kaya ngayon, nang lumitaw ang hangaring tumanggap para sa sarili sa *Partzuf Nekudot de SAG*, ang *Malchut* na gumawa ng *Tzimtzum Aleph* ay umangat at tumayo sa *Sium* ng *Galgalta*, hanggang sa lugar kung saan ang *Partzuf Nekudot de SAG* ay naroroon. Ito ang lugar kung saan nagsimulang magnais ng *Nekudot de SAG* na tumanggap ng Liwanag para sa kanilang sarili.

Bawat isang *Partzuf* ay nagtataglay ng sampung *Sefirot*: *Keter, Hochma, Bina, Hesed, Gevurah, Tifferet, Netzah, Hod, Yesod,* at *Malchut.* Ang *Nekudot de SAG* ay bahagi ng *Partzuf Bina,* at ang *Bina* ay nahahati sa dalawang bahagi:

1. Ang mataas na bahagi ng *Bina* ay binubuo ng mga *Sefirot* na **Keter, Hochma, Bina, Hesed, Gevurah, at Tifferet**. Ang mga *Sefirot* na ito ay nais lamang magkaloob, at hindi tumanggap ng anumang bagay.

2. Ang ilalim na bahagi nang *Bina* ay ang mga *Sefirot* na: **Netzah, Hod, Yesod,** at **Malchut**.

Ang mga *Sefirot* na ito ay hindi kabilang sa *Bina*. Ang kanilang ginagampanan sa *Bina* ay tanggapin ang *Ohr Hochma* mula sa *Hochma*, at ipasa ito sa mas mababang antas. Ibig sabihin, ang mga *Sefirot* na *Netzah, Hod, Yesod,* at *Malchut* sa *Bina* ay may paghahangad na tumanggap ng Liwanag. Mayroon silang *Masach* upang tumanggap ng Liwanag na hindi para sa kanilang sarili, kundi upang maipasa ito sa mas mababang antas. Ngunit kapag ang *Masach* ay naglaho, ang mga *Sefirot* — ang mga hangaring ito — ay kaagad na nanaisin ang Liwanag para sa kanilang sarili, na hindi na ito ipagkakaloob sa iba.

Halimbawa: Isang nilalang na dati ay regular na tumatanggap ng isang takdang halaga ng pera at ipinapasa ito sa ibang tao na nangangailangan. Biglang nakatanggap siya ng mas malaking halaga kaysa dati, at naramdaman niyang hindi niya na ito maipapasa, at nais niyang panatilihin ito para sa kanyang sarili. Hindi niya mapigilan ang ganitong kalaking kasiyahan.

Hangga't ang kasiyahan sa pera ay mas maliit kaysa sa kanyang *Masach*, napaglabanan niya ang kasiyahan dahil mas malaki ang kasiyahan sa pagbibigay kaysa sa kasiyahan sa pagpapaligaya sa sarili (pagnanakaw). Ngunit sa sandaling ang kasiyahan mula sa pagtanggap ay lumampas sa kasiyahan ng pagbibigay, kaagad niyang nanaisin na tanggapin ito para sa kanyang sarili.

Ganito gumagalaw ang kaloobang tumanggap sa bawat nilalang at nilikha dahil ang ating pinaka-nilalaman ay ang kaloobang tumanggap. Kung tayo ay gumagawa ng mga kilos ng pagkakaloob, ito ay dahil naghahatid ito sa atin ng mas malaking pakinabang kaysa sa pagtanggap.

Ganito rin ang nangyayari sa *Partzuf Nekudot de Sag*: Sa sandaling ang bahagi ng *Partzuf* na tumatanggap upang magkaloob sa mas mababang antas ay nakaranas ng mas malaking kasiyahan kaysa puwersa ng *Masach*, ang *Masach* ay kaagad nawawalan ng bisa at ang *Partzuf* ay magnanais tumanggap para sa sarili nito.

Ang kaloobang tumanggap para sa sarili ay napukaw sa *Partzuf Nekudot de Sag* mula sa *Sefirot Tifferet* pababa. Ito ay dahil ang *Sefirot Keter, Hochma,* at *Bina* ay *Sefirot* ng *Rosh* na hindi nagnanais tumanggap, at ang *Hesed, Gevurah,* at *Tifferet* ay katulad ng *Keter, Hochma,* at *Bina,* ngunit nasa *Guf* ng *Partzuf*. Ang *Hesed* ay katulad ng *Keter,* ang *Gevurah* ay katulad ng *Hochma,* at ang *Tifferet* ay katulad ng *Bina*. Kaya ang *Sefira Tifferet* ay ang *Bina* ng *Guf* ng *Partzuf*.

Bawat isang *Sefira* ay binubuo ng sampung panloob na *Sefirot*. Kaya, ang *Sefira Tifferet* ay nahahati sa sampung panloob na *Sefirot* nito sa dalawang bahagi, tulad ng sa *Bina*: 1) *Kelim* na "hindi tumatanggap" — *Sefirot Keter, Hochma, Bina, Hesed, Gevurah*, at *Tifferet*; 2) *Kelim* na "tumatanggap upang magkaloob," na isang mas mababang bahagi ng *Bina* — ang *Sefirot Netzah, Hod, Yesod*, at *Malchut*.

Ang *Nekudot de SAG* ay nahahati sa daluyan (vessel) ng pagkakaloob at daluyan (vessel) ng pagtanggap. Ang naghihiwalay na linya sa pagitan ng mga ito ay nasa panloob ng *Sefira Tifferet*. Ang lugar na ito ay tinawag na "ang *Chazeh* ng *Partzuf Nekudot de SAG*."

Ngayon, ang isang bahagi ng *Kelim* ng *Nekudot de SAG* ay tumanggap ng isang hangarin na mas higit kaysa sa kanilang *Masach*; kaya ang *Masach de Tzimtzum Aleph*, na nangangalaga sa *Tzimtzum Aleph*, ay umangat sa lugar na ito. Tumayo ito doon at hindi hinayaan ang Liwanag na tumagos sa ilalim nito. Ang hangganan ng paglawak ng Liwanag na ginawa dito ay tinawag na *Parsa*.

Ang pag-angat ng *Malchut* sa lugar ng *Chazeh de Nekudot de SAG*, upang pigilan ang paglawak ng Liwanag pababa, ay tinawag na *Tzimtzum Bet* (ikalawang pagpipigil). Ang *Tzimtzum Aleph* (unang pagpipigil) ay ang pagbabawal sa pagtanggap ng *Ohr Hochma* upang tumanggap, at ang *Tzimtzum Bet* ay isang pagbabawal sa anumang pagtanggap ng *Ohr Hochma*, dahil walang lakas doon na tumanggap ng *Ohr Hochma* upang magkaloob mula sa *Nekudot de SAG* pababa. Ito ang dahilan kung bakit anumang pakikilahok dito ay ipinagbabawal.

"Ang isang hangarin sa Isang Itaas ay nagiging isang nagbibigkis na batas sa isang isang mas mababa." Kaya sa lahat nang *Partzufim* na lumitaw matapos ang *Tzimtzum Bet*, ang *Parsa* sa mga iyon ay hindi hinahayaan ang Mataas na Liwanag - ang *Ohr Hochma* - na tumagos dito at pababa sa mga daluyan(vessel) nang pagtanggap. Sa ganitong kadahilanan, ang lugar sa ilalim nang *Tabur de Galgalta* ay nahahati sa apat na bahagi:

1. Ang lugar ng mundo ng *Atzilut*, kung saan ang *Ohr Hochma* ay sumisinag.
2. Ang lugar ng mundo ng *Beria*, sa ilalim nang *Parsa*, kung saan ang *Ohr Hochma* ay hindi maaaring lumitaw, ngunit tanging *Ohr Hassadim*.
3. Ang lugar ng mundo ng *Yetzira* sa ibaba nang lugar nang mundo nang *Beria*.
4. Ang lugar ng mundo ng *Assiya* sa ibaba ng lugar ng mundo ng *Yetzira*.

Ang **Sium** (dulo) ng mundo ng **Assiya** ay siyang dulo rin ng **Kedusha** (kabanalan). Sa ilalim ng Kedusha, mayroong tatlong bahagi: (1) ang harang — ang hangganan sa pagitan ng espirituwalidad at korporyalidad, na naghihiwalay sa mundo ng Assiya mula sa simula ng mundo; (2) ang lugar ng mundong ito; at (3) ang ating mundo.

ANG MUNDO NG NEKUDIM

Ang buong proseso ng pagbaba ng *Nekudot de SAG* sa ilalim ng *Tabur de Galgalta*, ang kanilang paghahalo sa *Sof ng Galgalta*, at ang *Tzimtzum Bet* ay naganap habang umaangat ang *Masach de SAG* mula sa *Tabur* patungong *Peh*. Kaya nang marating ng *Masach* ang *Peh de SAG*, naroroon na ang mga *Reshimot* mula sa lahat ng nangyari mula sa *Nekudot de SAG* pataas at mula sa *Tabur de Galgalta* pababa.

Kasunod ng *Hizdakchut* (pagpapadalisay) ng *Partzuf de Galgalta*, may nanatiling isang *Reshimo de Hitlabshut Dalet* ng Liwanag sa *Galgalta* at isang *Reshimo de Aviut Gimel* ng natitirang *Masach*. Kasunod naman ng *Hizdakchut* ng *Partzuf AB*, nanatili ang mga *Reshimot* ng *Hitlabshut Gimel* at *Aviut Bet* sa *Masach*. Kaya makikita natin na matapos ang *Hizdakchut* ng *Partzuf*, may nanatiling pares ng *Reshimot* dito: ang *Reshimo de Hitlabshut* at ang *Reshimo de Aviut*.

Datapwat kasunod ng *Hizdakchut* ng *Partzuf SAG*, tatlong pares ng *Reshimot* ang nanatili sa *Masach* na nakarating mula sa *Tabur* patungong *Peh*, kung saan ang *Masach* ay gumawa ng tatlong *Zivugim*, sa magkakasunod na kahalagahan:

1. Isang *Zivug* sa *Reshimot Bet de Hitlabshut* at *Aleph de Aviut* mula sa *Taamim de SAG*. Ang mga ito'y lumikha ng isang *Partzuf* sa antas ng *ZA*, sa ibabaw ng *Tabur*, tinawag na "Mataas na *Ma*."
2. Isang *Zivug* sa *Reshimot de Bet de Hitlabshut* at *Aleph de Aviut* mula sa *Nekudot de SAG* na lumawak sa ilalim ng *Tabur de Galgalta*. Ang mga *Reshimot* na ito ay kinalabasan ng *Tzimtzum Bet* na nagawa sa *Nekudot de SAG*, sa ilalim ng *Tabur*.

   Ang lahat ng bagay na naroon sa *Partzuf* ay lumipat sa *Reshimot*. Kaya ang pagbabawal sa paggamit ng daluyan (*vessel*) ng pagtanggap mula sa *Tzimtzum Bet* ay nakatatak sa *Reshimot* ng *Reshimot de SAG*. Upang mapanatili ang kalagayang ito ayon sa hinihingi ng *Reshimot*, ang *Masach de Rosh de SAG* ay aangat mula sa *Peh* tungo sa *Nikvey Eynaim*, kung saan gagawa ito ng isang *Zivug de Hakaa* kasama ng *Mataas na Liwanag* sa *ReshimotBet de Hitlabshut* at sa *Aleph de Aviut*. Ang lugar sa *Rosh* kung saan ang *Masach* ay gumagawa ng isang *Zivug de Hakaa* sa *Mataas na Liwanag* ay nagtatakda ng katangi-tanging paglawak ng mga *Liwanag* sa *Guf* ng *Partzuf*.

Ang isang *Zivug* sa *Reshimot Dalet de Aviut* at *Gimel de Hitlabshut*. Ito ay tatalakayin sa dakong huli nang sanaysay.

Ang *Masach* ay umangat sa *Nikvey Eynaim* (*NE*) dahil sa pagbabawal sa pagtanggap ng *Liwanag* sa mga daluyan (*vessel*) ng pagtanggap. Ang *Liwanag* ay maaari lamang lumawak sa pamamagitan ng *Chazeh* sa bawat *Partzuf*, dahil ang daluyan (*vessel*) ng pagkakaloob ay naroroon lamang sa pamamagitan ng *Chazeh*, at mula sa *Chazeh* pababa ay magsisimula ang mga daluyan (*vessel*) ng pagtanggap sa *Partzuf*.

Ang *Masach* na gumagawa ng isang *Zivug* sa nakahintong *Reshimot* ay nagluluwal ng isang *Partzuf*. Ang *Liwanag* ay kakalat sa *Partzuf* na ito at pupunuin lamang ang mga daluyan (*vessel*) ng pagkakaloob. Hindi nito pupunan ang *Kelim* para sa pagtanggap ng *Liwanag*, at ang mga ito'y nananatiling walang laman. Ang *Partzuf* ay magagamit lamang ang isang bahagi ng *Kelim* nito, kaya ito itinuturing na "maliit."

Katanungan: Bakit ang *Masach* ay umaakyat mula sa *Peh* tungo sa *Nikvey Eynaim* at gumagawa ng *Zivug* doon ayon sa kahingian ng *Reshimot*?

Kasagutan: Ito ay dahil ang *Reshimot* ay nangangailangan ng isang *Zivug* lamang sa daluyan (*vessel*) ng pagkakaloob. Dahil dito, ang *Masach* ay dapat umangat sa kalagitnaan ng *Bina de Rosh de SAG* kung saan ang mga daluyan (*vessel*) ng pagkakaloob sa *Rosh* ay nagtatapos, at gumagawa ng *Zivug* sa *Reshimot Bet de Hitlabshut* at *Aleph de Aviut*.

Ang *Reshimot* mula sa ilalim ng *Tabur* ay humihingi ng paglawak ng *Liwanag* lamang sa mga daluyan (*vessel*) ng pagkakaloob, ngunit paano maipapanganak ang isang *Partzuf* na may mga daluyan (*vessels*) ng pagkakaloob? Hindi maaaring magkaroon ang isang *Partzuf* na hindi binubuo ng sampung *Sefirot*. Gayunpaman, maaaring magkaroon ng isang *Partzuf* na hindi ginagamit ang ilan nitong mga hangarin - *Sefirot*. Kaya ang *Rosh de SAG* ay dapat magluwal ng isang *Partzuf* na ang mga daluyan (*vessel*) ng pagtanggap ay hindi aktibo. Ang mga *Kelim* na ito sa *Partzuf* ay ang mga nasa ibabang kalahating bahagi ng *Bina*, *ZA*, at *Malchut*. Ang *Masach* ng *SAG* ay dapat magluwal nang *Partzuf* sa isang paraan na sa simula pa lamang, ito'y hindi gagamitin ang mga daluyan(*vessel*) nang pagtanggap sa *Toch* nito, upang ang mga daluyan(*vessel*) na ito sa *Partzuf* ay hindi mapupunan. Para mangyari ito, ang *Masach* ay dapat gumawa ng isang *Zivug* para maihatid ang *Partzuf* na mayroon lamang mga daluyan(*vessel*) nang pagkakaloob sa *Rosh*.

Ang *Kelim* nang *Rosh* ay ang mga sumusunod:

Keter = *Galgalta*

Hochma = *Eynaim*

Bina = *Awzain*

ZA = *Hotem*

Malchut = *Peh*

ANG PAGKAKAHATI NG ROSH DE SAG SA LIMANG BEHINOT

Ang *Kelim*, *Keter*, *Hochma*, at Mataas na kalahati ng *Bina* na magkakasama ay tinawag na *Galgalta Eynaim* (*GE*), o "mga daluyan (*vessel*) ng pagkakaloob." Ang Mataas na bahagi ng *Bina* ay kabilang sa mga daluyan (*vessel*) ng pagkakaloob sapagkat siya ay tigib ng *Ohr Hochma*, at kaya hindi nito nais tumanggap ng anumang bagay, at naghahangad lamang ng *Ohr Hassadim*. Subalit ang kalahating mababang bahagi ng *Bina* ay di nais tumanggap ng *Liwanag* para sa *ZA*. Ang *Partzuf Nekudim de SAG* ay *Partzuf Bina*. Mula sa ilalim na bahagi ng *Partzuf Bina*, ibig sabihin, mula sa *Sefira Tifferet de Nekudot de SAG* pababa, mayroong mga daluyan (*vessel*) ng pagtanggap:

- Ang ilalim na bahagi ng *Bina* ay nais tumanggap ng Liwanag para sa *ZA*.
- Ang *ZA* ay nais tumanggap ng *Ohr Hassadim* sa kaliwanagan ng *Ohr Hochma*.
- Ang **Malchut ay nais tumanggap ng buong Ohr Hochma.**

Sa ganitong kadahilanan, ang bahaging ito ng *Partzuf Nekudot de SAG* ay tumanggap ng isang hangarin na tumanggap upang tumanggap.

ANG PAGKAKAHATI NG PARTZUF NEKUDOT DESAG SA GE AT AHP

Ang lugar kung saan ang *Masach de Rosh* ay nakatayo ang nagtatakda sa hugis nang *Partzuf* na iluluwal:

- Kung ang *Masach* ay nais na magluwal ng isang *Partzuf* na makakatanggap nang Liwanag na kasama ang lahat ng sampung Sefirot nito, ito'y dapat gumawa ng isang *Zivug* sa *Peh*. Sa sandaling ang *Masach* ay tumayo sa *Peh*, ang *Kashiut* (tibay) nang *Masach* ang magpapasiya sa antas nang *Partzuf* (laki at taas), ibig sabihin, ang hangganan kung saan ang *Masach* ay gagamit ng limang *Kelim* nito.

- Kung ang *Masach* ay nais na magluwal ng isang *Partzuf* na makakatanggap lamang nang Liwanag sa mga daluyan (vessel) nang pagkakaloob, ibig sabihin, sa kalahati lamang ng *Partzuf*, ito'y dapat tumayo sa *Nikvey Eynaim*, at hindi sa *Peh de Rosh* dahil naroroon ang Mataas na bahagi ng *Rosh*. Nang sa gayon, ang mga daluyan (vessel) nang pagkakaloob ay mapapasa-ibabaw sa *Masach*, ibig sabihin, ang mga ito'y mapapabilang sa kalkulasyon ng *Masach*.

Sa sandaling ang *Masach* ay tumayo sa *Nikvey Eynaim*, ang *Kashiut* nito ang magtatakda nang sukat (taas) ng *Partzuf*, ibig sabihin, ang porsiyento nang mga daluyan (vessel) nang pagkakaloob na gagamitin ng *Partzuf*. Ang *Partzuf* na iniluwal sa ganitong kundisyon ay tinawag na "Katnut nang mundo nang *Nekudim*."

Kapag ang isang *Zivug* sa ipinagbabawal na *Reshimot de Hitlabshut* at *Aleph Aviut* ay ginawa sa *Rosh de SAG*, ang bagong silang na *Partzuf* ay bababa sa lugar kung saan ang *Reshimot* ay umangat. Ito ay bababa sa ilalim nang *Tabur de Galgalta* at kakalat doon sa *Rosh* at *Guf*. Ang *Rosh de Hitlabshut* ay tinawag na *Keter*, ang *Rosh de Aviut* ay tinawag na *Aba ve Ima* (*AVI*), at ang *Guf* ay tinawag na ZON.

Ang istruktura nito ay naglalaman nang *Rosh* at *Guf*, at bawat isang bahagi nito ay nahahati sa dalawang bahagi: ang *GE* at *AHP*:

- Ang *GE* ay palagiang mga daluyan (vessel) nang pagkakaloob. Maaari silang gamitin palagi dahil ang *Tzimtzum Bet* ay nasa *Ohr Hochma* lamang.
- Ang *AHP* ay palagiang mga daluyan (vessel) nang pagtanggap. Kapag ang *Tzimtzum Bet* ay ginawa sa *Partzuf Nekudot de SAG*, walang *Partzuf* na lilitaw na mayroong lakas na tumanggap nang *Ohr Hochma* sa *Kelim* nang *AHP* upang magkaloob.

Ang pangatlong bahagi nang *Reshimot*, na umangat kasama ang *Masach* sa *Rosh de SAG*, ang mga *Reshimot* na tumungo sa *Rosh de SAG* mula sa *Sof* ng *Galgalta*: ang *Dalet de Hitlabshut* at *Gimel de Aviut*. Ang *Partzuf Nekudot de SAG* ay napabilang sa mga *Reshimot* na yaon nang ito'y punuin nito ang *Sof de Galgalta* at yaong mga *Reshimot* ay hiningi na makatanggap nang *Ohr Hochma*.

Matapos na ang *Partzuf Katnut* nang mundo nang *Nekudim* ay bumaba sa lugar nito, mula sa *Tabur de Galgalta* sa pamamagitan nang *Parsa*, ang *Rosh de SAG* ay ibinigay dito ang nalalabing *Reshimo*, ang *Dalet de Hitlabshut* at *Gimel de Aviut*. Sa kahingian nang mga *Reshimot* na iyon, ang *Masach* na tumayo sa *Nikvey Eynaim* de *RoshAVI* ay bumaba sa *Peh de AVI*, kung saan ito'y gumawa nang isang *Zivug* sa *Reshimot Dalet-Gimel*. Bilang resulta nitong *Zivug*, ang *Ohr Hochma* ay bumaba sa *Guf*, nakarating sa *Parsa*, at tumagos dito.

Ang *Rosh de AVI* ay naisip na batay sa kasalukuyang pagkapukaw nang *Reshimot Dalet-Gimel*, ang mga daluyan(vessel) nang pagtanggap sa ilalim nang *Parsa* ay makakaya na ngayong tumanggap upang magkaloob. Kaya ang *AVI*, ay gumawa nang isang *Zivug* sa *Gadlut*, ibig sabihin, sa *Reshimot Dalet-Gimel*. Para sa ganitong layunin, sila'y sumama sa *Kelim* ng *GE* kasama ng *AHP* sa kanilang *Rosh*, gayundin sa kanilang *Guf*, na bilang mga *ZON*, at *Ohr Hochma* na lumawak mula sa kanila pababa sa *ZON*.

ANG PAGSILANG NG ISANG PARTZUF MULA SA MATAAS NA PARTZUF KATNUT DE NEKUDIM, AT PARTZUF GADLUT DE NEKUDIM

Ang *Roshim* (maraming *Rosh*) ng *Keter* at *AVI* ay walang kaalaman na ang *Liwanag* nang *AB-SAG* na dumating mula sa itaas at nagbigay kalakasan sa *Kli* upang lumipat mula sa *Katnut* tungo sa *Gadlut*, ay hindi makakababa sa ilalim nang *Parsa*. Ito ang dahilan kung bakit ang *Parsa* ay hindi napawalang-bisa. Noong ang *Ohr Hochma* ay nagsimulang punuin ang *Kelim* sa ilalim ng *Parsa*, ang *Kelim* ay nagumpisang mabasag, dahil ang mga ito'y nanatili sa pagnanais na tumanggap upang makatanggap.

Sa sandaling ang *Rosh* ng *AVI* ay gumawa nang *Zivug* sa *Reshimot* ng *Dalet de Hitlabshut* at *Gimel de Aviut*, ang *Ohr Hochma* ay lumabas sa mga ito at pumasok sa *Guf* ng *Nekudim*. Ang *Liwanag* ay lumawak hanggang *GE*, at nagnais na tumuloy sa *Parsa* at pumasok sa *AHP* nang *Guf*. Sa sandaling iyon, ang *Kelim* nang *AHP* ay nagsimulang tanggapin ang *Ohr Hochma* upang tumanggap. Ang *Kelim* nang *GE* na nakatayo sa ibabaw nang *Parsa*, ay sumama sa *Kelim* nang *AHP* sa ilalim nang *Parsa* hanggang naging nag-iisang *Guf*. Sa ganitong kadahilanan, ang *GE* - mga daluyan(vessel) nang pagkakaloob - ay nadurog kasama nang *AHP* - na naging mga daluyan(vessel) nang pagtanggap.

Ang unang *Partzuf* nang *Gadlut* de *Nekudim* ay nagawa noong ang *Ohr Hochma* ay lumabas mula sa *Peh de AVI* at lumawak sa *Guf* nang *Nekudim* na kasama ang *GE* at *AHP*. At ito'y nabasag - (a) ang *Kelim de Guf* ay nawala ang *Masach*, at (b) sila'y nahulog mula sa kanilang dating katayuan, dahil nais nilang tumanggap upang makatanggap. Bilang resulta nang pagkabasag, ang *Masach* nang unang *Partzuf de Gadlut*, ang *Partzuf AVI*, ay napadalisay at umangat kasama ang *Reshimot Gimel-Bet* na naiwan dito, tungo sa *Peh de Rosh AVI*. Doon, ito'y gumawa nang *Zivug de Hakaa* sa mga *Reshimot* na iyon at pinalitaw ang kasunod na *Partzuf*, na ang *Rosh* ay tinawag na *YESHUT*. Noong ang *Rosh* ay lumitaw, ito'y nagkalkula at ginawa ang isang *Guf*.

Ang *Partzuf YESHUT* ay nabasag at namatay din. Kaya ang *Masach* ay napadalisay at umangat sa *Peh nang YESHUT* kasama ang *Reshimot Bet Aleph*. Ang isang *Guf* ay hindi magagawang lumitaw sa mga *Reshimot* na ito, dahil walang sapat na *Aviut* na tatanggap nang *Liwanag*. Kaya ating makikita na ang dalawang *Partzufim* na lumitaw, ang *AVI* at *YESHUT* ay nabasag. Habang ang isang *Partzuf* ay napapadalisay, apat na *Partzufim* ng *Nekudot* ay lumitaw. Kaya, sa lahat, walong *Partzufim* ang lumitaw, na tinawag na "ang walong *Malachim* (mga hari), dahil ang *Malchut*, ang kaloobang tumanggap upang makatanggap ay naghahari sa kanila.

Bawat isang *Partzuf* ay bumubuo ng apat na bahagi nang *HaVaYah*. Ito ang istruktura nang bawat nalikha. Bawat isang *Partzuf* ay binubuo nang sarili nitong sampung *Sefirot*;

kaya, ang buong bilang nang mga bahagi ay 8x4x10 = 320. Sa *Gematria*, ang bilang na ito ay tinawag na *Shach* (*Shin* + *Chaf*), dahil ang letrang *Shin* ay katumbas nang 300 at ang letrang *Chaf* ay katumbas nang 20.

Ang pagkabasag ay naganap sa lahat nang *Sefirot*. Ang lahat nang *Sefirot* ay nagsama-sama at naghalo sa isa't-isa, kaya bawat isang pirasong bahagi ay binubuo nang 320 na mga bahagi. Kaya ang buong gawain sa *Tikkun* (pagwawasto) ay ang pagsasa-ayos nang bawat isang bahagi nang nabasag na *Kelim*.

Ang pinaka-kaunti ang basag na bahagi nang 320 na mga bahagi ay dapat unahin, at pagkatapos ay isaayos ang mga bahagi nang *Malchut* na naging sanhi nang pagkabasag mula sa mga basag na piraso nito. Sa kabuuan, ang 320 basag na piraso ay ang siyam na *Sefirot* nang *ZON de Nekudim*. Ang *Malchut* ay ang ikasampung bahagi sa sampung *Sefirot*, ibig sabihin na sa loob nang 320 na bahagi ay 32 ang bahagi ng *Malchut*.

Ang pagsasa-ayos nang mga bahagi ng *Malchut* ay ginagawa ng *Ohr Hochma*. Kapag ang *Ohr Hochma* ay sumisinag sa lahat nang 320 na basag na piraso, ito'y maaari lamang suminag sa siyam na *Sefirot*, ibig sabihin sa 288 (320-32) na mga piraso at hindi para sa ikasampung *Sefira*, ang 32 bahagi ng *Malchut*. Ito kung paano ang pagsasa-ayos ay ginagawa.

Ang *Malchut* ay ang tanging masamang bahagi, na pumipigil sa atin na makapasok sa espirituwalidad. Ang ating kalikasan ay ang ilayo ang ating mga sarili sa kasamaan. Ito ang dahilan kung bakit ang isang tao ay namumuhi sa kasamaan. Sapagkat sa espirituwalidad ang sanhi nang paghihiwalay ay ang pagkamuhi, at ang isang tao ay naiwawalay sa kasamaang ito, ang pagnanais na tumanggap para sa sarili nito.

- Ang 288 na piraso na naka-akma sa pagwawasto ay tinawag na mga *Rapach* (*Reish* = 200 + *Peh* = 80 + *Het* = 8).
- Ang 32 piraso na hindi akma sa pagwawasto ay tinawag na mga *Lev ha Evan* (stony heart). Ang *Lev* ay nakasulat sa *Lamed* (30) at *Bet* (2). Kaya *Lamed* (30) + *Bet* (2) = 32.

Samakatwid matapos ang pagsasa-ayos nang *Lamed-Bet* (32) ang *Malchut* na hindi magagamit, ang *Rapach* (288) na mga basag na piraso ay naiwan upang maiwasto. Ito ang mga basag na piraso nang unang siyam na *Sefirot*. Sa mga iyon, ang mga unang maisasa-ayos ay ang mga daluyan(vessel) nang pagkakaloob, ang *GE*. Sila ang bumubuoo nang *ZON* nang mundo ng *Atzilut*.

Dahil mayroong sampung *Sefirot* sa *Hitpasthut* (paglawak) nang Liwanag sa *Kli* mula sa Itaas patungo sa ibaba, mayroon ding sampung *Sefirot* sa kasinsinan nang *Kli*. Ang mga ito ay mula sa *Hitkalelut* (paghahalo) nang *Sefirot* sa *Ohr Hozer*. Ang sampung *Sefirot* sa sinsin nang *Partzuf* ay tinawag na:

Keter – Mocha

Hochma – Atzamot

Bina – Gidin

ZA – Bassar

Malchut – Or

Dito rin, ang batas nang *Tzimtzum Bet* ay magagamit tulad nang sa *Sefirot* kaugnay sa kahabaan.

ANG MUNDO NG TIKKUN (PAGWAWASTO)

Kasunod nang pagkakabasag nang mundo ng *Nekudim*, ang *Liwanag* na nagpuno sa *Partzuf Gadlut de Nekudim* at lumisan patungo sa *Rosh* ng *Partzuf Nekudim*. Ang *Reshimot* na naiwan sa *Masach* ay umangat sa *Rosh* nang *Partzuf Nekudim*, at pagkatapos ay sa *Rosh de SAG*. Ang *Nitzotzin*, mga bahagi nang *Ohr Hozer* (mga piraso nang nabasag na *Masach*), ay nahulog sa basag na *Kelim*, na nawalan ng *Masach* at bumalik sa kalikasang tumanggap upang makatanggap. Ito'y itinuring na sila'y bumagsak sa lugar nang *BYA*, sa ilalim nang *Parsa*.

Ang pagkakaiba sa pagitan nang *Hizdakchut* nang *Partzuf*, sa pamamagitan nang *Bitush* nang *Ohr Pnimi* at *Ohr Makif*, at ang *Hizdakchut* nang *Partzuf* sa pamamagitan nang pagkabasag ay yaong matapos ang pagkabasag, ang *Kelim* ay dapat maisaayos muna, at tanging doon lamang naang *Zivugim* ay magagawa sa mga ito, upang magbunga nang bagong *Partzufim*, ibig sabihin, upang punuin ang mga ito nang *Liwanag*.

Ang intensiyon nang *Rosh* nang mundo nang *Nekudim* ay upang tanggapin ang lahat nang *Liwanag* nang layunin nang *Paglikha* upang magkaloob, sa pamamagitan nang pagpuno nang buong *Sof* nang *Galgalta*. Kaya ito'y magagawang makamit ang kumpletong pagpupunonang *Malchut de Ein Sof*. Kaya kapag ang pagkabasag nang mga daluyan(vessel) ay naiwasto, naiwawasto nito ang lahat nang mga daluyan(vessel) nang pagtanggap, upang ang mga ito'y kikilos upang magkaloob, at ang *Gmar Tikkun* (ang katapusan nang pagwawasto) ay makakamtan.

Datapwat ito'y hindi magagawa na ang kabuuan nang *Malchut de Ein Sof* ay naiwasto bagkus tanging isang bahagi lamang nito, ang *Behinot Shoresh, Aleph, Bet,* at *Gimel* nito, hindi kabilang ang *Behina Dalet*. Ang *Behina Dalet* ang tanging nilikha. Ang *Behinot Shoresh, Aleph, Bet,* at *Gimel* nito ay nanggaling sa *Hizdakchut* nang Mataas na siyam niya, sanhi nang impluwensiya nang *Maylikha* sa kanya, samantalang ang isang "nilikha" ay isang hangarin na ganap na tiwalag sa *Maylikha* at nakatindig sa sarili nitong karapatan. Tanging ang *Behina Dalet* sa *Behina Dalet* ang nag-iisang kaloobang tumanggap upang makatanggap na nakakaramdam nang pagsasarili. Pagkatapos nang *Tzimtzum*, ang lahat nang *Partzufim* at lahat nang mga mundo ay lumitaw upang punuin nang mga hangarin ang *Shoresh, Aleph, Bet,* at *Gimel* sa *Behina Dalet*, at hindi ang *Behina Dalet* sa *Dalet*.

Ngunit kung ang kinakailangan sa pagwawasto ay ang *Behina Dalet* sa *Dalet*, at hindi ang *Behinot Shoresh, Aleph, Bet,* at *Gimel* sa *Dalet*, bakit ang mga *Liwanag* ay natatanggap sa mga hangaring ito? Ang mga hangaring ito ay hindi mga hangarin ng nilikha; ang mga ito ay mga katangian ng *Maylikha*, mga puwersa ng *Maylikha*. Gamit ang mga ito, Kanyang ginagabayan ang nilikha - ang *Behina Dalet* - sa *Behina Dalet*. Ang mga puwersang ito ay pinupuno ang espirituwal na mga mundo, maliban sa kaluluwa ni *Adan*.

Ang *Behina Dalet* sa sarili nito mismo, ang kaluluwa ni *Adan*, sa katotohanan, ay hindi tunay na maiwawasto ang sarili nito na tumanggap upang magkaloob. Sa halip, ang pinakatamang pagwawasto na magagawa ay nasa pagsusuri nang lahat nang mga katangian nito na salungat sa lahat nang katangian ng *Maylikha*, na sa lahat nang mga pangyayari, ay pagnanais na maging katulad nang *Maylikha*. Ang nilikha ay hindi ginagamit ang sarili nitong katangian - ang pusong bato - bagkus ang Mataas na siyam lamang, ang 248 na *Behinot* na isinaayos nito at iniangat matapos ang pagkabasag, patungo sa pakikipag-isa sa *Maylikha*.

Ang lahat nang mga *Zivugim* na nagawa matapos ang *Tzimtzum Aleph* ay nagawa sa mga hangaring ito. Ang mga *Partzufim*, mga mundo, at lahat nang mga bagay sa loob nang mga mundo ay iniluwal mula sa mga *Zivugim* na ito, at kumalat mula sa Itaas tungo sa ibaba. Ang lahat nang limang mundo, kasama ang limang *Partzufim* nang bawat mundo, ay nagiging bahagdan nang mga antas mula sa Maylikha - ang Tagapag-kaloob - sa nilikha - ang tagatanggap. Ang mga baytang nang bahagdan ay mga sukatan nang pagkakatulad nang mga hangarin sa pagitan ng nilikha at Maylikha.

Ang pagbaba nang mga *Partzufim* at mga mundo mula sa Itaas pababa ang nagtayo nang mga antas, na tulad nang pananamit sa Liwanag ng *Ein Sof*. Bawat isang *Partzuf* ay bumabalot sa Liwanag at ikinukubli ito hanggang sa hangganan na ito'y tatanggap upang magkaloob.

Maaari nating ihambing ang mga *Partzufim* at mga mundo sa balat nang sibuyas: bilog na nakapalibot sa isa't-isa, at habang pumapaloob sa balat, mas higit na Liwanag ang natatakpan. Kaya ang punto nang kadiliman ay nasa dulo nang bahagdan, sa kalagitnaan nang lahat nang mga nakapalibot na ito.

Upang mahayaan ang hangarin ng nilikha para sa malayang pagkilos, at para sa nilikha na makamit ang pagkakatulad sa Maylikha at kumapit sa Kanya bunsod nang malayang pagpili, at gayundin upang makaya nang nilikha na umunlad at umangat mula sa katayuan nito hanggang sa antas ng Maylikha, ang nilikha ay dapat iluwal sa kalagitnaang punto nang lahat nang mga mundo, ang punto nang kadiliman. Gayundin, ang kaganapan nang pagwawasto nang mga hangarin nito ay dapat na maging handa para dito, bagamat dahil sa kahinaan ng nilikha, ang pagwawasto ay hindi kaagad kundi unti-unti.

Para sa ganitong layunin, ang isang bahagdan ay inihanda, kasama ng limang mundo, at limang mga *Partzufim* sa bawat isang mundo, at limang *Sefirot* sa bawat isang *Partzuf*. Na ito, sa lahat-lahat, mayroong 125 na mga antas mula sa panimulang katayuan nito hanggang sa pagkumpleto nito. Kaya ang mga mundo ay mayroong dalawang papel na ginagampanan:

1. Upang unti-unting maikubli ang Liwanag ng *Ein Sof*. Ito ay ginagawa sa pamamagitan ng pagbaba ng mga mundo mula sa Itaas. Ito ang dahilan kung bakit ang mga antas ng pagkakubli ay tinawag na *Olamot* (mga mundo), na mula sa salitang *Haalama* (pagkukubli).

2. Pagbibigay sa nilikha (mga kaluluwa) ng pagwawasto kung saan magagawa nilang umakyat sa mga antas ng mga mundo mula sa ilalim paitaas. Bawat isang antas ay nagtatamo ng isang *Partzuf*, na nalikha habang bumababa mula sa Itaas. Upang maakyat ang mga espirituwal na antas, ang nilikha ay dapat matulungan ng antas na iyon, ginagamit ang pantulong na puwersang ito upang makamit ang *Masach* at umangat sa yugtong iyon.

Sa sandaling ang nilikha ay umangat sa antas na iyon, ang pangalan ng antas na iyon ay iginagawad dito.

Mula dito, ating matututunan na ang lahat ng mundo at ng mga nagpupuno sa mga ito ay tanging isang bahagdan na inihanda ng *Maylikha* para sa pag-angat ng tao. Sa sandaling ang isang nilalang ay umakyat sa mga antas na yaon, ang lahat ng mga kaluluwa ay umaangat na kasama niya, dahil ang lahat ng mga mundo at lahat ng mga bagay na pumupuno sa mundong ito ay nasa ating kalooban. Kaya bukod sa indibidwal na nagtatamo, ang nilikha, ang naroroon lamang ay ang *Maylikha*!

- Sa ating paligid ay tanging Simpleng, Mataas na Liwanag lamang na nasa ganap na pamamahinga. Ito ay nangangahulugan na ang intensiyon ng *Maylikha* ay walang pagbabago, at ito ay katulad ng lahat ng Kanyang Pagkilos – ang biyayaan ang tao. Ang isang nilalang ay nararamdaman lamang ang *Maylikha* sa hangganan ng kanyang pagkakatulad sa mga katangian ng *Maylikha* na katangian ng pagkakaloob:Kung ang mga katangian - mga hangarin, mga intensiyon - ay ganap na sumasalungat doon sa mga katangiang yaon nang Maylikha, ang isa ay hindi nararamdaman ang Maylikha. Batay sa isang pandama, ang isang nilalang ay tinatawag ang katayuang iyon na "mundong ito."
- Kung ang isa ay magtagumpay na baguhin ang isang katangian at magawa itong halos katulad sa katangian ng *Maylikha* na pagkakaloob, ito'y maituturing na, na ang nilalang na iyon ay nawala na mula sa katayuan ng "mundong ito" sa katayuan ng "espirituwal na mundo." Kaya, ang isa ay pumapasok sa unang antas ng bahagdan ng mga antas tungo sa paglapit sa *Maylikha*.

Ang lahat ng mga pagbabago ay nasa loob lamang ng isang tao, sa kanyang mga daluyan (*vessel*) ng pagtanggap. Ang mga ito'y nakasalalay sa sukatan ng pagwawasto ng isang *Masach* sa loob niya. Subalit bukod-tangi sa tao, mayroon lamang Mataas na Liwanag, kung saan walang mga pagbabago. Sa pagtatamo ng isang bahagi ng Mataas na Liwanag, ang isang nilalang ay natatamo at nararamdaman ang isang bahagi ng *Maylikha*. At ayon sa ganitong pakiramdam, ang isang tao ay pinapangalanan ang mga nadarama sa *Maylikha* bilang: "Mahabagin," "Magiliw," "Nakakakilabot," atbp.

Ang buong *Torah* ay tanging mga talaan lamang ng mga pandama ng isang nilalang na natamo ang espirituwalidad, na lumalapit sa *Maylikha*. Sumusunod dito na ang buong *Torah* ay mga pangalan ng *Maylikha*. Ito ang dahilan kung bakit ito'y nasusulat na ang buong *Torah* ay Kanyang mga Banal na Pangalan. Ang isang nilalang na natatamo ang *Torah* ay natatamo ang isang bahagi ng Panglahatang Liwanag. Ang mga antas ng pagtatamo ng Liwanag ay tinawag sa mga pangalan ng mga *Sefirot* (*mga Partzufim*, mga mundo) o kaya'y mula sa mga Liwanag na ang isang tao ay natatanggap (*NRNHY*).

Bukod-tangi sa tao, ang naririyan lamang ay ang *Maylikha*. Kaya anumang bagay na ang bawat isa sa atin ay nararamdaman, naiisip, at ninanais ay nagmumula lamang sa *Maylikha*. Anumang nararamdaman ng isang tao ay tanging ang *Maylikha* lamang.

Kapag ang isang nilalang ay umakyat mula sa pinaka-mababang lugar, kung saan ang isa ay nagsisimulang lumapit sa *Maylikha* (ang mundong ito), hanggang sa sandaling ang isa ay makamit ang ganap na pagkakatulad ng anyo ng *Maylikha* (*Gmar Tikkun*), ang isa ay natawid na ang 620 na mga antas, na tinawag na "ang 613 na *Mitzvot* ng *Torah*" at ang "Pitong *Mitzvot* ng ating mga pantas."

Ang isang *Zivug* sa Mataas na Liwanag sa *Masach* ay tinawag na isang *Mitzva*. Ang Liwanag na ang nakakatamong indibidwal ay natatanggap sa kanyang *Kli* ay tinawag na *Ohr Pnimi* (Panloob na Liwanag), o kaya'y *Ohr Taamim* (Liwanag ng mga Panlasa), o kaya'y "*Torah*." Ito ang dahilan kung bakit ang mga Kabalista ay sinasabi sa bawat isa, "Tikman at makita na ang Panginoon ay mabuti."

Ang nilikha, ang *Behina Dalet* sa *Behina Dalet*, ay iwinawasto ang kalooban nito na tumanggap upang ito'y tumanggap upang magkaloob. Ang *Tikkun* (pagwawasto) ay wala sa hangarin na tumanggap para sa sarili nito, kung hindi sa paano ito gagamitin – na sa layunin na magkaloob. Ang *Tikkun* na yaon, ang paglalagay ng layuning magkaloob ay ginagawa sa maliliit na mga bahagi ng hangarin ng nilikha, mula sa pinaka-maliit na bahagi tungo sa pinaka-malaki, at hindi sa lahat ng ito. Sa gayon, ang nilikha ay aangat ng antas kada antas sa bahagdan ng mga antas. Ang mga mundo ay mga antas kung saan ang isang tao ay umaangat mula sa ilalim paitaas.

Ang *Tikkun* ng kaloobang tumanggap, na tumanggap lamang upang magkaloob, ay isang napakahirap na *Tikkun*, dahil ito'y salungat sa intensiyon. Ito ay kabaligtaran ng kalikasan ng nilikha. Kaya ang *Maylikha* ay hinati ang buong daanan sa 613 na maliliit na antas at hinati ang nilikha sa sarili nito sa 600,000 na maliliit na piraso, na tinawag na "mga kaluluwa." Sa sandaling ang lahat ng mga kaluluwa ay nag-isa, ito ay tinatawag na "ang panglahatang kaluluwa" o *Adan HaRishon* (ang unang nilalang).

Subalit ang gawain ng pagwawasto ay nagsimula bago pa man doon, sa isang mas mababang katayuan na tinawag na "ating mundo," kung saan ang lahat ng bahagi ng Sansinukob ay umiiral sa isang reyalidad kung saan walang *Maylikha* at walang espirituwalidad. Hindi nila nararamdaman maging ang kanilang kakulangan sa pandama sa kawalan ng kaalaman sa *Maylikha*. Ang bawat isa ay isinilang sa antas na ito, kung saan tanging ang kaloobang tumanggap ng kasiyahan ay ang matatagpuan sa ating limang pandama.

Ang buong mundo ay pinangungunahan ng mga kautusan ng *Maylikha*. Ang pamumunong ito ay tinawag na "kalikasan," dahil ang hangarin na tumanggap ng kasiyahan sa bawat isang katayuan – nakapirmi, halaman, hayop at nagsasalita – ay walang pasubaling nagtatakda ng bawat reaksyon. Ito ay dahil ang batas na ang bawat nilikha ay palaging pipiliin ay ang pinaka-malaking kasiyahan at pag-iwas sa pagdurusa.

Sa bawat henerasyon, mayroong mga tao na ang *Maylikha* ay "nagtatanim" ng isang punto ng puso – isang hangarin na maramdaman ang *Maylikha*. Ang isang taong ganito ay nagsisimulang hanapin ang kapunuan para dito sa bagong hangarin sa kanya, hindi nalalaman na ito ay isang paghahangad para sa *Maylikha* at ito ay mapupunuan lamang ng Mataas na Liwanag.

Ang mga *Partzufim* na lumitaw matapos ang pagkabasag ay tinawag na mga "ang mundo ng *Tikkun*." Ang lahat ng mga bagay na nagaganap ay dapat lumitaw sa Sansinukob at kinakailangan para sa pag-unlad ng nilikha, upang ito ay matamo ang perpeksiyon ng mga pagkilos ng *Maylikha*, at tamasahin kung ano ang inihanda ng *Maylikha* para dito.

Kaya sa parehong pagkabasag sa mundo ng *Nekudim*, na tinawag na "ang pagkabasag sa mga mundo," at pagkabasag sa *Adan HaRishon*, na tinawag na "ang pagkabasag sa mga kaluluwa," ay itinadhana. Sa pagkabasag ng mundo ng *Nekudim*, ang mga daluyan (*vessel*) ng pagtanggap ay humalo sa mga daluyan (*vessel*) ng pagkakaloob. Ang mga nabasag na piraso ay nagkahalo na, na bawat isa sa mga ito ay nakahalo sa lahat ng iba pa. Kaya ang bawat isa sa 320 na mga piraso (hangarin) ay naglalaman ng lahat ng iba pa sa loob nito. Bilang resulta, 1) ang mga daluyan (*vessel*) ng pagtanggap ay maiwawasto sanhi sa pagkakahalo ng mga daluyan (*vessel*) ng pagkakaloob, at 2) ang *NRNHY* na mga Liwanag ay lilitaw sa bawat isang hangarin (sa halip ng Liwanag ng *Nefesh*, na dati nang naroroon).

Kung walang naging paghahalo, na natamo dahil sa pagkabasag, ang mga daluyan (*vessel*) ng pagtanggap ay walang paraan sa pagtanggap ng Liwanag, dahil ang *Parsa* ay paghihiwalayin ang mga ito mula sa lugar kung saan ang Mataas na Liwanag ay magsisimulang kumalat. Subalit ngayon, matapos ang pagkabasag, ang mga ito'y maiaangat sa *Atzilut* (naitaas na AHP) at mapupunuan doon.

Ang pagkabasag sa mundo ng *Nekudim* ay tinawag na "ang pagkabasag ng mga mundo," dahil ang *Malchut de Ein Sof* ay binubuo ng limang bahagi. Ang apat sa mga ito ay nagluwal ng mga mundo at lahat ng mga bagay sa loob nito, habang ang mga ito'y kumalat mula sa Itaas pababa. Tinataglay ng mga ito ang buong Sansinukob bukod sa tao, na ginawa mula sa *Behina Dalet* sa *Dalet*, mula sa dulong bahagi ng *Malchut* – ang aktwal, at nagsasariling kaloobang tumanggap, na ganap na tiwalag sa hangarin ng *Maylikha* na magkaloob.

Kaya tanging ang tao lamang ang layunin at tunguhin ng Paglikha. Bukod sa kanya, ang lahat ng bahagi ng Sansinukob ay hindi nagsasarili. Ang mga ito'y pag-aari ng hangarin ng *Maylikha*, dahil ang *Maylikha* ang nagtatakda ng kanilang mga paggalaw, bilang nakapirmi, halaman, hayop at nagsasalita na umiiral sa ating mundo.

Sa ating mundo, ang hangarin ng tao sa kaibuturan ay walang ipinagkaiba sa mga hayop. Tanging sa isang nilalang lamang kung saan ang hangarin para sa *Maylikha* ay lumitaw (bilang bahagi ng hangarin ng *Adan HaRishon*) na tinawag na "Adan" (Tao). Ang isang nilalang na mayroong ganitong hangarin ay magagawang maiwasto ito sa pamamagitan ng pagkakamit ng isang *Masach* at makamit ang hangarin upang magkaloob. At kung ang ganitong hangarin ay hindi lumitaw sa isang nilalang, ang isa ay walang iwawasto at ang ganitong nilalang ay walang mararamdaman na pagkiling na lumapit sa *Maylikha*.

Ang kabuuan ng reyalidad sa mundong ito ay nahahati sa apat na bahagi ng Sansinukob: ang nakapirmi, halaman, hayop at nagsasalita, ayon sa hangganan ng kalikasang tumanggap, kaya naaayon sa hangganan ng kapaki-pakinabang at nakakapinsalang kapangyarihan.

Ang isang nilalang sa mundong ito ay kinakailangang pumailalim sa apat na yugto ng pag-unlad: nakapirmi, halaman, hayop at nagsasalita upang mapaunlad at mapaigting ang pagnanais na tumanggap sa kanya, hanggang ang *Maylikha* ay "itanim" ang punto sa kanya, ibig sabihin ang paghahangad sa *Maylikha*, upang marating ang tunguhin. Sa ganitong kadahilanan, sa loob ng libo-libong taon, ang sangkatauhan ay napulbos sa ilalim ng pagdiin ng kalikasan – ang pag-inog ng kaloobang tumanggap mula sa "nakapirmi," na antas hanggang sa "nagsasalitang" antas. Ito ang pag-inog ng mga henerasyon na ating nalalaman.

Ang buong sangkatauhan at bawat isang kaluluwa – nang henerasyon kada henerasyon – ay pumasailalim sa apat na yugto ng pag-unlad ng kaloobang tumanggap:

1. **Karaniwang Tao (Plebs):** Ang "nakapirmi" sa uri nang tao. Dala Nang likas na pagkahilig sa kayamanan, sila'y umuunlad sa antas ng "mayaman."

2. **Mayaman:** Ang "halaman" sa uri ng tao. Dala ng likas na pagkahilig sa karangalan (kapangyarihan), sila'y umuunlad sa antas ng "malakas."

3. **Malakas:** Ang "hayop" sa uri ng tao. Dala ng likas na pagkahilig sa kaalaman, sila'y umuunlad sa antas ng "matalino."

4. **Matalino:** Ang "nagsasalita" sa uri ng tao. Sa nagsasalitang tao, ang hangarin ay hindi limitado ng sandali o lugar. Ang isang nilalang ay nananaghili sa mga taong nabuhay sa nakaraang henerasyon, sa mga bagay na wala siyang pangangailangan, subalit mayroon ang iba at wala sa kanya. Kaya kanyang napapalakas ang kanyang kaloobang tumanggap dahil nais niya ang kanyang nakikita sa iba. Kaya ang isa ay napapasidhi ang kanyang kaloobang tumanggap nang walang hanggan, at ito ay ginagawa ang isang tao na angkop na kandidato sa layunin ng Sansinukob (Paglikha).

5. Kapag ang *Maylikha* nagtanim ng isang punto sa puso ng "nagsasalita" na ito, ang ganitong nilalang ay nagsisimulang mapukaw tungo sa layunin at hahanapin ang ugat ng kanyang kaluluwa. Ang pagkaka-ayos nang mga pagwawasto mula sa Itaas pababa ay ayon sa mga sumusunod:

- Tumatanggap upang tumanggap - umiiral sa mundo.
- Nagkakaloob upang tumanggap - umiiral sa mundo.
- Nagkakaloob upang magkaloob - umiiral sa mga mundong *BYA*.
- Tumatanggap upang magkaloob - umiiral sa mundo nang *Atzilut*.

Ang buong sistema ng Sansinukob ay nakakamit ang *Gmar Tikkun* lamang sa mundo ng *Atzilut*. Ito ang dahilan kung bakit ang mundo ng *Atzilut* ay tinawag na "ang mundo ng Tikkun" (ang mundo ng pagwawasto).

ANG MUNDO NG ATZILUT

Kasunod ng pagkabasag, ang *Masach* ay napadalisay at umangat kasama ng *Reshimot* sa *Rosh* ng *AVI de Nekudim*. Ang *Reshimot* sa *Masach* ay humiling ng pagwawasto upang isang *Zivug* ang magawa sa kanila para sa pagtanggap ng *Liwanag*. Subalit ang *Rosh* ng *AVI de Nekudim* ay nagbalik sa katayuan ng *Katnut* at hindi magagawa ito. Kaya ang *Masach* ay umangat sa *Rosh* ng pinaka-mataas na *Partzuf*, ang *Rosh de SAG*.

Walang pagkakaiba sa pagitan ng *Masach* na pinadalisay ng *Bitush* ng panloob at nakapaligid na mga *Liwanag* nito at ng *Masach* na pinadalisay ng pagkasira. Kahit na matapos ang pagkasira, nananatili ang *Reshimot* sa *Masach* at hinihiling na mapunan.

- Napigilang *Reshimot de HitlabshutAleph* at *Shoresh de Aviut* na nanatili mula sa *Parzuf Nekudim*.
- Ang *Reshimot Dalet de Hitlabshut* at *Gimel de Aviut* mula sa *Sof* nang *Partzuf Galgalta*.

Ang napigilang *Reshimot Aleph de Hitlabshut* at *Shoresh de Aviut* ay nanggaling muli sa *Partzuf Nekudim* sa sarili nito. Kaya ang *Masach* ay gumawa nang unang *Zivug* sa kanila. Pagkatapos isilang ang isang *Partzuf* sa kanila, ang *Masach* ay maglalaan para sa mga kahilingan ng *Reshimot Dalet-Gimel*, na naging sanhi ng pagkakatamo ng *Gadlut* ng *Partzuf*. Kaya sa sandaling ang *Masach* ay umangat sa *Rosh de SAG*, ito'y umangat ayon sa napigilang *Reshimo de Aviut Shoresh* tungo sa *Bina* ng *Keter de Rosh SAG*.

Ang limang *Behinot* nang *Rosh* ay tinawag na:

Keter - Galgalta - Aviut de Shoresh

Hochma - Eynaim - Aviut Aleph

Bina - Auznaim - Aviut Bet

ZA - Hotem - Aviut Gimel

Malchut - Peh - Aviut Dalet

Sa bawat isang *Sefirot* sa *Rosh* ay may limang partikular na *Sefirot*: *Keter, Hochma, Bina, ZA, Malchut*. Ang *Reshimot* ng napigilang *Aviut de Shoresh* ay humiling ng isang *Zivug* sa mga daluyan (*vessel*) lamang ng pagkakaloob sa *Aviut Shoresh*. Ang *Reshimo* ay humiling na isang *Partzuf* ay iluwal, na nagagawa lamang sa mga daluyan (*vessel*) ng pagkakaloob, *GE, de Aviut Shoresh*. Kaya ang *Masach* na nagluwal ng *Partzuf* na ito ay dapat gumawa ng isang *Zivug* sa mga daluyan (*vessel*) lamang ng pagkakaloob ng *Aviut de Shoresh* sa *Rosh*.

Ayon dito, ang *Masach* ay umaangat mula sa *Peh* tungo sa *Sefira Keter de Rosh de SAG*, at mula doon sa Itaas pa, tungo sa *Bina de Keter*, na nakatindig kasunod ng *Sefirot KHBHGT de Keter*. Kasunod nito, sa ibabaw ng *Masach* ay mayroon lamang mga daluyan (*vessel*) ng pagkakaloob ng *Keter*, ibig sabihin *Aviut Shoresh*. Ang lugar kung saan ang *Masach* ay nakatindig ay tinawag na *Metzach* (noo).

Ang *Partzuf*, na iniluwal mula sa *Zivug* ng *Reshimo* ng napigilang *Aviut de Shoresh*, ay tinawag na *Ubar* (semilya). Sa espirituwalidad, walang maaaring mas mababa sa antas na ito. Sa ibang pananalita, ito ang pinakabatayang espirituwal na antas. Matapos itong isilang, ang bagong silang na *Partzuf* ay bababa sa lugar kung saan ang *Reshimot* ay umangat, sa ibaba ng *Tabur de Galgalta*, at lumawak doon mula sa *Tabur* pababa.

Matapos na ang *Partzuf Ubar* ay lumawak sa lugar nito, ang *Dalet de Hitlabshut* at *Gimel de Aviut* (mula sa *Sof* ng *Galgalta*) ay napukaw dito. Ang *Gadlut* ng *Partzuf* ay lumitaw sa mga *Reshimot* na ito: ang *Masach* ay gumawa ng isang *Zivug* sa *Mataas na Liwanag* sa *Reshimot Dalet-Gimel*, at ang antas ng *Gadlut* ay lumawak mula sa *Tabur de Galgalta* sa *Parsa*. Ang

Partzuf na ito ay tinawag na *Atik*, dahil ito'y *Ne'etak* (tiwalag) mula sa pagtatamo ng mga isang mas mababa (mga kaluluwa).

Ang *Partzuf Atik* ay ang unang *Partzuf* sa isang bagong serye ng limang *Partzufim*, na tinawag na "ang mundo ng *Atzilut*." Kaya, ang *Partzuf Atik* ay ang *Keter* ng mundo ng *Atzilut*.

Matapos na ang *Partzuf Atik* ay lumitaw sa *Gadlut*, ang *Rosh de SAG* ay ibinigay ang lahat ng *Reshimot* na umangat dito matapos ang pagkabasag. Sa lahat ng *Reshimot*, ang *Atik* ay pinili ang pinakadalisay na *Reshimo* at gumawa ng isang *Zivug* sa mga ito, na nagbunsod ng kasunod na *Partzuf*, na una'y nilikha muna ito sa antas ng *Ubar* at matapos ay gumawa ng isang *Zivug* sa *Gadlut* (*Dalet-Gimel*). Ang *Partzuf* na ito ay lumawak mula sa *Peh de Atik* sa *Parsa*, at ito ay tinawag na *Partzuf Hochma*, o *Arich Anpin* (*AA*).

Sa sandaling ang *Gadlut de Partzuf AA* ay lumitaw, ang *Atik* ay ibinigay dito ang lahat ng natitirang *Reshimot*, mula doon sa mga umangat sa *Rosh de SAG* matapos ang pagkabasag. Sa mga yaon, ang *AA* ay pinili ang pinakadalisay, gumawa ng isang *Zivug* sa mga ito, at ito'y nagbunsod ng *Partzuf Bina* ng mundo ng *Atzilut*, una sa antas ng *Ubar* at sa huli'y sa *Gadlut*. Ang *Partzuf* na ito ay lumawak mula sa *Peh de AA* tungo sa *Tabur de AA*. Ito ay tinawag na *Aba ve Ima* (*AVI*).

Matapos na ang *Partzuf AVI* ay lumitaw sa *Gadlut*, ang *AA* ay ibinigay ang lahat ng naiwang *Reshimot*. Sa mga *Reshimot* na ibinigay ng *AA* dito, ang *AVI* ay pinili ang pinakadalisay na *Reshimot* at gumawa ng isang *Zivug* sa mga ito na sa gayon ay nagbunsod ng *Partzuf ZA* ng mundo ng *Atzilut*. Dito sa unang pagkakataon, nagkaroon ng tatlong katayuan: *Ubar*, *Katnut* (bagong silang, kaliitan), at *Gadlut* (magulang, kalakihan). Ang *Partzuf ZA* ay kinuha ang lugar nito mula sa *Tabur* ng *AA* sa *Parsa*.

Nang lumitaw ang *Partzuf ZA*, ibinigay ng *AVI* ang lahat ng nalalabing *Reshimot*. Ang *Reshimot* ay gumawa ng isang *Zivug* sa mga ito at nagbunsod ng *Malchut* sa mundo ng *Atzilut*. Dito'y nakumpleto ang mga *Zivugim* na maaaring umangat sa *Rosh de SAG* kasunod ng pagkabasag ng mga *daluyan* (*vessel*).

Ang palagiang katayuan ng *Atzilut* ay *Katnut* – *GE* – mga *daluyan* (*vessel*) ng pagkakaloob. Hindi maaaring magkaroon ng mas maliit pa doon nito. Sa ganitong katayuan, ito'y tiyakang tumutugma sa *Katnut* ng mundo ng *Nekudim*, bago ang pagkabasag. Datapwat ang mundo ng *Atzilut* ay lumitaw upang dalhin ang buong *Sansinukob* patungo sa *Gmar Tikkun*, upang ang *Malchut de Ein Sof* ay mapuno ng *Liwanag* ng *Ein Sof* na may layon na magkaloob. At ito ay hindi pa nakakamit.

Sa pagkabasag, ang mga *daluyan* (*vessel*) ng pagtanggap ay nahalo sa mga *daluyan* (*vessel*) ng pagkakaloob. Kaya apat na pag-unawa ang nagawa sa bawat isang *Kli*:

1. Mga daluyan(vessel) ng pagkakaloob

2. Mga daluyan (vessel) ng pagkakaloob sa loob ng mga daluyan (vessel) ng pagtanggap.

3. Mga daluyan(vessel) ng pagtanggap sa loob ng mga daluyan(vessel) nangpagkakaloob.

4. Mga daluyan(vessel) ng pagtanggap.

Unang Pagkilatis: Ang mga *daluyan* (*vessel*) ng pagkakaloob ay hinihiwalay mula sa pagkakahalo at binubuo ang Katnut sa mundo ng *Atzilut*.

Ikalawang Pagkilatis: Ang mga *daluyan* (*vessel*) ng pagkakaloob sa loob ng mga *daluyan* (*vessel*) ng pagtanggap ay hinihiwalay mula sa pagkakahalo at binubuo ang mga mundo ng *BYA*. Ang mga mundong ito ay mga *daluyan* (*vessel*) ng pagkakaloob, ng *GE*, na tulad ng mundo ng *Atzilut*, ang mga ito'y nanatiling nakapaloob sa *AHP*, mga *daluyan* (*vessel*) ng pagtanggap. Para sa kanilang sarili, ang mga ito ay *daluyan* (*vessel*) ng pagkakaloob; kaya ang Liwanag ay magagawang lumawak sa loob ng mga ito.

Kaya sa sandaling ang mundo ng *Atzilut* ay lumitaw, ang *Malchut* ng mundo ng *Atzilut* ay umangat sa *AVI* at gumawa ng isang *Zivug* sa mga *daluyan* (*vessel*) ng pagkakaloob sa loob ng mga *daluyan* (*vessel*) ng pagtanggap. Siya ay nagbunsod ng mundo ng *Beria*, at pagkatapos ay ang mundo ng *Yetzira*, at sa dakong huli'y ang mundo ng *Assiya*.

- Ang mundo nang *Beria* ay lumitaw sa *Zivug* sa *GE* na nasa mga daluyan(vessel) nang pagtanggap nang *Aviut Bet*.
- Ang mundo nang *Yetzira* ay lumitaw sa *Zivug* sa *GE* na nasa mga daluyan(vessel) nang pagtanggap nang *Aviut Gimel*.
- Ang mundo nang *Assiya* ay lumitaw sa *Zivug* sa *GE* na nasa mga daluyan(vessel) nang pagtanggap nang *Aviut Dalet*.

Ikatlong Pagkilatis: Ang mga *daluyan* (*vessel*) ng pagtanggap sa loob ng mga *daluyan* (*vessel*) ng pagkakaloob ay hini-hiwalay mula sa pagkakahalo. Ang pagkilatis at pagwawasto ay ginagawa ng mga kaluluwa ng tao. Kinikilatis nila ang mga *Kelim* na ito at itinataas sa ibabaw ng *Parsa* tungo sa mundo ng *Atzilut*. Ang gawaing ito ay tinawag na "pagkakapukaw mula sa ibaba," dahil ito ay ginagawa ng mga kaluluwa. Ang nabasag na *Kelim* na umangat sa *Atzilut* ay tinawag na mga "nakataas na *AHP*."

Ika-apat na Pagkilatis: Ang mga *daluyan* (*vessel*) ng pagtanggap na hindi nakahalo sa mga *daluyan* (*vessel*) ng pagkakaloob ay sinusuri, pinapatunayan na ang mga ito ay nanatili sa kanilang mga katangian, at kaya ipinagbawal ang kanilang mga pag-gamit. Ang mga *Kelim* na ito ay tinawag na *Klipot* (mga basyo), o *Lav ha Evan* (pusong-bato), dahil ang mga ito ay hindi maiwawasto kundi sa *Gmar Tikkun*.

ANG MGA MUNDO NANG *BYA*

Ang *Zivug* sa pagluluwal ng mundo ng *Beria* ay ginawa sa *Bina* de *Atzilut*. Kaya ang mundo ng *Beria* ay lumawak sa lugar ng *ZA* de *Atzilut*.

Ang mundo ng *Yetzira*, na iniluwal kasunod ng mundo ng *Beria*, lumawak mula dito pababa sa lugar ng *Malchut* de *Atzilut*. Ang *Partzuf Malchut* de *Atzilut* ay nadamitan lamang ang apat na *Sefirot NHYM* ng *Partzuf ZA*. Kaya tanging ang unang apat na *Sefirot* ng *Partzuf*

Malchut — KHB at *Hesed —* ay nasa *Atzilut*, na kabaligtaran ng apat na *Sefirot NHYM* de *ZA*. Ang *Sefirot Gevura, Tifferet*, at *NHYM* de *Partzuf Malchut* ay nasa ibaba ng *Parsa*.

Samakatwid, nang ang mundo ng *Yetzira* ay iniluwal, ang unang apat na *Sefirot* ay nadamitan ang unang apat na *Sefirot* ng *Malchut*, habang ang huling anim na *Sefirot* ay nadamitan sa lugar ng unang anim na *Sefirot* ng lugar ng *BYA*. Ang lugar ng *BYA* ay binubuo ng tatlumpung *Sefirot*. Sa hinaharap, matapos ang pagkakasala ng *Adan HaRishon*, ang mga mundo ng *BYA* ay babagsak sa lugar na ito. Ang lugar kung saan ang huling anim na *Sefirot* ng mundo ng *Yetzira* ay nagtatapos ay tinawag na "*Chazeh* ng lugar ng *Beria*." Ito ang lugar kung saan ang *Chazeh* de *Beria* ay matatagpuan pagkatapos ng pagkakasala ng *Adan HaRishon*.

Pagkatapos na ang mundo ng *Yetzira* ay iniluwal at lumawak sa lugar nito, ang *Malchut* de *Atzilut* ay ibinunsod ang mundo ng *Assiya*, na lumawak sa ibaba ng mundo ng *Yetzira*, mula sa lugar ng *Chazeh* ng mundo ng *Beria* tungo sa *Chazeh* ng lugar ng mundo ng *Yetzira*. Ang lugar ng *Chazeh* ng mundo ng *Yetzira* ay tinawag na "*Chazeh* ng lugar ng mundo ng *BYA*." Ito ang lugar kung saan ang paglawak ng mga mundo ng *BYA* ay nagtatapos. Sa ibaba ng *Chazeh* ng lugar ng mundo ng *Yetzira*, ito ay said ng *Liwanag*. Ang lugar na ito, mula sa *Chazeh* ng lugar ng *BYA* pababa sa *Sium*, ay ang lugar ng *Klipot*, tinawag na *Mahor de Klipot* (ang seksiyon ng mga basyo). Sa ibaba nito ay ang lugar na tinawag na "ang punto ng mundong ito."

Sa espirituwalidad, ang isang "lugar" ay nangangahulugan na "hangarin." Ang punto ng mundong ito ay isang hangarin na tumanggap (ng kasiyahan) para sa sarili, isang paghahangad na matamasa ang mga kasiyahan sa mga pananamit ng mundong ito: sex, honor, power, inggit. Ang *Klipot* ay itinuturing na Itaas dahil kanilang nais na tumanggap na kasiyahan mula sa *Maylikha*, na tumutugma sa *Kedusha* (kabanalan).

Ang karunungan ng *Kabbalah* ay palaging nagsasalita mula sa pananaw ng umuunawang indibidwal. Kaya ang isa na may pag-unawa na ang kanyang mga hangarin ay ang tumanggap lamang upang tumanggap, at hindi upang magkaloob, ay masasabi na siya ay nakapagtamo, na siya ay nasa isang katayuan na tinawag na "mundong ito." Subalit ang isa na hindi natamo, na ang lahat ng kanyang mga hangarin na tumanggap upang tumanggap ay wala sa lugar (hangarin) na ito. Ang ganitong nilalang ay (bago sa paghahayag na ito), sa lugar (hangarin) na tinawag na "ating mundo," kung saan ang mga tao ay walang kamalayan (ng kanilang mga hangarin), at hindi nararamdaman ang kanilang kawalan ng kamalayan.

Ang buong sangkatauhan ay nasa antas ng "ating mundo," walang kamalayan. Mula sa antas na ito, ang hangarin upang tumanggap ay nagsimulang umunlad sa isang nilalang. Ang pag-inog ay naganap sa pamamagitan ng kalikasan na nagtutulak sa bawat isa sa pagwawasto sa puwersa ng marahas na paghuhusga.

Ang buong kasaysayan ng sangkatauhan ay isang henerasyon kada henerasyon na pag-inog ng kaloobang tumanggap sa pamamagitan ng tatlong elemento: pagtingin sa sarili (*pride*), dangal at inggit. Ang pagdurusa ay dinadala ang tao at sangkatauhan sa kabuuan, sa desisyon na lumabas sa kaloobang tumanggap dahil ito ang kadahilanan ng lahat ng pagdurusa.

Itong mga kaloobang tumanggap ay umunlad nang sapat sa tulak mula sa *Itaas* upang magnais nang mga wala sa mundong ito. Kasunod ng pagtulak na ito, ang isang nilalang ay nagsisimulang maghanap ng panggagalingan ng kasiyahan na magpupuno sa bagong hangarin, hanggang ang isa ay matagpuan ang wastong guro. Ang paghahanap na ito ay uubos ng maraming taon, o ng higit pa sa isang buong buhay, ngunit kung ang *Maylikha* ay dadalhin ang isang nilalang sa isang lugar kung saan ang *Kabbalah* ay itinuturo, tulad ng naganap sa akin (*Michael Laitman*), ito ay isang palatandaan na kayo ay binigyan ng pagkakataon mula sa *Itaas* na maiwasto ang inyong kaluluwa at maabot ang nilalayon.

ANG KATAYUAN NANG *PARTZUFIM* SA MUNDONANG *ABYA*

Ang *Adan HaRishon* ay isang hiwalay na kaganapan na hiwalay sa lahat ng bagay na nauna rito. Siya lamang ang tanging nag-iisang nilikha mula sa *Malchut de Ein Sof*; kaya siya lamang ang tanging nag-iisa na nararapat na matawag na *"nilikha."* Gayundin, Siya ay binuo ng *Malchut de Atzilut*, na umangat sa *AVI*. Isinilang niya ang *Partzuf Adan HaRishon*, tulad ng paano niya isinilang ang mga mundong *BYA* at sa ganitong kadahilanan, ang *Adan HaRishon* ay palaging nakapaloob sa mundong *BYA*.

Nang ang mundong *BYA* ay iniluwal, ang mga ito'y tumindig sa *AVI* sa *Chazeh* sa lugar ng mundo ng *Yetzira*. Nang ang *Adan HaRishon* ay isinilang, siya ay nakapaloob sa antas ng tatlong mundo ng *BYA*, natatanggap ang mga Liwanag ng *NRN* mula sa *BYA*. Ang *Adan HaRishon* ay natanggap ang karagdagang mga Liwanag ng *NRN de Atzilut*, dahil ang *BYA* ay nasa *Atzilut*.

Ang kalagayan ng mga mundo noong ang *Adan HaRishon* ay tinawag na "bisperas ng *Shabbat.*" Matapos dito, sa pamamagitan ng pagpukaw mula sa *Itaas*, ang mga mundo ay umangat sa unang pag-angat, isang antas na *Itaas* - sampung *Sefirot* - kasama ng *Adan HaRishon* kaya ang *Sium* ng mundong *BYA*, kasama ng *Adan HaRishon* na nakapaloob sa kanila, ay umangat sa *Chazeh* sa lugar ng mundo ng *Beria*.

Sa katayuang ito, ang *Adan HaRishon* ay nagnais na tanggapin ang lahat ng mga Liwanag upang makapag-kaloob, tulad ng sa katayuan na nauna bago ang pagkabasag ng mga daluyan(*vessel*) sa mundo ng *Nekudim*. Doon sa *Nekudim*, ang *Rosh de AVI* ay hindi naunawaan na ang bahagi ng *ZON* ay walang *Tikkun Kavim* (linya ng pagwawasto); kaya kanilang ipinagkaloob ang Liwanag ng *Gadlut* at ang *ZON* ay nabasag.

Ang katulad nito ay naganap dito sa *Adan HaRishon*: na walang pagkakaunawa na ang pagbabasag ay maaaring maganap. Ngunit sa unang pagkakataon matapos magkamaling tumanggap upang tumanggap, nagnais siya sa pagkakataong ito na sadyang tumanggap muli. Hindi na niya mapigilan ang kanyang sarili na masiyahan. Bilang resulta, ang *Klipot* ay isinilang mula sa ganitong pagkakabasag, mga hangarin na tumanggap upang tumanggap. Gayundin ang mga mundong *BYA* ay bumaba sa ilalim ng *Parsa*, sa kanilang palagiang katayuan, mula sa *Parsa* tungo sa pangkalahatang *Sium*. Ito ay tinawag na "ang palagiang katayuan" sapagkat ang mga mundong *BYA* ay hindi maaaring nasa isang mas mababang katayuan na yaon. Ngunit sila'y hindi "permanenteng" nakatali sa lugar na yaon; sila'y makakayang umangat at bumaba sa kanilang palagiang lugar.

Bukod sa pagbaba ng mga mundong *BYA* sa kanilang palagiang lugar, na isang resulta ng pagkakabasag ng *Partzuf Adan HaRishon*, ang maruming *BYA* ay iniluwal. Ito ang tatlong mga mundo na nagtataglay ng mga kakulangan sa *BYA* at nakatayo na kabaligtaran ng *BYA*. Kaya ang *BYA* na malinis sa mga hangarin na tumanggap upang tumanggap ay tinawag na "ang dalisay na *BYA*" at ang kanilang katapat na mga kakulangan ay tinawag na "di-dalisay na *BYA*."

Ang tatlong di dalisay na mga mundo ay tinawag na:

- *Eish Mitlakachat (lumalagablab na apoy)* - tumatapat sa mundo ng *Beria*
- *Anan Gadol* (malaking ulap) - tumatapat sa mundo ng *Yetzira*
- *Ruach Se'ara* (umaalimpuyong hangin) - tumatapat sa mundo ng *Assiya*

Matapos ang pagkakasala, ang *Partzuf Adan HaRishon* ay nabasag sa 600,000 piraso. Ang pagkakabasag ay nagpatuloy sa kailaliman ng mga basag na mga piraso (ang karagdagang mga pagkakabasag ay tinukoy sa *Torah* na tulad ng "ang pamamaslang kay Abel," "ang henerasyon ng delubyo," "ang henerasyon ng *Babylon*," atbp).

Sa dakong huli, ang lahat ng mga piraso sa kanyang *Partzuf* ay nanatili lamang sa kanilang kaloobang tumanggap upang tumanggap, kasama ang kislap ng *Liwanag* na nasa sa mga ito. Ang mga pirasong ito, ang mga hangarin kasama ang mga kislap nito, ay dinamitan ang mga tao sa ating mundo at nagbunsod sa mga ito na mapukaw tungo sa espirituwalidad, tungo sa *Liwanag*, sa *Maylikha*. Kaya tayo ay ginawa upang mapabilang sa mga grupo ng mga tao na nag-aaral ng *Kabbalah*, pinag-aaralan ang paraan kung paano makakamit ang nilalayon.

Mayroong isa pang *Klipa* (isang *Klipot*): *Klipat* (Klipa ng) *Noga*. Ang mga hangaring ito ay magkahalong mabuti at masama. "Magkahalo" ang ibig sabihin na sila'y nakatatanggap ng *Liwanag* sa kanilang mabuting bahagi at inililipat din sa kanilang masamang bahagi. Ang *Tikkun* ng buong reyalidad ay tumututok sa *Tikkun* ng *Klipat Noga* — tumitiwalag ito mula sa tatlong di-dalisay na *Klipot* (*Ruach Se'ara, Anan Gadol*, at *Eish Mitlakachat*), kung saan ito ay nakatali sa masamang bahagi nito, at ikinakabit ang mabuting bahagi nito sa *Kedusha* ng *Atzilut*.

ANG PAG-ANGAT NG MGA MUNDO

Ang tunay na lugar nang mga mundo ay yaong sa ikalawang katayuan, bago ang kasalanan:

- *ZA* sa lugar ng *AA*
- *Malchut* sa lugar ng *AVI*
- *Beria* sa lugar ng *YESHUT*
- *Yetzira* sa kugar ng *ZA*
- Ang unang apat na *Sefirot* sa mundo ng *Assiya* sa lugar ng unang apat na *Sefirot* ng *Nukva* de *Atzilut*, na dinamitan ang *TNHYM* ng mundo ng *Yetzira*;

- Ang huling anim na *Sefirot* ng lugar ng mundo ng *Assiya* sa lugar ng anim na *Sefirot* ng mundo ng *Beria*, sa ilalim ng *Parsa*;

- Ang unang anim na *Sefirot* ng lugar ng mundo ng *Beria*, ibig sabihin ang lugar mula sa *Parsa* tungo sa *Chazeh* ng lugar ng mundo ng *Beria*, ay tinawag na "sa labas ng siyudad," dahil ang mga ito'y kabilang sa mundo ng *Atzilut*, na tinawag na "isang siyudad." Gayundin, ang *Parsa* ay tinawag na "ang pader ng siyudad."

- Mayroong dalawampu't-apat na *Sefirot* mula sa *Chazeh* ng lugar ng mundo ng *Beria* sa pangkalahatang *Sium*. Ito ay isang lugar na walang *Liwanag*.

- Ang labing-anim na *Sefirot* mula sa *Parsa* tungo sa *Chazeh de Yetzira* ay tinawag na mga "sona ng *Shabbat*." Ito ay naglalaman ng "labas ng siyudad," pati ang sampung *Sefirot* mula sa *Chazeh de Beria* tungo sa *Chazeh de Yetzira*. Bawat sampung *Sefirot* ay tinawag na 2,000 *Amma* (may ¾ na yarda). Kaya ang buong lugar ng mga mundo *BYA* ay tinawag na 6,000 *Amma* o 6,000 na taon na buhay ng mundo.

- Ang labing-apat na *Sefirot* mula sa *Chazeh de Yetzira* sa pangkalahatang *Sium* ay tinawag na "ang basyong seksiyon." Ito ay kung saan ang *Klipot* ay naroroon bago ang kasalanan nang *Adan HaRishon*. Subalit matapos ang pagkakasala, ang mga ito'y naging apat na di-dalisay na mga mundo nang *ABYA*.

ANG PAGKAKASUNOD-SUNOD NG SANHI AT RESULTA

Ang apat na *Behinot* (mga yugto) ng *Ohr Yashar*:

- **Behinot Shoresh:** Ang *Liwanag* ay nagmumula sa *Atzmuto* — ang Kanyang hangarin na gumawa ng mabuti para sa Kanyang mga nilikha. Bilang resulta ng Kanyang hangarin na magbigay biyaya, Kanyang nilikha ang *Behina Aleph*, ang pagnanais na tumanggap, ang hangarin na tamasahin ang *Liwanag*.

- **Behina Aleph:** Sa sandaling kanyang maramdaman na siya ay tumatanggap, siya'y magpapasiya na hindi niya nais tumanggap. Ang bagong hangarin na ito ay ang *Behina Bet*.

- **Behina Bet:** Kapag siya ay ganap nang nawalan nang *Ohr Hochma*, ang *Behina Bet* ay mararamdaman ang kawalan nito at magpapasiya na nais niyang tumanggap ng ilang *Ohr Hochma* sa loob nang *Ohr Hassadim*. Ito ang *Behina Gimel*.

- **Behina Gimel:** Sa huli nito, kapag tinanggap niya ang *Ohr Hochma* gayundin ang *Ohr Hassadim*, ang *Behina Gimel* ay magpapasiya na nais niyang tanggapin ang lahat ng *Liwanag*. Ito ay ang *Behina Dalet* na tinawag na *Malchut*, dahil siya ay pinamamayanihan ng kaloobang tumanggap. Nararamdaman niya ang pagnanais na tumanggap ng *Liwanag*, katulad ng sa *Behina Aleph*, subalit may isang karagdagan. Ang karagdagang hangarin ay isang bagong *Kli* na tinawag na "pagnanasa." Ang *Malchut* ay nadama na ang kanyang hangarin ay isang natatanging hangarin na nagmumula sa kanya.

- ***Behina Dalet*:** Kanyang natatanggap ang Liwanag nang walang hangganan, kaya ang kanyang katawagan na "ang mundo ng *Ein Sof.*"

***Tzimtzum Aleph*:** Ang *Behina Dalet* ay gumawa nang *Tzimtzum Aleph*. Ang napigilang *Behina Dalet* ay tinawag na "ang mundo ng *Tzimtzum.*

Ang gawain ng *Masach*: Ang *Behina Dalet*, ang *Malchut*, ay magpapasiya na tumanggap ng *Liwanag* sa loob ng hangarin na magkaloob, sa kanyang *Behinot Shoresh, Aleph, Bet,* at *Gimel* at hindi sa kanyang *Behina Dalet*, na isang lantay na hangaring tumanggap.

***Partzuf Galgalta*:** Sa pamamagitan ng *Masach* kasama ng *Reshimot Dalet de Hitlabshut* at *Dalet de Aviut*, ang *Malchut* ay gumawa ng isang *Zivug* sa Mataas na *Liwanag*, na humiwalay dahil sa *Tzimtzum*. Sa *Zivug* sa *Liwanag*, ang *Masach* ay magpapasiya sa dami ng *Liwanag* na tatanggapin nito sa *Malchut*.

Kasunod ng desisyon, ang *Masach* ay bababa sa *Guf* na may kasamang *Liwanag* na ipinasiya nitong tanggapin. Ang mga *Liwanag* na papasok sa *Partzuf* ay tinawag na *Taamim*. Ang lugar kung saan ang *Masach* ay tumigil sa pagbaba at tinakdaan ang pagtanggap ng *Liwanag* ay tinawag na *Tabur*.

Ang *Liwanag* na papasok sa *Partzuf* ay tinawag na *Ohr Pnimi* (Panloob na *Liwanag*). Ang pangkalahatang *Liwanag* na nanatili sa labas ng *Kli* ay tinawag na *Ohr Makif* (Nakapalibot na *Liwanag*). Kasunod nito, isang *Bitush* (paghampas) sa pagitan ng *Ohr Pnimi* at *Ohr Makif* ay magaganap sa *Masach* na nakatayo sa *Tabur*, dahil nais nilang pareho na kanselahin ang limitasyon sa pagtanggap.

Ang *Masach* ay magpapasiya na hindi gamitin ang *Reshimot de Aviut Dalet* at magpapadalisay. Ito ay aakyat mula sa *Tabur* patungo sa *Peh* at ang *Ohr Pnimi* ay aalis sa *Partzuf*. Ang umaalis na mga *Liwanag* ay tinawag na *Nekudot* (mga punto). Ang buong *Partzuf*, mula sa *Zivug* sa *Rosh* tungo sa dulo ng *Hizdakchut*, ay tinawag na *Partzuf Galgalta*.

***Partzuf AB*:** Ang *Masach de Guf de Galgalta* na umangat sa *Peh de Rosh de Galgalta* ay mapapasama sa tuloy-tuloy na *Zivug* sa *Masach* sa *Peh*. Ang pagtatagpo sa pagitan ng *Masach* at Mataas na *Liwanag* sa *Rosh* ay naging sanhi para sa *Masach* na magnais na tumanggap ng isang bahagi ng *Liwanag* sa *Rosh*, ngunit ayon sa *Reshimot* dito, sa *Dalet de Hitlabshut* at *Gimel de Aviut*. Ang huling *Reshimo de Aviut* (para sa paglawak ng *Liwanag*) ay maglalaho, isang resulta ng desisyon na umalis sa pagtanggap.

Ang *Masach* ay bababa sa *Chazeh de Galgalta*, ayon sa *Reshimo Gimel de Aviut*, at gagawa ng isang *Zivug* sa *Reshimo Dalet de Hitlabshut* at *Gimel de Aviut*. Ito ang lugar ng *Peh* ng kasunod na *Partzuf*. Matapos ang *Zivug*, ang *Masach* ay bababa mula sa *Peh* pababa sa *Tabur* ng bagong *Partzuf*, at ang mga *Liwanag* ng *Taamim* ay papasok sa *Toch*.

Kasunod nito, magkakaroon ng isang *Zivug* ng *Ohr Pnimi* at *Ohr Makif* sa *Masach* ng *Tabur*, upang pawalan ng bisa ang limitasyon ng *Masach*. Ang *Masach* ay magpapasiyang magpadalisay, ang *Reshimo* ng *Aviut Gimel* ay maglalaho, at ang *Masach* ay mawawala at aakyat mula sa *Tabur* patungo sa *Peh*. Ang mga lumilisang *Liwanag* ay tinawag na mga *Nekudot de AB*.

Partzuf SAG: Sa sandaling ang *Masach* ay dumating sa *Peh*, ito ay napapasama sa tuloy-tuloy na *Zivug* sa Mataas na *Liwanag* na umiiral doon, at nagnanais na tumanggap ng isang bahagi ng *Liwanag* na nasa *Rosh*. Kaya ang *Masach* ay bumaba sa *Chazeh de Partzuf AB*, ayon sa *Reshimo*, at doon ay gumawa ng isang *Zivug* sa *Liwanag* ng *Reshimo Gimel de Hitlabshut* at *Bet de Aviut*. Tinanggap nito ang *Liwanag* at huminto sa lugar na tiniyak nito sa *Rosh* — sa *Tabur*. Isang kaagad na *Bitush* ng *Ohr Pnimi* at *Ohr Makif* ay ginamit sa *Masach*, habang hinahangad nilang kanselahin ang limitasyon sa pagtanggap na ang *Masach de Toch* ay nilikha. Ang *Masach* ay nagpasiya na magpadalisay at umangat sa *Peh*.

Nekudot de SAG: Ang mga *Liwanag* na lumitaw sa sandali ng *Hizdakchut* ng *Masach* ay tinawag na mga *Nekudot*. Ang *Nekudot de SAG* ay mga *Bet de Hitlabshut* at *Bet de Aviut*. Ito ang katangian ng *Bina*. Ang mga *Liwanag* ay magagawang lumitaw saanmang lugar (anumang hangarin). Sa ganitong kadahilanan, ang mga *Liwanag* ng *Nekudot* ay bumaba sa ilalim ng *Tabur de Galgalta* at pinuno ang *Sof de Galgalta*.

Ang *Sof de Galgalta* at *Nekudot de SAG* ay naghalo, at ang *Partzuf Nekudot de SAG*, bilang *Partzuf Bina*, ay mahahati sa GAR de Bina at ZAT de Bina. Ang ZAT de Bina, bilang mga daluyan (*vessel*) ng pagtanggap, ay naapektuhan ng *Reshimot* sa *Sof de Galgalta* at nanaisin na tanggapin yaong mga *Liwanag* upang tumanggap. Ito ay dahil ang puwersa ng *Masach de Nekudot de SAG* ay *Bet de Aviut*, at ang *Reshimot* sa *Sof de Galgalta* ay mga *Dalet-Gimel*, na may mas higit na kakayahang labanan ang *Masach*.

Kaya ang isang hangarin na tumanggap upang tumanggap ay nabuo mula sa *Chazeh de Nekudot de SAG* pababa. Ito'y nagtutulak sa *Malchut* na gumawa ng *Tzimtzum Aleph*, upang umangat mula sa *Sium de Galgalta* sa lugar ng *Chazeh de Nekudot de SAG* at pigilan ang paglawak ng *Liwanag* upang ito'y makarating lamang sa *Chazeh*. Ang lahat ng proseso sa *Nekudot de SAG* ay nabuksan sa sandali ng pag-angat ng *Masach de Guf de SAG* mula sa *Tabur de SAG* tungo sa *Rosh* nito, maliban na ang *Reshimot* mula sa *Tzimtzum Bet* at mula sa *Sof de Galgalta* ay idinagdag dito.

***Tzimtzum Bet* (ikalawang pagpipigil):** Ang pag-angat ng *Malchut Aleph* tungo sa *Chazeh Nekudot de SAG* ay tinawag na *Tzimtzum Bet*.

MA at BON sa ibabaw nang *Tabur de Glgalta*: Sa sandaling ang *Masach de Guf de SAG* ay dumating sa *Peh*, ito'y gagawa ng isang *Zivug* sa *Reshimot Bet de Hitlabshut* at *Aleph de Aviut* na naiwan sa mga *Liwanag* ng *Taamim de SAG* sa ibaba ng *Tabur*, na lumikha ng *Partzuf* ng *Mataas na MA*, mula sa *Peh de SAG* sa *Tabur de Galgalta*. Matapos ang *Hizdakchut* ng *Partzuf* ng *Mataas na MA*, ang *Partzuf* ng *Mataas na BON* ay iniluwal mula dito, mula sa *Peh de MA* ng *Tabur de Galgalta*.

Ang Mundo ng *Nekudim* (*Katnut*): Sa sandaling ang *Masach de SAG* ay napadalisay at umangat sa *Peh de SAG*, ito'y magnanais na gumawa ng isang *Zivug* sa *Reshimot* nito (sa *Bet de Hitlabshut* at *Aleph de Aviut* mula sa ibaba ng *Tabur de Galgalta*). Ito'y aangat kasunod sa hinihingi ng *Reshimot*, mula sa *Peh* tungo sa *Nikvey Eynaim* (NE) *de Rosh de SAG*, dahil ang *Reshimot Bet-Aleph* ay napipigilan, at humihiling makatanggap ng Liwanag sa mga daluyan (*vessel*) lamang ng pagkakaloob.

Kaya ang *Masach* ay nakatayo sa ilalim ng mga daluyan (*vessel*) ng pagkakaloob sa *Rosh*, sa ibaba ng *Keter* at *Hochma* sa *Rosh de SAG*. Ang *Masach* ay palaging gumagawa ng isang *Zivug* sa *Behinot Rosh* na nasa ibabaw nito lamang. Sa ganitong kadahilanan, ito'y nakatayo sa *Rosh*, sa lugar kung saan ito'y nagnanais na tumanggap ng Liwanag patungo sa *Guf*.

Matapos ang *Zivug*, ang *Masach* ay buong aktibong ipapasa sa *Guf* kung ano ang natanggap nito sa *Rosh* na inaasahan. Ang Liwanag ay kakalat sa lugar kung saan ang napigilang *Reshimot Bet-Aleph* ay umangat, ibig sabihin, mula sa ibaba ng *Tabur de Galgalta*. Ang *Partzuf* na ito ay tinawag na *Partzuf Nekudim*, dahil ito'y lumitaw sa *Reshimot* ng *Nekudot de SAG*.

Ang *Partzuf* na ito ay binubuo ng:

- *Rosh de Hitlabshut*, na tinawag na *Keter*;
- *Rosh de Aviut*, na tinawag na *Aba ve Ima* (*AVI*);
- *Guf*, na tinawag na ZON (*Zeir Anpin* at *Nukva*).

Sa bawat isa ng mga ito, tanging mga daluyan (*vessel*) lamang ng pagkakaloob ang aktibo; ang kanilang mga daluyan (*vessel*) ng pagtanggap ay nakakubli (sa loob ng mga ito).

Gadlut ng mundo ng Nekudim: Matapos ang paghingi ng *Katnut* ng mundo ng *Nekudim*, ang *Masach* sa *Rosh de SAG* ay bumaba, kasunod ng hiningi ng *Reshimot Dalet de Hitlabshut* at *Gimel de Aviut*, tungo sa *Peh de SAG*, at gumawa ng isang *Zivug*. Bilang resulta ng *Zivug* na ito, ang *Ohr Hochma* ay dumating sa *Rosh* ng *Keter de Nekudim* at sa *Aba* ng *Rosh AVI*.

Ang *Ima* ay *Bina*, na hindi nais tumanggap ng *Ohr Hochma* liban sa hiling ng ZON. Ang *Ohr Hochma* ay sumisinag mula sa *Rosh de Nekudim* tungo sa *Sof de Galgalta*, at mula doon ay dumarating ang isang hiling — sa pamamagitan ng *ZON de Nekudim* — upang humiling sa *AVI* para sa *Gadlut*, na *Ohr Hochma*. Sa sandaling ang ZON ay humingi sa *AVI*, sila'y magsasama at dadalhan ang ZON ng *Ohr Hochma*.

Ang pagkabasag nang mga daluyan(vessel): Ang *Ohr Hochma* ay kakalat mula sa *Rosh de AVI* tungo sa ZON sa pamamagitan ng GE ng ZON at tungo sa *Parsa*. Kapag ang Liwanag ay nagnanais na tawirin ang *Parsa* at punuin ang *Kelim* ng AHP de ZON, ito'y makakaharap sa kaloobang tumanggap at aakyat paitaas. Ang *Kelim GE* at *AHP* ay mababasag, at 320 piraso ay babagsak sa ibaba ng *Parsa*.

Sa pagkakabasag, ang mga daluyan (*vessel*) ng pagkakaloob (GE) ay hahalo sa mga daluyan (*vessel*) ng pagtanggap (AHP); kaya sa bawat isang basag na piraso ay mayroong apat na uri ng *Kelim*:

GE - na bumuo nang GE de ZON de Atzilut

1. *Hitkalelut* nang GE sa AHP - na bumuo sa mga mundong BYA;

2. *Hitkalelut* nang AHP sa GE - na bumuo sa angat na AHP;

3. AHP - na bumuo ng *Klipot*, na mga hangaring tumanggap upang tumanggap, na hindi angkop para sa pagtanggap ng *Liwanag*. Ito yaong mga (32, *Lamed Bet*) mga *Malchut* ng (320 *Shach*) na mga piraso na hindi maiwawasto kundi hanggang *Gmar Tikkun*, at tumanggap

upang magkaloob sa mga ito. Ang tatlumpu't dalawang *Malchut* ay tinawag na *Lev ha-Even* (pusong bato). Ang kanilang pagwawasto ay nasa sa pagkilatis mula sa 320 na mga piraso at hindi paggamit sa mga ito.

Ang 288 na mga piraso (320–32) ng 320 na umiral sa bawat isang basag na piraso ay maiwawasto, dahil ang mga ito'y hindi mga bahagi ng *Malchut*, ngunit mga bahagi ng Mataas na siyam na *Sefirot*. Ang ilan, yaong mga kabilang sa *GE de ZON*, ay dapat makilatis mula sa pagkakahalo, dahil ang mga ito ay mga daluyan (*vessel*) ng pagkakaloob. Ito ay yaong mga nagtayo ng *Katnut* (*GE*) de *ZON de Atzilut*.

PAGLITAW NANG MUNDO NG *ATZILUT*

Atik: Ang *Masach*, kasama ang *Reshimot*, ay umangat sa *Rosh de Nekudim* at mula doon tungo sa *Rosh de SAG*. Ang *Masach* ay inihiwalay ang pinakadalisay na *Reshimot*, ang *Aleph de Hitlabshut* at *Shoresh de Aviut*, umangat sa *Peh* tungo sa *Sefira Keter de Rosh de SAG*, at mula doon tumungo ito paakyat papunta sa *Bina* sa *Keter*, kung saan ito'y tumayo sa likod ng *Sefirot KHB HGT de Keter*.

Kaya sa itaas ng *Masach* ay tanging mga daluyan (*vessel*) lamang ng pagkakaloob ng *Keter* ng *Aviut Shoresh*. Ang lugar na ito ay tinawag na *Metzach* (noo), at ito'y kung saan ang *Masach* ay gumawa ng isang *Zivug*, kung saan ang *Partzuf Keter de Atzilut* ay isinilang at tinawag na *Partzuf Atik*.

Ang *Partzuf* na iniluwal ng *Zivug* na ito ay tinawag na *Ubar*, dahil ito'y mga daluyan (*vessel*) ng pagkakaloob lamang sa *Aviut Shoresh*, ang pinaka-kaunti na magagawa sa espirituwalidad. Matapos itong isilang, ang *Partzuf* na ito ay bumaba sa lugar kung saan ang *Reshimot* ay umangat, sa ilalim ng *Tabur de Galgalta*.

Noong ang *Partzuf Atik* ay isilang at bumaba sa lugar nito, ang *Reshimot Dalet-Gimel* ay napukaw dito at hiningi na ang *Partzuf* na ito ay magtamo ng *Gadlut*. Ang *Masach* ay gumawa ng isang *Zivug* sa Mataas na Liwanag sa mga *Reshimot* na yaon at itayo ang antas ng *Atik* sa *Gadlut*. Ang *Partzuf* na ito ay kumalat mula sa *Tabur de Galgalta* tungo sa *Sium de Galgalta*, tatawid sa *Parsa*, dahil ito'y *Partzuf Keter*, dahil nanatiling bahagi ng *Tzimtzum Aleph*. Ito ang dahilan kung bakit ito ay tinawag na *Atik*, dahil ito ay *Ne'etak* (nakawalay) mula sa pagtatamo ng mga nasa mababa.

Sa sandaling ang *Partzuf Atik* sa *Gadlut* ay lumitaw, ang *Rosh de SAG* ay ipapasa ang lahat ng natanggap nito matapos ang pagkakabasag. Sa lahat ng *Reshimot*, ang *Atik* ay pipiliin ang pinakadalisay na *Reshimo* at gagawa ng isang *Zivug* dito at iluluwal ang susunod na *Partzuf* – ang *Hochma* – sa antas ng *Ubar*, at kasunod dito sa *Gadlut*. Ang *Partzuf* na ito ay kakalat mula sa *Peh de Atik* tungo sa *Parsa* at tatawaging *Partzuf Arich Anpin* (*AA*).

AVI: Sa sandaling ang *Gadlut* ng *Partzuf* ay lumitaw, ang *Atik* ay ibibigay dito ang lahat ng *Reshimot* na nanatili doon sa mga umangat sa *Rosh de SAG* matapos ang pagkabasag. Sa mga iyon, ang *AA* ay pipiliin ang pinakadalisay na *Reshimot* at gagawa ng isang *Zivug* sa mga ito. Ang *Zivug* na ito ay lumilikha ng *Partzuf Bina de Atzilut*, una sa antas ng *Ubar* at kasunod nito sa *Gadlut*. Ang *Partzuf* ay kakalat mula sa *Peh de AA* tungo sa *Parsa*.

ZA: Sa sandaling ang *Partzuf AVI* ay lumitaw sa *Gadlut*, ang *AA* ay ibibigay dito ang lahat ng naiwang *Reshimot* na natanggap nito, gagawa ng isang *Zivug* sa mga ito at iluluwal ang *Partzuf ZA de Atzilut*, sa antas ng *Ubar* (*Katnut*) at pagkatapos ay sa *Gadlut*. Ang *Partzuf ZA* ay kukunin ang lugar nito mula sa *Tabur de AA* sa *Parsa*.

Malchut: Pagkatapos lumitaw sa *Katnut* ang *Partzuf ZA*, ang *AVI* ay ibibigay dito ang lahat ng naiwang *Reshimot* na hindi naiwasto ng nakaraang mga *Partzufim*. Sa mga iyon, ang *ZA* ay pipiliin yaong akma dito, gagawa ng isang *Zivug*, at iluluwal ang *Partzuf Malchut de Atzilut* bilang isang *Nekuda* (punto), tulad ng nasa mundo ng *Nekudim*. Ito'y naglulubos sa pagwawasto ng lahat ng *Reshimot de Katnut de Nekudim* na umangat sa *Rosh de SAG* matapos ang pagkabasag.

PAGLITAW NANG MGA MUNDONG *BYA*

Ang *Partzufim* ng *GAR* ng mundo ng *Atzilut* ay lumitaw sa *Reshimot de Rosh de Nekudim*, na napadalisay lamang ngunit hindi nabasag. Mula sa *ZON de Nekudim* patungo sa ibaba, ang pagsilang ng *Partzufim* ay nagawa sa pamamagitan ng pamimili at pagwawasto ng mga nabasag na mga piraso. Ito ay ganito dahil sa pamamagitan ng pagbabasag sa mundo ng *Nekudim* ng mga daluyan (*vessel*) ng pagkakaloob mula sa itaas ng *Parsa* ay humalo sa mga daluyan (*vessel*) ng pagtanggap mula sa ibaba ng *Parsa* at naghalo sa isa't isa. Kaya, sa bawat isa ng 320 na nabasag na mga piraso ay mayroong apat na uri ng *Kelim*.

1. Mga daluyan(vessel) ng pagkakaloob;
2. Mga daluyan(vessel) ng pagkakaloob kahalo nang mga daluyan(vessel) ng pagtanggap;
3. Mga daluyan(vessel) ng pagtanggap kahalo ng mga daluyan(vessel) ng pagkakaloob;
4. Mga daluyan(vessel) ng pagtanggap.

Una, tanging ang mga daluyan (*vessel*) lamang ang pinipili at naiwawasto (ang *Zivugim* ay ginawa sa mga ito) mula sa 320 na mga piraso sanhi ng *Aviut*, mula sa dalisay hanggang sa magaspang. Ang *Masach* na bumaba mula sa *Rosh de SAG* ay iniluwal ang lahat ng *Partzufim* ng mundo ng *Atzilut*, una sa *Katnut* at pagkatapos ay sa *Gadlut*. Ang *Katnut* ng mundo ng *Atzilut* ay lumitaw sa kabila ng *Katnut* ng mundo ng *Nekudim*.

Kasunod nito, ang *ZON de Atzilut* ay umangat sa *AVI de Atzilut*, at ang *ZA* ay naging tulad ng *Aba* at ang *Malchut* ay naging tulad ng *Ima*. Ang isang mas mababa na umangat sa Mataas ay naging tulad nito; kaya, ang *Malchut* ay tinanggap ang antas ng *Bina* upang ito'y makagawa ng isang *Zivug* sa *Ohr Hochma* at magluwal ng bagong *Partzufim*. Sa sandaling ang *Malchut de Atzilut* ay umangat sa *Ima*, siya'y pinili ang mga daluyan (*vessel*) ng pagkakaloob na nakahalo sa mga daluyan (*vessel*) ng pagtanggap mula sa 320 basag na piraso, sa kahingian ng *Aviut* — mula sa dalisay hanggang sa magaspang. Sa ganitong kaayusan, kanyang iniluwal ang mga bagong *Partzufim*:

- Limang *Partzufim* ay ginawa mula sa pinili, at ang *Zivug* ay ginawa sa mga daluyan(vessel) ng pagkakaloob (*GE*) na nalaglag sa bahagi nang *Bina* na nasa ibaba nang *Parsa* (*GE* nakahalo sa *Aviut Bet de AHP*): *Keter - Atik, Hochma - AA, Bina - AVI, ZA - ZA,* at *Malchut - Nukva* nang mundo nang *Beria*.

- Limang *Partzufim* ang nagawa mula sa pamimili at gumawa ng *Zivug* sa mga daluyan(vessel) ng pagkakaloob(*GE*) na nalaglag sa bahagi ng *Kelim de ZA* na nasa ibaba ng *Parsa* (*GE* nakahalo sa *Aviut Gimel de AHP*): *Keter - Atik, Hochma - AA, Bina - AVI, ZA - ZA,* at *Malchut - Nukva* nang mundo nang *Yetzira*.

- Limang *Partzufim* ang nagawa mula sa pamimili at gumawa ng *Zivug* sa mga daluyan(vessel) ng pagkakaloob (*GE*) na nalaglag sa *Malchut* sa ibaba ng *Parsa* (*GE* nakahalo sa *Aviut Dalet de AHP*): *Keter - Atik, Hochma - AA, Bina - AVI, ZA - ZA,* at *Malchut - Nukva* nang mundo ng *Assiya*.

Ang *Malchut de Atzilut* ay ginawa yaong mga *Zivugim* habang nakatayo sa lugar ng *Ima de Atzilut*. Sa ganitong kadahilanan, ang mundo ng *Beria* na kanyang nilikha, ay nakatayo sa kanyang ilalim, sa lugar ng *ZA de Atzilut*.

Ang mundo ng *Yetzira*, na iniluwal ng *Malchut de Atzilut* matapos ang mundo ng *Beria* sa lugar ng apat na *Sefirot* ng *Malchut de Atzilut* at ng anim na *Sefirot* sa lugar ng mundo ng *Beria*.

Ang mundo ng *Assiya*, na iniluwal ng *Malchut de Atzilut* matapos ang mundo ng *Yetzira*, ay lumitaw mula sa kanya at lumagay sa lugar sa ibaba ng mundo ng *Yetzira*, mula sa *Chazeh* sa lugar ng *Beria* tungo sa *Chazeh* sa lugar ng mundo ng *Yetzira*.

Ang lahat ng mundo ay nagtatapos sa *Chazeh* ng mundo ng *Yetzira*, dahil ang lahat ng mga nabasag na piraso, yaong mga pinili ay mga daluyan (*vessel*) ng pagkakaloob at ang mga daluyan (*vessel*) ng pagkakaloob, ay humalo sa mga daluyan (*vessel*) ng pagtanggap. Ito ay tumutugma sa *Chazeh* ng lugar ng mga mundo ng *BYA*, dahil dito kung saan nagtatapos ang kanilang mga *GE*.

Sa ibaba ng *Chazeh de Yetzira* nagsisimula ang *AHP* ng lugar ng *BYA*, ang lugar ng mga daluyan (*vessel*) ng pagtanggap na nakahalo sa mga daluyan (*vessel*) ng pagkakaloob, at mga daluyan (*vessel*) ng pagtanggap (*Lev ha Evan*).

Ini-angat na *AHP*: Ang pamimili at pagwawasto ng mga daluyan (*vessel*) ng pagtanggap ay inihalo sa mga daluyan (*vessel*) ng pagtanggap ay nagdagdag ng *Kelim* ng *AHP* sa mundo ng *Atzilut*. Ang liwanag na kumalat sa mga *Kelim* na ito ay ang *Ohr Hochma*, at ang mundo ng *Atzilut* ay tinanggap ang *Gadlut*.

Ang *Ohr Hochma* ay kumalat lamang sa mga tunay na daluyan (*vessel*) ng pagtanggap, habang dito mayroong mga daluyan (*vessel*) ng pagtanggap na kahalo ang mga daluyan (*vessel*) ng pagkakaloob sa panahon ng pagkabasag. Kaya ang liwanag na lumitaw sa *Zivugim* ng mga *Kelim* na ito ay hindi *Ohr Hochma* (liwanag ng *Hochma*), bagkus tanging *He'arat* (pailaw, maliit na liwanag) ng *Hochma*.

Mayroong isang espesyal na *Tikkun* sa *Rosh* ng mundo ng *Atzilut* na tumitiyak na wala nang kailanman iba pang pagkabasag sa mundo ng *Atzilut*, na tulad ng naganap sa mundo ng *Nekudim*.

Mayroong isang limitasyon sa *Rosh* ng *Parzuf AA*, kaya walang *Zivug* sa sarili ng *Malchut* sa ibaba ng *Partzuf AA*, ngunit tanging sa *Hitkalelut* (pagsasama) ng *Malchut* sa *Sefirot* sa ibabaw niya, sa kanyang hangarin na magkaloob.

Bilang resulta, ang mundo ng *Atzilut* ay isinilang lamang sa *Katnut* at bawat isang *Partzuf* ay mayroon lamang mga daluyan (*vessel*) ng pagkakaloob, ang *Kelim de GE*. Ang mga daluyan (*vessel*) ng pagtanggap, mga *AHP* ay nasa ibaba ng *Parsa*. Hindi maaaring idagdag ang *AHP* sa *GE* at gumawa ng isang *Zivug* sa lahat ng sampung *Sefirot* sa kanilang mga lugar, tulad ng sa mundo ng *Nekudim*, dahil ito ang naging sanhi ng pagkabasag.

Kaya bawat isang karagdagan sa mga sisidlan ng pagtanggap sa *Atzilut* ay nagagawa sa pamamagitan ng pag-aangat ng ilang daluyan (*vessel*) ng pagtanggap, na inihalo sa mga daluyan (*vessel*) ng pagkakaloob. Ang daan ay mula sa ibaba ng *Parsa* patungo sa ibabaw ng *Parsa*, upang ang mga piraso ng *AHP* ay idinadagdag sa *Atzilut*. Ito bilang kapalit, ay magdudulot ng pailaw ng *Hochma* sa mundo ng *Atzilut*.

Sa gayon, ang mga piraso ng mga daluyan (*vessel*) ng pagtanggap ay aangat mula sa ibaba ng *Parsa* at sasama sa *Atzilut*. Ang lahat ng mga daluyan (*vessel*) ng pagtanggap na magagawang sumama sa mga daluyan (*vessel*) ng *Atzilut*, na mga daluyan (*vessel*) ng pagtanggap na nakahalo sa mga daluyan (*vessel*) ng pagkakaloob ay aangat sa sistema mula sa dalisay hanggang sa magaspang.

Ang pagwawasto nang *Lev ha Evan* ay magagawa lamang ng Liwanag ng Mesiyas: Matapos na ang lahat ng nabanggit na pagwawasto ay magawa, ang tanging naiiwanan sa *BYA* ay mga daluyan (*vessel*) ng pagtanggap na tinawag na *Lev ha Evan*. Ito ay yaong mga hindi nakapaloob sa mga daluyan (*vessel*) ng pagtanggap at kaya hindi maiwawasto. Ang pagwawasto sa mga ito ay nasa hindi pagsama sa mga ito sa pagpiling ginagawa doon sa isa sa mga 320 na basag na piraso. Kaya ang tatlumpu't-dalawang piraso ng *Lev ha Evan* ay tinatanggal. Kapag ginagamit ang naiiwang 288 na piraso sa paggawa ng *Partzufim*, dapat nating kilatisin at ipasiya na hindi natin nais gamitin ang *Lev ha Evan* na kasama sa bahaging yaon.

Matapos ang *Tikkun* ng lahat ng 288 na piraso, isang natatanging *Ohr Hochma* ay manggagaling sa Itaas na tinawag na "Mesiyas," at iwawasto ang mga *Kelim* na ito sa *Masach*. Sa panahong iyon, ang buong *Malchut de Ein Sof* ay maiwawasto sa isang *Masach*. Ang kalagayang ito sa *Malchut* ay itinuturing na *Gmar Tikkun* (pagtatapos ng pagwawasto).

Ang lahat ng mga piraso sa mundong *BYA*, maliban sa *Lev ha Evan*, ay naiwawasto sa pamamagitan ng kaayusan na mula sa dalisay tungo sa magaspang. Sa bawat isang mundo ng *BYA* ay mayroong 2,000 yugto ng pagwawasto, na tinawag na "mga taon" o "mga antas." Sa lahat-lahat, mayroong 6,000 antas sa tatlong mundo ng *BYA*, na tinawag na "ang anim na araw," dahil ang mga mundong *BYA* ay itinuturing na mga araw ng isang linggo, samantalang ang mundo ng *Atzilut* ay itinuturing na "ang Banal na Sabbath (Sabado)."

Sa sandaling ang mga mundong *BYA* ay naiwasto, gayundin ang *Lev ha Evan*, ang mundo ng *Atzilut* ay lalawak sa ibaba ng *Parsa* sa pamamagitan ng mundong ito. Ang kalagayang ito ay tatawaging "ang ika-pitong milenyo."

- Matapos ito, ang mga mundong *BYA* ay aangat sa *SAG*, at ito ay tatawaging ang ika-walong milenyo."
- Matapos ito, ang mga mundong *BYA* ay aangat sa *AB* at ito ay tatawaging "ang ika-siyam na milenyo."

- Matapos ito, ang mga mundong *ABYA* ay aangat sa *Galgalta*, at ito ay tatawaging "ang ika-sampung milenyo."

Ibig sabihin, matapos ang pagwawasto ng buong *Malchut de Ein Sof*, ito ay mapupuno tulad ng ito'y bago ng *Tzimtzum Aleph*. Bilang karagdagan, ito'y makakatanggap ng mga karagdagan mula sa walang hintong pag-angat sa mga antas ng pagkakaloob sa *Maylikha*.

Datapwat dahil ang karunungan ng *Kabbalah* ay nagtuturo sa isang nilalang lamang tungkol sa kanyang sariling pagwawasto, kung ano ang dapat niyang gawin, ang mga katayuang ito ay hindi itinuturo. Hindi ito lumilitaw sa mga aklat ng *Kabbalah*, dahil ang mga ito ay kabilang sa bahagi na ipinagbabawal na ihayag, na tinawag na "mga lihim ng Torah." Tanging piling iilan lamang ang lumalahok sa mga ito, at sa ilalim ng napakahigpit na mga kundisyon.

Adan HaRishon: Sa lahat ng pagwawasto sa *Malchut* na nabanggit na hanggang dito, ang *Malchut* ng *Malchut*, ang pinakabuod na punto ng lahat ng mga mundo, ay hindi pa napupunan. Ang lahat ng nahayag hanggang sa ngayon, — *Tzimtzum Aleph*, *Tzimtzum Bet*, ang pagkabasag ng mga daluyan *(vessel)*, ang *Tikkun* ng mga *Kelim* — ay naganap sa Mataas na siyam na *Sefirot* ng *Malchut*, hindi sa sarili ng *Malchut* mismo, sa *Behina Dalet* ng *Behina Dalet*. Ito ay dahil mayroong isang *Tzimtzum* sa kanya, upang hindi siya tatanggap sa loob niya, sa kanyang kaloobang tumanggap. Ang natatanggap matapos ang *Tzimtzum Aleph* ay natatanggap lamang sa mga daluyan *(vessel)* ng pagkakaloob, sa *Kelim* ng *Malchut de Ein Sof*, na inilimbag ng Mataas na siyam, ng hangarin ng Mataas na Liwanag na magkaloob.

Ang *Malchut sa Malchut* ay maiwawasto at mapupuno ng *Ohr Hochma*, tulad ng bago ang *Tzimtzum Aleph*, kung tanging hangarin lamang na magkaloob ang papasok sa *Malchut* na iyon at hahalo sa hangaring tumanggap ng *Malchut*. Sa pagkabasag ng mga daluyan *(vessel)* sa mundo ng *Nekudim*, ang *Malchut* ay humalo sa siyam na *Sefirot* na nauna rito. Bilang resulta, ang mga mundo, ang panlabas na reyalidad, ay lumitaw. Subalit ito ay hindi nagpawasto ng anumang bagay sa sarili ng *Malchut* mismo, dahil hindi siya humalo sa hangaring magkaloob.

Matapos ang pagsilang ng mga mundong *BYA*, ang *Malchut de Atzilut*, na nakatayo sa lugar ng *Ima*, ay gumawa ng isang *Zivug* sa *Katnut* sa pagsama ng mga daluyan *(vessel)* ng pagkakaloob sa *Behina Dalet de Dalet*. Ang bunga ng *Zivug* na ito ay *Partzuf Katnut, GE*, na ang *AHP* ay *Behina Dalet de Dalet*. Kaya ang *Partzuf* na ito ay pinagbawalan na gamitin ang mga daluyan *(vessel)* ng pagtanggap nito, ang *AHP*. Ang *Partzuf* na ito ay tinawag na *Adan HaRishon* (Unang Tao), na pinagbawalan na kumain mula sa *Puno ng Karunungan*, ibig sabihin, na gumawa ng isang *Zivug* sa mga daluyan *(vessel)* ng pagtanggap — sa *AHP*.

Sa pagsilang ng *Adan HaRishon*, ang mga mundong *BYA* ay lumawak sa lugar ng *Chazeh de Yetzira*. Makalipas ito, ang Liwanag mula sa *Ein Sof*, na tinawag na "pagkapukaw mula sa Itaas," ay dumating at iniangat ang lahat ng mga mundo ng isang antas. Kaya ang *Sium* ng mundo ng *Assiya* ay umangat mula sa lugar ng *Chazeh de Yetzira* tungo sa lugar ng *Chazeh de Beria*. Matapos ito, karagdagang Liwanag ng pagpukaw mula sa *Ein Sof* ay dumating kung saan ang lahat ng mga mundo ay umangat muli ng isang antas, kaya ang *Sium* ng mundo ng *Assiya* ay umangat sa ibabaw ng *Parsa*.

Ang *Adan HaRishon* ay nasa loob ng mga mundong *BYA*; kaya siya'y umangat sa *Atzilut* kasama ng mga ito. Ang *Adan HaRishon* ay naisip na ngayon maaari na siyang tumanggap upang magkaloob ang lahat ng Liwanag sa kanyang mga daluyan *(vessel)* ng pagtanggap, sa *AHP* ng *Behina Dalet* ng *Behina Dalet*.

Subalit tulad ng naganap sa pagkabasag ng mga daluyan *(vessel)* sa mundo ng *Nekudim*, nang kanyang pinalawak Liwanag sa mga daluyan *(vessel)* ng pagtanggap, siya'y nabasag. Nawala ang kanyang *Masach*, ang kanyang layon na magkaloob. Ang kanyang buong *Guf* ay nahati sa 600,000 na piraso, na tinawag na "mga organo" o "mga kaluluwa," na nalaglag sa *Klipot*, at natanggap ang hangarin na tumanggap.

Ang magkakasamang mga piraso, at bawat isang hiwalay na piraso, ay higit pang lumaglag (tulad ng inilarawan sa mga kasalanan na inilahad sa Torah sa unang henerasyon kasunod ni Adan). Ang mga bahaging ito ay bumalot sa mga tao sa ating mundo. Yaong mga basag na piraso ng *Adan HaRishon* na nabalot, ay naramdaman — sa bahaging ito — ang isang hangarin na umangat at makipag-isa sa kanilang Pinagmulan, na nasa *Adan HaRishon*. Ang Pinagmulan na iyon ay tinawag na "ang ugat ng isang kaluluwa."

Para sa isang nilikha na matawag na "nilikha," kailangan nitong tumindig sa sarili nito, ibig sabihin, na hindi maapektuhan ng *Maylikha*. Ito ang dahilan kung bakit ang *Maylikha* ay ikinukubli ang Kanyang Sarili. Sa pamamagitan nito, tinutulungan ng *Maylikha* ang nilikha na makatulad sa Kanya sa pamamagitan ng sarili nilang pagsisikap. Lumalabas na ang isang nilalang sa ating mundo, kung saan ang isang piraso ni *Adan HaRishon* ay nababalot, ay nailalarawan bilang isang "nilikha."

Ang isang nilikha ay isang bahagi ng *Adan HaRishon* na umiiral sa isang nilalang sa ating mundo. Ang lahat ng mga nilikha, lahat ng mga kaluluwa, ay mga bahagi ng *Guf* ng *Adan HaRishon*. Lahat sila ay dapat makibahagi sa pagwawasto ng pagkakabasag. Sa paggawa nito, kanilang ibinabalik ang kalagayan bago naganap ang kasalanan, at nagdaragdag sa *Dvekut* (pagdikit) sa *Maylikha*. Kanilang pipiliin lahat ng mga piraso mula sa *Klipot*. Kaya ang bawat isang nilalang ay dapat marating ang ugat ng kanyang kaluluwa habang nabubuhay pa sa ating mundong ito. Ang isang tao na hindi nagagawa ito, ay muling nabubuhay sa ating mundo hanggang siya ay makamit ang layunin.

Pambungad sa Karunungan ng Kabbalah

Habang nag-aaral, iminumungkahi na suriin ang mga guhit sa dulo nang sanaysay, Hailan

ANG KAISIPAN NG PAGLIKHA AT ANG APAT NA YUGTO NG DIREKTANG LIWANAG

1) Si Rabbi Hanania na Anak ni Akashia ay nagsabi, "Ang Maylikha ay ninais na linisin ang Israel; kaya Kanyang binigyan sila ng maraming Torah at Mitzvot (mga kautusan), tulad ng nasusulat, 'Ang Panginoon ay nasiyahan, para sa Kanyang pagkamakatwiran, na gawin ang katuruan na dakila at maluwalhati'" (Makot 23b). Ito'y malinaw na ang "paglilinis" ay hinalaw mula sa salitang Hebreo na nangangahulugang "pagpapadalisay." Tulad ng sinabi ng ating mga pantas, "Ang Mitzvot ay ipinagkaloob lamang para sa pagpapadalisay ng Israel" (Beresheet Rabba, Parasha 44). Dapat nating maunawaan ang pagpapadalisay na ito, na makakamit natin sa pamamagitan ng Torah at Mitzvot, at kung ano ang *Aviut* (tindi, kagaspangan, o hangaring tumanggap) sa ating kalooban, na dapat nating linisin gamit ang Torah at Mitzvot.

Dahil natalakay na natin ang *Panim Masbirot* sa aking aklat, at sa *The Study of the Ten Sefirot* (Ang Pag-aaral ng Sampung Sefirot), babanggitin ko muli na ang Kaisipan ng Paglikha ay upang paligayahin ang mga nilikha, ayon sa Kanyang masaganang kabutihan.

Dahil dito, isang malaking hangarin at paghahangad na matanggap ang Kanyang kasaganaan ay itinanim sa mga kaluluwa.

Ito ay dahil ang kaloobang tumanggap ay ang *Kli* (daluyan o vessel) para sa sukatan ng kasiyahan ng kasaganaan, dahil ang sukat at lakas ng kaloobang tumanggap ng kasaganaan ay tiyak na tumutugma sa sukat ng kasiyahan at kagalakan ng kasaganaan. Ang mga ito ay mahigpit na magkaugnay at hindi mapaghihiwalay, maliban kung ano ang kanilang pinag-uugnayan: ang kasiyahan ay kaugnay ng kasaganaan, at ang malaking hangarin na tumanggap ng kasaganaan ay kaugnay ng tumatanggap na nilikha.

Ang dalawang ito—ang kasaganaan at ang kaloobang tumanggap—ay walang pasubaling nagmumula sa Maylikha, at bahagi ng Kaisipan ng Paglikha. Gayunpaman, dapat silang hatiin ayon sa paraang nabanggit: ang kasaganaan ay nagmumula sa Kanyang

Esensiya, mula sa pag-iral na nagmumula sa pag-iral; samantalang ang kaloobang tumanggap ay ang ugat ng mga nilikha. Ibig sabihin, ang kaloobang tumanggap ang pinagmulan ng pag-iral na lumilitaw mula sa kawalan, dahil tiyak na walang anyo ang kaloobang tumanggap sa Kanyang Esensya.

Kaya't maituturing na ang kaloobang tumanggap na nabanggit ay ang buong nilalaman ng Paglikha (Sansinukob) mula simula hanggang wakas. Dahil dito, lahat ng mga nilikha, lahat ng kanilang hindi mabilang na mga pangyayari at pamamaraan na lumitaw o lilitaw pa, ay tanging mga sukatan at sari-saring katawagan lamang ng kaloobang tumanggap. Ang lahat ng umiiral sa mga nilikhang ito ay nagmula sa Kanyang Esensiya — isang pag-iral na nagmumula sa pag-iral. Hindi ito kailanman naging bagong paglikha, dahil hindi ito kailanman naging bago. Sa halip, ito'y patuloy na nagmumula sa Kanyang Esensiya na pag-iral mula sa pag-iral.

2) Tulad *ng* ating sinabi, ang kaloobang tumanggap ay likas na bahagi *ng* Kaisipan *ng* Paglikha kasama na ang lahat *ng* katawagan dito, kasama *ng* malaking kasaganaan na Kanyang inihanda at sinadya na magpapaligaya at maibabahagi sa kanila. At dapat malaman na iyong *Ohr* (Liwanag) at *Kli* na ating nauunawaan sa mga Mataas na Mundo. Ang mga ito ay buong katiyakan ay magkakasama at magkakasamang bababa nang antas kada antas. At ang hangganan na ang mga antas ay bababa mula sa Liwanag *ng* Kanyang Mukha at lilisan mula sa Kanya ay ang hangganan *ng* materyalisasyon nang kaloobang tumanggap na nakapaloob sa kasaganaan.

Maaari rin nating sabihin ang kabaligtaran: sa hangganan na ang kaloobang tumanggap sa kasaganaan ay lumitaw, ito'y bababa nang antas kada antas hanggang sa pinakamababang lugar kung saan ang kaloobang tumanggap ay lubusang lumitaw. Ang lugar na ito ay tinawag na "ang mundo *ng* Assiya," ang kaloobang tumanggap na itinuturing na "katawan *ng* tao," at ang kasaganaan na ang isa ay natatanggap ay itinuturing na hangganan *ng* "kasiglahan sa katawang yaon."

Ito ay katulad sa iba pang mga likha sa mundo. Kaya ang tanging pagkakaiba sa pagitan nang Mataas na mga Mundo at nang mundong ito ay yaong habang ang kaloobang tumanggap na bahagi nang Kanyang kasaganaan ay hindi pa lubusang lumilitaw ito ay maituturing na bilang nasa espirituwal na mundo, sa Ibabaw nang mundong ito. At sa sandaling ang kaloobang tumanggap ay lubusang lumitaw, ito ay maituturing na bilang nasa mundong ito.

3) Ang naunang nabanggit na kaayusan *ng* pagbaba, na naghahatid sa kaloobang tumanggap sa kumpletong anyo sa mundong ito, ay sumusunod sa isang pagkakasunod-sunod *ng* apat na pag-unawa na umiiral sa apat-na-letrang-pangalan na, *HaVaYaH*. Ito ay dahil ang apat na letrang *HaVaYaH* (*Yod, Hey Vav, Hey*), sa Kanyang Pangalan ay tinataglay ang buong reyalidad, nang walang anumang nakakaligtaan.

Sa pangkalahatan, ang mga ito'y inilarawan sa sampung Sefirot, *Hochma, Bina, Tifferet, Malchut*, at ang kanilang *Shoresh* (Ugat). Sila'y sampung Sefirot dahil ang Sefira *Tifferet* ay nagtataglay nang anim na panloob na Sefirot na tinawag na *HGT NHY* (*Hesed-Gevura-*

Tifferet-Netzah-Hod, Yesod), at ang Ugat na tinawag na *Keter*. Datapwat sa kaibuturan, sila'y tinawag na *HB TM* (*Hochma-Bina Tifferet-Malchut*).

At ang mga ito ay apat na mundong tinawag na *Atzilut, Beria, Yetzira,* at *Assiya.* Ang mundo ng *Assiya* ay taglay ang mundong ito sa loob nito. Kaya walang nilikha sa mundong ito na hindi nag-ugat sa mundo ng *Ein Sof,* sa Kaisipan ng Paglikha na paligayahin ang Kanyang mga nilikha. Kaya ito, sa kalikasan, ay binubuo ng *Liwanag* at *Kli*, ibig sabihin may isang tiyak na hangganan ng kasaganaan na kasama sa kaloobang tumanggap ng kasaganaan.

Ang hangganan ng kasaganaan na nagmula sa pag-iral mula sa pag-iral mula sa Kanyang *Esensiya,* at ang kaloobang tumanggap ng kasaganaan ay nakaugat sa pag-iral mula sa kawalan.

Datapwat para doon sa kaloobang tumanggap na makamit ang huling katangian nito, ito'y dapat bumaba kasama ang kasaganaan sa loob nito patungo sa apat na mundo — *Atzilut, Beria, Yetzira,* at *Assiya.* Ito'y nagkukumpleto sa Sansinukob ng *Liwanag* at *Kli*, na tinawag na *Guf* (katawan), at ng "*Liwanag ng buhay*" sa loob nito.

4) Ang dahilan kung bakit ang kaloobang tumanggap ay dapat bumaba sa pamamagitan ng apat na nabanggit na pag-unawa sa *ABYA* (*Atzilut, Beria, Yetzira, Assiya*) ay dahil mayroong dakilang panuntunan tungkol sa *Kelim* (pinaraming *Kli*): **ang paglawak ng Liwanag at paglisan nito ay ginagawa nitong angkop ang Kli sa gawain nito**. Ito'y nangangahulugang habang ang *Kli* ay hindi napapawalay sa *Liwanag* nito, ito'y nakapaloob sa *Liwanag* at nawawalan ng bisa tulad ng *liwanag* ng kandila sa isang sulo.

Ang pagpapawalang-bisa na ito ay dahil sila'y ganap na kabaligtaran ng isa't-isa, na nasa magkabilang dulo. Ito ay dahil ang *Liwanag* ay nag-uugat mula sa Kanyang *Esensiya* na pag-iral mula sa pag-iral. Mula sa pananaw ng Kaisipan ng Paglikha sa *Ein Sof,* itong lahat ay tungo sa pagkakaloob at walang bahid ng kaloobang tumanggap dito. Ang kabaligtaran nito ay ang *Kli,* ang dakilang kaloobang tumanggap ng kasaganaan na siyang ugat ng pinag-ugatan ng nilikha, na kung saan walang anupamang pagkakaloob.

Kaya kapag sila'y nakabigkis na magkasama, ang kaloobang tumanggap ay napapawalang-bisa sa *Liwanag* sa loob nito, at magagawa lamang na matiyak ang anyo nito sa sandaling ang *Liwanag* ay lumisan doon. Ito ay dahil kasunod ng paglisan ng *Liwanag* dito, ito ay magsisimulang maghangad dito, at ang paghahangad na ito ay buong katumpakang magtitiyak at magtatakda ng hugis ng kaloobang tumanggap. Kasunod nito, sa sandaling ang *Liwanag* ay nagbihis nito muli, ito'y maituturing na dalawang magkahiwalay na bagay: *Kli* at *Liwanag,* o *Guf* at buhay. Unawaing mabuti, dahil ito'y may kalaliman.

5) Kaya ang apat na pag-unawa sa pangalan ng *HaVaYaH,* na tinawag na *Hochma, Bina, Tifferet,* at *Malchut,* ay kinakailangan. Ang *Behina Aleph* (Unang Anyo), na tinawag na *Hochma,* sa katunayan ay ang kabuuan ng isinilang na nilalang, *Liwanag* at *Kli*. Dito ay ang dakilang kaloobang tumanggap kasama ang lahat ng *Liwanag* na nakapaloob dito, na tinawag na *Ohr Hochma* (Liwanag ng Karunungan) o *Ohr Haya* (Liwanag ng Haya), bilang ito'y ang lahat ng *Hayim* (buhay) sa iniluwal na nilalang, na nabibihisan ng *Kli* nito.

Gayunpaman, ang *Behina Aleph* na ito ay itinuturing na buong *Liwanag* at ang *Kli* dito ay halos hindi kapansin-pansin, habang ito'y nakahalo sa *Liwanag* at napapawalang-bisa dito, na tulad ng kandila sa isang sulo.

Sumusunod dito ay ang *Behina Bet* (Pangalawang Anyo), sapagkat sa dulo nito, ang *Kli* ng *Hochma* ay nangingibabaw sa pagkakatulad ng anyo sa Mataas na *Liwanag* dito. Ito ay nangangahulugang isang hangarin na magkaloob sa Maylikha ay lumitaw dito ayon sa kalikasan ng *Liwanag* sa loob nito—na lubusang upang magkaloob.

Pagkatapos, gamit ang hangaring ito na napukaw dito, isang bagong *Liwanag* ay nagmula dito mula sa Pinagmumulan, tinawag na *Ohr Hassadim* (Liwanag ng Awa). Bilang resulta, ito'y lubusang nahiwalay mula sa *Ohr Hochma* na ang Pinagmumulan ay itinanim dito, dahil ang *Ohr Hochma* ay maaari lamang matanggap sa sarili nitong *Kli*—isang hangarin na tumanggap na umunlad hanggang sa pinakamalaki nitong hangganan.

Kaya ang *Liwanag* at ang *Kli* sa *Behina Bet* ay lubusang kakaiba mula doon sa *Behina Aleph*, dahil ang *Kli* nito ay ang hangaring magkaloob. Ang *Liwanag* sa loob nito ay itinuturing na *Ohr Hassadim*, isang *Liwanag* na nagmumula sa *Dvekut* (pagdikit) ng nilikha sa Lumilikha, habang ang hangarin na magkaloob ay itinutulak ang pagkakatulad ng anyo nito sa Lumikha, at sa espirituwalidad, ang pagkakatulad ng anyo ay *Dvekut*.

Pagkatapos ay kasunod ang *Behina Gimel* (Pangatlong Anyo). Sa sandaling ang *Liwanag* ay humina sa nilalang tungo sa *Ohr Hassadim* na walang *Hochma*, habang ang *Ohr Hochma* ay nalalaman na ito ang esensiya ng iniluwal na nilalang, kaya sa dulo ng *Behina Bet*, ito ay napukaw at humatak papunta sa loob nito ng isang sukat ng *Ohr Hochma*, upang suminag sa *Ohr Hassadim* nito. Ang pagpukaw na ito ay muling nagpasimula ng isang sukat ng kaloobang tumanggap, na bumuo ng isang bagong *Kli* na tinawag na *Behina Gimel* o *Tifferet*. At ang *Liwanag* sa loob nito ay tinawag na "*Liwanag Hassadim* sa iluminasyon ng *Hochma*," dahil ang karamihan doon sa *Liwanag* na yaon ay *Ohr Hassadim*, at ang maliit na bahagi nito ay *Ohr Hochma*.

Sumusunod dito ay ang *Behina Dalet* (Pang-apat na Anyo), dahil ang *Kli* ng *Behina Gimel* gayundin ay napukaw sa dulo nito upang mahatak nang ganap ang *Ohr Hochma*, tulad nang ito'y naganap sa *Behina Aleph*. Kaya, ang pagkapukaw na ito ay itinuturing na "paghahangad" sa sukat ng kaloobang tumanggap sa *Behina Aleph*, at higitan ito, dahil ngayon ito ay nakawalay na sa *Liwanag* na yaon, dahil ang *Liwanag* ng *Hochma* ay hindi nadadamitan nito, ngunit naghahangad nito. Kaya ang anyo ng kaloobang tumanggap ay ganap nang naitakda, sapagkat ang *Kli* ay naitakda na kasunod ng paglawak ng *Liwanag* at paglisan nito doon. Pagkatapos, sa pagbabalik nito, ito'y tatanggapin muli ang *Liwanag*. Lumalabas dito na ang *Kli* ay pinapangunahan ang *Liwanag*, at ito ang dahilan kung bakit ang *Behina Dalet* na ito ay itinuturing na buong kaganapan ng *Kli*, at ito ay tinawag na *Malchut* (Pagkahari).

6) Itong apat na nabanggit na mga pag-unawa ay yaong sampung *Sefirot*, na naunawaan sa bawat paglitaw at sa bawat isang nilikha, na sa kabuuan ay yaong apat na mundo at maging sa pinakamaliit na bahagi ng reyalidad. Ang *Behina Aleph* ay tinawag na *Hochma* o "ang mundo ng *Atzilut*"; ang *Behina Bet* ay tinawag na *Bina* o "ang mundo ng *Beria*"; ang

Behina Gimel ay tinawag na *Tifferet* o "ang mundo ng *Yetzira*"; at ang *Behina Dalet* ay tinawag na *Malchut* o "ang mundo ng *Assiya*."

Ating ipaliwanag ang apat na pag-unawa na ginamit sa bawat isang kaluluwa. Sa sandaling ang kaluluwa ay lumabas sa *Ein Sof* at dumating sa mundo ng *Atzilut*, ito ay ang *Behina Aleph* ng kaluluwa. Subalit ito ay hindi pa nasisino sa ganoong pangalan, dahil ang pangalan na *Neshama* (kaluluwa) ay nagpapahiwatig na mayroong ilang pagkakaiba sa pagitan niya at ng Lumilikha, at sa pamamagitan ng pagkakaibang yaon, siya'y lumisan sa *Ein Sof* at nahayag bilang sarili nitong kapangyarihan.

Subalit habang wala itong anyo ng isang *Kli*, walang pagkikilanlan ito ng pagkakaiba sa Kanyang *Esensiya*, upang magtaglay ng sarili nitong pangalan. Inyo nang nalalaman na ang *Behina Aleph* ng *Kli* ay hindi itinuturing na isang *Kli*, at lubusang walang bisa sa *Liwanag*. At ito ang kahulugan ng sinasabi tungkol sa mundo ng *Atzilut*, na ito ay ganap na Kabanalan, tulad ng sinasabi na "Siya, Kanyang Buhay, at ang Kanyang Sarili ay Iisa." Maging ang mga kaluluwa ng lahat na nabubuhay na nilikha, habang tinatawid ang mundo ng *Atzilut*, ay itinuturing pa ring nakakabit sa Kanyang *Esensiya*.

7) Itong nabanggit na *Behina Bet* ay namamahala sa mundo ng *Beria*—ang *Kli* ng hangaring magkaloob. Kaya sa sandaling ang kaluluwa ay bumaba sa mundo ng *Beria* at makamit ang *Kli* na umiiral doon, ito ay itinuturing na isang *Neshama* (kaluluwa). Ito ay nangangahulugang ito'y humiwalay na mula sa Kanyang *Esensiya* at magtataglay na ng sarili nitong pangalan—*Neshama*. Subalit ito ay napakadalisay at pinong *Kli*, sapagkat ito'y nasa pagkakatulad ng anyo sa Lumilikha. Sa ganitong kadahilanan, ito ay itinuturing na lubos na espirituwalidad.

8) Ang nabanggit na *Behina Gimel* ay namamayani sa mundo ng *Yetzira*, taglay ang maliit na bahagi ng anyo ng kaloobang tumanggap. Kaya sa sandaling ang kaluluwa ay bumaba tungo sa mundo ng *Yetzira* at makamit yaong *Kli*, nililisan nito ang espirituwalidad ng *Neshama* at sa gayon ay tinatawag na *Ruach*. Ito ay dahil dito, ang *Kli* na ito ay may halo ng ilang espirituwalidad, dahil ang sukat ng *Aviut* nito ay hindi sapat upang ganap na mahiwalay mula sa Kanyang *Esensiya*, at magtaglay ng pangalang "katawan," na tumatayo sa sarili nitong karapatan.

9) Ang *Behina Dalet* ay naghahari sa mundo ng *Assiya* bilang isang kumpletong *Kli* ng dakilang kaloobang tumanggap. Kaya, ito'y ganap na natamo ang pagkakahiwalay at pagkikilanlang katawan na hiwalay mula sa Kanyang *Esensiya*, at nakatayo sa sarili nitong karapatan. Ang *Liwanag* dito ay tinawag na *Nefesh* (mula sa salitang Hebreo na 'pahinga'), na nagsasabing ang *Liwanag* ay walang-galaw sa sarili nito. Dapat ninyong malaman na walang isa mang elemento sa reyalidad na hindi bahagi ng buong *ABYA*.

10) Kaya inyong makikita na itong *Nefesh*, ang *Liwanag* ng Buhay na nakadamit sa katawan, ay nagbubuhat mula sa Kanyang Pinaka-*Esensiya*, na pag-iral mula sa pag-iral.

---

25 **Nota ng Tagasalin:** sa Hebreo, ang *Neshama* ay itinuturing na babae. Sa pangkalahatan, bawat bagay at nilalang ay tumatanggap nang isang partikular na kasarian, bagamat sa Kabbalah, bawat isang termino (*Partzuf*, mundo, atbp.) ay maaaring mabago ang kasartian nito ayon sa paggamit dito sa pagkakataong iyon: aktibo/pagbibigay ay lalaki, at pasibo/pagtanggap ay babae.

Habang ito'y tinatawid ang apat na mundo ng *ABYA*, ito'y nagiging higit na malayo sa *Liwanag* ng Kanyang Mukha, hanggang ito'y makarating sa itinakda ditong *Kli*, na tinawag na *Guf* (katawan). Dito, ito'y itinuturing na ang *Kli* ay nakumpleto na ang hangad nitong anyo.

At kahit kung ang Liwanag dito ay humina, kung saan ang pinag-ugatan nito ay halos hindi na matuklasan, sa pamamagitan nang paglahok sa Torah at *Mitzvot* upang magkaloob

ng kasiyahan sa Maylikha, ang isang tao ay napapadalisay ang *Kli* ng isa, na tinawag na *Guf*, hanggang sa ito'y maging karapat-dapat na tanggapin ang dakilang kasaganaan sa lubos na hangganan na nakapaloob sa *Kaisipan ng Paglikha*, nang Kanyang ginawa ito. Ito ang kung ano ang ibig sabihin ni Rabbi Hanania sa "Ang Maylikha ay nais na padalisayin ang Israel; Kanyang binigyan sila ng maraming *Torah* at *Mitzvot*."

11) Ngayon inyo nang mauunawaan ang tunay na pagkakaiba sa pagitan ng espirituwalidad at korporyalidad: anumang bagay na nagtataglay ng isang kumpletong hangarin na tumanggap sa lahat ng bahagi nito, bilang *Behina Dalet*, ay itinuturing na "korporyal." Ito ang kung ano ang umiiral sa lahat ng elemento ng reyalidad sa ating harap sa mundong ito. Sa kabaligtaran, anumang bagay sa ibabaw nitong malaking hangganan ng hangarin na tumanggap ay itinuturing na "espirituwalidad." Ito ang mga mundo ng *ABYA*—sa ibabaw ng mundong ito—at ang buong reyalidad sa loob ng mga ito.

Ngayon inyong makikita na ang buong usapin ng pag-angat at pagbaba na inilarawan sa Mataas na Mundo ay hindi tumutukoy sa isang nasa hinagap na lugar, bagkus tanging apat na pagkaka-unawa lamang ng kaloobang tumanggap. Kung gaano ito kalayo mula sa *Behina Dalet*, ganoon ito Kataas na maituturing. At sa kabaligtaran, kung gaano ito kalapit sa *Behina Dalet*, ganoon ito kababa na maituturing.

12) Dapat nating maunawaan na ang esensiya ng nilikha, at ng Sansinukob sa kabuuan, ay tanging kaloobang lamang na tumanggap. Anumang bagay na labas dito ay hindi bahagi ng Sansinukob, bagkus nag-uugat mula sa Kanyang *Esensiya* sa paraan ng pag-iral mula sa pag-iral. Kaya ito ang dahilan kung bakit ating nagagap itong kaloobang tumanggap bilang *Aviut* (kapal) at kalituhan, at tayo'y pinag-utusan na magpadalisay sa pamamagitan ng *Torah* at *Mitzvot*, hanggang sa punto na kung wala ito, hindi natin makakamit ang mabunying layon ng *Kaisipan ng Paglikha*?

13) Ang usapin ay sapagkat ang mga korporyal na mga bagay ay hiwalay mula sa isa't-isa sa pamamagitan ng distansiya ng kinalalagyan, ang mga espirituwal ay napaghihiwalay mula sa isa't-isa sa pamamagitan ng pagkakalayo ng anyo ng mga ito. Ito ay matatagpuan din sa ating mundo. Halimbawa, kapag ang dalawang tao ay nagkakahawig ng kanilang mga pananaw, nagugustuhan nila ang isa't-isa, at ang pagiging malayo ng kinalalagyan ay hindi nagiging sanhi ng kanilang pagkakalayo sa isa't-isa. Sa kabaligtaran, kapag ang kanilang mga pananaw ay malayo, sila'y nauumay sa isa't-isa, at ang pagiging magkalapit ng kanilang kinalalagyan ay hindi maghahatid sa kanila upang maging malapit sa isa't-isa. Kaya ang pagkakaiba ng anyo sa kanilang mga pananaw ay naglalayo sa kanila sa isa't-isa, at ang pagkakalapit ng anyo ng kanilang mga pananaw ay naglalapit sa kanila. Kung halimbawa ang kalikasan ng isa ay ganap na kabaligtaran ng isa, sila'y magkalayo na tulad ng layo ng silangan sa kanluran.

Katulad din dito, lahat ng mga usapin ng kalayuan at kalapitan, pagsasama at pagkakaisa na nahahayag sa espirituwalidad ay tanging sukatan ng mga pagkakaiba ng anyo. Ang mga ito ay naglalayuan sa isa't-isa ayon sa sukatan ng di-pagkakatulad ng anyo at napapadikit sa isa't-isa ayon sa sukatan ng pagkakatulad ng anyo.

Datapwat dapat ninyong maunawaan na bagamat ang kaloobang tumanggap ay isang itinakdang batas sa nilikha, tulad nang ito ay *esensiya* ng nilikha at ang tumpak na *Kli* para sa pagtanggap ng layon ng *Kaisipan ng Paglikha*, ito gayunpaman ay lubos na naghihiwalay dito sa *Lumilikha*. Ito ay dahil ang *Lumilikha* ay lubos na pagkakaloob na walang isa mang bahid ng pagtanggap, at ang nilikha ay lubusang pagtanggap na walang isa mang bahid ng pagkakaloob. Kaya walang nang hihigit pang magkabaligtad na anyo dito. Samakatwid, sumusunod dito na itong pagkakabaligtaran ng anyo ay walang pasubaling naghihiwalay dito sa *Lumilikha*.

14) Upang mailigtas ang mga nilikha dito sa walang-patutunguhang pagkakawalay, ang *Tzimtzum Aleph* (Unang Paghihigpit) ay naganap. Ito sa katotohanan, ay naghiwalay sa *Behina Dalet* sa natitirang *Partzufim* (mga mukha) ng *Kedusha* (Kabanalan) sa isang paraan na yaong malaking sukat ng pagtanggap ay mananatiling isang hungkag na lugar, isang lugar na salat sa Liwanag.

Ito ay dahil ang lahat ng *Partzufim* ng *Kedusha* ay lumitaw nang mayroong *Masach* (screen) na nakatayo sa kanilang *Kli Malchut* upang sila'y hindi tumanggap dito sa *Behina Dalet*. Pagkatapos, noong ang Mataas na Liwanag ay lumawak at kumalat sa iniluwal na nilalang, ang *Masach* ay tinanggihan ito. Ito ang tinitingnan na paghahampasan sa pagitan ng Mataas na Liwanag at ng *Masach*, na nagpa-angat sa *Ohr Hozer* (Nagbalik na Liwanag) mula sa ilalim pataas, na nagbihis sa sampung *Sefirot* ng Mataas na Liwanag.

Ang bahaging iyon ng Liwanag na tinanggihan at itinulak pabalik ay tinawag na *Ohr Hozer* (Nagbalik na Liwanag). Habang ito ay bumabalot sa Mataas na Liwanag, ito ay nagiging isang *Kli* sa pagtanggap ng Mataas na Liwanag sa halip na *Behina Dalet* dahil matapos ito, ang *Kli* ng *Malchut* ay lumawak sa hangganan ng *Ohr Hozer* — ang tinanggihang Liwanag — kung saan ito'y umangat at binalot ang Mataas na Liwanag mula sa ibaba pataas, at lumawak din galing sa Itaas patungo sa ibaba. Kaya ang mga Liwanag ay nadamitan sa *Kelim* (maraming *Kli*), sa loob ng *Ohr Hozer*.

Ito ang ibig sabihin ng *Rosh* (ulo) at *Guf* (katawan) sa bawat antas. Ang *Zivug de Hakaa* (pagsasama sa hampasan) mula sa Mataas na Liwanag sa *Masach* ay nagpa-angat sa *Ohr Hozer* mula sa ilalim pataas at dinamitan ang sampung *Sefirot* ng Mataas na Liwanag sa anyo ng sampung *Sefirot de Rosh*, ibig sabihin ang mga ugat ng *Kelim* (mga daluyan/*vessel*). Ito ay dahil walang maaaring aktwal na pagdadamit doon.

Kasunod dito, sa sandaling ang *Malchut* ay lumawak kasama ang *Ohr Hozer*, mula sa Itaas patungo sa ibaba, ang *Ohr Hozer* ay matatapos at magiging *Kelim* para sa Mataas na Liwanag. Sa sandaling iyon, mayroong pagbibihis ng mga Liwanag sa *Kelim* at ito ay tinatawag na ang *Guf* ng antas na ito, ibig sabihin, isang kumpletong *Kelim*.

15) Kaya ang bagong *Kelim* ay ginawa sa *Partzufim* ng *Kedusha* sa halip na sa *Behina Dalet* matapos ang *Tzimtzum Aleph* (Unang Paghihigpit). Ang mga ito ay binuo ng *Ohr Hozer* nang *Zivug de Hakaa* sa *Masach*.

Sa katunayan, dapat nating maunawaan itong *Ohr Hozer* at paano ito naging isang *daluyan* (*vessel*) ng pagtanggap, samantalang ito sa umpisa ay tanging isang tinanggihang Liwanag lamang. Subalit ngayon ito ay nagsisilbi sa isang papel na kabaligtaran ng sarili nitong esensiya.

Akin itong ipapaliwanag sa isang halimbawa sa buhay. Ang kalikasan ng tao ay upang naisin at paboran ang katangian ng pagkakaloob, at hamakin at kamuhian ang pagtanggap mula sa isang kaibigan. Kaya, kapag ang isang tao ay dumating sa kanyang kaibigan at ito ay imbitahin siya para kumain, siya bilang bisita ay tatanggi, kahit na siya ay talagang nagugutom, dahil sa kanyang paningin, kahihiyan na tumanggap ng isang handog mula sa kanyang kaibigan.

Ngunit kapag ang kanyang kaibigan ay patuloy siyang hinihimok hanggang sa maging malinaw na sa pamamagitan ng kanyang pagsang-ayon na kumain, na ito'y malaking pabuya sa kanyang kaibigan, hindi na niya nararamdaman na siya'y tumatanggap ng isang handog at na ang kanyang kaibigan ay isang tagapagbigay. Na sa kabaligtaran, siya bilang bisita ay ang tagapagbigay, na nagbibigay ng pabuya sa kanyang kaibigan sa pagtanggap nito ng pagkain mula sa kanya.

Kaya inyong matatagpuan na bagamat ang gutom at gana sa pagkain ay mga *daluyan* (*vessel*) ng pagtanggap, na sinadya para kumain, at na yaong tao na may sapat na gutom at ganang kumain upang tanggapin ang pagkain ng kaibigan, wala pa rin siyang panlasa sa anumang bagay, dahil sa hiya. Datapwat habang ang kanyang kaibigan ay hinihimok siya at kanya itong tinatanggihan, mga bagong *daluyan* (*vessel*) ng pagkain ay nagsisimulang mabuo sa kanya, at dahil sa lakas ng anyaya ng kanyang kaibigan at lakas ng kanyang pagtanggi, habang ang mga ito ay nadaragdagan, na sa dakong huli, ay dumami nang sapat na ginagawa ang sukat ng pagtanggap na maging isang sukat ng pagkakaloob.

Sa dakong huli, kanyang makikita na sa pagkain, kanyang binibigyan ng malaking pabuya at nagdudulot ng malaking kasiyahan sa kanyang kaibigan sa kanyang pagsang-ayon na kumain. Sa ganitong katayuan, mga bagong *daluyan* (*vessel*) ng pagtanggap na tanggapin ang pagkain ng kaibigan ay nagawa sa loob niya. Ngayon dito'y maituturing na ang lakas ng kanyang pagtanggi ay naging mahalagang *daluyan* (*vessel*) kung saan ang pagtanggap sa pagkain, at hindi ang gutom at gana sa pagkain, bagamat ang mga ito ay aktwal na pangkaraniwang mga *daluyan* (*vessel*) ng pagtanggap.

16) Mula sa nabanggit na halimbawa sa pagitan ng dalawang magkaibigan, ating magagawang maunawaan ang usapin ng *Zivug de Hakaa* at *Ohr Hozer* na umaangat sa pamamagitan nito, na pagkatapos ay nagiging mga bagong *daluyan* (*vessel*) ng pagtanggap para sa Mataas na Liwanag sa halip ng Behina Dalet.

Ating maihahambing ang Mataas na Liwanag, na humahampas sa Masach at nagnanais na lumawak sa Behina Dalet, sa paghimok na kumain, dahil habang hinahangad niya para sa kaibigan na tanggapin nito ang kanyang pagkain, ang Mataas na Liwanag ay naghahangad na lumawak sa tagatanggap. At ang Masach, na nagtutulak sa Liwanag at itinutulak ito, ay maihahambing sa pagtanggi ng kaibigan at pag-ayaw na tanggapin ang pagkain, dahil sa kanyang pagtanggi sa kanyang pabuya.

At tulad ng inyong natagpuan dito, na mismong sa pagtanggi at pag-ayaw na naging tumpak na mga *daluyan* (*vessel*) ng pagtanggap sa pagkain, inyong magagawang mailarawan sa isip na ang *Ohr Hozer*, na umaangat sa paghahampas ng Masach at pagtanggi sa Mataas na Liwanag, ay nagiging bagong *daluyan* (*vessel*) ng pagtanggap para sa Mataas na Liwanag sa halip ng Behina Dalet, na nagsilbi bilang *daluyan* (*vessel*) ng pagtanggap bago sa unang paghihigpit.

Gayunpaman, ito ay nailagay lamang sa *Partzufim* (maraming *Parzuf*) ng *Kedusha* (kabanalan) ng ABYA, hindi sa *Partzufim* ng *Klipot* (mga basyo), at sa mundong ito, kung saan ang Behina Dalet sa sarili nito mismo ay itinuturing na *daluyan* (*vessel*) ng pagtanggap. Kaya ang mga ito ay nahiwalay mula sa Mataas na Liwanag, dahil ang di-pagkakatulad ng anyo sa Behina Dalet ay naghihiwalay sa kanila. Sa ganitong kadahilanan, ang *Klipot* ay itinuturing na buktot at patay, dahil sila'y nakahiwalay mula sa Buhay ng mga Buhay dahil sa kaloobang tumanggap sa loob ng mga ito.

LIMANG PAG-UNAWA SA MASACH

17) Hanggang dito, ating nailinaw ang tatlong batayang elemento sa karunungan. Ang una ay ang Liwanag at ang Kli kung saan ang Liwanag ay isang tuwirang pinag-ugatan ng Kanyang Esensiya, at ang Kli ay ang kaloobang tumanggap, na walang pasubaling nakapaloob sa Liwanag na iyon. Ang isa ay lumilisan sa Lumilikha at nagiging iniluwal na nilalang sa hangganan ng hangaring iyon. Gayundin, ang kaloobang tumanggap na ito ay itinuturing na Malchut na naramdaman sa Mataas na Liwanag. Ito ang dahilan kung bakit tinawag itong Malchut, sa paraan ng "Siya ay Isa at ang Kanyang Pangalan, Isa," tulad na ang Kanyang pangalan sa Gematria ay Ratzon (hangarin).

Ang ikalawang usapin ay ang paglilinaw sa sampung Sefirot at apat na mundong ABYA, na apat na antas na ang isa ay nakapailalim sa isa pa. Ang kaloobang tumanggap ay dapat bumaba sa pamamagitan ng mga ito hanggang ito ay mabuo - Kli at nilalaman. Ang ikatlong usapin ay ang Tzimtzum at Masach na nalagay dito sa daluyan (*vessel*) ng pagtanggap, na Behina Dalet, at bilang kapalit, mga bagong daluyan (*vessel*) ng pagtanggap ay nagawa sa sampung Sefirot, na tinawag na Ohr Hozer. Unawain at isaulo itong tatlong batayan at kanilang mga kadahilanan, tulad nang paano ang mga ito nagpamalas sa harap ninyo, dahil walang magagawang pag-unawa sa kahit isang salita dito sa karunungan kung wala ang mga ito.

18. Ngayon ating ipapaliwanag ang limang pag-unawa sa Masach, kung saan ang mga antas ay nagbabago sa sandali ng *Zivug de Hakaa* na ginawa sa Mataas na Liwanag. Una, dapat nating maunawaan na kahit bagamat ang Behina Dalet ay ipinagbawal na maging isang daluyan (*vessel*) ng pagtanggap para sa sampung Sefirot matapos ang Tzimtzum at ang Ohr Hozer na umangat mula sa Masach sa pamamagitan ng *Zivug de Hakaa* ay naging daluyan (*vessel*) ng pagtanggap sa halip nito, dapat pa rin nitong samahan ang Ohr Hozer

sa lakas ng pagtanggap nito. Kung hindi doon, ang Ohr Hozer ay hindi naging angkop na maging isang daluyan (*vessel*) ng pagtanggap.

Dapat din ninyong maunawaan yaon mula sa halimbawa sa Aytem 15. Ipinakita natin na doon, ang lakas upang iwaksi at tanggihan ang pagkain ay ang naging daluyan (*vessel*) ng pagtanggap sa halip na gutom at gana sa pagkain. Ito ay dahil ang gutom at gana, ang karaniwang daluyan (*vessel*) ng pagtanggap, ay ipinagbawal sa pagiging daluyan (*vessel*) ng pagtanggap sa kasong ito, dahil sa hiya at pagkawala-nang-dangal sa pagtanggap ng handog mula sa isang kaibigan. Tanging ang lakas lamang ng pagtanggi at pag-iwas ang naging daluyan (*vessel*) ng pagtanggap sa halip ng mga iyon, dahil sa pamamagitan ng pagtanggi at pag-iwas, ang pagtanggap ay naging pagkakaloob, at sa pamamagitan ng mga ito, natamo niya ang mga daluyan (*vessel*) ng pagtanggap na angkop sa pagtanggap sa alok ng pagkain ng kaibigan.

Datapwat hindi masasabi na hindi na niya kailangan ang karaniwang mga daluyan (*vessel*) ng pagtanggap, ibig sabihin, ng gutom at gana sa pagkain, dahil ito'y malinaw na kung walang gana para kumain, hindi niya magagawang bigyang kasiyahan ang kagustuhan ng kaibigan sa pamamagitan ng pagkain sa lugar ng kaibigan. Subalit ang usapin ay yaong gutom at gana, na ipinagbawal sa dating nitong anyo, ay nagawang maging puwersa ng pagtanggi at pag-iwas tungo sa isang bagong anyo - pagtanggap upang magkaloob. Kaya ang kahihiyan ay nagawa na maging isang karangalan.

Lumalabas dito na ang dating mga daluyan (*vessel*) ng pagtanggap ay umiiral pa rin tulad ng dati, ngunit nagkamit ng isang bagong anyo. Inyo ring matatanggap, tungkol sa ating usapin, ang katotohanan na ang Behina Dalet ay pinagbawalan na maging isang Kli para sa pagtanggap ng sampung Sefirot dahil sa Aviut nito, ibig sabihin ng pagkakaiba ng anyo ng Taga-Pagbigay, na naghihiwalay sa Taga-Pagbigay. Datapwat sa pamamagitan ng pagwawasto ng Masach sa Behina Dalet, na humahampas sa Mataas na Liwanag, at nagtutulak dito, ang kanyang dating may depektong anyo ay nagbago at nagkamit ng isang bagong anyo, na tinawag na Ohr Hozer, kaya ang Ohr Hozer, tulad ng pagbabago ng anyo ng pagtanggap tungo sa isang anyo ng pagkakaloob.

Ang nilalaman ng umpisa nitong anyo ay hindi nabago; hindi pa rin ito kumakain nang walang gana. Katulad dito, ang lahat ng *Aviut* (kapal), na siyang puwersa ng pagtanggap sa *Behina Dalet*, ay dumating sa loob ng *Ohr Hozer*, kaya ang *Ohr Hozer* ay naging angkop na maging isang daluyan (*vessel*) ng pagtanggap.

Samakatwid, may dalawang pag-unawa na dapat gawin sa *Masach*:

1. *Kashiut* (katigasan), na isang puwersa sa loob nito na tumatanggi sa Mataas na Liwanag.
2. *Aviut*, na siyang sukatan ng kaloobang tumanggap mula sa *Behina Dalet* na kasama sa *Masach*. Sa pamamagitan ng *Zivug de Hakaa* gamit ang puwersa ng *Kashiut* nito, ang *Aviut* nito ay nabago tungo sa pagkakaloob.

Ang dalawang puwersang ito sa *Masach* ay kumilos sa limang pag-unawa: ang apat na BehinotHBTM at kanilang ugat, tinawag na *Keter*.

19) Atin nang naipaliwanag na ang unang tatlong pag-unawa ay hindi pa rin itinuturing na isang *Kli*, at tanging ang *Behina Dalet* lamang ang itinuturing na isang *Kli*. Gayunpaman, dahil ang unang tatlong pag-unawa ay ang mga sanhi nito at nagbunsod sa pagkumpleto ng *Behina Dalet*, sa sandaling ang *Behina Dalet* ay nakumpleto, apat na hangganan ay natatala sa katangian ng pagtanggap nito.

Ang *Behina Aleph* nito ay ang pinaka-bahagyang sukat ng katangian ng pagtanggap.

- Ang *Behina Bet* ay may kakapalan (dahil sa pagkakaroon ng mas higit na *Aviut*) kaysa sa *Behina Aleph* sa usapin ng katangian ng pagtanggap nito.

- Ang *Behina Gimel* ay mas makapal kaysa sa *Behina Bet* sa katangian ng pagtanggap nito.

- At sa huli, ang *Behina Dalet* ay ang pinaka-makapal sa lahat, at ang katangian ng pagtanggap nito ay perpekto sa bawat kaparaanan

- Dapat din nating maunawaan na ang ugat ng apat na *Behinot* (maraming *Behina*), na siyang pinakamalinaw at pinaka- dalisay sa kanilang lahat, ay nakapaloob din dito.

Ito ang limang pag-unawa ng pagtanggap na nasa *Behina Dalet*, na tinawag sa mga pangalan ng sampung *Sefirot* KHB (*Keter-Hochma-Bina*) TM, na kasama sa *Behina Dalet* dahil ang apat na yugto ay HB TM, at ang ugat ay tinawag na *Keter*.

20) Ang limang pag-unawa ng pagtanggap sa *Behina Dalet* ay tinawag sa mga pangalan ng *Sefirot* KHBTM. Ito ay dahil bago sa *Tzimtzum*, habang ang *Behina Dalet* ay nanatiling daluyan (*vessel*) ng pagtanggap para sa sampung *Sefirot* na kasama sa Mataas na Liwanag sa kaparaanan ng "Siya ay Isa at ang Kanyang Pangalan ay Isa," dahil ang lahat ng mga mundo ay nakapaloob doon, ang pananamit ng sampung *Sefirot* sa lugar na yaon ay sumunod sa limang *Behinot* na ito. Bawat isang *Behina* ng limang *Behinot* sa kanya, ay nagdamit sa katugma nito sa sampung *Sefirot* sa Mataas na Liwanag.

- Ang *Behinat Shoresh* (Ugat na Yugto) sa *Behina Dalet* ay dinamitan ang Liwanag ng *Keter* sa sampung *Sefirot*;

- Ang *Behina Aleph* sa *Behina Dalet* ay dinamitan ang Liwanag ng *Hochma* sa sampung *Sefirot*;

- Ang *Behina Bet* sa kanya ay dinamitan ang Liwanag ng *Bina*;

- Ang *Behina Gimel* sa kanya ay dinamitan ang Liwanag ng *Tifferet*;

- At ang kanyang sariling *Behina* ay dinamitan ang Liwanag ng *Malchut*.

Kaya maging ngayon, matapos ang unang paghihigpit, noong ang *Behina Dalet* ay pinagbawalan sa pagiging isang daluyan (*vessel*) ng pagtanggap, ang limang pag-unawa ng *Aviut* sa kanya ay ipinangalan sa limang *Sefirot* KHBTM.

20) At kung inyo nang nalalaman na sa pangkalahatan, ang nilalaman ng *Masach* ay tinawag na *Kashiut*, na ibig sabihin ay ilang bagay na napakatigas, na hindi pumapayag sa

anumang bagay na lumampas sa hangganan nito. Katulad dito, ang *Masach* ay hindi hinahayaan ang anuman sa Mataas na Liwanag na dumaan dito at tungo sa *Malchut*, *Behina Dalet*. Kaya itinuturing na ang *Masach* ay pinahihinto at itinutulak ang buong sukat ng Liwanag na dapat magdamit sa *Kli* ng *Malchut*.

Dito'y pinalinaw din na yaong limang *Behinot* ng *Aviut* sa *Behina Dalet* ay nakasama at dumating sa *Masach*, at humalo sa sukat ng *Kashiut* nito. Kaya limang uri ng *Zivug de Hakaa* ay naunawaan sa *Masach*, na tumutugma sa limang sukat ng *Aviut* nito:

- Isang *Zivug de Hakaa* sa isang kumpletong *Masach* na may lahat ng antas ng *Aviut* ay nagtaas ng sapat na *Ohr Hozer* upang damitan ang sampung *Sefirot*, hanggang sa antas ng *Keter*.
- Isang *Zivug de Hakaa* sa isang *Masach* na kulang sa *Aviut* ng *Behina Dalet*, at taglay lamang ang *Aviut* ng *Behina Gimel* ay nagtaas ng sapat na *Ohr Hozer* upang damitan ang sampung *Sefirot* hanggang sa antas ng *Hochma*, na kulang ng *Keter*.
- At kung mayroon lamang itong *Aviut* nang *Behina Bet*, ang *Ohr Hozer* nito ay humihina at sapat lamang upang damitan ang sampung *Sefirot* hanggang sa antas nang *Bina*, na kulang ng *Keter* at *Hochma*.
- Kung ito'y nagtataglay lamang ng *Aviut* nang *Behina Aleph*, ang *Ohr Hozer* nito ay higit pang hihina at sasapat lamang upang magdamit hanggang sa antas ng *Tifferet* at kulang ng *KHB*.
- At kung ito'y kulang din ng *Aviut* ng *Behina Aleph*, at naiwanan lamang ng *Aviut* nang *Behina Shoresh*, ang paghampas nito ay napakahina at sapat lamang hanggang sa antas ng *Malchut*, na kulang sa unang siyam na *Sefirot*, na *KHB* at *Tifferet*.

22) Kaya inyong makikita kung paanong ang limang antas ng sampung *Sefirot* ay lumitaw sa pamamagitan ng limang uri ng *Zivug de Hakaa* ng *Masach* na ginamit dito sa limang sukat ng *Aviut* nito. At ngayon aking sasabihin sa inyo ang dahilan, dahil ito'y nalalaman na ang *Liwanag* ay hindi natatamo ng walang isang *Kli*.

Gayundin inyong nalalaman na itong limang sukat ng *Aviut* ay dumating galing sa limang sukat ng *Aviut* sa *Behina Dalet*. Bago sa *Tzimtzum*, mayroong limang *Kelim* sa *Behina Dalet*, na nagdAdanit sa sampung *Sefirot* na KHBTM (Aytem 18). Matapos ang *Tzimtzum Aleph*, sila'y naipaloob sa limang sukat ng *Masach*, na kasama sa *Ohr Hozer* na inangat nito, bumalik sa pagiging limang *Kelim*, kaugnay sa *Ohr Hozer* ng sampung *Sefirot* na KHBTM, sa halip ng limang *Kelim* ng *Behina Dalet* sa sarili nito bago sa *Tzimtzum*.

Ayon dito, ito'y malinaw na kung ang isang *Masach* ay nagtataglay nitong lahat ng limang antas ng *Aviut*, ito'y naglalaman ng limang *Kelim* na magdamit sa sampung *Sefirot*. Ngunit kapag hindi ito nagtataglay ng lahat ng limang sukat, dahil ang *Aviut* ng *Behina Dalet* ay wala dito, ito'y naglalaman lamang ng apat na *Kelim*. Kaya ito'y makakapagdamit lamang ng apat na *Liwanag*: HBTM, at nagkukulang ng isang *Liwanag* — ang *Liwanag* ng *Keter* — tulad ng ito'y kulang ng isang *Kli* — ang *Aviut* ng *Behina Dalet*.

Katulad dito, kapag ito'y nagkukulang ng *Behina Gimel* din, at ang *Masach* ay naglalaman lamang ng tatlong sukat ng *Aviut*, ibig sabihin hanggang sa *Behina Bet* lamang, ito'y naglalaman lamang ng tatlong *Kelim*. Kaya ito'y makakapagdamit lamang ng tatlong *Liwanag*: *Bina, Tifferet,* at *Malchut*. Sa ganitong katayuan, ang antas ay magkukulang ng dalawang *Liwanag* — *Keter* at *Hochma*, tulad ng ito'y nagkukulang noong dalawang *Kelim*, na *Behina Gimel* at *Behina Dalet*.

At kapag ang *Masach* ay nagtataglay lamang ng dalawang sukat ng *Aviut*, ibig sabihin, ng *Behinat Shoresh* at *Behina Aleph*, ito'y naglalaman lamang ng dalawang *Kelim*. Samakatwid, ito'y nagdadamit lamang ng dalawang *Liwanag*: ang *Liwanag* ng *Malchut*. Ang antas na ito ay nagkukulang sa apat na *Liwanag* na KHB at *Tifferet*, tulad ng ito'y nagkukulang sa apat na *Kelim*, na *Aviut* ng *Behina Dalet, Behina Gimel, Behina Bet,* at *Behina Aleph*. Kaya, ang antas ng bawat isang *Partzuf* ay tiyakang nakasalalay sa sukat ng *Aviut* sa *Masach*. Ang *Masach* ng *Behina Dalet* ay natatamo ang antas ng *Keter*, ang *Behina Gimel* ay natatamo ang antas ng *Hochma*, ang *Behina Bet* ay natatamo ang antas ng *Bina*, ang *Behina Aleph* ay natatamo ang antas ng *Tifferet*, at ang antas ng *Behinat Shoresh* ay natatamo ang antas ng *Malchut*.

23) Datapwat dapat pa rin nating makita kung bakit kapag ang *Kli* ng *Malchut*, ang *Behina Dalet*, ay nawawala sa *Masach*, ito'y nagkukulang sa *Liwanag* ng *Keter*; at kapag ang *Kli* ng *Tifferet* ay nawawala, ito'y nagkukulang sa *Liwanag* ng *Hochma*, atbp. Dito'y lumalabas na tila dapat ito'y sa kabaligtaran — na kapag ang *Kli* ng *Malchut*, ang *Behina Dalet*, ay nawawala sa *Masach*, tanging ang *Liwanag* ng *Malchut* lamang ang dapat mawawala sa antas, at ito'y dapat mayroong apat na *Liwanag* na KHB at *Tifferet*. Gayundin, sa pagkawala ng dalawang *Kelim* na *Behina Gimel* at *Behina Dalet*, ito'y dapat mawawalan ng mga *Liwanag* ng *Tifferet* at *Malchut*, at ang antas ay dapat magkaroon ng tatlong *Liwanag* na KHB, atbp.

24) Ang kasagutan ay, na mayroong palaging magkabaligtarang ugnayan sa pagitan ng mga *Liwanag* at mga daluyan (*vessel*). Sa *Kelim*, ang isang Itaas ay nauunang lumago muna sa *Partzuf*: una ang *Keter*, pagkatapos ang *Kli* ng *Hochma*, atbp., at ang *Kli* ng *Malchut* ay huling lumalago. Ito ang dahilan kung bakit ating pinapangalanan ang *Kelim* sa ayos ng KHBTM, na mula sa Itaas patungo sa ibaba, dahil ito ang kaayusan ng kanilang paglago.

Ito naman ay kabaligtaran sa mga *Liwanag*. Sa mga *Liwanag*, ang isang mas mababang *Liwanag* ang unang pumapasok sa *Partzuf*. Ang unang pumapasok ay *Nefesh*, bilang ang *Liwanag* ng *Malchut*, pagkatapos ay ang *Ruach*, na siyang *Liwanag* ng ZA, atbp., at ang *Liwanag* ng *Yechida* ang huling pumapasok. Ito ang dahilan kung bakit pinapangalanan natin ang mga *Liwanag* sa ayos ng NRNHY, mula sa ilalim paitaas, dahil ito ang kaayusan ng paraan ng kanilang pagpasok — na mula sa ilalim paitaas.

Kaya, kapag tanging isang *Kli* lamang ang lumago sa *Partzuf*, na walang alinlangan ay ang pinaka-mataas na *Kli* — *Keter* — ang *Liwanag* ng *Yechida*, na nakatalaga sa *Kli* na yaon, ay hindi pumapasok sa *Partzuf*, ngunit tanging ang pinakamababang *Liwanag* lamang — ang *Liwanag* ng *Nefesh*. Kaya ang *Liwanag* ng *Nefesh* ang nagdaramit sa *Kli* ng *Keter*.

At kapag dalawang *Kelim* ay lumago sa *Partzuf*, na dalawang pinaka-mataas — *Keter* at *Hochma* — ang *Liwanag* ng *Ruach* ay papasok din dito. Sa sandaling iyon, ang *Liwanag* ng

Nefesh ay bababa mula sa *Kli* ng *Keter* tungo sa *Kli* ng *Hochma*, at ang *Liwanag* ng *Ruach* ay magdadamit sa *Kli* ng *Keter*.

Katulad dito, kapag ang isang pangatlong *Kli* ay lumago sa *Partzuf* — ang *Kli* ng *Bina* — ang *Liwanag* ng *Neshama* ay papasok dito. Sa sandaling iyon, ang *Liwanag* ng *Nefesh* ay bababa mula sa *Kli* ng *Hochma* patungo sa *Kli* ng *Bina*, ang *Liwanag* ng *Ruach* tungo sa *Kli* ng *Hochma*, at ang *Liwanag* ng *Neshama* tungo sa *Kli* ng *Keter*.

At kapag ang isang pang-apat na *Kli* ay lumago sa *Partzuf* — ang *Kli* ng *Tifferet* — ang *Liwanag* ng *Haya* ay papasok sa *Partzuf*. Sa sandaling iyon, ang *Liwanag* ng *Nefesh* ay bababa mula sa *Kli* ng *Bina* tungo sa *Kli* ng *Tifferet*, ang *Liwanag* ng *Ruach* sa *Kli* ng *Bina*, ang *Liwanag* ng *Neshama* tungo sa *Kli* ng *Hochma*, at ang *Liwanag* ng *Haya* tungo sa *Kli* ng *Keter*.

At kapag ang isang ikalimang *Kli* ay lumago sa *Partzuf* — ang *Kli* ng *Malchut*, ang *Liwanag* ng *Yechida* ay papasok dito. Sa sandaling iyon, lahat ng mga *Liwanag* ay papasok sa kanilang kinauukulang *Kelim*. Ang *Liwanag* ng *Nefesh* ay bababa mula sa *Kli* ng *Tifferet* tungo sa *Kli* ng *Malchut*, ang *Liwanag* ng *Ruach* sa *Kli* ng *Tifferet*, ang *Liwanag* ng *Neshama* tungo sa *Kli* ng *Bina*, ang *Liwanag* ng *Haya* tungo sa *Kli* ng *Hochma*, at ang *Liwanag* ng *Yechida* tungo sa *Kli* ng *Keter*.

25) Kaya, hangga't ang lahat ng limang *Kelim* ay hindi pa lumalago sa isang *Partzuf*, ang mga *Liwanag* ay wala sa kanilang itinalagang mga lugar. Dagdag pa, ang mga ito'y nasa magkabaligtarang ugnayan: dahil wala ang *Kli* ng *Malchut*, ang *Liwanag* ng *Yechida* ay wala, at kapag ang dalawang *Kelim*, ang *TM*, ay nawawala, ang *Yechida* at *Haya* ay wala doon, atbp. Ito ay dahil sa *Kelim*, ang mga Itaas ay lumilitaw nang una, at sa mga *Liwanag*, ang pinakahuli ay ang mga nauunang pumasok.

Inyo ring matatagpuan na bawat isang bagong *Liwanag* na bumalik muli ay nagdadamit lamang sa *Kli* ng *Keter*. Ito ay dahil ang tagatanggap ay dapat tumanggap sa pinakadalisay na *Kli* nito, ang *Kli* ng *Keter*.

Sa ganitong kadahilanan, sa sandali ng pagtanggap ng bawat bagong *Liwanag*, ang *Liwanag* na una nang nagdamit sa *Partzuf* ay dapat bumaba nang isang antas mula sa lugar nito. Halimbawa, kapag ang *Liwanag* ng *Ruach* ay pumasok, ang *Liwanag* ng *Nefesh* ay dapat bumaba mula sa *Kli* ng *Keter* tungo sa *Kli* ng *Hochma*, upang magbigay ng lugar sa *Kli* ng *Keter* na tumanggap ng bagong *Liwanag*, ang *Ruach*. Katulad din dito, kung ang bagong *Liwanag* ay *Neshama*, ang *Ruach* din ay dapat bumaba mula sa *Kli* ng *Keter* tungo sa *Kli* ng *Hochma*, upang lisanin ang lugar nito sa *Keter* para sa bagong *Liwanag* ng *Neshama*. Bilang resulta, ang *Nefesh*, na dating nasa *Kli* ng *Hochma*, ay dapat bumaba sa *Kli* ng *Bina*, atbp. Ang lahat ng ito ay ginagawa upang magbigay ng lugar sa *Kli* ng *Keter* para sa bagong *Liwanag*.

Tandaan ang panuntunang ito sa isip, at inyong palaging magagawang maunawaan ang bawat usapin kung ito ay tumutukoy sa *Kelim* o sa mga *Liwanag*—nang sa gayon ay hindi kayo malilito, dahil naroroon palagi ang magkabaligtad na ugnayan sa pagitan ng mga ito. Kaya, ating lubusang nalinawan ang usapin ng limang pag-unawa sa *Masach*, at kung paanong sa pamamagitan ng mga ito, ang mga antas ay nagbabago, ang isa ay nasa ilalim ng isa pa.

ANG LIMANG *PARTZUFIM* NG *AK*

26) Sa ganito, lubusan nating nalinaw ang usapin ng *Masach* na inilagay sa *Kli* ng *Malchut* — ang *Behina Dalet* matapos ang paghihigpit — at ang usapin ng limang uri ng *Zivug de Hakaa* sa loob nito, na nagbunsod ng limang antas ng sampung *Sefirot*, sa ilalim ng isa sa isa pa. Ngayon, ating ipaliliwanag ang limang *Partzufim* ng *AK* na nauna sa mga mundong *ABYA*.

Inyo nang nalalaman na itong *Ohr Hozer*, na umaangat sa pamamagitan nang *Zivug de Hakaa* mula sa ibaba patungo Paitaas at din ay nadamitan ang sampung *Sefirot* nang Mataas na Liwanag, na sapat lamang para sa mga ugat nang *Kelim*, na tinawag na "sampung *Sefirot de Rosh* (ulo) nang *Partzuf*." Upang makumpleto ang *Kelim* ang *Malchut* nang *Rosh* ay lumawak mula doon sa sampung *Sefirot* nang *Ohr Hozer* na nagdamit sa sampung *Sefirot de Rosh* at lumawak mula dito at sa loob nito mula sa Itaas pababa sa parehong hangganan tulad nang sa sampung *Sefirot de Rosh*. Ang paglawak na ito ay nagkumpleto sa *Kelim*, na tinawag na "ang *Guf* nang *Partzuf*." Samakatwid, dapat nating palaging kilalanin ang dalawang pag-unawa ng sampung *Sefirot* sa bawat isang *Partzuf*: na *Rosh* at *Guf*.

27) Sa simula, ang unang *Partzuf* ng *AK* ay lumitaw. Ito ay dahil kaagad kasunod ng *Tzimtzum Aleph*, nang ang *Behina Dalet* ay pinagbalawan na maging daluyan (*vessel*) para sa *Mataas na Liwanag*, at tinayuan ng isang *Masach*, ang *Mataas na Liwanag* ay nagawang magdamit sa *Kli* ng *Malchut* tulad ng dati. Datapwat, ang *Masach* sa *Kli* ng *Malchut* ay pinahinto ito at itinulak ang *Liwanag*. Sa pamamagitan ng paghampas na ito sa *Masach* ng *Behina Dalet*, inangat nito ang *Ohr Hozer* hanggang sa antas ng *Keter* sa *Mataas na Liwanag*, at ang *Ohr Hozer* na ito ay naging isang pananamit at mga ugat ng *Kelim* para sa sampung *Sefirot* sa *Mataas na Liwanag*, na tinawag na "sampung *Sefirot de Rosh*" ng "unang *Partzuf* ng *AK*."

Kasunod nito, ang *Malchut* kasama ang *Ohr Hozer* ay lumawak mula sa kanya at sa loob niya, sa puwersa ng sampung *Sefirot de Rosh*, tungo sa bagong *Sefirot* mula sa Itaas pababa. Ito'y nagkumpleto sa *Kelim* ng *Guf*. Pagkatapos, ang buong sukat na lumitaw sa sampung *Sefirot de Rosh* ay nadamitan din sa sampung *Sefirot de Guf*. Ito'y nagkumpleto sa unang *Partzuf* ng *AK*, na *Rosh* at *Guf*.

28) Kasunod nito, yaong kaparehong *Zivug de Hakaa* ay inulit ang sarili nito sa *Masach* na itinayo sa *Kli* ng *Malchut*, na mayroon lamang *Aviut* ng *Behina Gimel*. At pagkatapos, tanging antas lamang ng *Hochma*, *Rosh* at *Guf* ang lumitaw dito, dahil ang kawalan ng *Masach* sa *Aviut* ng *Behina Dalet* ay naging sanhi na magkaroon lamang ng apat na *Kelim* — *KHB Tifferet*. Kaya ang *Ohr Hozer* ay mayroon lamang lugar upang damitan ang apat na *Liwanag* na *HNRN* (*Haya, Neshama, Ruach, Nefesh*), na nagkukulang ng *Liwanag* ng *Yechida*. Ito ay tinawag na *Ab de AK*.

Sumusunod dito, yaong kaparehong *Zivug de Hakaa* ay umulit sa sarili nito sa *Masach* sa *Kli* ng *Malchut*, na nagtataglay lamang ng *Aviut* ng *Behina Bet*. Kaya, sampung *Sefirot* sa antas ng *Bina* ay lumitaw dito. Ito ay tinawag na *Partzuf SAG* ng *AK*. Ito ay nagkukulang sa dalawang *Kelim* — *ZA* at *Malchut* — at dalawang *Liwanag* — *Haya* at *Yechida*.

---

26 Tala ng tagasalin: *Nefesh, Ruach, Neshama, Haya, Yechida*, binabasa na *NaRaNHaY*.

Pagkatapos nito, ang *Zivug de Hakaa* ay lumitaw sa isang *Masach* na mayroon lamang *Aviut* ng *Behina Aleph*. Kaya, sampung *Sefirot, Rosh* at *Guf*, ay lumitaw sa antas ng *Tifferet*, na nagkukulang sa tatlong *Kelim—Bina, ZA*, at *Malchut*—at sa tatlong *Liwanag* ng *Neshama, Haya*, at *Yechida*. Mayroon lamang itong *Liwanag* ng *Ruach* at *Nefesh* na nakadamit sa *Kelim* ng *Keter* at *Hochma*. Ito ay tinawag na *Partzuf MA* at *BON* ng *AK*. Tandaan ang magkabaligtad na ugnayan sa pagitan ng *Kelim* at mga *Liwanag* (na nabanggit sa *Aytem 24*).

29) Kaya ating naipaliwanag ang paglitaw ng limang *Partzufim* ng *AK*, na tinawag na *Galgalta, AB, SAG, MA*, at *BON*, na nasa ilalim ng isa't isa. Ang isang mas mababa ay nagkukulang sa mas mataas na *Behina* ng nakakataas dito. Kaya, ang *Partzuf AB* ay nagkukulang sa *Liwanag* ng *Yechida*; ang *Partzuf SAG* ay nagkukulang sa *Liwanag* ng *Haya*, na ang nakakataas dito na *AB* ay mayroon; at ang *Partzuf MA* at *BON* ay nagkukulang sa *Liwanag* ng *Neshama*, na ang nakatataas dito na *SAG* ay mayroon.

Ito ay ganito dahil ito'y nakasalalay sa sukat ng *Aviut* sa *Masach* kung saan ang *Zivug de Hakaa* ay nagaganap (*Aytem 18*). Datapwat, dapat nating maintindihan kung sino at ano ang nagsasanhi sa *Masach* na unti-unting bawasan ang *Aviut* nito, *Behina* kada *Behina*, hanggang ito'y mahati sa limang antas na umiiral dito bilang limang uri ng *Zivugim* (maraming *Zivug* – pagniniig).

ANG HIZDAKCHUT NG MASACH SA ATZILUT NG PARTZUF

30) Upang maunawaan ang usapin ng pagkakasunod-sunod ng mga antas sa limang antas na nasa ilalim ng isa't isa, na ipinaliwanag sa unahan tungkol sa limang *Partzufim* ng *AK*, gayundin sa lahat ng antas na lumilitaw sa limang *Partzufim* ng bawat isa sa apat na mundo ng *ABYA*, hanggang sa pamamagitan ng *Malchut* ng *Assiya*, dapat nating lubusang maunawaan ang usapin ng *Hizdakchut* (pagpapadalisay) ng *Masach de Guf*, na isinagawa sa bawat isa sa mga *Partzufim* ng *AK*, ang mundo ng *Nekudim*, at ang mundo ng *Tikkun* (pagwawasto).

31) Ang usapin ay yaong walang *Partzuf*, o anupamang antas, na hindi nagtataglay ng dalawang *Liwanag* na tinatawag na *Ohr Makif* (Nakapalibot na Liwanag) at *Ohr Pnimi* (Panloob na Liwanag), at ating ipapaliwanag ang mga ito sa *AK*. Ang *Ohr Makif* ng unang *Partzuf* ay ang *Liwanag* ng *Ein Sof*, na pumupuno sa buong reyalidad. Kasunod ng *Tzimtzum Aleph* at ng *Masach* na naitayo sa *Malchut*, nagkaroon ng *Zivug de Hakaa* mula sa *Ein Sof* sa *Masach* na iyon. At gamit ang *Ohr Hozer*—na siyang inangat—muling hinatak ang *Mataas na Liwanag* sa hinigpitang mundo sa anyo ng sampung *Sefirot* ng *Rosh* at sampung *Sefirot* ng *Guf* (*Aytem 25*).

Datapwat, itong paglawak mula sa *Ein Sof* sa *Partzuf AK* ay hindi nagpupuno ng buong reyalidad, tulad ng bago ang *Tzimtzum*. Sa halip, ito'y nauunawaan na may isang *Rosh* at isang *Sof*:

• Mula sa Itaas pababa — ang *Liwanag* nito ay tumitigil sa punto ng mundong ito, bilang pinagtatapusang *Malchut*, tulad ng nasa talata, "At ang Kanyang mga paa ay titindig... sa Bundok ng Olives."

- At mula sa loob patungo sa labas, dahil habang nananatili ang sampung *Sefirot KHBTM* mula sa Itaas pababa, at ang *Malchut* ay tumatapos sa *AK* mula sa ilalim, mayroong sampung *Sefirot KHBTM* mula sa loob patungo sa labas, na tinawag na *Mocha, Atzamot, Gidin, Basar,* at *Or*. Ang *Or* ay *Malchut*, na tumatapos sa *Partzuf* mula sa labas. Kaugnay doon, ang *Partzuf AK* ay itinuturing na isa lamang manipis na guhit kung ihahambing sa *Ein Sof*, na pumupuno sa buong reyalidad.

- Ito ay dahil ang *Partzuf Or* ay tumatapos dito at pumipigil sa lahat ng bahagi nito, mula sa labas, at ito'y hindi magawang lumawak at punuin ang buong pinaghigpitang lugar. Kaya, tanging isang manipis na linya ang nanatiling nakatindig sa gitna ng lugar.

- At ang sukat ng *Liwanag* na natanggap sa *AK*, ang manipis na linya, ay tinawag na *Ohr Pnimi*. Ang pagkakaiba sa pagitan ng *Ohr Pnimi* sa *AK* at ng *Liwanag* ng *Ein Sof* mula bago ng *Tzimtzum* ay tinawag na *Ohr Makif*, dahil ito'y nanatili bilang *Ohr Makif* sa paligid ng *Partzuf* ng *AK*, dahil ito'y hindi *mAdanitan* sa loob ng *Partzuf*.

32) Ito'y lubusang naglilinaw sa kahulugan ng *Ohr Makif* ng *AK*, na ang laki ay hindi masusukat. Datapwat, hindi ito nangangahulugan na ang *Ein Sof*, na pumupuno sa buong reyalidad, ay itinuturing sa sarili nito mismo na *Ohr Makif* ng *AK*. Sa halip, ito'y nangangahulugan na isang *Zivug de Hakaa* ay ginawa sa *Malchut* ng *Rosh* ng *AK*, na ang *Ein Sof* ay hinampas ang *Masach* na nakatayo doon. Ibig sabihin, ito'y nagnais na magdamit sa *Behina Dalet* de *AK*, tulad ng bago sa *Tzimtzum*, ngunit ang *Masach* sa *Malchut* de *Rosh AK* ay hinampas ito. Ito'y nangangahulugan na pinigilan ito sa paglawak sa *Behina Dalet* at itinulak ito (*Aytem 14*). Itong *Ohr Hozer* na lumitaw mula sa pagtulak pabalik ng *Liwanag* ay naging *Kelim* para sa pagdaramit ng *Mataas na Liwanag* din.

Gayunpaman, mayroong isang malaking pagkakaiba sa pagitan ng pagtanggap sa *Behina Dalet* bago ang *Tzimtzum* at ang pagtanggap ng *Ohr Hozer* matapos ang *Tzimtzum*, dahil ngayon ito'y nagdamit lamang ng isang manipis na linya sa *Rosh* at *Sof*. Ito ang ginawa ng *Masach* sa paghampas nito sa *Mataas na Liwanag*. At ang sukat ng tinanggihan mula sa *AK* ng *Masach*, ang buong sukat ng *Mataas na Liwanag* mula sa *Ein Sof* na nagnais na magdamit sa *Behina Dalet* — na kung hindi dahil sa *Masach* na pumigil dito — ay naging *Ohr Makif* na nakapalibot sa *AK*.

Ang dahilan ay walang pagbabago o kawalan sa espirituwal. At dahil ang *Liwanag* ng *Ein Sof* ay naghihikayat sa *AK* na magdamit sa *Behina Dalet*, samakatwid dapat itong maging ganito. Samakatuwid, bagamat ang *Masach* ngayon ay pinigil at itinulak ito, hindi nito sinansala ang paglawak ng *Ein Sof*. Sa kabaligtaran, pinangalagaan nito ito subalit sa kakaibang pamamaraan: sa pamamagitan ng pagpaparami ng *Zivugim* (maraming *Zivug*) sa limang mundo ng *AK* at *ABYA*, hanggang sa dulo ng pagwawasto, sa sandaling ang *Behina Dalet* ay ganap na maiwasto sa pamamagitan ng mga ito. Sa panahong iyon, ang *Ein Sof* ay magdamit sa kanya tulad ng simula.

Kaya, walang pagbabago o kawalan na naganap doon sa paghampas ng *Masach* sa *Mataas na Liwanag*. Ito ang ibig sabihin ng nasusulat sa *Ang Zohar*, "Ang *Zivug* ng *Ein Sof* ay hindi bumababa hanggat hindi ito pinagkakalooban ng dalawa nito." Samantala, ibig sabihin, hanggang sa sandaling iyon, itinuturing na itong *Liwanag* ng *Ein Sof* ay naging *Ohr Makif*, ibig sabihin na magdamit ito nito sa hinaharap. Sa ngayon, pumapaikot ito dito at sumisinag dito mula sa labas nang may isang tiyak na kaliwanagan. Ang kaliwanagan na ito ay sinasanay ito upang lumawak sa wastong mga batas na magdadala dito na tanggapin itong *Ohr Makif* sa hangganan na ang *Ein Sof* ay unang nahatak dito.

33) Ngayon ating lilinawim ang usapin nang *Bitush* (pagpalo) nang *Ohr Pnimi* at *Ohr Makif* sa isa't-isa, nagbunga nang *Hizdakchut* (pagpapadalisay) nang *Masach* at pagkawala nang huling *Aviut* nang *Behina*. Dahil ang dalawang Liwanag na ito ay magkasalungat, subalit magkaugnay dahil sa *Masach* sa *Malchut* nang *Rosh* nang *AK*, sila'y naghahampasan at nagpapaluan sa isa't-isa.

Interpretasyon: Ang *Zivug de Hakaa sa Peh* (bibig) *de Rosh de AK*, sa *Masach* sa *Malchut de Rosh*, na tinatawag na Peh, na naging dahilan ng pananamit sa *Ohr Pniming AK* ng *Ohr Hozer* na itinaas nito, ang dahilan din para sa paglabas ng *Ohr Makif ng AK*. Dahil pinigil nito ang Liwanag ni *Ein Sof* mula sa pananamit sa *Behina Dalet*, lumitaw ang Liwanag sa anyo ng *Ohr Makif*.

Sa madaling salita, ang buong bahagi ng Liwanag na hindi kayang damitan ng *Ohr Hozer*, tulad ng *Behina Dalet* mismo, ay lumabas at naging *Ohr Makif*. Kaya, ang *Masach sa Peh* ang dahilan ng *Ohr Makif*, habang ito ang dahilan ng Ohr Pnimi.

34) Ating natutunan na parehong ang *Ohr Pnimi* at ang *Ohr Makif* ay konektado sa *Masach*, ngunit sa magkasalungat na pagkilos. At kung paanong ang *Masach* ay nagpapalawak ng bahagi ng *Itaas na Liwanag* papunta sa *Partzuf* sa pamamagitan ng *Ohr Hozer* na nagbibihis dito, itinataboy nito ang *Ohr Makif* mula sa pananamit sa *Masach*.

At dahil ang bahagi ng *Liwanag* na nananatili sa labas bilang *Ohr Makif* ay napakalaki, dahil sa *Masach* na pumigil dito sa pananamit sa *AK*, ito ay itinuturing na nasasapol nito ang *Masach* na nag-aalis nito, dahil gusto nitong bihisan sa loob ng *Partzuf*. Sa kabaligtaran, itinuturing na ang puwersa ng *Aviut* at *Kashiut* sa *Masach* ay tumama sa *Ohr Makif*, na gustong bihisan sa loob nito, at pinigil ito, habang tinatamaan nito ang *Itaas na Liwanag* sa panahon ng *Zivug*. Ang mga gulpihang ito ng *Ohr Makif* at ng *Aviut* sa *Masach* sa isa't isa ay tinatawag na *Bitush* ng *Ohr Makif* at *Ohr Pnimi*.

Gayunpaman, ang *Bitush* na ito sa pagitan nila ay naganap lamang sa *Guf* ng *Partzuf*, dahil ang pananamit ng *Liwanag* sa *Kelim*, na umalis sa *Ohr Makif* sa labas ng *Kli*, ay malinaw doon. Gayunpaman, ang *Bitush* na ito ay hindi nararapat sa sampung *Sefirot de Rosh*, dahil ang *Ohr Hozer* ay hindi itinuturing na *Kelim* doon kahit ano pa man, ngunit bilang manipis na mga ugat lamang. Para sa kadahilanang ito, ang *Liwanag* sa kanila ay hindi itinuturing na limitadong *Ohr Pnimi*, hanggang sa punto ng pagkakaiba sa pagitan niyan at ng *Liwanag* na nananatili sa labas bilang *Ohr Makif*. At dahil ang pagkakaibang ito sa pagitan nila ay hindi umiiral, walang gulpihan ng *Ohr Pnimi* at *Ohr Makif* sa sampung *Sefirot de Rosh*.

Sa sandali lamang ang mga *Ilaw* ay umaabot mula sa *Peh* pababa hanggang sa sampung *Sefirot de Guf*, kung saan ang mga *Ilaw* ay nagbibihis sa *Kelim*, na siyang sampung *Sefirot* ng *Ohr Hozer* mula sa *Peh* pababa, ay may gulpihan doon sa pagitan ng *Ohr Pnimi* sa loob ng *Kelim* at ng *Ohr Makif* na nanatili sa labas.

35) Ang *Bitush* na ito ay nagpatuloy hanggang sa nilinis ng *Ohr Makif* ang *Masach* mula sa lahat ng *Aviut* nito at itinaas ito sa Itaas na Ugat nito sa *Peh de Rosh*. Nangangahulugan ito na nilinis nito ang lahat ng *Aviut* mula sa Itaas pababa, na tinatawag na *Masach* at *Aviut de Guf*, na iniiwan lamang ang *Shoresh* (ugat) *de Guf*, ang *Masach* ng *Malchut de Rosh*, na tinatawag na *Peh*. Sa madaling salita, ito ay nalinis ng buong *Aviut* nito mula sa Itaas pababa, na siyang naghahati sa pagitan ng *Ohr Pnimi* at *Ohr Makif*, na naiwan lamang ang *Aviut* mula sa ibaba pataas, kung saan ang pagkakaiba sa pagitan ng *Ohr Pnimi* at *Ohr Makif* ay hindi pa naganap.

Ito ay batid na ang pagkakapareho ng anyo ay pinagsasama ang mga espirituwal sa isa. Kaya naman, kapag ang *Masach de Guf* ay nadalisay ng lahat ng *Aviut de Guf*, naiwan lamang dito ang *Aviut* na katumbas ng *Masach* ng *Peh de Rosh*, ang anyo nito ay napantayan sa *Masach de Rosh*. Kaya, ito ay isinama at naging literal na isa kasama nito, dahil walang anuman upang hatiin sila sa dalawa. Ito ay itinuturing na ang *Masach de Guf* ay tumaas sa *Peh de Rosh*.

At dahil ang *Masach de Guf* ay isinama sa *Masach de Rosh*, ito ay muling isinama sa *Zivug de Hakaa* sa *Masach* ng *Peh de Rosh*, at isang bagong *Zivug de Hakaa* ang ginawa dito. Dahil dito, sampung bagong *Sefirot*, sa isang bagong antas, ang lumitaw dito, na tinatawag na *AB de AK* o *Partzuf Hochma de AK*. Ito ay itinuturing na "isang anak," isang supling ng unang *Partzuf* ng *AK*.

36) At pagkatapos lumitaw ang *Partzuf AB de AK*, kumpleto sa *Rosh* at *Guf*, ang *Bitush* ng *Ohr Makif* at *Ohr Pnimi* ay naulit din doon, tulad ng ipinaliwanag sa itaas tungkol sa unang *Partzuf* ng *AK*. Ang *Masach de Guf* nito ay dinalisay mula sa lahat ng *Aviut de Guf* nito, pati na rin, hanggang sa napantayan nito ang anyo nito sa *Masach de Rosh* nito at pagkatapos ay isinama sa *Zivug* sa *Peh de Rosh* nito.

Kasunod nito, isang bagong *Zivug de Hakaa* ang ginawa dito, na nagdulot ng bagong antas ng sampung *Sefirot* sa antas ng *Bina*, na tinatawag na *SAG de AK*. Ito ay itinuturing na isang anak at supling ng *Partzuf AB de AK*, dahil ito ay lumabas mula sa *Zivug* nito sa *Peh de Rosh*. At ang mga *Partzufim* mula sa *SAG de AK* pababa ay lumitaw sa katulad na paraan.

37) Sa gayon, ating ipinaliwanag ang paglitaw ng *Partzufim* sa ilalim ng bawat isa sa pamamagitan ng puwersa ng *Bitush* ng *Ohr Makif* at *Ohr Pnimi*, na nagpapadalisay sa *Masach de Guf* hanggang sa ibalik ito sa estado ng *Masach de Peh de Rosh*. Sa oras na iyon, ito ay kasama doon sa isang *Zivug de Hakaa*, na nagbubukas sa *Peh de Rosh*, at sa pamamagitan ng *Zivug* na ito ay naglalabas ng bagong antas ng sampung *Sefirot*. Ang bagong antas na ito ay itinuturing na anak ng nakaraang *Partzuf*.

Sa ganitong paraan, lumitaw ang *AB* mula sa *Partzuf Keter*, *SAG* mula sa *Partzuf AB*, *MA* mula sa *Partzuf SAG*, at iba pa kasama ang natitirang mga antas sa *Nekudim* at *ABYA*. Gayunpaman, dapat pa rin nating maunawaan kung bakit ang sampung *Sefirot de AB* ay lumitaw lamang sa *Behina Gimel*, at hindi sa *Behina Dalet*, at kung bakit ang *SAG* ay nasa *Behina Bet* lamang, at iba pa — ibig sabihin, ang bawat isa ay mas mababa sa nakatataas nito ng isang antas. Bakit hindi lahat sila lumitaw mula sa isa't isa sa parehong antas?

38) Una, dapat nating maunawaan kung bakit ang sampung *Sefirot* ng *AB* ay itinuturing na isang sangay ng unang *Partzuf* ng *AK*, dahil ito ay lumitaw mula sa *Zivug* sa *Peh de Rosh* ng unang *Partzuf*, tulad ng sampung *Sefirot* ng *Guf* ng *Partzuf* mismo. Kaya, sa paanong paraan ito lumabas sa unang *Partzuf*, upang maituring na pangalawang *Partzuf* at ang sanga nito?

Dito dapat mong maunawaan ang malaking pagkakaiba sa pagitan ng *Masach de Rosh* at ng *Masach de Guf*. Mayroong dalawang uri ng *Malchut* sa *Partzuf*:

1. Ang Nagsasamang *Malchut*—na may Itaas na Liwanag—sa pamamagitan ng puwersa ng *Masach* na itinayo sa kanya.

2. Ang Katapusang *Malchut*—ang Itaas na Liwanag sa sampung Sefirot ng *Guf*—sa pamamagitan ng puwersa ng Masach na itinayo sa kanya.

Ang pagkakaiba sa pagitan ng mga ito ay kasing laki ng pagkakaiba sa pagitan ng *Pinag-mulan* at ng *nagmula*. Ang *Malchut de Rosh*, na sumama sa isang *Zivug de Hakaa* kasama ang Itaas na Liwanag, ay itinuturing na "*Pinag-mulan ng Guf*," dahil ang *Masach* na itinayo sa kanya ay hindi tinanggihan ang Itaas na Liwanag bilang tumama dito. Sa kabaligtaran, sa pamamagitan ng *Ohr Hozer* na itinaas nito, binihisan at pinalawak nito ang Itaas na Liwanag sa anyo ng sampung *Sefirot de Rosh*. Kaya, ito ay lumalawak mula sa Itaas pababa, hanggang sa sampung *Sefirot* ng Itaas na Liwanag na nakasuot sa *Kli* ng *Ohr Hozer*, na tinatawag na *Guf*.

Para sa kadahilanang ito, ang *Masach* at ang *Malchut ng Rosh* ay itinuturing na *Pinag-mulan* ng sampung *Sefirot ng Guf*, at walang limitasyon at pagtanggi ang makikita sa *Masach* at *Malchut* na iyon. Gayunpaman, ang *Masach* at ang *Malchut de Guf*, iyon ay, pagkatapos na lumawak ang sampung *Sefirot* mula sa *Peh de Rosh* mula sa Itaas pababa, ay kumalat lamang hanggang sa *Malchut* sa sampung *Sefirot* na iyon. Ito ay dahil ang Itaas na Liwanag ay hindi maaaring kumalat sa *Malchut de Guf* dahil sa *Masach* na nakaposisyon doon, na pumipigil sa pagkalat nito sa *Malchut*. Para sa kadahilanang ito, ang *Partzuf* ay huminto doon, at ang pagtatapos at konklusyon ng *Partzuf* ay ginawa.

Kaya, ang buong kapangyarihan ng *Tzimtzum* at limitasyon ay makikita lamang sa *Masach* at *Malchut ng Guf*. Para sa kadahilanang ito, ang buong *Bitush* ng *Ohr Makif* at *Ohr Pnimi* ay ginagawa lamang sa *Masach ng Guf*, dahil ito ang naglilimita at nagtutulak sa *Ohr Makif* palayo sa pagkinang sa *Partzuf*. Ito ay hindi ganoon sa *Masach de Rosh*, dahil ang *Masach de Rosh* ay nagpapalawak lamang at binibihisan ang mga Ilaw, ngunit ang kapangyarihan ng limitasyon ay ganap pa ring nakatago dito.

39) Kasunod nito, sa pamamagitan ng puwersa ng *Bitush* ng *Ohr Makif* at *Ohr Pnimi*, ang *Masach* ng nagtatapos na *Malchut* ay naging *Masach* at *Malchut* ng nagsasamang *Malchut* muli (Aytem 35). Ito ay dahil nilinis ng *Bitush* ng *Ohr Makif* ang nagtatapos na *Masach* mula sa lahat ng *Aviut de Guf* nito, na nag-iiwan lamang dito ng magagandang *Reshimot* (ala-ala) ng *Aviut* na iyon, katumbas ng *Aviut de Masach de Rosh*.

Gayunpaman, kasama ng *Zivug* na ito, ang *Reshimot* ng *Aviut de Guf*, na nasa loob nito mula pa sa simula, ay binago sa *Masach de Guf* nito. Sa ganoong estado, ang pagkakaiba ng anyo sa pagitan ng sarili nito at ng *Masach de Rosh* na kasama dito ay muling lumitaw, sa isang hangganan. Ang pagkilala sa pagkakaibang ito ay naghihiwalay at nag-aalis nito mula sa *Peh de Rosh* ng *Isang Nakatataas*, dahil matapos itong bumalik at ang pinagmulan nito— mula sa *Peh ng Isang Nakatataas* pababa—ay napag-alaman, hindi na ito maaaring magpatuloy na tumayo sa itaas ng *Peh ng Isang Nakatataas*, dahil ang pagkakaiba ng anyo ay naghihiwalay sa mga espirituwal sa isa't isa. Kasunod nito, napilitan itong tumanggi mula doon patungo sa lugar mula sa *Peh ng Isang Nakatataas* pababa.

Samakatuwid, ito ay kinakailangang ituring na pangalawang nilalang na may paggalang sa *Isang Nakatataas*, dahil kahit na ang *Rosh* ng bagong antas ay itinuturing na katawan lamang ng bagong antas, dahil ito ay umaabot mula sa *Masach de Guf* nito. Kaya, ang pagkakaiba ng anyo na ito ay nagpapakilala sa kanila bilang dalawang magkahiwalay na entidad. At dahil ang bagong antas ay ganap na resulta ng *Masach de Guf* ng nakaraang *Partzuf*, ito ay itinuturing na mga supling nito, tulad ng isang sanga na umaabot mula dito.

40) At may isa pang pagkakaiba sa pagitan ng isang mas mababa at ng Itaas: Ang bawat mas mababang antas ay lumilitaw na may ibang antas kaysa sa limang *Behinot* sa *Masach* (Aytem 22). Gayundin, ang bawat mas mababa ay kulang sa *Pinakamataas na Behina* ng mga *Ilaw ng Itaas*, at sa *pinakamababang Behina ng Kelim* ng *Isang Nakatataas*. Ito ay dahil sa likas na katangian ng *Bitush* ng *Ohr Makif* sa *Masach* na ibinubukod ang huling *Behina* ng *Aviut* nito.

Halimbawa, sa unang *Partzuf* ng *AK*, na ang *Masach* ay naglalaman ng lahat ng limang antas ng *Aviut*, pababa hanggang sa *Behina Dalet*, ang *Bitush* ng *Ohr Makif* sa *Masach de Guf* ay ganap na nililinis ang *Aviut* ng *Behina Dalet*, na hindi nag-iiwan kahit isang *Reshimo* (singular ng *Reshimot*) ng *Aviut* na iyon. At tanging ang *Reshimot* mula sa *Aviut* ng *Behina Gimel* pataas lamang ang nananatili sa *Masach*.

Kaya naman, kapag ang *Masach* na iyon ay kasama sa *Rosh* at nakatanggap ng *Zivug de Hakaa* mula sa *Aviut* na nanatili bilang *Reshimot* nito mula sa *Guf*, ang *Zivug* ay lumalabas lamang sa *Behina Gimel* ng *Aviut* sa *Masach*. Ito ay dahil wala na ang *Reshimo* ng *Aviut* ng *Behina Dalet* doon. Samakatuwid, ang antas na lumalabas sa *Masach* na iyon ay nasa antas lamang ng *Hochma*, na tinatawag na *HaVaYaH de AB de AK*, o *Partzuf AB de AK*.

Nalaman natin sa Aytem 22, na ang antas ng *Hochma* na lumilitaw sa *Masach* ng *Behina Gimel* ay kulang sa *Malchut* ng *Kelim* at ang pagkilala sa *Liwanag ng Yechida* mula sa mga *Liwanag*, na siyang *Liwanag ng Keter*. Kaya, ang *Partzuf AB* ay kulang sa huling pag-unawa sa *Kelim* ng *Isang Nakatataas* at sa pinakamataas na pag-unawa sa mga *Liwanag* ng *Isang Nakatataas*. At dahil sa malaking pagkakaiba ng anyo, ang mas mababang antas ay itinuturing na isang hiwalay na *Partzuf* mula sa *Isang Nakatataas*.

41) Katulad nito, sa sandaling lumawak ang *Partzuf AB* sa *Rosh* at *Guf* at nagkaroon ng *Bitush* ng *Ohr Makif* sa *Masach* ng *Guf de AB*, na siyang *Masach* ng *Behina Gimel*, ang *Bitush* na ito ay nagkansela at nagpawalang-bisa sa *Reshimo* ng *Aviut* ng huling *Behina* sa *Masach* — ang *Behina Gimel*. Nangyayari na sa panahon ng pag-akyat ng *Masach* sa *Peh de Rosh* at pagsasama nito sa *Zivug de Hakaa*, ang paggulpi ay nangyari lamang sa *Aviut* ng *Behina Bet* na nanatili sa *Masach* na iyon, dahil ang *Behina Gimel* ay nawala na mula rito. Kaya, ang *Partzuf* na ito ay nakakuha lamang ng sampung *Sefirot* sa antas ng *Bina*, na tinatawag na *HaVaYaH de SAG de AK* o *Partzuf SAG*, na kulang sa ZA at *Malchut* sa *Kelim*, at *Haya* at *Yechida* sa mga *Liwanag*.

Katulad din nito, nang lumawak ang *Partzuf SAG* sa *Rosh* at *Guf*, nagkaroon ng *Bitush* ng *Ohr Makif* sa *Masach de Guf* nito, na siyang *Masach* ng *Behina Bet*. Ang *Bitush* na ito ay nagkansela at nagpawalang-bisa sa huling *Behina* ng *Aviut* sa *Masach* — ang *Behina Bet* — na nag-iwan lamang ng *Reshimot* ng *Aviut* mula sa *Behina Aleph* at sa itaas pa sa *Masach*.

Kaya naman, sa panahon ng pag-akyat ng *Masach* sa *Peh de Rosh* at pagsasama nito sa *Zivug de Hakaa*, ang paggulpi ay nangyari lamang sa *Masach* ng *Behina Aleph* na nanatili sa *Masach*, dahil ang *Behina Bet* ay nawala na mula rito. Dahil dito, ito ay nakakuha lamang ng sampung *Sefirot* sa antas ng *Tifferet*, na tinatawag na "ang antas ng ZA," na kulang sa *Bina*, *ZA*, at *Malchut* sa *Kelim*, at sa *Neshama*, *Haya*, at *Yechida* sa mga *Liwanag*, at iba pa.

42) Ito ay lubusang nagpapaliwanag kung bakit bumababa ang mga antas ng bawat *Partzuf* ng isang hakbang sa panahon ng pagsasama-sama ng mga *Partzuf* mula sa isa't isa. Ang dahilan ay dahil ang *Bitush* ng *Ohr Makif* at *Ohr Pnimi*, na inilalapat sa bawat *Partzuf*, ay palaging kinakansela o pinapapawalang-bisa ang huling *Behina* ng *Reshimo* ng *Aviut* na naroroon.

Gayunpaman, dapat nating maunawaan na may dalawang antas o pag-unawa tungkol sa mga *Reshimot* na nananatili sa *Masach* pagkatapos nitong sumailalim sa *Hizdakchut* (pagdalisay):

3. *Reshimo de Aviut*

4. *Reshimo de Hitlabshut* (pananamit)

Halimbawa, sa sandaling ang *Masach de Guf* ng unang *Partzuf* sa AK ay nadalisay, sinabi natin na ang huling *Behina* ng *Reshimot* ng *Aviut*—ang *Reshimo* ni *Behina Dalet*—ay nawala, at ang lahat na natitira sa *Masach* ay ang *Reshimo* ng *Aviut* ng *Behina Gimel*. Gayunpaman, bagama't ang *Reshimo* ng *Behina Dalet* ay naglalaman ng dalawang pag-unawa, gaya ng nasabi natin—*Hitlabshut* at *Aviut*—tanging ang *Reshimo* ng *Aviut* ni *Behina Dalet* ang nawala mula sa *Masach* ng *Hizdakchut* na iyon. Ngunit ang *Reshimo* ng *Hitlabshut* ng *Behina Dalet* ay nanatili sa *Masach* na iyon at hindi nawala mula rito.

Ang *Reshimo* ng *Hitlabshut* ay tumutukoy sa isang napakabanayad na *Behina* (pag-unawa) mula sa *Reshimo* ng *Behina Dalet*, na hindi naglalaman ng sapat na *Aviut* para sa *Zivug de Hakaa* na may *Isang Nakatataas*. Ang *Reshimo* na ito ay nananatili mula sa huling *Behina* sa bawat *Partzuf* sa panahon ng *Hizdakchut* nito. At ang kasabihan natin na ang huling *Behina* ay nawawala sa bawat *Partzuf* sa panahon ng *Hizdakchut* nito ay tumutukoy lamang sa *Reshimo* ng *Aviut* na nasa loob nito.

43) Ang natitira sa *Reshimot de Hitlabshut* mula sa huling *Behina* na natitira sa bawat *Masach*, ay nag-udyok sa pagtatamo ng dalawang antas—lalaki at babae—sa ulo ng lahat ng *Partzufim*: simula sa *AB de AK*, *SAG de AK*, *MA at BON de AK*, at sa lahat ng *Partzufim* ng *Atzilut*. Ito ay dahil sa *Partzuf AB de AK*, kung saan mayroon lamang *Reshimo* ng *Aviut de Behina Gimel* sa *Masach*, na nakakuha ng sampung *Sefirot* sa antas ng *Hochma*, ang *Reshimo de Hitlabshut* mula sa *Behina Dalet*, na nanatili doon sa *Masach*, ay hindi angkop para sa *Zivug* na may Mataas na *Liwanag*, dahil sa kadalisayan nito. Gayunpaman, kasama ito sa *Aviut* ng *Behina Gimel* at naging isang solong *Reshimo*, kung saan ang *Reshimo de Hitlabshut* ay nakakuha ng lakas para sa pagsasama sa Mataas na *Liwanag*. Para sa kadahilanang ito, ang

Zivug de Hakaa na may Mataas na *Liwanag* ay lumitaw sa kanya, na nagdulot ng sampung *Sefirot* sa halos antas ng *Keter*.

Ito ay dahil mayroon siyang *Hitlabshut* ng *Behina Dalet*. Ang *Hitkalelut* na ito (paghahalo/pagsasama) ay tinatawag na *Hitkalelut* ng babae sa lalaki, dahil ang *Reshimo de Aviut* mula sa *Behina Gimel* ay tinatawag na "babae," dahil dinadala nito ang *Aviut*. At ang *Reshimo de Hitlabshut* ng *Behina Dalet* ay tinatawag na "lalaki," dahil ito ay nagmula sa Isang Mas Mataas na lugar, at dahil ito ay dinalisay mula sa *Aviut*. Kaya, kahit na ang *Reshimo* ng lalaki ay hindi sapat para sa isang *Zivug de Hakaa* sa kanyang sarili, ito ay nagiging angkop para sa isang *Zivug de Hakaa* sa pamamagitan ng *Hitkalelut* ng babae sa loob nito.

44) Kasunod nito, mayroong *Hitkalelut* ng lalaki sa babae, masyado. Nangangahulugan ito na ang *Reshimo de Hitlabshut* ay isinama sa *Reshimo de Aviut*. Ito ay gumagawa ng *Zivug de Hakaa* lamang sa antas ng babae, ang antas ng *Behina Gimel*, na siyang antas ng *Hochma*, na tinatawag na *HaVaYaH de AB*. Ang Itaas na *Zivug*, kapag ang babae ay kasama sa lalaki, ay itinuturing na antas ng lalaki, na halos ang antas ng *Keter*. At ang isang mas mababang *Zivug*, kapag kasama ang lalaki sa babae, ay itinuturing na antas ng babae, na antas lamang ng *Hochma*.

Gayunpaman, ang *Aviut* sa antas ng lalaki ay hindi nagmula sa kanyang sarili, ngunit sa pamamagitan ng *Hitkalelut* kasama ang babae. At kahit na ito ay sapat na upang makuha ang antas ng sampung *Sefirot* mula sa ibaba Pataas, na tinatawag na *Rosh*, ang antas na ito ay hindi pa rin kumalat mula sa Itaas pababa sa anyo ng isang *Guf*, na nangangahulugang pananamit ng mga *Ilaw* sa *Kelim*. Ito ay dahil ang isang *Zivug de Hakaa* sa *Aviut* na nagmula sa *Hitkalelut* ay hindi sapat para sa pagpapalawak ng *Kelim*.

Samakatuwid, ang antas ng lalaki ay naglalaman lamang ng isang pag-unawa sa *Rosh*, na walang *Guf*. Ang *Guf* ng *Partzuf* ay umaabot lamang mula sa antas ng babae, na may sariling *Aviut*. Para sa kadahilanang ito, ating pinangalanan ang *Partzuf* pagkatapos lamang ng babaeng antas, ibig sabihin ay *Partzuf AB*. Ito ay dahil ang ubod ng *Partzuf* ay ang *Guf* nito—ang pananamit ng mga *Liwanag* sa *Kelim*. At ito ay lumilitaw lamang mula sa antas ng babae, tulad ng ating ipinaliwanag. Ito ang dahilan kung bakit ipinangalan sa kanya ang *Partzuf*.

45) At tulad ng ating ipinaliwanag tungkol sa dalawang antas—lalaki at babae—sa *Rosh* ng *Partzuf AB*, ang dalawang ito ay lumabas sa eksaktong parehong paraan sa *Rosh* ng *SAG*. Ngunit doon, ang antas ng lalaki ay halos ang antas ng *Hochma*, dahil ito ay mula sa *Reshimo de Hitlabshut* ng *Behina Gimel* sa *Hitkalelut* ng *Aviut* ng *Behina Bet*. At ang antas ng babae ay nasa level ng *Bina*, mula sa *Aviut* ng *Behina Bet*. At dito, din, ang *Partzuf* ay pinangalanan lamang sa antas ng babae, dahil ang lalaki ay isang *Rosh* na walang *Guf*.

Katulad nito, sa *Partzuf MA de AK*, ang antas ng lalaki ay halos ang antas ng *Bina*, na tinatawag na "ang antas ng *YESHSUT*," dahil ito ay mula sa *Reshimo* ng *Behina Bet de Hitlabshut*, kasama ang *Hitkalelut* ng *Aviut* mula kay *Behina Aleph*, habang ang antas ng babae ay ang antas lamang ng *ZA*, dahil ito ay *Behina Aleph de Aviut* lamang. At dito rin, ang *Partzuf* ay pinangalanan lamang sa babae, iyon ay, *Partzuf MA* o *Partzuf VAK*, dahil ang lalaki ay isang *Rosh* na walang *Guf*. Makikita mo rin ito sa lahat ng *Partzufim*.

TAAMIM, NEKUDOT, TAGIN, AT OTIOT

46) Ngayon ay nilinaw na natin ang *Bitush* ng Ohr Makif at *Ohr Pnimi*, na nangyari pagkatapos ng pagpapalawak ng *Partzuf* sa isang *Guf*. Dahil dito, ang *Masach de Guf* ay upang linisin, kaya't ang lahat ng mga Liwanag ng *Guf* ay lumisan, at ang *Masach* na may mga Reshimot na natitira dito ay tumaas sa *Peh de Rosh*, kung saan sila ay binago ng isang bagong *Zivug de Hakaa*, at gumawa ng isang bagong antas sa sukat ng *Aviut* sa Reshimot.

Ngayon ay ipapaliwanag natin ang apat na uri ng mga Liwanag, TANTA (*Taamim, Nekudot, Tagin, Otiot*), na nagaganap kasama ang *Bitush* ng *Ohr Makif* at ang pag-akyat ng *Masach* hanggang *Peh de Rosh*.

47) Ipinaliwanag na, sa pamamagitan ng *Bitush* ng *Ohr Makif* sa *Masach de Guf*, pinadalisay nito ang *Masach* ng lahat ng *Aviut de Guf* hanggang sa ito ay maging dalisay at mapantayan sa *Masach de Peh de Rosh*. Ang pagkakapareho ng anyo sa *Peh de Rosh* ay pinagsama sila bilang isa, at ito ay naging bahagi ng *Zivug de Hakaa* sa loob nito.

Gayunpaman, ang *Masach* ay hindi naging dalisay nang minsanan, kundi unti-unti: una mula sa *Behina Dalet* hanggang *Behina Gimel*, pagkatapos mula sa *Behina Gimel* hanggang *Behina Bet*, pagkatapos mula sa *Behina Bet* hanggang *Behina Aleph*, at pagkatapos mula sa *Behina Aleph* hanggang *Behinat Shoresh*. Sa wakas, ito ay naging dalisay mula sa lahat ng *Aviut* nito at naging kasing dalisay ng *Masach de Peh de Rosh*.

Ngayon, ang Itaas na *Liwanag* ay hindi tumitigil sa pagkinang kahit isang sandali, at nakikisama sa *Masach* sa bawat yugto ng *Hizdakchut* nito. Ito ay dahil sa sandaling ito ay pinadalisay mula sa *Behina Dalet* at ang antas ng *Keter* ay ganap na naalis, at ang *Masach* ay dumating sa *Aviut* ng *Behina Gimel*, ang Mataas na *Liwanag* ay nakipag-ugnay sa *Masach* sa natitirang *Aviut* ng *Behina Gimel* at gumagawa ng sampung *Sefirot* sa antas ng *Hochma*.

Pagkatapos, kapag ang *Masach* ay umalis din mula sa *Behina Gimel*, at ang antas ng *Hochma* ay lumisan, gayundin, na naiwan lamang ang *Behina Bet* sa *Masach*, ang Mataas na *Liwanag* ay kasama nito sa *Behina Bet* at gumawa ng sampung *Sefirot* sa antas ng *Bina*. Pagkatapos, kapag ito ay pinadalisay na rin ng *Behina Bet*, at ang antas na ito ay lumisan na, ang naiwan lamang na *Aviut* ng *Behina Aleph* dito, ang Mataas na *Liwanag* ay nakipag-ugnay sa *Masach* sa natitirang *Aviut* ng *Behina Aleph*, at naglalabas ng sampung *Sefirot* sa antas ng ZA. At kapag ito ay nalinis na rin ng *Aviut de Behina Aleph*, at ang antas ng ZA ay umalis, ito ay nananatili lamang sa *Shoresh* (ugat) ng *Aviut*.

Sa ganoong estado, ang Mataas na *Liwanag* ay gumagawa ng isang *Zivug* sa *Aviut Shoresh* na nananatili sa *Masach*, at gumagawa ng sampung *Sefirot* sa antas ng *Malchut*. At kapag ang *Masach* ay dinalisay din ng *Aviut Shoresh*, ang antas ng *Malchut* ay umaalis din doon, dahil walang *Aviut de Guf* ang nananatili doon. Sa estadong iyon, itinuturing na ang *Masach* at ang *Reshimot* nito ay bumangon at nakipag-isa sa *Masach de Rosh*, naging bahagi doon ng isang *Zivug de Hakaa*, at gumawa ng bagong sampung *Sefirot* sa ibabaw nito, na tinatawag na "bata" at isang "bunga" ng unang *Partzuf*.

Kaya't ating ipinaliwanag na ang *Bitush* ng *Ohr Makif* at *Ohr Pnimi* na nagdadalisay sa *Masach de Guf* ng unang *Partzuf* ng AK at itinaas ito sa *Peh de Rosh* nito, kung saan lumitaw ang pangalawang *Partzuf*, *AB de AK*, ay hindi nangyari ng minsanan. Sa halip, ito ay nangyayari nang paunti-unti, habang ang Mataas na *Liwanag* ay nakikipag-ugnay dito sa bawat estado sa apat na antas na tinatahak nito sa panahon ng *Hizdakchut* nito, hanggang sa ito ay mapantayan sa *Peh de Rosh*.

At tulad ng ipinaliwanag tungkol sa pag-angat ng apat na antas sa panahon ng *Hizdakchut* ng *Guf* ng unang *Partzuf* para sa layunin ng *AB*, tatlong antas ang lumitaw sa panahon ng *Hizdakchut* ng *Masach de Guf* ng *Partzuf AB*, dahil ito ay nagmumula sa *Partzuf SAG*, at katulad sa lahat ng antas. Ang panuntunan ay ito: Ang isang *Masach* ay hindi nagiging dalisay nang sabay-sabay, kundi unti-unti. At ang Itaas na *Liwanag*, na hindi tumitigil sa pagkalat sa ibaba, ay nakikipag-ugnay dito sa bawat antas kasabay ng paglilinis nito.

48) Gayunpaman, ang mga antas na ito, na lumilitaw sa *Masach* sa panahon ng unti-unting *Hizdakchut* nito, ay hindi itinuturing na *Hitpashtut* ng tunay na antas, tulad ng unang antas na lumitaw bago ang simula ng *Hizdakchut*. Sa halip, sila ay itinuturing na *Nekudot*, at tinatawag silang *Ohr Hozer* at *Din* (paghuhukom), dahil ang puwersa ng *Din* ng pag-alis ng mga *Liwanag* ay nahalo na sa kanila. Ito ay dahil sa unang *Partzuf*, sa sandaling nagsimulang maganap ang *Bitush* at dalisayin ang *Masach de Guf* mula sa *Behina Dalet*, ito ay itinuturing na ganap na dinalisay, dahil walang "ilan" sa espirituwal.

At dahil nagsimula itong maglinis, kailangan nitong maglinis nang lubusan. Gayunpaman, dahil ang *Masach* ay unti-unting naglilinis, may oras para sa Itaas na *Liwanag* na makihalubilo dito sa bawat antas ng *Aviut* na ipinapalagay ng *Masach* sa panahon ng *Hizdakchut* nito, hanggang sa ito ay ganap na nadalisay. Samakatuwid, ang puwersa ng pag-lisan ay pinaghalo sa mga antas na lumilitaw sa panahon ng paglisan nito, at sila ay itinuturing na *Nekudot* at *Ohr Hozer* at *Din* lamang.

Ito ang dahilan kung bakit nakikilala natin ang dalawang uri ng mga antas sa bawat *Partzuf: Taamim* at *Nekudot*. Ito ay dahil ang unang sampung *Sefirot de Guf* na lumilitaw sa bawat *Partzuf* ay tinatawag na *Taamim*, at ang mga antas na lumilitaw sa *Partzuf* habang ito ay dinadalisay matapos magsimula ang *Masach* at maglinis hanggang sa umabot ito sa *Peh de Rosh*, ay tinatawag na *Nekudot*.

49) Ang *Reshimot* na nananatili sa ibaba, sa *Guf*, pagkatapos ng pag-lisan ng mga *Liwanag* ng *Taamim*, ay tinatawag na *Tagin*, at ang *Reshimot* na nananatili mula sa mga antas ng *Nekudot* ay tinatawag na *Otiot*, na mga *Kelim*. Gayundin, ang *Tagin*, na mga *Reshimot* mula sa mga *Liwanag* ng *Taamim*, ay umaaligid sa ibabaw ng *Otiot* at ng *Kelim* at nagpapanatili sa kanila.

Kaya natutunan natin ang apat na uri ng *Liwanag*, na tinatawag na *Taamim, Nekudot, Tagin*, at *Otiot*. Ang unang antas na lumabas sa bawat *Partzuf* ng limang *Partzufim* na tinatawag na *Galgalta, AB, SAG, MA*, at *BON*, ay tinatawag na *Taamim*. Ang mga antas na lumalabas sa bawat *Partzuf* kapag nagsimula na itong maglinis, hanggang sa ganap itong naging dalisay, ay tinatawag na *Nekudot*. Ang *Reshimot* na natitira mula sa mga *Liwanag* ng *Taamim* sa bawat antas, pagkatapos ng kanilang pag-alis, ay tinatawag na *Tagin*, at ang *Reshimot* na nananatili mula sa mga *Liwanag* ng mga antas ng *Nekudot* pagkatapos ng kanilang pag-lisan ay tinatawag na *Otiot* o *Kelim*. Tandaan na sa lahat ng limang *Partzufim* na tinatawag na *Galgalta*, *AB*, *SAG*, *MA*, at *BON*, dahil sa kanilang lahat ay mayroong *Hizdakchut* at lahat sila ay mayroong apat na uri ng *Liwanag* na ito.

ANG ROSH, TOCH, SOF SA BAWAT PARTSUF AT ANG PAGKAKASUNOD-SUNOD NG HITLABSHUT NG PARTSUFIM SA ISAT-ISA

50) Inyo nang nalaman ang pagkakaiba ng dalawang *Malchut* sa bawat *Partzuf*—ang nag-asawahang *Malchut* at ang nagtatapos na *Malchut*. Ang sampung *Sefirot* ng *Ohr Hozer* ay lumabas mula sa *Masach* sa nag-asawahang *Malchut*, binibihisan ang sampung *Sefirot* ng Mataas na *Liwanag*, na tinatawag na "sampung *Sefirot de Rosh*," ibig sabihin, mga ugat lamang. Mula doon pababa, ang sampung *Sefirot de Guf* ng *Partzuf* ay lumawak sa anyo ng *Hitlabshut* (damit) ng mga *Liwanag* sa kumpletong *Kelim*.

Ang sampung *Sefirot de Guf* na ito ay nahahati sa dalawang pag-unawa ng sampung *Sefirot*: sampung *Sefirot de Toch* (sa loob), at sampung *Sefirot de Sof* (katapusan/konklusyon). Ang posisyon ng sampung *Sefirot de Toch* ay mula sa *Peh* hanggang sa *Tabur* (pusod), ang lugar ng pananamit ng mga *Liwanag* sa *Kelim*. Ang sampung *Sefirot* ng dulo ng *Partzuf* ay nakaposisyon mula sa *Tabur* pababa sa *Sium Raglin* (dulo ng mga binti/paa).

Nangangahulugan ito na tinatapos ng *Malchut* ang bawat *Sefira* hanggang sa maabot nito ang sarili nito, na hindi karapat-dapat na tumanggap ng anumang *Liwanag*, kaya nagtatapos ang *Partzuf* doon. Ang pagtigil na ito ay tinatawag na "ang dulo ng *Etzbaot Raglin* (daliri ng paa) ng *Partzuf*," at mula doon pababa, ito ay isang walang laman na espasyo, isang walang laman na walang *Liwanag*.

Alamin na ang dalawang uri ng sampung *Sefirot* na ito ay umaabot mula sa ugat na sampung *Sefirot*, na tinatawag na *Rosh*, dahil pareho silang kasama sa pagsasama ng *Malchut*. Ito ay dahil mayroong kapangyarihan sa pananamit doon—ang *Ohr Hozer* na tumataas at binibihisan ang Mataas na *Liwanag*. Mayroon ding puwersa ng pagpigil ng *Masach* sa *Malchut* upang hindi nito matanggap ang *Liwanag*, kung saan nagawa ang *Zivug de Hakaa* na nagpapataas sa *Ohr Hozer*. Sa *Rosh*, ang dalawang pwersang ito ay mga ugat lamang.

Gayunpaman, kapag lumawak sila mula sa Itaas pababa, ang unang puwersa, na isang puwersa ng pananamit, ay isinasagawa sa sampung *Sefirot de Toch*, mula sa *Peh* pababa sa *Tabur*. At ang pangalawang puwersa, na pumipigil sa *Malchut* mula sa pagtanggap ng *Liwanag*, ay isinagawa sa sampung *Sefirot de Sof* at *Sium*, mula sa *Tabur* hanggang sa dulo ng *Etzbaot Raglin*.

Ang dalawang uri ng sampung *Sefirot* na ito ay palaging tinatawag na HGT NHYM. Lahat ng sampung *Sefirot de Toch*, mula *Peh* hanggang *Tabur*, ay tinatawag na HGT, at lahat ng sampung *Sefirot de Sof* mula *Tabur* pababa ay tinatawag na NHYM.

51. Dapat din nating maunawaan na ang isyu ng *Tzimtzum* ay nangyayari lamang sa *Ohr Hochma*, kung saan ang *Kli* ay ang kagustuhang tumanggap na nagtatapos sa *Behina Dalet*, ang lugar kung saan naganap ang *Tzimtzum* at *Masach*. Gayunpaman, walang *Tzimtzum* na nangyayari sa *Ohr de Hassadim* dito, dahil ang *Kli* nito ay may kagustuhang magbigay, at

walang *Aviut* o pagkakaiba ng anyo mula sa Lumikha, kaya't hindi ito nangangailangan ng anumang pagwawasto.

Samakatuwid, sa sampung *Sefirot* ng Mataas na *Liwanag*, ang dalawang *Liwanag* na ito, *Hochma* at *Hassadim*, ay magkakaugnay nang walang anumang pagkakaiba sa pagitan nila, dahil ang mga ito ay isang *Liwanag* na lumalawak batay sa kanilang kalidad. Dahil dito, kapag sila ay nagsimulang magbihis sa *Kelim* pagkatapos ng *Tzimtzum*, ang *Ohr Hassadim* (*Liwanag ng Awa*) ay humihinto rin sa *Malchut*, kahit na hindi ito pinaghigpitan.

Ito ay dahil kung ang *Ohr Hassadim* ay magpapalawak sa isang lugar kung saan ang *Ohr Hochma* (*Liwanag ng Karunungan*) ay hindi kayang magpalawak, tulad ng nagtatapos na *Malchut*, ay magdudulot ito ng pagkawasak sa *Itahas* na *Liwanag*. Ang dahilan nito ay ang *Ohr Hassadim* ay kailangang ganap na hiwalay mula sa *Ohr Hochma*. Kaya't ang nagtatapos na *Malchut* ay naging isang walang laman na espasyo, na wala ni *Ohr Hassadim*.

52) Ngayon, mauunawaan na natin ang nilalaman ng sampung *Sefirot de Sof* ng *Partzuf* mula *Tabur* pababa. Hindi ito maaaring ituring na simpleng *Ohr Hassadim*, nang walang kahit kaunting *Hochma*, dahil ang *Ohr Hassadim* ay hindi kailanman ganap na nahiwalay mula sa *Ohr Hochma*. Sa halip, gayun din ay kinakailangang mayroong kaunting kaliwanagan ng *Ohr Hochma* sa kanila. Dapat din nating malaman na ang maliit na kaliwanagang ito ay palaging tinatawag na "VAK na walang *Rosh*." Kaya, ang tatlong pag-unawa ng sampung *Sefirot* sa *Partzuf*, na tinatawag na *Rosh*, *Toch*, at *Sof*, ay naipaliwanag.

53) At ngayon ay ipapaliwanag natin ang pagkakasunud-sunod ng pananamit ng *Partzufim Galgalta*, *AB*, at *SAG de AK* sa isa't isa. Alamin na ang bawat ibaba ay lumalabas mula sa *Masach* ng *Guf* ng Kataasan, sa sandaling ito ay nadalisay at napantayan ang anyo nito sa *Malchut* at *Masach* sa *Rosh*. Ito ay dahil pagkatapos ay naisama ito sa *Masach* sa *Rosh*, sa *Zivug de Hakaa* sa loob nito.

At sa sandaling sumailalim ito sa *Zivug de Hakaa* sa dalawang *Reshimot*—*Aviut* at *Hitlabshut*—na nananatili sa *Masach de Guf*, ang *Aviut* nito ay kinikilala bilang *Aviut de Guf*. Sa pamamagitan ng pagkilalang ito, napag-alaman na ang antas ay lumabas mula sa *Rosh* ng unang *Partzuf de AK*, bumaba, at binibihisan ang *Guf* nito—ibig sabihin, sa kanyang ugat—dahil siya ay mula sa *Masach de Guf*.

Sa katunayan, ang *Masach* na may kasamang *Malchut* ng bagong *Partzuf* ay kailangang bumaba sa lugar ng *Tabur* ng unang *Partzuf*, dahil ang *Masach de Guf* na may nagtatapos na *Malchut* ng unang *Partzuf* ay nagsisimula doon. Gayundin, naroon ang ugat ng bagong *Partzuf* at ang pagkakahawak nito. Gayunpaman, ang huling *Behina* ng *Aviut* ay naglaho mula sa *Masach* sa pamamagitan ng *Bitush* ng *Ohr Pnimi* at *Ohr Makif* (Aytem 40), at tanging ang *Aviut* ng *Behina Gimel* ang nanatili sa *Masach*. Ang *Behina Gimel de Aviut* na ito ay tinatawag na *Chazeh* (dibdib). Para sa kadahilanang ito, ang *Masach* at ang nag-asawahang *Malchut* ng bagong *Partzuf* ay walang hawak at ugat sa *Tabur* ng Kataasan, kundi sa *Chazeh* lamang nito, kung saan ito ay nakakabit na parang sanga sa ugat nito.

54) Samakatuwid, ang *Masach* ng bagong *Partzuf* ay bumababa sa lugar ng *Chazeh* ng unang *Partzuf*, kung saan ito ay naglalabas ng sampung *Sefirot de Rosh* mula dito paakyat, sa

pamamagitan ng isang *Zivug de Hakaa* kasama ang *Mataas na Liwanag*, hanggang sa *Peh* ng *Mataas na Liwanag—Malchut de Rosh* ng unang *Partzuf*.

Ngunit hindi kayang bihisan ng isang mas mababa ang sampung *Sefirot de Rosh* ng *Mataas na Partzuf*, dahil ito ay itinuturing lamang bilang *Masach de Guf* ng *Nakatataas*. Kasunod nito, ang mas mababa ay gumagawa ng sampung *Sefirot* mula sa *Itaas* pababa, na tinatawag na "sampung *Sefirot de Guf*" sa *Toch* at sa *Sof* ng isang mas mababa.

Ang kanilang lugar ay mula lamang sa *Chazeh* ng *Mataas na Partzuf* pababa hanggang sa *Tabur* nito, sapagkat mula sa *Tabur* pababa ay ang lugar ng sampung *Sefirot* ng *Sium* ng *Isang Isang Mas Mataas*, na *Behina Dalet*. Ang ibaba ay walang hawak sa huling *Behina* ng *Isang Nakatataas*, dahil nawala ito sa panahon ng *Hizdakchut* nito (Aytem 40). Dahil dito, ang isang mas mababang *Partzuf*, na tinatawag na *Partzuf Hochma* ng *AK*, o *Partzuf AB de AK*, ay kailangang magtapos sa itaas ng *Tabur* ng unang *Partzuf* ng *AK*.

Kaya, lubusang malinaw na ang anumang *Rosh, Toch*, at *Sof* ng *Partzuf AB de AK*, na siyang isang mababa sa unang *Partzuf* ng *AK*, ay nakaposisyon mula sa lugar sa ibaba ng *Peh* ng unang *Partzuf* pababa hanggang sa *Tabur* nito. Kaya, ang *Chazeh* ng unang *Partzuf* ang siyang lugar ng *Peh de Rosh* ng *Partzuf AB*—ang nag-asawahang *Malchut*—at ang *Tabur* ng unang *Partzuf* ang siyang lugar ng *Sium Raglin* ng *Partzuf AB*, na tinatawag ding nagtatapos na *Malchut*.

55) Tulad ng naipaliwanag na tungkol sa pagkakasunud-sunod ng paglitaw ng *Partzuf AB* mula sa unang *Partzuf* ng *AK*, ito ay pareho sa lahat ng *Partzufim*, hanggang sa katapusan ng mundo ng *Assiya*. Ang bawat ibaba ay lumalabas mula sa *Masach de Guf* ng *Superiyor* nito, pagkatapos itong dalisayin at maisama sa *Masach de Malchut de Rosh* ng *Kataasan* sa *Zivug de Hakaa* doon.

Pagkatapos, lalabas ito roon patungo sa kanyang mahigpit na pagkakahawak sa *Guf* ng *Kataasan*, at naglalabas ng sampung *Sefirot de Rosh* mula sa ibaba paakyat sa lugar nito, sa pamamagitan ng isang *Zivug de Hakaa* na may *Mataas na Liwanag*. Gayundin, ito ay lumalawak mula sa *Itaas* pababa sa sampung *Sefirot de Guf* sa *Toch* at *Sof*, gaya ng ipinaliwanag sa *Partzuf AB de AK*. Gayunpaman, may mga pagkakaiba tungkol sa katapusan ng *Partzuf*, tulad ng nakasulat sa ibang lugar.

TZIMTZUM BET, TINAWAG NA TZIMTZUM NHY DE AK

56) Sa gayon ay lubusan nating naipaliwanag ang isyu ng *Tzimtzum Aleph* (ang unang paghihigpit), na isinagawa sa *Kli* ng *Malchut—Behina Dalet*—upang hindi nito matanggap ang *Mataas na Liwanag* sa loob nito. Ipinaliwanag din natin ang isyu ng *Masach* at ang *Zivug de Hakaa* nito sa *Mataas na Liwanag* na nagpapataas sa *Ohr Hozer*. Ang *Ohr Hozer* na ito ay naging mga bagong daluyan ng pagtanggap sa halip na *Behina Dalet*.

Ipinaliwanag din ang *Hizdakchut* ng *Masach de Guf*, na ginawa sa mga *Gufim* (pangmaramihang para sa *Guf*) ng bawat *Partzuf* sa pamamagitan ng *Bitush* ng *Ohr Makif* at *Ohr Pnimi*, na gumagawa ng apat na pag-unawa na *TANTA* ng *Guf* ng bawat *Partzuf* at itinaas ang *Masach de Guf* upang ituring na *Masach de Rosh*. Kwalipikado ito para sa isang *Zivug de Hakaa* na may *Mataas na Liwanag*, kung saan ipinanganak ang isa pang *Partzuf*, isang antas na isang mas mababa kaysa sa nakaraang *Partzuf*. Sa wakas, ipinaliwanag natin ang paghugot ng unang tatlong *Partzufim* ng *AK*, na tinatawag na *Galgalta, AB, SAG*, at ang kanilang pagkakasunud-sunod ng pananamit sa isa't isa.

57) Alamin na sa tatlong *Partzufim—Galgalta, AB*, at *SAG* de *AK*—wala pa ring ugat para sa apat na mundong *ABYA*, dahil sa yugtong ito, walang puwang para sa tatlong mundong *BYA*. Ito ay sapagkat ang panloob na *Partzuf* ng *AK* ay umaabot lamang hanggang sa puntong katapat ng mundong ito, at ang ugat ng ninanais na *pagwawasto*—na siyang dahilan ng *Tzimtzum*—ay hindi pa nahahayag. Ang layunin ng *Tzimtzum* na isinagawa sa *Behina Dalet* ay upang maitama ito. Kaya, sa kabila ng pagtanggap nito sa *Mataas na Liwanag*, wala pa ring *pagkakaiba ng anyo* dito.

Sa madaling salita, upang malikha ang *Guf* ni *Adan* mula sa *Behina Dalet*, kinakailangan na ang *kaloobang tumanggap* sa *Behina Dalet* ay maitaas sa antas ng *pagkakaloob*—sa pamamagitan ng kanyang *pakikipag-ugnayan* sa *Torah* at *Mitzvot* upang *ipagkaloob* ang kasiyahan sa kanyang *Lumikha*. Sa ganitong paraan, maipapantay niya ang anyo ng pagtanggap sa ganap na pagkakaloob, at ito ang magiging *wakas ng pagtutuwid* (*Gmar Tikun*), kung saan si *Behina Dalet* ay muling magiging isang daluyan ng pagtanggap para sa *Itaas na Liwanag*, habang nasa ganap na *Dvekut* (pagkakaisa o pagdikit) dito—nang walang anumang pagkakaiba ng anyo.

Gayunpaman, sa yugtong ito, ang ugat ng ganitong uri ng *pagwawasto* ay hindi pa naibubunyag. Ito ay nangangailangan ng presensiya ng *Adan*—isang nilikhang isinama sa mga *Behinot* na mas mataas kaysa *Behina Dalet*—upang makapagsagawa siya ng mga gawa ng *pagkakaloob*.

At kung umalis si *Adan* sa estado ng *Partzufim* ng *AK*, siya ay ganap na nasa kalagayan ng *walang laman na espasyo*, sapagkat ang kabuuan ng *Behina Dalet*—na siyang dapat maging ugat ng *Guf* ni *Adan*—ay nasa ibaba ng *Raglaim* ng *AK*, sa isang kalagayang walang Liwanag, at lubos na kabaligtaran ng *Itinaas na Liwanag*. Kaya't ito ay tinuturing na *hiwalay* at *patay*.

At kung si *Adan* ay nilikha mula sa bahaging iyon, wala siyang kakayahan na itama ang kanyang sarili, sapagkat wala siyang taglay na kahit na anong kislap ng *pagkakaloob*. Siya ay magiging gaya ng isang hayop na nabubuhay lamang para sa sarili. Tulad ng sinabi ng ating mga pantas: "Kahit ang kabutihang ginagawa nila, ay ginagawa nila para sa kanilang sarili." Kaya't sinasabi tungkol sa kanila, "*Ang masasama—sa kanilang buhay ay tinatawag na patay*," sapagkat sila ay kabaligtaran ng *Buhay ng mga Buhay*.

58) Ito ang kahulugan ng sinabi ng ating mga pantas: "**Sa simula, pinag-isipan Niya na likhain ang mundo sa pamamagitan ng *Midat ha Din* (katangian ng paghatol). Nakita Niya na ang mundo ay hindi mananatili, kaya inuna Niya ang *Midat ha Rachamim* (katangian ng awa), at iniugnay ito sa *Midat ha Din***" (Beresheet Rabba, 12).

Sa espirituwalidad, ang bawat "una" at "pangalawa" ay nangangahulugang *sanhi* at *bunga*. Kaya, ang unang dahilan ng lahat ng mga mundo—ang mga *Partzufim* ng *AK*—ay nagmula sa *Midat ha Din*, na sumisimbolo sa *Malchut*, partikular sa *Behina Dalet* na pinaghigpitan at inalis, naging isang *walang laman na espasyo* sa *Sium Raglaim* ng *AK*. Ito ang punto ng mundong ito—isang madilim at walang lamang kalagayan na walang *Liwanag*.

Ang pahayag na *"Nakita Niya na ang mundo ay hindi mananatili"* ay nangangahulugan na sa ganoong sistema, si *Adan*, na nilikha mula sa *Behina Dalet*, ay hindi kailanman makakamtan ang *pagkakaloob* o *pagwawasto*. Kaya't, *"Iniuugnay Niya ang Rachamim sa Din."*

Paliwanag: Ang *Sefira* na *Bina* ay tinatawag na *Midat ha Rachamim*, habang ang *Malchut* ay *Midat ha Din*, dahil sa kanya isinagawa ang *Tzimtzum*. Kaya, inangat ng *Tagapaglikha* ang *Malchut* sa *Bina* — isinama ang *Midat ha Din* sa *Midat ha Rachamim*. Dahil dito, ang *Behina Dalet* ay naimpluwensyahan ng mga kislap ng *pagkakaloob* mula sa *Bina*.

Sa gayon, posible na si *Adan* ay malikha mula sa *Behina Dalet*, ngunit ngayon ay may kakayahan nang isama ang sarili sa *kalidad ng pagkakaloob*. Sa pamamagitan ng mga mabubuting gawa, maaaring maisaayos ni *Adan* ang kanyang sarili upang ang mismong *kaloobang tumanggap* ay maging para sa *pagkakaloob* — isang ganap na pagkakapantay ng anyo sa *Itinaas na Liwanag*. Kaya, sa pamamagitan ng paglikha ng tao at sa kanyang mga gawa, makakamtan ng mundo ang inaasahang *pagwawasto*.

59) Ang asosasyong ito ng *Malchut* sa *Bina* ay naganap sa *Partzuf SAG de AK* at nag-udyok ng pangalawang *Tzimtzum* sa mga mundo mula mismo pababa. Ito ay dahil ang isang bagong *Sium* sa *Mataas na Liwanag* ay ginawa dito, iyon ay, sa lugar ng *Bina*. Kasunod nito, ang nagtatapos na *Malchut*, na nakatayo sa *Sium Raglaim* ng *SAG de AK*, sa itaas ng punto ng mundong ito, ay bumangon at nagtapos sa *Mataas na Liwanag* sa kalahati ng *Bina de Guf de SAG de AK*, na tinatawag na *Tifferet*, dahil ang *KHB de Guf* ay tinatawag na *HGT*. Kaya, ang *Tifferet* ay *Bina de Guf*.

Gayundin, ang nag-asawahang *Malchut*, na nakatayo sa *Peh de Rosh de SAG de AK*, ay tumaas sa lugar ng *Nikvey Eynaim* (*mga mag-aaral*) *de AK*, na kalahati ng *Bina de Rosh*. Pagkatapos, isang *Zivug* para sa *MA de AK* ang ginawa doon, sa *Nikvey Eynaim*, na tinatawag na *"mundo ng Nekudim."*

60) Ito ay tinatawag ding *Tzimtzum NHY de AK*. Ito ay dahil ang *SAG de AK*, na nagtapos nang pantay-pantay sa *Partzuf Galgalta de AK*, sa itaas ng punto ng mundong ito, ay nagtatapos sa itaas ng *Tabur* ng panloob na *AK* sa pamamagitan ng samahan at ang pag-akyat ng *Malchut* sa lugar ng *Bina*, sa kalahati ng *Tifferet*, na kalahati ng *Bina de Guf* ng panloob na *AK*. Ito ay dahil ang nagtatapos na *Malchut* ay tumaas sa lugar na iyon at pinigil ang *Mataas na Liwanag* mula sa pagkalat mula dito pababa.

Para sa kadahilanang ito, isang bakanteng espasyo ang ginawa doon, na walang *Liwanag*. Kaya, ang *TNHY (Tifferet, Netzah, Hod, Yesod) de SAG* ay naging di tanggap at walang *Mataas na Liwanag*. Ito ang dahilan kung bakit ang *Tzimtzum Bet* (pangalawang paghihigpit) ay tinawag na *Tzimtzum NHY de AK*, dahil sa pamamagitan ng bagong *Sium* sa lugar ng *Tabur*, ang *NHY de SAG de AK* ay nawalan ng laman ng kanilang mga *Liwanag*.

Itinuturing din na ang *AHP* ng *Rosh de SAG* ay umalis sa antas ng *Rosh de SAG* at naging *Guf* nito, dahil ang nag-asawahang *Malchut* ay tumaas kay *Nikvey Eynaim* at ang sampung *Sefirot de Rosh* ay lumitaw mula sa *Masach* sa *Nikvey Eynaim* at sa *Itaas*. Gayundin, mula sa *Nikvey Eynaim* pababa ito ay itinuturing na *Guf* ng *Partzuf*, dahil maaari lamang itong tumanggap ng kaliwanagan mula kay *Nikvey Eynaim* at sa ibaba, na itinuturing na *Guf*.

Ang antas ng sampung *Sefirot* na ito na lumitaw sa *Nikvey Eynaim de SAG de AK* ay ang sampung *Sefirot* na tinatawag na "*mundo ng Nekudim.*" Bumaba sila mula sa *Nikvey Eynaim de SAG* patungo sa kanilang lugar sa ibaba ng *Tabur* ng panloob na *AK*, kung saan sila ay lumawak kasama ng *Rosh* at *Guf*. Alamin na ang bagong *Sium* na ito, na ginawa sa lugar ng *Bina de Guf*, ay tinatawag na *Parsa*. Gayundin, mayroong panloob at panlabas dito, at ang sampung panlabas na *Sefirot* lamang ang tinatawag na "*mundo ng Nekudim,*" habang ang sampung panloob na *Sefirot* ay tinatawag na *MA* at *BON de AK* mismo.

61) Gayunpaman, dapat nating maunawaan na dahil ang sampung *Sefirot* ng *Nekudim* at ang *MA de AK* ay nalikha at lumitaw mula sa *Nikvey Eynaim de Rosh de SAG*, dapat nilang dinamitan ang *SAG* mula sa *Peh de Rosh* nito at sa ibaba, tulad ng ibang *Partzufim*, kung saan binibihisan ng bawat isang mas mababa ang superyor nito mula sa *Peh de Rosh* pababa. Bakit hindi naging ganoon? Bakit sila bumaba at binihisan ang lugar sa ibaba ng *Tabur de AK*? Upang maunawaan iyon, dapat nating lubusan na maunawaan kung paano nabuo ang pagsasama-samang ito, kapag ang *Bina* at *Malchut* ay konektado bilang isa.

62) Ang bagay ay na sa panahon ng paglitaw ng *Partzuf SAG*, ito ay ganap na nahinto sa ibabaw ng *Tabur* ng panloob na *AK*, tulad ng ipinaliwanag tungkol sa *Partzuf AB de AK*. Hindi sila maaaring kumalat mula sa *Tabur* pababa, dahil ang pamahalaan ng *Behina Dalet* ng panloob na *AK* ay nagsisimula doon, sa sampung *Sefirot de Sium* nito, at walang anuman tungkol sa *Behina Dalet* sa *Partzufim AB* at *SAG* (*Aytem* 54).

Gayunpaman, nang magsimulang lumitaw ang *Nekudot de SAG de AK*, pagkatapos ng *Masach de SAG*, na *Behina Dalet de Aviut*, ay napadalisay sa pamamagitan ng *Bitush* ng *Ohr Makif* sa loob nito, at nagtungo sa *Behina Bet de Hitlabshut* at *Behina Aleph de Aviut*, lumisan ang *Taamim de SAG*. Pagkatapos, ang antas ng *Nekudot* ay lumitaw sa *Aviut* na nanatili sa *Masach*, sa *VAK* na walang *Rosh*.

Ito ay dahil ang sampung *Sefirot* na lumabas sa *Behina Aleph de Aviut* ay ang antas ng *ZA*, kulang sa *GAR*. Gayundin, walang *Bina* sa antas ng lalaki, na *Behina Bet de Hitlabshut*, ngunit halos iyon lang. Ito ay itinuturing na *VAK de Bina*.

Samakatuwid, ang anyo ng antas ng *Nekudot de SAG* na ito ay napantayan sa sampung *Sefirot de Sium* sa ibaba ng *Tabur de AK*, na itinuturing ding *VAK* na walang *Rosh* (*Aytem* 52). Ito ay napag-alaman na ang pagkakapareho ng anyo ay pinag-iisa ang mga espirituwal bilang isa. Samakatuwid, ang antas na ito ay kasunod na bumaba sa ibaba ng *Tabur de AK* at nahalo doon sa *ZON de AK*, kung saan sila ay iisa, dahil sila ay may pantay na antas.

63) Maaaring magtaka tayo sa katotohanan na mayroon pa ring malaking distansya sa pagitan nila tungkol sa kanilang *Aviut*, dahil ang *Nekudot de SAG* ay nagmula sa *Aviut* ng *Behina Bet* at wala ng *Behina Dalet*. At bagama't sila ay antas ng *ZA*, hindi ito katulad ng antas ng *ZA* sa ibaba ng *Tabur de AK*, kung saan ay *ZA* ng *Behina Dalet*. Kaya, mayroong isang malaking pagkakaiba sa pagitan nila.

Ang sagot ay ang *Aviut* ay hindi nakikita sa *Partzuf* sa panahon ng pagbibihis ng *Liwanag*, ngunit pagkatapos lamang ng paglisan ng *Liwanag*. Kaya naman, nang lumitaw ang *Partzuf Nekudot de SAG* sa antas ng *ZA*, bumaba, at nagbihis sa antas ng *ZON* mula sa *Tabur de AK* pababa, ang *Behina Bet* ay nahalo sa *Behina Dalet* at naging sanhi ng *Tzimtzum Bet*. Lumikha ito ng bagong *Sium* sa lugar ng *Bina de Guf* ng *Partzuf* na iyon, gayundin ang nag-udyok ng pagbabago sa lugar ng *Zivug*, na ginawa itong *Peh de Rosh* sa halip na *Nikvey Eynaim*.

64) Kaya, iyong nalaman na ang pinagmulan ng asosasyon ng *Malchut* sa *Bina*, na tinatawag na *Tzimtzum Bet*, ay naganap lamang sa ibaba ng *Tabur de AK*, sa pamamagitan ng pagpapalawak ng *Partzuf Nekudot de SAG* sa lugar na iyon. Samakatuwid, ang antas na ito ng sampung *Sefirot de Nekudim*, na nagmula sa *Tzimtzum Bet*, ay hindi maaaring kumalat sa itaas ng *Tabur de AK*, dahil walang puwersa at pamumuno na maaaring lumitaw sa itaas ng pinagmulan nito. At dahil ang lugar kung saan nilikha ang *Tzimtzum Bet* ay mula sa *Tabur* pababa, ang antas ng *Nekudim* ay kailangang lumawak din doon.

ANG LUGAR PARA SA APAT NA MUNDO ABYA, AT ANG PAGITAN NG ATZILUT AT BYA

65) Kaya ating natutunan na ang *Tzimtzum Bet* ay naganap lamang sa *Partzuf Nekudot de SAG*, na nakaposisyon mula sa *Tabur de AK* pababa, sa pamamagitan ng *Sium Raglin* nito, iyon ay, sa itaas ng punto ng mundong ito. Alamin na ang lahat ng mga pagbabago na sumunod sa pangalawang paghihigpit ay dumating lamang sa *Partzuf Nekudot de SAG* na iyon, at hindi sa ibabaw nito.

Nang ating sabihin na ang *Itaas*, na sa pamamagitan ng pag-akyat ng *Malchut* sa kalahati ng *Tifferet de AK*, kung saan tinapos niya ang *Partzuf*, ang isang mas mababang kalahati ng *Tifferet* at *NHYM de AK* ay lumabas sa anyo ng walang laman na espasyo, hindi ito nangyari sa *TNHY de AK* mismo, ngunit sa *TNHY* lamang ng *Partzuf Nekudot de SAG de AK*. Gayunpaman, ang mga pagbabagong ito ay itinuturing na isang pagtaas lamang ng *MAN* sa *AK* mismo. Sa madaling salita, binihisan nito ang mga pagbabagong ito upang magmula sa sampung *Sefirot de Nekudim* mismo, kahit na walang pagbabagong nag-udyok sa *AK* mismo.

66) At sa sandaling naganap ang *Tzimtzum*, sa panahon ng pag-akyat ng *Malchut* sa *Bina*, bago pa man ang pagtaas ng *MAN* at ang *Zivug* na ginawa sa *Nikvey Eynaim de AK*, naging sanhi ito ng *Partzuf Nekudot de SAG de AK* na hatiin sa apat na mga dibisyon.:

1. Ang *KHB HGT* hanggang sa *Chazeh* nito ay itinuturing na lugar ng *Atzilut;*
2. Ang mas mababang ikatlong bahagi ng Tifferet — mula sa Chazeh hanggang sa Sium nito — ang naging tahanan ng mundo ng Beria.;
3. Ang tatlong Sefirot nito, NHY, ay naging lugar ng mundo ng *Yetzira*;
4. Ang *Malchut* sa loob nito ay naging lugar ng mundo ng *Assiya*

67) Ang dahilan nito ay ang lugar ng mundo ng *Atzilut* ay nangangahulugan ng lugar na karapat-dapat sa pagpapalawak ng *Itaas na Liwanag*. At dahil sa pag-akyat ng nagtatapos na *Malchut* sa lugar ng *Bina de Guf*, na tinatawag na *Tifferet*, ang *Partzuf* ay nagtatapos doon at ang *Liwanag* ay hindi maaaring tumawid mula doon pababa. Kaya, ang lugar ng *Atzilut* ay nagtatapos doon, sa kalahati ng *Tifferet*, sa *Chazeh*.

At alam n'yo na ang bagong *Sium* na ito, na ginawa dito, ay tinatawag na "ang *Parsa* sa ibaba ng mundo ng *Atzilut.*" At mayroong tatlong dibisyon sa *Sefirot* sa ibaba ng *Parsa*. Ito ay dahil sa katunayan, dalawang *Sefirot* lamang, *ZON de Guf*, na tinatawag na *NHYM*, ang kailangan upang lumabas sa ibaba ng *Atzilut*. Ito ay dahil ang *Sium* ay ginawa sa *Bina de Guf*, na siyang *Tifferet*, tanging ang *ZON* sa ibaba ng *Tifferet* ang nasa ibaba ng *Sium*, at hindi ang *Tifferet*, bagaman kalahati ng isang mas mababang *Tifferet* ay lumabas din sa ibaba ng *Sium*.

Ang dahilan ay ang *Bina de Guf* ay binubuo rin ng sampung *Sefirot KHB ZON*. At dahil ang mga *ZON de Bina* na ito ay ang mga ugat ng napapabilang *ZON de Guf*, na kasama sa *Bina*, sila ay itinuturing na katulad nila. Kaya naman, lumabas ang *ZON de Bina* sa ibaba ng *Parsa de Atzilut*, pati na rin, kasama ang napapabilang *ZON*. Para sa kadahilanang ito, ang *Sefira Tifferet* ay nabasag sa kabuuan nito sa lugar ng *Chazeh*, dahil ang *Malchut* na tumaas sa *Bina* ay nakatayo doon at inilabas ang *ZON de Bina*, iyon ay, ang dalawang-katlo ng *Tifferet* mula sa *Chazeh* hanggang sa *Sium*.

Gayunpaman, mayroon pa ring pagkakaiba sa pagitan ng dalawang-katlo ng *Tifferet* at ng *NHYM*, dahil ang dalawang-katlo ng *Tifferet* ay tunay na nabibilang sa *Bina de Guf* at hindi kailanman lumabas sa ibaba ng *Sium de Atzilut* dahil sa kanilang sarili, ngunit dahil lamang sila ang mga ugat ng *ZON*. Samakatuwid, ang kanilang kapintasan ay hindi masyadong malaki, dahil hindi sila lumabas dahil sa kanilang sarili. Kaya, sila ay nahiwalay sa *NHYM* at naging isang mundo sa kanilang sarili, na tinatawag na "mundo ng *Beria*."

68) Ang *ZON de Guf*, din, na tinatawag na *NHYM*, ay nahahati sa dalawang mga pag-unawa: dahil ang *Malchut* ay itinuturing na *Nukva* (babae), ang kanyang kapintasan ay mas malaki, at siya ay naging lugar ng mundo ng *Assiya*. Ang *ZA*, na ang *NHY*, ay naging mundo ng *Yetzira*, sa itaas ng mundo ng *Assiya*.

Sa gayon ay ating ipinaliwanag kung paano hinati ng *Tzimtzum Bet* ang *Partzuf Nekudot de SAG* at naging lugar ng apat na mundo: *Atzilut*, *Beria*, *Yetzira*, at *Assiya*. Ang *KHB HGT*, hanggang sa *Chazeh* nito, ay naging lugar ng mundo ng *Atzilut*. Ang ibabang kalahati ng *Tifferet*, mula sa *Chazeh* hanggang sa *Sium* ng *Tifferet*, ay naging lugar ng mundo ng *Beria*, ang *NHY* sa loob nito—ang mundo ng *Yetzira*, at ang *Malchut* nito—ang mundo ng *Assiya*. Ang kanilang lugar ay nagsisimula mula sa punto ng *Tabur de AK* at nagtatapos sa itaas ng punto ng mundong ito, iyon ay, sa pamamagitan ng *Sium Raglin de AK*, na siyang dulo ng pananamit ng *Partzuf Nekudot de SAG* sa *Partzuf Galgalta de AK*.

ANG KATNUT AT GADLUT NA SINIMULAN SA MUNDO NG NEKUDIM

69) Ngayong alam mo na ang tungkol sa *Tzimtzum Bet* na naganap sa *Partzuf Nekudot de SAG* para sa layuning magmula sa sampung *Sefirot* ng mundo ng *Nekudim*, ang ikaapat na *Partzuf* ng *AK*, babalik tayo sa pagpapaliwanag ng *elisitasyon* ng sampung partikular na *Sefirot* ng *Nekudim*. Ang *elisitasyon* ng isang *Partzuf* mula sa susunod ay naipaliwanag na. Ang bawat mababang *Partzuf* ay ipinanganak at nagmula sa *Masach de Guf* ng Kataasan, pagkatapos ng *Hizdakchut* nito at pag-akyat para sa muling pagbabago ng *Zivug* sa *Peh* ng Kataasan. At ang dahilan ng *Hizdakchut* na ito ay ang *Bitush* ng *Ohr Makif* sa *Masach* ng Mataas na *Partzuf*, na nagpapadalisay sa *Masach* mula sa *Aviut de Guf* nito, at tinutumbasan ito ng *Aviut de Rosh* (*Aytem* 35).

Sa ganitong paraan, lumitaw ang *Partzuf AB de AK* mula sa *Partzuf Keter de AK*, *Partzuf SAG de AK* mula sa *Partzuf AB de AK*, at ang ikaapat na *Partzuf de AK*, na tinatawag na "sampung *Sefirot* ng mundo ng *Nekudim*," ay ipinanganak at lumabas mula sa nakatataas nito, pagiging *SAG de AK*, sa parehong paraan.

70) Gayunpaman, may isa pang isyu dito. Sa nakaraang *Partzufim*, ang *Masach* ay ginawa lamang ng *Reshimot de Aviut* ng *Guf* ng Kataasan, sa panahon ng *Hizdakchut* ng *Masach* hanggang sa *Peh de Rosh* ng Kataasan. Ngunit dito, sa *Hizdakchut* ng *Masach de SAG de AK* para sa *Nekudim*, ang *Masach* na ito ay ginawa ng dalawang uri ng *Reshimot*. Bukod sa ginawa ng sarili nitong *Reshimot de Aviut*, na may paggalang sa *Sefirot de Guf de SAG de AK*, kasama rin ito sa *Reshimot de Aviut de ZON de AK* sa ibaba ng *Tabur*. Ito ay dahil sa kanilang timpla sa ibaba ng *Tabur de AK*, gaya ng nasusulat (*Aytem* 61) na ang *Nekudot de SAG* ay bumaba sa ibaba ng *Tabur de AK* at hinaluan ng *ZON de AK* doon.

71) Kaya, ang usapin ng *Katnut* (kaliitan) at *Gadlut* (tamang gulang) ay sinimulan dito sa *Partzuf Nekudim*. Na may kinalaman sa *Reshimot de Aviut* sa *Masach*, sampung *Sefirot* ng *Katnut Nekudim* ang lumitaw sa kanila. At tungkol sa *Reshimot* de *ZON de AK* sa ibaba ng *Tabur*, na nahalo at konektado sa *Reshimot* ng *Masach*, ang sampung *Sefirot de Gadlut* ng *Nekudim* ay lumitaw sa kanila.

72) Dapat nyo ring malaman na ang sampung *Sefirot* ng *Katnut Nekudim* na lumitaw sa *Masach* ay itinuturing na buod ng *Partzuf Nekudim*, dahil unti-unti silang lumitaw, iyon ay, mula sa buod ng *Masach de Guf* ng *Kataasang de AK*, katulad ng lumabas ang tatlong naunang *Partzufim de AK*. Ngunit ang sampung *Sefirot de Gadlut* ng *Nekudim* ay itinuturing na karagdagan lamang sa *Partzuf Nekudim*. Ito ay dahil lumabas lamang sila mula sa *Zivug* sa *Reshimot de ZON de AK* sa ibaba ng *Tabur*, na hindi unti-unting lumitaw, ngunit idinagdag at konektado sa *Masach* dahil sa paghina ng *Partzuf Nekudot de SAG* sa ibaba ng *Tabur de AK* (*Aytem* 70).

73) Atin munang linawin ang sampung *Sefirot de Katnut Nekudim*. Alam na natin na kasunod ng *Hitpashtut* (pagkalat/pagpapalawak) ng *SAG de AK*, sumailalim ito sa *Bitush* ng *Ohr Makif* at *Ohr Pnimi* sa *Masach* nito, na unti-unting nagdalisay dito. Ang mga antas na lumitaw habang ito ay dinadalisay ay tinatawag na *Nekudot de SAG*, at sila ay bumaba sa ibaba ng *Tabur de AK* at nahalo sa *Behina Dalet* doon (*Aytem* 62). Matapos nitong makumpleto ang paglilinis ng lahat ng *Aviut de Guf* sa *Masach* at nanatili sa *Aviut de Rosh* lamang, ito ay itinuturing na tumaas sa *Rosh de SAG*, kung saan nakatanggap ito ng bagong *Zivug* sa sukat ng *Aviut* na nanatili sa *Reshimot* noong ang *Masach* (*Aytem* 35).

74) At dito rin, itinuturing na ang huling *Behina* ng *Aviut*, *Aviut de Behina Bet* na nasa *Masach*, ay ganap na naglaho, na naiwan lamang ang *Reshimo de Hitlabshut*. Kaya, walang natira sa *Aviut* kundi ang *Behina Aleph*. Kaya naman (*Aytem* 43), ang *Masach* ay nakatanggap ng dalawang uri ng *Zivugim* (pangmaramihan para sa *Zivug*) sa *Rosh de SAG*:

1. *Hitkalelut* ng *Behina Aleph de Aviut* sa loob ng *Behina Bet de Hitlabshut* (damit), na tinatawag na "Hitkalelut ng babaeng *Reshimo* sa lalaking *Reshimo*," ay gumawa ng isang antas sa halos antas ng *Bina*, na siyang antas ng *VAK de Bina*. Ang antas na ito ay tinatawag na "ang *Sefira Keter de Nekudim*."

2. Ang *Hitkalelut* ng lalaki na may *Reshimo* ng babae, ang *Reshimo* ng *Behina Bet de Hitlabshut* sa *Behina Aleph de Aviut*, ay gumawa ng antas ng *ZA*, itinuturing na *VAK* na walang *Rosh*, na tinatawag na "Aba ve Ima de Nekudim magkatalikuran."

Ang dalawang antas na ito ay tinatawag na *GAR de Nekudim*, ibig sabihin, sila ay itinuturing na sampung *Sefirot de Rosh Nekudim*, dahil ang bawat *Rosh* ay tinatawag na *GAR* o *KHB*. Ngunit may pagkakaiba sa pagitan nila: Ang *Keter de Nekudim*, na nasa antas ng lalaki, ay hindi kumakalat sa *Guf* at kumikinang lamang sa *Rosh*. Tanging ang *AVI de Nekudim*, na kung saan ay ang babaeng antas, na tinatawag na "pitong isang mas mababang," ang lumawak sa *Guf*.

75) Kaya, mayroong tatlong antas sa ibaba ng bawat isa:

1. *Keter de Nekudim*, na may antas ng *VAK de Bina*.

2. Ang antas ng *AVI (Aba at Ima)de Nekudim*, na may antas ng *ZA*. Ang mga ito ay parehong itinuturing na *Rosh*.

3. *ZAT de Nekudim, HGT NHYM*, itinuturing na *Guf de Nekudim*.

76) Alamin, na sa pag-akyat ng *Malchut* sa *Bina*, ang dalawang antas ng *Nekudim* na ito ay nahati sa dalawang bahagi sa kanilang paglabas, na tinatawag na *Panim* (mukha) at *Ahoraim* (likod). Ito ay dahil habang ang *Zivug* ay ginawa sa *Nikvey Eynaim*, mayroon lamang dalawa at kalahating *Sefirot* sa *Rosh—Galgalta, Eynaim* (mga mata), at *Nikvey Eynaim*, iyon ay, *Keter, Hochma*, at ang Mataas na kalahati ng *Bina*. Ang mga ito ay tinatawag na *Kelim de Panim* (pangharap na *Kelim*).

Ang *Kelim de AHP*, na isang mas mababang kalahati ng *Bina, ZA*, at *Nukva*, ay lumabas mula sa sampung *Sefirot de Rosh* at itinuturing na antas sa ibaba ng *Rosh*. Samakatuwid, ang *Kelim de Rosh*, na umalis sa *Rosh*, ay itinuturing na *Kelim de Achoraim* (panlikod na *Kelim*). Ang bawat antas ay nahati sa ganitong paraan.

77) Ito ay sumusunod na walang kahit isang antas na walang *Panim* at *Achoraim*. Ito ay dahil ang *AHP* ng antas ng lalaki, ang *Keter de Nekudim*, ay lumabas mula sa antas ng *Keter* at bumaba sa antas ng *AVI de Nekudim*, ang antas ng babae. At ang *AHP* ng babaeng antas—*AVI de Nekudim*—ay bumaba at bumagsak sa kanilang antas ng *Guf*, ang antas ng pitong isang mas mababang *Sefirot HGT NHY de Nekudim*.

Lumalabas na ang *AVI* ay binubuo ng dalawang *Behinot Panim* at *Achoraim*: sa loob ng mga ito ay ang *Achoraim* ng antas ng *Keter*, iyon ay, ang *AHP de Keter*, at sa ibabaw nila binibihisan ang *Kelim de Panim de AVI* sa kanilang sarili, iyon ay, ang kanilang sariling *Galgalta, Eynaim*, at *Nikvey Eynaim*. Gayundin, ang *ZAT de Nekudim* ay binubuo ng *Panim* at *Achoraim*: ang *Kelim de Achoraim de AVI*, na kanilang *AHP*, ay nasa loob ng *ZAT*, at binibihisan sila ng *Kelim de Panim de ZAT* mula sa labas.

78) Ang isyung ito ng paghahati sa dalawang kalahati ay naging dahilan upang ang mga antas ng *Nekudim* ay hindi makapadala ng higit sa *Behinat Nefesh Ruach*, ibig sabihin ay *VAK* na walang *GAR*. Ito ay dahil ang bawat antas ay kulang sa tatlong *Kelim, Bina* at *ZON*, kaya ang kawalan ng Liwanag ng *GAR* doon, na *Neshama, Haya, Yechida* (Aytem 24). Sa gayon ay lubusan nating naipaliwanag ang sampung *Sefirot de Katnut de Nekudim*, na ang tatlong

antas na tinatawag na *Keter*, *AVI*, at *ZAT*. Ang bawat *anats* ay naglalaman lamang ng *Keter Hochma* sa *Kelim* at *Nefesh Ruach* sa Liwanag, dahil ang *Bina* at *ZON* ng bawat antas ay bumaba sa antas sa ibaba nito.

UMAANGAT NA *MAN* AT ANG ELISITASYON NG GADLUT DE NEKUDIM

79) Ngayon ay ipapaliwanag natin ang sampung *Sefirot de Gadlut* (pagkagulang/kadakilaan) ng *Nekudim*, na lumitaw sa *MAN de Reshimot* ng *ZON de AK* sa ibaba ng *Tabur* nito (*Aytem* 71). Una, dapat nating maunawaan ang umaangat na *MAN* (*Mayin Nukvin*). Sa ngayon, ang napag-usapan lang natin ay ang pag-akyat ng *Masach de Guf* sa *Peh de Rosh* ng *Kataasang*, kapag nadalisay na ito. Gayundin, mayroong *Zivug de Hakaa* sa *Reshimot* na kasama dito, na gumagawa ng antas ng sampung *Sefirot* para sa mga pangangailangan ng isang isang mas mababa. Ngayon, gayunpaman, ang isyu ng umaangat na *Mayin Nukvin* (*MAN*/babaeng tubig) ay nabago, para sa mga Liwanag na ito, na tumaas mula sa ibaba ng *Tabur de AK* hanggang sa *Rosh de SAG*, na kung saan ay ang *Reshimot de ZON de Guf de AK*, ay tinatawag na "umaangat na *MAN*."

80) Napag-alaman, na ang pinagmulan ng umaangat na *MAN* ay mula sa *ZA* at *Bina* ng sampung *Sefirot* ng *Ohr Yashar* (Direktang Liwanag) (*Aytem* 5). Ipinaliwanag doon na si *Bina*, na itinuturing na *Ohr Hassadim*, ay muling sumama sa *Hochma* nang siya ay lumabas sa *Sefira Tifferet*, na tinatawag na *Behina Gimel*, at pinalawak ang kaliwanagan ng *Hochma* mula dito para sa *Tifferet*, na *ZA*. Ang karamihan ng *ZA* ay lumabas mula sa *Ohr Hassadim* ng *Bina*, at ang minorya nito ay may kaliwanagan ng *Hochma*.

Dito ginawa ang koneksyon sa pagitan ng *ZA* at *Bina*, dahil sa tuwing umaangat ang *Reshimot de ZA* sa *Bina*, kumokonekta ang *Bina* sa *Hochma* at pinalawak ang kaliwanagan ng *Hochma* mula rito, para sa *ZA*. Ang pag-akyat na ito ng *ZA* sa *Bina*, na nag-uugnay dito sa *Hochma*, ay palaging tinatawag na "umaangat na *MAN*." Kung wala ang pag-akyat ng *ZA* sa *Bina*, ang *Bina* ay hindi itinuturing na *Nukva* hanggang *Hochma*, dahil siya mismo ay *Ohr Hassadim* lamang at hindi kailangang tumanggap ng *Ohr Hochma*.

Siya ay palaging itinuturing na likod sa likod sa *Hochma*, na nangangahulugang ayaw niyang tumanggap mula sa *Hochma*. Tanging kapag ang *ZA* ay tumayo sa kanya, siya ay naging *Nukva* para sa *Hochma* muli, upang makatanggap ng liwanag ng *Hochma* mula dito, para sa *ZA*. Kaya, ang pag-akyat ng *ZA* ay ginagawa siyang isang *Nukva*, at ito ang dahilan kung bakit ang pag-akyat nito ay tinawag na *Mayin Nukvin*, dahil ang pag-akyat ng *ZA* ay muling nagdadala sa kanya nang mukha sa mukha. Nangangahulugan ito na natatanggap niya mula sa kanya ang paraan na ginagawa ni *Nukva* mula sa lalaki. Sa gayon ay lubusan nating nilinaw ang umaangat na *MAN*.

81) Alam mo na na ang *Partzuf AB de AK* ay *Partzuf Hochma*, at ang *Partzuf SAG de AK* ay *Partzuf Bina*. Nangangahulugan ito na sila ay nauunawaan ayon sa *Pinakamataas na Behina* ng kanilang antas. Ang *AB*, na ang *Pinakamataas na Behina* ay *Hochma*, ay itinuturing na lahat ay *Hochma*. Ang *SAG*, na ang *Pinakamataas na Behina* ay *Bina*, ay itinuturing na lahat ay *Bina*.

Kaya, nang ang *Reshimot de ZON de Guf* sa ibaba ng *Tabur de AK* ay umangat sa *Rosh de SAG*, sila ay naging *MAN* sa *SAG* doon, kung saan ang *SAG*, na ay *Bina*, ay ipinares sa *Partzuf*

AB, na siyang *Hochma*. Kasunod nito, binigyan ng *AB* ang *SAG* ng bagong *Liwanag* para sa mga pangangailangan ng *ZON*, sa ibaba ng *Tabur* na umaangat doon.

At sa sandaling natanggap ng *ZON de AK* ang bagong *Liwanag* na ito, bumaba sila pabalik sa kanilang lugar sa ibaba ng *Tabur de AK*, kung saan naroon ang sampung *Sefirot de Nekudim*, kung saan binigyang-liwanag nila ang bagong *Liwanag* sa loob ng sampung *Sefirot de Nekudim*. Ito ang *Mochin* (*Liwanag*) de *Gadlut* ng sampung *Sefirot de Nekudim*. Kaya't ating ipinaliwanag ang sampung *Sefirot de Gadlut* na lumitaw sa pangalawang uri ng *Reshimot*, na siyang *Reshimot de ZON* sa ibaba ng *Tabur de AK* (*Aytem* 71). Sa katunayan, ang mga *Mochin de Gadlut* na ito ang naging sanhi ng pagkabasag ng mga *daluyan (vessels)*, tulad ng isusulat sa ibaba.

82) Ipinaliwanag sa itaas (Aytem 74) na mayroong dalawang antas sa *Rosh de Nekudim*, na tinatawag na *Keter* at *AVI*. Kaya naman, nang ang *ZON de AK* ay sumikat ng bagong *Liwanag* ng *AB SAG* sa sampung *Sefirot de Nekudim*, una itong ipinakita sa *Keter de Nekudim* sa pamamagitan ng *Tabur de AK* nito, kung saan nagdadamit ang *Keter*, at natapos ito ng *GAR* sa *Liwanag* at *Bina* at *ZON* sa *Kelim*. Kasunod nito, lumiwanag ito sa *AVI de Nekudim* sa pamamagitan ng *Yesod de AK*, kung saan binibihisan ang *AVI*, at natapos ang mga ito ng *GAR* sa *Liwanag* at *Bina* at *ZON* sa *Kelim*.

83) Una, ating ipaliwanag ang *Gadlut*, na dulot ng bagong *Liwanag* na ito sa sampung *Sefirot* ng *Nekudim*. Ang bagay ay dapat nating itanong tungkol sa kung ano ang nakasulat sa *Aytem* 74, na ang antas ng *Keter* at *AVI de Nekudim* ay itinuturing na *VAK* dahil sila ay lumitaw sa *Aviut* ng *Behina Aleph*. Ngunit ating sinabi na sa pamamagitan ng pagbaba ng *Nekudot de SAG* sa ibaba ng *Tabur de AK*, ang *Behina Dalet* ay sumali sa *Masach de Nekudot de SAG*, na ang *Bina*. Kaya, ang *Masach* na ito ay naglalaman gayundin ng isang *Reshimo Behina Dalet de Aviut*. Sa kasong iyon, sa panahon ng *Hitkalelut* ng *Masach* sa *Rosh de SAG*, sampung *Sefirot* ay dapat na lumitaw sa antas ng *Keter* at ng *Liwanag* ng *Yechida*, at hindi sa antas ng *VAK de Bina* sa *Sefira Keter*, at sa antas ng *VAK* walang *Rosh* sa *AVI*.

Ang sagot ay ang lugar ang dahilan. Dahil kasama ang *Behina Dalet* sa *Bina*, kung saan ay *Nikvey Eynaim*, nawala ang *Aviut Dalet* doon sa panloob ng *Bina*, na parang wala talaga doon. Kaya naman, ang *Zivug* ay ginawa lamang sa *Reshimot* ng *Behina Bet de Hitlabshut* at *Behina Aleph de Aviut*, na esensyal ay mula lamang sa *Masach de Bina* (*Aytem* 74), at dalawang antas lamang ang lumitaw doon: *VAK de Bina* at kumpletong *VAK*.

84) Samakatuwid, ngayon ay pinalawak ng *ZON de AK* sa ibaba ng *Tabur* ang bagong *Liwanag* sa pamamagitan ng kanilang *MAN* mula sa *AB SAG de AK*, at binigyang liwanag ito hanggang sa *Rosh de Nekudim* (*Aytem* 81). At dahil walang koneksyon ang *Partzuf AB de AK* sa *Tzimtzum Bet* na ito, na nagtaas sa *Behina Dalet* sa lugar ng *Nikvey Eynaim*, nang ang *Liwanag* nito ay hinatak sa *Rosh de Nekudim*, muling kinansela nito ang *Tzimtzum Bet* sa loob nito, na nagpaangat sa lugar ng *Zivug* sa *Nikvey Eynaim*. Gayundin, ibinaba nito ang *Behina Dalet* pabalik sa lugar nito sa *Peh*, tulad ng bago sa *Tzimtzum Aleph*, iyon ay, ang lugar ng *Peh de Rosh*.

Kaya, ang tatlong *Kelim* — *Awzen* (tainga), *Hotem* (ilong), at *Peh* (bibig) — na nahulog mula sa antas dahil sa *Tzimtzum Bet* (*Aytem* 76), ay bumalik na ngayon sa kanilang lugar — kanilang antas — gaya ng dati. Sa oras na iyon, ang lugar ng *Zivug* ay bumaba muli mula

Nikvey Eynaim hanggang *Behina Dalet* sa lugar ng *Peh de Rosh*. At dahil ang *Behina Dalet* ay nasa kanyang lugar, sampung *Sefirot* ang lumitaw doon sa antas ng *Keter*.

Kaya ipinaliwanag na sa pamamagitan ng bagong *Liwanag*, na pinalawak ng ZON de AK sa *Rosh de Nekudim*, nakuha nito ang tatlong *Liwanag* na *Neshama, Haya, Yechida*, at ang tatlong *Kelim AHP*, na *Bina* at *ZON* na nawawala noong una itong lumitaw.

85) Ngayon ay lubusan nating nilinaw ang *Katnut* at *Gadlut de Nekudim*. Ang *Tzimtzum Bet*, na nagpapataas sa ibabang *Hey — Behina Dalet* — sa lugar ng *Nikvey Eynaim*, kung saan ito nakatago, ay naging sanhi ng antas ng *Katnut de Nekudim* — ang antas ng *VAK* o *ZA* sa *Liwanag* ng *Nefesh Ruach*. Doon nagkukulang na *Bina* at *ZON* sa *Kelim* at *Neshama, Haya, Yechida* sa *Liwanag*. At sa pamamagitan ng paglapit ng isang bagong *Liwanag* ng *AB SAG de AK* hangang *Nekudim, Tzimtzum Aleph* bumalik sa lugar nito.

Bina at *ZON* ng *Kelim* ay bumalik sa *Rosh*, dahil ang isang mas mababang *Hey* ay bumaba mula sa *Nikvey Eynaim* at bumalik sa kanyang lugar — *Malchut*, na tinatawag na *Peh*. Pagkatapos ay isang *Zivug* ang ginawa sa *Behina Dalet*, na bumalik sa kanyang lugar, at sampung *Sefirot* sa antas ng *Keter* at *Yechida* ay lumitaw. Nakumpleto nito ang *NRNHY* ng *Liwanag* at ang *KHB ZON* ng *Kelim*.

Sa madaling salita, mula ngayon ay tutukuyin natin ang *Tzimtzum Bet* at ang *Katnut* sa pangalang "pag-akyat ng isang mas mababang *Hey* sa *Nikvey Eynaim* at ang pagbaba ng *AHP* sa ibaba." Gayundin, tinutukoy natin ang *Gadlut* sa pangalang "ang paglapit ng *Liwanag* ng *AB SAG*, na nagpapababa sa isang mas mababang *Hey* mula sa *Nikvey Eynaim* at ibinabalik ang *AHP* sa kanilang lugar." Tandaan itong paliwanag sa itaas.

Dapat nyo ring tandaan na ang *GE* (*Galgalta Eynaim*) at *AHP* ay mga pangalan ng sampung *Sefirot KHB ZON de Rosh*, at ang sampung *Sefirot de Guf* ay tinatawag na *HGT NHYM*. Sila rin, ay nahahati sa *GE* at *AHP*, dahil ang *Hesed* at *Gevura* at ang Ikatlong Itaas ng *Tifferet* — sa pamamagitan ng *Chazeh* — ay *Galgalta ve (at) Eynaim* at *Nikvey Eynaim*, at ang dalawa ng tatlo ng *Tifferet* at *NHYM* ay *AHP*, gaya ng naisulat sa itaas.

Gayundin, tandaan na ang *Galgalta, Eynaim,* at *Nikvey Eynaim*, o *HGT* hanggang sa *Chazeh*, ay tinatawag na *Kelim de Panim* (anterior *Kelim*). At ang *AHP*, o ang dalawang isang mas mababang ikatlong bahagi ng *Tifferet* at *NHYM* mula sa *Chazeh* pababa ay tinatawag na *Kelim de Achoraim* (posterior *Kelim*), gaya ng nakasulat sa *Aytem* 76. At dapat nyo ring tandaan ang bitak ng antas na naganap sa *Tzimtzum Bet*, na tanging naiwan ang *Kelim de Panim* sa buong antas. At sa wakas, ang bawat mababa ay naglalaman sa loob nito ng *Kelim de Achoraim* ng Isang Nakatataas (*Aytem* 77).

PAGPAPALIWANAG SA TATLONG NEKUDOT HOLAM, SHURUK, HIRIK

86) Alamin, na ang *Nekudot* (tuldok) ay nahahati sa tatlong *Behinot — Rosh, Toch,* at *Sof*, na:

• Ittas na *Nekudot*, sa itaas ng *Otiot* (mga titik), kasama sa pangalan, *Holam;*

• Gitnang *Nekudot*, sa loob ng *Otiot*, kasama sa pangalan, *Shuruk* o *Melafom*, ibig sabihin ay *Vav* at isang punto sa loob nito;

• Isang mas mababang *Nekudot*, sa ibaba ng *Otiot*, kasama sa pangalang, *Hirik*.

87) Ito ang kanilang paliwanag: *Otiot* ay mga *Kelim*, iyon ay, *Sefirot* ng *Guf*. Ito ay dahil ang sampung *Sefirot de Rosh* ay mga ugat lamang sa *Kelim*, hindi aktwal na *Kelim*. Ang ibig sabihin ng *Nekudot* ay mga Ilaw, na nagpapanatili sa *Kelim* at nagpapagalaw sa kanila, ibig sabihin ay *Ohr Hochma*, na tinatawag na *Ohr Haya*. Ito ay itinuturing na isang bagong Liwanag, na natanggap ng *ZON de AK* mula sa *AB SAG* at nagpapaliwanag sa *Kelim de Nekudim*, na ibinababa ang ibabang *Hey* pabalik sa *Peh* ng bawat antas, at ibinalik ang *AHP de Kelim* at *GAR* ng mga Liwanag sa bawat antas.

Kaya, ang Liwanag na ito ay pinakilos ang *Kelim de AHP* at itinaas ang mga ito mula sa mababang antas, na nagkokonekta sa kanila sa Kataasan, tulad ng sa simula. Ito ang kahulugan ng *Nekudot* na gumagalaw sa *Otiot*. At dahil ang Liwanag na ito ay mula sa *AB de AK*, na *Ohr Haya*, binubuhay nito ang mga *Kelim de AHP* sa pamamagitan ng pananamit sa kanila.

88) Inyo nang nalaman na ang *ZON de AK* ay nagpakita ng bagong *Liwanag* na ito sa sampung *Sefirot de Nekudim* sa pamamagitan ng dalawang lugar: ito ay nagliliwanag sa *Keter de Nekudim* sa pamamagitan ng *Tabur*, at nagliwanag sa *AVI de Nekudim* sa pamamagitan ng *Yesod*.

Alamin na ang kaliwanagan na ito sa pamamagitan ng *Tabur* ay tinatawag na *Holam*, na nagniningning para sa *Otiot* sa itaas nila. Ito ay dahil ang kaliwanagan ng *Tabur* ay umabot lamang sa *Keter de Nekudim*, ang antas ng lalaki ng *Rosh de Nekudim* (Aytem 74). At ang antas ng lalaki ay hindi lumalawak sa ibabang pito ng *Nekudim*, na siyang *Kelim de Guf*, na tinatawag na *Otiot*. Samakatuwid, ito ay itinuturing na nagniningning sa kanila lamang mula sa lugar nito sa itaas, nang hindi lumalawak sa *Otiot* mismo.

Ang kaliwanagan na ito sa pamamagitan ng *Yesod* ay tinatawag na *Shuruk*, iyon ay, *Vav* na may isang punto na nakatayo sa loob ng linya ng *Otiot*. Ang dahilan ay ang kaliwanagan na ito ay dumarating sa *AVI de Nekudim*, na siyang babaeng antas ng *Rosh de Nekudim*, kung saan ang mga *Liwanag* ay lumalawak sa *Guf*, pati na rin ang *ZAT de Nekudim*, na tinatawag na *Otiot*. Ito ang dahilan kung bakit makikita mo ang punto ng *Shuruk* sa loob ng linya ng *Otiot*.

89) Kaya, ang *Holam* at *Shuruk* ay lubusang naipaliwanag. Ang kaliwanagan ng isang bagong *Liwanag* sa pamamagitan ng *Tabur*, na nagpapababa sa ibabang *Hey* mula *Nikvey Eynaim de Keter* hanggang sa *Peh*, at muling itinataas ang *AHP de Keter*, ay ang punto ng *Holam* sa itaas ng *Otiot*. Ang kaliwanagan ng isang bagong *Liwanag* sa pamamagitan ng *Yesod*, na nagpapababa sa isang mas mababang *Hey* mula *Nikvey Eynaim de AVI* sa kanilang *Peh* at nagbabalik ng kanilang *AHP*, ay ang punto ng *Shuruk* sa loob ng *Otiot*. Ito ay dahil ang mga *Mochin* na ito ay dumating din sa *ZAT de Nekudim*, na tinatawag na *Otiot*.

90) Ang *Hirik* ay itinuturing na bagong *Liwanag* na natatanggap mismo ng *ZAT* mula sa *AVI*, upang ibaba ang nagtatapos sa ibabang *Hey*, na nakatayo sa kanilang *Chazeh*, sa lugar ng *Sium Raglin de AK*. Kaya, ang kanilang *AHP*, ang *Kelim* mula sa *Chazeh* pababa, na naging lugar ng *BYA*, ay bumalik sa kanila. Sa oras na iyon, ang *BYA* ay muling magiging bilang *Atzilut*.

Ngunit hindi maibaba ng *ZAT de Nekudim* ang mababang *Hey* mula sa *Chazeh* at ganap na pawalang-bisa ang *Tzimtzum Bet*, ang *Parsa*, at ang lugar ng *BYA*. Sa halip, nang pinalawak nila ang *Liwanag* sa *BYA*, ang lahat ng *Kelim de ZAT* ay agad na nasira, dahil ang puwersa ng nagtatapos sa ibabang *Hey*, na nakatayo sa *Parsa*, ay nahalo sa mga *Kelim* na ito.

Kaya, ang *Liwanag* ay kailangang agad na umalis doon at ang *Kelim* ay nasira, namatay, at nahulog sa *BYA*. Gayundin, ang kanilang *Kelim de Panim*, sa itaas ng *Parsa*, ang *Kelim* sa itaas ng *Chazeh*, ay nasira rin, dahil ang lahat ng *Liwanag* ay umalis din doon. Kaya, sila ay nasira at nahulog sa *BYA*, dahil sa kanilang pagsali sa isang *Guf* kasama ang *Kelim de Achoraim*.

91) Kaya, inyong makikita na ang punto ng *Hirik* ay hindi maaaring lumitaw at kontrolin sa mundo ng *Nekudim*, dahil, bukod dito, ito ay naging sanhi ng pagkabasag ng mga daluyan (*vessel*). Ito ay dahil gusto niyang magdamit sa loob ng *Otiot*, sa *TNHYM* sa ibaba ng *Parsa de Atzilut*, na naging *BYA*.

Gayunpaman, nang maglaon, sa mundo ng *Tikkun*, ang punto ng *Hirik* ay nakatanggap ng pagwawasto, dahil siya ay naiwasto na magbigay ng kinang sa ibaba ng *Otiot*. Nangangahulugan ito na kapag natanggap ng *ZAT de Atzilut* ang *Liwanag ng Gadlut* mula sa *AVI*, na dapat ibaba ang pagtatapos sa ibabang *Hey* mula sa lugar ng *Chazeh* hanggang *Sium Raglin de AK*, at ikonekta ang *Kelim de TNHYM* sa *Atzilut*, ang mga Liwanag ay kumakalat pababa sa *Sium Raglin de AK*. Gayunpaman, hindi nila ito ginagawa, ngunit itinaas ang mga *TNHY* na ito mula sa lugar ng *BYA* hanggang sa lugar ng *Atzilut*, sa itaas ng *Parsa*, at tinatanggap ang mga Liwanag habang sila ay nasa itaas ng *Parsa de Atzilut*, upang hindi na muling masira ang mga daluyan (*vessel*) sa kanila, tulad ng sa mundo ng *Nekudim*.

Ito ay itinuturing na ang punto ng *Hirik*, na nagtataas sa *Kelim de TNHY de ZAT de Atzilut*, ay nakatayo sa ibaba ng *Kelim de TNHYM* na kanyang itinaas; iyon ay, siya ay nakatayo sa lugar ng *Parsa de Atzilut*. Kaya, ang punto ng *Hirik* ay nagsisilbi sa ilalim ng *Otiot*. Ipinapaliwanag nito ang tatlong punto — *Holam, Shuruk, Hirik* — sa pangkalahatan.

ANG PAG-AKYAT NG MAN DE ZAT DE NEKUDIM SA AVI AT ANG PALIWANAG NG SEFIRA DAAT

92) Naipaliwanag na, na dahil sa pag-akyat ng isang mas mababang *Hey* sa *Nikvey Eynaim*, na naganap sa *Tzimtzum Bet*, nang lumitaw ang *Katnut* ng sampung *Sefirot de Nekudim*, ang bawat antas ay nahati sa dalawang bahagi.
- Nanatili ang Galgalta ve Eynaim sa antas; kaya, tinawag silang Kelim de Panim (nauunang Kelim).
- Ang Awzen, Hotem, at Peh, na nahulog mula sa antas ng isang isang mas mababa dito, ay tinatawag na Kelim de Achoraim (panghuling Kelim).

Kaya, ang bawat antas ay nahati ngayon sa panloob at panlabas, dahil ang *Kelim de Achoraim* ng mataas na antas ay bumagsak sa loob ng sariling *Kelim de Panim*. Ang bumagsak na *AHP* ng *Keter Nekudim* ay binihisan sa loob ng *Galgalta ve Eynaim* ng *AVI*, at ang bumagsak na *AHP* ng *AVI* ay binihisan naman sa loob ng *Galgalta ve Eynaim* ng *ZAT de Nekudim* (Aytem 76).

---

27 **Tala ng Tagasalin**: Ang Haya ay nagmula sa salitang Hayim (buhay).

93) Bilang kinahinatnan, nang dumating ang bagong Liwanag ng *AB SAG de AK* sa antas at ibinalik ang ibabang *Hey* sa kanyang lugar sa *Peh* sa panahon ng *Gadlut de Nekudim*, naibalik din ng antas ang kanyang *AHP*. Doon, ang sampung *Sefirot de Kelim* at sampung *Sefirot ng Liwanag* ay tuluyang nakumpleto.

Itong antas na ito ay kinikilala rin bilang isang mas mababang antas na, nakakabit sa *AHP* ng Kataasan, ay umaakyat nang sama-sama patungo sa Kataasan. Dahil ang panuntunan ay "walang kawalan sa espirituwal," at dahil ang ibabang bahagi ay nakakabit sa *AHP* ng Isang Nakatataas sa panahon ng *Katnut*, hindi sila naghiwalay sa panahon ng *Gadlut* — kapag ang *AHP* ng Isang Nakatataas ay bumalik sa kanila. Kaya, ang mababang antas ay nagiging Isang Mas Mataas na Antas, sapagkat ang isang mas mababang antas na umaakyat sa Itaas ay nagiging katulad Niya.

94) Lumalabas na nang matanggap ng *AVI* ang bagong Liwanag mula sa *AB SAG*, at ibinalik ang ibabang *Hey* mula sa *Nikvey Eynaim* pabalik sa kanilang *Peh*, habang itinaas ang kanilang *AHP*, ang *ZAT* naman—na nagbibihis sa mga *AHP* noong panahon ng *Katnut*—ay ngayon bumangon kasabay nila sa *AVI*. Kaya, ang *ZAT* ay naging isang solong antas na kasama ng *AVI*. Ang pag-akyat na ito ng *ZAT* sa *AVI* ay tinatawag na "*bumabangong MAN*." At habang nasa parehong antas sila ng *AVI*, tinatanggap din nila ang mga Liwanag ng *AVI*.

95) At ito ay tinatawag na *MAN* dahil ang pag-akyat ng *ZA* sa *Bina* ay nagbabalik sa kanya sa pagiging mukha-sa-mukha sa *Hochma* (Aytem 80). Nabatid na ang bawat *ZAT* ay *ZON*. Kaya naman, nang tumaas ang *ZAT* kasabay ng *AHP de AVI* sa antas ng *AVI*, naging *MAN* sila sa *Bina* ng mga *Sefirot de AVI*. Pagkatapos, bumalik siya sa pagiging mukha-sa-mukha sa *Hochma de AVI* at nagbibigay ng *ZON*—ang *ZAT de Nekudim* na bumangon sa kanila—na may kaliwanagan ng *Hochma*.

96) Sa kabila ng pag-akyat ng *ZAT* sa *AVI*, hindi ito nangangahulugan na tuluyan silang umalis sa kanilang dating lugar. Sa mundo ng espiritu, walang konsepto ng pagkawala o paglipat tulad ng pisikal na mundo. Ang "pagbabago ng lugar" ay hindi tulad ng paggalaw ng isang bagay mula dito papunta doon sa isang bagong lokasyon na iniwan ang dati. Sa halip, ito ay isang pagdagdag—parang nakadagdag sila ng bagong espasyo o antas habang nananatili pa rin sa kanilang orihinal na lugar. Kaya kahit na ang *ZAT* ay tumataas sa *AVI* bilang *MAN*, sila ay nananatili rin sa kanilang mas mababang antas, tulad ng dati.

97) Sa katulad na paraan, mauunawaan mo na kahit na sinasabi natin na minsang tumaas ang *ZON* sa *MAN* sa *AVI* at natanggap ang kanilang mga *Liwanag* doon, at umalis doon at bumalik sa kanilang lugar sa ibaba, dito rin, hindi ito nangangahulugan na umalis sila sa kanilang lugar sa itaas at lumipat sa lugar sa ibaba. Kung wala ang *ZON* sa kanilang lugar sa itaas sa *AVI*, ang mukha-sa-mukha na *Zivug de AVI* ay hihinto kaagad, at babalik sila sa pagiging likod-sa-likod gaya ng dati. Pipigilan nito ang kanilang kasaganaan, at ang *ZON*, sa ibaba, ay mawawala rin ang kanilang *Mochin*.

Naipaliwanag na sa itaas na ang *Bina* ay natural na naghahangad lamang ng *Ohr Hassadim*, gaya ng, "sapagkat siya ay nalulugod sa awa." Wala siyang anumang interes sa pagtanggap ng *Ohr Hochma*; kaya, likod-sa-likod siya sa *Hochma*. Kapag ang *ZON* ay umakyat sa kanila para sa *MAN*, babalik ang *Bina* sa isang mukha-sa-mukhang *Zivug* kasama ng *Hochma*, upang ipagkaloob ang *liwanag ng Hochma* sa *ZA* (Aytem 80).

Kaya naman, kinakailangan na ang *ZON* ay palaging mananatili doon, upang mabigyan ng kabuhayan at pamamalagi ang mukha-sa-mukhang *Zivug de AVI*. Dahil dito, hindi masasabing wala ang *ZON* sa lugar ng *AVI* pagdating sa kanilang lugar sa ibaba. Bagkus, gaya ng nasabi na natin, ang anumang "pagbabago ng lugar" ay isang karagdagan lamang. Kaya, kahit na ang *ZON* ay bumaba mula sa kanilang lugar, gayun din sila ay nanatili pa rin sa itaas.

98-99) Ngayon ay mauunawaan mo na ang *Sefira Daat* na sinimulan sa mundo ng *Nekudim*. Sa lahat ng *Partzufim* ng *AK*, sa pamamagitan ng *Nekudim*, mayroon lamang sampung *Sefirot KHB ZON*. Ngunit mula sa mundo ng *Nekudim* pataas, mayroong *Sefira Daat*, na itinuturing nating *KHBD ZON*.

Ang bagay ay walang pag-akyat ng *MAN* sa *Partzufim* ng *AK*, ngunit ang pag-akyat lamang ng *Masach* hanggang *Peh de Rosh* (Aytem 79). Ngunit dapat mong malaman na ang *Sefira Daat* ay umaabot mula sa pag-akyat ng *MAN de ZON* hanggang sa *AVI*, dahil nilinaw na ang *ZON*, na tumaas doon hanggang *MAN* hanggang *Hochma* at *Bina*, ay nananatili doon kahit na pagkatapos ng kanilang paglabas mula roon hanggang sa kanilang lugar sa ibaba, upang magbigay ng kabuhayan at pananatili sa mukha-sa-mukhang *Zivug de AVI*. Ang mga *ZON* na ito, na nananatili sa *AVI*, ay tinatawag na "ang *Sefira Daat*." Kaya naman, ngayon ang *HB* ay may *Sefira Daat*, na nagpapanatili at naglalagay sa kanila sa isang mukha-sa-mukhang *Zivug*. Ito ang mga *ZON* na tumaas sa *MAN* doon at nanatili doon kahit na lumabas na ng *ZON* sa kanilang lugar.

Kaya naman, mula ngayon ay tinatawag na natin ang sampung *Sefirot* sa mga pangalang *KHBD ZON*. Ngunit sa *Partzufim* ng *AK*, bago ang mundo ng *Nekudim*, bago ang pag-angat ng *MAN*, walang *Sefira Daat* doon. Dapat mo ring malaman na ang *Sefira Daat* ay palaging tinatawag na "limang *Hassadim* at limang *Gevurot*," dahil ang *ZA* na nananatili doon ay itinuturing na limang *Hassadim*, at ang *Nukva* na nanatili doon ay itinuturing na limang *Gevurot*.

100) Maaari nating itanong kung ano ang nakasulat sa *Aklat ng Paglikha*, na ang sampung *Sefirot* ay "sampu at hindi siyam, sampu at hindi labing-isa." Ito ay sinabi na ang *Sefira Daat* ay pinasimulan sa mundo ng *Nekudim*; kaya, mayroong labing-isang *Sefirot KHBD ZON*.

Ang sagot ay hindi ito isang karagdagan sa sampung *Sefirot*, dahil nalaman natin na ang *Sefira Daat* ay *ZON* na tumayo tungo sa *MAN* at nanatili doon. Samakatuwid, walang karagdagan dito, sa halip ay dalawang pag-unawa sa *ZON*:

1. Ang *ZON* sa kanilang lugar sa ibaba, na itinuturing na *Guf*;

2. Ang *ZON* na nanatili sa *Rosh de AVI*, dahil nandoon na sila sa panahon ng pagtayo ng *MAN*, at walang kawalan sa espirituwal. Kaya, walang karagdagan sa sampung *Sefirot* dito, anuman, dahil sa huli, mayroon lamang sampung *Sefirot KHB ZON* dito. At kung ang pag-unawa ng *ZON* ay nananatili sa *Rosh* sa *AVI*, hindi ito nagdaragdag ng isang bagay sa sampung *Sefirot*.

ANG PAGKABASAG NG MGA DALUYAN AT ANG PAGBAGSAK NITO SA BYA

101) Ngayon ay lubusan na nating naipaliwanag ang pag-angat ng *MAN* at ng *Sefira Daat*, na itinuturing na *Kelim de Panim de ZAT de Nekudim* na lumawak at umakyat sa *AVI*. Ito ay dahil natanggap ng *AVI* ang bagong *Liwanag* ng *AB SAG de AK* mula sa *ZON de AK* sa anyo ng punto ng *Shuruk*. Ibinaba nila ang mababang *Hey* mula sa kanilang *Nikvey Eynaim* hanggang sa *Peh*, at itinaas ang kanilang *Kelim de Achoraim*, na nahulog sa *ZAT de Nekudim*. Bilang isang resulta, ang *Kelim de Panim de ZAT*, na nakakabit sa *Kelim de Achoraim de AVI* (Mga *Aytem* 89–94), ay bumangon din, at ang *ZAT de Nekudim* ay naging *MAN* doon, at bumalik ang *AVI* sa pagiging mukha-sa-mukha.

At dahil ang isang mababang *Hey*, na ang *Behina Dalet*, ay nakabalik na sa kanyang lugar sa *Peh*, ang *Zivug de Hakaa* na ginawa sa yaong *Masach* ng *Behina Dalet* ay gumawa ng sampung kumpletong *Sefirot* sa antas ng *Keter* sa *Liwanag* ng *Yechida* (*Aytem* 84). Kaya, ang *ZAT*, na kasama doon bilang *MAN*, ay nakatanggap din ng mga dakilang *Liwanag* ng *AVI*. Gayunpaman, ang lahat ng ito ay itinuturing lamang na mula sa Itaas pababa, dahil ang *AVI* ay itinuturing na *Rosh de Nekudim*, kung saan ang *Zivug* na nakabuo ng sampung *Sefirot* mula sa Itaas pababa.

Kasunod nito, lumalawak din sila sa isang *Guf*, mula sa Itaas pababa (*Aytem* 50). Sa oras na iyon, ang *ZAT* ay umaabot kasama ang lahat ng mga *Liwanag* na natanggap nila sa *AVI* sa kanilang lugar sa ibaba, at ang *Rosh* at *Guf* ng *Partzuf Gadlut de Nekudim* ay nagtatapos. Ang *Hitpashtut* na ito ay itinuturing na *Taamim* ng *Partzuf Gadlut de Nekudim* (*Aytem* 26).

102) Ang apat na *Behinot—Taamim, Nekudot, Tagin, Otiot—*ay makikita rin sa *Partzuf Nekudim* (*Aytem* 47). Ito ay dahil ang lahat ng mga puwersa na umiiral sa Kataasan ay dapat na umiiral gayundin sa mga isang mas mababa. Ngunit sa ibaba, may mga karagdagang usapin sa Isang Nakatataas. Ipinaliwanag na ang puso ng *Hitpashtut* ng bawat *Partzuf* ay tinatawag na *Taamim*. Matapos itong lumawak, ang *Bitush* ng *Ohr Makif* at *Ohr Pnimi* ay nangyayari sa loob nito, at sa pamamagitan ng *Bitush* na ito, ang *Masach* ay unti-unting dinadalisay hanggang sa ito ay maging katumbas ng *Peh de Rosh*.

At dahil ang *Mataas na Liwanag* ay hindi tumitigil, ang *Mataas na Liwanag* ay nakipag-ugnay sa *Masach* sa bawat estado ng *Aviut* kasama ang pagdadalisay nito. Nangangahulugan ito na kapag nagdalisay ito mula *Behina Dalet* hanggang *Behina Gimel*, ang antas ng *Hochma* ay lumilitaw dito. At pagdating sa *Behina Bet*, ang antas ng *Bina* ay lumilitaw dito. Pagdating sa *Behina Aleph*, ang antas ng *ZA* ay lumilitaw dito, at pagdating sa *Behinat Shoresh*, ang antas ng *Malchut* ay lumilitaw dito. Ang lahat ng mga antas na lumitaw sa *Masach* sa pamamagitan ng pagdadalisay nito ay tinatawag na *Nekudot*.

Ang *Reshimot* na natitira sa mga *Liwanag*, kapag sila ay umalis, ay tinatawag na *Tagin*. Ang *Kelim* na nananatili pagkatapos ng pag-alis ng mga *Liwanag* mula sa kanila ay tinatawag na *Otiot*, at sa sandaling ang *Masach* ay ganap na nalinis ng kanyang *Aviut de Guf*, ito ay kasama sa *Masach de Peh de Rosh* sa *Zivug* doon, at ang pangalawang *Partzuf* ay lumabas sa ibabaw nito.

103) At dito sa *Partzuf Nekudim*, ito ay ginawa sa eksaktong parehong paraan. Dito rin, dalawang *Partzufim* ang lumitaw—*AB* at *SAG*—isa sa ibaba ng isa pa. At sa bawat isa sa kanila ay *Taamim, Nekudot, Tagin*, at *Otiot*.

Ang pagkakaiba lamang ay ang isyu ng *Hizdakchut* ng *Masach* ay hindi ginawa dito dahil sa *Bitush* ng *Ohr Makif* at *Ohr Pnimi*, ngunit dahil sa puwersa ng *Din* sa pagtatapos ng *Malchut*, kasama sa mga *Kelim* na iyon (*Aytem* 90). Para sa kadahilanang ito, ang walang laman na *Kelim* ay hindi nanatili sa *Partzuf* pagkatapos ng pag-alis ng mga *Liwanag*, tulad ng sa tatlong *Partzufim Galgalta, AB, SAG de AK*, ngunit nasira at namatay at nahulog sa *BYA*.

104) Ang *Partzuf Taamim*, na lumitaw sa mundo ng *Nekudim*, na siyang unang *Partzuf* sa *Nekudim*, na lumitaw sa antas ng *Keter*, ay lumitaw kasama ang *Rosh* at *Guf*. Ang *Rosh* ay lumitaw sa *AVI*, at ang *Guf* ay ang *Hitpashtut* ng *ZAT* mula sa *Peh de AVI* pababa (*Aytem* 101). Ang *Hitpashtut* na ito mula sa *Peh de AVI* pababa ay tinatawag na *Melech ha Daat* (*King Daat*).

At ito nga ang kabuuan ng *ZAT de Nekudim* na muling lumawak sa kanilang lugar pagkatapos ng pag-angat ng *MAN*. Ngunit dahil ang kanilang ugat ay nanatili sa *AVI* para sa suporta at pananatili sa *mukha-samukah* ng *AVI* (*Aytem* 98), na tinatawag na *Moach ha Daat*, na nagsasama sa *AVI*, ang kanilang pagpapalawak mula sa Itaas pababa sa isang *Guf* ay tinatawag din sa pangalang iyon—*Melech ha Daat*. Ito ang unang *Melech* (hari) ng *Nekudim*.

105) Ito ay napag-alaman na ang lahat ng dami at kalidad sa sampung *Sefirot de Rosh* ay lumilitaw sa *Hitpashtut* mula sa Itaas pababa, pati na rin papunta sa *Guf*. Kaya naman, tulad ng *Liwanag* sa *Rosh*, ang nag-asawahang *Malchut* ay bumalik at bumaba mula sa *Nikvey Eynaim* hanggang sa *Peh*. Pagkatapos, muling pinagsama ng *GE (Galgalta Eynaim)* at *Nikvey Eynaim*, na mga *Kelim de Panim*, ang kanilang *Kelim de Achoraim*, ang kanilang *AHP*, at ang mga *Liwanag* ay lumawak sa kanila. Katulad nito, habang sila ay lumawak mula sa Itaas pababa sa *Guf*, ang mga *Liwanag* ay iginuhit sa kanilang *Kelim de Achoraim*, na kung saan ay ang *TNHYM* sa *BYA*, sa ibaba ng *Parsa de Atzilut*.

Gayunpaman, dahil ang puwersa ng nagtatapos na *Malchut* sa *Parsa de Atzilut* ay magkakahalo sa mga *Kelim* na iyon, sa sandaling ang mga *Liwanag* ng *Melech ha Daat* ay nakatagpo ang puwersang ito, lahat sila ay lumisan sa *Kelim* at bumangon sa kanilang ugat. Pagkatapos, ang lahat ng *Kelim* ng *Melech ha Daat* ay nasira ang mukha at likod, namatay, at nahulog sa *BYA*, dahil ang pag-alis ng mga *Liwanag* mula sa *Kelim* ay tulad ng pag-alis ng sigla mula sa katawang-tao, na tinatawag na "kamatayan." Sa oras na iyon, ang *Masach* ay nalinis mula sa *Aviut de Behina Dalet*, dahil ang mga *Kelim* na ito ay nasira na at namatay, at tanging ang *Aviut de Behina Gimel* ang naiwan dito.

106) At dahil ang *Aviut* ng *Behina Dalet* ay binawi mula sa *Masach de Guf* sa pamamagitan ng pagsira, ang *Aviut* ay binawi din sa pagsasama ng *Malchut* ng *Rosh* sa *AVI*. Ito ay dahil ang *Aviut de Rosh* at *Aviut de Guf* ay magkapareho, maliban sa isa ay potensyal at ang isa ay aktwal (*Aytem* 50). Kaya naman, ang *Zivug* sa antas ng *Keter* ay huminto din sa *Rosh* sa *AVI*, at ang *Kelim de Achoraim*, ang *AHP* na nakakumpleto sa antas ng *Keter*, ay muling bumagsak sa antas sa ibaba nito—ang *ZAT*. Ito ay tinatawag na "pagbawi ng *Achoraim* ng antas ng *Keter* mula sa *AVI*." Lumilitaw na ang buong antas ng *Taamim de Nekudim, Rosh* at *Guf* ay lumisan.

107) At dahil ang *Kataasang Liwanag* ay hindi tumitigil sa pagkinang, ito ay muling nakipag-*talik* sa *Aviut de Behina Gimel* na nanatili sa *Masach de Rosh* sa *AVI*, na nagdulot ng sampung *Sefirot* sa antas ng *Hochma*. Ang *Guf* mula sa Itaas pababa ay lumawak hanggang sa *Sefira Hesed*, at ito ang pangalawang *Melech* ng *Nekudim*. Ito rin ay umabot sa *BYA*, nasira, at namatay, kung saan ang *Aviut* ng *Behina Gimel* ay binawi rin sa *Masach de Guf* at *de Rosh*. Gayundin, ang *Kelim de Achoraim*, ang *AHP* na nakakumpleto sa antas na ito ng *Hochma* ng *AVI*, ay muling binawi, at nahulog sa antas sa ibaba nito, sa *ZAT*, tulad ng nangyari sa antas ng *Keter*.

Kasunod, ang *Zivug* ay ginawa sa *Aviut* ng *Behina Bet* na nanatili sa *Masach*, na nagdulot ng sampung *Sefirot* sa antas ng *Bina*. Ang *Guf*, mula sa Itaas pababa, ay lumawak sa *Sefira Gevura*, at ito ang ikatlong *Melech* ng *Nekudim*.

Ito, gayundin, ay pinalawig sa *BYA*, sinira, at namatay, binawi ang *Aviut* ng *Behina Bet* sa *Rosh* at *Guf*, gayundin, na nagtatapos din sa *Zivug* sa antas ng *Bina* sa *Rosh*. Ang *Achoraim* ng antas ng *Bina de Rosh* ay nahulog sa antas na isang mas mababa sa kanya sa *ZAT*, at pagkatapos ay ginawa ang *Zivug* sa *Aviut* ng *Behina Aleph* na nanatili sa *Masach*, na nagbunga ng sampung *Sefirot* sa antas ng *ZA* sa kanya. Gayundin, ang *Guf* nito, mula sa Itaas pababa, ay kumalat sa *Isang Mas Mataas na Ikatlo ng Tifferet*. Gayunpaman, hindi rin ito tumagal at ang *Liwanag* nito ay umalis dito. Kaya, ang *Aviut* ng *Behina Aleph* ay nadalisay sa *Guf* at *Rosh*, at ang *Achoraim* ng antas ng *ZA* ay nahulog sa antas sa ibaba niya, sa *ZAT*.

108) Dito nakumpleto ang pagbaba ng lahat ng *Achoraim de AVI*, na siyang *AHP*. Ito ay dahil sa pagkasira ng *Melech ha Daat*, tanging ang *AHP* na kabilang sa antas ng *Keter* ang nakansela sa *AVI*. At sa pagkasira ng *Melech ha Hesed*, tanging ang *AHP* na kabilang sa antas ng *Hochma* ang nakansela sa *AVI*. At sa pagkasira ng *Melech ha Gevura*, ang *AHP* na kabilang sa antas ng *Bina* ay nakansela; at sa pag-alis ng *Ikatlong Kataasan ng Tifferet*, nakansela ang *AHP* ng antas ng *ZA*.

Kasunod nito na ang buong *Gadlut* ng *AVI* ay nakansela, at tanging ang *GE de Katnut* lamang ang nanatili sa kanila, at ang *Aviut Shoresh* lamang ang naiwan sa *Masach*. Pagkatapos, ang *Masach de Guf* ay nadalisay mula sa lahat ng *Aviut* nito, at napantayan sa *Masach de Rosh*. Sa oras na iyon, ito ay kasama sa isang *Zivug de Hakaa* ng *Rosh*, at ang *Reshimot* sa loob nito ay na-*renew*, bukod sa huling *Behina* (*Aytem* 41). At sa pamamagitan ng pag-*renew* na ito, isang bagong antas ang lumitaw dito, na tinatawag na YESHSUT.

109) At dahil ang huling *Behina* ay nawala, ang naiwan ay ang *Behina Gimel*, kung saan lumitaw ang sampung *Sefirot* sa antas ng *Hochma*. At nang makilala ang *Aviut de Guf* nito, umalis ito sa *Rosh* ng *AVI*, bumaba, at binihisan ang lugar ng *Chazeh de Guf de Nekudim* (*Aytem* 55). Ginawa nito ang sampung *Sefirot de Rosh* mula sa *Chazeh* pataas, at ang *Rosh* na ito ay tinatawag na YESHSUT. Ginawa nito ang *Guf* nito mula sa *Chazeh* pababa mula sa dalawang-katlo ng *Tifferet* hanggang sa *Sium* ng *Tifferet*. Ito ang ikaapat na *Melech* ng *Nekudim*, at ito, din, pinalawak sa *BYA*, nasira, at namatay. Kaya, ang *Aviut* ng *Behina Gimel* ay dinalisay na *Rosh* at *Guf*. Ang *Kelim de Achoraim* ng *Rosh* nito ay nahulog sa antas sa ibaba nito, sa lugar ng kanilang *Guf*.

Kasunod nito, ang *Zivug* ay ginawa sa *Aviut* ng *Behina Bet*, na nanatili dito, na nagdulot ng antas ng *Bina* dito. Ang *Guf* nito, mula sa Itaas pababa, ay lumawak sa dalawang *Kelim*

Netzah at *Hod*, na parehong isang *Melech*—ang ikalimang *Melech* ng *Nekudim*. At sila rin, pinalawig sa *BYA*, nasira, at namatay. Kaya, ang *Aviut* ng *Behina Bet* ay dinalisay na *Rosh* at *Guf*, at ang *Kelim de Achoraim* ng antas ay nahulog sa antas sa ibaba nito: ang *Guf*. Pagkatapos, ginawa ang *Zivug* sa *Aviut* ng *Behina Aleph* na nanatili dito, at ginawa ang antas ng ZA. Ang *Guf* nito, mula sa Itaas pababa, ay lumawak sa *Kli de Yesod*, at ito ang ikaanim na *Melech* ng *Nekudim*. Ito rin, lumawak sa *BYA*, nasira, at namatay. Kaya, ang *Aviut* ng *Behina Aleph* ay nalinis gayundin sa *Rosh* at *Guf*, at ang *Kelim de Achoraim* sa *Rosh* ay nahulog sa antas sa ibaba nila, sa *Guf*.

Pagkatapos ay mayroong *Zivug* sa *Aviut* ng *Behinat Shoresh* na nanatili sa *Masach*, na gumagawa ng antas ng *Malchut*. Ito ay mula sa Itaas pababa hanggang sa *Kli* ng *Malchut*, at ito ang ikapitong *Melech* ng *Nekudim*. Ito rin, ay lumawak sa *BYA*, nasira, at namatay. Kaya, ang *Aviut Shoresh* ay nalinis gayundin sa *Rosh* at *Guf*, at ang *Achoraim de Rosh* ay nahulog sa antas sa ibaba nito, sa *Guf*. Ngayon ang lahat ng *Kelim de Achoraim* ng *YESHSUT* ay nakansela, pati na rin ang pagkabasag ng mga *daluyan (vessel)* ng buong *ZAT de Nekudim*, na tinatawag na "pitong *Melakim* (mga hari)."

110) Sa gayon ay ating ipinaliwanag ang *Taamim* at *Nekudot* na lumitaw sa dalawang *Partzufim AVI* at *YESHSUT de Nekudim*, na tinatawag na *AB SAG*. Sa *AVI*, apat na antas ang lumitaw sa ibaba ng bawat isa.

Ang antas ng *Keter* ay tinatawag na "pagmamasid sa *Eynaim de AVI*."

- Ang antas ng *Hochma* ay tinatawag na *Guf de Aba*.
- Ang antas ng *Bina* ay tinatawag na *Guf de Ima*.
- Ang antas ng ZA ay tinatawag na *Yesodot* (pundasyon) *de AVI*.

Apat na katawan ang lumawak mula sa kanila:

- *Melech ha* (hari ng) *Daat*;
- *Melech ha Hesed*;
- *Melech ha Gevura*;
- Ang *Melech* ng Itaas na ikatlong bahagi ng *Tifferet*, sa pamamagitan ng *Chazeh*.

Ang apat na *Gufim* na ito (*pangmaramihan para sa Guf*) ay sinira pareho sa *Panim* at *Achoraim*. Ngunit tungkol sa kanilang *Roshim* (*pangmaramihang para sa Rosh*), iyon ay, ang apat na antas sa *AVI*, ang lahat ng kanilang *Kelim de Panim* ay nanatili sa mga antas, iyon ay, ang GE at *Nikvey Eynaim* ng bawat antas, na nasa kanila mula noong *Katnut de Nekudim*. Tanging ang *Kelim de Achoraim* sa bawat antas, na sumapi sa kanila sa panahon ng *Gadlut*, ay muling kinansela sa pamamagitan ng pagsira, nahulog sa antas sa ibaba nila, at nanatili tulad ng mga ito bago ang paglitaw ni *Gadlut de Nekudim* (Mga Aytem 76-77).

111) Ang paglitaw ng apat na antas, isa sa ibaba ng iba pa, sa *Partzuf YESHSUT* ay sa parehong paraan:

- Ang unang antas ay ang antas ng *Hochma*, na tinatawag na "pagmamasid sa *Eynaim de YESHSUT* sa isa't isa."

- Ang antas ng *Bina;*
- Ang antas ng *ZA;*
- Ang antas ng *Malchut.*

Apat na *Gufim* ang lumawak mula sa kanila:

- Ang *Melech* ng dalawang isang mas mababang ikatlong bahagi ng *Tifferet;*
- *Melech* ng *Netzah* at *Hod;*
- *Melech* ng *Yesod;*
- *Malchut.*

Ang kanilang apat na *Gufim* ay sinira sa parehong *Panim* at *Achor* (likod). Ngunit sa *Roshim,* iyon ay, sa apat na antas ng YESHSUT, ang *Kelim de Panim* sa kanila ay nanatili, at ang kanilang *Achoraim* lamang ang nakansela sa pamamagitan ng pagsira, at nahulog sa antas sa ibaba nila. Matapos ang pagkansela ng dalawang *Partzufim* AVI at YESHSUT, lumitaw ang antas ng MA de *Nekudim.* At dahil ang lahat ng lumawak mula sa kanya hanggang sa *Guf* ay mga pagwawasto lamang ng *Kelim,* hindi ko na idedetalye dito.

Ang Mundo ng Tikkun at ang *Bagong MA na Lumitaw mula sa Metzach de AK*

112) Mula sa simula ng paunang salita hanggang sa puntong ito ay lubusan nating ipinaliwanag ang unang apat na *Partzufim AK:*

- Ang unang *Partzuf* ng AK ay tinatawag na *Partzuf Galgalta,* na ang *Zivug de Hakaa* ay ginanap sa *Behina Dalet* at ang sampung *Sefirot* nito ay nasa antas ng *Keter.*
- Ang pangalawang *Partzuf* ng AK ay tinatawag na AB de AK. Ang *Zivug de Hakaa* sa loob nito ay ginawa sa *Aviut ng Behina Gimel,* at ang sampung *Sefirot* nito ay nasa antas ng *Hochma.* Dinamitan ito mula sa *Peh de Partzuf Galgalta* pababa.
- Ang ikatlong *Partzuf* ng AK ay tinatawag na SAG de AK. Ang *Zivug de Hakaa* dito ay nangyayari sa *Aviut ng Behina Bet,* at ang sampung *Sefirot* nito ay nasa antas ng *Bina.* Binihisan nito ang *Partzuf AB de AK* mula sa *Peh* pababa.
- Ang ikaapat na *Partzuf de AK* ay tinatawag na MA de AK. Ang *Zivug de Hakaa* dito ay nangyayari sa *Aviut ng Behina Aleph,* at ang sampung *Sefirot* nito ay nasa antas ng ZA. Ang *Partzuf* na ito ay dinadamitan ang SAG de AK mula sa *Tabur* pababa, at nahahati sa panloob at panlabas. Ang panloob ay tinatawag na MA at BON de AK, at ang panlabas ay tinatawag na "mundo ng *Nekudim.*" Dito nagaganap ang pagsasamahan ng *Malchut* sa *Bina,* na tinatawag na *Tzimtzum Bet,* gayundin ang *Katnut, Gadlut,* ang pag-angat ng MAN, at ang *Daat,* na tumutukoy at nagsasama sa HB nang mukha sa mukha, at ang isyu ng ang pagkabasag ng mga daluyan. Ito ay dahil ang lahat ng ito ay pinasimulan sa ikaapat na *Partzuf* ng AK, na tinatawag na MA o "ang mundo ng *Nekudim.*"

113) Ang limang pag-unawang ito ng *Aviut* sa *Masach* ay ipinangalan sa *Sefirot* sa *Rosh,* iyon ay, *Galgalta Eynaim* at *AHP*:

- Ang *Aviut* ng *Behina Dalet* ay tinatawag na *Peh,* kung saan lumitaw ang unang *Partzuf* ng *AK*.

- Ang *Aviut* ng *Behina Gimel* ay tinatawag na *Hotem,* kung saan lumitaw ang *Partzuf AB de AK*.

- Ang *Aviut* ng *Behina Bet* ay tinatawag na *Awzen,* kung saan lumitaw ang *Partzuf SAG de AK*.

- Ang *Aviut* ng *Behina Aleph* ay tinatawag na *Nikvey Eynaim,* kung saan lumitaw ang *Partzuf MA de AK* at ang mundo ng *Nekudim.*

- Ang *Aviut ng Behinat Shoresh* ay tinatawag na *Galgaltao Metzach,* kung saan lumitaw ang mundo ng *Tikkun* (pagwawasto), na tinatawag na "bagong *MA,*" dahil ang ikaapat na *Partzuf* ng *AK* ay ang buod ng *Partzuf MA de AK,* dahil nagmula ito sa *Nikvey Eynaim* sa antas ng *ZA,* na tinatawag na *HaVaYaH de MA.* Ngunit ang ikalimang bahagi ng *AK,* na lumitaw mula sa *Metzach,* iyon ay, *Behinat Galgalta,* na itinuturing na *Aviut Shoresh,* ay mayroon lamang antas ng *Malchut,* na tinatawag na *BON.* Gayunpaman, dahil ang *Behina Aleph de Hitlabshut,* na itinuturing na *ZA,* ay nanatili doon, ito rin ay tinatawag na *MA.* Gayunpaman, ito ay tinatawag na *MA* na lumitaw mula sa *Metzach de AK,* na nangangahulugang ito ay mula sa *Hitkalelut* ng *Aviut Shoresh,* na tinatawag na *Metzach.* Tinatawag din itong "bagong *MA,*" upang makilala ito mula sa *MA* na lumitaw mula kay *Nikvey Eynaim de AK.* At ang bagong *Partzuf MA* na ito ay tinatawag na "ang mundo ng *Tikkun*" o "ang mundo ng *Atzilut.*"

114. Gayunpaman, dapat nating maunawaan kung bakit ang unang tatlong antas ng *AK,* na tinatawag na *Galgalta, AB,* at *SAG* ay hindi itinuturing na tatlong mundo kundi tatlong *Partzufim,* at kung paano naiiba ang ikaapat na *Partzuf* ng *AK* upang matanggap ang pangalang "mundo." Ito rin ay may kinalaman sa ikalimang *Partzuf* ng *AK,* dahil ang ikaapat na *Partzuf* ay tinatawag na "ang mundo ng *Nekudim*" at ang ikalimang *Partzuf* ay tinatawag na "ang mundo ng *Atzilut*" o "ang mundo ng *Tikkun.*"

115) Dapat nating malaman ang pagkakaiba sa pagitan ng isang *Partzuf* at isang mundo. Anumang antas ng sampung *Sefirot* na lumabas sa isang *Masach de Guf* ng isang Isang Kataasang, pagkatapos itong dalisayin at isama sa *Peh de Rosh* ng *Kataasang* (Aytem 50), ay tinatawag na *Partzuf.* Pagkatapos nitong umalis mula sa *Rosh* ng *Kataasang,* lumalawak ito sa sarili nitong *Rosh, Toch,* at *Sof,* at naglalaman din ito ng limang antas sa ibaba ng isa, na tinatawag na *Taamim* at *Nekudot* (Aytem 47). Gayunpaman, pinangalanan lamang ito sa antas ng *Taamim* dito. At ang unang tatlong *Partzufim* ng *AK—Galgalta, AB, SAG* (Aytem 47)—ay lumitaw sa ganoong paraan. Ngunit nangangahulugan ang isang mundo na naglalaman ito ng lahat ng bagay na umiiral sa mundo Sa itaas nito, tulad ng selyo at imprenta, kung saan ang lahat ng umiiral sa selyo ay inililipat sa imprenta nito sa kabuuan nito.

116) Kaya nakikita mo na ang unang tatlong *Partzufim*, *Galgalta*, *AB*, at *SAG* de *AK* ay itinuturing na isang mundo, ang mundo ng *AK*, na lumitaw sa unang paghihigpit. Ngunit ang ikaapat na *Partzuf* ng *AK*, kung saan naganap ang *Tzimtzum Bet*, ay naging isang mundo sa sarili nito, dahil sa dwalidad na naganap sa *Masach de Nekudot* de *SAG* sa pagbaba nito mula sa *Tabur de AK*. Ito ay dahil dinoble ito ng *Aviut de Behina Dalet*, sa anyo ng isang mas mababang *Hey* sa *Eynaim* (Aytem 63).

Sa panahon ng *Gadlut*, bumalik ang *Behina Dalet* sa lugar nito sa *Peh* at ginawa ang antas ng *Keter* (Aytem 84), at ang antas na ito ay napantayan sa unang *Partzuf* ng *AK*. At matapos itong kumalat sa *Rosh, Toch, Sof*, sa *Taamim* at *Nekudot*, isang pangalawang *Partzuf* ang lumitaw dito, sa antas ng *Hochma*, na tinatawag na *YESHSUT*, na katulad ng pangalawang *Partzuf* ng *AK*, na tinatawag na *AB de AK*. At kasunod ng *Hitpashtut* nito sa *Taamim* at *Nekudot*, lumitaw ang ikatlong *Partzuf*, na tinatawag na *MA de Nekudim* (Aytem 111), na katulad ng ikatlong *Partzuf de AK*.

Kaya, ang lahat ng umiiral sa mundo ng *AK* ay lumitaw dito sa mundo ng *Nekudim*, iyon ay, tatlong *Partzufim* ang isa sa ibaba ng isa. Ang bawat isa sa kanila ay naglalaman ng *Taamim* at *Nekudot* at lahat ng kanilang mga pagkakataon, tulad ng tatlong *Partzufim Galgalta, AB, SAG de AK* sa mundo ng *AK*. Ito ang dahilan kung bakit ang mundo ng *Nekudim* ay itinuturing na isang imprenta ng mundo ng *AK*.

Gayundin, para sa kadahilanang ito ay itinuturing na isa syang kumpletong mundo at ng kanyang sarili. (At ang dahilan kung bakit ang tatlong *Partzufim* ng *Nekudim* ay hindi tinawag na *Galgalta, AB, SAG*, bagkus *AB, SAG, MA* ay ang *Aviut* ng *Behina Dalet* na sinamahan ng isang *Masach de SAG* ay hindi kumpleto, dahil sa *Hizdakchut* na naganap sa unang *Partzuf* ng *AK*. Ito ang dahilan kung bakit sila bumaba sa pagiging *AB, SAG,* at *MA*.)

117) Sa gayon, natutunan natin kung paano ang mundo ng *Nekudim* ay naitatak mula sa mundo ng *AK*. Katulad nito, ang ikalimang *Partzuf* ng *AK*, iyon ay, ang bagong *MA*, ay ganap na naitatak mula sa mundo ng *Nekudim*. Kaya, kahit na ang lahat ng pag-unawa na nagsilbi sa *Nekudim* ay nasira at nakansela doon, sila ay na-renew sa bagong *MA*. Ito ang dahilan kung bakit ito ay itinuturing na isang hiwalay na mundo.

Gayundin, ito ay tinatawag na "ang mundo ng *Atzilut*" dahil ito ay ganap na nagtatapos sa itaas ng *Parsa* na nilikha sa ikalawang paghihigpit. Tinatawag din itong "mundo ng *Tikkun*" (pagwawasto) dahil ang mundo ng *Nekudim* ay hindi maaaring magpatuloy dahil sa pagkasira at pagkansela na naganap dito. Pagkatapos lamang, sa bagong *MA*, nang ang lahat ng mga *Behinot* na nasa mundo ng *Nekudim* ay bumalik at dumating sa bagong *MA*, sila ay itinatag at nanatili doon.

Ito ang dahilan kung bakit ito ay tinatawag na "ang mundo ng *Tikkun*," dahil sa katunayan, ito ay talagang ang mundo ng *Nekudim*, ngunit dito, sa bagong *MA*, natatanggap nito ang pagwawasto mula sa Kabuuan. Ito ay dahil sa pamamagitan ng bagong *MA*, ang lahat ng *Achoraim* na nahulog mula sa *AVI* at *YESHSUT* hanggang sa *Guf*, pati na rin ang *Panim* at *Achoraim* ng lahat ng *ZAT* na nahulog sa *BYA* at namatay, muling nagsasama-sama at bumangon sa pamamagitan nito hanggang sa *Atzilut*.

118) Ang dahilan nito ay ang bawat ibabang *Partzuf* ay bumabalik at pinupuno ang *Kelim* ng Kataasan, pagkatapos ng paglisan ng kanilang mga *Liwanag* sa panahon ng *Hizdakchut* ng *Masach*. Ito ay dahil pagkatapos ng paglisan ng *Liwanag* ng *Guf* ng unang *Partzuf* ng *AK*, dahil sa *Hizdakchut* ng *Masach*, ang *Masach* ay nakatanggap ng bagong *Zivug* sa antas ng *AB*, na muling pinunan ang walang laman na *Kelim* ng *Guf* ng Kataasan, iyon ay, ang unang *Partzuf*.

Gayundin, kasunod ng paglisan ng mga *Liwanag* ng *Guf* de *AB* dahil sa *Hizdakchut* ng *Masach*, nakatanggap ang *Masach* ng bagong *Zivug* sa antas ng *SAG*, na muling pinunan ang walang laman na *Kelim* ng Kataasan, na *AB*. Bukod pa rito, pagkatapos ng paglisan ng mga *Liwanag* ng *SAG*, dahil sa *Hizdakchut* ng *Masach*, ang *Masach* ay nakatanggap ng bagong *Zivug* sa antas ng *MA*, na lumitaw mula kay *Nikvey Eynaim*, bilang ang *Nekudim*, na muling pinunan ang walang laman na *Kelim* ng Kataasan, pagiging *Nekudot* de *SAG*.

At gayon nga, kasunod ng paglisan ng mga *Liwanag* ng *Nekudim* dahil sa pagkansela ng *Achoraim* at pagkabasag ng mga daluyan, ang *Masach* ay nakatanggap ng bagong *Zivug* sa antas ng *MA*, na lumabas mula sa *Metzach* ng *Partzuf SAG* de *AK*. Pinuno nito ang walang laman na *Kelim* ng *Guf* ng Kataasan, na kung saan ay ang *Kelim* de *Nekudim* na nakansela at nasira.

119) Gayunpaman, mayroong isang mahalagang pagkakaiba sa bagong *MA*: ito ay naging isang *lalaki*, at ang *Isang* sa *Kelim* de *Nekudim* ang iwinawasto nito. Sa kabaligtaran, sa mga nakaraang *Partzufim*, ang ibabang bahagi ay hindi nagiging isang lalaki, at ang Kataasan sa *Kelim* de *Guf* ng Kataasan, kahit na pumupuno ito sa kanila sa pamamagitan ng antas nito.

Ang pagbabagong ito ay dahil sa sa nakaraang mga *Partzufim* ay walang kapintasan sa paglisan ng mga *Liwanag*; ang paglisan lamang ng *Masach* ang naging sanhi ng kanilang paglisan. Ngunit dito, sa mundo ng *Nekudim*, nagkaroon ng kapintasan sa *Kelim* dahil ang puwersa ng pagtatapos ng *Malchut* ay hinaluan ng *Kelim* de *Achoraim* de *ZAT*, na ginagawang hindi karapat-dapat silang tumanggap ng mga *Liwanag*. Ito ang dahilan kung bakit sila nasira at nahulog sa *BYA*.

Kaya, ganap silang umaasa sa bagong *MA* upang buhayin sila, pag-uri-uriin, at itaas sila sa *Atzilut*. Bilang resulta, ang bagong *MA* ay itinuturing na *lalaki* at nagbibigay.

At ang mga *Kelim* de *Nekudim* na ito, na pinagsunod-sunod nito, ay naging *Nukva* (babae) sa *MA*. Dahil dito, pinalitan ang kanilang pangalan ng *BON*, ibig sabihin ay sila ay naging *Tachton* (isang mas mababa) sa *MA*, kahit na superyor sila sa bagong *MA* dahil sila ay mga *Kelim* mula sa mundo ng *Nekudim* at itinuturing na *MA* at *Nikvey Eynaim*, na ang pinakamataas na *Behina* ay *VAK* de *SAG* de *AK* (Aytem 74). Gayunpaman, sila ngayon ay naging *Tachton* sa bagong *MA*, kung saan tinawag silang *BON*.

ANG LIMANG PARTZUFIM NG ATZILUT AT ANG MA AT BON SA BAWAT PARTZUF

120) Ipinaliwanag na ang antas ng bagong *MA* ay lumawak sa isang buong mundo sa sarili nito, katulad ng mundo ng *Nekudim*. Ang dahilan nito ay, tulad ng sa antas ng *Nekudim*,

nagkaroon ng pagdodoble ng *Masach* mula sa *Behina Dalet* (Aytem 116). Ito ay dahil sa kaliwanagan ng *ZON* de *AK* na sumikat sa *Tabur* at ang *Yesod* sa *GAR* de *Nekudim* ay nagbalik sa *Tzimtzum Aleph* sa lugar nito. Kasabay nito, isang mas mababang *Hey* ang bumaba mula sa kanyang *Nikvey Eynaim* hanggang sa *Peh*, na naging sanhi ng paglitaw ng lahat ng antas ng *Gadlut* de *Nekudim* (Aytem 101). Gayunpaman, ang lahat ng mga antas na ito ay muling nakansela at nasira, at ang lahat ng liwanag ay lumisan. Dahil dito, bumalik si *Tzimtzum Bet* sa kanyang lugar, at muling nakasama ang *Behina Dalet* sa *Masach*.

121) Samakatuwid, sa bagong *MA*, gayundin na lumitaw mula sa *Metzach*, mayroong ding dalawang *Behinot* ng *Katnut* at *Gadlut*, tulad ng sa mundo ng *Nekudim*. Ang *Katnut* ay unang lumitaw, ayon sa *Aviut* na isiniwalat sa *Masach*, na siyang antas ng *ZA* de *Hitlabshut*, na tinatawag na *HGT*, at ang antas ng *Malchut* de *Aviut*, na tinatawag na *NHY*, dahil sa tatlong linya na ginawa sa *Malchut*. Ang kanang linya ay tinatawag na *Netzah*, ang kaliwang linya ay tinatawag na *Hod*, at ang gitnang linya ay tinatawag na *Yesod*.

Gayunpaman, dahil mayroon lamang *Hitlabshut* sa *Behina Aleph*, kung walang *Aviut*, wala itong *Kelim*. Kaya ang antas ng *HGT* ay walang *Kelim*, na pagbibihis sa *Kelim de NHY*, at ang antas na ito ay tinatawag na *Ubar* (similya). Nangangahulugan ito na mayroon lamang *Aviut de Shoresh* doon, na nanatili sa *Masach* pagkatapos ng *Hizdakchut* nito, sa panahon ng pag-akyat nito para sa *Zivug* sa *Metzach ng Kataasan*. At ang antas na lumalabas mula doon ay ang antas lamang ng *Malchut*.

Gayunpaman, sa loob niya ay ang nakatagong mababang *Hey*, na itinuturing na "ang mababang *Hey* at ang *Metzach*." Kapag natanggap ng *Ubar* ang *Zivug* ng *Kataasan*, bumaba ito mula roon patungo sa lugar nito (Aytem 54), at natanggap ang *Mochin de Yenika* mula sa Itaas, na *Aviut* ng *Behina Aleph*, na itinuturing na "ang mababang *Hey* sa *Nikvey Eynaim*." Kaya nakakakuha din ito ng *Kelim* para sa *HGT*, at kumalat ang *HGT* mula sa *NHY* at mayroon itong antas ng *ZA*.

122) Pagkaraan, ito ay tumaas para sa *MAN* tungo sa Isang Mas Mataas magmuli. Ito ay tinatawag na *Ibur Bet* (pangalawang paglilihi/pagpapabinhi), kung saan ito ay tumatanggap ng *Mochin* mula sa *AB SAG de AK*. Sa oras na iyon, ang *Behina Dalet* ay bumaba mula sa *Nikvey Eynaim* patungo sa kanyang lugar sa *Peh* (Aytem 101), at isang *Zivug* ang ginawa sa *Behina Dalet* sa kanyang lugar, na gumagawa ng sampung *Sefirot* sa antas ng *Keter*. Kaya, ang *Kelim de AHP* ay tumaas pabalik sa kanilang lugar sa *Rosh*, at ang *Partzuf* ay nakumpleto na may sampung *Sefirot* ng mga Liwanag at mga daluyan. At ang mga *Mochin* na ito ay tinatawag na *Mochin de Gadlut* ng *Partzuf*. Ito ang antas ng unang *Partzuf de Atzilut*, na tinatawag na *Partzuf Keter* o *Partzuf Atik de Atzilut*.

123) At alam na ninyo na pagkatapos ng pagkabasag ng mga daluyan, ang lahat ng *AHP* ay bumagsak mula sa kanilang mga antas, bawat isa sa antas sa ibaba nito (Mga *Aytem* 77, 106). Kaya, ang *AHP* ng antas ng *Keter de Nekudim* ay nasa *GE* ng antas ng *Hochma*, at ang *AHP* ng antas ng *Hochma* ay nasa *GE* ng antas ng *Bina*, atbp. Samakatuwid, sa panahon ng *Ibur Bet de Gadlut* ng unang *Partzuf* ng *Atzilut*, na tinatawag na *Atik*, na muling itinaas ng *AHP* nito, ang *GE* ng antas ng *Hochma* ay tumaas kasama nila. Sila ay naiwasto kasama ang *AHP* ng antas ng *Atik*, at natanggap ang unang *Ibur* doon.

124) At nang matanggap ng *GE de Hochma* ang kanilang antas ng *Ibur* at *Yenika* (pag-aaruga) (Aytem 121), muli silang bumangon sa *Rosh de Atik*, kung saan nakatanggap sila ng pangalawang *Ibur* para sa *Mochin de Gadlut*. Ang *Behina Gimel* ay bumaba sa kanyang lugar sa *Peh*, gumawa ng sampung *Sefirot* sa kanya, sa antas ng *Hochma*, at ang kanilang *Kelim de AHP* ay tumaas pabalik sa kanilang lugar sa *Rosh*. Kaya, natapos ang *Partzuf Hochma* na may sampung *Sefirot* ng *Liwanag* at *Kelim*. Ang *Partzuf* na ito ay tinatawag na *Arich Anpin de Atzilut*.

125) Ang *GE* ng antas ng *Bina* ay tumaas kasama ng mga *AHP de AA* na ito, kung saan natanggap nila ang kanilang unang *Ibur* at *Yenika*. Pagkatapos, tumaas sila sa *Rosh ng AA* para sa isang pangalawang *Ibur*, itinaas ang kanilang *AHP*, natanggap ang *Mochin de Gadlut*, at ang *Partzuf Bina* ay nakumpleto na may sampung *Sefirot*, mga *Ilaw* at mga daluyan. Ang *Partzuf* na ito ay tinatawag na *AVI at YESHSUT*, dahil ang *GAR* ay tinatawag na *AVI*, at ang *ZAT* ay tinatawag na *YESHSUT*.

126) At ang *GE de ZON* ay tumaas kasama ng mga *AHP de AVI* na ito, kung saan natanggap nila ang kanilang unang *Ibur* at *Yenika*. Kinukumpleto nito ang *ZON* sa estado ng *VAK* hanggang *ZA* at *Nekuda* (punto) sa *Nukva*. Kaya ipinaliwanag namin ang limang *Partzufim* ng bagong *MA* na lumitaw sa mundo ng *Atzilut*, sa pare-parehong estado, na tinatawag na *Atik, AA, AVI*, at *ZON*.

- Ang *Atik* ay umusbong sa antas ng *Keter*;
- *AA* — sa antas ng *Hochma*;
- *AVI* — sa antas ng *Bina*;
- At *ZON* sa *VAK* at *Nekuda*, na antas ng *ZA*.

Gayundin, hindi kailanman maaaring magkaroon ng anumang pagbabawas sa limang antas na ito, dahil ang mga aksyon ng mga nakabababa ay hindi kailanman umabot sa *GAR* sa paraang maaari nilang madungisan ang mga ito. Ang mga aksyon ng mga nakabababa ay umabot sa *ZA* at *Nukva*, iyon ay, ang kanilang *Kelim de Achoraim*, na kanilang nakuha sa panahon ng *Gadlut*. Ngunit ang mga aksyon ng mga nakabababa ay hindi makakarating sa *Kelim de Panim*, na *GE* sa Liwanag ng *VAK* at *Nekuda*. Samakatuwid, ang limang antas na ito ay itinuturing na pantay ang *Mochin* sa *Atzilut*.

127) Ang pagkakasunud-sunod ng kanilang pananamit sa isa't isa at sa *Partzuf AK* ay ang *Partzuf Atik de Atzilut*, bagama't ito ay lumitaw mula sa *Rosh de SAG de AK* (Aytem 118), hindi pa rin ito makapagdamit mula sa *Peh ng SAG de AK* pababa, ngunit sa ibaba lamang ng *Tabur*. Ito ay dahil sa itaas ng *Tabur de AK* ito ay itinuturing na *Tzimtzum Aleph, Akudim*.

Dahil ang *Partzuf Atik* ang unang *Rosh ng Atzilut*, hindi ito kinokontrol ng *Tzimtzum Bet*, kaya dapat itong maging karapat-dapat sa pananamit sa itaas ng *Tabur de AK*. Ngunit dahil ang *Tzimtzum Bet* ay naitatag na sa kanyang *Peh de Rosh*, para sa natitirang bahagi ng *Partzufim de Atzilut*, mula dito pababa, maaari lamang itong bihisan mula sa *Tabur de AK* pababa.

Lumalabas na ang antas ng *Atik* ay nagsisimula sa *Tabur de AK* at nagtatapos nang pantay sa *Raglaim de AK*, iyon ay, sa itaas ng punto ng mundong ito. Ito ay dahil sa sarili nitong *Partzuf*. Gayunpaman, dahil sa koneksyon nito sa natitirang bahagi ng *Partzufim ng Atzilut*, kung saan ang pananaw ay itinuturing na kasama sa *Tzimtzum Bet*, gayundin, sa bagay na iyon, itinuturing na ang *Raglaim* nito ay nagtatapos sa *Parsa de Atzilut*, dahil ang *Parsa* ay ang bagong *Sium* (dulo) ng *Tzimtzum Bet* (Aytem 68).

128) Ang pangalawang *Partzuf* sa bagong *MA*, na tinatawag na *AA*, na nagmula at lumabas sa *Peh de Rosh Atik*, ay nagsisimula sa lugar ng paglitaw nito, mula sa *Peh de Rosh de Atik*, at binibihisan ang *ZAT de Atik*, na nagtatapos sa itaas ng *Parsa ng Atzilut*. Ang ikatlong *Partzuf*, na tinatawag na *AVI*, na lumabas mula sa *Peh de Rosh de AA*, ay nagsisimula sa *Peh de Rosh de AA* at nagtatapos sa itaas ng *Tabur de AA*. At ang *ZON* ay nagsisimula sa *Tabur de AA* at nagtatapos nang pantay sa *Sium ng AA*, iyon ay, sa ibabaw ng *Parsa de Atzilut*.

129) Dapat mong malaman na ang bawat antas ng limang *Partzufim* na ito ng bagong *MA* ay pinagsunod-sunod at ikinonekta sa sarili nito ang isang bahagi ng *Kelim de Nekudim*, na naging *Nukva* nito. Kaya, nang lumitaw ang *Partzuf Atik*, kinuha at ikinabit sa sarili nito ang lahat ng *GAR de Nekudim* na nanatiling kumpleto sa panahon ng pagsira ng mga daluyan. Ito ay tumutukoy sa *GE* sa kanila, na lumitaw sa panahon ng kanilang *Katnut*, na tinatawag na *Kelim de Panim* (Aytem 76). Sa *Katnut* ng *Nekudim*, ang kalahating Itaas lang ng bawat antas ang kasama nila, iyon ay, *GE* at *Nikvey Eynaim*. Ang ibabang kalahati ng bawat isa, na tinatawag na *AHP*, ay bumaba sa isang mas mababang antas.

Kaya naman, itinuturing na *Partzuf Atik* ng bagong *MA* ang kumuha ng kalahating Itaas ng *Keter* mula sa *Kelim* ng *Nekudim*, gayundin ang kalahating Itaas ng *HB*, at ang pitong ugat ng *ZAT*, kasama sa *GAR de Nekudim*. At ang mga ito ay naging isang *Partzuf Nukva* sa *Atik* ng bagong *MA*, at nagsanib sa isa't isa. Tinatawag silang *MA* at *BON de Atik de Atzilut*, dahil ang lalaki ng *Atik* ay tinatawag na *MA*, at ang *Kelim de Nekudim* na sumali rito ay tinatawag na *BON* (Aytem 119). Nakaayos ang mga ito sa mukha at likod: *Atik de MA* sa *Panim*, at *Atik de BON* sa *Achor* nito.

130) *Partzuf AA* ng bagong *MA*, na lumitaw sa antas ng *Hochma*, inayos at ikinonekta sa sarili nito ang ibabang kalahati ng *Keter de Nekudim*—ang *AHP de Keter*—na, noong panahon ng *Katnut*, ay nasa antas sa ibaba ng *Keter*, iyon ay, sa *Hochma at Bina de Nekudim* (Aytem 77). Ito ay naging isang *Nukva* sa *AA* ng bagong *MA*, at sila ay sumali. Kanan at kaliwa ang kanilang postura: *AA de MA*, na lalaki, ay nakatayo sa kanan, at *AA de BON*, na *Nukva*, ay nakatayo sa kaliwa.

At ang dahilan kung bakit hindi kinuha ng *Partzuf Atik de MA* ang isang mas mababang kalahati ng *Keter de Nekudim*, pati na rin, ay dahil ang *Atik* ay ang unang *Rosh de Atzilut*, na ang antas ay napakataas, ito ay konektado sa kanyang sarili lamang ang *Kelim de Panim de GAR de Nekudim*, kung saan walang naganap na kapintasan sa panahon ng pagsira. Hindi ito ganoon sa ibabang kalahati ng *Keter*, ang *AHP* na nahulog sa *HB* sa panahon ng *Katnut*. Pagkatapos, sa panahon ng *Gadlut*, bumangon sila mula sa *HB* at sumama sa *Keter de Nekudim* (Aytem 84). Pagkatapos, pagkatapos masira ang mga daluyan, nahulog sila mula sa *Keter de Nekudim* muli at kinansela. Kaya, sila ay may depekto sa kanilang pagkahulog at pagkansela, at samakatuwid ay hindi karapat-dapat sa *Atik*. Ito ang dahilan kung bakit kinuha sila ng *AA de MA*.

131) At ang bagong *Partzuf AVI*, sa antas ng *Bina*, ay inayos at ikinonekta sa kanilang sarili ang ibabang kalahati ng *HB de Nekudim*, na siyang *AHP de HB* na nahulog sa *ZAT de Nekudim* sa panahon ng *Katnut*. Ngunit pagkatapos, sa panahon ng *Gadlut de Nekudim*, bumangon sila at sumama sa *HB de Nekudim* (Aytem 94). Sa panahon ng pagbasag ng mga daluyan, nahulog sila sa *ZAT de Nekudim* muli at nakansela (Aytem 107), at inayos sila ng *AVI de MA* bilang kanilang *Nukva*.

Ang mga ito ay tinatawag na *ZAT de Hochma* at *VAT de Bina de BON*, dahil ang *Hesed de Bina* ay nanatili sa *GAR de HB de BON* sa *Partzuf Atik*, at tanging ang isang mas mababang *Vav*, mula *Gevura* pababa, ang nanatili sa ibabang kalahati ng *Bina*. Lumalabas na ang lalaki ng *AVI* ay ang antas ng *Bina de MA*, at ang *Nukva de AVI* ay *ZAT ng HB de BON*. Nakatayo sila sa kanan at kaliwa: *AVI de MA* sa kanan, at *AVI de BON* sa kaliwa. At si *YESHSUT de MA*, na siyang *ZAT de AVI*, ay kinuha ang mga *Malchut ng HB de BON*.

132) At ang *Partzuf ZON* ng bagong *MA*, sa antas ng *VAK* at *Nekuda*, ay inayos at ikinonekta sa kanilang sarili ang *Kelim de Panim ng ZAT de Nekudim*, mula sa kanilang pagkawasak sa *BYA*, iyon ay, ang *Behinat GE ng ZAT de Nekudim* (Aytem 78). Sila ay naging *Nukva* hanggang *ZON de MA* at nakatayo sa kanan at kaliwa: *ZON de MA* sa kanan, at *ZON de BON* sa kaliwa.

133) Sa gayon ay ipinaliwanag natin ang *MA* at *BON* sa limang *Partzufim* ng *Atzilut*. Ang limang antas ng bagong *MA* na lumitaw sa mundo ng *Atzilut* ay inayos ang lumang *Kelim* na nagtrabaho sa *Nekudim*, at ginawa silang *Nukvas* (mga babae), na tinatawag na *BON*.

- Ang *BON de Atik* ay pinagsunod-sunod at ginawa sa kalahating Itaas ng *GAR de Nekudim*.

- Ang *BON de AA* at *AVI* ay pinagbukud-bukod at ginawa sa ilalim na kalahati ng *GAR de Nekudim*, na nagsilbi sa kanila noong *Gadlut de Nekudim* at muling kinansela.

- Ang *BON de ZON* ay pinagbukod-bukod at ginawa ng *Kelim de Panim* na lumitaw sa panahon ng *Katnut de Nekudim*, na nabasag at nahulog kasama ng kanilang *Kelim de Achoraim* sa panahon ng kanilang *Gadlut*.

ISANG MAHUSAY NA PANUNTUNAN HINGGIL SA PATULOY NA MOCHIN AT ANG PAG-AKYAT NG PARTZUFIM AT NG MGA MUNDO SA LOOB NG ANIM NA LIBONG TAON

134) Naipaliwanag na na ang paglitaw ng *Gadlut* ng *GAR* at *ZAT de Nekudim* ay dumating sa tatlong pagkakasunod-sunod, sa pamamagitan ng tatlong puntos na *Holam*, *Shuruk*, *Hirik* (Aytem 86). Mula dito maaari mong maunawaan na mayroong dalawang uri ng pagkumpleto ng sampung *Sefirot* para sa pagtanggap ng *Mochin de Gadlut*.

Ang una ay sa pamamagitan ng pag-akyat at pagsasama sa *Kataasán*, iyon ay, nang ang *ZON de AK* ay nag-iilaw ng bagong Liwanag sa pamamagitan ng *Tabur* patungo sa *Keter de Nekudim* at ibinaba ang isang mas mababang *Hey* mula *Nikvey Eynaim de Keter* hanggang sa *Peh* nito. Kaya, ang nahulog na *AHP de Keter* na nasa *AVI* ay bumangon at bumalik sa kanilang antas sa *Keter*, na nakumpleto ang sampung *Sefirot* nito.

Itinuturing na sa estadong iyon, ang *GE de AVI* na nakakabit sa *AHP de Keter* ay bumangon kasama nila. Kaya naman, ang *AVI*, ay kasama rin sa sampung kumpletong *Sefirot* ng *Keter*, dahil ang isang mababa na umangat sa Kataasan ay naging katulad nito (Aytem 93). Kaya't itinuturing na ang *AVI*, din, ay nakakuha ng *AHP* na kulang sa kanila upang makumpleto ang kanilang sampung *Sefirot*, sa pamamagitan ng kanilang pagsasama sa *Keter*. Ito ang unang uri ng *Mochin de Gadlut*.

135) Ang pangalawang uri ay isang antas na nakumpleto sa sampung *Sefirot* nang mag-isa nang ang *ZON de AK* ay nagliwanag sa bagong Liwanag sa pamamagitan ng *Yesod de AK*, na tinatawag na "ang punto ng *Shuruk*," sa *AVI*, at ibinaba ang isang mas mababang *Hey* mula sa *Nikvey Eynaim de AVI* mismo sa kanilang *Peh*. Sa pamamagitan nito, itinaas nila ang *Kelim de AHP de AVI* mula sa lugar kung saan sila nahulog sa *ZAT* hanggang sa *Rosh de AVI*, at nakumpleto ang kanilang sampung *Sefirot*. Kaya, ngayon ang *AVI* ay nakumpleto nang mag-isa, dahil ngayon ay nakuha na nila ang aktwal na *Kelim de AHP* na kulang sa kanila.

Gayunpaman, sa unang uri, nang matanggap nila ang kanilang pagkumpleto mula sa *Keter* sa pamamagitan ng *Dvekut* kasama ang *AHP* nito, talagang kulang pa rin sila sa *AHP*. Ngunit dahil sa kanilang *Hitkalelut* sa *Keter*, nakatanggap sila ng liwanag mula sa kanilang *AHP*, na sapat lamang upang makumpleto ang mga ito sa sampung *Sefirot* habang sila ay nasa lugar pa ng *Keter*, at hindi sa lahat nang sila ay lumisan mula roon patungo sa kanilang sariling lugar.

136) Katulad nito, may dalawang uri din ng mga pagkumpleto sa *ZAT*:

1. Sa panahon ng iluminasyon ng *Shuruk* at ang pag-akyat ng *AHP de AVI*, kung saan ang *GE de ZAT* na naka-kabit sa kanila ay bumangon kasama sa *AVI*, gayundin, kung saan nakatanggap sila ng isang *AHP* upang makumpleto ang kanilang sampung *Sefirot*. Ang mga *AHP* na ito ay hindi na ang kanilang tunay na *AHP*, ngunit tanging iluminasyon ng *AHP*, sapat na upang makumpleto ang sampung *Sefirot* habang sila ay nasa *AVI*, at hindi sa kalahatan sa sandali ng kanilang pagbaba sa kanilang sariling lugar.

Ang pagkumpleto ng sampung *Sefirot*, na nakuha ng *ZAT* sa panahon ng *Hitpashtut* ng *Mochin* mula sa *AVI* hanggang sa *ZAT*, kung saan sila, din, ay ibinaba ng kanilang katapusan sa ibabang *Hey* mula sa kanilang *Chazeh* hanggang sa *Sium Raglin* ng *AK* at itinaas ang kanilang *TNHY* mula sa *BYA* at ikinonekta sila sa kanilang antas, sa *Atzilut*. Kung gayon, kung hindi sila nasira at namatay, sila ay makukumpleto na sila ng sampung kumpletong *Sefirot*, dahil ngayon ay nakuha na nila ang aktwal na *AHP* na kulang sa kanila.

137) Sa apat na *Partzufim* na lumitaw mula sa *AVI* tungo sa *Kelim de HGT*, gayundin sa apat na *Partzufim* na lumitaw mula *YESHSUT* hanggang sa *Kelim de TNHYM* (Mga *Aytem* 107-109), mayroon ding dalawang uri ng pagkumpleto ng sampung *Sefirot*. Ito ay dahil una, ang bawat isa sa kanila ay natapos sa pamamagitan ng kanilang pagkakadikit sa *AHP de AVI* at *YESHSUT* habang sila ay nasa *Rosh* pa. Ito ang unang uri ng pagkumpleto ng sampung *Sefirot*. Pagkatapos, nang lumawak sila sa *BYA*, nais nilang makumpleto sa pamamagitan ng pagkumpleto ng pangalawang uri ng sampung *Sefirot*. Tumutukoy din ito sa *Sefirot* sa loob ng *Sefirot*.

138) Dapat mong malaman na ang limang *Partzufim* na ito ng *Atzilut, Atik, AA, AVI,* at *ZON* ay itinatag nang permanente, 28 at walang pagbawas na angkop sa kanila (*Aytem* 126). Ang *Atik* ay lumitaw sa antas ng *Keter*; *AA* sa antas ng *Hochma*; *AVI* sa antas ng *Bina*; at *ZON* sa antas ng *ZA, VAK* na walang *Rosh*.

Kaya, ang *Kelim* de *AHP* na pinagsunod-sunod para sa kanila, mula sa panahon ng *Gadlut*, ay itinuturing na pagkumpleto ng unang uri ng sampung *Sefirot*, sa pamamagitan ng punto ng *Holam* na ipinapakita sa *Keter* de *Nekudim*. Sa oras na iyon, ang *AVI* ay nakumpleto din ng *Keter* at nakakuha ng pag-iilaw ng *Kelim* de *AHP* (*Aytem* 134). Kaya naman, kahit na ang *Atik, AA,* at *AVI* ay lahat ay may sampung kumpletong *Sefirot* sa *Rosh*, walang *GAR* na lumawak mula rito hanggang sa kanilang *Gufim*. Maging ang *Partzuf Atik* ay may *VAK* lamang, walang *Rosh*, sa *Guf*, at gayundin ang *AA* at *AVI*.

Ang dahilan nito ay ang dalisay ay isinaayos muna. Samakatuwid, tanging ang pagkumpleto ng unang uri ng sampung *Sefirot* ang pinagsunod-sunod sa kanila, mula sa pananaw ng pag-akyat nito sa *Kataasan*, iyon ay, ang iluminasyon ng *Kelim de AHP*, na sapat upang makumpleto ang sampung *Sefirot* sa *Rosh*. Ngunit wala pa ring *Hitpashtut* mula sa *Rosh* hanggang sa *Guf*, dahil noong ang *AVI* ay kasama sa *Keter de Nekudim*, sila ay naninirahan para sa iluminasyon ng *AHP* sa pamamagitan ng kapangyarihan ng *Keter*, at hindi para sa kanilang *Hitpashtut* sa kanilang sariling lugar, mula sa *Peh* de *Keter* de *Nekudim* pababa (*Aytem* 135). At dahil ang mga katawan ng *Atik* at *AA* at *AVI* ay nasa *VAK* na walang *Rosh*, ito ay higit pa sa *ZON* mismo, na itinuturing na karaniwang *Guf* de *Atzilut* na lumitaw sa *VAK* na walang *Rosh*.

139) Gayunpaman, hindi ganito sa *AK*. Sa halip, ang buong dami na lumitaw sa *Roshim* ng *Partzufim* ng *AK* ay lumawak din sa kanilang *Gufim*. Samakatuwid, ang lahat ng limang *Partzufim* ng *Atzilut* ay itinuturing na *VAK* lamang ng *Partzufim* ng *AK*. Ito ang dahilan kung bakit sila ay tinawag na "**bagong MA**" o "**MA ng limang Partzufim ng AK**," iyon ay, ang antas ng *ZA*, na *MA* na walang *GAR*. Ang *GAR* ay *Galgalta, AB, SAG*, dahil ang puso ng antas ay sinusukat ayon sa pagpapalawak nito sa *Guf*, mula sa *Peh* pababa. At dahil ang unang tatlong *Partzufim* ay hindi kumalat sa *Guf*, ngunit *VAK* lamang na walang *Rosh*, sila ay itinuturing na *MA*, na siyang antas ng *VAK* na walang *Rosh*, na may paggalang sa limang *Partzufim* de *AK*.

Ang *AVI* de *Atzilut*, na may antas ng *Bina* sa *Rosh*, ay itinuturing na *VAK* ng *Partzuf SAG* de *AK*, at kulang sa *Neshama, Haya, Yechida* de *SAG* de *AK*. Ang *ZON* de *Atzilut* ay itinuturing na *VAK* de *Partzuf MA* at *BON* de *AK*, at kulang sa *Neshama, Haya, Yechida* de *MA* at *BON* de *AK*. At ang *YESHSUT* at *ZON* ay palaging nasa parehong antas—ang isa ay ang *Rosh* at ang isa ay ang *Guf*.

141) Ang pagkumpleto ng *AHP* ng sampung *Sefirot* ng pangalawang uri ay pinagsunod-sunod sa pamamagitan ng pagtaas ng *MAN* mula sa mabubuting gawa ng mga nakabababa. Nangangahulugan ito na nakumpleto nila ang *AVI*, na may paggalang sa kanilang sarili, tulad ng sa punto ng *Shuruk*. Sa oras na iyon, ang *AVI* mismo ay nagpapababa ng isang mas mababang *Hey* mula sa kanilang *Nikvey Eynaim* at itinaas ang kanilang *AHP* sa kanila. Pagkatapos ay mayroon silang lakas na ipagkaloob sa *ZAT*, pati na rin, na *ZON*, iyon ay, sa *Gufim* mula sa Itaas pababa. Ito ay dahil ang *GE* de *ZON*, na nakakabit sa *AHP* de *AVI*, ay

dinadala kasama nila sa *AVI*, at tinatanggap ang pagkumpleto ng kanilang sampung *Sefirot* mula sa kanila (Aytem 94).

Sa oras na iyon, ang buong halaga ng *Mochin* sa *AVI* ay ibinibigay din sa *ZON* na umangat kasama nila sa kanilang *AHP*, gayundin. Kaya naman, kapag natanggap ng limang *Partzufim* de *Atzilut* ang pagkumpleto ng pangalawang uri, mayroong *GAR* sa *Gufim* ng unang tatlong *Partzufim* — *Atik, AA*, at *AVI* de *Atzilut* — pati na rin sa *ZON* de *Atzilut*, ang karaniwang *Guf* de *Atzilut*.

Sa oras na iyon, ang limang *Partzufim* ng *Atzilut* ay bumangon at binihisan ang limang *Partzufim* ng *AK*. Ito ay dahil sa panahon ng *Hitpashtut* ng *GAR* sa *Gufim* ng limang *Partzufim* ng *Atzilut*, sila ay katumbas ng limang *Partzufim* ng *AK*:

• Bumangon ang *Atik de Atzilut* at binihisan ang *Partzuf Keter de AK*

• Ang *AA* binihisan ang *AB de AK*

• *AVI – SAG de AK*

• At *ZON* ay binihisan ang *MA* at *BON de AK*.

At pagkatapos ang bawat isa sa kanila ay tumatanggap ng *Neshama, Haya,* at *Yechida* mula sa katumbas nitong *Behina* sa *AK*.

142) Gayunpaman, tungkol sa *ZON* de *Atzilut*, ang mga *Mochin* na ito ay itinuturing na unang uri lamang ng pagkumpleto ng sampung *Sefirot*. Ito ay dahil ang mga *AHP* na ito ay hindi kumpletong *AHP*, kundi tanging iluminasyon ng *AHP* lamang, na kanilang natatanggap sa pamamagitan ng *AVI* habang sila ay nasa lugar ng *AVI*. Ngunit sa kanilang pagpapalawak sa kanilang sariling lugar, kulang pa rin sila sa kanilang sariling *AHP* (Aytem 136).

Dahil dito, ang lahat ng *Mochin* na nakuha ng *ZON* sa loob ng 6,000 taon ay itinuturing na "*Mochin ng pag-akyat*," dahil maaari lamang nilang makuha ang *Mochin* de *GAR* kapag sila ay tumaas sa lugar ng *GAR*, at doon lamang sila nakukumpleto. Ngunit kung hindi sila umakyat sa lugar ng *GAR*, hindi sila magkakaroon ng ganap na *Mochin*, sapagkat kailangan pang ayusin ng *ZON* ang pangalawang uri ng *Mochin*, at ito ay mangyayari lamang sa pagtatapos ng pagwawasto.

143) Kaya ipinaliwanag namin na ang *Mochin* ng limang permanenteng *Partzufim* sa *Atzilut* ay nagmumula sa unang uri ng pag-uuri ng *Kelim* de *AVI*. Sa mundo ng *Nekudim*, ang iluminasyon na ito ay tinatawag na "iluminasyon ng *Tabur*" o "ang punto ng *Holam*." Kahit na ang *AVI* ay mayroong lamang unang uri ng pagkumpleto, samakatuwid, walang pag-iilaw ng *GAR* ang kumakalat mula sa *Roshim* ng *Atik, AA,* at *AVI* patungo sa kanilang sariling *Gufim* at sa *ZON*, dahil ang *ZAT* de *Nekudim*, gayundin, ay hindi nakatanggap ng alinman sa iluminasyon na iyon ng *Holam* (Aytem 88).

At ang *Mochin* ng 6,000 taon, sa pamamagitan ng pagtatapos ng pagwawasto na nagmumula sa pag-angat ng kababaan ng *MAN*, ay itinuturing na pag-uuri ng *Kelim* upang makumpleto ang pangalawang uri ng sampung *Sefirot* de *AVI*. Sa mundo ng *Nekudim*, ang kaliwanagang ito ay tinatawag na "iluminasyon ng *Yesod*" o "ang punto ng *Shuruk*," dahil dito itinaas ng *AVI* ang kanilang sariling *AHP*, kung saan ang *GE* de *ZAT* ay nakalakip din. Kaya, ang *ZAT* ay tumatanggap din ng *Mochin* de *GAR* sa lugar ng *AVI*. Dahil dito, ang mga *Mochin* na ito ay umabot na sa *Gufim* ng limang *Partzufim* ng *Atzilut* at ang karaniwang *ZON*, maliban na lamang kung sila ay nararapat na nasa itaas, sa lugar ng *GAR*, upang mabihisan sila.

Sa hinaharap, sa pagtatapos ng *pagwawasto* (Tikkun), matatanggap ng *ZON* ang pagkumpleto ng pangalawang uri ng sampung *Sefirot*, at ibababa nito ang panghuling ibabang *Hey* mula sa kanilang *Chazeh*, na siyang *Parsa* de *Atzilut*, pababa hanggang sa lugar ng *Sium Raglin* de *AK* (Aytem 136). Sa oras na iyon, ang *TNHY* de *ZON* sa *BYA* ay magkokonekta sa antas ng *ZON* de *Atzilut*, at ang *Sium Raglin* de *Atzilut* ay magiging pantay sa *Sium Raglin* de *AK*.

Sa sandaling mangyari ito, lilitaw ang Mesiyas na Hari, gaya ng nasusulat, "At ang Kanyang mga paa ay tatayo… sa bundok ng mga Oliba." Kaya naman, malinaw na walang ganap na pagtutuwid (pagwawasto) sa mga mundo sa loob ng 6,000 taon, maliban lamang kung ito ay sa pamamagitan ng pag-akyat—ang pag-angat mula sa ibaba tungo sa itaas.

PAGPAPALIWANAG SA TATLONG DAIGDIG BERIA, YETZIRA, AT ASSIYA

144) Mayroong pitong pangunahing punto na dapat malaman sa tatlong mundong *BYA*:

1. Saan ginawa ang lugar para sa tatlong mundong ito?

2. Ang mga antas ng *Partzufim BYA* at ang panimulang katayuan ng mga mundo noong sila ay nilikha at nagmula sa *Nukva de Atzilut*.

3. Lahat ng antas mula sa idinagdag na *Mochin* at ang tindig na kanilang nakuha bago ang kasalanan ng *Adam ha Rishon*.

4. Ang *Mochin* na nanatili sa *Partzufim BYA* at ang lugar kung saan nahulog ang mga daigdig matapos silang magkasala ng kasalanan ng *Adam ha Rishon*.

5. Ang *Mochin de Ima* na natanggap ng *Partzufim BYA* pagkatapos ng kanilang pagkahulog sa ibaba ng *Parsa de Atzilut*.

6. Ang *Partzufim* ng *Achor* ng limang *Partzufim* ng *Atzilut*, na bumaba at binihisan ang *Partzufim BYA*, ay naging kung ano ang kinikilala bilang *Neshama* sa *Neshama* para sa kanila.

7. Ang *Malchut de Atzilut* na bumaba at naging *Atik* sa *Partzufim BYA*.

145) Ang unang pag-unawa ay naipaliwanag na (*Aytem* 66): Dahil sa pag-akyat ng nagtatapos na *Malchut*, na nasa ibaba ng *Sium Raglin* ng *AK*, sa lugar ng *Chazeh de ZAT de Nekudot de SAG*, na naganap sa panahon ng *Tzimtzum Bet*, ang dalawang mas mababang ikatlong bahagi ng *Tifferet* at *NHYM* ay nahulog sa ibaba ng bagong punto ng *Sium* sa *Chazeh de Nekudot*. Kaya, hindi na sila karapat-dapat na tumanggap ng Mataas na Liwanag, at ang lugar ng tatlong mundo na *BYA* ay ginawa sa kanila:

- Ang lugar ng mundo ng *Beria* ay ginawa ng dalawang isang mas mababang ikatlong bahagi ng *Tifferet*;

- Ang lugar ng mundo ng *Yetzira* ay ginawa ng tatlong *Sefirot NHY*;

- Ang lugar ng mundo ng *Assiya* ay gawa sa *Malchut*.

146) Ang pangalawang pag-unawa ay ang mga antas ng *Partzufim BYA* at ang kanilang paninindigan sa kanilang paglabas at pagsilang mula sa *Nukva de Atzilut*. Alamin na noong panahong iyon, nakuha na ng ZA ang *Behinat Haya* mula sa *Aba*, at nakuha na ng *Nukva* ang *Behinat Neshama* mula sa *Ima*.

At alam mo na, na ang ZON ay tumanggap ng *Mochin* mula sa *AVI* sa pamamagitan lamang ng pag-akyat at pananamit (*Aytem 142*). Kaya naman, ang ZA ay nagdamit ng *Aba de Atzilut*, na tinatawag na *Mataas na AVI*, ang *Nukva* na binihisan ang *Ima de Atzilut*, na tinatawag na *YESHSUT*, at pagkatapos ay ang *Nukva de Atzilut* ay inuri at pinalitaw ang mundo ng *Beria* kasama ang limang *Partzufim* nito.

147) At dahil ang *Nukva* ay nakatayo sa lugar ng *Ima*, siya ay itinuturing na may antas ng *Ima*, dahil ang isang mas mababa na tumaas sa *Kataasan* ay naging katulad nito. Samakatuwid, ang mundo ng *Beria*, na isinaayos niya, ay itinuturing na antas ng ZA, dahil ito ay isang mas mababang antas sa *Nukva*, na itinuturing na *Ima*, at ang isang mas mababa sa *Ima* ay ZA. Pagkatapos, ang mundo ng *Beria*, na nakatayo sa lugar ng ZA de Atzilut, ay nasa ibaba ng *Nukva de Atzilut*, na noon ay itinuturing na *Ima de Atzilut*.

148) Kaya, itinuturing na ang mundo ng *Yetzira*, na isinaayos at pinanggalingan ng mundo ng *Beria*, ay nasa antas ng *Nukva de Atzilut*. Ito ay dahil ito ang antas sa ibaba ng mundo ng *Beria*, na noon ay itinuturing na ZA ng *Atzilut*. At ang nasa ibaba ng ZA ay itinuturing na *Nukva*.

Gayunpaman, hindi lahat ng sampung *Sefirot* ng mundo ng *Yetzira* ay itinuturing na *Nukva de Atzilut*, kundi ang unang apat lamang ng *Yetzira*. Ang dahilan ay mayroong dalawang estado sa *Nukva*: mukha-sa-mukha (*Panim be Panim*) at likod-sa-likod (*Achor be Achor*).

- Kapag siya ay nakaharap ng mukha-sa-mukha sa ZA, ang kanyang antas ay katumbas ng ZA;

- At kapag siya ay likod-sa-likod, ang apat na *Sefirot TNHY de ZA* lang ang sinasakop niya.

At dahil sa panahong iyon ang estado ng lahat ng mundo ay *likod-sa-likod* lamang (*Achor be Achor*), mayroon lamang apat na *Sefirot* sa *Nukva*. Samakatuwid, ang mundo ng *Yetzira* ay mayroon ding unang apat na *Sefirot* sa lugar ng *Nukva de Atzilut*. At ang anim na ibaba ng *Yetzira* ay nasa unang anim na *Sefirot* ng kasalukuyang mundo ng *Beria*, ayon sa mga katangian sa lugar ng *BYA* sa unang pag-unawa (Aytem 145), kung saan ang mga mundong *BYA* ay nahulog pagkatapos ng kasalanan ni *Adam ha Rishon*, at ito na ang kanilang permanenteng lugar.

149) Ang mundo ng *Assiya*, na isinaayos ng mundo ng *Yetzira*, ay itinuturing na kasalukuyang antas ng *Beria*. Dahil ang mundo ng *Yetzira* ay dating nasa antas ng *Nukva de*

---

28 Tala ng tagasalin: "sa pananatili" ay tinutukoy din bilang "ang palaging estado."

Atzilut, ang antas sa ibaba nito—ang mundo ng *Assiya*—ay itinuturing na kasalukuyang mundo ng *Beria*. Ngunit dahil ang unang apat lamang sa *Yetzira* ang itinuturing na *Nukva de Atzilut* at ang anim na mas mababa nito ay nasa mundo ng *Beria*, gayundin, ang unang apat lamang ng mundo ng *Assiya* sa ibaba nito ay itinuturing na mga pang-ibaba na *Sefirot* ng mundo ng *Beria*. At ang anim na nasa ibaba ng mundo ng *Assiya* ay nasa lugar ng unang anim sa kasalukuyang mundo ng *Yetzira*.

Noong panahong iyon, ang labing-apat na *Sefirot*—ang *NHYM* ng kasalukuyang *Yetzira* at lahat ng sampung *Sefirot* ng kasalukuyang mundo ng *Assiya*—ay walang anumang *Kedusha* (kabanal-banalan), at naging *Mador ha Klipot* (ang seksyon ng mga talukap). Ito ay dahil mayroon lamang *Klipot* (mga talukap) sa lugar ng labing-apat na *Sefirot* na ito, dahil ang mga mundo ng *Kedusha* ay nagwakas sa lugar ng *Chazeh* ng kasalukuyang mundo ng *Yetzira*. Kaya natutunan natin ang mga antas ng *Partzufim BYA* at ang lugar ng kanilang paninindigan sa kanilang unang paglitaw.

150) Ngayon ay ipapaliwanag natin ang ikatlong pag-unawa—ang mga antas ng *Partzufim BYA* at ang katatayuan nila mula sa idinagdag na *Mochin* bago ang kasalanan ni *Adam ha Rishon*. Ito ay dahil sa pamamagitan ng kaliwanagan ng karagdagang *Shabbat*, nagkaroon sila ng dalawang pag-akyat.

1. Sa ikalimang oras sa bisperas ng Shabbat, nang isinilang si *Adam ha Rishon*, nagsimulang lumiwanag ang kaliwanagan ng *Shabbat* sa anyo ng ikalimang bahagi ng ikaanim na araw. Sa oras na iyon:

Nakuha ng ZA ang *Behinat Yechida* at bumangon at dinamitan ang *AA de Atzilut*;

- At *Nukva* – *Behinat Haya*, at bumangaon at binihisan ang *AVI de Atzilut*;
- Bumangon ang *Beria* sa *YESHUT*;
- Ang buong *Yetzira* ay tumayo sa *ZA*;
- Ang unang apat na *Sefirot* ng *Assiya* ay bumangon sa lugar ng *Nukva de Atzilut*;
- At ang ilalim na anim ng *Assiya* ay tumayo sa lugar ng unang anim ng *Beria*.

2. Sa bisperas ng Shabbat, sa dapit-hapon, sa pamamagitan ng pagdaragdag ng *Shabbat*, ang anim na ibabang bahagi ng *Assiya* ay umakyat at nakatindig sa lugar ng *Nukva de Atzilut*. Kasabay nito, ang mundo ng *Yetzira* at *Assiya* ay nakatayo sa mundo ng *Atzilut*, partikular sa lugar ng *ZON de Atzilut*, at ito ay nasa anyo ng *mukha-sa-mukha*.

151) At ngayon ay ipapaliwanag natin ang ikaapat na pag-unawa—ang antas ng *Mochin* na nanatili sa *BYA*, at ang lugar kung saan sila nahulog pagkatapos ng kasalanan. Dahil sa kapintasan ng kasalanan ng *Puno ng Karunungan*, lahat ng idinagdag na *Mochin* na kanilang nakuha sa pamamagitan ng dalawang pag-akyat ay lumisan sa mundo, at ang *ZON* ay bumalik sa pagiging *VAK* at *Nekuda*. At ang tatlong mundong *BYA* ay naiwan na may lamang *Mochin* kung saan sila unang lumitaw. Ang mundo ng *Beria* ay nasa antas ng *ZA*, na nangangahulugang *VAK*, at gayundin ang *Yetzira* at *Assiya* sa nabanggit na sukat (Aytem 148).

Bukod pa rito, ang pag-unawa sa *Atzilut* ay ganap na umalis sa kanila at sila ay nahulog sa ibaba ng *Parsa de Atzilut*, sa kalidad ng lugar ng *BYA*, na inihanda ng *Tzimtzum Bet* (Aytem 145). Kaya, ang apat sa ibaba ng *Yetzira* at ang sampung *Sefirot* ng mundo ng *Assiya* ay nahulog at tumayo sa lugar ng labing-apat na *Sefirot* ng *Klipot* (Aytem 149), na tinatawag na *Mador ha Klipot*.

152) Ang ikalimang *discernment* ay ang *Mochin de Ima* na natanggap ng *BYA* sa lugar kung saan sila nahulog. Matapos lisanin ng *BYA* ang *Atzilut* at mahulog sa ibaba ng *Parsa de Atzilut*, mayroon lamang silang *VAK* (Aytem 151). Pagkatapos ay nagbihis si *YESHSUT* ng *ZON de Atzilut*, at nagkipagtalik sa *YESHSUT* para sa layunin ng pagbibihis sa *ZON*, at ibinigay sa *Mochin de Neshama* sa *Partzufim BYA* sa kanilang lugar:

- Ang mundo ng *Beria* ay nakatanggap mula sa kanila ng sampung kumpletong Sefirot sa antas ng *Bina*;
- Ang mundo ng *Yetzira* ay nakatanggap ng *VAK* mula sa kanila;
- At ang mundo ng *Assiya*, tanging ang pag-unawa ng likud-sa-likud.

153) Ang ikaanim na *pag-unawa* ay ang *Neshama* hanggang *Neshama*, na nakuha ng *Partzufim BYA* mula sa *Partzufim* ng *Achor* ng limang *Partzufim* ng *Atzilut*. Ito ay dahil sa panahon ng pagliit ng buwan, ang *Partzuf* ng *Achor de Nukva de Atzilut* ay nahulog at nakasuot ng *Partzufim BYA*. Naglalaman ito ng tatlong *Partzufim*, na tinatawag na *Ibur, Yenika, Mochin*.

- Ang *Behinat* (pag-unawa ng) *Mochin* ay nahulog sa *Beria*;
- Nahulog ang *Behinat Yenika* sa *Yetzira*;
- At nahulog ang *Behinat Ibur* sa *Assiya*.

Sila ay naging *Behinat Neshama* hanggang *Neshama* sa lahat ng *Partzufim BYA*, na itinuturing na *Haya*, na may paggalang sa kanila.

154) Ang ikapitong *pag-unawa* ay ang *Nukva de Atzilut*, na naging *RADLA* at ang kaliwanagan ng *Yechida* sa *BYA*. Ito ay dahil ipinaliwanag na sa panahon ng pagliit ng buwan, ang tatlong pagkilala — *Ibur, Yenika, Mochin* — ng *Partzuf Achor de Nukva de Atzilut* ay nahulog at nabihisan ng *BYA*. Ang mga ito ay itinuturing na *Achoraim* ng pinakamababang siyam ng *Nukva*, na ang *Ibur, Yenika*, at *Mochin*:

- Ang *NHY* ay tinatawag na *Ibur*;
- Ang *HGT* ay tinatawag na *Yenika*;
- Ang *HBD* ay tinatawag na *Mochin*.

Gayunpaman, ang *Achor* ng *Behinat Keter de Nukva* ay naging *Atik* sa *Partzufim BYA*, sa paraang ang mga *Liwanag* ng kasalukuyang *Partzufim BYA* ay pangunahin mula sa mga labi, na naiwan sa kanila pagkatapos ng kasalanan ni *Adam ha Rishon*, na siyang *VAK* ng bawat isa sa kanila (Aytem 151).

- Natanggap nila ang *Behinat Neshama* mula sa *Mochin de Ima* (Aytem 152);

- At tinanggap nila ang *Behinat Neshama* sa *Neshama,* na siyang *Behinat Haya,* mula sa siyam na ibaba ng *Partzuf Achor de Nukva;*

- At tinanggap nila ang *Behinat Yechida* mula sa *Behinat Achor de Keter de Nukva de Atzilut.*

PAGPAPALIWANAG SA PAG-AKYAT NG MGA MUNDO

155) Ang pangunahing pagkakaiba sa pagitan ng *Partzufim* ng *AK* at ng *Partzufim* ng mundo ng *Atzilut* ay ang *Partzufim* ng *AK* ay mula sa *Tzimtzum Aleph,* kung saan ang bawat antas ay naglalaman ng sampung kumpletong *Sefirot.* Gayundin, mayroon lamang isang *Kli* sa sampung *Sefirot*—ang *Kli* ng *Malchut,* ngunit ang unang siyam na *Sefirot* ay itinuturing lamang na mga *Liwanag.*

Ang *Partzufim* ng *Atzilut,* gayunpaman, ay mula sa *Tzimtzum Bet,* gaya ng nasusulat, "sa araw na ginawa ng Panginoong Diyos ang lupa at langit," nang Kanyang iugnay ang *Rachamim* (awa) sa *Din* (paghuhukom) (Item 59). Ang *Midat ha Din* (kalidad ng paghatol), na *Malchut,* ay bumangon at konektado sa *Bina,* na *Midat ha Rachamim* (kalidad ng awa), at sila ay pinagsama. Kaya, isang bagong *Sium* ang inilagay sa ibabaw ng *Itaas na Liwanag* sa lugar ng *Bina.* Ang *Malchut* na nagtatapos sa *Guf* ay tumaas sa *Bina de Guf,* na siyang *Tifferet,* sa lugar ng *Chazeh,* at ang magkabit na *Malchut* sa *Peh de Rosh* ay tumaas sa *Bina de Rosh,* na tinatawag na *Nikvey Eynaim.*

Kaya, ang antas ng *Partzufim* ay nabawasan sa *GE,* na *Keter Hochma* sa *Kelim,* sa antas ng *VAK* na walang *Rosh,* na *Nefesh Ruach* sa mga *Liwanag* (Item 74). Kaya, sila ay kulang sa *AHP de Kelim,* na *Bina* at *ZON,* at ang mga *Liwanag* na *Neshama, Haya,* at *Yechida.*

156) Ipinaliwanag (*Item* 124) na sa pamamagitan ng pagtataas ng *MAN* para sa pangalawang *Ibur,* nakuha ng *Partzufim* ng *Atzilut* ang kaliwanagan ng *Mochin* mula sa *AB SAG de AK,* na nagpapababa sa ibabang *Hey* mula *Nikvey Eynaim* pabalik sa kanyang lugar sa *Peh,* tulad ng sa *Tzimtzum Aleph.* Kaya, nabawi nila ang *AHP de Kelim* at ang *Neshama, Haya, Yechida* ng *Liwanag.* Gayunpaman, ito ay nakatulong lamang sa sampung *Sefirot* ng *Rosh* ng *Partzufim,* ngunit hindi sa kanilang *Gufim,* dahil ang mga *Mochin* na ito ay hindi kumalat mula sa *Peh* hanggang sa kanilang *Gufim* (Item 138).

Samakatuwid, kahit na pagkatapos ng *Mochin de Gadlut,* ang *Gufim* ay nanatili sa *Tzimtzum Bet,* tulad ng sa panahon ng *Katnut.* Para sa kadahilanang ito, ang lahat ng limang *Partzufim de Atzilut* ay itinuturing na mayroon lamang ang antas ng sampung *Sefirot* na lumabas sa *Aviut* ng *Behina Aleph,* ang antas ng *ZA, VAK* na walang *Rosh,* na tinatawag na "ang antas ng *MA.*" Dinamitan nila ang antas ng *MA* ng limang *Partzufim* ng *AK,* iyon ay, mula sa *Tabur* ng limang *Partzufim* ng *AK* pababa.

157) Kaya, binibihisan ng *Partzuf Atik de Atzilut* ang *Partzuf Keter de AK* mula sa *Tabur* nito pababa, at tinatanggap ang gantimpala nito mula sa antas ng *MA* ng *Partzuf Keter de AK,* na naroroon. Ang *Partzuf AA de Atzilut* ay nagdadamit ng *Partzuf AB de AK* mula sa *Tabur* pababa at tumatanggap ng gantimpala nito mula sa antas ng *MA de AB de AK,* na naroroon. Binihisan ng *AVI de Atzilut* ang *Partzuf SAG de AK* mula sa *Tabur* pababa, at tatanggapin ang kanilang gantimpala mula sa antas ng *MA de SAG,* na naroroon. Binihisan

ng *ZON* de *Atzilut* ang *Partzuf MA* at *BON* de *AK* mula sa *Tabur* pababa, at tumanggap ng kanilang gantimpala mula sa antas ng *MA* ng *Partzuf MA* at *BON* de *AK*.

Kaya, ang bawat isa sa limang *Partzufim* ng *Atzilut* ay tumatanggap mula sa katumbas nito *Partzuf* sa *AK*, tanging *VAK* na walang *Rosh*, na tinatawag na "ang antas ng *MA*." At kahit na mayroong *GAR* sa *Roshim* ng limang *Partzufim* ng *Atzilut*, tanging ang *Mochin* na lumalawak mula sa *Peh* pababa sa kanilang *Gufim*, na *VAK* lamang na walang *Rosh*, ang isinasaalang-alang (*Item* 139).

158) Hindi ito nangangahulugan na ang bawat isa sa limang *Partzufim* ng *Atzilut* ay nagbibihis ng katumbas na *Behina* (pag-intindi) nito sa *AK*. Ito ay imposible, dahil ang limang *Partzufim* ng *Atzilut* ay nagbibihis sa isa't isa, at gayon din ang limang *Partzufim* ng *Atzilut*. Sa halip, ito ay nangangahulugan na ang antas ng bawat *Partzuf* ng *Partzufim* ng *Atzilut* ay naglalayon patungo sa katumbas nitong *Behina* sa limang *Partzufim* ng *AK*, kung saan ito ay tumatanggap ng kanyang gantimpala (*Hallan*, Larawan blg. 3).

159) Upang ang *Mochin* ay dumaloy mula sa *Peh* pababa sa *Gufim* ng limang *Partzufim* ng *Atzilut*, ipinaliwanag (Item 141) na ang pag-angat ng *MAN* mula sa mga nasa ibaba ay kinakailangan. Ito ay dahil pagkatapos ay ang pagkumpleto ng sampung *Sefirot* ng pangalawang uri ay ibinigay sa kanila, na sapat na gayun din para sa *Gufim*.

At may tatlong pag-unawa sa *MAN* na ito na itinataas ng mga nakabababa:

• Nang itinaas nila ang *MAN* mula sa *Aviut* de *Behina Bet*, lumabas ang sampung *Sefirot* sa antas ng *Bina*, na tinatawag na "ang antas ng *SAG*." Ito ang *Mochin* ng Liwanag ng *Neshama*.

• Nang itaas nila ang *MAN* mula sa *Aviut* de *Behina Gimel*, lumitaw ang sampung *Sefirot* sa antas ng *Hochma*, na tinatawag na "ang antas ng *AB*." Ito ang mga *Mochin* ng Liwanag ng *Haya*.

• Nang itaas nila ang *MAN* mula sa *Aviut* de *Behina Dalet*, lumitaw ang sampung *Sefirot* sa antas ng *Keter*, na tinatawag na "ang antas ng *Galgalta*." Ito ang *Mochin* ng Liwanag ng *Yechida* (Item 29).

160) Alamin na ang mga isang mas mababa na angkop para sa tumataas na *MAN* ay itinuturing lamang na *NRN* (*Nefesh, Ruach, Neshama*) de *Tzadikim* (matuwid), na kasama na sa *BYA* at maaaring itaas ang *MAN* sa *ZON* de *Atzilut*, itinuturing na kanilang Isang Nakatataas. Sa oras na iyon itinaas ng *ZON* ang *MAN* sa kanilang Isang Nakatataas, na *AVI*, at *AVI* na Isang Mas Mataas pa rin, hanggang sa marating nila ang *Partzufim* ng *AK*. Pagkatapos ang Isang Itaas na Liwanag ay bumaba mula sa *Ein Sof* hanggang sa *Partzufim* ng *AK* sa *MAN* na tumaas doon, at ang antas ng sampung *Sefirot* ay lumabas, ayon sa sukat ng *Aviut* ng *MAN* na kanilang itinaas.

• Kung ito ay mula sa *Behina Bet*, ito ay nasa antas ng *Neshama*;

• Kung ito ay mula sa Likod ng *Gimel*, ito ay ang antas ng *Haya*.

At mula roon, ang *Mochin* ay bumababa sa antas sa pamamagitan ng *Partzufim* ng *AK*, hanggang sa makarating sila sa *Partzufim* ng *Atzilut*. At sila rin ay naglalakbay sa bawat antas, sa lahat ng *Partzufim* ng *Atzilut*, hanggang sa makarating sila sa *Partzufim ZON* de

Atzilut, na naghahatid sa mga *Mochin* na ito sa *NRN* de *Tzadikim* na itinaas ang *MAN* na ito mula sa *BYA*.

At ito ang panuntunan: anumang pagsisimula ng *Mochin* ay nagmumula lamang sa *Ein Sof*, at walang antas ang maaaring magtaas ng *MAN* o tumanggap ng gantimpala maliban sa katabing *Kataasaan*.

161) Sinasabi nito sa iyo na imposible para sa mga nakakababa na makatanggap ng anuman mula sa *ZON de Atzilut* bago ang lahat ng *Isang Mas Mataas* na *Partzufim* sa mundo ng *Atzilut* at ang mundo ng *AK* ay dinala nila sa *Gadlut*. Ito ay dahil ipinaliwanag na walang pagpapasimula ng *Mochin* maliban sa *Ein Sof*.

Gayunpaman, matatanggap lamang sila ng *NRN de Tzadikim* mula sa kanilang katabing *Isang Nakatataas*, na *ZON de Atzilut*. Kaya naman, ang *Mochin* ay dapat dumaan sa *Mataas na Mundo* at *Partzufim*, hanggang sa makarating sila sa *ZON*, na pagkatapos ay magbibigay sa *NRN de Tzadikim*.

Alam mo na na walang kakulangan sa espirituwal, at ang paglipat mula sa isang lugar patungo sa lugar ay hindi nangangahulugan ng pagiging wala mula sa unang lugar at pagdating sa susunod na lugar, tulad ng sa korporyalidad. Sa halip, nananatili sila sa unang lugar kahit na lumipat na sila at nakarating sa susunod na lugar, na parang nagsisindi ng isang kandila mula sa isa pa, nang sa una ay wala sa pagiging kulang.

Bukod dito, ang panuntunan ay ang kakanyahan at ang ugat ng *Liwanag* ay nananatili sa unang banda, at isang sangay lamang nito ang umaabot sa susunod na lugar. Ngayon ay makikita mo na ang gantimpala na bumabagtas sa *Kataasan* hanggang sa maabot nito ang *NRN de Tzadikim* ay nananatili sa bawat antas na tinahak nito. Kaya, ang lahat ng mga antas ay lumalago dahil sa kaloob na ipinapasa nila sa *NRN de Tzadikim*.

162) Ngayon ay mauunawaan mo na kung paano ang mga pagkilos ng mga nakakababa ay nagdudulot ng pag-akyat at pagbaba sa *Nakatataas* na *Partzufim* at mga mundo. Ito ay dahil kapag pinagbuti nila ang kanilang mga gawa at itinaas ang *MAN* at pinalawak ang *kagandahang-loob*, ang lahat ng daigdig at antas na pinagdaanan ng biyaya ay lalago at tataas nang *Isang Mas Mataas*, dahil sa biyaya na kanilang nadaraanan. At kapag sinira nila ang kanilang mga gawa muli, ang *MAN* ay napinsala, at ang *Mochin* ay umaalis din sa *Isang Mas Mataas* na antas, dahil ang paglilipat ng *kagandahang-loob* mula sa kanila tungo sa mga isang mas mababa ay huminto, at sila ay bumaba muli sa kanilang permanenteng kalagayan tulad ng sa simula.

163) At ngayon ay ipapaliwanag natin ang pagkakasunud-sunod ng pag-akyat ng limang *Partzufim* ng *Atzilut* sa limang *Partzufim* ng *AK*, at ang tatlong mundong *BYA* hanggang *YESHUT* at *ZON de Atzilut*, simula sa kanilang patuloy na estado at hanggang sa antas na maaaring naabot sa loob ng 6,000 taon bago matapos ang pagwawasto. Sa pangkalahatan, mayroong tatlong pag-akyat, ngunit nahahati sila sa maraming detalye.

Ang patuloy na kalagayan ng mundong *AK* at *ABYA* ay naipaliwanag na sa itaas: ang unang *Partzuf* na lumabas pagkatapos ng *Tzimtzum Aleph* ay ang *Partzuf Galgalta de AK*, na dinamitan ng apat na *Partzufim* ng *AK*: *AB, SAG, MA,* at *BON*, at ang *Sium Raglin* ng *AK* ay nasa itaas ng punto ng mundong ito (Mga *aytem* 27, 31). Ito ay napapaligiran ng paligid ng

AK mula sa *Ein Sof*, na ang laki ay walang hanggan at hindi masusukat (*Item* 32). At kung paanong pinalilibutan ito ng *Ein Sof*, nagbibihis ito sa loob nito, at tinatawag itong "linya ng *Ein Sof*."

164) At sa loob ng *MA* at *BON de AK* ang *Partzuf TNHYM de AK*, na tinatawag na *Nekudot de SAG de AK* (*Item* 63, 66). Sa panahon ng *Tzimtzum Bet*, ang nagtatapos na *Malchut*, na nakatayo sa itaas ng punto ng mundong ito, ay bumangon at tinukoy ang lugar nito sa *Chazeh* ng *Partzuf* na ito, sa ibaba ng ikatlong Itaas ng *Tifferet*, kung saan lumikha ito ng bagong *Sium* sa *Itaas na Liwanag*, kaya ito ay hindi kumalat mula doon pababa. Ang bagong *Sium* na ito ay tinatawag na "*Parsa sa ilalim ng Atzilut*" (*Item* 68).

Gayundin, ang mga *Sefirot* na ito mula sa *Chazeh* pababa ng *Partzuf Nekudot de SAG de AK* na nanatili sa ibaba ng *Parsa* ay naging isang lugar para sa tatlong mundo *BYA*:• Ang dalawang katlo ng *Tifferet* sa pamamagitan ng *Chazeh* ay naging lugar ng mundo ng *Beria*;

- Ang *NHY* ay naging lugar ng mundo ng *Yetzira*;
- At *Malchut*, ang lugar ng mundo ng *Assiya* (Item 67).

Lumalabas na ang lugar ng tatlong mundong *BYA* ay nagsisimula sa ibaba ng *Parsa* at nagtatapos sa itaas ng punto ng mundong ito.

165) Kaya, ang apat na mga mundong, *Atzilut, Beria, Yetzira*, at *Assiya* ay nagsisimula mula sa lugar sa ibaba ng *Tabur de AK* at nagtatapos sa itaas ng punto ng mundong ito. Ito ay dahil ang limang *Partzufim* ng mundo ng *Atzilut* ay nagsisimula mula sa lugar sa ibaba ng *Tabur de AK*, at nagtatapos sa itaas ng *Parsa*. At mula sa *Parsa* pababa sa mundong ito nakatayo ang tatlong mga mundong *BYA*. Ito ang permanenteng estado ng mundong *AK* at *ABYA*, at hindi kailanman magkakaroon ng anumang pagbawas sa kanila.

At naipaliwanag na (*Item* 138) na sa ganoong estado, mayroon lamang *Behinat VAK* na walang *Rosh* sa lahat ng *Partzufim* at sa mga mundo. Ito ay dahil kahit na sa unang tatlong *Partzufim* ng *Atzilut*, kung saan ang *Roshim* ay mayroong *GAR*, hindi pa rin sila ibinibigay mula sa kanilang *Peh* pababa, at ang lahat ng *Gufim* ay *VAK* na walang *Rosh*, lalo na sa *Partzufim BYA*. Maging ang *Partzufim* ng *AK*, na may kinalaman sa kanilang kapaligiran, ay itinuturing na kulang sa *GAR* (*Item* 32).

166) Samakatuwid, higit sa lahat mayroong tatlong pag-akyat upang kumpletuhin ang mga mundo sa tatlong antas, *Neshama, Haya*, at *Yechida*, na kulang sa kanila. At ang mga pag-akyat na ito ay nakasalalay sa mga nakabababang pag-akyat ng *MAN*.

Ang unang pag-akyat ay kapag ang mga isang mas mababa ay nagtaas ng *MAN* mula sa *Behinat Aviut* ng *Behina Bet*. Sa oras na iyon, ang *AHP* ng antas ng *Bina* at *Neshama*, na may paggalang sa sampung *Sefirot* ng pangalawang uri, ay pinagsunod-sunod, mula sa kaliwanagan ng punto ng *Shuruk* (*Item* 135). Ang mga *Mochin* na ito ay kumikinang sa *ZAT* at sa *Gufim*, gayundin, tulad ng sa *Partzufim* ng *AK*, kapag ang buong dami na umiiral sa sampung *Sefirot* sa *Roshim* ng *Partzufim* ng *AK* ay tumatawid at kumakalat gayun din sa *Gufim*.

167) Lumalabas na kapag ang mga *Mochin* na ito ay naglalakbay sa *Partzufim* ng *Atzilut*, ang bawat isa sa limang *Partzufim* ng *Atzilut* ay tumatanggap ng *Mochin de Bina* at *Neshama*,

na tinatawag na *Mochin de SAG*, na nagbibigay liwanag sa *GAR* sa kanilang *Partzufim*, gayundin sa *AK*. Kaya, pagkatapos ay itinuring na sila ay lumago at bumangon at binibihisan ang limang *Partzufim* ng *AK*, sa lawak ng *Mochin* na kanilang nakamit.

168) Kaya, nang matamo ng *Partzuf Atik de Atzilut* ang mga *Mochin de Bina* na ito, bumangon ito at binihisan ang *Partzuf Bina de AK*, sa tapat ng antas ng *SAG de Partzuf Galgalta de AK*, kung saan tinatanggap nito ang *Behinat Neshama de Yechida de AK*, na nagniningning, gayundin para sa ang kanyang *ZAT*.

At kapag ang *Mochin* ay dumating sa *Partzuf AA de Atzilut*, ito ay umakyat at binibihisan ang *Rosh de Atik* ng patuloy na estado, sa kabilang antas ng *SAG ng Partzuf AB de AK*, kung saan natatanggap nito ang *Behinat Neshama de Haya de AK*, na nagniningning para sa kanyang *ZAT*. At kapag ang *Mochin* ay dumating sa *Partzuf AVI de Atzilut*, ito ay umakyat at binibihisan ang patuloy na *GAR de AA*, salungat ng antas ng *Bina ng SAG de AK*, kung saan tinatanggap nito ang *Behinat Neshama de Neshama de AK*, na nagniningning din sa kanilang *ZAT*. At kapag ang mga *Mochin* na ito ay dumating sa *YESHUT* at *ZON de Atzilut*, sila ay umaakyat at nagdadamit ng patuloy na *AVI*, sa tapat ng antas ng *Bina de Partzuf MA* at *BON de AK*, kung saan sila ay tumanggap ng *Behinat Neshama de Nefesh Ruach de AK*. Pagkatapos ay tinanggap ng *NRN de Tzadikim* ang *Mochin de Neshama de Atzilut*. At kapag ang *Mochin* ay dumating sa *Partzufim* ng mundo ng *Beria*, ang mundo ng *Beria* ay umakyat at binibihisan ang *Nukva de Atzilut*, kung saan tinatanggap nito ang *Behinat Nefesh de Atzilut*.

At kapag ang *Mochin* ay dumating sa mundo ng *Yetzira*, umakyat ito at binibihisan ang patuloy na mundo ng *Beria*, kung saan tinatanggap nito ang *Behinat Neshama* at *GAR de Beria*. At kapag ang *Mochin* ay dumating sa mundo ng *Assiya*, ito ay umakyat at binibihisan ang mundo ng *Yetzira*, kung saan tinatanggap nito ang *Behinat Mochin de VAK* na nasa *Yetzira*. Sa gayon ay aming ipinaliwanag na ang unang pag-akyat na nakuha ng bawat *Partzuf* sa *ABYA* ng *MAN de Behina Bet*, na itinaas ng mga nakababaha (*Hailan, Larawan no. 7*).

169) Ang pangalawang pag-akyat ay nangyayari kapag ang mga *isang mas mababa* ay itinaas ang *MAN* mula sa *Aviut de Behina Gimel*. Sa oras na iyon ang *AHP* ng antas ng *Hochma* at *Haya* ay isinaayos na may kinalaman sa pagkumpleto ng *pangalawang uri ng sampung Sefirot*. Ang mga *Mochin* na ito ay nagliliwanag din para sa *ZAT* at sa *Gufim*, tulad ng sa *Partzufim* ng *AK*. At kapag ang *Mochin* ay dumaan sa *Partzufim ABYA*, ang bawat *Partzuf* ay tumataas at lumalago sa pamamagitan nila, ayon sa *Mochin* na natamo nito.

170) Kaya, nang dumating ang *Mochin* sa *Partzuf Atik de Atzilut*, bumangon ito at dinamitan ang *GAR* ng *Partzuf Hochma de AK*, na tinatawag na *AB de AK*, sa kabilang antas ng *AB de Galgalta de AK*, kung saan natatanggap nito ang *Liwanag ng Haya de Yechida*. At nang marating ng *Mochin* ang *Partzuf AA de Atzilut*, ito ay bumangon at binibihisan ang *GAR de SAG de AK*, sa kabilang antas ng *AB de Partzuf AB de AK*, kung saan natatanggap nito ang *Liwanag ng Haya de Haya de AK*. At nang marating ng mga *Mochin* ang *Partzufim AVI de Atzilut*, sila ay bumangon at binibihisan ang patuloy na *GAR de Atik*, sa kabilang antas ng *AB ng Partzuf SAG de AK*, kung saan natatanggap nila ang *Liwanag ng Haya de Neshama de AK*, na nagniningning para sa *ZAT* at gayundin ang *Gufim*. At kapag ang mga *Mochin* ay umabot sa *YESHSUT de Atzilut*, sila ay bumangon at binibihisan ang patuloy na *GAR de AA*, sa tapat ng antas ng *AB de MA de AK*, kung saan natatanggap nila ang *Liwanag ng Haya de*

MA de AK. At nang marating ng mga *Mochin* ang *ZON de Atzilut*, tumaas sila sa *GAR de AVI*, sa kabilang antas ng *AB de BON de AK*, kung saan natatanggap nila ang *Liwanag ng Haya de BON de AK*. Gayundin, tinatanggap nila ang mga *kaluluwa ng mga matuwid* mula sa *ZON*.

At nang marating ng *Mochin* ang mundo ng *Beria*, bumangon ito at binihisan ang *ZA de Atzilut*, kung saan tinatanggap nito ang *Behinat Ruach de Atzilut*. At nang marating ng *Mochin* ang mundo ng *Yetzira*, umakyat ang *Yetzira* at binihisan ng *Nukva de Atzilut*, at tinanggap mula sa kanya ang *Liwanag ng Nefesh de Atzilut*. At nang marating ng *Mochin* ang mundo ng *Assiya*, ito ay bumangon at binibihisan ang mundo ng *Beria*, at tinatanggap mula rito ang *Behinat GAR at Neshama de Beria*. Sa oras na iyon, ang mundo ng *Assiya* ay nakumpleto na ng buong *NRN de BYA*. Sa gayon ay ipinaliwanag natin ang ikalawang pag-akyat ng bawat *Partzuf* ng *Partzufim ABYA* na bumangon at lumago sa pamamagitan ng *Behina Gimel*, na itinaas ng *NRN de Tzadikim* (Hailan, Larawan blg. 8).

171) Ang ikatlong pag-akyat ay kapag ang mga nakakababa ay itinaas ang *MAN* mula sa *Aviut* ng *Behina Dalet*. Sa oras na iyon, ang *AHP* ng antas ng *Keter de Yechida* ay pinagsunod-sunod, na may kinalaman sa pagkumpleto ng pangalawang uri ng *sampung Sefirot*. Ang mga *Mochin* na ito ay lumiliwanag sa *ZAT* at sa kanilang mga *Gufim*, din, tulad ng sa *Partzufim* ng *AK*. At kapag ang mga *Mochin* na ito ay tumawid sa *Partzufim ABYA*, ang bawat *Partzuf* ay tumataas, lumalago, at binibihisan ang *Superyor* nito, ayon sa sukat ng *Mochin* na iyon.

172) Kaya, nang marating ng *Mochin* ang *Partzuf Atik de Atzilut*, ito ay bumangon at binihisan ang *GAR* ng *Partzuf Galgalta de AK*, at tinanggap ang *Liwanag ng Yechida de Yechida* mula roon. At nang marating ng *Mochin* ang *Partzuf Arich Anpin (AA) de Atzilut*, ito ay bumangon at binihisan ang *GAR* ng *Partzuf AB de AK*, at tinanggap ang *Liwanag ng Yechida de Haya de AK*. At nang marating ng mga *Mochin* ang *Partzuf AVI de Atzilut*, sila ay bumangon at binihisan ang *GAR* ng *SAG de AK*, at tinanggap ang *Liwanag ng Yechida de Neshama de AK*. At nang marating ng mga *Mochin* ang *Partzuf YESHUT*, sila ay bumangon at binihisan ang *GAR de MA de AK*, at tinanggap ang *Liwanag ng Yechida de MA de AK*. At nang marating ng mga *Mochin* ang *ZON de Atzilut*, sila ay bumangon at binihisan ang *GAR de BON de AK*, at tinanggap ang *Liwanag ng Yechida de BON de AK*. Pagkatapos nito, ang *NRN de Tzadikim* ay tumanggap ng *Liwanag ng Yechida* mula sa *ZON de Atzilut*.

At nang marating ng *Mochin* ang mundo ng *Beria*, ito ay bumangon at binihisan ang *Partzuf YESHSUT de Atzilut*, at tinanggap ang *Neshama de Atzilut* mula roon. At nang marating ng *Mochin* ang mundo ng *Yetzira*, ito ay bumangon at binihisan ang *ZA de Atzilut*, at tinanggap ang *Ruach de Atzilut*. At nang marating ng *Mochin* ang mundo ng *Assiya*, ito ay bumangon at binihisan ang *Nukva de Atzilut*, at tinanggap ang *Nefesh de Atzilut* mula sa kanya(*Hallan*, Larawan blg. 9)

173) Lumalabas na sa ngayon, sa ikatlong pag-akyat, ang limang *Partzufim* ng *Atzilut* ay bawat isa ay nakumpleto na ng tatlong antas: *Neshama, Haya,* at *Yechida* mula sa *AK*, na kulang sa kanila sa patuloy na estado. Kaya't itinuturing na ang limang *Partzufim* na ito ay bumangon at binihisan ang limang *Partzufim* ng *AK*, bawat isa sa katumbas nitong *Behina* sa *Partzufim* ng *AK*.

Gayundin, natanggap ng *NRN de Tzadikim* ang *GAR* na kulang sa kanila. Ang tatlong mundong *BYA* na nasa ilalim ng *Parsa de Atzilut* ay mayroon lamang *NRN* ng *Liwanag ng Hassadim* sa patuloy na estado, na lumisan mula sa *Hochma* sa pamamagitan ng puwersa ng *Parsa* na nasa ibabaw nila. Ngayon, gayunpaman, sila ay bumangon sa itaas ng *Parsa* at binihisan ang *YESHSUT* at *ZON de Atzilut*, at may *NRN de Atzilut*, kapag ang *Liwanag ng Hochma* ay nagliliwanag sa kanilang *Hassadim*.

174) Dapat nating malaman na ang *NRN de Tzadikim* ay permanenteng binibihisan lamang ang *Partzufim BYA* sa ibaba ng *Parsa*:

- Binihisan ng *Nefesh* ang sampung *Sefirot* ng *Assiya*;
- *Ruach* — ang sampung *Sefirot* ng *Yetzira*;
- At *Neshama* — ang sampung *Sefirot* ng *Beria*.

Lumalabas na bagama't natatanggap nila mula sa *ZON de Atzilut*, naaabot pa rin sila nito sa pamamagitan lamang ng *Partzufim BYA*, na nagbibihis sa kanila. Kaya, ang *NRN de Tzadikim*, din, ay tumaas kasabay ng pag-akyat ng tatlong mundong *BYA*. Lumalabas na ang mga mundong *BYA*, gayundin ay lumalaki lamang ayon sa sukat ng pagtanggap ng kasaganaan ng *NRN de Tzadikim*, iyon ay, ayon sa *MAN*, na pinagsunod-sunod nila.

175) Kaya, ito ay ginawang malinaw na sa patuloy na estado, mayroon lamang *VAK* na walang *Rosh* sa lahat ng mundo at *Partzufim*, bawat isa ay ayon sa *Behina* nito. Kahit na ang *NRN de Tzadikim* ay itinuturing lamang na *VAK*, dahil bagaman mayroon silang *GAR de Neshama* mula sa mundo ng *Beria*, ang mga *GAR* na ito ay itinuturing na *VAK*, kumpara sa mundo ng *Atzilut*, dahil sila ay itinuturing na Liwanag ng *Hassadim*, na hiwalay sa *Hochma*.

Gayundin, ang *Partzufim* ng *Atzilut*, bagama't mayroong *GAR* sa kanilang *Roshim*, sila ay itinuturing lamang na *VAK*, dahil hindi sila lumiwanag sa *Gufim*. At ang lahat ng *Mochin* na umabot sa mga mundo, na higit pa sa *VAK*, ay dumarating lamang sa pamamagitan ng *MAN* na itinaas ng *Tzadikim* (matuwid).

Gayunpaman, ang mga *Mochin* na ito ay maaari lamang tanggapin sa *Partzufim* sa pamamagitan ng pag-akyat ng mas nakakababa sa lugar ng Nakatataas. Ito ay dahil kahit na sila ay itinuturing na pagkumpleto ng pangalawang uri ng sampung *Sefirot*, na may kinalaman sa *Gufim* at ang *ZAT* mismo, sila ay itinuturing pa rin bilang pag-uuri ng *AHP* ng unang uri, na hindi nakumpleto sa kanilang sariling lugar, ngunit lamang kapag sila ay nasa lugar ng Nakatataas (*Item 142*). Samakatuwid, ang limang *Partzufim* ng *Atzilut* ay hindi makakatanggap ng *Neshama*, *Haya*, at *Yechida de AK*, maliban kung sila ay tumayo at binihisan sila.

Gayundin, ang *NRN* at ang tatlong mundo na *BYA* ay hindi makakatanggap ng *NRN de Atzilut*, maliban kung sila ay umakyat at binihisan ang *YESHSUT* at *ZON de Atzilut*. Ito ay dahil ang mga *AHP* na ito ng pangalawang uri, na nabibilang sa *ZAT*, at lalawak mula sa Itaas pababa sa lugar ng *ZAT*, ay pagbubukud-bukurin lamang sa pagtatapos ng pagwawasto. Kaya naman, kapag ang tatlong mundong *BYA* ay bumangon at binihisan ang *YESHSUT* at *ZON de Atzilut*, ang kanilang palagiang lugar, mula sa *Parsa* pababa, ay nananatiling ganap na walang laman ng alinmang Liwanag ng *Kedusha*.

At mayroong pagkakaiba sa pagitan mula sa *Chazeh* pataas ng mundo ng *Yetzira*, at mula sa *Chazeh* nito pababa. Ito ay dahil ipinaliwanag sa itaas na mula sa *Chazeh* ng mundo ng *Yetzira* pababa, ito ang permanenteng lugar ng *Klipot* (*Item 149*). Ngunit dahil sa kapintasan ng kasalanan ni *Adam ha Rishon*, ang apat na ibaba ng *Yetzira* ng *Kedusha* at ang sampung *Sefirot* ng *Assiya* ng *Kedusha* ay bumaba at dinamitan doon (*Item 156*). Kaya naman, sa panahon ng pag-akyat ng *BYA* sa *Atzilut*, walang *Kedusha* o *Klipot* mula sa *Chazeh de Yetzira* pataas. Ngunit mula sa *Chazeh de Yetzira* pababa, mayroong *Klipot*, dahil ito ang kanilang seksyon.

176) At dahil ang karagdagang *Mochin* mula sa mga antas ng *VAK* ay dumarating lamang sa pamamagitan ng *MAN* ng mga nakakababa, hindi sila palaging naroroon sa *Partzufim*, dahil sila ay umaasa sa mga aksyon ng mga nakabababa. Kapag napinsala nila ang kanilang mga aksyon, lumisan ang *Mochin* (*Item 162*). Gayunpaman, ang patuloy na *Mochin* sa *Partzufim*, na itinatag sa pamamagitan ng puwersa ng *Tagapanimula* Mismo, ay hindi kailanman magdurusa ng anumang pagbabago, dahil hindi sila dinadagdagan ng mga isang mas mababa, at samakatuwid ay hindi sila may depekto.

177) Huwag magtaka tungkol sa *AA de BON* na itinuturing na *Keter de Atzilut*, at *AVI* bilang *AB* (*Item 130*). Ito ay dahil ang *AA* ay ang ibabang kalahati ng *Keter de BON*, at ang *AVI* ay ang ibabang kalahati ng *HB de Nekudim*. Samakatuwid, ang katumbas na *Behina de AA* sa *AK* ay dapat na *Partzuf Keter de AK*, at ang *Behina* na katumbas na *AVI* sa *AK* ay dapat na *AB de AK*.

178) Dapat mo ring tandaan kung ano ang sinabi, na ang baytang ng mga antas, bilang sila ay nasa permanenteng *Mochin*, ay hindi kailanman nagbabago sa pamamagitan ng lahat ng mga pag-akyat na ito. Pagkatapos ng lahat, ipinaliwanag na ang dahilan ng lahat ng mga pag-akyat na ito ay ang *NRN de Tzadikim*, na nakatayo sa *BYA*, ay hindi makakatanggap ng anuman ang lahat ng *Isang Mas Mataas* na *Partzufim* ay ilipat ito sa kanila mula sa *Ein Sof*. Sa lawak na iyon, ang mga *Nakatataas* mismo, sa pamamagitan ng *Ein Sof*, ay lumalaki at umakyat, gayundin, bawat isa sa kanilang sariling *Nakatataas* (*Item 161*).

Lumalabas na hanggang sa tumaas ang isang antas, dapat tumaas din ang lahat ng *anats* sa pamamagitan ng *Ein Sof*. Halimbawa, kapag ang *ZON* ay tumaas mula sa kanilang pareparehong estado, sa ibaba ng *Tabur de AA*, binibihisan ang *Chazeh de AA* pababa, pagkatapos ay ang *AA*, ay tumaas din ng isang *anats* sa itaas ng kanyang pare-parehong estado, mula sa *Peh de Atik* pababa, binibihisan ang *GAR de Atik*. Kasunod niya, ang lahat ng kanyang panloob na antas ay tumaas din: ang kanyang *HGT* ay tumaas sa lugar ng hindi nagbabagong *GAR*, at ang kanya mula sa *Chazeh* hanggang *Tabur* ay tumaas sa lugar ng hindi nagbabagong *HGT*, at ang kanya mula sa *Tabur* pababa ay tumaas sa lugar mula sa *Chazeh* sa pamamagitan ng *Tabur*.

Alinsunod dito, ang *ZON*, na tumaas sa lugar mula sa *Chazeh* hanggang sa *Tabur* ng parehong *AA*, ay nasa ibaba pa rin ng *Tabur de AA*. Ito ay dahil sa oras na iyon, ang ibabang *Tabur de AA* ay umakyat na sa lugar mula sa *Chazeh* hanggang *Tabur*. (Hallan, Larawan blg. 4: ang pag-akyat ng *ZON* sa pare-parehong estado ng limang *Partzufim* ng *Atzilut*, na tumaas at nagbibihis sa panahon ng pagtamo ng *Neshama* sa *GAR de YESHSUT*, sa ibabaw ng mula *Peh de AVI* pababa, sa ibabaw ng mula sa *Chazeh de AA* pababa.)

Gayunpaman, ang lahat ng *Partzufim* ng *Atzilut* ay tumaas noong panahong iyon (*Hallan, Larawan blg. 7*). Para sa kadahilanang ito, makikita mo na doon, ang *ZON* ay nagbibihis pa rin ng *YESHSUT* mula sa *Peh* pababa, sa itaas mula sa *Chazeh de AVI* pababa, sa itaas mula sa *Tabur de AA* pababa. Kaya, ang bahagdan ng mga antas ay hindi nagbago sa lahat ng pag-akyat. At ito ay gayundin sa lahat ng asensyon (*Hallan, Mga Larawan blg. 3-huli*).

179) Dapat din nating malaman na kahit na pagkatapos ng pag-akyat ng *Partzufim*, iniiwan nila ang kanilang buong antas sa permanenteng lugar, o sa lugar na sila ay nasa simula, dahil walang kakulangan sa espirituwal (*Item 96*). Kaya, kapag ang *GAR de AVI* ay tumaas sa *GAR de AA*, ang *GAR de AVI* ay nananatili pa rin sa permanenteng lugar mula sa *Peh de AA* pababa. At ang *YESHSUT* ay tumaas sa ibabaw ng *HGT* ng itinaas na *AVI*, at tumanggap mula sa aktwal na *GAR de AVI*, na naroon bago ang pag-akyat.

Bukod dito, isinasaalang-alang na mayroong tatlong degree na magkasama doon. Ang nakataas na *GAR de AVI* ay nakatayo sa lugar ng patuloy na *GAR de AA*, at ipinagkaloob sa kanilang permanenteng lugar mula sa *Peh de AA* pababa, kung saan naroroon ngayon si *YESHSUT*. Kaya, ang *GAR de AA* at *AVI* at *YESHSUT* ay nagliliwanag nang sabay sa parehong lugar.

Ito rin ang paraan sa lahat ng *Partzufim de AK* at *ABYA* sa panahon ng pag-akyat. Para sa kadahilanang ito, kapag ang isang *Partzuf* ay umakyat, dapat nating palaging tandaan ang kahulugan ng pag-akyat na may pakundangan sa mga *Nakatataas* sa kanilang patuloy na estado, at ang halaga nito patungo sa *Mga Nakatataas*, na tumaas din ng isang antas. (Suriin ang lahat ng iyan sa aklat na *Hallan*. Sa *Larawan blg. 3*, makikita mo ang kalagayan ng *Partzufim* sa kanilang palagiang kalagayan. At sa *Mga Larawan 4-6* ay makikita mo ang tatlong pag-akyat ng *ZA* sa halaga ng limang pare-parehong *Partzufim* ng *Atzilut*. Sa mga larawan 7-9 makikita mo ang tatlong pag-akyat ng lahat ng limang *Partzufim* ng *Atzilut*, ayon sa halaga ng limang permanenteng *Partzufim* ng *AK*. At sa mga larawan 10-12 makikita mo ang tatlong pag-akyat ng lahat ng limang *Partzufim* ng *AK* kaugnay ng linya ng permanenteng *Ein Sof*.)

ANG DIBISYON NG BAWAT PARTZUF SA KETER AT ABYA

180) Dapat nating malaman na ang pangkalahatan at ang partikular ay pantay. Gayundin, kung ano ang nakikita sa pangkalahatan, ay naroroon din sa mga detalye nito, at kahit na sa pinakamaliit na detalye na maaari. Gayundin, ang pangkalahatang katotohanan ay nakikita sa limang mundo, *AK* at *ABYA*, kung saan ang mundo ng *AK* ay itinuturing na *Keter* ng mga mundo, at ang apat na mundo *ABYA* ay itinuturing na *HB ZON* (*Item 3*). Katulad nito, walang isang bagay sa lahat ng apat na mundo *ABYA* na hindi binubuo ng limang ito: Ang *Rosh* ng bawat *Partzuf* ay itinuturing na *Keter* nito, na tumutugma sa mundo ng *AK*; at ang *Guf*, mula *Peh* hanggang *Chazeh* ay itinuturing na *Atzilut* dito. Mula sa lugar ng *Chazeh* hanggang sa *Tabur*, ito ay itinuturing na *Beria* nito, at mula sa *Tabur* pababa sa *Sium Raglin* nito, ito ay itinuturing na *Yetzira* at *Assiya* nito.

181) At dapat mong malaman na maraming mga tawag sa sampung *Sefirot KHB, HGT, NHYM*. Minsan ang mga ito ay tinatawag na *GE* at *AHP*, o *KHB* at *ZON*, o *NRNHY*, o ang

dulo ng *Yod* at ang apat na letra, *Yod, Hey, Vav, Hey*, o simpleng *HaVaYaH* at *AB, SAG, MA*, at *BON*, bilang ang apat na uri ng pagpuno sa *HaVaYaH*:

- Ang pagpuno ng *AB* ay *Yod, Hey, Viv, Hey* (ang *Aleph* sa *Vav* ay pinalitan ng *Yod*);

- Ang pagpuno ng *SAG* ay *Yod, Hey, Vav, Hey*;

- Ang pagpuno ng *MA* ay *Yod, He (Aleph* pinalitan ang *Yod), Vav, He*;

- Ang pagpuno ng *BON* ay *Yod, Heh (Hey* pinalitan ang *Yod), Vav, Heh*;

Tinatawag din silang *AA, AVI,* at *ZON. AA* ay *Keter, Aba* ay *Hochma, Ima* ay *Bina, ZA* ay *HGT NHY,* at *Nukva de ZA* ay *Malchut.*

At tinatawag din silang *AK* at *ABYA,* o *Keter* at *ABYA. Malchut de Keter* ay tinatawag na *Peh, Malchut de Atzilut* ay tinatawag na *Chazeh, Malchut de Beria* ay tinatawag na *Tabur, Malchut de Yetzira* ay tinatawag na *Ateret Yesod,* at ang pangkalahatang *Malchut* ay tinatawag na *Sium Raglin.*

182) Alamin na dapat mong palaging makilala ang dalawang tagubilin sa magkaibang mga pangalan na ito ng sampung *Sefirot*:

1. Ang pagkakapantay-pantay nito sa *Sefira* kung saan ito nauugnay;

2. Paano ito naiiba sa *Sefira* kung saan ito nauugnay, kung saan binago ang pangalan nito sa partikular na apelasyon.

Halimbawa, ang *Keter* ng sampung *Sefirot* ng *Direktang Liwanag* ay *Ein Sof*, at ang bawat *Rosh* ng isang *Partzuf* ay tinatawag ding *Keter*. Katulad nito, ang lahat ng limang *Partzufim* ng *AK* ay tinatawag ding *Keter*. Ang *Partzuf Atik* ay tinatawag ding *Keter*, at ang *AA* ay tinatawag ding *Keter*. Kaya, dapat nating isaalang-alang ito: kung lahat sila ay *Keter*, bakit nagbabago ang kanilang mga pangalan upang tawagin sa mga apelasyong ito? At gayundin, kung lahat sila ay nauugnay sa *Keter*, hindi ba dapat sila ay katumbas ng *Keter*?

Sa katunayan, sa isang kahulugan, lahat sila ay katumbas ng *Keter*, dahil sila ay itinuturing na *Ein Sof*, dahil ang panuntunan ay hangga't ang Kataasang *Liwanag* ay hindi nakadamit ng isang *Kli*, ito ay itinuturing na *Ein Sof*. Samakatuwid, ang lahat ng limang *Partzufim* ng *AK* ay itinuturing na *Liwanag* na walang *Kli* na may kinalaman sa mundo ng *Tikkun*, dahil wala tayong pang-unawa sa *Kelim de Tzimtzum Aleph*. Para sa kadahilanang ito, para sa atin, ang mga *Liwanag* nito ay itinuturing na *Ein Sof*.

Gayundin, ang *Atik* at *AA de Atzilut* ay parehong itinuturing na *Keter de Nekudim*. Gayunpaman, mula sa ibang anggulo, malayo sila sa isa't isa, dahil ang *Keter de Ohr Yashar* ay isang *Sefira*, ngunit sa *AK* ay naglalaman ito ng limang kumpletong *Partzufim*, bawat isa ay naglalaman ng *Rosh, Toch, Sof (Item 142)*. Gayundin, ang *Partzuf Atik* ay kalahati lamang ng Upper half ng *Keter de Nekudim*, at ang *Partzuf AA* ay kalahati ng lower half ng *Keter de Nekudim (Item 129)*. Katulad nito, ang dalawang tagubiling ito ay dapat na maunawaan sa lahat ng mga apelasyon ng *Sefirot*.

183) Alamin na ang espesyal na pagtuturo sa mga apelasyong ito ng sampung *Sefirot* na pinangalanang *Keter* at *ABYA* ay upang ipakita na ito ay tumutukoy sa paghahati ng sampung *Sefirot* sa *Kelim de Panim* at *Kelim de Achoraim*, na ginawa dahil sa *Tzimtzum Bet* (Item 60). Sa oras na iyon, ang nagtatapos na *Malchut* ay tumaas sa lugar ng *Bina de Guf*, na tinatawag na "*Tifferet* sa lugar ng *Chazeh*," kung saan tinapos niya ang antas at lumikha ng isang bagong *Sium*, na tinatawag na "Parsa sa ibaba ng *Atzilut*" (Item 68).

At ang *Kelim* mula sa *Chazeh* pababa ay lumabas sa labas ng *Atzilut*, at sila ay tinawag na *BYA*. Ang dalawang katlo ng *Tifferet* mula *Chazeh* hanggang *Sium* ay tinatawag na *Beria*; ang *NHY* ay tinatawag na *Yetzira*; at ang *Malchut* ay tinatawag na *Assiya*. Ipinaliwanag din na sa kadahilanang ito, ang bawat antas ay nahahati sa *Kelim de Panim* at *Kelim de Achoraim*: mula sa *Chazeh* pataas ito ay tinatawag na *Kelim de Panim*, at mula sa *Chazeh* pababa ito ay tinatawag na *Kelim de Achoraim*.

184) Kaya naman, ang pagkaunawang ito ng *Parsa* sa lugar ng *Chazeh* ay hinati ang antas sa apat na espesyal na *Behinot*, na tinatawag na *ABYA*: *Atzilut*—sa pamamagitan ng *Chazeh*, at *BYA*—mula sa *Chazeh* pababa. At ang simula ng pagkakaiba ay nasa *AK* mismo. Ngunit doon, bumaba ang *Parsa* sa pamamagitan ng *Tabur* nito (Item 68); kaya, ang *Atzilut* sa loob nito ay ang *AB SAG* na nagtatapos sa itaas ng *Tabur* nito.

Mula sa *Tabur* nito pababa ay ang *BYA* nito, ang lugar ng dalawang *Partzufim MA* at *BON* dito. Ito ay kung paano ang limang *Partzufim* ng *AK* ay nahahati sa *ABYA* sa pamamagitan ng puwersa ng *Sium* ng *Tzimtzum Bet*, na tinatawag na *Parsa*: *Galgalta* ay ang *Rosh*, *AB SAG* sa pamamagitan ng kanyang *Tabur* ay *Atzilut*, at ang *MA* at *BON* mula sa kanyang *Tabur* pababa ay *BYA*.

185) Katulad nito, ang lahat ng limang *Partzufim* ng mundo ng *Atzilut* ay nahahati sa kanilang sariling *Keter* at *ABYA*:

• Ang *AA* ay ang *Rosh* ng buong *Atzilut*.

• Ang Itaas na *AVI*, na *AB*, damit mula *Peh de AA* pababa sa *Chazeh*, ay *Atzilut*. At doon, sa punto ng *Chazeh*, nakatayo ang *Parsa*, na nagtatapos sa *Behinat Atzilut* ng mundo ng *Atzilut*.

• *YESHSUT*, na *SAG*, damit mula sa *Chazeh de AA* hanggang sa *Tabur* nito, ay *Beria de Atzilut*.

• *ZON*, na *MA* at *BON*, damit mula sa *Tabur de AA* hanggang sa Sium ng *Atzilut*, ay *Yetzira* at *Assiya de Atzilut*.

Kaya naman, ang mundo ng *Atzilut*, kasama ang limang *Partzufim* nito, ay nahahati rin sa *Rosh* at *ABYA*, katulad ng pagkakahati ng limang *Partzufim* ng *AK*. Subalit sa pagkakataong ito, ang *Parsa* ay nasa tamang lugar nito, sa *Chazeh de AA* (Item 127).

186) Gayunpaman, sa kabuuan ng mga mundo, ang tatlong *Partzufim* na *Galgalta*, *AB*, at *SAG de AK* ay itinuturing bilang ang pangkalahatang *Rosh*. Samantala, ang limang *Partzufim* ng mundo ng *Atzilut*, na nakadamit mula sa *Tabur de AK* hanggang sa pangkalahatang *Parsa*—na nilikha sa *Chazeh de Nekudot de SAG* (Item 66)—ay bumubuo sa pangkalahatang

Atzilut. Ang tatlong pangkalahatang mundo ng *BYA* ay matatagpuan mula sa *Parsa* pababa (Mga Item 67–68).

187) Sa ganitong paraan, bawat partikular na antas sa loob ng bawat daigdig ng *ABYA* ay nahahati sa *Rosh* at *ABYA* — maging ang *Malchut de Malchut de Assiya*, sapagkat taglay din nito ang isang *Rosh* at isang *Guf*.

- Ang *Guf* ay nahahati sa *Chazeh, Tabur*, at *Sium Raglin*.
- Ang *Parsa*, sa ibaba ng *Atzilut* ng ganoong antas, ay nakatayo sa *Chazeh* nito at nagtatapos sa *Atzilut*.
- Mula sa *Chazeh* hanggang *Tabur*, ito ay itinuturing na *Beria* ng antas, kung saan ang punto ng *Tabur* ay nagtatapos.
- Mula sa *Tabur* hanggang sa *Sium Raglin* nito, ito ay itinuturing na *Yetzira* at *Assiya* ng antas.

At tungkol sa *Sefirot*, ang *HGT* sa pamamagitan ng *Chazeh* ay itinuturing na *Atzilut*; ang dalawang ibabang ikatlong bahagi ng *Tifferet* mula *Chazeh* hanggang *Tabur* ay itinuturing na *Beria*; Ang *NHY* ay *Yetzira*, at ang *Malchut* ay *Assiya*.

188) Dahil dito, ang *Rosh* ng bawat antas ay iniuugnay sa *Behinat Keter*, o *Yechida*, o *Partzuf Galgalta*. Ang *Atzilut* sa loob nito, mula *Peh* hanggang *Chazeh*, ay iniuugnay sa *Hochma*, sa *Ohr Haya*, o sa *Partzuf AB*. Ang *Beria* sa loob nito, mula *Chazeh* hanggang *Tabur*, ay iniuugnay sa *Bina*, sa *Ohr Neshama*, o sa *Partzuf SAG*. At ang *Yetzira* at *Assiya* sa loob nito, mula *Tabur* pababa, ay iniuugnay sa *ZON*, sa mga Liwanag ng *Ruach* at *Nefesh*, o sa *Partzuf MA* at *BON*. (Suriin ang aklat *Hallan*, mula sa Larawan blg. 3 pataas, upang makita kung paano hinahati ang bawat *Partzuf* sa mga *Behinot* na ito.)

HaIlan (Ang Puno)

Mga Ilustrasyon at Sanggunian

DIAGRAM 1

• Inilalarawan ng item 1 ang Rosh, Toch, Sof ng Partzuf Keter de AK.

• Inilalarawan ng Item 2 ang Partzuf AB de AK sa Rosh, Toch, Sof at kung paano nito binibihisan ang Partzuf Keter de AK mula sa Peh nito pababa.

• Inilalarawan ng item 3 ang Partzuf SAG de AK sa Rosh, Toch, Sof at kung paano ito binibihisan ng Partzuf AB de AK mula sa Peh nito pababa.

DIAGRAM 1, AYTEM 1

Ito ang *Partzuf Keter de AK*, ang unang sampung *Sefirot* na lumawak mula sa *Ein Sof* patungo sa kalawakan matapos ang *Tzimtzum*. Ang *Rosh* nito ay nakakabit sa *Ein Sof* sa Itaas, at ang *Sium Raglin* nito ay nasa gitnang punto — ang mismong mundong ito. Taglay nito ang tatlong *Behinot* ng sampung *Sefirot*: ang sampung *Sefirot de Rosh*, sampung *Sefirot de Toch*, at sampung *Sefirot de Sof*.

Ang sampung *Sefirot de Rosh* ay tinatawag na "mga ugat ng sampung *Sefirot*," sapagkat dito nagsisimula ang kanilang paglikha, sa pamamagitan ng pagtatagpo ng sampung *Sefirot de Ohr Yashar* ng *Zivug de Hakaa* sa *Masach* ng *Malchut de Rosh*, na siyang nagpapataas ng sampung *Sefirot de Ohr Hozer* na nagbibihis sa sampung *Sefirot de Ohr Yashar* na umaabot mula sa *Ein Sof* (tulad ng nakasulat sa *The Tree of Life*, Gate 47, Chapter 1). Ang sampung *Sefirot de Ohr Yashar* ay nakaayos mula Itaas pababa, habang ang kanilang kabaligtaran, ang *Ohr Hozer*, ay nakaayos mula ibaba pataas. Ang *Malchut* ng sampung *Sefirot de Rosh* ay tinatawag na *Peh*.

Ang sampung *Sefirot de Toch* sa mga *Partzufim* ng AK ay tinatawag na *Akudim* — sa *Partzuf Keter*, gayundin sa *AB* at *SAG*. Ngunit sa *Partzuf Keter*, ang Mataas na Liwanag ay hindi pa nahahati sa sampung *Sefirot*, at ang pagkakaiba sa pagitan nila ay makikita lamang sa mga impresyon (tulad ng isinulat ni Ari sa *The Tree of Life*, Section *Present and Not Present*, Chapter 1). Gayundin, ang *Malchut* ng sampung *Sefirot de Toch* ay tinatawag na *Tabur*

Ang sampung *Sefirot de Sof* ay itinuturing na *Sium* ng bawat *Sefira* sa sampung *Sefirot* sa pamamagitan ng *Malchut*. Nagtatapos ang *Partzuf* sa *Sefira* ng *Malchut*, kaya tinatawag itong *Sium Raglin*.

DIAGRAM 1, AYTEM 2

Ito ang *Partzuf AB de AK*, ang pangalawang *Hitpashtut* ng sampung *Sefirot* mula sa *Ein Sof* patungo sa kalawakan matapos ang *Tzimtzum*. Nagsisimula ito sa *Hochma* at wala itong *Liwanag* ng *Keter*. Nagmula ito sa *Malchut de Rosh* ng *Partzuf Keter*, na tinatawag na *Peh*. Kaya't binibihisan nito ang *Partzuf Keter* mula sa *Peh* nito pababa hanggang sa *Tabur* ng *Partzuf Keter*.

Ang sampung *Sefirot de Rosh* nito ay kahalintulad ng sampung *Sefirot de Rosh* ng *Partzuf Keter de AK*, maliban sa kakulangan nito sa *Keter*. Ang pagkakabuo ng sampung *Sefirot* na ito ay ipinaliwanag sa *The Tree of Life*, Section *Present and Not Present*, Chapter 1 and 2, gayundin sa *Talmud Eser Sefirot*, Part 5, kung saan ang mga salitang ito ni *Ari* ay masusing tinalakay.

DIAGRAM 2, AYTEM 3

Ito ang estado sa *SAG de AK* sa panahon ng *Zivug* na ginawa sa *Nikvey Eynaim*: ang *Awzen*, *Hotem*, *Peh* ay lumabas mula sa *Behinat Rosh* at bumaba sa *Guf*, sa ibaba ng lugar ng *Zivug de Rosh*. Gayunpaman, dahil walang kawalan sa espirituwal, dalawang uri ng *Awzen*, *Hotem*, at *Peh* ang nakikilala dito: ang una ay ang *Awzen*, *Hotem*, *Peh* sa kanilang orihinal na pwesto, ang kanilang lugar sa *Rosh*, tulad ng sa simula. Ang pangalawa ay ang *Awzen*, *Hotem*, *Peh* na bumaba sa aktwal na *Behinat Guf*, sa ibaba ng *Peh de Rosh de SAG*. Sila ay tinatawag na *Awzen*, *Hotem*, *Peh* na wala sa kanilang orihinal na pwesto. At lahat ng ito ay tinatawag na "*inner Awzen, Hotem, Peh*.

Dito, ang sampung *Sefirot de Toch* hanggang *Tabur* ay tinatawag na *Akudim*, tulad ng bago ang *Tzimtzum Bet*, dahil ang sampung *Sefirot* na lumabas sa *Zivug de Nikvey Eynaim* ay makikita lamang sa ibaba ng *Tabur*. Ang mga ito ay tinatawag na "sampung *Sefirot de Nekudim*," at sila ay lumabas pangunahin sa labas ng *Partzuf SAG*, bagaman ang kanilang panloob na aspeto ay lumitaw sa *AK* mismo.

Gayundin, ang mga ito ay tinatawag na *MA* at *BON de AK*, dahil ang panloob na bahagi ng tatlong itaas ng *Nekudim* ay tinatawag na *MA de AK*, at ang panloob na bahagi ng pitong ibaba ng *Nekudim* ay tinatawag na *BON de AK*. Nagtatapos sila sa punto ng *Sium* ng *Tzimtzum Bet*, na tinatawag na "ang *Parsa* sa pagitan ng *Atzilut* at *Beria*." Sa ibaba nito ay ang tatlong mundo: ang mas mababang *Beria*, *Yetzira*, at *Assiya*.

DIAGRAM 2, AYTEM 4

Ito ay isang panlabas na *Partzuf Awzen, Hotem, Peh de SAG de AK*, na nasa pamamagitan ng *Tabur*. Mula sa *Tabur* pababa, ito ay *Partzuf* ng sampung *Sefirot de Nekudim*, na nagtatapos sa *Parsa*. Sa ibaba ng *Parsa* ay nakatayo ang tatlong mundo: ang mas mababang *Beria*, *Yetzira*, at *Assiya*.

Sa mga panlabas, ang *Awzen, Hotem, Peh* ay nahahati sa dalawang *Behinot Awzen, Hotem, Peh*: ang panlabas na *Awzen, Hotem, Peh* sa lugar ng kanilang *elisitasyon*, na nakatayo sa itaas ng *Peh*, at ang panlabas na *Awzen, Hotem, Peh* na hindi nasa lugar ng kanilang *elisitasyon*, na nakatayo mula sa ibaba ng *Peh* hanggang sa *Tabur*. Ang kanilang tatlong itaas ay nakakabit sa ibabang labi. Ito ay tinatawag na *Shibolet ha Zakan* (ang kaunting buhok sa ilalim ng ibabang labi), at ang tatlong Itaas ay pangunahing *Liwanag* ng *Awzen*, bagaman ang kanilang mga *Behinot Hotem* at *Peh* ay kasama rin sa kanila. Ito ang mga ugat ng tatlong Itaas ng *Nekudim*.

Ang kanilang ibabang pito, na siyang aktwal na *Hotem* at *Peh*, ay nakatayo sa ibaba ng *Shibolet ha Zakan* at kumalat hanggang sa *Tabur*. Ang mga panlabas na *Awzen, Hotem, Peh* ay tinatawag ding *Dikna* (balbas) *de SAG de AK*, at makikita mo ang detalyadong paliwanag tungkol sa mga ito sa *Talmud Eser Sefirot*, Part 6, p. 409, Item 20.

Ang sampung *Sefirot de Nekudim* ay nakatayo mula sa *Tabur* pababa. Ang kanilang unang tatlo ay nasa *Tikkun Kavim* at binibihisan ang *MA de AK*, at ang kanilang pitong ibaba ay nakahanay isa sa ibaba ng isa, tulad ng sa *Tzimtzum Aleph*, bilang damit ng *BON de AK*. Sa ibaba ng mga ito ay ang *Parsa* at ang tatlong mundong *Beria, Yetzira,* at *Assiya*, sa ilalim ng *Parsa*.

DIAGRAM 3, ITEM 1

Ito ang walang pagbabagong estado ng limang *Partzufim* ng *AK*, kung saan lumitaw ang limang bagong *Partzufim* ng *MA*, na tinatawag na "ang limang walang pagbabagong *Partzufim* ng *Atzilut*." Kapag naitatag na sila, walang pagbabawas na magaganap sa kanila.

Ipinapaliwanag din nito ang paghahati ng bawat *Partzuf* sa *Keter, Atzilut, Beria, Yetzira,* at *Assiya*, na tinatawag ding *Keter, AB, SAG, MA,* at *BON*, o *Yechida, Haya, Neshama, Ruach,* at *Nefesh*. Ang bawat *Rosh*, mula sa pamamagitan ng *Peh*, ay tinatawag na *Keter* o *Yechida*. Mula sa *Peh* hanggang *Chazeh* sa bawat isa sa kanila, ito ay tinatawag na *Atzilut* o *AB* o *Haya*. At mula sa *Chazeh* hanggang *Tabur* sa bawat isa sa kanila, ito ay tinatawag na *Beria* o *Neshama* o *SAG*. At mula sa *Tabur* pababa sa bawat isa sa kanila, ito ay tinatawag na *Yetzira* at *Assiya*, o *MA* at *BON*, o *Ruach-Nefesh*.

Bukod pa rito, ipinapaliwanag nito ang kanilang pananamit sa loob ng isa't isa. Bawat damit nito ay *superyor* mula sa *Peh* ng *superyor* nito pababa sa paraang ang *Rosh* ng bawat isa sa ibaba ay dinadamitan ng *AB* at *Atzilut* ng isang *nakatataas*, at ang *AB* at *Atzilut* ng isang mababa ay dinadamitan ang *SAG* at *Beria* ng *superyor* nito.

Gayundin, ang *SAG* at *Beria* ng bawat isang mababa ay dinadamitan ang *MA* at *BON*, na siyang *Yetzira* at *Assiya* ng isang *nakatataas*. Kaya, ang *Peh* ng isang *nakatataas* ay itinuturing na *Galgalta* ng isang mababa, at ang *Chazeh* ng isang *nakatataas* ay itinuturing na *Peh* ng isang mababa, at ang *Tabur* ng isang *nakatataas* ay itinuturing na *Chazeh* ng isang nasa ibaba. Gayundin, ipinaliliwanag nito ang pagtatampo ng bagong *MA* sa bawat isa sa limang *Partzufim* ng *Atzilut*, ang *MA* sa katumbas nitong *Partzuf* sa *AK*.

DIAGRAM 4
Ang estado ng ZA sa panahon ng pag-akyat nito upang makuha ang *Neshama*, na may kinalaman sa hindi nagbabagong limang *Partzufim* ng AK at *Atzilut*, at kung paano ito kumukuha at nagpapalusog sa *Beria de BON de AK* — ang katumbas nitong *Partzuf* sa AK.

DIAGRAM 5
Ang estado ng ZA sa panahon ng pag-akyat nito upang makuha ang *Haya*, na may kinalaman sa walang pagbabagong limang *Partzufim ng AK at Atzilut*, at kung paano ito kumukuha at nagpapalusog sa *Atzilut de BON de AK* — ang katumbas nitong *Partzuf sa AK*.

DIAGRAM 6
Ang estado ng ZA sa panahon ng pag-akyat nito upang makuha ang *Yechida*, na may kinalaman sa patuloy na limang *Partzufim* ng AK at *Atzilut*, at kung paano ito kumukuha at nagpapalusog sa *Rosh de BON de AK* — ang katumbas nitong *Partzuf* sa AK.

DIAGRAM 7
Ang mga estado ng limang *Partzufim* ng *Atzilut* sa kanilang pag-akyat upang makuha ang *Neshama*, na may kinalaman sa limang patuloy na *Partzufim* ng AK, at kung paano kinuha at pinalulusog ng bawat isa ang katumbas nitong *Partzuf* sa AK.

DIAGRAM 8
Ang mga estado ng limang *Partzufim* ng *Atzilut* sa kanilang pag-akyat upang makuha ang *Haya*, na may kinalaman sa limang patuloy na *Partzufim* ng AK, at kung paano kumukuha at nagpapalusog sa bawat isa nito sa kaukulang *Partzuf* sa AK.

DIAGRAM 9
Ang mga estado ng limang *Partzufim* ng *Atzilut* sa kanilang pag-akyat upang makuha ang *Yechida*, na may kinalaman sa limang patuloy na *Partzufim* ng AK, at kung paano kumukuha at nagpapalusog ang bawat isa nito sa kaukulang *Partzuf* sa AK.

DIAGRAM 10, 11, 12
Inilalarawan ng mga ito kung paano ang hagdan ay hindi nagbabago, bilang kabuoan, at palaging nananatili sa kanilang simula sa oras ng elisitasyon ng bagong MA, tulad ng patuloy na estado. Sapagkat ganito kapag umakyat ang ZA at nakuha ng *Neshama*, lahat ng antas ay tumaas kasama nito — ang limang *Partzufim* ng AK at *Atzilut* — at ang bawat isa ay nakakakuha ng *Behinat Neshama* na nauugnay dito. Ito ay katulad ng pagtamo ng *Haya* de ZA at pagtamo ng *Yechida* de ZA.

Ang Diagram 10 ay nagpapakita ng estado ng limang *Partzufim* ng AK habang sila ay umaakyat upang matamo ang *Neshama*. Ang Diagram 11 ay naglalarawan ng kanilang estado kapag natamo nila ang *Haya*, at ang Diagram 12 ay ang kanilang estado kapag natamo nila ang *Yechida*.

Diagram blg. 1

Ang unang tatlong Partzufim ng AK, na tinatawag na Galgalta, AB, SAG

1

Pagpapalawig ng unang Sampung Sefirot mula sa Ein Sof Patungo sa espasyo pagkatapos ng Tzimtzum. Ito ay tinatawag na Partzuf Keter o Galgalta o Panloob na AK

2

Ang pangalawang pagpapalawig. Partzuf Hochma o AB

3

Ang pangatlong pagpapalawig ng AK. Partzuf Bina o SAG

1

Sampung Sefirot ng Rosh	
Ohr Hozer	Ohr Yashar
Malchut	Keter
Tifferet	Hochma
Bina	Bina
Hochma	Tifferet
Keter	Malchut

Masach sa Kli ng Malchut

	Peh	

Sampung Sefirot ng Toch
Keter
Hochma
Bina
Hesed
Gevura
Isang katlong Itaasng Tifferet

Chazeh

Dalawang Katlong Ibaba ng Tifferet

Netzah

Hod

Yesod

Malchut

Tabur

Sampung Sefirot ng Sof
Keter
Hochma
Bina
Tifferet
Malchut
Sium Raglin

Linya ng Ein Sof

2

Sampung Sefirot ng Rosh	
Ohr Hozer	Ohr Yashar
Keter	Keter
Hochma	Hochma
Bina	Bina
Tifferet	Tifferet
Malchut	Malchut

Masach in the Kli of Malchut

	Peh	

Ten Sefirot de Toch
Keter
Hochma
Bina
Hesed
Gevura
Isang katlong Itaas ng Tifferet

Chazeh

Dalawang Katlong Ibaba ng Tifferet
Netzah
Hod
Yesod
Malchut

Tabur

Sampung Sefirot ng Sof
Keter
Hochma
Bina
Tifferet
Malchut
Sium Raglin

3

Sampung Sefirot ng Rosh	
Ohr Hozer	Ohr Yashar
Keter	Keter
Hochma	Hochma
Bina	Bina
Tifferet	Tifferet
Malchut	Malchut

Masach in the Kli of Malchut

	Peh	

Sampung Sefirot ng Toch
Keter
Hochma
Bina
Hesed
Gevura
Isang katlong Itaas ng Tifferet

Chazeh

Dalawang Katlong Ibaba ng Tifferet
Netzah
Hod
Yesod
Malchut

Tabur

Sampung Sefirot ng Sof
Keter
Hochma
Bina
Tifferet
Malchut
Sium Raglin

Diagram blg. 2

1 **Partzuf SAG ng AK sa panahon ng Tzimtzum Aleph**	2 **Partzuf SAG ng AK sa panahon ng Tzimtzum Bet**	3 **Parzuf SAG ng Ak ng AK sa panahon ng Katnut**	4 **Partzuf SAG de AK sa panahon ng pagkabasag ng mga daluyan**
Sampung Sefirot ng Rosh Galgalta - Keter Eynaim - Hochma Awzen - Bina Hotem - Tifferet Peh - Malchut	Sampung Sefirot ng Rosh Galgalta - Keter Eynaim - Hochma Nikvey Eynaim Awzen - Bina Hotem - Tifferet Peh - Malchut	Sampung Sefirot ng Rosh Galgalta - Keter Eynaim - Hochma Nikvey Eynaim Awzen - Bina Hotem - Tifferet Peh - Malchut	Sampung Sefirot ng Rosh Galgalta - Keter Eynaim - Hochma Awzen - Bina Hotem - Tifferet Peh - Malchut
Peh	Peh		Peh
Taamim ng SAG Keter Hochma Bina Hesed Gevura Tifferet Netzah Hod Yesod Malchut		Chazeh **YESHSUT** Unang Rosh ng Mundo ng Nekudim	Chazeh **YESHSUT** Unang Rosh ng Mundo ng Nekudim
Tabur	Tabur	Tabur	Tabur
Nekudot ng SAG Keter Hochma Bina Hesed Gevura Isang Katlong Itaas ng Tifferet	Lugar ng Mundo ng Atzilut	Katnut ng Mundo ng Nekudim Keter Bina Hochma Hesed Gevura Tifferet Netzah Hod Yesod Malchut	Galdlut ng Mundo ng Nekudim Keter Bina Hochma Daat Hesed Gevura Isang Katlong Itaas ng Tifferet
Chazeh	Parsa	Parsa	Parsa
Dalawang Katlong Ibaba ng Tifferet	Lugar ng Mundo ng Beria		Dalawang Katlong Iba Tifferet HodNetzah
Netzah Hod Yesod	Lugar ng Mundo ng Yetzira		Yesod
Malchut	Lugar ng Mundo ng Assiya		Malchut

Punto ng mundong ito

Pagkasira ng Daluyan

HaIlan (Ang Puno) 631

Diagram blg. 3

Ang patuloy na estado ng limang Partzufim ng AK at limang Partzufim ng Atzilut, na hindi kailanman nababawasan mula sa antas na ito

Mga tuldok na linya na umaabot mula sa bawat Rosh ng limang Partzufim ng Atzilut hanggang sa katumbas nitong Partzuf sa AK ipinahiwatig ang antas kung saan sila kumukuha at binubusog

	1 Partzuf Keter	2 Partzuf AB	3 Partzuf SAG	4 Partzuf MA	5 Partzuf BON	6 Partzuf Atik	7 Partzuf AA	8 Partzuf AVI	9 Partzuf YESHSUT	10 Partzuf ZON
Linya ng Ein Sof	Rosh Keter Yechida Peh					*Mundo ng Adam Kadmon*				
	AB Atzilut Haya Chazeh	Rosh Keter Yechida Peh								
	SAG Beria Neshama Tabur	AB Atzilut Haya Chazeh	Rosh Keter Yechida Peh				*Mundo ng Atzilut*			
	MA Yetzira Ruach	SAG Beria Neshama Tabur	AB Atzilut Haya Chazeh	Rosh Keter Yechida Peh		Rosh Keter Yechida Peh				
	BON Assiya Nefesh	MA Yetzira Ruach	SAG Beria Neshama Tabur	AB Atzilut Haya Chazeh	Rosh Keter Yechida Peh	AB Atzilut Haya Chazeh	Rosh Keter Yechida Peh			
		BON Assiya Nefesh	MA Yetzira Ruach	SAG Beria Neshama Tabur	AB Atzilut Haya Chazeh	SAG Beria Neshama Tabur	AB Atzilut Haya Chazeh	Rosh Keter Yechida Peh		
			BON Assiya Nefesh	MA Yetzira Ruach	SAG Beria Neshama Tabur	MA Yetzira Ruach	SAG Beria Neshama Tabur	AB Atzilut Haya Chazeh	Rosh Keter Yechida Peh	
				BON Assiya Nefesh	MA Yetzira Ruach	BON Assiya Nefesh	MA Yetzira Ruach	SAG Beria Neshama Tabur	AB Atzilut Haya Chazeh	Rosh Keter Yechida Peh
					BON Assiya Nefesh		BON Assiya Nefesh	MA Yetzira Ruach	SAG Beria Neshama Tabur	AB Atzilut Haya Chazeh
								BON Assiya Nefesh	MA Yetzira Ruach	SAG Beria Neshama Tabur
									BON Assiya Nefesh	MA Yetzira Ruach
										BON Assiya Nefesh

Sium ng Mundo ng Atzilut- Parsa

Mundo ng Beria

Mundo ng Yetzira

Mundo ng Assiya

Punto ng Mundong ito

Diagram blg. 4

Posisyon ng ZA pagkatapos matamo ang Neshama sa patuloy na estado ng limang Partzufim ng AK at Atzilut

Mundo ng Adam Kadmon

Mundo ng Atzilut

1 Partzuf Keter	2		3		4	5	6	7	8	9	10
	Rosh / Keter / Yechida / Peh	Partzuf AB									
	AB / Atzilut / Haya / Chazeh	Rosh / Keter / Yechida / Peh	Partzuf SAG								
Linya ng Ein Sof	SAG / Beria / Neshama / Tabur	AB / Atzilut / Haya / Chazeh	Rosh / Keter / Yechida / Peh	Partzuf MA		Partzuf Atik					
	MA / Yetzira / Ruach	SAG / Beria / Neshama / Tabur	AB / Atzilut / Haya / Chazeh	Rosh / Keter / Yechida / Peh	Partzuf BON	Rosh / Keter / Yechida / Peh	Partzuf AA				
	BON / Assiya / Nefesh	MA / Yetzira / Ruach	SAG / Beria / Neshama / Tabur	AB / Atzilut / Haya / Chazeh	Rosh / Keter / Yechida / Peh	AB / Atzilut / Haya / Chazeh	Rosh / Keter / Yechida / Peh	Partzuf AVI		Partzuf ZON	
		BON / Assiya / Nefesh	MA / Yetzira / Ruach	SAG / Beria / Neshama / Tabur	AB / Atzilut / Haya / Chazeh	SAG / Beria / Neshama / Tabur	AB / Atzilut / Haya / Chazeh	Rosh / Keter / Yechida / Peh	Partzuf YESHSUT	Rosh / Keter / Yechida / Peh	
			BON / Assiya / Nefesh	MA / Yetzira / Ruach	SAG / Beria / Neshama / Tabur	MA / Yetzira / Ruach	SAG / Beria / Neshama / Tabur	AB / Atzilut / Haya / Chazeh	Rosh / Keter / Yechida / Peh	AB / Atzilut / Haya / Chazeh	
				BON / Assiya / Nefesh	MA / Yetzira / Ruach	BON / Assiya / Nefesh	MA / Yetzira / Ruach	SAG / Beria / Neshama / Tabur	AB / Atzilut / Haya / Chazeh	SAG / Beria / Neshama / Tabur	
					BON / Assiya / Nefesh		BON / Assiya / Nefesh	MA / Yetzira / Ruach	SAG / Beria / Neshama / Tabur	MA / Yetzira / Ruach	
								BON / Assiya / Nefesh	MA / Yetzira / Ruach	BON / Assiya / Nefesh	
									BON / Assiya / Nefesh	Mundo ng Beria	
										Mundo ng Yetzira	
						Sium ng Mundo ng Atzilut-Parsa				Mundo ng Assiya	
										Lugar ng Mundo ng Assiya	

Punto ng Mundong Ito

Diagram no. 5

Posisyon ng ZA pagkatapos matamo ang Haya sa patuloy na estado ng limang Partzufim ng AK at Atzilut

Mundo ng Adam Kadmon
Mundo ng Atzilut

Linya ng Ein Sof	1 Partzuf Keter	2 Partzuf AB	3 Partzuf SAG	4 Partzuf MA	5 Partzuf BON	6 Partzuf Atik	7 Partzuf AA	8 Partzuf AVI	9 Partzuf YESHSUT	10 Partzuf ZON
	Rosh / Keter / Yechida / Peh									
	AB / Atzilut / Haya / Chazeh	Rosh / Keter / Yechida / Peh								
	SAG / Beria / Neshama / Tabur	AB / Atzilut / Haya / Chazeh	Rosh / Keter / Yechida / Peh							
	MA / Yetzira / Ruach	SAG / Beria / Neshama / Tabur	AB / Atzilut / Haya / Chazeh	Rosh / Keter / Yechida / Peh		Rosh / Keter / Yechida / Peh				
	BON / Assiya / Nefesh	MA / Yetzira / Ruach	SAG / Beria / Neshama / Tabur	AB / Atzilut / Haya / Chazeh	Rosh / Keter / Yechida / Peh	AB / Atzilut / Haya / Chazeh	Rosh / Keter / Yechida / Peh			
		BON / Assiya / Nefesh	MA / Yetzira / Ruach	SAG / Beria / Neshama / Tabur	AB / Atzilut / Haya / Chazeh	SAG / Beria / Neshama / Tabur	AB / Atzilut / Haya / Chazeh	Rosh / Keter / Yechida / Peh		Rosh / Keter / Yechida / Peh
			BON / Assiya / Nefesh	MA / Yetzira / Ruach	SAG / Beria / Neshama / Tabur	MA / Yetzira / Ruach	SAG / Beria / Neshama / Tabur	AB / Atzilut / Haya / Chazeh	Rosh / Keter / Yechida / Peh	AB / Atzilut / Haya / Chazeh
				BON / Assiya / Nefesh	MA / Yetzira / Ruach	BON / Assiya / Nefesh	MA / Yetzira / Ruach	SAG / Beria / Neshama / Tabur	AB / Atzilut / Haya / Chazeh	SAG / Beria / Neshama / Tabur
					BON / Assiya / Nefesh		BON / Assiya / Nefesh	MA / Yetzira / Ruach	SAG / Beria / Neshama / Tabur	MA / Yetzira / Ruach
								BON / Assiya / Nefesh	MA / Yetzira / Ruach	BON / Assiya / Nefesh
									BON / Assiya / Nefesh	World of Beria
										Mundo ng Yetzira
						Sium ng Mundo ng Atzilut-Parsa				Mundo ng Assiya
										Lugar ng Mundo ng Yetzira

Punto ng Mundong Ito

Diagram blg. 6

Posisyon ng ZA pagkatapos matamo ang Yechida sa patuloy na estado ng limang Partzufim ng AK at Atzilut

1 Partzuf Keter	2	Mundo ng Adam Kadmon				Mundo ng Atzilut			
Rosh Keter Yechida Peh	Partzuf AB	3							
AB Atzilut Haya Chazeh	Rosh Keter Yechida Peh	Partzuf SAG	4	5	6				
SAG Beria Neshama Tabur	AB Atzilut Haya Chazeh	Rosh Keter Yechida Peh	Partzuf MA		Partzuf Atik	7			10
MA Yetzira Ruach	SAG Beria Neshama Tabur	AB Atzilut Haya Chazeh	Rosh Keter Yechida Peh	Partzuf BON	Rosh Keter Yechida Peh	Partzuf AA	8		Partzuf ZON
BON Assiya Nefesh	MA Yetzira Ruach	SAG Beria Neshama Tabur	AB Atzilut Haya Chazeh	Rosh Keter Yechida Peh	AB Atzilut Haya Chazeh	Rosh Keter Yechida Peh	Partzuf AVI	9	Rosh Keter Yechida Peh
	BON Assiya Nefesh	MA Yetzira Ruach	SAG Beria Neshama Tabur	AB Atzilut Haya Chazeh	SAG Beria Neshama Tabur	AB Atzilut Haya Chazeh	Rosh Keter Yechida Peh	Partzuf YESHSUT	AB Atzilut Haya Chazeh
		BON Assiya Nefesh	MA Yetzira Ruach	SAG Beria Neshama Tabur	MA Yetzira Ruach	SAG Beria Neshama Tabur	AB Atzilut Haya Chazeh	Rosh Keter Yechida Peh	SAG Beria Neshama Tabur
			BON Assiya Nefesh	MA Yetzira Ruach	BON Assiya Nefesh	MA Yetzira Ruach	SAG Beria Neshama Tabur	AB Atzilut Haya Chazeh	MA Yetzira Ruach
				BON Assiya Nefesh		BON Assiya Nefesh	MA Yetzira Ruach	SAG Beria Neshama Tabur	BON Assiya Nefesh
							BON Assiya Nefesh	MA Yetzira Ruach	Mundo ng Beria
								BON Assiya Nefesh	Mundo ng Yetzira
									Mundo ng Assiya
									Lugar ng Mundo
									Lugar ng Mundo ng Yetzira

Linya ng Ein Sof

Sium ng Mundo ng Atzilut-Parsa

Punto ng Mundong Ito

Diagram blg. 7

Posisyon ng lahat ng limang Partzufim ng Atzilut at ng tatlong mundo ng BYA pagkatapos matamo ang kanilang Neshama sa patuloy na estado ng limang Partzufim ng Ak

Mga tuldok na linya na umaabot mula sa bawat Rosh ng limang Partzufim ng Atzilut hanggang sa katumbas nitong Partzuf sa AK ay nagpapahiwatig ng antas kung saan sila kumukuha at binubusog

	1 Partzuf Keter	2	3	4	5	6	7	8	9	10
			Mundo ng Adam Kadmon				*Mundo ng Atzilut*			
Linya ng Ein Sof	Rosh / Keter / Yechida / Peh	Partzuf AB								
	AB / Atzilut / Haya / Chazeh	Rosh / Keter / Yechida / Peh	Partzuf SAG			Partzuf Atik				
	SAG / Beria / Neshama / Tabur	AB / Atzilut / Haya / Chazeh	Rosh / Keter / Yechida / Peh	Partzuf MA		Rosh / Keter / Yechida / Peh	Partzuf AA			
	MA / Yetzira / Ruach	SAG / Beria / Neshama / Tabur	AB / Atzilut / Haya / Chazeh	Rosh / Keter / Yechida / Peh	Partzuf BON	AB / Atzilut / Haya / Chazeh	Rosh / Keter / Yechida / Peh	Partzuf AVI		
	BON / Assiya / Nefesh	MA / Yetzira / Ruach	SAG / Beria / Neshama / Tabur	AB / Atzilut / Haya / Chazeh	Rosh / Keter / Yechida / Peh	SAG / Beria / Neshama / Tabur	AB / Atzilut / Haya / Chazeh	Rosh / Keter / Yechida / Peh	Partzuf YESHSUT	
		BON / Assiya / Nefesh	MA / Yetzira / Ruach	SAG / Beria / Neshama / Tabur	AB / Atzilut / Haya / Chazeh	MA / Yetzira / Ruach	SAG / Beria / Neshama / Tabur	AB / Atzilut / Haya / Chazeh	Rosh / Keter / Yechida / Peh	Partzuf ZON
			BON / Assiya / Nefesh	MA / Yetzira / Ruach	SAG / Beria / Neshama / Tabur	BON / Assiya / Nefesh	MA / Yetzira / Ruach	SAG / Beria / Neshama / Tabur	AB / Atzilut / Haya / Chazeh	Rosh / Keter / Yechida / Peh
				BON / Assiya / Nefesh	MA / Yetzira / Ruach		BON / Assiya / Nefesh	MA / Yetzira / Ruach	SAG / Beria / Neshama / Tabur	AB / Atzilut / Haya / Chazeh
					BON / Assiya / Nefesh			BON / Assiya / Nefesh	MA / Yetzira / Ruach	SAG / Beria / Neshama / Tabur
									BON / Assiya / Nefesh	MA / Yetzira / Ruach
										BON / Assiya / Nefesh
										Mundo ng Beria
				Sium ng Mundo ng Atzilut-Parsa						Mundo ng Yetzira
										Mundo ng Assiya

Punto ng Mundong Ito

Diagram blg. 8

Posisyon ng lahat ng limang Partzufim ng Atzilut at ng tatlong mundo BYA pagkatapos makuha ang kanilang Haya sa patuloy na estado ng limang Partzufim ng AK

Mga tuldok na linya na umaabot mula sa bawat Rosh ng limang Partzufim ng Atzilut hanggang sa katumbas nitong Partzuf sa AK ay nagpapahiwatig ng antas kung saan sila kumukuha at binubusog

1 Partzuf Keter	2	3	4	5	6	7	8	9	10
	Partzuf AB			Mundo ng Adam Kadmon	Partzuf Atik			Mundo ng Atzilut	
	Rosh / Keter / Yechida / Peh	Partzuf AB				Partzuf AA			
	AB / Atzilut / Haya / Chazeh	Rosh / Keter / Yechida / Peh	Partzuf SAG		Rosh / Keter / Yechida / Peh				
	SAG / Beria / Neshama / Tabur	AB / Atzilut / Haya / Chazeh	Rosh / Keter / Yechida / Peh	Partzuf MA	AB / Atzilut / Haya / Chazeh	Rosh / Keter / Yechida / Peh	Partzuf AVI		
	MA / Yetzira / Ruach	SAG / Beria / Neshama / Tabur	AB / Atzilut / Haya / Chazeh	Rosh / Keter / Yechida / Peh	Partzuf BON	SAG / Beria / Neshama / Tabur	AB / Atzilut / Haya / Chazeh	Rosh / Keter / Yechida / Peh	Partzuf YESHSUT
	BON / Assiya / Nefesh	MA / Yetzira / Ruach	SAG / Beria / Neshama / Tabur	AB / Atzilut / Haya / Chazeh	Rosh / Keter / Yechida / Peh	MA / Yetzira / Ruach	SAG / Beria / Neshama / Tabur	AB / Atzilut / Haya / Chazeh	Rosh / Keter / Yechida / Peh	Partzuf ZON
		BON / Assiya / Nefesh	MA / Yetzira / Ruach	SAG / Beria / Neshama / Tabur	AB / Atzilut / Haya / Chazeh	BON / Assiya / Nefesh	MA / Yetzira / Ruach	SAG / Beria / Neshama / Tabur	AB / Atzilut / Haya / Chazeh	Rosh / Keter / Yechida / Peh
			BON / Assiya / Nefesh	MA / Yetzira / Ruach	SAG / Beria / Neshama / Tabur		BON / Assiya / Nefesh	MA / Yetzira / Ruach	SAG / Beria / Neshama / Tabur	AB / Atzilut / Haya / Chazeh
				BON / Assiya / Nefesh	MA / Yetzira / Ruach			BON / Assiya / Nefesh	MA / Yetzira / Ruach	SAG / Beria / Neshama / Tabur
					BON / Assiya / Nefesh				BON / Assiya / Nefesh	MA / Yetzira / Ruach
										BON / Assiya / Nefesh
										Mundo ng Beria
										Mundo ng Yetzira
				Sium ng Mundo ng Atzilut-Parsa						
										Mundo ng Assiya
										Lugar ng Mundo ng Assiya

Linya ng Ein Sof

Punto ng Mundong Ito

HaIlan(Ang Puno) 637

Diagram blg. 9

Posisyon ng lahat ng limang Partzufim ng Atzilut at ng tatlong mundo ng BYA pagkatapos matamo ang kanilang Yechida sa patuloy na estado ng limang Partzufim ng AK

Mga tuldok na linya na umaabot mula sa bawat Rosh ng limang Partzufim ng Atzilut hanggang sa katumbas nitong Partzuf sa AK ay nagpapahiwatig ng antas kung saan sila kumukuha at binubusog

1 Partzuf Keter	2	Mundo ng Adam Kadmon	3	4	5	6 Partzuf Atik	7	Mundo ng Atzilut	8	9	10
Rosh Keter Yechida Peh	Partzuf AB					Rosh Keter Yechida Peh	Partzuf AA				
AB Atzilut Haya Chazeh	Rosh Keter Yechida Peh	Partzuf SAG				AB Atzilut Haya Chazeh	Rosh Keter Yechida Peh	Partzuf AVI			
SAG Beria Neshama Tabur	AB Atzilut Haya Chazeh	Rosh Keter Yechida Peh	Partzuf MA			SAG Beria Neshama Tabur	AB Atzilut Haya Chazeh	Rosh Keter Yechida Peh	Partzuf YESHSUT		
MA Yetzira Ruach	SAG Beria Neshama Tabur	AB Atzilut Haya Chazeh	Rosh Keter Yechida Peh	Partzuf BON		MA Yetzira Ruach	SAG Beria Neshama Tabur	AB Atzilut Haya Chazeh	Rosh Keter Yechida Peh	Partzuf ZON	
BON Assiya Nefesh	MA Yetzira Ruach	SAG Beria Neshama Tabur	AB Atzilut Haya Chazeh	Rosh Keter Yechida Peh		BON Assiya Nefesh	MA Yetzira Ruach	SAG Beria Neshama Tabur	AB Atzilut Haya Chazeh	Rosh Keter Yechida Peh	
	BON Assiya Nefesh	MA Yetzira Ruach	SAG Beria Neshama Tabur	AB Atzilut Haya Chazeh			BON Assiya Nefesh	MA Yetzira Ruach	SAG Beria Neshama Tabur	AB Atzilut Haya Chazeh	
		BON Assiya Nefesh	MA Yetzira Ruach	SAG Beria Neshama Tabur				BON Assiya Nefesh	MA Yetzira Ruach	SAG Beria Neshama Tabur	
			BON Assiya Nefesh	MA Yetzira Ruach					BON Assiya Nefesh	MA Yetzira Ruach	
				BON Assiya Nefesh						BON Assiya Nefesh	
										Mundo ng Beria	
										Mundo ng Yetzira	
										Mundo ng Assiya	
					Sium ng Mundo ng Atzilut—Parsa			tzilut —		Lugar ng Mundo ng Beria	
										Lugar ng Mundo ng Yetzira	

Linya ng Ein Sof

Punto ng Mundong Ito

Diagram blg. 10

Posisyon ng lahat ng mundo at Partzufim
ang limang Partzufim ng AK, ang limang Partzufim ng Atzilut, at ang tatlong mundo na BYA
pagkatapos matamo ang kanilang Neshama sa patuloy na estado ng Kav Ein Sof

Mga tuldok na linya na umaabot mula sa bawat Rosh ng limang Partzufim ng Atzilut hanggang sa katumbas nitong Partzuf sa AK ay nagpapahiwatig ng antas kung saan sila kumukuha at binubusog

Diagram no. 11

Posisyon ng lahat ng mundo at Partzufim
ang limang Partzufim ng AK, ang limang Partzufim ng Atzilut, at ang tatlong mundong BYA matapos matamo ang kanilang Haya sa patuloy na estado ng Kav Ein Sof

Ang mga tuldok na linya na umaabot mula sa bawat Rosh ng limang Partzufim ng Atzilut hanggang sa katumbas nitong Partzuf sa AK ay nagpapahiwatig ng antas kung saan sila kumukuha at binubusog

	1	2	3	4	5	6	7	8	9	10
	Partzuf Keter de AK	Partzuf AB de AK	Partzuf SAG de AK							
Linya ng Ein Sof	SAG / Beria / Neshama / Tabur	AB / Atzilut / Haya / Chazeh	Rosh / Keter / Yechida / Peh	Partzuf MA de AK		Partzuf Atik				
	MA / Yetzira / Ruach	SAG / Beria / Neshama / Tabur	AB / Atzilut / Haya / Chazeh	Rosh / Keter / Yechida / Peh	Partzuf BON de AK	Rosh / Keter / Yechida / Peh	Partzuf AA			
	BON / Assiya / Nefesh	MA / Yetzira / Ruach	SAG / Beria / Neshama / Tabur	AB / Atzilut / Haya / Chazeh	Rosh / Keter / Yechida / Peh	AB / Atzilut / Haya / Chazeh	Rosh / Keter / Yechida / Peh	Partzuf AVI		
		BON / Assiya / Nefesh	MA / Yetzira / Ruach	SAG / Beria / Neshama / Tabur	AB / Atzilut / Haya / Chazeh	SAG / Beria / Neshama / Tabur	AB / Atzilut / Haya / Chazeh	Rosh / Keter / Yechida / Peh	Partzuf YESHSUT	
			BON / Assiya / Nefesh	MA / Yetzira / Ruach	SAG / Beria / Neshama / Tabur	MA / Yetzira / Ruach	SAG / Beria / Neshama / Tabur	AB / Atzilut / Haya / Chazeh	Rosh / Keter / Yechida / Peh	Partzuf ZON
				BON / Assiya / Nefesh	MA / Yetzira / Ruach	BON / Assiya / Nefesh	MA / Yetzira / Ruach	SAG / Beria / Neshama / Tabur	AB / Atzilut / Haya / Chazeh	Rosh / Keter / Yechida / Peh
					BON / Assiya / Nefesh		BON / Assiya / Nefesh	MA / Yetzira / Ruach	SAG / Beria / Neshama / Tabur	AB / Atzilut / Haya / Chazeh
								BON / Assiya / Nefesh	MA / Yetzira / Ruach	SAG / Beria / Neshama / Tabur
									BON / Assiya / Nefesh	MA / Yetzira / Ruach
										BON / Assiya / Nefesh
										Mundo ng Beria
										Mundo ng Yetzira
										Mundo ng Assiya
										Lugar ng Mundo ng Yetzira
										Lugar ng Mundo ng Assiya
Sium										

Sium ng Mundo ng Atzilut — Parsa

Punto ng Mundong Ito

Mundo ng Atzilut

Diagram blg. 12

Posisyon ng lahat ng mundo at Partzufim
ang limang Partzufim ng AK, ang limang Partzufim ng Atzilut, at ang tatlong mundong BYA
pagkatapos matamo ang kanilang Yechida sa patuloy na estado ng Kav Ein Sof

Ang mga tuldok na linya na umaabot mula sa bawat Rosh ng limang Partzufim ng Atzilut hanggang sa katumbas nitong Partzuf sa AK ay nagpapahiwatig ng antas kung saan sila kumukuha at binubusog

1	2	3	4	5	6	7	8	9	10
Partzuf Keter de AK	Partzuf AB de AK	Partzuf SAG de AK	Partzuf MA de AK	Partzuf BON de AK	Partzuf Atik	Partzuf AA	Partzuf AVI	Partzuf YESHSUT	Partzuf ZON

Mundo ng Atzilut

Linya ng Ein Sof

MA Yetzira Ruach	SAG Beria Neshama Tabur	AB Atzilut Haya Chazeh	Rosh Keter Yechida Peh	BON de AK	Rosh Keter Yechida Peh				
BON Assiya Nefesh	MA Yetzira Ruach	SAG Beria Neshama Tabur	AB Atzilut Haya Chazeh	Rosh Keter Yechida Peh	AB Atzilut Haya Chazeh	Rosh Keter Yechida Peh			
	BON Assiya Nefesh	MA Yetzira Ruach	SAG Beria Neshama Tabur	AB Atzilut Haya Chazeh	SAG Beria Neshama Tabur	AB Atzilut Haya Chazeh	Rosh Keter Yechida Peh		
		BON Assiya Nefesh	MA Yetzira Ruach	SAG Beria Neshama Tabur	MA Yetzira Ruach	SAG Beria Neshama Tabur	AB Atzilut Haya Chazeh	Rosh Keter Yechida Peh	
			BON Assiya Nefesh	MA Yetzira Ruach	BON Assiya Nefesh	MA Yetzira Ruach	SAG Beria Neshama Tabur	AB Atzilut Haya Chazeh	Rosh Keter Yechida Peh
				BON Assiya Nefesh		BON Assiya Nefesh	MA Yetzira Ruach	SAG Beria Neshama Tabur	AB Atzilut Haya Chazeh
							BON Assiya Nefesh	MA Yetzira Ruach	SAG Beria Neshama Tabur
								BON Assiya Nefesh	MA Yetzira Ruach
									BON Assiya Nefesh
									Mundo ng Beria
									Mundo ng Yetzira
									Mundo ng Assiya

Sium ng Mundo ng Atzilut — Parsa

									Lugar ng Mundo ng Beria
									Lugar ng Mundo ng Yetzira
									Lugar ng Mundo ng Assiya

Sium

Punto ng Mundong Ito

Paliwanag ng Artikulo, Paunang salita sa Karunungan ng Kabbalah

APAT NA YUGTO NG DIREKTANG LIWANAG

Ang pag-aaral ay nagsisimula sa isang pag-unawa na tinatawag na "Ang koneksyon sa pagitan ng *Lumikha* at ng mga nilalang," dahil hindi natin sinasabi ang mismong *Lumikha* at hindi natin Siya matatamo. Sa halip, "Sa pamamagitan ng Iyong mga kilos ay nakikilala Ka namin," ibig sabihin, ang pagkamit ay nasa mga operasyon lamang na umaabot mula sa Kanya.

Ang koneksyong ito ay tinatawag ding "ang layunin ng Paglikha." Naunawaan ng ating mga pantas na ang Kanyang nais at layunin ay upang makinabang ang Kanyang mga nilikha. Samakatuwid, ang pagkakasunod-sunod ng ebolusyon ay nagsisimula mula sa pag-unawang ito hanggang sa maabot nito ang mga kaluluwa, na ang ugat ay ang kaluluwa ni *Adam ha Rishon*, na umaabot mula sa panloob ng mga mundo *BYA*.

Sa salitang alegorika, nang ninais ng *Lumikha* na makinabang ang Kanyang mga nilalang, nais Niyang bigyan sila ng 100 kilo ng kasiyahan. Kaya naman, kinailangan Niyang lumikha ng gayong mga nilikha na gustong tumanggap nito. Natutunan natin na ang pagnanais na makatanggap ng kaluguran at kasiyahan ay ang pinakabuod ng nilalang at ang dahilan kung bakit ang Paglikha ay tinatawag na "pag-iral mula sa kawalan." At nilikha Niya ito upang ang Kanyang Kaisipan na magbigay-ligaya sa Kanyang mga nilikha ay maisasakatuparan.

At para maisilang ang kaloobang tumanggap, kailangang may pagkakasunod-sunod ng apat na pag-unawa, dahil ang isa'y maaaring tamasahin ang isang bagay ayon lamang sa pagnanais niya para dito. Ito ang dahilan kung bakit tinatawag natin ang *Kli* (daluyan) sa pangalang "kaloobang tumanggap" o "pagnanasa." Kaya, ayon sa sukatan ng pangangailangan, ay ang sukatan ng pananabik na matugunan ang pangangailangan.

Mayroong dalawang kondisyon para sa paggawa ng isang labis na pananasa:

1. Dapat alam ng isa kung ano ang dapat na naisin. Ang isang tao ay hindi maaaring magnasa sa isang bagay na hindi pa nakikita o naririnig.

2. Ang isang tao ay hindi magkakaroon ng ninanais na bagay, dahil kung nakuha na niya ang kanyang nais, nawawala na ang pagnanasa. Upang maisakatuparan ang dalawang

kondisyong ito, apat na yugto o pag-unawa ang lumitaw sa kaloobang tumanggap, na aktwal na lima, kasama ang kanilang ugat. Ang ikalimang pag-unawa ay tinatawag na *Kli*, na angkop para sa pagtanggap ng kaluguran at kasiyahan.

Kanilang sinusunod ang ganitong pagkakasunod-sunod:

1) *Keter*: Ang kanyang pagnanais na makinabang ang Kanyang mga nilikha.

2) *Hochma*: Ang Kanyang pagnanais na makinabang sa Kanyang mga nilikha ay lumikha ng isang kakulangan—pag-iral mula sa kawalan—at kasama nito, nilikha ang Liwanag. Kaya, ang kasaganaan at ang pagnanais na makatanggap ng kasaganaan ay dumating nang magkasama. Ito ay dahil ang pagnanais ay hindi pa rin alam kung ano ang gusto; samakatuwid, ito ay isinilang kasama ng kapunuan nito. Ngunit kung mayroon itong kapunuan, nawawala ang pagnanais sa kapunuan, tulad ng kinakailangan ng pangalawang kondisyon. Ang pag-unawang ito ay tinatawag na *Behina Aleph* (unang pag-unawa) *de Aviut* (ng pagnanasa).

3) *Bina*: Dahil ang Liwanag ay nagmula sa Tagapagbigay, ang puwersa ng pagkakaloob ay kasama dito. Samakatuwid, sa pagtatapos nito, nais ng *Hochma* na ipantay ang anyo nito, ibig sabihin ay hindi isang tagatanggap, kundi isang tagapagbigay. Mayroong panuntunan sa espirituwalidad: "Anumang pagbuo ng isang anyo ay itinuturing na isang bagong pag-unawa." Kaya naman, ang pag-unawang ito ay binigyan ng sarili nitong pangalan—*Bina*, at ito ay *Behina Bet* (pangalawang pag-unawa) de *Aviut*. At natutunan din natin na ang Liwanag na kumakalat habang ang ibaba ay nagnanais na ipantay ang anyo nito ay *Ohr Hassadim* (Liwanag ng Awa), at ito ang Liwanag na nagniningning sa *Bina*.

Tanong: Kung nagnasa ang *Bina* na magbigay, bakit ito itinuturing na *Aviut Bet* (pangalawang antas ng *Aviut*)? Sa kabaligtaran, tila ito ay dapat na mas dalisay kaysa sa *Behina Aleph de Aviut* (unang antas ng *Aviut*).

Sagot: Aking ipapaliwanag ito sa isang alegorya: Ang isang tao ay nagbigay ng regalo sa kanyang kaibigan at tinanggap ito ng kaibigan. Pagkatapos, siya ay muling isinaalang-alang at nagpasya na hindi sa kanyang interes na tumanggap, at ibinalik ang regalo. Sa simula, siya ay nasa ilalim ng impluwensya at dominasyon ng nagbibigay; kaya, natanggap niya. Ngunit sa sandaling natanggap niya, nadama niya na siya ang tumanggap, at ang sensasyong iyon ang naging dahilan upang ibalik niya ang regalo.

Aral: Sa *Behina Aleph*, natanggap niya dahil sa dominasyon ng nagbigay, ngunit hindi pa rin siya nakaramdam bilang isang tumatanggap. At nang makita at maramdaman niya na siya ang tumanggap, tumigil siya sa pagtanggap, at ito ay ang *Behina Bet*. Sa madaling salita, sa ganoong estado, nadama niya na siya ang tumatanggap, at samakatuwid ay nais na ipagkaloob sa nagbigay. Ito ang dahilan kung bakit tinawag na *Bina* ang *Behina Bet*, dahil ang *Hitbonena* (nasuri/napagmasdan) ang kanyang sarili bilang isang tumatanggap at samakatuwid ay nais na magbigay. Ito rin ang dahilan kung bakit natutunan natin na ang simula ng pag-aaral ay mula sa *Bina* pababa.

4) *ZA:* Sa pagtatapos nito, nakatanggap ang *Bina* ng isang uri ng puwersa na nagmumula sa layunin ng Paglikha, na dapat niyang matanggap dahil ang layunin ng Paglikha ay hindi para sa mga nilalang na makisali sa pagkakaloob. Sa kabilang banda, nais din niya ang pagkakapantay-pantay ng anyo, ang pagkakaloob. Samakatuwid, nakompromiso siya: tatanggap siya ng *Hassadim* (awa) at kaliwanagan ng *Ohr Hochma* (Liwanag ng Karunungan).

Ito ay tinatawag na *Behina Gimel de Aviut*, dahil pinahaba na niya ang *Hochma*, ngunit mayroon pa ring *Hassadim* sa kanya. Ito ang dahilan ng pangalang *Zeir Anpin* (maliit na mukha). Ang *Hochma* ay tinatawag na *Panim* (mukha), gaya ng, "Ang karunungan ng isang tao ay nagpapakinang sa kanyang mukha," ngunit tinatanggap nito ang *Ohr Hochma* sa isang *Zeir*, ibig sabihin ay napakaliit na lawak. Ngunit ang pag-unawang ito ay hindi pa rin itinuturing na isang *Kli* (daluyan), dahil kung ito ay makapagbibigay at makatanggap lamang ng isang kaliwanagan ng *Ohr Hochma*, ito ay isang palatandaan na ang pagnanasa nito na tumanggap ay hindi kumpleto, dahil mayroon pa rin itong lakas na makisali sa pagkakaloob.

5) *Malchut*: Sa pagtatapos nito, hinuhudyatan ng *Behina Gimel* mula sa Itaas na tumanggap ng sagana dahil sa Kanyang pagnanais na makinabang ang Kanyang mga nilikha. Pagkatapos ng lahat, ang layunin ng Paglikha ay hindi para matanggap ng mga nakababa sa *Zeir Anpin*. Kaya naman, ang paggising na ito ay naging sanhi ng pagnanais at pananabik ng *Malchut* na matanggap ang *Ohr Hochma* na nagniningning sa *Behina Aleph*, noong nasa kanya ang lahat ng *Ohr Hochma*.

Ngunit ang kaibahan ng *Behina Aleph* at *Behina Dalet* ay sa *Behina Aleph*, hindi masasabing nasisiyahan siya sa *Ohr Hochma*, dahil hindi pa rin siya nagtataglay ng pananabik at pagkukulang, dahil nagtagpo ang *Kli* at ang kasaganaan. Ngunit hinahangad ng *Behina Dalet* ang *Ohr Hochma* kapag wala siya nito; samakatuwid, kapag siya ay tumanggap, siya ay nakadarama ng kaluguran at kasiyahang dulot ng pagtupad sa kanyang hiling.

Tanging ang *Behina*'ng ito ay tinatawag na *Kli*, dahil nais lamang nitong makatanggap. Ang lahat ng *Behinot* (pangmaramihan ng *Behina*) bago ito ay itinuturing na "Liwanag na walang *Kli*." At kapag ang *Behina Dalet* na ito ay tumanggap ng Liwanag, ito ay isang estado na tinatawag na "ang mundo ng *Ein Sof*," at "pumupuno din sa kabuuan ng katotohanan."

Tanong: Kung tayo ay nakikitungo sa espirituwalidad, kung saan walang oras at lugar, ano ang ibig sabihin ng "punan ang kabuuan ng katotohanan"?

Sagot: Balikan natin ang ating alegorya mula sa simula ng pagpapaliwanag na ito, ang alegorya na nais Niyang bigyan ang Kanyang mga nilalang ng 100 kg ng kasiyahan at samakatuwid ay nagkaroon upang lumikha ng 100 kg ng kakulangan at pagnanais na makatanggap sa mga nilalang, naaayon sa kasiyahan. Kapag ang 100 kg ng pagnanais ay tumanggap ng 100 kg ng pagpuno, ito ay tinatawag na "pagpupuno sa kabuuan ng reyalidad," ibig sabihin, walang kakulangan ang naiwang hindi natutupad.

At ngayon ay ipapaliwanag natin ang kahulugan ng pangalang *Malchut de Ein Sof*: Ang *Malchut* na ito, na naghahangad na makatanggap ng kasaganaan upang punan ang kanyang kakulangan, ay tinatawag na "pagtanggap upang makatanggap." Nangangahulugan ito na siya ay tumatanggap upang matugunan ang kanyang kakulangan. Sa susunod na yugto, tinapos niya at *Tzimtzum* (paghihigpit) sa paggamit ng *Kli* na ito. Ngunit sa unang yugto, na ating pinag-uusapan, hindi pa rin niya ginawa ang *Sof* (katapusan) at *Sium* (konklusyon); kaya, ang estadong ito ay tinatawag pa ring *Ein Sof* (walang katapusan).

Nalaman natin na, sa pagtatapos nito, pagkatapos matanggap ang kasaganaan, ang isang pagnanais na ipagkaloob ay nagising sa *Hochma*, na umaangkop sa nais ng Pinagmulan na ipagkaloob. Gayundin, kapag natanggap ng *Malchut* ang Liwanag, nagdudulot ito sa kanya ng pagnanais na magbigay, dahil dito ang Liwanag ay nagtataglay ng kapangyarihan ng pagkakaloob. Nais ng *Bina* na magbigay, ngunit nabigo dahil sa paraan ng *Bina*, ang layunin ng Paglikha ay nawawala. Maging ang kanyang kasunod na pagtanggap ng kaliwanagan sa *ZA* ay hindi sapat, dahil ang pagnanais ng *Lumikha* na makinabang ang Kanyang mga nilikha ay para sa kasaganaan, at hindi para sa *ZA*. Kaya, paano makakamit ng *Malchut* ang pagkakapantay ng anyo at matamo ang layunin ng Paglikha?

Sinasabing nag-imbento siya ng bago: Tatanggapin ng *Malchut* ang lahat, ngunit hindi tulad ng *Ein Sof*, kung saan ang lahat ay para makatanggap, gagawin niya ito upang ipagkaloob. Kaya, sa isang banda ay napagtatanto niya ang layunin ng Paglikha na makinabang ang Kanyang mga nilikha, dahil siya ay tatanggap, at sa kabilang banda, ang kanyang layunin ay ipagkaloob, kung saan ay pagkakapantay ng anyo.

TZIMTZUM ALEPH

Ang desisyon ng *Malchut* na ayaw niyang tanggapin upang tumanggap ay itinuturing na tinanggihan niya ang Liwanag. Ang estado na ito ay tinatawag na *Tzimtzum* (paghihigpit). Mayroong tuntunin sa espirituwalidad na ang anumang pagbuo ng isang bagong anyo ay itinuturing na isang bagong pag-unawa. Samakatuwid, dapat nating maunawaan ang dalawang estado:

1. Nang matanggap ng *Behina Dalet* ang lahat ng Liwanag na may *Kli* na tinatawag na "pananabik," ito ay tinatawag na "pagpupuno sa kabuuan ng katotohanan." Tinatawag din itong "mundo ng *Ein Sof*."

2. Matapos niyang naisin ang pagkakapantay ng anyo, ang estadong ito ay itinuturing na ibang mundo, na tinatawag na "mundo ng *Tzimtzum*," kung saan lumisan ang Liwanag.

Kaya naman, habang naunawaan natin na ang *Hochma* ay tumanggap at sinalag ng *Bina* ang Liwanag, ang *Malchut* ay nanatili sa kanyang kalagayan, sa estado ng mundo ng *Ein Sof*, na tinatanggap ang lahat ng Liwanag. At ngayon, nakikilala natin ang isang bagong *Malchut*, na tinanggihan ang Liwanag.

Dapat nating malaman na sa unang estado, na tinatawag na *Ein Sof*, ito ay "Siya ay Isa at ang Kanyang Pangalan ay Isa," ibig sabihin ang Liwanag at ang *Kli* ay isang pag-unawa. Pagkatapos lamang ng *Tzimtzum* ay nagkaroon ng pagkakaiba ng apat na yugto, o ang sampung *Sefirot*, dahil ang Liwanag ay lumisan sa kanila.

Tanong: Sa *Tzimtzum* na ito, ang Liwanag ay lumisan sa lahat ng sampung *Sefirot*. Ito ay nakalilito, dahil ang *Tzimtzum* ay nasa pagtanggap upang tumanggap, na ang *Behina Dalet*, at hindi sa ibang *Behinot*!

Sagot: Ang unang tatlong *Behinot* ay hindi itinuturing na *Kelim*; sila ay nag-uudyok lamang ng isang pagkakasunod-sunod na pag-unlad, kung saan ang *Kli*, na tinatawag na pagtanggap upang tumanggap, ay ipinanganak at nahiwalay sa Tagapagbigay. Ngunit ang unang tatlong *Behinot* ay hindi pa rin hiwalay sa Tagapagbigay.

Matapos ipanganak ang *Malchut*, natamo niya ang kanyang mga sanhi. Kaya naman, hindi masasabi na pagkatapos ng *Tzimtzum*, ay nanatili ang Liwanag sa Itaas na Siyam, dahil hindi sila *Kelim*. Ang tanging *Kli* ay ang *Malchut*, at kung ayaw niyang tumanggap, ang lahat ng Liwanag ay lumisan at wala siyang natanggap.

Sinasabi rin ng *Ari*, "Ang *Tzimtzum* ay pantay-pantay," nang walang pagkakaiba ng mga antas.

Tanong: Kung kaya ay ito nga, bakit natin sinabi na ang apat na Behinot ay naging kakaiba pagkatapos ng Tzimtzum?

Sagot: Ang pagkakaiba ay ginawa tungkol sa sanhi at bunga, ngunit walang pagkakaiba sa Itaas at ibaba.

Tanong: Ano ang ibig sabihin ng Itaas and ibaba sa espirituwalidad?

Sagot: Kahalagahan—samantalang ang sanhi at bunga ay hindi nagpapahiwatig ng kahalagahan. Halimbawa, ang *Vilna Gaon* ay bunga ng kanyang ama, ngunit sino ang mas mahalaga: ang dahilan o ang kinahinatnan?

Kailangan nating maunawaan kung bakit walang pagkakaiba ang Itaas at ibaba. Natanggap ng *Malchut* ang Liwanag na "pumupuno sa kabuuan ng katotohanan," at hindi ito itinuturing na isang kakulangan o kababaan sa kahalagahan. Kaya naman, maaari sana siyang manatili sa ganoong estado, kung hindi niya piniling gawin ang *Tzimtzum*.

Ito ang gustong ipahiwatig ng *Ari* nang sabihin niyang ang *Tzimtzum* ay pantay: ang *Malchut* ay hindi mababa ang kahalagahan, ngunit ang *Tzimtzum* ay ginawa sa pamamagitan ng kanyang sariling pagpili. Ngunit pagkatapos, kapag hindi nakatanggap ang *Malchut* dahil sa pagbabawal, siya ay nagiging mababa sa kahalagahan. Pagkatapos, kung ano ang mas malayo sa *Malchut* ay nagiging Isang Mas Mataas na kahalagahan, at kung ano ang mas malapit sa *Malchut* ay nagiging isang mas mababa ang kahalagahan.

ANG SAMPUNG SEFIROT DE IGULIM(MGA SIRKULO) AT ANG LINYA NG EIN SOF NA NAGPUPUNO SA KANILA

At dahil ang *Malchut* ang namamahala, dahil siya ang aktwal na *Kli*, bumalik ang *Malchut de Igulim* at pinalawig ang Liwanag upang matanggap ito upang maipagkaloob. At dito natutunan natin ang isang bagong tuntunin: "Ang pagnanais sa Itaas ay nagiging isang batas na may bisa sa isang mas mababa." Kaya naman, ngayon ay ipinagbabawal na siyang tumanggap.

Minsan ay nag-alok ako ng alegorya tungkol dito: Ang bisperas ng bagong buwan ay panahon ng pagbigkas ng maliit na panalangin ng *Yom Kippur* (Araw ng Pagbabayad-sala) at para sa paggising upang magsisi. Minsan, nagtatalo ang isang tao kung mag-aayuno o hindi sa araw na iyon. Hindi sapilitan ang pag-aayuno at gayundin ay walang pagbabawal sa pagkain. Kaya ang pagpili ay nasa sariling mga kamay.

Kung, sa huli, ang isang tao ay nagpasiya na mag-ayuno, at sa kalaunan ay nagsisi at nagnanais na kumain, ang panuntunan ay ipinagbabawal ang pagkain, kaya "hindi niya sisirain ang kanyang salita" tungkol sa panunumpa. Kaya, nakita natin na sa simula, walang pagbabawal sa pagkain, ngunit pagkatapos niyang piliin na iwasan ang pagkain, ang pagkain ay naging ipinagbabawal.

Aral: Sa simula, di nais tumanggap ng *Malchut* sa pamamagitan ng sarili niyang pagpili. Ngunit ngayong muli niyang pinalawak ang Liwanag, ipinagbabawal ang pagtanggap ng Liwanag. At kung may pagbabawal, mayroong Itaas at ibaba sa kahalagahan. Kaya, ang kasunod na ito ay tinatawag na "isang linya na umaabot mula sa *Ein Sof* mula sa Itaas pababa."

Atin ding nalaman na kahit na pinalawig ng mga *Igulim* ang Liwanag, natanggap lamang nila ito mula sa linya. Dapat nating maunawaan kung bakit ganito: Anumang bagong anyo sa espirituwalidad ay isang bagong pag-unawa. Kaya, mayroong dalawang uri ng *Kelim* (pangmaramihan para sa *Kli*):

1. Kelim kung saan walang pagbabawal sa pagtanggap.

2. Ang *Kelim* na lumawig ngayon, na may paglawig ng Liwanag, at kung saan ang *Malchut* ay tinatawag na *Malchut de Yosher* (direkta), ay may pagbabawal na tumanggap, dahil sa alituntunin: "Ang pagnanais sa Itaas ay nagiging isang may-bisang batas sa ibaba."

Nalaman din natin na ang mga *Igulim* ay dapat tumanggap ng Liwanag mula sa kung ano ang kanilang iginuhit muli. Ang Liwanag na ito ay tinatawag na "isang linya." Ito ay naglalaman ng Itaas at ibaba sa kahalagahan, at walang ibang Liwanag. Ito ang kahulugan ng *Igulim* na walang Liwanag ngunit mula sa linya.

Gayunpaman, may malaking pagkakaiba sa pagitan ng *Malchut de Igulim* at *Malchut ng linya*. Ang *Malchut de Igulim* ay nagkaroon ng Liwanag sa anyo ng "pagpupuno sa kabuuan ng katotohanan," habang ang *Malchut de Yosher* ay hindi kailanman nagkaroon ng anumang Liwanag, ni hindi magkakaroon ng Liwanag sa *Kli* nito, na tinatawag na "pagtanggap upang makatanggap."

ANG LINYA AT ANG ZIVUG DE HAKAA

Sa ngayon, tinalakay natin ang tatlong estado:

1. Ang kaloobang tumanggap na nalikha sa mundo ng *Ein Sof*, at tumanggap ng lahat ng Liwanag.

2. Sa mundo ng *Tzimtzum*, naging malinaw na ang pagnanais na tumanggap ay kailangang iwasto para sa layunin ng dekorasyon.

3. Sa linya, malinaw na dapat iwasto ang *Kli* dahil sa kakulangan. At kung hindi, ang Liwanag ay hindi lalawak dito.

At ngayon ay tatalakayin natin ang tungkol sa linya. Nalaman natin na ang linya ay may Itaas at ibaba sa kahalagahan, dahil ang Malchut ng linya ay ipinagbabawal na tumanggap, sapagkat siya ay itinuturing na tumatanggap upang makatanggap. Ang tuntunin ay, sa lahat ng antas, ang pangalan ng Malchut ay hindi binago, kaya't nananatili siyang "pagtanggap upang makatanggap." Ang kanyang Liwanag ay ang *Ohr Hozer*, ibig sabihin ay nais niyang ipagkaloob sa Isang Itaas.

At nang ang Liwanag ay umabot sa Malchut, gumawa siya ng *Zivug de Hakaa*, isang *Masach* (screen), na nagpapahiwatig ng pagtatapos ng Liwanag at paggawa ng mga kalkulasyon. Halimbawa, ipinagpalagay niya na dalawampung porsyento lamang ng Liwanag ang matatanggap niya upang ipagkaloob. Kaya naman, nagpasya siyang tanggapin lamang ang ganoong kalaking Liwanag.

Gayunpaman, nadama niyang may labis na kasiyahan sa natitirang walumpung porsyento, at kung tatanggapin niya ito, ito ay para makatanggap. Kaya naman, nagpasya siyang huwag tanggapin ang bahaging iyon ng Liwanag. Kaya, ano ang pagkakaiba ng isang *Tzimtzum* at isang *Masach* (screen)?

• Ang isang *Tzimtzum* ay nangyayari sa pamamagitan ng pagpili, dahil nalaman natin na sa Malchut naroroon ang lahat ng Liwanag, ngunit pinili niyang hindi ito tanggapin.

• Ang *Masach* ay ang dominasyon ng Nakatataas. Kaya, kahit na nais ng nakabababa na tumanggap, hindi ito pahihintulutan ng Nakatataas.

Ang kahulugan ng terminong *Zivug de Hakaa* (pagkabit ng banggaan) ay ang mga sumusunod: Sa korporeyalidad, minsan nangyayari na kapag hindi sumasang-ayon ang mga tao, nagbabanggaan sila sa isa't isa. Sa espirituwalidad, kapag ang dalawang bagay ay magkasalungat sa isa't isa, ito ay itinuturing na sila ay nagbabanggaan sa isa't isa. At ano ang pagtatalo? Ang Nakatataas, na nagnanais na makinabang ang Kanyang mga nilikha, ay nagbubunga sa mga nasa ibaba ng pagnanais na matanggap ang lahat ng Liwanag. Ngunit ang isang mas mababa ay nagnanais ng kabaligtaran, na ipantay ang anyo nito, at samakatuwid ay hindi nais na tumanggap. Ito ang banggaan na nagbubukas sa pagitan ng Nakatataas at ang nakabababa.

Sa huli, nagkakapantay sila sa isa't isa at lumikha ng pagkakaisa at *Zivug* sa pagitan nila. Sa madaling salita, ang nakakababa ay tumatanggap ng Liwanag ayon sa nais ng Nakatataas, ngunit hangga't maaari nitong matanggap upang maibigay, ayon sa nais ng nakakababa. Kaya, mayroong dalawang bagay dito: 1) katumbas ng anyo, at 2) pagtanggap ng Liwanag.

Gayunpaman, ang *Zivug* ay posible lamang kung ang isang pagbabanggaan ay nauna rito, dahil kung wala ang banggaan, at sa isang mas mababang pagnanais na matanggap ang Liwanag, ito ay magiging kabaligtaran at paghihiwalay mula sa Lumikha. Ang prosesong ito ng *Zivug de Hakaa* ay tinatawag na *Rosh* (ulo). Ang ibig sabihin ng *Rosh* ay ugat, isang potensyal, na nangangailangan ng proseso ng pagsasakatuparan. Ang *Rosh* ay umiiral dahil sa pagkakaroon ng *Sof*, ang pagbabawal sa pagtanggap. Kaya naman, napilitan ang Malchut na kalkulahin, at ito ay tinatawag na *Rosh*, bago ang aktwal na pagtanggap.

Alinsunod dito, mauunawaan natin ang mga salita ni Ari sa simula ng *Talmud Eser Sefirot* (The Study of the Ten Sefirot): "Masdan na bago ang mga emanasyon ay nagmula at ang mga nilalang ay nilikha, atbp., at walang ganoong bahagi bilang ulo, o wakas," atbp. Ito ay dahil sa *Ein Sof*, wala pa ring pagbabawal sa pagtanggap; kaya naman, agad nitong natanggap. Pero ngayong may katapusan, dapat nating makilala sa pagitan ng *Rosh*, na siyang potensyal, at ang *Guf* (katawan), na siyang pagsasakatuparan.

At pagkatapos ay tunay na tumatanggap ito, ibig sabihin ang dalawampung porsyento na natatanggap nito upang ipagkaloob ay tinatawag na *Toch* (interior) ng antas, at ang lugar ng pagpapalawak ng Liwanag ay tinatawag mula sa *Peh* (bibig) hanggang sa *Tabur* (pusod). At ang Malchut de (ng) *Toch* ay nakatayo sa *Tabur*, na nagsasabi, "Kung ano ang natatanggap ko mula rito, ibig sabihin ang walumpung porsyento, ay para makatanggap. Kaya ayokong tumanggap, upang hindi ako mahiwalay." Kaya, ang Liwanag ay lumisan, at ang pag-unawa na ito ay tinatawag na *Sof* ng antas.

ANG BITUSH SA PAGITAN NG PANLOOB AT NAKAPALIGID SA PARTZUF

Lahat ng tinalakay dito tungkol sa RTS (Rosh, Toch, Sof) ay may kinalaman sa unang *Partzuf*, na tinatawag na Galgalta, na gumagamit ng *Aviut* ng *Behina Dalet*. At natutunan natin na natanggap ng Galgalta ang maximum na matatanggap nito upang maibigay. Hindi na ito makakatanggap ng higit pa. Gayunpaman, nalaman natin na sa *Pag-iisip ng Paglikha*, natanggap ng *Kli* ang lahat. Ito ay dahil ang *Kli* ng pagtanggap upang makatanggap ay nilikha ng Lumikha, habang sa *Kli* na ginagawa ng isang nakakababa, na tinatawag na "upang magkaloob," may limitasyon sa halagang matatanggap nito. Kasunod nito, walang *Kli* na maaaring tumanggap ng walumpung porsyento ng Liwanag na nanatili sa labas ng *Partzuf*.

Kaya ano ang mangyayari sa kanila? Upang iwasto iyon, isang *Bitush* ng Panloob at Panlabas ay nilikha. Ito ang mga salita ni Ari patungkol sa isyung ito (Talmud Eser Sefirot, Bahagi 4, Kabanata 1, Aytem 4): "Kapag ang Panloob na Liwanag ay kumonekta sa Nakapaligid na Liwanag, sila ay kumokonekta sa loob ng *Peh*. Kaya naman, kapag sila ay lumabas nang sama-sama sa labas ng *Peh*, na nakatali, sila ay nagbabanggaan at naggugulpihan sa isa't isa, at ang kanilang mga bugbugan ay nagbunga ng *Kelim*." Kaya, ito ay sa pamamagitan ng mga pambubugbog hanggang ang *Kelim* ay nabuo.

At kailangan nating maunawaan kung bakit: 1) ang *Ohr Pnimi* (Loob na Liwanag) at *Ohr Makif* (Nakapaligid na Liwanag) ay nagtatalo sa isa't isa, at 2) kung bakit ang pag-gulping ito ay lumikha ng *Kelim*.

Sagot: Nasabi na natin na sa espirituwalidad, ang paggulpi ay nangyayari kapag ang dalawang bagay ay magkasalungat sa isa't isa. Ngunit kailangan din nating maunawaan kung bakit nangyayari ang paggulpi "kapag lumabas silang magkasama sa labas ng *Peh*."

Sa antas ng *Rosh*, 100 porsiyento ng Liwanag ay lumalawak nang walang pagkakaiba ng Panloob at Nakapaligid. Ito ay dahil ang Kanyang pagnanais na makinabang ang Kanyang mga nilikha ay ganap. Ngunit ang isang mas mababa, na limitado, ay nagkalkula at nagpasiya, halimbawa, na maaari lamang itong tumanggap ng dalawampung porsyento upang magkaloob. Nangyayari ito sa *Rosh*, sa potensyal. "Kapag lumitaw silang magkasama sa labas ng *Peh*": Ang paglitaw, sa espirituwalidad, ay tinatawag na "paghahayag," kapag kung ano ang potensyal ay inihayag sa aktwal. Sa oras na iyon, ito ay tumatanggap ng isang bahagi at nagtataboy ng isang bahagi, upang maging *Ohr Makif*.

Ang *Ohr Makif* na ito ay tila lumapit sa *Masach* at nangatuwiran, "Ang iyong pag-uugali, ibig sabihin, ang katotohanan na itinayo mo ang *Masach*, ay hindi mabuti, dahil paano maipapatupad ang layunin ng Paglikha na makinabang ang Kanyang mga nilikha? Sino ang tatanggap ng Liwanag?"

Sa kabilang banda, ang *Ohr Pnimi* ay sumasang-ayon sa *Masach*, dahil ang mismong pagpapalawak ng Liwanag sa loob ay sa pamamagitan ng *Masach* at ang *Ohr Hozer* (Bumalik na Liwanag). Ang pagtatalo na ito ay tinatawag na *Bitush* ng *Ohr Makif* at *Ohr Pnimi*, o *Bitush* ng *Ohr Makif* sa *Masach*.

Sa katotohanan, ang *Ohr Makif* ay nasa kanan; samakatuwid, ang *Masach* ay sumasang-ayon dito. At dahil ito ay sumang-ayon, hindi na nito maitaboy at maitataas ang *Ohr Hozer*, at samakatuwid ay hindi na makakatanggap upang makapagbigay. Kaya, ang Liwanag ay lumisan at ang *Masach* ay dinadalisay, ibig sabihin ay huminto sa pagtanggap. Ang estadong ito ay tinatawag na *Din* (paghuhukom) at *Ahoraim* (hulihan).

At dahil ang bawat *Behina* (pag-unawa) ay binubuo ng apat na *Behinot*, ang *Masach* ay unti-unting lumilisan, simula sa *Behina Dalet* sa *Behina Dalet*, pagkatapos mula sa *Behina Gimel* sa *Behina Dalet*, atbp., hanggang sa umakyat ito sa *Peh de Rosh*, ang pinagmulan kung saan ang *Masach de Guf* ay dumating. Sa madaling salita, ito ay huminto sa pagtanggap nang buo.

Habang tumataas ito, gumagamit ito ng mas maliit na *Aviut* sa bawat pagkakataon, at sa gayon ay tumatanggap ng mas maliliit na Liwanag upang makapagbigay. Halimbawa, kapag umakyat ito sa *Behina Aleph*, matatanggap lamang nito ang Liwanag ng *Ruach*. Kapag ito ay tumaas sa *Behinat Shoresh* (ugat), maaari lamang itong tumanggap ng Liwanag ng *Nefesh* upang ipagkaloob. Sa wakas, hindi ito makakatanggap ng anuman upang ipagkaloob at sa gayon ay tumigil sa pagtanggap nang buo.

Tanong: Ano ang pakinabang ng *Ohr Makif*, na gustong sumikat dahil sa layunin ng Paglikha, at samakatuwid ay nagnanais na makatanggap ng higit pa ang *Masach*? Pagkatapos ng lahat, ang mga bagay ay lumilitaw na taliwas sa kalooban nito, ibig sabihin, ang *Masach* ay nawawalan kahit na kung ano ang mayroon ito!

Sagot: Ang lahat ng mga antas na lumitaw sa paglisan ay hindi labi sa kung ano ang mayroon ito sa simula, dahil may panuntunan: "Walang henerasyon ng Liwanag na hindi umaabot mula sa *Ein Sof*." Nangangahulugan ito na ang bawat pag-unawa na lumilitaw ay isang bagong pag-unawa. Kaya, sa simula, wala na itong matanggap. Pero ngayong lumisan na ang *Behina Dalet*, mas marami na itong matatanggap mula sa *Behina Gimel*. Ito ang kahulugan ng *Kelim* ay ginawa sa pamamagitan ng *Bitush*, iyon ay, bago ang *Bitush*, wala na itong *Kelim* para sa pagtanggap, dahil natanggap nito ang lahat ng makakaya nito na may layuning magkaloob. Ngunit pagkatapos ng *Bitush*, nang ang *Masach* ng ang *Behina Dalet* ay dinalisay, may puwang na tumanggap sa *Behina Gimel*, dahil ito ay lumisan mula sa *Behina Dalet* at wala na. At nang lumisan ito sa *Behina Gimel*, maaari itong tumanggap sa *Behina Bet*.

Ngunit nag-iiwan pa rin ito ng tanong: Ano ang benepisyo, kung mas kakaunti ang natatanggap nito sa bawat pagkakataon?

Sagot: Walang kakulangan sa espirituwalidad. Nangangahulugan ito na ang anumang lumilitaw ay nananatili, maliban kung hindi niya ito nakikita, at hindi maaaring masiyahan sa kasalukuyan, ngunit mula lamang sa kasalukuyan. Ngunit kapag ang trabaho ay tapos na, ang lahat ng mga Liwanag ay lilitaw nang sabay-sabay. Kaya, sa huli, ito ay nakikinabang.

Minsan ay nagsalita si Baal HaSulam ng isang alegorya tungkol dito: Dalawang tao na magkaibigan noong bata pa ay naghiwalay noong mga nasa hustong gulang na. Ang isa sa kanila ay naging isang hari, at ang isa, ay mahirap. Pagkaraan ng maraming taon, nabalitaan ng mahirap na ang kanyang kaibigan ay naging isang hari at nagpasyang pumunta sa bansa ng kanyang kaibigan at humingi ng tulong. Inayos niya ang mga gamit niya at nagtungo.

Nang magkita sila, sinabi niya sa hari na siya ay naghihikahos, at naantig nito ang puso ng hari. Sinabi ng hari sa kanyang kaibigan: "Bibigyan kita ng isang liham sa aking ingat-yaman upang papasukin ka sa kabang-yaman ng dalawang oras. Sa dalawang oras na iyon, kahit ano ang iyong makolekta ay iyo." Ang dukha ay nagtungo sa ingat-yaman, armado ng kanyang sulat, at tinanggap ang inaasam na permiso. Pumasok siya sa kabang bayan dala ang kahon na nakasanayan niyang gamitin para sa kanyang pagpapalimos, at sa loob ng limang minuto, napuno niya ang kanyang kahon hanggang sa gilid at masayang lumabas sa kabang bayan.

Ngunit kinuha sa kanya ng ingat-yaman ang kanyang kahon at ibinuhos ang buong laman nito. Pagkatapos ay sinabi ng ingat-yaman sa humihikbing maralita, "Kunin mo ang iyong kahon at punuin itong muli." Ang kaawa-awang lalaki ay muling pumasok sa kaban at pinunan ang kanyang kahon. Ngunit nang makalabas na siya, ibinuhos ng ingat-yaman ang laman nito gaya ng dati.

Naulit ang cycle na ito, hanggang sa matapos ang dalawang oras. Noong huling lumabas ang pulubi, sinabi niya sa ingat-yaman: "Nakikiusap ako, iwan mo sa akin ang aking naipon. Tapos na ang oras ko at hindi na ako makakapasok sa kaban ng bayan." Pagkatapos ay sinabi sa kanya ng ingat-yaman: "Ang laman ng kahon na ito ay sa iyo, at gayundin ang lahat ng naibuhos ko sa iyong kahon sa nakalipas na dalawang oras. Ibinuhos ko ang iyong pera sa bawat oras dahil gusto kong makinabang ka, dahil sa bawat pagkakataon, darating ka na may laman ang iyong maliit na kahon at wala ka nang lugar para sa anumang bagay."

Aral: Ang bawat pagtanggap ng Liwanag upang ipagkaloob ay nananatili. Ngunit kung nanatili ang Liwanag, hindi na natin nanaisin pang tumanggap, dahil hindi na tayo makakatanggap para magkaloob ng higit pa sa natanggap natin. Samakatuwid, ang bawat antas ay dapat umalis, at sa bawat oras na iwasto natin ang isang *Kli* ng kalooban upang tumanggap na may layuning ipagkaloob, hanggang sa maiwasto ang lahat. Pagkatapos, ang lahat ng mga Liwanag ay sisikat nang sabay-sabay.

At ngayon ibalik natin ang pagdalisay ng *Masach*. Ang unang paglawak na lumitaw mula sa *Peh* pababa ay tinatawag na *Taamim* (mga lasa), mula sa taludtod, "habang ang panlasa ay ninanamnam ang pagkain nito." Pagkatapos ng *Bitush* ng *Ohr Makif*, nagsimula ang *Masach* upang maging dalisay, at sa kanyang landas, gumawa ng isang bagong antas sa bawat oras. Ang mga antas na ito ay tinatawag na *Nekudot* (puntos).

Naipaliwanag ko na ang mga salita ni Ari, na ang *Kelim* ay ginawa sa pamamagitan ng *Bitush*, dahil ngayon ay may kakayahang tumanggap ng higit pang Liwanag. Ngunit iba ang kahulugan ni Baal HaSulam sa paggawa ng *Kelim* (pangmaramihang para sa *Kli*): Habang ang Liwanag ay nasa *Kli*, ang Liwanag at ang *Kli* ay magkahalo sa isa't isa. Sa pamamagitan ng *Bitush*, lumisan ang Liwanag, at pagkatapos ay naging maliwanag ang *Kli*.

Interpretasyon: Habang ang Liwanag ay nagniningning sa *Kli*, ang kakulangan ng *Kli* ay hindi matukoy; samakatuwid, hindi ito nararapat sa pangalang *Kli*. Ito ay dahil kung wala ang *Kli*, ang Liwanag ay hindi maaaring lumiwanag. Samakatuwid, sila ay may pantay na kahalagahan. Ngunit sa sandaling ang Liwanag ay lumisan, ang *Kli* ay nakikilala bilang isang *Kli*, at ang Liwanag, bilang Liwanag.

Ang *Nekuda* (punto) ng *Tzimtzum* ay ang dahilan kung bakit ang mga antas na umuusbong sa panahon ng pagdadalisay ay tinatawag na *Nekudot*.

At ano ang *Nekuda* ng *Tzimtzum*? Ang Banal na *Zohar* ay nagsasabi na ang *Malchut* ay tinatawag na "isang itim na puntong walang anumang puti sa loob nito." Nangangahulugan ito na sa panahon ng kadiliman, ang *Malchut* ay tinatawag na "isang punto." At kapag may *Tzimtzum*, at bawal tumanggap para makatanggap, nagiging madilim. Sa madaling salita, ang punto ng *Tzimtzum* ay naroroon saan man imposibleng tumanggap upang magkaloob at mayroong pagnanais na tumanggap upang makatanggap.

Upang bumalik sa ating paksa, nang ang *Masach* ay dinalisay mula sa *Behina Dalet*, ang *Behina Dalet* ay ipinagbabawal na tumanggap. Ito ang kahulugan ng punto ng pagiging higit ng *Tzimtzum* sa kanya. Ngunit ang *Behina Gimel* ay maaari pa ring tumanggap, at kapag ang *Masach* ay dinalisay mula sa *Behina Gimel*, gayundin, ito ay naging ang punto ng *Tzimtzum*.

Dapat din nating ipaliwanag ang pagkakaiba sa pagitan ng *Rosh*, *Toch*, at *Sof*. Ang *Rosh* ay itinuturing na "potensyal," ibig sabihin ay walang pagtanggap doon. Dalawang bahagi ang kumalat mula sa *Rosh*:

• Ang isang bahagi ay maaaring tumanggap ng Liwanag, at ito ay tinatawag na sampung *Sefirot* de *Toch*. Ang Liwanag ay ang kasaganaan na pumapasok sa *Kelim*, at ito ay tinatawag na *Ohr Pnimi*, na siyang *Ohr Hochma*—ang Liwanag ng Kanyang pagnanais na makinabang ang Kanyang mga nilikha.

• Ang ikalawang bahagi na kumakalat mula sa *Rosh* ay ang bahagi ng pagnanais na tumanggap upang makatanggap, na ayaw nitong gamitin. Sinasabi nito na ayaw nitong tumanggap doon, ibig sabihin natapos na ito. Samakatuwid, ang bahaging ito ay tinatawag na sampung *Sefirot* de *Sof*.

Tanong: Nalaman natin na ang salitang *Sefirot* ay nagmula sa salitang 'sapphire,' ibig sabihin ay nagniningning. Ngunit kung ang *Malchut de Guf*, na tinatawag na *Malchut de*

Tabur, ay ayaw tumanggap at naglalagay ng *Sof* sa ibabaw ng *Liwanag*, bakit *Sefirot* ang tawag sa bahaging ito?

Sagot: Sila ay tinatawag na sampung *Sefirot* dahil, sa katotohanan, ang *Liwanag* ay nagningning para sa kanila. Ang paliwanag niyan ay makikita sa *Part 4, Kabanata 5, Item 1*, kung saan ipinaliwanag niya ang pagkakaiba ng *Toch* at *Sof*: "Mula sa *Peh de AK* ay lumabas ang sampung panloob na *Sefirot* at sampung nakapaligid na *Sefirot*. Sila ay umaabot mula sa tapat ng *Panim* hanggang sa tapat ng *Tabur de AK*. Ito ang mahalagang *Liwanag*, ngunit kumikinang din ito sa mga gilid at sa buong paligid ng *Adan* na iyon," ibig sabihin ay hindi sa tapat ng *Panim*, kundi mula sa mga gilid.

Sa *Aytem 2*, kanyang binigyang kahulugan ang mga salita ng *Ari* gaya ng mga sumusunod: "Sa madaling sabi, ipapaliwanag natin na mula sa *Tabur* pataas ay tinatawag itong *Panim*. Ito ay dahil ang *Liwanag ng Hochma*, na itinuturing na mahalagang *Liwanag*, ay kumakalat doon, at mula sa *Tabur* pababa ito ay tinatawag na *Achor* (posterior), dahil ito ay itinuturing na tumatanggap upang makatanggap. Samakatuwid, ang *Liwanag ng Hochma* ay hindi kumalat doon, ngunit dumarating sa mga gilid.

Sa ibaba ng pahinang iyon, ito'y nagpapatuloy, "...dahil sa pamamagitan ng *Ohr Hozer* na dinadala ng *Behina Dalet* sa *Partzuf*, na siyang *Ohr Hassadim*." Nangangahulugan ito na hindi nais ng *Malchut de Tabur* na tumanggap doon, dahil doon ay isang kalooban na tumanggap upang makatanggap. Sa halip, gusto nito ang pagkakapareho ng anyo, na tinatawag na *Hassadim*. "Kaya, siya ay tumatanggap ng kaliwanagan ng *Hochma*, gayun din, kahit na sa anyo ng 'babaeng *Liwanag*,' ibig sabihin ay pagtanggap lamang at hindi pagbibigay." Ang ibig sabihin ng "pagtanggap at hindi pagbibigay" ay hindi niya gustong ipagkaloob ang *Liwanag* sa kanyang sarili, ngunit, sa kabaligtaran, sinabi niya na ayaw niyang tumanggap.

At sa pamamagitan ng *Dvekut* (pagdikit) na ito, isang kaliwanagan ng *Liwanag ng Hochma* ang sumisikat sa kanya, at ito ay tinatawag na "kaliwanagan ng *Hochma*." Alinsunod dito, ang pagkakaiba sa pagitan ng *Toch* at *Sof* ay ang *Ohr Hochma* ay nagniningning sa *Toch* at sa *Sof* hangga't ayaw niyang tumanggap, para sa layunin ng pagkakapantay ng anyo, ang *Liwanag* na nagniningning ay *Ohr Hassadim* sa kaliwanagan ng *Hochma*. At kailangan pa rin nating ipaliwanag kung bakit ang mga pangalan sa *Ohr Hassadim* ay "kanan" at "kaliwa," at sa *Ohr Hochma* sila ay tinatawag na "mahaba" at "maikli." Kapag nagniningning ang *Liwanag*, sa *Hassadim*, ito ay tinatawag na "kanan," at sa *Hochma*, "mahaba." At kapag hindi ito lumiliwanag, sa *Hassadim*, ito ay tinatawag na "kaliwa," at sa *Hochma*, ay "maikli." Ano ang ibig sabihin ng mga pangalang ito?

Sagot: Nalaman natin na ang *Ohr Hochma* ay kumikinang sa mga daluyan ng pagtanggap upang magkaloob, siyempre. Samakatuwid, ang sukat ng kaliwanagan ay nakasalalay sa sukat nito ng *Aviut*. Ito ay tinatawag na "Itaas" at "ibaba," at ito ang dahilan kung bakit ang mga pangalan sa *Ohr Hochma* ay "mahaba" at "maikli." Ngunit ang *Ohr Hassadim* ay hindi pinalawig sa pamamagitan ng *Aviut* at hindi nakadepende dito. Kaya, ang mga pangalan sa *Ohr Hassadim* ay nauugnay sa lapad: "kanan" at "kaliwa," na nagpapahiwatig na nagniningning sila sa parehong antas, at hindi mahalaga sa kanila kung mayroong mas maraming *Aviut* o mas kaunti ang *Aviut*.

ISANG PANLOOB NA PARTZUF

Sa ngayon ay tinalakay natin ang unang *Partzuf* ng *AK*, na tinatawag na *Galgalta* o ang Panloob na *Partzuf de AK*. Ngayon ay ipapaliwanag natin ang panloob na *Partzuf*. May tuntunin na sa lahat ng mundo, mayroong panloob na *Partzufim* (pangmaramihang para sa *Partzuf*), na may apat na damit. Ating ipapaliwanag ito sa *AK*: Ang *Partzuf Galgalta* ay may kumpletong *HaVaYaH* sa loob ng antas nito, at isang kumpletong antas ang lumilitaw mula sa bawat titik sa *HaVaYaH* na ito.

- Ang *Rosh* nito, na tinatawag na *Keter* o "ang dulo ng *Yod*," ay hindi maabot.

- Mula sa *Peh* hanggang *Chazeh*, ito ay tinatawag na *Yod de HaVaYaH*, at mula doon ay lumitaw ang *Partzuf AB de AK*, na nagbibihis dito.

- Mula sa unang *Hey* nito, na tinatawag na *Bina*, ay lumabas ang *Partzuf SAG*, mula sa *Chazeh* pababa. Kaya, ang *Yod-Hey*, na *AB* at *SAG*, ay binibihisan ito mula sa *Tabur* pataas. At sa ibaba ng *Tabur*, ito ay *Vav-Hey de HaVaYaH*.

- Ang *Vav* ay tinatawag na katlong *Itaas* ng *NHY*, na tinatawag na *Partzuf MA*, at mula dito, lumabas ang mundo ng *Nekudim*, kung saan dinadamitan doon.

- Mula sa huling *Hey* nito, na tinatawag na *Malchut*, na siyang dalawang ikatlong bahagi ng mas mababang *NHY de AK*, lumitaw ang *Partzuf BON*, na tinatawag na "mundo ng *Atzilut*," at gumagamit ng *Aviut Shoresh*.

ANG RESHIMOT

Kapag ang *Liwanag* ay umalis sa *Partzuf Galgalta*, nanatiling walang laman ang *Kelim*, at ang nasa kanila ay *Reshimot* mula sa mga *Liwanag* na nagniningning sa loob ng *Kelim*. Ang kahulugan ng *Reshimot* ay tulad ng nakikita natin sa korporyalidad: kapag ang isang tao ay kumakain ng masarap na ulam o nakakarinig ng isang bagay na kaaya-aya, nananatili ang panlasa sa naranasan niya, na nag-udyok sa kanya na muling palawakin kung ano ang mayroon siya. Katulad nito, ang isang *Reshimo* (isahan para sa *Reshimot*) ay isang pagnanais para sa kung ano ang mayroon siya.

Mayroong dalawang pag-unawa sa *Reshimot*: 1) ang dalisay na *Liwanag* sa *Reshimo*, at 2) ang magaspang na *Liwanag* sa *Reshimo*.

Nangangahulugan ito na habang ang pangkalahatang *Ohr Yashar* ay nagniningning sa *Kelim* na tinatawag na "pangkalahatang *Ohr Hozer*," kapag ang *Ohr Yashar* ay lumisan, ito ay nag-iiwan ng isang *Reshimo* na bahagi ng *Ohr Yashar*. Ang *Reshimo* na ito ay nagsusuot sa bahagi ng *Ohr Hozer* na naroon, ibig sabihin ay nag-iiwan ito ng paggunita sa katotohanang kumilos ito sa layuning magkaloob. Ito ay tinatawag na *Reshimo* mula sa *Ohr Hozer*.

- Ang natitira sa *Ohr Yashar* ay tinatawag na "**ang dalisay na Liwanag sa *Reshimo***";

- At ang natitira sa *Ohr Hozer* ay tinatawag na "**ang magaspang na Liwanag sa *Reshimo*.**"

Parehong nakadamit sa pangkalahatang *Ohr Hozer*, na tinatawag na *Kli*, at pareho ay isang pag-unawa.

Paliwanag: Kapag ang *Liwanag* ay sumisinag sa *Kelim*, ating sinabi na ang *Liwanag* at ang *Kli* ay pinaghalo sa isa't isa hanggang sa ang *Liwanag* at ang *Kli* ay hindi na makilala. Nangangahulugan ito na nagsasagawa sila ng parehong aksyon, at hindi maaaring wala ang isa. Ito ay tulad ng pagkain at gana: pareho silang gumaganap ng parehong aksyon, dahil imposibleng kumain kung may gana ngunit walang pagkain, at imposible rin na kumain kung mayroong pagkain ngunit walang gana. Ngunit pagkatapos, kapag ang *Liwanag* ay umalis, ating makikilala ang *Kli*, ibig sabihin ang *Ohr Hozer* ay tumatanggap ng *Kli* doon.

Kaya ito ay tungkol sa *Reshimot*: kapag ang dalisay na *Liwanag* at ang magaspang na *Liwanag* ay magkasama, sila ay parehong tinatawag na *Liwanag* at sila ay pinaghalo sa isa't isa. At kapag ang dalisay na *Liwanag* ay nahiwalay sa magaspang na *Liwanag*, ang magaspang na *Liwanag* ay tumatanggap ng bagong pangalan: *Nitzotzin* (mga kislap). Dapat nating maunawaan kung bakit kapag ang pangkalahatang *Ohr Yashar* ay lumisan, ang pangkalahatang *Ohr Hozer* ay tinawag na *Kli*, ngunit kapag ang *Ohr Yashar* sa *Reshimo* ay lumisan, ang magaspang na *Liwanag* sa *Reshimo* ay tinatawag na *Nitzotz* (kislap), ibig sabihin ay isang kislap ng *Liwanag*.

Sagot: Dapat nating sabihin na kapag ang pangkalahatang *Ohr Yashar* ay lumisan, hindi ito nagniningning. Ngunit kapag ang *Ohr Yashar* sa *Reshimo* ay umalis, ito ay nagniningning mula sa malayo.

Ngayon ay mauunawaan na natin ang usapin ng ugat ng *Kelim* at ang ugat ng mga *Liwanag*: mayroong isang tuntunin na ang lahat ng mundo ay lumabas sa anyo ng selyo at imprenta. Nangangahulugan ito na nang lumitaw ang pag-unawa sa unang pagkakataon, lumalawak ang mga mundo mula sa Itaas pababa sa pamamagitan ng parehong pagkakaayos. Ang unang pagkakataon na lumitaw ang *Kelim* ay sa *Partzuf Galgalta*. Ito ang dahilan kung bakit ito ay itinuturing na "ang ugat ng *Kelim*."

Nangangahulugan ito na kapag ang *Liwanag* ay sumisinag sa *Kelim*, sila ay magkahalo. Para sa kadahilanang ito, imposibleng makilala ang *Liwanag* mula sa *Kli*. Ngunit pagkatapos ng pag-alis ng *Liwanag*, lumitaw ang *Kelim*. Gayundin, ang *Reshimot* mula sa *Liwanag* ay nananatili sa *Kelim*: isang *Reshimo* ng *Liwanag* ng *Keter* sa *Kli* ng *Keter*, isang *Reshimo* ng *Liwanag* ng *Hochma* sa *Kli* ng *Hochma*, atbp. Kaya, kapag pinag-uusapan natin ang *Kelim*, nagsisimula tayo kasama ang *KHB*.

At nang lumitaw ang pangalawang *Partzuf*, tinatawag na *AB*, kung saan nagniningning ang *Liwanag* ng *Hochma*, na sumusunod sa tuntunin na ang bawat *Liwanag* na dumarating ay nagniningning sa pinakadalisay na *Kli*, na tinatawag na *Keter*, ngayon ang *Liwanag* ng *Hochma* ay nagniningning sa *Kli* ng *Keter*. Ito ay tinatawag na "ang ugat ng mga *Liwanag*," na nakaayos sa ganitong pagkakasunud-sunod, ang pagkakasunud-sunod ng *HBD*. Sa gayon ay mauunawaan natin kung bakit minsan ay sinisimulan niya ang sampung *Sefirot* sa *KHB* at minsan sa *HBD*.

TAGIN AT OTIOT

Ngayon ay ipapaliwanag natin ang usapin ng *Tagin* at *Otiot*. Nalaman natin na ang *Reshimot* na nanatili mula sa *Taamim* ay tinatawag na *Tagin*. Minsan tinatawag nito ang *Reshimot* na natitira sa *Nekudot* sa pangalang *Otiot*. Ang dahilan nito ay nang ang buong *Partzuf Galgalta* ay nagdalisay, na ang *Behina Dalet de Aviut*, ang *Masach* ay kasama sa *Reshimot* ng lahat ng antas na umalis. Ang antas na ito ay umangat sa *Rosh* ng antas at tinanong ang mga kapangyarihan na nawala nito. At dahil nawala ang huling *Behina*, dahil sa *Bitush de Ohr Makif* na nagpapahina sa puwersa ng *Masach*, hindi nito malampasan ang *Behina Dalet*, kundi ng *Behina Gimel* lamang, na katulad ng *Nekudot*.

At nalaman natin na dalawang uri ng *Reshimot* ang nanatili—isang *Reshimo* mula sa *Liwanag* ng *Keter* na nakadamit sa *Kelim*, na tinatawag na *Dalet de Hitlabshut* (damit). Gayunpaman, nawala ang *Reshimo* mula sa mga kapangyarihan at mga pagpapatindi. Sinasabi tungkol doon, "ang huling *Behina* ay nawala," at ang natitira ay ang *Gimel de Aviut* lamang. Kasunod nito na nang ang *Masach de Guf de Galgalta* ay tumaas sa *Rosh de Galgalta*, hiniling nito ang kapangyarihan ng *Masach* para sa parehong uri ng *Reshimot*:

1. Sa *Dalet*, ang *Reshimo* mula sa antas ng *Taamim*.

2. Sa *Aviut* ng antas ng *Nekudot*.

Samakatuwid, dalawang *Zivugim* ang ginawa sa *Rosh* ng antas:

1. Sa *Daletde Hitlabshut* sa antas ng *Keter*.

2. Sa *Gimel de Aviut* sa antas ng *Hochma*.

Nalaman din natin na ang *Dalet de Hitlabshut* ay kumikinang lamang sa *Rosh* ng antas ng isang mas mababang antas, ang *Rosh de AB*. Ngunit ang *Gimel de Aviut*, gayundin ay may *Hitpashtut* sa *Guf*. At dahil ang *Guf* ay tinatawag na *Kelim* at *Otiot*, ang *Reshimo de Aviut*, ibig sabihin ay ang *Reshimo de Nekudot*, ay tinatawag na *Otiot*. Ito ay dahil pagkatapos, ang *Kelim* ay kumalat mula sa *Reshimo* na ito, habang ang *Reshimo de Hitlabshut* ay nananatiling *Tagin*, nagniningning lamang sa *Rosh* ng antas.

Sa pangungusap, ipinaliwanag niya ito sa ganitong paraan: Ang *Gimel de Aviut de AB*, at *Gimel de Galgalta* ay hindi magkapareho, dahil ang *Gimel de AB* ay ang *Gimel* ng pangkalahatang *Aviut*, habang ang *Gimel de Galgalta* ay ang *Gimel* ng *Dalet de Aviut*. Pero kahit ganun, pinalawig pa rin ang *Gimel de AB* mula *Gimel de Galgalta*. Kaya naman, dito niya itinuring ang *Reshimo de Aviut* kung saan lumitaw ang *Partzuf AB* sa *Reshimo de Nekudot*, na ang Pinakamataas na *Behina* ay ang *Gimel*.

ANG PAGPAPATULOY NG PAGKAKASUNOD-SUNOD

Bumalik tayo sa paglilinaw sa natitirang pagkakasunud-sunod. Sa sandaling kinansela ng *Ohr Makif* ang *Masach de Guf de Galgalta*, ang *Masach de Guf* ay umangat sa *Rosh*. At dahil nawala ang huling *Behina*, nagkaroon ng *Zivug* sa *Rosh de Galgalta* sa *Reshimot Dalet Gimel* lamang, na kumakalat mula *Peh* hanggang *Chazeh*.

At dahil ang *Masach de Tabur* ay kasama sa *Aviut de Rosh*, habang ito ay nasa *Rosh*, mayroong dalawang pag-unawa na gagawin dito:

1. Ang sarili nitong *Behina*—*Masach de Tabur*;

2. *Aviut de Rosh*.

Sa sandaling ang *Masach* na ito ay bumaba mula sa *Peh* hanggang sa *Chazeh*, na siyang *Behina Gimel*, ito ay itinuturing na ang Liwanag ng *AB* ay nagniningning sa panloob ng *Kelim de Galgalta*. Nangangahulugan ito na ang panloob na *AB* ay gumawa ng *Zivug* sa kung ano ang kasama sa *Aviut de Rosh*. Mula sa *Chazeh* hanggang *Peh de Galgalta*, lumitaw ang isang bagong antas, na tinatawag na "Rosh ng panlabas na *AB*," at mula sa *Chazeh* hanggang *Tabur* ay lumitaw ang *Guf de AB*.

Tanong: Ito ay nakalilito. Pagkatapos ng lahat, mayroong isang panuntunan na ang susunod na antas ay dapat punan ang walang laman na *Kelim* ng nakaraang antas. Kaya bakit hindi lumalawak ang *AB* sa ibaba ng *Tabur de Galgalta*?

Sagot: Ito ay dahil wala itong *Masach* sa *Behina Dalet*. Kaya naman, kung ito ay lalawak sa ibaba at makita ang kagustuhang tumanggap na naroroon, hindi nito malalampasan ito. Ito ang dahilan kung bakit nanatili ito sa ibabaw ng *Tabur*.

Sa *Partzuf AB*, gayun din, ay mayroong isang *Bitush* ng *Ohr Makif*, at ang *Partzuf SAG* ay lumitaw mula sa *Reshimot* ng *Partzuf AB*. Ito pa rin ang mga *Reshimot* mula sa itaas ng *Tabur de AK*, ngunit ang *Reshimot* mula sa ibaba ng *Tabur de AK* ay hindi pa natutupad.

At ang *Partzuf SAG* na ito ay lumitaw sa *Reshimot Gimel de Hitlabshut* at *Bet de Aviut*, at napuno din ang walang laman na *Kelim* ng *Partzuf AB*. Gayunpaman, hindi ito maaaring bumaba sa ibaba ng *Tabur de Galgalta* at punan ang walang laman na *Kelim* doon, dahil mayroon itong *Gimel de Hitlabshut*, na *Kelim* para sa pagpapalawig ng *Hochma*. Kasunod nito na ang pag-unawa na ito, na tinatawag na *Taamim de SAG*, ay lumawak sa pamamagitan ng *Tabur de AK*.

Ngunit ang *Nekudot de SAG*, na itinuturing na *Hassadim* lamang, dahil wala silang *Behina Gimel* sa itaas, ay maaaring lumawak sa ibaba ng *Tabur de Galgalta*, bagaman mayroong *Behina Dalet de Aviut* doon, na isang daluyan ng pagtanggap kung saan imposibleng ilagay ang isang *Masach*. Gayunpaman, dahil ang *Nekudot de SAG* ay mga daluyan ng pagkakaloob, wala silang interes sa mga daluyan ng pagtanggap. Kaya naman, lumawak sila sa ibaba ng *Tabur de Galgalta* at napuno ang walang lamang *Kelim* na naroon.

Gayunpaman, dahil nakita nilang nandoon ang kaloobang tumanggap, gusto nilang tumanggap para makatanggap, dahil wala silang *Masach* sa *Behina Dalet*. At dahil nalaman natin na mayroong *Tzimtzum* sa pagtanggap upang tumanggap, ang Liwanag ay agad naman silang umalis.

Tanong: Ating nalaman na ang *Nekudot de SAG* ay mga daluyan ng pagkakaloob. Kaya, paano sila pinaghigpitan?

Sagot: May pagkakaiba ang *GAR de Bina* at *ZAT de Bina*, dahil nalaman natin na dapat tumanggap ng *Hochma* ang *ZAT de Bina* upang ipagkaloob sa *ZA*, ngunit ang *GAR de Bina* ay nakikibahagi lamang sa pagkakaloob.

Ngayon ay naiintindihan na natin kung bakit hindi pinaghalo ang *GAR de Bina*, na *GE*, na iniwan ang *GE* sa antas, na walang limitasyon, habang ang *ZAT de Bina*, na tinatawag na *AHP*, ay umalis sa antas dahil gusto nilang tumanggap para makatanggap. Ito ay tinatawag na *Tzimtzum Bet* (pangalawang paghihigpit).

Kasunod nito na sa *HBD*, *HGT de Nekudot de SAG*, na *GE*, walang pinaghalong *Behina Dalet*. Samakatuwid, ang kanilang lugar ay itinuturing pa rin na lugar ng *Atzilut*. At sa ibaba ng *Tabur de Nekudot de SAG*, binibihisan ang dalawang ikatlong bahagi ng *NHY de AK*, ang pagtanggap upang makatanggap ay namamahala.

At nang tumaas ang *Partzuf SAG* sa *Peh de Rosh*, dalawang *Zivugim* ang ginawa doon sa *Rosh de SAG*:

1. Isang *Zivug* sa *Reshimot de Taamim de SAG* na hindi bumaba sa ibaba ng *Tabur de AK*, at kung saan lumitaw ang *Partzuf ng Isang Mas Mataas na MA*.

2. Isang *Zivug* sa *Reshimot de Nekudot de SAG* na pinaghigpitan at nahalo sa *Behina Dalet* sa ibaba ng *Tabur de AK*, kung saan lumitaw ang *MA* — ang mundo ng *Nekudim*. Ang *Zivug* na ito ay nabuksan sa kalahating antas ng *Aleph de Aviut* at sa *Bet de Hitlabshut*. Samakatuwid, dapat nating maunawaan na hindi pinalawak ng *Malchut* ang Liwanag sa kanyang sariling mga daluyan ng pagtanggap, ngunit sa mga daluyan lamang ng pagkakaloob, dahil sa *Tzimtzum*. Dahil dito, kung gagamitin niya ang mga daluyan ng pagtanggap, ito ay upang tumanggap.

At dito, nalaman din natin na ang Liwanag ay lumalawak sa parehong panloob na *Kelim de SAG*, at sa panlabas na *Kelim de SAG*. At dapat nating malaman na bilang panuntunan, hindi siya nagsasalita tungkol sa Itaas na *MA*, dahil pangunahing pinag-uusapan natin ang tungkol sa samahan ng *Midat ha Rachamim* (kalidad ng awa) sa *Din* (paghuhukom), na nagsisimula sa *Partzuf MA*, na kung saan ay ang mundo ng *Nekudim*.

Nalaman natin na mayroong dalawang *Roshim* (pangmaramihang para sa *Rosh*) sa mundo ng *Nekudim*: 1) mula sa *Aviut*, at 2) mula sa *Hitlabshut* (damit). Ang *Keter* ay tinatawag na *Bet de Hitlabshut*, at ang *AVI* ay *Aleph de Aviut*. At dahil hindi ma-palawig ng *Bet de Hitlabshut* ang Liwanag, dahil walang kakulangan doon, kailangan nito ang kaugnayan sa *Aviut*, na may kapangyarihang palawigin ang Liwanag. Nalaman din natin na ang antas ng Liwanag na nagniningning doon ay ang *VAK de Bina*, sa anyo ng "para Siya ay nalulugod sa Awa," na nagpapalaya sa antas mula sa pangangailangan para sa *Hochma*.

Ang Liwanag na ito ay tinatawag ding *Tikkun Kavim* (pagwawasto ng mga linya). Kaya naman, natutunan natin na ang *Tikkun Kavim* ay kumikinang lamang sa *Rosh*, dahil ang *Hitlabshut* ay walang *Hitpashtut* (pagpapalawig) sa *Guf*. Ngunit ang *Guf* ay mayroon lamang isang maliit na kaliwanagan, at hindi ito nasisiyahan sa estado ng *Katnut*. Kaya naman, nang makamit ng Liwanag ang *Gadlut*, nabasag din ang mga daluyan ng pagkakaloob ng *Guf*."

Paunang Salita sa Komentaryo ng Sulam

SAMPUNG SEFIROT

1) Una, dapat nating malaman ang mga pangalan ng sampung Sefirot: KHB, HGT, NHYM. Ito ay mga akronim ng Keter, Hochma, Bina, Hesed, Gevura, Tifferet, Netzah, Hod, Yesod, at Malchut. Ito rin ang sampung takip ng Kanyang Liwanag, na itinatag upang ang mga nasa ibaba ay makatanggap ng Kanyang Liwanag.

Ito ay tulad ng liwanag ng araw, na imposibleng tingnan maliban kung sa pamamagitan ng madilim na salamin na nagpapaliit sa liwanag nito at ginagawa itong angkop para sa kakayahan ng mga mata na makakita. Sa katulad na paraan, kung ang Kanyang Liwanag ay hindi natakpan ng sampung takip na ito, na tinatawag na "sampung Sefirot," na bawat isa ay higit pang sumasaklaw sa Kanyang Liwanag, ang mga nasa ibaba ay hindi maaaring matamo ito.

2) Ang sampung Sefirot na ito ay ang sampung Banal na Pangalan sa *Torah*: ang pangalang *Ehyeh* (binibigkas na *Ekyeh*) ay ang Sefira *Keter*; ang pangalang *Yah* (binibigkas na *Koh*) ay ang Sefira *Hochma*; at ang pangalang *HaVaYaH* na may bantas ng *Elokim* ay *Bina*. Ang pangalang *El* (binibigkas na *Kel*) ay *Hesed*; ang pangalang *Elohim* (binibigkas na *Elokim*) ay *Gevura*; at ang pangalang *HaVaYaH* na may bantas ng *Shvah*, *Holam*, at *Kamatz* ay ang *Tifferet*. Ang pangalang *Tzvaot* ay *Netzah* at *Hod*; ang pangalang *Shadai* (binibigkas na *Shadi*) ay *Yesod*; at ang pangalang *Adonay* (binibigkas na *Adni*) ay *Malchut* (*The Zohar*, *VaYikra*, mga Aytem 157-163, 166-177).

3) At bagama't binibilang natin ang sampung *Sefirot*, hindi hihigit sa limang *Behinot* (mga pag-unawa) sa kanila, na tinatawag na *Keter*, *Hochma*, *Bina*, *Tifferet*, at *Malchut*. Ang dahilan kung bakit binibilang natin ang sampung *Sefirot* ay dahil ang *Sefira Tifferet* ay naglalaman ng anim na *Sefirot*, na tinatawag na *Hesed*, *Gevura*, *Tifferet*, *Netzah*, *Hod*, at *Yesod*, na ginagawa silang sampu (*Introduction of the Book of Zohar*, "Mirrors of the Sulam," p. 5).

At itong limang *Behinot*, *KHB TM* ay nakikilala sa bawat paglitaw at sa bawat nilalang, sa lahat ng mundo—ang limang mundo, na tinatawag na *Adam Kadmon*, *Atzilut*, *Beria*, *Yetzira*, at *Assiya*, na tumutugma sa limang *Behinot KHB TM*—pati na rin sa pinakamaliit na bagay sa katotohanan. Nakikita natin na ang *Rosh* (ulo) sa loob nito ay ang *Keter*; mula sa

Rosh nito hanggang sa *Chazeh* (dibdib) ito ay *Hochma*; mula *Chazeh* hanggang *Tabur* (pusod) ito ay *Bina*; at mula sa *Tabur* pababa ito ay *Tifferet* at *Malchut*.

BAKIT KASAMA SA TIFFERET ANG HGT NHY

4) Nang lumitaw ang limang *Behinot KHB TM*, isinama sila sa isa't isa sa paraang ang bawat isa sa kanila ay naglalaman ng *KHB TM*. Gayunpaman, sa *Sefira Tifferet*, ang antas ng *Sefirot* ay nagmula sa pagiging *GAR*, kaya ang mga pangalan ng *KHB TM* na kasama dito ay binago sa *HGT NH*, at *Yesod*, na naglalaman ng mga ito. Samakatuwid, kapag sinabi natin na ang *Tifferet* ay naglalaman ng anim na *Sefirot*, hindi ito dahil sa merito nito sa unang tatlong *Sefirot*, ngunit sa kabaligtaran, ito ay ang kakulangan ng *Liwanag* ng *GAR* dito na naging sanhi ng limang *Behinot*

KHB TM upang makatanggap ng iba't ibang mga pangalan: *HGT NH*. Kaya, ang *Hesed*, ay *Keter*, *Gevura*, ang *Hochma*, at *Tifferet* ay *Bina*, *Netzah* ay *Tifferet*, at *Hod* ay *Malchut*. Ang *Sefira Yesod* ay idinagdag sa kanila, ngunit ito ay hindi karagdagang *Behina* (isahan sa *Behinot*) sa limang *Behinot*. Sa halip, ito ay isang lalagyan, na naglalaman ng lahat ng limang *Sefirot HGT NH* sa loob nito. Gayundin, palagi silang tinatawag na *VAK*, na isang acronym para sa *Vav* (anim) *Ktzavot* (mga dulo/gilid), na siyang anim na *Sefirot HGT NHY*. At dahil ang pagbabang ito ng limang *Behinot* sa *HGT NHY* ay nangyari lamang sa *ZA*, itinuring natin na ang limang binagong *Behinot* ay sa *ZA* lamang.

LIWANAG AT KLI

5) Imposibleng magkaroon ng *Liwanag* nang walang *Kli* sa alinman sa mga mundo. Sa simula, mayroon lamang isang *Kli* sa sampung *Sefirot—Malchut*. Ang dahilan kung bakit sinasabi natin na mayroong limang *Behinot KHB TM* ay lahat sila ay bahagi ng *Malchut*, na tinatawag na *Behina Dalet*. Nangangahulugan ito na ang mga ito ay nakaayos ayon sa kanilang kalapitan sa kumpletong *Kli*, na *Malchut*, na tinatawag na *Behina Dalet*. Ngunit pagkatapos ng *Tzimtzum Aleph* (ang unang paghihigpit), isang *Masach* (*screen*) ang itinayo sa *Kli* ng *Malchut*, na pumipigil sa Mataas na *Liwanag* sa pagbibihis dito. Kaya naman, kapag ang Mataas na *Liwanag* ay umabot sa *Masach*, hinahampas ito ng *Masach* at tinataboy ito. Ang hampasang ito ay tinatawag na "Zivug de Hakaa (pagsasama sa pamamagitan ng paghampas) ng Mataas na *Liwanag* kasama ang *Masach* sa *Kli* ng *Malchut*," at ang naitaboy na *Liwanag* ay tinatawag na "sampung *Sefirot* ng *Ohr Hozer* (Bumalik na *Liwanag*)."

Ito ay dahil ang itinaboy na *Liwanag* ay tumataas mula sa ibaba Pataas at binibihisan ang sampung *Sefirot* sa Mataas na *Liwanag*, na tinatawag na "sampung *Sefirot* ng *Ohr Yashar* (Direktang *Liwanag*)." At ang bagong *Kelim* ay ginawa nitong *Ohr Hozer*, upang bihisan ang Mataas na *Liwanag* sa halip na *Malchut*, na pinaghigpitan upang hindi makatanggap ng *Liwanag*. Ang nilalaman ng mga bagong *Kelim* na iyon (pangmaramihan para sa *Kli*) ay tinatawag na "sampung *Sefirot* ng *Ohr Hozer*."

ROSH-TOCH-SOF, PEH-TABUR-SIUM RAGLIN

6) At dahil sa bagong *Kelim* (mga daluyan) ng *Ohr Hozer*, ang bawat *Partzuf* ay nauunawaan na may tatlong bahagi, na tinatawag na *Rosh, Toch, Sof* (Ulo, Panloob, Wakas). Ipinaliwanag na sa pamamagitan ng puwersa ng *Masach* na pumipigil sa *Liwanag* na makarating sa *Malchut*, mayroong isang *Zivug de Hakaa* na may *Liwanag*, na gumawa ng sampung *Sefirot* de (ng) *Ohr Hozer* at binihisan ang sampung *Sefirot* de *Ohr Yashar* sa Itaas na *Liwanag*.

Ang sampung *Sefirot* de *Ohr Yashar* at *Ohr Hozer* na ito ay tinatawag na "sampung *Sefirot* de *Rosh*." Gayunpaman, ang sampung *Sefirot* de *Ohr Hozer* na ito, na lumabas mula sa *Masach* pataas at binihisan ang sampung *Sefirot* de *Ohr Yashar*, ay hindi pa rin aktwal na *Kelim*. Ito ay dahil ang pangalang, *Kli*, ay nagpapahiwatig ng *Aviut* sa loob nito, iyon ay, ang puwersa ng *Din* (paghuhukom, paghihigpit) sa *Masach*, na pumipigil sa pananamit ng *Liwanag* sa *Malchut*.

Mayroong tuntunin na ang puwersa ng *Din* ay nagpapatakbo lamang mula sa lugar ng paglitaw ng *Din* pababa, hindi mula sa lugar ng paglitaw ng *Din* pataas. At dahil ang sampung *Sefirot* de *Ohr Hozer* ay lumitaw mula sa *Masach* pataas, ang puwersa ng *Din* ay hindi nakikita sa *Ohr Hozer* at hindi karapat-dapat na maging isang *Kli*. Para sa kadahilanang ito, ang sampung *Sefirot* de *Ohr Hozer* na ito ay tinatawag na *Rosh*, iyon ay, isang ugat para sa *Kelim*, at hindi aktwal na *Kelim*.

At *Malchut*, kung saan ang *Masach* para sa *Zivug de Hakaa* ay itinatag, kaya naman ay tinawag na *Peh* (bibig). Ito ay nagpapahiwatig na tulad ng sa isang korporyal na bibig, kung saan ang *Otiot* (mga titik) ay ginawa sa pamamagitan ng isang *Zivug de Hakaa* ng limang labasan ng bibig, ang espirituwal na *Peh* ay naglalaman ng isang *Zivug de Hakaa* upang makabuo ng sampung *Sefirot* de *Ohr Hozer*, bilang ang limang *Behinot KHB TM*, na kung saan ay ang *Kelim* para sa sampung *Sefirot* de *Ohr Yashar*, at ang *Kelim* ay tinatawag na *Otiot*. Kaya, ang sampung *Sefirot* de *Rosh* ay naipaliwanag.

7) Kaya, ang sampung *Sefirot* de *Ohr Yashar* at sampung *Sefirot* de *Ohr Hozer* ay kailangang lumawak mula sa *Masach* pababa, kung saan ang sampung *Sefirot* de *Ohr Hozer* ay naging *Kelim* na tumatanggap at nagdadamit sa sampung *Sefirot* de *Ohr Yashar*. Ito ay dahil mayroon na ngayong *Masach* sa ibabaw ng sampung *Sefirot* de *Ohr Hozer*. Para sa kadahilanang ito, kinokontrol ng kapal nito ang sampung *Sefirot* de *Ohr Hozer*, at sa gayon ay nagawa ang *Kelim*.

Gayundin, ang sampung *Sefirot* na ito, na aktwal na *Kelim*, ay tinatawag na *Toch* at *Guf* (katawan), iyon ay, sila ang pinakaloob ng *Partzuf*. At ang *Malchut* ng *Toch* ay tinatawag na *Tabur*, gaya ng sa pariralang, "ang *Tabur* (pusod, gitna) ng lupain," na tumutukoy sa sentro at gitna. Ito ay nagpapahiwatig na ang *Malchut* de *Toch* ay ang gitnang *Malchut*, at mula sa kanyang *Ohr Hozer* na ang aktwal na *Kelim* ng *Guf* ay nagawa.

Masasabi rin na ang *Tabur* ay nagmula sa mga salitang, *Tov Ohr* (Magandang Liwanag), na nagpapahiwatig na sa ngayon ay mabuti ang *Liwanag*, dahil ito ay nakadamit sa *Kelim* na angkop na tumanggap nito. Sa gayon ay naipaliwanag natin ang sampung *Sefirot* de *Toch* sa pamamagitan ng *Tabur*.

8) Kaya, nakita natin ang dalawang pag-unawa sa Malchut de Rosh:

- Ang Nagtatapos na Malchut: ang pagpigil ng Masach sa Itaas na Liwanag mula sa pananamit sa Kli ng Malchut.
- Ang Nag-aasawahang *Malchut*: Kung hindi dahil sa *Zivug* ng Itaas na Liwanag kasama ang *Masach* sa pamamagitan ng *Zivug de Hakaa*, na nagpapataas sa *Ohr Hozer* upang bihisan ang Itaas na Liwanag, walang mga daluyan ng pagtanggap sa Itaas na Liwanag, at hindi magkakaroon ng Liwanag sa katotohanan, dahil walang Liwanag kung walang *Kli*.

Ngunit sa *Malchut* ng *Rosh*, ang dalawang pag-unawa na ito ay dalawang ugat lamang. Ang nagtatapos na *Malchut* ay ang ugat ng *Malchut* na nagtatapos sa antas, at ang isinangkot na *Malchut* ay ang ugat ng pananamit ng Liwanag sa *Kelim*.

Ang parehong mga aksyon na ito ay lumitaw at naganap sa *Guf* ng *Partzuf*:

- Mula sa *Peh* hanggang *Tabur*, ang mag-kakakabit na *Malchut* ay nagpapakita ng kanyang lakas doon, at ang Itaas na Liwanag ay nakadamit ng *Kelim*.
- At mula sa *Tabur* pababa, ang nagtatapos na *Malchut* ay nagpapakita ng lakas nito at nagbubunga ng sampung Sefirot de *Sium* (pagtatapos). Ang bawat *Sefira* ay lumilitaw na may kaliwanagan ng *Ohr Hozer* lamang, nang walang *Itaas na Liwanag*. At kapag ito ay umabot sa *Malchut* ng sampung *Sefirot de Sium* na ito, ang buong *Partzuf* ay nagtatapos. Ito ay dahil ang *Malchut* na ito ay ang nagtatapos na *Malchut*, na hindi tumatanggap ng anuman, at samakatuwid ay nagtatapos sa pagpapalawak ng *Partzuf*.

At tinawag natin itong *Malchut, Malchut de Sium Raglin*, na pumutol sa Liwanag at nagtatapos sa *Partzuf*. At itong sampung *Sefirot de Sium* na lumalawak mula sa *Tabur* pababa sa *Sium Raglin* nito ay tinatawag na "sampung *Sefirot de Sof*" (dulo), at lahat sila ay bahagi ng *Malchut* ng *Sof* at *Sium*. Gayundin, kapag sinabi natin na mayroon lamang *Ohr Hozer* sa kanila, hindi ito nangangahulugan na wala silang *Ohr Yashar*. Sa halip, nangangahulugan ito na mayroon silang ilang kaliwanagan ng *Ohr Yashar*, ngunit ito ay itinuturing na *VAK* na walang *Rosh*.

CHAZEH

9) Sa ngayon, tinalakay natin ang *Partzufim* (pangmaramihan ng *Partzuf*) ng *Adam Kadmon*. Ngunit sa *Partzufim* ng mundo ng *Atzilut*, isa pang *Sium* ang idinagdag sa sampung *Sefirot de Toch*: Ang *Malchut de Toch*, na tinatawag na *Tabur*, ay bumangon sa *Bina* ng sampung *Sefirot de Toch*, at natapos ang sampung *Sefirot* ng antas ng Toch doon. Ang *Sium* na ito ay tinatawag na *Chazeh*, at ang *Parsa* ay nakahanda doon.

Nangangahulugan ito na ang bagong *Sium* na ginawa sa pamamagitan ng pag-akyat ng *Malchut* sa *Bina* sa lugar ng *Chazeh* ay tinatawag na *Parsa* (dayapragm, midriff), tulad ng sa kalawakan na naghihiwalay sa *Isang Mas Mataas na Mga Tubig* — *Keter* at *Hochma* na nanatili sa antas ng *Toch* — mula sa *Bina* at *TM*, na umalis mula sa antas ng sampung *Sefirot de Toch* at naging antas ng sampung *Sefirot de Sof*.

Para sa kadahilanang ito, ang sampung *Sefirot de Toch* ay nahahati sa dalawang antas:

- Mula sa *Peh* hanggang *Chazeh* ito ay itinuturing na sampung *Sefirot de Toch, Atzilut, GAR* ng *Guf*.

- Mula sa *Chazeh* pababa sa *Tabur*, ito ay itinuturing na sampung *Sefirot de Sof, Beria, VAK* na walang *Rosh*, tulad ng sampung *Sefirot de Sof*.

KABALIGTARANG RELASYON SA PAGITAN NG KELIM AT LWANAG

10) Palaging may kabaligtarang ugnayan sa pagitan ng Liwanag at Kelim. Sa Kelim, ang pagkakasunod ay ang Isang Nakatataas ang unang lumago sa isang *Partzuf*. Una, dumating ang *Keter* sa *Partzuf*, pagkatapos ay *Hochma*, pagkatapos *Bina*, pagkatapos *Tifferet*, at pagkatapos ay *Malchut*. Para sa kadahilanang ito, pinangalanan natin ang Kelim KHB TM, iyon ay, mula sa Itaas pababa, dahil gayon din ang kanilang pagkakasunud-sunod ng hitsura sa *Partzuf*.

Ngunit ang mga Liwanag ay kabaligtaran. Ang pagkakasunod ng mga Liwanag ay ang mga nasa ibaba ay unang pumasok sa *Partzuf*. Ang unang pumasok ay ang Liwanag ng *Nefesh*, pagkatapos ang Liwanag ng *Ruach*, pagkatapos ang Liwanag ng *Neshama*, pagkatapos ang Liwanag ng *Haya*, at pagkatapos ang Liwanag ng *Yechida*.

Kaya, sa simula ay dumating ang Liwanag ng *Nefesh*, na siyang Liwanag ng *Malchut*, ang pinakamaliit sa lahat ng mga Liwanag. At ang huling darating ay ang Liwanag ng *Yechida*, ang pinakamalaki sa lahat ng Liwanag. Ito ang dahilan kung bakit sa parati nating pinangalanan ang mga Liwanag ng NRNHY, iyon ay, mula sa ibaba Pataas, dahil ito ang kanilang pagkakasunud-sunod ng pagpasok sa *Partzuf*.

11) Dahil dito, habang mayroon lamang isang *Kli* sa *Partzuf*, na kinakailangang ang Pinakamataas na *Kli — Keter —* na siyang unang lumitaw, ang dakilang Liwanag na nauugnay sa *Keter*, ang Liwanag ng *Yechida*, ay hindi pumapasok sa *Partzuf*. Sa halip, ang Liwanag na pumapasok at nagbibihis sa *Kli* de *Keter* ay ang pinakamaliit na Liwanag, ang Liwanag ng *Nefesh*.

At kapag ang dalawang *Kelim* ay tumubo sa *Partzuf*, na siyang mas malaking *Kelim — Keter* at *Hochma —* pumasok din ang Liwanag ng *Ruach*. Sa ganoong estado, ang Liwanag ng *Nefesh* ay bumaba mula sa *Kli* de *Keter* hanggang sa *Kli* de *Hochma*, at ang Liwanag ng *Ruach* ay nagdadamit sa *Kli* de *Keter*. Katulad nito, kapag ang ikatlong *Kli* ay tumubo sa *Partzuf —* ang *Kli* ng *Bina —* ang Liwanag ng *Neshama* ay pumapasok sa *Partzuf*. Sa ganoong estado, ang Liwanag ng *Nefesh* ay bumaba mula sa *Kli* ng *Hochma* hanggang sa *Kli* ng *Bina*, ang Liwanag ng *Ruach* ay umalis sa *Kli* ng *Keter* at pumapasok sa *Kli* ng *Hochma*, at ang Liwanag ng *Neshama* ay nagdadamit sa *Kli* ng *Keter*.

12) Nalaman mo na hangga't hindi lahat ng limang *Kelim* KHB TM ay lumago sa *Partzuf*, ang mga *Liwanag* ay wala sa kanilang mga itinalagang lugar. Bukod dito, ang mga ito ay nasa baligtad na ratio, dahil kung ang *Kli* ng *Malchut —* ang pinakamaliit na *Kli —* ay kulang sa *Partzuf*, ang *Liwanag* ng *Yechida —* ang pinakadakilang *Liwanag —* ay mawawala. At kung ang dalawang ilalim na *Kelim — Tifferet* at *Malchut —* ay nawawala, ang dalawang pinakadakilang *Liwanag — Haya* at *Yechida —* ay mawawala. At kung ang tatlong nasa ilalim na *Kelim — Bina, Tifferet*, at *Malchut —* ay nawawala, ang tatlong pinakadakilang *Liwanag — Neshama, Haya*, at *Yechida —* ay mawawala, atbp.

Kaya, hangga't hindi lahat ng limang *Kelim* KHB TM ay lumago sa isang *Partzuf*, mayroong kabaligtaran na ugnayan sa pagitan ng *Kelim* at ng mga *Liwanag*. Kung ang isang *Liwanag* at isang *Kli* ay nawawala, kung gayon ang pinakadakilang *Liwanag*, ang *Liwanag* ng *Yechida*, ay mawawala. At ito ang kabaligtaran sa *Kelim*: ang pinakamaliit na *Kli* ay mawawala—ang *Kli* ng *Malchut*.

13) Ngayon ay makikita mo kung bakit sinasabi natin na sa pamamagitan ng pag-akyat ng *Malchut* sa *Bina*, ang antas ay natapos sa ilalim ng *Hochma*. At sa kadahilanang ito, dalawang *Sefirot* na lamang ang nanatili sa antas—ng *Keter* at *Hochma*, habang ang *Bina* at *TM* ng antas ay kinansela at bumaba mula sa antas. Gayunpaman, ito ay nauugnay lamang sa *Kelim*. Ngunit ito ang kabaligtaran sa *Liwanag*: nanatili ang mga *Liwanag* ng *Nefesh-Ruach* sa antas, at ang mga *Liwanag* ng *Neshama, Haya,* at *Yechida* ay nakansela mula sa antas.

14) Ngayon ay mauunawaan mo na kung bakit minsan sinasabi sa *Ang Zohar* na sa pag-akyat ng *Malchut* sa *Bina*, ang limang *Otiot* (mga titik) ng pangalang *Elokim* ay nahati sa paraang ang dalawang *Otiot* MI (Mem, Yod) ay nanatili sa antas at ang tatlong *Otiot* ELEH (Aleph, Lamed, Hey) ay umalis at nakansela sa antas.

Ngunit kung minsan, *Ang Zohar* ay nagsasabi ng kabaligtaran, na kapag ang *Malchut* ay umangat sa *Bina*, ang dalawang *Otiot* EL (Aleph, Lamed) ay nanatili sa antas, at ang tatlong *Otiot* HYM (Hey, Yod, Mem) ay nakansela at bumaba mula sa antas. Ang bagay ay ang limang *Otiot Elokim* ay ang limang *Sefirot* KHB TM o limang *Liwanag* ng NRNHY. At kung kailan ang *Malchut* ay umakyat sa *Bina*, tanging ang *Kelim Keter* at *Hochma*, na dalawang *Otiot* EL, ang nananatili sa antas, at ang tatlong *Otiot* HYM ay bumaba mula sa antas.

Sa mga *Liwanag* ito ay kabaligtaran: ang dalawang ibabang *Otiot* MI, na nagpapahiwatig ng dalawang pinakamababang *Liwanag*, *Nefesh-Ruach*, ay nananatili sa antas, at ang tatlong Isang Mas Mataas na *Otiot*, ELEH, na nagpapahiwatig ng *Yechida, Haya, Neshama*, ay umalis at kinansela mula sa antas.

Kaya, sa *Panimula ng Aklat ng Zohar*, *Ang Zohar* ay nagsasalita ng limang *Liwanag* NRNHY, na ipinahiwatig sa limang *Otiot Elokim*. Ito ang dahilan kung bakit sinabi nito na nanatili ang *MI* at umalis ang *ELEH* sa antas. Gayundin, sa *Ang Zohar* (Beresheet, 1), ito ay nagsasalita ng limang *Kelim* KHB TM, na ipinahiwatig sa limang *Otiot Elokim*.

Para sa kadahilanang ito, ito ay nagsasaad ng kabaligtaran: Ang *EL* ay nanatili sa antas at ang tatlong *Otiot* HYM ay umalis sa antas. Dapat nating tandaan ang mga salitang ito at suriin ang bawat lugar upang makita kung ito ay nagsasalita ng mga *Liwanag* o ng mga *Kelim*, at ito ay malulutas ang maraming malinaw na mga kontradiksyon.

ANG PAG-AKYAT NG MALCHUT SA BINA

15) Dapat nating lubos na maunawaan ang isyu ng pagpapatamis ng *Malchut* kasama ang *Bina*, dahil ito ang ugat ng buong karunungan. Ang *Malchut* ay *Midat ha Din* (kalidad ng paghatol), kung saan hindi maaaring umiral ang mundo. Para sa kadahilanang ito, itinaas ito ng Manlilikha sa *Sefira* ng *Bina*, na *Midat ha Rachamim* (kalidad ng awa). Ipinahiwatig iyon ng ating mga pantas: "Sa simula, pinag-isipan Niyang likhain ang mundo sa *Midat ha Din*," iyon ay, sa *Malchut* lamang, na *Midat ha Din*. "Nakita Niya na ang mundo ay hindi umiiral, nauna sa *Midat ha Rachamim* at iniugnay ito sa *Midat ha Din*" (*Beresheet Rabba*, 12).

Sa pamamagitan ng pag-akyat ng *Malchut* sa *Bina*, nakuha ng *Malchut* ang anyo ng *Bina*, na *Midat ha Rachamim*, at pagkatapos ay pinamunuan ng *Malchut* ang mundo sa *Midat ha Rachamim*. Ang isyung ito ng pag-akyat ng *Malchut* sa *Bina* ay nangyayari sa bawat antas, mula sa tuktok ng mundo ng *Atzilut* hanggang sa ibaba ng mundo ng *Assiya*, dahil walang antas na walang sampung *Sefirot* KHB, HGT, NHYM. At ang *Malchut* sa bawat antas ay umangat sa *Bina* sa antas na iyon at pinatamis doon.

ANG DIBISYON NG BAWAT ANTAS SA DALAWANG KALAHATI

16) Ito ay napag-alaman na ang *Malchut* ay nagtatapos sa bawat *Sefira* at bawat antas. Nangangahulugan ito na sa pamamagitan ng *Tzimtzum* (paghihigpit) na ginawa sa kanya, sa hindi pagtanggap ng Itaas na Liwanag, pinipigilan ng *Malchut* ang Liwanag sa antas mula sa pagkalat dito. Samakatuwid, ang Liwanag ng antas ay umaabot lamang sa pamamagitan ng *Malchut* at humihinto kapag naabot nito ang *Masach* sa *Malchut*, at isang *Zivug de Hakaa* na may Liwanag ay isinagawa sa *Masach* sa *Malchut*.

Samakatuwid, dahil ang *Malchut* ng antas ay tumaas sa *Bina* sa antas na iyon, tinapos ng *Malchut* ang Liwanag sa lugar kung saan ito umakyat, iyon ay, sa gitna ng *Bina*. Kaya, kalahati ng *Bina*, *Tifferet*, at *Malchut*, na nasa ilalim ng nagtatapos na *Malchut*, ay lumisan sa kanilang antas at naging isa pang antas, sa ibaba ng *Malchut*.

Kaya, sa pamamagitan ng pag-akyat ng *Malchut* sa *Bina*, ang bawat antas ay nahahati sa dalawa: *Keter*, *Hochma*, at kalahati ng *Bina* sa itaas ng *Malchut* ay nananatili sa antas, at kalahati ng *Bina*, *Tifferet* (kabilang ang *HGT NHY*), at *Malchut* ay lumabas sa antas at naging isang antas sa ibaba nito. Ang pagtatapos na ito na nilikha ng *Malchut* sa gitna ng *Bina* ay tinatawag na *Parsa*.

17) Ang bawat antas ay dapat magkaroon ng limang Liwanag, na tinatawag na Yechida, Haya, Neshama, Ruach, at Nefesh, na nakadamit ng limang Kelim, na tinatawag na Keter, Hochma, Bina, Tifferet (kabilang ang HGT NHY), at Malchut. At dahil sa pag-akyat ng *Malchut* sa *Bina*, dalawang kumpletong Kelim na lamang ang natitira sa antas—Keter at Hochma—at tatlong Kelim, ang Bina, Tifferet, at Malchut, ang nawawala dito. Kaya, dalawa na lamang ang natitirang Liwanag—Nefesh at Ruach—na nagdadamit sa dalawang Kelim, Keter at Hochma. Samantala, ang tatlong Liwanag—Neshama, Haya, at Yechida—ay nawawala sa antas, dahil wala silang Kelim na madamitan.

Lumalabas na ang antas ay kulang sa unang tatlong *Sefirot*, sapagkat dahil sa pag-akyat ng *Malchut* sa *Bina*, ang antas ay nahati sa dalawang bahagi: kalahati nito ay nanatili sa antas—Keter-Hochma sa Kelim at Nefesh-Ruach sa mga Liwanag—at kalahati nito ay umalis sa antas—Bina at *TM* sa Kelim, at Neshama, Haya, Yechida sa mga Liwanag. Ito ang dahilan kung bakit ang pag-akyat na ito ng *Malchut* sa *Bina* ay ipinahiwatig ng Yod na pumasok sa Liwanag ng antas, at ang *Ohr* (Liwanag) ay naging *Avir* (hangin). Ang resulta ng pag-akyat ng *Malchut* sa *Bina* ay ang antas ay nawalan ng Liwanag ng unang tatlong *Sefirot* nito at nanatili sa antas ng Ruach at Nefesh, na tinatawag na *Avir*.

Ang bagay na ito ay ipinahiwatig din sa limang titik ng pangalang Elokim, na nahahati sa dalawang bahagi: MI at ELEH. Ang dalawang letrang MI ay nagpapahiwatig ng dalawang Liwanag ng Ruach at Nefesh, na nakadamit sa dalawang Kelim—Keter at

Hochma—na nanatili sa antas, at ang tatlong titik na ELEH ay nagpapahiwatig ng tatlong Kelim—Bina, Tifferet, at Malchut—na umalis sa antas.

ANG PAGBABA NG MALCHUT MULA SA BINA HANGGANG SA LUGAR NITO

18) Gayunpaman, sa pamamagitan ng pag-akyat ng *Mayin Nukvin* mula sa Torah at panalangin ng mga nakabababa, ang Isang Mas Mataas na Liwanag ay nakuha mula sa *Hochma* at *Bina* ng *Adam Kadmon* (AK), na naglalabas ng *Malchut* mula sa *Bina* sa lahat ng antas at ibinababa ito sa tamang lugar nito (The Zohar, VaYikahel, p. 41).

Ang tatlong Kelim—Bina, Tifferet, at Malchut—ay nauna nang umalis sa antas dahil sa pagpasok ng Yod, na kumakatawan sa *Malchut*, sa Liwanag ng antas. Dahil dito, ang antas ay natapos sa ilalim ng *Hochma*, at ang *Ohr* (Liwanag) ay naging *Avir* (hangin).

Ngunit ngayon, pagkatapos bumaba ng *Malchut* at umalis mula sa *Avir*, bumalik ang mga Kelim sa kanilang antas. Dahil dito, muling nabuo ang limang Kelim KHB TM sa antas. At dahil mayroong limang Kelim, bumalik ang limang Liwanag—Yechida, Haya, Neshama, Ruach, at Nefesh—at nagdamit sila sa mga Kelim. Ang *Avir* ay naging *Ohr* muli, at ang antas ng unang tatlo, na tinatawag na *Ohr*, ay muling bumalik sa antas.

ISANG PANAHON NG KATNUT AT PANAHON NG GADLUT

19) Kaya, ipinapaliwanag na dahil sa pag-akyat ng *Malchut* sa *Bina*, dalawang beses nang nangyayari sa bawat antas: isang panahon ng *Katnut* (kaliitan, kabataan) at isang panahon ng *Gadlut* (kadakilaan, katandaan). Sa pag-akyat ng *Malchut* sa *Bina*, tinatapos nito ang antas sa ilalim ng *Hochma*, at ang *Bina*, *Tifferet*, at *Malchut* ng antas ay umaalis mula sa antas at bumababa sa antas sa ibaba nito. Dahil dito, tanging ang *Keter* at *Hochma* sa mga *Kelim* at *Ruach* at *Nefesh* sa mga *Liwanag* ang nananatili sa antas. Ang antas ay nawawala sa GAR (unang tatlong Sefirot: *Keter*, *Hochma*, at *Bina*). Ito ang panahon ng *Katnut*.

Ngunit pagkatapos itaas ang *Mayin Nukvin* mula sa mas mababang antas at magpalabas ng *Liwanag* mula sa *Hochma* at *Bina* ng *Adam Kadmon* (AK), nagdala ito ng *Malchut* pabalik mula sa *Bina*, at bumalik na rin ang tatlong Kelim—Bina, Tifferet, at Malchut—na bumaba sa antas sa ibaba nito. Dahil dito, bumalik sa antas ang limang Kelim—Keter, Hochma, Bina, Tifferet, at Malchut—at limang Liwanag—Nefesh, Ruach, Neshama, Haya, at Yechida—na bumalik din at nagdamit sa mga ito. Ito na ang panahon ng *Gadlut* ng antas. Kaya, ipinaliwanag natin na dahil sa pagbagsak ng *Bina* at *Tifferet* (TM) ng antas sa antas sa ibaba nito, ang antas ay nasa *Katnut*, kulang sa GAR. At sa pamamagitan ng pagbabalik ng *Bina* at *TM* sa antas, ang antas ay nasa *Gadlut*, iyon ay, sa pagpuno ng GAR.

KUNG PAANO TUMATAAS ANG MABABA SA ISANG MAS MATAAS NITO

20) Sa pamamagitan ng pag-akyat na ito ng *Malchut* sa *Bina*, ang koneksyon at ang posibilidad na itaas ang bawat isang mas mababa sa Isang Mas Mataas ay inihanda. Ito ay dahil ang panuntunan ay kapag ang Isang Mas Mataas ay bumaba sa isang mas mababa, ito ay nagiging katulad nito. At gayundin, kapag ang isang mas mababa ay tumaas sa Isang Mas Mataas, ito ay nagiging katulad nito.

Kaya naman, sa antas ng estado ng *Katnut,* kapag ang nagtatapos na *Malchut* ay umangat sa *Bina*, ito ay nagtutulak sa *Bina* at *TM* sa labas ng antas at sa antas sa ibaba nito. Pagkatapos, itong *Bina* at *TM* ay nagiging isang antas na may antas sa ibaba nito, dahil ang Isang Mas Mataas na bumababa sa isang mas mababa ay nagiging katulad nito. Dahil dito, sa antas ng estado ng *Gadlut*, nang bumalik ang *Malchut* at lumabas mula sa *Bina* at dumating sa lugar nito, ang *Bina* at *TM* na nahulog mula sa *Bina* ay bumalik sa kanilang antas at kinuha ang mas mababang antas kung saan sila ay nahulog, kasama nila.

Dahil sila ngayon ay naging isang antas na may isang mas mababang antas nang sila ay nahulog, at naging katulad nito, dinadala nila ito sa kanilang pagbabalik sa antas at itinaas ang isang mas mababang antas sa Mas Mataas na Antas. Ayon sa tuntunin na ang isang mas mababa na umangat sa lugar ng Isang Mas Mataas ay naging katulad nito, ngayon ang isang mas mababang antas ay tumanggap ng lahat ng mga Liwanag at *Mochin* na umiiral sa Mas Mataas na Antas.

Sa gayon ay nilinaw kung paano ang pag-akyat ng *Malchut* sa *Bina* ay nagdulot ng koneksyon sa pagitan ng mga antas, kaya ang bawat antas ay maaaring tumaas sa antas sa itaas nito. Kaya, kahit na ang pinakamababang antas ay maaaring tumaas sa Pinakamataas na Antas sa pamamagitan ng koneksyong ito na ginawa ng pagbagsak ng *Bina* at *TM* mula sa bawat antas hanggang sa antas sa ibaba nito (*The Zohar, VaYikahel, p. 41*).

KATNUT AT GADLUT NG YESHUT AT ZON

21) Kapag ang isyu ng pag-akyat ng Malchut sa Bina, na inilapat sa bawat isa at bawat antas sa apat na mundo ng *ABYA*, ay naipaliwanag sa pangkalahatan, ipapaliwanag ko na ngayon ang mga ito nang detalyado. Kumuha tayo ng dalawang antas, na tinatawag na *YESHSUT* at *ZON* sa mundo ng *Atzilut*, bilang isang halimbawa. Sa pamamagitan ng pag-akyat ng Malchut de *YESHSUT* sa Bina de *YESHSUT* sa estado ng *Katnut*, ang tatlong Sefirot, Bina at TM de *YESHSUT*, ay lumisan at nahulog sa antas sa ibaba ng *YESHSUT*, bilang *ZON*. At ang mga Bina at TM na ito ay kumapit sa antas ng *ZON* sa kanilang pagbagsak.

Kaya naman, sa pagdating ng panahon ng *Gadlut*, iniwan ng Malchut ang Bina de *YESHSUT* at bumalik sa kanyang sariling lugar. Kaya, ang Bina at TM de *YESHSUT* ay bumangon mula sa kanilang pagkahulog at dumating sa antas ng *YESHSUT*. At kasama nila, dinala nila ang *ZON*, dahil nakakabit sila sa kanila noong *Katnut*, noong nahulog sila. Lumilitaw na ang *ZON* ay tumaas din at naging antas ng *YESHSUT*, na nakatanggap ng parehong mga Liwanag at Mochin na akma para sa antas ng *YESHSUT*.

KUNG HINDI DAHIL SA PAG-AKYAT NG MALCHUT SA BINA, ZON HINDI MAGIGING KARAPAT-DAPAT NG MOCHIN

22) At dito dapat nating malaman na para sa kanilang sarili, ang *ZON* ay hindi karapat-dapat na tumanggap ng *Mochin*, dahil ang pinagmulan ng *ZON* ay nasa ibaba ng *Tabur de AK*, kung saan namumuno ang *Malchut* ng *Midat ha Din*, na pinamamahalaan ng puwersa ng *Tzimtzum* at hindi angkop upang matanggap ang Mataas na Liwanag. Gayunpaman, ngayong itinaas ng Bina at TM *de YESHSUT* ang *ZON* sa antas ng *YESHSUT*, ang *ZON* ay

naging bilang antas ng *YESHSUT* at maaaring tumanggap ng Mataas na Liwanag tulad ng kanilang ginagawa.

23) Ngayon ay lubos mong mauunawaan kung bakit sinabi ng ating mga pantas (*Beresheet Rabba, Parasha 12*): "Sa simula, pinag-isipan Niyang likhain ang mundo sa *Midat ha Din*," iyon ay, kasama ng *Malchut* ng unang paghihigpit, na ang *Midat ha Din*. At ang "mundo" ay dapat na maunawaan bilang *ZON de Atzilut*, na tinatawag na "mundo." At dapat din itong maunawaan bilang "mundo na ito," na tumatanggap mula sa *ZON de Atzilut*. Ito ay dahil ang lahat ng natatanggap sa *ZON de Atzilut* ay maaaring matanggap ng mga tao sa mundong ito, at lahat ng hindi natatanggap sa *ZON* ay hindi tinatanggap ng mga tao sa mundong ito, dahil hindi tayo makakatanggap ng higit sa antas ng *ZON*.

Kaya naman, dahil ang ugat ng *ZON* ay nasa ibaba ng *Tabur de AK*, kung saan namumuno ang *Malchut* ng *Midat ha Din*, hindi nila matatanggap ang Mataas na Liwanag at umiiral, dahil nasa ilalim sila ng *Tzimtzum* sa *Malchut*. Higit sa lahat, hindi maaaring umiral ang mundong ito.

Ito ang kahulugan ng, "Nakita niya na ang mundo ay hindi umiiral, nauna sa *Midat ha Rachamim* at iniugnay ito sa *Midat ha Din*." Nangangahulugan ito na itinaas Niya ang *Malchut* ng bawat antas, na *Midat ha Din*, sa *Bina* ng antas, na *Midat ha Rachamim*. Kasunod nito, ang *Malchut de YESHSUT* ay umakyat sa *Bina de YESHSUT*, kung saan nahulog ang *Bina* at *TM de YESHSUT* sa antas sa ibaba nito, na *ZON*, at kumapit sa kanila.

Dahil dito, sa panahon ng *Gadlut* ng *YESHSUT*, nang ang *Malchut* ay bumaba mula sa *Bina de YESHSUT* at bumalik sa kanyang lugar, at ang tatlong *Kelim Bina* at *TM de YESHSUT* ay bumalik sa kanilang lugar, *YESHSUT*, tulad ng sa simula, kinuha nila ang *ZON* na nakakabit sa kanila kasama ng mga ito, at itinaas ang mga ito sa antas ng *YESHSUT*. Kaya, ang *ZON* ay naging katulad ng antas ng *YESHSUT*, ibig sabihin, naging karapat-dapat silang tumanggap ng Mataas na Liwanag tulad ng *YESHSUT*. Para sa kadahilanang ito, natatanggap nila ang Mataas na Liwanag ng *YESHSUT* at nagbibigay sa mundong ito, at ngayon ang mundo ay maaaring umiral.

Ngunit kung hindi dahil sa samahan ng *Midat ha Din* sa *Midat ha Rachamim*, ibig sabihin kung hindi bumangon si *Malchut de YESHSUT* sa *Bina de YESHSUT*, hindi sana bumagsak ang *Bina* at *TM de YESHSUT* sa *ZON*, at walang posibilidad para sa *ZON* upang tumaas sa *YESHSUT*. Sa ganoong estado, hindi nila magagawang matanggap ang Mataas na Liwanag para sa mundo, at ang mundo ay hindi maaaring umiral. Kaya't naipaliwanag natin ang isyu ng pag-akyat ng *Malchut* sa *Bina*.

TIKKUN KAVIM

24) Sa unang tatlong *Partzufim de AK*, na tinatawag na *Galgalta, AB, SAG de AK*, ang *Sefirot* ay nasa isang linya, ang isa sa ibaba ng isa pa. Ngunit sa mundo ng *Nekudim*, ang pagdadamit mula sa *Tabur de AK* pababa, mayroong isang *Tikkun Kavim* (pagwawasto ng mga linya) sa kanilang *GAR*, ngunit hindi sa pitong mababang *Sefirot*. At sa mundo ng *Atzilut*, gayundin ay mayroong isang *Tikkun Kavim* sa pitong mas mababang *Sefirot*.

DALAWANG PAG-UNAWA SA TIKKUN KAVIM

25) Ang dahilan nito ay ang *Tikkun Kavim* na gumanap sa sampung *Sefirot* ay umaabot mula sa pag-akyat ng *Malchut* hanggang *Bina*, na naging *Nukva* (babae) hanggang *Hochma*. Bilang resulta, dalawang panig ang nagawa sa sampung *Sefirot*:

- Ang *Malchut* na pinaghalo sa bawat *Sefira* ay naging kaliwang bahagi ng *Sefira*;
- Ang aktwal na *Sefira* ay itinuturing na kanang linya sa *Sefira*.

Gayundin, sinira ng kaliwang linya ang kanang linya. Sa estadong iyon, ang Mataas na Liwanag na ipinares sa *Masach* ng *Dinim* (maramihan para sa *Din*) sa *Malchut* na ito, at ang antas ng *Hassadim* na lumitaw sa *Zivug de Hakaa* ng Mataas na Liwanag sa *Masach* ng *Malchut* na iyon ay naging gitnang linya, pag-iisa at pagpapantay ng dalawang linya sa isa't isa. Kung hindi dahil sa *Dinim* sa *Malchut*, walang *Zivug de Hakaa*, ni hindi rin magkakaroon ng maraming *Hassadim*. Kaya naman, ang *Malchut*, kung saan ay kaliwa, ay naging kasinghalaga ng aktwal na *Sefira*, na siyang kanan.

Nabatid na ang simula ng *Tikkun* ng pag-akyat ng *Malchut* sa *Bina* ay sa mundo ng *Nekudim*, na lumitaw pagkatapos ng *Partzuf SAG de AK*. Samakatuwid, ang *Tikkun* ng tatlong *Kavim* ay nagsisimula din sa mundo ng *Nekudim*, gayundin, dahil ang isa ay nakadepende sa iba. Ngunit sa unang tatlong *Partzufim, Galgalta, AB, SAG* na nauna sa mundo ng *Nekudim*, kung saan walang ganoong isyu gaya ng pag-akyat ng *Malchut* sa *Bina*, samakatuwid, walang tatlong linya sa kanila, ngunit isang linya lamang.

26) At ang lahat ng ito ay posible lamang sa *GAR* ng mundo ng *Nekudim*, na itinuturing na *GAR de Bina*, na ang *Hassadim* ay *GAR*, dahil sila ay *Ohr Hassadim* sa pamamagitan ng kanila mismong kakanyahan, dahil hindi nila kailanman tinatanggap ang *Ohr Hochma*. Para sa kadahilanang ito, ang antas ng *Hassadim* na lumitaw sa *Masach* ng *Malchut* ay sapat upang pagsamahin ang dalawang linya, kanan at kaliwa, sa isa't isa, at ibalik ang *GAR* sa *Sefirot*.

Gayunpaman, hindi ito ganoon sa pitong mababang *Sefirot* sa mundo ng *Nekudim*, na itinuturing na *ZA*, na ang esensya ay ang kaliwanagan ng *Hochma* sa *Hassadim*, dahil kailangan nila ang *Hochma*. At dahil kasali ang *Malchut* sa lahat ng *Sefirot*, hindi sila makatanggap ng *Hochma*. Para sa kadahilanang ito, sila ay kulang at may depekto hangga't ang *Hochma* ay hindi nagniningning sa kanila.

Kaya, ang antas ng *Hassadim* na lumitaw sa *Masach de Malchut* ay hindi nakakatulong sa kanila na ipantay ang dalawang linya, kanan at kaliwa, sa isa't isa. Ito ay dahil ang *Dinim* sa kaliwa, na siyang *Dinim* ng *Malchut* na tumaas sa *Bina*, na sirain ang tamang linya at alisin ang Liwanag ng *GAR* dito. Kaya, ang *Tikkun Kavim de GAR* ay hindi nakakatulong sa pagwawasto ng dalawang linya, kanan at kaliwa sa *VAK*, dahil ang *VAK* sa lahat ng *Sefirot* ay mula sa *Hitkalelut* (paghahalo, pagsasama) ng *ZA* doon. At hangga't wala itong kaliwanagan ng *Hochma*, ito ay kulang at may depekto.

TIKKUN KAVIM SA ZAT AT SA YESHUT

27) Kaya naman, ang unang *Tikkun* ay ang pagwawasto sa mababang pitong *Sefirot*, na nangangailangan ng pag-alis ng *Dinim* sa *Malchut* na humalo sa *Sefirot*. Ibig sabihin, ito ay ang simpleng pagpapalawak ng liwanag mula sa *Hochma* at *Bina de AK*, na siyang

nagpapababa sa *Malchut* mula sa *Bina* at ibinabalik ito sa orihinal nitong kinalalagyan. Sa sandaling iyon, ang tatlong *Kelim*—*Bina* at *TM*—ay bumalik sa *Sefira* at naging kaliwang linya, habang ang *Keter* at *Hochma* na nanatiling nasa itaas ay naging kanang linya. At dahil nakumpleto ang antas gamit ang limang *Kelim*—*KHB TM*—ang lahat ng limang *Liwanag* (*NRNHY*) ay muling bumalik dito, at ang *Liwanag ng Hochma* ay muling bumaba sa antas. Pagkatapos nito, maaaring pagsamahin ng gitnang linya ang dalawang linyang ito at tapusin ang antas kasama ang lahat ng mga pagwawasto nito.

28) Ang pangalawang *Tikkun* ay ang pagpapalakas sa *Parsa*, na siyang pangwakas na puwersa ng *Malchut* na umangat sa *Bina*—kaya't ito'y hindi kailanman maaaring kanselahin. At kahit bumaba man ang *Malchut* mula sa *Bina*, ang kanyang pangwakas na puwersa ay nananatili sa lugar ng *Bina*. Dahil dito, ang *Bina* at *TM*, na dating nagkakaisa sa antas, ay kailangang tumaas sa itaas ng *Parsa* upang makapagsanib-muli sa antas na iyon. Gayunpaman, habang sila ay nasa ibaba ng *Parsa*, hindi sila maaaring makipag-ugnay sa antas, kahit na bumaba na ang *Malchut*, sapagkat ang kanyang pangwakas na puwersa ay nananatili pa rin doon kahit matapos ang kanyang pagbaba.

29) At kapag ang *Bina* at *TM* ay tumaas sa *Parsa* at muling kumonekta sa antas, hindi pa rin sila ganap na nagiging isang antas kasama ng dalawang *Kelim*—*Keter* at *Hochma*. Ito ay dahil may nananatiling pagkakaiba sa pagitan ng dalawang *Kelim* na ito: ang *Keter* at *Hochma*, na kailanma'y hindi nadungisan sapagkat hindi sila umalis sa kanilang antas; at ang tatlong *Kelim*—*Bina* at *TM*—na, sa panahon ng *Katnut*, ay umalis sa kanilang antas at ngayon lamang bumalik, kaya't nadungisan. Ang pagkakaibang ito ang bumubuo sa dalawang linya—kanan at kaliwa—kung saan ang *Keter* at *Hochma* ng antas ay naging kanang linya, at ang *Bina* at *TM* ay naging kaliwang linya.

30) Ang pagkakaibang ito, gayundin ang kanan at kaliwa, ay hindi tumutukoy sa lokasyon, sapagkat ang espirituwal ay higit sa espasyo at panahon. Sa halip, ang "pagkakaiba" ay nangangahulugang hindi sila nagnanais na magkaisa o makipagbigkis sa isa't isa. Ang kanan ay tumutukoy sa *Ohr Hassadim*, samantalang ang kaliwa ay tumutukoy sa *Ohr Hochma*.

Ang mahalagang punto ay ito: ang *Keter* at *Hochma* ng antas, na nanatili roon sa panahon ng *Katnut*—kasama ang *Ohr Hassadim*—ay nagpasyang manatili sa *Ohr Hassadim* kahit sa panahon ng *Gadlut*, matapos bumaba ang *Malchut* mula sa *Bina*. Ito'y dahil ang Liwanag na ito ay walang dungis. Ayaw nilang tanggapin ang *Ohr Hochma* at *GAR* na bumalik ngayon sa antas kasabay ng pagbabalik ng *Bina* at *TM*. Dahil dito, ang *Keter* at *Hochma* ay itinuturing na kanang linya, ibig sabihin, nasa panig ng *Ohr Hassadim*.

Samantala, ang *Bina* at *TM*, na sa kanilang pagbabalik sa antas ay nagdala ng *Ohr Hochma* at *GAR*, ay hindi nais makipag-ugnay sa *Keter* at *Hochma*, sapagkat ang mga ito ay nananatili pa rin sa *Ohr Hassadim* na kanilang tinanggap sa panahon ng *Katnut*. May mas mataas na pagpapahalaga ang *Bina* at *TM* sa *Ohr Hochma* na dumating ngayon sa antas; kaya, sila ay itinuturing na kaliwang linya, sapagkat sila ay nananatili sa *Ohr Hochma*.

31) At ang pagkakaibang ito sa pagitan ng kanang linya at kaliwang linya ay itinuturing ding isang paghahati ng kanan mula sa kaliwa. Ang kanang linya, na nananatili sa *Hassadim*, ay nais kanselahin ang *Ohr Hochma* ng kaliwang linya at italaga ang *Ohr Hassadim* lamang.

Sa kabaligtaran, ang kaliwang linya, na nananatili sa *Ohr Hochma*, ay nagnanais namang kanselahin ang *Ohr Hassadim* ng kanang linya at italaga lamang ang *Ohr Hochma*. Dahil sa banggaang ito, wala sa kanila ang nagniningning: ang *Ohr Hassadim* sa kanang linya ay kulang sa *Ohr Hochma*, tulad ng isang *Guf* na walang *Rosh*; at ang *Ohr Hochma* sa kaliwang linya ay ganap na kadiliman, sapagkat hindi kayang lumiwanag ng *Ohr Hochma* kung wala ang *Hassadim*.

32) At walang pagtatama sa banggaang ito maliban sa pamamagitan ng gitnang linya, na nilikha sa pamamagitan ng isang mas mababang nilalang na umakyat upang magtaas ng *MAN*, sa anyo ng gitnang linya. Isang *Zivug* mula sa *Mataas na Liwanag* ang naganap sa *Masach* ng mas mababang antas, na tinatawag na *Masach de Hirik*, at mula rito ay lumitaw ang antas ng *Hassadim*—na siyang gitnang linya. Sa isang banda, binabawasan ng *Masach* na ito ang *GAR* ng kaliwang linya; at sa kabilang banda, itinatampok o pinapataas nito ang *Ohr Hassadim*. Sa pamamagitan ng dalawang ito, napipilitang makipag-isa ang kaliwang linya sa kanang linya.

Kaya, ang *Liwanag ng VAK de Hochma* ng kaliwang linya ay nabibihisan ng *Hassadim* ng kanang linya, at ngayon ay maaari na itong lumiwanag. Sa gayon, nakukumpleto ang kaliwang linya, at ang *Ohr Hassadim* ng kanang linya ay nagkakaisa sa *Hochma* ng kaliwa—at natatamo ang *Liwanag ng GAR*, na siyang kumukumpleto sa kanang linya. Kaya makikita mo kung paanong ang gitnang linya ang siyang tumatapos at tumutugon sa pangangailangan ng parehong kanan at kaliwa. Ito ang buod ng *Tikkun* ng tatlong linya na itinatag sa pitong mas mababang *Sefirot*.

ANG PAG-USBONG NG TATLONG LINYA SA YESHUT

33) Ngayon ay ipapaliwanag natin ang pagkakasunod-sunod ng paglitaw ng tatlong linya sa isang partikular na antas. Mula rito, mahuhulaan mo rin ang istruktura ng lahat ng iba pang mga antas.

Halimbawa, kunin natin ang antas ng YESHSUT, na siyang pitong mas mababang *Sefirot* ng *Bina*. Ang *GAR de Bina de AA* ay itinatag sa *Mataas na AVI*, at ang *ZAT de Bina de AA* ay itinatag sa YESHSUT. Ang unang lumitaw ay ang kanang linya ng YESHSUT—ang *Keter* at *Hochma de YESHSUT*. Ito ay itinatag sa panahon ng pag-akyat ng *Malchut de YESHSUT* sa *Bina de YESHSUT*, kung saan nagtapos ang antas ng YESHSUT sa ilalim ng *Hochma*, at ang *Bina* at *TM de YESHSUT* ay nahulog pababa, sa antas ng ZA.

Pagkatapos nito, ang dalawang *Kelim*—*Keter* at *Hochma*—ay nanatili sa antas ng YESHSUT at naging kanang linya. At dahil dalawa lamang ang *Kelim* sa antas na iyon—*Keter* at *Hochma*—dalawa lamang ang *Liwanag* na nasa kanila: *Nefesh* at *Ruach*, kaya kulang sila sa *GAR*.

34) Pagkatapos ay lumitaw ang kaliwang linya—ang tatlong Kelim ng Bina at TM de YESHSUT—matapos nilang bumalik at umangat mula sa kanilang pagkahulog. Ito ay naitatag sa pamamagitan ng kaliwanagan mula sa Hochma at Bina de AK, na siyang nagalis sa nagtatapos na Malchut mula sa Bina de YESHSUT at ibinalik ito sa orihinal nitong lugar. Sa sandaling iyon, ang Bina at TM de YESHSUT ay muling umangat sa kanilang antas.

At dahil ang limang Kelim ng Partzuf ay buo na, ang kabuuang NRNHY ay muling nagbihis sa kanila. Sa oras na iyon, sila ang naging kaliwang linya ng YESHSUT. Gayundin, sa paglitaw ng kaliwang linya, nagkaroon ng dibisyon sa pagitan ng kanan at kaliwa: ang kanan ay nagnanais na kanselahin ang kaliwa at mamuno nang mag-isa, at ang kaliwa rin ay nagnanais na kanselahin ang kanan at mamuno nang mag-isa. Dahil dito, hindi sila makaliliwanag hangga't hindi pa naitatayo ang gitnang linya, na siyang nagsasama sa kanila.

35) Pagkatapos ay lumitaw ang gitnang linya. Ito ay lumitaw sa pamamagitan ng *Masach* ng pinakamababang antas sa YESHSUT—ang ZA—na umakyat bilang MAN hanggang YESHSUT. Bumangon ito sa YESHSUT kasabay ng tatlong *Kelim*—*Bina* at TM—nang bumalik sila sa kanilang antas.

Ang antas ng *Liwanag* na lumilitaw sa *Masach* na ito ay pinagsasama ang kanan at kaliwa sa YESHSUT bilang isa. Gayunpaman, ang kanan ay kumikinang mula sa Itaas pababa, habang ang kaliwa ay nagniningning mula sa ibaba paitaas. Sa ganoong estado, ang *Hochma* ay nabibihisan ng *Hassadim* at kaya'y makaliliwanag, samantalang ang *Hassadim* ay kasama sa kaliwanagan ng *Hochma* at nakumpleto sa GAR.

Kaya, nauunawaan natin na bago maitatag ang gitnang linya, ang kanan at kaliwang linya ay nasa pagtatalo—nagnanais na bawiin ang isa't isa. Ang kanang linya, na walang kapintasan at siyang ugat ng antas, ay nais supilin ang kapangyarihan ng kaliwa, tulad ng relasyon ng ugat sa sanga. Ngunit dahil taglay ng kaliwang linya ang *Ohr Hochma*, na mas dakila kaysa sa *Ohr Hassadim* ng kanang linya, malakas ang pwersa nitong bawiin ang *Ohr Hassadim* sa kanan. Ito ang dahilan kung bakit hindi maaaring lumiwanag ang alinman: sapagkat hindi makaliliwanag ang *Hochma* kung wala itong *damit* na *Hassadim*, at ang *Hassadim* na walang *kaliwanagan* ng *Hochma* ay gaya ng VAK na walang *Rosh*.

36) Ang dahilan kung bakit hindi maaaring lumiwanag ang *Hochma* kung wala ang *Ohr Hassadim* ay dahil ito ay tumutukoy sa YESHSUT—ang pitong mas mababang *Sefirot* ng *Bina*—ang HGT NHYM de *Bina*. At ang mga HGT NHYM na ito ay hindi ang tunay na *Bina*, kundi nagmula sa *Hitkalelut* ng ZA sa loob ng *Bina*. Sapagkat kilala na ang lahat ng sampung *Sefirot* ay nakapaloob sa isa't isa, at bawat *Sefira* ay naglalaman ng buong sampung *Sefirot*.

Halimbawa, ang *Sefira Bina* ay binubuo ng sampung *Sefirot*: KHB TM. Ang bahagi nitong *Bina* ay kinikilala bilang sarili nito. Ang *Keter* at *Hochma* sa loob nito ay mula sa *Keter* at *Hochma* na kasama rito; samantalang ang *Tifferet* at *Malchut*, na bumubuo sa HGT NHYM nito, ay nagmumula sa *Hitkalelut* ng ZON sa loob nito.

At kilala na ang *Sefira ZA*, mula sa pinagmulan nito sa sampung *Sefirot de Ohr Yashar*, ay pangunahing *Ohr Hassadim*. Ngunit ang *Ohr Hochma* ay nagniningning sa loob ng *Hassadim* nito. Kaya naman, imposible para sa *Hochma* na lumiwanag sa pitong mababang *Sefirot* kung wala ang *Hassadim*, sapagkat kulang sila sa pinaka-ugat at tagapagdala ng liwanag ng *Hochma*—ang *Hassadim*—na siyang esensya ng ZA sa loob ng sampung *Sefirot de Ohr Yashar*, na siyang ugat ng lahat ng pitong mababang *Sefirot* sa bawat antas.

Samakatuwid, ang panuntunan ay: ang *Hochma* ay maaaring lumiwanag nang walang *Hassadim* lamang sa unang tatlong *Sefirot*. Ngunit sa pitong mas mababang *Sefirot*, nasaan man sila naroroon, sila ay itinuturing na ZA, at hindi maaaring lumiwanag ang *Hochma* kung wala ang *Hassadim*, sapagkat ang *Hassadim* ang siyang tunay na karunungan ng mga ito. Dahil dito, kapag ang *Hochma* ay walang *Hassadim*, ito ay kadiliman—at hindi *Liwanag*.

37) Ngunit dahil sa taas ng *Hochma* na hawak ng kaliwang linya, hindi ito sumusuko kahit ano pa man upang makiisa sa *Hassadim* ng kanang linya. Sa halip, nilalabanan nito ang kanan at nagnanais bawiin ang kapangyarihan nito. Hindi ito sumusuko sa kanan, maliban kung sa pamamagitan ng dalawang pwersang tumaas mula sa gitnang linya—na kumilos doon at sumupil dito:

1. Ang *Masach* ng *Behina Aleph* sa gitnang linya, na siyang ZA, ay binabawasan ang antas ng *Hochma* sa kaliwang linya mula sa antas ng *GAR de Hochma* pababa hanggang sa antas ng *VAK de Hochma*. Ginagawa ito upang ang *Hochma* ay hindi lumiwanag mula sa Itaas pababa, kundi mula sa ibaba paitaas. Ang kaliwanagan na ito ay itinuturing na *VAK de Hochma* lamang.

2. Ang *Zivug* ng *Mataas na Liwanag* sa *Masach de Behina Aleph* na ito ang nagpapalawak sa antas ng *Ohr Hassadim*. Sa isang banda, ang antas ng *Hochma* sa kaliwang linya ay bumaba sa *VAK de Hochma* dahil sa puwersa ng *Masach*; sa kabilang banda, ang *Hassadim* sa kaliwang linya ay tumaas mula sa dalawang panig: mula sa gilid ng kanang linya at mula sa gilid ng *Zivug* ng *Mataas na Liwanag* sa *Masach* ng gitnang linya. Sa sandaling iyon, ang kaliwang linya ay sumusuko at nakikiisa sa *Hassadim* ng kanang linya at ng gitnang linya. Gayunpaman, hangga't hindi pa binabawasan ng *Masach* sa gitnang linya ang antas ng *GAR de Hochma*, walang kapangyarihan sa mundo na makakapag-isahin ito sa kanang linya.

38) Dapat nating malaman na dalawang pwersa ang kumikilos sa *Masach* na ito ng gitnang linya upang bawasan ang antas ng *GAR de Hochma* sa kaliwang linya. Ito ay dahil sa kanilang sarili, ang ZON ay hindi karapat-dapat tumanggap ng *Mochin*, dahil sila ay kinokontrol ng *Malchut* ng *Midat ha Din*, na sinakyan ng puwersa ng *Tzimtzum* upang hindi makatanggap ng liwanag ng *Hochma*. Tinatawag natin itong *Malchut* ng *Midat ha Din*, *Man'ula* (kandado). Ngunit pagkatapos, ang *Malchut* ay nauuugnay sa *Midat ha Rachamim*, ang *Bina*, at sa *Behinat Malchut* na nauugnay sa *Bina*, sila ay karapat-dapat nang tumanggap ng *Mochin*—Liwanag ng *Hochma*. At tinawag natin itong *Malchut*, na nauugnay sa *Bina*, *Miftacha* (susi).

Kaya naman, gayundin sa *Masach de ZA*—ang kanilang gitnang linya—may dalawang pwersang ito: *Miftacha* at *Man'ula*. Sa simula, kapag kailangang bawasan ang GAR ng kaliwang linya, ito ay gumagana sa *Masach de Man'ula* na ito, iyon ay, sa *Malchut* ng *Midat ha Din*. Sa kahit saan ito lumitaw, ang *Mataas na Liwanag* ay tumatakas. Ngunit dahil nais nitong mapanatili ang *VAK de Hochma*, pagkatapos ay tinatanggal ang *Masach de Man'ula* na ito at gumagana na kasama ang *Masach de Miftacha*, bilang *Malchut* na nauugnay sa *Bina*. Sa puwersa nito, nananatili ang isang kaliwanagan ng *VAK de Hochma*.

Kaya, lubusan nating naipaliwanag kung paano tumaas ang ZA kasama ang *Bina* at *TM de YESHSUT* sa antas ng *YESHSUT*, at sa pamamagitan ng kanilang *Masach*, pinag-iisa at kinukumpleto ang dalawang linya—kanan at kaliwa—sa *YESHSUT*, kung saan ito ay nagiging gitnang linya. At ang tatlong linyang ito sa *YESHSUT* ay tinatawag na *Hochma*, *Bina*, *Daat de YESHSUT*. Ang dalawang linya, kanan at kaliwa, ay tinatawag na HB at ZA, habang ang gitnang linya, na siyang nagpapasya sa pagitan nila, ay tinatawag na *Daat*.

HOLAM, SHURUK, HIRIK

39) Ang tatlong linyang ito ay tinatawag ding "ang tatlong punto: *Holam, Shuruk, Hirik.*" Ang kanang linya ay ang punto ng *Holam*, ang kaliwang linya ay ang punto ng *Shuruk* — ang *Melafom*, na isang *Vav* na may isang punto sa loob nito — at ang gitnang linya ay ang punto ng *Hirik*. Ang dahilan nito ay ang mga punto ay nagpapahiwatig ng kaliwanagan ng *Hochma*, na bumuhay at nagpapagalaw sa *Otiot* (mga titik), na siyang mga *Kelim*.

Samakatuwid, ang kanang linya, na itinayo mula sa pag-akyat ng *Malchut* sa *Bina* nang walang *Hochma*, ay ipinahiwatig ng punto ng *Holam*, na nakatayo sa itaas ng *Otiot*. Ipinahihiwatig nito na ang punto, na siyang *Hochma*, ay hindi nakabihis sa mga *Kelim* — ang mga *Otiot* — kundi nasa ibabaw nito.

At ang kaliwang linya ay binubuo ng *Bina* at *TM*, na may taglay na *Ohr Hochma*, pagkatapos nilang bumalik sa kanilang antas. Dahil dito, ito ay ipinahiwatig ng punto ng *Shuruk*, isang *Vav* na may tuldok sa loob nito. Ipinahihiwatig nito na ang punto, ang *Hochma*, ay nakadamit sa loob ng mga *Kelim*, na tinatawag na *Otiot*. Samantala, ang gitnang linya ay gawa mula sa antas sa ibaba nito, na umakyat sa mas mataas na antas, bilang pagpapasya at pagkumpleto ng dalawang linya nito.

Kung hindi dahil sa gitnang linya, ang *Hochma* ay hindi kailanman maaaring sumikat. At dahil ang *Tikkun* na ito ay nagmumula sa antas sa ibaba nito, ito ay ipinahihiwatig ng punto ng *Hirik*, na nakatayo sa ibaba ng *Otiot* — ang mga *Kelim* — dahil ito ay mas mababang antas nito. Dahil dito, palagi nating tinutukoy ang *Masach* ng gitnang linya bilang *Masach de Hirik*.

ANG GITNANG LINYA SA ITAAS NG DALAWANG LINYA

40) Sa katunayan, mayroong isang gitnang linya sa itaas ng dalawang linya, sa unang *Roshim* (mga ulo) ng *Atik*, kung saan ang *Reisha de lo Etyada* ang siyang nagpasiya at pinag-iisa ang dalawang linya — kanan at kaliwa — na siyang dalawang *Roshim*, *Keter* at *Hochma*. Nasa ibaba nito ang *Stimaa de AA*. Ngunit bagaman sila ay itinayo bilang ugat para sa tatlong linya, sa lahat ng tatlong linya, ang gitnang linya ay nagmumula sa ibaba — maliban sa mga ito.

At iyong nalaman na mayroong tatlong *Behinot* (mga pag-unawa) ng *Tikkun Kavim*:

1. *Tikkun Kavim* sa tatlong *Roshim de Atik*, kung saan ang gitnang linya ay nasa itaas ng dalawang linya.

2. *Tikkun Kavim* sa *GAR*, kung saan walang hitsura ng *Hochma* kahit sa kaliwang linya (Aytem 26).

3. *Tikkun Kavim* sa pitong ibabang *Sefirot*, kung saan may pagpapakita ng *Hochma* sa kaliwang linya (Mga aytem 27-39).

TATLONG URI NG HOCHMA SA ATZILUT

41) Mayroong tatlong mga *Hochma* sa *Atzilut*:

1. *Hochma* sa sampung *Sefirot de Ohr Yashar*, na, sa *Partzufim*, ay *Hochma Stimaa de AA*;

2. *GAR de Bina*, na, sa *Partzufim*, ay *AVI*, at tinatawag na "*Hochma* ng kanan";

3. *ZAT de Bina*, na, sa *Partzufim*, ay *YESHSUT*, at tinatawag na "*Hochma* ng kaliwa."

Ang unang dalawang *Hochma* ay naharang at hindi lumiwanag sa mga mas mababa. Tanging ang ikatlong *Hochma*, ang *Hochma* ng kaliwa, ang maliwanag sa lugar ng *Malchut*, at nagniningning sa *ZON* at sa mga ibaba.

42) Alam mo na na ang *AA* ay *Hochma de Atzilut*, ang *AVI* naman ay *GAR de Bina de Atzilut*, at ang *YESHSUT* ay ang pitong mas mababang *Sefirot de Bina de Atzilut*. Kilala rin na may dalawang *Sefirot* lamang sa *Rosh de AA*: ang *Keter* at ang *Hochma*, na tinatawag na *Kitra* at *Hochma Stimaa*.

Iniwan ng *Bina* nito ang kanyang *Rosh* at naging *Guf* na walang *Rosh* dahil sa nagtatapos na *Malchut* na bumangon at nagtapos sa ilalim ng kanyang *Hochma*.

Dahil dito, ang *Bina* at *TM* ay nasa ibaba ng nagtatapos na *Malchut* sa *Rosh* (Item 33), kaya kinikilala silang isang *Guf*. Gayundin, ang mga *iat TM* na ito ay pinangalanan lahat batay sa pinakamataas na *Behina* sa kanila, na siyang *Bina*. Simula nang umalis ang *Rosh* upang bumuo ng isang *Guf* na walang *Rosh*, hindi na ito karapat-dapat tumanggap ng *Hochma* hanggang sa bumalik ito sa *Rosh de AA*.

43) Ang *Bina* na ito ay nahahati sa dalawang *Behinot*, *GAR* at *ZAT*, dahil ang kapintasan ng kawalan ng *Hochma* na nangyari sa paglabas nito mula sa *Rosh* ng *AA* ay hindi naaapektuhan ang *GAR de Bina* kahit ano pa man, sapagkat sila ay laging nasa estado ng "sapagkat siya ay nalulugod sa awa." Kaya't ang *Bina* ay hinahangad lamang ang *Ohr Hassadim*, at hindi *Ohr Hochma*.

Kahit noong nasa *Rosh de AA*, hindi tumanggap ng *Hochma* ang *GAR* nito, kundi ang *Hassadim* lamang. Ito ay pinalawak mula sa *Bina de Ohr Yashar*, na ang kakanyahan ay *Hassadim* na walang *Hochma*. Dahil dito, ang *GAR de Bina* ay walang kapintasan sa anumang paraan sa kanilang paglabas mula sa *Rosh*, at itinuturing silang ganap na perpekto habang nasa *Rosh de AA* pa. Kaya, ang *GAR de Bina* ay pinaghiwalay bilang isang antas sa kanilang sarili. Gayundin, ang itaas na *AVI* — ang mga pagbibihis mula sa *Peh de AA* pababa — na talagang itinuturing bilang *GAR*, ay galing sa kanila, kahit na sila ay nasa ibaba ng *Rosh* ng *AA*.

Ngunit ang pitong mas mababang *Sefirot de Bina* ay hindi esensya ng *Bina* mismo, kundi nagmula sa *Hitkalelut* ng *ZON* sa *Bina*. At ang kakanyahan ng *ZA* ay ang kaliwanagan ng *Hochma* sa *Hassadim*. Kaya naman, kailangan nila ang kaliwanagan ng *Hochma* upang maibigay ito sa *ZON*. At dahil hindi sila karapat-dapat tumanggap ng *Hochma* para sa *ZON* sa kanilang paglabas mula sa *Rosh de AA*, sila ay itinuturing na may kapintasan.

Dahil dito, sila ay nahati mula sa kumpletong *GAR de Bina* at naging isang hiwalay na antas sa kanilang sarili, kung saan nilikha ang *Partzuf YESHSUT de Atzilut*, na nagbihis mula sa *Chazeh de AA* pababa. Gayundin, sila ay itinuturing na *VAK* na walang *Rosh*, hanggang sa bumalik ang *Bina* sa *Rosh de AA*, at sa oras na iyon, nakatanggap sila ng *GAR*.

44) Kaya, nakikita mo na ang *Hochma* ay pangunahin sa *Rosh de AA*, na tinatawag na *Hochma Stimaa*, dahil ang unang *Hochma* na ito ay hinarangan sa *Rosh* ng *AA* at hindi lumiwanag sa mga mas mababa, sa ibaba ng *Rosh de AA*. Ang *AVI* at *YESHSUT* naman ang

orihinal na *Bina de Atzilut*, na tinatawag na "ang antas ng *SAG de MA*," na ang kakanyahan ay *Hassadim* at hindi *Hochma*.

At sa paglabas ng *Bina* mula sa *Rosh de AA*, tanging ang *ZAT de Bina*—*YESHSUT*—ang may depekto, kaya nanatiling walang *GAR*. Nakumpleto lamang ang mga ito sa pagbabalik ng *Bina* sa *Rosh de AA*, kung saan ang *Hochma* ay tumatanggap para sa *ZON*.

Sa oras na iyon, sila ay itinuturing na *Hochma* ng kaliwang linya. Ibig sabihin, ang *Hochma* na ito ay lumilitaw lamang sa pamamagitan ng tatlong linya na lumabas sa *YESHSUT*, kung saan ang *Hochma* ay makikita sa kaliwang linya ng tatlong linyang ito (Item 34).

Kahit bumalik ang *GAR* at *ZAT de Bina*, na *AVI* at *YESHSUT*, sa *Rosh de AA*, ang *YESHSUT* ay hindi tumatanggap ng *Hochma* nang direkta mula sa *Hochma Stimaa* sa *Rosh de AA*, dahil ang bawat antas ay tumatanggap lamang mula sa katabing nakatataas nito. Kaya, natatanggap ng *AVI* ang *Hochma* mula sa *Hochma Stimaa* sa *Rosh de AA*, at ito ang nagbibigay sa *YESHSUT*.

45) Ang *AVI* ay itinuturing na *Hochma* ng kanan. Ito ay dahil kahit na sila ay nasa ibaba ng *Rosh*, kumpleto pa rin sila tulad ng noong sila ay nasa *Rosh*. Palagi silang kaisa ng *Hochma Stimaa* sa *Rosh de AA*, ngunit hindi sila tumatanggap mula rito, sapagkat palagi silang nasa kalagayan ng "sapagkat siya ay nalulugod sa awa."

Lubos nitong ipinapaliwanag na ang kakanyahan ng *Hochma* ay nasa *Rosh de AA*, ngunit ito ay naharang at hindi nagniningning sa ibaba ng kanyang *Rosh*. Gayundin, ang kaliwanagan ng *Hochma Stimaa*, kasama ang *AVI*, ay itinuturing na *Hochma* ng kanan, bagamat hindi nila ito tunay na tinatanggap. Sa kanilang pagbabalik sa *Rosh*, sila ay tinawag na *Hochma Ilaa* (Mataas na *Hochma*).

Ang dahilan kung bakit sila itinuring na *Hochma*, kahit hindi nila ito natatanggap, ay dahil ang kanilang pagkakaisa sa *Hochma* ay ginagawang kumpletong *GAR* ang *Hassadim* sa *AVI*. Samantala, ang *Hochma* na kumikinang sa *YESHSUT* ay ang *Hochma* ng kaliwa, dahil ito ay nagniningning lamang sa kaliwang linya. Ang *Hochma* na ito sa kaliwa ay tinatawag na "Tatlumpu't dalawang landas ng *Hochma* (karunungan)," at ito ang *Hochma* na lumilitaw sa *ZON* at sa mga mas mababa.

Ngunit ang *Hochma* ng kanan ay hindi nagniningning ng anumang *Hochma*, kundi ng *Hassadim* lamang, dahil ang *AVI* ay hindi tumatanggap ng *Hochma*, lalo na ang *Hochma de Ohr Yashar* sa *Rosh de AA*, na hindi nagniningning sa ibaba ng kanyang *Rosh*. Ito ang dahilan kung bakit tinawag itong *Hochma Stimaa*. Kaya, ang kaliwanagan ng *Hochma* ay hindi lilitaw sa kanan, kundi tanging sa kaliwa—kahit na hindi ito ang aktwal na *Hochma*, kundi ang *Bina* na tumatanggap ng *Hochma* para sa *ZON*.

TATLONG OTIOT, MEM, LAMED, TZADIK SA TZELEM

46) Ang *Mochin de Gadlut*—pagkatapos bumalik ng *Malchut* mula sa kinaroroonan ng *Bina* patungo sa kanyang sarili, at bumalik ang *Bina* at *TM* sa kanilang antas, at natapos ang antas na may limang *Kelim KHB TM* at limang mga Liwanag ng *NRNHY*. Ito ay itinuturing na *Malchut*, na siyang *Yod* na pumasok sa *Ohr* (Liwanag) at ginawa itong *Avir* (hangin), bumalik

at umalis sa *Avir*, at ang *Avir* ay bumalik sa pagiging *Ohr*. Mayroong tatlong antas na dapat matukoy sa mga *Mochin* na ito, na ipinahiwatig ng tatlong *Otiot*(mga titik) — *Mem, Lamed, Tzadik* — na *Tzelem*.

Unang Antas: Ito ang *GAR de Bina* na itinatag sa *Mataas na AVI*. Sila ay nasa kalagayan ng "sapagka't siya ay nalulugod sa awa," at hindi kailanman tumatanggap ng *Hochma*. Para sa kadahilanang ito, nauunawaang hindi iniiwan ng *Yod* ang kanilang *Avir*. Ito ay dahil ipinahihiwatig ng *Avir* ang antas ng *Ruach, Hassadim*, at sa *AVI*, ang mga *Hassadim* na ito ay itinuturing na aktwal na *GAR*, at wala silang interes sa pagtanggal ng *Yod* mula sa kanilang *Avir*.

Gayundin, tinawag silang *Mem de Tzelem*, dahil ang titik na ito ay nagpapahiwatig na naglalaman sila ng apat na *Mochin*: *Hochma, Bina*, kanan ng *Daat*, at kaliwa ng *Daat*. Ang bawat *Moach* (isahan ng *Mochin*) ay binubuo ng sampung *Sefirot*, kaya sila ay apatnapung *Sefirot*. Ito rin ay nagpapahiwatig na ang *Mochin* ay sarado na parang sa pamamagitan ng isang singsing, na siyang anyo ng *Mem*, upang hindi matanggap ang *Hochma*.

47) **Ikalawang Antas:** Ito ang pitong mababang *Sefirot* ng *Bina* na itinayo sa *YESHSUT*, na nangangailangan ng *Hochma* upang makapagbigay sa *ZON*. Kaya, sa panahon ng *Gadlut*, umalis ang *Yod* mula sa kanilang *Avir*, at ang *Ohr Hochma* ay bumalik sa kanila upang makapagbigay sa *ZON*. Gayunpaman, sila rin ay hindi tumatanggap ng *Hochma* para sa kanilang sarili, dahil sila ay mula sa *Bina*, at bawat *Bina* — maging *GAR* o *ZAT* — ay mula sa *Ohr Hassadim*. Ang pagkakaiba lamang ay nasa *ZAT*, na tumatanggap ng *Hochma* upang ibigay sa *ZON*.

Ang antas na ito ay tinatawag na *Lamed de Tzelem*. Ang liham na ito ay nagpapahiwatig na mayroong tatlong *Mochin* sa kanila: *Hochma, Bina*, at *Daat*. Ang bawat *Moach* ay naglalaman ng sampung *Sefirot*, kaya sila ay tatlumpung *Sefirot*. Ito ay dahil ang kanan ng *Daat* at ang kaliwa ng *Daat* ay itinuturing na isa rito, sapagkat ang mga ito ay bahagi ng gitnang linya, na nagsasama ng *Hochma* at *Bina*.

48) Ang ikatlong antas ay *ZON*, kung saan lumilitaw ang *Hochma* mula sa *Chazeh* pababa, dahil ang lugar kung saan lumilitaw ang *Hochma* ay nasa kanila. Ito ay tinatawag na *Tzadik de Tzelem*, ayon sa siyam na *Sefirot* sa *ZON*. Ang bawat isa ay binubuo ng sampu, kaya sila ay siyamnapu. Kaya't naipaliwanag natin ang tatlong *Otiot* — *Mem, Lamed, Tzadik (MLTz)* — sa tatlong *Partzufim*: *AVI, YESHSUT*, at *ZON* sa mundo ng *Atzilut*, sa pangkalahatan. Gayunpaman, ganito rin sa bawat detalye, dahil walang antas kung saan ang tatlong *Behinot* na *MLTz* ay hindi nauunawaan, sapagkat ang bawat isa sa kanila ay naglalaman ng *MLTz*.

49) Gayunpaman, ang lugar kung saan lumilitaw ang *Hochma* ay hindi sa *ZA*, kundi sa *Malchut*. Kapag sinasabi nating lumilitaw ang *Hochma* mula sa *Chazeh de ZA* pababa, ito ay dahil mula sa *Chazeh de ZA* pababa ay itinuturing na *Malchut*. Kaya, hindi lumilitaw ang *Hochma* sa unang siyam na *Sefirot*, kundi sa *Malchut* lamang. Ito ang dahilan kung bakit tinawag ang *Malchut* na *Hochma Tataa* (mababang *Hochma*).

DALAWANG PAG-UNAWA SA PAGTATAAS NG MAN

50) Mayroong dalawang *Behinot* (mga pag-unawa) sa pagtataas ng *MAN* de *ZA*: 1) Dahil ang *GAR de Bina*, na siyang *Mataas na AVI*, ay laging nasa *Achoraim* mula sa *Hochma*. Nangangahulugan ito na ayaw nilang tumanggap ng *Hochma*, kundi ng *Hassadim*, gaya ng nasusulat: "sapagkat siya ay nalulugod sa awa." Gayundin, hindi makakatanggap ang *YESHSUT* ng *Hochma* mula sa *AA*, kundi sa pamamagitan lamang ng *AVI* (Item 44). Kaya naman, hindi makakatanggap ang *YESHSUT* ng *Hochma* sa pamamagitan ng *AVI* maliban kung tumaas ang *ZA* sa *YESHSUT* bilang *MAN*. Sa oras na iyon, tinatanggal ng *AVI* ang kanilang *Achoraim* mula sa *Hochma*, at ang *Hochma* ay dumadaloy mula sa *AVI* papunta sa *YESHSUT*.

Ang pagkagising na ito ay umaabot mula sa *Bina de Ohr Yashar*, na nagpapalawak ng kaliwanagan ng *Hochma* sa *Hassadim* para sa *ZA de Ohr Yashar*. Kaya't sa tuwing tumataas ang *ZA* para sa *MAN*, gumigising ang *AVI* upang palawigin ang *Hochma* para dito.

51) Ang ikalawang pag-unawa sa pagtataas ng *MAN* sa pamamagitan ng *ZA* ay upang pag-isahin ang dalawang linya—kanan at kaliwa—sa *YESHSUT* (Item 35). Ito ay dahil kapag lumabas ang kaliwang linya ng *YESHSUT*, nagkakaroon ng dibisyon sa pagitan ng kanan at kaliwa. Dahil dito, hindi ito kumikinang hangga't hindi pinag-isa ng *ZA* ang dalawang linya sa gitnang linya—at saka lamang sila parehong nagniningning.

TATLO ANG LUMITAW SA ISA, ISA ANG UMIIRAL SA TATLO

52) Kaya, naipaliwanag na ang pangalawang pag-unawa sa pagpapataas ng *MAN de ZA* sa *YESHSUT* ay upang pag-isahin ang dalawang linya ng *YESHSUT*—kanan at kaliwa. Maaari lamang silang magniningning sa pamamagitan ng *Masach de Hirik* sa *ZA* (Item 39), na siyang kumukumpleto sa gitnang linya sa kanila at tumutukoy sa dalawang linya ng *Bina*. Itinuturing na tatlong linya ang lumilitaw sa *Bina* sa pamamagitan ng *Masach de ZA*, na tinatawag na *Hochma*, *Bina*, at *Daat*.

Ang panuntunan ay: ang mas mababa ay gagantimpalaan ng buong kaliwanagang sanhi nito sa Isang Mas Mataas. Kaya naman, dahil ang *ZA*, kasama ang *Masach* nito, ang siyang naging sanhi ng paglitaw ng tatlong linyang *Hochma*, *Bina*, at *Daat* sa *YESHSUT*, ang *ZA* rin ay gagantimpalaan ng tatlong linya—*Hochma*, *Bina*, at *Daat*. Ito ang kahulugan ng nakasulat sa *The Zohar*: "Tatlo ang lumitaw sa isa, ang isa ay umiiral sa tatlo" (*Beresheet*, 1, Item 363).

ANG UGAT NG NUKVA DE ZA, IBIG SABIHIN ANG MALCHUT

53) Sa panahon ng *Katnut* ng mundo ng *Nekudim*, ang *ZA*, na *HGT NHY de Nekudim*, ay nagkaroon ng anim na *Kelim*: *HBD HGT*. Ito ay ayon sa pananaw ng mga *Liwanag*, kung saan unang lumago ang mas maliliit; kaya tinatawag silang *HGT NHY* at kulang sila sa *GAR*. Samantala, mula sa pananaw ng *Kelim*, kung saan unang lumago ang mga mas Mataas, tinawag silang *HBD HGT* at kulang sila sa *NHY de Kelim*.

Kaya't kulang ito sa *NHY de Kelim* dahil sa pag-akyat ng *Malchut* sa lugar ng *Bina de ZA*, na katumbas ng *Sefira Tifferet*, dahil ang *HGT de ZA* ay *KHB* (Item 9), iyon ay, sa ikatlong itaas ng *Tifferet*, sa lugar ng *Chazeh*. Ang dalawang-katlo—*Bina* at *TM*—na sa *ZA* ay tinatawag na dalawang-katlong *Tifferet* at *NHY*, ay nahulog mula sa kanilang antas hanggang sa antas sa ibaba nito, sa mga mundong *Beria, Yetzira*, at *Assiya*, sa ibaba ng *ZA de Atzilut*.

Dahil dito, tanging ang *HBD HGT de Kelim* hanggang sa punto ng *Chazeh* ang nanatili sa loob nito. At ang puntong ito ng *Chazeh* ay ang *Malchut* na siyang nagtatapos sa antas sa lugar ng *Bina*, at siyang nagpapababa sa *Bina* at *TM*—na tinatawag na *TNHY*—sa antas sa ibaba nito (*Item 16*).

Ito ang dahilan kung bakit ang *ZON* sa *Katnut* ay laging tinatawag na *VAK* at *Nekuda*. Ang anim na *Kelim, HBD HGT*, ay tinatawag na *VAK*, ibig sabihin ay *Vav Ktzavot* (anim na dulo); at ang punto ng *Chazeh*, na siyang *Malchut* na nagtatapos sa antas nito, ay tinatawag na *Nekuda* (punto). Mula sa pananaw ng mga *Liwanag*, kung saan unang lumago ang mas maliliit, ang mga ito ay tinatawag na *HGT NHY*, at ang nagtatapos na *Malchut* ay tinatawag na "*Nekuda sa ilalim ng Yesod*."

54) Para sa kadahilanang ito, kinuha ng *Malchut* ang lahat ng *Kelim* sa *BYA* sa kanyang sariling dominyo, na siyang punto ng *Chazeh*. Ito ay dahil ang puntong ito ang nagdala sa *Kelim de TNHY de ZA* sa *BYA*. Gayundin, ibinalik niya ang mga *Kelim* na ito sa antas ng *Atzilut* nang lumitaw ang *Gadlut de Nekudim*, bago pa man sila masira. Ito ay dahil sa panahon ng *Gadlut*, ang nagtatapos na *Malchut* ay umatras mula sa lugar ng *Chazeh* pabalik sa kanyang sariling lugar, sa ilalim ng *NHY de Kelim de ZA*. Pagkatapos, ang mga *Kelim* ng *Bina* at *TM* na nahulog sa *BYA*—ang *TNHY*—ay bumangon pabalik sa *Atzilut*. At dahil nakuha ng *ZA* ang kumpletong *TNHY de Kelim*, taglay na rin nito ang mga *Liwanag* ng *GAR*.

At dahil walang kakulangan sa espirituwal, ito ay itinuturing na kahit ngayon, ang *Malchut* ay nananatili pa rin sa lugar ng *Chazeh de ZA* gaya ng dati. Ang puwersa lamang ng *Din* at *Sium* (pagtatapos) sa kanya ang bumaba sa punto ng mundong ito. Kaya naman, ang mga *Kelim TNHY de ZA* na nasa ilalim ng awtoridad nito sa panahon ng *Katnut*, at ngayon ay bumalik at nakipagkaisa sa *ZA*, ay nakiisa rin sa kanya sa panahon ng *Gadlut*, pagkatapos nilang magkaisa at makumpleto ang *TNHY de ZA*.

Gayundin, sila ay naging kanyang siyam na mababang *Sefirot*, dahil ang punto ng *Chazeh*, na siyang ugat ng *Malchut* mula pa noong panahon ng *Katnut*, ay naging *Keter*. Sa tatlong *Kelim NHY de ZA*, ang bawat *Kli* ay nahahati sa tatlong ikatlong bahagi. Ang tatlong-katlo ng *Netzah de ZA* ay naging *Malchut, Hochma, Hesed, Netzah*; ang tatlong-katlo ng *Hod de ZA* ay naging *Malchut, Bina, Gevura, Hod*; at ang tatlong-katlo ng *Yesod de ZA* ay naging *Malchut, Daat, Tifferet, Yesod*.

Kaya, ang mga *TNHY de ZA* na ito, na bumangon mula sa *BYA* sa panahon ng *Gadlut* at nakipag-isa sa antas nito—na naging sanhi ng *GAR* ng mga *Liwanag* nito—ay nakipag-isa rin sa *Malchut*, at naging kanyang siyam na mababang *Sefirot* sa *Kelim* at ang unang siyam sa mga *Liwanag*.

55) At iyong nalaman na ang ugat ng *Nukva de ZA* ay ang punto ng *Chazeh*, na hindi nawawala kahit sa panahon ng *Katnut*. Tinawag ito sa pangalang *Keter ng Malchut*. Ang mga *Kelim TNHY de ZA* na nahulog sa *BYA* noong panahon ng *Katnut* ay bumalik sa *Atzilut* sa panahon ng *Gadlut*, at nahati sa dalawang *Partzufim*: *ZA* at *Malchut*. Ito ay dahil nagsisilbi sila bilang *TNHY de Kelim* para sa *ZA* at *HBD HGT NHY de Kelim* para sa *Malchut*.

MULA CHAZEH DE ZA PABABA, ITO AY NABIBILANG SA NUKVA

56) Nagbunga ito ng panuntunan na mula sa *Chazeh de ZA* pababa, iyon ay, ang *Kelim TNHY de ZA*, ay itinuturing na *Malchut*, na tinatawag na "ang pinaghiwalay na *Nukva de ZA*." Ito ay dahil ang lahat ng ilalim na siyam na *Sefirot* ng *Malchut* ay gawa sa mga *TNHY de ZA* na ito matapos nilang makiisa dito, sa panahon ng *Gadlut*. Gayundin, lubusan nating nauunawaan kung ano ang ating sinasabi, na sa *Katnut*, ZA at *Malchut* ay nasa anyo ng *Vav* at *Nekuda*, ibig sabihin ay *HBD HGT de Kelim* at *Nekuda ng Chazeh*. Ang ZA ay kulang sa *GAR* ng mga *Liwanag* dahil sa kawalan ng *NHY de Kelim*, at ang *Malchut* ay kulang sa unang siyam na *Sefirot* ng mga *Liwanag* dahil sa kawalan ng mababang siyam sa *Kelim*.

Kaya naman, malinaw na ang ugat ng *Nukva de ZA* sa *Katnut* at *Gadlut* ay mula sa *Katnut* at *Gadlut* ng mundo ng *Nekudim*. At kahit nasira ang *Kelim de Nekudim*, bumalik pa rin sila at naiwasto sa mundo ng *Atzilut*, sa parehong mga panahon ng *Katnut* at *Gadlut*. Kaya, parehong ZA at *Malchut de Atzilut* ay VAK at *Nekuda* sa *Katnut*, tulad ng sa *Katnut* ng sampung *Sefirot de Nekudim*.

Sa oras na iyon, ang *TNHY de ZA de Atzilut* ay nahulog sa *BYA*, at ang puntong ito ay ang ugat ng *Nukva*. Sa panahon ng *Gadlut*, bumalik sila sa kanilang antas sa *ZA de Atzilut* at nakumpleto ang *NHY de Kelim* sa ZA at ang mababang siyam ng *Kelim* sa *Nukva* nito, na *Malchut*, tulad ng sa *Katnut* at *Gadlut* ng mundo ng *Nekudim*. Kaya, ang mga *TNHY de ZA* na ito mula sa *Chazeh* nito pababa ay ang mga ugat ng *Gadlut de Nukva*.

LABINDALAWANG PARTZUFIM SA ATZILUT

57) Ang bawat antas na naglalaman ng tatlong beses ng sampung *Sefirot*—sampung *Sefirot de Rosh*, sampung *Sefirot de Toch*, at sampung *Sefirot de Sof*—ay tinatawag na *Partzuf*. Nakikita ito mula sa Pinakamataas na *Behina* nito. Kung ang Pinakamataas na *Behina* ay ang *Keter*, lahat ng tatlumpung *Sefirot* dito ay pinangalanang *Keter*; at kung ang Pinakamataas na *Behina* ay *Hochma*, silang lahat ay tinatawag na *Hochma*, at iba pa.

Gayundin, mayroong limang *Partzufim* na ang antas ay sinusukat ng *Zivug de Hakaa* sa limang *Behinot* sa *Masach*. Ang isang *Zivug de Hakaa* sa *Masach de Behina Dalet* ay nagpapalawak sa antas ng *Keter*; pinalalawak ng *Masach de Behina Gimel* ang antas ng *Hochma*; pinalalawak ng *Masach de Behina Bet* ang antas ng *Bina*; *Masach de Behina Aleph* naman ay nagpapalawak sa antas ng ZA; at ang *Masach de Behinat* (o *Behina ng Shoresh*) ay nagpapalawak sa antas ng *Malchut*.

58) Gayunpaman, mayroong labindalawang *Partzufim* sa *Atzilut*: ang apat na *Partzufim* ng *Keter*, na tinatawag na *Atik* at *Nukva*, at *Arich* at *Nukva*; ang apat na *Partzufim* ng *Bina*, na tinatawag na *Mataas na AVI* at *YESHSUT*; at ang apat na *Partzufim* ng *ZON*, na tinatawag na "ang malaking *ZON*" at "ang maliit na *ZON*." Ang dahilan kung bakit sila nahahati sa ganitong paraan ay dahil ang bawat *Partzuf* sa *Atzilut* ay binubuo ng dalawang uri ng *Kelim*:

- *Kelim* na lumitaw sa mundo ng *Atzilut* sa *Zivugim de Hakaa* (pangmaramihan para sa *Zivug de Hakaa*). Ang mga iyon ay tinatawag na *Kelim de MA*.

- *Kelim* na sumira sa mundo ng *Nekudim*, na tinatawag na *Kelim de BON*. Ang mga ito ay naiwasto at tumaas mula sa *BYA*, at kumonekta sa mga antas na lumitaw sa pamamagitan ng isang *Zivug de Hakaa* sa mundo ng *Atzilut*, na tinatawag na *MA*. Gayundin, ang *Kelim de MA* ay itinuturing na "lalaki" at ang *Kelim de BON* ay itinuturing na "babae." Samakatuwid, ang bawat *Partzuf* ay naglalaman ng lalaki at babae.

59) Bilang karagdagan, ang bawat *Partzuf* ay nahahati sa *GAR* at *ZAT*. May lalaki at babae sa *GAR* ng *Partzuf*, at mayroon ding lalaki at babae sa *ZAT* ng *Partzuf*. Dahil dito, apat na *Partzufim* ang lumilitaw sa bawat *Partzuf*.

Ang dalawang *Partzufim* ng *GAR* ng *Keter* ay tinatawag na *Atik* at *Nukva*, kung saan ang *Atik* ay *MA* at ang *Nukva* ay *BON*. Ang dalawang *Partzufim* ng *ZAT de Keter* ay tinatawag na *Arich Anpin* at *Nukva*, kung saan si *Arich Anpin* ay *MA* at ang *Nukva* ay *BON*. Ang dalawang *Partzufim* ng *GAR de Bina* ay tinatawag na *Itaas na AVI*, ang dalawang *Partzufim* ng *ZAT de Bina* ay tinatawag na *YESHSUT*, ang dalawang *Partzufim* ng *GAR de ZON* ay tinatawag na "ang malaking *ZON*," at ang dalawang *Partzufim* ng *ZAT* sa *ZON* ay tinatawag na "ang maliit na *ZON*."

60) Ang dahilan kung bakit hindi natin binibilang ang apat na *Partzufim* sa *Hochma* ay dahil ang *AA* ay ang antas ng *Hochma de MA*, ngunit ang *Hochma* sa loob nito ay naharang sa loob ng *Keter* nito, sa pamamagitan ng "isa sa loob ng iba pa." Gayundin, hindi kailanman nagniningning ang *Hochma* sa *Atzilut*. Sa halip, lahat ng *Hochma* na nagniningning sa *Atzilut* ay mula sa *Bina* na bumalik sa *Rosh de AA* at naging *Hochma*. Ang *Bina* na ito ay nakasuot ng *AVI* at *YESHSUT*. At ang *AVI* ay itinuturing na *Hochma* ng kanan, habang ang *YESHSUT* ay itinuturing na *Hochma* ng kaliwa (*Aytem* 41). Samakatuwid, hindi natin binibilang ang apat na *Partzufim* sa *Hochma*, kundi sa *Bina*, na itinuturing ding *Hochma* na nagniningning sa *ZA* at *Malchut* sa lahat ng mundo.

ISANG DAKILANG PANUNTUNAN SA ORAS AT LUGAR

61) Alamin na ang lahat ng mga pagpapahayag sa karunungan ng Kabbalah na may oras at lugar ay hindi tumutukoy sa haka-haka na oras at lugar sa korporeyalidad, dahil dito ang lahat ay nasa ibabaw ng panahon at higit sa espasyo. Sa halip, ang "bago" at "pagkatapos" ay tumutukoy sa sanhi at bunga. Tinutukoy natin ang dahilan bilang "noon," at ang kahihinatnan bilang "pagkatapos," dahil ang bawat dahilan ay nauuna sa kahihinatnan nito.

Gayundin, ang "ibabaw," "ibaba," "pag-akyat," at "pagbaba" ay mga sukat ng *Aviut* at *Zakkut* (kadalisayan). Ito ay dahil ang ibig sabihin ng "pag-akyat" ay *Hizdakchut*, at ang ibig sabihin ng "pagbaba" ay *Hit'abbut* (pagtaas ng *Aviut*). At kapag sinabi natin na ang mas mababang antas ay tumaas, nangangahulugan ito na ang mas mababang antas ay nalinis at naging kasing dalisay ng Mas Mataas na Antas. Samakatuwid, ito ay itinuturing na kumapit dito dahil katumbas ng anyo ay nakakabit sa mga espirituwal sa isa't isa.

Gayundin, kapag sinabi natin na ang ibaba ay nagbibihis sa Isang Nakatataas, nangangahulugan ito na ang isang pagkakapareho ng anyo sa panlabas ng Isang Nakatataas ay ginawa sa loob nito. Ito ay dahil tinatawag natin ang pagiging panlabas ng Isang Nakatataas na "nagbibihis sa Isang Nakatataas." At ito ay pareho sa lahat ng iba pang mga bagay na nakikita sa oras o sa espasyo. Pag-aralan sila sa ganitong paraan, iyon ay, sa espirituwal na kahulugan, ayon sa isyu.

DALAWANG PAGKAKAIBA SA PAGITAN NG PARTZUFIM NG GAR AT ANG PARZUFIM NG VAK

62) Ang bawat *Partzuf* ay nagmula at ipinanganak mula sa *Masach de Guf* ng Mas Mataas na *Partzuf* sa pamamagitan ng sanhi at bunga. Tumutukoy ito sa lahat ng *Partzufim*, mula sa *Partzuf Keter de AK*, na lumitaw pagkatapos ng unang paghihigpit, hanggang sa dulo ng *Partzufim* ng *Assiya*.

Gayundin, binibihisan nila ang isa't isa; ibig sabihin, binibihisan ng bawat ibaba ang *Guf* ng Isang Nakatataas nito.

63) Ang *Partzufim* ay nahahati sa *Partzufim* ng *GAR—Partzuf Keter, Partzuf Hochma*, at *Partzuf Bina*—at *Partzufim* ng *VAK—Partzuf ZAT de Bina*, na tinatawag na *YESHSUT, Partzuf ZA*, at *Partzuf Malchut*. Ang tatlong *Partzufim* na ito ay palaging itinuturing na *Partzufim* ng *VAK*. At kahit tumanggap sila ng *GAR*, hindi sila tumitigil sa pagiging *VAK*, dahil kulang sila sa *KHB* mula sa kanilang pinakaugat. Mayroong pagkakaiba sa pagitan ng *Partzufim* ng *GAR* at ng *Partzufim* ng *VAK*, kapwa sa kanilang paglitaw at pagsilang, at sa kung paano nila binibihisan ang *Guf* ng Isang Nakatataas.

Ang *Partzufim* ng *GAR* ay lumabas mula sa *Peh de Rosh* ng kanilang katabing Isang Nakatataas. Nagsisimula ito sa *Partzuf Keter de AK*, dahil sa sandaling lumitaw ang *Partzuf Keter de AK* sa *Rosh* at *Guf*, naroon ang *Bitush* ng *Ohr Makif* (Palibot na Liwanag) at *Ohr Pnimi* (Panloob na Liwanag) sa sampung *Sefirot* ng *Guf*.

Nangangahulugan ito na ang *Liwanag*, na pinigil ng *Aviut* ng *Masach* mula sa pagpasok sa *Guf* ng *Partzuf*, ay tinatawag na *Ohr Makif*. Tinamaan nito ang *Aviut* ng *Masach*, na ang *Ohr Pnimi* ay nakasuot ng *Ohr Hozer* (Bumalik na Liwanag), at sa pamamagitan ng pagtama ng *Ohr Makif* sa *Aviut* sa *Masach*, ang *Masach* sa *Guf* ay dinalisay at ang anyo nito ay napantayan ng pinagsamang *Masach* sa *Rosh* ng *Partzuf*. Ito ay itinuturing na ang *Masach de Guf* na bumangon at kasama sa *Masach* sa *Peh de Rosh*, sa loob ng *Zivug* doon, dahil ang pagkakapantay ng anyo ay itinuturing na *Dvekut* (pagkadikit/pagkakabit).

Kaya naman, sa pamamagitan ng *Hitkalelut* (pagsasama/paghahalo) nito sa *Zivug* ng *Rosh*, ang lahat ng *Behinot* (mga pag-unawa) ng *Aviut* sa *Masach* ay naibalik, bukod sa huling *Behina*. Pagkatapos, isang *Zivug de Hakaa* sa sukat ng *Aviut* na nanatili sa *Masach—Aviut de Behina Gimel*—ay lumitaw dito mula sa Mataas na *Liwanag* sa *Rosh*, at ang antas ng *Partzuf Hochma* ay lumitaw dito.

Sa oras na iyon, kinilala na ang *Masach* ay mula sa ibang *Behina*, dahil ang Isang Nakatataas ay *Partzuf Keter*, at ang antas na ito na naibalik sa *Masach* ay ang antas ng *Hochma*, dahil ang huling *Behina* ay nawala. At ang pagkilalang ito ay itinuturing na "kapanganakan," ibig sabihin ay umalis ito sa antas ng *Keter* at naging isang natatanging *Partzuf* na mayroon lamang antas ng *Hochma*. Kaya, ang pinagmulan ng bagong panganak na *Partzuf Hochma* ay ang *Masach de Guf* ng antas ng *Keter*, na nagdalisay at tumayo sa *Peh de Rosh*, at ang lagusan, lugar ng kapanganakan, ay *Peh de Rosh* ng *Partzuf Keter*.

---

31 **Paalala ng Tagasalin**: Sa Kabbalah, ang *Zakkut* ay tumutukoy sa kapangyarihan ng *Masach*, sa halip na sa tradisyonal na kahulugan ng salita: kadalisayan.

At pagkatapos ipanganak at lumabas ang *Partzuf Hochma* mula sa *Peh de Rosh* ng *Partzuf Keter*, ito ay itinuturing na damit lamang ang *Guf* ng *Partzuf Keter*, iyon ay, ang *GAR de Guf*, na *HGT*. Ito ay dahil ang *Masach de Guf* ang ugat kung saan ito ipinanganak. Gayundin, dinadamitan lamang nito ang panlabas ng *Guf* ng *Partzuf Keter*, dahil ang antas ng *Behina Gimel* ay panlabas sa *Partzuf Keter*, na ang antas ay mula sa *Ohr Hozer* ng *Behina Dalet*. Samakatuwid, ito ay itinuturing na damit, na nagpapahiwatig ng *Dvekut* sa panlabas.

64) Gaya ng ipinaliwanag hinggil sa kapanganakan ng *Partzuf Hochma de AK* mula sa *Peh de Rosh* ng *Partzuf Keter de AK*, lumitaw ang *Partzuf Bina* mula sa *Peh* at *Rosh* ng *Partzuf Hochma* sa eksaktong ganitong paraan. Matapos makumpleto ang *Partzuf Hochma* sa *Rosh* at *Guf*, mayroong isa pang *Bitush* ng *Ohr Makif* at *Ohr Pnimi*, na nagpapadalisay sa *Aviut* ng *Masach* at nagpapapantay sa anyo nito sa *Masach de Malchut* ng *Rosh*. At dahil ito ay kasama sa *Zivug* ng *Rosh*, ang *Behinat Aviut* sa loob nito ay napanumbalik, maliban sa huling *Behina*, na nawala.

Pagkatapos, sampung *Sefirot* ang lumitaw sa natitirang *Aviut* sa loob nito, *Aviut de Behina Bet*, sa antas ng *Bina*. At dahil kinikilala na ito ay isang mas mababang antas kaysa sa *Partzuf Hochma*, ito ay kinikilala bilang hiwalay mula dito at ipinanganak sa sarili nitong nasasakupan. Gayunpaman, binibihisan nito ang *Guf* ng Isang Nakatataas, na siyang ugat nito. At dinamitan din nito ang *GAR de Guf*, sa lugar ng *HGT*.

65) Ang tatlong *Partzufim* ng *VAK* – *YESSHUT, ZA*, at *Malchut* — ay lumitaw sa mismong paraan, maliban kung mayroong dalawang pagkakaiba sa kanila:

1. Ang kanilang isang mas mababa ay hindi lumitaw mula sa *Peh de Rosh* ng kanyang katabing Isang Nakatataas, ngunit mula sa *Peh de Rosh* ng isa sa itaas nitong Isang Nakatataas. Halimbawa, hindi lumalabas ang ZA mula sa *Peh de Rosh* de *YESHSUT*, ngunit pagkatapos lamang na ang *YESHSUT* ay naging isang *Partzuf* na may *AVI*, na isa sa Itaas ng Isang Nakatataas nito. Katulad nito, hindi lumalabas ang *Nukva* mula sa *Peh de Rosh* ng *ZA*, ngunit pagkatapos lamang na tumaas ang ZA sa *AVI*.

- Gayundin, ang *Partzuf Atik de Atzilut* ay hindi lumabas mula sa unang *Rosh* ng *Nekudim*, ngunit mula sa *Rosh* ng *SAG de AK*. Ang dahilan ay ang mga *Roshim* na ito (pangmaramihan para sa *Rosh*), na itinuturing na *VAK* mula sa kanilang pinakaugat, ay hindi karapat-dapat para sa *Zivug* na may Mataas na *Liwanag* sa isang paraan na maaari silang magmula sa isang mas mababang *Partzuf*.

2. Ito ay tungkol sa pagbibihis: Ang *Partzufim* ng *VAK* ay hindi binibihisan ang *GAR de Guf* ng kanilang Isang Nakatataas, *HGT*, ngunit ang *VAK* ng *Guf* ng Isang Nakatataas, na *NHY* mula sa *Chazeh* pababa. Dahil *VAK* sila sa kanilang ugat, hindi sila makakapit sa *GAR de Guf* ng Isang Nakatataas. Kaya, ang dalawang pagkakaiba sa pagitan ng *Partzufim* ng *GAR* at ng *Partzufim* ng *VAK* ay lubusang nilinaw:

- Ang isa ay tungkol sa paglitaw, kung saan tanging ang *Partzufim* ng *GAR* ang lumabas mula sa *Peh* ng kanilang katabing Isang Nakatataas. Hindi ganoon ang kaso sa *Partzufim* ng *VAK*, na lumalabas mula sa isang nasa *Ibabaw* ng kanilang Isang Nakatataas.

- At ang iba naman ay tungkol sa pagdadamit, na tanging ang *Partzufim* ng *GAR* lamang ang maaaring kumapit sa *HGT* ng Isang Nakatataas, na *GAR de Guf*, ngunit hindi ang *Partzufim* ng *VAK*, na kumapit lamang mula sa *Chazeh* pababa, sa *VAK de Guf*.

TATLONG KONDISYON PARA SA PAG-USBONG NG MAS MABABANG PARTZUF

66) May tatlong kundisyon para sa isang *Zivug* na magkaroon ng mas mababang *Partzuf*:

Ang unang kondisyon ay ang *Masach* na nakipag-ugnay sa Mas Mataas na *Liwang* sa *Zivug de Hakaa* at nagpapataas ng *Ohr Hozer*, na nagbibihis sa Itaas na *Liwang*. Ang antas ng isang mas mababa ay ayon sa sukat ng pananamit ng *Ohr Hozer*. Katulad nito, pagkatapos na matamo ng *Masach* ang lahat ng *Partzufim* at antas sa mundo ng *Nekudim*, hindi sila nagpumilit ngunit sinira at kinansela, at ang *Masach* ay dinalisay ng lahat ng limang *Behinot Aviut* na nasa loob nito, bumalik sa *Rosh de SAG*, at lahat ng antas na lumitaw sa *Nekudim* ay iniwan ang kanilang *Reshimot* sa *Masach*.

Kaya naman, nang ang *Masach* ay isinama sa *Zivug* sa *Rosh de SAG*, ang dati nitong *Reshimot* ay nanumbalik dito. Sa una, ang *Masach* ay nakatamo ng Pinakamataas na *Behina* sa loob nito, ang *Reshimo* ng *Partzuf Keter*, na tinatawag na *Atik de Atzilut*, sa *Aviut* ng *Behina Dalet*. Ang natitirang bahagi ng *Reshimot*, na nanatili sa *Masach*, ay lumabas kasama sa pagsilang ng *Atik* sa lugar ng *Atik*.

At kapag natapos na ang *Atik*, mayroong isang *Zivug de Hakaa* sa loob nito, sa Pinakamataas na *Behina* sa natitirang bahagi ng *Masach* sa loob nito, na *Behina Gimel*, at nakuha ang antas ng *AA* dito. At ang natitirang mga *Reshimot* sa *Masach*, kung saan hindi pa nagagawa ang *Zivug de Hakaa*, ay bumaba kasama ng kapanganakan ng *AA* sa lugar ng *AA*.

At nang makumpleto ang *AA*, isang *Zivug* ang ginawa dito sa Pinakamataas na *Behina* sa natitirang bahagi ng *Masach*, na *Behina Bet*, at natamo ang antas ng *AVI*, atbp., sa katulad na paraan. Kaya, ang lahat ng *Partzufim* ay lumitaw sa pamamagitan ng isang *Zivug de Hakaa* ng Itaas na *Liwang* kasama ang *Masach*.

67) **Ang pangalawang kondisyon** ay ang *Keter* at *Hochma* ng bawat ibaba ay nakakabit sa *Bina* at *TM* ng kanilang Isang Nakatataas. Kaya naman, kapag ang Isang Mataas ay natapos at itinaas ang *Bina* at *TM* nito, ang *Keter* at *Hochma* ng isang mas mababa ay umangat kasama nila sa lugar ng Isang Nakatataas at kasama sa *Zivug* ng Isang Nakatataas. Kaya, ang bawat isang mas mababa ay tumatanggap ng antas nito mula sa *Zivug* ng *Rosh* ng Isang Nakatataas.

68) **Ang pangatlong kondisyon** ay ang *ZA* ay tumaas sa *YESHSUT* at kinumpleto at pinag-isa ang mga *Liwanag* ng kanan at kaliwa ng *YESHSUT*. Kung hindi dahil sa pag-akyat ng *ZA* para sa *MAN*, hindi na sana nagniningning ang kanan at kaliwa ng *YESHSUT*. Kasunod nito, ang pag-akyat ng *ZA* sa *YESHSUT* ay naging sanhi ng pag-tatamo ng tatlong linya — kanan, kaliwa, at gitna — na *HBD de YESHSUT*.

Mayroong isang tuntunin: ang nasa ibaba ay ginagantimpalaan ng buong sukat ng *Liwang* na nagiging sanhi ng kaliwanagan nito sa Itaas. Kaya, natatanggap ng *ZA* ang parehong *Mochin* de *HBD* mula sa *YESHSUT*. Ito ang kahulugan ng "Tatlong lumitaw mula sa isa; ang isa ay umiiral sa tatlo." Kaya, ipinaliwanag natin ang tatlong kundisyon para matamo ng *Zivug* ang isang mas mababa.

69) Sa esensya, ang *Zivug* upang matamo ang mas isang mababa ay lumilitaw mula sa *Zivug de Hakaa* ng Mataas na *Liwang* sa *Masach*, dahil ito ang sumusukat sa antas ng isang mas mababa. Gayunpaman, nangangailangan ito ng paggising ng *MAN* ng isang mas mababa, at ang paggising na ito ay ginawa ng *Keter* at *Hochma* ng isang mas mababa, na nakakabit sa *Bina* at *TM* ng Isang Mataas. Samakatuwid, pareho ang kinakailangan para sa pagtamo ng mas mababang *Partzuf*.

Gayunpaman, sa *ZA* ay may karagdagang usapin: ang *Masach* nito ay hindi nagpapalawak ng *Kelim* de *GAR*, dahil ito ay isang *Masach* ng *Behina Aleph*. Kaya, hindi ito maibibigay ng Isang Mataas ng *Mochin* mula sa isang *Zivug* ng *Masach* sa Mataas na *Liwang*. Samakatuwid, ang pangatlong kundisyon ay kinakailangan — upang matanggap ang *Mochin* sa pamamagitan ng pag-udyok sa *Mochin* sa Isang Mataas nito, gaya ng sa "tatlong lumitaw mula sa isa; ang isa ay umiiral sa tatlo."

TATLONG YUGTO SA PAGTATAMO NG SAMPUNG SEFIROT

70) Ang unang yugto ay nasa unang *Partzufim* ng *AK*, kung saan ang lahat ng sampung *Sefirot* ay lumitaw nang sabay-sabay. Sa *Zivug de Hakaa* sa *Masach* de *Behina Dalet*, lumitaw ang sampung *Sefirot* ng antas ng *Keter*. At sa *Zivug de Hakaa* sa *Masach* de *Behina Gimel*, lumitaw ang sampung *Sefirot* sa antas ng *Hochma*. At sa *Zivug de Hakaa* sa *Masach* de *Behina Bet*, sampung *Sefirot* sa antas ng *Bina* ay lumitaw.

71) Ang ikalawang yugto ay ang mundo ng *Nekudim*, na lumitaw sa isang *Masach* de *Behina Aleph*, na konektado sa *Malchut*, at kung saan ang sampung *Sefirot* ay lumitaw nang dalawang beses. Una, umangat ang *Malchut* sa *Bina* de *SAG* de *AK*. Pagkatapos, nang ang *Masach* ng *SAG* ay nagdalisay sa *Behina Aleph*, na tinatawag na *Nikvey Eynaim*, ang *Malchut* ay bumangon at sumama kasama ang *Behina Aleph*, na nagtatapos sa antas sa ilalim ng *Hochma*, na tinatawag na *Eynaim*. Kasunod nito, dalawang *Kelim* na lamang ang natitira sa antas, *Keter* at *Hochma*, na may dalawang mga *Liwang*, *Ruach* at *Nefesh*. At ang tatlong *Kelim Bina* at *TM* ay nahulog mula sa antas. Ito ay tinatawag na *Katnut* (kaliitan) de *Nekudim*.

Sa panahon ng *Gadlut* (kadakilaan, tamang gulang), ang tatlong *Kelim Bina* at *TM* ay bumalik sa antas at ang limang *Kelim KHB TM* sa antas ay natapos na may limang mga *Liwang NRNHY*. Kaya, nilinaw na sa daigdig ng *Nekudim*, ang sampung *Sefirot* ay hindi lumitaw nang sabay-sabay, tulad ng sa unang tatlong *Partzufim* de *AK*, bagkus ay lumitaw nang dalawang beses — isang panahon ng *Katnut* at isang panahon ng *Gadlut*. Sa panahon ng *Katnut*, dalawang *Sefirot* lamang ang lumitaw, at sa panahon ng *Gadlut*, ang natitirang tatlong *Sefirot* ay lumitaw.

72) Ang ikatlong yugto ay ang mundo ng *Atzilut*, kung saan ang sampung *Sefirot* ay lumitaw nang tatlong beses, na tinatawag na *Ibur* (paglilihi), *Yenika* (pag-aalaga), at *Mochin*. Ito ay dahil dito ang *Hizdakchut* ng *Masach* sa huling antas ay idinagdag sa mundo ng *Atzilut*. Ito ay dahil ang *Masach* ay dinalisay mula sa *Behina Aleph*, na tinatawag na *Nikvey Eynaim*, tungo sa isang *Masach* na may *Aviut* ng *Behinat Shoresh*, na ang *Ohr Hozer* ay nagbibihis lamang ng antas ng *Liwang* ng *Malchut* sa *Kli* ng *Keter*, na tinatawag na *Metzach*.

Samakatuwid, ang liwanag na ito ay tinatawag na "MA na lumitaw mula sa *Metzach* (noo)." Ito ay dahil ang *KHB TM* de *Rosh* ay tinatawag na *Galgalta, Eynaim, AHP*, at ang *Metzach* ay *Galgalta*.

Kaya, dalawang pagbaba ng Malchut ang kinakailangan dito:

1. Isang pagbaba mula sa Metzach hanggang Nikvey Eynaim, na tinatawag na Yenika.
2. Isang pagbaba mula sa Nikvey Eynaim hanggang sa kanyang lugar sa Peh. Ito ay tinatawag na Mochin.

Kaya, ang unang antas na lumitaw sa *Masach* ng *Aviut Shoresh* ay tinatawag na *Ibur*. Ang ikalawang antas, na umuusbong sa *Masach* pagkatapos ng pagbaba ng *Malchut* sa *Behina Aleph*, ay tinatawag na *Yenika*. At ang ikatlong antas, na umuusbong sa *Masach* pagkatapos ng pagtanggi ng *Malchut* sa kanyang lugar, ay tinatawag na *Mochin*. Kaya, nilinaw na sa mundo ng *Atzilut*, ang sampung *Sefirot* ay lumitaw nang tatlong beses, na tinatawag na *Ibur, Yenika*, at *Mochin*.

IBUR, YENIKA, MOCHIN DE ACHOR, AT IBUR, YENIKA, MOCHIN DE PANIM

73) Naipaliwanag na ang antas na lumilitaw sa isang *Masach* na may lamang *Aviut Shoresh* ay tinatawag na "ang antas ng *Ibur*." Ito ang antas ng Liwanag ng *Nefesh* sa *Kli* ng *Keter*. Kaugnay ng tatlong linya nito, ito ay tinatawag na "ang antas ng *NHY*." Gayunpaman, mayroong antas ng *Ruach* dito, na tinatawag ding "ang antas ng *HGT*," maliban kung wala itong *Kelim*. Para sa kadahilanang ito, ang *HGT* ay dapat magsuot ng *Kelim* de *NHY*, kaya naman ang antas ng *Ibur* ay tinatawag na "tatlo sa loob ng tatlo," ibig sabihin ay *HGT* sa loob ng *NHY*.

74) Ang kahulugan nito ay kahit na ang *Hizdakchut* ng *Masach* ang naging sanhi ng pagkawala ng huling *Behina*, kung saan ang sampung antas ay mas mababa sa isa, ang huling *Behina* ay hindi ganap na nawala; isang *Reshimo de Hitlabshut* nito ay nananatili pa rin sa *Masach*. Halimbawa, nang ang *Masach* ng *Partzuf Keter* de *AK* ay dinalisay at tumaas sa *Peh de Rosh*, ito ay kasama sa *Zivug* doon, at ang *Reshimot* nito ay na-numbalik. Tungkol naman sa *Aviut* sa *Masach*, kung saan ginawa ang *Zivug de Hakaa*, tanging ang *Reshimo* ng *Aviut de Behina Gimel* ang nanatili sa *Masach*, dahil ang huling *Behina*, ang *Behina Dalet*, ay nawala. Ngunit ang *Hitlabshut* ng *Behina* ay nananatili pa rin sa *Masach*.

Kasunod nito na mayroong dalawang Itaas na *Behinot* sa *Masach* na angkop para sa *Zivug*:

1. Ang *Aviut* ng *Behina Gimel*, na pinipigilan ang Itaas na Liwanag at tumatanggap ng *Zivug de Hakaa*, kung saan lumitaw ang antas ng *Hochma*.
2. Ang *Hitlabshut* ng *Behina Dalet*—bagaman hindi ito karapat-dapat para sa *Zivug de Hakaa* dahil wala itong *Aviut* na humahadlang sa pagpapalawak ng *Liwanag*—kapag ito ay kasama at nauugnay sa *Aviut* ng *Behina Gimel*, isang *Zivug de Hakaa* ay nililikha rin dito, na bumubuo ng halos antas ng *Keter*.

Ang dalawang antas na ito ay tinatawag na "lalaki" at "babae." Ang antas na lumitaw sa *Behina Dalet de Hitlabshut*, na nauugnay sa *Behina Gimel de Aviut* ay tinatawag na "lalaki," at ang antas na lumitaw sa *Behina Gimel de Aviut* lamang ay tinatawag na "babae."

Sa katulad na paraan, nang ang *Masach de Guf* ng *Partzuf Hochma de AK* ay nagdalisay at umakyat sa *Peh de Rosh* nito, dalawang *Reshimot* ang nanatili rito — *lalaki* at *babae*. Ito ay dahil ang *Reshimo* de *Behina Gimel* de *Hitlabshut*, na nauugnay sa *Behina Bet de Aviut*, ay gumagawa ng halos antas ng *Hochma*; ito ay itinuturing na *lalaki*. At ang *Reshimo* de *Behina Bet de Aviut*, na siyang pangunahing tumatanggap ng *Zivug de Hakaa*, ay gumagawa ng antas ng *Bina*; ito naman ay itinuturing na *babae*.

Sa parehong paraan, may mga *lalaki* at *babae* sa *Hizdakchut* ng *Masach de Guf* de *Partzuf Nekudim*. Ang *lalaki*, iyon ay, ang *Reshimo* de *Behina Aleph* de *Hitlabshut* na nanatili sa *Masach*, ay nauugnay sa *Behinat Aviut* de *Shoresh*, sa halos antas ng *Behina Aleph* — ibig sabihin, ang antas ng *ZA*, na siyang antas ng *Ruach, HGT*. At ang *babae*, na siyang *Aviut* ng *Behinat Shoresh*, na tumatanggap ng *Zivug de Hakaa*, ay nasa antas ng *Liwanag ng Nefesh, Malchut*, na mula sa pananaw ng tatlong linya, ay tinatawag na *NHY*.

75) Samakatuwid, nakikilala natin ang dalawang antas sa antas ng *Ibur*: ang antas ng *HGT* at ang antas ng *NHY*. Ang antas ng *HGT*, na *lalaki*, ay lumilitaw sa *Reshimot* de *Behina Aleph* de *Hitlabshut*, na sinamahan ng *Aviut* de *Shoresh*. At ang antas ng *NHY*, na *babae*, ay lumilitaw lamang sa *Reshimo* de *Aviut Shoresh*.

At dahil ang *Reshimo* de *Hitlabshut* ay hindi karapat-dapat tumanggap ng *Zivug de Hakaa*, maliban kung ito'y nakikipag-ugnayan sa *Aviut Shoresh*, ang antas ng *HGT* ay hindi maaaring tumayo nang mag-isa, kundi dapat magdamit sa loob ng *NHY*. Para sa kadahilanang ito, ang antas ng *Ibur*, na binubuo ng *HGT* at *NHY* na magkasama, ay itinuturing na "tatlo sa loob ng tatlo" — iyon ay, *HGT* sa loob ng *NHY*.

76) At pagkatapos lumitaw ang dalawang antas ng *HGT* sa loob ng *NHY* sa *Hitkalelut* ng *Zivug de Rosh* ng *Isang Mataas*, at matapos makilala na ang mga ito ay mga bagong antas na naiiba sa *Isang Itaas*, ang pagkilalang ito ay itinuturing na "kapanganakan." Nangangahulugan ito na kinilala na isang bagong *Partzuf* ang isinilang dito, naiiba mula sa *Isang Mataas*, at sila ay bumaba upang bumihis sa *Guf* ng *Isang Mataas*. Kung sila ay mga *Partzufim* ng *GAR*, binibihisan nila ang *GAR de Guf*, na mga *HGT*; at kung sila ay *Partzufim* ng *VAK*, binibihisan nila ang *VAK de Guf*, na *TNHYM* mula sa *Chazeh* pababa.

Gayundin, hinihigop nila ang *Liwanag* mula sa *Itaas na Partzuf*, isang paghigop na nagdudulot ng pagbaba ng *Malchut* mula sa *Metzach* hanggang sa *Nikvey Eynaim*. Sa sandaling iyon, muling natanggap nito ang *Aviut de Behina Aleph*, na konektado sa *Malchut*, gaya ng nangyari sa mga *Partzufim* ng *Nekudim*. Pagkatapos, ang antas ng *HGT* ay nakakatanggap na rin ng sarili nitong mga *Kelim*, at hindi na nangangailangan ng *Kelim* de *NHY*. Kaya, itinuturing na sa pamamagitan ng paghigop, ang *HGT* ay lumalawak at lumalabas mula sa loob ng *NHY*. Sa gayon, nagkakaroon ito ng ganap na antas ng *Ruach*.

Halimbawa, sa *Partzuf Atik de Atzilut*, unang bumangon ang *Masach* ng *Nekudim* — sa pamamagitan ng *Hizdakchut* nito — sa *Rosh* de *SAG* de *AK*. At pagkatapos mawala ang huling *Behina* ng *Aviut*, nanatili ang *Masach* sa *Aviut* de *Behinat Shoresh*, na tinatawag na *Metzach*, at ang *Reshimo de Hitlabshut* de *Behina Aleph*. Pagkatapos, lumitaw ang dalawang antas—*HGT* at *NHY*—na "tatlo sa loob ng tatlo," sapagkat wala pang *Kelim* ang *HGT*.

Nang sila ay makilala bilang isang bagong antas, ito ay itinuturing na sila ay umalis, isinilang, at dumating sa kanilang lugar upang bumihis mula sa *Tabur* de *AK* pababa. Dahil ito ay isang *Partzuf VAK*, ito ay bumibihis lamang ng *VAK de Guf*, at ito ay tinatawag na *Partzuf Atik*.

Pagkatapos, sa pamamagitan ng *Yenika* na hinihigop nito mula sa *SAG* de *AK*, ibinababa nito ang *Masach* mula sa *Metzach* hanggang *Nikvey Eynaim*. Kasunod nito, lumabas din ang mga *Kelim* sa *HGT* nito, na lumalawak mula sa loob ng *NHY*. Kaya, ang dalawang *Behinot*, na tinatawag na *Ibur* at *Yenika*, ay nilinaw.

77) Ngayon ay ipapaliwanag natin ang *Partzuf Mochin*. Matapos matanggap ng *Partzuf* ang dalawang *Behinot*—*Ibur* at *Yenika*—ito ay tumaas para sa *MAN* sa *Isang Mataas* at ibinalik ang *HB* ng *Isang Mataas* sa pagiging mukha-sa-mukha. Pagkatapos, ibinibigay nila sa isang mababa ang *kaliwanagan* na nagpapababa sa *Malchut* mula sa *Nikvey Eynaim* pabalik sa kanyang sariling lugar—ang *Peh*.

Sa oras na iyon, ang tatlong *Kelim*—*Bina* at *TM*—na bumagsak dahil sa pag-akyat ng *Malchut* sa *Bina*, ay tumaas pabalik sa kanilang antas. At ang *Partzuf* ay nakumpleto na may limang *Kelim*—*KHB TM*—at limang mga *Liwanag*—*NRNHY*. Ito ay tinatawag na *Partzuf Mochin*, dahil ang unang tatlong *Liwanag*—*Neshama, Haya*, at *Yechida*—ay tinatawag na *Mochin*.

Halimbawa, pagkatapos matanggap ng *Atik* ang dalawang kumpletong *Behinot*—*Ibur* at *Yenika*, na mga antas ng *Nefesh* at *Ruach*—ito ay muling tumaas sa *Rosh de SAG* para sa *MAN*, at ibinalik ang *Hochma* at *Bina* doon sa pagiging mukha-sa-mukha. At dahil ang *Bina* sa *Partzuf Hochma de AK* ay hindi hinaluan ng *Malchut*, nang matanggap ng *Atik* ang kanyang *kaliwanagan*, ibinababa rin nito ang *Malchut* mula sa *Bina* nito.

Sa oras na iyon, itinaas nito ang tatlong *Kelim*—*Bina* at *TM*—na nahulog dahil sa pinaghalong *Malchut* sa *Bina*, pabalik sa sarili nitong antas. Ngayon ay mayroon na itong *KHB TM de Kelim*, kung saan ang mga *Liwanag NRNHY* ay maaaring magdamit.

78) At kapag ang mga *Mochin* na ito ay lumitaw sa unang pagkakataon, nagdudulot ito ng lamat sa pagitan ng kanan at kaliwa. Ito ay dahil ang kaliwang linya, na nagdadala ng *Liwanag ng Hochma*, ay nagnanais na kanselahin ang kanang linya, na nagdadala ng *Liwanag ng Hassadim*. Dahil sa lamat at *Bitush* (pagbugbog) ng kanan at kaliwa na nagaganap sa mga *Mochin* na ito, tinawag silang *Mochin de Achor*. Kaya naman, nilinaw na ang tatlong *Behinot*: *Ibur, Yenika*, at *Mochin de Achor*.

79) Ang *Bitush* na ito ng kaliwa at kanan ay nagiging sanhi ng *Partzuf* na muling tumaas upang magtaas ng *MAN* sa *Isang Mataas*. Ito ay dahil ang kaliwanagan ng kaliwa, na siyang kaliwanagan ng *Hochma*, ay tumatama at naglilinis sa lahat ng *Aviut* sa *Partzuf*, hanggang sa ang *Masach* ay naging kasingdalisay noong una itong tumaas sa *Rosh* ng *Isang Mataas*. Nangangahulugan ito na tanging ang *Aviut Shoresh* at ang *Reshimo de Hitlabshut de Behina Aleph* ang nanatili rito. At dahil sa pagkakatulad na ito, ito ay sumusunod sa *Rosh* ng *Isang Mataas*.

80) At sa sandaling matanggap nito ang bagong *Behinat Ibur*, muli itong lumisan mula sa *Rosh* ng *Isang Mataas* at nagbihis sa *Guf* ng *Isang Mataas*. Sa pamamagitan ng pananamit na ito, hinigop nito ang mga *Liwanag* mula sa Itaas.

Ibinaba ng mga *Liwanag* na ito ng *Yenika* ang *Aviut de Shoresh* tungo sa *Aviut* ng *Behina Aleph*. Ibinaba nila ang *Malchut* mula sa *Metzach* hanggang sa lugar ng *Nikvey Eynaim*, kung saan isang kumpletong antas ng *Behina Aleph* ang lumitaw sa *Masach*. Ito ay itinuturing na *Hitpashtut* (pagpapalawak) ng *HGT* mula sa loob ng *NHY*. Kasunod nito, nakatamo ito ng bagong *Behina* ng *Yenika*, na siyang antas ng *Ruach*.

81) At pagkatapos nitong makamit ang bagong *Ibur* at *Yenika*, ito ay umaangat para sa *MAN* tungo sa *Isang Mataas*. Ang pag-akyat na ito ay isinasagawa nang mag-isa, sapagkat sa pag-iwan ng ugat nito na nakakabit sa *Bina* at *TM* ng *Isang Mataas* (Aytem 67), maaari na itong bumalik doon anumang oras na kailangan. Pinag-iisa nito ang *HB* na naroroon nang *harapan*, at ibinibigay nila dito ang *Liwanag* na nagpapababa sa *Malchut* mula sa *Nikvey Eynaim* pabalik sa sarili nitong lugar. Sa oras na iyon, ang *Bina* at *TM* ay umaangat at muling nagkakaisa rito gaya ng dati, at natatamo nito ang *KHB TM de Kelim* at *NRNHY* ng mga *Liwanag*.

Upang maiwasang mamulat muli ang lamat ng kanan at kaliwa, ang gitnang linya ay umaangat mula sa ibaba at pinagsasama ang kanan at kaliwa upang sila ay magliwanag nang magkasama: ang *Hochma* sa kaliwa ay nagbibihis sa *Hassadim* sa kanan, at ang *Hassadim* sa kanan ay isinama sa *Hochma* sa kaliwa (Aytem 37). Pagkatapos ay nagniningning ang *Mochin* sa kanilang ganap na pagiging perpekto, at sila ay tinatawag na *Mochin de Panim*. Kaya't naipaliwanag kung paano, dahil sa *Bitush* ng kaliwa at kanan sa *Mochin de Achor*, muling lumitaw ang tatlong *Behinot*: *Ibur*, *Yenika*, at *Mochin de Panim*.

82) Samakatuwid, ang isang *Partzuf* ay nagiging ganap lamang pagkatapos nitong matanggap ang *Ibur*, *Yenika*, at *Mochin de Achor*, at pagkatapos ay muli ang *Ibur*, *Yenika*, at *Mochin de Panim*. Dahil sa *Hizdakchut* ng *Masach* na idinagdag sa *Atzilut*, sa antas ng *Aviut* ng *Behinat Shoresh*, ang mga *Partzufim* ng *Atzilut* ay hindi maaaring tumanggap ng kanilang sampung *Sefirot* maliban kung sa pamamagitan ng tatlong magkakasunod na yugto, na tinatawag na *Ibur*, *Yenika*, at *Mochin*.

At dahil sa unang pagpapakita ng *Mochin* ay mayroong *Bitush* ng kanan at kaliwa—hanggang sa ang kaliwa ay dinalisay ang lahat ng *Aviut* sa *Masach*—lahat ng mga *Liwanag*, *Ibur*, *Yenika*, at *Mochin* na natanggap nito ay lumisan.

Ito ay dahil kapag ang *Aviut* sa *Masach* ay nakansela, ang *Zivug* ay natitigil at ang mga *Liwanag* ay umaalis. Ang *Partzuf* ay bumabalik sa *Rosh* ng *Isang Mataas* upang tumanggap ng bagong tatlong-sa-loob-ng-tatlo. Pagkatapos nito, ito ay ipinanganak muli at tumatanggap ng panibagong *Yenika*, na nagpapababa sa *Malchut* mula sa *Metzach* hanggang *Eynaim*. Sa puntong iyon, ang *HGT* ay lumalabas mula sa loob ng *NHY*, at natatamo nito muli ang antas ng *Ruach*.

Kasunod nito, ito ay muling tumataas para sa *MAN* at tumatanggap ng *Neshama*, *Haya*, at *Yechida*, kung saan mayroong nang gitnang linya na pinag-uugnay ang kanan at kaliwa. Ito ang tinatawag na *Mochin de Panim*, at sa puntong iyon sila ay nagniningning at nagpapatuloy. Kaya't, bago matamo ang *Mochin* sa pangalawang pagkakataon, hindi sila maaaring magpatuloy.

PANIM AT ACHOR (MUKHA-SA-LIKOD), AT PANIM BE PANIM (MUKHA-SA-MUKHA)

83) Kahit na natanggap na ng *Partzuf* ang *Mochin de Panim*, ang *Hochma* at *Bina* roon ay nasa estado pa rin ng *Panim veAchor*. Ibig sabihin, ang *Hochma* lamang ang tumatanggap ng *Mochin de Panim*, samantalang ang *Bina*, na laging nasa estado ng kasiyahan sa awa at nagnanais ng *Hassadim*, ay ayaw tumanggap ng *Mochin de Panim* mula sa *Hochma*. Dahil dito, itinuturing na ang *Achoraim* ng *Bina* ay nakaharap palayo sa *Hochma*.

Ang *Hochma* at *Bina* ay nananatiling nasa estado ng *Panim veAchor* hanggang sa bumangon ang *ZA* tungo sa kanila upang magtaas ng *MAN*. Gayundin, mayroong koneksyon sa pagitan ng *Bina* ng *Ohr Yashar*, na siyang nagbibigay ng liwanag ng *Hochma* sa *ZA* ng *Ohr Yashar*. Kaya kapag ang *ZA* ay umangat para sa *MAN* tungo sa *Bina*, agad na binabaling ng *Bina* ang kanyang *Panim* pabalik sa *Hochma* upang tumanggap ng *Mochin de Panim* mula rito—ang *Mochin* ng kaliwanagan ng *Hochma*—para sa *ZA*, tulad ng ginagawa nito sa limang *Behinot* ng *Ohr Yashar*. Sa puntong iyon, nauunawaan na ang *Hochma* at *Bina* ay nasa estado ng *Panim be Panim*.

SINO ANG SUMUSUKAT NG ANTAS SA ATZILUT?

84) At dapat nating itanong ito: "Ang *Masach de Atzilut* ay mayroon lamang *Behinat Shoresh de Aviut*, na tinatawag na *Metzach*, na may antas lamang ng *Ohr Nefesh*. Kaya, sino ang naging sanhi ng paglitaw ng limang *Partzufim* sa *Atzilut*—*Atik*, *AA*, *AVI*, at *ZON*—kung saan ang *Atik* ay ang antas ng *Yechida*, *AA* ang antas ng *Haya*, *AVI* ang antas ng *Neshama*, at *ZON* ang antas ng *Ruach*?" Ang tanong na ito ay naaangkop din sa mundo ng *Nekudim*, dahil tanging ang *Aviut de Behina Aleph* ang nanatili sa *Masach*, na tinatawag na *Nikvey Eynaim*. Kaya, paano maaaring lumitaw ang limang *Partzufim* sa *Nekudim*?

85) Ang bagay ay ang *Behina Dalet*, gayundin, ay konektado sa *Masach de Nekudim* at sa *Masach de Atzilut* sa pamamagitan ng puwersa ng *Malchut* na tumaas sa *Nekudot de SAG de AK*. At kung ang *Behina Dalet* ay hindi naiugnay sa *Masach* sa kanila, walang *Partzuf* ang maaaring lumitaw sa *Masach* na iyon. Ito ay dahil kahit ang *Aviut de Behina Aleph* sa *Nekudim* ay itinuturing na "manipis na *Histaklut*" (tumitingin), kung saan ang *Zivug de Hakaa* ay hindi gumagawa ng anumang *Partzuf*. Ito ay higit pa sa *Aviut de Metzach* sa *Atzilut*: ito ay hindi angkop para sa isang *Zivug de Hakaa* para sa paghugot ng isang *Partzuf*.

Ngunit dahil si *Behina Dalet* ay pinagsama sa kanilang mga *screen*, naging karapat-dapat sila para sa *Zivug de Hakaa*. Ngayon ay maaari nating itanong, "Kung gayon, ang antas ng *Keter* ay dapat na lumitaw sa *Masach*, dahil ang *Behina Dalet* ay naka-kakabit sa *Masach*!"

86) Ang sagot ay ang *Behina Dalet* ay hindi gumagawa ng antas ng *Keter*, maliban kung ito ay nasa lugar ng *Malchut*. Sa oras na iyon, ang *Ohr Hozer* na tumataas mula sa *Zivug de Hakaa* dito ay binibihisan ang limang *Kelim KHB TM* sa limang Liwanag *NRNHY*. Ngunit kung ang *Behina Dalet* ay nakatayo sa lugar ng *ZA*, kung saan mayroon lamang apat na *Kelim*

KHB Tifferet, ang *Ohr Hozer* ay kumukuha lamang ng apat na Liwanag *NRNH* sa apat na *Kelim KHB* at *Tifferet*.

At kung ang *Behina Dalet* ay nakatayo sa lugar ng *Bina*, kung saan mayroon lamang tatlong *Kelim KHB*, ang *Ohr Hozer* ay humihila lamang ng tatlong Liwanag *NRN*. At kung ang *Behina Dalet* ay nakatayo sa lugar ng *Kli de Hochma*, kung saan mayroon lamang dalawang *Kelim* — *Keter* at *Hochma* — ang *Ohr Hozer* nito ay kumukuha lamang ng dalawang Liwanag, *Nefesh* at *Ruach*.

Ito ang nangyari sa *Nekudim*, kung saan ginawa ang *Zivug* sa *Nikvey Eynaim*, na siyang *Kli de Hochma*. Samakatuwid, ang antas lamang ng *Nefesh Ruach* ang lumitaw sa *Katnut*.

At kung ang *Behina Dalet* ay nakatayo sa lugar ng *Keter*, kung saan mayroon lamang isang *Kli*, ang *Ohr Hozer* nito ay kumukuha lamang ng isang Liwanag: *Nefesh*. Ito ang nangyari sa *Atzilut* — ang antas lamang ng *Nefesh* ang lumitaw sa *Ibur*, dahil ang *Zivug* ay nasa lugar ng *Metzach*, na siyang *Kli de Keter*.

Gayunpaman, pagkatapos ng kaliwanagan ng *Yenika*, na tinanggihan ng *Behina Dalet* sa lugar ng *Behina Aleph*, na tinawag na *Nikvey Eynaim*, lumitaw ang antas ng *Ruach*. Ngunit pagkatapos, sa pamamagitan ng kaliwanagan ng *HB Panim be Panim* ng *Isang Mataas*, na nagpababa sa *Behina Dalet* sa kanyang lugar sa *Malchut*, na nagpaangat ng pagbagsak ng *Bina* at *TM* sa kanilang antas, doon ay limang *Kelim KHB TM* doon muli. Sa oras na iyon, si *Behina Dalet* ay nakakuha ng antas ng *Keter* sa Liwanag ng *Yechida*, at ito ang antas ng *Atik de Atzilut*.

87) Ngayon ay ipapaliwanag natin kung paano lumitaw ang natitirang bahagi ng mga *Partzufim* sa ibaba ng *Atik*. Sa simula, matapos masira ang mga daluyan, bumangon ang *Masach de Nekudim* sa *Rosh de SAG*. Dinalisay ito sa lahat ng limang *Behinot Aviut* na lumitaw sa limang *Partzufim*, hanggang sa napantayan ng *Masach ng Rosh de SAG*. Gayunpaman, nanatili sa loob nito ang mga *Reshimot* mula sa *Aviut* ng limang *Partzufim*, maliban sa huling *Behina* na nawala na — tulad ng nakasulat tungkol sa lahat ng *Partzufim*. Kaya nang ito ay isama sa *Zivug* ng *Masach ng Rosh de SAG*, ang *Aviut* ng lahat ng limang *Partzufim* ay naibalik sa *Masach de Nekudim*, at isang *Zivug de Hakaa* ang lumitaw sa *Aviut* ng *Masach*.

Gayunpaman, hindi lahat ng *Behinot* sa *Aviut* ang nakilahok sa *Zivug de Hakaa*, kundi tanging ang pinakamataas na *Behina* nito, ang *Aviut de Metzach*, na konektado sa *Behina Dalet*. Sa pamamagitan ng tatlong *Behinot* — *Ibur, Yenika*, at *Mochin* — nakumpleto ang sampung *Sefirot* sa antas ng *Keter*.

Ang iba pang mga *Reshimot* mula sa natitirang bahagi ng *Partzufim de Nekudim* sa loob ng *Masach* ay hindi tumanggap ng anuman mula sa *Zivug* na ito sa *Rosh de SAG*, sapagkat mas mababa sila sa antas ng *Keter*; kaya naman, sila'y walang saysay sa halaga nito. Dahil dito, sa paglitaw ng *Atik* mula sa *Rosh de SAG*, lahat ng mga *Reshimot* mula sa natitirang bahagi ng *Partzufim* na hindi kasama sa kanyang *Zivug* ay bumaba kasama nito.

Pagkatapos makumpleto ang *Atik* sa *Ibur, Yenika*, at *Mochin de Panim*, sumikat ang Mataas na Liwanag sa Kataas-taasang *Behina* mula sa mga *Reshimot* na nanatili — ang *Aviut de Behina Gimel*. Sa pamamagitan ng tatlong *Behinot* na ito, lumitaw ang sampung *Sefirot* sa antas ng *Hochma*, na siyang *Partzuf AA*.

Gayundin dito, lahat ng *Reshimot de Aviut* na mas mababa sa *Aviut de Behina Gimel* ay walang saysay sa halaga ng *Zivug* sa antas ng *Behina Gimel* na lumitaw sa *Rosh de Atik*. Kaya nang ipinanganak ang *AA* at umalis ang *Rosh de Atik* sa kanyang lugar, kinuha nito lahat ng mga *Reshimot* sa loob.

At nang makuha ng *AA* ang lahat ng tatlong *Behinot* — *Ibur, Yenika,* at *Mochin* — nang ganap, nagningning ang Mataas na Liwanag sa pinakamataas na *Behina* na nanatili sa mga *Reshimot* na iyon, ang *Aviut de Behina Bet*. Sa pamamagitan ng tatlong *Behinot* na ito, lumitaw ang sampung *Sefirot* sa antas ng *Bina*, na siyang *Partzuf AVI*. Ganito rin lumitaw ang iba pang *Partzufim*. Sa ganitong paraan, naipaliwanag natin kung paano nagkakasunod-sunod ang paglitaw ng mga *Partzufim* sa mundo ng *Atzilut*.

DALAWANG ESTADO SA MALCHUT

88) Ang *Malchut* ay ang *Nukva de ZA*. Nagsisimula ang kanyang ugat sa *Malchut de Tzimtzum Bet*, na nagtapos sa pitong *Sefirot de Katnut de ZA de Nekudim*. At ito ay isang hiwalay na antas mula sa *ZA*, dahil kasama sa *ZA* ang *HGT NHY de Nekudim*, at ang antas sa ibaba nito ay *Malchut*, na nagtatapos sa *Nekudim*. Samakatuwid, ang *Malchut* na ito ay itinuturing na isang ihiwalay na *Nukva* mula sa *ZA* at mas mababang antas kaysa *ZA*.

At mayroon ding *Behinat Nukva* sa *Guf* ng *ZA*, dahil ang kaliwang bahagi ng *ZA* ay itinuturing na *Nukva* nito. Gayunpaman, ang *Nukva* na ito ay itinuturing na sariling *Guf* (katawan) ng *ZA*, dahil ang *ZA* ay ang gitnang linya, na tumatanggap mula sa dalawang linya, kanan at kaliwa, ng *Bina*. Ang kanan sa loob nito ay tumatanggap mula sa kanang linya ni *Bina*, na siyang *Ohr Hassadim*, na itinuturing na lalaking bahagi nito, at ang kaliwang bahagi nito ay tumatanggap mula sa kaliwang linya ng *Bina*, na siyang *Ohr Hochma*, na itinuturing na *Nukva* na bahagi sa loob nito. Gayunpaman, ang dalawa ay isang antas, kasama sa isa't isa.

Ito ay napagalaman na sa simula, ang araw at ang buwan, na kung saan ay ang magkahiwalay na *Nukva* at *ZA*, ay itinuturing na ang dalawang dakilang mga liwanag. Ang antas ng *Nukva* ay katumbas ng sa *ZA*, at siya ay kasinglaki niya. Ngunit pagkatapos ay ang buwan—ang *Nukva* na hiwalay sa *ZA*—nagreklamo at nagsabing, "Hindi maaaring gamitin ng dalawang hari ang parehong *Keter* (korona)." Pagkatapos ay sinabihan siya, "Humayo ka, bawasan mo ang iyong sarili." Kaya siya ay naging maliit na liwanag.

Kaya, makikita mo ang dalawang estado dito sa *Nukva*:

- Sa unang estado, kasama niya ang *ZA*, sa estado ng dalawang dakilang liwanag, katumbas ng *ZA*;

- Ang pangalawang estado ay pagkatapos na ang *Nukva* ay nabawasan at naging maliit na liwanag.

Paliwanag: Sa simula ng pagwawasto ng hiwalay na *Nukva de ZA*, ikinonekta siya ng Lumikha sa *Nukva* sa *Guf* ng *ZA*, na nasa kaliwang bahagi nito, at ang dalawa ay naging isang *Nukva* para sa *ZA*. Nang ang *Mochin* ng kanan at kaliwa ay iguguhit para sa kanila mula sa *Bina, ZA*, na siyang nasa kanan nito, ay kinuha ang mga *Liwanag* sa kanan ng *Bina*, at ang magkahiwalay na *Nukva* ay kinuha ang mga *Liwanag* ng kaliwang linya ng *Bina*, tulad ng *Nukva* sa *Guf* ng ZA, dahil siya ay sumali sa isang solong *Nukva* kasama niya.

At alam mo na na ang mga *Liwanag* ng kanang linya de *Bina* ay *Hassadim*, at ang mga *Liwanag* ng kaliwang linya de *Bina* ay *Hochma*. Kasunod nito na ngayon ay natanggap ng ZA ang *Hassadim* ng kanan ng *Bina* nang walang *Hochma*, at ang hiwalay na *Nukva* ay tumanggap ng *Hochma* ng kaliwa ng *Bina* nang walang *Hassadim*, at ito ay batid na ang *Hochma* ay hindi maaaring lumiwanag kung wala ang *Hassadim*. Para sa kadahilanang ito, ang *Hochma* ay hindi gumalaw sa loob nito at siya ay naging kadiliman at hindi *Liwanag*.

Ito ang kahulugan ng reklamo ng buwan, na nagsasabing hindi maaaring gamitin ng dalawang hari ang parehong *Keter*. Ito ay dahil kapag pareho silang gumamit ng iisang *Keter*, na ang *Bina*, na itinuturing na kanilang *Keter*, ang ZA ay nagiging *Hassadim* nang walang *Hochma*, at ang *Nukva* ay nagiging *Hochma* nang walang *Hassadim*, na siyang kadiliman, at hindi niya kayang tiisin ang kalagayang iyon.

Maaari nating itanong, "Ngunit bago sumapi ang hiwalay na *Nukva* sa *Nukva* sa kanyang *Guf*, ang kanan sa loob nito, na siyang lalaki, ay tumanggap ng *Hassadim*, at ang kaliwa sa loob nito, na *Nukva* sa kanyang *Guf*, ay tumanggap ng *Hochma*; gayunpaman, ang *Nukva* sa kanyang *Guf* ay kayang pahintulutan ito at hindi kadiliman!" Ang bagay ay ang *Nukva* sa kanyang *Guf* ay kanyang sarili ng ZA. Samakatuwid, ang *Hochma* sa kanya ay hindi hiwalay sa *Hassadim* sa ZA. Ngunit hindi ito ganoon sa hiwalay na *Nukva*, na talagang ibang antas mula sa ZA. Ngunit dahil sumali ito sa *Nukva* sa kanyang *Guf*, natanggap niya ang *Hochma* ng kaliwa ng *Bina* tulad niya. Kaya, pagkatapos niyang matanggap ang *Hochma* sa loob niya, ang *Hochma* ay nahiwalay sa *Hassadim*, dahil wala siyang koneksyon sa *Hassadim de ZA*. Kaya, lubusan nating ipinaliwanag ang unang estado ng hiwalay na *Nukva*. Upang magawang lumiwanag para sa mga nakababala, sinabihan siya, "Humayo ka, bawasan mo ang iyong sarili," ibig sabihin ay bawasan ang iyong sarili mula sa mahusay na antas ng pagiging katumbas ng antas ng ZA at pagtanggap mula sa *Bina*. Sa halip, siya ay bababa sa ibaba ng *Yesod de ZA*, dahil siya ang nasa ugat: sa ibaba ng buong antas ng ZA, at tanggapin ang lahat ng kanyang mga *Liwanag* mula sa ZA.

At dahil natanggap niya ang kanyang mga *Liwanag* mula sa ZA, na siyang gitnang linya, ang *Hochma* na ibinibigay niya sa kanya ay pinagsama-sama sa *Hassadim* at maaari siyang magningning. Ito ang pangalawang estado ng hiwalay na *Nukva*. Ang natanggap niya sa unang estado ay itinuturing na *Nefesh, Ruach, Neshama de Achor*, ibig sabihin ay hindi sila nagniningning. At ang natatanggap niya sa pangalawang estado ay itinuturing na *Nefesh, Ruach, Neshama de Panim*, ibig sabihin ay nagniningning sila nang kumpleto (*The Zohar, Beresheet* 1, Mga *Aytem* 111–116; *Idra Raba, Aytem* 323–325).

May mga merito sa kanyang unang estado, mula noon ang kanyang Pinakamataas na antas ay ang *Bina* at maaari niyang tanggapin ang *Hochma* mula sa kanya, at hindi na niya kailangang tumanggap mula sa ZA. Gayunpaman, hindi siya sumikat sa mga mas mababa, dahil sa kawalan ng *Hassadim*. Para sa kadahilanang ito, ito ay itinuturing na *Achoraim*.

Ngunit sa pangalawang estado, pagkatapos na siya ay mabawasan sa ilalim ng *Masach* ng *Yesod de ZA*, hindi na siya karapat-dapat na tumanggap ng *Hochma*, dahil pinigil siya ng *Masach de Yesod ZA*. Kaya naman, kinailangan niyang tumanggap ng *Hochma* sa *Kelim de*

Achoraim, nananatili sa kanya mula sa unang estado. Ngunit mayroong higit na mga merito sa pangalawang estado kaysa sa unang estado, mula noon ay magagawang niyang magningning ang parehong *Hochma* at *Hassadim* sa mga mas mababa, samantalang sa unang estado, hindi siya maaaring magningning sa mas mababa.

Talmud Eser Sefirot, Unang Bahagi, Histaklut Pnimit

Una, dapat mong malaman na kapag nakikitungo sa mga espirituwal na bagay na walang kinalaman sa oras, espasyo, at galaw—at higit pa rito, kapag nakikitungo sa pagiging maka-Diyos—wala tayong mga pangungusap upang ipahayag at pagnilayan. Ang aming buong bokabularyo ay kinuha mula sa mga sensasyon ng mga haka-hakang pandama. Kaya, paano nila tayo matutulungan sa kalagayang hindi naghahari ang pag-unawa at imahinasyon?

Halimbawa, kung kukuha ka ng pinakamadaling salita, katulad ng *mga liwanag*, gayunpaman, ito ay kahawig at hinihiram mula sa liwanag ng araw, o isang emosyonal na liwanag ng kasiyahan. Kaya, paano ito magagamit upang ipahayag ang maka-Diyos na mga bagay? Sila ay tiyak na mabibigo na magbigay sa mambabasa ng anumang bagay na totoo.

Ito ay mas totoo sa isang lugar kung saan ang mga salitang ito ay dapat ibunyag ang mga negosasyon sa karunungan na naka-imprenta, tulad ng ginagawa sa anumang pananaliksik ng karunungan. Kung mabibigo tayo sa kahit isang hindi sapat na salita, ang mambabasa ay agad na mababalisa at hindi na hahanapin ang kanyang mga kamay at paa sa buong bagay na ito.

Para sa kadahilanang iyon, ang mga pantas ng *Kabbalah* ay pumili ng isang espesyal na wika, na matatawag nating "ang wika ng mga sanga." Walang kakanyahan o pag-uugali ng isang kakanyahan sa mundong ito na hindi nagsisimula sa ugat nito sa *Itaas na Mundo*. Bukod dito, ang simula ng bawat nilalang sa mundong ito ay nagsisimula sa *Itaas na Mundo* at pagkatapos ay inilawit pababa sa mundong ito.

Kaya, ang mga pantas ay nakahanap ng isang sapat na wika nang walang problema kung saan maiparating nila ang kanilang mga natamo sa isa't isa sa pamamagitan ng bibig at sulat, mula sa henerasyon hanggang sa henerasyon. Kinuha nila ang mga pangalan ng mga sangay sa mundong ito, kung saan ang bawat pangalan ay nagpapaliwanag sa sarili, na parang itinuturo sa *Itaas na Ugat* nito sa sistema ng *Itaas na mga Mundo*.

Iyan ay dapat magpatahimik sa iyong isipan hinggil sa mga nakalilitong pananalita na madalas nating makikita sa mga aklat ng *Kabbalah*, at ang ilan pa nga ay hindi kaugnay sa espiritu ng tao.

---

32 *Ang Pag-aaral ng Sampung Sefirot, Unang Bahagi, Panloob na Pagninilay*

Ito ay dahil sa sandaling napili nila ang wikang ito upang ipahayag ang kanilang mga sarili, katulad ng *wika ng mga sanga*, hindi na nila maiiwanang isang sanga na hindi ginagamit dahil sa mababang antas nito. Hindi nila maiwasang gamitin ito upang ipahayag ang nais na konsepto kapag ang ating mundo ay nagmumungkahi na walang ibang sanga na hahalili sa lugar nito.

Kung paanong ang dalawang buhok ay hindi pinapakain sa parehong *foramina*, wala tayong dalawang sanga na nauugnay sa iisang ugat. Imposible ring puksain ang bagay sa karunungan na nauugnay sa mababang ekspresyong iyon. Ang ganitong pagkawala ay gagawing magdulot ng kapansanan at pagkalito sa buong larangan ng karunungan, dahil walang ibang karunungan sa mundo kung saan ang mga bagay ay pinaghalo-halo ng sanhi at bunga, dahilan at bunga, gaya ng sa karunungan ng *Kabbalah*. Ang mga bagay ay magkakaugnay at nakatali sa isa't isa mula sa itaas hanggang sa ibaba, na parang isang mahabang kadena.

Kaya, walang kalayaan ng kalooban dito na lumipat at palitan ang masasamang pangalan ng mas mahusay. Dapat nating palaging ibigay ang eksaktong sanga na tumuturo sa *Itaas na Ugat* nito, at ipaliwanag ito hanggang sa maibigay ang tumpak na kahulugan para sa nagsusuring mambabasa.

Sa katunayan, ang mga taong ang mga mata ay hindi nabuksan sa mga tanawin ng Langit, at hindi nakakuha ng kasanayan sa mga koneksyon ng mga sanga ng mundong ito na ang kanilang mga ugat sa *Mataas na Mundo* ay tulad ng mga bulag na kumakayod sa mga dingding. Hindi nila mauunawaan ang tunay na kahulugan ng kahit isang salita, sapagkat ang bawat salita ay pangalan ng isang sanga na nauugnay sa ugat nito.

Kung makakatanggap lamang sila ng interpretasyon mula sa isang tunay na pantas na ginagawang nakahanda ang kanyang sarili upang ipaliwanag ito sa *sinasalitang wika*, na talagang katulad ng pagsasalin mula sa isang wika patungo sa isa pa, mula sa *wika ng mga sanga* patungo sa *sinasalitang wika*, saka lamang niya maipapaliwanag ang espirituwal na termino kung ano ito.

Ito ang pinaghirapan kong gawin sa interpretasyong ito: upang ipaliwanag ang sampung *Sefirot* bilang ang maka-Diyos na pantas na itinuro sa atin ni *Ari*, sa kanilang espirituwal na kadalisayan, na walang anumang nasasalat na mga termino. Kaya, ang sinumang baguhan ay maaaring lumapit sa karunungan nang walang pagkabigo sa anumang materyalisasyon at pagkakamali. Sa pag-unawa sa sampung *Sefirot* na ito, ang isa ay darating din upang suriin at malaman kung paano unawain ang iba pang mga isyu sa ganitong karunungan.

UNANG KABANATA

"**Alamin na bago lumitaw ang mga emanasyon at nilikha ang mga nilalang, isang Simpleng Liwanag sa Itaas ang pumuno sa kabuuan ng katotohanan**" (*The Tree of Life – Ang Puno ng Buhay*). Ang mga salitang ito ay nangangailangan ng paliwanag: Paano nagkaroon ng katotohanan na ang *Simpleng Liwanag* ay napunan bago ang mga mundo ay nagmula? Gayundin, ang isyu ng paglitaw ng pagnanais na mapaghigpitan upang maipakita ang pagiging perpekto ng Kanyang mga gawa sa liwanag. Ipinahiwatig sa aklat na mayroon nang ilang kagustuhan doon.

Gayundin, ang isyu ng *gitnang punto* sa Kanya, kung saan naganap ang paghihigpit, ay medyo nakalilito, dahil sinabi na Niya na walang simula o wakas doon, kaya paanong may gitna? Tunay na ang mga salitang ito ay mas malalim kaysa sa karagatan, at samakatuwid ay dapat kong ipaliwanag ang kanilang interpretasyon.

Walang isang bagay sa kabuuan ng reyalidad na hindi nakapaloob sa Ein Sof. Ang mga magkasalungat na terminong sa ating mundo ay nakapaloob sa Kanya sa anyo ng Isa, Natatangi, at Pinag-isa.

1) Alamin na walang kakanyahan ng isang nilalang sa mundo, kapwa ang nakikita ng ating mga pandama at ang nakikita ng ating isip, na hindi kasama sa Lumikha, dahil lahat sila ay nanggagaling sa atin mula sa Kanya, at maibibigay ba ng isa ang wala sa Kanya?

Dapat nating maunawaan ang mga konsepto na hiwalay o kabaligtaran para sa atin. Halimbawa, ang terminong "karunungan" ay itinuturing na iba sa terminong "katamisan," dahil ang karunungan at tamis ay dalawang magkahiwalay na termino. Sa katulad na paraan, ang terminong "operator" ay tiyak na naiiba sa terminong "operasyon." Ang *operator* at ang *operasyon* nito ay kinakailangang dalawang magkahiwalay na konsepto. Ito ay higit pa sa magkasalungat na mga termino tulad ng "matamis" at "mapait"; ang mga ito ay tiyak na susuriin nang hiwalay.

Gayunpaman, sa Kanya, ang *karunungan, kasiyahan, tamis* at *maanghang, operasyon* at *operator*, at iba pang iba at magkasalungat na anyo ay lahat ay nakapaloob bilang isa sa Kanyang *Simpleng Liwanag*. Walang anumang pagkakaiba sa kanila, gaya ng terminong "Isa, Natatangi, at Pinag-isa."

Ang "Isa" ay nagpapahiwatig ng isang solong pagkapantay-pantay. Ang "Natatangi" ay nagpapahiwatig na ang lahat ng nagmumula sa Kanya, ang lahat ng mga pagpaparami na ito ay nasa Kanya na kasing-isa ng Kanyang Kakanyahan. Ang "Pinag-isa" ay nagpapakita na bagama't Siya ay nagsasagawa ng maraming mga operasyon, mayroong isang Puwersa na nagsasagawa ng lahat ng ito, at silang lahat ay bumalik at nagkakaisa sa anyo ng Isa. Sa katunayan, ang isang anyo na ito ay nilalamon ang lahat ng mga anyo na lumilitaw sa Kanyang mga *Operasyon*.

Ito ay isang napaka-banayad na bagay at hindi lahat ng isip ay maaaring tiisin ito. Ipinaliwanag na sa atin ni *Ramban* ang tungkol sa Kanyang pagiging *natatangi*, gaya ng ipinahayag sa mga salitang "Isa, Natatangi, at Pinag-isa."

May pagkakaiba sa pagitan ng "Isa," "Natatangi," at "Pinag-isa":

- Kapag Siya ay nagkakaisa upang kumilos kasama ng Isang Puwersa, Siya ay tinatawag na "Pinag-isa."

- Kapag hinati Niya ang Kanyang pagkilos, ang bawat bahagi Niya ay tinatawag na "Natatangi."

- Kapag Siya ay nasa iisang pagkakapantay, Siya ay tinatawag na "Isa."

Interpretasyon: "Pagkakaisa upang kumilos nang may Isang Puwersa," kapag Siya ay gumagawa upang ipagkaloob, ayon sa nararapat sa Kanyang *Kaisahan*, at ang Kanyang mga pagkilos ay hindi nagbabago. Kapag Siya ay "naghahati upang isagawa ang Kanyang pagkilos," ibig sabihin, kapag ang Kanyang mga gawain ay naiiba, at Siya ay tila gumagawa ng mabuti at masama, pagkatapos Siya ay tinatawag na *"Natatangi,"* dahil ang lahat ng Kanyang iba't ibang mga *operasyon* ay may iisang resulta: nakikinabang. Nalaman natin na Siya ay *natatangi* sa bawat isang pagkilos at hindi nagbabago sa pamamagitan ng Kanyang iba't ibang mga *operasyon*. Kapag Siya ay nasa isang *pagkakapantay*, Siya ay tinatawag na *"Isa."* Ang *Isa* ay tumuturo sa Kanyang *Kakanyahan*, kung saan ang lahat ng magkasalungat ay nasa isang solong *pagkapantay-pantay*. Ito ay tulad ng isinulat ni *Rambam*, "Sa Kanya, ang *nakakaalam, kilala* at *kaalaman* ay iisa, sapagkat ang Kanyang mga *Pag-iisip* ay higit na *Mataas* kaysa sa ating mga *pag-iisip*, at ang Kanyang mga *paraan* ay mas *Mataas* kaysa sa ating mga *paraan*."

Dalawang pagkilala sa pagkakaloob: bago ito matanggap at pagkatapos na matanggap.

2) Dapat tayong matuto mula sa mga kumain ng *manna*. Ang *manna* ay tinatawag na "Tinapay ng kalangitan" dahil hindi ito naganap noong pananamit sa mundong ito. Ang sabi ng ating mga pantas ay tinikman ng bawat isa ang lahat ng gusto niyang lasa dito.

Nangangahulugan iyon na dapat itong magkaroon ng magkasalungat na anyo sa loob nito: ang isang tao ay nakatikim ng matamis at ang isa naman ay nakatikim nito bilang matalas at mapait. Kaya, ang *manna* mismo ay dapat na naglalaman ng magkabilang magkasalungat na magkakasama, sapagkat maaari bang magbigay ang isa ng wala sa isa? Kaya, paano magkakaroon ng dalawang magkasalungat sa parehong tagapagdala?

Samakatuwid, kinakailangan na ito ay simple at walang parehong lasa, ngunit isinama lamang sa mga ito sa paraang maaaring makita ng *korporyal* na tatanggap ang lasa na gusto niya. Sa parehong paraan, maaari mong malasahan ang anumang espirituwal: ito ay natatangi at simple sa sarili nito, ngunit binubuo ng buong pagkarami-raming mga anyo sa mundo. Kapag nahulog sa kamay ng isang *korporyal*, limitadong tagatanggap, ang tumatanggap ay nakikilala ang isang hiwalay na anyo dito, hindi katulad ng lahat ng iba pang mga anyo na nagkakaisa sa espirituwal na karunungan.

Samakatuwid, dapat nating tuwinay makilala ang dalawang pag-unawa sa Kanyang pagkakaloob:

1. Ang anyo ng Kakanyahan ng Mas Mataas na Kasaganaan na iyon bago ito matanggap, noong ito ay kasama pa rin ang Simpleng Liwanag.

2. Matapos matanggap ang Kasaganaan, at sa gayon ay nakakuha ang isang hiwalay na anyo ayon sa mga katangian ng tumatanggap.

Paano natin malalaman ang kaluluwa bilang bahagi ng Kabanalan?

3) Ngayon ay nauunawaan na natin ang isinulat ng mga Kabalista tungkol sa *kakanyahan* ng kaluluwa: "Ang kaluluwa ay bahagi ng Diyos sa Itaas at hindi nagbabago mula sa Kabuuan, maliban na ang kaluluwa ay isang bahagi at hindi ang Kabuuan." Ito ay tulad ng isang bato na inukit mula sa isang bundok: ang karunungan ng bato at ang karunungan ng bundok ay pareho at walang pagkakaiba sa pagitan ng bato at bundok, maliban na ang bato ay bahagi lamang ng bundok, at ang bundok ay ang kabuuan.

Ang mga salitang ito ay tila lubos na nakalilito. Pinakamahirap unawain kung paano matukoy ang mga bahagi at pagkakaiba sa pagiging maka-Diyos hanggang sa puntong ito ay katulad ng isang bato na inukit mula sa isang bundok. Ang bato ay inukit mula sa bundok sa pamamagitan ng palakol at martilyo. Ngunit sa pagiging maka-Diyos, paano at ano ang naghihiwalay sa kanila sa isa't isa?

Ang espirituwal ay nahahati sa pagkakaiba-iba ng anyo, dahil ang korporyal ay nahahati sa pamamagitan ng palakol.

4) Bago natin linawin ang bagay, ipaliliwanag natin ang karunungan ng paghihiwalay sa espirituwalidad: Alamin na ang mga espirituwal na nilalang ay nagiging hiwalay sa isa't isa dahil lamang sa pagkakaiba ng anyo. Sa madaling salita, kung ang isang espirituwal na nilalang ay nakakakuha ng dalawang anyo, hindi na ito isa, kundi dalawa. Hayaan mong ipaliwanag ko ito sa mga kaluluwa ng mga tao, na espirituwal din: Napagalaman na ang anyo ng espirituwal na batas ay simple. Tiyak, mayroong kasing daming kaluluwa gaya ng mga katawan, kung saan nagniningning ang mga kaluluwa.

Gayunpaman, sila ay nahiwalay sa isa't isa sa pamamagitan ng pagkakaiba-iba ng anyo sa bawat isa sa kanila, tulad ng sinabi ng ating mga pantas, "Dahil hindi magkapareho ang kanilang mga mukha, ang kanilang mga opinyon ay hindi magkatulad." Nakikilala ng katawan ang anyo ng kaluluwa at sasabihin kung ang bawat tiyak na kaluluwa ay isang mabuting kaluluwa o masamang kaluluwa at gayundin sa iba't ibang anyo.

At iyong nakikita na habang ang isang korporyal na laman ay nahahati, naputol, at pinaghihiwalay ng isang palakol at paggalaw na nagpapataas ng distansya sa pagitan ng bawat bahagi, ang isang espirituwal na bagay ay nahahati, naputol, at pinaghihiwalay ng pagkakaiba ng anyo sa pagitan ng bawat bahagi. Ayon sa sukatan ng pagkakaiba, gayon din ang distansya sa pagitan ng bawat dalawang bahagi.

Paano magkakaroon ng pagkakaiba-iba ng anyo sa Paglikha kaugnay ng Ein Sof?

5) Malinaw na ngayon sa mundong ito, sa mga kaluluwa ng mga tao. Gayunpaman, sa kaluluwa, na bahagi ng Diyos sa Itaas, hindi pa rin malinaw kung paano ito nahiwalay sa pagiging maka-Diyos hanggang sa puntong matatawag natin itong "isang Maka-Diyos na Bahagi." Hindi natin dapat sabihin, "sa pagkakaiba ng anyo," dahil nasabi na natin na ang pagiging maka-Diyos ay *Simpleng Liwanag*, na naglalaman ng buong sari-saring anyo at magkasalungat na anyo sa mundo sa Kanyang *Simpleng Pagkakatangi-tangi*, tulad ng sa "*Isang, Natatangi, at Pinag-isa.*" Kaya naman, paano natin mailalarawan ang pagkakaiba-iba ng anyo sa kaluluwa, na ginagawa itong naiiba sa pagiging maka-Diyos, at ginagawa itong kakaiba, upang magkaroon ng bahagi sa Kanya doon?

Sa katunayan, ang tanong na ito ay iniaangkop pangunahin sa Liwanag ng *Ein Sof* bago ang *Tzimtzum* (paghihigpit), dahil sa katotohanang nasa harap natin, na ang lahat ng mundo, sa itaas at sa ibaba, ay nakikilala sa pamamagitan ng dalawang pag-unawa:

1. Ang una ay ang anyo ng buong katotohanang ito, dahil ito ay bago ang *Tzimtzum*. Sa panahong iyon, ang lahat ay walang hangganan at walang katapusan. Ang pag-unawa na ito ay tinatawag na, "ang Liwanag ng *Ein Sof*."

2. Ang pangalawang pag-unawa ay ang anyo ng buong katotohanang ito mula sa *Tzimtzum* pababa. Pagkatapos, ang lahat ay naging limitado at nasusukat. Ang pag-unawa na ito ay tinatawag na apat na mundo: *Atzilut, Beria, Yetzira, Assiya*.

Napag-alaman na walang anumang pag-iisip at pang-unawa sa Kanyang Kakanyahan, at walang pangalan at apelasyon sa Kanya. At kung ano ang hindi natin natatamo, paano natin matutukoy sa pamamagitan ng isang pangalan? Ang isang pangalan ay nagpapahiwatig ng pagkamit, na nagpapahiwatig na tayo ay nakamit ito bilang pangalang iyon.

Kaya, ito ay tiyak na walang anumang pangalan at apelasyon sa Kanyang Kakanyahan. Sa halip, ang lahat ng mga pangalan at mga tawag ay nasa Kanyang *Liwanag*, na lumalawak mula sa Kanya. Ang pagpapalawak ng Kanyang *Liwanag* bago ang *Tzimtzum*, na pumuno sa kabuuan ng katotohanan nang walang hangganan at walang katapusan ay tinatawag na *Ein Sof*. Kaya dapat nating maunawaan kung paano ang *Liwanag* ng *Ein Sof* ay tinukoy sa at ng sarili nito at lumisan sa Kanyang Kakanyahan, upang matukoy natin ito sa pamamagitan ng isang pangalan, tulad ng sinabi natin tungkol sa kaluluwa.

> *Paliwanag ng mga salita: "Kaya, ang gawain at paggawa ay inihanda para sa gantimpala ng mga kaluluwa, yamang 'Ang kumakain ng hindi sa sarili, ay natatakot na tumingin sa mukha ng isa.'"*

6) Upang kahit kaunti'y maunawaan ang kahanga-hangang lugar na ito, kailangan nating pumasok sa mas malalim na detalye. Saliksikin natin ang *axis* ng buong reyalidad na nasa ating harapan, at ang pangkalahatang layunin nito. Mayroon bang *Tagapamahala* na walang layunin? At ano ang layuning iyon, kung saan Niya inimbento ang buong katotohanang ito—ang mga Itaas na Mundo at ang mga mababang mundo?

Sa katunayan, itinuro na sa atin ng ating mga *pantas* sa maraming lugar na ang lahat ng mundo ay nilikha para lamang sa *Israel*, na tumutupad sa *Torah* at *Mitzvot*. Gayunman, dapat nating unawain ang tanong ng ating mga pantas na nagsabi: "Kung ang layunin ng paglikha ng mga daigdig ay upang pasayahin ang Kanyang mga nilalang, bakit Niya nilikha ang korporyal, maputik, at pinahihirapang mundong ito? Kung wala ito, tiyak na mapapasaya Niya ang mga kaluluwa hangga't gusto Niya. Kaya, bakit Niya ibinaba ang kaluluwa sa napakabaho at maruming katawan?"

Ipinaliwanag nila ito sa talatang: *"Ang kumakain ng hindi sa kanya ay natatakot na tumingin sa mukha ng isa."* Nangangahulugan ito na may kapintasan ng kahihiyan sa anumang libreng regalo. Upang iligtas ang mga kaluluwa mula sa dungis na ito, nilikha Niya ang mundong ito—kung saan mayroong *gawain*. At sa paggawa, ang tao ay nakatamasa ng kasiyahan bilang bunga ng sariling pagsisikap, dahil kinukuha nila ang kanilang suweldo mula sa *Kabuuan* bilang kapalit ng kanilang gawa. Sa ganitong paraan, naililigtas sila mula sa dungis ng kahihiyan.

> *Paanong maikukumpara ang paggawa ng pitumpung taon sa isang walang hanggang kasiyahan? Sapagkat tunay na wala nang mas hihigit pang regalo kaysa rito.*

7) Ang mga salita nilang ito ay nakalilito sa lahat ng bagay.

Unang pagkalito: ang ating pangunahing layunin at panalangin ay, *"Iligtas mo kami ng isang libreng regalo."* Ngunit sinabi ng ating mga Pantas na ang kayamanang mula sa isang *libreng regalo* ay inihanda lamang para sa pinakadakilang mga kaluluwa sa mundo.

Ang kanilang sagot ay mas lalong nakalilito: sinabi nila na mayroong isang malaking kapintasan sa mga *libreng regalo*, at iyon ay ang kahihiyang nararanasan ng bawat tumatanggap nito. Upang maitama ito, inihanda ng Lumikha ang mundong ito, kung saan mayroong gawain at paggawa—upang ang gantimpala ay matanggap bilang kapalit ng kanilang paggawa sa mundong ito, at hindi bilang *libreng regalo* sa susunod.

Ngunit ang sagot na ito ay tila mas lalong kakaiba. Ano ito? Para bang sinasabi ng isang tao sa kanyang kaibigan: *"Makipagtulungan ka sa akin ng isang minuto lamang, at kapalit nito ay ibibigay ko sa iyo ang lahat ng kasiyahan at kayamanan sa mundo para sa natitirang bahagi ng iyong buhay."* Sa ganitong kaso, wala nang hihigit pang *libreng regalo* kaysa rito! Dahil ang gantimpala ay lubos na hindi maihahambing sa gawain—isang minutong trabaho kapalit ng isang buong buhay ng kaligayahan. Ang gawain ay nagaganap pa sa mundong ito, isang lumilipas at walang halagang mundo, samantalang ang gantimpala ay walang hanggan at walang katumbas na kasiyahan.

Ano ang halaga ng isang lumilipas na mundo kung ihahambing sa walang hanggang mundo? Higit pa rito, kahit ang kalidad ng paggawa ay walang-wala kung ikukumpara sa kalidad ng gantimpala.

Ang ating mga pantas ay nagsabi, *"Ang Lumikha ay nakatakdang ipamana sa bawat matuwid ang 310 mundo."* Hindi natin maaaring sabihing bahagi lamang ng gantimpala ay kapalit ng paggawa, at ang iba ay *libreng regalo*, sapagkat kung ganoon, mananatili pa rin ang dungis ng kahihiyan sa natitirang *regalo*. Kaya, maliwanag na ang kanilang mga salita ay hindi dapat tanggapin sa literal na kahulugan, sapagkat ito'y may malalim na *panloob* na kahulugan (*Pnimiyut*).

Ang kabuuan ng reyalidad ay nagmula at nilikha sa pamamagitan ng isang pag-iisip. Ito ang Tagapamahala, ito ang mismong Operasyon, ito rin ang hinahangad na gantimpala, at ito ang Kakanyahan ng paggawa.

8) Dapat nating maunawaan ang Kanyang Kaisipan sa paglikha ng mga mundo at ang katotohanang nasa harapan natin. Ang Kanyang mga operasyon ay hindi lumitaw sa pamamagitan ng maraming pag-iisip, gaya ng ating paraan, sapagkat Siya ay Iisa, Natatangi, at Pinag-isa. At dahil Siya ay Simple, ang Kanyang mga Liwanag na umaabot mula sa Kanya ay Simple at Nagkakaisa, nang walang anumang dami ng mga anyo, gaya ng nasusulat: *"Ang aking mga pag-iisip ay hindi inyong mga pag-iisip, ni ang inyong mga paraan ay Aking mga paraan."*

Samakatuwid, dapat mong maunawaan at madama na ang lahat ng mga pangalan at mga apelasyon, at lahat ng mga mundo—itaas at ibaba—ay pawang isang Simpleng Liwanag: Natatangi at Pinag-isa. Sa Lumikha, ang Liwanag na umaabot, ang Pag-iisip, ang Operasyon, ang Namamahala, at anumang bagay na maaaring isipin at pagnilayan ng puso ay iisa at pareho.

Kaya, maaari mong hatulan at maunawaan na ang buong katotohanang ito—itaas at ibaba bilang isa—sa huling estado ng pagtatapos ng pagwawasto, ay nagmula at nilikha ng iisang Kaisipan. Ang nag-iisang Kaisipang ito ang siyang gumaganap ng lahat ng mga operasyon, ang siyang Kakanyahan ng lahat ng mga operasyon, ang tunay na Layunin, at ang mismong Kakanyahan ng paggawa. Ito rin ang pinakaperpekto at ang hinahangad na gantimpala, gaya ng isinulat ni Ramban: *"Isang, Natatangi, at Pinag-isa."*

Ang isyu ng Tzimtzum ay nagpapaliwanag kung paano lumitaw ang isang hindi kumpletong operasyon mula sa Perpektong Tagapamahala.

9) Ang *Ari* ay nagpaliwanag sa usapin ng *Tzimtzum Aleph* (unang paghihigpit), sapagkat ito ay isang pinakaseryosong bagay. Ito ay dahil kinakailangan na ang lahat ng mga katiwalian at iba't ibang mga pagkukulang ay lumitaw at magmula sa Kanya, gaya ng nasusulat: *"Aking inanyuan ang liwanag, at lumikha ng kadiliman."* Ngunit ang mga katiwalian at ang kadiliman ay ganap na kabaligtaran sa Kanya. Kaya, paano sila maaaring magmula sa Kanya? Gayundin, paano sila maaaring magkasama sa Liwanag at kasiyahan sa loob ng Kaisipan ng Paglikha?

Hindi natin maaaring sabihin na sila ay nagmumula sa dalawang magkahiwalay na kaisipan. Kaya, paano ang lahat ng ito—ang liwanag at kadiliman, ang kasiyahan at kapighatian—ay sabay na umaabot mula sa Kanya hanggang sa mundong ito, na puno ng basura, pahirap, at dumi? At paano sila nabubuhay nang magkasama sa iisang Kaisipan?

IKALAWANG KABANATA

Pagpapaliwanag sa Kaisipan ng Paglikha.

10) Ngayon ay darating tayo sa paglilinaw ng Kaisipan ng Paglikha. Ito ay tiyak na *"Ang katapusan ng kilos ay nasa paunang pag-iisip."* Kahit sa mga taong nasa katawan, na may maraming iniisip, ang wakas ng kilos ay lagi nang nakaugat sa paunang layunin. Halimbawa, kapag ang isang tao ay nagtatayo ng bahay, nauunawaan natin na ang unang iniisip sa buong gawaing ito ay ang hugis ng bahay bilang tahanan.

Samakatuwid, ito ay sinusundan ng maraming pag-iisip at mga hakbangin hanggang sa ang imaheng iyon na una niyang naisip ay ganap na maisakatuparan. Ang hugis na iyon—na dating nasa isipan lamang—ang siyang lumilitaw sa dulo ng lahat ng operasyon. Kaya, masasabi nating *natatapos ang kilos sa paunang pag-iisip.*

Ang pangwakas na layunin—na siyang axis at dahilan kung bakit nilikha ang lahat—ay upang *pasayahin ang Kanyang mga nilikha*. Alam na ang Kanyang Kaisipan ay hindi tulad ng sa tao. Sa Kanya, ang pag-iisip mismo ay *nagtatapos* at *gumaganap* ng buong kilos nang sabay, sapagkat Siya ay hindi isang tao na kinakailangang kumilos pa. Ang Kaisipan mismo ang tumutupad sa lahat ng paggawa sa isang iglap.

Kaya naman, makikita natin na sa sandaling *isipin* Niya ang paglikha upang pasayahin ang Kanyang mga nilikha, ang Liwanag na ito ay agad na lumawak—sa ganap na anyo at sukat ng mga kasiyahan na Kanyang inisip. Lahat ng ito ay nakapaloob na sa Kaisipang iyon, na tinatawag nating *"Kaisipan ng Paglikha."* At nalalaman na tinatawag natin itong Kaisipan ng Paglikha bilang *"Liwanag ng Ein Sof,"* sapagkat wala tayong salita o pahayag para sa Kanyang tunay na Kakanyahan upang tawagin Siya sa anumang pangalan.

Ang kaloobang magkaloob na nagmumula sa Pinagmulan ay kinakailangang magbunga ng kaloobang tumanggap na mula sa Kanya. Ito ang tinatawag na Kli – ang daluyan kung saan tinatanggap ng tumatanggap ang Kanyang Kasaganaan.

11) Sinabi ng *Ari* na sa simula, isang Simpleng Itaas na *Liwanag* ang pumuno sa buong katotohanan. Ibig sabihin, dahil ang *Maylalang* ay nag-isip na pasayahin ang mga nilikha, ang *Liwanag* ay tila lumawak mula sa Kanya at iniwan Siya. Dahil dito, ang pagnanais na tumanggap ng Kanyang Kasiyahan ay agad na tumatak sa *Liwanag* na ito.

Maaari mo ring sabihin na ang pagnanais na ito ang siyang kabuuan ng lumalawak na *Liwanag*. Sa madaling salita, ang sukat ng Kanyang *Liwanag* at *Kasaganaan* ay ayon sa sukat ng Kanyang pagnanais na magbigay kasiyahan—hindi higit, hindi rin kulang.

Dahil dito, tinatawag natin ang anyo ng pagnanais na ito na tumanggap—na nakatatak sa *Liwanag* sa pamamagitan ng kapangyarihan ng Kanyang *Kaisipan*—sa pangalang *"lugar."* Halimbawa, kapag sinabi nating ang isang tao ay may sikmurang kayang tumanggap ng dalawang kilong tinapay, habang ang isa pa ay hindi makakain ng higit sa kalahating kilo, anong "lugar" ang tinutukoy natin? Hindi ito pisikal na sukat ng bituka, kundi ang sukat ng *gana*. Makikita mo, samakatuwid, na ang "lugar" ng pagtanggap ay nasusukat sa laki ng pagnanasa. Higit pa ito sa materyal na sukatan; sa espirituwalidad, ang pagnanais na tumanggap ng *Kasaganaan* ay siyang *lugar* ng *Kasaganaan*. At ang *Kasaganaan* ay nasusukat sa antas ng tindi ng *pagkahilig* rito.

Ang kaloobang tumanggap na nakapaloob sa Kaisipan ng Paglikha ang siyang nagbunsod ng paglabas nito mula sa Kanyang Kakanyahan, upang mapagkalooban ng pangalang Ein Sof.

12) Ngayon, nasilayan mo na kung paano umalis ang Liwanag ng *Ein Sof* mula sa Kanyang *Kakanyahan*—isang Kakanyahan na lampas sa anumang salita o pagbigkas. Sa paglabas na ito, ipinanganak ang pangalan na *Ohr Ein Sof*—Liwanag na nagdadala ng kaloobang tumanggap, na likha mula sa Kanyang sariling Kakanyahan.

Isang bagong anyo ito, hindi na kabilang sa Kanyang Kakanyahan, isang espasyo kung saan ang Liwanag ay naghahanap ng tumatanggap—sapagkat para kanino nga ba Siya matatanggap kung hindi para sa anyong ito? At ang anyong ito ang mismong sukat ng Liwanag na iyon, ang kabuuang saklaw ng Kanyang liwanag at pagnanais.

Bago ang Tzimtzum, ang pagkakaiba ng anyo sa kaloobang tumanggap ay hindi matukoy.

13) Sa Kanyang Kapangyarihan, ang bagong anyo ay hindi kailanman isang pagbabago mula sa Kanyang Liwanag. Tulad ng nakasulat, "Bago pa nilikha ang mundo, Siya ay Iisa at Kanyang Pangalan ay iisa."

Ang "Siya" ay sumasagisag sa Liwanag ng *Ein Sof*, at ang "Kanyang Pangalan" ay ang *Lugar*—ang *Malchut de Ein Sof*, ang kaloobang tumanggap mula sa Kanyang Kakanyahan, na nakapaloob mismo sa Liwanag ng *Ein Sof*. Ipinapahayag nito na Siya ay ganap na iisa, at ang Kanyang Pangalan ay ganap ding iisa. Ang Kanyang Pangalan, bilang *Malchut de Ein Sof* o ang pagnanais na tumanggap, ay bumabalot sa buong reyalidad sa loob ng Kaisipan ng Paglikha—bago pa man ang Tzimtzum. Dito, walang pagkakaiba sa anyo o kalikasan mula sa Liwanag ang nauunawaan; ang Liwanag at ang Lugar ay literal na isa. Kung may anumang di pagkakatugma o kakulangan sa Lugar kumpara sa Liwanag ng *Ein Sof*, agad itong magdudulot ng dalawang magkahiwalay na pag-unawa—isang bagay na hindi kailanman umiiral sa Ganap na Pagkakaisa ng Pinagmulan.

> *Ang ibig sabihin ng Tzimtzum ay ang Malchut de Ein Sof na pinaliit at pinigil ang sariling pagnanais na tumanggap. Sa pagliit na iyon, naglaho ang Liwanag—sapagkat walang Liwanag kung walang Kli na tatanggap nito.*

14) Tungkol sa *Tzimtzum*: Ang *kaloobang tumanggap* na nakapaloob sa *Liwanag ng Ein Sof*, na tinatawag na *Malchut de Ein Sof*—ang Kaisipan ng Paglikha sa Ein Sof at pinagmulan ng buong reyalidad—ay nag-angat at pinaganda ang sarili upang ipantay ang anyo sa Kanyang Kakanyahan. Kaya, sa Behina Dalet ng pagnanais, binawasan niya ang kanyang kalooban na tumanggap ng Kanyang Kasaganaan.

Ang layunin nito ay upang sa pamamagitan ng pagbawas na ito, ang mga mundo ay magmumula at malilikha, hanggang makarating sa mundong ito. Sa kalaunan, ang anyo ng *kaloobang tumanggap* ay maibabalik sa anyo ng *pagkakaloob*—ang tadhana ng pagkakapantay-pantay sa Pinagmulan.

At dahil sa pagbawas ng pagnanais na tumanggap, ang Liwanag ay lumisan, sapagkat ang Liwanag ay nakadepende sa pagnanais; ang pagnanasa ang tunay na tahanan ng Liwanag. Walang puwersa o pamimilit sa espirituwalidad—ito ang masining na pagsasayaw ng Liwanag at Kli.

IKATLONG KABANATA

Paliwanag ng pinagmulan ng kaluluwa.

15) Ngayon ay ipapaliwanag natin ang bagay tungkol sa pinagmulan ng kaluluwa. Sinabi na ito ay isang bahagi ng Diyos sa Itaas. Tinanong natin, "Paano, at sa anong anyo, naiiba ang kaluluwa mula sa Kanyang Simpleng Liwanag, na naghihiwalay rito mula sa Kabuuan?" Ngayon ay mauunawaan natin na tunay ngang mayroong malaking pagkakaiba ng anyo dito. Bagama't Siya ay naglalaman ng lahat ng naiisip at maiisip na mga anyo, gayunpaman, ayon sa mga nabanggit sa itaas, makikita mo na mayroong isang anyo na hindi nakapaloob sa Kanya—ito ay ang anyo ng kaloobang tumanggap. Para kanino Siya tatanggap?

Samantalang ang mga kaluluwa, na nilikha dahil nais Niyang bigyang kasiyahan ang mga ito—na siyang Kaisipan ng Paglikha—ay kinakailangang maselyuhan ng batas na ito ng pagnanasa at pananabik na tumanggap ng Kanyang Kasaganaan. Dito sila naiiba sa Kanya, dahil ang kanilang anyo ay nagbago mula sa Kanya.

Naipaliwanag na ang isang pisikal na kakanyahan ay nahahati at napaghihiwalay sa pamamagitan ng paggalaw at ng distansya sa espasyo, samantalang ang espirituwal na kakanyahan ay nahahati at napaghihiwalay dahil sa *pagkakaiba ng anyo*.

Ang sukat ng pagkakaibang anyo ay siyang tumutukoy sa layo ng isa mula sa isa pa. At kung ang pagkakaiba ng anyo ay maging ganap—mula sa isang sukdulan hanggang sa isa pa—magkakaroon ng ganap na paghihiwalay at pagkaputol. Hindi na nila mapangangalagaan ang ugnayan, sapagkat ituturing na silang ganap na dayuhan sa isa't isa.

IKA-APAT NA KABANATA

Pagkatapos ng Tzimtzum at ng Masach (screen) na inilagay sa kaloobang tumanggap, ito ay inalisan ng karapatan bilang Kli (daluyan) para sa pagtanggap at lumabas sa sistema ng Kedusha (Kabanalan). Bilang kapalit nito, ang Ohr Hozer (Bumalik na Liwanag) ang nagsilbing daluyan para sa pagtanggap, at ang Kli ng kaloobang tumanggap ay ibinigay sa maruming sistema.

16) Matapos mailagay ang *Tzimtzum* at *Masach* sa *Kli* na iyon, na tinatawag na "kalooban na tumanggap," ito ay kinansela at lumabas mula sa dalisay na sistema, at ang *Ohr Hozer* ang naging daluyan ng pagtanggap sa lugar nito.

Alamin na ito ang buong pagkakaiba sa pagitan ng purong *ABYA* at maruming *ABYA*. Ang mga daluyan ng pagtanggap ng purong *ABYA* ay mula sa *Ohr Hozer* na naiwasto ayon sa katumbas ng anyo sa *Ein Sof*, habang ang maruming *ABYA* ay gumagamit ng kalooban na tumanggap na pinaghigpitan, na kabaligtaran ng anyo mula sa *Ein Sof*. Ito ang dahilan kung bakit sila nahiwalay at naputol sa "Buhay ng mga Buhay," na ang *Ein Sof*.

Ang sangkatauhan ay kumakain mula sa mga tira-tirang galing sa Klipot (mga shell), kaya't ginagamit nila ang kalooban na tumanggap sa paraang tulad ng ginagawa ng mga ito.

17) Ngayon ay nauunawaan mo na ang ugat ng katiwalian, na kaagad na isinama sa Kaisipan ng Paglikha—na pasayahin ang Kanyang mga nilalang. Matapos ang paglitaw ng limang pangkalahatang mundo—*Adam Kadmon* at *ABYA*—ang *Klipot* ay lumitaw din sa apat na maruruming mundong *ABYA*, alinsunod sa nakasulat: "Ang Isa ay gumawa ng isa pa sa harap nito."

Sa ganitong kalagayan, ang maputik na katawang-tao ay inilagay sa ating harapan, gaya ng nasusulat: "Ang puso ng tao ay masama mula sa kanyang pagkabata." Ito'y sapagkat ang kabuuan ng kanyang kabuhayan mula pagkabata ay nagmumula sa mga tira-tirahan ng *Klipot*. Ang kakanyahan ng *Klipot* at karumihan ay nasa kanilang anyo ng pagnanais na tumanggap lamang, at wala silang kagustuhang magkaloob.

Dahil dito, sila'y ganap na kabaligtaran sa Kanya, sapagkat Siya ay walang anumang kagustuhang tumanggap, kundi ang tanging layunin Niya ay magkaloob at magbigay ng kasiyahan. Sa kadahilanang ito, ang *Klipot* ay tinatawag na "mga patay," sapagkat ang ganap na kabaligtaran ng anyo mula sa *Buhay ng mga Buhay* ay naghihiwalay sa kanila mula sa Kanya, at wala silang bahagi sa Kanyang Kasaganaan.

Kaya naman, gayundin ang katawan—na kumakain mula sa mga tira-tirahan ng *Klipot*—ay nahiwalay din sa buhay at puno ng karumihan. At ang lahat ng ito ay dahil sa pagnanais na tumanggap lamang, at hindi magkaloob, na siyang nakatatak dito. Palaging bukas ang pagnanasa nitong tanggapin ang buong mundo sa tiyan nito. Kaya't, "Ang masasama ay tinatawag na 'patay' habang sila'y nabubuhay," sapagkat ang kanilang ganap na pagkakaiba ng anyo mula sa kanilang ugat—kung saan walang anumang anyo ng pagkakaloob—ay humiwalay sa kanila mula sa Kanya, kaya't sila'y literal na patay.

Bagama't tila ang masasama ay nagpapakita rin ng anyo ng pagkakaloob, gaya ng pagbibigay ng kawanggawa at iba pa, ito ay nasabi tungkol sa kanila sa *The Zohar*: "Anumang biyayang kanilang ginagawa ay para sa kanilang sarili at para sa kanilang sariling kaluwalhatian." Ngunit ang mga matuwid, na tumutupad sa *Torah* at *Mitzvot* hindi upang tumanggap ng gantimpala kundi upang magbigay kasiyahan sa kanilang Lumikha, ay siyang dinadalisay ang kanilang mga katawan at binabaligtad ang kanilang mga sisidlan ng pagtanggap tungo sa anyo ng pagkakaloob.

Sa ganitong paraan, sila ay nagiging ganap na katulad Niya, sapagkat ang kanilang anyo ay kapareho ng Maylikha, nang walang anumang pagkakaiba ng anyo. Sinabi ng ating mga Pantas tungkol sa talata, "Sabihin mo sa Sion: 'Ikaw ay Aking mga tao,'" na nangangahulugang kayo ay kasama Ko sa gawaing ito. Ibig sabihin, ang mga matuwid ay katuwang ng Lumikha: mula noong sinimulan Niya ang Paglikha, sila ang siyang tumatapos nito—sa pamamagitan ng paggawa sa mga sisidlan ng pagtanggap na maging mga sisidlan ng pagkakaloob.

Ang kabuuan ng katotohanan ay nakapaloob sa Ein Sof at lumalawak mula sa "pag-iral mula sa pag-iral." Tanging ang pagnanais na tumanggap ang bago, na lumitaw mula sa "pag-iral mula sa kawalan."

18) Alamin na ang mismong pasimula na pinasimulan ng Lumikha sa Paglikha—na Kanyang inilabas mula sa kawalan—ay nalalapat lamang sa anyo ng pagnanais na magtamasa ng kasiyahan, na nakatatak sa bawat nilalang. Wala nang iba pang nilikha sa Paglikha, at ito ang kahulugan ng, "Ako ang bumubuo ng liwanag, at lumilikha ng kadiliman."

Ipinapaliwanag ng Ramban na ang salitang "lumilikha" ay nagpapahiwatig ng *paglikha mula sa wala*—isang bagay na hindi umiiral kailanman noon.

Makikita mo na hindi sinabi, "lumilikha ng liwanag," sapagkat walang pagbabago rito, gaya ng pag-iral mula sa kawalan. Ito ay dahil ang Liwanag, at lahat ng nilalaman nito—ang lahat ng kaaya-ayang damdamin at pag-unawa sa reyalidad—ay pinalawak mula sa pag-iral na naroroon na. Ibig sabihin, nakapaloob na ang mga ito sa Kanya at kaya hindi maituturing na bago o binago. Kaya nasusulat, "bumubuo ng liwanag," na nagpapahiwatig na walang inobasyon o paglikha roon.

Ngunit tungkol sa kadiliman—na naglalaman ng lahat ng hindi kasiya-siyang sensasyon at mga kuru-kuro—nasusulat, "at lumilikha ng kadiliman." Ito ay dahil ginawa Niya ito mula sa ganap na pag-iral mula sa kawalan. Sa madaling salita, wala nito sa Kanyang reyalidad kailanman, ngunit ngayon ay nabuo. Ang ugat ng lahat ng ito ay ang anyo ng "pagnanais na magtamasa ng kasiyahan," na kasama sa Kanyang Liwanag, na lumalawak mula sa Kanya.

Sa simula, ito ay mas madilim lamang kaysa sa Itaas na Liwanag, kaya tinawag itong "kadiliman" bilang paghahambing sa Liwanag. Ngunit sa wakas, mula rito ay lumitaw ang

Klipot, ang Sitra Achra, at ang masasama—na ganap na nahiwalay at naputol mula sa Ugat ng Buhay, gaya ng nasusulat: "At ang kanyang mga paa ay bumababa sa kamatayan." Ang "kanyang mga paa" ay sumasagisag sa dulo o sukdulan ng isang bagay. Ipinapahiwatig nito na sa huli, ang kamatayan ay nakaangkla sa mga paa ng Malchut—ang pagnanais na magtamasa ng kasiyahan—na nakapaloob sa pagpapalawak ng Kanyang Liwanag. Mula rito, ang Sitra Achra ay lumilitaw, gayundin ang mga sumusunod sa kanya at nagpapakain sa kanya.

Dahil tayo ay mga sanga na umaabot mula sa Ein Sof, ang mga bagay na nasa ating Ugat ay kalugud-lugod sa atin, at ang mga wala sa ating Ugat ay pabigat at pasakit sa atin.

19) Maaari nating itanong: "Dahil ang pagkakaiba ng anyo ng *kaloobang tumanggap* ay kailangang mapasakanila, sapagkat paano pa sila lalapit sa Kanya at lilipat mula sa pagiging Manlilikha tungo sa pagiging mga nilalang?" Posible lamang ito sa pamamagitan ng nabanggit na pagkakaiba ng anyo.

Higit pa rito, ang anyo ng kagustuhang ito na magtamasa ng kasiyahan ay ang pangunahing karunungan ng Paglikha—ang *axis* ng Kaisipan ng Paglikha. Ito rin ang naging panukat ng kasiyahan at kaluguran, kaya ito ay tinatawag na "isang lugar."

Kaya paano natin masasabing ito ay tinatawag na "kadiliman," na umaabot hanggang sa *Behina* (antas) ng kamatayan, sapagkat ito'y lumilikha ng paghihiwalay at pagkaalis mula sa *Buhay ng mga Buhay* para sa mga tumatanggap na mas mababa? Dapat din nating unawain kung bakit napakalaki ng pangambang dumarating sa mga tumatanggap dahil sa pagkakaiba ng anyo mula sa Kanyang Kakanyahan, at kung bakit may ganitong tindi ng poot.

Upang maunawaan ito, kailangan muna nating maunawaan ang pinagmulan ng lahat ng kasiyahan at pagdurusang nararanasan sa ating mundo. Nabatid na ang kalikasan ng bawat sanga ay tumutugma sa kanyang Ugat. Samakatuwid, lahat ng kilos na taglay sa Ugat ay kanais-nais, kaibig-ibig, at minamahal ng sanga. At anumang bagay na wala sa Ugat ay awtomatikong iniiwasan, tinatanggihan, at kinamumuhian ng sanga.

Ito ay isang hindi-masisirang batas na namamagitan sa pagitan ng bawat sanga at ng kanyang Ugat. At dahil Siya ang Ugat ng lahat ng nilalang, ang lahat ng nasa Kanya at tuwirang nagmumula sa Kanya ay kalugud-lugod sa atin, sapagkat ang ating kalikasan ay malapit sa Kanyang Kalikasan. Ngunit ang lahat ng bagay na wala sa Kanya, na hindi tuwirang nagmumula sa Kanya kundi kabaligtaran ng mismong Paglikha, ay taliwas sa ating kalikasan at mahirap tiisin.

Halimbawa: gustung-gusto natin ang pamamahinga at kinamumuhian natin ang pagkilos—hanggang sa punto na hindi tayo kikilos kung hindi lang rin para sa pamamahinga. Ito ay sapagkat ang ating Ugat ay walang galaw at tahimik; walang anumang paggalaw sa Kanya. Kaya't ang pagkilos ay taliwas sa ating likas na anyo at kinasusuklaman natin ito.

Sa gayon ding paraan, minamahal natin ang karunungan, lakas, kayamanan, at lahat ng uri ng birtud, sapagkat taglay ang mga ito ng ating Ugat. At kinamumuhian natin ang kabaligtaran ng mga ito—kahangalan, kahinaan, kahirapan, kahihiyan, atbp.—dahil wala ang mga ito sa ating Ugat. Kaya't ang mga ito ay nagiging kasuklam-suklam at hindi natin matiis.

Ngunit dapat pa rin nating siyasatin: Paano nagkaroon ng anumang pag-iral na hindi tuwirang nagmumula sa Kanya, kundi kabaligtaran mismo ng Paglikha? Ito ay maihahambing sa isang mayamang tao na tumawag sa isang dukha, at araw-araw ay pinakain siya, pinainom, at binigyan ng pilak at ginto—at sa bawat araw ay mas higit kaysa sa nauna.

Pansinin: ang mahirap ay nakararanas ng dalawang magkasalungat na damdamin sa harap ng mga kaloob ng mayaman. Sa isang banda, nalalasap niya ang walang katumbas na kasiyahan mula sa napakaraming biyaya. Sa kabilang banda, nakakaramdam siya ng matinding kahihiyan sa pagtanggap ng mga kaloob na hindi niya pinaghirapan. Ang dami ng mga biyayang ibinibigay sa kanya sa bawat oras ay nagdudulot sa kanya ng pamimighati.

Walang dudang ang kasiyahan mula sa mga regalo ay tuwirang nagmumula sa mayamang tagapagbigay. Ngunit ang kahihiyan na kanyang nararamdaman ay hindi tuwirang nagmumula sa mayaman, kundi mula sa loob ng mismong katalinuhan ng tumatanggap—ang hiya na bunga ng pagtanggap ng libreng biyaya. Bagama't ang ugat ng kahihiyang ito ay nagmumula rin sa tagapagbigay, hindi ito tuwirang ibinigay—ito'y isang di-tuwirang bunga ng mismong karunungan ng Paglikha.

Dahil ang kagustuhang tumanggap ay wala sa ating Ugat, nakararanas tayo ng kahihiyan at hindi natin ito matiis. Isinulat ng ating mga Pantas na upang maituwid ito, Siya ay "naghanda" ng gawaing Torah at Mitzvot para sa atin sa mundong ito, upang ating maibalik ang kaloobang tumanggap tungo sa isang kaloobang magbigay.

20) Natutunan natin na ang lahat ng anyo na hindi direktang nagmumula sa Kanya ay nagdudulot sa atin ng hirap na matiis at laban sa ating kalikasan. Sa pamamagitan nito, makikita mo na ang bagong anyo na nilikha sa tagatanggap—ang pagnanais na magtamasa ng kasiyahan—ay hindi sa anumang paraan mas mababa o kulang kumpara sa Kanya. Sa katunayan, ito ang pangunahing axis ng Kanyang Paglikha, sapagkat kung wala ito, walang tunay na Paglikha. Gayunman, ang tagatanggap, na siyang nagtataglay ng anyong ito, ay nakararamdam ng matinding kawalan ng pagtitiis sa kanyang "sarili," dahil ang anyong ito ay wala sa kanyang Ugat.

Ngayon, nauunawaan na natin ang sagot ng ating mga Pantas na ang mundong ito ay nilikha dahil "ang kumakain ng hindi kanya ay nahihiyang tumingin sa mukha ng nagbibigay." Tinutukoy nila rito ang pagkakaiba ng anyo—ang pagnanais na magsaya—na kailangang umiiral sa mga kaluluwa, sapagkat "ang kumakain ng hindi kanya ay nahihiyang tumingin sa mukha ng isa."

Kaya, ang sinumang tumatanggap ng regalo ay nakararamdam ng kahihiyan sa pagtanggap nito, bunga ng pagkakaiba ng anyo mula sa Ugat, sapagkat ang Ugat ay walang taglay na anyo ng pagtanggap. Upang itama ito, nilikha Niya ang mundong ito, kung saan dumarating ang kaluluwa at nagbibihis ng katawan. Sa pamamagitan ng pagsasanay sa

Torah at *Mitzvot*, upang magdala ng kasiyahan sa kanyang Lumikha, ang mga daluyan ng pagtanggap ng kaluluwa ay unti-unting nagiging mga daluyan ng pagkakaloob.

Dahil dito, para sa kanyang sarili, ayaw na niya ang tumanggap ng kasaganaan; subalit tinatanggap niya ito upang magdulot ng kaluguran sa kanyang Maylikha, na nagnanais na ang mga kaluluwa ay magtamasa ng Kanyang Kasaganaan. At yamang nalinis na siya mula sa kagustuhang tumanggap para sa sarili, hindi na siya natatakot na tumingin sa Kanyang Mukha. Sa gayon ay naibubunyag ang ganap na pagiging perpekto ng nilalang. At ito ang dahilan, at ang pangangailangan, kung bakit kailangang ilundo ang kaluluwa pababa hanggang sa mundong ito—upang maisagawa ang dakilang gawaing ito ng pagbabago ng anyo: mula sa pagtanggap tungo sa pagkakaloob, isang bagay na posible lamang sa daigdig na ito.

Ang masama ay lubos na nalipol, samantalang ang matuwid ay tumatanggap ng dobleng mana.

21) Halika at tingnan: ang masasama ay dobleng nalipol, sapagkat hinahawakan nila ang magkabilang dulo ng lubid. Ang mundong ito ay nilikha na may kakulangan at kahungkagan ng lahat ng mabuting kasaganaan. At upang makamit ang anumang ari-arian, kinakailangan ang pagkilos.

Gayunman, nalalaman na ang labis na pagkilos ay nagdudulot ng pagdurusa sa tao, sapagkat ito ay hindi direktang nagmumula sa Kanyang Kakanyahan. Ngunit imposible rin namang manatiling walang anumang ari-arian at kabutihan, dahil iyon man ay kabaligtaran sa Ugat—na puno ng kasaganaan. Kaya't pinipili ng tao ang pagdurusa ng pagkilos upang makamit ang katuparan ng mga ari-arian.

Subalit, yamang ang lahat ng ari-arian ng masama ay para lamang sa kanilang sarili, at gaya ng nasusulat, *"Siya na may isang daan ay naghahangad ng dalawang daan,"* sa huli ay namamatay sila na ni hindi pa nakakamit ang kalahati ng kanilang pagnanasa. Kaya't sila ay nagdurusa mula sa dalawang panig: mula sa sakit ng labis na paggalaw, at mula sa sakit ng kakulangan, sapagkat ang kalahati ay laging nawawala sa kanila.

Ngunit ang matuwid ay nagmana ng doble sa kanilang lupain. Ibig sabihin, kapag kanilang naitama ang pagnanais na tumanggap tungo sa pagnanais na magbigay, at ang kanilang pagtanggap ay upang magbigay, sila ay tunay na nagmana ng dobleng bahagi. Hindi lamang nila nakakamit ang kaganapan ng kasiyahan at ang saganang ari-arian, kundi natatamo rin nila ang pagkakatulad ng anyo sa kanilang Maylikha. Kaya't nakakarating sila sa tunay na *Dvekut* (pagkadikit), at gayundin, sa ganap na kapahingahan—sapagkat ang kasaganaan ay kusang dumarating sa kanila, nang walang kahit kaunting pagkilos o pagsisikap.

IKALIMANG KABANATA

Pinipilit ng Kaisipan ng Paglikha na ang bawat bagay sa katotohanan ay mag-ugat at magpatuloy mula sa isa't isa, hanggang sa wakas ng pagwawasto.

22) Ngayon ay nauunawaan natin ang kapangyarihan ng Kanyang Kakanyahan—na ang Kanyang mga kaisipan ay hindi tulad ng ating mga kaisipan, at ang lahat ng sari-saring bagay at anyo na ating nasasaksihan sa katotohanang ito sa ating harapan ay nagkakaisa sa loob ng Isang Kaisipan: ang Kaisipan ng Paglikha, na pasayahin ang Kanyang mga nilalang. Ang Kaisipang ito ay sumasaklaw sa kabuuan ng reyalidad sa perpektong pagkakaisa, hanggang sa ganap na pagtatapos ng pagwawasto. Sapagkat ito mismo ang layunin ng Paglikha—at ito ang Tagapangasiwa, ang Puwersa na kumikilos sa pinapagana. Sapagkat sa Kanya, isang Kaisipan lamang ang isang batas na ganap na may-bisa para sa mga nilalang. At yamang Kanyang pinagnilayan na pasayahin tayo, kinakailangan—bilang isang batas—na matamo natin ang Kanyang Mabuting Kasaganaan.

At dito na nagsisimula ang "operasyon." Ibig sabihin, matapos na ang batas na ito—ang kagustuhang tumanggap ng kasiyahan—ay maitatak sa atin, tinukoy na natin ang ating sarili bilang isang "operasyon." Sapagkat sa pagkakaroon ng pagkakaiba ng anyo, tumigil tayo sa pagiging Tagapaglikha at naging mga nilalang; tumigil sa pagiging Tagapagpatakbo at naging pinapatakbo.

Ito ang tinatawag na "pagkilos" at "gawain." Dahil sa puwersa na kumikilos sa operasyon, ang pagnanais na tumanggap ay lalong lumalalim habang bumababa ang mga mundo, hanggang sa tayo ay maging isang ganap na hiwalay na katawan sa mundong ito—kabaligtaran sa anyo ng *Buhay ng mga Buhay*, na hindi kailanman tumatanggap para sa sarili. Ito ang nagbubunga ng kamatayan sa katawan, at ng lahat ng uri ng pagpapahirap at pagdurusa sa kaluluwa.

Ito ang kahulugan ng paglilingkod sa Lumikha sa pamamagitan ng Torah at Mitzvot. Sa pamamagitan ng kaliwanagan ng "linya" sa loob ng *pinaghigpitang lugar* (Makom HaTzimtzum), ang mga Banal na Pangalan—na siyang Torah at Mitzvot—ay lumalawak. Sa paggawa ng Torah at Mitzvot *upang magbigay ng kasiyahan sa Lumikha*, ang ating mga daluyan ng pagtanggap ay unti-unting nagiging mga daluyan ng pagkakaloob. At ito ang tunay na gantimpala na hinahangad.

Habang mas bulok ang ating mga daluyan ng pagtanggap, lalo tayong nahihiyang buksan ang ating mga bibig upang tanggapin ang Kanyang Kasaganaan. Ito ay dahil sa takot na bunga ng pagkakaiba ng anyo—gaya ng sinabi: *"Ang kumakain ng hindi sa sarili ay natatakot tumingin sa mukha."* Ito ang dahilan ng *Tzimtzum Aleph* (Unang Pagpigil). Ngunit kapag naituwid na natin ang ating mga daluyan ng pagtanggap upang ang layunin ay *magkaloob*, sa gayon ay tinutumbasan natin ang ating *Kelim* (mga sisidlan) sa anyo ng kanilang Lumikha, at nagiging karapat-dapat na tumanggap ng Kanyang Kasaganaan—nang walang hangganan.

Kaya't iyong makikita na ang lahat ng magkasalungat na anyo sa kabuuan ng Paglikha na nauna sa atin—ang anyo ng tagapagpamahala at ng pinamamahalaan, ang anyo ng katiwalian at pagwawasto, ang anyo ng paggawa at ng gantimpala—lahat ay nakapaloob sa Kanyang Iisang Kaisipan. Sa payak na pananalita, ito ay: *"upang mapasaya ang Kanyang mga nilalang."* Tiyak iyon—hindi hihigit, at hindi kulang.

Ang buong kasaganaan ng mga konsepto, mula sa mga katuruan ng ating Banal na Torah hanggang sa mga aral ng mundong sekular, ay saklaw ng Kaisipang ito. Lahat ng nilikha, lahat ng mundo, at lahat ng iba't ibang pag-uugali sa pagitan ng mga ito—lahat ay nagmumula sa Nag-iisang Kaisipang ito.

Ang ibig sabihin ng Malchut de Ein Sof ay hindi nagtatapos doon ang Malchut

23) Gayunpaman, maaari ba nating makilala ang isang *Malchut* sa *Ein Sof*? Nangangahulugan iyon na naroon din ang Mataas na Siyam na Sefirot! Mula sa ating mga salita, nagiging napakalinaw na ang pagnanais na tumanggap na kinakailangang kasama sa Liwanag ng *Ein Sof* ay tinatawag na *Malchut de Ein Sof*. Doon, gayunpaman, hindi naglagay ng hangganan at pagtatapos ang *Malchut* sa Liwanag na iyon ng *Ein Sof*, dahil ang pagkakaiba ng anyo dahil sa kagustuhang tumanggap ay hindi naging maliwanag sa kanya. Kaya naman tinawag itong *Ein Sof*, ibig sabihin ay hindi huminto doon ang *Malchut*. Sa kabaligtaran, mula sa *Tzimtzum* pababa, isang pagtatapos ay ginawa sa bawat Sefira at Partzuf sa pamamagitan ng puwersa ng *Malchut*.

IKA-ANIM NA KABANATA

Imposibleng lumitaw ang kaloobang tumanggap sa anumang karunungan, maliban sa apat na Behinot (mga pang-unawa), na siyang apat na letra ng HaVaYaH.

24) Ating intindihin ng lubos ang katapusan na naganap sa Malchut. Una, ipapaliwanag natin kung ano ang natukoy ng mga Kabalista: na walang Liwanag, malaki man o maliit, sa Mataas na mga Mundo o sa mababang mga mundo, na hindi nakaayos ayon sa pagkakasunud-sunod ng apat na letrang pangalan, *HaVaYaH*.

Kasabay nito ang batas na walang Liwanag sa mga daigdig na hindi nakadamit ng isang *Kli*. Naipaliwanag ko na ang pagkakaiba ng Kanyang Kakanyahan at ng Liwanag na lumalawak mula sa Kanya. Nangyayari lamang iyon dahil sa kagustuhang magtamasa na nakapaloob sa Kanyang lumalawak na Liwanag, na isang pagkakaiba ng anyo mula sa Kanyang Kakanyahan, na Syang walang ganoong pagnanais.

Ang lumalawak na Liwanag ay tinukoy ng pangalang "nagmula" dahil ang pagkakaiba-iba ng anyo na ito ay pumipigil sa Liwanag mula sa pagiging Tagapagpamula tungo sa paglitaw. Ipinaliwanag din na ang kagustuhang magtamasa, kasama sa Kanyang Liwanag, ay sukatan ng kadakilaan ng Liwanag. Ito ay tinatawag na "lugar ng Liwanag," ibig sabihin, ito ay tumatanggap ng kasaganaan nito ayon sa sukat ng kagustuhang tumanggap at pananasa, walang labis at walang kulang.

Ipinapaliwanag din nito na ang kaloobang tumanggap na ito ay ang pinakabagong bagay na nabuo sa paglikha ng mga mundo sa pamamagitan ng pag-iral mula sa kawalan. Ito ay dahil ang anyo na ito lamang ang hindi kasama sa Kanyang Kasaganaan, at ngayon lamang ito nilikha ng Lumikha para sa layunin ng Paglikha. Ito ang kahulugan ng "at lumikha ng kadiliman," dahil ang anyong ito ang ugat ng kadiliman, dahil sa pagkakaiba ng anyo dito. Para sa kadahilanang ito, ito ay mas madilim kaysa sa Liwanag na lumalawak sa loob niya at dahil sa kanya.

Ngayon ay makikita mo na ang anumang Liwanag na lumalawak mula sa Kanya ay agad na binubuo ng dalawang pagkilala:

1. Ang una ay ang kakanyahan ng lumalawak na Liwanag bago lumitaw ang anyo ng "pagnanais na magtamasa" dito.

2. Ang pangalawa ay pagkatapos lumitaw ang anyo ng "pagnanais na masiyahan" dito, kung saan ito ay nagiging mas magaspang at medyo mas madilim dahil sa pagkakaroon ng pagkakaiba ng anyo.

Kaya, ang unang pag-unawa ay ang Liwanag, at ang pangalawa ay ang Kli. Dahil dito, ang anumang lumalawak na Liwanag ay binubuo ng apat na Behinot sa impresyon sa Kli. Ito ay dahil ang anyo ng kalooban na tumanggap, na tinatawag na "isang Kli sa lumalawak na Liwanag," ay hindi sabay-sabay na nakumpleto, kundi sa pamamagitan ng nagpapagana at pinapagana.

May dalawang Behinot sa nagpapagana at dalawang Behinot sa pinapagana. Tinatawag ang mga ito na "potensyal" at "aktwal" sa nagpapagana, at "potensyal" at "aktwal" sa pinapagana, na bumubuo sa apat na Behinot.

Ang pagnanais na tumanggap ay hindi tumatagos sa Nagmula maliban kung ito ay gumising sa sarili nito upang tumanggap ayon sa sarili nitong pagpili.

25) Dahil ang *Kli* ay ang ugat ng kadiliman, dahil ito ay kabaligtaran ng Liwanag, kaya dapat itong magsimulang kumilos nang dahan-dahan, unti-unti, sa paraan ng sanhi at bunga, gaya ng nasusulat: "Ang tubig ay nabuo at naging kadiliman" (Midrash Rabba, Shemot 80:22).

Ang kadiliman ay bunga mismo ng Liwanag at pinatatakbo nito, gaya ng paglilihi at pagsilang—potensyal at aktuwal. Nangangahulugan ito na sa anumang lumalawak na Liwanag, ang pagnanais na tumanggap ay kinakailangang isama, kahit na hindi pa ito itinuturing na pagkakaiba ng anyo bago ang pagnanais na ito ay malinaw na naitakda sa Liwanag.

Ang kagustuhang tumanggap na isinama sa Liwanag ng Tagalikha ay hindi sapat para roon. Sa halip, ang nagmula sa Kanya ay kailangang independiyenteng matuklasan ang kaloobang tumanggap sa sarili nito—sa pagkilos, sa kahulugan ng sariling pagpili. Nangangahulugan ito na dapat niyang palawakin ang Kasaganaan sa pamamagitan ng sariling kalooban, lampas pa sa sukat ng Liwanag na ipinagkakaloob sa kanya ng Tagalikha. Kapag ang nilikha ay kumilos sa pamamagitan ng kanyang sariling pagpili sa pagpapataas ng sukat ng kanyang pagnanais, ang pananabik at ang kagustuhang tumanggap ay nananatili sa kanya, at ang Liwanag ay maaaring permanenteng magsuot ng *Kli* na ito. Tunay na ang Liwanag ng Ein Sof ay tila lumalawak sa lahat ng apat na *Behinot*, na umaabot sa buong sukat ng pagnanasa ng nagmula mismo—sa *Behina Dalet*. Ito ay dahil hindi Siya palalawakin ng Kanyang sariling Kakanyahan upang magkaroon ng isang pangalan para sa Kanyang sarili, ibig sabihin, ang Ein Sof.

Gayunpaman, ang anyo ay hindi nagbago sa lahat dahil sa kagustuhang tumanggap sa loob ng Kanyang Kapangyarihan, at walang pagbabagong makikilala roon sa pagitan ng Liwanag at ng *Lugar* ng Liwanag, na siyang kagustuhang magtamasa; sila ay iisa at buo. Ito'y nasusulat: "Bago nilikha ang mundo, Siya ay Isa at ang Kanyang Pangalan ay Isa." Talagang mahirap unawain ang dobleng reperensiya—"Siya" at "Kanyang Pangalan." Ano ang ginagawa ng Kanyang Pangalan doon bago pa nilikha ang mundo? Dapat sana'y sinabi, "Bago nilikha ang mundo, Siya ay Isa."

Gayunpaman, ito ay tumutukoy sa Liwanag ng Ein Sof bago ang *Tzimtzum*. Kahit na mayroong isang *Lugar* doon at isang kagustuhang tumanggap ng Kasaganaan mula sa Kanyang Kakanyahan, wala pa ring pagbabago o pagkakaiba sa pagitan ng Liwanag at ng "Lugar."

Ang ibig sabihin ng "Siya ay Isa" ay ang Liwanag ng Ein Sof at ang Kanyang Pangalan ay iisa. Ito ay tumutukoy sa kagustuhang magtamasa na kasama roon nang walang anumang pagbabago. Dapat mong maunawaan ang ipinahiwatig ng ating mga pantas, na ang "Kanyang Pangalan" ay *pagnanais* sa *Gematria*, ibig sabihin ay "kalooban na magtamasa."

Ang lahat ng mundo sa Kaisipan ng Paglikha ay tinatawag na "ang Liwanag ng Ein Sof," at ang kabuuan ng mga tumanggap doon ay tinatawag na Malchut de Ein Sof

26) Ito'y naipaliwanag na tungkol sa, "Ang katapusan ng isang gawa ay nasa paunang pag-iisip," na ito ay ang Kaisipan ng Paglikha, na lumawak mula sa Kanyang Kakanyahan upang bigyang kagalakan ang Kanyang mga nilalang. Natutunan natin na sa Kanya, ang Kaisipan at ang Liwanag ay iisa at iisang bagay. Kaya naman, ito'y sinusundan na ang Liwanag ng Ein Sof, na lumawak mula sa Kanyang Kakanyahan, ay naglalaman ng kabuuan ng katotohanan bago sa atin hanggang sa katapusan ng pagwawasto sa hinaharap, na siyang katapusan ng pagkilos.

IKA-PITONG KABANATA

Bagama't ang Behina Dalet lamang ang tinakdaan, gayun din ay iniwan ng Liwanag ang unang tatlong Behinot.

27) Ito'y naipaliwanag na ang gitnang punto—na siyang kabilang na punto ng Pag-iisip ng Paglikha, katulad ng kagustuhang masiyahan dito—ay pinalamutian ang kanyang sarili upang mapahusay ang kanyang pagkakapantay-pantay ng anyo sa Tagalikha. Bagama't walang pagkakaiba ng anyo sa Kanyang Kapangyarihan mula sa pananaw ng Tagalikha, nadama ito ng punto ng pagnanasa bilang isang uri ng hindi direktang pagpapalawig mula sa Kanyang Kakanyahan, tulad ng may alegorya tungkol sa isang taong mayaman. Para sa kadahilanang ito, binawasan niya ang kanyang pagnanais mula sa huling Behina, na siyang ganap na kabigatan ng kalooban na tumanggap, upang dagdagan ang Dvekut sa pamamagitan ng direktang pagpapalawig mula sa Kanyang Kakanyahan.

Pagkatapos ang Liwanag ay inalis mula sa buong lugar, ibig sabihin mula sa lahat ng apat na antas na umiiral sa lugar. Kahit na binawasan niya ang kanyang Liwanag mula lamang sa *Behina Dalet*, ito ay kalikasan ng espirituwal na hindi mahahati.

Pagkatapos, muli niyang pinahaba ang isang linya ng Liwanag mula sa unang tatlong Behinot, at ang Behina Dalet ay nanatiling isang bakanteng espasyo.

28) Pagkaraan, ang Liwanag ng Ein Sof ay muling umabot sa lugar na walang laman, ngunit hindi nito napuno ang buong lugar sa lahat ng apat na Behinot, kundi tatlong Behinot lamang, ayon sa pagnanais ng punto ng Tzimtzum. Kaya naman, ang gitnang puntong pinaghigpitan ay nanatiling walang laman at guwang, sapagkat ang Liwanag ay lumiwanag lamang sa pamamagitan ng Behina Dalet, ngunit hindi sa kabuuan nito, at ang Liwanag ng Ein Sof ay tumigil doon.

Mula ngayon, ipapaliwanag natin ang bagay ng *Hitkalelut* (paghahalo) ng mga Behina sa isa't isa, na inilapat sa Mataas na mga Mundo. Makikita mo ngayon na ang apat na Behinot ay pinagsama-sama sa paraang maging sa loob mismo ng Behina Dalet ay may apat ding Behinot. Kaya, naaabot ng Liwanag ng Ein Sof ang unang tatlong Behinot sa loob ng Behina Dalet, at ang huling Behina lamang sa Behina Dalet ang nanatiling walang laman at walang Liwanag.

IKA-WALONG KABANATA

Ang Hochma ay tinatawag na Liwanag, at ang Hassadim, "Tubig." ang Bina ay tinatawag na "Itaas na Tubig," at Malchut, "ibabang tubig."

29) Ngayon ay ipapaliwanag natin ang kahulugan ng apat na *Behinot* ng sanhi at kahihinatnan, na kinakailangan upang makumpleto ang anyo ng kaloobang tumanggap. Mayroong dalawang *Behinot* ng Liwanag sa Atzilut. Ang unang *Behina* ay tinatawag na "Liwanag," ibig sabihin ay *Ohr Hochma*, at ang pangalawang *Behina* ay tinatawag na "Tubig," na *Hassadim*.

Ang unang *Behina* ay umaabot mula sa Itaas pababa nang walang anumang tulong mula sa ibaba. Samantalang ang pangalawang *Behina* ay umaabot sa pamamagitan ng tulong ng isang mababa. Kaya ito tinawag na "tubig," dahil ito ay sumasalamin sa likas na katangian ng Liwanag na mula sa Itaas, at ng tubig na mula sa ibaba.

Mayroon ding dalawang *Behinot* sa tubig mismo: Itaas na Tubig, ng *Behina Bet* sa apat na *Behinot*, at ibabang tubig, ng *Behina Dalet* sa apat na *Behinot*.

Paliwanag sa Pagpapalawak ng Ohr Ein Sof sa Apat na Behinot upang Ihayag ang Kli, na Siyang Kagustuhang Tumanggap

30) Para sa kadahilanang ito, ang anumang pagpapalawak ng *Ohr Ein Sof* ay binubuo ng *Eser Sefirot*. Ito ay dahil ang *Ein Sof*, na siyang Ugat at Tagalikha, ay tinatawag na *Keter*. Ang

Liwanag ng mismong pagpapalawak ay tinatawag na *Hochma*, at ito ang buong sukatan ng pagpapalawak ng Liwanag mula sa Itaas, mula sa *Ein Sof*.

Nasabi na na ang kalooban na tumanggap ay kasama sa bawat pagpapalawak ng Liwanag mula sa Itaas. Gayunpaman, ang anyo ng pagnanais ay hindi aktwal na nagiging maliwanag bago pa ito magising sa nilalang upang palawakin ang higit na Liwanag kaysa sa sukat ng orihinal na pagpapalawak.

Kaya, dahil ang kalooban na tumanggap ay kasama bilang isang kaagad na potensyal sa Liwanag ng pagpapalawak, napipilitan ang Liwanag na dalhin ang potensyal na ito tungo sa aktuwal. Dahil dito, gumigising ang Liwanag upang palawakin ang karagdagang Kasaganaan, lampas sa sukat ng paglawak nito mula sa *Ein Sof*. Sa ganitong paraan, ang kalooban na tumanggap ay tunay na lumilitaw sa Liwanag na iyon at nakukuha ang isang bagong anyo, isang pagkakaiba ng anyo, na sanhi upang ito ay maging mas madilim kaysa sa Liwanag, sapagkat ito ay naging mas magaspang sa pamamagitan ng bagong anyo — mas makapal.

Ang bahaging ito, na naging mas makapal, ay tinatawag na *Bina*. Sa katotohanan, ang *Bina* ay bahagi pa rin ng *Hochma*, ibig sabihin, bahagi ng mismong Liwanag ng pagpapalawak ng *Ein Sof*. Ngunit dahil nadagdagan nito ang pagnanais at nakapaghatak ng higit na Kasaganaan kaysa sa sukat ng pagpapalawak mula sa *Ein Sof*, nakuha nito ang pagkakaiba ng anyo at naging mas makapal kaysa sa Liwanag. Kaya naman, nakuha nito ang sarili nitong pangalan — ang *Sefira Bina*.

Ang kakanyahan ng karagdagang Kasaganaan na pinalawak mula sa *Ein Sof* sa pamamagitan ng kapangyarihan ng pagpapalakas ng pagnanais ay tinatawag na *Ohr Hassadim*, o "Itaas na Tubig." Ito ay dahil ang pagnanais na ito ay hindi direktang umaabot mula sa *Ein Sof* tulad ng *Ohr Hochma*, kundi sa tulong ng nagmula, na siyang nagpatindi ng pagnanais. Kaya naman, ito ay karapat-dapat sa sarili nitong pangalan: *Ohr Hassadim* o "Tubig."

Ngayon ay nalaman mo na ang *Sefira Bina* ay binubuo ng tatlong pagkilala sa Liwanag:

1. Liwanag ng karunungan ng *Bina*, na bahagi ng *Ohr Hochma*.

2. Ang pampalapot at ang pagkakaiba ng anyo sa kanya, nakuha ng pagpapatindi ng pagnanais.

3. Ang *Ohr Hassadim* na dumating sa kanya sa pamamagitan ng kanyang sariling pagpapalawig mula sa *Ein Sof*.

Gayunpaman, hindi pa rin nito nakumpleto ang buong daluyan ng pagtanggap, dahil ang *Bina* ay mahalagang *Hochma* — isang tunay na transendental na pagpapalawak mula sa *Ohr Ein Sof*. Dahil dito, tanging ang ugat para sa mga daluyan ng pagtanggap, na siyang nagpapatakbo ng operasyon ng *Kli*, ang lumitaw sa *Bina*.

Pagkatapos, ang parehong *Ohr Hassadim* na pinalawig niya sa pamamagitan ng kapangyarihan ng kanyang pagsidhi ay pinalawig muli mula sa kanya, at ilang iluminasyon mula sa *Hochma* ay idinagdag. Ang pagpapalawak na ito ng *Ohr Hassadim* ay tinatawag na *Zeir Anpin*, o HGT.

Ang Liwanag ng *Hitpashtut* na ito ay nagpapataas din ng pagnanais na palawakin ang bagong kasaganaan, higit pa sa sukatan ng kaliwanagan ng *Hochma* sa pagpapalawak nito mula sa *Bina*. Ang pagpapalawak na ito ay itinuturing din bilang dalawang *Behinot*, dahil ang Liwanag ng pagpapalawak mismo ay tinatawag na ZA o VAK, habang ang pagsidhi nito dito ay tinatawag na *Malchut*.

Ito ang paraan kung paano tayo dumating sa pamamagitan ng sampung *Sefirot*: ang *Keter* ay *Ein Sof*; ang *Hochma* ay ang Liwanag ng pagpapalawak mula sa *Ein Sof*; ang *Bina* ay ang *Ohr Hochma* na sumidhi upang madagdagan ang kasaganaan, kung saan nakuha nito ang *Aviut*; ang ZA, na binubuo ng HGT NHY, ay *Ohr Hassadim* na may kaliwanagan ng *Hochma*, na lumalawak mula sa *Bina*; at ang *Malchut* ay ang pangalawang pagpapaigting upang magdagdag ng *Hochma* nang higit pa kaysa sa ZA.

Ang apat na Behinot sa pagnanasa ay ang apat na letrang HaVaYaH, na KHB TM.

31) Ito ang kahulugan ng apat na letra sa apat na letrang Pangalan: Ang dulo ng Yod ay *Ein Sof*, ibig sabihin ang puwersang nagpapatakbo ay kasama ang Kaisipan ng Paglikha, na siyang layuning pasayahin ang Kanyang mga nilalang, katulad ng Kli ng *Keter*.

Ang Yod ay *Hochma*, ibig sabihin ay Behina Aleph, na siyang aktwal sa potensyal na nakapaloob sa Liwanag ng pagpapalawak ng *Ein Sof*. Ang unang Hey ay *Bina*, Behina Bet, na siyang aktuwalisasyon ng potensyal, ibig sabihin ay ang Liwanag na pinalapot ng *Hochma*.

Ang Vav ay *Zeir Anpin* o HGT NHY, ibig sabihin ang pagpapalawak ng *Ohr Hassadim* na lumitaw sa pamamagitan ng *Bina*. Ito ay Behina Gimel, ang puwersa para sa pagganap ng operasyon. Ang mas mababang Hey sa *HaVaYaH* ay *Malchut*, ibig sabihin ay Behina Dalet. Ito ang manipestasyon ng kumpletong kilos sa daluyan ng pagtanggap na tumindi upang mapalawak ang higit na kasaganaan kaysa sukatan ng pagpapalawak nito mula sa *Bina*. Dito nakumpleto ang anyo ng kaloobang tumanggap, at ang Liwanag na nagbibihis sa Kli nito — ang kaloobang tumanggap ay nakumpleto lamang sa ikaapat na Behina na ito at hindi bago pa man.

Ngayon ay madali mong makikita na walang Liwanag sa Itaas na mga Mundo o mababang mundo na hindi nakaayos sa ilalim ng apat na letrang Pangalan bilang apat na Behinot. Kung wala ito, ang kaloobang tumanggap na dapat nasa bawat Liwanag ay hindi magiging kumpleto, dahil ang kaloobang ito ang lugar at sukatan ng Liwanag.

Ang mga letrang Yod at Vav ng HaVaYaH ay manipis sapagkat sila ay kinikilala bilang potensyal lamang.

32) Ito ay maaaring ikagulat natin, dahil ang Yod ay nagpapahiwatig ng *Hochma* at ang Hey ay nagpapahiwatig ng *Bina*, at ang buong karunungan ng Liwanag na umiiral sa sampung Sefirot ay nasa Sefira *Hochma*, habang ang *Bina*, *Zeir Anpin*, at *Malchut* ay mga damit lamang na may kinalaman sa *Hochma*. Kaya, dapat sanang kinuha ng *Hochma* ang mas malaking titik sa apat na letrang Pangalan.

Ngunit ang mga titik ng apat na letrang Pangalan ay hindi nagpapahiwatig o nagtatalaga ng dami ng Liwanag sa sampung Sefirot. Sa halip, ipinapahiwatig nila ang sukat ng epekto sa Kli. Ang puti sa pergamino ng balumbon ng Torah ay sumisimbolo sa Liwanag, habang ang itim, bilang mga letra, ay nagpapahiwatig ng kalidad ng Kelim.

Kaya, dahil ang *Keter* ay kinikilala lamang bilang ugat ng ugat ng Kli, ito ay ipinahiwatig lamang sa dulo ng Yod. Ang *Hochma*, na puwersang hindi aktwal na lumilitaw sa aktwalidad, ay ipinahiwatig ng pinakamaliit sa mga titik, ang Yod.

Ang *Bina*, kung saan ang puwersa ay isinasagawa sa pagkilos, ay ipinahiwatig ng pinakamalawak na titik, ang Aleph. Ang ZA naman ay puwersa para sa pagganap ng kilos; kaya ito ay ipinahiwatig ng mahaba at makitid na titik, ang Vav. Ang kahabaan nito ay nagpapahiwatig na sa pagtatapos ng pagpapalawak, ang kumpletong Kli ay lumiitaw, habang ang pagiging makitid ay nagsasabing ang kakanyahan ng Kli ay nasa nakatagong potensyal.

Hindi nagawa ng *Hochma* na ipakita ang buong Kli sa kanyang pagpapalawak, dahil ang *Bina* ay hindi kumpletong Kli, kundi ang nagpapatakbo ng Kli. Kaya naman, ang binti ng Yod ay maikli, na nagpapahiwatig ng limitadong pagpapalawak at hindi paglitaw ng buong Kli sa kanyang kapangyarihan.

Ang *Malchut* ay ipinahihiwatig din ng letrang Hey, tulad ng *Bina*, isang malawak na titik na lumilitaw sa kumpletong anyo nito. Huwag magtaka kung bakit ang *Bina* at *Malchut* ay may parehong titik, dahil sa Mundo ng Tikkun sila ay magkatulad at nagtutulungan sa pagpapahiram ng kanilang mga Kelim, tulad ng nasabi sa talatang, "Kaya silang dalawa ay nagtungo."

IKA-SIYAM NA KABANATA

Ang espirituwal na paggalaw ay nangangahulugan ng pagbabago ng pagkakaiba-iba ng anyo.

33) Dapat pa rin nating maunawaan ang kahulugan ng oras at paggalaw na nararanasan natin sa halos bawat salita ng ganitong karunungan. Sa katunayan, dapat mong malaman na ang espirituwal na paggalaw ay hindi tulad ng pisikal na paggalaw mula sa isang lugar patungo sa isa pa. Sa halip, ito ay tumutukoy sa pagbabago ng anyo — isang muling pagbuo at pag-iba ng anyo sa espirituwal na dimensyon.

Tinutukoy namin ang bawat pagbabagong muli ng anyo sa pangalang "paggalaw." Ang pagbabagong ito, na nagmumula sa pagkakaiba-iba ng anyo sa espirituwal, na hindi na kahalintulad ng orihinal nitong anyo, ay itinuturing na hiwalay at nagkakaroon ng sariling pangalan at awtoridad. Sa ganitong paraan, eksakto itong tulad ng isang korporyal na bagay na may bahagi na umalis at gumagalaw mula sa isang lugar patungo sa iba. Kaya naman, ang pagbabago ng anyo ay tinatawag na "paggalaw."

Ang espirituwal na oras ay nangangahulugan ng isang tiyak na bilang ng mga pag-babagong muli ng pagkakaiba-iba ng anyo na nagmumula sa isa't isa. Ang una at huli ay nangangahulugang sanhi at bunga.

34) Tungkol sa espirituwal na kahulugan ng oras: Unawain na para sa atin, ang espirituwal na kahulugan ng oras ay isang sensasyon lamang ng mga paggalaw. Ang ating imahinasyon ang gumuguhit ng isang tiyak na bilang ng mga paggalaw, na isa-isa nitong itinatangi at isinasalin bilang isang tinatawag na "oras."

Kaya, kung ang isang tao ay nasa ganap na panatag na kalagayan sa kanyang kapaligiran, hindi niya mararamdaman o mauunawaan ang konsepto ng oras. Ganito rin sa espirituwalidad: Ang isang tiyak na bilang ng mga pagbabagong muli ng mga anyo ay tinatawag na "mga espirituwal na paggalaw." Ang mga ito ay magkakahalo sa anyo ng sanhi at bunga, at sila ang tinatawag na "panahon" sa espirituwal na larangan. Gayundin, ang "bago" at "pagkatapos" ay palaging itinuturing bilang "sanhi at bunga."

IKA-SAMPUNG KABANATA

Ang buong sangkap na iniuugnay sa nagmula ay ang kaloobang tumanggap. Ang anumang karagdagan dito ay iniuugnay sa Pinagmulan.

35) Alamin na ang pagnanais na tumanggap sa nagmula, na siyang Kli niya, ay kabuuan ng mga sangkap na iniuugnay sa nagmula, sa paraang lahat ng umiiral bukod dito ay iniuugnay sa Pinagmulan.

Ang kaloobang tumanggap ay ang unang anyo ng bawat karunungan. Tinukoy natin ang unang anyo bilang "substansya" dahil wala tayong naabot sa esensya.

36) Bagama't nakikita natin ang kagustuhang tumanggap bilang isang pangyayari at anyo sa kakanyahan, paano nga ba natin ito mauunawaan bilang isang sangkap ng kakanyahan? Sa katunayan, ito ay kapareho ng mga esensya na malapit sa atin. Tinawag nating "unang sangkap ng kakanyahan" ang unang anyo sa kakanyahan, dahil wala pa tayong natatamo o naiuunawa mula rito—sapagkat ang limang pandama natin ay hindi angkop para dito. Ang paningin, tunog, amoy, panlasa, at pagpindot ay naglalahad lamang ng mga abstraktong anyo ng "mga pangyayari" sa kakanyahan, na nagbubuo sa pakikipagtulungan sa ating mga pandama.

Halimbawa, kahit ang pinakamaliit na mikroskopikong atomo sa elemento ng isang kakanyahan, na pinaghihiwalay sa pamamagitan ng proseso ng kemikal, ay mga abstraktong anyo lamang na lumilitaw sa ganoong paraan sa ating paningin. Mas tumpak na nakikilala at sinusuri natin ang mga ito sa pamamagitan ng mga paraan ng kaloobang tumanggap at matanggap.

Dahil dito, maaari nating makilala at paghiwalayin ang mga atom na ito bilang unang bagay ng kakanyahan na iyon, ngunit kahit pagkatapos, sila ay nananatiling mga puwersa lamang sa kakanyahan, hindi isang sangkap.

Kaya't malinaw na, kahit sa korporyal na mundo, wala tayong ibang paraan upang maunawaan ang unang bagay kundi bilang unang anyo na siyang nagdadala ng lahat ng iba pang mga pangyayari at anyo na sumusunod dito. At higit pa rito sa Mas Mataas na mga Mundo, kung saan ang nakikita at haka-haka ay hindi nananatili.

Pangkalahatang Paunang-salita

> Sa mga bihasa sa Ang Puno ng Buhay, at sa lahat, gaya ng,
> "Una, matuto; pagkatapos, intindihin."

1) Ang ating mga pantas ay nagsabi, "Walang dahon ng damo sa ibaba na walang anghel sa itaas na humahampas dito at nagsasabi dito, 'Lumago ka!'" Ito ay tila lubhang nakalilito, dahil bakit guguluhin ng Lumikha ang isang anghel mula sa Itaas upang hampasin at alagaan ang isang maliit, walang gaanong kabuluhang talim ng damo?

Gayunpaman, ang kasabihang ito ay tungkol sa isa sa mga lihim ng Paglikha na masyadong mahaba upang bigyang-kahulugan. Ito ay dahil ang puso ng walang hanggang talino ay nagnanais na magbunyag ng isang bahagi at ikubli ang dalawang bahagi, kasama ang kanilang mga gintong alegorya, dahil sila ay nag-iingat sa pagsisiwalat ng Torah sa isang hindi karapat-dapat na disipulo. Ito ang dahilan kung bakit sinabi ng ating mga pantas na ang isang tao ay hindi natututo mula sa mga alamat, dahil ang mga alamat ay tinatakan at hinaharangan mula sa masa, at ibinubunyag lamang sa iilan sa bawat henerasyon.

At nalaman din natin sa *The Book of Zohar* (Ang Aklat ng Zohar), na si Rashbi (Rabbi Shimon Bar Yochai) ay nag-utos kay Rabbi Aba na isulat ang mga lihim, dahil alam niya kung paano ihayag nang may pagpapakilala. Tingnan sa *Idra*, kung saan nakasulat na para sa bawat lihim na ibinunyag ni Rashbi sa karunungan, siya ay iiyak at magsasabi, "Aba kung sasabihin ko; aba kung hindi ko sasabihin. Kung hindi ko sasabihin, mawawala ang salitang iyon sa aking mga kaibigan; at kung sasabihin ko, malalaman ng masasama kung paano maglingkod sa kanilang Panginoon."

Nangangahulugan ito na siya ay nasa pagkabalisa mula sa parehong mga anggulo: kung hindi niya ibubunyag ang mga lihim ng Torah, ang mga lihim ay mawawala mula sa mga tunay na pantas, na natatakot sa Diyos. At kung ihahayag niya ang mga lihim, ang mga taong walang kabuluhan ay mabibigo sa mga ito, sapagkat hindi nila mauunawaan ang ugat ng mga bagay at kakain ng hilaw na prutas.

Kaya naman, pinili ni Rashbi si Rabbi Aba upang magsulat, dahil sa kanyang karunungan sa mga alegorya, upang ayusin ang mga bagay sa paraang ito ay sapat na maipahayag sa mga taong karapat-dapat na maunawaan ang mga ito, at naitago at naharang sa mga hindi karapat-dapat na maunawaan ang mga ito. Ito ang dahilan kung bakit sinabi niya na alam ni Rabbi Aba kung paano magpahayag nang may pagpapakilala. Sa madaling salita, bagama't ibinunyag niya, nananatili pa rin itong sikreto sa mga hindi karapat-dapat.

Gayunpaman, sa Ang Zohar(*The Zohar*), ipinangako nila sa atin na ang karunungan na ito ay nakalaan na ganap na maihayag sa katapusan ng mga araw, kahit na para sa maliliit na bata. At sinabi rin nila na sa komposisyong ito, ang mga anak ng Israel ay matutubos mula sa pagkatapon, ibig sabihin, sa paglitaw ng karunungan ng katotohanan, ang Israel ay gagantimpalaan ng ganap na pagtubos. At nakikita rin natin na ang mga salita ng Ang Zohar(*The Zohar*) at ang mga nakatagong lihim sa karunungan ng katotohanan ay untiunting nabubunyag, heneresyon kada heneresyon hanggang sa magantimpalaan tayo sa paghahayag ng lahat ng karunungan na ito, at sa gayong panahon na tayo ay gagantimpalaan ng ganap na pagtubos.

Upang linawin ang teksto kung saan tayo nagsimula, ipapaliwanag muna natin ang talata sa sikat na *Aklat ng Paglikha*, kung saan nakasulat ang sampung *Sefirot* na "sampu at hindi siyam, sampu at hindi labing-isa." Karamihan sa mga tagapagsalin ay napagmasdan na ito, ngunit ipapaliwanag natin ito sa ating sariling paraan, upang ang mga bagay ay ihayag sa lahat ng naghahanap ng salita ng Diyos.

Ito ay batid na ang sampung *Sefirot* ay tinatawag na *Keter, Hochma, Bina, Hesed, Gevura, Tifferet, Netzah, Hod, Yesod, Malchut*. Ito ay nakasulat sa *Ari's Gate to Introductions*, sa seksyong "*HaDaat*," na sila ay aktwal na limang *Behinot* (mga pang-unawa): *Keter, Hochma, Bina, Zeir Anpin,* at *Malchut*; ngunit ang *Zeir Anpin* ay binubuo ng anim na *Sefirot* — HGTNHY. Sumulat ako nang may kahabaan tungkol sa sampung *Sefirot* sa loob ng komposisyong ito, kaya dito ay maikli kong sasabihin na sa pangkalahatang paunang salitang ito, nais kong bigyan ang estudyante ng totoo at pangkalahatang kaalaman sa karamihan ng malawak na karunungan na ito, at tunay na oryentasyon sa istilo ng pag-aaral.

Sa aklat na *Ang Puno ng Buhay* (*The Tree of Life*), karamihan sa mga mag-aaral ay hindi nauunawaan ang mga bagay, dahil ang mga espirituwal na konsepto ay nasa itaas ng panahon at sa itaas ng espasyo, ngunit ang mga ito ay ipinahayag sa mga terminong pangkorporyal, nakalarawan, at nakatakda sa mga oras at lugar. Bukod pa rito, sa mga akda ng *Ari*, walang pagkakasunud-sunod para sa mga nagsisimula na nakaayos sa karunungang ito. Ang mga aklat ay binubuo ng mga banal na salitang kanyang binibigkas sa harap ng kanyang mga estudyante araw-araw, at ang mga mag-aaral mismo ay bihasa sa karunungan ng katotohanan.

Kaya naman, walang teksto — mahaba o maikli — sa lahat ng mga aklat na isinulat, na hindi nangangailangan ng tunay na kasanayan sa karunungan sa pangkalahatan. Para sa kadahilanang ito, ang mga mag-aaral ay napapagod at hindi maiugnay ang mga bagay nang buo.

Kaya, ako ay lumabas sa paunang salitang ito, upang ikonekta ang mga bagay at ang mga pundasyon ng karunungan sa isang maigsi na paraan, upang ito ay madaling makuha ng mag-aaral sa bawat tekstong maaaring naisin niyang pag-aralan sa mga akda ng *Ari*. At sa kadahilanang ito, hindi ko idinetalye o binigyang-kahulugan ang bawat usapin nang lubusan, sapagkat ito ay lilinawin sa loob ng aking komposisyon. Sa halip, nagbubuod ako nang sapat para sa aking layunin. At sinabi ng ating mga pantas, "Una, matuto; pagkatapos, intindihin mo.

Isinulat ng *Ari* na ang sampung *Sefirot* — *KHB, HGT, NHYM* — ay katunayang ang limang *Behinot*: *KHB, ZA,* at *Malchut*. Ito ang kahulugan ng apat na letrang pangalan: *Yod, Hey, Vav, Hey*. Ang dulo ng *Yod* ay *Keter*; ang *Yod* ay *Hochma*; *Hey* ay *Bina*; ang *Vav* ay ang *Zeir Anpin* — na naglalaman ng anim na *Sefirot, HGT NHY* — at ang huling *Hey* ay ang *Malchut*.

Dapat mong malaman na ang *Otiot* (mga titik) at ang *Sefirot* ay isang bagay. Ngunit, ayon sa tuntunin na walang *Liwanag* na lumalawak nang walang *Kli* (daluyan), kapag pinag-uusapan natin ang parehong magkasama — iyon ay, kapag ang *Liwanag* ay nakadamit sa *Kli* — sila ay tinatawag na *Sefirot*. At kapag pinag-uusapan natin ang *Kelim* (pangmaramihan ng *Kli*) lamang, ang mga ito ay tinatawag na *Otiot*.

Ito'y nasusulat tungkol sa *Liwanag*, na ang puti sa aklat ng *Torah* ay nagpapahiwatig ng *Liwanag*, at ang itim sa aklat ng *Torah*, ibig sabihin ang mga titik, ay nagpapahiwatig ng *Kelim*. Nangangahulugan ito, gaya ng interpretasyon ni *Ramban* hinggil sa "Ako ang bumubuo ng liwanag, at lumilikha ng kadiliman," na ang usapin ng pag-iral mula sa kawalan ay tinatawag na "Tagapaglikha," dahil ito ay isang inobasyon — isang bagay na hindi umiiral bago ang paglikha nito. At sa *Liwanag*, at kasama ang lahat ng kaluguran at kasiyahan sa *Liwanag*, ito ay hindi isang pagbabago at elisitasyon na pag-iral mula sa pag-iral, kundi pag-iral mula sa pag-iral, dahil ang *Liwanag* at ang lahat ng kasaganaan ay kasama na sa Kanyang *Kakanyahan*.

Para sa kadahilanang ito, sinasabing "buuin ang liwanag," sapagkat ito ay hindi isang bagay ng paglikha, kundi ng pagbuo — iyon ay, ang pagbuo ng *Liwanag* sa paraang matatanggap ito ng mga naninirahan sa ibaba. Ngunit ang kadiliman ay isang inobasyon na nabuo kasama ng *Paglikha*, sa pagpapalabas ng pagkakaroon mula sa kawalan — ibig sabihin ay hindi ito kasama sa Kanyang *Kakanyahan*. Ito ang dahilan kung bakit sinasabing, "at lumikha ng kadiliman." Ngunit ang kadiliman ay ang tunay na kabaligtaran ng *Liwanag*; samakatuwid, dapat nating maunawaan kung paano lumalawak ang kadiliman mula sa *Liwanag*.

Sa *Panim Masbirot* (Isang Malugod na Mukha), "Unang Sangay," inilarawan ko ang puntong ito, at dito ko lang ito bibigyang pansin. Ito ay kilala na nakasulat sa The Zohar (*Ang Zohar*) na ang layunin ng *Paglikha* ay upang bigyang-kasiyahan ang Kanyang mga nilalang, dahil ito ay ang pag-uugali ng *Ang Mabuti* na gumawa ng mabuti. Maliwanag, na ang bawat hiling sa Kanya ay isang ipinag-uutos na batas para sa mga nilalang. Ito ay sumusunod na, mula nang ang *Lumikha* ay nag-isip na magbigay lugod sa Kanyang mga nilikha, isang kinakailangang katangian ng pagnanais na matanggap ang Kanyang kasiyahan ay agad na nakatatak sa mga nilalang — iyon ay, ang dakilang pagnanais na matanggap ang Kanyang *Kasaganaan*. Batid na ang pananabik na ito ay tinatawag na *Kli*, na may kinalaman sa ugat nito.

Dahil dito, sinabi ng mga *Kabalista* na walang *Liwanag* kung walang *Kli*, dahil ang kalooban na tumanggap ay kasama sa bawat nilalang, at ang nilikha ay ang *Kli* — at ito rin ang buong sukat ng *Liwanag*. Sa madaling salita, tiyak na natatanggap nito ang sukat na nais nito, hindi labis at hindi kulang, dahil walang pamimilit sa espirituwalidad — at maging sa mga korporyal, ay hindi ito mula sa panig ng *Kedusha* (kabanalan).

Maliwanag na ang anyo ng *Kli* ay iba sa anyo ng *Liwanag*. Ito ang dahilan kung bakit tinawag itong *Kli* at hindi *Liwanag*. Ngunit kailangan nating maunawaan ang kahulugan ng pagkakaiba ng anyong ito. Sa katunayan, ang pagnanais na tumanggap para sa sarili ay isang malaking pagkakaiba ng anyo, dahil ang anyong ito ay hindi naaangkop sa *Nagpanimula* kahit ano pa man — gaya ng, kanino Siya matatanggap? Sa halip, ito ay pinasimulan sa unang nagmula sa pamamagitan ng pag-iral nito mula sa kawalan. Sa loob nito, ang kalooban na tumanggap ay ang *Sanhi ng mga Sanhi* (*Panim Masbirot*, "Unang Sangay").

Nilinaw nito ang nakasulat sa *Banal na Zohar*, na ang *Itaas na Keter* ay kadiliman kumpara sa *Dahilan ng mga Sanhi*. Ang tinutukoy nila ay ang kaloobang tumanggap na kasama sa unang emanasyon; at tinatawag nila itong pagkakaiba ng anyo, "kadiliman," dahil wala ito sa *Nagpamula*. Dahil dito, ito ang ugat ng kadiliman, na siyang kulay itim, kumpara sa *Liwanag*, at kabaligtaran nito.

Gayundin, ipinaliwanag sa *Panim Masbirot* na, gaya ng mga korporyal na bagay ay pinaghihiwalay sa isa't isa sa pamamagitan ng palakol at martilyo, ang mga espirituwal ay pinaghihiwalay sa isa't isa sa pamamagitan ng pagkakaiba ng anyo sa pagitan nila. At kapag ang pagkakaiba ng anyo ay tumaas hanggang sa punto ng kabaligtaran — mula sa isang sukdulan hanggang sa isa pa — ganap na paghihiwalay ay nilikha sa pagitan nila.

Para sa kadahilanang ito, ipinaliwanag doon na ang anyo ng kalooban na tumanggap ay agad na kasama sa lahat ng *Liwanag* na lumalawak mula sa Kanya, ngunit bilang isang nakatagong, potensyal na puwersa. Ang puwersang ito ay hindi ibinunyag sa *nagmula* maliban kung ang *nagmula* ay nagpapatindi ng pagnanais na magnanais ng karagdagang kasaganaan — higit pa sa sukat na pinalawak dito ng *Nagpasimula*.

Halimbawa, kapag ang pagkain ay masarap, ang pagnanais ng isang tao para sa mas maraming pagkain ay nagdaragdag pa sa kasiyahan mula sa pagkain. Kaya naman, pagkatapos na ang *nagmula* ay tumaas ang pagnanais na palawigin ang karagdagang kasaganaan, higit pa sa sukatan ng pagpapalawak nito, ang aktwal na mga daluyan ng pagtanggap ay lilitaw. At ang bagay na ito ay dahil ang pagkakaiba ng anyo na ito ay hindi nalalapat sa Kanya, kundi sa nilalang. Kaya't ito ay nakumpleto lamang sa pamamagitan ng paggising ng *nagmula* — at ito ay dapat maunawaan nang lubusan.

2) Samakatuwid, ang pagpapalawak ng Kanyang *Liwanag* ay hindi nagpapalawak ng hangganan ng pagiging isang *Nagpamula* at nagiging isang *nagmumula* hanggang sa ito ay dumaan sa apat na *Behinot*, na tinatawag na *Hochma, Bina, Zeir Anpin*, at *Malchut*. Ito ay dahil ang pagpapalawak ng Kanyang *Liwanag* ay tinatawag na *Hochma*, na siyang buong sukat ng kakanyahan ng Lumiwanag, ang liwanag niyon. At kapag ito ay tumindi at lumawak pa ang kasaganaan kaysa sa sukat ng pagpapalawak nito, ito ay itinuturing na *Behina* (isahan para sa *Behinot*) *Bet* (isang pangalawang *Behina*), na tinatawag na *Bina*.

Gayundin, tatlong mga pag-unawa ang dapat gawin sa pangalawang *Behina*: **Unang pag-unawa**: Ang esensya ng *Sefira Bina* ay *Hochma*. **Pangalawang pag-unawa**: Ang pagtindi ng pagnanais na ipinamalas nito, kung saan ang ugat ng *daluyan ng pagtanggap* ay nahayag sa kanya. Sa ganoong kahulugan, mayroong *pagkakaiba ng anyo* sa kanya, ibig sabihin ay *Aviut* (kalooban na tumanggap), kumpara sa *Ohr Hochma*. Ito ay tinatawag na *Itaas na Gevura*.

Ikatlong pag-unawa: Ito ang kakanyahan ng *kasaganaan* na kanyang nakuha sa pamamagitan ng paggising sa kanyang sariling *pagnanasa*. Ang *Liwanag* na ito ay binigyan ng sarili nitong pangalan—*Ohr Hassadim*, na mas mababa kaysa sa *Ohr Hochma*, na lumalawak lamang mula sa *Nagpanimula*. Ang *Ohr Hassadim* ay nauugnay sa *pagtindi* ng *nagmula*, tulad ng nabanggit, na ang *Gevura*, na isang *Liwanag* na ginawang mas magaspang, ay naging ugat ng *Ohr Hassadim*. Ang tatlong mga pag-unawa na ito na magkasama ay tinatawag na *Bina*, at ang pangalawang *Behina* mula sa *Hochma*. Kaya, ang dalawang *Behinot*, *Hochma* at *Bina*, ay nilinaw, at ang *Keter* ay ang *Ein Sof* (*Infinity*), ang ugat ng *nagmula*.

At kahit na ang *Behina Bet* ay nagpakita ng mas matinding *pagnanais* sa *Nagpapatakbo*, hindi pa rin siya karapat-dapat na maging isang kumpletong *daluyan ng pagtanggap*. Ang bagay ay na sa *espirituwalidad*, ang *Kli* na may *Liwanag* sa loob nito ay napakalapit, halos magkakaugnay. Kapag nawala ang *Liwanag*, ay nakansela ang *Kli*, at kapag nawala ang *Kli*, ay nakansela ang *Liwanag*. Kaya, ang kahalagahan ng *Kli* ay bilang kahalagahan ng *Liwanag*.

Kaya, ang anyo ng *daluyan ng pagtanggap* ay hindi nakumpleto sa *Bina*, dahil ang kanyang karunungan ay ang *Ohr Hochma*. Para sa kadahilanang ito, ang *Ohr Hassadim*, na pinalawak niya sa pamamagitan ng kanyang sariling *pagpapatindi*, ay pinawalang-bisa sa harap ng kanyang kakanyahan, bilang isang kandila sa harap ng isang tanglaw. Kaya, itong *Ohr Hassadim* ay lumawak pa mula sa *Bina*, palabas mula sa kanyang sarili, at nakakuha ng lakas upang palawigin ang karagdagang *kasaganaan*, higit pa sa sukatan ng pagpapalawak nito sa pamamagitan ng *Bina*. Sa oras na iyon, nakumpleto ang *daluyan ng pagtanggap*.

Kaya, nauunawaan natin ang dalawa pang *Behinot*: *Behina Gimel* (ikatlong pag-unawa) at *Behina Dalet* (ikaapat na pag-unawa), na mga pagpapalawak na umaabot mula sa *Bina*, kung saan nakatago pa rin ang *daluyan ng pagtanggap*, sa potensyal, hangga't hindi ito tumindi para sa karagdagan, at ito ay tinatawag na *Zeir Anpin*. At ang *pagtindi* nito para sa mas maraming *kasaganaan* ay tinatawag na "ang *Kli* ng *Malchut*," na isang *daluyan ng pagtanggap* na natapos sa *nagmula*, na ngayon ay gawa sa *Liwanag* at *Kli*. Sa pamamagitan nito, hindi na ito maituturing na isang *Nagpanimula* at kinikilala bilang *nagmumula*.

Ito ang apat na *Behinot* na kilala bilang *HB*, *ZA*, at *Malchut*, na may apat na titik na pangalan. Ang *HB* ay *Yod-Hey*, at ang *ZON* ay *Vav-Hey*. Itinuturing silang sampung *Sefirot* dahil ang *Zeir Anpin* ay naglalaman ng anim na *Sefirot*: *Hesed*, *Gevura*, *Tifferet*, *Netzah*, *Hod*, *Yesod*.

Ang bagay ay ang kakanyahan ng *ZA* ay ang *Liwanag* ng *Hesed* at *Gevura*, ibig sabihin ang dalawang *Behinot*—*Ohr Hassadim* at *Itaas na Gevura*—na lumawak mula sa *Bina* sa panlabas. At dapat nating tandaan dito na sa *Bina*, ang *Gevura* ang una at ang ugat ng *Ohr Hassadim*. Ngunit sa *Tifferet*, ito ay kabaligtaran: Nauna ang *Hesed* sa *Liwanag* ng *Gevura*, dahil ang pangunahing *Liwanag* na lumalawak ay *Hesed*, at ang *Gevura* ay nasa loob nito, sa *Bina*.

Ngayon ay mauunawaan mo na kung ano ang nakasulat sa *Ang Puno ng Buhay* (*The Tree of Life*) at ni *Rashbi*, na sa mundo ng *Nekudim*, ang *Gevura* de (*ng*) *ZA* ay nauna sa *Hesed* nito, dahil ang *ZON de Nekudim* ay itinuturing na *ZON de Bina*, at hindi ang aktwal na *ZON*, tulad ng sa dalawang ibabang *Behinot* ng apat na nabanggit sa itaas na *Behinot*. Ito ang dahilan kung bakit nauuna ang *Gevura de ZA* sa *Hesed* nito.

Gayundin, ang *Sefira Tifferet de ZA* ay ang pagkakaisa ng nasa itaas na *Hochma* at *Gevura* sa akto ng *Kli* ng *Malchut*. Tinatawag itong *Tifferet* dahil ang *Liwanag Mitpaer* (nagyayabang) mismo sa *Behina Aleph* (unang *Behina*), na *Hochma*, na ang *pagnanais* ay hindi sapat na gumawa ng *Kli*. Ngunit ang *Behina Gimel*, na ang *Hassadim* at *Gevurot* (pangmaramihan para sa *Gevura*) na lumalawak mula sa *Bina* sa panlabas, ay sapat na upang gawin ang *Kli* ng *Malchut*. Ito ang kahulugan ng "ayon sa kagandahan (*Tifferet*) ng isang tao, upang tumira sa bahay."

Ipinapaliwanag nito ang tatlong *Sefirot HGT de ZA*, at sila ay tinatawag na "tatlong patriyarka," dahil sila ang esensya ng *ZA*. Gayundin, ang *Netzah*, *Hod*, at *Yesod* ay tinatawag na "mga anak," dahil lumawak sila mula sa *HGT*.

Ang bagay ay dahil sa *Tzimtzum Aleph* (ang unang paghihigpit), na lubusang ipinaliwanag sa loob ng aklat, isang matigas na *Masach* (screen) ang ginawa sa *Kli* ng *Malchut*. Nangangahulugan ito na pinipigilan ng *Behina Dalet* (ang ikaapat na *Behina*) sa *Kli Malchut* ang *Itaas na Liwanag* mula sa pagkalat sa *Behina Dalet*, dahil sa *pagkakaiba ng anyo* doon, gaya ng nakasulat doon.

Gayunpaman, ang *Liwanag* ay lumalawak at nagnanais na makarating din sa *Behina Dalet*, dahil ang likas na katangian ng *Itaas na Liwanag* ay lumawak sa ibaba hanggang sa halos mahiwalay ito sa lugar nito, gaya ng nakasulat sa *Panim Masbirot*. Kaya naman, isang *Zivug de Hakaa* (pagsasama sa pamamagitan ng paghampas) ang ginawa sa pagitan ng *Itaas na Liwanag* na kumakalat sa *Kli* ng *Malchut* at ng nagkukulong na *Masach* sa *Kli* ng *Malchut*.

Ito ay tulad ng sikat ng araw na tumatama sa salamin, na may mga kislap na naaaninag. Kaya naman, sampung bagong *Sefirot* ang lumitaw mula sa *Zivug de Hakaa* na ito, na tinatawag na sampung *Sefirot de Ohr Hozer* (*Bumalik na Liwanag*). Lumalabas na mayroong dalawang pangkat ng sampung *Sefirot* sa bawat nilalang: sampung *Sefirot de Ohr Yashar* (*Direktang Liwanag*) sa apat na *Behinot*, at sampung *Sefirot de Ohr Hozer*.

Alamin na ito ang *Itaas na Liwanag* na muling lumawak mula sa *HGT de ZA* para sa *Zivug de Hakaa* sa *Masach* sa *Kli Malchut*. Tinatawag silang *Netzah*, *Hod*, *Yesod*.

Ngayon ay mauunawaan mo na ang nakasulat sa *Tikkunney Zohar* (*Mga Pagwawasto ng Ang Zohar*), na ang *Malchut* ay pang-apat sa mga ama at ikapito sa mga anak na lalaki. Nangangahulugan ito na noong siya ay unang lumabas, ang *Malchut* ay nauunawaan mula sa gawa ng *Tifferet de ZA* at sumusunod sa *HGT*, na tinatawag na "Mga Ama." At mula sa pananaw ng kaliwanagan ng *Ohr Hozer* sa kanyang *Masach*, sinusundan niya ang *NHY* na lumawak sa kanya para sa *Zivug de Hakaa*. At ang *NHY* ay tinatawag na "mga anak ng *HGT*"; kaya't ito ay ikapito sa mga anak na lalaki.

Sa gayon ay maayos nating naipaliwanag ang kakanyahan ng sampung *Sefirot KHB*, *HGT*, *NHY*, at *Malchut* sa kanilang ugat. Ito ang unang konsepto sa karunungan ng katotohanan, at ito ay dapat palaging nasa harap ng mga mata ng mag-aaral habang sinisiyasat ang karunungan na ito.

Ngayon naiintindihan na natin ang mabuting babala sa *Ang Aklat ng Paglikha* (*The Book of Creation*), "sampu at hindi siyam." Nangangahulugan ito na dahil ang pagpigil sa *Masach* ay ginawa sa *Behina Dalet* mula sa *Tzimtzum* (*paghihigpit*) pababa, imposibleng maling sabihin na ang *Behina Dalet* ay hindi kasama sa sampung *Sefirot*, at siyam na *Sefirot* lamang ang nananatili sa *Kedusha* (*kabanalan*). Para sa kadahilanang ito, nagbabala ito na, "sampu at hindi siyam."

At nagbabala pa ito, "sampu at hindi labing-isa." Nangangahulugan ito na hindi mo dapat maling sabihin na ang *Behina Dalet* ay naging isang *daluyan ng pagtanggap* pagkatapos ng *Tzimtzum*. Kaya, mayroong dalawang *Sefirot* sa isang *Malchut*: ang isa ay ang *Masach* na palaging nagtataas ng *Ohr Hozer*, at isang *daluyan ng pagtanggap*, gayundin upang matanggap ang *Ohr Yashar*. Ito ang dahilan kung bakit nakasaad dito, "sampu at hindi labing-isa."

3) Mayroong limang kilalang pag-unawa sa sampung nabanggit sa itaas na *Sefirot*, na hindi dapat umalis sa iyong mga mata at ituwid ang iyong mga paraan sa pag-aaral ng karunungan.

Ang **unang pag-unawa** ay ang *Liwanag ng Atzmut* (sarili, kakanyahan), na ang komprehensibong *Liwanag* mula sa *Ein Sof* na umiiral sa *nagmula*. Ito ang *kakanyahan*, dahil ang isang *mas mababa* ay hindi nakikilahok dito kahit ano pa man; at ito ay tinatawag na *Hochma de Ohr Yashar*.

Ang **pangalawang pag-unawa** ay ang *Ohr Hassadim* na umaabot mula sa *Itaas* pababa. Ang *Liwanag* na ito ay kaakibat ng paggising ng *Gevura* ng *nagmula* sa *Behina Bet*, na siyang *Liwanag* ng *Bina* na kanyang iginuhit.

Ang **ikatlong pag-unawa** ay ang *Ohr Hassadim* na tumataas mula sa ibaba paitaas sa pamamagitan ng isang *Zivug de Hakaa*. Ito ay tinatawag na *Ohr Hozer* na tumataas at umaabot lamang mula sa *nagmula*, dahil sa nabanggit na *pagkakakulong*.

Ang **pang-apat na pag-unawa** ay ang *Liwanag* ng *Itaas* na *Gevura*, ibig sabihin ay *Behina Bet*, na *Aviut de Bina* na nakuha niya sa kanyang *pagpapatindi*.

Ang **ikalimang pag-unawa** ay ang *mababang Gevura*, ibig sabihin *Behina Dalet*, kung saan ang pagpapasidhi ng pagnanais ay isinaaktibo sa *Ohr Hassadim* na idinagdag ng *nagmula*. Ito ay tinatawag na "ang *Kli* ng *Malchut de Ohr Yashar*," at ang *Gevura* na ito ay ang *Kli* ng sampung *Sefirot*, at tandaan mo iyan.

Alamin na ang *Masach* sa *Kli Malchut* ay ang ugat ng *kadiliman*, dahil sa puwersang pumipigil na umiiral sa *Masach*, upang pigilan ang *Itaas na Liwanag* mula sa pagkalat sa *Behina Dalet*. Ito rin ang ugat ng *paggawa upang makatanggap ng gantimpala*, dahil ang paggawa ay isang *gawaing hindi sinasadya*, dahil ang manggagawa ay nakadarama lamang ng komportable kapag nagpapahinga. Ngunit dahil nagbabayad ng suweldo ang *may-ari*, kinansela niya ang kanyang *testamento* bago ang kalooban ng *may-ari*.

Alamin na dito sa mundong ito, walang *nilalang* o *pag-uugali* na hindi nag-uugat sa *Itaas na mga Mundo*, kung saan ang mga *sanga* ay lumalawak hanggang sa *mas mababang mga mundo*, hanggang sa sila ay ihayag sa atin sa mundong ito. At nakikita mo na, sa pangkalahatan, ang *trabaho* at *paggawa* ay nakaugat sa *Masach* sa *Kli* ng *Malchut*, na pinipigilan ang *Liwanag* na kanyang hinahangad, dahil sa *Nagpanimula*, Na nagnanais na *magbigay ng kasiyahan*, at lahat ng bagay na isang *Kaisipan* sa *Nagpanimula* ay isang *ipinag-uutos na batas* sa *nagmula*. Natural, Siya ay hindi nangangailangan ng mga *aksyon*, ngunit ang Kanyang *Pag-iisip* ay nakumpleto.

Kaya naman, pinili niyang huwag tanggapin ang *Itaas na Liwanag*, baka ito ay magkaiba ng *anyo* (*Panim Masbirot*, "Unang Sangay").

Kasunod nito, ang *nagpipigil na puwersa* sa *Masach* ay katumbas ng *paggawa*. At ang *gantimpala* na ibinibigay ng *may-ari* sa *manggagawa* ay nakaugat sa *Ohr Hozer* na ibinuga ng *Zivug de Hakaa*, kung saan sa pamamagitan ng *Masach*, isang ugat ang ginawa para sa *Ohr Hozer*.

Lumalabas na bumalik siya sa pagiging *Keter* sa sampung *Sefirot de Ohr Hozer* na ito, gayundin sa *Ohr Yashar*. Tulad ng ipapaliwanag sa ibaba, ang lahat ng *kita* na ito ay dumating sa kanya dahil sa *pagkilos* na ito ng *pagpipigil*.

Mula sa nabanggit sa itaas, ito ay sumusunod na ang sampung *Sefirot* ay talagang isang *Kli*, na tinatawag na *Malchut*. Ngunit upang makumpleto ang anyo nito, ito ay nauunawaan na may tatlong ugat: ang tatlong *Behinot Hochma, Bina,* at *ZA* na umaabot sa isa't isa. Dapat mong malaman na ang *Malchut* na ito ay nasa *Ohr Ein Sof* pa rin bago ang *Tzimtzum*, na tinatawag na *Malchut de Ein Sof*, kung saan ang unang paghihigpit.

Gaya ng nakasulat sa *Panim Masbirot*, "Unang Sanga," dahil sa pagkakapareho ng anyo sa *Nagpanimula*, ang kanyang pagnanais ay bumangon mula sa pagnanais na tumanggap sa *Behina Dalet*, at ang *Liwanag ng Kav* (linya) ay umabot sa kanya mula sa *Ein Sof*. Ang *Liwanag ng Kav* ay naglalaman ng lahat ng *Liwanag* na umaabot sa limang mundo, na tinatawag na *Adam Kadmon, Atzilut, Beria, Yetzira,* at *Assiya*. Ang *Liwanag* na ito ay karaniwang tinutukoy bilang *Kav*, mula sa salitang *Kav Midah* (pagsukat), dahil ito ay umaabot sa mga mundo sa pamamagitan ng sukat at isang rasyon na numero sa bawat mundo, ayon sa anyo ng *Kli* ng *Malchut* sa mundong iyon, tulad ng dati na ipinaliwanag sa loob.

At ang usapin ng limang nabanggit na mundo ay tunay na bagay ng *Keter* at ng apat na kilalang *Behinot* sa sampung *Sefirot*. Kaya, ang mundo ng *AK* ay ang mundo ng *Keter*; ang mundo ng *Atzilut* ay ang mundo ng *Hochma*; ang mundo ng *Beria* ay ang mundo ng *Bina*; ang mundo ng *Yetzira* ay ang mundo ni *Zeir Anpin*; at ang mundo ng *Assiya* ay ang mundo ng *Malchut*. Gayunpaman, sa bawat mundo, mayroong sampung *Sefirot*, at bawat *Sefira* ng sampung *Sefirot* ng mundong iyon ay binubuo ng sampung *Sefirot*, pati na rin, tulad ng nakasulat sa loob.

Sila ay nahahati sa limang nabanggit na mundo dahil ang *Kli* ng *Malchut* ay dapat munang isama sa bawat *Sefira*, sa pamamagitan ng *Keter*. Nangyayari ito sa *Hitpashtut Aleph* (unang pagpapalawak) ng *AHP de AK*, kung saan siya ay isinama sa *ZON*. Sa *Hitpashtut Bet* (pangalawang pagpapalawak) ng *AHP*, isinama siya sa *Bina*. At sa mundo ng *Nekudim*, isinama siya sa *Hochma*, at sa mundo ng *Atzilut* siya ay isinama sa *Keter*.

At dahil ang *Malchut* ay isinama sa bawat *Sefira*, ang mundo ng *Tikkun* (pagwawasto) ay nagsisimula: Ang *Rosh* (ulo) nito ay ang nabanggit na mundo ng *Atzilut*, kung saan ang *Liwanag ng Ein Sof* ay nagbibihis sa *Behina Aleph*. Pagkatapos ang *Liwanag ng Ein Sof* ay nagbibihis sa *Behina Bet*, na lumilikha ng mundo ng *Beria*. Sumusunod, nagbibihis ito sa *Behina Gimel*, lumilikha ng mundo ng *Yetzira*, at pagkatapos ay nagsusuot ito ng *Behina Dalet*, lumilikha ng mundo ng *Assiya*. Ito'y idedetalye sa loob kung paano silang lahat ay nagmula sa isa't isa sa pamamagitan ng isang ipinag-uutos na paraan ng sanhi at kahihinatnan, at kung paano sila nakatali sa isa't isa.

4) Una, kailangan nating maunawaan ang kalidad ng bawat mundong *AK* at *ABYA*, na isa-isa kong ipapaliwanag. Magsimula tayo sa mundo ng *Keter*, na siyang mundo ng *Adam Kadmon*. Ang unang *Kli* nito ay ang mundo ng *Akudim* (nakatali). Sa *Ang Tarangkahan ng Akudim* (*The Gate of Akudim*), Ikatlong Kabanata, isinulat ng *Ari* na ang lahat ng sampung *Sefirot* ay lumitaw, ngunit hindi lahat sila ay lumabas nang sama-sama. Sa simula, tanging ang *Malchut* lang ang lumabas sa mundo ng *Akudim*. At ang *Malchut* na ito ay lumabas sa anyo ng *Nefesh*. Kasunod nito, lumitaw ang natitirang bahagi, sa pamamagitan ng *Keter*.

At nang dumating ang *Keter*, nakumpleto ang *Malchut* kasama ang lahat ng limang *Panloob* na mga *Liwanag* — *Nefesh, Ruach, Neshama, Haya*, at *Yechida*. Gayunpaman, di pa rin nila makita ang lahat ng nasa itaas na *Sefirot*, na lumitaw na hindi kumpleto. Kaya naman, kinailangan nilang umakyat pabalik sa *Tagapamula* upang makumpleto. Pero ngayon, sa pagbabalik, unang bumalik ang *Keter*.

At nang bumangon ang *Keter*, tumaas ang *Liwanag* ng *Hochma* sa lugar ng *Keter*, *Bina* sa lugar ng *Hochma*, *ZA* sa lugar ng *Bina*, at *Malchut* sa lugar ng *ZA*. Kasunod nito, tumaas din ang *Hochma* sa *Nagpamula*. Pagkatapos ang *Bina* ay tumaas sa *Keter*, kasunod ng *Hochma*, *ZA* sa *Hochma*, at *Malchut* sa *Bina*. Pagkatapos ang *Bina* ay bumangon din, at ang *ZA* ay bumangon sa *Keter*, *Malchut* hanggang *Hochma*. Sa wakas, bumangon ang *ZA* at bumangon ang *Malchut* sa *Keter*, hanggang sa tumaas din ang *Malchut* sa *Nagpamula*.

Pagkatapos nito, bumalik ang *Liwanag* mula sa *Nagpasimula* at lumawak sa kanila, kahit na hindi sa kanilang unang pagkakasunud-sunod. Sa halip, ang *Liwanag* ng *Keter* ay hindi bumalik ngunit umalis at nanatiling nawawala. Kaya naman, ang *Liwanag* ng *Hochma* ay lumabas sa *Kli* ng *Keter*, ang *Liwanag* ng *Bina* sa *Kli* ng *Hochma*, ang *Liwanag* ng *ZA* sa *Kli* ng *Bina*, at ang *Liwanag* ng *Malchut* sa *Kli* ng *ZA*. Ang *Kli* ng *Malchut* ay nanatiling walang *Liwanag*, hanggang ngayon ang kanyang mga salita sa kaiklian. Bukod pa rito, ang sampung *Sefirot de Akudim* ay lumitaw mula sa ibaba *Pataas*. Unang lumitaw ang *Malchut*, pagkatapos ay *ZA*, pagkatapos ay *Bina*, pagkatapos ay *Hochma*, at panghuli ay *Keter*, hanggang ngayon ang kanyang mga salita.

Dapat nating lubos na maunawaan ang usapin ng *elisitasyon* ng sampung *Sefirot* mula sa *Itaas pababa* at mula sa *ibaba Pataas*, na binanggit sa mga salita ng *Ari*. Tiyak, hindi ito tungkol sa mga sukat sa *Itaas*, sa *ibaba*, *bago*, at *pagkatapos* sa *oras* at *lugar*. Sa halip, ito ay sa mga tuntunin ng *dahilan* at *resulta*, *sanhi* at *bunga*. Kaya naman, paano unang lalabas ang *Malchut*, kasunod ang *ZA*, kasunod ang *Bina*, hanggang *Keter* — ang ugat ng lahat — ay huling umusbong? Ito ay tila nakalilito. At sino at ano ang nagbigay at nagbaligtad sa *Itaas* upang maging mas mababa at ang mas mababa ay nasa *Itaas*?

Ang bagay ay ang pagkakasunud-sunod ng sampung *Sefirot de Ohr Yashar* ay naipaliwanag na sa itaas, na limang mga antas sa ilalim ng iba pa, sa pamamagitan ng sukat ng *Hizdakchut* (pagdalisay) ng bawat isa sa kanila mula sa magaspang na *Liwanag* na ang anyo ay nagbago, iyon ay, ang *Behina Dalet*. Ang *Behina Aleph*, dahil ito ay itinuturing na isang nakatagong potensyal, ang pinakamahalaga sa antas. At lumipat na ang *Behina Bet* mula sa potensyal tungo sa aktuwal sa pamamagitan ng pagtindi ng mas masamang hangarin kaysa sa *Behina Aleph*. Ang *Behina Gimel* ay mas masahol kaysa sa *Behina Bet*, at ang *Behina Dalet*, ang *Malchut* ang pinakamalala, dahil ang *Aviut* sa kanya ay mas malaki kaysa sa iba.

Gayundin, alam na sa sandaling lumitaw ang *Kli* ng *Malchut*, naranasan nito ang *Tzimtzum Aleph* ng hindi pagtanggap sa *Behina Dalet*. Ang nagpipigil na puwersa na ito ay tinatawag na *Masach* (screen), at nang ang *Ohr Yashar* na bumaba mula sa *Ein Sof* ay tumama sa *Masach* sa *Malchut*, mayroong isang *Zivug de Hakaa*, at sa gayon ay lumabas ang sampung *Sefirot de Ohr Hozer*, gaya ng nakasulat sa loob (*Tatlong Sangay*).

Sa loob ng sampung *Sefirot de Ohr Hozer* na ito, ang mga antas ay baligtad kumpara sa halaga ng sampung *Sefirot de Ohr Yashar*. Sa sampung *Sefirot de Ohr Yashar*, ang mas dalisay ay *Mas Mataas* sa *merito* at mas mabuti. Ngunit sa sampung *Sefirot de Ohr Hozer*, ang mas magaspang ay *Mas Mataas* at mas mahusay. Ito ay dahil ang *Malchut* ay ang *Keter* at ang ugat ng sampung *Sefirot de Ohr Hozer* na ito, dahil pinipigilan ng kanyang magaspang na *Masach* ang *Liwanag* na bumaba sa kanyang *Behina Dalet*. Kaya, ang *Malchut* ay bumalik sa pagiging *Keter* sa paraan ng pagtatapos nito ay nasa simula nito, gaya ng nakasulat sa *Panim Masbirot*, Ikatlong *Sangay*.

Lumalabas na natatanggap ng ZA ang *Liwanag* mula sa *Keter de Ohr Hozer*; kaya, ang ZA ay itinuturing na isang antas ng *Hochma*, at ang *Bina* ay itinuturing na isang antas ng *Bina* dahil siya ay tumatanggap mula sa ZA, na bumalik sa pagiging *Hochma*. Gayundin, ang *Hochma de Ohr Yashar* ay itinuturing na ZA, sa *Ohr Hozer*, dahil tinatanggap nito ang *Ohr Hozer* mula sa *Bina*. At ang *Keter de Ohr Yashar* ay itinuturing na *Malchut* sa i, dahil ito ay tumatanggap mula sa ZA. Kaya, nalaman mo na ang mas dalisay sa antas ay magiging mas mababa sa *papuri* at *merito*, at mauunawaan mo iyon nang lubusan.

Gayunpaman, ang sampung *Sefirot de Ohr Hozer* ay sumali at nagsama sa sampung *Kelim*. Kapag sila ay sumali bilang isa, lahat ng mga antas ay may pantay na *merito*, dahil ang antas ng *Malchut* ay katumbas ng sa *Keter* mula sa pananaw ng *Ohr Hozer*, kung saan ang *Malchut* ay bumalik sa pagiging *Keter*. Gayundin, ang ZA ay katumbas ng *Hochma*, dahil ang ZA ay itinuturing na *Hochma de Ohr Hozer*. At ang antas ng *Hochma* ay katumbas ng sa *Keter*, dahil natanggap ng *Keter* ang *Ohr Hozer* mula sa kanya, habang tinatanggap ng *Hochma* ang *Ohr Yashar* mula sa *Keter*.

At dahil ang antas ng ZA ay katumbas ng *Hochma*, at *Hochma* sa *Keter*, ito ay sumusunod na ang antas ng ZA ay katumbas din ng sa *Keter*. Kasunod nito na sa pamamagitan ng *elisitasyon* ng sampung *Sefirot de Ohr Hozer* mula sa *Behina Dalet*, lahat ng antas sa sampung *Sefirot* ay napantayan, na may parehong antas sa pamamagitan ng *Keter*.

5) Ngunit ang sampung *Sefirot* ng mundo ng *Akudim* ay nawala muli. At kailangan nating maunawaan ang dahilan ng kanilang pag-alis. Sinasabi ng *Ari* na ang dahilan ay kapag sila ay lumitaw, sila ay lumitaw na hindi kumpleto at samakatuwid ay umalis muli upang matanggap ang kanilang pagkumpleto.

Gayunpaman, kailangan nating maunawaan ang kakulangan at ang *Tikkun* (pagwawasto) na dumating sa kanila sa pamamagitan ng paglisan na ito. Dito isinulat ng

Ari na ang kakulangan ay dahil ang *Keter* ay lumitaw lamang sa *Behinat Nefesh*. At sa ibang lugar, isinulat niya na ang kakulangan ay dahil ang *Ohr Pnimi* (*Panloob na Liwanag*) at ang *Ohr Makif* (*Paligid na Liwanag*) ay nagmula sa parehong pangitain, at nagbabanggaan sa isa't isa, gaya ng isinulat niya sa *Heichal AK, Shaar Vav, Shaar Akudim, Unang Kabanata*.

Kasunod, ang mas mababang *Taamim* ay dumating, sa ibaba ng *Otiot* (mga titik), na mga *Liwanag* na lumilitaw sa pamamagitan ng *Peh* ng *AK*, at mula doon palabas. At dito ang mga *Ilaw* ay ganap na pinagsama, dahil lumabas sila sa iisang *lagusan*. At dahil ang mga nakapaligid na *liwanag* at *panloob* na mga *liwanag* ay pinagsama, dito nagsisimula ang pagbuo ng *Kelim*.

Para sa kadahilanang ito, ang limang *Panloob* na mga *Liwanag* at ang *Nakapaligid na Liwanag* ay lumitaw na magkasama. Ito ang dahilan kung bakit sila tinawag na *Akudim*, mula sa talata, "at iginapos si Isaac." Kaya, kapag sila ay lumabas nang magkasama sa labas ng *Peh* (*bibig*), na nakatali, sila ay nagbubug-bugan at naghahampasan sa isa't isa, at ang kanilang mga pambubugbog ay nagbunga ng pagkakaroon ng *Kelim*.

Nangangahulugan ito na ang mga *Liwanag* ng *Awzen* at *Hotem* kung saan lumalawak ang *Ohr Pnimi* sa mga kaliwang *foramina* ng *Awzen* at *Hotem*, at ang *Ohr Makif* ay lumawak sa kanang *foramina* ng *Awzen* at *Hotem*. Kaya naman, sila'y nagpatuloy at hindi umalis, dahil mayroong isang espesyal na *Kli* para sa *Ohr Pnimi* at isang espesyal na *Kli* para sa *Ohr Makif*. Ngunit sa *Liwanag* ng *Peh*, kung saan mayroon lamang isang *foramina*, ang *Ohr Pnimi* at ang *Ohr Makif* ay nasa parehong *Kli*. Kaya naman, sila ay nagbubugbugan sa isa't isa, bilang isang resulta kung saan ang *Liwanag* ay umalis at ang *Kelim* ay nahulog. Sa madaling salita, bumagsak sila mula sa kanilang antas, at karagdagang *Aviut* ay idinagdag sa nakaraang *Aviut*, at ito ay lumikha ng *Kelim*, dahil ang pag-alis ng *Liwanag* ay nakumpleto ang *Kelim*.

Upang lubusang maunawaan ang isyu ng dalawang *foramina* ng *Awzen* at *Hotem de AK*, ang isyu ng solong *foramina* sa *Peh de AK*, at ang kahulugan ng limang *panloob* at limang *nakapalibot*, ang *Bitush* at ang *Kelim* at ang *Ibuy* (pagdaragdag ng *Aviut*), kailangan kong ipaliwanag, dahil ang mga salita ng *Ari* sa mga bagay na ito ay medyo maikli.

Ito ay higit pa tungkol sa paligid, kung saan siya ay tila sumasalungat sa kanyang sarili sa bawat at kada seksyon. Minsang sinabi niya na mayroon silang mga *Panloob* na *Liwanag* *KHB ZON* at ang limang *Nakapaligid na Liwanag* na *KHB ZON* mula sa *Hotem* pataas, ngunit mula sa *Peh* pababa, ang *Paligid* ng *Bina* at *ZON* ay tumigil at dalawa na lamang ang *nakapaligid*, ang *Keter* at *Hochma* ang naiwan, at ang limang *Partzufim KHB ZON*. At sa isa pang pagkakataon, sinabi niya na mula sa mundo ng *Nekudim* pababa, ang ibabang *paligid* ay huminto, ngunit mayroon pa ring limang *Nakapaligid na Liwanag* at limang *Panloob na Liwanag* sa mga *Liwanag* ng *Peh*. At sa isa pang pagkakataon, sinabi niya na mayroong limang *Panloob* at limang *Nakapalibot* sa buong *ABYA*, at iba pang mga *kontradiksyon*.

6) Idedetalye ko sa loob ng aklat, at gagawing kong maikli dito para hindi malihis sa isyu. Ito ay ipinaliwanag sa *Unang Sangay* at sa *Ikaapat na Sangay* sa pagkakasunud-sunod ng sampung *Sefirot*, tungkol sa apat na *Behinot* ng sampung *Sefirot de Ohr Yashar* at *Ohr Hozer*, na sa bawat sampung *Sefirot*, mayroong dalawang mga pag-unawa ng *Hitpashtut* (pagpapalawak) at dalawang mga pag-unawa ng *Hitaabut* (pagtaas ng *Aviut*), na palawakin mula sa ugat, na siyang *Keter* ng sampung *Sefirot* na ito.

Ang *Hochma*, na itinuturing na malawak na *Hitpashtut*, ay unang lumabas. Nangangahulugan ito na ang *Hitpashtut* na ito ay naglalaman ng lahat ng *Liwanag* na umaabot mula sa *Ein Sof* hanggang sa nagmula. At ang *Kli*, na tinatawag na *Ohr ha Av* (ang makapal na *Liwanag*), ibig sabihin ay ang pagnanais na tumanggap na nilalaman sa *Hitpashtut* ng *Liwanag*, kung saan nakakakuha ito ng pagkakaiba ng anyo mula sa *Tagapanimula*, kung saan walang anyo ng pagtanggap, at kung saan ito ay nagiging mas madilim kaysa sa *Liwanag*, ay hindi pa rin nabubunyag sa malawak na *Hitpashtut* na ito. Ito ay kaya hangga't ang pagnanais nito ay hindi tumindi, na nananabik ng karagdagang kasaganaan higit pa sa sukat ng *Hitpashtut* nito. Sa halip, ito ay kasama sa nabanggit na magaspang na *Liwanag* mula sa pananaw ng *Tagapanimula*, na gustong ipagkaloob dito.

Para sa kadahilanang ito, dapat itong ihayag ang mga daluyan ng pagtanggap at mapagtanto ito mula sa potensyal hanggang sa aktwal. Kaya ito ay nagiging mas makapal habang ito ay kumakalat, ibig sabihin, ang pagnanais nitong palawigin ang higit na kasaganaan kaysa sa sukat nito sa pagtaas ng *Hitpashtut*. At ang *Hitaabut* na ginawa sa *Hitpashtut* na ito ay binigyan ng sariling pangalan, dahil sa pagtindi nito. Tinatawag itong *Bina* dahil ito ay mas madilim kaysa sa *Ohr Hochma*, kung saan ang pagnanais na tanggapin ay nahayag sa aktwal na katotohanan.

Ang *Bina* na ito ay hindi pa rin karapat-dapat na maging isang aktwal na *Kli*, dahil ang kakanyahan nito ay mula sa *Hochma*; ngunit ito ang ugat ng *Kli*, dahil ang *Kli* ay maaari lamang makumpleto mula sa *Hitaabut* (pagpapalapot) na ginawa sa ikalawang *Hitpashtut*. Ito ay tinatawag na "Hitpashtut sa pamamagitan ng isang bintana," ibig sabihin ay ang karagdagang kasaganaan na nakuha ng *Bina* sa pamamagitan ng kanyang pagtindi ay kumakalat mula sa kanya palabas. Ito ay tinatawag na *Ohr Hassadim*, ang kabaligtaran ng malawak na *Hitpashtut Aleph* (unang *Hitpashtut*), na tinatawag na *Ohr Atzmut* (*Liwanag ng Sarili/Kakanyahan*).

Ang *Hitpashtut* sa pamamagitan ng isang bintana na kumakalat mula sa *Bina* ay tinatawag na *ZA*, at ito ay lumalapot habang ito ay kumakalat, tulad ng unang *Hitpashtut*. Nangangahulugan ito na ito rin ay tumitindi upang palawigin ang karagdagang kasaganaan, higit pa sa sukat ng *Hitpashtut* nito mula sa *Bina*. Sa pamamagitan nito, isinasabuhay nito ang mga daluyan ng pagtanggap na nakapaloob dito. Ang pangalawang *Hitaabut* na ito ay binigyan ng sarili nitong pangalan, dahil sa pamamagitan ng pagtindi na ito, ito ay naging mas madilim kaysa sa *Liwanag* ng *Hitpashtut*, at ito ay tinawag na *Malchut*.

Ang *Behina Dalet*, na siyang *Hitaabut* na nilikha sa *Hitpashtut* sa pamamagitan ng bintana, na tinatawag na *Malchut*, ay ang kumpletong daluyan ng pagtanggap, at hindi ang tatlong *Behinot* na nauna rito, na dumausdus lamang upang ihayag ang ikaapat na *Behina* na ito. Siya ang sumasailalim sa unang paghihigpit, na pinipigilan ang kanyang sarili na makatanggap ng kasaganaan sa *Behina Dalet* na ito, dahil sa pagkakaiba ng anyo na ipinakita sa kanya. Ang pwersang nagkukulong na ito ay tinatawag na *Masach* (screen) o *Pargod* (curtain), na nangangahulugang pinipigilan nito ang kasaganaan mula sa pagkinang at pagkalat sa loob nito.

Gayundin, ito ang buong pagkakaiba sa pagitan ng unang *Hitaabut* na ginawa sa malawak na *Hitpashtut*, at ang *Hitaabut* na ginawa sa isang *Hitpashtut* sa pamamagitan ng isang bintana. Ito ay dahil kaya sa unang *Hitaabut*, ang *Tzimtzum* ay hindi namamahala; kaya ito ay angkop para sa pagtanggap ng *Liwanag*. Ito ang dahilan kung bakit siya tinawag na "isang bintana," ibig sabihin ay pagtanggap, dahil ang bahay ay tumatanggap ng liwanag ng araw sa pamamagitan ng bintana sa loob nito. Ngunit sa pangalawang *Hitaabut*, ang puwersa ng *Tzimtzum* ang namamahala sa kanya at pinipigilan niya ang kanyang sarili na matanggap ang kasaganaan sa kanyang *Aviut*. Kaya naman, tinawag siyang *Masach*, pinipigilan ang *Liwanag*.

At pagkatapos na magpakita ng *Behina Dalet* kasama ang kanyang *Masach*, muling kumalat ang *Liwanag* sa kanya, at pinigil ito ng *Masach*, tulad ng nabanggit sa itaas. Dahil dito, isang *Zivug de Hakaa* ang ginawa dito, at sampung *Sefirot de Ohr Hozer* ang lumabas, gaya ng nakasulat sa *Ikatlong Sangay*. Ang pagkakaayos ng sampung *Sefirot* na ito ay kabaligtaran mula sa sampung *Sefirot de Ohr Yashar*, na lumilitaw mula sa ibaba *Pataas*, dahil ang *Masach* na nagdulot ng dakilang *Liwanag* na iyon, at ang ugat nito, ay naging *Keter*.

Ito ang kahulugan ng "ang kanilang wakas ay nakapaloob sa kanilang simula." Kung paanong ang *Keter* ang simula at ang *Rosh* (ulo) ng sampung *Sefirot de Ohr Yashar*, ang wakas, kung saan ang *Malchut*, ay naging simula at ang *Rosh* ng sampung *Sefirot de Ohr Hozer*.

Kaya, ang *Malchut* ay bumalik sa pagiging isang *Keter* sa sampung *Sefirot* na ito, at ang ZA ng sampung *Sefirot de Ohr Yashar* ay naging *Hochma* na ngayon, dahil ang unang tumanggap mula sa ugat ay tinatawag na *Hochma*. Katulad din ito sa iba, sa pamamagitan ng *Keter de Ohr Yashar*, na naging *Malchut* sa sampung *Sefirot de Ohr Hozer*, dahil ito ay tumatanggap mula sa ZA *de Ohr Hozer*, na siyang *Hochma de Ohr Yashar*.

Lumalabas na sa sampung *Sefirot* KHB ZON *de Ohr Yashar*, ang mga antas ay sinusukat ayon sa kadalisayan mula sa magaspang na *Liwanag*, kung saan ang mas dalisay ay *Mas Mataas* at mas mahalaga. Ngunit sa sampung *Sefirot* KHB ZON *de Ohr Hozer*, ang mga antas ay sinusukat ng *Aviut*, kung saan mas malaki ang *Aviut* sa antas, mas mataas ito at mas mahalaga. Ginagawa nitong mas mababa ang mga *Mas Mataas* sa sampung *Sefirot de Ohr Yashar* sa sampung *Sefirot de Ohr Hozer*, at ang mga mas mababa sa sampung *Sefirot de Ohr Yashar* ay *Mas Mataas* sa sampung *Sefirot de Ohr Hozer*.

Ang unang sampung *Sefirot* na kumalat mula sa *Ein Sof* ay tinatawag na *Adam Kadmon*. Ito ang mga ugat ng *Kelim de Rosh*, kaya ang sampung *Sefirot* ay ipinangalan sa *Kli de Rosh*: *Galgalta* (bungo), *Eynaim* (mata), *Awznaim* (tainga) ay ang KHB ng sampung *Sefirot de AK*, at *Hotem* (ilong) at *Peh* (bibig) ay ZA at *Malchut* ng sampung *Sefirot de AK*. Gayundin, ito ay kilala na ang sampung *Sefirot* ay isinama sa isa't isa, tulad ng ito ay nakasulat sa loob. Kaya naman, ang bawat isa sa nabanggit na *Galgalta*, *Eynaim*, at AHP, ay lumawak sa sampung *Sefirot*.

Ipinagbabawal na magsalita tungkol sa sampung *Sefirot* na lumawak sa *Galgalta ve* (at) *Eynaim*, na ang *Keter* at *Hochma* ng sampung *Sefirot de AK*, at wala tayong pakikitungo sa kanila. Nagsisimula tayong magsalita mula sa AHP pababa, mula sa *Bina* at ZON *de AK*.

Gayundin, ito ay kilala na ang sampung *Sefirot* ay *Keter* at ang apat na *Behinot* HB ZON, at mayroong *Ohr Pnimi* at *Ohr Makif* sa kanila. Nangangahulugan ito na ang naisuot na sa *Kli* ay tinatawag na *Ohr Pnimi*, at ang hindi pa nadadamitan sa *Kli* ay tinatawag na *Ohr Makif*.

Kaya, sa bawat isa sa sampung *Sefirot de AHP de AK* ay limang *panloob*, *KHB ZON*, at limang *nakapalibot* na *KHB ZON*.

7) Ngayon ay ipapaliwanag natin ang likas na kalidad ng *Ohr Pnimi* at *Ohr Makif* ng sampung *Sefirot de AK*. Ang usapin ng sampung *Sefirot de Ohr Yashar* at sampung *Sefirot de Ohr Hozer* na umiiral sa bawat sampung *Sefirot* ay naipaliwanag na. Sa sampung *Sefirot de AK* na ito, gayundin, ay mayroong sampung *Sefirot de Ohr Yashar* mula *Keter* hanggang *Malchut*, at gayundin, sampung *Sefirot de Ohr Hozer* mula *Malchut* hanggang *Keter*, at ang *Ohr Yashar* ay umaabot at dumating sa kabuuan sa nagmula. Gayunpaman, ang sampung *Sefirot de Ohr Hozer* ay hindi ganap at agad na pinalawak sa nagmula. Sa halip, ito ay pinalawak sa lahat ng *Partzufim* na nagmula pagkatapos ng *Adam Kadmon*. Ang bagay ay ang lahat ng bagay na umaabot mula sa *Tagapanimula* ay kumpleto at buo. Ito ang sampung *Sefirot de Ohr Yashar*.

Ngunit ang sampung *Sefirot de Ohr Hozer* na umaabot mula sa nagmula, mula sa puwersa ng pagdetini sa *Behina Dalet*, na tinatawag na *Masach*, ay hindi agad na lumabas nang buo. Sa halip, ang bawat lumitaw na nilalang ay may bahagi nito, at pinarami ayon sa pagpaparami ng nagmula, gaya ng nakasulat sa loob. Ngayon ay makikita mo na ang sampung *Sefirot de Ohr Yashar* at isang bahagi ng sampung *Sefirot de Ohr Hozer* ay ang *Ohr Pnimi*, habang ang kabuuan ng *Ohr Hozer* ay ang *Ohr Makif*.

Gayundin, naipaliwanag na sa itaas na mayroong dalawang *Nukvaot* (pangmaramihan para sa *Nukva*) sa sampung *Sefirot*: *Hitaabut* sa malawak na *Hitpashtut*, at *Hitaabut* sa *Hitpashtut* sa pamamagitan sa isang bintana, na tinatawag na *Bina* at *Malchut*. Dapat mong malaman ang *Bina* ay nauunawaan bilang isang panloob na *Kli*, kung saan ang lahat ng *Ohr Pnimi* ay nakadamit, at ang *Malchut* ay ang panlabas na *Kli*, kung saan ang lahat ng *Ohr Makif* ay nakadamit. Nangangahulugan ito na ang *Ohr Makif* ay nakatali sa kanya, dahil mayroon siyang *Masach* na hindi angkop para sa pagtanggap, dahil sa pagpigil ng puwersa sa loob nito. Sa halip, ito ang ugat ng sampung *Sefirot de Ohr Hozer*.

Kaya, ang nilalaman ng *Ohr Pnimi* at *Ohr Makif* ay lubusang naipaliwanag, gayundin ang nilalaman ng panloob na *Kli* at ang panlabas na *Kli*. Ngayon ay mauunawaan na natin ang mga salita ng *Ari*, na dinala sa itaas sa *Aytem 5* tungkol sa limang panloob at limang panlabas na lumitaw na nakatali sa isa't isa sa pamamagitan ng *Peh de AK*. Ito ay may kinalaman sa kanyang ipinaliwanag sa *Shaar TANTA*, Unang Kabanata, na ang *Ohr Pnimi* at *Ohr Makif* ng sampung *Sefirot de Awznaim*, at ang *Ohr Pnimi* at *Ohr Makif* ng sampung *Sefirot de Hotem* ay lumitaw sa dalawang *Kelim*: isang panloob na *Kli* para sa *Ohr Pnimi* at isang panlabas na *Kli* para sa *Ohr Makif*.

Gayundin, malayo sila sa isa't isa, dahil ang limang nakapalibot na *KHB ZON* ay lumalabas mula sa *foramina* ng kanang *Awzen*, at ang limang panloob na *KHB ZON* ay lumabas mula sa *foramina* ng kaliwang *Awzen*, at katulad din sa *Hotem*. Kaya, sinabi niya sa atin dito, sa sampung *Sefirot de Peh de AK*, na walang dalawang natatanging *Kelim* dito, ngunit pareho, ang limang panloob at ang limang nakapalibot, ay lumitaw na nakatali sa isang *Kli*—ang *Peh*, na tinatawag na *Malchut de AK*, ibig sabihin ay *Behina Dalet*. Gayunpaman, ang panloob na *Kli*, na *Behina Bet* at *Behinat Bina*, ay hindi umiiral dito.

Maaari nating itanong ang tungkol dito: Paanong posible para sa *Ohr Pnimi*, na siyang sampung *Sefirot de Ohr Yashar*, na magsuot ng *Kli de Peh*, na *Behina Dalet* na itinayo na may *Masach*, at hindi angkop para sa pagtanggap? Ang bagay ay ang *Malchut* mismo ay nakikilala na may apat na natatanging *Behinot*, na tinatawag na *Atzamot* (mga buto), *Gidin* (mga litid), *Bassar* (laman), at *O* (balat). Ang *Atzamot* ng *Malchut* ay nagpapahiwatig ng *Etzem* (buto, ngunit pati na rin ang ubod) ng kanyang istraktura. Ito ang aktwal na *Behinat ZA*, ibig sabihin ay ang *Hitpashtut* sa pamamagitan ng isang bintana, maliban kung nakuha nito ang *Aviut* kasama ang *Hitpashtut* nito dahil sa pagtindi ng pagnanais na palawigin ang higit na kasaganaan kaysa sa *Hitpashtut* nito mula sa *Bina*.

Para sa kadahilanang ito, ito ay tinukoy ng isang pangalan ayon sa kanyang sarili. Kaya, dalawang *Behinot* ang nauunawaan sa kanya: Ang *Behina Aleph* ang *Atzamot* sa kanya, ang bahagi ng *ZA*, at ang *Behina Bet* ay ang *Aviut* na idinagdag sa kanya ng kanyang pagtindi. Ito ay tinatawag na *Gidin*. At ang kinukuha niya mula sa puwersa ng *Tzimtzum* — ang puwersang nagpigil upang hindi makatanggap ng kasaganaan sa magaspang na *Liwanag* na ito — na tinatawag na *Masach*, ang may *Zivug* ng sampung *Sefirot de Ohr Hozer*, ay ang *Behina Dalet* sa *Malchut*, na tinatawag na *Or*. At ang *Ohr Hozer* na bumangon mula sa *Masach* sa pamamagitan ng puwersa ng *Zivug* ay tinatawag na *Bassar*, at ito ang *Behina Gimel* ng *Malchut*.

Kaya, iyong makikita na ang *Malchut* ay naglalaman din ng *Hitpashtut* ng *Bina*. Bukod dito, ito ay sa katunayan ang kakanyahan ng istraktura nito. Ngayon ay mauunawaan mo na ang *Atzamot* sa *Malchut* ay nagiging panloob na *Kli* sa panloob na lima sa mga liwanag ng *Peh*, at ang *Behinat Or* sa kanya ay nagiging isang panlabas na *Kli* para sa nakapalibot na lima sa mga liwanag ng *Peh*. Ngayon ay lubusang nilinaw kung paano lumitaw ang limang panloob na *KHB ZON* at limang nakapalibot na *KHB ZON* sa isang *Kli* — *Malchut* — kung saan mayroong dalawang *Kelim*, gayundin, panloob at panlabas, bagaman konektado sa isa't isa, dahil ang apat na *Behinot* ay isa lamang *Kli*: *Malchut*.

8) At ngayon ay ipapaliwanag natin ang isyu ng paghampas at ang *Bitush* na naganap sa pagitan ng *Ohr Makif* at ng *Ohr Pnimi* dahil sa kanilang pagkakatali sa isang *Kli*. Tingnan sa *The Tree of Life, Heichal AK, Shaar 2, p. 3*, gayundin sa *Shaar Akudim, Ikalawang Kabanata*, na ang kalikasan ng *Ohr Pnimi* ay linisin ang *Kli* na nakadamit sa kanya. Kaya naman, dahil sa sampung *Sefirot de Peh de AK*, ang *Ohr Pnimi* at *Ohr Makif* ay itinali sa iisang *Kli* sa *Malchut*, dinadalisay ng *Ohr Pnimi* ang *Kli Malchut* na antas-kada-antas. Ito ang dahilan ng paglisan ng sampung *Sefirot de Peh*, na tinatawag na "mundo ng Akudim."

Ang bagay ay naipaliwanag na sa Aytem 6 at Aytem 4, na ang sampung *Sefirot de Ohr Hozer* ay may kabaligtarang halaga sa sampung *Sefirot de Ohr Yashar*. Ito ay dahil sa sampung *Sefirot de Ohr Yashar*, ang mga antas ay tumaas isa't isa ayon sa kanilang kadalisayan, hanggang sa kanilang ugat, na siyang pinakamadalisay sa kanila. Pero sa sampung *Sefirot de Ohr Hozer*, ang mga antas ay tumaas ng isa sa itaas ng isa ayon sa kanilang *Aviut*, hanggang sa ugat, na siyang pinakamagaspang sa kanila. Ito ang *Behina Dalet*, at ang *Malchut* na naging *Keter* muli. Gayundin, ang *Behina Gimel* ay *Hochma*, ang *Behina Bet* ay *Bina*, ang *Behina Aleph* ay *ZA*, at ang *Keter* ay itinuturing na *Malchut*.

Sa simula, ang *Masach* ay dinalisay ng isang antas. Nangangahulugan ito na ang magaspang na anyo ng Liwanag ng *Behina Dalet* ay dinalisay, at muling nakuha ang anyo ng *Aviut* de *Behina Gimel*. Ito ay isinasaalang-alang na ang Liwanag ng *Malchut* ay lumisan sa kanyang lugar at tumaas sa *Kli* de ZA, mula noon din, ang *Ohr Yashar* ay lumawak mula sa *Ein Sof* sa *Masach*, at kinokontrol ng puwersa ng pagpigil ang *Masach* hanggang sa isang *Zivug de Hakaa* ay ginawa at ang sampung *Sefirot de Ohr Hozer* ay lumitaw mula sa *Masach* de *Behina Gimel*.

Gayunpaman, wala na sila sa antas ng *Keter*, tulad ng una, ngunit nasa antas ng *Hochma*. Ito ay dahil ang *Aviut* ng *Behinat ZA* at *Behina Gimel* de *Ohr Yashar* ay may halaga ng *Hochma* sa *Ohr Hozer*. Lumalabas na ang *Masach* ay hindi bumalik sa pagiging *Keter* dahil sa *Ohr Hozer*, ngunit bumalik sa pagiging *Hochma*.

Pagkatapos ay dinalisay pa ito, at natanggap ang pagdalisay ng *Behina Bet*, na ang *Bina*. Doon din, ang *Ohr Yashar* ay lumawak dito hanggang sa *Zivug de Hakaa* at ang pagtaas ng *Ohr Hozer*, bagaman sa antas ng *Bina*. At bilang ang *Aviut* de *Behina Gimel* at *Behina Dalet*, ay naglaho, napaglaho niya ang unang dalawang *Sefirot de Ohr Hozer*.

Kasunod nito, nagpadalisay pa ito, at natanggap ang pagdalisay ng *Behina Aleph*, ang *Ohr Yashar* mula sa *Ein Sof* na pinagsama sa loob nito, at ang *Ohr Hozer* ay tumaas, bagaman sa antas ng ZA, kulang din ng *Behinat Bina*. Pagkatapos nito ay nagdalisay pa ito nang higit pa, hanggang sa anyo ng *Shoresh* (ugat), na tumaas sa antas ng *Keter*.

Sa oras na iyon, walang *Aviut* na natitira sa *Masach*; kaya't wala nang *Zivug de Hakaa* sa *Ohr Yashar* sa loob nito. Para sa kadahilanang ito, ang *Ohr Hozer* ay ganap na nawala mula sa sampung *Sefirot de Akudim*, at nakita ang loob sa Ikatlong Sangay at Ikaapat na Sangay, kung saan ang lahat ay ipinaliwanag nang detalyado.

Kaya, nilinaw na dahil ang *Ohr Pnimi* ay nakadamit sa *Kli* ng *Malchut*, dinadalisay nito ito sa bawat antas, at kasama ng pagdalisay nito, ang sampung *Sefirot KHB ZON* de *Ohr Hozer* ay naglalaho din. Ito ay dahil sa kanyang pag-akyat sa *Behinat Keter*, ang *Masach* ay nawala ang lahat ng kapangyarihan nito upang itaas ang *Ohr Hozer*. Kaya, ang sampung *Sefirot de Ohr Yashar* ay umalis din dito, dahil ang *Ohr Yashar* at *Ohr Hozer* ay magkakaugnay at nakatali sa isa't isa.

9) Upang ipaliwanag iyon, aking ipapaliwanag muna ang kalagayan ng *Sefirot* na may larawan ng *Taam* (isahan para sa mga bantas na *Taamim*) *Segolta*, tulad nito: , ibig sabihin, ang *Keter* ay nasa itaas, sa ibaba nito sa kanan ay *Hochma*, at sa kaliwa nito—*Bina*. Kailangan nating maunawaan iyon; huwag sana na kailangang unawain natin ito bilang isang paglalarawan ng mga lugar na ang malinaw na mata ay nakikita. Gayundin, ang bagay tungkol sa *Panim be Panim* (mukha sa mukha) at *Achor be Achor* (likod sa likod) na naaangkop sa sampung *Sefirot*, huwag sana na dapat may likod at harap dito.

Ang bagay ay naipaliwanag na sa apat na *Behinot* ng *Ohr Yashar* na lumawak mula sa *Ein Sof*, na *Keter*, na ang pagpapalawak ng *Keter* ay tinatawag na *Hochma*. Gayundin, ito ay kumakapal habang ito ay lumalawak, ibig sabihin ay ang pagtindi ng pagnanais na magkaloob ng kasaganaan nang higit sa sukatan ng pagpapalawak nito. Samakatuwid, ito ay itinuturing na dalawang pag-unawa: Ang *Behina Aleph* ay ang kabuuan ng Liwanag na lumalawak mula sa *Ein Sof* hanggang sa nagmula, na tinatawag na *Hochma*, at ang *Behina Bet* ay ang *Hitaabut*, na ibinigay dito sa pamamagitan ng pagtindi ng pagnanais na palawakin ang bagong kasaganaan, na tinatawag na *Bina*.

Para sa kadahilanang ito, mayroong tatlong mga pag-unawa sa *Sefira Bina*: ang unang pag-unawa ay ang kanyang sariling istraktura, na kung saan ay isang bahagi ng *Hochma* mismo. Ang pangalawang pag-unawa ay ang Liwanag na kumapal sa kanya sa pamamagitan ng kanyang pagpupursige upang mapalawak ang bagong kasaganaan mula sa *Keter*. Ang ikatlong pag-unawa ay ang esensya ng kasaganaan na nakuha niya mula sa *Keter*, na tinatawag na *Ohr de Hassadim*, na mas mababa kaysa sa *Ohr Hochma* na direktang umaabot mula sa Nagpamula. Ngunit ang Liwanag ng *Bina* na pinalawak niya mula sa *Keter* ay nauugnay sa kanyang paunang pagpupursige, na pinakapal para dito.

At kapag hinatak ng *Bina* ang Liwanag ng *Hassadim* mula sa *Keter*, hindi niya hinatak ang Liwanag ng *Hochma* mula sa *Sefira* ng *Hochma*. Kaya, siya ay itinuturing na *Achor be Achor* (likod sa likod) kasama ng *Hochma*. Lumalabas na ang *Ohr Hochma*, na siyang Liwanag ng *Atzmut* ng pangkalahatang sampung *Sefirot* sa pinagmulang iyon, ay huminto mula rito, para si *Bina* ay binaliktad ang kanyang *Panim* upang hatakin ang *Ohr Hassadim* mula sa *Keter*.

Gayunpaman, nang lumitaw ang *Behina Dalet*, at ang sampung *Sefirot de Ohr Hozer* na umaabot mula sa kanya, ay itinuturing na higit na *Ohr Hassadim* kaysa sa *Ohr Hassadim* sa *Bina*, hindi na kailangan ng *Bina* na kunin ang *Ohr Hassadim* mula sa *Keter*, dahil sagana siyang tumatanggap mula sa *Ohr Hozer de Malchut*. Para sa kadahilanang ito, ibinalik niya ang kanyang *Panim* sa *Hochma* at muling kinuha ng *Ohr Hochma*. Sa oras na iyon, ang *Ohr Hochma*, gayundin, ay nahatak nang sagana sa pangkalahatang sampung *Sefirot* sa nagmula. Ito ay tinatawag na *Panim be Panim* ng *HB*, na kanilang natamo sa pamamagitan ng *Ohr Hozer* na tumaas mula sa *Malchut*.

Gayunpaman, bago ang pagpapatapon ng *Kli* ng *Malchut*, ibinaling ng *Bina* ang kanyang *Panim* sa *Keter*, na siyang estado ng *Taam Segolta*, kung saan ang *Bina* ay nasa ibaba ng *Keter*, tulad ng *Hochma*, ngunit iginuhit ng *Hochma* ang Liwanag ng *Atzmut* mula sa *Keter*, at hinatak ng *Bina* ang Liwanag ng *Hassadim* mula sa *Keter*. At dahil ang Liwanag ng *Atzmut* ay ang kolektibong Liwanag sa nagmula, ang *Hochma* ay itinuturing na "kanan," at ang Liwanag ng *Hassadim* ay itinuturing na "kaliwa," dahil ito ay nauugnay sa *Gevura*.

Kaya ating ipinaliwanag na ang Liwanag ng *Atzmut* ay hindi maaaring kumalat sa kabuuan ng sampung *Sefirot de Ohr Yashar*, dahil ang *Bina* ay *Achor be Achor* kasama nito, maliban sa panahon ng isang *Zivug de Hakaa* sa *Masach* sa *Kli Malchut*. Sa oras na iyon, hindi na kailangan ng *Bina* ang *Ohr Hassadim* at bumalik sa pagiging *PBP* (*Panim be Panim*) kasama ang *Hochma*.

Lumalabas na kapag ang sampung *Sefirot de Ohr Hozer* ay lumisan mula sa mundo ng *Akudim*, ang Liwanag ng *Atzmut* ng sampung *Sefirot de Ohr Yashar* ay umalis kasama nito. Ito ay dahil ang *Ohr Hochma* at ang *Ohr Hozer* ay magkakaugnay, at tanging ang *Achoraiim de Bina* ang nananatili doon sa mundo ng *Akudim*, ibig sabihin ay Liwanag ng *Hassadim* at ng kanyang *Gevura*.

Ngayon ay iyong mauunawaan ang mga salita ng Ari na aming inalahad sa itaas, na ang likas na katangian ng *Ohr Pnimi* ay upang dalisayin ang *Kli* na dinamitan nito, dahil ito ay umiikot sa *Ohr Hochma* na nagbibihis sa loob ng nagmula sa pamamagitan ng *Bina* na bumalik sa pagiging *PBP* kasama nito. Kaya, ang *Achoraim de Bina* ay dinadalisay, at dahil ang *Achoraim de Bina*, na *Behina Bet*, ay ang ugat ng *Behina Dalet*, dahil ang ugat ay dinalisay, ang sanga, *Behina Dalet*, ay dinadalisay kasama nito.

10) Ngayon ay ipapaliwanag natin ang usapin ng *Bitush* ng Panloob na mga Liwanag (*Ohr Pnimi*) sa Nakapaligid na mga Liwanag (*Ohr Makif*), sapagkat ang mga ito ay magkaugnay, gaya ng ipinakilala ko sa itaas sa Aytem 5. Ilalahad ko rin ang mga salita ng Ari mula sa *Shaar Akudim*, Kabanata Lima, kung saan ipinaliwanag niya mismo nang detalyado ang isyung ito ng *Bitush*. Narito ang kanyang isinulat, sa pinaikling paraan: "Kasunod nito ay mayroong tatlong uri ng Liwanag [sa *Hitpashtut* ng Liwanag sa mundo ng Akudim at sa pag-alis nito pabalik sa Pinagmulan]. Ang unang Liwanag ay ang mga Liwanag ng Akudim, na tinatawag na *Taamim*. Ang pangalawa ay ang *Reshimo* ng Liwanag na iyon, na nananatili pagkatapos itong lumisan, at ito ay tinatawag na *Tagin*. Ang ikatlo ay ang Liwanag na dumarating sa pamamagitan ng pag-akyat ng *Sefirot*, kung saan ito ay sa pamamagitan ng *Achoraim*, na siyang *Din*. Ito ay tinatawag na *Nekudot*.

At nang ang ikatlong Liwanag, na tinatawag na *Nekudot*, ay dumating at tumama sa pangalawang Liwanag, ang *Reshimo* na siyang *Rachamim*, sila'y nagbanggaan at nagbanggaan sa isa't isa. Ito ay dahil sila ay magkasalungat: ang isa ay *Ohr Yashar*, na siyang *Rachamim*, at ang isa ay *Ohr Hozer*, na siyang *Din*. Dahil dito, nahulog ang mga *Nitzotzin* (mga kislap) mula sa pababang *Ohr Hozer*, na siyang *Din*. Ang mga *Nitzotzin* na ito ay bumubuo ng isa pang, pang-apat na Liwanag, na tinatawag na *Otiot*. Ito ang apat na antas ng pagkaunawa—*Taamim, Nekudot, Tagin, Otiot*—na lahat ay kasamang nakapaloob sa Akudim. Gayundin, ang mga *Nitzotzin* na ito na nahulog mula sa pababang *Ohr Hozer* ay katulad ng 248 *Nitzotzin* ng pagkabasag ng mga kelim sa mundo ng Nekudim.

Pagbibigay-kahulugan sa kanyang mga salita: Ayon sa naipaliwanag na ukol sa pagkakasunud-sunod ng pagpapalawak ng Liwanag sa mundo ng Akudim, una ay lumawak ang Liwanag mula sa Ein Sof hanggang sa *Zivug de Hakaa* sa *Masach* sa *Kli* ng *Malchut*. Mula rito, lumabas ang sampung *Sefirot de Ohr Hozer*, mula sa ibaba paakyat, gaya ng nasa Aytem 6. May kabaligtaran silang proporsyon: ang mga nasa itaas sa *Ohr Yashar* ay nasa ibaba sa *Ohr Hozer*, sapagkat ang mga antas sa *Ohr Hozer* ay bumababa ayon sa kadalisayan.

Kaya, ang ZA, na mas dalisay kaysa *Malchut*, ay nasa mas mababang antas. Subalit ito'y may kaugnayan lamang sa *Hochma* ng sampung *Sefirot de Ohr Hozer*. Ang *Bina*, na mas dalisay kaysa ZA, ay nabawasan ang antas at tumanggap lamang ng antas ng *Bina*. Ang *Hochma*, na mas dalisay kaysa *Bina*, ay nabawasan din at mayroon lamang antas ng ZA. Ang *Keter* ay nasa antas ng *Malchut*, gaya ng nasa loob ng Ikatlong Sangay.

Ngunit kapag ang *Ohr Yashar* at *Ohr Hozer* ay nagsanib at nagkaisa, bumuo sila ng pantay na halaga kung saan ang lahat ng antas ng sampung *Sefirot* ay umabot sa antas ng *Keter*, gaya ng ipinaliwanag sa Aytem 4. Ang buong mundo ng Akudim, ang pagpapalawak at pagbabalik ng Liwanag ng Ein Sof mula *Keter* hanggang *Malchut* at mula *Malchut* hanggang

Keter, at ang *Ohr Hozer* na sumasama sa *Ohr Yashar* sa pantay na antas sa pamamagitan ng *Keter*, ay tinatawag na *Taamim* o *Hitpashtut Aleph de Akudim*.

Ipinaliwanag sa itaas (Aytem 8) na dahil ang *Ohr Pnimi* ay nagbibihis sa *Kli* ng *Malchut*, na ang likas na katangian ay upang dalisayin ang *Kli*, ito ay nagiging sanhi ng *Hizdakchut* ng *Masach* antas-antas. Sa simula, ito ay nadalisay hanggang sa antas ng *Behina Gimel*. Sa gayon, ang *Masach* ay umangat sa ZA. Sa oras na iyon, muling lumawak ang *Ohr Ein Sof* mula *Keter* hanggang sa *Masach* sa *Kli* ng ZA, at mula sa ZA pabalik sa *Keter*. Binabawasan nito ang halaga ng *Ohr Hozer* na tumataas mula sa *Masach* hanggang sa antas ng *Hochma*, katulad ng antas ng ZA sa *Ohr Hozer*. Sa bawat antas ng *Hizdakchut* ng *Masach*, bumababa rin ang mga antas ng Liwanag, hanggang sa ang *Masach* ay ganap na nadalisay at nawalan ng *Aviut*, at ang *Zivug de Hakaa* ay tumigil.

Kaya, ang lahat ng *Ohr Hozer* na ito, na bumababa sa bawat antas hanggang sa tuluyang mawala, ay tinatawag na "Liwanag ng *Nekudot*." Ito ay dahil ang *Masach* ay umaabot mula sa punto ng *Tzimtzum*, kaya pinipigilan din nito ang *Ohr Yashar* na lumapit at lumawak dito. Tulad ng gitnang punto ng *Tzimtzum Aleph*, na inalis ang Liwanag sa loob nito at buong layunin nitong dalisayin ang sarili mula sa *Aviut* upang iayon ang anyo nito sa Tagapamula, gaya ng ipinaliwanag sa *Panim Masbirot*, Unang Sangay. Kaya, ang puwersa ng pagnanais na maging dalisay ay nakatatak sa *Masach*.

Ngayon ay ipapaliwanag natin ang kahulugan ng *Reshimo*—ang Liwanag ng *Tagin*. Batid natin na kahit lumisan na ang Liwanag, ito'y nag-iiwan ng *Reshimo* sa likod. Kaya, ang unang *Hitpashtut* sa mundo ng Akudim, na lumawak at bumalik mula *Keter* hanggang *Malchut* at pabalik, ay nagdulot ng sampung *Sefirot* na may antas na katumbas ng *Keter* sa *Ohr Pnimi*, at gayundin, sampung *Sefirot de Ohr Makif*, gaya ng nasa Aytem 7. Tandaan na dito ay walang natatanging *Kli* para sa *Ohr Pnimi* at natatanging *Kli* para sa *Ohr Makif*—ang kabuuang *Kli* ay tinatawag na *Kli de Keter*, dahil ang lahat ng antas ay umaabot sa *Keter*.

Kaya, kahit na lumisan ang *Hitpashtut* na ito, isang *Reshimo* pa rin ang nanatili, na nagpapanatili sa dati nitong anyo, upang hindi ito ganap na mawala dahil sa pag-alis ng Liwanag.

Ayon dito, mauunawaan mo na ang Liwanag ng *Reshimo*, na nanatili mula sa *Hitpashtut Aleph*, at ang bumababang *Ohr Hozer*—na siyang Liwanag ng *Nekudot*—ay dalawang magkasalungat na Liwanag, na nagbabanggaan at naglalaban. Ang Liwanag ng *Reshimo* ay pinalakas ng *Hitpashtut Aleph*, kung saan ang *Ohr Yashar* ay lumawak sa pamamagitan ng *Masach* ng *Behina Dalet*, at may matinding hangaring manatili ang *Masach* sa partikular na *Aviut* ng *Behina Dalet*, sapagkat tanging sa pamamagitan lamang ng lakas ng *Aviut* na iyon nakakakamit ang antas ng *Keter*.

Subalit ang Liwanag ng *Nekudot*, ang *Masach* mismo, ay may matinding kagustuhang magpakadalisay mula sa magaspang na Liwanag—na kinikilala bilang *Din*—at gustong ganap na magpantay-anyo sa Tagapamula, ayon sa ugat nito na nakatatak mula pa sa simula ng punto ng *Tzimtzum*.

11) Ngayon ay mauunawaan natin ang ikaapat na Liwanag, na nahulog sa *Bitush* ng Liwanag ng *Reshimo* kasama ang Liwanag ng *Nekudot*, na tinatawag na *Otiot*. Sila ay tulad ng 248 *Nitzotzin* sa pagsira ng mga daluyan sa mundo ng *Nekudim*.

Dapat mong malaman na sa bawat lugar sa *Ang Zohar*, ang *Tikkunim* (mga pagwawasto ng *Ang Zohar*), at sa mga sinulat ng Ari, ang salitang *Nitzotzin* o *Natzatzin* o *Hitnotzetzut* ay nagpapahiwatig ng *Ohr Hozer*. Ito ay dahil ang kaliwanagan ng *Ohr Yashar* ay tinukoy ng mga pangalang *Orot* o *Nehorin*, at ang kaliwanagan ng *Ohr Hozer* ay tinukoy ng pangalang *Nitzotzin* o *Zikin* o *Hitnotzetzut*. Kaya, nakikita mo na ang isyu ng *Nitzotzin* na nahulog sa pamamagitan ng *Bitush* ng *Reshimo* sa bumababang *Ohr Hozer* ay itinuturing din na *Reshimo*, bagaman ito ay isang *Reshimo de Ohr Hozer*, at samakatuwid ay tinukoy ng pangalang *Nitzotzin*.

Ang pagkakasunud-sunod ng pagbaba ng *Ohr Hozer* ay ipinaliwanag sa itaas (Aytem 8). Sa simula, natanggap ito para sa pagdalisay ng ZA at nahiwalay sa *Behina Dalet*, na siyang aktwal na *Kli* ng *Malchut*. At kapag ang *Ohr Ein Sof* ay lumawak muli sa *Masach* sa *Kli* ZA, ang Liwanag ng *Malchut* na ito ay nasa antas ng *Hochma*, na kulang sa *Behinat Keter* mula sa pangkalahatang Liwanag ng *Akudim*, dahil ang *Malchut* sa ZA ay hindi babalik sa pagiging *Keter*, ngunit *Hochma*. [Ipinaliwanag na ang mahalagang tagapagbigay ng antas sa sampung *Sefirot* ng *nagmula* ay ang Liwanag ng *Malchut*, gaya ng nabanggit sa itaas (*Panim Masbirot*, Apat na Sangay).]

Kasunod nito na ang tunay na *Kli* ng *Malchut* ay walang Liwanag, at dalawang *Reshimot* ang dapat na nanatili dito. Ang unang *Reshimo* ay mula sa Liwanag ng *Taamim*, na nangangalaga at nagpapanatili sa *Aviut* ng *Behina Dalet* hangga't kaya nito. Ang pangalawang *Reshimo* ay mula sa Liwanag ng *Nekudot*, ibig sabihin ay ang Liwanag na iniuugnay sa *Masach* at nagnanasa sa *Hizdakchut*.

Gayunpaman, ang dalawa ay hindi maaaring manatili nang magkasama, dahil sila ay magkasalungat. Ito ay dahil ang lugar ng *Reshimo de Taamim* ay tinatawag na *Kli de Keter*, dahil ang sampung *Sefirot* nito ay nasa antas ng *Keter*. At ang lugar ng *Reshimo* ng pababang *Ohr Hozer* ay tinatawag na *Kli de Hochma* o "sa ibaba ng *Keter*." Samakatuwid, ang kanyang sariling *Reshimo* ay umalis din sa *Malchut*, at tumaas sa *Kli* ng ZA. At ang *Reshimo* ng pababang *Ohr Hozer* ay nanatili sa lugar nito. Kaya, dito ang *Reshimo* para sa *Nitzotzin de Ohr Hozer* ay tinanggihan. Gayunpaman, mula dito pasulong ang *Nitzotzin de Ohr Hozer* ay tinanggihan, para sa Liwanag ng *Reshimo*.

Pagkatapos, sa pag-akyat ng *Masach* sa lugar ng *Bina*, nang matanggap nito ang pagdalisay ng *Behina Bet*, at ang *Ohr Ein Sof* ay lumawak muli mula *Keter* hanggang *Bina* at mula *Bina* hanggang *Keter*, ang *Behinat Hochma* ay binawi rin. Pagkatapos ang *Kli* ng ZA ay nananatiling walang Liwanag, at dalawang *Reshimot* ang naiwan din doon, mula sa Liwanag ng *Taamim* at mula sa *Ohr Hozer*, na magkasalungat. At dito, dinaig ng *Reshimo* ang *Nitzotzin de Ohr Hozer*, dahil nanatili ang *Reshimo de Taamim* sa *Kli* ZA; kaya, nanatili ito sa anyo ng *Kli de Keter*.

Gayunpaman, ang *Reshimo de Ohr Hozer*, na mga *Nitzotzin de Kli Hochma*, ay tinanggihan sa ibaba ng *Tabur*, sa ibaba ng *Kli de Keter*, dahil ang *Hitpashtut* ng mundo ng *Akudim* ay sa pamamagitan ng *Tabur*, dahil ang *Malchut de Akudim* ay tinatawag na *Tabur*. Gayundin, napag-alaman na ang *Nitzotzin de Keter* ng pababang *Ohr Hozer*, na ang halaga ay itinuturing na *Keter de Hochma*, ay nananatili doon mula noong ang *Reshimo de Malchut de Taamim*, na talagang *Behinat Keter*, ay tumaas sa ZA. At ang *Nitzotzin* na nahulog mula sa *Kli* ZA, na ang *Nitzotzin de Hochma* sa *Hochma*, ay nahulog sa ibaba ng *Tabur*, kung saan mayroong *Keter de Hochma*.

Katulad nito, sa pag-akyat ng *Masach* hanggang *Hochma*, nang ito ay dinalisay sa *Behina Aleph*, ang *Ohr Ein Sof* ay lumalawak pa rin mula *Keter* hanggang *Hochma* at mula *Hochma* hanggang *Keter*, at ang Liwanag na ito ay nasa antas ng ZA. Kaya naman, ang antas ng *Bina* ay binawi na rin, at ang *Kli* ng *Bina* ay nanatiling walang laman, walang Liwanag. Nag-iwan ito ng dalawang *Reshimot*, gaya ng nakasulat sa itaas: *Reshimo de Taamim* na nanatili sa kanilang lugar, at *Reshimo* ng pababang *Ohr Hozer* na tinanggihan at nahulog sa ibaba ng *Nitzotzin de Hochma* sa ibaba ng *Tabur*.

Kasunod nito, dinalisay ito hanggang sa *Behinat Keter*, ang *Shoresh* (ugat), at samakatuwid ay nawala ang lahat ng *Behinot Aviut* sa loob nito. Kaya, natural na nakansela ang *Zivug de Hakaa*, na wala nang *Ohr Hozer*. Lumalabas na walang *Nitzotzin* ang nahulog mula sa *Behinat Keter*, at ang *Reshimo de Taamim* lamang ang nanatili doon.

Sa gayon ay lubusan nating ipinaliwanag ang kabaligtaran sa pagitan ng *Reshimo* at ng pababang *Ohr Hozer*, kung saan nasira ang pakete, at ang *Reshimo* ng sampung *Sefirot de Taamim* na nananatili sa kanilang mga lugar. Ang mga ito ay itinuturing na *Kelim KHB ZON de Keter*, sa pamamagitan ng *Tabur de AK*. At ang *Nitzotzin*, na mga *Reshimo* ng pababang *Ohr Hozer*, ay nahulog sa labas ng antas na kanilang kinaroroonan, ay itinuturing na nasa ibaba ng *Tabur*, ibig sabihin ay nasa ibaba ng *Malchut de Akudim*, na itinuturing na *Kelim KHB ZON de Hochma*, tulad ng sinabi natin sa itaas, ang mga ito ay tinatawag na *Otiot*.

12) Ang dahilan ng *Hizdakchut* ay naipaliwanag na sa itaas, sa dulo ng Aytem 9: Ang *Ohr Pnimi* ay konektado sa *Kli* ng *Malchut*, na kung saan ay isang panlabas na *Kli* lamang para sa *Ohr Makif*, gaya ng nakasulat sa Aytem 7. Kaya, kapag ang *Ohr Hozer* ay tumaas at ibinalik ang *HB* sa *PBP*, gaya ng nakasulat sa Aytem 9, iniiwan ito ng *Aviut de Bina*, dahil ito ay bumalik sa pagiging isa sa *Hochma*, tulad ng dati. At kapag ang *Aviut* sa *ugat* ay nakansela, ang *Aviut* sa *sangay* ay nakansela din. Kaya, kapag ang *Bina* ay naging isang bagay sa *Hochma*, dinadalisay niya ang *Masach* kasama niya, at ito rin ay tumataas sa antas, sa pamamagitan niya at dahil sa kanya, hanggang sa ito ay mawala.

Sa simula ng pagpasok ng *Ohr Hozer* sa *Bina*, sinimulan niyang ibalik ang *Panim* sa *Hochma*. Kaya, ang *Masach* ay bumangon mula sa *Behina Dalet* at *Behina Gimel*. At nang iguhit niya ang *Ohr Hochma* mula sa *Panim de Hochma*, ang *Masach* ay tumaas sa *Behina Bet*. At kapag siya ay naging isang bagay sa *Hochma*, ang *Masach* ay tumaas sa *Behina Aleph*, hanggang sa ito ay tumaas sa *Behinat Shoresh*. Ito ang kahulugan ng binanggit sa *Idra Raba*, "ang kislap ay sinipsip."

Kasunod nito, ang *Ohr Hochma*, na siyang pangunahing Liwanag ng *Atzmut* sa unang *nagmula*—ibig sabihin, ang mundo ng *Akudim*—at ang *Ohr Hozer* na tumataas mula sa *Kli* ng *Malchut*, ay nakatali sa isa't isa at hinahabol ang isa't isa. Ito ay dahil kung wala ang *Ohr Hozer*, ang *Ohr Hochma* ay hindi maaaring lumawak sa *nagmula*, dahil ibinaling ng *Bina* ang kanyang mukha upang higupin ang *Ohr Hassadim* mula sa *Keter*, at ang kanyang likod sa *Hochma*. Nangangahulugan ito na hindi niya hinigop ang *Ohr Atzmut* mula dito.

Gayunpaman, nang lumabas ang *Ohr Hozer*, ibinalik ng *Bina* ang kanyang mukha sa *Hochma*, at saka lamang maaaring lumawak ang Liwanag ng *Atzmut* sa *nagmula*. Kaya, ang Liwanag ng *Atzmut* ay nakasalalay sa *Ohr Hozer*. Ngunit nang bumalik ang *HB* sa pagiging *PBP*, at huminto ang kanyang pag-aalaga sa *Keter*, nakansela ang kanyang *Aviut*, na natural na kinakansela ang *Aviut* sa *sangay*, na siyang *Masach*. Kaya, ang *Ohr Hozer* ay nawawala rin. Kaya, ang *Ohr Hozer* ay naitaboy at hinabol dahil sa Liwanag ng *Atzmut*.

Ito ay lubusang magpapaliwanag sa mga salita ng *Ari*, na ipinakita ko sa itaas, Aytem 5, na ang *Ohr Pnimi* at *Ohr Makif* ay naggugulpihan sa isa't isa, at ang kanilang bugbugan ay nagbunga ng *Kelim*. Ito ay dahil ang *Ohr Pnimi* ay ang *Ohr Hochma* na lumalawak sa *nagmula* dahil sa *Ohr Hozer*. At ang *Ohr Makif* ay ang *Masach*, na siyang panlabas na *Kli*, na nakatali sa lahat ng *Ohr Makif* na nakatakdang lumabas sa mundo sa pamamagitan ng *Ohr Hozer*, tulad ng nakasulat sa Aytem 7.

At bagama't sila ay magkakaugnay, ang *Ohr Pnimi* na kumakalat sa pamamagitan ng pagbabalik ng *HB PBP* ay humahampas sa *Ohr Makif*. Dinadalisay nito ang *Masach* at nagiging sanhi ng pag-lisan ng Liwanag mula sa mundo ng *Akudim*. Kaya, ang *Reshimot* de *Taamim* at de *Ohr Hozer* ay hiwalay sa isa't isa — ang *Reshimo* de *Ohr Hozer* ay tinanggihan sa labas ng kanyang presensya, ibig sabihin, sa ibaba ng *Tabur*, na tinatawag na *Otiot*, at ito ang mga *Kelim*.

13) Kaya, lubusan nating nilinaw ang dahilan ng pag-lisan, bunga ng unti-unting *Hizdakchut* ng *Masach* hanggang sa mawala ang lahat ng *Ohr Hozer*, at kasama nito, ang Liwanag ng *Atzmut* ng *Keter* at *Hochma* de *Ohr Yashar*. Gayunpaman, hindi ito nanatili: kasunod ng pagkawala ng Liwanag ng *Atzmut*, ibinalik ng *Bina* ang *Panim* nito pabalik sa *Keter* upang tumanggap ng kasaganaan ng *Ohr Hassadim*, at samakatuwid, ang naunang *Achoraim* at *Aviut* ay bumalik sa kanya; kaya't ang kanyang *Aviut* ay bumalik din sa *Masach*, na kanyang sangay.

Gayundin, napag-alaman na ang *Ohr Yashar* mula sa *Tagapanimula* ay hindi tumitigil sa pag-agos sa *nagmula* kahit isang sandali. Kaya, pagkatapos mabawi ng *Masach* ang *Aviut* nito, ang *Ohr Yashar* de *Ein Sof* ay muling nabuo sa apat na nabanggit na *Behinot*, hanggang sa *Zivug* de *Ohr Hozer*. At muli, ang sampung *Sefirot* de *Ohr Yashar* at *Ohr Hozer* ay lumawak sa mundo ng *Akudim*. Ito ang tinatawag na *Hitpashtut Bet* ng mundo ng *Akudim*.

Gayunpaman, dahil ang *HB* ay bumalik sa pagiging *PBP* sa pamamagitan ng nabanggit na *Ohr Hozer*, muling nadalisay ang *Aviut* at *Achoraim* de *Bina*, at kasama nito, ang *Aviut* de *Masach*, na kanyang sangay. Kaya, muling nakansela ang *Zivug de Hakaa* at ang *Ohr Hozer*, at si *Bina* ay bumalik sa paghatak ng *Ohr Hassadim* mula sa *Keter*. Kaya, ang Liwanag ng *Atzmut* ay umalis tulad ng dati.

Katulad nito, sa sandaling bumalik ang *Achoraim* at *Aviut* sa *Bina*, gayundin ang *Aviut* ay bumalik sa *Masach*, at natural na nabuo muli sa *Masach* ang *Ohr Yashar*. Sa pamamagitan nito, muling lumawak ang Liwanag ng *Atzmut*.

Ito ay paulit-ulit: kapag dumating ang *Ohr Hozer*, muling kumakalat ang Liwanag ng *Atzmut*; at kapag dumating ang Liwanag ng *Atzmut*, umaalis ang *Ohr Hozer*; at kapag umalis ang *Ohr Hozer*, muling nababawi ng *Masach* ang *Aviut* nito, kaya't muling nabubuo ang *Ohr Hozer*, at muling kumakalat ang Liwanag ng *Atzmut*, at iba pa. Kaya, ang pangalawang *Hitpashtut* na ito ay tulad ng isang patuloy na ningas na paroo't parito. Ito ang dahilan kung bakit sinabi ng *Ari* na ang *Ohr Pnimi* at *Ohr Makif*, na nakatali sa iisang *Kli*, ay humahampas at pumapalo sa isa't isa.

Nililinaw nito ang malaking pagkakaiba sa pagitan ng *Hitpashtut Aleph* de *Akudim*, na nasa antas ng *Keter*, kung saan ang *Ohr Yashar* ay nakipag-niig sa *Masach* de *Behina Dalet*, at ng kasalukuyang *Hitpashtut*, na nasa antas lamang ng *Hochma*. Ito ay dahil ang buong *Aviut* ng *Masach* ay isang *Hitpashtut* lamang mula sa *Aviut* ng *Bina*, tulad ng nasa *Aviut* de ZA, na umaabot lamang sa antas ng *Ohr Hochma*, gaya ng nakasulat sa Aytem 8. Ngunit ang Liwanag na ito, gayundin, ay hindi pare-pareho—bagkus, ito ay tulad ng apoy na gumagalaw paroo't parito. Ito ay lubusang nagpapaliwanag na ang usapin ng *Hitpashtut Bet* de *Akudim* ay ipinagpatuloy mismo mula sa pag-alis ng *Hitpashtut Aleph*.

14) Ngayon ay nauunawaan natin ang mga salita ng Ari sa *Shaar Akudim*, Unang Kabanata at Ikalawang Kabanata, na ang AK ay naghigpit sa sarili at itinaas ang lahat ng mga Liwanag mula sa ibaba ng Tabur hanggang sa Tabur at sa itaas, at sila ay bumangon bilang MAN sa AB de Galgalta. Doon, naglagay ito ng hangganan (kurtina) sa loob nito, at ang Liwanag na bumangon mula sa NHY ay lumisan sa *Eynaim*, pinalawig sa ibaba ng Tabur, at kumalat sa sampung *Sefirot* ng mundo ng *Nekudim*.

At mula sa Liwanag na muling binago sa pamamagitan ng pagtaas ng MAN, ito ay kumalat at nilamatan ang *Parsa*, at bumaba sa ibaba ng Tabur, na umaabot sa *Nekavim* (mga butas) ng Tabur at *Yesod*, hanggang sa sampung *Sefirot* ng mundo ng *Nekudim*. Ang dalawang Liwanag na ito ay bumubuo sa sampung *Sefirot* ng *Nekudim*. Ang dalawang Liwanag na ito at ang bagong *Tzimtzum* na ito ay nangangailangan ng mahusay na detalye, na gagawin sa panahon nito. Dito ko ipapaliwanag kung kinakailangan sa lugar na ito. Naipaliwanag na ang mga Liwanag sa ibaba ng Tabur de AK ay ang *Otiot* at *Nitzotzin* na nahulog sa *Bitush* ng *Reshimo de Keter* at ng *Taamim* sa *Reshimo de Hochma* at *Nekudot*. Umalis sila sa ibaba ng buong *Reshimo de Keter*, at ang lagusan na ito ay tinatawag na NHY at "sa ibaba ng Tabur."

Ngayon, pagkatapos ng *Hitpashtut Bet*—na ang *Ohr Hochma* lamang sa *Kli de Keter*—ay bumalik sa mundo ng *Akudim*, muling ginawa ang pagkakapantay-pantay sa pagitan ng *Reshimot de Taamim* at ng *Reshimot de Nekudot*. Ito ay dahil pareho silang itinuturing na *Hochma*, at samakatuwid ang lahat ng KHB ZON de *Reshimot de Nekudot* sa ibaba ng Tabur ay hinila, bumangon, at muling ikinonekta sa *Reshimot* sa itaas ng Tabur. Ito ang dahilan kung bakit sinabi ng Ari na itinaas ng AK ang Liwanag mula sa ibaba ng Tabur nito hanggang sa itaas ng Tabur nito.

Gayunpaman, kailangan nating maunawaan kung bakit ito tinatawag na *Tzimtzum*. Ang bagay ay na mayroong dalawang pag-unawa sa mga *Nitzotzin* na bumangon. Ang una ay *Nitzotzin* ng *Keter* ng pababang *Ohr Hozer* na nanatili sa Tabur mismo, na *Malchut de Akudim* at *Behina Dalet*. Ang Liwanag ng *Hitpashtut Bet* ay hindi umabot dito, dahil ito ay mula sa

Behina Gimel, at mayroong *Aviut* mula sa *Hitpashtut* ng *Achoraiim de Bina*. Ang pangalawang pag-unawa ay ang *Nitzotzin de HB at ZON* mula sa *Behina Gimel*, gaya ng nakasulat sa mga Aytem 11 at 12.

Kaya naman, nang bumangon ang *HB ZON de Nitzotzin*, tumaas ang mga Liwanag doon nang higit kaysa dati, dahil sa *Aviut* na idinagdag sa kanila sa pamamagitan ng kanilang pagkahulog sa ibaba ng Tabur. Kaya naman, ang *Nitzotzin de Keter* sa Tabur, na *Behina Dalet*, ay pinalawak din doon. At natural, ang Liwanag ng *Ohr Yashar de Ein Sof*, na hindi tumitigil, ay muling binago sa kanila. Kaya, ang *Zivug de Ohr Hozer* ay ginawa sa *Behina Dalet*, at bilang resulta, sampung bagong *Sefirot* ay lumitaw sa antas ng *Keter*, tulad ng sa *Hitpashtut Aleph*. Kaya, makikita mo kung paano ginawa ang dalawang *Behinot* ng sampung *Sefirot* ng *Nitzotzin* na tumaas: ang sampung *Sefirot* sa antas ng *Hochma* ay ginawa mula sa *HB ZON de Nitzotzin* na naiwasto lamang sa kanilang pag-akyat, dahil sila ay mula sa *Behina Gimel*, tulad ng *Hitpashtut Taya*, at sampung bagong *Sefirot* sa antas ng *Keter* ay ginawa ng *Nitzotzin de Keter*.

Ang dalawang *Partzufim* na ito ay ang mga ugat ng *Partzufim AVI* at *YESHSUT de Atzilut*. Ang bagong *Partzuf* sa antas ng *Keter* ay *AVI*, at tinatawag na *Hochma* at *Aba de Atzilut*. At ang *Partzuf* ng lumang Liwanag, sa antas ng *Hochma*, ay *YESHSUT*, at tinatawag na *Bina* at *Ima de Atzilut*.

Sa mga ugat na ito ay mauunawaan mo kung ano ang nakasulat sa *Idra Zuta*, na inilabas ng *Aba* ang *Ima* dahil sa kanyang anak, at ang *Aba* mismo ay itinayo bilang isang uri ng lalaki at babae. Ito ay dahil ang Mas Mataas na *Partzuf*, na nasa antas ng *Keter*, na tinatawag na *Aba*, ay itinayo bilang isang uri ng lalaki at babae, dahil pinalaki niya ang *Behina Dalet*—*Nukva* at *Malchut*—sa kanya. At ang *Bina*, ang mas mababang *Partzuf*, na ang antas ay sa ibaba ng *Keter*, umalis ang *Aba* dahil sa *Nukva*, na *Behina Dalet*, na nagtatapos at pinipigilan ang Mas Mataas na Liwanag mula sa paglawak sa ibaba niya. Ito ang dahilan kung bakit ang *Behina Dalet* na ito ay tinawag na *Parsa*, nang walang *Nekev* (butas) na umiiral sa *Behina Bet*. At dahil sa *Parsa* na ito, hindi binibihisan ng *YESHSUT* ang Liwanag ng *Keter*.

Lumalabas na ang *Behina Bet*, na siyang *Bina*, kung saan hindi naglagay ng *Tzimtzum Aleph* sa pangkalahatan, ay naging kulang, dahil siya ay pinaghigpitan din, dahil siya ay nasa ibaba ng *Behina Dalet*. Ito ang dahilan kung bakit sinabi ng Ari na pinaghigpitan ng AK ang kanyang sarili sa pamamagitan ng pagtaas ng Liwanag mula sa ibaba ng Tabur, tungkol sa *Behina Bet* na ngayon ay pinaghigpitan dahil sa pag-akyat ng MAN.

15) Dapat mong malaman ang malaking pagkakaiba sa pagitan ng Rosh at *Guf*. Ang *Rosh* ay tinatawag na GAR, at ang *Guf* ay tinatawag na VAK, ZAT, o ZON. Ang *Guf* mismo ay nahahati din sa GAR at ZON.

Ang ugat ng dibisyong ito ay hanggang sa *Peh*—*Malchut*—ang istruktura ay gawa sa *Ohr Yashar*. At ang *Ohr Hozer* na tumataas at sumasama dito ay damit lamang sa ibabaw nito. Ang kabaligtaran niyan ay ang *Guf*, na isang *Hitpashtut* ng *Masach* mismo, sa hangganan na binibihisan nito ang *Sefirot de Rosh*. Samakatuwid, ito ay pangunahing ginawa ng *Ohr Hozer*, at ang sampung *Sefirot* de *Ohr Yashar* ay katulad ng mga sanga nito. Kahit na ito ay tinatawag na ZON, ito ay kinakailangang *Malchut* lamang. Ito ay dahil walang *Liwanag* ng *Malchut* sa katotohanan, maliban sa NHY de ZA na nakikiisa dito sa isang *Zivug de Hakaa*. Samakatuwid, sila ay itinuturing na isa na lumalawak sa pamamagitan ng *Ohr Hozer*. At naipaliwanag na sa itaas na ang nakaditineng *Masach* at ang *Ohr Hozer* na lumabas bilang resulta nito ay hindi iniuugnay sa *Tagapamula*, ngunit sa *nagmula* lamang. Para sa kadahilanang ito, ang *Rosh* ay itinuturing bilang ang *Atzmut* ng *Liwanag* ng *Tagapamula*, at ang *Guf* ay itinuturing lamang bilang gawa ng *nagmula* mismo.

Ngayon ay naiintindihan mo na ang limang kasamang *Partzufim* ng AK, na tinatawag na *Galgalta*, AB, SAG, MA, at BON, at ang pagkakasunud-sunod ng kanilang paglikha at pananamit sa isa't isa, kung paano sila magkakaugnay at lumilitaw mula sa isa't isa sa pamamagitan ng sanhi at bunga. Ito ay dahil sa Kanyang iisa, natatangi, at pinag-isang *Kaisipan*—masusing ipinaliwanag sa *Panim Masbirot*, Unang Sangay—na kung saan ay bigyang kaluguran ang Kanyang mga nilikha. Ang *Kaisipang* ito ay ang ugat ng *Kli*, at ng *Tzimtzum Aleph* na naganap sa *Behina Dalet*, bagaman hindi direkta, gaya ng nakasulat doon sa Aytem 7, tulad ng sa alegorya tungkol sa taong mayaman. Tingnan sa Aytem 8, na ang nag-iisang *Kaisipang* ito ay sumasaklaw sa kabuuan ng reyalidad, lahat ng mundo, at lahat ng maraming anyo at kilos hanggang sa pagtatapos ng pagtutuwid, kapag silang lahat ay muling nagsama-sama sa *Liwanag* ng *Ein Sof* mula sa harap ng *Tzimtzum*, sa simpleng pagkakaisa, sa isang anyo na nakatayo sa itaas natin—"upang pasayahin ang Kanyang mga nilalang."

At kaagad na kasunod ng *Tzimtzum* sa *Behina Dalet*, na siyang *Gadlut* (pagkagulang, pagkahinog) ng pagnanasa sa *Malchut de Ein Sof*, ay apat na anyo ng gradasyon ang lumitaw sa *Reshimo* na nawalan ng laman ng *Liwanag*—sa *Kli*. Ang mga ito ay tinatawag na HB, ZA, at *Malchut*, at naglalaman ang mga ito ng *Ohr Pnimi* at *Ohr Makif*, kaya labindalawang anyo. Pagkatapos, ang *Liwanag* ay lumawak sa nabanggit na *Reshimo*, hanggang sa punto ng *Tzimtzum*, dahil ang Kanyang *Liwanag* ay hindi tumitigil sa lahat, at tandaan iyon. Pagkatapos ay ang manipis na linya ay umabot sa *Reshimo*, at ito ay tinatawag na "manipis" dahil ang *Liwanag* ng *Atzmut* ay umabot hanggang sa *nagmula* lamang sa *Ohr Hozer* na tumataas sa isang *Zivug* mula sa *Masach*. At sa pamamagitan ng kapangyarihan ng *Ohr Hozer*, ang *Tzelem* ng AK ay ipinahayag sa anyo ng *Partzuf Galgalta*, na tinatawag, sa halimbawa, "ang simula ng linya."

Lumalawak ito sa dalawampu't limang *Behinot*, dahil may KHB ZON sa haba at may KHB ZON sa kapal. Gaya ng sinabi natin, dahil bumalik ang *Malchut* sa pagiging *Keter*, ang bawat KHB ZON ay lumalawak sa sampung *Sefirot* sa pamamagitan ng *Keter*, at ito ay tinatawag sa halimbawa, *Galgalta*, *Eynaim*, AHP, o *Galgalta*, AB, SAG, MA, at BON. Ang antas ng bawat isa sa kanila ay umabot sa *Galgalta*, at ang mga *Liwanag* nito ay lumabas mula sa kaloob-looban nitong *nagmula*, gaya ng ipinaliwanag sa *Panim Masbirot*, Ikatlong Sangay, Aytem 2, p. 32, tungkol sa pagkakasunud-sunod ng paglitaw ng mga *Liwanag* dahil sa *Hizdakchut* ng *Masach*.

16) At sa gayon ay nagsimula ang elisitasyon ng AB. Ang elisitasyon ay may kaugnayan sa kakulangan. Dahil sa *Hizdakchut* ng *Behina Dalet* ng Panloob na AK, na tinatawag na *Peh*, natamo nito ang *Aviut* ng *Behina Gimel*. At pagkatapos matanggap ang Liwanag ng *Ein Sof* sa *Masach* na ito, lumitaw ang bagong sampung *Sefirot* sa antas ng *Hochma*, na tinatawag na

AB. Ang AB na ito ay isang pagbawas mula sa AB na nananatili sa loob ng AK, sa antas ng *Keter*.

Kaya, ang *Keter* ng panlabas na AB ay nagdamit sa *Hochma* de *Galgalta*, at lumaganap hanggang *Tabur* ng Panloob na AK. Naglalaman din ito ng dalawampu't limang *Behinot* ng sampung *Sefirot* de *Ohr Yashar* nito, gaya ng *Galgalta*, *Eynaim*, *Awzen*, *Hotem*, at *Peh*, na bawat isa ay lumalaganap sa pamamagitan ng kapangyarihan ng *Ohr Hozer* sa limang *Behinot*, sa pamamagitan ng *Keter* de AB.

Gayunpaman, ang pangkalahatang *Keter* ng Panloob na AK ay nananatiling hayag, at nauunawaan ito sa ugnayan ng *Rosh* at *Guf*. Mula *Peh* pababa, ito ay tinatawag na *Guf*, dahil ito ay *Hitpashtut* lamang ng *Masach*. Samakatuwid, ang *Ohr Pnimi* at *Ohr Makif* ay nakakabit lamang sa *Behina Dalet*. Dahil dito, kinailangan nilang umalis muli, at ito ay tinatawag na "mundo ng *Nekudim*", bilang ZON at *Guf* ng Panlabas na AB.

Gaya ng naipaliwanag, bumabalik ang *Aviut* sa *Masach* pagkatapos ng *Histaklut* ng *Guf* nito, at isang pangalawang *Hitpashtut* ang naganap, gaya ng nakasaad sa mga Aytem 13 at 14. Pinalawak nito ang mga Liwanag mula sa ibaba ng *Tabur* hanggang sa itaas nito. Sa pamamagitan ng pag-akyat na ito, naiwasto ang Itaas na *AVI*. Isang *Parsa* ang inilatag sa ilalim nila, at ang *YESHSUT* ay mula sa *Parsa* hanggang *Tabur*. Lahat ng pag-akyat na ito ay tinatawag na "Panlabas na *Partzuf* SAG," ibig sabihin, umalis ito sa dati nitong antas. Sa Panlabas na AB, ito ay *Bina* sa antas ng *Keter-Hochma*, ang Liwanag ng *Awzen* sa pamamagitan ng *Shibolet ha Zakan*.

Ngunit sa *Partzuf* na ito, na binuo mula sa *Nitzotzin* na bumagsak mula sa mga Liwanag ng *Peh* ng Panlabas na AB, ang *Bina* nito ay nasa ibaba ng kabuuang sampung *Sefirot* ng Itaas na *AVI*, kaya ito ay kulang sa *Keter*. Kaya, ang lugar nito ay mula *Peh* pababa—mula sa *Shibolet ha Zakan*, na siyang *Galgalta* nito.

At dahil ang Panlabas na AB ay nagdamit lamang ng *Malchut* ng pangkalahatang *Keter* at ang Itaas na Siyam ay nanatiling hayag, ganoon din ang Panlabas na SAG. Ito'y nagdamit lamang ng *Malchut* de *Keter* de AB mula *Peh* pababa, habang ang Itaas na Siyam nito—ang kabuuan ng *Rosh*—ay nananatiling hayag. At gaya ng nakuha ng AB ang mga sangay nito sa pamamagitan ng *Se'arot* (*buhok*) ng *Rosh*, gayon din nakuha ng SAG ang mga sangay nito sa pamamagitan ng *Se'arot AHP*, na ipapaliwanag sa kani-kanilang lugar. Ito ang kahulugan ng Liwanag na inalis sa kanila dahil sa kanilang paglabas, samantalang ang Mataas ay nanatiling naroroon sa *Se'arot* bilang *nakapaligid*, gaya ng Liwanag na bumabalik bilang *nakapaligid*.

At ang SAG na ito ay nagdamit sa AK mula sa *Shibolet ha Zakan* hanggang katapusan nito. Nangangahulugan ito na ang *Behinat Rosh* nito, na GAR, ay umaabot sa *Tabur*, na tumutugma sa *Galgalta*, *Eynaim*, *Awzen*, at *Hotem*. Ang *Peh* nito ay lumalaganap sa sampung *Sefirot de Guf* nito, gaya ng *Peh* ng Panlabas na AB. At ang kalagayan ng mga Liwanag ng *Peh* ng Panlabas na SAG ay gaya rin ng sa AB: Dahil sa kanilang pagkakabit sa isang *Kli*, dumanas sila ng unti-unting *Hizdakchut* hanggang sa madalisay sa *Behinat Keter*, at nawala ang buong *Hitpashtut*.

Ito ang kahulugan ng pagkasira ng mga *daluyan* at pagbagsak ng 248 *Nitzotzin*. Gayunman, ito ay nangyari lamang sa kanilang ZON, at hindi sa kanilang GAR, dahil sa pagwawasto ng *Parsa*, gaya ng ipapaliwanag. Pagkatapos, ang *Nitzotzin* na bumagsak mula sa *Peh* ng Panlabas na SAG ay lumawak at tumaas bilang MAN, lumabas ang bagong MA, at naitatag ang sampung *Sefirot* de *Atzilut* sa anyo ng labindalawang *Partzufim*.

Kaya, lahat ng naunang *Behinot* ay kabilang sa mundo ng *Atzilut*, gaya ng nakasaad sa *The Tree of Life*. At ang mundo ng *Beria* ay iniimprenta mula sa *Atzilut*, sa paraang ang lahat ng umiiral sa *Atzilut* ay nakaimprenta sa *Beria*. Ang *Yetzira* ay nakaimprenta mula sa *Beria*, ang *Assiya* mula sa *Yetzira*, kaya't walang pagkilos o pag-iral sa ibaba na hindi direktang konektado sa Nakatataas, mula kung saan ito bumaba at umaabot ayon sa mas mababang anyo nito.

Ito ang dahilan kung bakit sinabi ng ating mga pantas: "Walang damo sa ibaba na walang anghel sa Itaas na humahampas dito at nagsasabing, 'Lumago!'" Sapagkat lahat ng ito ay umaabot mula sa isang Mas Mataas na mundo patungo sa isang mas mababa, sa pamamagitan ng mga *Zivugim*. Ngunit ang mga mundo ay nahahati sa panloob at panlabas. Ang panloob, mula *Atzilut* pababa, ay umaabot hindi sa pamamagitan ng *Zivug de Hakaa* sa *Masach*, kundi sa pamamagitan ng *Zivug de Yesodot*. Ang panlabas, mula mundo patungong mundo, ay umaabot sa pamamagitan ng *Zivug de Hakaa*.

Ito ang kahulugan ng "humahampas," at kung bakit sinasabi ng ating mga pantas na ang anghel sa mundo ng *Yetzira*—na siyang ugat ng damo sa *Assiya*—ay ipinagkakaloob at inaalagaan ito sa pamamagitan ng *Zivug de Hakaa*. Sa madaling salita, hinampas nito at sinabi, "Lumago!"—dahil ang "pagsasabi" ay katumbas ng pagbibigay.

Kaya, ang usapin ng sanhi at bunga sa *Galgalta*, AB, SAG de AK ay ganap nang naipaliwanag, kasama ang kalidad ng kanilang pananamit sa isa't isa. Ang bawat mas mababa ay may halaga ng ZON ng Isang Mas Mataas, at umaabot mula lamang sa *Nitzotzin* ng mga Liwanag ng *Peh* ng Isang Mas Mataas.

At nilinaw na sa paglitaw ng AB, ang *Masach* ay nasa *Behina Gimel*. Sa paglitaw ng SAG, ito ay nasa *Behina Bet*, sa *Nukva de Aba*. At sa paglitaw ng MA, panloob at panlabas, ito ay nasa *Behina Aleph*. Ipapaliwanag ito sa angkop na lugar.

Gayundin, ang *Malchut* de *Behina Gimel* ay tinatawag na *Tabur*; ang sa *Behina Bet*, *Parsa*; at sa *Behina Aleph*, *Kruma* (pang-ibabaw). Wala nang idadagdag pa rito. Itinali ko lamang ang mga bagay sa kanilang pinagmulan sa madali at maikling paraan. Ito ang aking layunin sa bahaging ito, ngunit sa loob ng aklat, ang mga bagay ay ipinaliwanag nang mas detalyado.

APENDISE A: (Ayon sa Pagkakasunod-sunod sa English na Bersyon)
TALASALITAAN NG KABBALAH

2,000 Amma Sona ng Shabbat	Ang aktwal na lugar ng mga mundo ay tulad ng pangalawang *Behina*, bago ang kasalanan: ZA ay nasa lugar ng AA; *Malchut*—sa lugar ng AVI; *Beria*—sa lugar ng YESHSUT; at *Yetzira*—sa lugar ng ZA. Ang unang apat na *Sefirot* ng *Assiya* ay nasa lugar ng *Nukva*, dinadamitan ang mundo ng *Yetzira*.
	Ang huling anim na *Sefirot* ng *Assiya* ay nasa lugar ng anim na *Sefirot* ng mundo ng *Beria*. Ang unang anim na *Sefirot* ng lugar ng mundo ng *Beria*, mula *Parsa* hanggang sa *Chazeh* ng mundo ng *Beria*, ay tinatawag na "Labas ng lungsod." Nabibilang sila sa lungsod—*Atzilut*—dahil dito nanatili ang ibabang anim ng *Assiya* sa panahon ng pag-akyat. Mula sa *Chazeh* ng *Beria* hanggang sa *Sium*, dalawampu't apat na *Sefirot* ang nanatili sa isang espasyong walang Liwanag.
	Ang sona ng *Shabbat* ay ang sampung *Sefirot* mula sa *Chazeh* de *Beria* hanggang sa *Chazeh* de *Yetzira*, na 2,000 *Amma*. Labing-apat na *Sefirot* mula sa *Chazeh* de *Yetzira* hanggang sa *Sium* ay tinatawag na *Mador ha Klipot* (ang seksyon ng talukap). Ang siyudad ay ang mundo ng *Atzilut*; *Parsa*—ang gilid ng lungsod.
6,000 Taon	Ang mundo ng *Assiya* ay tinatawag na "2,000 taon ng *Tohu*," dahil ang *Tohu* ay *Klipot*, at ang buong mundo ng *Assiya* ay nasa *Klipot*. Ang mundo ng *Yetzira* ay tinatawag na "2,000 taon ng *Torah*," dahil ang *Yetzira* ay itinuturing na ZA, na siyang nakasulat na *Torah* (batas). Ang mundo ng *Beria* ay tinatawag na "2,000 taon ng mga araw ng *Mesiyas*," yamang ang *Beria* ay itinuturing na *Bina* (*Ima*), na si *Leah*, ang ina ng *Mesiyas*, na anak ni *David*, kung saan ang buong pagtubos ay nagmula.

AA	*Partzuf* na ang esensya ay *Ohr Hochma*. Isang maliit na kaliwanagan ng *Hochma* ay tinatawag na *ZA*.
Tiyan	Ang ibabang ikatlo ng *Tifferet* sa bawat *Partzuf*. Sa *Nukva*, ito ay ang lugar ng paglilihi at panganganak.
Sa ibang bansa	*Assiya* ng mundong ito. Ang *Beria* ay ang lugar ng Templo, at ang *Yetzira* ay ang *Eretz Ysrael*.
Kawalan	Ang pagkukubli ng *Ohr Hochman* ay tinatawag na "pagkawala"; presensya ng *Ohr Hochman* ay tinatawag na "presensya."
Itaas	Ang pagkakatumbas ng anyo ng isang mababa sa Isang Mataas nito.
Achor/Achoraim (Likod)	1. Isang *Kli* kung saan walang *Ohr Hochma* na dinamitan. 2. Isang *Kli* o isang bahagi ng isang *Kli* na hindi gumagana upang magkaloob o tumanggap. 3. Ang bahagi ng *Kli* sa ibaba ng *Chazeh*.
ABYA de Klipot	Tumayo sa tapat ng *ABYA de Kedusha* (kabanalan, kadalisayan), ngunit nakatayo sa tapat ng *ZON de Atzilut* at sa ibaba. Ang *Klipot* na tumayo sa ilalim ng *Kedusha*, sa bakanteng espasyo sa ilalim ng *Sium* ng *Kav*, sa ilalim ng *Malchut* na nagtatapos sa kabuuang *Kedusha*. Pagkatapos ng *Tzimtzum Aleph*, ang kanilang lugar ay nasa ilalim ng *Raglaim* ng *AK*. Sa *Tzimtzum Bet*, ang nagtatapos na *Malchut* ay tumaas sa *Bina* sa *Guf de Nekudot de SAG*, kung saan ang *Parsa* na nagtatapos sa *Kedusha* ay kumalat. Sa ilalim ng *Parsa*, isang bakanteng lugar ang ginawa para sa mundo *BYA*. Dahil walang *Kedusha* ang lugar na iyon, kinuha ng *Klipa* ang kabuuan ng lugar na iyon. Ang pagkawasak ay nangyari dahil *Ohr Hochma* ay nagmula sa *Rosh de SAG* at gustong lumawak sa ibaba ng *Parsa*, sa pamamagitan ng *Sium* ng *Galgalta* sa lahat ng sampung *Sefirot*, gaya ng nauna sa *Tzimtzum Bet*. Nangyari ito dahil sumama ang *GE* sa *AHP* sa parehong *Rosh* at *Guf* ng *Partzuf Nekudim*. Ngunit bago tumawid ang *Liwanag* sa lugar ng bakanteng espasyo, ang *Kelim* ay nasira at namatay dahil ang *Parsa* ay hindi kinansela. Ang *Liwanag* ay umalis at bumangon, at ang *Kelim* ay nahulog sa ibaba ng *Parsa*, nakikisalamuha sa *Klipot* sa lugar ng *BYA*. Ang *Kelim* na nahulog sa ilalim ng *Parsa* ay *AHP* ng *Guf* ng *Nekudim* at hindi *AHP* ng *Rosh*. Ito ang dahilan kung bakit nagsisimula lamang ang *Klipot* mula sa *ZON de Atzilut* pababa.

Talasalitaan ng Kabbalah

Achoraim de Nukva	Ang Sefirot NHY ng Nukva ang nagtapos sa mundo ng Atzilut; kaya magkatabi sila sa Klipot. Ang Klipot ay nagsimula sa kanila pababa. Ang Klipot ay nakakapit pangunahin sa Achoraim, hangga't ang Ohr Hochma ay kulang doon.
Adam Kadmon	Ang unang mundo na lumitaw pagkatapos ng Tzimtzum Aleph, na tumanggap mula sa Ein Sof at umaabot mula rito hanggang sa mundong ito, ay tinawag na Adam. Ito ay dahil sa Sefirot de Yosher nito (direkta), na nagdadala ng Liwanag ng pagkakaloob—ang ugat ng Adan sa mundong ito. Tinatawag din itong Kadmon (primordial) dahil dito kumikilos ang kapangyarihan ng Tzimtzum Aleph.
Pagkaraan	'Noon' ang dahilan; 'pagkatapos' ang kinahinatnan nito.
Hangin (Avir)	Liwanag ng Ruach, Ohr Hassadim
Aleph	Numerikong na halaga: 1
Mga hukbo ng Malchut	Partzufim na nagmula sa Malchut sa mundo ng BYA.
Pag-akyat	Hizdakchut, dahil tumataas ito sa katumbas ng anyo sa Ein Sof. Ang panuntunan na ang lahat ng mas dalisay ay mas mataas, at lahat na mas magaspang ay mas mababa.
Asembleya ng Israel (Knesset Ysrael)	Partzuf GAR ng Malchut, na tumatanggap (nagpupulong/nagtitipon) ng mga Liwanag mula sa GAR de ZA, na tinatawag na Ysrael.
Assiya	Ang sampung Sefirot ng antas ng Malchut na kanyang natatanggap sa ZA.
Atzmut	Ohr Hochma ang tawag sa pangalang iyon dahil ito ang kabuhayanat ang kakanyahan (Atzmut) ng nagmula.
Pagpapalaki	Ang paglipat mula sa isang estado ng Katnut patungo sa isang estado ng Gadlut.
Aviut	Ang sukatan ng kalooban na tumanggap nang may matinding pananabik, na syang Kli para sa pagpapatuloy ng Liwanag. Dahil dito, ito ay tinatawag na "panloob ng Kli."
Awzen	Ang antas ng sampung Sefirot de Rosh sa Behina Bet, na Bina.
Ayin	Numerikong halaga: 70
Likod sa Likod (ABA, Achor be Achor)	Pagwawasto sa pamamagitan ng Liwanag ng Bina, Hafetz Hesed (nalulugod sa awa). Kapag ang isang Kli ay kulang sa Ohr Hochma, ito ay tumatanggap ng Tikkun sa pamamagitan ng Liwanag ng Bina, na siyang nagbibigay dito ng kabuuan.

Likod sa Mukha (ABP, Achor be Panim)	Isang *Tikkun* para sa *Nukva*: ang *Panim* ng *Malchut* ay *Hochma* lamang. Kaya naman, hindi niya matanggap ang *Ohr Hochma*, dahil ang *Ohr Hochma* ay maaari lamang matanggap sa *Ohr Hassadim*. Para sa kadahilanang ito, itinutuwid siya ng ZA sa pamamagitan ng isang *Zivug Achor be Panim*, na nagbibigay sa kanya ng *Panim Ohr Hassadim* mula sa kanyang *Achoraim*.
Bassar (Laman)	*Behina Gimel*, na tinatawag na ZA, sa sampung *Sefirot*, na ang antas ay pantay mula sa loob palabas: *Mocha, Atzamot, Gidin, Bassar,* at *Or*.
Dati	'Dati' ay ang sanhi at 'pagkatapos' ay ang kinahinatnan nito.
Dati at Pagkatapos	Kung pinag-uusapan ang mga ugnayan ng sanhi at bunga sa pagitan ng dalawang nilikha, tinutukoy natin ang dahilan bilang "dati" at ang kinahinatnan bilang "pagkatapos."
Simula (*Resheet*)	*Hochma de ZA*.
Ibaba	Ng mababang antas kumpara sa iba.
Bet	Numerikong na halaga: 2
Bina	Pagmamasid sa mga kilos ng sanhi at bunga.
Kapanganakan	Pagkilala sa Aviut ng ZA mismo, na iba sa Aviut ng Ima. Ito ay itinuturing na ipinanganak at umalis dahil sa pagkakaiba ng anyo, na parang relokasyon sa korporyalidad.
Kapanganakan-Dugo	Nang ang MAN ng ZA ay tumaas sa AVI, ang MAN ng lahat ng Partzufim na sa huli ay lilitaw mula sa ZA ay tumaas kasama ng MAN ng ZA, sa pamamagitan ng huling Partzuf sa mundo ng Assiya. Sa panahon ng mga buwan ng pagbubuntis, ang MAN ng ZA ay nahiwalay mula sa natitirang bahagi ng MAN. Ang Ibur ng mga Partzufim nito ay lumitaw mula sa MAN ng ZA, at pagkatapos ito ay ipinanganak. Sa panahon ng panganganak, ang lahat ng MAN na hindi kabilang sa ZA ay lumabas sa anyo ng dugo. Ang dugo ng kapanganakan ay tinatawag ding "maruming dugo."
Dugo (*Dam*)	Aviut sa Malchut na nasa ilalim ng Tzimtzum Aleph upang hindi tumanggap ng Liwanag sa loob nito. Sa ganoong estado, ang Malchut ay pinatigil at pinatahimik mula sa pagtanggap ng Liwanag; kaya naman tinawag siyang *Dam*[33]. Kapag ang Aviut na ito ay nasa NHY, ito ay tinatawag na "dugo sa pinagmulan," at ito ay nasa ilalim ng pagbabawal sa pagtanggap. Subalit kapag ang Aviut na ito ay tumaas sa HGT, hindi sa kanyang lugar, siya ay pinatamis at nagiging *gatas*.

---

[33] May pagkakatulad ang tunog sa pagitan ng mga salitang Hebreo na *Dam* (dugo) at *Domem* (walang kibo), samakatuwid ay ang koneksyon.

Talasalitaan ng Kabbalah

Dugo sa Pinagmulan	**Dam (dugo)** — *Aviut* sa *Malchut* na nasa ilalim ng *Tzimtzum Aleph*, upang hindi makatanggap ng Liwanag sa loob nito. Sa estadong iyon, ang *Malchut* ay napahinto at napatahimik sa pagtanggap ng Liwanag; kaya siya tinawag na *Dam*[3][4]. Kapag ang *Aviut* na ito ay nasa *NHY*, ito ay tinatawag na "dugo sa pinagmulan," at ito ay nasa ilalim ng pagbabawal sa pagtanggap. Ngunit kapag ang *Aviut* na ito ay tumaas sa *HGT*, hindi sa kanyang lugar, siya ay pinatamis at nagiging *gatas*.
Dugo Na Naging Gatas	**Ang dugo** ay ang *Aviut* sa *Malchut*. Ang *Aviut* na ito ay nasa ilalim ng *Tzimtzum Aleph*, upang hindi makatanggap ng Liwanag sa loob nito. Ito ang "pananahimik" ng *Malchut* mula sa pagtanggap ng Liwanag; kaya ang pangalan nito, *Dam* (mula sa salitang *Domem* — walang kibo). Kapag ang *Aviut* na ito ay nasa *NHY*, ito ay tinatawag na "dugo sa pinagmulan," at ito ay nasa ilalim ng pagbabawal sa pagtanggap. Ngunit kapag ang *Aviut* na ito ay tumaas sa *HGT*, hindi sa kanyang lugar, siya ay pinatamis at nagiging *gatas*.
Bohu	Tinatawag na *AA*, kung saan mayroong pagtatamo. Ang *Tohu* ay tinatawag na *Atik*, at walang pagtatamo dito.
Panghihiram	Ang *Kelim* ng *NHY de Ima*, na ibinibigay niya sa *ZA*. Natanggap ng *ZA* ang Liwanag nito sa mga *Kelim* na ito.
Hangganan (*Gevul*)	Ang *Masach* sa isang antas.
Utak (*Moach*)	Ang *Sefira Keter* sa sampung *Sefirot* ng pantay na antas. Isang *Kli* para sa Liwanag ng *Neshama* na nakatayo sa *GAR*.
Pagsira	**Pagkansela ng hangganan sa *Masach*.** Gayundin, ang pagkahulog ng *Kelim* sa *Klipot*. Ang pagkahulog ng mga kaluluwa sa *Klipot* ay tinatawag na "ang pagkahulog ng mga organo."
Pagsira ng isang *Kli*	Kapag ang *Kli* ay pinagbawalan na tumanggap ng Liwanag.
BYA sa mundong ito	Ang lugar ng Templo — *Beria*; *Eretz Israel* — *Yetzira*; sa ibang bansa (sa labas ng Israel) — *Assiya*; Pagkasira — *Klipot*.
Dumating sa Pagnanasa	*Zivug* sa isang *Masach* kasama ang *Aviut Shoresh*
Kinansela	Kapag ang dalawang espirituwal ay may ganap na pantay na anyo, walang anumang pagkakaiba ng anyo sa pagitan nila, bumalik sila sa pagiging isa, at ang maliit ay "kanselado" sa malaki.
Dahilan	Nagiging sanhi ng *Zivug*
Chaf	Numerikong halaga: 2

---

[34] May pagkakatulad ang tunog sa pagitan ng mga salitang Hebreo na *Dam* (dugo) at *Domem* (walang kibo), samakatuwidang koneksyon.

Chaf-Bet (22)	Ang dalawampu't dalawang titik ng alpabeto. Ang mga letra ay *Kelim* kung saan ang Liwanag ay dinadamitan. Mayroong dalawampu't dalawang pangunahing pag-unawa kung saan lahat ng *Partzufim* ay nauunawaan.
Chaf-Zayin (27)	Ang dalawampu't pitong titik ng alpabeto — ito ay ang dalawampu't dalawang titik kasama ang limang huling titik na tinatawag na *MANTZEPACH* (*Mem, Nun, Tzadi, Peh, Chaf*). Sa pamamagitan ng limang Behinot *Sium* ng *Masach* sa *Rosh*, ang mga *Liwanag* ay kumalat sa *Guf* at nag-anak ng *Kelim* — ito ang natitira sa dalawampu't dalawang titik. Sila ang tinatawag na "limang lagusan ng bibig" ng *Partzuf*, na nakasulat lamang at hindi binibigkas.
Upuan/Trono (*Kisse*)	Ang mundo ng *Beria*. Galing ito sa salitang *Kisui* (takip) at *Haalama* (pagkukubli), dahil ang *Ohr Hochma* ay nakatago doon. Ito ay tinatawag na *Kisse* din dahil ang *Ohr Hassadim* na dumaan sa pamamagitan ng *Parsa* ay itinuturing na *Ohr VAK*, nakaupo, bilang kabaligtaran sa *Ohr Hochma*, na *Ohr GAR* at nakatayo.
Chazeh (Dibdib)	Ang *Sium* ng *Tzimtzum Bet*. Kaya, ang *Tzimtzum Bet* ay hindi ilapat sa Itaas ng *Chazeh*, sa *Kelim de Panim*.
Umiikot na Liwanag	Ang *Ohr Yashar* (Direktang Liwanag) ay nilikha sa panahon ng Itaas na Liwanag na bumaba sa *Kelim*, eksaktong tumutugma sa pananabik sa *Kelim*, ayon sa kanilang *Behina Dalet*. Ito ay kahawig ang isang mabigat na bagay na direktang bumagsak sa lupa. Sa *Kelim* na walang *Aviut* — pagnanasa — ang Liwanag ay nakapaikot, dahil wala silang gravitasyonal na lakas na umaakit.
Lungsod	Ang estado ng mundo ng Atzilut kapag ang mga mundo ay tumaas dito.
Paglilinis ng Basura	Ang *Aviut* sa *MAN* ng isang mas mababa ay tumataas at kasama sa *Zivug* ng Itaas na *Partzuf*, kung saan ito ay pinagsunod-sunod at naiwasto sa pamamagitan ng pagkuha ng *Masach* mula sa *Isang Mataas*. Sa sa oras na iyon, ang isang mas mababa mismo ay karapat-dapat sa isang *Zivug*. Ang lahat ay nakasalalay sa *Zivug* sa *Isang Mataas*: kung ang *Zivug* ay isinagawa sa *Aviut Aleph* sa *Masach*, tanging ang *Behina Aleph* ng buong *Aviut* ay pinagsunod-sunod. Ang iba sa *Behinot* ay hindi inayos, at umalis na parang basura, dahil hindi sila iwinasto ng *Masach* sila. Ito ang dahilan kung bakit ang *Zivug* na ito ay tinatawag na "paglilinis ng basura." Tanging ang dami ng basura na tinanggap ng *Masach* ay naitama at karapat-dapat sa *Zivug*.
Pagkakapit ng Klipot	Ang *Klipot* ay kumapit sa *Achoraim* ng *Malchut*, dahil pinahinto niya ang Itaas na *Liwanag*, kaya madilim mula sa kanya pababa. Kaya naman, sa punto ng *Sium* sa *Malchut*, ay mayroong katumbas sa *Klipot*. Ito ay itinuturing na ang *Klipot* ay kumapit doon.

Damit	ZA na nahiwalay sa *Ohr Pnimi* at naging *Ohr Makif*. Gayundin, ang bawat mababang *Partzuf* ay itinuturing na "damit" na may paggalang sa Superyor nito.
Kumokonekta	Ang *Malchut* ng Isang Mataas ay naging *Keter* ng isang mababa. Sa pamamagitan ng paggawa nito, nagkokonekta siya ng dalawang antas, dahil ang pagkakapareho ng anyo sa pagitan nila ay nagawa na ngayon. Kaya, ang koneksyon sa pagitan ng lahat ng mga antas ay ginawa.
Koneksyon *(Hitkashrut)*	Ang sampung *Sefirot* ng *Ohr Hozer* na tumaas mula sa *Masach de Rosh* pataas, ay dinamitan ang sampung *Sefirot de Ohr Yashar*, at kumonekta sa kanila, dahil doon nauuna ang mga *Liwanag* sa *Kelim*.
Koneksyon *(Kesher)*	Ang isang titulo para sa *Tikkun Kavim* ay tinawag sa pangalang iyon dahil lahat ng *Sefirot* ay kumonekta, hanggang sa walang pagkakasalungatan sa pagitan nila.
Koneksyon *(Kesher)* ng Sefirot	Ang pag-akyat sa ibabang *Hey* hanggang sa *Eynaim* ay nag-uugnay sa *Sefirot* saisa't isa.
Korporeyalidad	Lahat ng naiisip at nakikita ng limang pandama, o iyong tumatagal sa oras at espasyo.
Kasunduan	Ang lugar ng *Masach* at *Aviut*, kung saan ang *Zivug* sa Itaas na Liwanag ay nangyayari.
Paglikha	Pagbuo ng pagiral mula sa kawalan, na lumilitaw sa ibaba ng Parsa, tulad ng Aviut at pagnanais na tumanggap.
Lumikha *(Borreh)*	Ang pangalang ito ay nauugnay lamang sa paglikha ng pagnanais na tumanggap, pag-iral mula sa kawalan.
Pagputol/ Paggupit	Ang paghihiwalay ng mas mababang *Hey* mula sa *Kelim* na nahulog sa *BYA*. Ang buong *Tikkun* ay nakasalalay dito.
Dadei Behama (Udders)	Kaliwanagan ng *Malchut* nang walang pagpapatamis ng *Rachamim*. Ang ikatlong ibabang bahagi ng *NH* ng *Atik*, na nakatayo sa mundo ng *Beria*.
Dadim (Mga Dibdib)	Ang daluyan sa pagitan ng Itaas at ibaba. Ang Isang Mataas na saloobin patungo sa mas mababa, kahit na ito ay hindi karapat-dapat na umangat sa Itaas.
Dalet	Numerikong na halaga: 4
Kadiliman	*Behina Dalet* sa kalooban na tumanggap, na hindi tumatanggap ng Liwanag dahil sa pwersa ng *Tzimtzum*.
Mga Araw ng Nakaraan	*Sefirot* ng *Atik*, kung saan mayroong *Malchut* ng *Tzimtzum Aleph*, na lingid sa natitirang bahagi ng *Partzufim* ng *Atzilut*.

Kamatayan	Kung saan may paglisan ng *Liwanag* ng *Atzilut* mula sa *Kli*, ito ay itinuturing na kamatayan. Ang *Ohr Hochma* ay tinatawag na "Liwanag ng buhay," *Liwanag* ng *Haya*, dahil walang buhay sa *Kli* maliban sa *Ohr Hochma*.
Kamatayan (ang lugar ng kamatayan)	Ang lugar sa ibaba ng *Sium* ng *Itaas* na *Liwanag*, sa ibaba ng punto ng *Tzimtzum*, sa ibaba ng *Parsa*. Ang *Kelim* na nahulog sa ibaba ng *Parsa* ay tinatawag na "patay," dahil sila ay nahiwalay sa *Liwanag* ng *Buhay*.
Kamatayan ng *Melachim* (Mga Hari)	Dahil hindi nila matanggap ang *Ohr Hochma*, sila ay nahiwalay sa linya ng *Itaas* na *Liwanag* at itinuturing na sila ay nahulog sa *BYA* at namatay, dahil ang *Liwanag* ay nagtatapos sa *Atzilut*.
Pagtanggi	Pagtanggi mula sa antas: sa ikalawang *Hitpashtut*, kapag ang Iyong *Hochma* ay dumating at dinamitan sa *Kli* ng *Keter*. Kasunod nito na ang antas ng *Keter* ay bumaba sa antas ng *Hochma*, *Hochma* hanggang *Bina*, atbp.
Pag-alis mula sa Itaasna Liwanag	Kung mas malapit ito sa lugar ng walang laman na espasyo, mas malayo ito ay itinuturing na mula sa Itaas na Liwanag.
Pagbaba sa Klipot	Ang *ZON* ay tumaas sa *AVI* upang makatanggap ng bagong Liwanag, sa pamamagitan ng *MAN* na itinataas ng mga kaluluwa sa *ZON*. Kung sinisira ng mga kaluluwa ang kanilang mga aksyon, mawawala ang Liwanag ng *ZON* (*Mochin*). Ang Liwanag ay dumarating sa *ZON* lamang sa pamamagitan ng *MAN* ng mga kaluluwa, na nagiging sanhi ng pag-akyat ng *Kelim* mula sa *BYA*, na inayos at binibihisan sa ibabaw ng *ZON*. Ngunit kapag ang *MAN* ay umalis, ang Liwanag ay umalis, at ang *ZON* ay bumalik sa kanilang lugar. Noong panahong iyon, ang *Kelim* ng *NHY* de *ZA* at ang ibabang siyam ng *Nukva* na bumangon mula sa *BYA* ay binihisan ang *ZON*, ang *Klipot*.
Disyerto	(Gayundin: Pagkasira.) Ang lugar ng *Klipot* sa mundong ito.-
Pagbabawas ng Buwan	Ang estado ng *Malchut* sa mundo ng *Atzilut*, kung saan hindi siya makakatanggap ng mga Liwanag dahil sa kawalan ng *Tikkunim*.
Dormita (Tulog)	Kapag ang isang *Partzuf* ay tumaas sa kanyang *Nakatataas*, tulad ng sa *MAN*, lahat ng mga Liwanag nito ay iniiwan ito, at pagkatapos ay itinuturing na ang *Partzuf* ay nanatili sa ibaba na may kaunting kabuhayan. Ang kabuhayang ito ay isinasaalang-alang na tulog.
Ihulog (mula sa tubig)	Pasulput-sulpot na pagpapalawig ng Liwanag, at para sa maikling panahon.
Patak ng Pagunlad	*Ohr Hesed* ng *Aba*, na nagpapababa sa ibabang *Hey* mula sa *Eynaim*.

Dvekut (Pagdikit)	Pagkakatumbas ng anyo sa pagitan ng dalawang espirituwal.
Mundo (Lupa)	Malchut ng bawat antas o ng mundo.
Emanador (Maatzil)	Anumang dahilan, na may paggalang sa kahihinatnan nito. *Malchut de Rosh* ay itinuturing na *Maatzil* na may paggalang sa *Guf*, at gayundin ang alinmang *Nakatataas na Antas* na may paggalang sa mababang antas nito.
Yakap ng Kaliwa	Pagbibigay ng puwersa mula ZA hanggang *Malchut*, para madala niya pababa sa ibabang *Hey* at iangat ang *AHP*.
WalangLaman naHangin(*Avir*)	*Ohr Hassadim* bago ito binibihisan ang *Ohr Hochma*.
Pagtatapos na *Malchut*	*Malchut de Guf*
Pagkakapantay	Kapag walang pagkakaiba sa pagitan ng apat na antas ng kalooban na tumanggap.
ET	*Malchut* ay tinatawag na *ET* dahil binubuo niya ang lahat ng mga titikmula *Aleph* hanggang *Tav*.[35]
Exedras	Mga panlabas na silid, *NHY* ng *ZA*. Kapag may kaliwanagan ng *Hochma*, ay may pagnanais na ibunyag ito. Ang pagsisiwalat ng kaliwanagan ng *Hochma* ay tinatawag na "mga panlabas na silid."
Pag-iral	Ang presensya ng *Ohr Hochma* ay tinatawag na "pag-iral." Pagkukubli ng *Our Hochma* ay tinatawag na "kawalan."
Labasan	Pagbabago ng anyo. Kapag ang pagkakaiba ng anyo ay nangyayari sa isang bahagi ng *Partzuf*, ito ay itinuturing na ang bahaging iyon ay lumabas sa *Partzuf* sa sarili nitong bagong awtoridad. Gayunpaman, ito ay hindi magdudulot ng anumang pagbabago sa una.
Paglabas ng Liwanag sa pamamagitan ng Eynaim	Nang umakyat ang *Malchut* sa *NE* at nakagawa ng *Zivug* sa kanya, ang Liwanag ay ibinubuga mula sa *Zivug* sa pamamagitan ng *NE* at hindi sa pamamagitan ng *Peh*.
Pinalawig	Pagbaba ng Liwanag sa pamamagitan ng puwersa ng *Aviut*—ang puwersa ng pananabik sa nagmula-ay tinatawag na "pinalawig" o "pagpapahaba."
Panlabas na Kelim(*Kelim de Ahoraim*)	*Kelim* sa ibaba ng *Chazeh* sa *Partzuf*.
Panlabas	Ang pinakadalisay sa *Kli*, ang *Kli* para sa *Ohr Makif*.
Harapan (*PBP Panim be Panim*)	Kapag natanggap ng *Nukva* ang Itaas na Liwanag mula sa *Panim* ng lalaki sa kanyang *Kelim de Panim*.

[35] Sa Hebreo, ang kumbinasyon ng titik na *Aleph-Tav* ay binibigkas na *ET*. Ang *Aleph* ang unang titik ng alpabetong Hebreo, at ang *Tav* ang huli.

Nakaharap Pababa	Kapag ang Liwanag ay ibinibigay ayon sa sukat ng *Aviut* sa, upang dumating at damitan sa *Aviut*.
Nakaharap Pataas	Sa panahon ng *Hizdakchut* ng *Masach*. Tinatawag sila pangalan iyan dahil lumingon sila sa isang mas pinong *Aviut*.
Pagkahulog	Pagbaba ng isang antas sa isang mas mababa, dahil ito ay naging kagaya nito.
Pagkahulog ng mga Organo	Ang pagkahulog ng mga kaluluwa sa *Klipot*. Sa *Kelim*, ang pagkahulog sa *Klipot* ay tinatawag na "pagsira."
Pagkahulog ng mga Organo ng *Adam ha Rishon*	Bago ang kasalanan, ang *Adam ha Rishon* ay may NRN ng *Atzilut*. Pagkatapos ng kasalanan, ang lahat ng mga organo ng kanyang kaluluwa ay nahulog, at tanging ang Liwanag ng *Nefesh* ang nananatili sa mga *Kelim* ng 100 *Ketarim* (pangmaramihan ng *Keter*).
Nahuhulog	Kapag ang ZA ay karapat-dapat, ang *Tevuna* ay tumataas sa *Ima*, gumawa ng isang *Zivug* sa *Aviut Bet*, at nagbibigay sa ZA. Ito ay tinatawag na "pagsuporta sa nahulog," ZON, dahil binibigyan sila ng GAR.
Malayo/Apartado	Isang malaking sukat ng pagkaka-iba ng anyo. Gayundin, maliit na kaliwanagan ng *Ohr Hochma*. Ang malapit ay nangangahulugang malawak na kahulugan ng *Ohr Hochma*.
Babae (*Nukva*)	*Malchut* ng mundo ng *Atzilut* ay tinawag sa pangalang iyon dahil natatanggap niya ang Liwanag mula sa ZA sa pamamagitan ng isang *Nekev* (butas) sa kanyang *Chazeh*, kung saan ang Liwanag ay nababawasan.
Babaeng Mukha	*Kelim de Panim* na may kaugnayan sa pagtanggap ng *Hochma*.
Babaeng Liwanag	Liwanag na natatanggap ng *Partzuf* mula sa katabing Nakatataas nito, at hindi bilang pagkakaloob mula sa *Ein Sof*. Tinatawag din itong *Ohr Nefesh* o *Ohr Malchut*.
Pagpupuno	Ang sukat ng Aviut sa Masach ay tinawag sa pangalang iyon dahil ito ang dahilan ng pagpuno ng Kli.
Pagpuno ng *HaVaYaH*	Ang pangalang *HaVaYaH* ay kumakatawan sa sampung *Sefirot*: Yod—Hochma, Unang Hey—Bina, Vav—ZA, at mababang Hey—Malchut. Ngunit, ang pangalang ito ay hindi direktang nagpapahiwatig ng antas ng sampung *Sefirot*. Ang antas ay maaaring *Nefesh, Ruach, Neshama, Haya*, o *Yechida*. Ang antas ay natutukoy sa pamamagitan ng pagpuno nito. Ang pagpuno ay nagpapahiwatig ng Liwanag sa sampung *Sefirot* ng *HaVaYaH*: ang antas ng *Nefesh* ng *HaVaYaH* ay puno ng Hey—*Gematria* ng BON; ang antas ng *Ruach* ay sa pagpuno ng Aleph—*Gematria* ng MA; ang antas ng *Neshama* ay sa pagpuno ng Yod, kung saan tanging ang Vav lamang ang napuno ng Aleph—*Gematria* ng SAG; at ang antas ng *Haya* ay ganap na napuno ng Yod, kasama ang Vav ng *HaVaYaH*—*Gematria* ng AB.

Pagpuno ng mga Pangalan	Ipinapahiwatig nito ang pagkakatumbas ng antas. Ang bantas ng mga titik ay nagsisilbing palatandaan ng pinagmulan ng bawat partikular na antas sa kanila—kung ito ba ay *Hitkalelut* kasama ang *Isang Mataas*, isang mababa, o ang sarili nito.
Pagpupuno	Ang isang *Partzuf* ay binubuo ng sampung *Sefirot* na walang laman: *Keter, Hochma, Bina, ZA,* at *Malchut*. Ang mga ito ay minarkahan sa pangalang *HaVaYaH*: *Yod* ay *Hochma, Hey* ay *Bina, Vav* ay *ZA,* at *Hey* ay *Malchut*. Sa *Gematria, Yod-Hey-Vav-Hey* = 10+5+6+5 = 26 (*Chaf-Vav*). Gayunpaman, ang lahat ng ito ay hindi nagpapahiwatig ng kanilang antas: *Nefesh, Ruach, Neshama, Haya,* o *Yechida*. Natutukoy ang antas sa pamamagitan ng *pagpuno ng Liwanag* sa sampung *Sefirot*. Sa antas ng *Haya*, ito ay ganap na napuno ng *Yod*, kabilang na ang *Vav* ng *HaVaYaH*. Ang *Gematria* nito ay *Ayin-Bet* (AB): *Yod-Hey-Vav-Hey* = (10+6+4) + (5+10) + (6+10+6) + (5+10) = AB = 72. Sa antas ng *Neshama*, ito ay puno ng *Yod*, at tanging ang *Vav* ay napuno kasama ang *Aleph*. Ang *Gematria* nito ay *Samech-Gimel* (SAG): *Yod-Hey-Vav-Hey* = (10+6+4) + (5+10) + (6+1+6) + (5+10) = SAG = 63. Sa antas ng *Ruach*, ito ay puno ng *Hey*, at tanging ang *Vav* ay puno ng *Aleph*. Ang *Gematria* nito ay *Mem-Hey* (MA): *Yod-He Vav-He* = (10+6+4) + (5+1) + (6+1+6) + (5+1) = MA = 45. Sa antas ng *Nefesh*, ito ay puno ng *Hey*, at tanging ang *Vav* ay walang laman. Ang *Gematria* nito ay *Bet-Nun* (BON): *Yod-Heh Vv-Heh* = (10+6+4) + (5+5) + (6+6) + (5+5) = BON = 52.
Kalawakan (*Rakia*)	Tinawag na *Yesod de ZA* sa pangalang iyon dahil ito ang *Sium* ng *ZA*—Itaas na Tubig—at ang simula ng *Nukva*—ibabang tubig.
Unang *Ibur*	*Zivug* para sa pagkakaroon lamang ng *Partzuf*.
Lakas ng *Klipa*	Umalis ang *Mga Damit ng Liwanag* sa kanilang *Kelim* dahil sa pinaghalong kasamaan sa kanila, at nahulog sa *Klipot* na may nalalabi ng *Liwanag*. Ito ay nagdaragdag ng lakas sa *Klipa*.
Anyo	Ang apat na *Behinot Aviut* sa *Malchut*, tinatawag na *Hochma, Bina, ZA,* at *Malchut* ay tinatawag na "apat na anyo."
Apat na Anyo	Ang *Aviut* o pagnanais sa nilalang ay itinuturing na sangkap nito. Ang apat na *Behinot* sa *Aviut* ay tinatawag na "apat na anyo."
Apat na mga Simulain	Dalet *Behinot* sa *Aviut* ng *Kli Malchut*.

Mula sa Itaas Pababa	Ang liwanag na umaabot mula sa pino hanggang sa magaspang, na tinatawag na Ohr Yashar. Gayundin, mula kay Behina Aleph hanggang sa Behina Dalet. Behina Dalet ay nanatiling walang Liwanag, kaya siya ay itinuturing na pinakamababa. Ang Behina Aleph ay Higit sa kanilang lahat dahil ang kanyang pagnanasa ay ang pinakamaliit.
Mula sa Ibaba Pataas	Ang liwanag na umaabot mula sa magaspang hanggang sa dalisay, na tinatawag na Ohr Hozer.
Puno	Kapag walang pagkukulang at walang idadagdag sa pagiging ganap nito.
Gadlut (Kadakilaan/ Pagtanda/ Kapanahunan)	Ohr Hochma sa antas.
Galgalta	*Partzuf Keter*, ang *Kli* na nagbibihis sa Liwanag ng *Yechida*.
GAR	Mga liwanag ng *Rosh* na nauna sa *Kelim*, na siyang *Sefirot* KHB, tinatawag na *Rosh* ng *Partzuf*.
GAR ng *Guf*	HGT
Hardin ng Eden	*Malchut de Atzilut*. Ang Eden ay *Hochma*, at ang Hardin ay *Malchut*. Ang buong mundo ng *Atzilut* ay *Hochma*. Ito ang dahilan kung bakit ang *Malchut de Atzilut* ay tinatawag na "Hardin ng Eden."
Gidin (Mga litid)	*Kli* ng *Bina* sa sampung *Sefirot* na ang antas ay pantay.
Gimel	Numerikong na halaga: 3
Pagbibigay ng mga Liwanag	Mula *Sefira* hanggang *Sefira*, sa pamamagitan ng *Hizdakchut* ng *Masach*, ang lahat ng mga *Liwanag* ay dumating sa *Keter*. Nang ang *Behina Gimel de Keter* ay nagdalisay sa *Behina Bet*, binigyan niya ng *Liwanag* ang *Hochma*. Kapag ang *Aviut Hochma* ay nagdalisay mula sa *Behina Bet* hanggang sa *Behina Aleph*, siya ay nagbibigay ng *Liwanag* sa *Kli* ng *Bina*, atbp.
Dakila/Matanda/ Napapanahon	Pagbubunyag ng *Ohr Hochma*. Ang kawalan ng *Ohr Hochma* ay nagiging maliit ang *Partzuf*.
Kapit/Hawak	Habang ang isang *sangay* ay nagnanais na sumipsip sa pamamagitan ng pagkakakapit nito, ang *Klipa* ay kumakapit sa isang lugar na walang *Kedusha*. Ang kakulangan ay ang *hose* kung saan humihigop ng lakas at kabuhayan ayon sa sukat ng kakulangan ng *Kedusha*.
Guf (Katawan)	Ang tunay na mga daluyan ng pagtanggap sa bawat antas, na lumalawak sa pamamagitan ng puwersa ng *Ohr Hozer* sa *Masach* mula dito pababa. Ito ay kung saan ang pagtanggap ng mga *Liwanag* ay nangyayari sa aktwal na katotohanan.

Buhok *(Se'arot)*	Mga Liwanag na hindi kayang tiisin ng Moach dahil sa kawalan Tikkunim. Dahil dito, lumabas sila sa Galgalta. Sila ay tinatawag ding Motrey (Labis) Mocha (labis ng Mocha).
Hakaa (Paghampas/ Pambubugbog)	Ang engkwentro sa pagitan ng *Itaas na Liwanag* at ng *Masach* ay maihahambing sa pagtatagpo ng dalawang matitigas na bagay, kung saan nais ng isa na labagin ang mga hangganan ng isa, at ang isa ay lumalaban at hindi pinapasok ang una.
HaVaYaH-ADNY	*Zivug Panim be Panim* ng *ZA* at *Nukva* na ipinahiwatig sa anagrama *YADONEHY*. *Yod* ng *HaVaYaH*, na *ZA*, atang simula ng anagrama, na nagpapahiwatig ng *Hochma* sa *ZA*. *Yod* ng *ADNY*, sa dulo ng anagrama, ay nagpapahiwatig ng *Hochma* sa *Nukva*.
Haya	Ohr Hochma
Ulo hangang sa Mga Lobo	Ang Rosh ng mas mababang antas. Ito rin ay buntot sa mga leon — ang *Sium* (katapusan) ng Superyor na antas.
Pagdinig	Ang Liwanag ng Bina de Rosh.
Puso	*Kli* para sa Liwanag ng *Ruach*, nakatayo sa *HGT*.
Het	Numerikong halaga: 8
Hevel	*Ohr Hozer* na tumataas mula sa *Masach* pataas.
Hey	Numerikong halaga: 8
Histaklut (Tumingin)	*Hitpashtut* ng Liwanag mula sa *Ein Sof* hanggang sa *Masach*. Ang Liwanag na nagmumula sa *Ein Sof* ay palaging *Ohr Hochma*, o *Ohr Eynaim*, o pangitain, o *Histaklut*.
Histaklut Aleph (Unang Pagtingin)	*Hitpashtut* ng Liwanag mula sa *Ein Sof* hanggang sa *Masach*. Ang Liwanag na nagmumula sa *Ein Sof* ay palaging *Ohr Hochma*, o *Ohr Eynaim*, o pangitain, o *Histaklut*.
Histaklut Bet (pangalawang pagtingin)	*Hitpashtut* ng Liwanag ng *Ein Sof* hanggang sa *Masach* na tumataas mula *Tabur* hanggang *Peh* at gumagawa ng *Zivugim* sa daan nito, na bumubuo ng *Partzufim* ng *Nekudot*.
Hitpashtut (Pagpapalawak)	Liwanag na ibinubuga mula sa Tagapamula at dumarating sa nagmula sa pamamagitan ng pagpapalawig ng kaloobang tumanggap ng nilalang, na nagpapalawak ng *Hitpashtut* sa sarili nito ayon sa sukat ng labis na pagmimithi nito sa Liwanag.
Hitpashtut Aleph (Unang Pagpapalawak)	Mga Liwanag ng *Taamim*
HitpashtuBet (Ikalawang Pagpapalawak)	Ang pangalawang entrada ng mga Liwanag pagkatapos ng *Hizdakchut* ng *Masach*. Pagkatapos ay mayroon nang *Kelim*, ayon sa panuntunang, "ang pagpapalawak ng Liwanag at ang pag-alis nito ay gumagawa ng *Kli* akma sa tungkulin nito."

Hochma	Ang Liwanag ng *Atzmuto* ng nagmula. Gayundin, nalalalaman ang may layuning resulta ng lahat ng mga detalye sa katotohanan.
Hochma ng Tatlumpu't-Dalawang mga Landas	*Ohr Hochma* na natatanggap ng *Bina* para sa ZON, kasama ang *Bina* dalawampu't dalawang *Otiot*, at ang sampung *Sefirot* para sa ZON sa *Bina*.
Holam	Ang mga Liwanag sa ibabaw ng*Otiot*.
Hose/Daluyan (*Tzinor*)	Ang *Kelim de Yosher* ay tinawag sa pangalang iyon dahil sila ay umaabot at nilimitahan ang Liwanag sa loob ng kanilang mga hangganan.
Hotem (Ilong)	*Sefira ZA de Rosh*.
Bahay (*Bayit*)	O *Hechal* (bulwagan) — *Behinat Malchut* na nahiwalay sa panloob na Kelim at naging *Kli* para sa *Ohr Makif*.
Hurva (Pagkasira)	Ang lugar ng *Klipot* sa mundong ito (mga disyerto din).
Ibur	*Zivug* ng *Katnut*
Idrin	Mga panloob na silid, HGT ng ZA, puno ng *Ohr Hassadim*, hindi pagsisiwalat ng liwanag ng *Hochma*. Ito ang dahilan kung bakit silatinatawag na "panloob."
Imahe (*Demut*)	Ang *Tzelem* (gayun din ang imahe) ay nangangahulugang mga damit ng *Mochin* ng ZA, at *Demut* ibig sabihin ay mga damit ng *Mochin* ng *Nukva*. Ang *Otiot Yod, Hey, Vav* ng Pangalang *HaVaYaH* ay *Tzelem*, at ang huling *Hey* ng Ang *HaVaYaH* ay ang *Demut*.
Maruming Dugo	Kilala rin sa tawag na "dugo-sa kapanganakan."
Sa Kinabukasan	Ang mga Liwanag ng Itaas na *Bina* ay tinawag sa pangalang iyon dahil sila ay nakatakda sa ZA para sa hinaharap. Ang mga Liwanag ng *Tvuna* ay pumasok sa ZON ng permanente, at samakatuwid ay tinatawag na "ang susunod na mundo."
Panloob (*Pnimi*)	Ang *Partzufim Ibur, Yenika*, at *Mochin* ang nakadamit sa paraang ang mas malaki gayundin ay mas panloob.
Panloob na *Zivug* ng *Atzilut*	Ang panloob na *Kelim* ng *Atzilut* ay KHB, tinatawag na *Mocha, Atzamot, Gidin*, kasama ang mga Liwanag ng NRN. Ang mga Liwanag *Haya* at *Yechida* na nagbihis sa Liwanag ng *Neshama*. Ang *Kelim ZA* at *Malchut* ay nahiwalay sa *Partzuf*, kaya tinawag silang *Bassar* at *Or*. Ang mga ito ay hindi totoong, kumpletong *Kelim*, ngunit pinalibutan lamang ang *Kelim* ng *Guf* mula sa labas.

	Natanggap nila ang kanilang mga Liwanag—*Ruach* at *Nefesh*—mula sa panloob na Kelim. Dahil dito, may mga Liwanag na *Ruach-Nefesh* sa panloob na Kelim, at mga Liwanag na *Ruach-Nefesh* sa panlabas na *Kelim*. Ang mga kaluluwa ng mga tao ay ipinanganak mula sa *Zivug* ng panloob na *Kelim*, samantalang ang mga kaluluwa ng mga anghel ay ipinanganak mula sa *Zivug* ng panlabas na *Kelim*. Samakatuwid, itinuturing na panloob ng mga mundo ang mga kaluluwa ng tao, dahil lumilitaw sila sa panloob na *Kelim* ng *Partzuf*, habang ang mga anghel ay itinuturing na panlabas ng mga mundo, sapagkat lumalabas sila mula sa panlabas na *Kelim* ng *Partzuf*.
Internalidad	Ang *Aviut* sa *Masach* ay tinawag sa pangalang iyon dahil ito ay ang lugar para sa pagbibigay ng kasaganaan.
Jerusalem	Ang panlabas na *Yesod* ng *Malchut*.
Kamatz (mga bantas)	*Kmitza* (nagpapalapot) ng mga Liwanag. Ito ay nagpapahiwatig ng sampung *Sefirot de Rosh*, na lumapot sa *Kelim de Guf* bago ang kanilang pananamit. Ang *Hitpashtut* ng mga Liwanag sa *Guf* ay tinatawag na *Patach* (binuksan), dahil nagbubukas ito ng pasukan sa Liwanag.
Katnut (Kaliitan)	Tinatawag ang dalawang *Partzufim Ibur* at *Yenika* sa bawat *Partzuf* sa pangalang iyon dahil kulang sila sa *Rosh* o *Mochin*.
Kelim de Achoraim (Panlabas na Kelim)	*Kelim* sa ilalim ng *Chazeh* sa *Partzuf*.
Kelim de Panim	*Kelim* sa Itaas ng *Chazeh* sa *Partzuf*.
Keter	Paglalagay ng ugat sa antas. Ito ay nagmula sa salitang Machtir, na nangangahulugang "nakapaligid," dahil ito ay mas dalisay kaysa sa anumang antas at samakatuwid ay pinapalibutan ang *Partzuf* mula sa Itaas.
Kisse Din (Trono ng paghatol)	*Malchut* ng *Mochin de Ima*, na nakadamit sa *Malchut* ng mundo ng *Beria*. Ito ay tinatawag na *Techelet* (kulay asul) at Sandalfon.
Kisse Rachamim (Trono ng Awa)	Ang Itaas na siyam ng *Malchut de Ima*.
Naghahalikan (Neshikin)	Zivug ng dalawang panloob na Partzufim ZA at Nukva, na tinatawag ding "Zivug ng boses at pananalita."
Kista de Hayuta (Cista (Dibdib) ng Pwersa ng Buhay)	Isang *Reshimo* ng nakaraang Liwanag. Ito ang nananatili sa *Partzuf* sa lugar nito, habang umaakyat ito sa Isang Mataas para sa *MAN*, at mayroong "pag-lisan ng *Mochin*."
Kli	Ang kagustuhang tumanggap sa mga nilalang.

Kli para sa *Ohr Makif*	Ang panlabas, mas dalisay na kalahati ng pader sa *Kli*. Ang panloob, mas magaspang na kalahati ng dingding sa *Kli*, nagsisilbing *Kli* para sa *Ohr Pnimi*.
Kli para sa *Ohr Pnimi*	Ang panloob, mas magaspang na kalahati ng dingding sa *Kli*. Ang *Kli* para sa *Ohr Makif* ay ang panlabas, mas dalisay na kalahati ng *Kli*.
Kli Malchut	*Behina Dalet* ng Ohr *Yashar*, kung saan naroon ang *Tzimtzum Aleph* kaya ay para hindi makatanggap ng Liwanag.
Kli na Itinataasang MAN	AHP ng Isang Mataas sa panahon ng *Gadlut*.
Klipat Noga (Ang Talukap ng *Noga*)	*Nitzotzin* na naglalaman ng pinaghalong mabuti at masama. Kung kailan ang *Noga* ay tumatanggap ng Liwanag sa kanyang mabuting bahagi, gayundin zy nagbibigay siya ng Liwanag sa kanyang masamang bahagi.
Klipot (Shells)	Isang sumasalungat na pagnanais sa Itaas na Liwanag, na kung saan ay tungkol lamang sa pagkakaloob, ibig sabihin ay pagnanais na makatanggap lamang. Samakatuwid, sila ay hiwalay sa Buhay ng mga Buhay at sila ay itinuturing na "patay."
Kof	Muneric na halaga: 100
Lamed	Nemeric na halaga: 30
Lamed-Bet (32) Mga Diyos ng Batas ng Paglikha	Tatlumpu't dalawang landas ng *Hochma*, na nagmula sa *Bina*, na tinatawag na *Elokim* (Diyos). Inuuri nito ang *Reish-Peh-Het* (288) sa *Shin-Chaf* (320) *Nitzotzin*, na siyang Itaas na siyam, na nilisan ang *Malchut* sa ibaba, bilang basura.
Lupain ng *Edom* (*Eretz Edom*)	Ang *Malchut* na kasama sa *Bina* ay tinatawag na *Bina*, "ang lupain ng *Edom*."
Lupain ng Isarel (*Eretz Ysrael*)	*Yetzira* ng mundong ito.
Haba	Ang distansya sa pagitan ng dalawang gilid ng isang antas, mula sa pinakadalisay na *Behina* (Pinakamataas) hanggang sa pinaka magaspang (pinakamababa).
Liwanag ng *Atzilut*	*Ohr Hochma*
Liwanag ng Beria	*Ohr Hasadim*, ng walang *Ohr Hochma*
Liwanag ng *Malchut*	Liwanag na natatanggap ng *Partzuf* mula sa katabing Superyor nito, at hindi bilang pagkakaloob mula sa *Ein Sof*. Tinatawag din itong *Ohr Nefesh* o "Babaeng Liwanag."
Liwanag ng *Reshimo*	Ano ang natitira pagkatapos ng paglisan ng Liwanag mula sa Kli.
Liwanag na limitado sa *Kli*	Kapag ang Liwanag ay hinawakan at umaasa sa sukat ng Tungkol sa *Kli*, kaya hindi ito maaaring lumawak doon nang higit pa, o mas kaunti, kaysa sa sukat ng *Aviut* sa *Kli*.

Atay	Sa panloob na *Kli* na may Liwanag ng *Nefesh*.
Buhay/Gumagalaw	*Yesod*, dahil itinataas nito ang siyam na *Sefirot* ng *Ohr Hozer* at tumatanggap ng siyam na *Sefirot* ng *Ohr Yashar* sa kanila.
Ibabang Eden	*Yesod* ng mundo ng *Assiya*
Ibabang Hardin ng Eden	*Yesod de Malchut* sa mundo ng *Assiya*.
Ibabang *Hochma*	*Hochma* sa *Nukva*.
Ibabang *Ima*	*Malchut de Atzilut*
Ibabang Lupa	*Malchut*
Linya *(Kav)*	Nagsasaad ng pagkakaiba ng "mula sa Itaas pababa," na hindi umiiral dati, pati na rin ang kaliwanagan nito ay marami mas maliit kaysa sa dating halaga. Gayundin, ang sampung *Sefirot de Yosher* ay tinatawag na *Tzinor* (hose), mula sa pananaw ng *Kelim*, at *Kav*, mula sa pananaw ng mga Liwanag.
Mahaba	Kasaganaan ng *Hochma*. Maikli—kakapusan ng *Hochma*. Malawak—kasaganaan ng *Hassadim*; Makitid—kakapusan ng *Hassadim*.
Nakatingin sa Mukha	Pagkakaloob ng *Ohr Hochma*.
Swerte *(Mazal)*	*Yesod*. Tinawag itong *Mazal* dahil nagbibigay ito ng *OhrHochma* pasulput-sulpot, parang patak.
MA	Ang *HaVaYaH* ay puno ng mga *Aleph: Yod-He-Vav-He*. Lahat ng antas na lumitaw sa *Atzilut* ay lumitaw sa antas ng *MA*. Ang *Atzilut* ay itinuturing na bagong *MA* na may kaugnayan sa mga Liwanag—ang *Nitzotzin* at ang *Kelim* ng *Nekudim* na kumokonekta dito. Sila ay itinuturing na mas matanda kaysa rito, dahil sila ay nagamit na sa nakaraang *Partzuf* ng *Nekudim*.
Malchut	Ang huling *Behina*. Tinawag ito sa pangalang iyon dahil mapilit at matatag na patnubay ay umaabot mula sa kanya, sa kumpletong pamamahala.
Malchut Ay Walang Liwanag	Ang *Masach* ay dinalisay at tanging ang *Aviut Shoresh* ang natitira, hindi sapat para sa isang *Zivug*. Samakatuwid, maaari lamang siyang makatanggap mula sa *Zivug* na ginawa sa ZA.
Lalaki *(Zachar)*	Isang *Partzuf* na tumatanggap ng mga Liwanag mula sa Superyor nito sa pagkakumpleto, tulad ng sila ay nasa Isang Mataas.
Lalaking Mukha	Pagkakaloob ng *Hochma*.

MAN	Ano ang mga sanhi ng *Zivug*? Gayundin, ang *GE* ng isang mas mababa ay nakakabit sa parehong antas na may *AHP* ng Isang Mataas, na nahulog sa kanila sa estado ng *Katnut*. Kaya naman, bilang resulta ng *Dvekut* noong panahon ng *Katnut*, nang dumating ang Isang Mataas sa pamamagitan ng *Gadlut*, dahil tumaas ang *AHP* nito at naging bagong *NHY*, sa loob ng *AHP* nito ay ang *GE* ng isang mababa. Tulad ng *Masach* at *Reshimot* de *AB*, kasama sa *Rosh de Galgalta* at pagbuo ng *AB*, ito ang nangyari sa *Tzimtzum Bet*, sa pamamagitan ng *Ibur*, maliban sa *Zivug* ay nasa *Yesod*.
MANTZEPACH	Behinot *Masach* at *Aviut* ng *Partzuf* na nanatili mula sa panahon ng kanyang *Katnut*. MAN ng isang mababa ay nakadikit sa *AHP* ng *Partzuf Nukva*, sa MAN ng *Nukva* niya mismo, na nanatili para sa kanya mula sa kanyang *Ibur*. Mula sa *Masach* ng kanyang *Ibur*, ang isang mababa ay tumatanggap ng antas ng *Ibur*. Kaya naman, ang MAN ng *Ibur* ay kasama sa MANTZEPACH ng *Nukva*, habang itinataas niya sila sa ZA. Sa oras na iyon, isang *Ibur* ay ginawa sa kanyang MAN, at natatanggap niya ang kanyang antas.
Masach	Ang puwersa ng *Tzimtzum* ay nagising mula sa nagmula patungo sa *Itaas na Liwanag*, pinipigilan itong bumaba sa *Behina Dalet*. Kaya, sa sandaling maabot at lumapat sa *Behina Dalet*, ang pwersang iyon ay agad na nagising, hinampas ito, at sinalag ito. At ang puwersang ito ay tinatawag na *Masach*.
Nagsasamang Malchut	*Malchut de Rosh*.
Mayin Nukvin	Habang lumalawak ang *Nekudot* de *SAG* sa ibaba ng *Tabur*, dalawang *Reshimot* ang sumali—sa unang lima ng *SAG*, at sa mas mababang *Hey* ng *Galgalta*. Ang *Masach* ay isang pagsasama ng dalawang babae: *Bina* at *Malchut*. Ito ang dahilan kung bakit ang *Masach* ay tinawag na *Mayin Nukvin*—mula rito, palaging may kasamang dalawang babae sa bawat *Zivugim* nito.
Mazla (Aramaic: swerte)	*Se'arot Dikna* ang tawag sa pangalang iyon dahil dumadaloy ang kanilang mga Liwanag tulad ng mga patak hanggang sa sumapi sila sa mga dakilang Liwanag sa mga mundo.
Ako (*Ani*)	Kapag ipinahayag ng *Malchut*, siya ay tinatawag na "Ako." Kung kailan siya ay nakatago, siya ay tinatawag na "Siya" (lalaki o babae).
Mem	Numerikong halaga: 40
Metzach	*Bina de Keter*.

Metzach ng Pagnanais	Sa panahon ng *Zivug* ng *Gadlut*, nang ang *Ohr Hochma* ay suminag sa pamamagitan ng Liwanag ng *AB-SAG*, ang *Se'arot* ay lumisan at ang panahon ng kabutihan ay lilitaw.
MI	Bina
Gitnang Punto	*Behina Dalet* sa *Ein Sof* ang tawag sa pangalang iyon dahil nasa pagkakaisa sa Liwanag ng *Ein Sof*.
Gitna/Medium	Pagkonekta at pagpapasya sa pagitan ng dalawang malayong mga gilid.
Gatas	Mga Liwanag ng *Hassadim*, na ibinibigay ng *Bina* sa ZA pagkatapos nitong ipanganak. Ang mga Liwanag na ito ay bumalik sa pagiging *Hochma*, at ito ay tinatawag na "gatas na nagiging dugo."
Mochin	Mga Liwanag ng *GAR* o mga Liwanag ng *Rosh*.
Mochin de Gadlut	Ang *Mochin* na natatanggap ng ZA sa pamamagitan ng pag-akyat nito sa *MAN* pagkatapos ng siyam na taon. Ito ay tinatawag na *Ibur Gimel*, pati na rin ang "*Mochin* ng pagpapadami," dahil ang *ZON* ay gumawa ng *Zivug Panim be Panim* at maaaring magpadami ng mga kaluluwa.
Mochin de Holoada (pagpapdami)	Ang *Mochin* na natatanggap ng ZA sa pamamagitan ng pag-akyat nito sa *MAN* pagkatapos ng siyam na taon. Sa oras na iyon, gumawa ang *ZON* ng *Zivug Panim be Panim* at makakapagparami ng mga kaluluwa. Tinatawag din itong *Mochin de Gadlut* at *Ibur Gimel*. Gayundin, ito ay *Liwanag ng Haya* na natatanggap ng ZA mula sa *AVI* sa antas ng *AB*. Sa pamamagitan ng mga *Mochin* na ito, ipinanganak ng ZA ang *GAR* ng mga kaluluwa.
Mga buwan ng Pagbubuntis (*Ibur*)	(Gayundin: ang panahon ng paglilihi). Ang oras at espasyo ay mga pagsisimula ng anyo. Ang isang *Partzuf* ay nakumpleto sa pamamagitan ng maraming *Zivugim* at mga Liwanag, na pito, siyam, o labindalawang buwan, ayon sa bilang ng mga Liwanag na sumali sa pagkumpleto.
Moshe at Israel	*GAR de ZA*.
Mosyon (Galaw)	Anumang pagbabagong-buhay ng anyo mula sa naunang anyo.
Motrey (Labis) *Mocha*	Mga Liwanag na hindi kayang tiisin ng *Moach* dahil sa kawalan *Tikkunim*. Kaya, lumabas sila sa *Galgalta*. Tinatawag din silang *Se'arot* (buhok).
Katahimikang-Pagsasalita	Sampung *Sefirot* ng Liwanag na tumatawid mula sa *Malchut deRosh*, tinawag na *Peh*, sa *Toch*. Ang panloob na *Partzuf* ng *Nukva* ay tinatawag na "Pagsasalita." Kung lilisan ito at mananatili lamang siya sa panlabas na *Partzuf*, ito ay pagkatapos ay itinuturing na "katahimikan," dahil ang panloob na *Partzuf* ay *GAR* at ang panlabas ay *VAK*.

Pangalan	Isang paglalarawan kung paano ang Liwanag, na ipinahiwatig sa isang pangalan, ay nakamit. Ang pangalan ng bawat antas ay naglalarawan ng mga asal ng pagkamit sa antas na iyon.
Makitid	Kakapusan ng *Hassadim*. Malawak — kasaganaan ng *Hassadim*. Kakapusan ng *Hochma* ay tinatawag na "maikli" at ang kasaganaan ng *Hochma* ay tinatawag na "mahaba."
Malapit	Ang lapit ng anyo sa isang kaibigan.
Nefesh	Liwanag na natatanggap ng *Partzuf* mula sa katabing Superyor at hindi bilang pagkakaloob mula sa *Ein Sof*. Tinatawag din itong "babaeng Liwanag."
Nehiro	*Ohr Yashar*
Nehiro Dakik	Pino at maliit na kaliwanagan, na nagpapasigla sa *Klipot*.
Nekuda	Apat na antas na lumabas sa *Zivug* sa *Masach* sa panahon ng *Hizdakchut*. Mga Liwanag ng *Tabur — Nekudot* sa Itaas ng *Otiot — Holam*. Mga Liwanag ng *Yesod — Nekudot* sa loob ng *Otiot — Melafom*. Liwanag ng Sium Raglaim — Nekudot sa ibaba ng Otiot.
Neshama	Liwanag na dinamitan sa *Kli* ng *Bina* ay tinatawag na *Neshima* (paghinga), mula sa salitang *Linshom* (huminga), dahil ang ZA ay tumatanggap ng Liwanag ng karunungan ng buhay mula sa Bina sa pamamagitan ng pagbangon at pagbagsak, tulad ng sa paghinga.
Nesira (Paglalagari)	Ang paghihiwalay ng *Nukva* mula sa ZA.
Bagong Liwanag	Anumang Liwanag na umuusbong mula sa pagwawasto ng *Kelim* sa mundo ng *Atzilut*.
Mga Bagong Kaluluwa	1) Ganap na bago, na umaabot mula sa Hochma de Ohr Yashar. Ang mga ito ay hindi dumating sa mundo ng Tikkun. 2) Pagbabagong-buhay ng mga kaluluwa, na nagmula sa Hochma ng tatlumpu't dalawang landas, mula sa Bina kasama sa Hochma. Gayunpaman, sila ay bago na may kaugnayan sa ZON, dahil nagmula sila sa bagong MA (at tanging mga kaluluwa ng BON ang matatanda). Sa kanila, gayundin, ay mayroong dalawang Behinot: 1) Bagong kaluluwa ng Panim be Panim, ginamit sa panahon ng Templo, noong ang ZA ay permanente sa antas ng AB, at ang Beria, na itinuturing na mga kaluluwa, ay nasa Atzilut. Para sa kadahilanang ito, ang mga kaluluwa, gayun din, ay nasa mundo ng Atzilut, at itinuring na Panim be Panim. 2) Pagkatapos ng pagkawasak, nang bumaba ang Beria sa lugar nito sa ilalim ng Parsa, at walang Liwanag ng Atzilut, ngunit Achor be Achor. Samakatuwid, ng may pamimitagan sa Achor be Achor, ang mga kaluluwang ito ay itinuturing na bago.

Susunod na Mundo	Mga Liwanag ng *Tevuna*, na permanenteng pumasok sa *ZON*. Sa kinabukasan—Mga Liwanag ng Itaas na *Bina*. Tinatawag sila sa pangalang iyon dahil nakatakda sila sa *ZA* para sa hinaharap.
Nikvey (Mga Butas ng) *Awzen, Hotem, Eynaim*	Sa *Tzimtzum Bet*, tumaas ang *Malchut* sa *Sefira Hochma* sa bawat *Sefira*, at gumawa ng mga butas sa *Hotem, Awzen*, at *Eynaim*. Bago ang pag-akyat ng *Malchut*, mayroon lamang isang butas sa bawat *Sefira*, sa *Peh*.
Nikvey Eynaim	*Behina Aleph* sa *Rosh*, dahil ang *Hochma* ay tinatawag na *Eynaim*, at sa pamamagitan ng puwersa ng pag-akyat ng mababang *Hey* sa *Eynaim*, ang *Nukva* ay ginawa din sa *Hochma*.
Nitzotzin	Ang *Reshimot* na nanatili sa mga Liwanag ng *Nekudim* pagkatapos ang kanilang pag-lisan sa nasirang *Kelim*. Mayroong dalawang uri ng mga Liwanag sa kanila: 1) *Ohr Yashar*, dalisay, na tinatawag na "Mga Liwanag," na nanatili sa *Atzilut*, at 2) *Ohr Hozer*, magaspang, tinatawag na *Nitzotzin*, na bumaba sa *BYA* kasama ang *Kelim*.
Mga pampalusog	Ang mga ito ay dapat na mula sa isang Mas Mataas na Antas, dahil nagbibigay sila lakas para tuluyang bumangon at bihisan ang Isang Nakatataas
NRNHY	Ang *Kelim* ng sampung *Sefirot* ay tinatawag na *KHB ZON*. Ang mga Liwanag ng sampung *Sefirot* ay tinatawag na *Nefesh*, Ruach, Neshama, Haya, Yechida. Ang Kelim ay itinuturing na mula sa Itaas pababa, at ang mga Liwanag—mula sa ibaba Pataas, sa pagkakasunud-sunod ng paglago.
Nukva	Ang taas ng kanyang paglago: sa hinaharap, siya ay magiging *Panim be Panim* kasama ang *ZA*, sa isang *Keter*. Ang pinakamalaking pagbabawas nito—isang punto sa ilalim ng *Yesod de ZA*.
Nun	Numerikong na halaga: 50
Ohr (Liwanag)	Lahat ng natanggap sa Behina Dalet; kasama ang lahat ngunit ang kalooban na tumanggap.
Ohr Eynaim	Liwanag na lumilitaw sa *Masach* sa *NE* sa *Behinat Aviut Aleph*. Gayundin, *Hitpashtut* na Liwanag mula sa *Ein Sof* hanggang sa *Masach*. Isang Liwanag na nagmula sa *Ein Sof* sa tuwina'y *Ohr Hochma*, *Ohr Eynaim*, pangitain, o *Histaklut*.

Ohr Hochma	Liwanag na umaabot mula sa Lumikha hanggang sa nilalang, ang kabuuan at ang sustento ng nilalang.
`*Ohr Hozer* (Bumalik na Liwanag)	Liwanag na hindi natanggap sa *Behina Dalet* at naitaboy ng *Masach*. Pagkatapos ng *Tzimtzum Aleph*, ito ay nagsisilbing daluyan ng pagtanggap sa lahat ng *Partzufim*, sa halip na *Behina Dalet*. Gayundin, ang Liwanag na umaabot mula sa magaspang hanggang sa dalisay, na tinatawag na "mula sa ibaba Pataas."
Ohr Makif	Anumang Liwanag na tinaboy mula sa pagtanggap sa *Sof* ng *Partzuf*, dahil sa kahinaan ng *Masach*. Pinapalibutan ang Partzuf at pinipilit ang *Masach* upang mabihisan sa loob nito sa hinaharap.
Ohr Nefesh	Liwanag na natatanggap ng *Partzuf* mula sa katabing Nakatataas nito, at hindi bilang pagkakaloob mula sa Ein Sof. Tinatawag din itong "Babaeng Liwanag" o Ohr Malchut.
Ohr Panim	Ohr Hochma
Ohr Pnimi (Inner Light)	Liwanag na nakadamit sa *Kli*.
Ohr Yashar	Liwanag na umaabot mula *Ein Sof* hanggang sa *Partzufim*. Hindi nakakaapekto ito sa *Igulim* (mga sirkulo), ngunit ang *Sefirot* lamang ng *Yosher* (direkta), ayon sa pagnanais na tumanggap sa kanila: ang Nagbibigay ang nagkakaloob sa mas magaspang na hangarin, sa *Behina Dalet*. Gayundin, ang Liwanag na umaabot mula sa dalisay hanggang sa magaspang, na tinatawag na "mula sa Itaas pababa."
Lumang Liwanag	Liwanag na nanatili sa mundo ng *Nekudim* pagkatapos ng pagkasira ng mga daluyan.
Isa	Itaas na Liwanag na kumakalat mula sa *Atzmuto*, mula sa Itaas pababa, nang walang anumang pagbabago sa anyo.
Pagbubukas ng Mga mata	Kaliwanagan ng *Hochma*.
Mga organo	*Sefirot de Guf.*
Pinagmulan ng Mga Liwanag	*Malchut de Rosh* ay tinawag sa pangalang iyon dahil ito ay lumikha ng *Ohr Hozer*, na binibihisan ang Liwanag at dinadala ito sa *Guf*.
Pinagmulan ng Kaluluwa	Ang kaloobang tumanggap na nakatatak sa mga kaluluwa, na naghihiwalay sa kanila sa Itaas na Liwanag. Ang paglipat sa pagitan ng mundo ng *Atzilut* at ang mundo ng *Beria*.

Umiikot	Ang *VAK* ay tinatawag sa pangalang iyon dahil hanggang sa makamit ng *Partzuf* ang *GAR*, ito ay umiikot sa pagitan ng *Din* at *Rachamim*.
Iba pang mga Diyos	Ang mahigpit na pagkakahawak ng *Klipot* sa *Achoraim de Nukva*, dahil siya ay hindi ganap na inayos ang pagkakasunod-sunod bago ang *Gmar Tikkun*.
Otiot (Mga Letra)	*Kelim*
Sa labas ng Lungsod	Ang unang anim na *Sefirot* ng mundo ng *Beria*, nakausli mula sa mundo ng *Atzilut* pababa.
Panim	Ang lugar sa *Kli* na nilayon upang tumanggap o magkaloob.
Parsa	Isang hangganan na naghahati sa Partzuf sa mga daluyan ng pagkakaloob at mga daluyan ng pagtanggap.
Partitions	Ang *Guf* ng *Partzuf*.
Partzuf	Sampung *Sefirot*, sa ibaba ng bawat isa, na dumating sa pamamagitan ng pag-akyat ng *Malchut* sa Nagpamula.
Patach (mga bantas)	*Hitpashtut* of mga Liwanag sa *Guf* ay tinawag sa pangalang iyon dahil nagbubukas ito ng pasukan para sa Liwanag. *Kamatz* ay *Kemitza* (nagpapalapot) ng mga Liwanag, na nagpapahiwatig ng sampung *Sefirot de Rosh*, na pinaigsi bago ang kanilang mga pagdadamit sa *Kelim de Guf*.
Mga Patriyarka (*Avot*)	Ang *Sefirot HGT* na ayon sa *Sefirot NHY*, na kanilang mga supling.
Peh	*Malchut de Rosh*.
Peh	Numerikong halaga: 80
Permanenteng *Zivug*	*Zivug* ng *AVI* sa kanilang lugar.
Lugar	Ang kalooban na tumanggap sa nagmula. Gayundin, ang oras, espasyo, at paggalaw ay iisang isyu.
Lugar ng *BYA*	Inihanda sa panahon ng *Tzimtzum Bet*.
Lugar ng Pagbubuntis	Ang pangatlo sa ibaba ng *Sefira Tifferet de AVI*, habang sila ay isang *Partzuf* na may *YESHSUT*.
Lugar ng Kadiliman	Ang Sefira Malchut, na nagtatapos sa Partzuf dahil sa puwersa ng Tzimtzum sa kanya, gumagawa ng kadiliman mula sa kanyang palabas.
Lugar ng Kasunduan	Dahil ang lugar ng mundo ng BYA ay nahahati sa GE de BYA, ang lugar ng Kedusha, at ang labing-apat na Sefirot ng Mador ha Klipot, ang mundong ito ay nahahati sa isang lugar ng paninirahan, na kinabibilangan ng BYA—ang lugar ng Templo, Eretz Ysrael, at sa ibang bansa—at ang lugar ng pagkasira, na siyang mga disyerto, kung saan ang tao ay hindi lumalagi.

Lugar kung saan ang *Klipot* ay Kumakapit	Isang lugar ng kakulangan sa Kedusha (Kabanalan).
Paghahanda na Tumanggap	Kapag may *Masach* sa *Partzuf* sa tamang sukat para sa *Zivug* at extension ng Liwanag.
Primordial Hochma	Hochma sa AA, na hindi nagniningning sa Atzilut. Sa halip, ang Hochma lamang ng tatlumpu't dalawang landas ang nagni-ningning.
Paglaganap ng Liwanag	Maraming Reshimot na hindi muling nakabuo sa isang *Zivug*, at samakatuwid, huminti ng kanilang pagwawasto at tumaas sa MAN para sa isang bagong *Zivug*.
Nakausli	Kaliwanagan ng *Hochma*.
Bantas ng *Otiot* (Mga Liham)	Ipinapahiwatig ang pinagmulan ng bawat antas sa loob ng mga ito, ito man ay mula sa *Hitkalelut* kasama ang Isang Mataas, na may isang mas mababa, o sa kanyang sarili. Ang pagpuno ng mga pangalan ay nagpapahiwatig ng level ng antas.
Kalidad ng lugar	Ang dami ng lugar ay ang bilang ng mga antas na umiiral sa lugar na iyon. Ang kalidad ng lugar ay ang kahalagahan ng antas na naroroon sa lugar.
Dami ng Lugar	Ang dami ng lugar ay ang bilang ng mga antas sa lugar na iyon. Ang kalidad ng lugar ay ang kahalagahan ng antas sa lugar na iyon.
Rachel	*Nukva de ZA*, mula sa kanyang *Chazeh* pababa.
RADLA	Sampung *Sefirot* ng *Rosh de Atik* ay tinatawag na *Reisha de Lo Etyada* (RADLA) dahil ginagamit nila ang *Malchut de Tzimtzum Aleph*.
Pagbabagong-buhay ng Mga Kaluluwa	Pagkakaloob ng *Ohr Hochma* sa mga kaluluwa, gaya ng naranasan nila sa panahon ng *Gadlut* ng mundo ng *Nekudim*, at naalis sa pamamagitan ng pagkabasag. Ito rin ay tulad ng nangyari sa pangalawang pagkakataon, bago ang kasalanan ng *Adam ha Rishon* at ang pangalawang paglisan sa pamamagitan ng pagbagsak ng mga organo ng kaluluwa.
Reish	Numerikong na halaga: 200
Pagtanggal/ Pagdistansya	Isang *Tikkun* kung saan ang *Kli* ay lumalayo sa sarili mula sa pagtanggap ng *Ohr Hochma* at sa halip ay pinili ang *Ohr Hassadim*.
Reshimo	Ano ang iniiwan ng Liwanag pagkatapos nitong umalis. Ito ang pinakabuod at ang ugat ng kapanganakan ng isa pang *Partzuf* mula rito.
Nalalabi/ Natitira (*She'er*)	Isang *Zivug* upang muling buhayin ang mga mundo.

Talasalitaan ng Kabbalah

Bumalik sa Nagpamula	Pag-alis ng Liwanag sa *Hizdakchut* ng *Masach* patungong *Malchut de Rosh*, ang Tagapaglikha ng sampung *Sefirot de Guf*.
Pagbabagong buhay ng Patay	Ang pagbabalik mula sa *BYA* sa mundo ng *Atzilut* ay binigyan ng pangalang iyon dahil ang paglabas sa mundo ng *Atzilut* ay tinatawag na "kamatayan."
Tadyang	Ang pangalan ng *Nukva* kapag siya ay naka-kabit sa *Achor be Achor* sa *Achoraim* ng *Chazeh de ZA*, dahil siya ay nakadikit sa *Guf* nito, at sila ay naglilingkod sa isang *Keter*.
Bubong	*Keter* sa bawat antas.
Rosh (Ulo)	Ang bahagi sa nagmula na pinaka-kapantay ng anyo ng Shoresh. Ito rin ang sampung Sefirot ng Itaas na Liwanag na lumawak sa Masach sa Malchut, para itaas ng Ohr Hozer. Tinawag ito sa pangalang iyon dahil nauna sila sa Masach at ang Ohr Hozer. Gayundin, ito ay sampung Sefirot de Ohr Yashar na nagsuot sa sampung Sefirot de Ohr Hozer.
Bilog	Kapag walang pagkakaiba ng Itaas and ibaba sa pagitan ng apat na Behinot sa pagnanasa. Dahil dito, ang apat na *Behinot* ay tinatawag na "apat na bilog na *Igulim* (mga bilog)" sa loob ng isa, dahil walang Itaas at ibaba sa kanila.
Ruach	*Ohr Hassadim*. Ito ay isang Liwanag na nakadamit sa *Kli de ZA*, dahil ang kilos nito ay bumangon sa *Bina* upang higupin ang Liwanag mula sa kanya at upang bumaba para ibigay ito sa *Malchut*.
Sabi sa Kanyang mundo,"Tama na! Wag ikalat pa."	Malchut, na nagtatapos sa Hitpashtut ng Itaas na Liwanag sa Chazeh ng mundo ng Yetzira, naglalagay ng hangganang ito doon.
Samech	Numerikong na halaga: 60
Tatak (*Hotam*)	*Ohr Hozer* na umaangat mula sa *Masach* pataas, dinadamitan ang sampung *Sefirot de Rosh*. *Nechtam* (imprenta) — ang parehong sampung Sefirot bilang nagtutungo sila mula sa *Rosh* hanggang sa *Guf*.
Selyado	Ang parehong sampung *Sefirot* na pumunta mula sa *Rosh* hanggang sa *Guf*, dahil ang isang selyo ay *Ohr Hozer* na tumataas mula sa *Masach* pataas, dinadamitan ang sampung *Sefirot de Rosh*.
Pangalawang *Ibur*	*Zivug* para sa pagdaragdag ng *Ohr Hochma* sa *Partzuf*.
Sefira	Sampung Sefirot de Ohr Yashar na nakasuot ng sampung Sefirot de Ohr Hozer, na lumabas sa isang Zivug, ay tinatawag na "isang Sefira," pagkatapos ng Pinakamataas na Sefira sa antas, bagama't naglalaman ito ng sampung Sefirot sa haba at kapal.

Segol	Isang indikasyon na mayroong tatlong *Nekudot HBD* kapag *HB* ay *Panim be Panim*.
Paghihiwalay ng *Sigim* (Dross)	Sigim ay mas mababang Hey na pinaghalo sa pitong Melakim at naging sanhi ng pagkawasak ng mundo ng Nekudim. Kaya naman, ang Tikkun ay ang pangangailangan na alisin ang mas mababang Hey mula sa lahat ng sirang Kelim. Ito ay ginawa ng Ohr Hochma, Liwanag ng Aba. Ang Tikkun na ito ay tinatawag na "paghihiwalay ng Sigim." Gayundin: isang Tikkun na ginawa ng Ohr Hochma, Liwanag ng Aba, na dapat alisin ang mas mababang Hey sa lahat ng nasirang Kelim. Ito ay dahil ang Sigim ay ang mas mababang Hey na noo'y nahalo sa pitong Melquim at naging sanhi ng pagkasira ng mundo ng Nekudim.
Paghihiwalay	Dalawang antas na walang katumbas na anyo sa pagitan nila, mula sa anumang panig.
Sona ng Shabbat	Ang pagtatapos sa Itaas na Liwanag sa pamamagitan ng puwersa ng *Malchut*.
Shin	Numerikong halaga: 300
Shoresh (Ugat)	Lahat ng *Behinot* sa *Keter*; sampung *Sefirot de Rosh*.
Maikli	Kakapusan ng *Hochma*. Malawak—kasaganaan ng *Hassadim*. Makitid—kakapusan ng *Hassadim*. Mahaba—kasaganaan ng *Hochma*.
Naka-kandado sa gilid	*Malchut* ay tinawag sa pangalang iyon dahil siya ang huli sa *Sefirot*.
Sigim (Dross)	Mababang Hey na nahalo sa pitong *Melaquim* (mga hari) at sanhi ng pagkasira ng mundo ng *Nekudim*.
Simple *(Pashut)*	Nang walang pagkakaiba ng mga antas at mga panig.
Sium Kelim de Panim	Chazeh
Sium of Tzimtzum Aleph	Sa itaas ng punto ng mundong ito.
Sium of Tzimtzum Bet	Ang *Parsa* na nagtatapos sa *Atzilut*.
Sium Raglaim de Adam Kadmon	Ang punto ng *Sium* ng mundong ito. Ito ang dulo ng linya ng *Ein Sof* at ang gitnang punto ng lahat ng mundo.
Sium Raglaim de Atzilut	Bina ng *NHY de Adam Kadmon*.
Matulog	Kapag ang isang *Partzuf* ay umakyat para sa *MAN*, ang lugar nito ay itinuturing na nasa isang estado ng pagkakahimlay, walang Mochin. Ito ay nananatili sa *Kista de Hayuta* (cista (dibdib) ng puwersa ng buhay).

Mabagal	Unti-unting pagpapalawig ng mga Liwanag sa pamamagitan ng dahilan at kahihinatnan.
Amoy	Ang Liwanag sa ZA de Rosh, na tinatawag na Hotem (ilong).
Sof/Sium (Pagtatapos)	Ginawa ng puwersang nagtutulak sa Behina Dalet. Ang Itaas na Liwanag ay huminto sa pagkinang doon dahil hindi niya ito natatanggap. Ang Behina Dalet ay tinatawag na Sium (wakas) dahil huminto ito sa pagtanggap ng Itaas na Liwanag, at sa paggawa nito ay nagtatapos ang antas.
Anak	Ang isang mababa, kaugnay sa Isang Mataas.
Pag-uuri at Pagwawasto	Ang pag-uuri ay nangangahulugan ng pagbaba ng tatlumpu't dalawang Nitzotzin — tatlumpu't dalawang mga Malchut — bilang basura, kaya 288 na lang ang natitira para sa pagtatayo ng Kedusha. Ito ay naiwasto sa pamamagitan ng kaliwanagan ng Aba, at ito ay tinatawag na "pag-uuri ng mga Liwanag." Ngunit kung wala ang Malchut, doon ay walang antas. Kaya naman, ang Hitkalelut ng parehong unang Hey at mas mababang Hey ay tinatanggap mula sa Masach ng Ima, at ito ay tinatawag na "ang pagkakaugnay ng kalidad ng Din sa kalidad ng Rachamim." Mula sa Hitkalelut na ito, tatlumpu't dalawang bagong Malchut ang nakumpleto, upang makumpleto ang 320 Nitzotzin. Ang pag-uuri na ito ay ginawang posible lamang sa pamamagitan ng Liwanag ng Aba, dahil hindi ito sumisinag sa Behina Dalet, at sa gayon ang mga basura ay inaayos. Ngunit ang Tikkun ay sa pamamagitan ng Liwanag ng Ima. Ang ibig sabihin ng pag-uuri ay pag-uri-uriin ang mga bahagi ng Behina Dalet, na humahadlang sa pagtanggap ng Itaas na Liwanag.
Mga Kaluluwa ng Adan ha Rishon	Bago ang kasalanan — NRN mula sa BYA sa Atzilut. Pagkatapos ng kasalanan — ang Liwanag ng Nefesh ay nanatili sa Kli de Keter ng bawat isa sa Sefirot de BYA, maliban sa AVI ng Beria.
Kaluluwa ng mga Anghel	Ang panloob na Kelim ng Atzilut ay KHB, na tinatawag na Mocha, Atzamot, at Gidin, na may mga Liwanag ng NRN. Ang mga Liwanag ng Haya at Yechida ay nagdadamit sa loob ng Liwanag ng Neshama. Ang Kelim ZA at Malchut ay nahiwalay sa Partzuf; kaya naman, tinawag silang Bassar at Or. Ang mga ito ay hindi totoong, kumpletong Kelim, ngunit pinapalibutan lamang ang Kelim ng Guf mula sa labas. Ang mga Liwanag sa loob nila ay Ruach at Nefesh, at natatanggap nila mula sa panloob na Kelim. May mga Liwanag ng Ruach-Nefesh sa panloob na Kelim at mga Liwanag ng Ruach-Nefesh sa panlabas na Kelim. Kaluluwa ng mga tao ay ipinanganak mula sa Zivug ng panloob na Kelim,

	at mga kaluluwa ng mga anghel ay ipinanganak mula sa *Zivug* ng panlabas na *Kelim*. Ang mga kaluluwa ay itinuturing na panloob ng mga mundo, dahil lumilitaw sila sa panloob na *Kelim* ng *Partzuf*. Ang mga anghel ay itinuturing na panlabas ng mga mundo, dahil sila ay lumitaw mula sa panlabas na *Kelim* ng *Partzuf*.
Kaluluwa ng mga Tao	Ang panloob na Kelim ng Atzilut ay KHB, na tinatawag na Mocha, Atzamot, at Gidin, na may mga Liwanag ng NRN. Ang mga Liwanag ng Haya at Yechida ay nagdadamit sa loob ng Liwanag ng Neshama. Ang Kelim ZA at Malchut ay nahiwalay sa Partzuf; kaya naman, tinawag silang Bassar at Or. Ang mga ito ay hindi tunay na, kumpletong Kelim, ngunit pinapalibutan lamang ang Kelim ng Guf mula sa labas. Ang mga Liwanag sa loob nila ay ang Ruach at Nefesh, at natatanggap nila mula sa panloob na Kelim. May mga Liwanag ng Ruach-Nefesh sa panloob na Kelim, at mga Liwnag ng Ruach-Nefesh sa panlabas na Kelim. Ang mga kaluluwa ng mga tao ay ipinanganak mula sa Zivug ng panloob na Kelim, at ang mga kaluluwa ng mga anghel ay ipinanganak mula sa Zivug ng panlabas na Kelim. Ang mga kaluluwa ay itinuturing na panloob ng mga mundo, dahil lumilitaw sila sa panloob na Kelim ng Partzuf. Ang mga anghel ay itinuturing na panlabas ng mga mundo, dahil sila ay lumitaw mula sa panlabas na Kelim ng Partzuf.
Espasyo/Kawalan ng laman	*Behina Dalet*, na walang laman ng Liwanag dahil sa *Tzimtzum Aleph* ay hindi nawawala mula sa nagmula, ngunit mayroong isang walang laman na espasyo sa loob nito, na walang Liwanag.
Kislap (*Netzitzo*)	Ohr Hozer
Talumpati	Sampung *Sefirot* ng Liwanag na dumadaan sa *Malchut* mula sa kanya at pababa sa *Guf*. Gayundin, sampung *Sefirot* ng Liwanag na dumaan mula sa *Malchut de Rosh*, na tinatawag na Peh, papunta sa *Toch*. Ang panloob na *Partzuf* ng *Nukva* ay tinatawag na "pagsasalita." Kung ito ay umalis at siya ay nananatili lamang sa panlabas na *Partzuf*, kung gayon ito ay tinatawag na "katahimikan" dahil ang panloob na *Partzuf* ay GAR at ang panlabas ay VAK..
Espirituwal na *Zivug*	Isang *Zivug* na nagmumula sa *Rosh SAG* hanggang *Rosh de Nekudim*, na nagwawasto sa GAR ng *Partzuf Nekudim*, ngunit hindi lumalawak sa *Guf* ng *Nekudim*. Tinatawag din itong *Zivug de Neshikin* (*Zivug* ng mga halik).

Espirituwalidad	Wala sa anumang korporyal na estado, tulad ng oras, espasyo, at galaw.
Parisukat	Ang *Zivugim* ay ginawa sa *Malchut* sa panahon ng kanyang *Hizdakchut* mula *Behina Dalet* hanggang *Behina Gimel*, mula *Behina Gimel* hanggang *Behina Bet*, at hanggang sa makarating siya sa *Peh*. Ibinigay sa kanila ang pangalang iyon pagkatapos ng apat na uri ng paglilinis ng *Masach*.
Lakas	Isang pag-unawa na tulad ng binhi kung saan lalabas ang isang puno at lalago.
Sangkap/ Materya (Homer)	Ang *Aviut* sa isang *Partzuf* ng *Behina Dalet* sa pagnanais. Ito rin, ay may haba, lapad, lalim, at anim na gilid — sa itaas, ibaba, silangan, kanluran, hilaga, at timog.
Pagsipsip ng Klipot	Ang sangkap ng *Klipot* ay ganap na kasamaan; hindi nila magagawang tumanggap ng anumang Liwanag. Ngunit sa panahon ng pagkabasag ng mga daluyan, ang mga daluyan ng pagkakaloob ay nahulog sa *Klipot* at naging kanilang kaluluwa at kabuhayan.
Pagdurusa	Kung saan ang *Kli* ay karapat-dapat sa pananamit ng Liwanag, ngunit hindi dinamitan ito dahil sa sarili nitong pagpili.
Araw sa Kaluban nito	NHY ng ZA na nakadamit sa loob ng *Nukva*.
Pandagdag ng *Shabbat*	Ang pag-akyat ng mga mundo mula sa ikalimang oras sa bisperas ng *Shabbat*.
Pampapatamis/ Pagpapagaan	Kung ang *Kelim* ay may depekto sa pamamagitan ng pagsira, kailangan nila ang Liwanag upang "patamisin" ang kanilang kapaitan, ang kanilang *Din* (paghatol) na mga puwersa, upang hindi magkakaroon ng mahigpit na pagkakahawak para sa mga panlabas sa kanila.
Taamim	*Hitpashtut* ng Liwanag mula sa Itaas pababa, mula *Peh* hanggang *Tabur*.
Tabur	*Malchut de Guf*, kung saan ang aktwal na limitasyon at ang pagtanggi ng Liwanag ay nagsisimula.
Tabur ng Puso	Ang lugar ng *Chazeh* (dibdib).
Buntot sa mga Leon	Ang *Sium* (dulo) ng Superyor na Antas, na nagiging antas ng "tungo sa mga soro," ang *Rosh* (head) ng mas mababang antas.
Tav	Numerikong halaga: 400
Tefillin	Ang *Tzitzit (Zizith)* ay *Se'arot de ZA*, na nagniningning sa *Rosh de Nukva*, na naghihikayat sa *Behinat Tefillin* sa kanyang *Metzach*.

Templo *(Beit ha Mikdash)*	*Beria* ng mundong ito.
Tet	Numerikong halaga: 9
Ang Katapusan ng Lahat	*Behina Dalet* sa *Behina Dalet* — ang pinakamagaspang sa lahat — ay tinatawag na *Sof* (katapusan) dahil ang lahat ng antas ay dumarating lamang upang iwasto siya.
Tatlumpung mga Antas sa *Guf de Nukva*	*Ibur, Yenika, Mochin* sa *Achor de Nukva*, sa bawat isa ay sampung Sefirot.
Trono	Sampung *Sefirot* ng Liwanag ng *Ima*, na kumalat sa mundo ng *Beria*: Ang GAR ay tinatawag na *Kisse* at ang VAK ay tinatawag na "anim na mga baytang ng trono." *Malchut* na nagdadamit sa *Malchut* ng *Beria* ay tinatawag na *Din, Techelet (azure),* at *Sandalfon*.
Sa pamamagitan ng mga Gilid	Limitadong pagkakaloob.
Oras	Isang tiyak na halaga ng *Behinot* (mga pag-unawa) na nagmumula sa isa't isa sa paraan ng sanhi at bunga.
Panahon ng Mabuting Kalooban	Sa panahon ng *Zivug* sa *Gadlut*, nagniningning ang *Ohr Hochma* sa Liwanag ng AB-SAG, ang Se'arot ay umalis, at ang *Metzach* ng pagnanasa ay lumitaw.
Mga kuko sa paa	Ang *Sium* ng bawat *Partzuf*.
Tohu	Ang *Bohu* ay tinatawag na AA, kung saan mayroong pagkakamit. Ang *Tohu* ay tinatawag na *Atik*, kung saan walang pagtatamo.
Torah	Liwanag ng ZA.
Nakakaantig (Tangential)	Hindi sapat na pagkakaiba ng anyo ng isang antas upang paghiwalayin ang dalawang mga antas sa ugat.
Daanan	Ang *Yesod de Aba* ay binigyan ng pangalang iyon dahil ito ay mahaba at makitid.
Puno	*Yesod de ZA*, ang gitnang linya, ang lugar ng *Zivug*.
Puno ng Kaalaman *(Etz ha Daat)*	Ang lugar mula sa *Chazeh* pababa, na tinatawag na *Assiya*. Ang pangunahing bahagi nito ay *Yesod*, na isang gitnang linya, na tinatawag na *Etz* (puno).
Puno ng Kaalaman ng Mabuti at Masama	Mula sa *Chazeh de ZA* pababa, dahil may kaliwanagan ng *Hochma* doon. Kaya, sa lugar na iyon ay may kapit para sa *Klipot*, tinatawag na "masama."
Puno ng Buhay *(Etz Chaim)*	Ang lugar mula sa *Chazeh Pataas*. May mga sakop na *Hassadim* doon, ang Liwanag ng *Ahoraim de Bina*, at samakatuwid, walang kapit para sa *Klipot*.
Trianggulo	Isang antas na may unang tatlong Behinot lamang sa pagnanais.

Tzadi	Numerikong halaga: 90
Tzelem	*Ohr Hozer* na umaangat sa *Hitkalelut MAN* ng isang mas mababa sa *Masach* at *Aviut* ng Isang Mataas, na dinadamitan ang sampung *Sefirot* ng *Ohr Yashar*. Ang *Ohr Hozer* na ito ay kabilang sa Isang Mataas, ngunit dahil ang Isang Mataas ay gumagawa ng *Zivug* para sa mga pangangailangan ng isang mababa, sa *Aviut* ng isang mababa, itong *Ohr Hozer* ay bumaba sa isang mababa kasama ang *Ohr Yashar*. Upang matanggap ito, ang isang mababa ay dapat bawasan ito ng tatlong antas, tinatawag na *Mem-Lamed-Tzadi*, o gaya ng nabasa nito mula sa ibaba Pataas *Tzadi-Lamed-Mem (Tzelem)*.
Tzere (mga markang bantas)	Nagpapahiwatig na *HB* kapag ang *Bina* ay nasa *Achoraim* hanggang *Hochma*, at wala silang punto ng *Daat* sa ilalim nila, upang dalhin sila sa *Zivug*. Ang *Bina*, gayun din, ay tinatawag na *Tzere*, dahil ang lahat ng mga organo ng *ZA* ay tumatanggap ng kanilang anyo sa pamamagitan ng kanyang *Masach de Aviut*.
Tzimtzum	Kung sino ang nalupig ang kanyang pagnanais, pinipigilan ang kanyang sarili at hindi tumanggap, sa kabila ng malaking pagnanais na tumanggap.
Tzimtzum Aleph	*Tzimtzum* ng *Malchut*; *Tzimtzum* sa *Behina Dalet*. Samakatuwid, ang linya ng *Ein Sof* ay huminto sa *Malchut de NHY*.
Tzimtzum Bet	*Tzimtzum NHY de Adam Kadmon*; *Tzimtzum* sa *Behina Bet*. Dahil dito, humihinto ang linya ng *Ein Sof* sa *Bina* ng *NHY de AK*, kung saan ginawa ang lugar ng mga mundong *BYA*. Ang Tzimtzum Bet ay ang pagsasama-sama ng Midat ha Rachamim, Bina, kasama ang Midat ha Din, Malchut.
Tzitzit	*Se'arot de ZA*, na nagniningning sa *Rosh de Nukva*, na nagtuturo sa *Behinat Tefillin* sa kanyang *Metzach*.
Pagkakaisa (*Yhud*)	Dalawang magkaibang Behinot na nagpapantay sa kanilang mga anyo sa isa isa.
Natatangi	Ang Itaas na Liwanag na gumagawa ng karamihan ng mga antas upang mapantayan sila. Nagkakaisa—kapag sa huli ang lahat ay nagiging kakaiba.
Nagkakaisa	Kapag, sa huli, ang lahat ay naging isa. Isa—ang Itaas na Liwanag na nagdudulot ng katumbas sa dami ng antas.
Itaas	Mas mahalaga.
Itaas na Eden	Yesod ng mundo ng Beria.
Itaas na Hardin ng Eden	Sa mundo ng Beria, na Bina

Itaas na *Hochma*	*Hochma* sa *ZA*
Itaan na Lupain	*Bina*. Ang *Malchut* ay ang mababang lupain. Kapag ang *Malchut* ay kasama sa *Bina*, ang *Bina* ay tinatawag na *Eretz Edom*.
Itaas na Kaputian	Bago ito bihisan sa isang *Kli*, ang Liwanag ay puti, dahil ang lahat ng mga kulay ay nagmumula lamang sa *Kelim*.
Bakante	Isang lugar na handang sumailalim sa mga pagwawasto.
Bakanteng Lugar at isang Espasyo	Kapag ang *ZA* ay tumaas sa *AA*, na siyang tunay na lugar mula sa perspektibo ng *Nekudim*, isang bakanteng espasyo ang nananatili sa *BYA*, dahil walang Liwanag ng kabuuan ng *Atzilut* doon, hanggang sa *Gmar Tikkun*, bababa ang *Atzilut* sa ibaba ng *Parsa*.
Bakanteng Espasyo	Sa puwersa ng Tzimtzum Aleph, tinapos ng Malchut ang Itaas na Liwanag. Ang Sium na ito ay nakatayo sa itaas ng punto ng mundong ito. Sa pamamagitan ng Tzimtzum Bet, ang lugar ng Tzimtzum ay bumangon mula Sium Galgalta hanggang sa Chazeh ng Partzuf Nekudim. At mula doon pababa, isang bakanteng lugar ang ginawa, at ang lugar ng Klipot. Gayunpaman, sa pamamagitan ng pagbagsak ng mga daluyan ng pagkakaloob sa ibaba ng Chazeh ng lugar ng BYA, labing-apat na Sefirot lamang ang natitira para sa Mador ha Klipot. Sa pamamagitan ng kasalanan ng Adam ha Rishon, ang punto ng Sium ng Kedusha ay bumaba sa Bina ng Malchut ng daigdig ng Assiya, na tinatawag na "lupa ng mababang Hardin ng Eden," kung saan nagawa ang lugar ng bakanteng espasyo. Ito ay sumusunod na ang espasyo ay nabawasan sa pamamagitan ng pagsira ng mga daluyan at ang kasalanan ng Adam ha Rishon, dahil ito ay bumaba mula sa lugar ng Parsa hanggang Bina ng Malchut ng Assiya. Ngunit nakuha ng Klipot ang lakas upang bumuo ng apat na mga mundo.
VAK at *Nekuda* ng *Klipot* ng *Atzilut*	Bago ang kasalanan ng Adam ha Rishon, sa sandaling bumangon ang lahat ng mundo Atzilut, ay may Klipot sa labing-apat na Sefirot ng Mador ha Klipot (seksyon ng talukap). Wala silang Partzuf, VAK lamang para sa ZA ng Klipa, at Nekuda para sa Nukva ng Klipa.
Vav	Numerikong halaga: 6
Pangitain *(Re'iah)*	Hitpashtut ng Liwanag mula sa Ein Sof hanggang sa Masach. Isang Liwanag na nagmula sa Ein Sof ay tuwina'y Ohr Hochma o Ohr Eynaim, o Re'iah (pangitain), o Histaklut, Ohr Hochma de Rosh.
Boses at Pagsasalita	Zivug ng dalawang panloob na Partzufim ZA at Nukva. Ito din ay tinatawag na Zivug de Neshikin (paghalik).

Dingding *(Dofen)*	Ang *Aviut* ng *Masach* ay ang *Kli* na tumatanggap ng Liwanag. Ito ay tinatawag na "dingding ng *Kli*" dahil ang buong Kli ay mga dingding lamang nito. Ang apat na *Behinot* ng *Aviut* ay apat na mga suson sa kapal ng dingding, na nakaposisyon sa ibabaw ng bawat isa at isinasaalang-alang ang panloob at panlabas. Ang pinakamakapal na *Behina* sa dingding ng *Kli* ay nagpapalawig ng higit na kasaganaan at itinuturing na panloob ng *Kli*. Ang natitirang bahagi ng *Behinot*, ang mas dalisay, ay itinuturing na panlabas ng *Kli*, kung saan ang *Behina Dalet* ay ang panloob, kumpara sa *Behina Gimel*, ang *Behina Gimel* ay panloob kumpara sa *Behina Bet*, atbp.
Dingding *(Kotel)*	Isang *Masach* ng *Achoraim* ng *Ima*, na pinigil ang *Ohr Hochma* mula sa pag-abot sa *ZON*, kapag sila ay nasa *Katnut*, sa pamamagitan ng puwersa ng pagiging *Hafetz Hesed* (natutuwa sa awa).
Basura	Ang Sigim ay umalis pagkatapos ng mga pagsusuri.
Balon (ng tubig)	*Yesod de Nukva*, kung saan bumangon ang *Ohr Hozer*, na parang mula sa isang balon.
Mga gulong	*Sefirot de Igulim* (mga bilog) ay tinatawag sa pangalang iyon dahil ang Ang mga Liwanag sa kanila ay nagiging bilog, dahil walang kadalisayan at *Aviut* (kagaspangan) doon.
Malapad	Kasaganaan ng *Hassadim*. Makitid—kakapusan ng *Hassadim*. Ang kakapusan ng *Hochma* ay tinatawag na "maikli" at kasaganaan ng *Hochma* ay tinatawag na "mahaba."
Bintana	Ang puwersa ng *Ohr Hozer* na nagbubukas sa pagtanggap ng Liwanag sa *Kli*.
Mga pakpak	Ang Malchut de Ima ay palaging nasa Katnut, na umaabala sa ZON mula sa mga panlabas. Sa pamamagitan nito, binabantayan niya ang ZON, dahil kaliwanagan lamang ng Hochma ay dumaan sa kanya. Ang Parsa, sa ibaba ng Atzilut, ay gawa rin sa Malchut de Ima, at siya ay tinawag na "sapatos," pinoprotektahan ang mga paa ng ZON. Walang kaliwanagan ng Hochma ang dumadaan sa kanya.
Mundo *(Olam)*	Ang pangalang Olam ay nagsisimula sa Partzuf BON ng mundo ngAdam Kadmon, mula nang ZA at Malchut ng panloob na Kelim ngBehina Dalet ay nawala at naging Kelim para sa Ohr Makif, natinatawag na Levush at Heichal. Gayundin, ang ibig sabihin ng Olam ay He'elem (pagkukubli).

Mundo at Mga Kaluluwa	Ang *AVI* ay gumawa ng dalawang *Zivugim*: 1) *Achor be Achor*, upang muling buhayin ang mga mundo kasama ang *Ohr Hassadim*; 2) *Panim be Panim*, upang magparami ng mga kaluluwa. Ang *Levush* ay umaabot mula sa una, sa panlabas na *Zivug*, at mula sa pangalawa, panloob na *Zivug*, ay nagpapalawak ng *Ohr Hochma* sa mga kaluluwa. Ito ay kung bakit mayroong tatlong *Partzufim*: panlabas at medyum-mula sa unang *Zivug*, at panloob—mula sa pangalawang *Zivug*.
Yaakov (Jacob)	*VAK* ng *ZA*, panlabas na *Partzuf*.
Yechida	Ang Liwanag na nakasuot sa *Sefira* ng *Keter*.
YESHSUT	ZAT o AHP ng AVI. Kapag ang AVI ay gumawa ng isang Zivug Panim be Panim, ang AVI at YESHUT ay itinuturing na isang Partzuf. Kapag ang AVI ay gumawa ng isang Zivug Achor be Achor, ang YESHSUT ay umaalis sa AVI sa isang hiwalay na Partzuf.
Yod	Nemerikong halaga: 10
Yod-Aleph (11) Mga palatandaan ng Insenso.	Mga Kislap ng Liwanag na nanatili upang buhayin ang pusong bato.
Yosef (Joseph)	*Yesod de ZA*.
Yotzer (lumilikha)	Pagkakaloob ng Liwanag sa mga mundo; kasama ang lahat bukod sa kagustuhang tumanggap.
Ysrael (Israel)	(Gayundin: Moshe (Moses) at Israel.) *GAR* ng *ZA* o panloob na *Partzuf*.
Zayin	Numerikong halaga: 7
Zeir Anpin	Ang ibig sabihin nito ay "maliit na mukha," dahil ang karamihan sa ZA ay Ohr Hassadim, at ang minorya nito—Ohr Hochma. Ang Ohr Hochma ay tinatawag na Panim (mukha). Kaya naman, ang Keter ay tinawag na Arich Anpin, na nangangahulugang "mahabang mukha," pagkakaroon ng Ohr Hochma.
Zion (Tzion)	Ang panloob na *Yesod* ng *Nukva* ay tinawag sa pangalang iyon mula sa salitang *Yetzia* (paglabas).
Zivug de Guf	Isang kumpletong *Zivug – Zivug AVI* upang bigyan ang mga kaluluwa ng Liwanag at pagpaparami para sa *ZON*.
Zivug de Hakaa (Pagsasama ng Pagbabanggaan)	Ang aksyon ng Masach ng pagtataboy sa Liwanag mula sa Behina Dalet hanggang sa ugat nito. Mayroong dalawang magkasalungat na bagay sa gawaing ito: Hakaa (pagbabanggaan) ng Liwanag, at isang kasunod na Zivug kasama nito, na hinihimok ang pagtanggap nito sa Kli, dahil ang Liwanag na tinanggihan mula kay Behina Dalet ay naging Ohr Hozer, na naging nagdadamit na Kli, na nagbubunyag ng Liwanag sa Partzuf. Isang Zivug na nagmumula sa Rosh SAG hanggang Rosh de Nekudim, na itinutuwid ang GAR ng Partzuf Nekudim ngunit

Zivug de Neshikin	hindi lumalawak sa Guf ng Nekudim. Tinatawag din itong "isang espirituwal na Zivug."
Zivug de Yesodot (pangmaramihan para sa *Yesod*)	Itinutuwid ang *ZAT* ng *Partzuf*. Tinatawag ding "mababang *Zivug*" at *Zivug* ng *Guf*.

APENDISE B:
MGA ACRONYM AT PAGDADAGLAT

(Dahil ang mga acronym ay mga salitang Hebreo, ang mga titik sa Tagalog ay maaaring hindi tumugma sa mga salitang kinakatawan nito)

AA	Arich Anpin
AB	HaVaYaH ay napuno ng Yod
ABA	Achor be Achor
ABYA	Atzilut, Beria, Yetzira, Assiya
AHP	Awzen, Hotem, Peh
AN	Atik and Nukva
Ari	Ang Maka-Diyos, Rabbi, Isaac
AVI	Aba ve Ima
BON	HaVaYaH napuno ng Hey
BYA	Beria, Yetzira, Assiya
KH	Keter, Hochma
KHB	Keter, Hochma, Bina
KHB TM	Keter, Hochma, Bina, Tifferet, Malchut
KHBD	Keter, Hochma, Bina, Daat
HB	Hochma, Bina
HBD	Hochma, Bina, Daat
HHN	Hochma, Hesed, Netzah
GE	Galgalta Eynaim
Lamed Bet	Numero (32)
MA	HaVaYaH napuno ng Aleph
MAD	Mayin Duchrin
MAN	Mayin Nukvin

Matatron	Pangalan ng anghel
MI	Dalawang letra mula sa Pangalang *E-L-OH-I-M*
NE	*Nikvey Eynaim*
NHY	*Netzah, Hod, Yesod*
NHYM	*Netzah, Hod, Yesod, Malchut*
NR	*Nefesh, Ruach*
NRN	*Nefesh, Ruach, Neshama*
NRNHY	*Nefesh, Ruach, Neshama, Haya, Yechida*
OBDAM	*Or, Bassar, Gidin, Atzamot, Mocha*
OH	*Ohr Hozer*
OM	*Ohr Makif*
OP	*Ohr Pnimi*
OY	*Ohr Yashar*
PARDESS	*Peshat, Remez, Drush, Sod*
PBA	*Panim be Achor*
PBP	*Panim be Panim*
RADLA	*Reisha de Lo Etyada*
Ramak	*Rabbi Moshe Kordovero*
Ramchal	*Rabbi Moshe Chaim Luzzato*
RAPACH	numero (288)
Rashbi	*Rabbi Shimon Bar Yochai*
RIU	numero (216)
RTS	*Rosh, Toch, Sof*
SAG	*HaVaYaH napuno ng Yod, at Aleph sa Vav*
SNGLH	*Shoresh, Neshama, Guf, Levush, Heichal*
SVAT	*Still, Vegetative, Animate, Speaking*
TANTA	*Taamim, Nekudot, Tagin, Otiot*
TD	*Tikkuney Dikna*
VAK	Anim na Gilid (Mga Dulo)
VAT	Ibabang Anim
YESHSUT	*Ysrael Saba ve Tevuna*
YHNRN	*Yechida, Haya, Neshama, Ruach, Nefesh*
ZA	*Zeir Anpin*
ZAT	Pitong Ibaba
ZON	*Zeir Anpin and Nukva*

Apendise C:
Mga Diagram ng Espirituwal na Mundo

Sa pagkakasunud-sunod ng "Paunang Salita sa Karunungan ng Kabbalah."

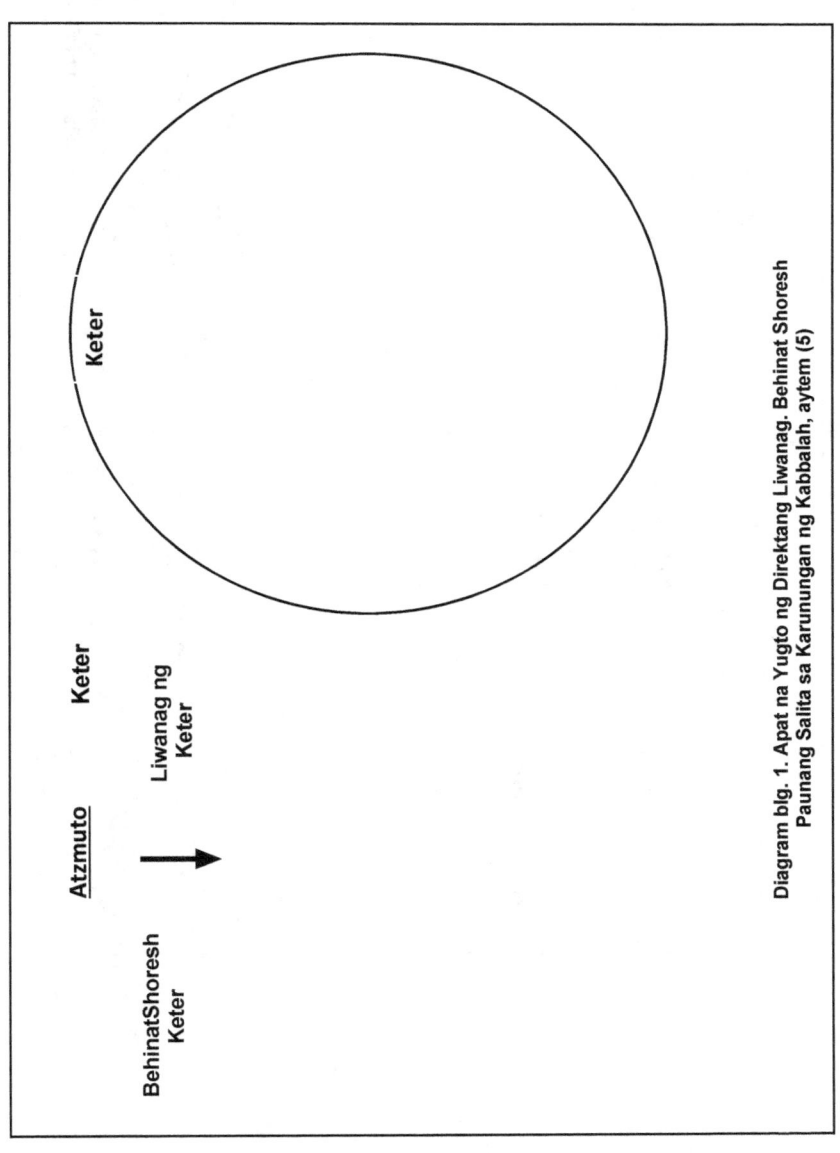

Diagram blg. 1. Apat na Yugto ng Direktang Liwanag. Behinat Shoresh Paunang Salita sa Karunungan ng Kabbalah, aytem (5)

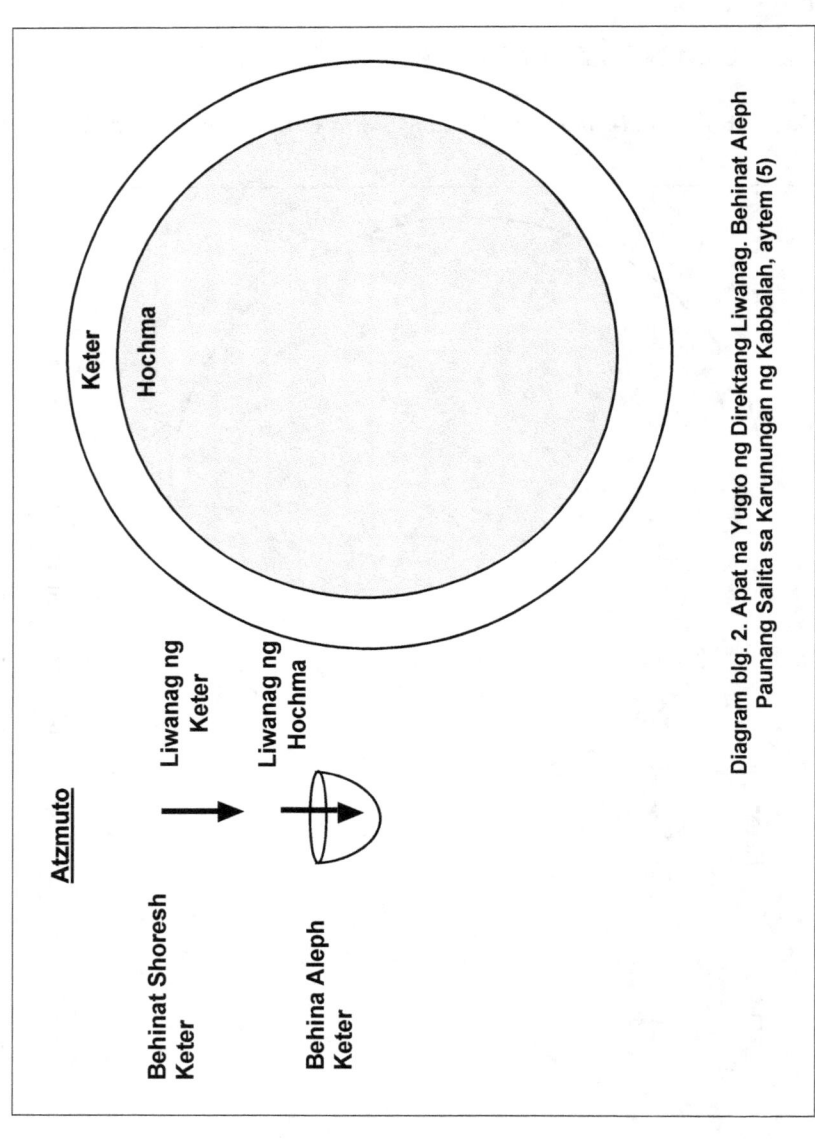

Diagram blg. 2. Apat na Yugto ng Direktang Liwanag. Behinat Aleph Paunang Salita sa Karunungan ng Kabbalah, aytem (5)

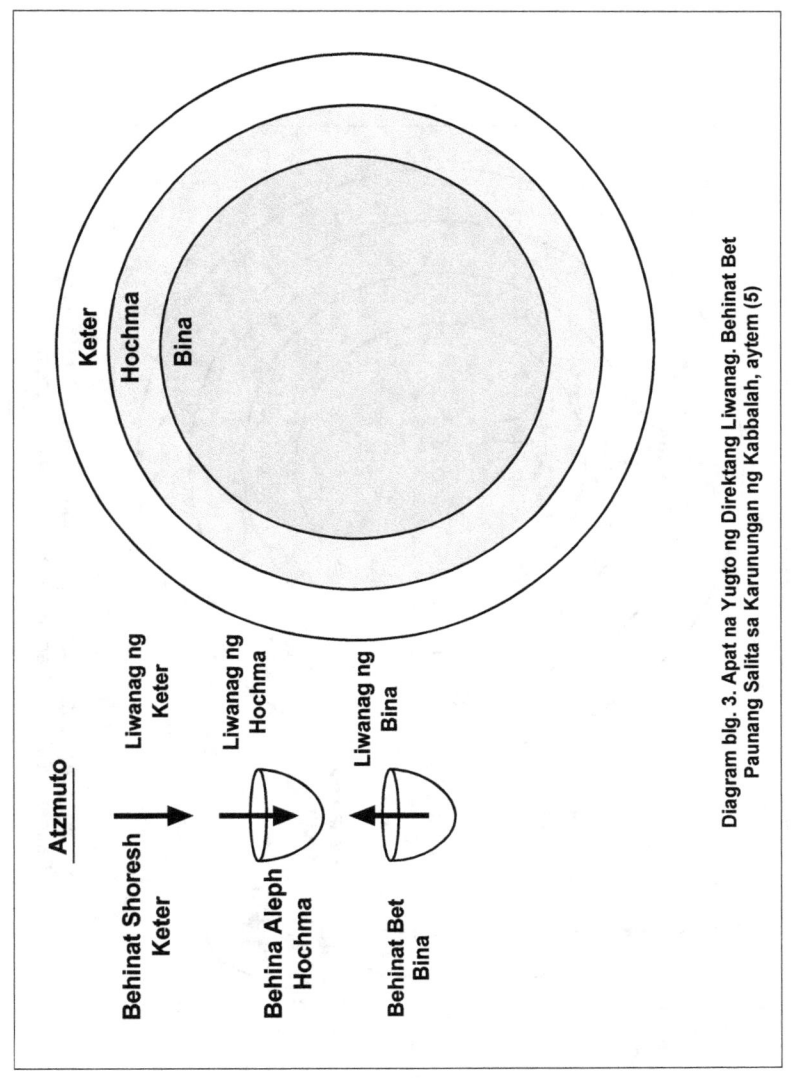

Diagram blg. 3. Apat na Yugto ng Direktang Liwanag. Behinat Bet Paunang Salita sa Karunungan ng Kabbalah, aytem (5)

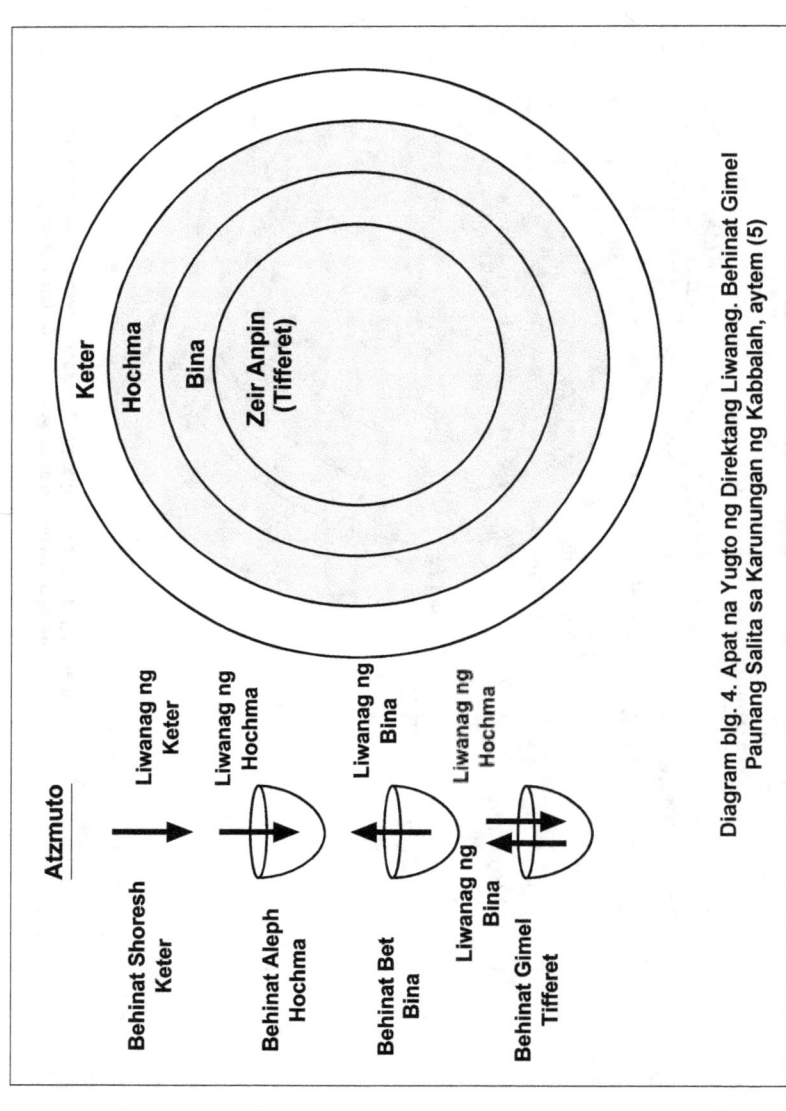

Diagram blg. 4. Apat na Yugto ng Direktang Liwanag. Behinat Gimel Paunang Salita sa Karunungan ng Kabbalah, aytem (5)

Mga diagram ng Espirituwal na Mundo

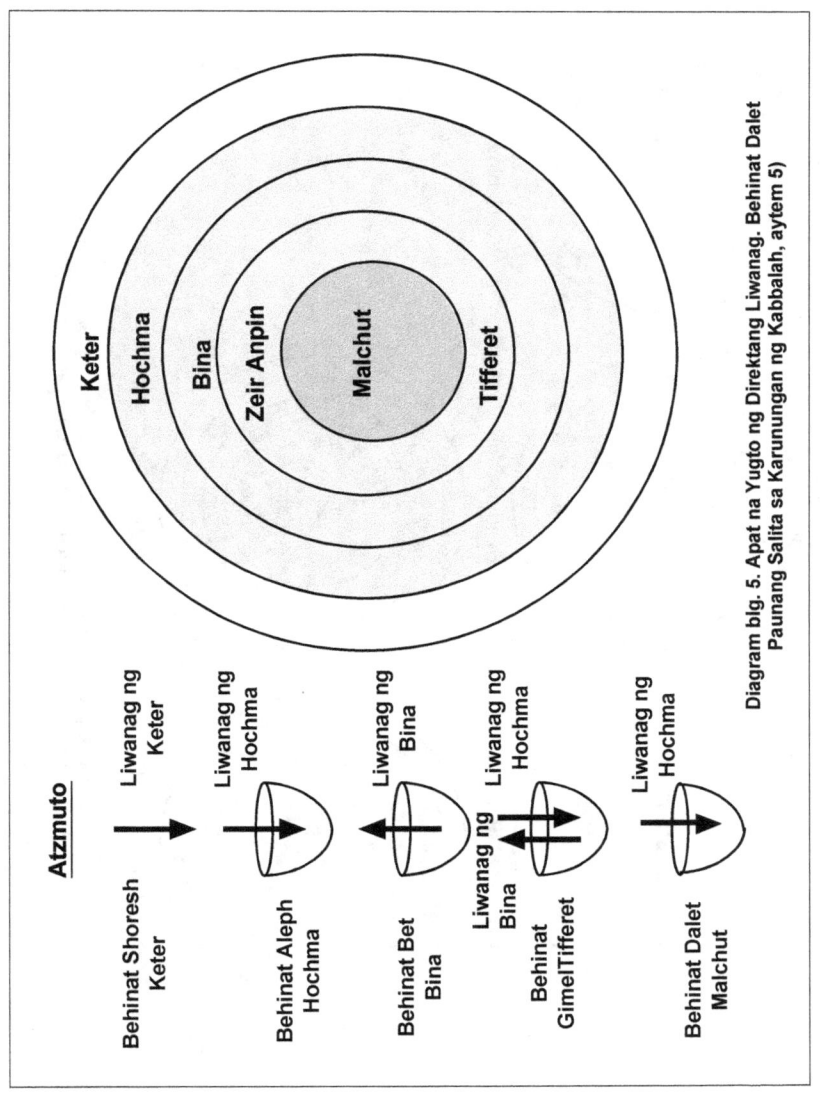

Diagram blg. 5. Apat na Yugto ng Direktang Liwanag. Behinat Dalet Paunang Salita sa Karunungan ng Kabbalah, aytem 5)

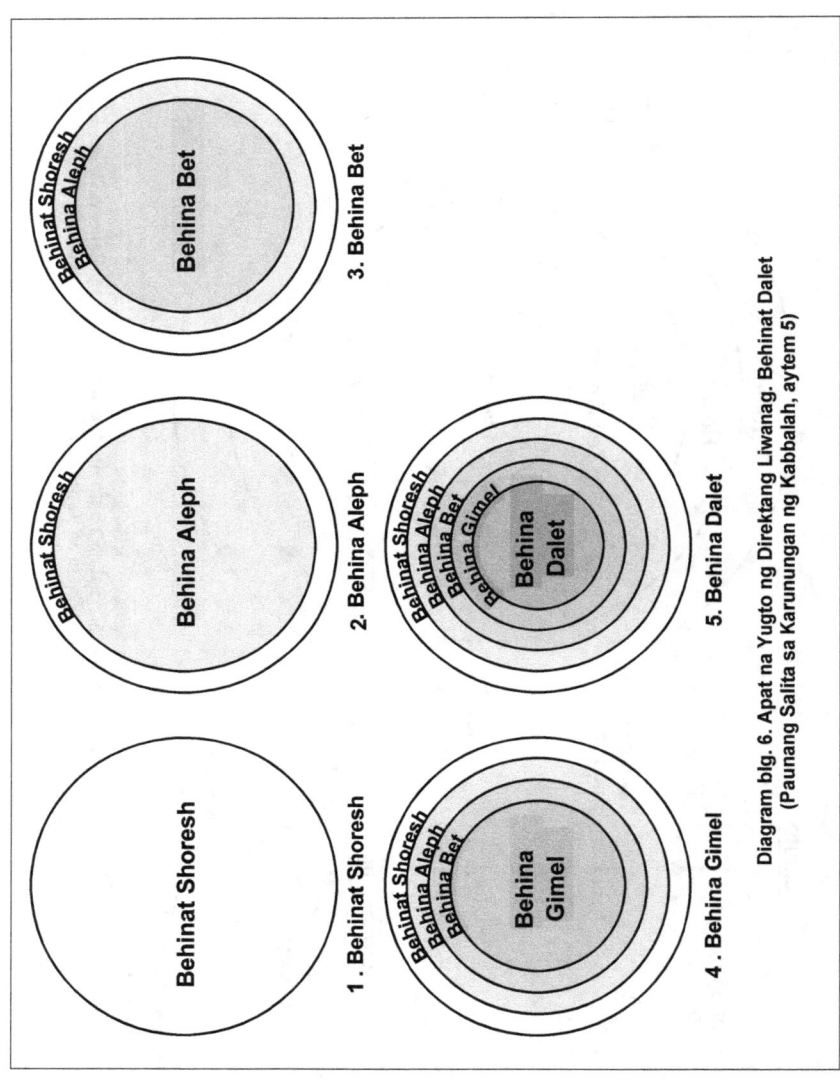

Diagram blg. 6. Apat na Yugto ng Direktang Liwanag. Behinat Dalet. Behinat Dalet (Paunang Salita sa Karunungan ng Kabbalah, aytem 5)

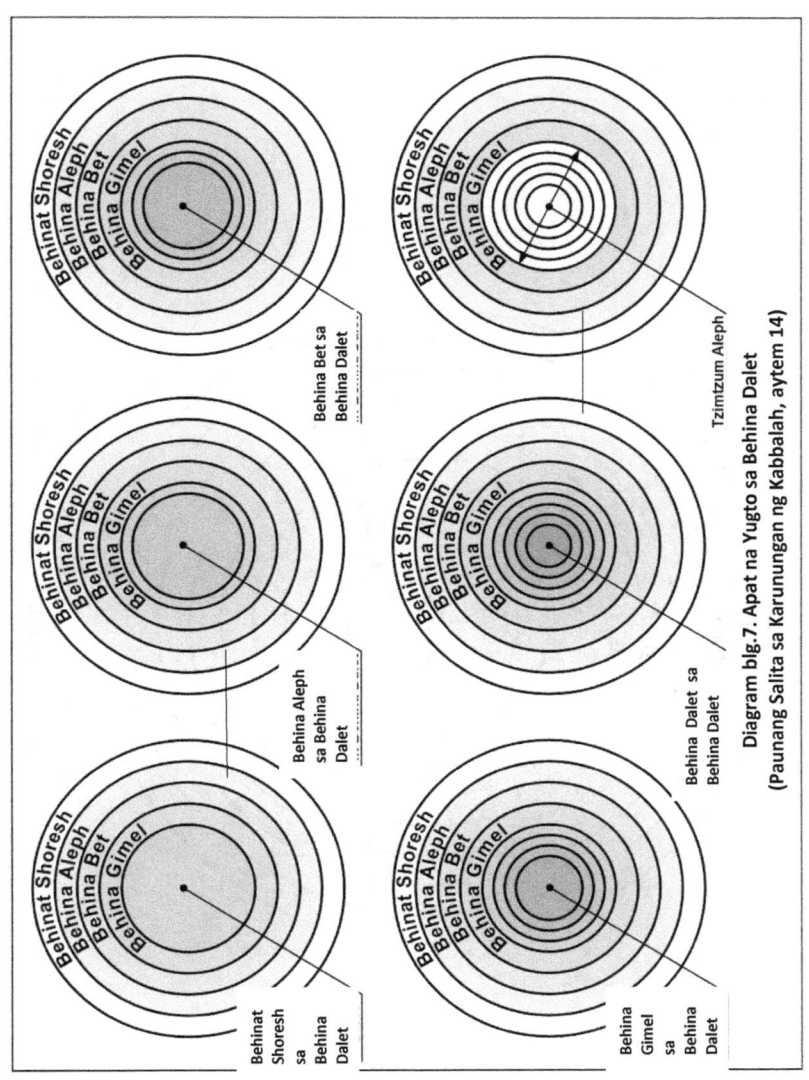

Diagram blg.7. Apat na Yugto sa Behina Dalet
(Paunang Salita sa Karunungan ng Kabbalah, aytem 14)

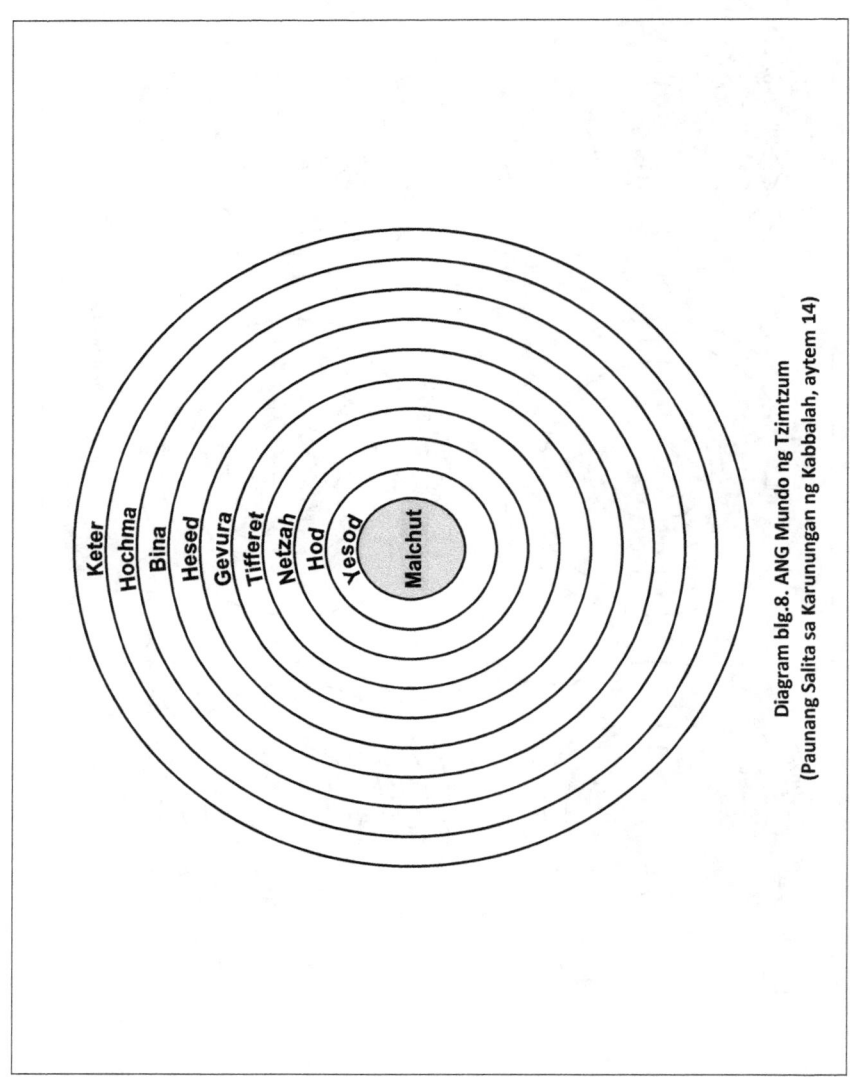

Diagram blg.8. ANG Mundo ng Tzimtzum
(Paunang Salita sa Karunungan ng Kabbalah, aytem 14)

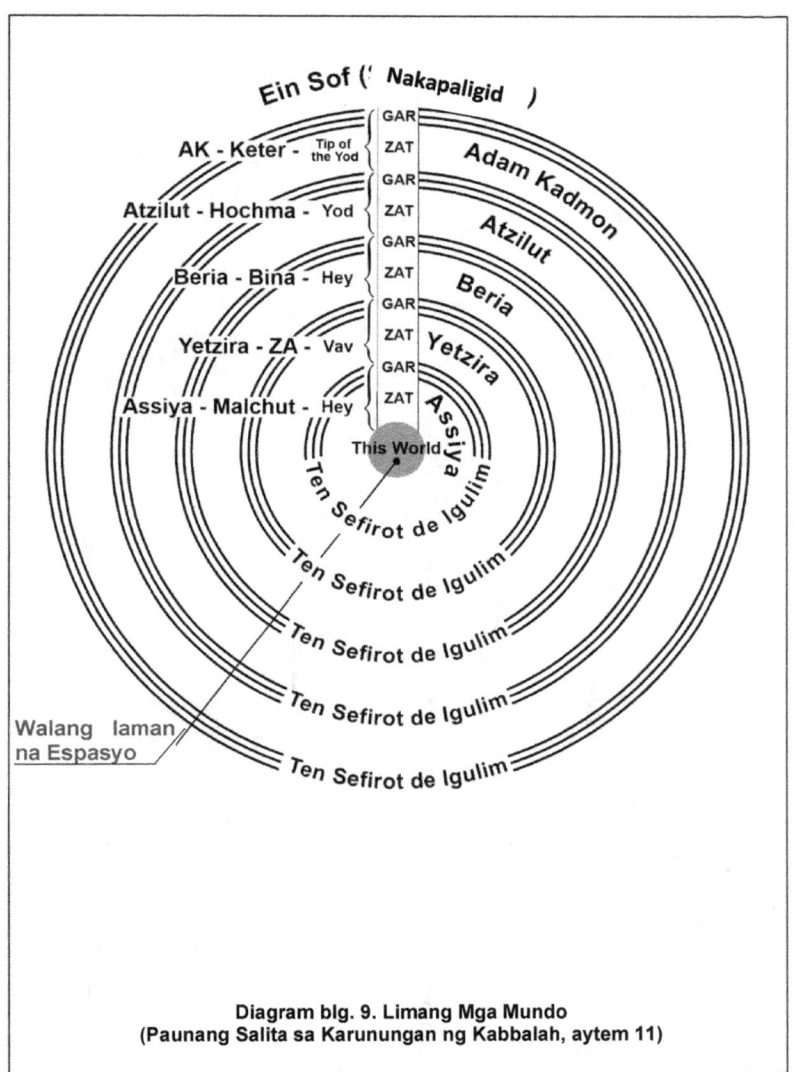

Diagram blg. 9. Limang Mga Mundo
(Paunang Salita sa Karunungan ng Kabbalah, aytem 11)

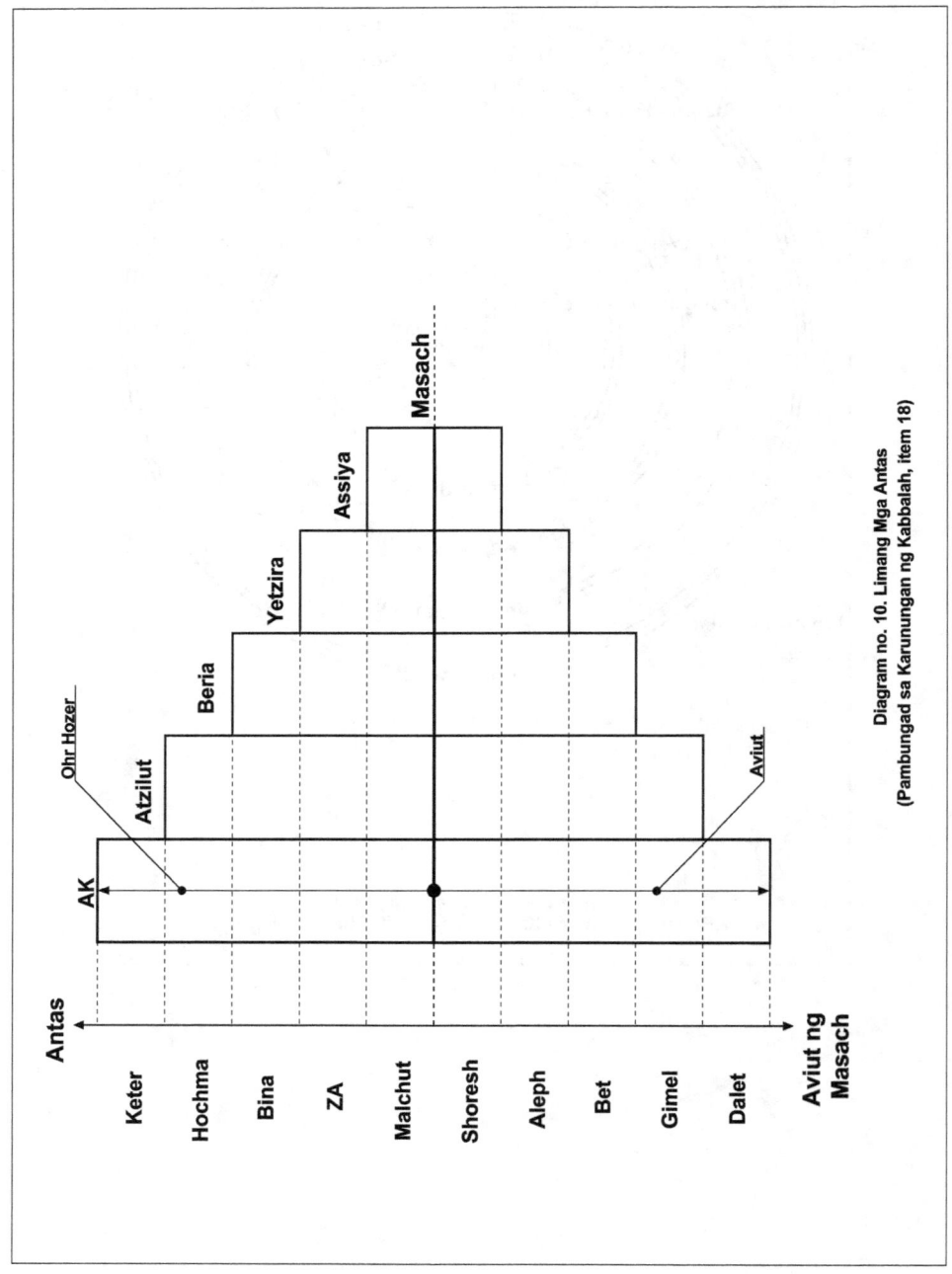

Diagram no. 10. Limang Mga Antas
(Pambungad sa Karunungan ng Kabbalah, item 18)

Mga diagram ng Espirituwal na Mundo

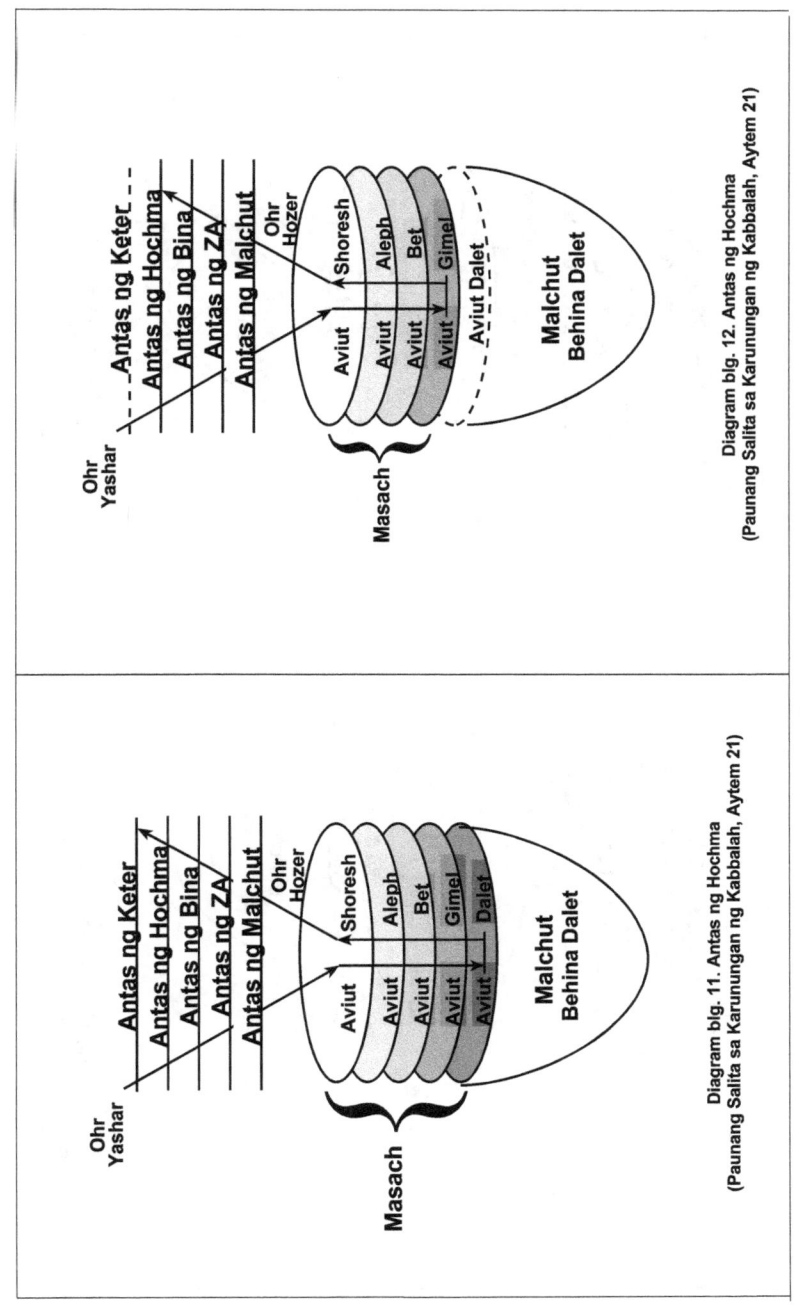

Diagram blg. 12. Antas ng Hochma
(Paunang Salita sa Karunungan ng Kabbalah, Aytem 21)

Diagram blg. 11. Antas ng Hochma
(Paunang Salita sa Karunungan ng Kabbalah, Aytem 21)

APENDISE C

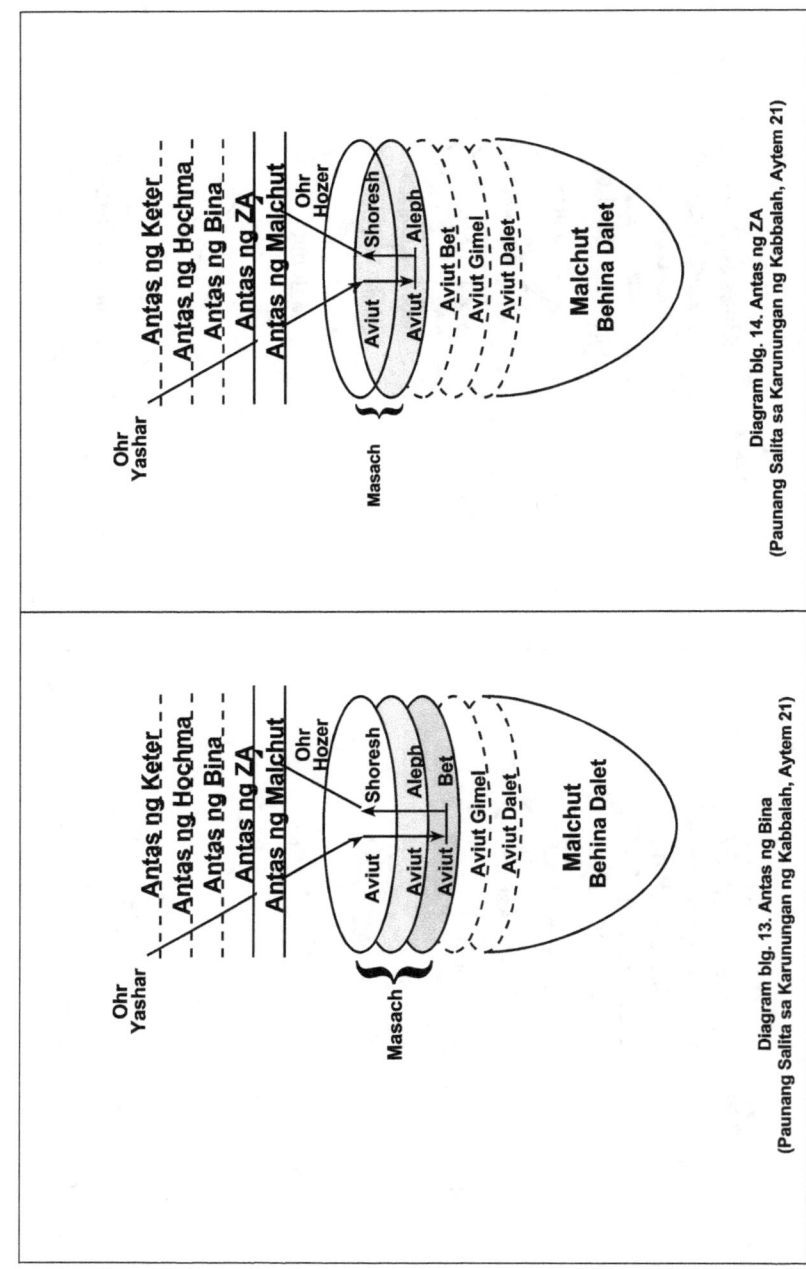

Diagram blg. 13. Antas ng Bina
(Paunang Salita sa Karunungan ng Kabbalah, Aytem 21)

Diagram blg. 14. Antas ng ZA
(Paunang Salita sa Karunungan ng Kabbalah, Aytem 21)

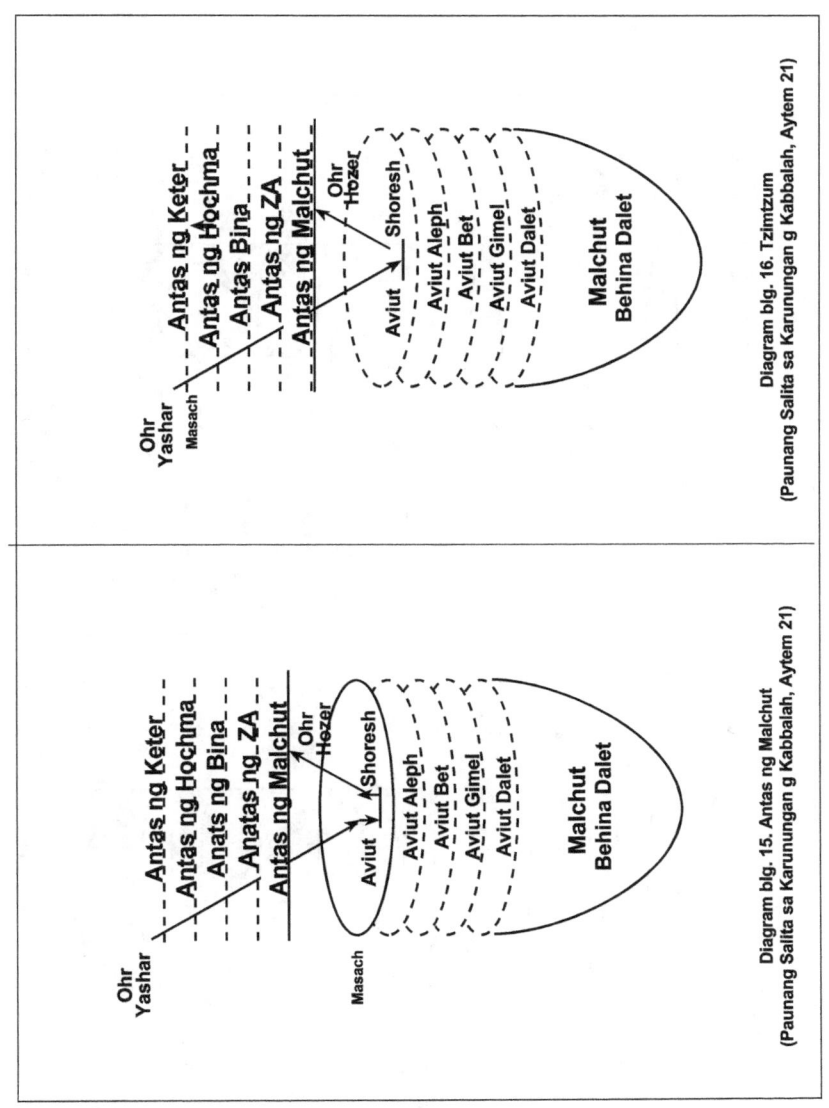

Diagram blg. 15. Antas ng Malchut
(Paunang Salita sa Karunungan g Kabbalah, Aytem 21)

Diagram blg. 16. Tzimtzum
(Paunang Salita sa Karunungan g Kabbalah, Aytem 21)

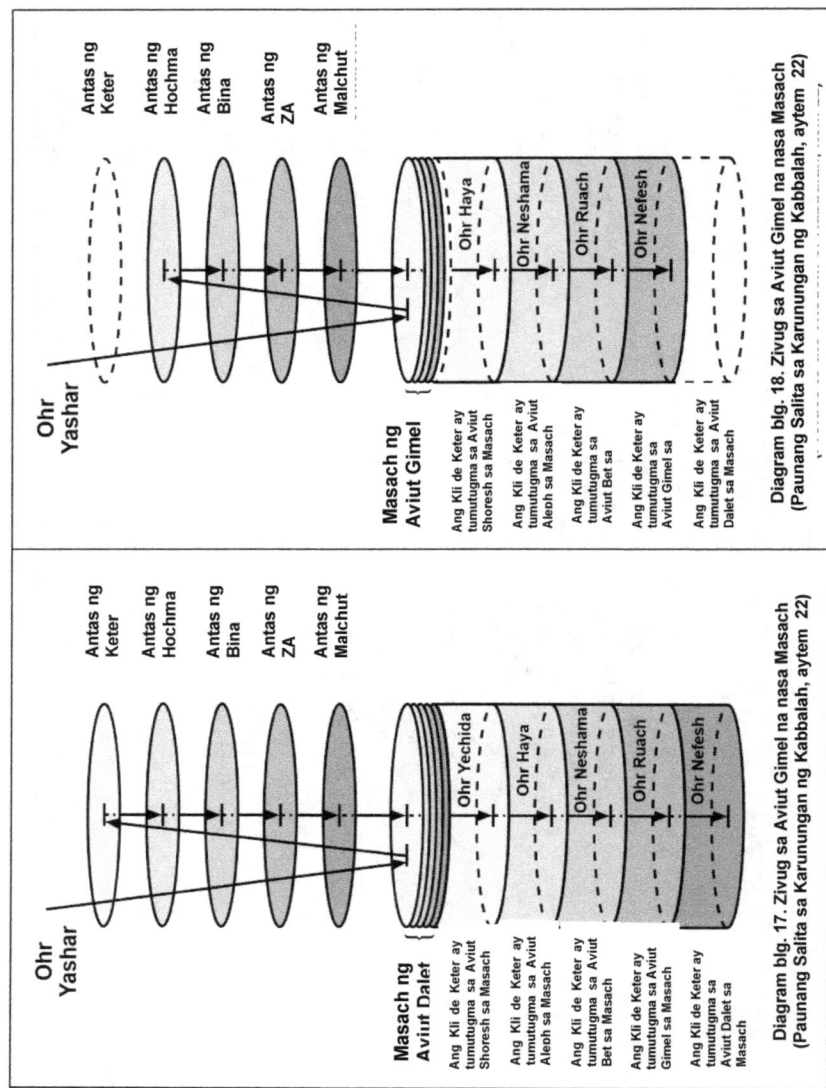

Diagram blg. 17. Zivug sa Aviut Gimel na nasa Masach (Paunang Salita sa Karunungan ng Kabbalah, aytem 22)

Diagram blg. 18. Zivug sa Aviut Gimel na nasa Masach (Paunang Salita sa Karunungan ng Kabbalah, aytem 22)

Mga diagram ng Espirituwal na Mundo

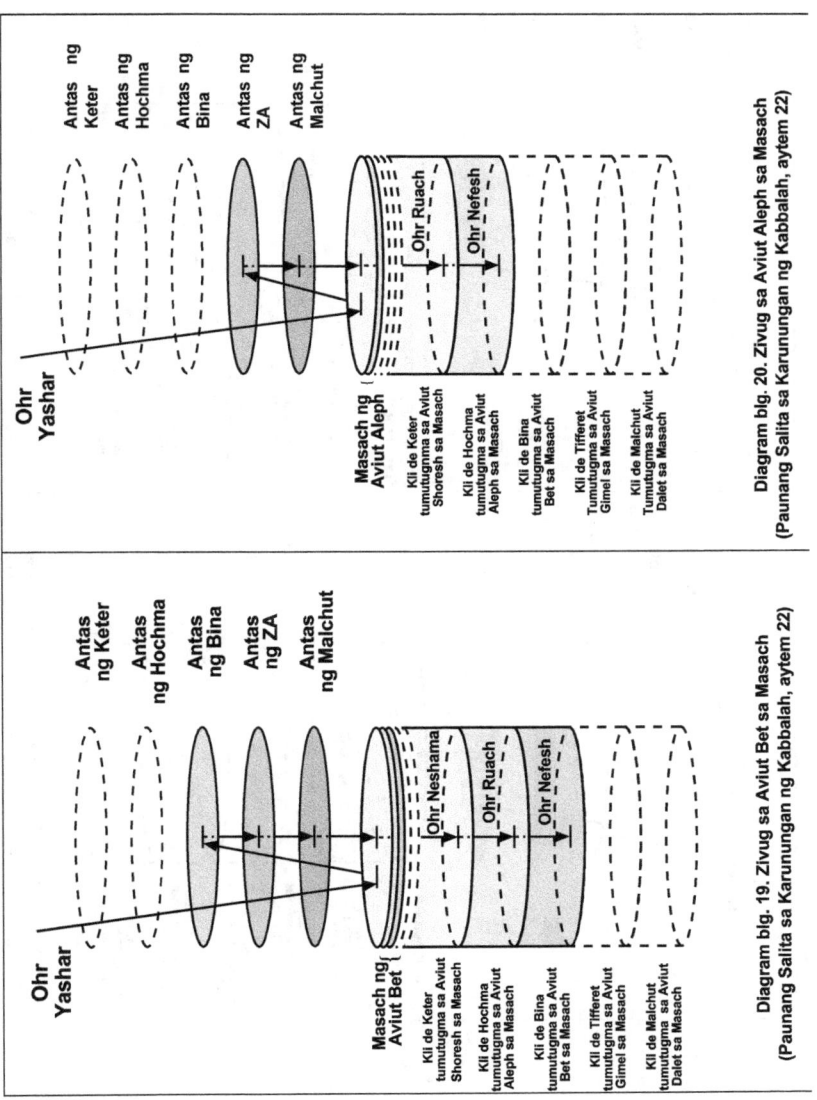

Diagram blg. 20. Zivug sa Aviut Aleph sa Masach
(Paunang Salita sa Karunungan ng Kabbalah, aytem 22)

Diagram blg. 19. Zivug sa Aviut Bet sa Masach
(Paunang Salita sa Karunungan ng Kabbalah, aytem 22)

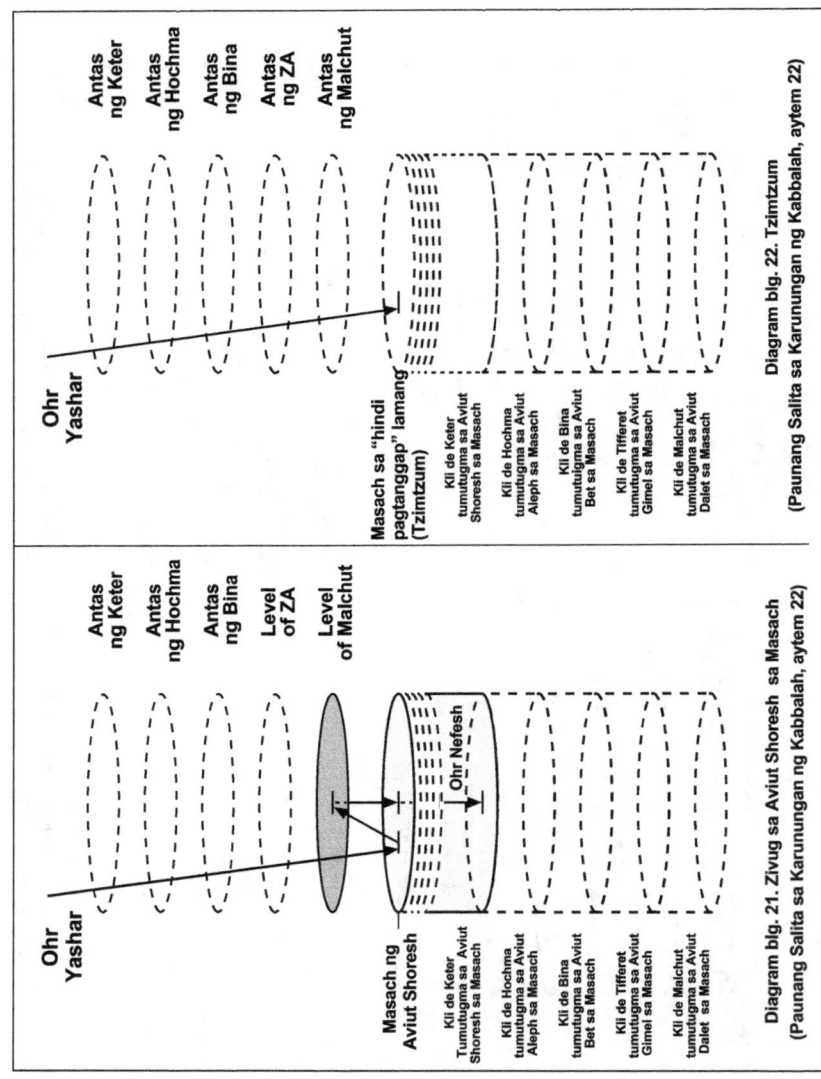

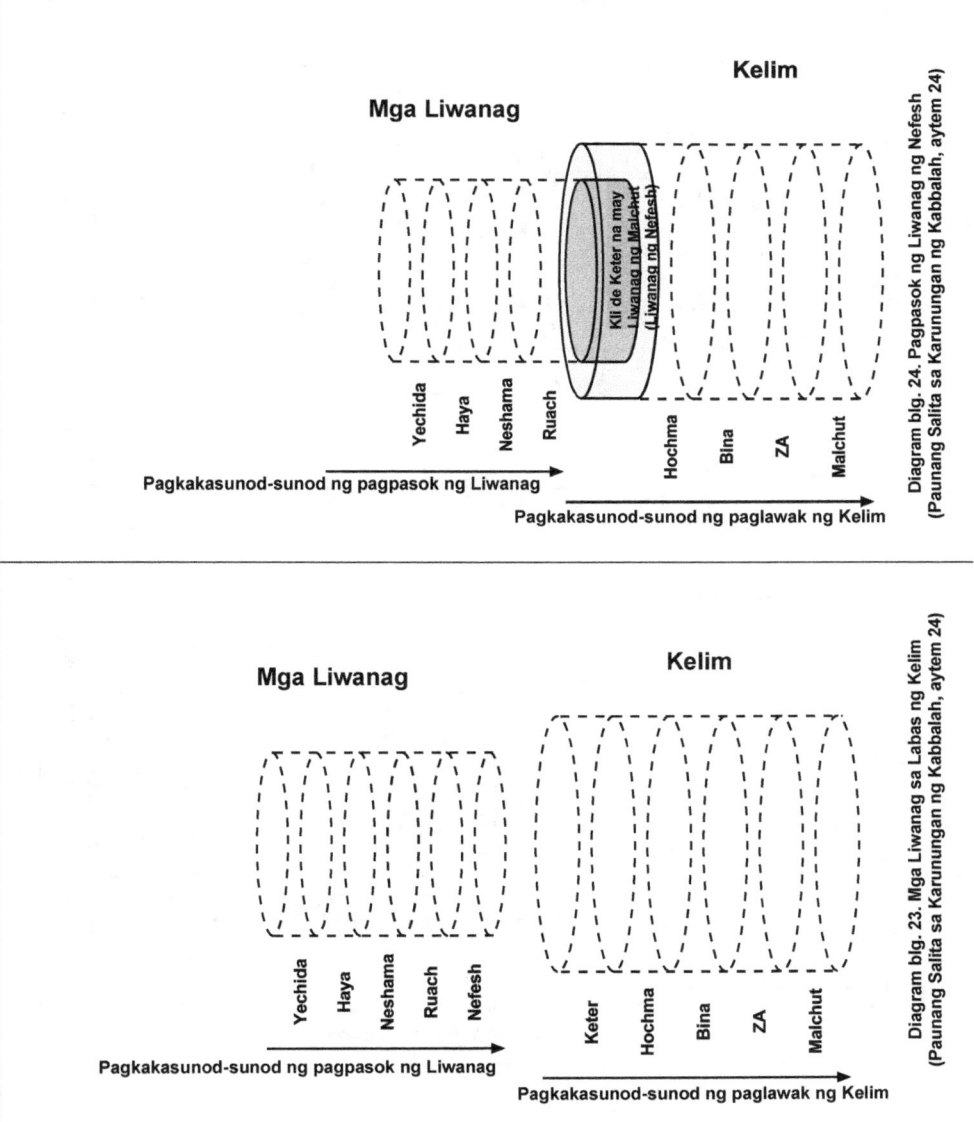

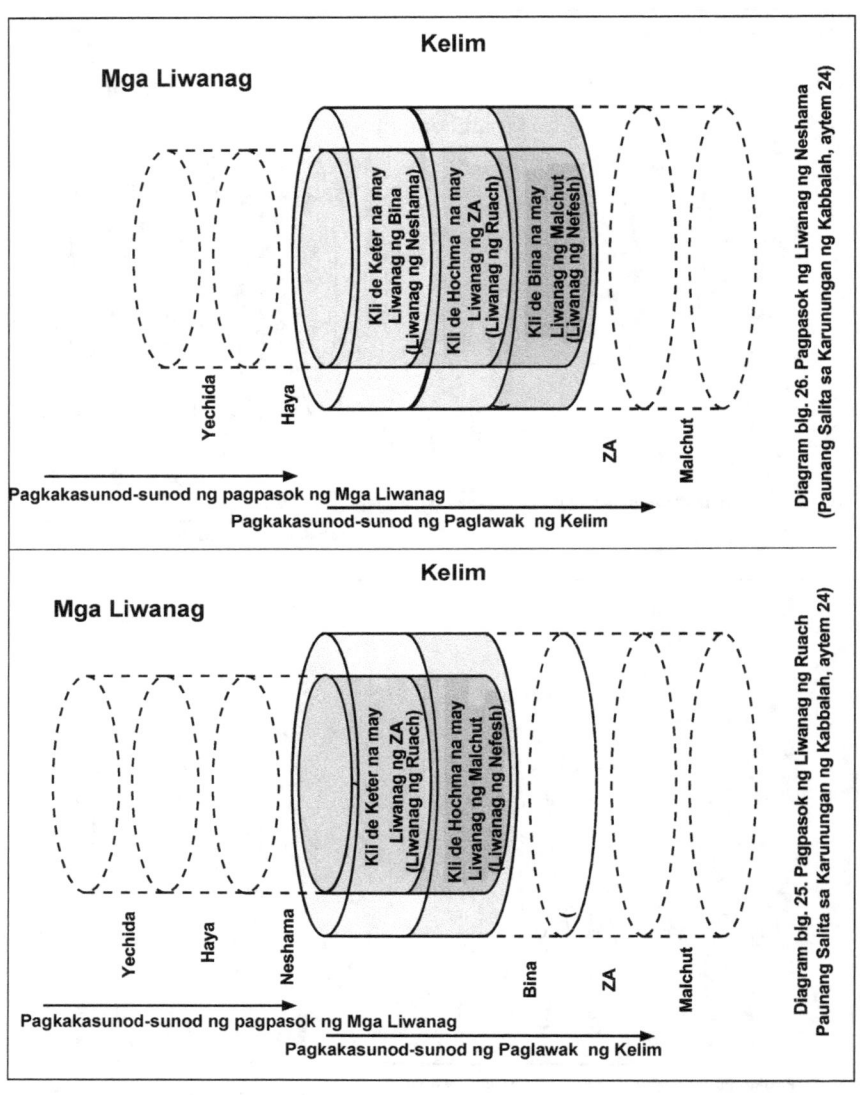

Mga diagram ng Espirituwal na Mundo

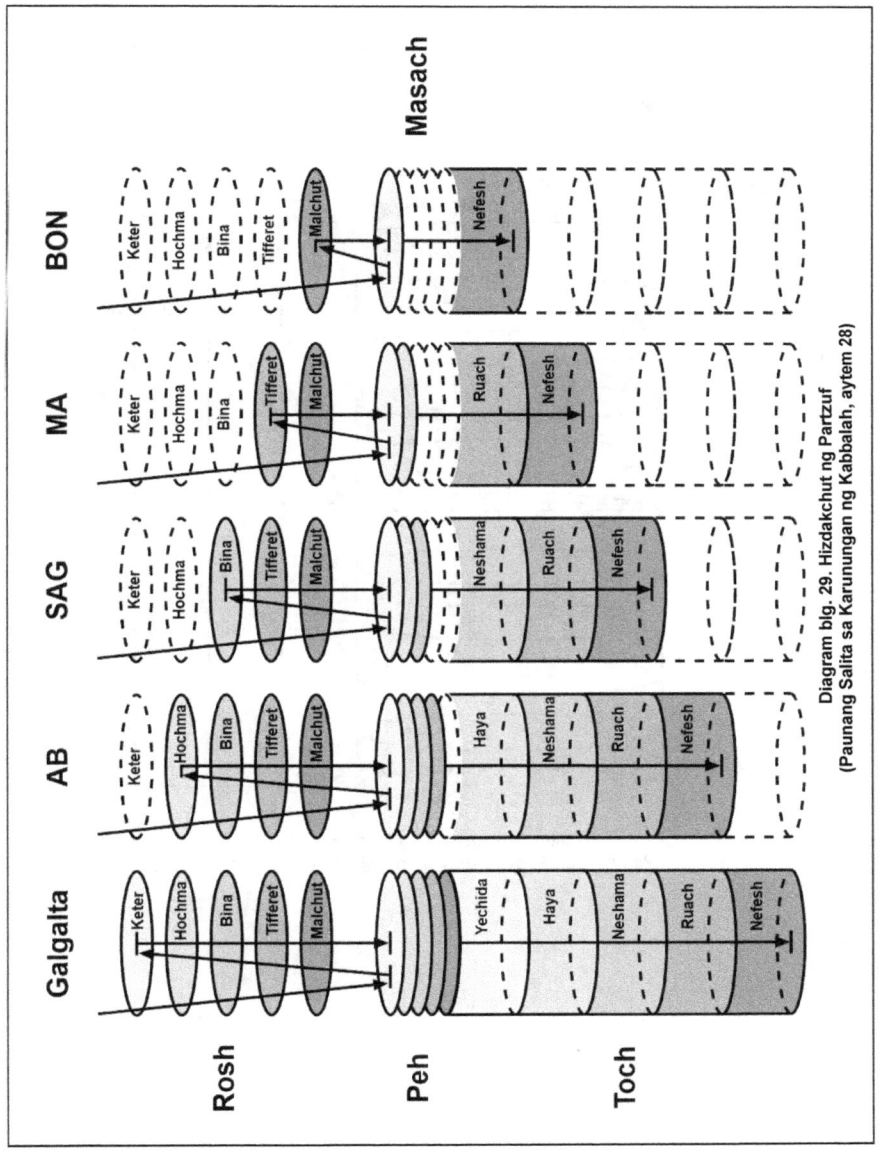

Diagram blg. 29. Hizdakchut ng Partzuf
(Paunang Salita sa Karunungan ng Kabbalah, aytem 28)

802 APENDISE C

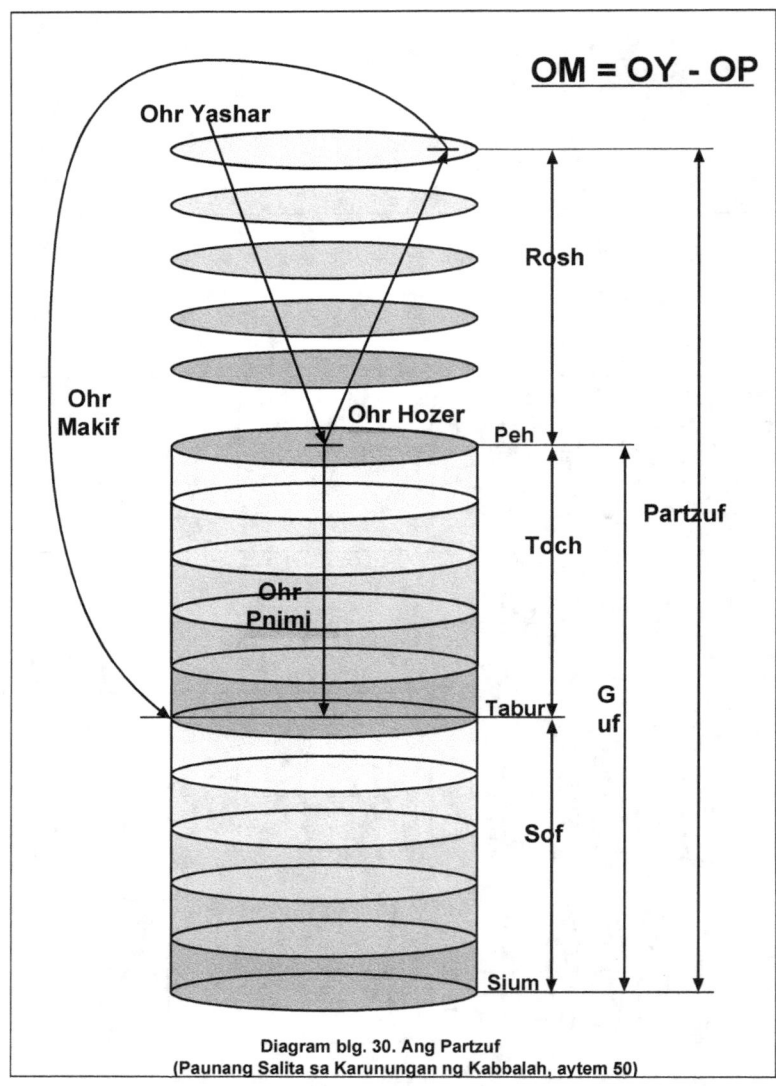

Diagram blg. 30. Ang Partzuf
(Paunang Salita sa Karunungan ng Kabbalah, aytem 50)

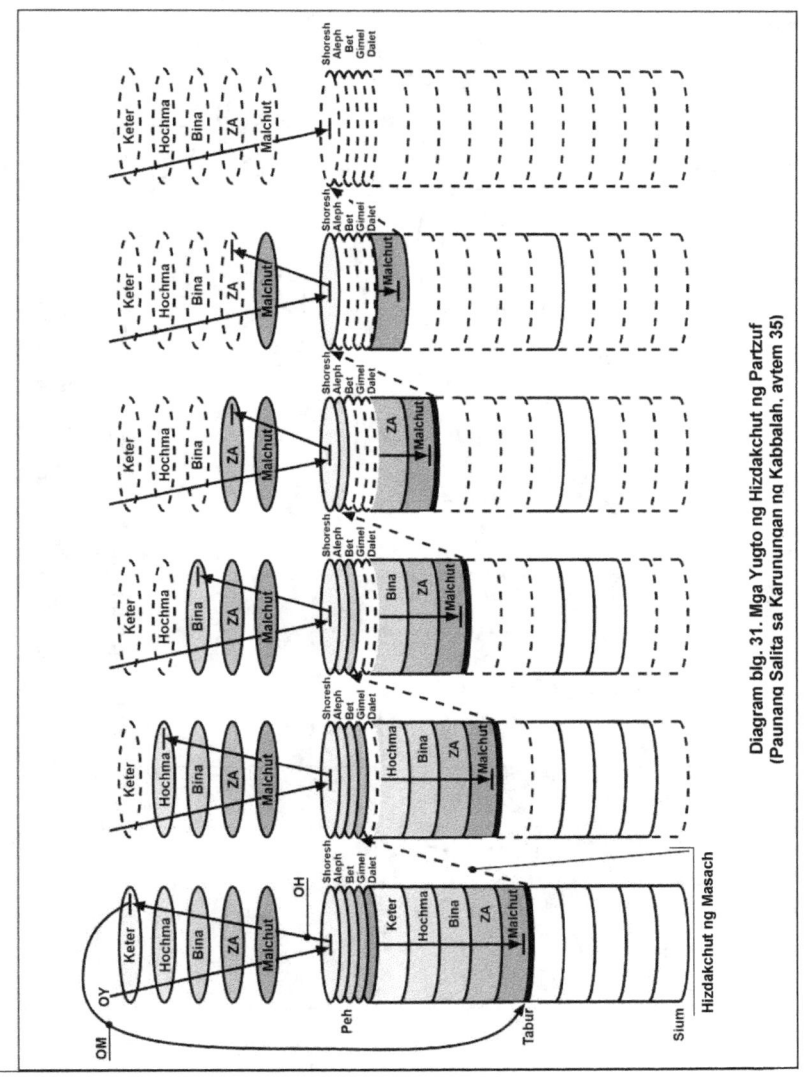

Diagram blg. 31. Mga Yugto ng Hizdakchut ng Partzuf
(Paunang Salita sa Karunungan ng Kabbalah, aytem 35)

APENDISE C

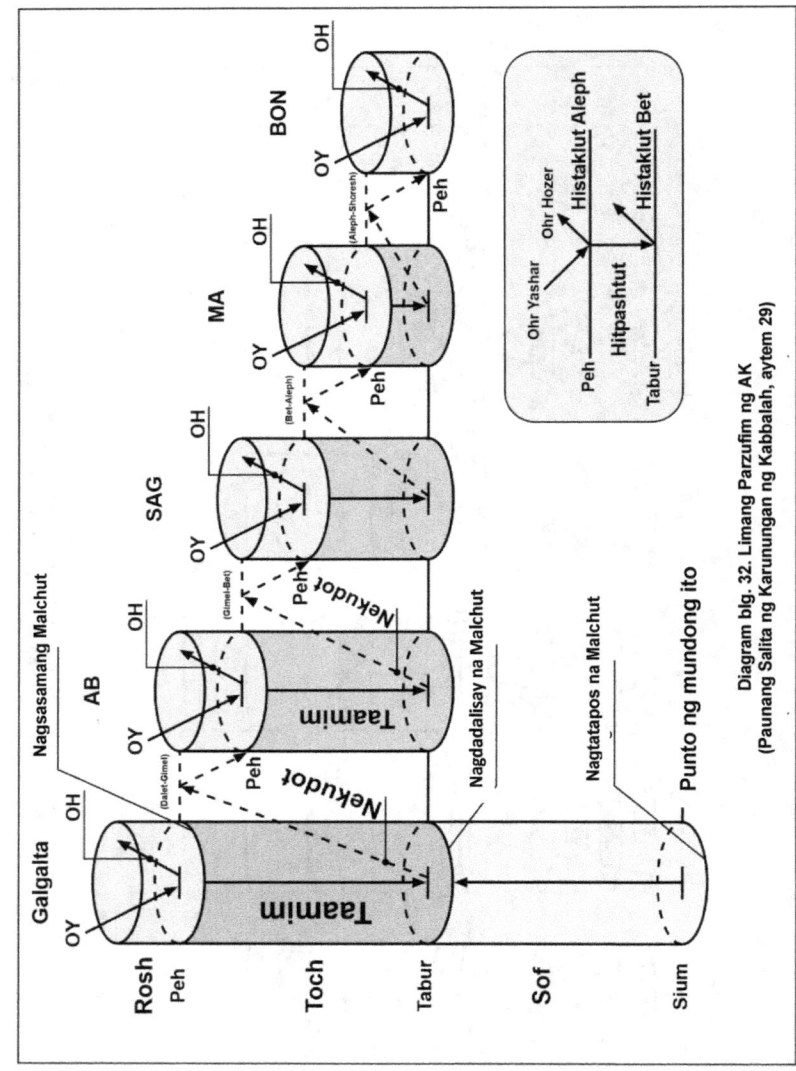

Diagram blg. 32. Limang Parzufim ng AK
(Paunang Salita ng Karunungan ng Kabbalah, aytem 29)

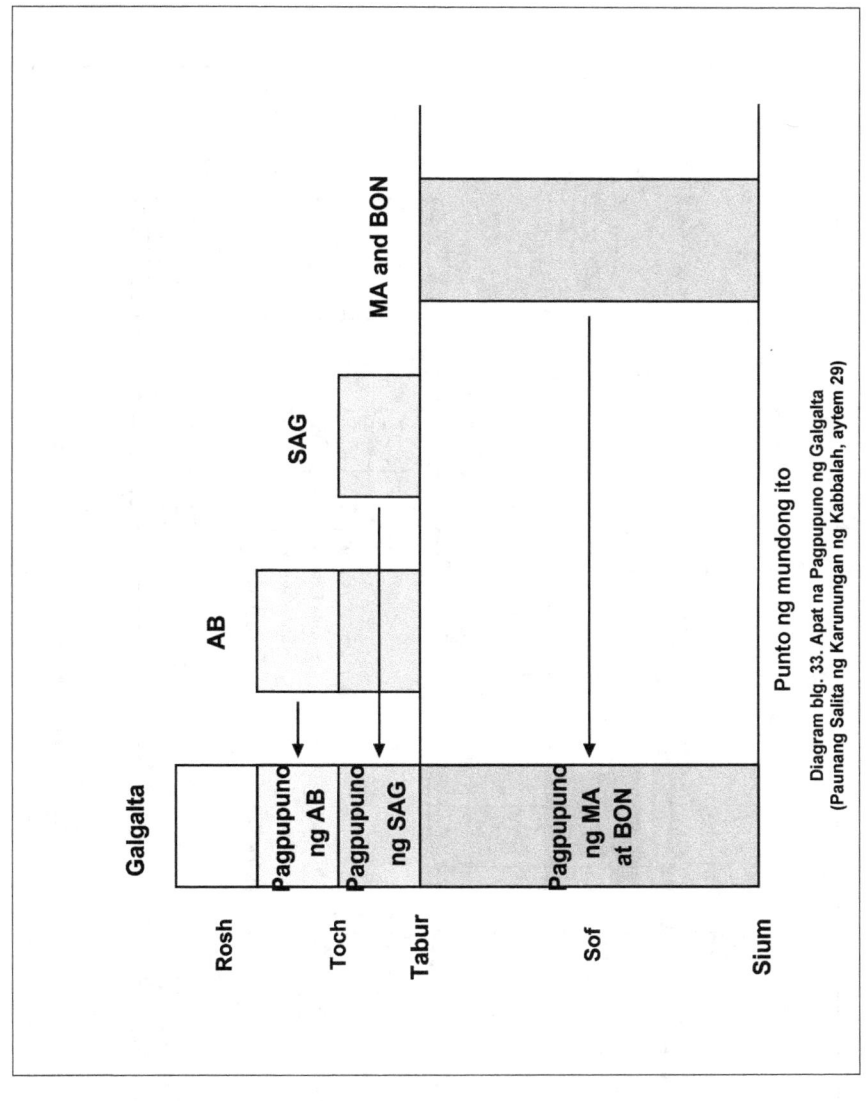

Diagram blg. 33. Apat na Pagpupuno ng Galgalta
(Paunang Salita ng Karunungan ng Kabbalah, aytem 29)

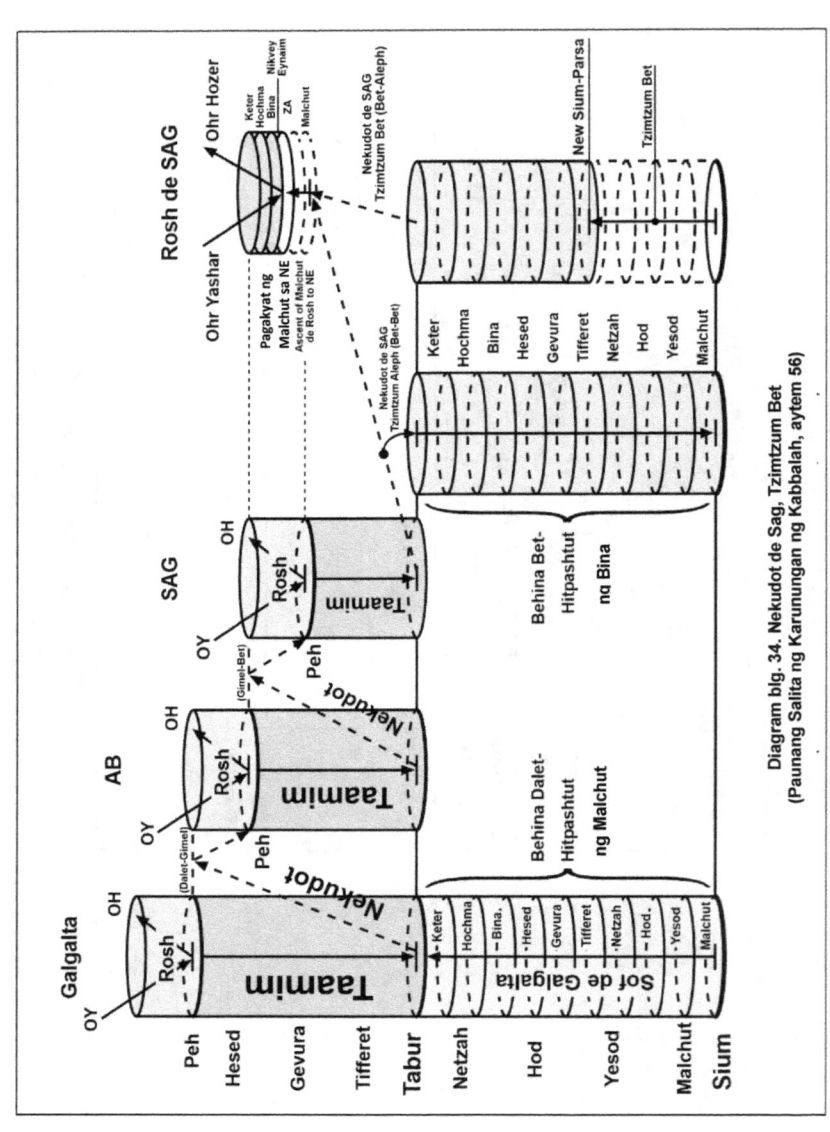

Diagram blg. 34. Nekudot de Sag, Tzimtzum Bet
(Paunang Salita ng Karunungan ng Kabbalah, aytem 56)

Mga diagram ng Espirituwal na Mundo

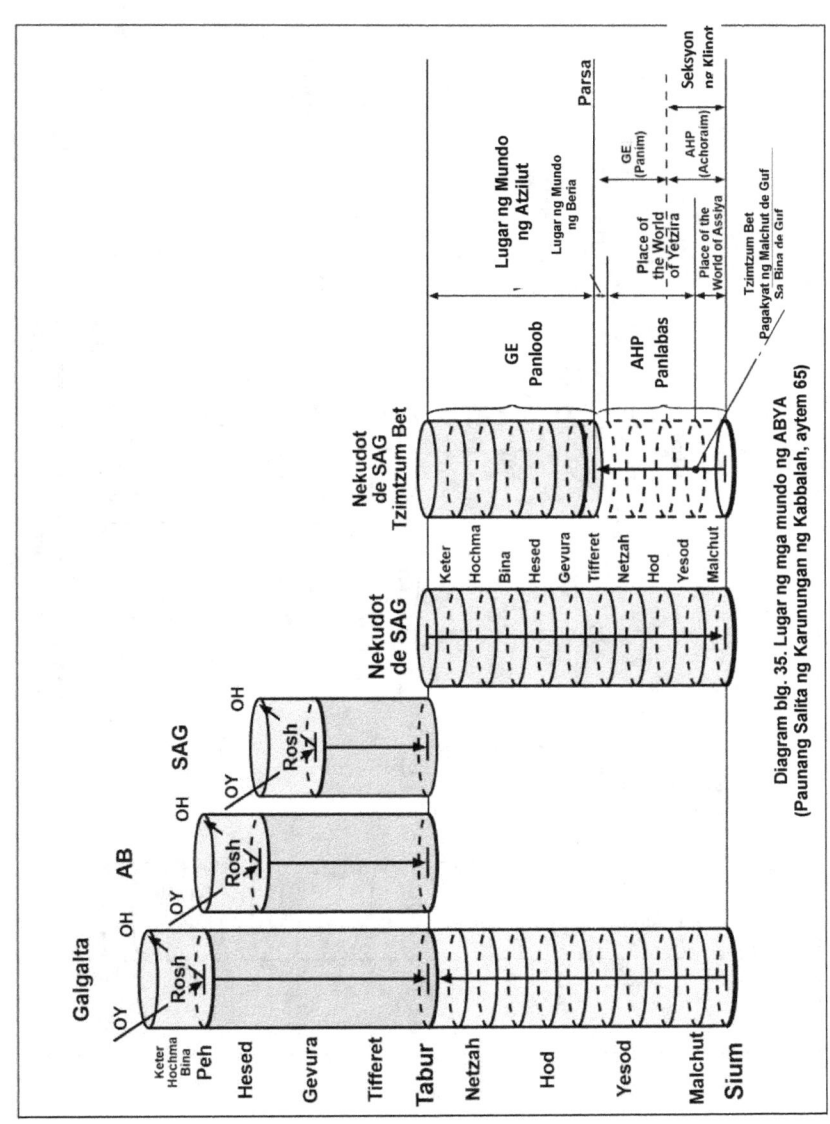

Diagram blg. 35. Lugar ng mga mundo ng ABYA
(Paunang Salita ng Karunungan ng Kabbalah, aytem 65)

808 APENDISE C

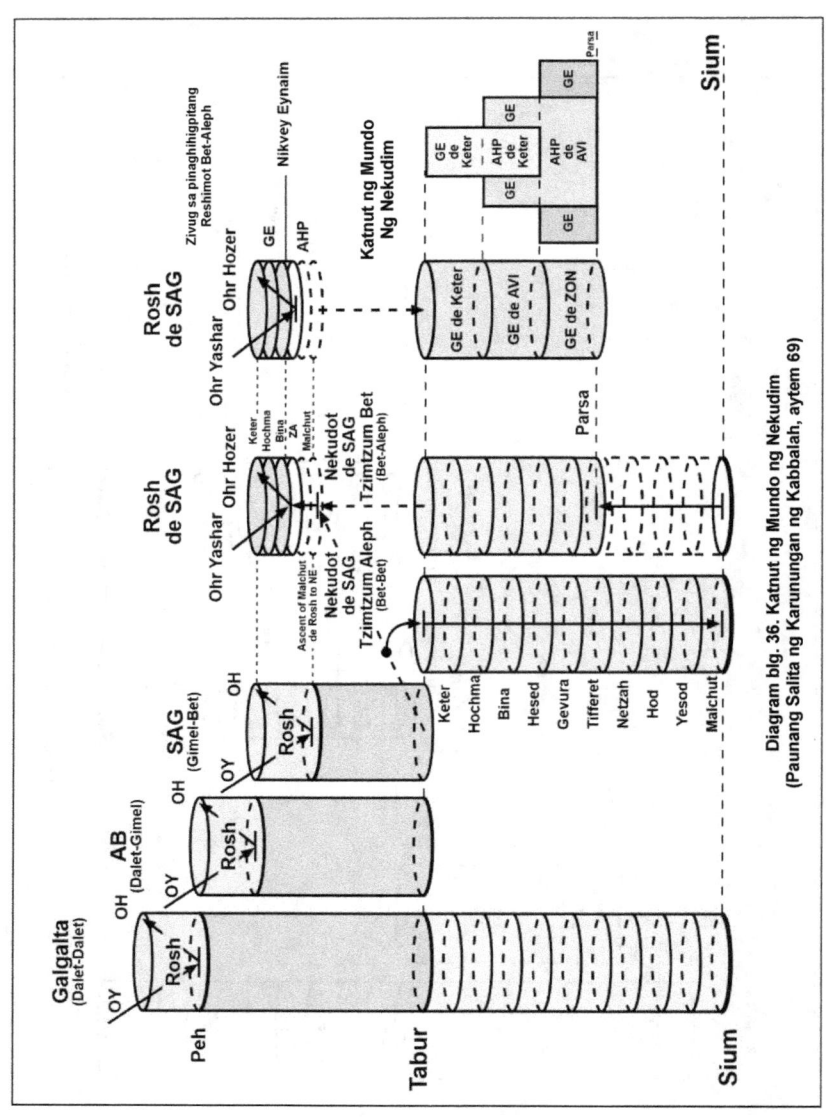

Diagram blg. 36. Katnut ng Mundo ng Nekudim
(Paunang Salita ng Karunungan ng Kabbalah, aytem 69)

Mga diagram ng Espirituwal na Mundo

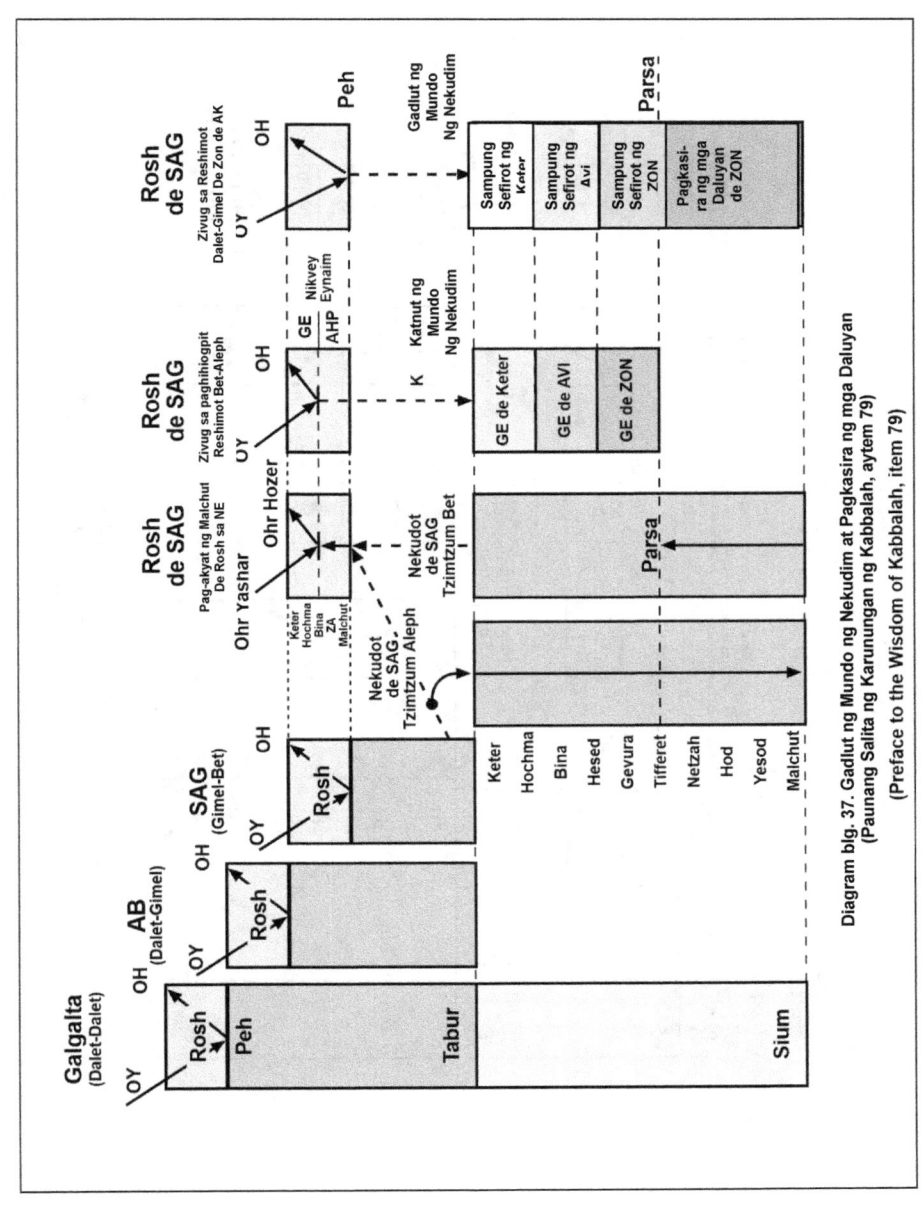

Diagram blg. 37. Gadlut ng Mundo ng Nekudim at Pagkasira ng mga Daluyan (Paunang Salita ng Karunungan ng Kabbalah, aytem 79)
(Preface to the Wisdom of Kabbalah, item 79)

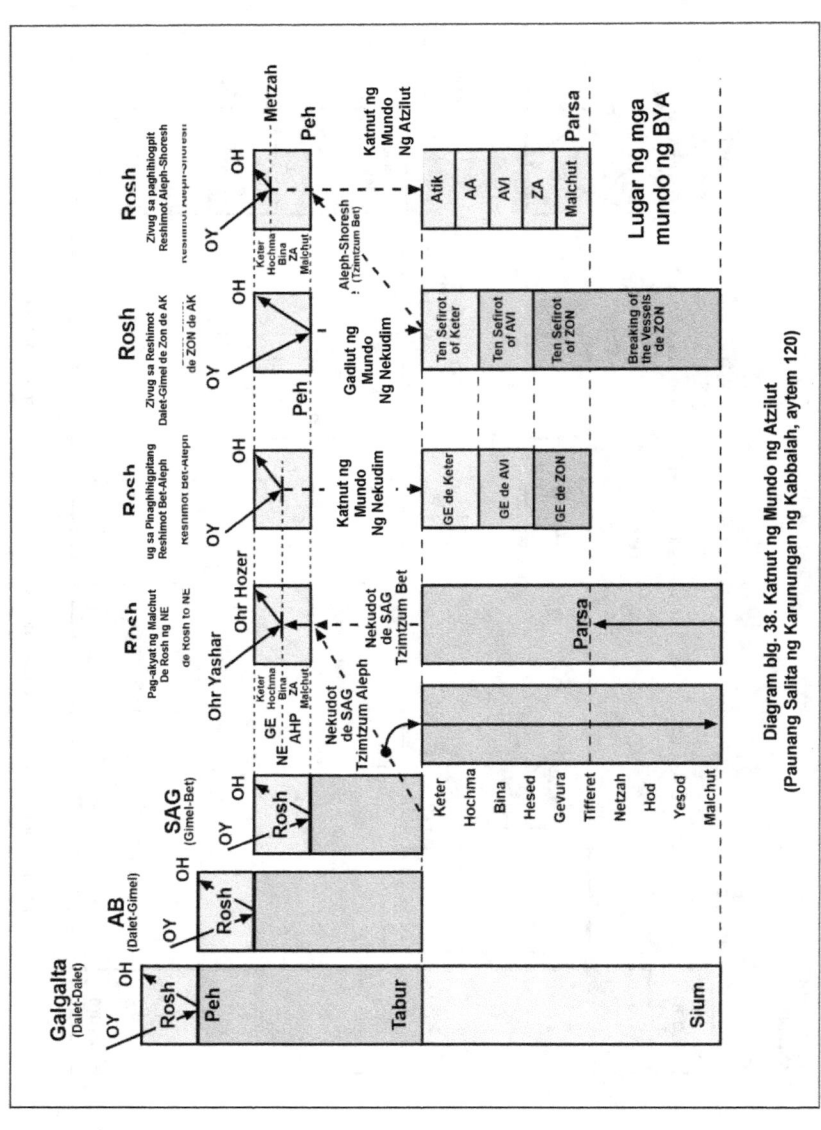

Diagram blg. 38. Katnut ng Mundo ng Atzilut
(Paunang Salita ng Karunungan ng Kabbalah, aytem 120)

Mga diagram ng Espirituwal na Mundo

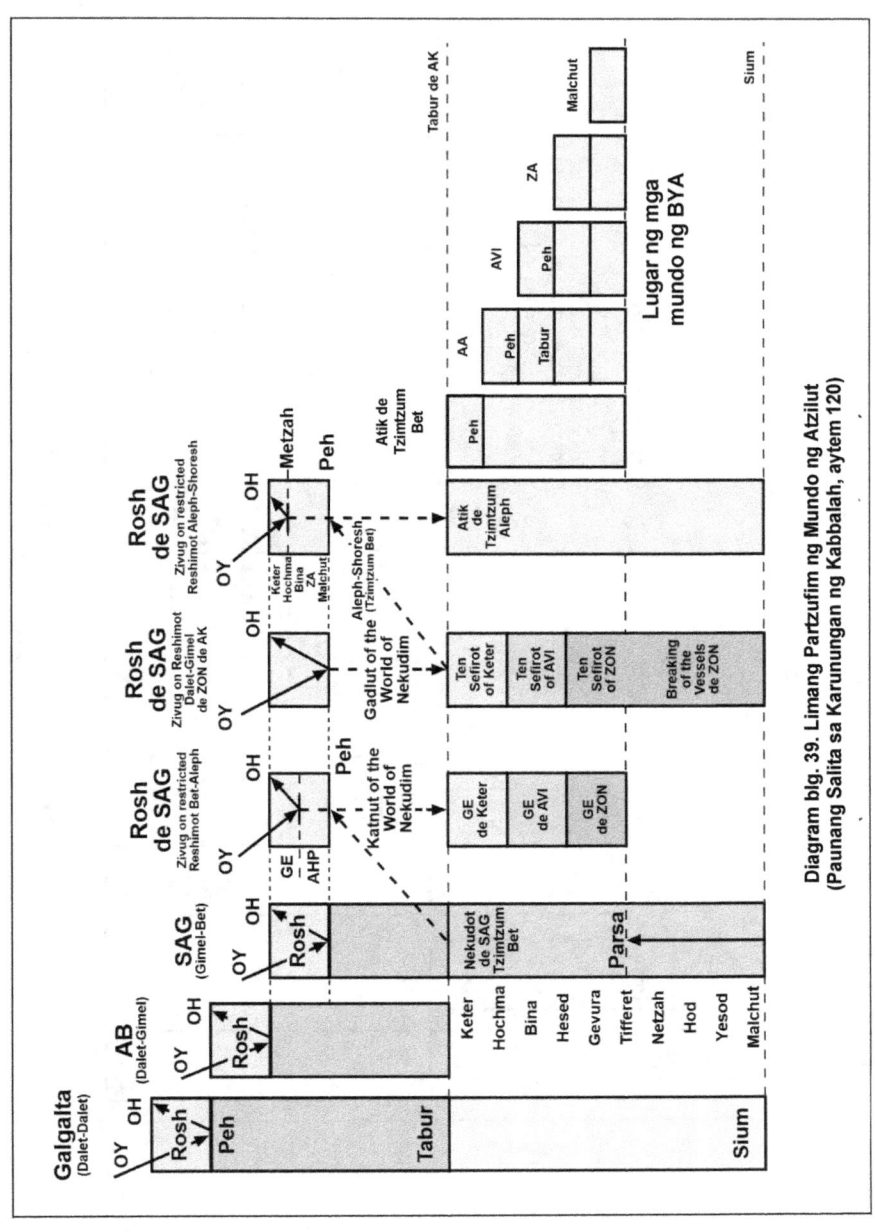

Diagram blg. 39. Limang Partzufim ng Mundo ng Atzilut
(Paunang Salita sa Karunungan ng Kabbalah, aytem 120)

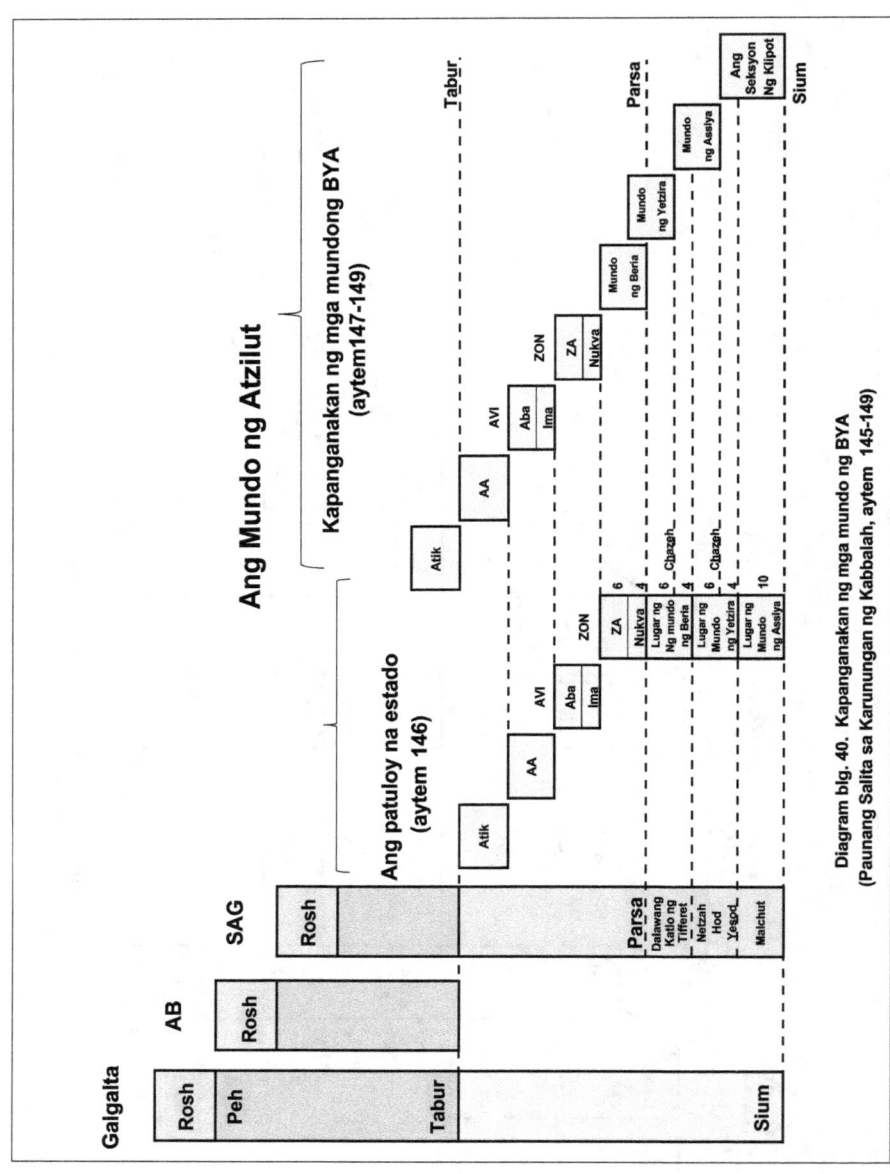

Diagram blg. 40. Kapanganakan ng mga mundo ng BYA (Paunang Salita sa Karunungan ng Kabbalah, aytem 145-149)

Mga diagram ng Espirituwal na Mundo

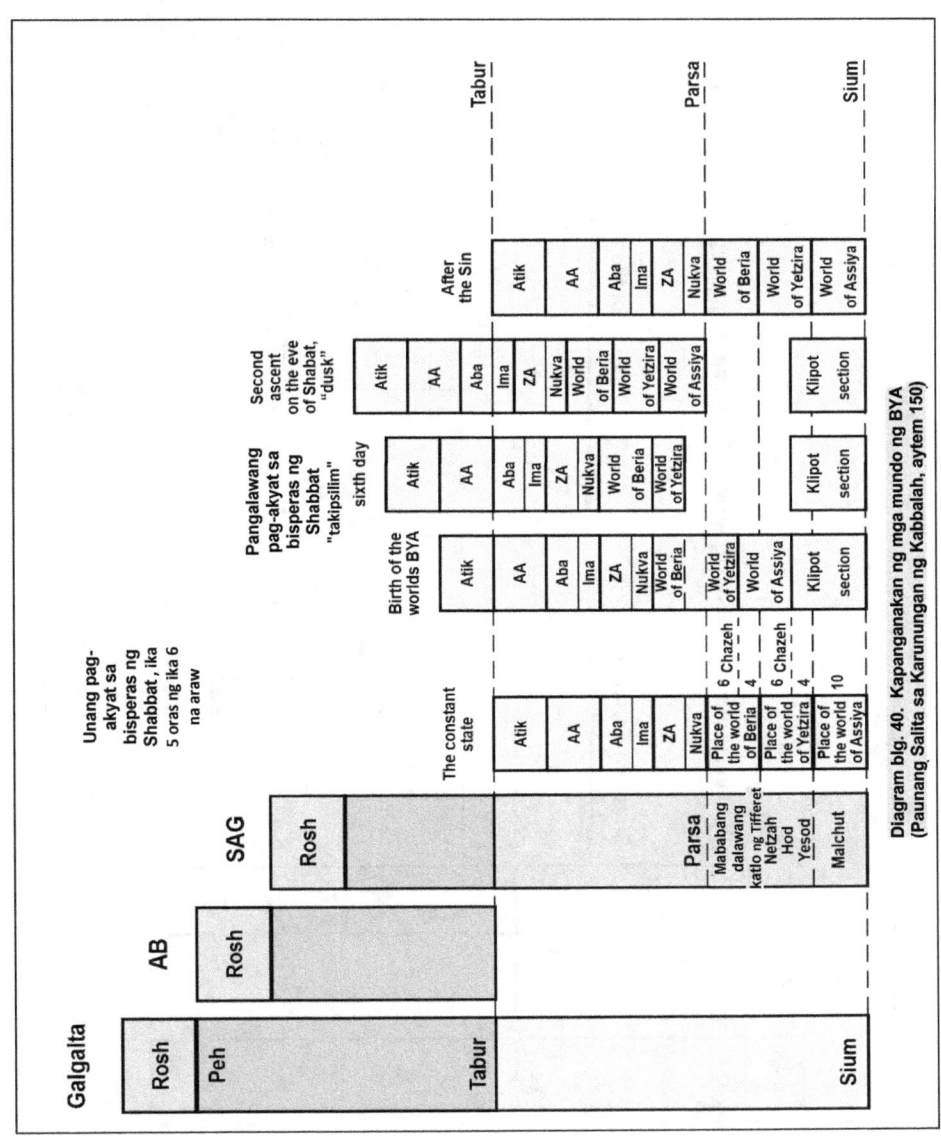

Diagram blg. 40. Kapanganakan ng mga mundo ng BYA (Paunang Salita sa Karunungan ng Kabbalah, aytem 150)

APENDISE C

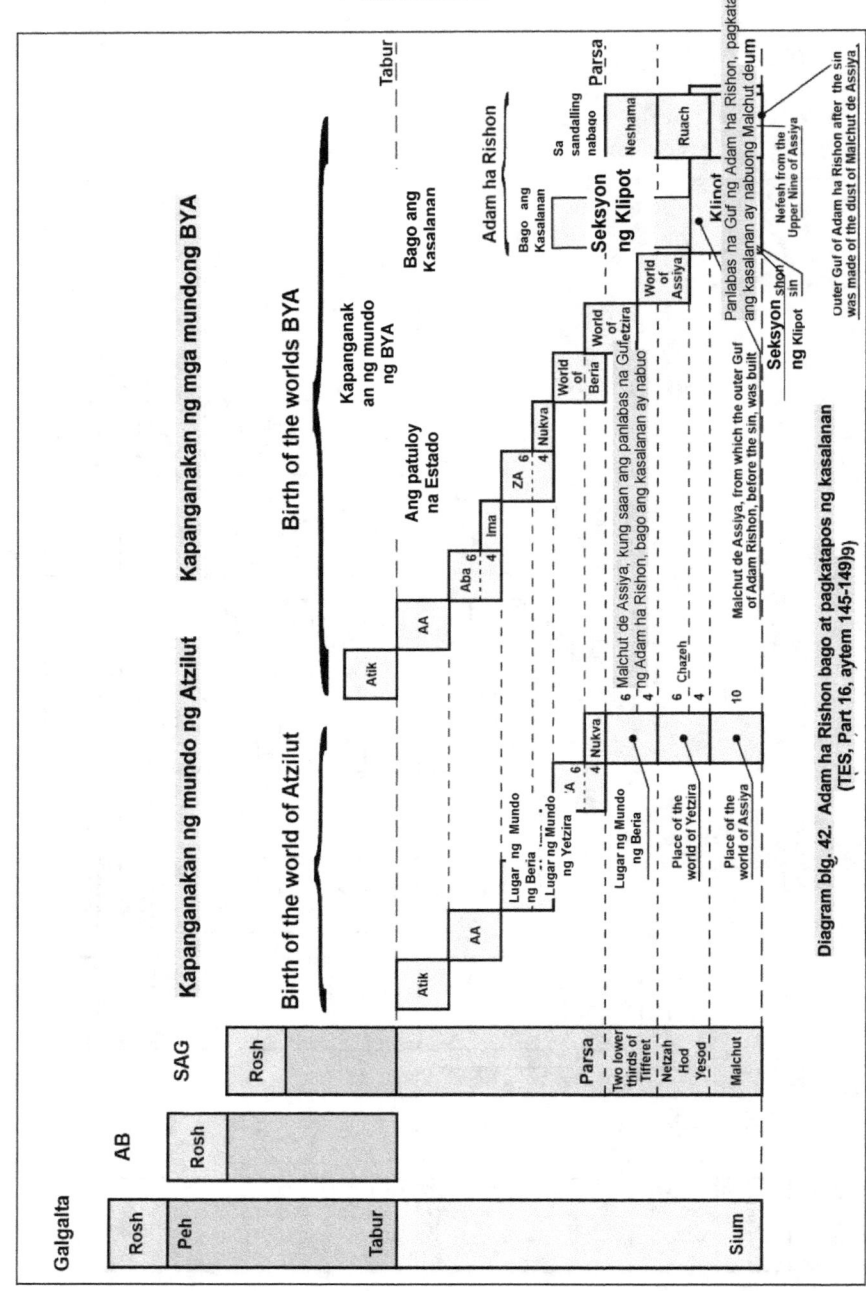

Diagram blg. 42. Adam ha Rishon bago at pagkatapos ng kasalanan
(TES, Part 16, aytem 145-149)9)

Mga diagram ng Espirituwal na Mundo

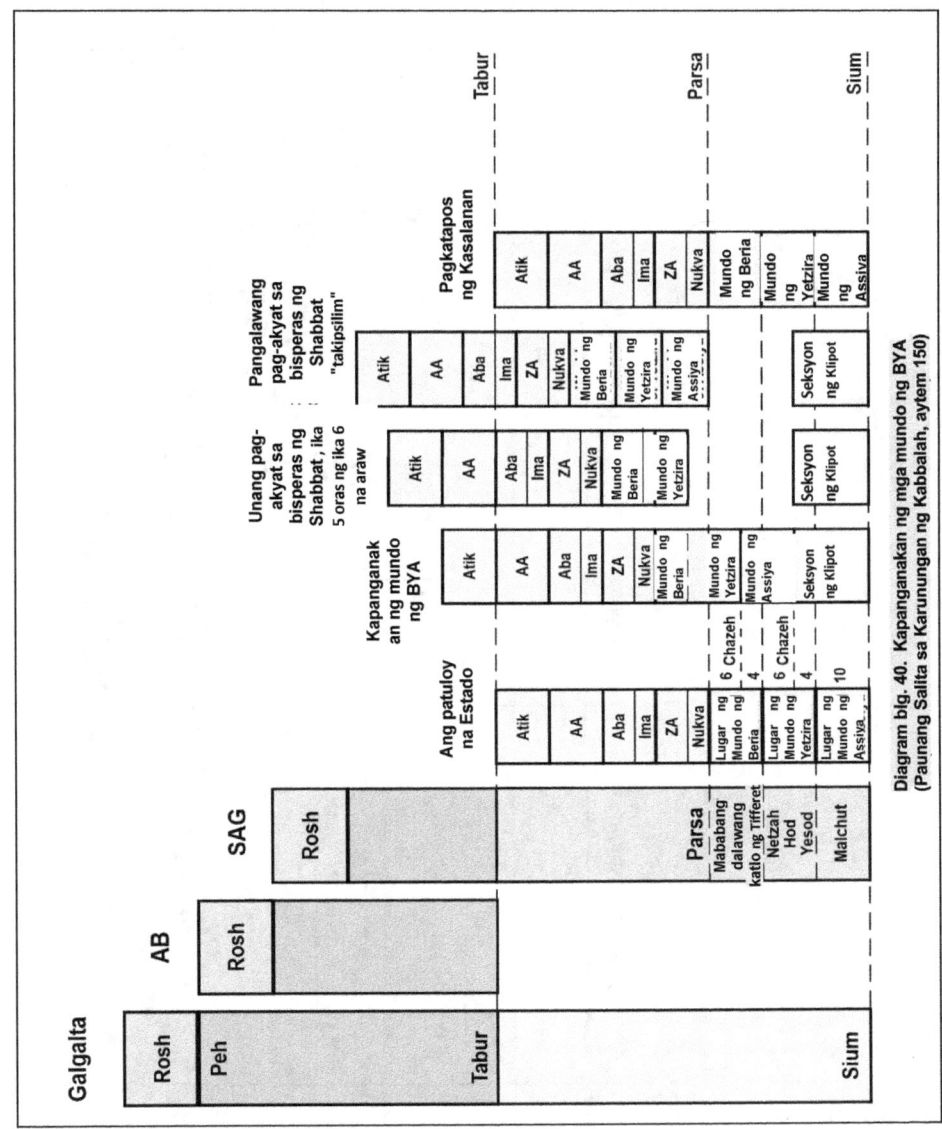

Diagram blg. 40. Kapanganakan ng mga mundo ng BYA
(Paunang Salita sa Karunungan ng Kabbalah, aytem 150)

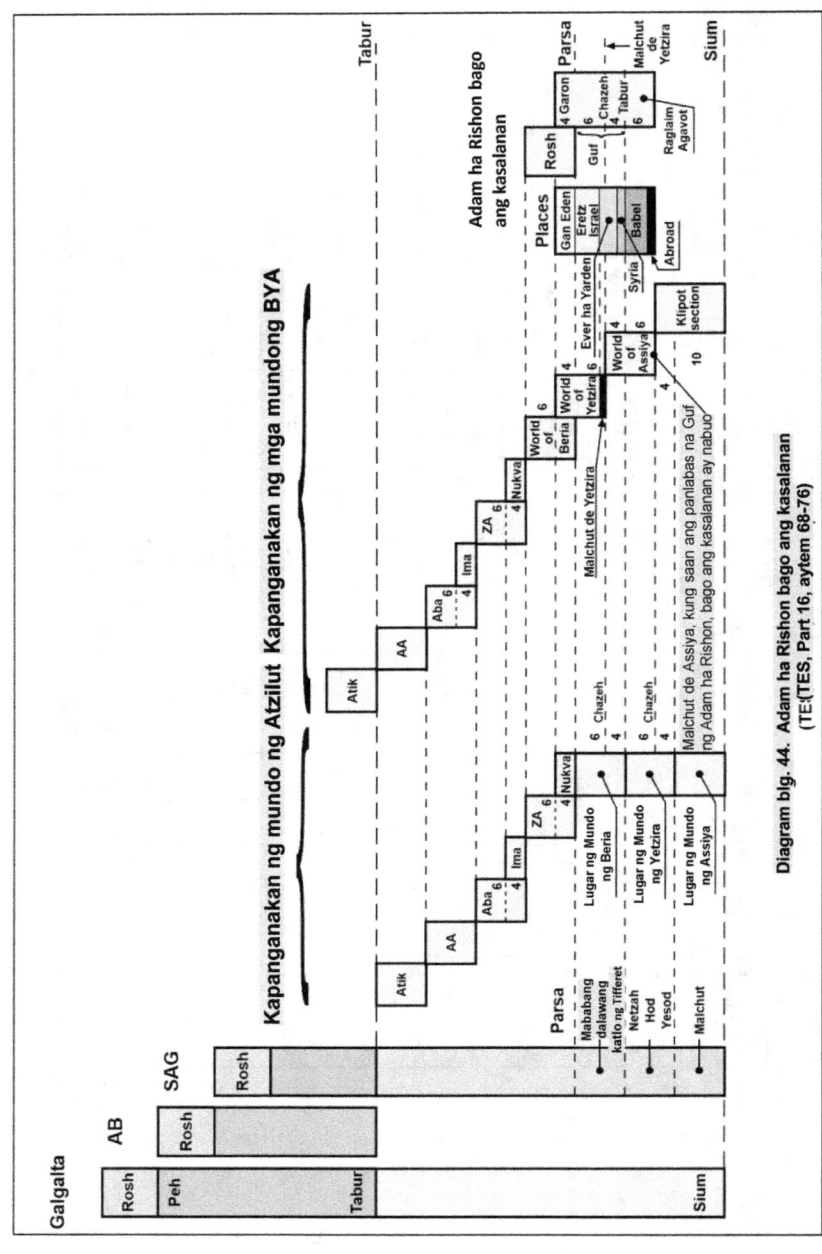

Diagram blg. 44. Adam ha Rishon bago ang kasalanan
(TES, Part 16, aytem 68-76)

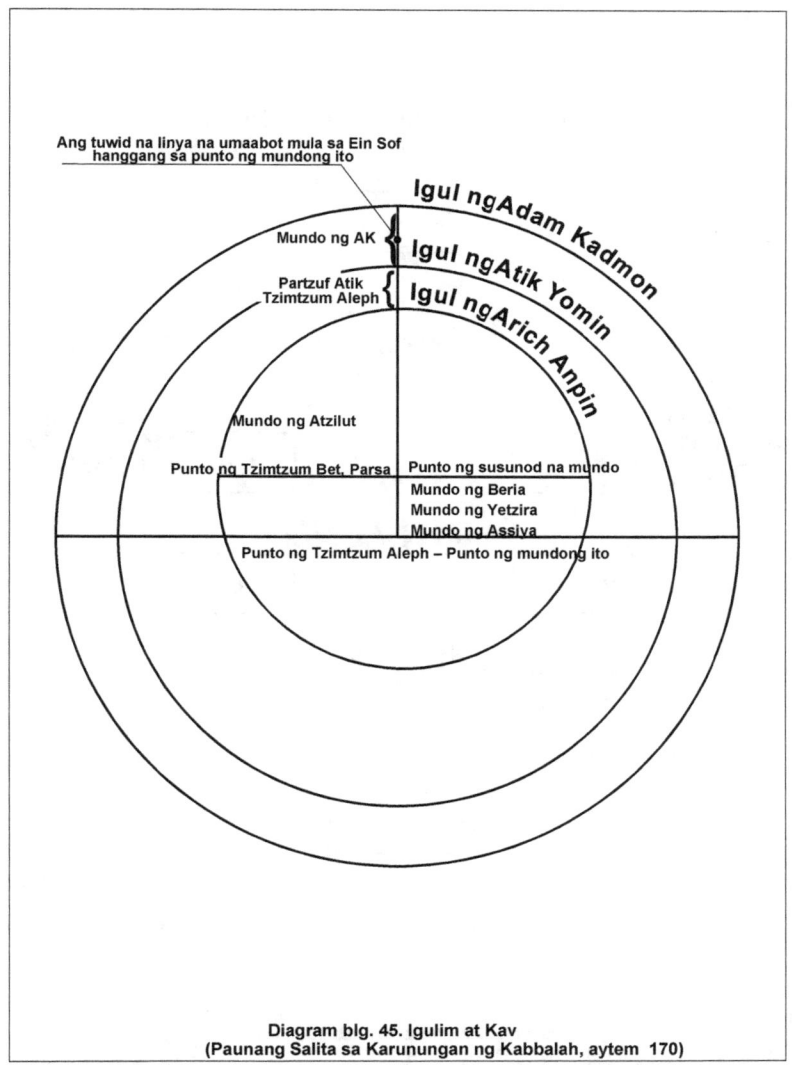

Diagram blg. 45. Igulim at Kav
(Paunang Salita sa Karunungan ng Kabbalah, aytem 170)

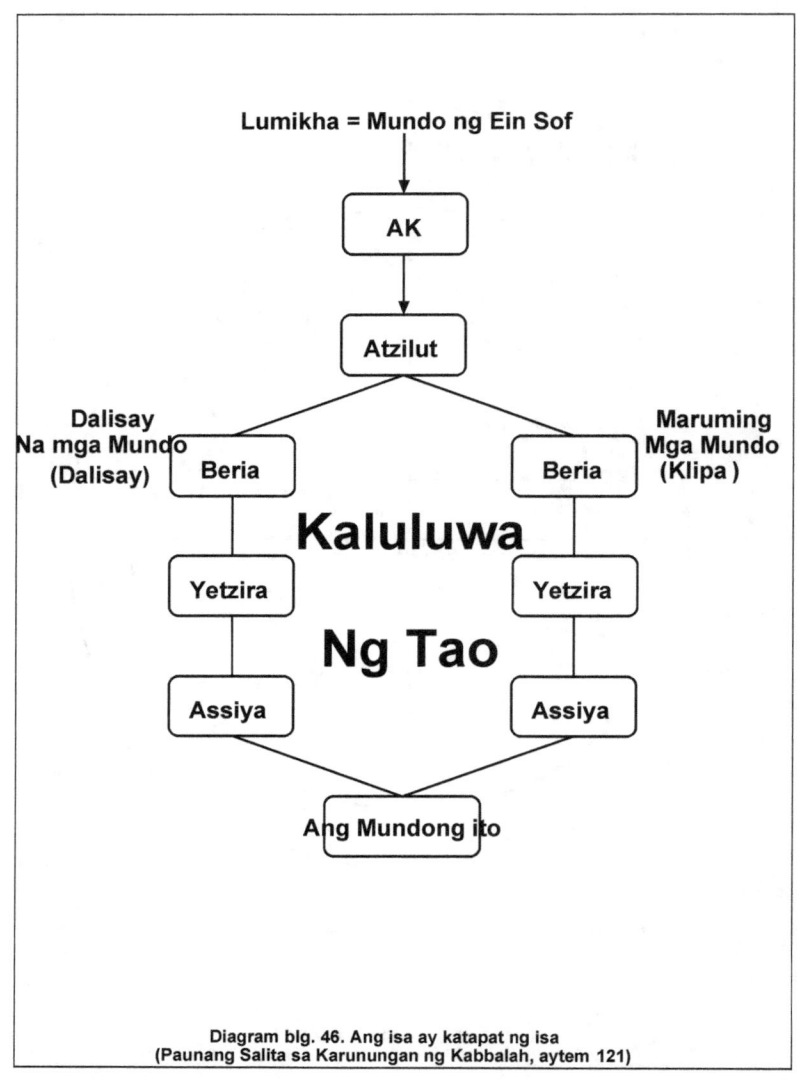

Diagram blg. 46. Ang isa ay katapat ng isa
(Paunang Salita sa Karunungan ng Kabbalah, aytem 121)

Mga diagram ng Espirituwal na Mundo

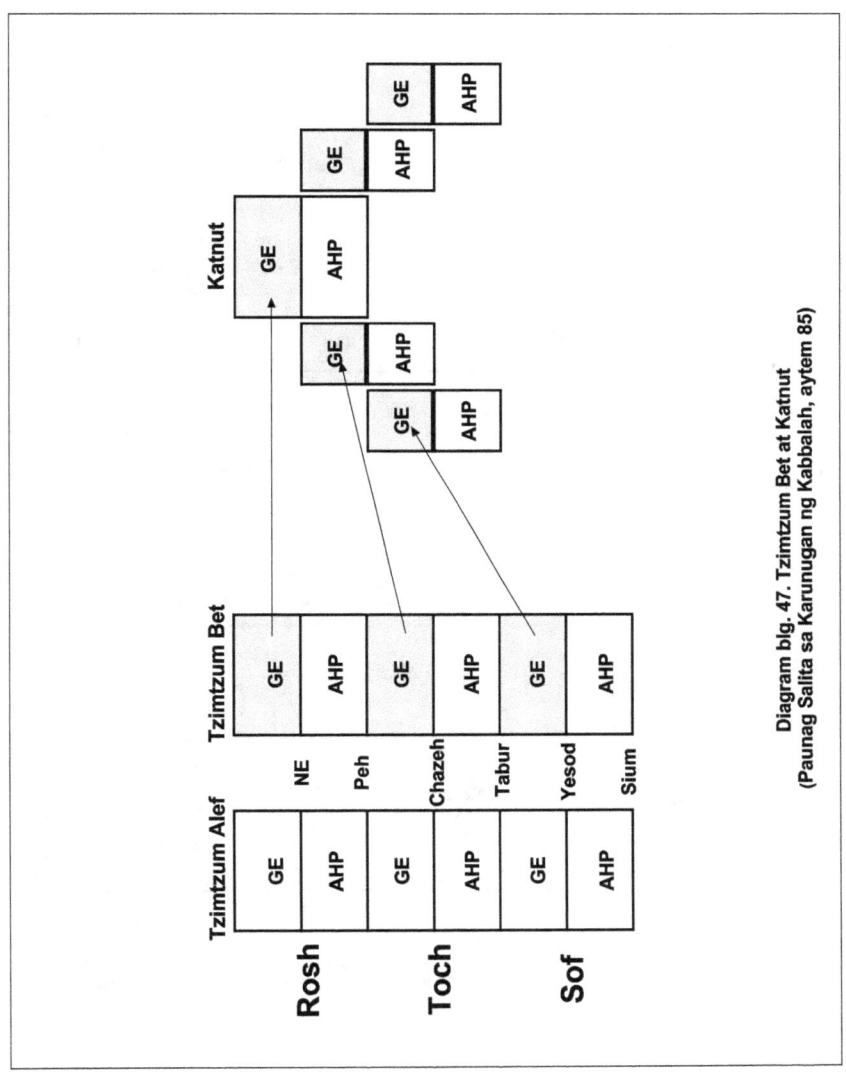

Diagram blg. 47. Tzimtzum Bet at Katnut
(Paunag Salita sa Karunugan ng Kabbalah, aytem 85)

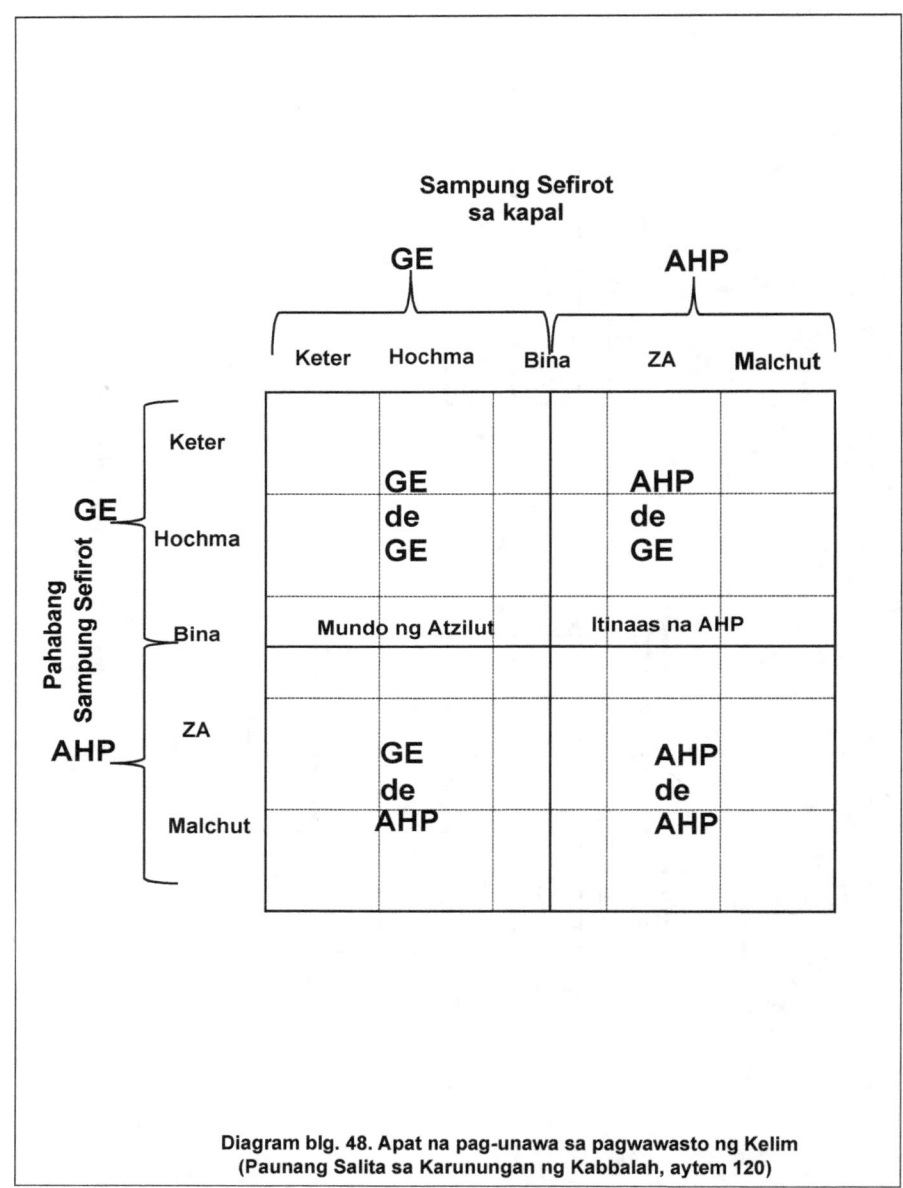

Diagram blg. 48. Apat na pag-unawa sa pagwawasto ng Kelim
(Paunang Salita sa Karunungan ng Kabbalah, aytem 120)

MGA DIAGRAM NG ESPIRITUWAL NA MUNDO

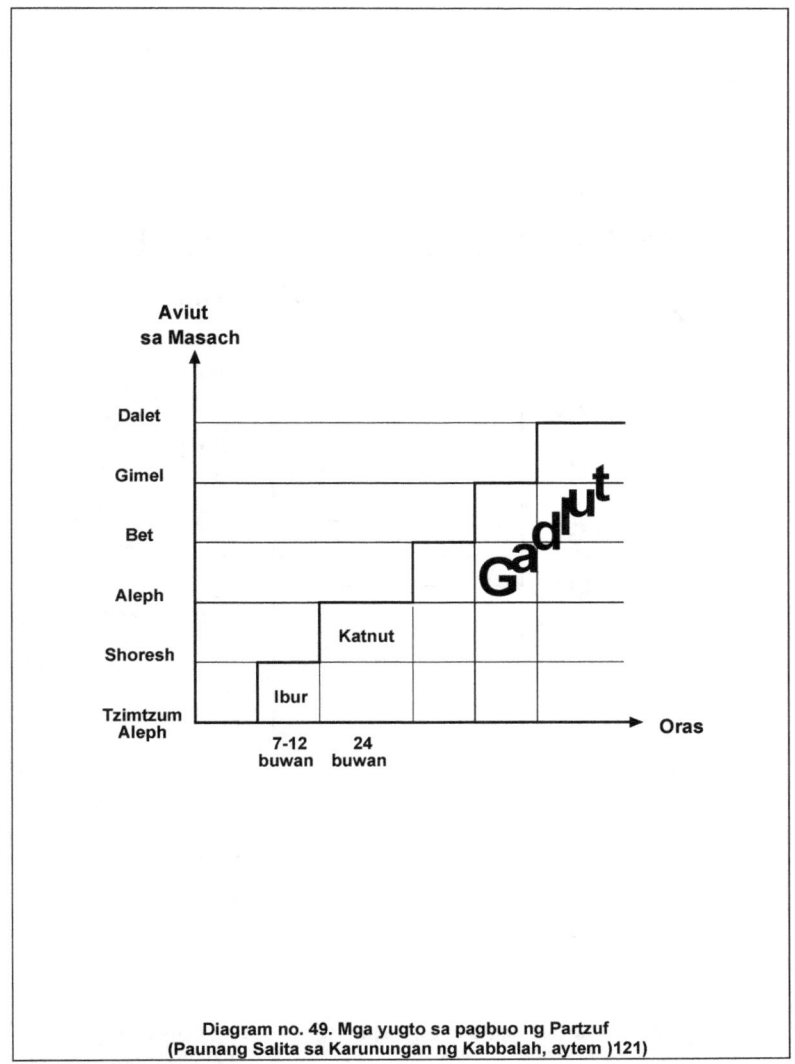

Diagram no. 49. Mga yugto sa pagbuo ng Partzuf
(Paunang Salita sa Karunungan ng Kabbalah, aytem 121)

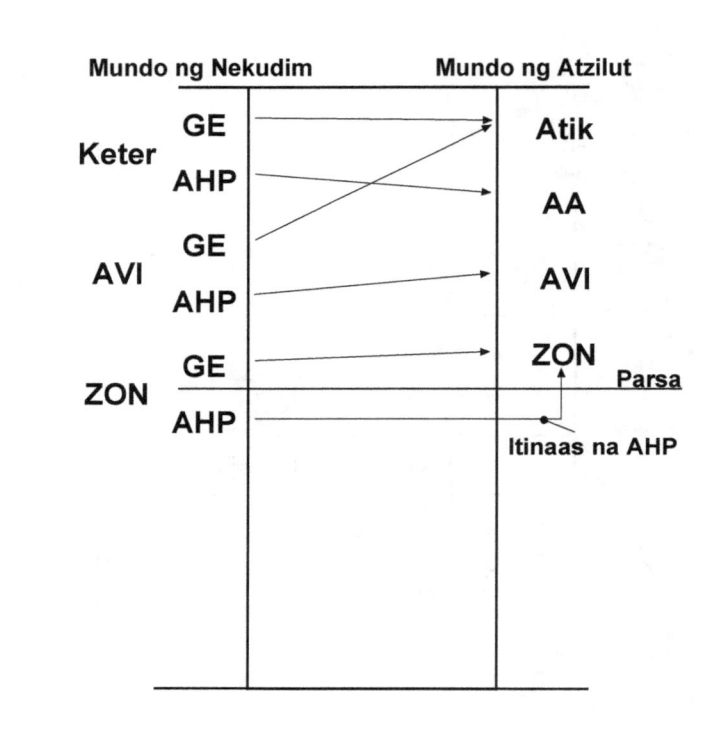

Diagram blg. 50. Pag-uuri ng Kelim pagkatapos ng pagkasira
(Paunang Salita sa Karunungan ng Kabbalah, aytem 101)

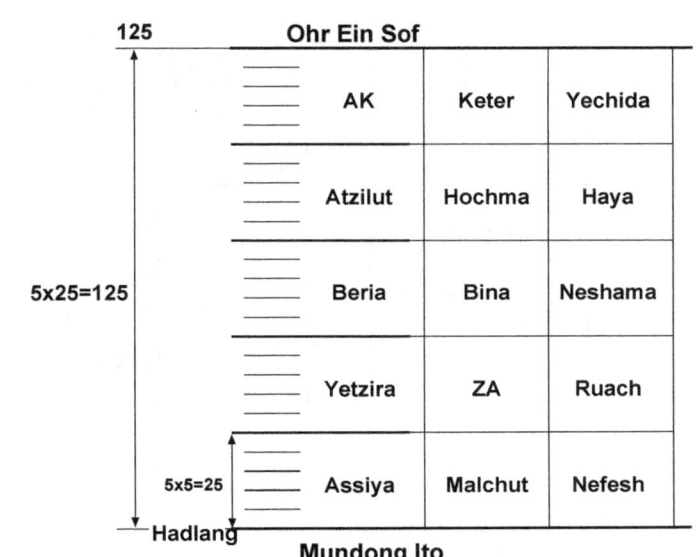

Diagram blg. 51. 125 baytang ng hagdan
(Paunang Salita sa Karunungan ng Kabbalah, aytem 6)

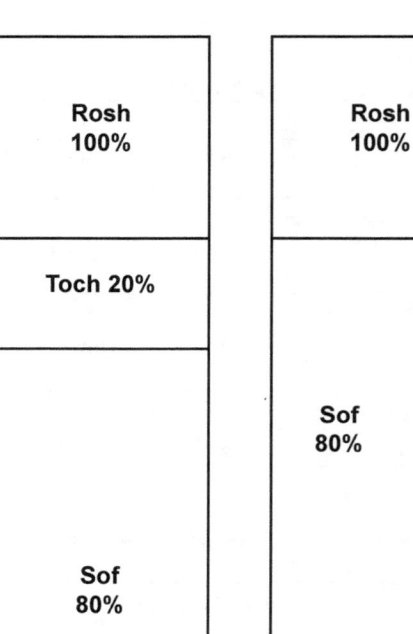

Diagram blg. 52. Pagkakahati ng Partzuf
(Paunang Salita sa Karunungan ng Kabbalah, aytem 50)

Mga diagram ng Espirituwal na Mundo

Behinot	HaVaYaH	Sefirot	Bahagi ng Rosh	Pandamá	Partzufim	Mga Mundo	Mga Liwanag	TANTO	Apat Behinot sa Kalikasan	Apat na Behinot sa Tao	Medyum Behina sa Tao	Spiritwalidad sa Tao	Guf Ng Tao	Levush ng Tao	Tahanan ng Tao	SVAS	Medyum Behina sa Kalikasan	Directions
Shoresh	Dulo ng Yod	Keter	Gulgolet		Galgalta	AK	Yechida			(Shoresh)		Yechida	Moach					
Aleph	Yod	Hochma	Eynaim	Sight	AB	Atzilut	Haya	Taamim	Apoy	Inner Man (Neshama)		Haya	Atzamot	Kutonet	Bayit	Speaking (Nagsasalita)	Monkey (Unggoy)	South hot and (dry)
Bet	Hey	Bina	Awzen	Hearing	SAG	Beria	Neshama	Nekudot	Hangin	Guf	Dam	Neshama	Gidin	Michnasayim	Hatzer	Animate (Hayop)	Dog of the Field	North cold and (damp)
Gimel	Vav	ZA	Hotem	Smell	MA	Yetzira	Ruach	Tagin	Tubig	Levush	Se'arot Tzipornayim	Ruach	Bassar	Mitznefet	Sadeh	Vegetative (Halaman)		West hot and (damp)
Dalet	Hey	Malchut	Peh	Speech	BON	Assiya	Nefesh	Otiot	Alabok	Bayit	Ohalim	Nefesh	Or	Avnet	Midbar	Still (Walang Buhay)	Corals	East cold and (dry)

Diagram no. 53. Pangkalahatang mga pangalan
(TES, Bahagi 3, Mga Kabanata 4-5)

Tungkol Sa Bnei Baruch

Ang Bnei Baruch ay isang grupo ng mga Kabalista sa Israel na nagbabahagi ng karunungan ng Kabbalah sa buong mundo. Ang kanilang mga materyales sa pag-aaral, na isinalin sa mahigit 30 wika, ay batay sa mga tunay na teksto ng Kabbalah na ipinasa mula henerasyon sa henerasyon.

KASAYSAYAN AT PINAGMULAN

Noong 1991, kasunod ng pagpanaw ng kanyang guro na si Rav Baruch Shalom HaLevi Ashlag (ang Rabash), si Rav Michael Laitman—Propesor ng Ontolohiya at Teorya ng Kaalaman, may PhD sa Pilosopiya at Kabbalah, at MSc sa Medical Bio-Cybernetics—ay nagtatag ng isang grupo ng pag-aaral sa Kabbalah na tinawag niyang "Bnei Baruch." Tinawag niya itong *Bnei Baruch* (*Mga Anak ni Baruch*) bilang paggunita sa kanyang tagapagturo, na hindi niya iniwan sa huling labindalawang taon ng buhay nito, mula 1979 hanggang 1991. Si Rav Laitman ang naging pangunahing estudyante at personal na katuwang ni Ashlag, at kinikilala bilang tagapagmana ng paraan ng pagtuturo ni Rabash.

Ang Rabash ay panganay na anak at kahalili ni Rav Yehuda Leib HaLevi Ashlag, ang kinikilalang pinakadakilang Kabalista ng ika-20 siglo. Si Rabbi Ashlag ang nag-akda ng pinaka-makapangyarihan at komprehensibong komentaryo sa *The Book of Zohar*, na pinamagatang *The Sulam (Ladder) Commentary*. Siya rin ang unang nagpahayag ng isang ganap na sistema para sa espirituwal na pag-akyat, kaya't tinagurian siyang *Baal HaSulam* (*May-ari ng Hagdan*).

Ngayon, ibinabatay ng Bnei Baruch ang buong paraan ng pag-aaral nito sa landas na ibinigay ng dalawang dakilang espirituwal na pinunong ito.

ANG PARAAN NG PAG-AARAL

Ang natatanging paraan ng pag-aaral na binuo ni Baal HaSulam at ng kanyang anak na si Rabash ay araw-araw na itinuturo at isinasabuhay ng Bnei Baruch. Ang pamamaraang ito ay nakabatay sa mga tunay na pinagmumulan ng Kabbalah tulad ng *The Book of Zohar* ni

Rabbi Shimon Bar-Yochai, *The Tree of Life* ng Banal na Ari, at *The Study of the Ten Sefirot* ni Baal HaSulam.

Bagama't ang pag-aaral ay umaasa sa mga tunay na pinagmumulan ng Kabbalah, ito ay isinasagawa sa simpleng wika at ginagamitan ng siyentipiko at makabagong paraan. Sa pamamagitan ng pagbuo ng pamamaraang ito, ang Bnei Baruch ay naging isang internasyonal na kinikilalang organisasyon, sa Israel at sa buong mundo.

Ang natatanging kumbinasyon ng isang pamamaraang akademiko sa pag-aaral at ng mga personal na karanasan ay nagpapalawak ng pananaw ng mga mag-aaral at nagbibigay sa kanila ng bagong pananaw sa reyalidad na kanilang ginagalawan. Sa gayon, ang mga nasa espirituwal na landas ay binibigyan ng mga kinakailangang kasangkapan upang pag-aralan ang kanilang sarili at ang katotohanang bumabalot sa kanilang kapaligiran.

ANG MENSAHE

Ang Bnei Baruch ay isang magkakaibang kilusan ng libu-libong estudyante sa buong mundo. Maaaring pumili ang mga mag-aaral ng sarili nilang landas at antas ng intensidad sa pag-aaral, ayon sa kanilang natatanging kalagayan at kakayahan. Ang diwa ng mensaheng ipinapakalat ng Bnei Baruch ay pangkalahatan: pagkakaisa ng sangkatauhan, pagkakaisa ng mga bansa, at pagmamahal sa kapwa.

Sa loob ng millennia, itinuro ng mga Kabalista na ang pagmamahal sa kapwa ang dapat maging pundasyon ng lahat ng ugnayan ng tao. Ang pag-ibig na ito ay nangingibabaw noong panahon nina Abraham, Moses, at ng grupo ng mga Kabalistang kanilang itinatag. Kung bibigyan natin ng puwang ang mga pagpapahalagang ito—na luma ngunit nananatiling napapanahon—matutuklasan nating nasa atin ang kapangyarihang isantabi ang pagkakaiba at magkaisa.

Ang karunungan ng Kabbalah, na nakatago sa loob ng maraming siglo, ay matiyagang naghintay ng panahong ang sangkatauhan ay maging sapat na maunlad at handa upang isakatuparan ang mensahe nito. Ngayon, ito'y muling lumilitaw bilang isang solusyon na kayang pag-isahin ang magkakaibang paksyon sa buong mundo, na nagbibigay-daan sa atin—bilang mga indibidwal at bilang isang lipunan—na harapin ang mga hamon ng ating panahon.

MGA GAWAIN

Ang Bnei Baruch ay itinatag sa saligang prinsipyo na *"sa pamamagitan lamang ng pagpapalawak ng karunungan ng Kabbalah sa publiko maaari tayong igawad ng kumpletong pagtubos"* (Baal HaSulam).

Dahil dito, nag-aalok ang Bnei Baruch ng iba't ibang paraan para sa mga tao upang saliksikin at matuklasan ang layunin ng kanilang buhay. Nagbibigay ito ng maingat at sistematikong patnubay para sa mga nagsisimula at mga mas maunlad na mag-aaral.

Kabbalah Telebisyon

Nagtatag ang Bnei Baruch ng isang kumpanya ng produksyon, ang ARI Films (www.arifilms.tv), na dalubhasa sa paggawa ng mga programang pang-edukasyon para sa telebisyon sa iba't ibang panig ng mundo, at sa maraming wika.

Sa Israel, naglunsad ang Bnei Baruch ng sarili nitong channel na ipinapalabas sa pamamagitan ng cable at satellite mula Linggo hanggang Biyernes. Ang channel ay mapapanood din online sa www.kab.tv. Lahat ng mga broadcast ay libre at walang bayad. Ang mga programa ay iniakma para sa lahat ng antas ng pag-aaral—mula sa mga ganap na baguhan hanggang sa mga pinakamaunlad na estudyante.

Bukod dito, ang ARI Films ay gumagawa rin ng mga seryeng pang-edukasyon at dokumentaryo.

Website sa Internet

Ang internasyonal na website ng Bnei Baruch, www.kab.info, ay nagpapalaganap ng tunay na karunungan ng Kabbalah sa pamamagitan ng mga sanaysay, aklat, at orihinal na mga teksto. Ito ang pinakamalawak na pinagkukunan ng tunay na materyal ng Kabbalah sa internet, na nagtataglay ng isang natatangi at komprehensibong aklatan para sa mga mambabasang nagnanais lubusang tuklasin ang karunungang ito. Bukod dito, ang media archive na www.kabbalahmedia.info ay naglalaman ng mahigit 5,000 media item, nada-download na mga aklat, at isang malawak na koleksyon ng mga teksto, video, at audio file sa maraming wika.

Nag-aalok din ang **Online Learning Center** ng Bnei Baruch ng natatangi at *walang bayad* na mga aralin sa Kabbalah para sa mga nagsisimula—isang pambungad sa malalim na kalipunan ng kaalaman mula sa ginhawa ng sariling tahanan ng bawat mag-aaral.
Ang mga **pang-araw-araw na aralin** ni Rav Laitman ay ipinapalabas nang *live* sa www.kab.tv, kalakip ang mga pantulong na teksto at diagram.

Ang lahat ng mga serbisyong ito ay ibinibigay nang walang bayad.

Papel

Ang Kabbalah Today ay isang libreng buwanang pahayagan na nililikha at ipinapamahagi ng Bnei Baruch sa maraming wika, kabilang ang English, Hebrew, Spanish, at Russian. Ito ay hindi politikal, hindi komersyal, at isinulat sa malinaw at kontemporaryong istilo. Ang layunin ng *Kabbalah Today* ay ibunyag ang malawak na kaalamang taglay ng karunungan ng Kabbalah—nang walang bayad—sa isang madaling maunawaang anyo, na akma para sa lahat ng uri ng mambabasa.

Ang pahayagang ito ay ipinamamahagi nang libre sa mga pangunahing lungsod sa U.S., gayundin sa Toronto (Canada), London (England), at Sydney (Australia). Nakaimprenta ito sa English, Hebrew, at Russian, at makukuha rin online sa www.kabtoday.com. Bilang karagdagan, ang hard copy ng pahayagan ay maaaring ipadala sa mga subscriber sa halagang katumbas lamang ng gastos sa pagpapadala.

Mga Aklat ng Kabbalah

Naglalathala ang Bnei Baruch ng mga orihinal at tunay na aklat sa Kabbalah, na isinulat nina Rav Yehuda Ashlag (*Baal HaSulam*), ng kanyang anak na si Rav Baruch Ashlag (*ang Rabash*), at ni Rav Michael Laitman. Ang mga aklat nina Rav Ashlag at Rabash ay pundasyon ng tunay na pag-unawa sa Kabbalah, at ipinapaliwanag ang mga ito sa malalim ngunit malinaw na paraan sa mga aralin ni Rav Laitman.

Samantala, isinulat ni Rav Laitman ang kanyang mga aklat sa isang malinaw at kontemporaryong istilo, batay sa mga pangunahing konseptong itinatag ni *Baal HaSulam*. Ang kanyang mga aklat ay nagsisilbing mahalagang tulay sa pagitan ng mga modernong mambabasa at ng orihinal na mga teksto. Ang lahat ng mga aklat ay maaaring mabili, at karamihan ay magagamit din para sa *walang bayad* na pag-download.

Mga Aral ng Kabbalah

Tulad ng ginawa ng mga Kabalista sa loob ng maraming siglo, si Rav Michael Laitman ay nagbibigay ng araw-araw na aralin sa Bnei Baruch Center sa Israel, tuwing 2:50–5:20 a.m. (oras ng Israel). Ang mga aralin ay isinasagawa sa wikang Hebrew at sabay-sabay na isinasalin sa pitong wika: English, Russian, Spanish, French, German, Italian, at Turkish. Tulad ng lahat ng iba pang aktibidad ng Bnei Baruch, ang live na broadcast ng mga aralin ay libre at bukas sa libu-libong mag-aaral sa buong mundo.

PAGPOPONDO

Ang Bnei Baruch ay isang non-profit na organisasyon na nakatuon sa pagtuturo at pagbabahagi ng karunungan ng Kabbalah. Upang mapanatili ang kalayaan at kadalisayan ng layunin, ang Bnei Baruch ay hindi tumatanggap ng suporta, pondo, o anumang uri ng pagkakaugnay sa alinmang gobyerno o pampulitikang organisasyon.

Dahil karamihan sa mga aktibidad nito ay iniaalok nang walang bayad, ang pangunahing pinagkukunan ng pondo ng grupo ay nagmumula sa mga boluntaryong donasyon at ikapu ng mga estudyante, gayundin sa pagbebenta ng mga aklat ni Rav Laitman sa makatwirang halaga.

PAANO MAKIPAG-UGNAYAN SA BNEI BARUCH

1057 Steeles Avenue West, Suite 532
Toronto, ON, M2R 3X1
Canada

Bnei Baruch USA,
2009 85th street, #51,
Brooklyn, NY 11214,
USA

E-mail: info@kabbalah.info
Web site: www.kab.info

Toll free sa USA at Canada:
1-866-LAITMAN
Fax: 1-905 886 9697

www.ingramcontent.com/pod-product-compliance
Lightning Source LLC
Chambersburg PA
CBHW081351070526
44583CB00020B/2522